ಶಿವಗಾಮಿ ಕಥೆ

ಸಂಪುಟ ಒಂದು

ಶಿವಗಾಮಿ ಕಥೆ

ಸಂಪುಟ ಒಂದು

ಆನಂದ್ ನೀಲಕಂಠನ್

ಕನ್ನಡಕ್ಕೆ
ಪ್ರತಿಭಾ ನಂದಕುಮಾರ್

ೞ

westland publications ltd

61, II Floor, Silverline Building, Alapakkam Main Road, Maduravoyal, Chennai 600095

93, I Floor, Sham Lal Road, Daryaganj, New Delhi 110002

First published in English as *The Rise of Sivagami* by westland publications ltd 2017

First published in Kannada as *Shivgami Kathe* by westland publications ltd 2017

ISBN: 9789386850102

Anand Neelakantan asserts the moral right to be identified as the author of this work.

Kannada edition coordination: Pratibha Nandakumar

Printed at HT Media Ltd., Noida

ಅಧ್ಯಾಯ ಒಂದು

ಶಿವಗಾಮಿ

ಕಾರಿರುಳ ಕತ್ತಲು ಕವಿದಿತ್ತು. ಅವಳಿಗೆ ಅದರಿಂದ ಒಳ್ಳೆಯದೇ
ಆಗಿತ್ತು. ಯಾರ ಕಣ್ಣಿಗೂ ಬೀಳಬಾರದೆನ್ನುವುದು ಅವಳ ಉದ್ದೇಶ
ವಾಗಿತ್ತು. ಗಾಡಿಗೆ ಕಟ್ಟಿದ ಒಂದು ಚಿಕ್ಕ ಲಾಂದ್ರ, ಗಾಲಿಯ ಪ್ರತಿ
ಹೊರಳಿನಲ್ಲೂ ಅತ್ತಿತ್ತ ಹೊಯ್ದಾಡುತ್ತಿತ್ತು. ಅದನ್ನೂ ನಂದಿಸಿ
ಬಿಟ್ಟಿದ್ದರೆ ಚೆನ್ನಾಗಿರುತ್ತಿತ್ತು ಎಂದು ಅಂದುಕೊಳ್ಳುತ್ತಿದ್ದಳು. ಆದರೆ
ಹಾದಿ ಬಹಳ ದುರ್ಗಮವಾಗಿತ್ತು. ಎರಡೂ ಬದಿಯಿಂದ ಕಾಡು
ತನ್ನ ಹಕ್ಕಿನ ಸ್ಥಳವನ್ನು ಮತ್ತೆ ಕಬಳಿಸುತ್ತಿತ್ತು. ಗುಡ್ಡದ ಸುತ್ತುವರಿದ
ಹಾದಿಯಲ್ಲಿ ವೇಗವಾಗಿ ಸಾಗುತ್ತಿರುವಂತೆ ಮೇಲಿಂದ ಇಳಿಬಿದ್ದ
ರೆಂಬೆಕೊಂಬೆಗಳು ಅವಳ ಮುಖವನ್ನು ಸವರಿ ಜಾರುತ್ತಿದ್ದವು.
ಅವಳ ಮನಸ್ಸು ತೀವ್ರವಾಗಿ ಭಾವುಕವಾಗಿತ್ತು. ಅವಳ ಮನದ
ಕಗ್ಗತ್ತಲಿನಾಳದಿಂದ ಸಾವಿರ ನೆನಪುಗಳು ಹಾರಿ ಬರುತ್ತಿದ್ದವು.
ಹನ್ನೆರಡು ವರ್ಷಗಳಿಂದ ಎಚ್ಚರಿಕೆಯಿಂದ ಹುಗಿದಿಟ್ಟ ನೆನಪುಗಳು
ಗಂಟು ಬಿಡಿಸಿಕೊಂಡು ಮೇಲೆದ್ದು ಬಂದು ಅವಳ ಕಿವಿಯಲ್ಲಿ
ಹುಯಿಲಿಡುತ್ತಿದ್ದವು. ದಿಗ್ಬಂಧನ ಬಿಡಿಸಿಕೊಂಡ ಭೂತಗಳಂತೆ.

ಅವರು ಸಾಗುತ್ತಿದ್ದ ಸ್ಥಳಕ್ಕೆ ಮತ್ತೆಂದೂ ಹಿಂದಿರುಗಬಾರದೆಂದು ಅವಳು ಅಂದುಕೊಂಡಿದ್ದಳು. ಅವಳ ಕುಟುಂಬಕ್ಕೆ ಆದ ಗತಿಯ ನಂತರವಂತೂ ಖಂಡಿತ ಇಲ್ಲ. ಅವರ ಮುಂದೆ ಕಾಣಿಸಿ ಮರೆಯಾಗುತ್ತಿದ್ದ ಒಂದೊಂದು ಮರವೂ ಅವಳು ತನ್ನ ಐದನೇ ವಯಸ್ಸಿನಲ್ಲಿ ಬಲವಂತವಾಗಿ ಕಂಡ ಆ ಕರಾಳ ದೃಶ್ಯವನ್ನು ನೆನಪಿಸುತ್ತಿದ್ದವು. ಇದ್ದಕ್ಕಿದ್ದಂತೆ ಗಾಡಿ ನಿಂತಿತು, ಅದರ ಹಠಾತ್ ರಭಸಕ್ಕೆ ಆಯತಪ್ಪಿ ಅವಳು ಹಣೆ ಪಕ್ಕದ ಗೆಣೆಗೆ ಬಡಿಯಿತು.

"ಮೊಲಾ" ಎಂದ ಬಂಡಿ ಹೊಡೆಯುತ್ತಿದ್ದ ರಾಘವ. ನೆಲದ ಮೇಲೆ ನಡುಗುತ್ತಿದ್ದ ಮೊಲದ ಎರಡು ಹೊಳೆಯುವ ಕಣ್ಣುಗಳು ತಮ್ಮನ್ನೇ ನೋಡುತ್ತಿದ್ದುದು ಅವಳಿಗೆ ಕಾಣಿಸಿತು. ಅವರ ಕುದುರೆ ಜೋರಾಗಿ ಉಸಿರು ಬಿಟ್ಟಿದ್ದೇ ಮೊಲ ಚಂಗನೆ ನೆಗೆದು ಪೊದೆಯಲ್ಲಿ ಮರೆಯಾಯಿತು. ಸಣ್ಣ ಪ್ರಾಣಿಗಳ ಬಗ್ಗೆಯೂ ಕರುಣೆ ತೋರುವುದು ರಾಘವನ ಸ್ವಭಾವ.

"ಈ ಹೊತ್ತಿನಲ್ಲಿ ನೀನು ಅಲ್ಲಿಗೆ ಹೋಗಲೇ ಬೇಕೇ?" ಅವನು ಕೇಳಿದ. ಆ ರಾತ್ರಿ ಅದೇ ಮೊದಲ ಸಲವಲ್ಲ ಅವನು ಆ ಪ್ರಶ್ನೆ ಕೇಳಿದ್ದು.

ಅವಳು ಉತ್ತರಿಸಲಿಲ್ಲ. ಅವನು ಚಾಟಿಯ ತುದಿಯಿಂದ ಕುದುರೆಯನ್ನು ತಿವಿದ, ಗಾಡಿ ಮತ್ತೆ ಹೊರಟಿತು. ಸ್ವಲ್ಪ ಹೊತ್ತಿನಲ್ಲೇ ಅಕ್ಕಪಕ್ಕದ ದಟ್ಟ ಕಾಡು ಕಡಿಮೆಯಾಗುತ್ತಾ ಬಂದು ಮುಳ್ಳು ಪೊದೆಗಳು ಕಾಣಿಸತೊಡಗಿದವು. ಅವುಗಳ ನಡುವೆ ದೊಡ್ಡ ಬಂಡೆಗಳು ಚಾಚಿದ್ದವು. ಬೇಟೆಗಾಗಿ ಕಾಯುತ್ತಾ ಹೊಂಚು ಹಾಕುವ ಕ್ರೂರ ಪ್ರಾಣಿಗಳಂತೆ ಅವು ಕಾಣಿಸುತ್ತಿದ್ದವು. ಸ್ವಲ್ಪ ದೂರದಲ್ಲಿ ಕಾಣಿಸುತ್ತಿದ್ದ ಕೋಟೆಯನ್ನು ತಲುಪುತ್ತಿದ್ದ ಅಂಕುಡೊಂಕಾದ ಇಳಿಜಾರಿನ ಹಾದಿಯ ಪ್ರಾರಂಭದಲ್ಲಿ ನಿಂತು ರಾಘವ ಸ್ವಲ್ಪ ತಡವರಿಸಿದ.

"ನಾವು ಹಿಂದಕ್ಕೆ ಹೋಗಿ ಬಿಡೋಣವೇ?" ರಾಘವ ಕೇಳಿದ.

ಅವಳು ಅಸಹನೆಯಲ್ಲಿ ಲೊಚಗುಟ್ಟಿದಳು. ಕುದುರೆಯನ್ನು ಮುಂದಕ್ಕೆ ಚಲಿಸಲು ತಿವಿಯುವ ಮುನ್ನ ಅವನು ತಲೆಯಾಡಿಸಿದ್ದು ಅವಳಿಗೆ ಗೊತ್ತಾಯಿತು. ಗುಡ್ಡದ ಬದಿಯಲ್ಲಿ ಇಳಿಜಾರಿನಲ್ಲಿದ್ದ ಹರವಿನಲ್ಲಿ ಗಾಡಿ ಇಳಿಯುವಾಗ 'ಇಲ್ಲಿ ತೋಟವಿತ್ತು' ಎಂದು ಅವಳು ಸ್ಮರಿಸಿಕೊಂಡಳು. ಈಗ ಅಲ್ಲಿ ಬರೀ ಕಳೆ ಹೇರಳವಾಗಿ ಬೆಳೆದಿತ್ತು. ಇಲ್ಲಿಂದ ಮುಂದೆ ಹಾದಿ ಕಷ್ಟಕರವಾಗಿತ್ತು. ಗಾಡಿ ನಿಧಾನವಾಗಿ ಮುಂದೆ ಏರಿ ಸರಿದಾಗ ಪ್ರಪಾತದ ತುದಿ ಬಹಳ ಅಪಾಯಕಾರಿಯಾಗಿ ಚಾಚಿಕೊಂಡಿತ್ತು. ಚಕ್ರದ ಅಡಿಗೆ ಸಿಕ್ಕಿ ಕೆಲವು ಕಲ್ಲುಗಳು ಸಡಿಲಗೊಂಡು ಕೆಳಗೆ ಉರುಳಿದವು. ಅವರು ಮೇಲಕ್ಕೇರಿದಂತೆ ನೀರು ಹರಿಯುವ ಸದ್ದು ಸ್ಪಷ್ಟವಾಗಿ ಕೇಳಿಸತೊಡಗಿತು. ಇದ್ದಕ್ಕಿದ್ದಂತೆ ಹಾದಿ ಮುಗಿದು

ಅವರೊಂದು ಕೊರಕಲಿನ ಅಂಚಿನಲ್ಲಿ ನಿಂತಿದ್ದರು. ರಾಘವ ಲಗಾಮು ಎಳೆದು ನಿಲ್ಲಿಸಿ ಧುಮುಕಿದ. ಲಾಂದ್ರವನ್ನು ಕೈಗೆತ್ತಿಕೊಂಡು ಹಿಂದಕ್ಕೆ ಬಂದು ಅವಳಿಗೆ ಇಳಿಯಲು ನೆರವಾಗಲು ಕೈ ಚಾಚಿದ. ಅವಳು ಅವನ ಕೈಯನ್ನು ಅಲಕ್ಷಿಸಿ ನೆಲಕ್ಕೆ ಧುಮುಕಿದಳು. ಅಂಚಿಗೆ ನಡೆದು ಕೆಳಗೆ ದೃಷ್ಟಿಸಿದಳು. ನೂರಾರು ಅಡಿಗಳ ಕೆಳಗೆ ಬೆಟ್ಟದಿಂದ ಹರಿದು ಬರುತ್ತಿದ್ದ ಬೆಳ್ಳನೆಯ ನೊರೆಯ ನೀರಿನ ಜುಳುಜುಳು ಸದ್ದು ಕೇಳಿಸುತ್ತಿತ್ತು. ಇಲ್ಲೊಂದು ತೂಗಾಡುವ ಸೇತುವೆಯಿತ್ತು ಎಂದು ನೆನಪಿಸಿ ಕೊಂಡಳು. ಕತ್ತಲಿಗೆ ಹೊಂದಿಕೊಂಡ ಅವಳ ಕಣ್ಣೋಟಕ್ಕೆ ಅವಳ ಬಲಬದಿಯಲ್ಲಿ ಸ್ವಲ್ಪ ದೂರದಲ್ಲಿ ಅದು ಕಾಣಿಸಿತು.

"ಅಪಶಕುನದಂತೆ ಕಾಣುತ್ತಿದೆ ... ಪಾಳು .." ರಾಘವ ಅನ್ನುತ್ತಿದ್ದಂತೆ ಅವಳು ಮುಂದೆ ನಡೆದು ಕುಸಿಯುತ್ತಿದ್ದ ಮೆಟ್ಟಿಲು ಏರತೊಡಗಿದಳು. ಸೇತುವೆಯ ಎರಡೂ ಬದಿಯ ಹಗ್ಗ ಹಿಡಿದು ಕಾಲ ಕೆಳಗಿನ ಹಲಗೆಯನ್ನು ಮೆಟ್ಟಿದಳು.

"ಸೇತುವೆ ದಾಟುತ್ತೀಯಾ?!" ರಾಘವನ ದನಿಯಲ್ಲಿ ಭಯದ ಛಾಯೆಯಿತ್ತು. ಕೆಲವು ಹೆಜ್ಜೆಗಳ ನಂತರ ಕೊರಕಲಿನ ಕತ್ತಲಲ್ಲಿ ಹಗ್ಗ ಮರೆಯಾಯಿತು. ರಾಘವನ ಕೈಯಿಂದ ಲಾಂದ್ರವನ್ನು ಇಸಿದುಕೊಂಡು ಅವಳು ಸೇತುವೆಯಲ್ಲಿ ಕಾಲಿಟ್ಟಳು. ಒಂದು ಹಲಗೆ ಕುಸಿದು ಪ್ರಪಾತದ ಅಡಿಗೆ ಜಾರಿ ಬಿದ್ದು, ರಾಘವ ಭಯದಲ್ಲಿ ಬೆಚ್ಚಿದ. ಆ ಚಳಿಯಲ್ಲೂ ಅವಳ ಕೈ ಬೆವರುತ್ತಿತ್ತು. ಅವಳ ದಾಸಿಯಾಗಿದ್ದ ಲಚ್ಮಿಯನ್ನು ಹನ್ನೆರಡು ವರ್ಷಗಳ ನಂತರ ಭೇಟಿಯಾಗಿರದಿದ್ದರೆ ಅವಳು ಈ ಪ್ರಯಾಣ ಕೈಗೊಳ್ಳುತ್ತಿರಲಿಲ್ಲ. ಅವಳು ಭೇಟಿಗೆ ಹೋದಾಗ ಆ ನಿಷ್ಠೆಯ ದಾಸಿ ಸಾವಿನ ಹೊಸಿಲಲ್ಲಿದ್ದಳು. ಏನೇನೋ ವಿಷಯಗಳ ನಡುವೆ ಲಚ್ಮಿ ಅವಳ ತಂದೆಯ ಹತ್ತಿರವಿದ್ದ ಆ ಪುಸ್ತಕದ ಪ್ರಸ್ತಾಪ ಮಾಡಿದ್ದಳು. ತನ್ನ ಮಗುವಿಗೆ ಆ ಪುಸ್ತಕವನ್ನು ಕೊಡಬೇಕೆಂದು ಅವಳ ತಂದೆ ಹೇಳಿದ್ದ. ಯಾವುದೋ ಗುಪ್ತ ಭಾಷೆಯ ಹಸ್ತಪ್ರತಿ. ಬಹುಶಃ ಅವಳ ತಂದೆಯ ಕೊಲೆಯ ರಹಸ್ಯವನ್ನು ಭೇದಿಸಬಹುದಾದ ಪುಸ್ತಕ.

ಅವಳ ತಂದೆ ದೇವರಾಯ ಮಾಹಿಷ್ಮತಿ ರಾಜ್ಯದ ಪ್ರತಿಷ್ಠಿತ ಸಾಮಂತನಾಗಿದ್ದ. ಎಲ್ಲರಿಗೂ ಅವನ ಮೇಲೆ ಪ್ರೀತಿ ಮತ್ತು ಗೌರವ. ಅವನಿಗೆ ಚಿತ್ರವಧೆಯಾಗು ವವರೆಗೂ ಇತ್ತು. ಇಲ್ಲ, ಅದನ್ನು ನೆನಪಿಸಿಕೊಳ್ಳಲು ಅವಳಿಗೆ ಇಷ್ಟವಿಲ್ಲ. ಈಗಂತೂ ಬೇಡಾ... ಪ್ರತಿ ಹೆಜ್ಜೆಗೂ ಕಿರುಗುಡುತ್ತಿದ್ದ ತೂಗಾಡುವ ಸೇತುವೆಯನ್ನು ದಾಟುವ ಈ ಗಳಿಗೆಯಲ್ಲಿ ಖಂಡಿತ ಬೇಡಾ.

"ಅಯ್ಯೋ ಎಚ್ಚರ" ಹಿಂದಿನಿಂದ ರಾಘವ ಕೂಗಿದ. ಮುಂದೆ ಏಳು ಅಡಿಯ ಕಂದಕವಿತ್ತು. ಅವಳು ಲಾಂದ್ರವನ್ನು ರಾಘವನ ಕೈಗಿತ್ತು ಕೆಲವು ಹೆಜ್ಜೆ ಹಿಂದಕ್ಕೆ ಸರಿದಳು.

"ನಿನಗೆಲ್ಲೋ ಹುಚ್ಚು" ಎಂದು ಅವನು ಕೂಗುತ್ತಿರುವಂತೆ ಅವಳು ಓಡಿಬಂದು ಕಂದಕವನ್ನು ನಿರಾಯಾಸವಾಗಿ ಹಾರಿದಳು. ಸೇತುವೆ ಅಪಾಯಕಾರಿಯಾಗಿ ಹೊಯ್ದಾಡಿದರೂ ಅವಳು ಭದ್ರವಾಗಿ ಆಚೆ ಕಡೆ ತಲುಪಿದ್ದಳು. ಹಿಂದೆ ತಿರುಗಿ ನೋಡಿ ನಕ್ಕು "ಲಾಂದ್ರವನ್ನು ನನ್ನ ಕಡೆಗೆ ಎಸೆದು ನೀನೂ ಹಾರು... ಹೇಡಿ!" ಎಂದು ಕೂಗಿದಳು.

ರಾಘವ ಕೆಳಗಿನ ಪ್ರಪಾತ ನೋಡಿದ. ಅವಳು ಅಸಹನೆಯಲ್ಲಿ ಲೊಚಗುಟ್ಟಿದಳು. ರಾಘವ ತಾಯಿ ಗೌರಿಗೆ ಒಂದು ಪ್ರಾರ್ಥನೆ ಸಲ್ಲಿಸಿ ಅವಳ ಕಡೆಗೆ ಲಾಂದ್ರವನ್ನು ಎಸೆದ. ಅದು ಕಮಾನಾಗಿ ಗಾಳಿಯಲ್ಲಿ ಹಾರಿ ಅವಳೆಡೆಗೆ ಬಂದಿತು. ನೆಲಕ್ಕೆ ತಾಗುವ ಮೊದಲು ಅವಳು ಅದನ್ನು ಹಿಡಿದುಕೊಂಡಳು. ಉರಿ ಮಾತ್ರ ಆರಿಹೋಯಿತು. ಗಾಳಿಯಲ್ಲಿ ಕುಡಿ ಸುಟ್ಟ ವಾಸನೆ ಹರಡಿತು.

"ಓ..ದೇವರೇ" ಎಂದು ರಾಘವ ನುಡಿದಿದ್ದು ಅವಳಿಗೆ ಕೇಳಿಸಿತು.

ನಕ್ಷತ್ರಗಳ ಮಸುಕು ಬೆಳಕು ಬಿಟ್ಟರೆ ಗಾಢಾಂಧಕಾರ.

"ನನ್ನ ಬೆರಳುಗಳೇ ನನಗೆ ಕಾಣಿಸುತ್ತಿಲ್ಲ , ಇನ್ನು ಹಾರೋದು ಹೇಗೆ?"

"ಏನೂ ಕಾಣಿಸದಿದ್ದರೆ ಭಯ ಕಡಿಮೆಯಾಗುತ್ತೆ.... ಏಳು ಅಡಿ ಮಾತ್ರ ಇದು..."

"ಬಿದ್ದರೆ ಕೆಳಗೆ ಏಳು ನೂರು ಅಡಿ... ಬುಡದಲ್ಲಿ ಬಂಡೆಗಳಿವೆ ಬೇರೆ"

"ಹಾರು ಮೂರ್ಖ..." ಅವಳು ಚೀರಿದಳು. ಕ್ಷಣದ ನಂತರ ಅವನು ಅವಳ ಪಕ್ಕದಲ್ಲೇ ಹಾರಿ ಬಂದು ಬಿದ್ದ ರಭಸಕ್ಕೆ ಆ ಜೋಲಾಡುವ ಸೇತುವೆ ನಡುಗಿತು.

ಅವನು ಅನೇಕ ಸಲ ಚಕಮಕಿ ಕಲ್ಲನ್ನು ತಿಕ್ಕಿ ಬಡಿಯುವ ಸದ್ದು ಕೇಳಿಸಿತು ಅವಳಿಗೆ. ತಡವಾಗುತ್ತಿರುವುದಕ್ಕೆ ಅಸಹನೆಯಿಂದ ಕಾಲು ಬಡಿದಳು. ಮರುಕ್ಷಣ ಬೆಂಕಿ ಕಾಣಿಸಿಕೊಂಡು ಅವನು ಎಚ್ಚರಿಕೆಯಿಂದ ಲಾಂದ್ರ ಹೊತ್ತಿಸಿದ. ಉಳಿದ ದೂರವನ್ನು ಅವರು ಎಚ್ಚರಿಕೆಯಿಂದ ದಾಟಿದರು. ಸಧ್ಯಕ್ಕೆ ಎಲ್ಲ ಹಲಗೆಗಳು ಸರಿಯಾಗಿಯೇ ಇದ್ದವು.

ಸೇತುವೆಯಿಂದ ಇಳಿದು ಎದುರಿದ್ದ ದೊಡ್ಡ ಗೋಡೆಯ ಕಡೆಗೆ ನಡೆದರು. ಅಲ್ಲಿ ಒಂದು ದಿಡ್ಡಿ ಬಾಗಿಲು ಕಾಣಿಸಿತು. ಅದಕ್ಕೆ ಕಬ್ಬಿಣದ ಪಟ್ಟಿಗಳನ್ನು ಅಳವಡಿಸಲಾಗಿತ್ತು. ಅದಕ್ಕೊಂದು ದೊಡ್ಡ ಬೀಗ ಜಡಿದು ಅರಗಿನ ಮೊಹರು ಹಾಕಲಾಗಿತ್ತು.

"ಮಹಾರಾಜರ ಮೊಹರು... ನಾವು ಇದನ್ನು ತೆಗೆಯುವಂತಿಲ್ಲ" ಕೈಯಲ್ಲಿ ಬೀಗವನ್ನು ಹಿಡಿದು ತೂಗುತ್ತ ರಾಘವ ಹೇಳಿದ.

ಅವಳು ಒಂದು ಕಲ್ಲೆತ್ತಿಕೊಂಡು ಹೊಡೆದು ಬೀಗ ತೆರೆಯಲು ಪ್ರಾರಂಭಿಸಿದಳು.

"ಏನು ಮಾಡುತ್ತಿದ್ದೀಯಾ? ಇದಕ್ಕೆ ಅಪ್ಪನೇ ಹೊಣೆಯಾಗುತ್ತಾನೆ. ಕೋಟೆ ಅವನ ರಕ್ಷಣೆಯಲ್ಲಿದೆ..."

ರಾಘವ ಕೂಗಿದ. ಅವಳು ಅವನನ್ನು ಅಲಕ್ಷಿಸಿ ಬೀಗವನ್ನು ಹೊಡೆಯ ತೊಡಗಿದಳು. ಅಷ್ಟರಲ್ಲಿ ರಾಘವನೂ ಅವಳ ಜೊತೆಗೂಡಿದ. ಬೀಗ ತೆರೆದು ಕೊಂಡಿತು. ಇಬ್ಬರೂ ಬಾಗಿಲಿಗೆ ಭುಜ ಒತ್ತಿ ದೂಕಿದರು, ದೊಡ್ಡದಾಗಿ ಕಿರುಗುಡುತ್ತಾ ಅದು ತೆರೆಯಿತು.

ನೆಲದ ಮೇಲಿದ್ದ ಲಾಂದ್ರವನ್ನು ಅವಳು ಎತ್ತಿಕೊಂಡು ಒಳಗೆ ಅಡಿಯಿಟ್ಟಳು. ಅವಳ ಹೃದಯದಲ್ಲಿ ಭಾವನೆಗಳ ಮಹಾಪೂರ ಹೊಮ್ಮಿತು. ತುಟಿ ಒತ್ತಿ ಕೊಂಡಳು. ಎಲ್ಲವೂ ಅಪರಿಚಿತವಾಗಿತ್ತು ಜೊತೆಗೆ ಪರಿಚಿತವೂ ಕೂಡಾ. ಎರಡೂ ಬದಿಗಳಲ್ಲಿದ್ದ ಸೇವಕರ ಗುಡಿಸಲುಗಳು ಬಿದ್ದುಹೋಗಿದ್ದವು. ಅವಳ ತಂದೆ ಪೂಜಿಸುತ್ತಿದ್ದ ದೇವಸ್ಥಾನದ ಗೋಪುರ ಕಳಚಿ ಬಿದ್ದಿತ್ತು. ಅಂಗಳದಲ್ಲಿದ್ದ ಬಾವಿಯ ಕಲ್ಲುಗೋಡೆ ಶಿಥಿಲಗೊಂಡಿತ್ತು. ಅವಳು ಜೋಕಾಲಿಯಾಡುತ್ತಿದ್ದ ಮಾವಿನ ಮರ ದೊಡ್ಡದಾಗಿ ಮನೆಯ ಛಾವಣಿಯ ಮೇಲೆ ಹರಡಿತ್ತು. ಅವಳ ವರಾಂಡದ ಮೆಟ್ಟಿಲಿನ ಎರಡು ಬದಿಗಳಲ್ಲಿ ನಿಂತಿದ್ದ ಕಲ್ಲಿನ ಹುಲಿಗಳು ಇನ್ನೂ ಹಾಗೇ ನಿಂತಿದ್ದವು. ಒಂದು ಒಡೆದ ಕುದುರೆಯ ಗೊಂಬೆ ಅಂಗಳದ ನೆಲದಲ್ಲಿ ಅರ್ಧ ಹುದುಗಿತ್ತು. ನೆನಪುಗಳು ಸಿಹಿ ಮತ್ತು ಕಹಿ. ಮುದುಕಿ ಲಚ್ಮಿ ಅವಳ ಹಿಂದಿಂದೆಯೇ ಓಡುತ್ತಾ ಹಾಲು ಕುಡಿಯಲು ಬೇಡುತ್ತಿದ್ದಳು. ಆ ಕುದುರೆ ಮರಿ ಅವಳ ಐದನೇ ಹುಟ್ಟುಹಬ್ಬಕ್ಕೆ ಅಪ್ಪ ಕೊಟ್ಟ ಉಡುಗೊರೆಯಾಗಿತ್ತು. ಅವನನ್ನು ಸರಪಳಿಯಿಂದ ಕಟ್ಟಿ ಹಿಡಿದುಕೊಂಡು ಹೋದ ದಿನ ಅದು.

ಅವಳ ಮನೆಯ ಮುಂದೆ ಬಂದು ನಿಂತಳು. ಇಲ್ಲ, ಅದು ಇನ್ನು ಅವಳ ಮನೆಯಲ್ಲ. ಅವಳಿಗೆ ಮನೆಯೇ ಇಲ್ಲ. ಅವಳೊಬ್ಬಳು ಅನಾಥೆ. ತುಟಿ ಕಚ್ಚಿ ಕೊಂಡಳು. ಈಗ ರಾಘವ ಆವಳಿಗಾಗಿ ಕಾಯಲಿಲ್ಲ. ಅವನೇ ಮುಂದುವರಿದು ಬೀಗ ಮುರಿದ. ಅವರು ಒಳಗೆ ಕಾಲಿಟ್ಟರು. ಲಾಂದ್ರದ ಮಂದ ಬೆಳಕಿನಲ್ಲಿ ಧೂಳು ಹಿಡಿದ ಒಳಾಂಗಣವನ್ನು ನೋಡಿ ಅವಳು ಉಸಿರೆಳೆದುಕೊಂಡಳು. ಒಂದು ಗಳಿಗೆ ಅವಳಿಗೆ ತಾನು ಆ ಹಿಂದಿನ ಐದು ವರ್ಷದ ಹುಡುಗಿಯೇ ಆಗಿದ್ದಿದ್ದರೆ ಎನ್ನಿಸಿತು. ಅವಳ ಅಪ್ಪ ಯಾವುದೇ ಕ್ಷಣ ತನ್ನ ಕೋಣೆಯಿಂದ ನಸುನಗುತ್ತಾ ಹೊರಬರ ಬಹುದಿತ್ತು. ನಗುವಾಗ ಅವನು ಎಷ್ಟು ಸೊಗಸಾಗಿ ಕಾಣುತ್ತಿದ್ದ. ಅವಳನ್ನು ಎತ್ತಿ ಗಾಳಿಯಲ್ಲಿ ಗಿರಗಿಟ್ಲೆ ಆಡಿಸುತ್ತಿದ್ದ. ಅತಿಯಾಗಿ ಮುದ್ದಿಡುತ್ತಿದ್ದ. ಅವಳು ಅವನ ಮೈ ವಾಸನೆಗಾಗಿ, ಸ್ಪರ್ಶಕ್ಕಾಗಿ, ಅಕ್ಕರೆಯಿಂದ ಅವನು ಅವಳ ತಲೆಕೂದಲಲ್ಲಿ ಕೈಯಾಡಿಸುತ್ತಿದ್ದ ಪ್ರೀತಿಗಾಗಿ ಹಂಬಲಿಸಿದಳು. ಕಳೆದ ಹನ್ನೆರಡು ವರ್ಷಗಳಲ್ಲಿ,

ಬದುಕಿನ ಪ್ರತಿ ಕ್ಷಣವೂ ಅವಳು ಅವನಿಲ್ಲದ ಯಾತನೆ ಅನುಭವಿಸಿದ್ದಳು. ಅವಳನ್ನು ದತ್ತು ತೆಗೆದುಕೊಂಡ ರಾಘವನ ತಂದೆ ತಿಮ್ಮ ಅವಳನ್ನು ಚೆನ್ನಾಗಿಯೇ ನೋಡಿಕೊಂಡರೂ ಯಾರೂ ಅವಳ ತಂದೆಯ ಸ್ಥಾನವನ್ನು ಪಡೆಯುವುದು ಸಾಧ್ಯವಿರಲಿಲ್ಲ.

"ಅದು ನೀನಾ?" ಎದುರಿನ ಗೋಡೆಯ ಮೇಲಿನ ಚಿತ್ರವೊಂದನ್ನು ತೋರಿಸಿ ರಾಘವ ಕೇಳಿದ.

"ನನ್ನಮ್ಮ" ಅವಳು ಪಿಸುಗುಟ್ಟಿದಳು, ದನಿಯಲ್ಲಿ ಭಾವುಕತೆ ತುಂಬಿ. ಅವಳ ತಾಯಿ ಥೇಟು ಸರಸ್ವತಿ ದೇವಿಯಂತೆ ಕೂತಿದ್ದರು, ಪ್ರಶಾಂತವಾಗಿ, ಸುಂದರವಾಗಿ, ತೊಡೆಯ ಮೇಲೆ ವೀಣೆಯಿತ್ತು. ಆ ಚಿತ್ರ ಮತ್ತು ಅವಳ ತಂದೆ ಅದನ್ನು ಅತಿ ಉತ್ಕಟವಾಗಿ ನೋಡುತ್ತಿದ್ದ ದೃಶ್ಯ, ಇವೆರಡೇ ಅವಳಿಗೆ ತಾಯಿಯ ಬಗ್ಗೆ ಇದ್ದ ನೆನಪುಗಳು.

"ನಿನ್ನಮ್ಮ ನಿನ್ನಷ್ಟೇ ಸುಂದರಿ" ರಾಘವ ಹೇಳಿದ.

ಉಕ್ಕು ಬರುತ್ತಿದ್ದ ಭಾವನೆಗಳನ್ನು ಅದುಮಿಕೊಂಡು ಅವಳು ಥಾಳಾಗಿ ಕಟ್ಟಿದ್ದ ಜೇಡರಬಲೆಗಳನ್ನು ಕೈಯಿಂದ ಒತ್ತರಿಸುತ್ತಾ ಅಪ್ಪನ ಕೋಣೆಯೊಳಗೆ ಕಾಲಿಟ್ಟಳು. ಧೂಳು ಮತ್ತು ಜೇಡರಬಲೆಗಳನ್ನು ಬಿಟ್ಟರೆ ಉಳಿದದ್ದೆಲ್ಲ ಹಿಂದಿನಂತೆಯೇ ಇತ್ತು. ಅವರು ಅಪ್ಪನನ್ನು ಎಳೆದುಕೊಂಡು ಹೋಗಲು ಬಂದಾಗ ಅವಳು ಆಳುಗಳ ಮಕ್ಕಳ ಜೊತೆ ಆಟವಾಡುತ್ತಿದ್ದಳು. ಅವರು ಬಂದಾಗ ಮುದುಕಿ ಲಚ್ಮಿ ಅಪ್ಪನಿಗೆ ಊಟ ಬಡಿಸುತ್ತಿದ್ದಳು. ಅಪ್ಪನನ್ನು ಸರಪಳಿಗಳಿಂದ ಕಟ್ಟಿ ಬೀದಿಗಳಲ್ಲಿ ಎಳೆದುಕೊಂಡು ಹೋದ ದೃಶ್ಯ ಇನ್ನೂ ಅವಳ ಕಣ್ಣಿಗೆ ಕಟ್ಟಿದಂತಿತ್ತು. ವೇಗವಾಗಿ ಸಾಗುತ್ತಿದ್ದ ರಥದ ಹಿಂದೆ ಜೋರಾಗಿ ಕಿರುಚುತ್ತಾ ಅವಳೂ ಓಡಿದ್ದಳು. ಲಚ್ಮಿ ಅವಳನ್ನು ಎರಡು ಕೈಗಳಿಂದ ಬಾಚಿ ತಬ್ಬಿ ಎತ್ತಿಕೊಂಡು ಮರಳಿ ಮನೆಯ ಕಡೆಗೆ ಧಾವಿಸಿದ್ದಳು. ಆದರೆ ಮಹಾರಾಜರ ಭಟರು ಅವರನ್ನು ತಡೆದರು. ಅವಳ ಮನೆಯನ್ನು ಅವಳ ಕಣ್ಣ ಮುಂದೆಯೇ ಮುಚ್ಚಿ ಮೊಹರು ಹಾಕಲಾಯಿತು. ಆಳುಗಳನ್ನು ಅವರ ಗುಡಿಸಲುಗಳಿಂದ ಹೊರಗಟ್ಟಿ ಕೋಟೆಯ ಬಾಗಿಲನ್ನು ಮುಚ್ಚಲಾಯಿತು. ತಿಮ್ಮ ಚಿಕ್ಕಪ್ಪ ಬಂದು ಅವರನ್ನು ತಮ್ಮ ಮನೆಗೆ ಕರೆದುಕೊಂಡು ಹೋಗುವವರೆಗೂ ಅವರು ಮನೆಯ ಹೊರಗೆ ಕೂತಿದ್ದರು.

ಅಪ್ಪನನ್ನು ಎಳೆದುಕೊಂಡು ಹೋಗಲು ಅವರು ಬಂದಾಗ ಅಪ್ಪ ಒಂದು ವಿಚಿತ್ರ ಪುಸ್ತಕವನ್ನು ಓದುತ್ತಿದ್ದರು ಎಂದು ಲಚ್ಮಿ ಹೇಳಿದ್ದಳು. ಅವಸರದಲ್ಲಿ ಅದನ್ನು ಅವಳಿಗೆ ಕೊಟ್ಟು ನೆಲದಲ್ಲಿದ್ದ ಒಂದು ಗುಳಿ ತೋರಿಸಿ ಅದರಲ್ಲಿ ಮುಚ್ಚಿಡಬೇಕೆಂದು ಅಪ್ಪ ಹೇಳಿದ್ದನಂತೆ. ಮಗಳು ದೊಡ್ಡವಳಾದಾಗ ಅವಳಿಗೆ

ಅದನ್ನು ಕೊಡು ಎಂದು ಹೇಳಿದ್ದನಂತೆ. ಆದಾಗಿ ಒಂದು ಕ್ಷಣದಲ್ಲಿ ಯೋಧರು ಮನೆಯೊಳಗೇ ನುಗ್ಗಿದ್ದರು. ಯೋಧರು ಒಡೆಯನನ್ನು ಎಳೆದುಕೊಂಡು ಹೋದಾಗ ಲಚ್ಮಿಯೂ ಅವರ ಹಿಂದೆಯೇ ಓಡಿದ್ದಳು. ಅವಳು ಹಿಂದಿರುಗಿದಾಗ ಮನೆಗೆ ಮೊಹರು ಬಿದ್ದಿತ್ತು. ಹಾಗಾಗಿ ಪುಸ್ತಕವೂ ಅಲ್ಲೇ ಉಳಿದುಹೋಗಿತ್ತು.

ಲಚ್ಮಿ ಬದುಕಿದ್ದಿದ್ದರೆ ಅವಳು ಪುಸ್ತಕವನ್ನು ಎಲ್ಲಿ ಬಚ್ಚಿಟ್ಟಿದ್ದಳು ಎಂದು ತೋರಿಸುತ್ತಿದ್ದಳು ಎಂದು ಅಂದುಕೊಂಡಳು. ಸ್ವಲ್ಪ ಹೊತ್ತು ಹುಡುಕಾಡಿದ ಮೇಲೆ ನೆಲದಲ್ಲಿದ್ದ ಗುಪ್ತ ಕುಳಿ ಗೊತ್ತಾಗಿ, ರಾಘವನ ನೆರವಿನಿಂದ ಅವಳು ಅದನ್ನು ಮುರಿದಳು. ಒಳಗೆ ಒಂದು ಹಸ್ತಪ್ರತಿ ಇತ್ತು.

"ಪೈಶಾಚಿ" ರಾಘವ ಉದ್ಗರಿಸಿದ. "ಈ ದೇಶದ ಆದಿಮಾನವರ ಭಾಷೆ ಅದು".

"ಇದನ್ನು ಓದುವುದು ನಿನಗೆ ಗೊತ್ತೇ?" ಅವಳು ಕೇಳಿದಳು.

ರಾಘವ ತನ್ನ ಹೆಚ್ಚಿನ ಸಮಯವನ್ನು ಓದುತ್ತಾ ಕಳೆಯುವ ಪಂಡಿತನಾಗಿದ್ದ. ಅವನು ತಲೆ ಆಡಿಸಿದ. "ಈ ಮೃತ ಭಾಷೆಯನ್ನು ಓದುವವರು ಹೆಚ್ಚು ಜನರು ಬದುಕಿಲ್ಲ. ಈ ವಿಚಿತ್ರ ಭಾಷೆಯಲ್ಲಿ ಯಾಕೆ ಬರೆದರು ನಿಮ್ಮ ತಂದೆ?"

"ಅವರು ಅದನ್ನು ಬರೆಯಲಿಲ್ಲ, ಯಾರೋ ಅದನ್ನು ಅವರಿಗೆ ಕೊಟ್ಟರು" ಲಚ್ಮಿ ಹೇಳಿದ ಮಾತನ್ನು ನೆನಪಿಸಿಕೊಂಡು ಹೇಳಿದಳು.

ಹಸ್ತಪ್ರತಿಯ ಕಟ್ಟಿನುದ್ದಕ್ಕೂ ಅವಳ ಬೆರಳುಗಳು ಸವರಿದವು. ಅವಳ ಬೆನ್ನುಹುರಿಯಲ್ಲಿ ಚಳುಕುಂಟಾಯಿತು, ಅಪ್ಪ ಇದನ್ನು ಹಿಡಿದಿದ್ದರು.

"ಬೇಗ ಹಿಂದಿರುಗಬೇಕು" ರಾಘವ ಅವಸರಿಸಿದ. ಅಪ್ಪ ತಿಮ್ಮ ಹಿಂದಿರುಗಿ ಬಂದಿದ್ದು, ತಾವಿಬ್ಬರೂ ಮನೆಯಲ್ಲಿಲ್ಲ ಎಂದು ಅವರಿಗೆ ಗೊತ್ತಾಗಿ ಬಿಟ್ಟರೇ ಎನ್ನುವ ಆತಂಕವಿತ್ತು ಅವನಿಗೆ.

ಅವಳು ಎದ್ದು ನಿಂತಳು. ಹಸ್ತಪ್ರತಿಯನ್ನು ಎದೆಗೆ ಅವುಚಿಕೊಂಡು, ಸುತ್ತ ಕೋಣೆಯನ್ನು ಆಸೆಯಲ್ಲಿ ನೋಡಿ ಕಣ್ಣು ತುಂಬಿಕೊಂಡಳು. ಅಪ್ಪ ಬಾಗಿ ತಮ್ಮ ಗ್ರಂಥಗಳನ್ನು ತಿರುವಿ ಹಾಕುವ ಚಿತ್ರ ಅವಳ ಮನಸ್ಸಿನಲ್ಲಿ ಮೂಡಿತು. ತಲೆ ಕೊಡವಿ, ಕಣ್ಣೀರನ್ನು ತಡೆಹಿಡಿದು ಅವಳು ಹೊರಗೆ ಕಾಲಿಟ್ಟಳು. ರಾಘವ ಸುಮ್ಮನೆ ಅವಳನ್ನು ಹಿಂಬಾಲಿಸಿದ.

ಜೀರ್ಣಗೊಂಡ ದೇವಸ್ಥಾನದ ಬಳಿ ಸ್ವಲ್ಪ ತಡೆದಳು. ಕಣ್ಣು ಮುಚ್ಚಿ ಕ್ಷಣ ಪ್ರಾರ್ಥಿಸಿದಳು. ಕೋಪದ ಅಲೆಯೊಂದು ಅವಳನ್ನು ಆವರಿಸಿಕೊಂಡಿತು. ಅವಳ ಕುಟುಂಬವನ್ನೇ ಅವರು ನಾಶ ಮಾಡಿದ್ದರು. ಅವಳ ತಂದೆಯನ್ನು ಕೊಂದಿದ್ದರು. ಅವನು ಇಂಚಿಂಚೇ ಸತ್ತದ್ದನ್ನು ಅವಳು ಕಂಡಿದ್ದಳು. ಚಿತ್ರವಧೆ. ಶಿಕ್ಷೆಗೆ

11

ಕಾವ್ಯಾತ್ಮಕವಾದ ಹೆಸರಿಟ್ಟರೂ ಅದರ ಕ್ರೌರ್ಯ ಕುಂದಿರಲಿಲ್ಲ. ಒಂದು ಕಬ್ಬಿಣದ ಪಂಜರದಲ್ಲಿ ಅವನನ್ನು ಬಂಧಿಸಿ ದೊಡ್ಡ ಕಣದ ಮುಂದೆ ಆಲದಮರದ ನೇತುಹಾಕಿದ್ದರು. ಪಂಜರಕ್ಕೆ ಒಂದು ಫಲಕ ತೂಗುಹಾಕಿದ್ದರು. ಅದರಲ್ಲಿ "ದ್ರೋಹಿ" ಎಂದು ಬರೆಯಲಾಗಿತ್ತು.

ಒಂದು ಕಾಲಕ್ಕೆ ಪ್ರಬಲ ನೆಲದೊಡೆಯನಾಗಿದ್ದ ದೇವರಾಯ, ಕೊನೆಗೆ ದ್ರೋಹಿ ಎಂದು ಕರೆಸಿಕೊಂಡು ಅತ್ಯಂತ ಯಾತನಾಮಯ ಸಾವನ್ನಪ್ಪಿದ್ದ. ಅವನಿಗೆ ಸಾಯಲು ಮೂರು ವಾರಗಳ ಕಾಲ ಹಿಡಿಯಿತು ಎಂದು ಅವಳು ಕೇಳಿದ್ದಳು. ಕಾಗೆ ಗುಬ್ಬಿಗಳು ಅವನನ್ನು ಕುಕ್ಕಿ ಕುಕ್ಕಿ ಜೀವಂತ ತಿನ್ನುತ್ತಿದ್ದಾಗ ಮಾಹಿಷ್ಮತಿಯ ಜನರು ಅಲ್ಲೇ ಮರದ ಕೆಳಗೆ ಮೋಜು ಮಾಡಿಕೊಂಡು ಅವನನ್ನು ಹಳಿಯುತ್ತಾ ಅವನ ಸಾಯುವುದನ್ನು ನೋಡುತ್ತಿದ್ದರು.

ಆ ಮಹಾರಾಜನನ್ನೂ, ದುಷ್ಟ ರಾಜ್ಯ ಮಾಹಿಷ್ಮತಿಯನ್ನೂ ಅವಳು ಎಷ್ಟು ದ್ವೇಷಿಸುತ್ತಿದ್ದಳು!.

ಎದೆಗೆ ಹಸ್ತಪ್ರತಿಯನ್ನು ಗಟ್ಟಿಯಾಗಿ ಅಪ್ಪಿಕೊಂಡು ಅವಳು ಪಿಸುಗುಟ್ಟಿದಳು "ತಾಯಿ ಗೌರಿ, ಈ ದುಷ್ಟ ರಾಜ್ಯ ಮಾಹಿಷ್ಮತಿಯನ್ನು ನಾನು ನಾಶ ಮಾಡುತ್ತೇನೆ".

ಅವಳು ತಿರುಗಿದಾಗ ರಾಘವ ಹಠಾತ್ತಾಗಿ ಅವಳನ್ನು ಆಲಂಗಿಸಿಕೊಂಡ. ಲಾಂದ್ರ ಅವಳ ಕೈಯಿಂದ ಕೆಳಗೆ ಬಿದ್ದು ಟುಸ್ಸೆಂದು ಆರಿಹೋಯಿತು. ಏನನ್ನೂ ಪ್ರತಿಕ್ರಿಯಿಸಲಾಗದಂತೆ ಅವಳಿಗೆ ಆಘಾತವಾಗಿತ್ತು. ರಾಘವ ಅವಳನ್ನು ಆವೇಶ ದಿಂದ ಚುಂಬಿಸಿದ. "ಶಿವಗಾಮಿ.. ಶಿವಗಾಮಿ ... ನಾವು ಒಂದಾಗಿ ಅವರನ್ನು ನಾಶ ಮಾಡೋಣಾ... ನೀನು ನನ್ನಿಂದ ದೂರವಾಗಬೇಡಾ... ನನ್ನೊಡನಿರು.."

ಶಿವಗಾಮಿ ಅವನನ್ನು ದೂರ ತಳ್ಳಿ ಛಳಾರನೆ ಅವನ ಕೆನ್ನೆಗೆ ಹೊಡೆದಳು. "ಎಷ್ಟು ಧೈರ್ಯ...ರಾಘವಾ..."

ಅತಿ ಕೋಪ ಹಾಗು ದುಗುಡದಿಂದ ಏದುಸಿರು ಬಿಡುತ್ತಾ ಅವಳು ನಿಂತಳು. ಬಾಲ್ಯ ಸಖ, ಪ್ರೀತಿಯ ಗೆಳೆಯನಿಂದ ಅವಳು ಇದನ್ನು ನಿರೀಕ್ಷಿಸಿರಲಿಲ್ಲ. ಅವನು ಚುಂಬಿಸಿದ ತೀವ್ರತೆಯಲ್ಲೇ ಅವಳಿಗೆ ಅವನ ಮನದ ಇಂಗಿತ ಗೊತ್ತಾಗಿಬಿಟ್ಟಿತ್ತು.

"ಕ್ಷಮಿಸು... ಶಿವಗಾಮಿ...ನನ್ನನ್ನು ಕ್ಷಮಿಸು.." ರಾಘವ ದುಃಖದಲ್ಲಿ ಅಂಗಲಾಚಿದ.

"ನಾನು ನಿನ್ನನ್ನು ನಂಬಿದೆ ರಾಘವಾ... ಯಾವಾಗಲೂ ನಾನು ನಿನ್ನಲ್ಲಿ ಒಬ್ಬ ಅಣ್ಣನನ್ನು ಕಂಡಿದ್ದೆ" ತೀವ್ರ ದುಃಖದಲ್ಲಿ ಶಿವಗಾಮಿ ನುಡಿದಳು.

ಅವನು ಮಂಡಿಯ ಮೇಲೆ ಕುಸಿದು ಮುಖ ಮುಚ್ಚಿಕೊಂಡ. "ಈಗಲೂ ನೀನು ನನ್ನನ್ನು ನಂಬಬಹುದು ಶಿವಗಾಮಿ... ನನಗಿಂತ ಹೆಚ್ಚು ನಿನ್ನನ್ನು

ಪ್ರೀತಿಸುವ ಗಂಡು ಬೇರೆ ಇಲ್ಲ. ಆದರೆ ನನ್ನನ್ನು ಅಣ್ಣ ಅನ್ನಬೇಡಾ.... ಜಗತ್ತಿನ ಯಾವ ಗಂಡಸೂ ಯಾವ ಹೆಂಗಸನ್ನೂ ನನ್ನಂತೆ ಪ್ರೀತಿಸಿರಲಿಕ್ಕಿಲ್ಲ. ನೀನು ಎಂದಿಗೂ ನನಗೆ ತಂಗಿ ಆಗಲಾರೆ .."

"ಇಲ್ಲ ರಾಘವ, ಇಲ್ಲ, ಎಂದಿಗೂ ನೀನು ನನಗೆ ಅಣ್ಣನಿಗಿಂತ ಬೇರೆ ಏನೂ ಆಗಲಾರೆ. ತಿಮ್ಮ ಚಿಕ್ಕಪ್ಪ ನನಗೆ ತಂದೆಯ ಥರ. ಅವರ ಮಗನಾದ ನೀನು ನನಗೆ ಅಣ್ಣನಲ್ಲದೆ ಬೇರೆ ಅಲ್ಲ. ಅಲ್ಲದೇ ಬದುಕಿನಲ್ಲಿ ನನಗೆ ಇರುವುದು ಒಂದೇ ಗುರಿ." ಅವಳಿಗೆ ಬಾಲ್ಯ ಸಖನ ಬಗ್ಗೆ ಪಾಪ ಅನ್ನಿಸಿತು.

"ಬೇಡಾ... ಅಂತಹ ಕ್ರೂರ ಪದಗಳನ್ನು ಆಡಬೇಡಾ... ಏನೂ ಹೇಳಬೇಡಾ. ನನಗೆ ಕೇಳಲು ಇಷ್ಟವಿಲ್ಲ. ನಾನು ನಿನಗೆ ನೆರವಾಗುತ್ತೇನೆ ಶಿವಗಾಮಿ... ನೀನು ಸೇಡು ತೀರಿಸಿಕೊಳ್ಳಲು ಬೆಂಬಲವಾಗುತ್ತೇನೆ. ಬೇಡಾ.. ಮಾತಾಡಬೇಡಾ... ದಯವಿಟ್ಟು... ನನ್ನ ಮಾತು ಪೂರೈಸಲು ಬಿಡು... ಮಹಾರಾಜ ಸೋಮದೇವ ಬಲಿಷ್ಠನೇನೋ ಸರಿ... ಆದರೆ ಜಗತ್ತಿನಲ್ಲಿ ಅವನಿಗಿಂತ ಬಲಶಾಲಿಗಳು ಇದ್ದಾರೆ. ಅವರನ್ನು ಹಿಡಿದು ಇಲ್ಲಿಗೆ ಕರೆದುಕೊಂಡು ಬರುತ್ತೇನೆ. ನಿನಗಾಗಿ ನಾನು ಈ ಕೆಲಸವನ್ನು ಮಾಡುತ್ತೇನೆ ಶಿವಗಾಮಿ... ನಿನಗಾಗಿ. ನಿನಗಾಗಿ ನಾನು ಜಗತ್ತಿನ ತುದಿಯವರೆಗೂ ಪ್ರಯಾಣ ಮಾಡುತ್ತೇನೆ, ಅಗತ್ಯವಿದ್ದರೆ ಅದನ್ನು ಮೀರಿ ಸಾಗುತ್ತೇನೆ. ನೀನು ನಮ್ಮ ಮನೆಯಿಂದ ಹೊರಡುವುದಕ್ಕೆ ಮೊದಲು ನಾನು ಹೋರಾಡುತ್ತೇನೆ. ನಿನ್ನನ್ನು ಅಪ್ಪ ಯಾಕೆ ಕಳಿಸುತ್ತಿದ್ದಾರೆ ಗೊತ್ತಿಲ್ಲ ನನಗೆ. ಆದರೆ ನಾಳೆ ಸೂರ್ಯೋದಯಕ್ಕೂ ಮುನ್ನ ನಾನು ಮಾಹಿಷ್ಮತಿಯಿಂದ ಹೊರಟುಹೋಗುತ್ತೇನೆ..."

"ರಾಘವ.. ದಯವಿಟ್ಟು..."

"ಇಲ್ಲ ಶಿವಗಾಮಿ, ದಯವಿಟ್ಟು ಮಾತಾಡಬೇಡಾ, ಒಂದೇ ಒಂದು ವಚನ ಕೊಡು, ನೀನು ಮಾಹಿಷ್ಮತಿಯನ್ನು ನಾಶ ಮಾಡಿದ ದಿನವೇ ನೀನು ನನ್ನವಳಾಗುತ್ತೀಯಾ ಎಂದು. ವಚನ ಕೊಡು ನೀನು ..."

"ನನಗೆ ನಿನ್ನ ಸಹಾಯ ಬೇಕಿಲ್ಲ ರಾಘವ, ನನಗೆ ಯಾರ ಸಹಾಯವೂ ಬೇಕಿಲ್ಲ. ಹೇಗೆಂದು ಗೊತ್ತಿಲ್ಲ, ಯಾವಾಗೆಂದು ಗೊತ್ತಿಲ್ಲ, ಆದರೆ ನಾನು ಮಾಹಿಷ್ಮತಿಯನ್ನು ಮತ್ತು ಅದರ ದುಷ್ಟ ರಾಜರುಗಳನ್ನು ನಾಶಮಾಡುತ್ತೇನೆ. ನಾನು ಯಾವುದೇ ವಚನ ಕೊಡಲಾರೆ."

ರಾಘವ ಅವಳ ಬಾಯನ್ನು ತನ್ನ ಕೈಯಿಂದ ಮುಚ್ಚಿದ. "ಶಿವಗಾಮಿ, ಇನ್ನು ನಾನು ಇದರ ಬಗ್ಗೆ ಮಾತಾಡುವುದಿಲ್ಲ. ಆದರೆ ಇನ್ನು ಸ್ವಲ್ಪ ಕಾಲ ನನ್ನ ಬಗ್ಗೆ ಕರುಣೆಯಿಂದಿರು. ನಾನು ನಾಳೆ ಹೊರಟು ಹೋಗುತ್ತೇನೆ. ದಯವಿಟ್ಟು ... ನಿನಗೆ

ವಚನ ಕೊಡುವುದು ಆಗಲಿಲ್ಲವೆಂದರೆ, ಎಂದಾದರೊಂದು ದಿನ ನಾನು ನೆರವು ನೀಡಿದ್ದಕ್ಕೆ ನೀನು ಮನಸ್ಸು ಬದಲಾಯಿಸುತ್ತಿ ಎನ್ನುವ ಭರವಸೆಯಲ್ಲೇ ಹೋಗುತ್ತೇನೆ."

ಶಿವಗಾಮಿ ಉತ್ತರಿಸಲಿಲ್ಲ. ರಾಘವನ ಜೊತೆ ಮಾತನಾಡುವುದರಲ್ಲಿ ಈಗ ಅರ್ಥವಿರಲಿಲ್ಲ. ಅವಳ ಭಾವುಕ ಗೆಳೆಯ ಒಂದು ದಿನ ಅರಿತುಕೊಳ್ಳುತ್ತಾನೆ. ಅವರು ಮನೆಯತ್ತ ಮೌನವಾಗಿ ಸಾಗಿದರು. ಹಳೆಯ ನೆನಪುಗಳು ಮತ್ತು ಮಹಾರಾಜ ತನ್ನ ತಂದೆಗೆ ಮಾಡಿದ ಗತಿಯನ್ನು ಮತ್ತೆ ನೆನಪಿಸಿಕೊಂಡು ಮರಳಿ ಉಕ್ಕಿದ ಕೋಪದ ಭರದಲ್ಲಿ ಶಿವಗಾಮಿಗೆ ರಾಘವನಾಗಲೀ ಅಥವಾ ಅವಳನ್ನು ಕಳಿಸಿಬಿಡುವ ಬಗ್ಗೆ ತಿಮ್ಮ ಹೇಳಿದ್ದಾಗಲೀ ತಲೆಯಲ್ಲಿ ಸುಳಿಯಲೇ ಇಲ್ಲ.

ಅಧ್ಯಾಯ ಎರಡು

ಕಟ್ಟಪ್ಪ

ಬೇಟೆಗಾರರ ತಂಡ ಕಾಡಿನಲ್ಲಿ ವೇಗವಾಗಿ ಸಾಗಿತ್ತು. ಮಾಹಿಷ್ಮತಿಯ ರಾಜನನ್ನು ಹೊತ್ತ ಆನೆಯ ಪಕ್ಕದಲ್ಲೇ ಒಬ್ಬ ತೆಳ್ಳನೆಯ ಕಪ್ಪು ಯುವಕ ಓಡುತ್ತಿದ್ದ. ಅವನ ಮುಂದೆ ಅವನ ತಂದೆ, ತಲೆಯ ಮುಗುಟದಲ್ಲಿ ಗರಿಯೊಂದನ್ನು ಸಿಕ್ಕಿಸಿದ್ದ ಬಿಳಿಯ ಕುದುರೆಯನ್ನು ಏರಿ ಸಾಗಿದ್ದ. ಅವನ ಹಿಂದೆ ಯೋಧರ ನಡುವೆ ಮಾಹಿಷ್ಮತಿಯ ಯುವರಾಜರು ಕಂದುಬಣ್ಣದ ಕುದುರೆಗಳನ್ನೇರಿ ಸಾಗಿದ್ದರು. ಅವರ ಹಿಂದೆ ಯೋಧರ ಒಂದು ಬಣವು ಅನತಿ ದೂರದಲ್ಲಿ ಬರುತ್ತಿತ್ತು. ಹೆಗಲ ಮೇಲೆ ಬೇಟೆಯಾಡಿದ ಜಿಂಕೆಗಳ ಮತ್ತು ಕಾಡು ಹಂದಿಗಳನ್ನು ಹೊತ್ತು ಅದರ ಭಾರದಲ್ಲಿ ಕುಗ್ಗಿ ಬರುತ್ತಿದ್ದರು. ಮರಗಳ ನೆರಳು ಪೂರ್ವಕ್ಕೆ ಚಾಚಿಕೊಳ್ಳುತ್ತಿತ್ತು. ಪೊದೆಗಳಲ್ಲಿ ಮಂಜು ಆವರಿಸಿಕೊಳ್ಳುತ್ತಿತ್ತು.

ಅವರು ಬೆಳಗಿನಿಂದ ಬೇಟೆಯಾಡುತ್ತಿದ್ದರು. ಆದರೆ ಅರವತ್ತು ಜನರ ತಂಡಕ್ಕೆ ಅವರ ಬೇಟೆ ತಕ್ಕಷ್ಟಿರಲಿಲ್ಲ. ಹಿಂದಿನ ರಾತ್ರಿಯೇ ಪ್ರಾರಂಭವಾಗಿದ್ದ ತುಂತುರು ಮಳೆ ಕಾಡನ್ನು ತೇವವಾಗಿಸಿ ನೆಲವೆಲ್ಲ ಕೆಸರಾಗಿತ್ತು.

"ಕಟ್ಟಪ್ಪ, ಮುಂದಕ್ಕೆ ಓಡಿ ಡೇರೆ ಹಾಕಲು ಏರ್ಪಾಡು ಮಾಡು" ಬಿಳಿ ಕುದುರೆಯ ಮೇಲಿದ್ದ ವ್ಯಕ್ತಿ ಹಿಂದಿರುಗಿ ನೋಡಿ ತನ್ನ ಮಗನಿಗೆ ಹೇಳಿದ. ಕಟ್ಟಪ್ಪ ಸಹಾಯಕ್ಕಾಗಿ ಕೆಲವು ತೊತ್ತುಗಳನ್ನು ಆರಿಸಿಕೊಂಡು ಮೆರವಣಿಗೆ ಬಿಟ್ಟು ಕದಲಿದ. ಕಟ್ಟಪ್ಪ ಪಾಳಯ ತಲುಪಿದಾಗ ಮರದ ಕೆಳಗೆ ಕೆಲವು ಕವಿಗಳು ಆಗಲೇ ಕಾದಿದ್ದರು. ತಂಬೂರಿ ಮತ್ತು ಮೃದಂಗಗಳನ್ನು ಶ್ರುತಿ ಮಾಡುತ್ತಿದ್ದರು. ಅವರು ಕಟ್ಟಪ್ಪನನ್ನು ನೋಡಿ ಮನಸ್ಸಿಲ್ಲದ ಮನಸ್ಸಿನಿಂದ ಎದ್ದು ನಿಂತರು. ಅವನ ಕತ್ತಿನ ಸುತ್ತ ಇದ್ದ ಕಬ್ಬಿಣದ ಬಳೆಯಿಂದ ಅವನು ಗುಲಾಮನೆನ್ನುವುದು ಗೊತ್ತಾಗುತ್ತಿತ್ತು. ಆದರೆ ಇಷ್ಟವಿಲ್ಲದೆಯೂ, ಅವನ ನಡವಳಿಕೆಯಿಂದಾಗಿ ಅವನಿಗೆ ಗೌರವ ಕೊಡುವಂತಿತ್ತು.

ಕಟ್ಟಪ್ಪ ಅವರಿಗೆ ದಾರಿ ಬಿಡಲು ಹೇಳಿದಾಗ ಅವರು ತಮ್ಮತಮ್ಮಲ್ಲೇ ಮಾತಾಡಿಕೊಳ್ಳುತ್ತಾ ಪಕ್ಕಕ್ಕೆ ಸರಿದರು. ಅವನು ಆಳುಗಳಿಗೆ ಡೇರೆಯನ್ನು ಹಾಕಲು, ಕಂಬಳಿಗಳನ್ನು ಹಾಸಲು ಸೂಚನೆಗಳನ್ನು ಕೊಡುತ್ತ ಕೆಲಸದಲ್ಲಿ ನಿರತನಾದ. ಅವನು ತನ್ನ ತಮ್ಮ ಶಿವಪ್ಪನ ಕುರಿತು ಯೋಚಿಸುತ್ತಿದ್ದ. ಹದಿನೇಳಾದರೂ ಶಿವಪ್ಪ ಇನ್ನೂ ಅರಮನೆಯ ಗುಲಾಮಗಿರಿಯಿಂದ ಭಡ್ತಿ ಹೊಂದಿರಲಿಲ್ಲ. ಅರಮನೆಯ ಗುಲಾಮನೆಂದರೆ ಕೆಳಮಟ್ಟದ ಕೆಲಸಗಳನ್ನು ಮಾಡುತ್ತಾ, ಅರಮನೆಯ ಹೊರಗಿನ ಜಗತ್ತನ್ನು ಎಂದಿಗೂ ನೋಡದ ಸ್ಥಿತಿ. ಮಹಾರಾಜರ ಬೇಟೆಯ ತಂಡವನ್ನು ಸೇರುವಷ್ಟು ದೊಡ್ಡವನಾಗಿರಲಿಲ್ಲ. ಆದರೆ ಆ ಮುಂಜಾನೆ ಅವನು ಅವರ ಜೊತೆ ಬರಲು ಹಠ ಮಾಡಿದ್ದ. ತಂದೆಯ ಗದರಿಕೆಯಿಂದ ಹಿಂದೆ ಉಳಿದು ಮುನಿಸಿನಲ್ಲಿ ಮೌನವಾಗಿದ್ದ. ಆದರೆ ಶಿವಪ್ಪ ಅಷ್ಟು ಸುಲಭಕ್ಕೆ ಬಿಟ್ಟು ಕೊಡುವವನೂ ಆಗಿರಲಿಲ್ಲ. ಆಮೇಲೆ, ಕಟ್ಟಪ್ಪ ತಮ್ಮನನ್ನು ಕದ್ದು ಸೇರಿಸಿ ಕೊಂಡಿದ್ದ. ಅವನು ಹಿಂದೆ ಯೋಧರಿಗೆ ಬುಟ್ಟಿ ಹಾಗು ನೀರಿನ ಕೊಡಗಳನ್ನು ಒಯ್ಯಲು ನೆರವಾಗುತ್ತಿದ್ದ. ಅವರ ತಂದೆಗೆ ಅದು ಗೊತ್ತಿರಲಿಲ್ಲ. ತನ್ನ ದುಡುಕಿನ ಸ್ವಭಾವದ ತಮ್ಮ ಎಲ್ಲಿ ಯಾರಾದರೂ ಸೇವಕರೊಡನೆ ಜಗಳಕ್ಕಿಳಿದು ತಮ್ಮ ಕಳ್ಳತನವನ್ನು ಬಯಲಿಗೆಳೆಯುವನೋ ಎಂದು ಕಟ್ಟಪ್ಪನಿಗೆ ಆತಂಕವಾಗಿತ್ತು. ತಂದೆಗೆ ಗೊತ್ತಾದರೆ ಅವರು ಅದಕ್ಕೆ ಬೆಲೆ ತೆರಬೇಕಾಗುತ್ತಿತ್ತು.

ರಾಜರ ಕುದುರೆ ಪಾಳಯ ಸಮೀಪಿಸುತ್ತಿರುವುದು ನೋಡಿ ಕಟ್ಟಪ್ಪ ಎಲ್ಲರೂ ಬೇಗ ಬೇಗ ಕೆಲಸ ಮಾಡಿರೆಂದು ಕೂಗಿ ಹೇಳಿದ. ಸೇವಕರು ಕುದುರೆಗಳಿಗೆ ಹುಲ್ಲನ್ನೂ ಆನೆಗಳಿಗೆ ಕುಡಿಯಲು ದೊಡ್ಡ ತಾಮ್ರದ ಪಾತ್ರೆಗಳಲ್ಲಿ ನೀರನ್ನೂ ತುಂಬಿ ಸಿದ್ಧಪಡಿಸುತ್ತಿದ್ದರು. ಅಷ್ಟರಲ್ಲೇ ಕುದುರೆಗಳ ಹೇಷಾರವವೂ, ಬೇಟೆಯ ತಂಡದ ಪಾದರಕ್ಷೆಗಳ ಸದ್ದೂ ಗಾಳಿಯಲ್ಲಿ ತುಂಬಿತು. ಅಪ್ಪಣೆಯಂತೆ ಎಲ್ಲವು

ಸಿದ್ಧವಾಗಿದೆಯೇ ಎಂದು ಮತ್ತೊಮ್ಮೆ ಕಟ್ಟಪ್ಪ ಪಾಳಯವನ್ನು ಅವಲೋಕಿಸಿದ. ಇದೇ ಮೊದಲ ಬಾರಿಗೆ ಅವನಿಗೆ ಇಂತಹ ದೊಡ್ಡ ಜವಾಬ್ದಾರಿಯನ್ನು ಕೊಡಲಾಗಿತ್ತು. ಎಲ್ಲಿಯೂ ಕೊರತೆಯಾಗಬಾರದೆಂದು ಅವನು ಯೋಚಿಸಿದ. ತಿರುಗಿ ಅವನು ದಂಡಿನ ಕಡೆಗೆ ನೋಡಿದಾಗ ಆಗಲೇ ಮಹಾರಾಜನನ್ನು ಹೊತ್ತಿದ್ದ ಆನೆ ಮಂಡಿಯೂರಿ ಅರಸನು ಕೆಳಗಿಳಿಯಲು ಅನುವು ಮಾಡಿ ಕೊಡುತ್ತಿತ್ತು. ತನ್ನ ತಂದೆ ಕುದುರೆಯಿಂದ ಧುಮುಕಿ ಅರಸನ ಕಡೆಗೆ ಧಾವಿಸುವುದನ್ನು ಕಟ್ಟಪ್ಪ ನೋಡಿದ. ಅವನ ತಂದೆ ಮಂಡಿಯೂರಿದಾಗ ಮಹಾರಾಜರು ಅವನ ಭುಜದ ಮೇಲೆ ಕಾಲಿಟ್ಟು ಕೆಳಗಿಳಿದರು.

"ಏ... ಗುಲಾಮ ಹುಡುಗ"

ಕಟ್ಟಪ್ಪ ನಿಗುರಿದ. ಗುಲಾಮನೆಂದು ಕರೆಯುವುದರಲ್ಲಿ ಏನೂ ತಪ್ಪಿಲ್ಲ ಎಂದು ಅವನಿಗೆ ಗೊತ್ತಿತ್ತು. ಎಷ್ಟಿದ್ದರೂ ಅವನು ಗುಲಾಮನೇ ಆಗಿದ್ದ. ಆದರೂ ಪ್ರತಿಸಲ ಅದನ್ನು ಕೇಳಿದಾಗಲೆಲ್ಲ ಅವನಿಗೆ ಇರಿಸುಮುರಿಸಾಗುತ್ತಿತ್ತು.

ಗುಲಾಮನಾದರೂ ಸರಿ, ತನಗಿಂತ ಚಿಕ್ಕವನಾದ ಬಿಜ್ಜಳ, ಇಪ್ಪತ್ತೆರಡು ವರ್ಷದವನಾದ ಅವನನ್ನು ಹುಡುಗ ಎಂದು ಕರೆದಾಗ ಅವನಿಗೆ ಹೆಚ್ಚು ಕಿರಿಕಿರಿ ಆಗುತ್ತಿತ್ತು. ತನ್ನ ಕಿರಿಕಿರಿಯನ್ನು ಮುಚ್ಚಿಟ್ಟು, ಅತ್ಯಂತ ವಿನೀತ ಭಾವವನ್ನು ತಂದುಕೊಂಡು ಅವನು ಧ್ವನಿ ಬಂದತ್ತ ತಿರುಗಿದ. ರಾಜಕುಮಾರ ಬಿಜ್ಜಳ ಅವನನ್ನು ತನ್ನ ಕುದುರೆಯೆಡೆಗೆ ಬರುವಂತೆ ಸನ್ನೆ ಮಾಡಿದ. ಕಟ್ಟಪ್ಪ ಅವನ ಕಡೆಗೆ ನಡೆದ. ಅವನು ಬಾಗಿದ. ಆದರೆ ರಾಜಕುಮಾರ ಅವನು ಮಂಡಿಯೂರ ಬೇಕೆಂದು ಸನ್ನೆ ಮಾಡಿದ. ಜನರು ಅವನನ್ನೇ ನೋಡುತ್ತಿದ್ದರು.

"ಅಣ್ಣ, ನಿಲ್ಲು, ಅವನು ನಿನಗಿಂತ ದೊಡ್ಡವನು" ರಾಜಕುಮಾರ ಮಹಾದೇವ ಚೀರಿದ. ಬಿಜ್ಜಳ ಸಣ್ಣಗೆ ನಕ್ಕು "ಗುಲಾಮರಿಗೆ ಯಾವುದೇ ವಯಸ್ಸು ಅಥವಾ ಹೆಸರು ಕೂಡಾ ಇರುವುದಿಲ್ಲ. ನಾವು ಹೇಳಿದ್ದನ್ನು ಅವರು ಪಾಲಿಸಬೇಕು."

"ಆದರೆ..."

ಬಿಜ್ಜಳನ ತೋಳು ಚಾಚಿ ಕಟ್ಟಪ್ಪನ ಎಡಗಿವಿಯ ಮೇಲೆ ಫಳೀರನೆ ಅಪ್ಪಳಿಸಿತು. ಗುಲಾಮನ ಕಣ್ಣು ಗಿರಗಿರನೆ ತಿರುಗಿತು. ಅವನು ಅದನ್ನು ನಿರೀಕ್ಷಿಸಿರಲಿಲ್ಲ.

"ನಾನು ಮಂಡಿಯೂರು ಅಂದ ತಕ್ಷಣ ನೀನು ಮಂಡಿಯೂರಬೇಕು" ಎನ್ನುತ್ತಾ ಬಿಜ್ಜಳ ಕಟ್ಟಪ್ಪನ ಕಪಾಳಕ್ಕೆ ಇನ್ನೊಂದು ಬಾರಿಸಿದ. ಕಟ್ಟಪ್ಪ ತಕ್ಷಣ ಮಂಡಿಯೂರಿದ. ಬಿಜ್ಜಳ ಅವನ ನೀಳ ಭುಜದ ಮೇಲೆ ಕಾಲಿಟ್ಟು ಕುದುರೆಯಿಂದ ಇಳಿದ. ಕಟ್ಟಪ್ಪ ಬಿಜ್ಜಳನ ಭಾರಕ್ಕೆ ತೂಗಿ, ಸಮತೋಲನ ತಪ್ಪಿ ನೆಲಕ್ಕೆ ಕುಸಿದ. ಅವನ ಜೊತೆ ರಾಜಕುಮಾರನೂ ಬಿದ್ದ. ನಿಶ್ಶಬ್ಧ ಆವರಿಸಿತು. ಎಲ್ಲರೂ ಅವರನ್ನೇ

ನೋಡುತ್ತಿದ್ದರು. ರಾಜಕುಮಾರ ಮಹಾದೇವ ಜೋರಾಗಿ ನಕ್ಕುಬಿಟ್ಟ. ಬಿಜ್ಜಳ ಎದ್ದು ನಿಂತ. ಅವನ ಬೆಲೆಬಾಳುವ ರೇಷ್ಮೆ ಧೋತ್ರ ಮಣ್ಣಾಗಿತ್ತು. ಕಟ್ಟಪ್ಪನಿಗೆ ಭಯವಾಯಿತು. ಅವನೊಂದು ದೊಡ್ಡ ತಪ್ಪು ಮಾಡಿದ್ದ. ಬಿಜ್ಜಳನ ಮುಖದಲ್ಲಿ ಕೋಪ ಒಂದೇ ಸಮನೆ ಏರುತ್ತಿದ್ದುದನ್ನು ನೋಡಿದ. ಬಿಜ್ಜಳ ಕುಹಕದಲ್ಲಿ ನಕ್ಕು ತನ್ನ ಚಾಟಿಯನ್ನು ಕೈಗೆತ್ತಿಕೊಳ್ಳುತ್ತಿದ್ದಂತೆ ಕಟ್ಟಪ್ಪ ಒಂದು ಹೆಜ್ಜೆ ಹಿಂದೆ ಸರಿದ. ಅವನ ಗಂಟಲು ಒಣಗಿತು. ಬಿಜ್ಜಳ ಒಂದು ಹೆಜ್ಜೆ ಮುಂದಿಟ್ಟು ಚಾಟಿಯನ್ನು ಬೀಸಿದ. ಅದು ಕಟ್ಟಪ್ಪನ ಮೈ ತಾಗಲಿಲ್ಲ. ಆದರೆ ಅವನು ಹೆದರಿದ್ದ. ಕಣ್ಣು ಮುಚ್ಚಿ ಚಾಟಿ ತಾಗಲು ಕಾದ.

"ಬೇಡಾ, ಅಣ್ಣಾ.." ಮಹಾದೇವ ಕೂಗಿದ್ದು ಕಟ್ಟಪ್ಪನಿಗೆ ಕೇಳಿಸಿತು. *ಓ... ಬೇಡಾ, ಅದರಿಂದ ಅವನ ಕೋಪ ಇನ್ನೂ ಹೆಚ್ಚುತ್ತದೆ* ಎಂದುಕೊಂಡ. ಬಿಜ್ಜಳ ಚಾಟಿಯನ್ನು ತನ್ನ ತೋಳಿಗೆ ಸುತ್ತಿಕೊಂಡು ಇನ್ನೊಮ್ಮೆ ಬೀಸಿದ. ಕಟ್ಟಪ್ಪ ಭಯದಲ್ಲಿ ಒಂದು ಹೆಜ್ಜೆ ಹಿಂದೆ ಸರಿದ, ಕಾಲೆಡವಿ ಹಿಂದಕ್ಕೆ ಬಿದ್ದ. ಬಿಜ್ಜಳ ಅವನ ಮೇಲೆ ಬಾಗಿದ. ಅವನ ಗುಂಗುರು ಕೂದಲ ತಲೆ ಸೂರ್ಯನನ್ನು ಮರೆ ಮಾಡಿತು. ಕಟ್ಟಪ್ಪನಿಗೆ ಹುಲ್ಲಿನ ತೇವದ ಜೊತೆಗೇ ಹುಲ್ಲಿನ ತುದಿಯ ಮೊನಚು ಅರಿವಾಗುತ್ತಿತ್ತು. ಅವನು ಸಾಧ್ಯವಾದಷ್ಟು ಬಿಜ್ಜಳನಿಂದ ದೂರವಾಗಲು, ಕೈ ನೆಲಕ್ಕೆ ಊರಿ, ಕಾಲು ಜಾರಿಸುತ್ತಾ ಬೆನ್ನ ಮೇಲೆಯೇ ಹಿಂದು ಹಿಂದಕ್ಕೆ ತೆವಳಿದ.

"ಕರುಣೆಯಿಡೀ, ಮಹಾಪ್ರಭು, ಕರುಣೆಯಿಡೀ" ಎಂದು ಕೂಗಿದ. ಚಾಟಿ ಅವನ ತಲೆ ಮೇಲೆ ಬೀಸಿ ಅವನ ಮುಖವನ್ನು ಕತ್ತರಿಸಿತು. ಹಲ್ಲು ಕಚ್ಚಿ ಅವನು ಕಣ್ಣೀರು ನಿಲ್ಲಿಸಲು ಯತ್ನಿಸಿದ, ಸಾಧ್ಯವಾಗಲಿಲ್ಲ. ಅವನ ಕೆನ್ನೆ, ಭುಜ, ಮೂಗು, ಹೊಟ್ಟೆ, ತೊಡೆಗಳ ಮೇಲೆ ಬೆಂಕಿಯ ನಾಲಿಗೆ ಅಪ್ಪಳಿಸಿತು. ಕಟ್ಟಪ್ಪ ಕುಗ್ಗಬಾರದೆಂದು ನಿರ್ಧರಿಸಿ ತುಟಿಯನ್ನು ಒತ್ತಿ ಹಿಡಿದ. ಚಾಟಿ ಮತ್ತೆ ಮತ್ತೆ ಅಪ್ಪಳಿಸಿತು.

ಇದು ಅವನ ವಿಧಿ. ಅವನ ಪೂರ್ವಿಕರ ವಿಧಿ. ಅವನೊಬ್ಬ ಗುಲಾಮ ಮಾತ್ರ. ಮಾಹಿಷ್ಮತಿಯ ರಾಜಕುಟುಂಬಕ್ಕೆ ಪ್ರಾಣ ಮೀಸಲಿಟ್ಟ ಗುಲಾಮ. ಆದರೂ ಅವನ ಹೃದಯದಾಳದಲ್ಲಿ ನೋವಿತ್ತು. ಅವನಿಗೂ ಒಂದು ಕುದುರೆಗೂ ನಡುವೆ ಭೇದವಿರಲಿಲ್ಲ. ಅಥವಾ ಅದೂ ಕೂಡಾ ಉತ್ಪ್ರೇಕ್ಷೆ. ಕುದುರೆಗಳಿಗೆ ಉತ್ತಮ ಮೇವಿರುತ್ತಿತ್ತು ಮತ್ತು ಅವುಗಳ ಲಾಯದ ಛಾವಣಿ ಸೋರುತ್ತಿರಲಿಲ್ಲ.

"ಅಣ್ಣಾ..." ಶಿವಪ್ಪನ ಧ್ವನಿ ಸ್ವಲ್ಪ ದೂರದಲ್ಲಿ ಕೇಳಿಸಿತು. ಕಣ್ಣೀರು ಮತ್ತು ರಕ್ತದಿಂದ ಮಂಜಾದ ಅವನ ಕಣ್ಣುಗಳಿಗೆ ಶಿವಪ್ಪ ಅವನ ಕಡೆಗೆ ಓಡಿ ಬರುತ್ತಿರುವುದು ಕಾಣಿಸಿತು. ಇಲ್ಲಾ... *ತಾಯಿ ಗೌರಿ,* ಇಲ್ಲಾ...ಇಲ್ಲಾ... ಅವನಿಗೆ ಕೂಗಬೇಕೆನಿಸಿತ್ತು. ಶಿವಪ್ಪನ ದುಃಖಭರಿತ ಮುಖವನ್ನು ನೋಡಿ ಅವನು ಕಣ್ಣು ಮುಚ್ಚಿದ. ಬಿಜ್ಜಳನ

ನೋವಿನ ಧ್ವನಿ ಕೇಳಿ ಮತ್ತೆ ಕಣ್ಣು ತೆರೆದ. ರಾಜಕುಮಾರ ತನ್ನ ಕೈಗಳಿಂದ ಮೂಗನ್ನು ಹಿಡಿದಿದ್ದ, ಅವನ ಕೈಬೆರಳುಗಳ ಸಂದಿನಿಂದ ರಕ್ತ ಸುರಿಯುತ್ತಿತ್ತು. ಕಟ್ಟಪ್ಪ ರಕ್ತಸಿಕ್ತ ಕಲ್ಲೊಂದು ಅವನ ಕಾಲಿನ ಪಕ್ಕದಿಂದ ಉರುಳಿದ್ದನ್ನು ನೋಡಿದ. ಶಿವಪ್ಪ ಮತ್ತೊಂದು ಕಲ್ಲನ್ನೆತ್ತಿ ಗುರಿಯಿಟ್ಟ. ಕಟ್ಟಪ್ಪ ಅವನಿಗೆ "ನಿಲ್ಲಿಸು, ಓಡು" ಎಂದು ಚೀರಿ ಹೇಳಿದ. ಎಲ್ಲವು ಕ್ಷಣಾರ್ಧದಲ್ಲಿ ಜರುಗುತ್ತಿತ್ತು. ಅವರ ತಂದೆ ಒಂದು ಚಾಟಿ ಹಿಡಿದು ಅವರ ಕಡೆಗೆ ಧಾವಿಸುತ್ತಿದ್ದುದನ್ನು ನೋಡಿದ. ಅವನ ಹೃದಯ ಕುಸಿಯಿತು.

ಶಿವಪ್ಪ ಎಸೆದ ಎರಡನೇ ಕಲ್ಲು ಯಾರನ್ನೂ ತಾಕದೆ ನೇರ ನೆಲದಿಂದ ಜಿಗಿದು ಮಣ್ಣಿನ ಧೂಳೆಬ್ಬಿಸಿ ಬಿದ್ದಿತು. ಅವನು ಮೂರನೇ ಕಲ್ಲನ್ನು ಎತ್ತಿಕೊಳ್ಳುವಷ್ಟರಲ್ಲಿ ಮಲಯಪ್ಪನ ಚಾಟಿ ಬೀಸಿ ಶಿವಪ್ಪನ ಮುಖವನ್ನು ಸೀಳಿತು. ಹುಡುಗ ಚೀರಿ ಹಿಂದಕ್ಕೆ ಬಿದ್ದ. ಅವನ ತಂದೆ ನಿಷ್ಕರುಣಿಯಾಗಿ ಬೀಸಿ ಬೀಸಿ ಹೊಡೆದಂತೆ ಅವನು ನೆಲದಲ್ಲಿ ಹೊರಳಾಡಿದ.

"ರಕ್ಷಿಸಬೇಕಾದ ರಾಜಕುಮಾರನನ್ನು ಗಾಯಗೊಳಿಸುವಷ್ಟು ಸೊಕ್ಕೇ ನಿನಗೆ? ಎಂಥಾ ಕೃತಘ್ನ ನಾಯಿ!" ಮಲಯಪ್ಪ ಕೂಗಿ ಚಾಟಿ ಬೀಸಿದ. ಕಟ್ಟಪ್ಪ ಮಧ್ಯೆ ಪ್ರವೇಶಿಸಲು ಯತ್ನಿಸಿ ತಂದೆಯ ಕೋಪಕ್ಕೆ ತುತ್ತಾದ.

"ದೂರ ಇರು, ಇದೆಲ್ಲ ನಿನ್ನದೇ ತಪ್ಪು. ನನ್ನ ಮಾತನ್ನು ತಳ್ಳಿ ಹಾಕುವಷ್ಟು ಧೈರ್ಯವೇ?"

"ದಯವಿಟ್ಟು ನಿಲ್ಲಿಸಿ, ಇದರಲ್ಲಿ ಕಟ್ಟಪ್ಪನ ತಪ್ಪಿಲ್ಲ..." ರಾಜಕುಮಾರ ಮಹಾದೇವ ಕೂಗಿದ. ಅವನ ಮಾತು ಕೇಳಿ ಮಲಯಪ್ಪ ನೆಲದವರೆಗೆ ಬಾಗಿದ.

"ಅವನು ಸಾಯಬೇಕು, ನನ್ನ ಮೂಗು ಮುರಿದಿದ್ದಾನೆ, ಅವನನ್ನು ಕೊಲ್ಲಿ, ಕೊಲ್ಲಿ, ಕೊಲ್ಲಿ" ರಾಜಕುಮಾರ ಬಿಜ್ಜಳ ಗುಡುಗಿದ. ರಾಜವೈದ್ಯ ಅವನ ರಕ್ತ ಸೋರುವ ಮೂಗಿಗೆ ಔಷಧವನ್ನು ಹಚ್ಚುತ್ತಿದ್ದ. ಮಲಯಪ್ಪ ಮತ್ತೆ ತನ್ನ ಮಗನನ್ನು ಥಳಿಸುವುದನ್ನು ಮುಂದುವರಿಸಿದ.

ರಾಜಕುಮಾರ ಮಹಾದೇವ ಸೋಮದೇವನ ಕಡೆಗೆ ಓಡಿದ. "ಅಪ್ಪಾಜಿ, ಏನಾದರೂ ಮಾಡಿ. ದಯವಿಟ್ಟು ಅವನಿಗೆ ನಿಲ್ಲಿಸಲು ಹೇಳಿ, ಅಪ್ಪಾಜಿ, ದಯವಿಟ್ಟು ಹೇಳಿ"

ತಂದೆ ಒಂದು ಕ್ಷಣ ನಿಲ್ಲಿಸಿ ರಾಜನ ಪ್ರತಿಕ್ರಿಯೆಗಾಗಿ ಕಾದಿದ್ದನ್ನು ಕಟ್ಟಪ್ಪ ನೋಡಿದ. ಮಹಾರಾಜ ಸೋಮದೇವನ ಮುಖ ಕಲ್ಲಿನಿಂದ ಕಡೆದಂತೆ ಸ್ತಬ್ಧವಾಗಿತ್ತು. ರಾಜಕುಮಾರ ಮಹಾದೇವನ ಮಾತಿಗೆ ಅವರು ಕಿವುಡಾಗಿದ್ದರು.

ಮಲಯಪ್ಪ ಚಾಟಿಯನ್ನು ಕಟ್ಟಪ್ಪನ ಕೈಗೆ ಕೊಡುತ್ತಾ "ಇನ್ನು ನೀನು ಇವನಿಗೆ ಶಿಕ್ಷೆ ಕೊಡು" ಎಂದ.

"ಅಪ್ಪ!"

"ಬರಬಾರದ ಕಡೆಗೆ ಅವನನ್ನು ಕರೆದುಕೊಂಡು ಬಂದವನು ನೀನು. ಮಾಡಬಾರದ್ದನ್ನು ಅವನು ಮಾಡಿದ. ಇದು ನಿನಗೂ ಶಿಕ್ಷೆಯೇ ಸರಿ. ಈಗ ಹೊಡಿ"

ನಡುಗುವ ಕೈಗಳಿಂದ ಕಟ್ಟಪ್ಪ ಚಾಟಿಯನ್ನು ತೆಗೆದುಕೊಂಡ. ಚಾಟಿ ತಾಗಿದಲ್ಲೆಲ್ಲ ಶಿವಪ್ಪನ ಮೈಯಿಂದ ರಕ್ತ ಒಸರುತ್ತಿತ್ತು.

ಕಟ್ಟಪ್ಪ ತಮ್ಮನ ಮುಖವನ್ನು ನೋಡಿದ, ಅವನು ದಯಾಭಿಕ್ಷೆ ಬೇಡುತ್ತಾನೆ ಎನ್ನುವ ನಿರೀಕ್ಷೆಯಿಂದ. ಆದರೆ ಶಿವಪ್ಪನ ಮುಖ ಶಾಂತವಾಗಿತ್ತು. ಕೊನೆ ಪಕ್ಷ ಅವನು ಕಿರುಚಲಿ ಎಂದು ಬಯಸಿದ. ಆದರೆ ಕಟ್ಟಪ್ಪ ನೀಡಿದ ಇಪ್ಪತ್ತೊಂದು ಚಾಟಿ ಏಟು ಅವನ ಬಾಯಿಂದ ಒಂದು ಸಣ್ಣ ಸದ್ದನ್ನೂ ಹೊರಡಿಸಲಿಲ್ಲ. ಆದರೆ ಪ್ರತಿ ಏಟಿಗೆ ಕಟ್ಟಪ್ಪನ ಹೃದಯ ಚೂರುಚೂರಾಯಿತು. ಚಾಟಿ ಅವನ ಮೈಯನ್ನು ಸೀಳುವ ಮುನ್ನ ಗಾಳಿಯಲ್ಲಿ ಏರಿದಂತೆಲ್ಲಾ ಶಿವಪ್ಪ ಸುಮ್ಮನೆ ತನ್ನ ಅಣ್ಣನ ಮುಖವನ್ನೇ ದಿಟ್ಟಿಸುತ್ತಿದ್ದ. ಆ ಗಳಿಗೆಯಿಂದ ಕಟ್ಟಪ್ಪ ತನ್ನ ಬದುಕನ್ನು ದ್ವೇಷಿಸಲು ಪ್ರಾರಂಭಿಸಿದ.

* * *

ಕಟ್ಟಪ್ಪ ತಮ್ಮನನ್ನು ನೋಡಲು ಹೋದಾಗ ನಡುರಾತ್ರಿ ಮೀರಿತ್ತು. ಅಷ್ಟು ಹೊತ್ತಿಗೆ ಮಾಹಿಷ್ಮತಿ ರಾಜವಂಶದ ಪೂರ್ವಜರ ಬಗ್ಗೆ ಹಾಗೂ ಅವರ ಶೌರ್ಯ ಸಾಧನೆಗಳ ಬಗ್ಗೆ ಹಾಡಿ ಹೊಗಳಲು ಸಾಧ್ಯವಿಲ್ಲದಷ್ಟು ಕವಿಗಳು ಕುಡಿದು ನಶೆಯಲ್ಲಿದ್ದರು. ನೃತ್ಯಗಾರ್ತಿಯರು ತಮ್ಮ ತಮ್ಮ ವಿಟರೊಡನೆ ಹೊರಟು ಹೋಗಿದ್ದರು. ಡೇರೆಯ ಸುತ್ತಲ ಪೊದೆಗಳಿಂದ ಅವರ ತಗ್ಗುದನಿಯ ನಗು ಕಟ್ಟಪ್ಪನಿಗೆ ಕೇಳಿಸುತ್ತಿತ್ತು. ಮಹಾರಾಜರು ತಮ್ಮ ರಾಜ ಡೇರೆಗೆ ಹೊರಟು ಹೋಗಿದ್ದರು. ಇತರ ಪ್ರತಿಷ್ಠಿತರು ಕೂಡಾ. ಅವನ ತಂದೆ ರಾಜನ ಸೇವೆ ಮಾಡುತ್ತಿರಬೇಕು. ಕಟ್ಟಪ್ಪನಿಗೆ ಬಲವಂತವಾಗಿ ತನ್ನ ತಮ್ಮನನ್ನು ಅಷ್ಟು ಕ್ರೂರವಾಗಿ ನಡೆಸಿಕೊಳ್ಳಬೇಕಾಗಿ ಬಂದಿದ್ದಕ್ಕೆ ಅಪರಾಧೀ ಭಾವ ಕಾಡುತ್ತಿತ್ತು.

ಗಂಟುಗಂಟಾದ ಬೇರುಗಳ, ವಕ್ರ ರೆಂಬೆಗಳ ಒಂದು ಮರದ ಕೆಳಗೆ ಶಿವಪ್ಪ ಮಲಗಿದ್ದ. ಕಟ್ಟಪ್ಪ ಒಂದೇ ಒಂದು ಒಣ ಕಡ್ಡಿಯೂ ಮುರಿಯದಂತೆ ಎಚ್ಚರಿಕೆಯಿಂದ ಹೆಜ್ಜೆಯಿಡುತ್ತಿದ್ದ. ಮರದ ಹತ್ತಿರಕ್ಕೆ ಬರುತ್ತಿದ್ದಂತೆ ವೈದ್ಯರು ಶಿವಪ್ಪನಿಗೆ ಹಚ್ಚಿದ ಔಷಧಗಳ ಗಾಢ ವಾಸನೆ ಅವನ ಮೂಗಿಗೆ ಬಡಿಯಿತು. ಶಿವಪ್ಪ ನರಳುತ್ತಿದ್ದ. ಆಕಾಶದಲ್ಲಿ ಚಂದ್ರ ಪೇಲವವಾಗಿತ್ತು. ಕಟ್ಟಪ್ಪ ತಮ್ಮನ ಬಳಿಗೆ ಬಂದಾಗ ಪೊದೆಯೊಳಗೆ ಏನೋ ಸರಿದು ಹೋಯಿತು.

"ನನ್ನನ್ನು ಕ್ಷಮಿಸು" ಕಟ್ಟಪ್ಪನ ದನಿ ಗದ್ಗದವಾಯಿತು. "ತುಂಬಾ ನೋವಾಗುತ್ತಿದೆಯೇ?"

ಶಿವಪ್ಪ ಉತ್ತರಿಸಲಿಲ್ಲ. ಅವನ ಕಣ್ಣುಗಳು ಮುಚ್ಚಿದ್ದವು. ಕಟ್ಟಪ್ಪ ನಡುಗುವ ಕೈಗಳಿಂದ ತಮ್ಮನ ದೇಹದ ಮೇಲೆ ಚಾಟಿ ಏಟಿನಿಂದಾದ ಗಾಯವನ್ನು ಮುಟ್ಟಲು ಚಾಚಿದ. ಕೊನೆಗಳಿಗೆಯಲ್ಲಿ ಕೈಯನ್ನು ಹಿಂತೆಗೆದುಕೊಂಡ. ಅವನ ಕಣ್ಣುಗಳು ತುಂಬಿದವು.

"ಕಾಮಾಕ್ಷಿ" ಶಿವಪ್ಪ ಬಡಬಡಿಸುತ್ತಿದ್ದ "ನೀನು ಹೇಳಿದ್ದು ಸರಿ, ನಾನೊಬ್ಬ ಗುಲಾಮ ಅಷ್ಟೇ"

ಕಟ್ಟಪ್ಪ ಹಿಂಜರಿದ. ತಮ್ಮ ಇನ್ನೂ ಆ ಹುಡುಗಿಯನ್ನು ಕಾಣುತ್ತಿದ್ದ. ತಂದೆಯ ಕಟ್ಟುನಿಟ್ಟಿನ ಅಪ್ಪಣೆಯನ್ನೂ ಮೀರಿ, ತನ್ನ ಉಪದೇಶವನ್ನೂ ಮೀರಿ!

ಅವನ ಮಂದಬುದ್ಧಿಯೊಳಗೆ ವಿವೇಕವನ್ನು ತುಂಬುವವರು ಯಾರು?

"ಶಿವಪ್ಪ", ಕಟ್ಟಪ್ಪ ತಮ್ಮನನ್ನು ಅಲುಗಾಡಿಸಿದ್ದಕ್ಕೆ ಅವನು ಕಣ್ಣು ತೆರೆದ. "ನಿನಗೆ ಅವಳನ್ನು ಕಾಣಲು ಯಾವುದೇ ಹಕ್ಕಿಲ್ಲ. ಅವಳ ಕೊಲೆಯಾಗಬೇಕೇನು?"

"ನಾವು ಯಾಕೆ ಗುಲಾಮರಾಗಿದ್ದೇವೆ?" ಶಿವಪ್ಪ ಕೇಳಿದ. ಕಟ್ಟಪ್ಪನಿಗೆ ಅವನ ಹಠಾತ್ ಪ್ರಶ್ನೆಯಿಂದ ದಿಗ್ಭ್ರಮೆಯಾಯಿತು.

ಕಟ್ಟಪ್ಪನ ಬಳಿ ಉತ್ತರವಿರಲಿಲ್ಲ. ಅವನೇ ಆ ಪ್ರಶ್ನೆಯನ್ನು ಅನೇಕ ಸಲ ತನಗೆ ತಾನೇ ಕೇಳಿಕೊಂಡಿದ್ದ. ಎಷ್ಟೋ ತಲೆಮಾರುಗಳ ಹಿಂದೆ ಅವನ ಪೂರ್ವಜರು ಮಾಡಿದ ಯಾವುದೋ ಪ್ರತಿಜ್ಞೆಯ ಬಗ್ಗೆ ಅವನಿಗೆ ಅಲ್ಪಸ್ವಲ್ಪ ಗೊತ್ತಿತ್ತು. ಅವನ ತಾಯಿ ಬದುಕಿದ್ದಾಗ, ಅವನು ಆ ಪ್ರಶ್ನೆಯನ್ನು ಕೇಳಿದಾಗಲೆಲ್ಲ ನಸುನಕ್ಕು ಅವನ ಗುಂಗರು ತಲೆಕೂದಲು ಕೆದರಿ "ಅದವರ ಹಣೆಬರಹ" ಎನ್ನುತ್ತಿದ್ದಳು. ಅದನ್ನು ಬರೆದಾಗಿತ್ತು. ಯಾವುದೋ ಸ್ಥಾನದಲ್ಲಿ ಕೂತ ಯಾವುದೋ ದೇವರು ಕೊರೆದಿಟ್ಟು ಬಿಟ್ಟಿದ್ದ ಕೆಲವರು ಒಡೆಯರಾಗಬೇಕು ಮತ್ತೆ ಕೆಲವರು ಗುಲಾಮರಾಗಬೇಕು ಎಂದು.

ರಾಜರ ಡೇರೆಯ ಬೆಳಕು ನಂದುತ್ತಿದ್ದುದನ್ನು ಕಟ್ಟಪ್ಪ ಗಮನಿಸಿದ. ಅವನ ತಂದೆ ಬೆಂಕಿಯ ಮುಂದೆ ಕುಕ್ಕರುಗಾಲಿನಲ್ಲಿ ಕೂತಿದ್ದ. ಬೆಂಕಿಯ ಚಿನ್ನದ ಬೆಳಕಿನಲ್ಲಿ ತಂದೆಯ ಮುಖದ ಅರ್ಧ ಭಾಗ ಮಾತ್ರ ಕಾಣಿಸುತ್ತಿತ್ತು. ಅವನ ತಂದೆ ಮಾಹಿಷ್ಮತಿಯ ಮಹಾರಾಜನ ಅತಿ ಆಪ್ತ ಸಹಾಯಕನಾಗಿರಬಹುದು, ಆದರೆ ಅವನು ಕೇವಲ ಗುಲಾಮನಾಗಿದ್ದ ಅನ್ನುವುದನ್ನು ಅರಗಿಸಿಕೊಳ್ಳುವುದು ಕಷ್ಟವಾಗಿತ್ತು. ಇತರ ಯಾವುದೇ ಗುಲಾಮನಂತೆ ಅವನೂ ಕೂಡಾ ಯಾವುದೇ ಹೇಳ ಹೆಸರಿಲ್ಲದೆ ತನಗಾಗಿ ಸೇವೆ ಮಾಡಿ, ಯಾರೂ ಅಳದಂತೆ ಬದುಕಿ, ಒಡೆಯನಿಗಾಗಿ ಜೀವ ಸವೆಸುವವನಿದ್ದ.

ಸಧ್ಯ, ಅವನ ತಮ್ಮ ಕಣ್ಣು ಮುಚ್ಚಿದ್ದ, ಅವನ ಪ್ರಶ್ನೆ ಆ ಕ್ಷಣಕ್ಕೆ ಮರೆಯಾಗಿತ್ತು. ಅವನು ನೋವಿನಲ್ಲಿ ನರಳುತ್ತಿದ್ದ.

"ನಿನಗೆ ಜ್ವರ ಬಂದಂತಿದೆ? ನಿನ್ನ ಮೈ ಸುಡುತ್ತಿದೆ." ಕಟ್ಟಪ್ಪ ಅವನ ನೆತ್ತಿ ಮುಟ್ಟಿ ನುಡಿದ. ಆದರೆ ಶಿವಪ್ಪ ತಾಯ ಹೊಟ್ಟೆಯ ಭ್ರೂಣದಂತೆ ಮೈ ಬಾಗಿಸಿ ಮುದುಡಿ ಮತ್ತೆ ತನ್ನ ಪ್ರೇಯಸಿಯ ಹೆಸರು ಹೇಳಿದ. ಅಸಹಾಯಕನಾಗಿ ಅವನನ್ನೇ ನೋಡುತ್ತಾ ನಿಂತ ಕಟ್ಟಪ್ಪ. ಮರಗಳ ಎಲೆಗಳಲ್ಲಿ ಮಂಜು ತಾನೇ ತಾನಾಗಿ ಸರಿದಾಡಿತು. ಇದ್ದಕ್ಕಿದ್ದಂತೆ ಒಣಎಲೆಗಳ ಮೇಲೆ ಸಪ್ಪಳವಾಗಿ ಕಟ್ಟಪ್ಪ ತಿರುಗಿ ನೋಡಿದ.

"ಓ... ಒಡೆಯರು ನೋಡದಿರುವಾಗ ಗುಲಾಮರು ಮಾಡುವುದು ಇದನ್ನೆಯೇ?"

ರಾಜಕುಮಾರ ಬಿಜ್ಜಳ ಗುಲಾಮರು ಮಲಗುವ ಎಡೆಗೆ ಬರುವನೆಂದು ಕಟ್ಟಪ್ಪ ನಿರೀಕ್ಷಿಸಿರಲಿಲ್ಲ. ಅವನು ತಟ್ಟನೆದ್ದು ಬಾಗಿದ. ಮುಂದೆ ಏನು ಮಾಡಬೇಕೆಂದು ಅವನಿಗೆ ಗೊತ್ತಾಗಲಿಲ್ಲ. ಅವನ ಕಣ್ಣ ತುದಿಯಲ್ಲಿ ರಾಜಕುಮಾರ ಮಹಾದೇವ ತನ್ನ ಡೇರೆಯಿಂದ ಅಣ್ಣನ ಹೆಸರು ಹಿಡಿದು ಕೂಗುತ್ತಾ ಓಡಿ ಬರುತ್ತಿರುವುದು ಗೋಚರಿಸಿತು.

"ರಾಜಕುಮಾರನ ಕಡೆಗೆ ಕಲ್ಲು ಎಸೆಯುವಷ್ಟು ಸೊಕ್ಕು ತೋರಿದೆಯಾ ನೀನು? ಅದಕ್ಕಾಗಿ ನಿನ್ನ ಅಣ್ಣ ಸುಮ್ಮನೆ ಹಗುರಾಗಿ ಬೀಸಿದ ಚಾಟಿ ಏಟು ಮಾತ್ರದಿಂದ ಪಾರಾಗಿಬಿಟ್ಟೆ ಅಂದುಕೊಂಡೆಯಾ?" ರಾಜಕುಮಾರ ಬಿಜ್ಜಳ ಕೈಯಲ್ಲಿ ಚಾಟಿ ಹಿಡಿದು ಅವರನ್ನೇ ಕೆಕ್ಕರಿಸುತ್ತಾ ನಿಂತ. ಗಾಳಿಯಲ್ಲಿ ಒಮ್ಮೆ ಚಾಟಿಯನ್ನು ಬೀಸಿ ತನ್ನ ಮುಂಗೈಗೆ ಸುತ್ತಿಕೊಂಡ. "ಮಹಾಜಾಣ ನಿನ್ನ ಅಪ್ಪ! ಗುಲಾಮನಾಗಿದ್ದೂ ಬಹಳ ವೇಗವಾಗಿ ಯೋಚಿಸಿದ, ಅದಕ್ಕೆ ನನ್ನ ನಿಷ್ಕಪಟ ತಂದೆಯೂ ಮರುಳಾದರು."

ಕಟ್ಟಪ್ಪ ರಾಜಕುಮಾರನ ಪದತಲದಲ್ಲಿ ಬಿದ್ದು ತನ್ನ ಜೀವವೇ ಅಲ್ಲಿ ಅಡಗಿದೆ ಎನ್ನುವಂತೆ ಬಲವಾಗಿ ಹಿಡಿದು ಬೇಡಿಕೊಂಡ. "ಸ್ವಾಮಿ, ಮನ್ನಿಸಿ, ಮನ್ನಿಸಿ"

ರಾಜಕುಮಾರ ಮಹಾದೇವ ಅಷ್ಟರಲ್ಲಿ ಅಲ್ಲಿಗೆ ಬಂದವನು ತನ್ನ ಅಣ್ಣನನ್ನು ಅಲ್ಲಿಂದ ಎಳೆದುಕೊಂಡು ಹೋಗಲು ಯತ್ನಿಸಿದ. ಆದರೆ ಬಿಜ್ಜಳ ಅವನನ್ನು ತಳ್ಳಿಬಿಟ್ಟ. ಅಣ್ಣ, ತಮ್ಮನಿಗೆ ಬೆರಳು ತೋರಿಸಿ ಎಚ್ಚರಿಕೆ ನೀಡಿದ "ದೂರ ನಿಲ್ಲು ಹೇಡಿ, ಗುಲಾಮರನ್ನು ಹೇಗೆ ನಡೆಸಿಕೊಳ್ಳಬೇಕೆಂದು ನಾನು ನಿನಗೆ ಕಲಿಸುತ್ತೇನೆ. ಮಾಹಿಷ್ಮತಿಯ ಯುವರಾಜನನ್ನು ಗಾಯಗೊಳಿಸಿದ ಮೇಲೆ ಅಷ್ಟು ಸುಲಭವಾಗಿ ಬಿಟ್ಟುಬಿಡುತ್ತಾರೆ ಅಂದುಕೊಂಡೆಯಾ?"

ಮಹಾದೇವ ಕೂಗಿದ "ಶಿವಪ್ಪ, ಓಡು, ಓಡಿ ಮಹಾರಾಜರಲ್ಲಿ ಶರಣು

ಹೋಗಿ ರಕ್ಷಣೆ ಕೇಳು. ಇಲ್ಲದಿದ್ದರೆ ನನ್ನ ಅಣ್ಣ ನಿನ್ನನ್ನು ಕೊಂದುಬಿಡುತ್ತಾನೆ."

ಶಿವಪ್ಪ ಒಂದು ಕ್ಷಣ ಹಿಂಜರಿದ. ಬಿಜ್ಜಳ ಅವನೆಡೆಗೆ ನುಗ್ಗಿ ಚಾಟಿ ಬೀಸಿದ. ಶಿವಪ್ಪ ಏಟನ್ನು ತಪ್ಪಿಸಿಕೊಳ್ಳಲು ಪಕ್ಕಕ್ಕೆ ಬಾಗಿ, ಹಠಾತ್ತನೆ ಎದ್ದು ಡೇರೆಯ ಕಡೆಗೆ ಓಡತೊಡಗಿದ. ಬಿಜ್ಜಳ ಕಟ್ಟಪ್ಪನನ್ನು ಒದ್ದು, ಬೈಯ್ಗಳ ಸುರಿಸುತ್ತಾ, ನಿಲ್ಲೆಂದು ಆಜ್ಞಾಪಿಸುತ್ತಾ ಶಿವಪ್ಪನನ್ನು ಅಟ್ಟಿಸಿಕೊಂಡುಹೋದ.

ಕಟ್ಟಪ್ಪ ಬಿಜ್ಜಳನ ಹಿಂದೆಯೇ ಕರುಣೆಗಾಗಿ ಪ್ರಾರ್ಥಿಸುತ್ತಾ ಓಡಿದ. ಬಿಜ್ಜಳ ಸಮೀಪಿಸುತ್ತಿದ್ದಂತೆ ಶಿವಪ್ಪ ಕೆಳಗೆ ಬಿದ್ದದ್ದನ್ನು ನೋಡಿದ. ಬಿಜ್ಜಳ ಚಾಟಿ ಬೀಸಿದಾಗ ಶಿವಪ್ಪ ಪಕ್ಕಕ್ಕೆ ಹೊರಳಿ ಮತ್ತೆ ಎದ್ದು ಡೇರೆಯ ಕಡೆಗೆ ಓಡಿದ. ಅಲ್ಲಿಂದ ಪಕ್ಕಕ್ಕೆ ಎಡಕ್ಕೆ ತಿರುಗಿದ. ಅಲ್ಲಿ ರಾಜನ ಆನೆ ನಿಂತಿತ್ತು.

ಕಟ್ಟಪ್ಪನ ಬೆನ್ನು ಹುರಿಯಲ್ಲಿ ಚಳುಕು ಎದ್ದಿತು. ಒಂದು ಕ್ಷಣದಲ್ಲಿ ತಮ್ಮ ಏನು ಮಾಡುತ್ತಿದ್ದಾನೆಂದು ಅವನಿಗೆ ಹೊಳೆಯಿತು.

ಶಿವಪ್ಪ ಆನೆ ಗಿರೀಶನಿಗೆ ಮೇವು ಹಾಕುತ್ತಿದ್ದ. ಆನೆಗೂ ಅವನಿಗೂ ಒಳ್ಳೆ ಸ್ನೇಹವಿತ್ತು. ಗಿರೀಶನಿಗಿಂತ ಸೌಮ್ಯವಾದ ಪ್ರಾಣಿ ಭೂಮಿಯ ಮೇಲಿರಲಿಲ್ಲ. ಅದಕ್ಕೇ ಮಹಾರಾಜರು ಈ ನಡೆದಾಡುವ ಪರ್ವತವನ್ನು ತಮ್ಮ ಸವಾರಿಗೆ ಆರಿಸಿ ಕೊಂಡಿದ್ದರು. ಆದರೆ ಆನೆಯು ತನ್ನ ತಮ್ಮನ ಮಾತನ್ನು ಕೇಳುತ್ತದೆ ಎನ್ನುವುದು ಕಟ್ಟಪ್ಪನಿಗೆ ಗೊತ್ತಿತ್ತು. ಶಿವಪ್ಪ ರಾಜಕುಮಾರನನ್ನು ಆನೆಯ ಕಡೆಗೆ ಕರೆದೊಯ್ಯುತ್ತಿದ್ದ.

"ಬೇಡಾ, ಶಿವಪ್ಪ, ಬೇಡಾ" ಕಟ್ಟಪ್ಪ ಕೂಗಿದ. ಆದರೆ ಅವನ ಕೂಗು ಬಿಜ್ಜಳನ ಚೀರಾಟದಲ್ಲಿ ಮುಳುಗಿಹೋಯಿತು. ಬೆಂಕಿಯ ಸುತ್ತ ಹಾಡುತ್ತಾ ಕುಣಿಯುತ್ತಾ ಇದ್ದ ಗಂಡಸರು ನಿಂತು ಏನಾಗುತ್ತದೋ ಎಂದು ಕಳವಳದಿಂದ ಕಾದರು.

ಶಿವಪ್ಪ ಆನೆಯನ್ನು ತಲುಪಿ ಅದರ ಕಾಲುಗಳ ಬಳಿ ಏದುಸಿರು ಬಿಡುತ್ತಾ ನಿಂತ. ಆನೆಯು ಅಚಲವಾಗಿ ನಿಂತಿತ್ತು. ಬಾಳೆ ಎಲೆಯನ್ನು ಸಾವಕಾಶವಾಗಿ ಅಗಿಯುತ್ತಿತ್ತು. ಮಾವುತ ಪಕ್ಕದಲ್ಲೇ ನೆಲದ ಮೇಲೆ ಮಲಗಿದ್ದ, ಬಹುಶಃ ಕುಡಿದಿರಬೇಕು. ಬಿಜ್ಜಳ ಚಾಟಿಯನ್ನು ಬೀಸಿದ. ಶಿವಪ್ಪ ಅದನ್ನು ನಿರೀಕ್ಷಿಸಿದವಂತೆ ಕೆಳಗೆ ಬಗ್ಗಿದ. ಚಾಟಿ ಏಟು ಆನೆಯ ಕಣ್ಣ ಕೆಳಗೆ ರಪ್ಪನೆ ಬಿದ್ದಿತು. ಅದು ನೋವಿನಿಂದ ಘೀಳಿಟ್ಟಿತು. ಮಾವುತ ಗಾಭರಿಯಲ್ಲಿ ಎದ್ದು ಕೂತ, ಆದರೆ ರಾಜಕುಮಾರನ ಅವತಾರ ನೋಡಿ ಸದ್ದಿಲ್ಲದೇ ಪಕ್ಕಕ್ಕೆ ಸರಿದ. ಬಿಜ್ಜಳನಿಗೆ ಕೋಪದಲ್ಲಿ ಅದು ಕಾಣಿಸಲಿಲ್ಲ. ಶಿವಪ್ಪನತ್ತ ಮತ್ತೆ ಚಾಟಿ ಬೀಸಿದ. ಈ ಬಾರಿ ಅದು ಶಿವಪ್ಪನ ಮುಖಕ್ಕೆ ಬಿದ್ದು ಅವನು ಮೊರೆಯಿಡುತ್ತಾ ಕೆಳಗೆ ಕುಸಿದ. ಅದೊಂದು ತಂತ್ರವೆಂದು ಕಟ್ಟಪ್ಪನಿಗೆ ಗೊತ್ತಾಗಿತ್ತು. ಅವನ ತಮ್ಮ ಕ್ಷಣಾರ್ಧದಲ್ಲಿ ಆನೆಯ

ಸರಪಳಿ ಬಿಚ್ಚಿದ್ದನ್ನು ಅವನು ನೋಡಿದ. ಮುಂದಿನ ಚಾಟಿ ಏಟು ಆನೆಯ ಕಾಲಿಗೆ ಬಿತ್ತು. ಶಿವಪ್ಪ ಆನೆಯ ಆಚೆ ಕಡೆಗೆ ಹೊರಳಿ ದಯಾಭಿಕ್ಷೆ ಬೇಡತೊಡಗಿದ. ಅವನನ್ನು ಶಪಿಸುತ್ತಾ ಬಿಜ್ಜಳ ಆನೆಯನ್ನು ಸುತ್ತಿ ಬಂದು ಗುಲಾಮನ ಬಳಿಗೆ ಬರಲು ಯತ್ನಿಸಿದ.

ಕಟ್ಟಪ್ಪ ಅಲ್ಲಿಂದ ಕೆಲವು ಅಡಿಗಳ ದೂರದಲ್ಲಿದ್ದಾಗ ಕಲ್ಲೆಡವಿ ಮುಖಾಡೆಯಾಗಿ ಬಿದ್ದ. ಎದ್ದು ಸ್ವಲ್ಪ ಸುಧಾರಿಸಿಕೊಂಡು ನೋಡಿದಾಗ ಅವನ ರಕ್ತ ಹೆಪ್ಪುಗಟ್ಟಿತು. "ಪಕ್ಕಕ್ಕೆ ಸರಿಯಿರಿ ಯುವರಾಜಾ...." ಅವನು ಚೀರಿದ.

ಅವನ ಮಾತು ಮುಗಿಯುವ ಮುನ್ನವೇ ಆನೆ ಬಿಜ್ಜಳನನ್ನು ತನ್ನ ಸೊಂಡಿಲಿನಿಂದ ಎತ್ತಿತು. ಬಿಜ್ಜಳನ ಕೈಯಿಂದ ಚಾಟಿ ಜಾರಿ ಬಿತ್ತು. ಅವನು ಅತೀವ ಭಯದಲ್ಲಿ ಕೈಕಾಲು ಆಡಿಸಿದ. ಒಂದು ಕ್ಷಣದಲ್ಲಿ ಆ ಬೃಹತ್ ಪ್ರಾಣಿ ಬಿಜ್ಜಳನನ್ನು ನೆಲಕ್ಕೆ ಅಪ್ಪಳಿಸಿತ್ತು. ರಾಜಕುಮಾರ ಒಂದು ಕ್ಷಣ ಮೈಕೊಡವಿ ನಂತರ ನಿಶ್ಚಲನಾದ. ಆನೆ ಬಿಜ್ಜಳನ ತಲೆಯನ್ನು ತುಳಿಯಲು ಕಾಲೆತ್ತಿತು. ಕಾಲ ಸ್ಥಬ್ಧವಾಯಿತು. ಕಟ್ಟಪ್ಪ ಬೃಹದಾಕಾರ ಪ್ರಾಣಿಯತ್ತ ಕೂಗಿದ "ಗಿರೀಶಾ, ಬೇಡಾ!" ಆನೆ ಕ್ಷಣ ಹಿಂಜರಿಯಿತು, ಎತ್ತಿದ ಕಾಲನ್ನು ಗಾಳಿಯಲ್ಲಿ ತಡೆಯಿತು. ಕಟ್ಟಪ್ಪ ಬಾಗಿ ಬಿಜ್ಜಳನನ್ನು ಪಕ್ಕಕ್ಕೆ ಎಳೆದಂತೇ ಆನೆ ತನ್ನ ಭಾರೀ ಕಾಲನ್ನು ಅಪ್ಪಳಿಸಿತು. ಕೂದಲೆಳೆಯಲ್ಲಿ ಬಿಜ್ಜಳನ ತಲೆ ಪಾರಾಯಿತು. ಕಟ್ಟಪ್ಪ ಬಿಜ್ಜಳನನ್ನು ಹೆಗಲ ಮೇಲೆತ್ತಿಕೊಂಡು ಓಡತೊಡಗಿದ. ಆ ದೈತ್ಯ ಘೀಳಿಡುತ್ತಾ ಹಿಂದೆಯೇ ಬರುತ್ತಿದ್ದುದು ಅವನಿಗೆ ಗೊತ್ತಾಯಿತು. ಜೀವದಾಸೆ ತೊರೆದು ಓಡಿದ ಅವನು. ಆದರೆ ಕೋಪದಲ್ಲಿ ಅಟ್ಟಿಸಿಕೊಂಡು ಬರುತ್ತಿರುವ ದೈತ್ಯ ಆನೆಯನ್ನು ಹಿಂದೆ ಹಾಕುವುದು ಕಷ್ಟವೆಂದು ಅವನಿಗೆ ಗೊತ್ತಿತ್ತು. ಹೆಗಲ ಮೇಲೆ ಬಿಜ್ಜಳನನ್ನು ಹೊತ್ತುಕೊಂಡಂತೂ ಅದು ಅಸಾಧ್ಯವಾಗಿತ್ತು. ಆಗ ಅವನಿಗೆ ತಮ್ಮ ಕಡೆಗೆ ಓಡಿಬರುತ್ತಿದ್ದ ರಾಜಕುಮಾರ ಮಹಾದೇವ ಸ್ಥಬ್ಧನಾಗಿ ನಿಂತಲ್ಲೇ ನಿಂತುಬಿಟ್ಟಿದ್ದು ಕಾಣಿಸಿತು. "ಓಡಿ, ರಾಜಕುಮಾರರೇ, ಪಕ್ಕಕ್ಕೆ ಹೋಗಿ" ಕಟ್ಟಪ್ಪ ಚೀರಿದ. ಆದರೆ ಮಹಾದೇವ ಭಯದಲ್ಲಿ ದಿಗ್ಭ್ರಾಂತನಾಗಿ ಕಂಬದಂತೆ ನಿಂತುಬಿಟ್ಟಿದ್ದ. ಕಟ್ಟಪ್ಪನಿಗೆ ಇನ್ನು ಮುಗಿಯಿತು ಅನ್ನಿಸಿತು. ಒಬ್ಬ ಅಥವಾ ಇಬ್ಬರೂ ರಾಜಕುಮಾರರು ಸಾಯುವುದರಲ್ಲಿದ್ದರು. ತಾನೂ ಸಾಯುತ್ತೇನೆ ಆದರೆ ತನ್ನ ಸಾವು ವ್ಯರ್ಥ ಎನ್ನಿಸಿತು. ಮೂರ್ಛೆ ಹೋದ ಬಿಜ್ಜಳನನ್ನು ನೆಲದಲ್ಲಿ ಮಲಗಿಸಿ, ಸಮೀಪಿಸುತ್ತಿದ್ದ ಆನೆಯತ್ತ ತಿರುಗಿದ. ಅವನ ಹಿಂದೆ ಮಹಾದೇವ ಭಯದಲ್ಲಿ ನಡುಗುತ್ತಿದ್ದ.

ಆನೆ ಅವರತ್ತ ಮಿಂಚಿನ ವೇಗದಲ್ಲಿ ಧಾವಿಸಿತು. ಕಟ್ಟಪ್ಪ ತಂದೆ ಹೇಳಿಕೊಟ್ಟಿದ್ದ ಮರ್ಮ ವಿದ್ಯೆಯನ್ನು ನೆನಪಿಸಿಕೊಳ್ಳಲು ಯತ್ನಿಸಿದ. ವೈರಿಯ ತಲೆಯ ನರ

ಕೇಂದ್ರಕ್ಕೆ ಅಪ್ಪಳಿಸಿ ಎಚ್ಚರ ತಪ್ಪಿಸುವ ಪುರಾತನ ಸಮರ ಕಲೆ ಅದು. ಆದರೆ ಅದು ಆನೆಗೂ ಅನ್ವಯಿಸುತ್ತದೆ ಎನ್ನುವ ಬಗ್ಗೆ ಅವನಿಗೆ ಸ್ಪಷ್ಟತೆ ಇರಲಿಲ್ಲ.

ಆನೆ ಅವನನ್ನು ಸಮೀಪಿಸಿ ಸೊಂಡಿಲಿನಿಂದ ಅವನ ಸೊಂಟ ಹಿಡಿಯಿತು. ಕಟ್ಟಪ್ಪನನ್ನು ಗಾಳಿಯಲ್ಲಿ ಮೇಲಕ್ಕೆತ್ತಿತು. ಅವನನ್ನು ನೆಲಕ್ಕಪ್ಪಳಿಸಲು ಸೊಂಡಿಲನ್ನು ಕೆಳಕ್ಕಿಳಿಸುತ್ತಿದ್ದಂತೇ ಕಟ್ಟಪ್ಪ ತನ್ನ ಎರಡೂ ಮುಷ್ಟಿಗಳಲ್ಲಿ ತನ್ನೆಲ್ಲ ಶಕ್ತಿ ತುಂಬಿ ಅದರ ತಲೆಗೆ ಚಚ್ಚಿದ. ಆದರೆ ಏನೂ ಪ್ರಯೋಜನವಾಗಲಿಲ್ಲ. ಅವನು ಫಟಾರನೆ ನೆಲಕ್ಕೆ ಬಿದ್ದ. ಆ ದೈತ್ಯನ ಭಾರೀ ಕಾಲು ತನ್ನ ಮೇಲೆ ಇಳಿಯುತ್ತಿದ್ದುದನ್ನು ನೋಡಿ ಕಣ್ಣು ಮುಚ್ಚಿದ. ಆದರೆ ಒಂದು ಕ್ಷಣದ ನಂತರ ಆ ದೈತ್ಯ ಘೀಳಿಡುತ್ತಾ ಮಂಡಿಗಳ ಮೇಲೆ ಕುಸಿದು ನೆಲ ಅದುರಿತು. ಕಟ್ಟಪ್ಪನಿಗೆ ಕಣ್ಣು ಕತ್ತಲಾಯಿತು.

ಕಣ್ಣ ಮೇಲೆ ತಣ್ಣನೆಯ ನೀರು ಬಿದ್ದು ಕಟ್ಟಪ್ಪನಿಗೆ ಎಚ್ಚರವಾಯಿತು. ತಲೆ ಧುಮುಗುಡುತ್ತಿತ್ತು, ಸುತ್ತಲಿನ ಎಲ್ಲ ಇನ್ನೂ ಮಸುಕಾಗಿತ್ತು. ದೊಂದಿಗಳ ಉರಿಯುವ ಎಣ್ಣೆಯ ವಾಸನೆ ಮತ್ತು ಮಳೆಯ ತಂಪು ಅನುಭವಕ್ಕೆ ಬಂತು. ಕಣ್ಣು ಮಿಟುಕಿಸಿದ. ನಿಧಾನವಾಗಿ ಅವನ ತಂದೆಯ ಮುಖ ಗೋಚರವಾಯಿತು. ಅವನ ಪಕ್ಕದಲ್ಲೇ ಮಹಾರಾಜ ಸೋಮದೇವ ನಿಂತಿದ್ದರು. ಕಟ್ಟಪ್ಪ ಏಳಲು ಹವಣಿಸಿದ. ಆದರೆ ಮಹಾರಾಜರು ಅವನನ್ನು ತಡೆದರು. ಕಾಡಿನ ಮರಗಳ ಛಾವಣಿಯಲ್ಲಿ ಹಕ್ಕಿಗಳ ಗಾಭರಿಯ ಕಲರವ ಇರಲಿಲ್ಲ. ಆದರೆ ಕಟ್ಟಪ್ಪನ ಹೃದಯದ ಭಯ ಇನ್ನೂ ಆರಿರಲಿಲ್ಲ. ಏನೇನೋ ಸಾಧ್ಯತೆಗಳಲ್ಲಿ ಅವನ ಮನಸ್ಸು ಓಡಿತು. ರಾಜಕುಮಾರ ಬಿಜ್ಜಳ ತೀರಿಕೊಂಡರೆ? ತಾನು ಅವರನ್ನು ರಕ್ಷಿಸಲು ವಿಫಲನಾಗಿದ್ದೇನೇ?

ನಿತ್ರಾಣನಾದ ಬಿಜ್ಜಳನನ್ನು ಸೈನಿಕರು ಎತ್ತಿಕೊಂಡು ಹೋಗುತ್ತಿದ್ದುದು ಕಾಣಿಸಿತು. ರಾಜಕುಮಾರ ಮಹಾದೇವ ಬಿದ್ದ ಆನೆಯ ಉಪಚಾರದಲ್ಲಿ ತೊಡಗಿದ್ದುದು ಕಾಣಿಸಿತು. ಸಧ್ಯ ಆನೆ ಸತ್ತಿರಲಿಲ್ಲ. ಒಂದೆರಡು ಯಾಮಗಳಲ್ಲಿ ಮರ್ಮಾಘಾತದ ಪ್ರಭಾವ ಅಳಿಸಿಹೋಗುತ್ತದೆ. "ನಿನ್ನ ಹುಡುಗ ದೊಡ್ಡವನಾಗಿದ್ದಾನೆ, ಮಲಯಪ್ಪ" ಮಹಾರಾಜ ಸೋಮದೇವ ನುಡಿದರು. "ಅವನು ನನ್ನ ಮಕ್ಕಳನ್ನು ರಕ್ಷಿಸಿದ್ದಾನೆ. ಅದಕ್ಕಾಗಿ ಅತ್ಯುನ್ನತ ಮರ್ಯಾದೆಯಲ್ಲದೆ ಬೇರೇನೂ ನೀಡಲಾಗದು. ಅವನು ವಯಸ್ಸಿನಲ್ಲಿ ಚಿಕ್ಕವನು, ಆದರೆ ಇತರ ಎಲ್ಲಾ ಗುಲಾಮರು ಹಾಗು ಸೈನಿಕರಿಗಿಂತ ಮಿಗಿಲಾದ ಶೌರ್ಯವನ್ನು ಅವನು ಮೆರೆದಿದ್ದಾನೆ. ಅವನು ರಾಜಕುಮಾರ ಬಿಜ್ಜಳನ ಸೇವಕನಾಗಿರಲಿ."

ಸುತ್ತಲೂ ನೆರೆದಿದ್ದ ಸೈನಿಕರು ಜಯಘೋಷ ಮಾಡಿದರು. ಮಲಯಪ್ಪನ ಕಣ್ಣಲ್ಲಿ ನೀರು. ಅವನು ಪ್ರಭುಗಳ ಕಾಲಿಗೆ ಬಿದ್ದ. "ಪ್ರಭೂ, ಎಂಥಾ ಗೌರವ! ಈ

ಆಳು ಗುಲಾಮನಿಗೆ ಎಂಥಾ ದೊಡ್ಡ ಸೌಭಾಗ್ಯ. ನಿಮ್ಮ ಈ ಕರುಣೆಗೆ ನಾನು ಹೇಗೆ ತಾನೇ ವಂದಿಸಲಿ ಗೊತ್ತಾಗುತ್ತಿಲ್ಲ!" ಅವನು ಕಟ್ಟಪ್ಪನನ್ನು ಕರೆದ. ಗುಲಾಮ ಹುಡುಗ ನಿಧಾನವಾಗಿ ಎದ್ದ. ಅವನ ಮಂಡಿ ಸೆಟೆದುಕೊಂಡಿತ್ತು, ಬೆನ್ನು ಇನ್ನೂ ನೋಯುತ್ತಿತ್ತು. ಆದರೂ ಅವನು ಬಂದು ತಂದೆಯ ಪಕ್ಕದಲ್ಲೇ ಬಾಗಿ ಪ್ರಭುಗಳ ಕಾಲಿಗೆ ಎರಗಿದ.

"ಏಳಿ" ಮಹಾರಾಜ ಸೋಮದೇವ ಅಪ್ಪಣೆ ಕೊಡಿಸಿದರು, ತಂದೆ ಮಗ ದಡಬಡಾಯಿಸಿ ಎದ್ದು ಆದಷ್ಟು ಬಾಗುತ್ತಾ ಬಾಯಿಗೆ ಅಂಗೈ ಅಡ್ಡ ಇಟ್ಟುಕೊಂಡು ನಿಂತರು.

"ಕಟ್ಟಪ್ಪ, ಅನೇಕ ತಲೆಮಾರುಗಳಿಂದ ನಿಮ್ಮ ಕುಟುಂಬ ಮಾಹಿಷ್ಮತಿಗಾಗಿ ಬದುಕಿ, ಪ್ರಾಣಾರ್ಪಣೆ ಮಾಡಿದೆ. ನಿಮ್ಮ ಪೂರ್ವಿಕರ ಈ ಭವ್ಯ ಪರಂಪರೆಯನ್ನು ನಿಮ್ಮ ಮಕ್ಕಳೂ ಮುಂದುವರಿಸುತ್ತಾರೆ ಎಂದು ಆಶಿಸುತ್ತೇನೆ"

ರಾಜವೈದ್ಯರೊಡನೆ ಕೂಡಿ, ಬಿದ್ದ ಆನೆಯ ಶುಶ್ರೂಷೆ ಮಾಡುತ್ತಿದ್ದ ಮಹಾದೇವ ಎದ್ದು ಅವರ ಬಳಿಗೆ ನಡೆದುಬಂದ. ಕಟ್ಟಪ್ಪನ ಕೈಯನ್ನು ತನ್ನ ಕೈಯೊಳಗೆ ಇಟ್ಟುಕೊಂಡು ಮಂದಹಾಸದಲ್ಲಿ ನುಡಿದ "ಕಟ್ಟಪ್ಪ, ನಿನಗೆ ಹೇಗೆ ಧನ್ಯವಾದಗಳನ್ನು ಹೇಳಬೇಕೋ ತಿಳಿಯದು. ನನ್ನ ಮತ್ತು ನನ್ನ ಅಣ್ಣನ ಪ್ರಾಣ ಉಳಿಸಿದ್ದಕ್ಕೆ ನಾನು ಬದುಕಿರುವ ಕೊನೆಯ ಗಳಿಗೆಯವರೆಗೂ ನಿನಗೆ ಅಭಾರಿಯಾಗಿರುತ್ತೇನೆ."

ಕಟ್ಟಪ್ಪ ಬಾಗಿದ. ಅವನ ಮುಖ ಸಂಕೋಚದಲ್ಲಿ ಕೆಂಪುಕೆಂಪಾಯಿತು. ಮಹಾದೇವನ ಪಾದಗಳಿಗೆ ನಮಸ್ಕರಿಸಿ, ತನ್ನೊಳಗೆದ್ದ ಸಂತೋಷವನ್ನೂ ಸ್ಪಂದನವನ್ನೂ ತಾಳಲಾರದೇ ಕೊನೆಗೆ ಅಳತೊಡಗಿದ. ಮಹಾದೇವ ಅವನನ್ನು ಮೇಲಕ್ಕೆತ್ತಿ, ಸಣ್ಣದಾಗಿ ಆಲಂಗಿಸಿದ. ನಂತರ ಅವನು ರಾಜ ಪರಿವಾರದ ಜೊತೆ ನಡೆದುಹೋದ.

ಅರಸು ಮನೆತನದವರು ಗುಲಾಮರನ್ನು ಯುದ್ಧ ಅಥವಾ ಸೇವೆಯ ಕಾರಣಕ್ಕೆ ಬಿಟ್ಟರೆ ಮುಟ್ಟಿಸಿಕೊಳ್ಳುವ ಭಾಗ್ಯ ದಯಪಾಲಿಸುವುದಿಲ್ಲ. ಒಡೆಯನ ಪ್ರಾಣ ರಕ್ಷಣೆಗೆ ಹೊರತು ಮಿಕ್ಕಂತೆ ಗುಲಾಮನು ಒಡೆಯನ ಪಾದವನ್ನಷ್ಟೇ ಮುಟ್ಟಬಹುದು. ಗುಲಾಮನೊಬ್ಬ ತನ್ನ ಕರ್ತವ್ಯ ನಿರ್ವಹಿಸಿದ ಮಾತ್ರಕ್ಕೆ ರಾಜಕುಮಾರ ಧನ್ಯವಾದವನ್ನು ಹೇಳುವ, ಮೈ ಮುಟ್ಟುವ ಸಂಗತಿ ಕಂಡು ಕೇಳಿದ್ದಿಲ್ಲ. ಪ್ರಭುಗಳು ಕೂಡಾ ಅವನನ್ನು ಮುಟ್ಟಿದ್ದರು. ಮಾತುಗಳು ಕಟ್ಟಪ್ಪನ ಗಂಟಲಲ್ಲಿ ಸಿಕ್ಕಿ ಗದ್ಗದನಾದ. ತನ್ನ ಅದೃಷ್ಟಕ್ಕೆ ದಿಗ್ಭ್ರಾಂತನಾದ.

ಅಪ್ಸರಲ್ಲಾಗಲೇ ಕವಿಗಳು ಧಾಳಿಯಿಟ್ಟ ಆನೆಯನ್ನು, ಧೀರ ಯುವರಾಜ ಬಿಜ್ಜಳನೂ, ರಾಜಕುಮಾರ ಮಹಾದೇವನೂ ಗುಲಾಮನೊಬ್ಬನಿಗೆ ಕೈಗೂಡಿಸಿ

ಹೇಗೆ ಮಣಿಸಿದ್ದರು ಎನ್ನುವ ಬಗ್ಗೆ ಹಾಡುಕಟ್ಟಲು ಪ್ರಾರಂಭಿಸಿದ್ದರು. ತಲೆಮಾರುಗಳವರೆಗೆ ಮಾಹಿಷ್ಮತಿಯ ರಾಜಕುಮಾರರ ಶೌರ್ಯವನ್ನು ಹಾಡಿಹೊಗಳುವರು. ಆದರೆ ಆ ಕೀರ್ತಿಯ ಒಂದು ಸಣ್ಣ ಪಾಲು ಅವನದೂ ಕೂಡಾ. ಅವನನ್ನು ಹೆಸರಿಸದೆ ಇರಬಹುದು. ಆದರೆ ಅದು ಮುಖ್ಯವಲ್ಲ. ಮಾಹಿಷ್ಮತಿಯಲ್ಲಿ ಜನಿಸಲು ಅವನು ಪುಣ್ಯ ಮಾಡಿರಬೇಕು. ಯುವರಾಜನಿಗೆ ಸೇವಕನಾಗುವುದು ಗುಲಾಮನೊಬ್ಬನಿಗೆ ದೊರಕುವ ಮಹಾಭಾಗ್ಯ. ಅವನ ತಂದೆ ತನ್ನ ಇಪ್ಪತ್ತೈದನೆಯ ವಯಸ್ಸಿನಲ್ಲಿ ಮಹಾರಾಜ ಸೋಮದೇವರ ಖಾಸಾ ರಕ್ಷಕ ಭಟರ ತಂಡಕ್ಕೆ ಸೇರ್ಪಡೆಯಾಗಿದ್ದ. ಕಟ್ಟಪ್ಪನಿಗೆ ಬರಿ ಇಪ್ಪತ್ತೈದು.

ಮಹಾರಾಜರು ಮಹಾತ್ಮರೇನೋ ಸರಿ, ಆದರೂ ಒಂದು ಸಂಗತಿ ಕಟ್ಟಪ್ಪನ ಮನಸಿನಲ್ಲಿ ಕಾಡುತ್ತಿತ್ತು. ಯುವರಾಜನ ತೀಟೆಗಾಗಿ ತನ್ನ ತಮ್ಮನಿಗೇ ಶಿಕ್ಷೆ ಕೊಡುವ ಒತ್ತಡಕ್ಕೆ ತಾನು ಸಿಕ್ಕಿಕೊಂಡಾಗಲೂ ಮಹಾರಾಜರು ಒಂದೇ ಒಂದು ಮಾತು ಆಡಿರಲಿಲ್ಲ, ಯಾಕೆ? ಬಹುಶಃ ಮಹಾರಾಜರ ವಿವೇಕವನ್ನು ಅರ್ಥ ಮಾಡಿಕೊಳ್ಳುವಷ್ಟು ತಾನು ಬೆಳೆದಿಲ್ಲವೇನೋ. ಗುಲಾಮರು ವಿಚಾರಿಸಬಾರದು, ಬರೀ ಸೇವೆ ಮಾಡಬೇಕು. ತಾನು ಸೇವೆಯನ್ನು ಚೆನ್ನಾಗಿ ಮಾಡಿದ್ದೆ.

"ತಮ್ಮನನ್ನು ಎತ್ತಿಕೊಂಡು ಬಾ" ಎಂದು ತಂದೆ ಹೇಳಿದ್ದು ಕೇಳಿ ಕಟ್ಟಪ್ಪ ಆಲೋಚನೆಯಿಂದ ಹೊರಬಂದ. ಆನೆ ಕಟ್ಟಿಹಾಕಿದ್ದ ಮರದ ಹತ್ತಿರದಲ್ಲೇ ಶಿವಪ್ಪ ಕೂತಿದ್ದ. ಏಳಲೂ ಆಗದಷ್ಟು ನಿತ್ರಾಣನಾಗಿದ್ದ. ತಮ್ಮನನ್ನು ನೋಡಿ ಒಂದು ಕ್ಷಣ ಕಟ್ಟಪ್ಪನ ಮನದಲ್ಲಿ ಕೋಪ ಉಕ್ಕಿ ಬಂತು. ಬೇರೆ ಯಾರೂ ಅದನ್ನು ಗಮನಿಸಿಲ್ಲದಿರಬಹುದು ಆದರೆ ತಮ್ಮ ಮಾಡಿದ ಕೃತ್ಯವನ್ನು ಅವನು ಸ್ಪಷ್ಟವಾಗಿ ನೋಡಿದ್ದ. ಅದು ಅಕ್ಷಮ್ಯ.

ಕಟ್ಟಪ್ಪ ಬಾಗಿ ಶಿವಪ್ಪನನ್ನು ಭುಜದ ಮೇಲೆತ್ತಿಕೊಂಡಾಗ ಶಿವಪ್ಪನ ಕಣ್ಣುಗಳು ಕೆಂಡದ ಉಂಡೆಗಳಂತೆ ಉರಿಯುತ್ತಿದ್ದವು. ಮತ್ತೆ ಸೋನೇ ಮಳೆ ಬೀಳಲು ತೊಡಗಿತ್ತು. ಕಪ್ಪೆಗಳು ಪರಸ್ಪರ ಬೈದುಕೊಳ್ಳಲು ಪ್ರಾರಂಭಿಸಿದ್ದವು. ಕಾರ್ಮುಗಿಲುಗಳು ಚಂದ್ರನಿಗೆ ಕಪ್ಪು ಪರದೆಯನ್ನು ಹೊದಿಸಿದ್ದವು.

ಅವರು ಇನ್ನೇನು ಪಾಳಯವನ್ನು ಸಮೀಪಿಸುತ್ತಿದ್ದರು. ನಟ್ಟನಡುವೆ ಹಾಕಿದ ಬೆಂಕಿಯ ಸುತ್ತ ಸೈನಿಕರು ಮಲಗಲು ಅಣಿಯಾಗುತ್ತಿದ್ದರು. ಕೆಲವರು ತಾಳೆ ಸೆರೆಯನ್ನು ಹಂಚಿಕೊಳ್ಳುತ್ತಿದ್ದರು. ಹಾಡುಗಾರರು ಹಾಡಿನ ಸಣ್ಣ ತುಣುಕನ್ನು ಪಲುಕುತ್ತಿದ್ದರು. ಸೂಳೆಯರ ಡೇರೆಯೊಂದರಿಂದ ಅಶ್ಲೀಲ ನಗೆ ಕತ್ತಲನ್ನು ಭೇದಿಸಿತು. ನರ್ತಕಿಯರು ಕುಣಿತದ ಅಭ್ಯಾಸ ಮಾಡುತ್ತಿದ್ದರು. ಯಾರೋ ಬೆಂಕಿಗೆ ಎಣ್ಣೆ ಸುರಿದು ಜ್ವಾಲೆ ಭಗ್ಗನೆ ಎದ್ದು ಗಾಳಿಯಲ್ಲಿ ಕಿಡಿಗಳು ಹೊಳೆದವು. ಒಬ್ಬ ಸೈನಿಕ

ಹಂದಿಮರಿಯ ಮಾಂಸವನ್ನು ಸುಡತೊಡಗಿದ. ಸೌದೆಯಲ್ಲಿ ಸುಟ್ಟ ಮಾಂಸದ ವಾಸನೆಯ ಜೊತೆಗೆ ಕಳ್ಳಿನ ಸಿಹಿ ವಾಸನೆಯೂ ಸೇರಿ ಗಾಳಿಯಲ್ಲಿ ದೂರದೂರಕ್ಕೆ ಹರಡಿತು. ಹೊಲಸು ನಗೆಚಾಟಿಕೆಯೂ ಅಟ್ಟಹಾಸದ ನಗುವೂ ಕೇಳಿಬರುತ್ತಿತ್ತು.

"ನೀನು ಮಾಡಿದ್ದು ಹೇಸಿಗೆಯ ಕೆಲಸ, ಅನ್ನವಿಕ್ಕುವ ಕೈಗೆ ಕನ್ನವಿಕ್ಕುವುದು ಸರಿಯಲ್ಲ" ತಮ್ಮನನ್ನು ಕೆಳಗಿಳಿಸಿ ಕಟ್ಟಪ್ಪ ನುಡಿದ.

"ಅವರ ಕೈಯಲ್ಲಿ ನಾನು ಸತ್ತಿದ್ದರೆ ನಿನಗೆ ಸರಿಯಾಗುತ್ತಿತ್ತೋ?" ಶಿವಪ್ಪನ ಕಣ್ಣುಗಳು ಉರಿದವು.

ಈಗ ಅವನ ಜೊತೆ ಮಾತನಾಡಿ ಉಪಯೋಗವಿಲ್ಲ. ತಮ್ಮ ಮುಂಗೋಪಿ ಜೊತೆಗೆ ದುಡುಕಿನವ. ಅವನಿಗೆ ಆಮೇಲೆ ಅರ್ಥ ಮಾಡಿಸಬೇಕು. ಅವನಿಗೆ ಕರ್ತವ್ಯ ಮತ್ತು ಧರ್ಮದ ಕುರಿತು ತಿಳಿಹೇಳಬೇಕು. ಅದಕ್ಕೆ ಈಗ ಸಮಯವಲ್ಲ.

"ಮಲಗು" ಎಂದು ಮೃದುವಾಗಿ ಹೇಳಿದ ಕಟ್ಟಪ್ಪ. ಈಗ ಆಕಾಶ ಶುಭ್ರವಾಗಿತ್ತು. ಬೆಳುದಿಂಗಳು ಹುಲ್ಲಿನ ದಳಗಳ ಮೇಲೆ ಬಿದ್ದು ಅವುಗಳ ತುದಿ ವಜ್ರದಂತೆ ಹೊಳೆಯುತ್ತಿತ್ತು.

"ಎಲ್ಲಿಗೆ ಹೋಗುತ್ತಿದ್ದೀಯಾ ಅಣ್ಣ?"

ಕ್ಷಣ ಮೌನದ ನಂತರ ಕಟ್ಟಪ್ಪ ನುಡಿದ "ಈ ರಾತ್ರಿಯಿಂದ ನಾನು ಯುವರಾಜ ಬಿಜ್ಜಳರ ಕೊಠಡಿಯ ಹೊರಗೆ ಮಲಗಬೇಕು."

ಶಿವಪ್ಪ ಮಾತಾಡಲಿಲ್ಲ. ಅವನಿಗೆ ನೆನಪಾದಾಗಿನಿಂದ ಇದೆ ಮೊದಲ ಬಾರಿಗೆ ಅವರಿಬ್ಬರೂ ಬೇರೆಬೇರೆಯಾಗಿ ಮಲಗಲಿದ್ದರು. ಬಾವಲಿಯೊಂದು ಅವರ ತಲೆಯ ಮೇಲೇ ಹಾರಿ ಹೋಗಿ ರೆಂಬೆಯೊಂದರಲ್ಲಿ ತಲೆಕೆಳಕಾಗಿ ನೇತಾಡಿತು.

"ಅಣ್ಣ" ಶಿವಪ್ಪ ಕೇಳಿದ "ನೀನು ಸಂತೋಷವಾಗಿರುವೆಯಾ?"

ಅದಕ್ಕೆ ಉತ್ತರ ಗೊತ್ತಿದ್ದರೇ ಎಂದುಕೊಂಡ ಕಟ್ಟಪ್ಪ. ತಮ್ಮನನ್ನು ಆಲಂಗಿಸಿಕೊಂಡು ನುಡಿದ "ಒಡೆಯನ ಬಳಿಯಿದ್ದುಕೊಂಡು ಸದಾ ಅವರನ್ನು ರಕ್ಷಿಸುವುದು ನನ್ನ ಕರ್ತವ್ಯ." ಶಿವಪ್ಪ ಉದ್ವಿಗ್ನಗೊಂಡಿದ್ದು ಅವನಿಗೆ ಗೊತ್ತಾಯಿತು. ನಂತರ ಶಿವಪ್ಪ ಮುಗುಳ್ನಗೆ ಬಿರಿದ. ಕಟ್ಟಪ್ಪ ಅವನ ಕಣ್ಣೊಳಗೆ ನೋಡಿದ. ಬೆಂಕಿ ಪ್ರತಿಫಲನಗೊಂಡು ಅವು ಹೊತ್ತಿಕೊಂಡಿರುವಂತೆ ಭಾಸವಾಯಿತು. "ನಿನ್ನ ಬಗ್ಗೆ ನನಗೆ ಬಹಳಾ ಹೆಮ್ಮೆ, ಅಣ್ಣ" ಶಿವಪ್ಪ ಹೇಳಿದ. ಅವನ ಮಾತಿನಲ್ಲಿ ವ್ಯಂಗ್ಯವಿತ್ತೇ? ಕಟ್ಟಪ್ಪ ಆ ಯೋಚನೆಯನ್ನು ತಲೆಯಿಂದ ಹೊರಹಾಕಲು ಯತ್ನಿಸಿದ.

ದೈತ್ಯನ ಹೊರಚಾಚಿದ ನಾಲಿಗೆಯಂತೆ ಬಿಜ್ಜಳನ ಡೇರೆಯಿಂದ ಹೊರಬಂದ ರೇಶಿಮೆಯ ಹಾಸುಗಂಬಳಿಯನ್ನು ತೋರಿಸುತ್ತಾ ಕಟ್ಟಪ್ಪ ನುಡಿದ "ನಾನು ಅಲ್ಲಿ ಮಲಗಿರುತ್ತೇನೆ. ಆದರೆ ನಿನ್ನ ಮೇಲೆ ನನ್ನ ಕಣ್ಣಿರುತ್ತದೆ"

"ಹಾಸುಗಂಬಳಿಯ ಮೇಲೆ?" ಶಿವಪ್ಪ ಕೇಳಿದ. ಕಟ್ಟಪ್ಪ ಮಾತಾಡಲಿಲ್ಲ. ಹಿಂದೆ, ಹಾಡುಗಾರನ ಕಂಚಿನ ಕಂಠ ತಾರಕಕ್ಕೇರಿ ಸುತ್ತಲಿನವರು ಪ್ರಚಂಡ ಕರತಾಡನ ಮಾಡಿದರು. ಇಬ್ಬರು ನರ್ತಕಿಯರು ಗೆಜ್ಜೆ ಘಲ್ಲೆನಿಸುತ್ತಾ ಓಡಿ ಬಂದು ಬೆಂಕಿಯ ಸುತ್ತ ನರ್ತಿಸತೊಡಗಿದರು. ಸಿಳ್ಳೆಗಳು, ಚೀತ್ಕಾರಗಳು ಮತ್ತು ಅಶ್ಲೀಲ ಸೂಚನೆಗಳು ಗಾಳಿಯಲ್ಲಿ ತೇಲಿದವು. ಸಾವಿರ ವರ್ಷಗಳ ಹಿಂದಿನ ಕಾಂಪಿಲ್ಯದ ರಾಜಕುಮಾರಿ ಒಬ್ಬಳು ನೂರು ರಾಜರುಗಳನ್ನು ನೂರು ವಿಧದಲ್ಲಿ ರಮಿಸುವ ಆಸೆ ಇಟ್ಟುಕೊಂಡಿದ್ದರ ಬಗ್ಗೆ ಒಂದು ಹಾಡು ಪ್ರಾರಂಭವಾಯಿತು. ಡಪ್ಪಿನ ತಾಳ ಅತಿ ವೇಗವಾಗುತ್ತಾ, ನಾದ ಸ್ವರ ಹಾಡುಗಾರನ ಸ್ವರಕ್ಕೆ ಸ್ವರ ಮೇಳೈಸಿತು.

"ಒಳ್ಳೆಯ ಜಾಗ" ಹಾಡು ಶಿಳ್ಳೆಗಳ ಸದ್ದನ್ನು ಮೀರಿ ಮಾತನಾಡಲು ಶ್ರಮಿಸುತ್ತಾ ನುಡಿದ ಶಿವಪ್ಪ. ತಮ್ಮ ನೆಲದ ಮೇಲೆ ಮಲಗುವಾಗ ತಾನು ಜನ್ಮದಲ್ಲಿ ಮೊದಲ ಬಾರಿಗೆ ರೇಶಿಮೆಯ ಹಾಸುಗಂಬಳಿಯ ಮೇಲೆ ಮಲಗುವ ಬಗ್ಗೆ ಕಟ್ಟಪ್ಪನಿಗೆ ಅಪರಾಧಿ ಭಾವ ಉಂಟಾಯಿತು. ಹುಲ್ಲಿನ ದಳಗಳ ಮೇಲೆ ಇಬ್ಬನಿ ಕೂರಲು ತೊಡಗಿತ್ತು, ಅವನ ಬೆರಳ ಸಂದಿಯಲ್ಲಿ ಅದರ ತೇವದ ಅರಿವಾಯಿತು ಅವನಿಗೆ. ಜೀವನದಲ್ಲಿ ಮೊದಲ ಬಾರಿಗೆ ಅವನು ಬರಿನೆಲದ ಮೇಲಲ್ಲ, ಹಾಸುಗಂಬಳಿಯ ಮೇಲೆ ಮಲಗುವವನಿದ್ದ. ಅದನ್ನು ಅವನು ಗಳಿಸಿದ್ದ. ಅವನ ಬದುಕಿನ ಮೊದಲ ಸಾಧನೆ. ತಮ್ಮನನ್ನೂ ಜೊತೆಯಲ್ಲಿ ಕರೆದುಕೊಂಡು ಹೋಗಿ ಕಂಬಳಿಯ ನಯವನ್ನು ಮುಟ್ಟಿ ತೋರಿಸಲಾಗದ್ದಕ್ಕೆ ಅವನಿಗೆ ವಿಷಾದವುಂಟಾಯಿತು.

ಕಟ್ಟಪ್ಪನ ಮನಸ್ಸು ಹಾಸುಗಂಬಳಿಯ ಕುರಿತು ಚಿಂತಿಸತೊಡಗಿತು. ಅದೆಷ್ಟು ಮೃದುವಾಗಿರಬಹುದು ಎಂದು ತಿಳಿಯಲು ಅವನು ಕಾತರನಾದ. ಕುಸುರಿ ಕೆಲಸದ ಕಲಾಕೃತಿ ಅದು. ತಾಯಿ ಕುರಿಯ ಗರ್ಭದಲ್ಲಿದ್ದ, ಇನ್ನೂ ಹುಟ್ಟಿರದ ಭ್ರೂಣದ ಉಣ್ಣೆಯಿಂದ ಮಾಡಿದ್ದದು. ಮೃದುವಾಗಿಯೇ ಇರಬೇಕು. ತಂದೆ ಅದರ ಬಗ್ಗೆ ನೂರು ಸಲ ಹೇಳಿದ್ದರು. ಇದುವರೆಗೂ ಅದನ್ನು ಮುಟ್ಟಿರದಿದ್ದರೂ ಅದರ ಮೃದುತ್ವದಲ್ಲಿ ಪಾದಗಳು ಹೇಗೆ ಹುದುಗುತ್ತವೆ ಎನ್ನುವ ಬಗ್ಗೆ ತಿಳಿದಿತ್ತು. ರಾಜಮನೆತನದವರ ಪಾದಗಳು ಅದರ ಮೇಲೆ ಸರಿದಾಡಿದ್ದರಿಂದ ಅದಕ್ಕೊಂದು ಪರಿಮಳವಿರಬಹುದು. ರಾಜಕುಮಾರರು ಹತ್ತಿರ ಸುಳಿದಾಗ ಅವರ ರೇಷ್ಮೆ ವಸ್ತ್ರಗಳ ಪರಿಮಳ ತೇಲಿಬಂದಂತೆ ಎನ್ನಿಸಿತು. ತನ್ನ ಒರಟು ಪಂಚೆಯನ್ನು ಮೇಲೆತ್ತಿ ಸೊಂಟಕ್ಕೆ ಬಿಗಿದುಕೊಂಡ. ಬಹುಶಃ ಎಂದಾದರೊಂದು ದಿನ ತಾನು ರಾಜಕುಮಾರರ ರೇಷ್ಮೆ ವಸ್ತ್ರವನ್ನು ಮುಟ್ಟುವ ಸಾಧ್ಯತೆಯೂ ಸಿಗಬಹುದು ಎಂದುಕೊಂಡ ಅಥವಾ ಅದು ಬಹಳ ದೊಡ್ಡ ಆಕಾಂಕ್ಷೆಯಾಯಿತೇ ಎಂದೂ

ಅನ್ನಿಸಿತು. ಅವನೊಬ್ಬ ಅಸ್ಪೃಶ್ಯ. ಅವರು ಯಾರೂ ತಮ್ಮ ವಸ್ತ್ರವನ್ನು ಮುಟ್ಟಲು ಅವನಿಗೆ ಬಿಡುವುದಿಲ್ಲ. ಆದರೆ ಕನಸು ಕಾಣುವುದರಿಂದೇನು ತೊಂದರೆ? ಸಂಗೀತ ನಿಂತು ಹಾಡುಗಾರರು ಮುಂದಿನ ಹಾಡಿಗೆ ಸಿದ್ಧರಾಗುತ್ತಿದ್ದರು.

"ನಾಯಿಗೆ ಒಳ್ಳೆಯ ಜಾಗ" ಶಿವಪ್ಪ ನುಡಿದ.

ಅವನ ಮಾತು ಅರ್ಥವಾಗಲು ಒಂದು ಕ್ಷಣ ಹಿಡಿಸಿತು. ಕಟ್ಟಪ್ಪನಿಗೆ ಅಡಿಯಿಂದ ಮುಡಿವರೆಗೆ ಕೋಪ ಉಕ್ಕುವುದು ಅರಿವಿಗೆ ಬಂದಿತು. ಶಿವಪ್ಪ ಅದಾಗಲೇ ಇನ್ನೊಂದು ಬದಿಗೆ ಹೊರಳಿದ್ದ.

ಕಟ್ಟಪ್ಪ ಮಾತಾಡಲಿಲ್ಲ. ಸೈನಿಕರ ಬೆಂಕಿಯನ್ನು ದಾಟಿಕೊಂಡು ಬಿಜ್ಜಳನ ಡೇರೆಯನ್ನು ತಲುಪಿದ. ಇಬ್ಬರು ಕಾವಲುಗಾರರು ಭರ್ಜಿಗಳನ್ನು ಹಿಡಿದುಕೊಂಡು ಕಾವಲಿದ್ದರು. ಅವನು ಸಮೀಪಿಸುತ್ತಿದ್ದಂತೆ ಅವರು ಯಾವುದೇ ಪ್ರಶ್ನೆಯನ್ನು ಕೇಳದೆ ಭರ್ಜಿಯನ್ನು ಪಕ್ಕಕ್ಕೆ ಎಳೆದುಕೊಂಡು ಜಾಗ ಮಾಡಿಕೊಟ್ಟರು. ಅವನಿಗೆ ಅದರಿಂದ ಸಂತೋಷವಾಯಿತು. ಕಟ್ಟಪ್ಪ ಡೇರೆಯೊಳಗೆ ಇಣುಕಿ ನೋಡಿದ, ಬಿಜ್ಜಳ ಗೊರಕೆ ಹೊಡೆಯುತ್ತಿದ್ದ. ಹಾಸುಗಂಬಳಿಯ ತುದಿಯಲ್ಲಿ ಸ್ವಲ್ಪ ಸ್ಥಳವಿತ್ತು. ಅದನ್ನು ಕೆಲವು ಸಲ ತಟ್ಟಿ ಅದರ ಮೇಲೆ ಮುದುರಿಕೊಂಡ. ಅವನೊಬ್ಬ ಅದೃಷ್ಟಶಾಲಿ ಗುಲಾಮನಾಗಿದ್ದ. ಅದಕ್ಕಾಗಿ ಕಣ್ಣುಮುಚ್ಚಿ ಕರುಣಾಮಯನಾದ ದೇವರನ್ನು ಪ್ರಾರ್ಥಿಸಿದ, ತಾಯಿ ಕಲಿಸಿದಂತೆ.

"ನಾಯಿಗೆ ಒಳ್ಳೆಯ ಜಾಗ". ಅಜೀರ್ಣವಾದ ಆಹಾರದಂತೆ ಮರಳಿ ಮರಳಿ ಶಿವಪ್ಪನ ಮಾತು ಅವನನ್ನು ಕಾಡಿತು. ದೇವರ ಕೃಪೆ ಇದ್ದರೆ ಸಾಕು ಎಂದು ತಾಯಿ ಹೇಳಿದ ಮಾತನ್ನು ನೆನಪಿಸಿಕೊಳ್ಳುತ್ತಾ ತಮ್ಮನ ಮಾತನ್ನು ತಳ್ಳಿ ಹಾಕಲು ಯತ್ನಿಸಿದ. ಜಗತ್ತಿನಲ್ಲಿ ಇದು ಕೂಡಾ ಇಲ್ಲದ ಎಷ್ಟೊಂದು ಜನರಿದ್ದಾರೆ – ಉಣ್ಣಲು ಊಟ ಇಲ್ಲದೆ ಮಲಗಲು ಎಡೆಯಿಲ್ಲದೆ. ತಾನು ಅದೃಷ್ಟವಂತ. ಪಡೆದುಕೊಂಡು ಬಂದವನು. ನಿದ್ದೆ ಬರಲು ಇನ್ನೂ ಬಹಳ ಹೊತ್ತಾದೀತು. ಅದುವರೆಗೂ ಆಗಸದ ಅಸಂಖ್ಯಾತ ತಾರೆಗಳನ್ನು ದಿಟ್ಟಿಸಬಹುದು.

ಹಲವು ವಾರಗಳ ಕೆಳಗೆ ಶಿವಪ್ಪ ಹೇಳಿದ ಮಾತುಗಳು ಬೇಡವೆಂದರೂ ಮನದಲ್ಲಿ ನುಗ್ಗಿ ಬಂದವು. ಇದೇ ರೀತಿಯ ಶುಭ್ರ ರಾತ್ರಿಯಲ್ಲಿ ಅವರಿಬ್ಬರೂ ಅಕ್ಕಪಕ್ಕ ಮಲಗಿದ್ದರು. ಅವರ ತಲೆಯ ಮೇಲೆ ಆಕಾಶವು ರತ್ನಖಚಿತ ಹಾಸುಗಂಬಳಿಯಾಗಿತ್ತು.

ಕಟ್ಟಪ್ಪನ ಸುಖದ ಭ್ರಮೆಯನ್ನು ಭೇದಿಸುತ್ತಾ ತಮ್ಮ ಕೇಳಿದ್ದ "ಅಣ್ಣ, ಯಾವುದೋ ಕ್ರೂರಿ ದೇವರು ವಿನೋದಕ್ಕಾಗಿ ನಕ್ಷತ್ರಗಳನ್ನೆಲ್ಲ ಒಂದು ಕಪ್ಪು

ದ್ರಾವಕದಲ್ಲಿ ಕುದಿಸುತ್ತಿದ್ದಾನಾ, ನಮ್ಮಂತಹ ಸಾವಿರಾರು ಜನಗಳ ಬದುಕಿಗೆ ಮಾಡುವಂತೆ?"

ಕಟ್ಟಪ್ಪ ಮತ್ತೊಂದು ಮಗ್ಗುಲು ಹೊರಳಿದ. ಹುಲ್ಲಿನ ವಾಸನೆ ಹಾಗೂ ಪಾದರಕ್ಷೆಯ ತೆಳು ವಾಸನೆ ಬಿಟ್ಟರೆ ಹಾಸುಗಂಬಳಿ ಅವನು ಅಂದುಕೊಂಡಷ್ಟೇ ಚೆನ್ನಾಗಿತ್ತು. ಅವನು ನಿಟ್ಟುಸಿರು ಬಿಟ್ಟ. ಅವನ ತಮ್ಮನ ಧ್ವನಿ ಮತ್ತೆ ಮನಸ್ಸಿನಲ್ಲಿ ಪ್ರತಿಧ್ವನಿಸಿತು:

"ನಾಯಿಗೆ ಒಳ್ಳೆಯ ಜಾಗ"

ಅಧ್ಯಾಯ ಮೂರು

ಪರಮೇಶ್ವರ

ಸುರುಳಿ ಮೆಟ್ಟಿಲುಗಳನ್ನು ಇಳಿದು ಕೋಶಾಗಾರದ ಕೆಳಗಿನ ಕಮ್ಮಟ ತಲುಪುವಷ್ಟರಲ್ಲಿ ಮಹಾಪ್ರಧಾನ ಪರಮೇಶ್ವರರು ಏದುಸಿರು ಬಿಡುತ್ತಿದ್ದರು. ಸಹಾಯಕ ರೂಪಕನ ಹೆಗಲನ್ನು ಆಧರಿಸಿ ಕ್ಷಣ ಸುಧಾರಿಸಲು ನಿಂತರು.

ಸುತ್ತ ಲೋಹದ ತೀಕ್ಷ್ಣ ವಾಸನೆ ಹಬ್ಬಿತ್ತು. ಹೊರಗೆ ಉಷಾ ಕಾಲದಲ್ಲಿ ಮುಂಜಾನೆ ಮಂಜು ಇನ್ನೂ ಆರಿಲ್ಲದಿದ್ದರೂ ನೆಲಮನೆಯಲ್ಲಿ ಕಾವಿತ್ತು. ಉರಿಯುತ್ತಿದ್ದ ಕುಲುಮೆಗಳು ಮತ್ತು ಅಡಿಗಲ್ಲಿಗೆ ಸುತ್ತಿಗೆ ಬಡಿಯುವ ಸದ್ದು ನರಕದ ಚಿತ್ರಣದಂತಿತ್ತು.

"ಸ್ವಾಮಿ, ನಾನೇ ಇದನ್ನು ಪರಿಹರಿಸುತ್ತಿದ್ದೆ" ರೂಪಕ ಹಿರಿಯರಿಗೆ ಹೇಳಿದ. ರುಮಾಲಿನ ತುದಿಯಿಂದ ಹಣೆಯ ಬೆವರು ಒರೆಸಿಕೊಳ್ಳುತ್ತಾ ಅವರು ನಸುನಕ್ಕು ನುಡಿದರು "ಗೊತ್ತು, ಮಗಾ, ಆದರೆ ಸಹಾಯಕರು ಎಷ್ಟೇ ಜಾಣರಾಗಿದ್ದರೂ ಕೆಲವು ಕರ್ತವ್ಯ ಗಳನ್ನು ಅವರಿಗೆ ಬಿಟ್ಟುಕೊಡಬಾರದು."

ಇಬ್ಬರೂ ಕುಲುಮೆ ಕೋಣೆಗೆ ಕಾಲಿಟ್ಟಾಗ ಸದ್ದಡಗಿ, ಕಮ್ಮಾರರು

ಗಡಿಬಿಡಿಯಲ್ಲಿ ಎದ್ದು ಮಾಹಿಷ್ಮತಿಯ ಪ್ರಧಾನ ಮಂತ್ರಿಗೆ ನಮಸ್ಕರಿಸಿದರು. ವೃದ್ಧನೊಬ್ಬ ಮುಂದೆ ಬಂದು ನೆಲದವರೆಗೆ ಬಾಗಿ ನಮಸ್ಕರಿಸಿದ.

"ಕಾರ್ಯ ಹೇಗೆ ಸಾಗುತ್ತಿದೆ, ಧಮಾಕಾ?" ಮುಖ್ಯ ಕಮ್ಮಾರನನ್ನು ಪರಮೇಶ್ವರರು ಕೇಳಿದರು. ನಂತರ ಬಾಗಿ ನೆಲದ ಮೇಲಿದ್ದ ಬುಟ್ಟಿಯೊಂದರಿಂದ ಒಂದು ಹಿಡಿ ತುಂಬ ಶಿಲೆಯ ಸಣ್ಣ ಗುಂಡುಗಳನ್ನು ಎತ್ತಿಕೊಂಡರು. ಕೈಯಲ್ಲಿ ಹೊರಳಿಸಿದಾಗ ಬೆಂಕಿ ಜ್ವಾಲೆಯಲ್ಲಿ ಅವು ನೀಲಿಯಾಗಿ ಹೊಳೆದವು.

"ಗೌರೀಕಾಂತ ಮುಗಿದು ಹೋಗುತ್ತಿದೆ ಮಹಾಪ್ರಧಾನರೇ, ಗೌರಿ ಧೂಳಿಯನ್ನು ಬಳಸದಿದ್ದರೆ ಖಡ್ಗಗಳು ಪೆಡಸಾಗುತ್ತವೆ. ಅದನ್ನು ತಯಾರಿಸುವ ಶಿಲೆಗಳು ಮುಗಿದುಹೋಗುತ್ತಿವೆ." ಧಮಾಕ ಆತಂಕದಿಂದ ಒಂದು ಕಾಲಿನಿಂದ ಮತ್ತೊಂದು ಕಾಲಿನ ಮೇಲೆ ಭಾರ ಹಾಕುತ್ತಾ ತಿಣುಕಾಡುತ್ತಿದ್ದ. ಪರಮೇಶ್ವರ ಶಿಲೆಯನ್ನು ಮತ್ತೆ ಬುಟ್ಟಿಗೆ ಹಾಕಿದರು.

"ಸೇನಾಪತಿ ಹಿರಣ್ಯನವರು ಏನು ಹೇಳಿದರು?" ತನ್ನ ಒಡೆಯನ ಮನಸ್ಸನ್ನು ಗ್ರಹಿಸಿ ರೂಪಕ ಕೇಳಿದ.

"ಅವರೂ... ಅವರಿಗೆ ಹಿತವಾಗಲಿಲ್ಲ. ನಾವು ಕಾರ್ಯ ಬೇಗ ಪೂರೈಸ ಬೇಕೆಂದು ಅವರು ಬಯಸಿದರು ಆದರೆ ನಮಗೆ..." ಕಮ್ಮಾರರ ಮುಖ್ಯಸ್ಥ ಹಿಂಜರಿದ.

"ಗೌರೀಕಾಂತ ಶಿಲೆ... ನನಗೆ ಗೊತ್ತು. ಮಹಾಮಾಸದವರೆಗೆ ಸ್ವಲ್ಪ ಕಾಯಿರಿ" ಮಹಾಪ್ರಧಾನರು ಮತ್ತೆ ಬಾಗಿ ಸ್ವಲ್ಪ ಪುಡಿಯನ್ನು ಕೈಯಲ್ಲೆತ್ತಿಕೊಂಡು ಬೆರಳ ತುದಿಯಲ್ಲಿ ಸವರಿ ನೋಡಿದರು.

"ಇಲ್ಲ, ಕೇವಲ ಶಿಲೆ ಮಾತ್ರವಲ್ಲ... ಬೇರೆ..." ಧಮಾಕ ವಾಕ್ಯವನ್ನು ಮುಗಿಸಲಿಲ್ಲ.

"ಎಲ್ಲಾ ಇಪ್ಪತ್ತೊಂದು ಕಾರ್ಮಿಕರೂ ಅನುಕೂಲವಾಗಿದ್ದೀರಲ್ಲವೇ?" ಕಮ್ಮಾರ ಮುಖ್ಯಸ್ಥನ ಕಣ್ಣುಗಳನ್ನೇ ದಿಟ್ಟಿಸುತ್ತಾ ಮಹಾಪ್ರಧಾನರು ಕೇಳಿದರು. ಬೆನ್ನ ಹಿಂದೆ ಕುಲುಮೆ ಉರಿಯುತ್ತಿತ್ತು. ಶಾಖ ಬೇಯುತ್ತಿತ್ತು, ಕಮ್ಮಾರನ ದೇಹದಿಂದ ಬೆವರು ಧಾರಾಳವಾಗಿ ಸುರಿಯುತ್ತಿತ್ತು. ಅವನು ಮಹಾಪ್ರಧಾನರು ಮತ್ತವರ ಸಹಾಯಕನನ್ನು ನೋಡಿ ಅಸಮಾಧಾನದಲ್ಲೇ ತಲೆ ಆಡಿಸಿದರು.

"ಹೌದು.. ಹೌದು ಸ್ವಾಮಿ"

"ಸ್ವಾಮಿ, ಇಲ್ಲೊಂದು ಕಡೆ ಸೋರುತ್ತಿದೆ, ಮಳೆ ಸುರಿದಾಗ ನೀರು ಒಳಗೆ ಬರುತ್ತದೆ. ಒಂದು ದಿನ ಈ ನರಕದಲ್ಲೇ ನಾವು ಮುಳುಗಿಹೋಗುತ್ತೀವಿ, ಯಾರಿಗೂ ಅದರ ಚಿಂತೆಯಿಲ್ಲ." ಹಿಂದಿನಿಂದ ಒಂದು ಯುವಧ್ವನಿ ಕೇಳಿಸಿತು.

ಧಮಾಕ ಗದರಿದ "ಸದ್ದು! ಘಟಿಂಗ! ಯಾರೊಡನೆ ಮಾತಾಡುತ್ತಿರುವೆ ಎನ್ನುವುದರ ಅರಿವಿದೆಯೇ?"

ಆ ತರುಣ ಧಮಾಕನನ್ನೊಮ್ಮೆ ಕೆಕ್ಕರಿಸಿ ನೋಡಿ ತಾರಸಿಯತ್ತ ಮುಖ ಮಾಡಿದ. ಅವನ ಹಣೆಯ ಮೇಲೆ ಒಂದು ಹನಿ ಟಪ್ಪನೆ ಬಿದ್ದಿತು. ಮೇಲಿನಿಂದ ಸೋರಿದ ನೀರನ್ನು ಶೇಖರಿಸಲು ಒಂದು ಕಬ್ಬಿಣದ ಗಡಿಗೆಯನ್ನಿಡಲಾಗಿತ್ತು.

ಮಹಾಪ್ರಧಾನರು ಕಷ್ಟಪಟ್ಟು ಕತ್ತೆತ್ತಿ ತಾರಸಿಯಲ್ಲಿದ್ದ ದೊಡ್ಡ ವೃತ್ತಾಕಾರದ ಕಬ್ಬಿಣದ ಬಾಗಿಲನ್ನು ನೋಡಿದರು. ಹುಬ್ಬುಗಂಟಿಕ್ಕಿಕೊಂಡು ಸೋರಿಕೆಯನ್ನು ವೀಕ್ಷಿಸಿದರು.

"ನಮಗೆ ಕೈಯಾಳುಗಳಿಲ್ಲ ಮತ್ತು..." ಮಹಾಪ್ರಧಾನರ ಎತ್ತಿದ ಕೈ ಧಮಾಕನ ಮಾತನ್ನು ಅರ್ಧಕ್ಕೇ ನಿಲ್ಲಿಸಿತು.

"ಕೋರಿದ್ದನ್ನು ನೀಡಲು ಏರ್ಪಾಟು ಮಾಡಲು ಸೇನಾಪತಿಗಳಿಗೆ ತಿಳಿಸು. ಇದು ರಾಷ್ಟ್ರ ರಕ್ಷಣೆಯ ಪ್ರಶ್ನೆ" ಎಂದು ಹೇಳಿ ಮಹಾಪ್ರಧಾನರು ಭೇಟಿ ಮುಗಿಯಿತೆಂಬಂತೆ ರೂಪಕನಿಗೆ ಸನ್ನೆ ಮಾಡಿದರು. ಅವನು ಮೆಟ್ಟಿಲು ಏರತೊಡಗಿದ.

"ಸ್ವಾಮೀ, ಸೋರಿಕೆ ಬಗ್ಗೆ?" ತರುಣ ಕಮ್ಮಾರ ಪ್ರಶ್ನಿಸಿದ. ಪರಮೇಶ್ವರ ಉತ್ತರಿಸಲಿಲ್ಲ.

ಅವರು ಸರಿಯುತ್ತಿದ್ದಂತೇ ಸುತ್ತಿಗೆ ಕಬ್ಬಿಣವನ್ನು ಇನ್ನಷ್ಟು ಗಟ್ಟಿಯಾಗಿ ಕುಟ್ಟುವ ಸದ್ದು ಕೇಳಿಸತೊಡಗಿತು. ತರುಣ ತನ್ನ ಕೋಪ ಮತ್ತು ಅಸಹನೆಯನ್ನೆಲ್ಲ ಕುಟ್ಟುವುದರಲ್ಲಿ ತೋರಿಸುತ್ತಿದ್ದ. ಅದಕ್ಕೆ ಜೊತೆಯಾಗಿ ಇಪ್ಪತ್ತು ಸುತ್ತಿಗೆಗಳ ಕುಟ್ಟುವ ಸದ್ದು ದನಿಯಾಗತೊಡಗಿತು.

ಮೆಟ್ಟಿಲಿನ ಮೇಲಿನಿಂದ ಬರುತ್ತಿದ್ದ ಬೆಳಕಿನ ಕಡೆಗೆ ಏರುತ್ತಿರುವಂತೆ ಅವರು ರೂಪಕನಿಗೆ ಮೆಲ್ಲನೆ ನುಡಿದರು "ಅವರು ಮತ್ತೆ ಕಾರ್ಯದಲ್ಲಿ ತೊಡಗಿಕೊಳ್ಳುವಷ್ಟರಲ್ಲಿ ಸೋರಿಕೆಯನ್ನು ಸರಿಪಡಿಸಲು ಹೇಳು. ಮೂರು ವರ್ಷಗಳ ಕಷ್ಟಕರವಾದ ಕೆಲಸ ನದಿಯಲ್ಲಿ ಕೊಚ್ಚಿಹೋಗಬಾರದು."

ರೂಪಕ ತಲೆ ಆಡಿಸಿದ.

"ಸ್ವಾಮೀ, ನಾನೊಂದು ಕೇಳಲೇ?" ಮಹಾಪ್ರಧಾನರು ಬೇಡವೆನ್ನುವಷ್ಟರಲ್ಲಿ ಅವಸರದಲ್ಲಿ ಕೇಳಿಯೇ ಬಿಟ್ಟ "ಧಮಾಕರೊಡನೆ ಮಾತನಾಡುವಾಗ ನೀವು ಇಪ್ಪತ್ತೊಂದು ಕೆಲಸದವರು ಎಂದಿರಿ, ಆದರೆ ಅಲ್ಲಿ ನನಗೆ ಲೆಕ್ಕಕ್ಕೆ ಸಿಕ್ಕಿದ್ದು ಬರಿಯ ಇಪ್ಪತ್ತು"

ಮಹಾಪ್ರಧಾನರು ದೀರ್ಘ ಉಸಿರೆಳೆದುಕೊಂಡು ತೋಟದ ಶುದ್ಧ ಗಾಳಿಯನ್ನು ಸೇವಿಸಿದರು. ಅಂದಿನ ದಿನ ಸುಂದರವಾಗಿತ್ತು.

"ಸ್ವಾಮಿ?"

"ರೂಪಕ, ನನ್ನ ಚಿಂತೆಯೂ ಅದೇ. ಒಬ್ಬ ಕೆಲಸಗಾರ ತಪ್ಪಿಸಿಕೊಂಡಿದ್ದಾನೆ. ಇಂತಹ ಮುಖ್ಯ ಕಾರ್ಯದಲ್ಲಿ ತೊಡಗಿದ ವ್ಯಕ್ತಿ ಎಲ್ಲಿ ಮಾಯವಾಗಲು ಸಾಧ್ಯ?"

"ಸ್ವಾಮೀ, ಇದೊಂದು ಅನಾಹುತ. ಕಲ್ಲುಗಳು ಕಾಣೆಯಾಗಿಲ್ಲದಿದ್ದರೆ ಸರಿ" ರೂಪಕನ ದನಿಯಲ್ಲಿ ಗಾಭರಿ ಇತ್ತು.

"ಆರು ಕಲ್ಲುಗಳು ಕಾಣೆಯಾಗಿವೆ. ಎಲ್ಲಕ್ಕಿಂತ ಉತ್ಕೃಷ್ಟವಾದವು" ಪರಮೇಶ್ವರರು ತಣ್ಣಗೆ ನುಡಿದರು.

"ಹೇಗೆ? ಈ ಸ್ಥಳಕ್ಕೆ ಅತ್ಯಂತ ಹೆಚ್ಚಿನ ಭದ್ರತೆ ಒದಗಿಸಲಾಗಿದೆ" ರೂಪಕನೆಂದ.

"ತಾರಸಿಯ ತುರ್ತು ಪಾರಾಗುವ ಕಿಂಡಿಯಿಂದ"

"ಆದರೆ ಅದು ನದಿಯ ತಳಕ್ಕೆ ತೆರೆದುಕೊಳ್ಳುತ್ತದೆಯಲ್ಲವೇ ಸ್ವಾಮೀ? ಅಲ್ಲದೆ ಏಕಕಾಲಕ್ಕೆ ಹೊರಗಿನ ಮತ್ತು ಒಳಗಿನ ಕೀಲಿಗಳನ್ನು ತಿರುಗಿಸಿದರೆ ಮಾತ್ರ ತೆರೆಯ ಬಹುದಲ್ಲವೇ? ಇಷ್ಟಕ್ಕೂ, ಅಕಸ್ಮಾತ್ ಶತ್ರುಗಳು ಮಾಹಿಷ್ಮತಿಯನ್ನು ಮುತ್ತಿಗೆ ಹಾಕಿ ವಶಪಡಿಸಿಕೊಂಡರೆ ಕಾರ್ಯಾಗಾರವನ್ನು ಜಲಪ್ರಳಯ ಮಾಡಿ ನಾಶಪಡಿಸಲಲ್ಲವೇ ಅದನ್ನು ಯೋಜಿಸಿದ್ದು?"

"ಮುನ್ನೂರು ವರ್ಷಗಳ ಹಿಂದೆ ಅದನ್ನು ನಿರ್ಮಿಸಿದಾಗ ಹಾಗೆ ನದಿಯ ತಳಕ್ಕೆ ತೆರೆದುಕೊಳ್ಳುವಂತೆ ಯೋಜಿಸಿದ್ದು ರೂಪಕ . ಆದರೆ ನದಿ ತನ್ನ ಪಾತ್ರವನ್ನು ಬದಲಿಸಿದೆ. ಈಗ ಉಬ್ಬರದಲ್ಲಿ ಮಾತ್ರ ಈ ಸ್ಥಳದಲ್ಲಿ ಪ್ರವಾಹವಾಗುತ್ತದೆ. ಯಾರೋ ಹೊರಗಿನಿಂದ ಕೀಲಿಯನ್ನು ತೆರೆದು ಅವನಿಗೆ ನೆರವಾದರು ಎನ್ನುವುದು ಸ್ಪಷ್ಟ. ಒಳಗಿನಿಂದ ತೆರೆಯಲು ಒಂದು ಕೀಲಿಯನ್ನು ಮಾಡಿಕೊಂಡಿದ್ದ."

"ಎಂಥಾ ರಕ್ಷಣಾ ಭಂಗ! ಈ ಅನಾಹುತವಾಗದಂತೆ ನಾನು ಎಚ್ಚರಿಕೆ ವಹಿಸಬೇಕಿತ್ತು" ರೂಪಕ ತಲೆಕೆಳಗೆ ಹಾಕಿದ.

"ಏನಾದರೂ ಅನಾಹುತವಾದಾಗ ಮಾತ್ರ ಎಚ್ಚತ್ತುಕೊಳ್ಳುವ ಜನಾಂಗದವರು ನಾವು. ನಮಗೆ ಭದ್ರತೆ ಅನ್ನುವುದು ಒಂದು ಅಸೌಕರ್ಯ. ನಿನ್ನಷ್ಟೇ ನಾನೂ ಅದಕ್ಕೆ ಹೊಣೆ. ಅದರಲ್ಲೂ ನನ್ನ ವೃತ್ತಿಯ ಕೊನೆಯ ಹಂತದಲ್ಲಿ ಹೀಗಾಯಿ ತೆಂದರೆ.... ಮಹಾಪ್ರಭುಗಳು ಕೋರಿಕೊಳ್ಳದಿದ್ದರೆ ನಾನು ಎಂದೋ ನಿವೃತ್ತನಾಗಿ ಮೊಮ್ಮಕ್ಕಳೊಂದಿಗೆ ಆಟವಾಡಿಕೊಂಡಿರುತ್ತಿದ್ದೆ." ಮಹಾಪ್ರಧಾನರು ನಿಟ್ಟುಸಿರು ಬಿಟ್ಟರು.

"ಮಹಾಪ್ರಭುಗಳಿಗೆ ತಿಳಿದಿದೆಯೇ?" ರೂಪಕನ ಪ್ರಶ್ನೆ.

"ಇನ್ನೂ ಇಲ್ಲ. ತಪ್ಪಿಸಿಕೊಂಡ ಕಮ್ಮಾರ ಹಾಗು ಕಲ್ಲುಗಳನ್ನು ಕಂಡುಹಿಡಿದ ನಂತರ ತಿಳಿಸಬಹುದು. ಇಲ್ಲದಿದ್ದರೆ ಅವರಿಗೆ ದಿಗಿಲು ಹುಟ್ಟಿಸುವುದು ಬೇಡಾ."

"ಆರು ಗೌರೀಕಾಂತ ಶಿಲೆಗಳು ಕಾಣೆಯಾಗಿವೆ ಮತ್ತು ಅದನ್ನು ಬಳಸುವ ಜ್ಞಾನವುಳ್ಳ ಇಪ್ಪತ್ತೊಂದು ಕಮ್ಮಾರರಲ್ಲಿ ಒಬ್ಬ ತಪ್ಪಿಸಿಕೊಂಡಿದ್ದಾನೆ.... ಸ್ವಾಮೀ, ನನಗೆ ಭಯವಾಗುತ್ತಿದೆ."

"ನನಗೂ ಕೂಡಾ, ಮಗಾ. ಆದರೆ ನನ್ನ ಜನರು ಹುಡುಕುತ್ತಿದ್ದಾರೆ" ಮಹಾಪ್ರಧಾನರು ನುಡಿದರು. ಆದರೆ ಅವರ ದನಿಯಲ್ಲಿ ವಿಶ್ವಾಸವಿರಲಿಲ್ಲ.

ಗೌರೀಪರ್ವತದ ಕಡೆಗೆ ತಿರುಗಿ ಕೈಮುಗಿದು ಬೇಡಿಕೊಂಡರು "ತಾಯಿ, ಗೌರಿ, ಮಾಹಿಷ್ಮತಿಯನ್ನು ಕಾಪಾಡು."

ಅಧ್ಯಾಯ ನಾಲ್ಕು

ಪಟ್ಟರಾಯ

ಸಾಮಂತ ಪಟ್ಟರಾಯ ಅಸಹನೆಯಲ್ಲಿದ್ದ. ಒಡ್ಡೋಲಗಕ್ಕೆ ತಡವಾಗುತ್ತಿತ್ತು. ರಾಜಗುರುಗಳಾದ ರುದ್ರಭಟ್ಟರ ತುರ್ತಿನ ಸಂದೇಶವಿಲ್ಲದಿದ್ದಲ್ಲಿ ಅವನು ದೇವಸ್ಥಾನದಲ್ಲಿ ನಿಲ್ಲುತ್ತಿರಲಿಲ್ಲ. ಮಾಹಿಷ್ಮತಿ ಪಟ್ಟಣದ ದಂಡಾಧೀಶ ಪ್ರತಾಪ, ಎಲ್ಲ ದಂಡನಾಯಕರ ಮುಖ್ಯಸ್ಥ, ಮುಖ್ಯ ಪುರೋಹಿತರ ಒಳಕೋಣೆಯಲ್ಲಿ ಆಗಲೇ ಬಂದು ಅವನಿಗಾಗಿ ಕಾಯುತ್ತಿದ್ದ.

ಪಟ್ಟರಾಯ ತನ್ನ ಸೊಂಟಪಟ್ಟಿಯಲ್ಲಿ ಮಡಿಚಿಟ್ಟುಕೊಂಡಿದ್ದ ರುದ್ರಭಟ್ಟರ ಸಂದೇಶವನ್ನು ಹೊರ ತೆಗೆದು ಗಟ್ಟಿಯಾಗಿ ಓದಿದ. "ದಯವಿಟ್ಟು ಶೀಘ್ರವಾಗಿ ಹೊರಟು ಬನ್ನಿ. ಗುಲಾಮನು ಅವಿವೇಕದಿಂದ ವರ್ತಿಸುತ್ತಿದ್ದಾನೆ. ನಮಗೆ ಅವನನ್ನು ಹಿಡಿಯಲು ಕಷ್ಟವಾಗುತ್ತಿದೆ. ಅವನು ಎರಡು ಸಲ ತಪ್ಪಿಸಿಕೊಳ್ಳಲು ಯತ್ನಿಸಿದ್ದಾನೆ. ಇಲ್ಲಿ ಅವನನ್ನು ಬಚ್ಚಿಡುವುದು ಇನ್ನು ನನ್ನಿಂದ ಸಾಧ್ಯವಿಲ್ಲ. ಸುತ್ತಲೂ ಗೂಢಚಾರರಿದ್ದಾರೆ." ತಾಳೆಯೋಲೆಯನ್ನು ಪೀಠದ ಮೇಲಿಟ್ಟು ರುದ್ರಭಟ್ಟರನ್ನು ಕೆಕ್ಕರಿಸಿ ನೋಡಿದ.

"ಸ್ವಾಮೀ, ನೀವು ಪಂಡಿತರು, ವೇದ ಪುರಾಣಗಳನ್ನೆಲ್ಲ ಬಾಯಿಪಾಠ ಮಾಡಿಕೊಂಡವರು. ಆದರೆ ನಿಮಗೆ ವ್ಯವಹಾರ ಜ್ಞಾನವಿಲ್ಲದಾಯಿತಲ್ಲಾ? ಹೀಗೆ ಪ್ರಕಟವಾಗಿ ಪತ್ರ ಬರೆಯಬಹುದೇ? 'ನಮಗೆ ಅವನನ್ನು ಹಿಡಿಯಲು ಕಷ್ಟವಾಗುತ್ತಿದೆ. ಇಲ್ಲಿ ಅವನನ್ನು ಬಚ್ಚಿಡುವುದು ಇನ್ನು ನನ್ನಿಂದ ಸಾಧ್ಯವಿಲ್ಲ. ಸುತ್ತಲೂ ಗೂಢಚಾರರಿದ್ದಾರೆ' ಏನಿದು? ನಮ್ಮೆಲ್ಲರ ತಲೆದಂಡ ನಿಮ್ಮ ಉದ್ದೇಶವೇ?" ಪಟ್ಟರಾಯ ಗುಡುಗಿದ.

"ಪಟ್ಟರಾಯರೇ, ಸ್ವಾಮಿಗಳು ಹೆದರಿದ್ದರು." ದಂಡಾಧೀಶ ಪ್ರತಾಪ ಕೋಪದಲ್ಲಿದ್ದ ಸಾಮಂತನನ್ನು ಶಾಂತಗೊಳಿಸಲು ಯತ್ನಿಸಿದ.

"ಗುಲಾಮ ನಾಗಯ್ಯ ಹಠಮಾಡುತ್ತಿದ್ದಾನೆ. ಕದರಿಮಂಡಲಕ್ಕೆ ತನ್ನ ಹೆಂಡತಿ ಮತ್ತು ಮಗನಿಗೂ ಪ್ರಯಾಣಕ್ಕೆ ಅವಕಾಶ ಮಾಡಿಕೊಡಬೇಕೆಂದು ಕೇಳುತ್ತಿದ್ದಾನೆ. ಅವನೊಬ್ಬನೇ ಪ್ರಯಾಣಿಸುವುದಿಲ್ಲವಂತೆ"

"ಜೀಮೂತನ ಹಡಗು ಬಂದರನ್ನು ಪ್ರವೇಶಿಸಲು ಅನುಮತಿ ಇಲ್ಲವೆಂದು ಅವನಿಗೆ ತಿಳಿಹೇಳಲಿಲ್ಲವೇ? ಕಡಲ್ಗಳ್ಳರ ಹಡಗುಗಳ ವಿರುದ್ಧ ಕಾರ್ಯಾಚರಣೆಯನ್ನು ಸ್ವತಃ ಉಪಪ್ರಧಾನ ಸ್ಕಂದದಾಸರೇ ಮೇಲ್ವಿಚಾರಣೆ ನಡೆಸುತ್ತಿದ್ದಾರೆಂದು ಆ ಮೂರ್ಖನಿಗೆ ಹೇಳಬಾರದೇ? ಅವನಿಗೆ ತಾಳ್ಮೆ ಇರಬೇಕು. ಅವನ ಕುಟುಂಬವನ್ನು ಕರೆದುಕೊಂಡು ಹೋಗುವುದಂತೂ ಅಸಾಧ್ಯ. ನಾವು ಅವನಿಗೆ ಸಾಕಷ್ಟು ದುಡ್ಡು ಬೇರೆ ಕೊಡುತ್ತಿಲ್ಲವೇನು? ಆ ದುಡ್ಡಿನಲ್ಲಿ ಅವನು ಕದರಿ ಮಂಡಲದಲ್ಲಿ ಹೊಸಾ ಹೆಂಡತಿಯನ್ನು ಕಂಡುಕೊಳ್ಳಲಿ."

"ಅದನ್ನು ಅವನಿಗೆ ಹೇಳಿನೋಡಿ" ರುದ್ರಭಟ್ಟರು ನುಡಿದರು "ಹಾಗೆಂದು ನಾನು ಹೇಳಿದಾಗ ಅವನು ನನ್ನ ಮುಖಕ್ಕೆ ಉಗಿದ" ಆ ಹಿರಿಯ ಬ್ರಾಹ್ಮಣ ಗುಲಾಮನೊಬ್ಬ ತನ್ನ ಮುಖದ ಮೇಲೆ ಉಗಿಯುವುದನ್ನು ನೆನೆಸಿಕೊಂಡೇ ನಡುಗಿ, ತಮ್ಮ ಕೈ ಹಿಂಬದಿಯಿಂದ ಕೆನ್ನೆ ಮೇಲಿನ ಕಾಲ್ಪನಿಕ ಉಗುಳನ್ನು ಒರೆಸಿಕೊಂಡರು.

ಪಟ್ಟರಾಯ ಪೀಠವನ್ನು ಬದಿಗೆ ಸರಿಸಿ ಕೊನೆಯ ಮೂಲೆಗೆ ನಡೆದ. ಅಲ್ಲಿ ಒಬ್ಬ ಗುಲಾಮ ಕುಕ್ಕರುಗಾಲಿನಲ್ಲಿ ಕೂತಿದ್ದ. ಅವನ ಪಕ್ಕ ನೆಲದ ಮೇಲೆ ಕಮ್ಮಾರನ ಸಾಧನಗಳು ಇದ್ದವು.

"ಮಗನೆ!" ಪಟ್ಟರಾಯ ಅವನ ಮುಂದೆ ಬಾಗಿ ತೋರು ಬೆರಳಲ್ಲಿ ಅವನ ಗಲ್ಲ ಎತ್ತುತ್ತಾ ನುಡಿದ "ಏನು ನಿನ್ನ ಸಮಸ್ಯೆ? ನಿನಗೊಂದು ಹೊಸಾ ಬದುಕಿನ ಆಶ್ವಾಸನೆ ನೀಡಿಲ್ಲವೇನು ನಾವು? ಬಿಡುಗಡೆ?"

"ಒಬ್ಬ ಅಸ್ಪೃಶ್ಯನಾದ ನಿನ್ನನ್ನು ನಾವು ದೇವಸ್ಥಾನದೊಳಗೆ ಬಿಟ್ಟುಕೊಂಡಿಲ್ಲವೇನು?" ರುದ್ರಭಟ್ಟರು ಕೇಳಿದರು, ಆದರೆ ಪಟ್ಟರಾಯ ಹಲ್ಲು ಮಸೆಯುತ್ತಿದ್ದುದನ್ನು ನೋಡಿ ಹಿಂಜರಿದರು.

ಪಟ್ಟರಾಯ ಮತ್ತೆ ನಾಗಯ್ಯನ ಕಡೆಗೆ ತಿರುಗಿದ. ಅವನಿಗೆ ಎಡಗಿವಿ ಇಲ್ಲದಿರುವುದನ್ನು ಗಮನಿಸಿದ. ದೇಶದಿಂದ ಹೊರಗೆ ಸಾಗಿಸಲು ಅವನು ಉತ್ತಮ ಆಯ್ಕೆ ಏನಲ್ಲ, ಜನರು ಬಹಳ ಸುಲಭವಾಗಿ ಅವನನ್ನು ನೆನಪಿಟ್ಟುಕೊಳ್ಳುತ್ತಾರೆ. *ಈ ಕೊಳಕನನ್ನು ಬಿಟ್ಟು ನಮ್ಮ ಗೂಢಚಾರರಿಗೆ ಬೇರೆ ಯಾರೂ ಸಿಗಲಿಲ್ಲವೇ?* ಗುಲಾಮನಿಂದ ಹೊರಬರುತ್ತಿದ್ದ ನಾತವನ್ನು ತಡೆಯಲು ಮೂಗನ್ನು ಮುಚ್ಚಿಕೊಂಡ ಪಟ್ಟರಾಯ.

"ನನ್ನ ಹೆಂಡತಿ ಮತ್ತು ಮಗನೂ ನನ್ನ ಜೊತೆ ಬರಬೇಕು" ತಲೆತಗ್ಗಿಸಿ ಕೊಂಡೇ ನಾಗಯ್ಯ ನುಡಿದ.

"ಆ ಬಗ್ಗೆ ನೋಡೋಣ, ನಿನ್ನ ಕೆಲಸ ನಮಗೆ ಇಷ್ಟವಾದಲ್ಲಿ ನಿನ್ನ ಕೋರಿಕೆಯನ್ನೂ ಈಡೇರಿಸಬಹುದು. ಅಲ್ಲವೇ?" ಪಟ್ಟರಾಯ ಜೊತೆಯವರನ್ನು ಕೇಳಿದ.

"ಆದರೆ ನಾವು ಹೇಗೆ....." ರುದ್ರಭಟ್ಟರು ಮಾತನ್ನು ಪೂರ್ಣಗೊಳಿಸಲು ಪ್ರತಾಪ ಅವಕಾಶ ಕೊಡಲಿಲ್ಲ.

"ಖಂಡಿತಾ ಈಡೇರಿಸುತ್ತೇವೆ" ಪ್ರತಾಪನೆಂದ.

ಗುಲಾಮ ಮಾತಾಡಲಿಲ್ಲ. ಅವನ ಮುಖ ಕತ್ತಲೆಯಲ್ಲಿತ್ತು.

"ನನ್ನ ಕುಟುಂಬ ಇಲ್ಲಿಗೆ ಬರುವವರೆಗೆ ನಾನು ಕೆಲಸ ಪ್ರಾರಂಭಿಸುವುದಿಲ್ಲ" ನಿರ್ಣಾಯಕವಾಗಿ ನಾಗಯ್ಯ ನುಡಿದ.

ಪಟ್ಟರಾಯ ನಿಟ್ಟುಸಿರಿಡುತ್ತಾ ಎದ್ದು ಪ್ರತಾಪನಿಗೆ ಸನ್ನೆ ಮಾಡಿದ. ದಂಡಾಧೀಶ ಗುಲಾಮನತ್ತ ಧಾವಿಸಿ ಅವನ ಮುಖಕ್ಕೆ ಬಲವಾಗಿ ಕಾಲಲ್ಲಿ ಒದ್ದ. ರಭಸಕ್ಕೆ ನಾಗಯ್ಯ ಹಿಂದಕ್ಕೆ ಹಾರಿ ಅವನ ತಲೆ ಗೋಡೆಗೆ ಚಚ್ಚಿ ಅವನು ಕುಸಿದ.

"ಅಯ್ಯೋ, ಅವನನ್ನು ಕೊಂದುಬಿಟ್ಟಿರೇ?" ರುದ್ರಭಟ್ಟ ಕೋಪದಲ್ಲಿ ಕೂಗಿದರು.

"ಶ್ .... ಬ್ರಾಹ್ಮಣಾ," ಪಟ್ಟರಾಯ ಹೇಳಿದ "ದೀಪ ತೆಗೆದುಕೊಂಡು ಬನ್ನಿ"

ಪಟ್ಟರಾಯ ದೀಪದ ಬೆಳಕಿನಲ್ಲಿ ನಾಗಯ್ಯನ ಮುಖವನ್ನು ಪರೀಕ್ಷಿಸಿದ. ಅವನ ಮೂಗು ಜಜ್ಜಿ, ಅವನ ಎಡಗಿವಿ ಇರಬೇಕಾದ ಕಡೆಯಲ್ಲಿದ್ದ ರಂಧ್ರದಿಂದ ರಕ್ತ ಧಾರಾಕಾರವಾಗಿ ಸುರಿಯುತ್ತಿತ್ತು. ಗುಲಾಮನ ಮೂಗಿನ ಹೊಳ್ಳೆಗೆ ಬೆರಳಿಟ್ಟು ಹುಬ್ಬು ಗಂಟಿಕ್ಕಿದ.

"ಸತ್ತನೇ?" ರುದ್ರಭಟ್ಟರ ದನಿಯಲ್ಲಿ ಭಯವಿತ್ತು.

"ಶಿಲೆಗಳೆಲ್ಲಿ?" ರಾಜಗುರುಗಳ ಮಾತನ್ನು ಅಲಕ್ಷಿಸಿ ಪಟ್ಟರಾಯ ಕೇಳಿದ.

ಪ್ರತಾಪ ಗುಲಾಮನ ಬಟ್ಟೆ ಗಂಟನ್ನು ತೆರೆದು ಹುಡುಕಿದ. ಕೈಗೆ ಏನೂ ಸಿಗದಾಗ ಅದರಲ್ಲಿ ಇದ್ದುದ್ದನ್ನೆಲ್ಲ ನೆಲದ ಮೇಲೆ ಸುರಿದ. ಸುತ್ತಿ, ಉಳಿ, ಅರಗಳು ಕೆಳಗೆ ಬಿದ್ದವು ಆದರೆ ಶಿಲೆಗಳಿರಲಿಲ್ಲ.

"ಓ... ಮೂರ್ಖ, ಶಿಲೆಗಳಿಲ್ಲದೆಯೇ ಬಂದನೆ? ಅಯ್ಯೋ... ಅಯ್ಯಯ್ಯೋ..." ರಾಜಗುರುಗಳು ಚೀರಿದರು.

"ಶ್..." ಪಟ್ಟರಾಯ ಬುಸುಗುಟ್ಟಿದ. ನಾಗಯ್ಯನ ಧೋತ್ರದ ಗಂಟು ಬಿಚ್ಚಿ ಸೆಳೆದ. ಲಂಗೋಟಿಯನ್ನು ಕಟ್ಟಿದ್ದ ಉಡುದಾರದಲ್ಲಿ ಒಂದು ಬಟ್ಟೆಯ ಚೀಲವನ್ನು ಸಿಕ್ಕಿಸಿದ್ದ. ಅದನ್ನು ಕಿತ್ತು ದಾರ ಎಳೆದು ತೆರೆದು ಅದರಲ್ಲಿದ್ದುದನ್ನು ಅಂಗೈಯೊಳಗೆ ಸುರಿದಾಗ ದೀಪದ ಬೆಳಕಲ್ಲಿ ಅವು ನೀಲಿಯಾಗಿ ಪ್ರಜ್ವಲಿಸಿ ಕೋಣೆಯೊಳಗೆ ತಂಪು ಬೆಳಕು ಬೀರಿದವು. ಜೊತೆಯವರ ಪ್ರೇತಗಳಂತೆ ನೀಲಿಯಾದ ಮುಖಗಳನ್ನು ನೋಡಿ ನಕ್ಕ.

"ಆಹಾ ನಿಧಿ!" ಉಸಿರೆಳೆದುಕೊಳ್ಳುತ್ತಾ ಪ್ರತಾಪ ನುಡಿದ.

"ಇದನ್ನು ಗೌರಿಧೂಳಿಯಾಗಿ ಪರಿವರ್ತಿಸಲು ಬಲ್ಲ ಯಾರಾದರೂ ಸಿಕ್ಕರೆ ಮಾತ್ರ" ನೀಲಿ ತುಟಿಗಳನ್ನು ಸಣ್ಣ ಮಂದಹಾಸದಲ್ಲಿ ಅರಳಿಸುತ್ತಾ ಪಟ್ಟರಾಯ ನುಡಿದ.

ಅವನ ಪಾದದ ಮೇಲೆ ಬಲವಾದ ಸುತ್ತಿಯ ಹೊಡೆತ ಬಿದ್ದಾಗ ಪ್ರತಾಪ ಜೋರಾಗಿ ಕೂಗಿದ. ಅವನು ಅದನ್ನು ಎಳ್ಳಷ್ಟೂ ನಿರೀಕ್ಷಿಸಿರಲಿಲ್ಲ. ಬೆಚ್ಚಿ ಬಿದ್ದ ಪಟ್ಟರಾಯನ ಕೈಬಿಟ್ಟು ದೀಪ ನೆಲಕ್ಕೆ ಬಿದ್ದು ಉರುಳಿ ನಂದಿಹೋಯಿತು. ಒಂದೇ ಏಟಿಗೆ ನಾಗಯ್ಯ ಪಟ್ಟರಾಯನ ಕೈಯಿಂದ ಶಿಲೆಗಳನ್ನು ಕಸಿದುಕೊಂಡ.

ಭೂತ ಹಿಡಿದವನಂತೆ ಗುಲಾಮ ಸುತ್ತಿಯನ್ನು ಬೀಸಿದಾಗ ಪಟ್ಟರಾಯ ಮತ್ತು ರುದ್ರಭಟ್ಟರು ಹಿಂದಕ್ಕೆ ಜಿಗಿದರು. ಸುತ್ತಿಗೆ ರುದ್ರಭಟ್ಟರನ್ನು ಕೂದಲೆಳೆಯಲ್ಲಿ ತಪ್ಪಿಸಿ ಗೋಡೆಗೆ ತಾಕಿತು. ಗೋಡೆ ಬಿರುಕು ಬಿಟ್ಟು ಗಾರೆ ಉದುರಿತು. ಪ್ರತಾಪ ಇನ್ನೂ ನೋವಿನಲ್ಲಿ ಕಿರುಚುತ್ತಿದ್ದ. ನಾಗಯ್ಯನಿಂದ ತಪ್ಪಿಸಿಕೊಂಡು ಪಟ್ಟರಾಯ ಗೋಡೆಗೆ ಒತ್ತಿಕೊಂಡ. ರಾಜಗುರುಗಳಿಗೆ ಆ ಅದೃಷ್ಟವಿರಲಿಲ್ಲ. ಸುತ್ತಿಗೆ ಅವರ ದೊಡ್ಡ ಹೊಟ್ಟೆಯನ್ನು ಚಚ್ಚಿತು. ಚೀರುತ್ತಾ ಅವರು ಕೆಳಗೆ ಬಿದ್ದರು. ಪಟ್ಟರಾಯ ಪ್ರತಿಕ್ರಿಯಿಸುವುದರೊಳಗೆ ಕ್ಷಣಾರ್ಧದಲ್ಲಿ ನಾಗಯ್ಯ ಅವರನ್ನು ದಾಟಿ ಹಾರಿ ಹೊರಗೆ ಓಡಿದ.

ಪ್ರತಾಪ ತನ್ನ ಭಟರನ್ನು ಕರೆಯುವಷ್ಟರಲ್ಲಿ, ಪಟ್ಟರಾಯ ಅವನನ್ನು ತಡೆದ. ಅವನು ಚಕಮಕಿಯನ್ನು ಉಜ್ಜಿ ದೀಪವನ್ನು ಬೆಳಗಿಸಿದಾಗ ನೆಲದ ಬಿರುಕಿನಲ್ಲಿ ಒಂದು ಶಿಲೆ ಹೊಳೆಯುತ್ತಿದ್ದುದು ಕಾಣಿಸಿತು. ಬೇರೆಯವರು ನೋಡುವ ಮೊದಲು ಅವನು ಅದನ್ನು ಥಟ್ಟನೆ ಎತ್ತಿ ತನ್ನ ಸೊಂಟಪಟ್ಟಿಯಲ್ಲಿ ಮುಚ್ಚಿಟ್ಟುಕೊಂಡ. ಉಳಿದವರಿಬ್ಬರೂ ನೋವಿನಲ್ಲಿ ಚೀರುತ್ತಿದ್ದರು. ಶಿಲೆ ತನ್ನ ಸೊಂಟಪಟ್ಟಿಯಲ್ಲಿ ಭದ್ರಗೊಂಡ ಮೇಲೆ ಪಟ್ಟರಾಯ ಅವರ ಬಗ್ಗೆ ಕಾಳಜಿವಹಿಸಿ ವೈದ್ಯರಿಗಾಗಿ ಹೇಳಿಕಳಿಸಿದ.

"ಆ ಸೂಳೆಮಗನನ್ನು ಕೊಲ್ಲುತ್ತೇನೆ. ನನ್ನ ಕೈಕೆಳಗಿನ ಇಡೀ ದಂಡಕಾರ ದಳವನ್ನು ಕಳಿಸಿ ಹುಡುಕಿಸುತ್ತೇನೆ. ಚರ್ಮ ಸುಲಿಯುತ್ತೇನೆ." ಪ್ರತಾಪ ಹಲ್ಲುಮಸೆದ.

ಪಟ್ಟರಾಯ ಹೇಳಿದ "ದಂಡಕಾರರನ್ನು ಕಳಿಸಬೇಡಿ. ಕನಿಷ್ಠಪಕ್ಷ ಅವರ ಸಮವಸ್ತ್ರದಲ್ಲಿ ಬೇಡಾ. ಅವನನ್ನು ಕಂಡಲ್ಲಿ ಕತ್ತರಿಸಲು ನಿಮ್ಮ ದಳಕ್ಕೆ ಆಜ್ಞೆ ಕೊಡಿ. ನಮ್ಮ ಕಾರ್ಯವನ್ನು ಕುರಿತು ಅವನೇನಾದರೂ ಬಾಯಿಬಿಟ್ಟನೋ..." ಪಟ್ಟರಾಯ ತೋರುಬೆರಳನ್ನು ಕತ್ತಿನ ಮೇಲೆ ಆಡಿಸಿದ.

ಪ್ರತಾಪ ಕೈತಟ್ಟಿದ, ಇಬ್ಬರು ರಕ್ಷಕ ಭಟರು ಕಾಣಿಸಿಕೊಂಡು ಬಾಗಿ ನಮಿಸಿದರು. ಅವನು ಅವರಿಗೆ ಸೂಚನೆಗಳನ್ನು ನೀಡಿದ. ಅವರು ಅವಸರದಲ್ಲಿ ಹೊರಟರು. ಅನಿತರಲ್ಲಿ ಆರು ಭಟರು ರುಮಾಲಿನ ತುದಿಯಲ್ಲಿ ಮುಖವನ್ನು ಅರೆಮುಚ್ಚಿಕೊಂಡು ನಾಗಾಲೋಟದಲ್ಲಿ ಕಾಣೆಯಾದರು.

"ಈಗೇನು ಮಾಡುವುದು?" ರುದ್ರಭಟ್ಟರು ಕೇಳಿದರು.

"ಆ ಸೂಳೆಮಗ ಬೇಗ ಹತ್ಯೆಯಾಗಲಿ ಎಂದು ಪ್ರಾರ್ಥಿಸಿರಿ." ತನ್ನ ಸಾರೋಟನ್ನು ಹತ್ತುತ್ತಾ ಪಟ್ಟರಾಯ ನುಡಿದ "ಊತ ಇಳಿಯಲು ವೈದ್ಯರು ಅಂಜನ ಹಾಕಿದ ತಕ್ಷಣ ಇಬ್ಬರೂ ಎಳೆಯ ಮಕ್ಕಳಂತೆ ಮುಲುಗಾಡುವುದನ್ನು ನಿಲ್ಲಿಸಿ ಒಡ್ಡೋಲಗಕ್ಕೆ ಬನ್ನಿ. ನಮ್ಮ ಅನುಪಸ್ಥಿತಿಯಿಂದ ಎಲ್ಲರ ಗಮನ ಸೆಳೆಯಬಾರದು."

ಪಟ್ಟರಾಯ ಕುದುರೆಗಳಿಗೆ ಚಾಟಿ ಬೀಸಿ, ಸಾರೋಟು ಅರಮನೆಯ ಕಡೆಗೆ ಚಲಿಸಿತು.

ಅಧ್ಯಾಯ ಐದು

ಶಿವಗಾಮಿ

"ಮಗೂ" ಮುಂದಿನ ಪೀಠದಿಂದ ತಿಮ್ಮನ ಒಡಕು ದನಿ ಶಿವಗಾಮಿಗೆ ಕೇಳಿಬಂದಿತು. ಅವರು ಅವನ ಸಾರೋಟಿಲ್ಲಿ ಸಾಗುತ್ತಿದ್ದರು. ಅವಳು ಕೈಗಳೆರಡನ್ನು ಕಟ್ಟಿ ಅವನಿಂದ ಮುಖ ತಿರುಗಿಸಿ ಹೊರಗೆ ನೋಡುತ್ತಾ ಕೂತಳು. ಅವಳ ಒಬ್ಬನೇ ಗೆಳೆಯ ರಾಘವ ಕೆಲವು ದಿನಗಳ ಕೆಳಗೆ ಹೊರಟುಹೋಗಿದ್ದ. ಅವನ ಇಲ್ಲದಿರುವಿಕೆ ಅವಳನ್ನು ಕಾಡಿತ್ತು. ಆದರೆ ಅದು ಮಹತ್ವದ್ದಲ್ಲ. ಎಲ್ಲರಿಂದಲೂ ದೂರವಾಗುತ್ತಿದ್ದಳು. ಅವಳು ತಿಮ್ಮನ ಮನೆಯಿಂದ ಅಂತಿಮವಾಗಿ ತೆರಳುತ್ತಿದ್ದಳು. ಅವಳನ್ನು ತಿಮ್ಮ ತನ್ನ ಸಾರೋಟಿನಲ್ಲಿ ಕೂರಿಸಿಕೊಂಡು ಹೋದಾಗಿನಿಂದ ಅದು ಅವಳ ಮನೆಯಾಗಿತ್ತು. ಅವನ ಹೆಂಡತಿ ಭಾಮಾ ತಾಯಿಲ್ಲದ ಅವಳಿಗೆ ತಾಯಾಗಿದ್ದಳು. ತಿಮ್ಮನ ಕೊನೆಯ ಮಗಳು ಅಖಿಲಾ ಅವಳಿಗೆ ತಂಗಿಯಾಗಿದ್ದಳು. ಇನ್ನು ಮುಂದಿಲ್ಲ. ಈಗ ಅವರಿಗೆ ಅವಳು ಬೇಕಿರಲಿಲ್ಲ.

ಪುಟ್ಟ ಅಖಿಲಾ ಅವಳ ಬಳಿಯೇ ಕೂತು ಮುಸುಗುಡುತ್ತಿದ್ದಳು. ಅಖಿಲಾ ಶಿವಗಾಮಿಯ ಜೊತೆ ಮಾತನಾಡಬೇಕೆಂದು ಹರಸಾಹಸ

ಮಾಡಿದ್ದಳು. ಆದರೆ ಶಿವಗಾಮಿ ಅವಳ ಕಡೆಗೆ ತಿರುಗಿಯೂ ನೋಡಿರಲಿಲ್ಲ. ಎಂಟು ವರ್ಷದ ಬಾಲೆ ಕಪ್ಪೆಚಿಪ್ಪುಗಳ ಜೊತೆ ಆಟವಾಡುತ್ತಾ ಪಕ್ಕದಲ್ಲೇ ಕೂತು ಉದಾಸೀನಳಾಗಿದ್ದಳು. ಶಿವಗಾಮಿಯನ್ನು ಬೀಳ್ಕೊಡಲು ತಾನು ಬಂದೇ ಬರುತ್ತೇನೆ ಎಂದು ಹಠ ಹಿಡಿದು ಬಂದಿದ್ದಳು ಅಖಿಲಾ. ಮಾಟಾದ ಹಾದಿಯ ಬಿರುಕಲ್ಲಿ ಚಕ್ರ ಹಾದು ರಥ ಓಲಾಡಿತು. ತಿಮ್ಮ ಚಾಟಿಯನ್ನು ಬೀಸಿದ.

"ಮಗೂ, ನಮ್ಮನ್ನು ದ್ವೇಷಿಸಲು ನಿನಗೆ ಪೂರ್ಣ ಹಕ್ಕಿದೆ. ಆದರೆ ಒಂದು ದಿನ ನಿನಗೇ ತಿಳಿಯುತ್ತದೆ, ನಾವಿದನ್ನು ಮಾಡಿದ್ದು ನಿನ್ನ ಒಳಿತಿಗಾಗಿಯೇ ಎಂದು. ದೇವರಾಯ ನನಗೆ ಗೆಳೆಯನಿಗಿಂತ ಹೆಚ್ಚಾಗಿ ಅಣ್ಣನಂತಿದ್ದ. ಅವನ ಮಗಳಿಗೆ ತೊಂದರೆಯಾಗುವಂತಹದ್ದೇನನ್ನೂ ನಾನು ಮಾಡಲಾರೆ. ನಿನ್ನನ್ನು ಅರಸರ ಅನಾಥಾಲಯದಲ್ಲಿ ಸೇರಿಸಲು ಪ್ರಯತ್ನಪಡುತ್ತಿದ್ದೇನೆ, ಏಕೆಂದರೆ..."

"ಪರವಾಗಿಲ್ಲ" ಹೊರಗೆ ನೋಡುತ್ತಾ ಅವಳು ನುಡಿದಳು. ಅವಳ ಕಣ್ಣೊಳಗೆ ಹನಿಯೊಂದು ಉದ್ಭವಿಸಿತು. ಅದಕ್ಕಾಗಿ ಅವಳು ತನ್ನನ್ನು ತಾನೇ ದ್ವೇಷಿಸಿದಳು. ಅದು ಅವನಿಗೆ ಕಾಣಿಸಬಾರದು.

"ಅಲ್ಲಿ ನಿನಗೆ ಬೇಕಾದಷ್ಟು ಗೆಳೆಯರು ಸಿಗುತ್ತಾರೆ" ಅವನೆಂದ.

"ಒಳ್ಳೇದು" ಕಣ್ಣೀರು ಅವನಿಗೆ ಕಾಣಿಸದಿರಲಿ ಎಂದು ಬೇಡಿಕೊಂಡಳು. ಅದನ್ನು ಒರೆಸಿಕೊಂಡರೆ ಅವನಿಗೆ ತಿಳಿಯುತ್ತದೆ ಎಂದು ಒರೆಸಿಕೊಳ್ಳಲೂ ಯತ್ನಿಸಲಿಲ್ಲ. ಅವಳು ದೇವರಾಯನ ಮಗಳು.

"ಮಗೂ, ನನಗೆ ತಿಳಿದದ್ದನ್ನೆಲ್ಲಾ ನಿನಗೆ ಕಲಿಸಿದ್ದೇನೆ. ಈಗ ನೀನು ಶಸ್ತ್ರ ಪ್ರಯೋಗದಲ್ಲಿ ಪರಿಣತಳು, ನಿನ್ನನ್ನು ರಕ್ಷಿಸಿಕೊಳ್ಳಬಲ್ಲೆ, ಓದು ಬರಹದಲ್ಲೂ ಮುಂದು. ನಾನು ಪಂಡಿತನಲ್ಲ, ಆದರೆ ನನ್ನ ಕೈಲಾದಷ್ಟು ಮಾಡಿದ್ದೇನೆ. ನನಗೆ ಸಾಧ್ಯವಾದದ್ದನ್ನೆಲ್ಲಾ ನಿನಗೆ ಮಾಡಿದ್ದೇನೆ. ನಿನ್ನ ಹಿತವೇ ನನ್ನ ಆಶಯ, ನಂಬು. ಈಗ ನಾನು ಮಾಡುತ್ತಿರುವ ಕಾರ್ಯಕ್ಕಾಗಿ ಒಂದು ದಿನ ಈ ಮುದುಕನಿಗೆ ಧನ್ಯವಾದ ತಿಳಿಸುತ್ತೀಯೆ" ತಿಮ್ಮ ವಿವರಿಸಿದ.

"ನೀವು ಮಾಡಿದ ಉಪಕಾರಕ್ಕೆ ತುಂಬಾ ಧನ್ಯವಾದಗಳು" ಅವಳು ನುಡಿದಳು.

ಅವನು ಉತ್ತರಿಸಲಿಲ್ಲ. ಆದರೆ ತನ್ನ ಮಾತು ಅವನನ್ನು ಘಾಸಿಗೊಳಿಸಿದೆ ಎಂದು ಅವಳಿಗೆ ತಿಳಿಯಿತು. ಅವಳಿಗೆ ದುಃಖವಾಯಿತು. ಆದರೆ ಹೃದಯವನ್ನು ಗಟ್ಟಿ ಮಾಡಿಕೊಂಡಳು. ಅವರಿಗೆ ಹಾಗೇ ಆಗಬೇಕು. ತಾನು ಬೇಕಿಲ್ಲದಿದ್ದರೆ ಯಾಕೆ ತಂದಿಟ್ಟುಕೊಂಡರು ಅವರ ಮನೆಯಲ್ಲಿ? ಯಾಕೆ ತನ್ನ ತಂದೆಯಂತೆಯೇ ವರ್ತಿಸಿದರು – ಅದೇ ಸರಿಯಾದ ಪದ – ವರ್ತಿಸುವುದು. ಅವಳು ಸಾಮಂತ ದೇವರಾಯನ ಮಗಳು. ತಂದೆಯನ್ನೂ ಅವರ ಮಾತನ್ನೂ

ಮರೆತಿದ್ದಕ್ಕೆ ದೇವರು ಕೊಟ್ಟ ಶಿಕ್ಷೆ ಇದು. ಇಬ್ಬರ ನಡುವೆ ಅಸಹನೀಯ ಮೌನ ಉಳಿಯಿತು. ಕಲ್ಲುಕಟ್ಟಿದ ದಾರಿಯ ಮೇಲೆ ಕುದುರೆಯ ಖುರಪುಟದ ಸದ್ದು ಮೌನವನ್ನು ಇನ್ನಷ್ಟು ಗಾಢಗೊಳಿಸಿತು.

ಅವಳು ಕೈಯಲ್ಲಿಯ ಚಿಕ್ಕ ಗಂಟನ್ನು ಇನ್ನಷ್ಟು ಗಟ್ಟಿಯಾಗಿ ಎದೆಗವಿಚಿಕೊಂಡಳು. ಅವಳಲ್ಲಿದ್ದ ಸಕಲ ಆಸ್ತಿ ಅದರಲ್ಲಿತ್ತು. ಬಟ್ಟೆಯ ಗಂಟಿನುದ್ದಕ್ಕೂ ಕೈಯಾಡಿಸುತ್ತಾ ಹಳೆಯ ಹಸ್ತಪ್ರತಿಯ ಕಟ್ಟು ಸಿಕ್ಕಿದೊಡನೆ ನಿಲ್ಲಿಸಿದಳು. ಅವಳ ತಂದೆಯ ನೆನಪನ್ನು ಅದು ಮರುಕಳಿಸಿತು. ಜೊತೆಗೆ ಆ ರಾತ್ರಿ ರಾಘವನ ನಡವಳಿಕೆಯನ್ನೂ ನೆನಪಿಸಿ ಕಿರಿಕಿರಿಯಾಯಿತು.

ತಿಮ್ಮನಿಗೆ ಹಸ್ತಪ್ರತಿಯ ಬಗ್ಗೆ ಹೇಳುವುದೋ ಬೇಡವೋ ಎಂದು ಚಿಂತಿಸಿದಳು. *ಅದು ನನ್ನ ತಂದೆಗೆ ಸೇರಿದ್ದು, ಈಗ ಹಕ್ಕಿನಂತೆ ನನಗೆ ಸೇರಿದ್ದು.* ಅವಳ ತಲೆಯಲ್ಲಿ ದನಿಯೊಂದು ಮಾರ್ದನಿಸಿತು. ಅದರ ಬಗ್ಗೆ ಯಾರಿಗೂ ಏನನ್ನೂ ಹೇಳಬೇಕಾದ ಹಂಗು ಅವಳಿಗಿರಲಿಲ್ಲ. ಅದನ್ನು ಅಪ್ಪಿಕೊಂಡು ಅವಳು ಕೂತಿದ್ದಂತೆ ರಥವು ಯಾತ್ರಿಕರ ತಂಗುದಾಣವನ್ನು ಹಾದು ಹೋಗುತ್ತಿತ್ತು.

"ಅಕ್ಕ, ನಾನು ಬಂದು ನಿನ್ನ ಜೊತೆ ಇರಬಹುದೇ?" ಅಖಿಲಾ ಕೇಳಿದಳು. ಶಿವಗಾಮಿ ಉತ್ತರಿಸಲಿಲ್ಲ.

"ತುಂಬಾ ಗೆಳೆಯರಿದ್ದರೆ ಚೆನ್ನಾಗಿರುತ್ತೆ. ರಾಘವ ಅಣ್ಣ ಕೂಡಾ ಎಲ್ಲೋ ದೂರಕ್ಕೆ ಓದುವುದಕ್ಕೆ ಹೊರಟುಹೋಗಿದ್ದಾನೆ. ದಯವಿಟ್ಟು, ದಯವಿಟ್ಟು ನಿನ್ನ ಜೊತೆ ಇರಲಾ?" ಅಖಿಲಾ ಶಿವಗಾಮಿಯ ಭುಜ ಅಲುಗಿಸಿದಳು. ಅವಳು ಮಗುವಿನ ಕೈಕೊಡವಿ ಹೊರಗಿನ ದೃಶ್ಯಾವಳಿಯನ್ನು ನೋಡುತ್ತಾ ಕೂತಳು. ದೂರದಲ್ಲಿ ಪಟ್ಟಣದ ಹಾದಿ ಮಸುಕುಮಸುಕಾಗಿತ್ತು. ತಡೆಯಲು ಎಷ್ಟೇ ಪ್ರಯತ್ನಪಟ್ಟರೂ ಅವಳ ಕಣ್ಣಲ್ಲಿ ನೀರು ತುಂಬಿಕೊಂಡಿತು.

"ನನಗೆ ಅಪ್ಪನನ್ನು ಕಂಡರಾಗಲ್ಲ, ಅವರು ಯಾಕೆ ನಿನ್ನನ್ನು ಕಳಿಸುತ್ತಿದ್ದಾರೆ?" ಅಖಿಲಾ ಮುಖ ಊದಿಸಿಕೊಂಡಳು.

ಅದಕ್ಕೆ ಉತ್ತರ ತನಗೆ ಗೊತ್ತಿದ್ದರೇ ಎಂದುಕೊಂಡಳು ಶಿವಗಾಮಿ. ಜೊತೆಗೆ ಅಖಿಲಾ ಸುಮ್ಮನಿರಬಾರದೇ ಅಂದುಕೊಂಡಳು.

"ಅಕ್ಕ, ಅಕ್ಕ, ನೋಡು, ಈ ಹಸಿರು ಕಲ್ಲುಗಳು ನಿನ್ನೆ ಸಿಕ್ಕಿತು. ಈಗ ನನ್ನ ಹತ್ತಿರ ಒಂದು ಸಾವಿರದ ಮುನ್ನೂರಾ ಎಂಭತ್ತೆಂಟು ಕಲ್ಲುಗಳು, ನಾನೂರು ಶಂಖಗಳು ಇವೆ. ಇದು ನೋಡು, ಇದು ನೋಡು ಅಕ್ಕ" ಎಂಟು ವರ್ಷದ ಹುಡುಗಿ ತನ್ನ ಬಣ್ಣ ಬಣ್ಣದ ಸಂಗ್ರಹಗಳನ್ನು ತುಂಬಿಕೊಂಡ ಚಿಕ್ಕ ಬಟ್ಟೆಯ ಚೀಲವನ್ನು ಆಡಿಸಿದಳು. ಅವಳಿಗೆ ಬಣ್ಣಬಣ್ಣದ ಕಲ್ಲುಗಳು, ಮಣಿ, ಶಂಖಗಳನ್ನು ಸಂಗ್ರಹಿಸುವ ಹವ್ಯಾಸ.

ಆಕರ್ಷಕವಾದ ಯಾವುದಾದರೂ ಎಲ್ಲೇ ಕಂಡರೂ ಎತ್ತಿ ಹಾಕಿಕೊಳ್ಳಲು ಅವಳು ಒಂದು ಬಟ್ಟೆಯ ಕೈಚೀಲವನ್ನು ಸದಾ ಇಟ್ಟುಕೊಂಡಿರುತ್ತಾಳೆ. ಚೀಲ ತುಂಬಿದ ತಕ್ಷಣ ಅದನ್ನು ಅವಳ ಮಂಚದ ಕೆಳಗಿನ ಮರದ ಪೆಟ್ಟಿಗೆಗೆ ವರ್ಗಾಯಿಸುತ್ತಾಳೆ.

"ಸ್ವಲ್ಪ ಸುಮ್ಮನೆ ಇರ್ತೀಯಾ?" ಶಿವಗಾಮಿ ಸಿಡುಕಿದಳು. ಹುಡುಗಿಯ ಬಡಬಡಿಕೆಯನ್ನು ಸಹಿಸುವ ಮನಸ್ಥಿತಿಯಲ್ಲಿರಲಿಲ್ಲ ಅವಳು. ಅಖಿಲಾ ಪೀಠದ ಮತ್ತೊಂದು ತುದಿಯಲ್ಲಿ ಸರಿದು ಕೂತು ಮುಖ ಊದಿಸಿಕೊಂಡಳು. ಆಣೆಕಲ್ಲು ಗಳನ್ನು ಎಣಿಸುತ್ತಾ ಅವುಗಳ ಬಣ್ಣಕ್ಕನುಗುಣವಾಗಿ ಜೋಡಿಸತೊಡಗಿದಳು.

ಮಾಹಿಷ್ಮತಿಯ ಬೀದಿಗಳಲ್ಲಿ ಜನಜಂಗುಳಿ ವ್ಯಾಪಾರ ಚಟುವಟಿಕೆಗಳು ಭರದಿಂದ ಸಾಗಿದ್ದವು. ಜಗತ್ತಿನ ಎಲ್ಲಾ ಭಾಗಗಳ ಜನರು ತಮ್ಮ ತಮ್ಮ ಅಮೂಲ್ಯ ದಿರಿಸುಗಳಲ್ಲಿ ಕಂಗೊಳಿಸುತ್ತಿದ್ದರು. ಗ್ರಾಮಗಳ ಕುಶಲಕರ್ಮಿಗಳು ತಮ್ಮ ವಸ್ತು ಗಳನ್ನು ಮಾರಲು ಜೋರುದನಿಯಲ್ಲಿ ಕೂಗಿ, ಕೊಳ್ಳುವವರನ್ನು ಕರೆಯುತ್ತಿದ್ದರು. ಬಟ್ಟೆಗಳ ರಾಶಿಯನ್ನು ಎದುರಿಗೆ ಹರಡಿಕೊಂಡು ಬಟ್ಟೆಯ ವ್ಯಾಪಾರಿಗಳು ಕೊಳ್ಳುವವರ ಜೊತೆ ಚೌಕಾಸಿ ಮಾಡುತ್ತಿದ್ದರು. ಕುರವ ಜಾತಿಯ ಜನರ ಒಂದು ಗುಂಪು ಮಕ್ಕಳನ್ನೂ ಕುಣಿಯುವ ಕರಡಿ ಕೋತಿಗಳನ್ನೂ ಎಳೆದುಕೊಂಡು ಅವರ ರಥದ ಪಕ್ಕದಲ್ಲೇ ಹಾದುಹೋಯಿತು. ಗಂಡಸರು ಕುದುರೆಗಳನ್ನು ಏರಿ ಜನಜಂಗುಳಿಯ ನಡುವೆಯೇ ಹಾದಿ ಮಾಡಿಕೊಳ್ಳುತ್ತಾ ಸಾಗುತ್ತಿದ್ದರು. ದರ್ಪದ ಶ್ರೀಮಂತರನ್ನು ಹೊತ್ತ ಕೆಲವು ಆನೆಗಳು ಕಿಕ್ಕಿರಿದ ಬಂದರಿನಲ್ಲಿ ಹಡಗುಗಳು ಹೊಯ್ದಾಡುವಂತೆ ಒದ್ದಾಡುತ್ತಿದ್ದವು. ಕುಂಬಳಕಾಯಿ, ಮಾವು, ಹಲಸು, ಕಲ್ಲಂಗಡಿಗಳನ್ನು ಹೊತ್ತ ಗಾಡಿಗಳು ಜಂಗುಳಿಯಲ್ಲಿ ಅಡ್ಡಾದಿಡ್ಡಿಯಾಗಿ ಚಲಿಸಿ ಗೊಂದಲ ಉಂಟುಮಾಡುತ್ತಿದ್ದವು. ವಿವಿಧ ಭಾಷೆಗಳಲ್ಲಿ ಕೋಪದ ಮಾತುಗಳ ವಿನಿಮಯದ ನಂತರ ಅಡ್ಡಿಗಳು ಕರಗಿ ಮುಂದೆ ಚಲಿಸುತ್ತಿದ್ದವು. ಆದರೆ ಇದ್ಯಾವುದೂ ಶಿವಗಾಮಿಯ ಕುಸಿದ ಮನಸ್ಸನ್ನು ಸೆಳೆಯಲಿಲ್ಲ.

ರಾಘವ, ಕ್ಷಮಿಸು, ನೀನಿಲ್ಲದೇ ವ್ಯಥೆಪಡುತ್ತೇನೆ. ಮನಸ್ಸಿನಲ್ಲೇ ಹೇಳಿ ಕೊಂಡಳು. ತಾನು ಅವನ ಕಪಾಳಕ್ಕೆ ಹೊಡೆಯಬಾರದಿತ್ತು ನಿಜ, ಆದರೆ ಆ ರಾತ್ರಿ ಅವನು ಮಾಡಿದ್ದು ಅಕ್ಷಮ್ಯ. ಬದುಕಿನುದ್ದಕ್ಕೂ ಅವಳು ಅವನನ್ನು ಅಣ್ಣನಂತೆ ಕಂಡಿದ್ದಳು. ತನ್ನ ಬಗ್ಗೆ ಅವನು ಅಂತಹ ಭಾವನೆ ಇಟ್ಟುಕೊಂಡಿದ್ದ ಅನ್ನುವುದು ಅವಳನ್ನು ಕಾಡಿತು.

ಸಾರೋಟು ಒಂದು ಸಣ್ಣ ಹಾದಿಯನ್ನು ಪ್ರವೇಶಿಸಿತು. ಅದರ ಇಕ್ಕೆಲಗಳಲ್ಲಿ ಸಣ್ಣ ಚರಂಡಿಯಿಂದ ಕಪ್ಪಾದ ಕೆಟ್ಟ ನಾತ ಬೀರುವ ಕೊಚ್ಚೆ ಹೊರಹರಿಯುತ್ತಿತ್ತು. ಸಾರೋಟು ಸಾಗುವಷ್ಟೇ ಜಾಗವಿತ್ತು. ಬೀದಿಯ ತುದಿಯಲ್ಲಿ ದೇವಸ್ಥಾನ

ವೊಂದಿತ್ತು. ಅಲ್ಲಿ ಹಂಚುತ್ತಿದ್ದ ಪ್ರಸಾದಕ್ಕಾಗಿ ದೀನದಲಿತರು ಸಾಲಾಗಿ ಕಾಯುತ್ತಾ ನಿಂತಿದ್ದರು. ಬೆಂದ ಅನ್ನ ಮತ್ತು ಸಾರಿನ ಪರಿಮಳದ ಜೊತೆಗೆ ಚರಂಡಿಯ ನಾತವೂ ಸೇರಿ ಹಬ್ಬಿತ್ತು. ಅವರನ್ನೆಲ್ಲ ದಾಟಿಕೊಂಡು ಸಾರೋಟು ಮುಂದುವರಿಯಿತು.

"ಊಟ ಮಾಡು, ಅಮ್ಮ" ಭಾಮಾ ಅತ್ತೆಯ ಧ್ವನಿ. ಶಿವಗಾಮಿ ನೆನಪುಗಳನ್ನು ಓಡಿಸಲು ಯತ್ನಿಸುತ್ತಾ ತಲೆಕೊಡವಿ ಸುತ್ತ ನೋಡಿದಳು. ತುಟಿ ಬಿಗಿಹಿಡಿದು ಅವಳ ಎಲ್ಲಾ ಪ್ರಯತ್ನಗಳನ್ನೂ ಮೀರಿ ಹೊರಬರಲು ತವಕಿಸುತ್ತಿದ್ದ ದುಃಖವನ್ನು ಅದುಮುತ್ತಾ. ಇವತ್ತು ಕೊನೆ ಸಲಕ್ಕೆ ಭಾಮಾ ಅತ್ತೆ ಅಡುಗೆ ಮಾಡಿದ ಕೊನೆಯ ಊಟ ಮಾಡಿದ್ದಳು. ನಿಧಾನವಾಗಿ ವಾಸ್ತವ ಒಳಗಿಳಿಯುತ್ತಿತ್ತು. ಆದರೆ ನೋವು ಕಡಿಮೆಯಾಗಲಿಲ್ಲ. ಅವರಿಗೆ ತಾನು ಬೇಕಿರಲಿಲ್ಲ. ಅವಳು ಹೊರಗಿನವಳು, ಈ ಕುಟುಂಬಕ್ಕೆ ಸೇರಿದವಳಲ್ಲ. ಅವಳಿಗೆ ಯಾರೂ ಇರಲಿಲ್ಲ.

"ಆದರೆ... ಯಾಕೆ?" ಗಂಟಲಲ್ಲಿ ಮಾತು ಸಿಕ್ಕಿಕೊಂಡಿತು. ಯಾಕೆ ತನ್ನನ್ನು ಕಳಿಸಿಬಿಡುತ್ತಿದ್ದಾರೆ?

ಸಾರೋಟು ವೇಗವಾಗಿ ಸಾಗಿದಂತೆ ಬೀದಿ ಕಿರಿದಾಗುತ್ತಾ ಬಂತು. ಚಿಕ್ಕಪ್ಪ ಅವಳನ್ನು ಎಲ್ಲಿಗೆ ಕರೆದುಕೊಂಡು ಹೋಗುತ್ತಿದ್ದಾರೆ, ಶಿವಗಾಮಿ ಚಿಂತಿಸಿದಳು. ಬೀದಿ ಇನ್ನೂ ಕಿರಿದಾಗುವುದು ಸಾಧ್ಯವಿಲ್ಲ ಅಂದುಕೊಳ್ಳುವಾಗ ಸಾರೋಟು ಎಡಕ್ಕೆ ತಿರುಗಿ ಕೊಳಚೆಯ ಹಾದಿಯಲ್ಲಿ ಹೊಯ್ದಾಡುತ್ತಾ ಸಾಗಿತು. ಹೊಂಡ ಹಳ್ಳ ಕೊಳ್ಳಗಳ ಆ ಹಾದಿಯಲ್ಲಿ ಹೋಗುವಾಗ ಸಾರೋಟು ತೊನೆದಾಡಿತು. ತೆಂಗಿನ ಗರಿಯನ್ನು ಹೊದ್ದ ಗುಡಿಸಿಲಿನ ಮುಂದೆ ನಿಂತ ಬರಿಮೈ ಮಕ್ಕಳು ತಮ್ಮ ಮುಂದೆ ಹಾದುಹೊದ ಸಾರೋಟನ್ನು ದಿಟ್ಟಿಸಿದರು. ಕೋಳಿಗಳು ಸಾರೋಟಿನ ಹಾದಿಯಿಂದ ಹೆದರಿ ಪಕ್ಕ ಸರಿದವು. ಹುರಿಯುತ್ತಿದ್ದ ಮೀನಿನ ವಾಸನೆ ಮತ್ತು ಚರಂಡಿಯ ನಾತ ಎರಡೂ ಸೇರಿ ಮೂಗಿಗೆ ಬಡಿಯಿತು. 'ಇದು ಅಡ್ಡ ದಾರಿ' ಸಾರೋಟು ಕಲ್ಲು ಹಾಸಿನ ಹಾದಿಯ ದೀಪದ ಕಂಭಕ್ಕೆ ತಗುಲಿ ಮುಂದುವರಿದಾಗ ತಿಮ್ಮ ನುಡಿದ.

ಅಲ್ಲಲ್ಲಿ ಕಾಣಿಸುವ ಆಕಾಶದಲ್ಲಿ ದೂರದಲ್ಲಿ ತಲೆ ಎತ್ತಿ ನಿಂತ ಕಣದ ಛಾವಣಿ ಕಾಣಿಸುತ್ತಿತ್ತು. ಆ ಶಾಪಗ್ರಸ್ಥ ಸ್ಥಳವನ್ನು ತಮ್ಮ ಸಾರೋಟು ಹಾದುಹೋಗಲಿದೆ ಎನ್ನುವ ನಿರೀಕ್ಷೆಯಲ್ಲೇ ಅವಳ ಹೃದಯ ಬಡಿದುಕೊಳ್ಳಲಾರಂಭಿಸಿತು. ಪ್ರತಿ ರಾತ್ರಿಯೂ ಅವಳನ್ನು ಕಾಡಿದ ಆ ಚಿತ್ರ ಮತ್ತೊಮ್ಮೆ ಜೀವ ತಳೆಯಿತು. ಪಂಜರದಲ್ಲಿ ಕಟ್ಟಿ ಹಾಕಿದ್ದ ಅವಳ ತಂದೆಯನ್ನು ಕಾಗೆಗುಬ್ಬಿಗಳು ಜೀವಂತ ಕಿತ್ತು ತಿನ್ನುವಾಗ ಅವನು ತೂಗಾಡುತ್ತಿದ್ದ ಚಿತ್ರ. ಅವಳು ಪೀಠವನ್ನು ಗಟ್ಟಿಯಾಗಿ ಹಿಡಿದು ಭದ್ರವಾಗಿ ಕಣ್ಣು ಮುಚ್ಚಿಕೊಂಡಳು. ಸಾರೋಟು ಈಗ ಬಲಕ್ಕೆ ತಿರುಗಿತು.

ಎರಡೂ ಬದಿಯಲ್ಲಿ ಮುರುಕು ಮನೆಗಳು ಒರಗಿದ್ದವು. ತಿಮ್ಮ ಯಾಕೆ ಈ ದಾರಿಯಲ್ಲಿ ಕರೆದೊಯ್ಯುತ್ತಿದ್ದಾನೆಂದು ಅವಳಿಗೆ ಗೊತ್ತಾಯಿತು. ಅವಳ ತಂದೆಯನ್ನು ನೇಣಿಗೆ ಹಾಕಿದ್ದ ಕಣವನ್ನು ಹಾದುಹೋಗುವುದನ್ನು ತಪ್ಪಿಸಿ ಕರೆದುಕೊಂಡು ಹೋಗುತ್ತಿದ್ದ. ಆದರೂ ನೋವಿನ ಆ ನೆನಪುಗಳಿಂದ ಪಾರಾಗುವಂತಿರಲಿಲ್ಲ.

ಇದ್ದಕ್ಕಿದ್ದಂತೆ ಸಾರೋಟು ನಿಂತಿತು. ಅವಳು ಕಣ್ಣು ತೆರೆದಳು. ಕೆಲವು ಹಸುಗಳು ಬೀದಿಯ ನಡುವೆ ಕೂತು ಅಡ್ಡಿಪಡಿಸಿದ್ದವು. ತಿಮ್ಮ ಶಪಿಸುತ್ತಾ ಇಳಿದು ಅವನ್ನು ಓಡಿಸಿದ. ಅಲ್ಲಿಂದ ದಾರಿ ಅಕ್ಕಪಕ್ಕಗಳಲ್ಲಿ ಮನೆಗಳು ಒತ್ತೊತ್ತಾಗಿ ಕಟ್ಟಿದ ಮನೆಗಳ ನಡುವಿಂದ ಗುಡ್ಡದ ಮೇಲಕ್ಕೆ ಸುರುಳಿಯಾಗಿ ಸಾಗಿತ್ತು.

ಇದೆ ಅವಕಾಶವೆಂದು ಶಿವಗಾಮಿ ಹಠಾತ್ತನೆ ಸಾರೋಟಿನಿಂದ ಜಿಗಿದು ಓಡಲಾರಂಭಿಸಿದಳು. ಅವಳು ಓಡಿಹೋದಳೆಂದು ತಿಳಿಯಲು ತಿಮ್ಮನಿಗೆ ಒಂದು ಕ್ಷಣ ಹಿಡಿಯಿತು. ತನ್ನ ವಾತ ನೋವಿನಿಂದ ಬಳಲುತ್ತಿದ್ದ ಕಾಲುಗಳನ್ನು ಶಪಿಸುತ್ತಾ ಶಿವಗಾಮಿಯ ಹೆಸರು ಹಿಡಿದು ಕರೆಯುತ್ತಾ ಆ ಮುದುಕ ಸಾರೋಟನ್ನು ಬಿಟ್ಟು ಅವಳ ಹಿಂದೆಯೇ ತಡಬಡಾಯಿಸಿದ.

ಅಖಿಲಾ ಅವಳ ಹಿಂದೆಯೇ ಓಡಿಬರುತ್ತಿರುವುದು ಶಿವಗಾಮಿಗೆ ಕೇಳಿಸಿತು. ಬೀದಿಯ ತುಂಬಾ ಹಸುಗಳ ಸಗಣಿ ಬಿದ್ದು ಅದರ ಮೇಲೆ ಗಾಡಿಗಳ ಚಕ್ರಗಳು ಹರಿದು ಜಾರುತ್ತಿತ್ತು. ಅಖಿಲಾ ಜಾರಿ ಬಿದ್ದಿದ್ದು ಅವಳಿಗೆ ಕೇಳಿಸಿತು. ಒಂದು ಕ್ಷಣ ಅವಳಿಗೆ ನಿಂತು ಹಿಂದಿರುಗಿ ಮಗುವನ್ನು ಎತ್ತಿ ನಿಲ್ಲಿಸಬೇಕೆನಿಸಿತು. ಆದರೆ ಅಖಿಲಾ ತಾನೇ ಎದ್ದು ಮತ್ತೆ ಅವಳನ್ನು ಹಿಂಬಾಲಿಸುತ್ತಿರುವುದು ಗೊತ್ತಾಯಿತು. ಶಿವಗಾಮಿ ಮುಂದೆ ಓಡಿದಳು.

ಶಿವಗಾಮಿ ಬೀದಿಯ ತುದಿಯಲ್ಲಿ ತಿರುಗಿ ಕತ್ತಲ ಓಣಿಯನ್ನು ಹೊಕ್ಕಳು. ನೆಲವೆಲ್ಲಾ ಚರಂಡಿ ನೀರಿನಿಂದ ಕೆಸರಾಗಿ ಗೋಡೆಗಳೆಲ್ಲಾ ಮೂತ್ರದ ಕಲೆಗಳಾಗಿ ಕೆಟ್ಟ ನಾತ ಬೀರುತ್ತಿತ್ತು. ಇದ್ದಕ್ಕಿದ್ದಂತೆ ಪಕ್ಕದ ಓಣಿಯಿಂದ ಒಂದು ಕಪ್ಪು ವ್ಯಕ್ತಿ ಹೊರಬಂದು ಅಖಿಲಾಳಿಗೆ ಡಿಕ್ಕಿ ಹೊಡೆಯಿತು. ಹುಡುಗಿ ಕೆಳಗೆ ಬಿದ್ದಳು. ವ್ಯಕ್ತಿ ಕಾಲು ಜಾರಿ ಅವಳ ಮೇಲೆ ಬಿದ್ದ. ಈ ಸದ್ದು ಕೇಳಿ ಶಿವಗಾಮಿ ನಿಂತು ತಿರುಗಿದಳು. ಅವಳು ಚೀರಿ ಅಖಿಲಾ ಕಡೆಗೆ ಓಡಿದಳು. ಅಖಿಲಾಳ ಚೀಲ ತೆರೆದುಕೊಂಡು ಒಳಗಿನ ಕಲ್ಲು, ಮಣಿಗಳೆಲ್ಲಾ ಸುತ್ತಲೂ ಚೆಲ್ಲಿಹೋಗಿತ್ತು. ಆ ವ್ಯಕ್ತಿ ಕಲ್ಲುಗಳಿಗಾಗಿ ಅಖಿಲಾ ಜೊತೆ ಗುದ್ದಾಡುತ್ತಿದ್ದ.

ಶಿವಗಾಮಿ ಅವನನ್ನು ಅಖಿಲಾಳಿಂದ ದೂರ ತಳ್ಳಿದಳು. ಅವನು ತೆಳ್ಳಗಿದ್ದು ಗುಳಿಬಿದ್ದ ಕಣ್ಣುಗಳು ಹುಳುಕು ಹಲ್ಲುಗಳಿತ್ತು. ಕೇವಲ ಲಂಗೋಟಿ ಮಾತ್ರ ತೊಟ್ಟುಕೊಂಡಿದ್ದ. ಶಪಿಸುತ್ತಾ ಅವನು ಎದ್ದು ನಿಲ್ಲಲು ಯತ್ನಿಸಿದ ಮತ್ತೆ ಜಾರಿ ಬಿದ್ದ.

ಪ್ರಾಣಿಯಂತೆ ಗುಟುರು ಹಾಕುತ್ತ ಅವನು ಮತ್ತೆ ಎದ್ದು ಮಗುವಿನತ್ತ ಧಾವಿಸಿದ. ಅಖಿಲಾ ಬೆನ್ನ ಹಿಂದೆ ಕಲ್ಲುಗಳನ್ನು ಬಚ್ಚಿಟ್ಟುಕೊಂಡು "ಇಲ್ಲ, ಇವು ನನ್ನವು, ನಾನು ಇದನ್ನು ಕೊಡಲ್ಲ, " ಎಂದಳು.

ಎಂಟು ವರ್ಷದ ಮಗುವಿನ ಜೊತೆ ಕಲ್ಲಿಗಾಗಿ ಜಗಳ ಮಾಡಲು ಇವನಿಗೇನು ಹುಚ್ಚೇ? ಶಿವಗಾಮಿ ಇನ್ನೇನು ಅವನಿಗೆ ಬೈಯಲು ತೊಡಗುವಷ್ಟರಲ್ಲಿ ಅವನ ಕಣ್ಣುಗಳು ತೀವ್ರ ಭಯದಲ್ಲಿ ಅಗಲವಾಯಿತು. ಅವಳ ಹಿಂದಿನ ಯಾವುದನ್ನೋ ಅವನು ನೋಡುತ್ತಿದ್ದಂತೆ ಭಾಸವಾಯಿತು. ಏನದು ಎಂದು ಅವಳು ತಿರುಗಿ ನೋಡುವಷ್ಟರಲ್ಲಿ ಅವನು ಓಡಿಹೋದ.

ಕ್ಷಣದಲ್ಲಿ ಅವನು ದೀಪದ ಕಂಭಕ್ಕೆ ಡಿಕ್ಕಿ ಹೊಡೆದು ನೆಲಕ್ಕೆ ಕುಸಿದ. ಶಿವಗಾಮಿ ಅವನ ಕಡೆಗೆ ಓಡಿದಳು. ಅವಳು ತಲುಪುವಷ್ಟರಲ್ಲಿ ಕುದುರೆಯ ಖುರಪುಟಗಳ ಸದ್ದು ಬೀದಿಯನ್ನೆಲ್ಲಾ ತುಂಬಿತು. ವ್ಯಕ್ತಿ ಭಯದಲ್ಲಿ ಕಿರುಚಿ ತಲೆಯನ್ನು ಹಿಡಿದುಕೊಂಡು ಎದ್ದು ಓಡಿದ. ಕಪ್ಪು ರುಮಾಲು ಧರಿಸಿದ ಒಬ್ಬ ವ್ಯಕ್ತಿ ಕುದುರೆಯ ಮೇಲೆ ಸವಾರಿ ಮಾಡುತ್ತಾ ಒಂದು ಈಟಿಯನ್ನು ಗುರಿ ಇಟ್ಟು ಇವರತ್ತಲೇ ಧಾವಿಸುತ್ತಿದ್ದ. ಶಿವಗಾಮಿ ಬಾಗಿ ಅಖಿಲಾಳ ಕೈ ಹಿಡಿದು ಸೆಳೆದು ಅಪ್ಪಿಕೊಂಡು ಕುದುರೆಯ ಕಾಲಿನಿಂದ ತಪ್ಪಿಸಿಕೊಂಡು ಪಕ್ಕಕ್ಕೆ ಉರುಳಿದಳು. ಕುದುರೆ ದಾಟಿ ಸಾಗಿದ ನಂತರ ನಿಟ್ಟುಸಿರು ಬಿಡುತ್ತಾ ಎದ್ದುನಿಂತಳು. ಅಖಿಲಾ ಭಯದಲ್ಲಿ ನಡುಗುತ್ತಿದ್ದಳು. ಆದರೆ ತನ್ನ ಚೀಲವನ್ನು ಪ್ರಾಣಕ್ಕಿಂತ ಹೆಚ್ಚಾಗಿ ಎದೆಗವಿಚಿಕೊಂಡಿದ್ದಳು. ತಿರುಗಿ ನೋಡಿದಾಗ ಓಡುತ್ತಿದ್ದ ವ್ಯಕ್ತಿಯ ಹೃದಯನ್ನು ಸೀಳಿಕೊಂಡು ಈಟಿ ಹೊರಗೆ ಬಂದಿತ್ತು. ವ್ಯಕ್ತಿ ಸ್ವಲ್ಪ ದೂರ ಓಡಿ ನಂತರ ಮುಖ ಅಡಿಯಾಗಿ ಬಿದ್ದಿದ್ದ.

ಅಟ್ಟಿಸಿಕೊಂಡು ಬಂದ ವ್ಯಕ್ತಿ ಕುದುರೆಯಿಂದ ಇಳಿದು ಸತ್ತ ವ್ಯಕ್ತಿಯ ಹತ್ತಿರಕ್ಕೆ ನಡೆದ. ಅವನ ಎದೆಯಿಂದ ಈಟಿಯನ್ನು ಹೊರಗೆ ಸೆಳೆದು ಅದರ ಮೇಲಿನ ರಕ್ತವನ್ನು ಹೆಬ್ಬೆಟ್ಟಿನಿಂದ ಒರಸಿದ. ಸತ್ತ ವ್ಯಕ್ತಿಯನ್ನು ಬೆನ್ನ ಕೆಳಗಾಗಿ ಹೊರಳಿಸಿ ಅವನ ದೇಹವನ್ನು ಹುಡುಕತೊಡಗಿದ.

ಇದೆ ಸಮಯವೆಂದು ಶಿವಗಾಮಿ ಅಖಿಲಾಳ ಕೈ ಎಳೆದಳು. ಕಲ್ಲುಗಳು ಧಳಧಳನೆ ನೆಲಕ್ಕೆ ಬಿದ್ದು ಅವಳು ಜೋರಾಗಿ ಅಳುತ್ತಾ ಶಿವಗಾಮಿಯನ್ನು ಹೊಡೆಯತೊಡಗಿದಳು. ಅವಳಿಗೆ ಕಲ್ಲುಗಳು ಮರಳಿ ಬೇಕಿತ್ತು. ಶಿವಗಾಮಿ ಅವಳನ್ನು ಸುಮ್ಮನಾಗಿಸಲು ಯತ್ನಿಸಿದಳು. ಆದರೆ ಮಗು ಅವಳ ಕೈ ಬಿಡಿಸಿಕೊಂಡು ಕೆಳಗೆ ಬಾಗಿ ಕಲ್ಲುಗಳನ್ನು ಆಯತೊಡಗಿದಳು.

ವ್ಯಕ್ತಿ ತಾನು ಮಾಡುತ್ತಿದ್ದ ಕೆಲಸವನ್ನು ನಿಲ್ಲಿಸಿ ಎದ್ದು ನಿಂತ. ಲೊಚಗುಟ್ಟಿ

ಅವರತ್ತ ಬರತೊಡಗಿದ. ಪ್ರತಿ ಎರಡನೇ ಹೆಜ್ಜೆಗೆ ತನ್ನ ಈಟಿಯ ಮೊನೆಯಿಂದ ನೆಲಕ್ಕೆ ಕುಟ್ಟುತ್ತಾ ಬಂದ. ಶಿವಗಾಮಿಗೆ ತನ್ನ ಗುಂಡಿಗೆ ಬಡಿದುಕೊಳ್ಳುತ್ತಿದ್ದುದು ಕೇಳಿಸುತ್ತಿತ್ತು. ಅಖಿಲಾಳನ್ನು ಎಳೆಯಲು ಯತ್ನಿಸಿದಳು. ಆದರೆ ಹುಡುಗಿ ತನ್ನ ಎಲ್ಲಾ ಸಂಗ್ರಹವನ್ನು ಎತ್ತಿಕೊಳ್ಳದೆ ಬರಲಾರದಂತಿದ್ದಳು.

ಅವನು ಅವರ ಸಮೀಪಕ್ಕೆ ಬರುವಷ್ಟರಲ್ಲಿ ಅಖಿಲಾ ಎಲ್ಲಾ ಕಲ್ಲುಗಳನ್ನು ಎತ್ತಿ ಕೊಂಡು ಚೀಲಕ್ಕೆ ಹಾಕಿಕೊಂಡಿದ್ದಳು. ವ್ಯಕ್ತಿ ಚಿಟಿಕೆ ಬಾರಿಸಿ ಕೈ ಮುಂದೆ ಮಾಡಿದ. ಅವಳ ಚೀಲ ತನಗೆ ಕೊಡುವಂತೆ ಸನ್ನೆ ಮಾಡಿದ. ಅಖಿಲ ತಲೆ ಅಲ್ಲಾಡಿಸಿ ಓಡಿ ಹೋಗಿ ಶಿವಗಾಮಿಯ ಹಿಂದೆ ಅವಿತುಕೊಂಡಳು. ವ್ಯಕ್ತಿ ಅಖಿಲಾಳನ್ನು ಹಿಡಿಯಲು ಮುಂದೆ ಬಂದ. ಆದರೆ ಶಿವಗಾಮಿ ಕಾಲು ನೀಟಿ ಅವನಿಗೆ ಅಡ್ಡಗಾಲು ಹಾಕಿದಳು. ಅವನು ಮುಖ ಕೆಳಗಾಗಿ ಬಿದ್ದ. ಶಿವಗಾಮಿ ಅಖಿಲಾಳ ಕೈ ಹಿಡಿದುಕೊಂಡು ಓಡಿದಳು. ಹಿಂದೆ ಅವನು ಏಳುತ್ತಿರುವ ಸದ್ದು ಅವಳಿಗೆ ಕೇಳಿಸಿತು, ಅವನು ಅಟ್ಟಿಸಿಕೊಂಡು ಬರುತ್ತಾನೆ ಎಂದು ಅವಳಿಗೆ ಗೊತ್ತಾಯಿತು.

"ಮಗೂ, ಎಲ್ಲಿದ್ದೀಯಾ? ಶಿವಗಾಮಿ, ಮಗೂ" ತಿಮ್ಮ ಬೀದಿಯ ಆಚೆ ತುದಿಯಲ್ಲಿ ಕಾಣಿಸಿಕೊಂಡು ಸ್ಥಬ್ಧನಾದ. ಅಖಿಲಾ ತಿಮ್ಮನತ್ತ ಓಡಿ ಅವನ ಕಾಲುಗಳನ್ನು ಅಪ್ಪಿಕೊಂಡಳು. ಶಿವಗಾಮಿ ತಿರುಗಿ ನಿಂತು ತಿಮ್ಮನನ್ನು ಮರೆಮಾಡಿದಳು, ಎದುರಾಳಿಯನ್ನು ಎದುರಿಸಲು ಸಿದ್ಧಳಾಗಿ. ರುಮಾಲಿನ ವ್ಯಕ್ತಿ ಅವರ ಕಡೆಗೆ ನಡೆದು ಬರುತ್ತಿದ್ದ. ಅವನ ಮುಖ ಮುಸುಕಿನಿಂದ ಮರೆಯಾಗಿದ್ದರೂ, ಒಬ್ಬ ನಿತ್ರಾಣ ವೃದ್ಧ ಹಾಗು ಚಿಕ್ಕ ಹುಡುಗಿಯನ್ನು ರಕ್ಷಿಸಲು ಸಜ್ಜಾಗಿ ನಿಂತ ರೀತಿಗೆ ಅವನು ನಗುತ್ತಿದ್ದಾನೆ ಎಂದು ಅವಳಿಗೆ ಅನ್ನಿಸಿತು. ಶಿವಗಾಮಿಗೆ ಅಷ್ಟು ದೊಡ್ಡ ಗಾತ್ರದ ವ್ಯಕ್ತಿಯನ್ನು ತಾನೊಬ್ಬಳೇ ಹೋರಾಡಿ ಸೋಲಿಸಬಹುದೇ ಅನ್ನುವ ಬಗ್ಗೆ ಅನುಮಾನವಾಯಿತು. ತನ್ನ ಕತ್ತಿ ಇದ್ದಿದ್ದರೆ ಎಂದುಕೊಂಡಳು. ಆದರೆ ಯೋಚಿಸಲು ಸಮಯವಿರಲಿಲ್ಲ.

ರುಮಾಲಿನ ವ್ಯಕ್ತಿ ಈಟಿಯನ್ನು ಕೈ ಬದಲಾಯಿಸಿಕೊಂಡು ಒಣ ತುಟಿಗಳನ್ನು ನೆಕ್ಕುತ್ತಾ ಅವರಿಂದ ಸ್ವಲ್ಪ ದೂರದಲ್ಲಿ ನಿಂತ. ಅವನು ಚಲಿಸುವ ಮೊದಲೇ ತಾನೇ ಮೊದಲು ಹೊಡೆಯುವುದು ಉತ್ತಮ ಎಂದುಕೊಂಡಳು. ಆದರೆ ತಿಮ್ಮ ಅವಳ ಭುಜದ ಮೇಲೆ ಕೈಯಿಟ್ಟು ತಡೆದ. ಅವನು ಅವಳ ಎದುರಿಗೆ ಬಂದು ನಿಂತು ಅವಳನ್ನು ಪಕ್ಕಕ್ಕೆ ಸರಿಯಲು ಸೂಚಿಸಿದ. ಅವಳು ಮನಸ್ಸಿಲ್ಲದೆಯೇ ಅಖಿಲಾಳನ್ನು ಕರೆದುಕೊಂಡು ಪಕ್ಕಕ್ಕೆ ಸರಿದಳು.

ವ್ಯಕ್ತಿ ಕಾಲು ಅಗಲಿಸಿ ಪ್ರಹಾರಕ್ಕೆ ಸಿದ್ಧನಾಗಿ ನಿಂತ. ಅಖಿಲಾಳ ಚೀಲವನ್ನು ತೋರಿಸಿ ಕೊಡು ಎನ್ನುವಂತೆ ಸನ್ನೆ ಮಾಡಿದ. ತಿಮ್ಮ ತಲೆ ಆಡಿಸಿ, ತನ್ನ

49

ಊರುಗೋಲನ್ನು ನೆಲಕ್ಕೆ ಕುಟ್ಟುತ್ತಾ "ಸ್ವಾಮೀ, ಶರಣಾಗಿ. ನೀವು ನಿಯಮ ಉಲ್ಲಂಘನೆ ಮಾಡಿದ್ದೀರಿ. ಜೊತೆಗೆ ನೀವೀಗ ಸಾಮಂತ ತಿಮ್ಮನ ಎದುರು ನಿಂತಿದ್ದೀರಿ," ಎಂದ.

ಉತ್ತರವಾಗಿ ವ್ಯಕ್ತಿ ತಿಮ್ಮನತ್ತ ತನ್ನ ಈಟಿಯನ್ನು ಬೀಸಿ ತೂರಿದ. ಆದರೆ ತಿಮ್ಮ ಒಂದು ಕಣ್ಣರೆಪ್ಪೆಯನ್ನೂ ಕದಲಿಸಲಿಲ್ಲ. ಅದು ಅವನನ್ನು ಕೂದಲೆಳೆಯ ತಪ್ಪಿ ಅವನ ಹಿಂದಿದ್ದ ಗೋಡೆಯಲ್ಲಿ ಹೋಗಿ ನಾಟಿತು. ಎಲ್ಲವೂ ಎಷ್ಟು ವೇಗವಾಗಿ ನಡೆಯಿತೆಂದರೆ ಶಿವಗಾಮಿಗೆ ಆಕ್ರಮಣಕಾರನ ಗುರಿ ತಪ್ಪಿತೋ ಅಥವಾ ತಿಮ್ಮನೇ ಪಕ್ಕಕ್ಕೆ ಸರಿದು ತಪ್ಪಿಸಿಕೊಂಡನೋ ತಿಳಿಯಲಿಲ್ಲ.

ಶಪಿಸುತ್ತಾ ಆ ವ್ಯಕ್ತಿ ತನ್ನ ಒರೆಯಿಂದ ಕತ್ತಿಯನ್ನು ಹೊರಸೆಳೆದು ತಿಮ್ಮನತ್ತ ನುಗ್ಗಿದ. ಹುಡುಗಿಯರಿಬ್ಬರು ಭಯದಲ್ಲಿ ಚೀತ್ಕರಿಸಿದರು. ಗೋಡೆಯಲ್ಲಿ ನಾಟಿದ ಈಟಿಯನ್ನು ಸೆಳೆಯಲು ತಿಮ್ಮ ತನ್ನ ದೇಹವನ್ನು ತಿರುಗಿಸಿದ್ದನ್ನು ಶಿವಗಾಮಿ ನೋಡಿದಳು. ಅದು ವ್ಯರ್ಥ ಪ್ರಯತ್ನ ಎಂದು ಅವಳಿಗೆ ತಿಳಿದಿತ್ತು. ಇಂತಹ ಉಗ್ರ ಆಕ್ರಮಣಕಾರಣ ಎದುರಿಗೆ ತಿಮ್ಮ ನಿಲ್ಲಲಾರ.

ಮರುಕ್ಷಣ ಆಕ್ರಮಣಕಾರನನ್ನು ಎತ್ತಿ ಪಕ್ಕದ ಗೋಡೆಗೆ ಅಪ್ಪಳಿಸಿದ್ದನ್ನು ನೋಡಿದಳು. ಗೋಡೆಗೆ ಅಂಟಿಸಿದಂತೆ ತಲೆಕೆಳಕಾಗಿ ಅವನ ತಲೆ ನೆಲದಿಂದ ಆರಡಿ ಎತ್ತರದಲ್ಲಿ ನೇತಾಡಿತು. ಈಟಿಯ ಮೊಂಡು ತುದಿ ಅವನ ಹೊಟ್ಟೆಯಿಂದ ಹೊರಚಾಚಿತ್ತು. ಇಟ್ಟಿಗೆಯ ಗೋಡೆಯಲ್ಲಿ ಹಂದಿಯನ್ನು ಪಾಲುಮಾಡಲು ಹಾಕಿದಂತೆ ಅವನು ನೇತಾಡುತ್ತಿದ್ದ. ಅವನ ಕೈಕಾಲುಗಳು ಚಾಚಿ, ಸಣ್ಣ ಕೆಮ್ಮು ಕೆಮ್ಮಿ, ರಕ್ತ ಉಗುಳಿ ಅವನು ಸತ್ತು ಸುಮ್ಮನಾದ.

ಶಿವಗಾಮಿ ಬಾಯಿಬಿಟ್ಟುಕೊಂಡು ನೋಡಿದಳು. ಅವಳ ವೃದ್ಧ ತಿಮ್ಮ ಚಿಕ್ಕಪ್ಪನಿಗೆ ಈ ಥರದ ಬಲ ಮತ್ತು ವೇಗದ ಸಾಮರ್ಥ್ಯವಿದೆ ಎಂದು ಅವಳು ಕನಸಲ್ಲೂ ನೆನೆಸಿರಲಿಲ್ಲ.

ಅಖಿಲ ಸಂತೋಷದಲ್ಲಿ ಕುಣಿಯುತ್ತಾ ತಂದೆಯ ಬಳಿಗೆ ಓಡಿಹೋದಳು. ತಿಮ್ಮ ಅವಳನ್ನು ಅಪ್ಪಿಕೊಂಡು ಶಿವಗಾಮಿಯ ಬಳಿಗೆ ಬಂದ. ಈಗವನ ಕುಂಟು ಮತ್ತು ನಿಧಾನಗತಿ ಮರಳಿ ಬಂದಿತ್ತು. ಶಿವಗಾಮಿ ಅವನೆದುರು ಪೇಚಾಡುತ್ತಾ ನಿಂತಳು. ಅವಳಲ್ಲಿ ನೂರು ಪ್ರಶ್ನೆಗಳಿದ್ದವು ಆದರೆ ಅವನ್ನು ಕೇಳಲಾಗದಷ್ಟು ಅವಳ ಮನಸ್ಸು ದಿಗ್ಭ್ರಮೆಗೊಳಗಾಗಿತ್ತು.

"ಮಗೂ, ನನ್ನಂತಹ ವೃದ್ಧ ತಂದೆಯು ಕೂಡಾ ತನ್ನ ಮಕ್ಕಳನ್ನು ರಕ್ಷಿಸಬೇಕಾದಲ್ಲಿ ಏನನ್ನು ಬೇಕಾದರೂ ಮಾಡುವ ಶಕ್ತಿ ಕಂಡುಕೊಳ್ಳುತ್ತಾನೆ" ನಗುತ್ತಾ ನುಡಿದ. ಶಿವಗಾಮಿಯ ಕಣ್ಣಲ್ಲಿ ನೀರು ತುಂಬಿತು. ಅವಳು ಅವನತ್ತ

ಧಾವಿಸಿ ಅಪ್ಪಿಕೊಂಡು ಅವನ ಎದೆಯಲ್ಲಿ ಮುಖ ಹುದುಗಿಸಿದಳು. ಅವಳ ಕೂದಲಲ್ಲಿ ಬೆರಳಾಡಿಸಿ ಅವನು ನುಡಿದ "ಮಗೂ, ಇವು ದುಷ್ಟ ಬೀದಿಗಳು. ಇದು ಕೆಟ್ಟ ಕಾಲ. ನೀನು ನೋಡಿದ್ದು ನಿನ್ನಲ್ಲೇ ಇರಲಿ."

ಅವರು ಒಟ್ಟಾಗಿ ರಥದತ್ತ ನಡೆದರು. ಅವರು ಅದನ್ನೇರುವಾಗ ತಿಮ್ಮ ಶಿವಗಾಮಿಯ ಭುಜ ಒತ್ತಿ ನುಡಿದ "ನೀನು ದೇವರಾಯನ ಮಗಳೆಷ್ಟೋ ಅಷ್ಟೇ ನನ್ನ ಮಗಳೂ ಕೂಡಾ. ಶಿವಗಾಮಿ, ನೀನು ಎದುರಿಸಬೇಕಾದ ಸತ್ಯದಿಂದ ಎಂದಿಗೂ ಓಡಿಹೋಗಬೇಡಾ. ಅದನ್ನು ಯಾವಾಗಲೂ ನೆನಪಿಟ್ಟುಕೋ. ನಾನು ಏನೇ ಮಾಡಿದರೂ ಅದು ನಿನ್ನ ಒಳ್ಳೆಯದಕ್ಕೇ."

ಶಿವಗಾಮಿ ತಲೆ ಆಡಿಸಿದಳು. ಅವನು ಅವಳ ನೆತ್ತಿಗೆ ಮುದ್ದಿಟ್ಟ. ಸಾರೋಟು ಮತ್ತೆ ಮುಂದುವರಿಯಿತು. ಅಖಿಲಾ ಅವಳ ಪಕ್ಕ ಕೂತು ಕಲ್ಲುಗಳನ್ನು ಆಡಿಸುತ್ತಾ ಬಡಬಡಿಸುತ್ತಿದ್ದಳು. ಶಿವಗಾಮಿ ಹುಡುಗಿಯ ಮಾತನ್ನು ಗಮನಿಸಲಿಲ್ಲ. ತಿಮ್ಮ ರಥ ಓಡಿಸುತ್ತಿದ್ದ. ಇದುವರೆಗೂ ಅವಳ ಬದುಕಿನ ಲಗಾಮನ್ನು ಅವನೇ ಹಿಡಿದಿದ್ದ. ಈಗ ಅವಳು ಪ್ರೌಢೆಯಾಗಿದ್ದಾಳೆ. ಅಖಿಲಾಳಂತೆಯೇ ತಾನೂ ಇನ್ನೂ ಚಿಕ್ಕವಳಾಗಿಯೇ ಇದ್ದಿದ್ದರೆ ಎಂದುಕೊಂಡಳು. ತಾನು ಹಿಂದೆ ಬಿಟ್ಟು ಬಂದದ್ದರ ಬಗ್ಗೆ ತೀವ್ರವಾದ ನೋವು ಅವಳನ್ನು ಆವರಿಸಿತು. ಜೊತೆಗೆ ತಿಮ್ಮನ ಬಗ್ಗೆ ಅತೀವವಾದ ಪ್ರೀತಿ ಉಕ್ಕಿ ಬಂದು ಅವಳ ಕಣ್ಣು ತುಂಬಿಕೊಂಡಿತು.

ಅಖಿಲಾಳನ್ನು ಗಟ್ಟಿಯಾಗಿ ಅಪ್ಪಿಕೊಂಡು ಕಣ್ಣುಗಳನ್ನು ಭದ್ರವಾಗಿ ಮುಚ್ಚಿಕೊಂಡಳು. ಕಣ್ಣೀರು ಕೆನ್ನೆಯ ಮೇಲೆ ಹರಿದುಬರದಂತೆ ತಡೆಯಲು ಪ್ರಯತ್ನಪಡುತ್ತಾ, ಪ್ರತಿ ಕ್ಷಣದ ನೆನಪುಗಳ ನೋವನ್ನು ಅನುಭವಿಸಿದಳು.

ಶಿವಗಾಮಿಗೆ ಈಗ ಹೊಸತೊಂದು ಬದುಕು ತೆರೆದುಕೊಳ್ಳುವುದರಲ್ಲಿತ್ತು.

ಅಧ್ಯಾಯ ಆರು

ಕಟ್ಟಪ್ಪ

"ಮುಂದಿನ ಸಲ ಏನಾದರೂ ಮೂರ್ಖತನದ ಕೆಲಸ ಮಾಡುವ ಯೋಚನೆ ಬಂದರೆ ಇದನ್ನು ನೆನಪಿಟ್ಟುಕೋ" ಶಿವಪ್ಪನ ಮುಖಕ್ಕೆ ಫಟಾರನೆ ಏಟು ಕೊಡುತ್ತಾ ಮಲಯಪ್ಪ ನುಡಿದ. ಕಟ್ಟಪ್ಪ ಸುಮ್ಮನೆ ಅಲ್ಲಾಡದೇ ನಿಂತಿದ್ದ, ಕಾಲ ಬೆರಳಿನ ಸುತ್ತಲ ನೆರಳು ನೋಡುತ್ತಾ.

ಅವರ ನೆತ್ತಿಯ ಮೇಲೆ ಸೂರ್ಯ ಬೆಂಕಿಯುಂಡೆಯಂತೆ ಸುಡುತ್ತಿತ್ತು.

"ಆದರೆ ಸವಾಲೆಸೆದವನು ಅವನೇ" ತಮ್ಮನ ಕೀರಲು ದನಿಗೆ ಕಟ್ಟಪ್ಪ ಬೆಚ್ಚಿದ. ಶಿವಪ್ಪ ಹೇಳಿದ್ದು ಸರಿ, ಆದರೆ ಅವನು ತಪ್ಪನ್ನೂ ಹೇಳಿದ್ದ. ಸರಿಗಿಂತ ಹೆಚ್ಚಾಗಿ ತಪ್ಪೇ ಮಾಡಿದ್ದ. ತಂದೆಗೆ ಎಲ್ಲಾ ಗೊತ್ತು.

"ನೀನು ನಿನ್ನ ಸ್ಥಾನವನ್ನೇ ಮರೆತೇ" ಮಲಯಪ್ಪ ಹೇಳಿದ.

"ಅವನು ಗುಲಾಮ ಹುಡುಗನಿಗೆ ರಾಜಕುಮಾರನ ಜೊತೆ ಕತ್ತಿವರಸೆ ಮಾಡಲು ಸವಾಲೆಸೆಯಬಾರದಿತ್ತು" ಶಿವಪ್ಪ ಹೇಳಿದ. ಅವನ ಕಣ್ಣಲ್ಲಿ ಕೋಪದ ಕಣ್ಣೀರು ಹರಿಯುತ್ತಿತ್ತು.

"ನೀನು ಸೋಲಬೇಕು, ಮೂರ್ಖ!" ತಂದೆ ಇನ್ನೊಮ್ಮೆ ಕಪಾಳಕ್ಕೆ ಬಿಗಿದರು.

"ಸೇನಾಪತಿ ಹಿರಣ್ಯ ನಾನು ಸೋಲುತ್ತೇನೆ ಅಂದುಕೊಂಡರು, ಆದರೆ ನಾನು ಸೋಲಲಿಲ್ಲ" ಮತ್ತೊಂದು ಛಟೀರನೆ ಏಟು.

"ಗೆದ್ದಿದ್ದಕ್ಕೆ ನೀವು ನನಗೆ ಏಟು ಹೊಡೆಯಬಾರದು" ಶಿವಪ್ಪ ರೋಷದಲ್ಲಿ ಚೀರಿದ. ಒಂದು ಕ್ಷಣ ಉದ್ವಿಗ್ನ ಮೌನ. ಕಟ್ಟಪ್ಪ ತಲೆ ಎತ್ತಿ, ಕಂಡ ದೃಶ್ಯ ನೋಡಿ ದಂಗಾದ. ಅವನ ತಮ್ಮ ತಂದೆಯ ಕೈಯನ್ನು ಗಟ್ಟಿಯಾಗಿ ಹಿಡಿದುಬಿಟ್ಟಿದ್ದ. ಪ್ರತಿಮೆಗಳ ರೀತಿಯಲ್ಲಿ ತಂದೆ ಮಗ ಇಬ್ಬರೂ ಅಲ್ಲಾಡದೆ ನಿಂತರು.

ಶಿವಪ್ಪನ ಕಣ್ಣುಗಳು ಕಟ್ಟಪ್ಪನ ಕಣ್ಣುಗಳನ್ನು ಸಂಧಿಸಿದಾಗ ಅವನು ತನ್ನ ಕೈ ಹಿಡಿತ ಬಿಟ್ಟ. ತಂದೆ ಮಾತಾಡದೆ ಭಾರದ ಹೆಜ್ಜೆಯಿಡುತ್ತಾ ಮುಂದೆ ನೋಡುತ್ತಾ ನಡೆದುಹೋದ. ಅವರ ಕಣ್ಣುಗಳಲ್ಲಿ ಕೋಪಾಗ್ನಿ ಉರಿಯುತ್ತಿದ್ದುದು ಕಟ್ಟಪ್ಪನಿಗೆ ಕಾಣಿಸಿತು.

"ಅಪ್ಪಾ.." ಕಟ್ಟಪ್ಪ ಕೂಗಿದ. ಆದರೆ ಅವನ ತಂದೆ ಅವನ ಕಡೆ ನೋಡದೆಯೇ ಹೊರಟುಹೋದ.

"ಅಣ್ಣಾ...ನಾನು..." ಶಿವಪ್ಪನ ಧ್ವನಿ ನಡುಗಿತು. ಕಟ್ಟಪ್ಪ ಕೈಯೆತ್ತಿ ಸನ್ನೆ ಮಾಡಿ ಅವನ ಮಾತು ತಡೆದ. ಕಣ್ಣು ಮುಚ್ಚಿದ. ತಂದೆ ಮತ್ತು ತಮ್ಮನ ನಡುವಿನ ಸಂಘರ್ಷ ದಿನೇ ದಿನೇ ಹೆಚ್ಚುತ್ತಿತ್ತು ಮತ್ತು ತಾನು ಅದರ ನಡುವೆ ಸಿಕ್ಕಿಹಾಕಿ ಕೊಳ್ಳುತ್ತಿದ್ದ. ಆ ದಿನ ತಾನು ಉದ್ದೇಶಪೂರ್ವಕವಾಗಿ ಆನೆಯನ್ನು ಬಿಡುಗಡೆ ಮಾಡಿದೆ ಎನ್ನುವುದನ್ನು ಒಪ್ಪಿಕೊಳ್ಳಲಿಲ್ಲ ಅನ್ನುವ ಸಂಗತಿ ಕಟ್ಟಪ್ಪನನ್ನ ಚಿಂತೆಗೀಡು ಮಾಡಿತ್ತು. ತಮ್ಮನ ವಿಚಿತ್ರ ನಡವಳಿಕೆ ಹೆಚ್ಚುತ್ತಿದ್ದುದು ಕಟ್ಟಪ್ಪನಲ್ಲಿ ಆತಂಕ ಉಂಟುಮಾಡುತ್ತಿತ್ತು.

"ಅಣ್ಣ, ಸೇನಾಪತಿ ಹಿರಣ್ಯ ಅವರು ರಾಜಕುಮಾರ ಮಹಾದೇವನ ಜೊತೆ ಸೆಣೆಸಲು ಆಜ್ಞಾಪಿಸಿದರು, ನಾನು ಗೆದ್ದಿದ್ದು ನನ್ನ ತಪ್ಪೇ?"

ಕಟ್ಟಪ್ಪ ತಮ್ಮನ ಕಡೆ ನೋಡಿ ದೀರ್ಘ ಉಸಿರೆಳೆದುಕೊಂಡು ನುಡಿದ "ಹಾಗೆಂದು ನೀನು ಅಷ್ಟು ಕಟುವಾಗಬಾರದು. ನಿನಗೆ ರಾಜಕುಮಾರ ಮಹಾದೇವನ ಬಗ್ಗೆ ಗೊತ್ತು, ಅವರು...."

"....ಹೇಡಿ." ಶಿವಪ್ಪ ನಕ್ಕ. "ಅವರೆಲ್ಲರೂ ಹೇಡಿಗಳೇ. ಹೇಡಿಗಳು ಆದರೆ ಮಹಾಶೂರರಂತೆ ನಟಿಸುತ್ತಾರೆ. ಯಾಕೆಂದರೆ ನಾವು ಅದಕ್ಕೆ ಅವಕಾಶ ಮಾಡಿ ಕೊಡುತ್ತೇವೆ. ಅವರು ಮಹಾ ಪ್ರಮುಖರೆಂದು ನಟಿಸುತ್ತಾರೆ. ಏಕೆಂದರೆ ನಾವು ನಮ್ಮ ಮನಸ್ಸಿನಲ್ಲಿ ಅವರಿಗಿಂತ ಕೀಳೆಂದು ತಿಳಿಯುತ್ತೇವೆ, ನಮ್ಮ ಮೈಬಣ್ಣ ಕಪ್ಪು ಅವರದು ಸ್ವಲ್ಪ ಬೆಳ್ಳಗಿದೆ ಎಂದು"

"ಬಾಯಿ ಮುಚ್ಚು" ಕಟ್ಟಪ್ಪ ನುಡಿದ. ಈ ಮಾತು ಎಲ್ಲಿಗೆ ಮುಟ್ಟುತ್ತದೆಂದು ಅವನಿಗೆ ಗೊತ್ತು. ಶಿವಪ್ಪನ ಮಾತು ಕೇಳತೊಡಗಿದರೆ ತಾನೂ ಅವನಂತೆಯೇ ಯೋಚಿಸತೊಡಗುತ್ತೇನೆ ಎಂದು ಅವನಿಗೆ ಭಯವಿತ್ತು. ಬಹುಶಃ ಅವರ ತಂದೆಗೂ ಆ ಭಯ ಇದ್ದಿರಬಹುದು.

ಅವನು ಮಾತಾಡದೆ ಬಾಕು ಮತ್ತು ಚಾವಟಿ, ಕತ್ತಿಗಳ ಮೂಟೆಯನ್ನು ಹೆಗಲ ಮೇಲೆ ಎತ್ತಿಕೊಂಡು ಗುಡ್ಡ ಇಳಿಯತೊಡಗಿದ. ಶಿವಪ್ಪ ಓಡಿ ಅವನ ಜೊತೆಯಾದ.

"ಇನ್ನೂ ಎಷ್ಟು ಕಾಲ ನಾವು ಗುಲಾಮರಾಗಿರಬೇಕು? ಬೇರೆ ದೇಶಗಳಲ್ಲಿ ಮುಕ್ತ ಜನರಿದ್ದಾರೆ. ನಮ್ಮ ಸರಕಿನಲ್ಲಿ ಒಂದು ಭಾಗವನ್ನು ತೆರಿಗೆ ಕಟ್ಟಿದರಾಯಿತು ರಾಜರು ನಮ್ಮ ಪಾಡಿಗೆ ನಮ್ಮನ್ನು ಬದುಕಲು ಬಿಡುತ್ತಾರೆ. ಅಥವಾ ಕಾಡಿನಲ್ಲಿ ಇರುವ ಗಂಡಸರು ಹೆಂಗಸರು ಸ್ವತಂತ್ರವಾಗಿ ಯಾವ ರಾಜರಿಗೂ ತಲೆಬಾಗದೆ ಬದುಕುತ್ತಿದ್ದಾರೆ."

"ಆದರೆ ಯಳವೆಯಲ್ಲೇ ಗಲ್ಲಿಗೇರುತ್ತಾರೆ ಅಥವಾ ರಾಜರ ಆನೆಯ ಕಾಲ್ತುಳಿತಕ್ಕೆ ಸಿಕ್ಕಿ ಸಾಯುತ್ತಾರೆ" ಉಸಿರೆಳೆದುಕೊಳ್ಳುತ್ತಲೇ ಕಟ್ಟಪ್ಪ ನುಡಿದ.

"ಇಲ್ಲಿ ಯಾರೂ ಮಹಾರಾಜರ ಆಜ್ಞೆಗೆ ಗುರಿಯಾಗಿ ಮರಣದಂಡನೆ ಪಡೆದಿಲ್ಲವೇನು? ಪ್ರತಿ ಒಬ್ಬ ಸಾಮಂತನೂ ತಾನೇ ಕಾನೂನು ಎನ್ನುತ್ತಾನೆ. ಮಳೆಯ ನಂತರದಲ್ಲಿ ಬೆಳೆವ ಕಳೆಯಂತೆ ಶ್ರೀಮಂತರು ಎಲ್ಲಾ ಗ್ರಾಮಗಳಲ್ಲಿ ಹುಟ್ಟಿಕೊಳ್ಳುತ್ತಿದ್ದಾರೆ. ಒಂದು ಕುದುರೆ ಮತ್ತು ಅಡಿಗೆಮನೆಯ ಚಾಕು ಹಿಡಿದವರೆಲ್ಲ ತಮ್ಮನ್ನು ಮಹಾವೀರ ಎಂದು ಕರೆದುಕೊಳ್ಳುತ್ತಿದ್ದಾರೆ. ಮಹಾರಾಜರು ಕೆಲವು ಪದವಿಗಳನ್ನು ದುಡ್ಡಿಗೆ, ಒಂದು ಹಾಡಿಗೆ ಮಾರಿಕೊಳ್ಳುತ್ತಿದ್ದಾರೆ. ಬಡವರ ಹೆಣ್ಣುಗಳಿಗೆ ರಕ್ಷಣೆಯಿಲ್ಲ, ಗಂಡುಗಳು ಸ್ವತಂತ್ರರಲ್ಲ. ನಾಯಿಗಳಿಗೆ ಇದಕ್ಕಿಂತ ಉತ್ತಮ ಬದುಕಿದೆ."

"ಇದೇ ರೀತಿ ಮಾತಾಡುತ್ತಿರು, ಇಷ್ಟರಲ್ಲೇ ನಿನ್ನ ತಲೆ ಕಡಿದುಬೀಳುತ್ತದೆ. ಅಪ್ಪನಿಗೆ ನಿನ್ನ ಬಗ್ಗೆ ಆತಂಕವಿರುವುದು ಸರಿಯೇ."

"ಅವರಿಗೆ ತಮ್ಮ ತಲೆಯ ಬಗ್ಗೆ ಚಿಂತೆ ಇರಬೇಕು. ನಮ್ಮ ಎಷ್ಟು ಜನ ಪುರಾತನರು ಹಾಸಿಗೆಯಲ್ಲೇ ಪ್ರಾಣ ಬಿಟ್ಟಿದ್ದಾರೆ?"

ಕಟ್ಟಪ್ಪನಲ್ಲಿ ಉತ್ತರವಿರಲಿಲ್ಲ. ಮಾಹಿಷ್ಮತಿಯ ಮಹಾರಾಜರಿಗಾಗಿ ಪ್ರಾಣ ತೆತ್ತ ತಮ್ಮ ಪುರಾತನರ ಕಥೆಗಳನ್ನು ಕೇಳುತ್ತಲೇ ಬೆಳೆದಿದ್ದ ಅವನು. ಮುನ್ನೂರು ವರ್ಷಗಳ ಹಿಂದಿನ ಮೊದಲ ಮಹಾರಾಜರ ಕಾಲದಿಂದಲೂ ಬಂದ ಹಳೆಯ ಕಥೆಗಳು ಅವು. ತನಗಿಂತ ಮೊದಲು ಹದಿನೆಂಟು ತಲೆಮಾರುಗಳ ಹಿಂದೆ ತಮ್ಮ ಜನರು ಸ್ವತಂತ್ರರಾಗಿದ್ದಾಗ ತಮ್ಮನ್ನು ಗೌರಿಪರ್ವತಪುತ್ರರೆಂದು ಕರೆದುಕೊಳ್ಳುತ್ತಿದ್ದರಂತೆ.

"ಈ ಹೊರೆಯನ್ನೆತ್ತಲು ಸ್ವಲ್ಪ ಸಹಾಯ ಮಾಡು" ಕಟ್ಟಪ್ಪ ಕೇಳಿದ.

"ಅಣ್ಣಾ, ನಿನಗಾಗಿ ಮಾಡುತ್ತೇನೆ. ಬೇರೆಯವರ ಹೊರೆಯನ್ನು ಎತ್ತಿಕೊಳ್ಳುವುದು ನನಗೆ ಸಹಿಸದು" ಹೊರೆಯನ್ನು ತನ್ನ ತಲೆಯ ಮೇಲೆತ್ತಿಕೊಳ್ಳುತ್ತಾ ಶಿವಪ್ಪ ನುಡಿದ.

ಅವರು ನಡೆಯುತ್ತಿದ್ದಂತೆ ಶಿವಪ್ಪ ಮತ್ತೆ ಕೇಳಿದ "ಅಣ್ಣಾ, ನಾವು ಯಾಕೆ ಗುಲಾಮರಾಗಿದ್ದೇವೆ?"

"ಅದು ನಮ್ಮ ಹಣೆಬರಹ" ಕಟ್ಟಪ್ಪ ಪಿಸುನುಡಿದ.

"ನಾವು ಯಾಕೆ ನಮ್ಮ ಹಣೆಬರಹವನ್ನು ಬದಲಿಸಬಾರದು?"

"ಶಿವಪ್ಪ, ನಿನ್ನ ಚಿಂತನೆಗಳಿಂದ ನನಗೆ ಭಯವಾಗುತ್ತಿದೆ. ನೀನು ಅಪ್ಪನ ಮನಸ್ಸು ಮುರಿಯುತ್ತೀಯ. ನಿನಗೆ ಒಳ್ಳೆಯ ಭವಿಷ್ಯ ಇದೆ ಅಂತ ಅವರು ಅಂದುಕೊಂಡಿದ್ದಾರೆ" ಕಟ್ಟಪ್ಪ ತಮ್ಮನ ಕಡೆ ನೋಡಿದ. ಅವನ ತುಟಿಯಲ್ಲಿದ್ದ ವ್ಯಂಗ್ಯ ನಗೆ ಅವನಿಗೆ ಹಿಡಿಸಲಿಲ್ಲ.

"ಭವಿಷ್ಯ? ಗುಲಾಮರಿಗೆ ಭವಿಷ್ಯವಿದೆಯೇ ಅಣ್ಣಾ? ರಾಜಕುಮಾರರ ವಿಸರ್ಜನೆಯ ಮಡಕೆ ಒಯ್ಯುವುದು ಭವಿಷ್ಯವೇ? ಅವರು ರೈತರ ಹೆಣ್ಣುಮಕ್ಕಳ ಮಾನಭಂಗ ಮಾಡುವಾಗ ಮೌನವಾಗಿ ನಿಂತು ನಂತರ ಅವರ ವೀರ್ಯ ಒರೆಸಿಕೊಳ್ಳಲು ವಸ್ತ್ರ ಕೊಡುವುದು ಭವಿಷ್ಯವೇ? ಅವರ ಪಾಪಗಳನ್ನು ಹೂಳುವುದು ಭವಿಷ್ಯವೇ? ದನಕರುಗಳ ಸಾವು ಸಾಯುವುದು ಭವಿಷ್ಯವೇ? ಬೇಡಾ, ನಮಸ್ಕಾರ. ನಾನು ನನ್ನದೇ ಭವಿಷ್ಯ ರೂಪಿಸಕೊಳ್ಳುತ್ತೇನೆ."

ಕಟ್ಟಪ್ಪನಿಗೆ ಭಯವಾಯಿತು. ತಮ್ಮನಿಗೆ ಅಪರಿಚಿತ ಸಹಚರರಿದ್ದಾರೆ ಎಂದು ಕೆಲವು ಗುಲಾಮರು ಪಿಸುನುಡಿಯುತ್ತಿದ್ದರು. ಈ ರೀತಿ ಮಾತಾಡಲು ಶಿವಪ್ಪ ಇನ್ನೂ ಚಿಕ್ಕವನಾಗಿದ್ದ. ಕಟ್ಟಪ್ಪನಿಗೆ ಆ ವಯಸ್ಸಿನಲ್ಲಿ ತಂದೆ ಹೇಳಿದ್ದನ್ನು ಮೀರಿ ಬೇರೆ ಯೋಚಿಸಲೂ ಗೊತ್ತಿರಲಿಲ್ಲ. ತಂದೆ ಹೇಳುತ್ತಿದ್ದರು ಗುಲಾಮ ಯೋಚಿಸಬಾರದು. ಗುಲಾಮ ಕೇವಲ ಸೇವೆ ಮಾಡಬೇಕು. ಮತ್ತು ಅಗತ್ಯ ಬಿದ್ದರೆ ಒಡೆಯನಿಗಾಗಿ ಸಾಯಬೇಕು.

ಅವರು ಶಸ್ತ್ರಾಗಾರದ ಹಿಂಬಾಗಿಲು ತಲುಪಿದ್ದರು. ಬೇಗನೆ ಶಸ್ತ್ರಗಳ ಮೂಟೆಯನ್ನು ಅಲ್ಲಿ ಒಪ್ಪಿಸಿದ ನಂತರ ಕಟ್ಟಪ್ಪ ಬಿಜ್ಜಳನ ಕೊಠಡಿಗೆ ಹೋಗಬೇಕಿತ್ತು.

"ಅಣ್ಣಾ, ಇದನ್ನು ಹಿಡಿ" ಎನ್ನುತ್ತಲೇ ಶಿವಪ್ಪ, ಕಟ್ಟಪ್ಪನಿಗಾಗಿ ಕಾಯದೆ ಮೂಟೆಯನ್ನು ನೆಲಕ್ಕೆ ಹಾಕಿದ. ನೆಲಕ್ಕೆ ಬಿದ್ದು ಖಡ್ಗಗಳು ಜೋರಾಗಿ ಸದ್ದು ಮಾಡಿದವು. ನಿದ್ದೆ ಮಾಡುತ್ತಿದ್ದ ಶಸ್ತ್ರಾಗಾರದ ಲೆಕ್ಕವಿಡುವ ಕರಣಿಕ ಸದ್ದಿಗೆ ಎಚ್ಚರಗೊಂಡ. ಆಕಳಿಸುತ್ತಾ ಗುಲಾಮರಿಬ್ಬರ ಕಡೆಗೆ ಅನಾಸಕ್ತಿಯ ನೋಟ ಬೀರಿದ.

"ಅಣ್ಣಾ, ನಾನಿನ್ನು ಹೊರಡುತ್ತೇನೆ" ಶಿವಪ್ಪ ನುಡಿದ.

ಕಟ್ಟಪ್ಪ ಪ್ರತಿಕ್ರಿಯಿಸುವಷ್ಟರಲ್ಲಿ ಅವನು ಮಾಯವಾದ. ಕಟ್ಟಪ್ಪ ಸುತ್ತ ಮುತ್ತ ಗಡಿಬಿಡಿಯಿಂದ ನೋಡಿದ. ಸ್ವಲ್ಪ ದೂರದಲ್ಲಿ ಒಬ್ಬಳು ಹುಡುಗಿ ನೆಲ ಗುಡಿಸುತ್ತಿದ್ದಳು. ಅವನ ಮುಖಕ್ಕೆ ರಕ್ತ ನುಗ್ಗಿತು. ಆ ಹುಡುಗಿಯ ಜೊತೆ ಮಾತನಾಡಬೇಡವೆಂದು ತಂದೆ ಎಷ್ಟು ಸಲ ಎಚ್ಚರಿಕೆ ಕೊಟ್ಟಿದ್ದರು. ಮುಂದಿನ ಸಲ ತಂದೆ ಅವನನ್ನು ಚಾಟಿಯಿಂದ ಹೊಡೆದಾಗ ತಾನು ಸುಮ್ಮನೆ ಇರುತ್ತೇನೆ, ಕಟ್ಟಪ್ಪ ಶಪಥ ಮಾಡಿದ. ತನ್ನ ರಾಕ್ಷಸ ತಮ್ಮ ಚಾಟಿಯಿಂದ ಹೊಡೆಸಿಕೊಳ್ಳಲು ಲಾಯಕ್ಕು.

"ನಿನ್ನ ತಮ್ಮ ಕಿರಿ ರಾಜಕುಮಾರರ ಮೂಗು ಮುರಿದನಂತೆ?" ಕರಣಿಕ ಖಡ್ಗಗಳನ್ನು ಎಣಿಸಿ ತಾಳೆಗರಿಯಲ್ಲಿ ಬರೆದುಕೊಳ್ಳುತ್ತಾ ಕೇಳಿದ.

"ಅದು... ಅದೊಂದು ಆಕಸ್ಮಿಕ" ಕಟ್ಟಪ್ಪ ತಡವರಿಸಿದ. ಅಂಗಳದಲ್ಲಿ ತನ್ನ ತಮ್ಮ ಮತ್ತು ಆ ಹುಡುಗಿಯ ನಡುವೆ ಆಗುತ್ತಿರುವ ಮಾತುಕತೆಯತ್ತ ಅವನ ಮನಸ್ಸು ಹೆಚ್ಚು ಗಮನವಿರಿಸಿತ್ತು. ಕಟ್ಟಪ್ಪನ ನೋಟವನ್ನು ಅನುಸರಿಸಿ ನೋಡಿ ಕರಣಿಕ ಲೊಚಗುಟ್ಟಿದ.

"ನಿನ್ನ ತಮ್ಮ ಬಹಳಾ ಜಾಣ. ಕೇಳಿದರೆ ತುಂಬಾನೇ ಜಾಣ" ಮುದುಕ ಕರಣಿಕ ಕಿವಿಯೊಳಗೆ ಕಿರುಬೆರಳಿಟ್ಟು ಆಡಿಸುತ್ತಾ ನುಡಿದ.

"ಅವನು ಆಗಾಗ ಇಲ್ಲಿಗೆ ಬರುತ್ತಿರುತ್ತಾನಾ ಸ್ವಾಮಿ?" ಮುಷ್ಠಿ ಬಿಗಿಯುತ್ತಾ ಕಟ್ಟಪ್ಪ ಕೇಳಿದ. ತಮ್ಮನನ್ನು ಮನೆಗೆ ಎಳೆದುಕೊಂಡು ಹೋಗಲು ಅವನ ಕೈ ಕಡಿಯುತ್ತಿತ್ತು.

"ಅವರಿಬ್ಬರೂ ಆಗಾಗ ಒಟ್ಟಿಗೆ ಕಾಣಿಸಿಕೊಳ್ಳುತ್ತಾರಪ್ಪ. ಎಲ್ಲಾರು ಮಾತಾಡಿಕೊಳ್ಳುತ್ತಿದ್ದಾರೆ, ಒಬ್ಬ ಗುಲಾಮ ಮತ್ತು ಒಬ್ಬಳು ಕುಲೀನ ಮನೆತನದ ಹುಡುಗಿ." ಕರಣಿಕ ಮೂಟೆ ಬಿಚ್ಚಿ, ಗೋಡೆಯಲ್ಲಿ ನೇತು ಹಾಕಲು ಒಂದೊಂದೇ ಖಡ್ಗವನ್ನು ಎತ್ತಿಡತೊಡಗಿದ.

"ಅವಳು ಹಾದರಕ್ಕೆ ಹುಟ್ಟಿದವಳು ಸ್ವಾಮೀ" ಕಟ್ಟಪ್ಪ ತನ್ನ ಉಸಿರು ತಾಗಿ ಕರಣಿಕನಿಗೆ ದೋಷವಾಗದಂತೆ ಅಂಗೈಯನ್ನು ಬಾಯಿಗೆ ಅಡ್ಡ ಇಟ್ಟುಕೊಂಡು ನುಡಿದ.

"ಆ... ಯಾರ ಹಾದರಕ್ಕೆ ? ಸಾಮಂತ ಪಟ್ಟರಾಯನ ತಮ್ಮನ ಹಾದರಕ್ಕೆ ಹುಟ್ಟಿದವಳು. ಕೃಷ್ಣಾ, ಕೃಷ್ಣಾ, ಇದರ ಬಗ್ಗೆ ಗೊತ್ತಾದರೆ ಸಾಮಂತರು ಹೇಗೆ ಪ್ರತಿಕ್ರಿಯಿಸುತ್ತಾರೋ ಊಹಿಸಲೂ ಸಲ್ಲ" ಕರಣಿಕ ಖಡ್ಗವನ್ನು ಗೋಡೆಗೆ ನೇತುಹಾಕಿ ಕೈ ತೊಳೆದುಕೊಳ್ಳುತ್ತಿದ್ದ. ಅವನು ಕೈ ತೊಳೆಯುವುದು ಸಂಪ್ರದಾಯವಾಗಿತ್ತು, ಕಟ್ಟಪ್ಪ ಮುಟ್ಟಿದ ಖಡ್ಗವನ್ನು ಮುಟ್ಟಿದ್ದನಲ್ಲಾ.

ಕರಣಿಕರು ಅದೇ ಕಾರಣಕ್ಕೆ ಮನೆಗೆ ಹೋಗಿ ಸ್ನಾನವನ್ನೂ ಮಾಡುತ್ತಾರೆ, ನಂತರ ಮಡದಿಯನ್ನು ಹೊಡೆಯುತ್ತಾರೆ, ಕಟ್ಟಪ್ಪ ಅಂದುಕೊಂಡ. ಅಯ್ಯೋ,

ಶಿವಪ್ಪನ ಚಿಂತನೆಗಳು ಆಗಲೇ ಅವನ ಬುದ್ಧಿಯನ್ನು ಹೊಕ್ಕಿವೆ.

"ಸ್ವಾಮೀ, ಸಾಮಂತರು ಅದರ ಬಗ್ಗೆ ಯೋಚನೆ ಮಾಡಿದ್ದರೆ ಅವಳು ಅನಾಥಾಲಯದಲ್ಲಿದ್ದುಕೊಂಡು ನೆಲಗುಡಿಸುತ್ತಿರಲಿಲ್ಲ," ಕಟ್ಟಪ್ಪ ನುಡಿದ. ತಮ್ಮ ಹುಡುಗಿಯ ಕೈ ಹಿಡಿದುಕೊಂಡಿದ್ದ ಮತ್ತು ಅವಳು ನಾಚಿಕೆಯಿಂದ ರಂಗೇರಿದ್ದು ಅವನಿಗೆ ಅಲ್ಲಿಂದಲೇ ಕಾಣುತ್ತಿತ್ತು.

"ಹುಡುಗಾ, ರಕ್ತ ರಕ್ತವೇ. ದುಡ್ಡಿಗೂ ಅದಕ್ಕೂ ಏನೇನು ಸಂಬಂಧವಿಲ್ಲ. ಹುಡುಗಿಯ ತಂದೆ ತೀರಿಕೊಂಡಿರುವುದರಿಂದ ಸಾಮಂತ ಪಟ್ಟರಾಯರು ಅರಮನೆಯ ಅನಾಥಾಲಯದಲ್ಲಿ ಬೆಳೆಯುವುದೇ ಅವಳಿಗೆ ಸೂಕ್ತ ಎಂದು ತೀರ್ಮಾನಿಸಿರಬಹುದು. ಆದರೆ ರಕ್ತದ ವಿಷಯಕ್ಕೆ ಬಂದರೆ.... ಹೂಂ.... ನಿನ್ನ ತಮ್ಮನದೇನು ತಪ್ಪು? ಅವಳ ಮೊಲೆಗಳನ್ನು ನೋಡಿದೆಯಾ? ಮಾವಿನ ಕಾಯಂತೆ!" ಮುದುಕ ತನ್ನ ಮೊಮ್ಮಗಳ ವಯಸ್ಸಿನ ಹುಡುಗಿಯ ಕಡೆಗೆ ವಾರೆನೋಟ ಬಿರಿದ.

"ಅವಳ ಹೆಸರು ಗೊತ್ತೇ ನಿನಗೆ ಗುಲಾಮ? ಆಹಾ! ಕಾಮಾಕ್ಷಿ, ಕಾಮದ ಕಣ್ಣುಳ್ಳವಳು! ವಯಸ್ಸು ಹದಿನೇಳು, ಅವಳ ದೇಹದ ಒಂದೊಂದು ಅಂಗುಲವೂ ರಸಭರಿ ..... ರಾಮಾ ರಾಮಾ, ನಾನ್ಯಾಕೆ ಈ ವಯಸ್ಸಿನಲ್ಲಿ ಅದನ್ನೆಲ್ಲ ಕುರಿತು ಮಾತಾಡಲಿ? ಗುಲಾಮನಾಗಿದ್ದರೂ ನಿನ್ನ ತಮ್ಮ ಜಾಣ, ಆದರೇನು, ದೇವರು ಅವನಿಗೆ ಅಲ್ಪಾಯಸ್ಸು ಕೊಟ್ಟಿದ್ದಾನೆ"

ಕಟ್ಟಪ್ಪ ಮುಷ್ಠಿ ಬಿಗಿದ. ತಮ್ಮನ ಬಗ್ಗೆ ಕೆಟ್ಟದಾಗಿ ಮಾತಾಡಿದ ಕರಣಿಕರ ತಲೆಯನ್ನು ಗೋಡೆಗೆ ಚಚ್ಚಬೇಕೆನ್ನಿಸಿತು ಅವನಿಗೆ. ಕಣ್ಣ ಮುಂದೆ ತಂದೆಯ ಆಕ್ಷೇಪಣೆಯ ಮುಖ ತೇಲಿ ಬಂತು. ತಾನು ಶಿವಪ್ಪನಂತೆ ಬುದ್ಧಿವಂತನಲ್ಲ. ಆದರೆ ತಾನು ಶಿಸ್ತು ಹಾಗು ವಿಧೇಯತೆಗೆ ಹೆಸರಾದವನೆಂದು ಹೆಮ್ಮೆಪಡುತ್ತಿದ್ದ. ಅವನು ತಣ್ಣಗಾಗಿ ಕರಣಿಕರಿಗೆ ಬಾಗಿ ವಂದಿಸಿ ಶಸ್ತ್ರಾಗಾರದ ಆವರಣದಿಂದ ಹೊರಗೆ ಬಂದ. ತಮ್ಮ ಇನ್ನೂ ತನ್ನ ಪ್ರೇಯಸಿಯನ್ನು ಬಿಟ್ಟು ಬರಲೊಲ್ಲದೆ ನಿಂತು ಮಾತಾಡುತ್ತಿದ್ದ.

ಕಟ್ಟಪ್ಪನಿಗೆ ತಡವಾಗುತ್ತಿತ್ತು. ಹಾಗಾಗಿ ಆತಂಕಪಡುತ್ತಿದ್ದ. ಆದರೆ ಹೋಗುವ ಮೊದಲು ತಮ್ಮನಿಗೆ ಒಂದಷ್ಟು ಬೈದು ಹೋಗಬೇಕಾಗಿತ್ತು ಅವನಿಗೆ. ಹಾಗಾಗಿ ದ್ವಾರದ ಬಳಿ ಕಾದ. ಮುಷ್ಠಿ ಬಿಗಿಯುತ್ತ ಸಡಿಲಿಸುತ್ತಾ ಆ ಕಿರು ಹಾದಿಯಲ್ಲಿ ಅತ್ತಿಂದಿತ್ತ ಓಡಾಡುತ್ತಾ ಕಾದ. ಬೀದಿಯ ಆಚೆಬದಿಯ ಪಾಠಶಾಲೆಯ ಬ್ರಾಹ್ಮಣ ಮಕ್ಕಳು ರಾಗವಾಗಿ ವೇದಾಭ್ಯಾಸ ಮಾಡುತ್ತಿದ್ದರು. ಆ ಮಾತುಗಳ ಅರ್ಥವೇನಿರ ಬಹುದು ಎಂದುಕೊಂಡ. ಕೋಪ ಸಹಿಸಲು ಏನಾದರೂ ಮಾಡಬೇಕು. ಕೊನೆಗೂ ಶಿವಪ್ಪ ಕಾಣಿಸಿದಾಗ ನೆರಳು ನೀಳವಾಗುತ್ತಿತ್ತು ಮತ್ತು ಪಡುವಲ ಗಾಳಿ

ಬೀಸುತ್ತಿತ್ತು. ಶಿವಪ್ಪನ ಮುಖದಲ್ಲಿ ತೃಪ್ತಿ ಸಂತೋಷ ತಾಂಡವವಾಡುತ್ತಿತ್ತು. ಕಟ್ಟಪ್ಪ ತನಗಾಗಿ ಕಾಯುತ್ತಿರುವುದನ್ನು ನೋಡಿ ಅವನು ಆಶ್ಚರ್ಯದಿಂದ ಬಾಯಗಲಿಸಿದ.

"ಅಣ್ಣಾ, ನಿನಗೆ ಕೆಲಸ ಇಲ್ಲವೇ? ಆ ಕುಡುಕ ರಾಜಕುಮಾರರ ಪಾದ ಒತ್ತುವ ಕೆಲಸ?" ಶಿವಪ್ಪ ವ್ಯಂಗ್ಯ ನಗುವಲ್ಲಿ ಕೇಳಿದ. ಕಟ್ಟಪ್ಪ ಅವಮಾನವನ್ನು ಕಡೆಗಣಿಸಿದ. ಶಿವಪ್ಪ ಕಸಿವಿಸಿಯಲ್ಲೇ ಹಿಂದಿರುಗಿ ನೋಡಿದ, ಕಾಮಾಕ್ಷಿ ಹೋದಳೋ ಎಂದು ಖಚಿತಪಡಿಸಿಕೊಳ್ಳಲು.

"ಅಪ್ಪ ನಿನಗೆ ಮೊದಲೇ ಎಚ್ಚರಿಕೆ ಕೊಟ್ಟಿದ್ದಾರೆ" ಕಟ್ಟಪ್ಪ ನುಡಿದ.

ಶಿವಪ್ಪ ತಲೆಕೆಳಗೆ ಹಾಕಿ ಪಿಸುಗುಟ್ಟಿದ "ನಾನು ಅವಳನ್ನು ಪ್ರೀತಿಸುತ್ತೇನೆ."

ಕಟ್ಟಪ್ಪ ಈ ಮಾತನ್ನು ಅನೇಕ ಸಲ ಕೇಳಿದ್ದ.

"ಅದರಿಂದ ಏನು ಸಾಧಿಸುತ್ತೀಯಾ?"

"ನಾನು ಅವಳನ್ನು ಇಷ್ಟರಲ್ಲೇ ಮದುವೆಯಾಗುತ್ತೇನೆ." ಶಿವಪ್ಪ ನುಡಿದ. ಅವನ ಸವಾಲಿನ ದನಿ ಕೇಳಿ ಕಟ್ಟಪ್ಪನ ಹೃದಯಲ್ಲಿ ಚಳುಕು ಉಂಟಾಯಿತು. ತಮ್ಮ ನಿಜವಾಗಿ ಹೇಳುತ್ತಿದ್ದಾನೆ.

"ಎಚ್ಚರ ಮಾಡಿಕೊ ಶಿವಪ್ಪ! ಅದು ಸಾಧ್ಯವಿಲ್ಲ" ಶಿವಪ್ಪನ ಭುಜಗಳನ್ನು ಅಲ್ಲಾಡಿಸುತ್ತಾ ಕಟ್ಟಪ್ಪ ನುಡಿದ.

"ಯಾಕೆ ಸಾಧ್ಯವಿಲ್ಲ?" ಶಿವಪ್ಪ ಅವನ ಕೈಗಳನ್ನು ತಳ್ಳಿ ಒಂದು ಹೆಜ್ಜೆ ಹಿಂದಕ್ಕೆ ಸರಿದ.

"ಯಾಕಂದರೆ, ನಾವು ಯಾರನ್ನು ಯಾವಾಗ ಮದುವೆಯಾಗಬೇಕೆಂದು ನಿರ್ಧರಿಸುವವರು ಮಹಾರಾಜರು..."

"ಯಾವ ಮಹಾರಾಜರೂ ನನ್ನ ಬದುಕನ್ನು ನಿರ್ಣಯಿಸಲಾರರು. ನಾನು ಅವಳನ್ನು ಮದುವೆಯಾಗುತ್ತೇನೆ."

"ಮದುವೆಯಾಗಲು ನೀನಿನ್ನೂ ಚಿಕ್ಕವನು"

"ಅವಳಿಗೆ ಮಗುವನ್ನು ಕೊಡುವಷ್ಟು ದೊಡ್ಡವನಾಗಿದ್ದೇನೆ, ಅಷ್ಟು ಸಾಕು"

ಕಟ್ಟಪ್ಪ ಅವನ ಕೆನ್ನೆಗೆ ಫಳೀರನೆ ಬಾರಿಸಿದ.

ಶಿವಪ್ಪನ ಮುಖದಲ್ಲಿ ನೋವಿಗಿಂತಲೂ ಹೆಚ್ಚಾಗಿ ಆಘಾತ ಕಾಣಿಸಿತು. ಅಣ್ಣ ಆ ಪರಿಯಲ್ಲಿ ಕೋಪಗೊಂಡಿದ್ದನ್ನು ಅವನು ಹಿಂದೆಂದೂ ನೋಡಿರಲಿಲ್ಲ.

"ಇನ್ನೊಂದು ಸಾರಿ ನೀನು ಹೆಂಗಸಿನ ಬಗ್ಗೆ ಮರ್ಯಾದೆ ಇಲ್ಲದೇ ಮಾತಾಡಿದರೆ ನಿನ್ನ ನಾಲಿಗೆಯನ್ನು ಕಿತ್ತೆಸೆಯಲೂ ಹಿಂಜರಿಯುವುದಿಲ್ಲ ನಾನು" ಕೋಪದಲ್ಲಿ ಕಟ್ಟಪ್ಪ ನಡುಗುತ್ತಿದ್ದ.

ಅವನ ತಮ್ಮ ಮುಖ ತಿರುಗಿಸಿದ. "ನಾನು..... ನಾನು... ಹಾಗೆ ಹೇಳಲಿಲ್ಲ. ಅದು..." ಒಂದು ಕ್ಷಣ ತಮ್ಮನ ಮುಖದಲ್ಲಿ ಪಶ್ಚಾತ್ತಾಪದ ನೆರಳು ಕಾಣಿಸಿತು. ಆದರೆ ಮರುಕ್ಷಣ ಅವನ ಎಂದಿನ ಕದನಾತುರ ಬುದ್ಧಿ ಆವರಿಸಿತು.

"ನಾನು ಅವಳನ್ನು ಪ್ರೀತಿಸುತ್ತೇನೆ ಅನ್ನುವುದು ನಿನಗ್ಯಾಕೆ ಅರ್ಥವಾಗು ವುದಿಲ್ಲ? ನೀನ್ಯಾಕೆ ಇಷ್ಟು ಮಹಾಮಹಿಮನ ಥರ ಆಡುತ್ತಿದ್ದೀಯಾ? ಇದೇ ಮೊದಲ ಬಾರಿಗೆ ನನಗೆ ಪ್ರೀತಿಯ ಅನುಭವವಾಗಿದೆ. ಇಂದಿನವರೆಗೂ ನಾನು ಕೇಳಿದ್ದೇ ಬರೀ ಶಿಸ್ತು, ಕರ್ತವ್ಯ, ನಿಯಮ... ನನಗೆ ಸಾಕಾಗಿಹೋಗಿದೆ. ಇನ್ನು ಮುಂದೆ ನೀನು ನನ್ನನ್ನು ಕಟ್ಟಿಡಲಾರೆ. ನಾನು ಏನು ಮಾಡುತ್ತೇನೆ, ಬಿಡುತ್ತೇನೆ ಅನ್ನುವುದನ್ನು ನೀನು ನಿರ್ಣಯಿಸುವಂತಿಲ್ಲ. ನಾನು ಸದಾ ಗುಲಾಮನಾಗಿಯೇ ಏಕೆ ಇರಬೇಕು?"

ಕಟ್ಟಪ್ಪ ಉತ್ತರಿಸದೆ ಅಲ್ಲಿಂದ ದೂರ ನಡೆಯತೊಡಗಿದ. ಶಿವಪ್ಪ ಅವನ ಕೈ ಹಿಡಿದು ನಿಲ್ಲಿಸಿದ.

"ನನಗೆ ಉತ್ತರ ಕೊಡದೇ ನೀನು ಹೋಗುವಂತಿಲ್ಲ"

"ನನ್ನಲ್ಲಿ ಉತ್ತರವಿಲ್ಲ. ಅಪಾಯಕಾರಿ ಪ್ರಶ್ನೆಗಳು ನನ್ನನ್ನು ಕಾಡಲು ಬಿಡುವುದಿಲ್ಲ ನಾನು. ಹಾಳಾಗಿ ಹೋಗು. ನೀನು ಏನು ಮಾಡಿದರೂ ನನಗೇನಿಲ್ಲ," ಏರು ದನಿಯಲ್ಲಿ ನುಡಿದ ಕಟ್ಟಪ್ಪ. ಇಬ್ಬರೂ ಸೋದರರು ಪರಸ್ಪರ ದೃಷ್ಟಿಸಿ ನೋಡಿದರು.

ಸಂಜೆ ಗಾಳಿ ದಿಕ್ಕು ಬದಲಿಸಿತು. ಒಣ ಎಲೆಗಳು ಅವರ ಮೇಲೆ ಬೀಸಿ ಬಂದು ಬಿದ್ದವು. ಶಸ್ತ್ರಾಗಾರದ ದ್ವಾರ ಮುಚ್ಚಿದ ಸದ್ದು ಕೇಳಿಸಿತು. ಕರಣಿಕರು ಮನೆಯ ಕಡೆಗೆ ಹೊರಟಿದ್ದರು. ಶಿವಪ್ಪನನ್ನು ನೋಡಿ ಆ ಮುದುಕ ನಾಲಿಗೆ ಆಡಿಸಿ ಲೊಚಗುಟ್ಟುವ ಸದ್ದು ಮಾಡಿದ. ಶಿವಪ್ಪನ ಕಣ್ಣಲ್ಲಿ ಕೋಪ ಉಕ್ಕಿತು. ಕಟ್ಟಪ್ಪ ತಮ್ಮನನ್ನು ಕಣ್ಣರಳಿಸಿ ನೋಡಿದ. ಶಿವಪ್ಪ ಸಡಿಲಾದ.

ಕರಣಿಕರು ಯಾವುದೋ ವೇಶ್ಯೆಯೊಬ್ಬಳು ಒಂದು ಆನೆ, ಒಂದು ಕುದುರೆ, ಒಂದು ಗೂಳಿ ಮತ್ತು ಇಪ್ಪತ್ತು ವಿಟಪುರುಷರನ್ನು ಒಟ್ಟಿಗೇ ಮಂಚಕ್ಕೆ ಕರೆದ ಬಗ್ಗೆ ಅಶ್ಲೀಲ ಹಾಡನ್ನು ಗುನುಗುನಿಸುತ್ತಾ ನಡೆದು ಕಾಣೆಯಾಗುವವರೆಗೆ ಸೋದರರಿಬ್ಬರೂ ಕಾದರು.

ಕಟ್ಟಪ್ಪ ಹಿಂತಿರುಗಿ ನಡೆಯತೊಡಗಿದ. ಅವನ ಕೈ ಇನ್ನೂ ಉರಿಯುತ್ತಿತ್ತು. ತಮ್ಮನನ್ನು ಅಷ್ಟು ಜೋರಾಗಿ ಹೊಡೆದಿದ್ದಕ್ಕೆ ಅವನಿಗೆ ಬೇಸರವಾಗುತ್ತಿತ್ತು.

"ತಪ್ಪಾಯಿತು ಅಣ್ಣಾ" ಹಿಂದಿನಿಂದ ತಮ್ಮನ ಮೃದುವಾದ ದನಿ ಕೇಳಿ ಕಟ್ಟಪ್ಪ ನಿಂತ. ತಮ್ಮ ಬಂದು ಅಣ್ಣನನ್ನು ಅಪ್ಪಿಕೊಂಡ. ಅಣ್ಣನ ಕಣ್ಣೀರು ತಮ್ಮನ ಭುಜ ನೆನೆಸಿತು.

"ನಮ್ಮಲ್ಲಿ ಇರುವುದೆಲ್ಲವೂ, ನಾವು ಹಿಡಿಯುವ ಖಡ್ಗ, ತೊಡುವ ಬಟ್ಟೆ, ನಮ್ಮ ಪ್ರಾಣ ಎಲ್ಲವೂ ನಮ್ಮ ಒಡೆಯರದು. ನಮಗೆ ನಮ್ಮ ಘನತೆ ಬಿಟ್ಟರೆ ಬೇರೆ ಏನೂ ಇಲ್ಲ ಶಿವಾ. ಹೀಗೆ ಮಾಡುವುದರಿಂದ ಅದನ್ನೂ ಹಾಳು ಮಾಡುತ್ತೀಯಾ ತಮ್ಮಾ?" ಕಟ್ಟಪ್ಪನ ದನಿ ಗದ್ಗದವಾಯಿತು. "ಆದರೆ ಕುಲೀನರೂ ಕೂಡಾ ಹೆಂಗಸರ ಬಗ್ಗೆ ಹಾಗೆ ಮಾತಾಡುತ್ತಾರಣ್ಣಾ." ಅಳುತ್ತಲೇ ನುಡಿದ ಶಿವಪ್ಪ. ಕಟ್ಟಪ್ಪನ ಮುಖದ ಮೇಲೆ ಮಂದಹಾಸ ಅರಳಿತು. ತಮ್ಮ ಒಂದು ಮಗುವಿನಂತೆ ಅನ್ನಿಸಿತು. ಇವನೇ ಏನು ಈಗ ತಾನೇ ಕುಲೀನ ಮನೆತನದ ಹುಡುಗಿಯನ್ನು ಮದುವೆಯಾಗಲು ಹೊರಟವನು?

"ಆ ಕಾರಣಕ್ಕಾಗಿಯೇ ನಾವು ಹೆಂಗಸರ ಬಗ್ಗೆ ಆ ರೀತಿ ಮಾತನಾಡಬಾರದು. ಯಾರಾದರೂ ನಮ್ಮ ತಾಯಿಯ ಬಗ್ಗೆ ಕೆಟ್ಟದಾಗಿ ಮಾತಾಡಿದರೆ ಹೇಗನ್ನಿಸುತ್ತದೆ ನಿನಗೆ?" ಕಟ್ಟಪ್ಪ ಮೆಲುದನಿಯಲ್ಲಿ ಕೇಳಿದ.

"ನಮ್ಮ ತಾಯಿ ಸತ್ತು ಹೋಗಿದ್ದಾಳೆ" ತಮ್ಮ ನುಡಿದ. ಕಟ್ಟಪ್ಪ ಅವಡುಗಚ್ಚಿದ. ಅವನ ಕಣ್ಣು ತುಂಬಿಕೊಂಡು ತುಟಿ ಕಚ್ಚಿದ.

ತಾನು ತಾಯಿಯನ್ನು ಪ್ರಸ್ತಾಪಿಸಬಾರದಿತ್ತು. ಆ ಆಘಾತದಿಂದ ತಮ್ಮ ಇನ್ನೂ ಸುಧಾರಿಸಿಕೊಂಡಿಲ್ಲ. ಹಾಗೆಯೇ ಕಟ್ಟಪ್ಪ ಕೂಡಾ.

ಅವರ ಪಕ್ಕದಲ್ಲೇ ಎತ್ತಿನ ಬಂಡಿಯೊಂದು ಅತ್ತ ಇತ್ತ ತೊನೆದಾಡುತ್ತಾ ಗೆಜ್ಜೆ ಸದ್ದು ಮಾಡುತ್ತಾ ಹಾದುಹೋಯಿತು. ಎರಡೂ ಎತ್ತುಗಳು ಸಾಕಷ್ಟು ವೇಗದಲ್ಲೇ ಚಲಿಸುತ್ತಿದ್ದವು ಆದರೂ ಬಂಡಿಯವ ಅವುಗಳ ಬೆನ್ನ ಮೇಲೆ ಚಾಟಿ ಬೀಸುತ್ತಲೇ ಇದ್ದ.

"ಆ ಎತ್ತುಗಳನ್ನು ನೋಡಿದೆಯಲ್ಲಾ ತಮ್ಮಾ , ನಾವೂ ಅದೇ ಥರಾ. ನಮ್ಮ ಕಾಲು ಕುಸಿಯುವವರೆಗೂ ನಾವು ಒಡೆಯರ ಗಾಡಿಗಳನ್ನು ಎಳೆಯುತ್ತೇವೆ," ಕಟ್ಟಪ್ಪ ನುಡಿದ. ಗಾಡಿಗಳ ಗೆಜ್ಜೆ ಸದ್ದು ಮರೆಯಾಯಿತು.

"ಮತ್ತೆ ನಮ್ಮ ಕಾಲುಗಳು ಕುಸಿದಾಗ ನಮ್ಮನ್ನು ಕಡಿದು ಹಾಕಲಾಗುತ್ತದೆ." ಶಿವಪ್ಪನ ದನಿಯಲ್ಲಿ ಮತ್ತೆ ಕ್ರೋಧ ಕಾಣಿಸಿತು. ಕಟ್ಟಪ್ಪ ಮತ್ತೆ ಕಸಿವಿಸಿಗೊಂಡ.

"ಹೌದು, ನಮ್ಮ ಸಾವಿನಲ್ಲಿ ಕೂಡಾ ನಾವು ಉಪಯೋಗಕ್ಕೆ ಬರಬೇಕು. ಆಹಾರವಾಗಿ, ಒಡೆಯರ ಪಾದರಕ್ಷೆಯಾಗಿ, ಒಡೆಯರ ಕತ್ತಿಗೆ ಒರೆಯಾಗಿ. ಎತ್ತಿನ ಬದುಕು ಕೂಡಾ ಎಷ್ಟು ಸಾರ್ಥಕ" ಕಟ್ಟಪ್ಪ ನುಡಿದ.

ಅವನ ಸೋದರ ಅವನಿಂದ ದೂರ ಸರಿದ.

"ಯಾರ ಎತ್ತಾಗಲೂ ನಾನು ಸಿದ್ಧನಿಲ್ಲ," ಶಿವಪ್ಪ ನುಡಿದ. ಕಟ್ಟಪ್ಪ ಪ್ರತಿಕ್ರಿಯಿಸುವುದರೊಳಗೆ ಅವನು ಪಕ್ಕದ ಭತ್ತದ ಗದ್ದೆಗೆ ಹಾರಿದ. ಪಾದಗಳ

ಕಣಕಾಲು ಕೆಸರಿನಲ್ಲಿ ಮುಳುಗಿ ಭತ್ತದ ಸಸಿಗಳಲ್ಲಿ ಮರೆಯಾಗಿದ್ದ. ಕಟ್ಟಪ್ಪ ಬಾಗಿ ತಮ್ಮನಿಗೆ ಮತ್ತೆ ಬದುಕಿಗೆ ಏರಲು ನೆರವಾಗಲೆಂದು ಕೈ ನೀಟಿದ.

"ಶಿವಪ್ಪಾ... ತಮ್ಮಾ... "

"ಇಲ್ಲ, ಸಾಕು. ನೀನು ನನ್ನನ್ನೂ ಹಾಳು ಮಾಡುತ್ತೀಯಾ. ನಾನು ಹೋಗುತ್ತೇನೆ" ಎಂದು ಹೇಳಿ ಕಣ್ಣು ಮುಚ್ಚಿ ತೆಗೆಯುವುದರೊಳಗೆ ಶಿವಪ್ಪ ಎತ್ತರದ ಬೆಳೆಗಳ ನಡುವೆ ಕಾಣೆಯಾದ.

"ಎಲ್ಲಿಗೆ ಹೋಗುತ್ತಿದ್ದೀಯಾ? ಶಿವಾ, ಹಾಗೆ ನಡೆದುಬಿಡುವಂತಿಲ್ಲ ನೀನು. ಅಪ್ಪನಿಗೆ ಏನು ಹೇಳಲಿ?" ಕಟ್ಟಪ್ಪ ಗದ್ದೆಯೊಳಗೆ ಇಳಿದು ಚೀರಿದ. ಎಲ್ಲೂ ತಮ್ಮನ ಸುಳಿವಿರಲಿಲ್ಲ.

ಶಿವಪ್ಪನಿಗೆ ಆ ಸ್ಥಳ ಚೆನ್ನಾಗಿ ಗೊತ್ತಿತ್ತು. ಅವನು ಮೊದಲೇ ಯೋಚಿಸಿ ಕೊಂಡು ಬಂದಿರಬೇಕು. ಕಟ್ಟಪ್ಪನಿಗೆ ಮತ್ತೆ ಕೋಪ ಉಕ್ಕಿತು. ಅವನ ತಮ್ಮ ಅವನಿಗೆ ಬಹಳ ಚೆನ್ನಾಗಿ ಮೋಸ ಮಾಡಿದ್ದ.

"ಶಿವಾ... ನಿಲ್ಲು. ಗದ್ದೆಯಲ್ಲಿ ನಾಗರಹಾವುಗಳಿವೆ"

"ಮನುಷ್ಯರಷ್ಟು ವಿಷಕಾರಿಯಲ್ಲ ಅವು" ತಮ್ಮನ ಉತ್ತರ ಕೇಳಿಬಂತು.

"ಎಲ್ಲಿಗೆ ಹೋಗುತ್ತಿರುವೆ?" ತಮ್ಮ ಸಾಗುವ ದಾರಿಯನ್ನು ಕಂಡುಹಿಡಿಯಲು ಯತ್ನಿಸುತ್ತಾ ಕಟ್ಟಪ್ಪ ಚೀರಿದ.

"ಸ್ವಾತಂತ್ರ್ಯದೆಡೆಗೆ" ತಮ್ಮನ ಮಾತು ಅವನ ತಲೆಯ ಮೇಲೆ ಭಾರಿ ಸುತ್ತಿಗೆಯಂತೆ ಬಿತ್ತು.

ಕಟ್ಟಪ್ಪ ಶಪಿಸಿದ. ಸೂರ್ಯ ಮುಳುಗುತ್ತಿದ್ದ ಗದ್ದೆಯು ಹೊಂಗಿರಣಗಳ ಬೆಳೆಯ ಕಡಲಿನ ಅಲೆಯಂತೆ ಹೊಯ್ದಾಡಿತು. ಎಲ್ಲಿಯೂ ತಮ್ಮನ ಸುಳಿವಿರಲಿಲ್ಲ.

ತಂದೆಗೆ ಏನು ಹೇಳುವುದೋ ಕಟ್ಟಪ್ಪನಿಗೆ ತಿಳಿಯಲಿಲ್ಲ. ಶಿವಪ್ಪ ತಮ್ಮನ್ನು ತೊರೆದುಹೋಗಿದ್ದಾನೆಂದು ಹೇಗೆ ಹೇಳುವುದು? ಓಡಿ ಹೋದ ಗುಲಾಮನನ್ನು ಏನು ಮಾಡುತ್ತಾರೆಂದು ಅವನಿಗೆ ಗೊತ್ತಿತ್ತು. ಸೇನಾಪತಿ ಹಿರಣ್ಯನ ಉಗ್ರ ನಾಯಿಗಳು ಅವನನ್ನು ಬೇಟೆಯಾಡುತ್ತವೆ. ಓಡಿಹೋದವನನ್ನು ಹಿಡಿದು ಹತ್ತಿರದ ಮರಕ್ಕೆ ನೇಣು ಹಾಕಬೇಕೆಂದು ಮಹಾರಾಜರ ಆಜ್ಞೆ ಹಿಡಿದು ದಂಡಕಾರರು ಎಲ್ಲೆಲ್ಲೂ ಸುತ್ತಾಡುತ್ತಿರುತ್ತಾರೆ. ಅವನ ತಲೆಯ ಮೇಲೆ ಒಂದು ಬೆಲೆ ನಿಗದಿಸಲಾಗುತ್ತದೆ ಮತ್ತು ಇಡೀ ಗ್ರಾಮದ ಜನರು ಅವನಿಗಾಗಿ ಹುಡುಕಾಡ ತೊಡಗುತ್ತಾರೆ. ಕಟ್ಟಪ್ಪನ ಕಾಲುಗಳು ಕುಸಿದವು. ಬೀದಿಯನ್ನು ಏರುವಲ್ಲಿ ಅವನು ಎಡವಿದ. ಅವನು ಅರಮನೆಯ ಕಡೆಗೆ ಓಡತೊಡಗಿದ. ಪಶ್ಚಿಮದಲ್ಲಿ ಮುಳುಗುತ್ತಿದ್ದ ಸೂರ್ಯ ಕೆಂಡದ ಉಂಡೆಯಾಗಿತ್ತು ಪೂರ್ವದಲ್ಲಿ ಕತ್ತಲು

ಸುಳಿದು ಬರುತ್ತಿತ್ತು. ಅವನು ತಂದೆಯನ್ನು ಭೇಟಿ ಮಾಡಲೇ ಬೇಕಾಗಿತ್ತು ಮತ್ತು ಹೇಗಾದರೂ ಮಾಡಿ ತಮ್ಮನನ್ನು ಹಿಂದಿರುಗಿ ಕರೆದುಕೊಂಡು ಬರಬೇಕಾಗಿತ್ತು.

ತೀರಾ ತಡವಾಗುವ ಮೊದಲು.

ಅಧ್ಯಾಯ ಏಳು

ಶಿವಗಾಮಿ

ಮಾಹಿಷ್ಮತಿಯ ಮಹಾರಾಜರ ಎದುರು ಮಹಾಪ್ರಧಾನ ಪರಮೇಶ್ವರ ಅವರು ತಲೆ ತಗ್ಗಿಸಿ ನಿಂತಿದ್ದರು. ಅವರ ಹಿಂದೆ ನೆರಳಿನಂತೆ ರೂಪಕ ನಿಂತಿದ್ದ.

"ಇದು ಗಂಭೀರವಾದ ವಿಷಯ ಮಹಾಪ್ರಧಾನರೇ, ಶಿಲೆಗಳನ್ನು ಕದ್ದುಕೊಂಡು ಓಡಿಹೋದ ಗುಲಾಮನನ್ನು ಒಂದು ವಾರದವರೆಗೂ ನಿಮಗೆ ಹಿಡಿಯಲಾಗಲಿಲ್ಲ. ಈಗ ಅವನು ಮತ್ತು ಇನ್ನೊಬ್ಬ ವ್ಯಕ್ತಿ ಸತ್ತು ಬಿದ್ದಿದ್ದಾರೆಂದು ವರದಿ ಮಾಡುತ್ತಿದ್ದೀರಿ. ಶಿಲೆಗಳ ಬಗ್ಗೆ ಏನೂ ಸುಳಿವಿಲ್ಲ ಅನ್ನುತ್ತಿದ್ದೀರಿ. ನಮಗೆ ನಿರಾಸೆಯಾಗಿದೆ."

ಈ ಮಾತುಕತೆ ತಮ್ಮ ಸಹಾಯಕನ ಮುಂದೆ ಅಲ್ಲದೇ ಖಾಸಗಿಯಾಗಿ ನಡೆದಿದ್ದರೆ ಚೆನ್ನಾಗಿರುತ್ತಿತ್ತು ಎಂದು ಪರಮೇಶ್ವರರಿಗೆ ಅನ್ನಿಸುತ್ತಿತ್ತು. ಅದರಲ್ಲೂ ಮಹಾರಾಜರ ಹಿಂದೆ ನಿಂತ ಗುಲಾಮ ಮಲಯಪ್ಪನ ಮುಂದೆ ನಡೆಯಲೇಬಾರದಿತ್ತು. ಅವರು ರೂಪಕನನ್ನು ನಂಬುತ್ತಿದ್ದರು, ಆದರೆ ಮಲಯಪ್ಪ ಎಷ್ಟಿದ್ದರೂ ಗುಲಾಮ. ಅನೇಕ ತಲೆಮಾರುಗಳಿಂದ ಅವನು ಮತ್ತು ಅವನ ಪುರಾತನರು ಅನೇಕ

ತಲೆಮಾರುಗಳ ಮಾಹಿಷ್ಮತಿ ರಾಜರುಗಳ ಸೇವೆಯಲ್ಲಿ ಪ್ರಾಣ ತೆತ್ತಿದ್ದರೂ ಪರಮೇಶ್ವರರು ಎಂದಿಗೂ ಗುಲಾಮನನ್ನು ನಂಬುತ್ತಿರಲಿಲ್ಲ. ಗುಲಾಮರು ಸದಾ ಒಳಗೊಳಗೇ ಕುದಿಯುತ್ತಿದ್ದು, ತಮ್ಮ ಒಡೆಯರ ವಿರುದ್ಧ ಸೇಡು ತೀರಿಸಿಕೊಳ್ಳುವುದಕ್ಕೆ ಒಂದು ಅವಕಾಶಕ್ಕಾಗಿ ಕಾಯುತ್ತಿರುತ್ತಾರೆ ಎಂದು ಅವರು ನಂಬಿದ್ದರು.

"ಗಡಿಗಳನ್ನು ಮುಚ್ಚಲಾಗಿದೆ ಮಹಾಸ್ವಾಮೀ, ಎಲ್ಲಾ ಹಡಗು, ದೋಣಿ, ತೆಪ್ಪ, ಗಾಡಿ ಮತ್ತು ಸಾರ್ಥಗಳನ್ನು ತಪಾಸಣೆ ಮಾಡಲಾಗುತ್ತಿದೆ. ಶಿಲೆಗಳು ಮಾಹಿಷ್ಮತಿಯಿಂದ ಹೊರಗೆ ಹೋಗಿಲ್ಲ" ಪರಮೇಶ್ವರರು ಕಣ್ಣೆತ್ತಿ ಮಹಾರಾಜರನ್ನು ದೃಷ್ಟಿಸದೆಯೇ ನುಡಿದರು.

"ಸರಬರಾಜು ಹೇಗಿದೆ? ಮಹಾಮಾಸದವರೆಗೂ ದಾಸ್ತಾನು ಇದೆಯೇ?" ಮಹಾರಾಜ ಸೋಮದೇವರು ಕೇಳಿದರು.

"ಉತ್ಸವಕ್ಕೆ ಆರು ತಿಂಗಳಿವೆ. ಕಷ್ಟವಾಗುತ್ತದೆ ಆದರೆ ನಾವು ನಿಭಾಯಿಸುತ್ತೇವೆ. ಅಷ್ಟು ಹೊತ್ತಿಗೆ ಶಿಲೆಗಳು ದೊರಕಿದಲ್ಲಿ ಸರಿ. ಸಾಮಂತ ತಿಮ್ಮರು ಆ ಕಾರ್ಯ ನಿರ್ವಹಿಸಬಲ್ಲರು ಎಂದು ನಂಬುತ್ತೇನೆ" ಪರಮೇಶ್ವರರು ನುಡಿದರು.

"ಸಾಮಂತ ತಿಮ್ಮರು ವೃದ್ಧರೂ ನಿಶ್ಶಕ್ತರೂ ಆಗಿರಬಹುದು. ಆದರೆ ಅವರು ಅತ್ಯಂತ ನಿಷ್ಠೆ ಹಾಗು ನಂಬಿಕಸ್ತರು."

"ನನಗೆ ಸಂದೇಹವಿದೆ" ಹಿಂದಿನಿಂದ ರೂಪಕ ನುಡಿದ.

"ನಿಜವಾಗಿ? ಏನು ಕಾರಣ?" ಸೋಮದೇವರು ಸಿಡುಕಿದರು.

ಪರಮೇಶ್ವರರು ಉತ್ತರಿಸಿದರು. "ಅವರು ದೇವರಾಯನ ಮಗಳನ್ನು ಅರಮನೆಯ ಅನಾಥಾಲಯಕ್ಕೆ ಸೇರಿಸಬೇಕೆಂದು ಮನವಿ ಮಾಡಿಕೊಂಡಿದ್ದಾರೆ. ಅವರು ನಾಡನ್ನು ತೊರೆಯುವ ಕಾರಣವಿಲ್ಲದಿದ್ದರೆ ಹಾಗೇಕೆ ಮಾಡುತ್ತಿದ್ದರು? ಮಹಾಮಾಸ ಮುಗಿದ ಮೇಲೆ ಗೌರೀಪರ್ವತದಲ್ಲಿ ಆ ಅನಿಷ್ಟ ಕಾರ್ಯ ಮಾಡಲು ಅವರು ಒಪ್ಪುತ್ತಾರೆಯೇ ಎಂದು ಸಂದೇಹ ನನಗೆ. ಅವರು ದೇವರಾಯನಿಗೆ ಆಪ್ತರಾಗಿದ್ದರು."

ಮಹಾರಾಜರು ಉರಿಯುವ ದೀಪದ ಕುಡಿಯನ್ನು ಕ್ಷಣ ಕಾಲ ದಿಟ್ಟಿಸಿದರು. ಅವರ ತಲೆಯ ಮೇಲೆ ಗುಲಾಮನೊಬ್ಬನು ಬೀಸುತ್ತಿದ್ದ ಬೀಸಣಿಗೆಯ ಸದ್ದು ಮಾತ್ರ ಕೇಳಿಸುತ್ತಿತ್ತು.

"ತಿಮ್ಮನ ಮೇಲೆ ಒಂದು ಕಣ್ಣಿಡಿ" ಮಹಾರಾಜರು ನುಡಿದರು.

"ಅವರು ಹೊರಗಡೆ ಬಂದಿದ್ದಾರೆ ಮಹಾಸ್ವಾಮೀ, ತಮ್ಮನ್ನು ಕಾಣಲು ಅಪ್ಪಣೆ ಕೇಳುತ್ತಿದ್ದಾರೆ" ಪರಮೇಶ್ವರರು ನುಡಿದರು.

ಮಹಾರಾಜ ಸೋಮದೇವರು ನಿಟ್ಟುಸಿರುಬಿಟ್ಟರು "ಅವರನ್ನು ಒಳಗೆ ಕಳಿಸಿ ಮಹಾ ಪ್ರಧಾನರೆ, ವೃದ್ಧ ಅಧಿಕಾರಿಗಾಗಿ ನಾವು ಕೆಲವು ನಿಮಿಷಗಳನ್ನು ಕೊಡಬಹುದು."

"ನಮಗೂ ಅದನ್ನು ನಿಲ್ಲಿಸುವ ಮನಸ್ಸಿದೆ, ಆದರೆ ಬೇರೆ ದಾರಿ ಇಲ್ಲವಲ್ಲಾ. ತಾಯಿ ಗೌರಿ ಕರುಣಿಸಿಲ್ಲ. ಶಿಲೆಗಳನ್ನು ಅವಳ ಗರ್ಭದೊಳಗೆ ತಳದಲ್ಲಿ ಅವಿತಿಟ್ಟು ಕೊಂಡಿದ್ದಾಳೆ" ಸೋಮದೇವರು ನುಡಿದರು. ಅವರ ಮಾತುಗಳು ಮೌನವನ್ನು ಇನ್ನಷ್ಟು ಅಸಹನೀಯಗೊಳಿಸಿದವು.

"ಎಲ್ಲವೂ ಮಾಹಿಷ್ಮತಿಯ ಅಭಿವೃದ್ಧಿಗಾಗಿ", ಪರಮೇಶ್ವರರು ನುಡಿದರು, ತಮ್ಮ ದನಿಯಲ್ಲಿ ಅವರಿಗೇ ನಂಬಿಕೆ ಇರಲಿಲ್ಲ.

ದೇವರಾಯನು ಹೇಳಿದ್ದೇ ನಿಜವಾಗಿದ್ದಿರಬಹುದೇ?

* * *

ಶಿವಗಾಮಿ ಅರಸರ ಕೋಣೆಯ ಹೊರಗೆ ಕಾಯುತ್ತಿದ್ದಳು. ಅಖಿಲಾ ನೆಲದಲ್ಲಿ ಕೂತು ತನ್ನ ಕಲ್ಲುಗಳೊಂದಿಗೆ ಆಟವಾಡುತ್ತಿದ್ದಳು. ತಿಮ್ಮ ಅರಸರ ಕೋಣೆಯ ಪಡಸಾಲೆಯಲ್ಲಿ ಅತ್ತಿಂದಿತ್ತ ಇತ್ತಿಂದತ್ತ ಶತಪಥ ತಿರುಗುತ್ತಿದ್ದ. ಇದ್ದಕ್ಕಿದ್ದಂತೆ ಕರಿಯ ಗುಲಾಮನೊಬ್ಬ ಓಡುತ್ತಾ ಬಂದು ಏದುಸಿರು ಬಿಡುತ್ತಾ ಬಾಗಿಲಲ್ಲಿ ನಿಂತ. ಕಾವಲು ಭಟರು ಅವನನ್ನು ಪಕ್ಕಕ್ಕೆ ಸರಿಯಲು ಹೇಳಿದರು. ಅವನು ಅವರಿಗೆ ಏನೋ ಹೇಳಿದ. ಅವರು ಅವನಿಗೆ ಪಡಸಾಲೆಯ ಮೂಲೆಯತ್ತ ಕೈತೋರಿಸಿದರು, ಅವನು ಸಪ್ಪೆಯಾಗಿ ಅತ್ತ ಕಡೆಗೆ ನಡೆದ. ಶಿವಗಾಮಿ ಅವನನ್ನೇ ನೋಡಿದಳು. ಏನೋ ಒಂದು ಆಕರ್ಷಣೆ ಇತ್ತು ಅವನಲ್ಲಿ.

ಅರಸರ ಕೋಣೆಯ ಬಾಗಿಲು ತೆರೆದು ಅವರನ್ನು ಒಳಗೆ ಕರೆಯಲಾಯಿತು. ಅಖಿಲಾಳನ್ನು ಹೊರಗೇ ಇರಲು ಹೇಳಲಾಯಿತು. ಹೊರಗೆ ಹೋಗುತ್ತಿದ್ದ ಪರಮೇಶ್ವರರು ತಿಮ್ಮರನ್ನು ನೋಡಿ ತಲೆಬಾಗಿ ವಂದಿಸಿ ನಡೆದರು. ರೂಪಕ ಹೊರಗೆ ಬಂದು ವೃದ್ಧ ತಿಮ್ಮರ ಕಾಲಿಗೆ ನಮಸ್ಕರಿಸಿ ಕುಶಲ ಕ್ಷೇಮ ವಿಚಾರಿಸಿ ನಂತರ ಹೊರನಡೆದ.

ಎತ್ತರದ ಛಾವಣಿಯ ವೈಭವೋಪೇತ ಕೋಣೆಯೊಳಗೆ ಶಿವಗಾಮಿ ಕಾಲಿಟ್ಟಳು. ಮಹಾರಾಜರು ಒಂದು ಪಲ್ಲಂಗದ ಮೇಲೆ ಕೂತಿದ್ದರು. ಅವರ ಹಿಂದೆ ಒಬ್ಬ ಗುಲಾಮ ನಿಂತಿದ್ದ. ಆ ಪ್ರಮಾದದ ರಾತ್ರಿಯಂದು ಶಿವಗಾಮಿ ನೋಡಿದ್ದಕ್ಕಿಂತ ಮಹಾರಾಜರು ವಯಸ್ಸಾಗಿದ್ದರು. ನೆನಪುಗಳು ಉಕ್ಕಿ ಚುಚ್ಚಿ ಅವಳ ಮೈಯೆಲ್ಲಾ ಬಿಸಿಯಾಯಿತು. ಮೂಗಿನ ಹೊಳ್ಳೆಗಳು ಅರಳಿದವು. ಈ ವ್ಯಕ್ತಿ ತನ್ನ ತಂದೆಯ ಹತ್ಯೆಯನ್ನು ಆಜ್ಞಾಪಿಸಿದ್ದ. ಈಗ ತಾನು ಅವರ ಮುಂದೆ ಭಿಕ್ಷಾ ಪಾತ್ರೆ ಹಿಡಿದು ನಿಂತಿದ್ದೇನೆ. ವಿಧಿ ಅವಳ ಮೇಲೆ ಕ್ರೂರ ಆಟ ಆಡುತ್ತಿತ್ತು.

"ಪ್ರಭು...ಪ್ರಭು.."

ಅರಸರ ಮುಂದೆ ಚಿಕ್ಕಪ್ಪ ತಿಮ್ಮ ದೀನರಾಗಿ ವರ್ತಿಸುತ್ತಿದ್ದುದನ್ನು ನೋಡಿ

ಅವಳಿಗೆ ಅಸಹ್ಯವಾಯಿತು. ವೃದ್ಧ ಮುಂದಕ್ಕೆ ಬಾಗಿದ್ದ, ಅವನ ಅಂಗವಸ್ತ್ರ ಸೊಂಟಕ್ಕೆ ಬಿಗಿಯಲಾಗಿತ್ತು, ತಲೆ ಬಾಗಿಸಿ ಬೊಗಸೆ ಅಂಜಲಿಯಾಗಿ ನಿಂತಿದ್ದರು.

"ಹೇಳಿ, ತಿಮ್ಮ" ಮಹಾರಾಜ ಸೋಮದೇವ ನಗುತ್ತ ಎದ್ದು ನಿಂತರು. ಅವರು ಇನ್ನು ರಾತ್ರಿಯ ವಿರಾಮಕ್ಕೆ ಸಿದ್ಧವಾಗುತ್ತಿದ್ದರು. ಅವರಿಗೆ ಹೆಚ್ಚು ಸಮಯ ಸಿಗುವಂತಿರಲಿಲ್ಲ. ಅರಸರು ನಕ್ಕರೂ ಅವರ ಅಸಹನೆಯನ್ನೇ ಅದು ಮುಚ್ಚಿರಲಿಲ್ಲ.

"ಮಹಾಪ್ರಭು, ತಮಗೂ ಮಾಹಿಷ್ಮತಿ ಸಾಮ್ರಾಜ್ಯಕ್ಕೂ ತಾಯಿ ಗೌರೀ ದೇವಿ ಆಶೀರ್ವಾದ ಲಭಿಸಲಿ. ನಾನೊಂದು ಸಣ್ಣ ಅರಿಕೆ ಮಾಡುವುದಿತ್ತು."

"ಮುಂದುವರಿಸಿ"

ತಿಮ್ಮ, ಶಿವಗಾಮಿಗೆ ಹತ್ತಿರ ಬರಲು ಸನ್ನೆ ಮಾಡಿದ. ಭಾರ ಹೆಜ್ಜೆಗಳನ್ನಿಟ್ಟು ಶಿವಗಾಮಿ ತನ್ನ ತಂದೆಯ ಹತ್ಯೆಗೆ ಆಜ್ಞೆ ಮಾಡಿದ್ದ ಆ ವ್ಯಕ್ತಿಯ ಕಡೆಗೆ ನಡೆದಳು.

ತಿಮ್ಮ, ಅರಸರಿಗೆ ವಂದಿಸುವಂತೆ ಅವಳ ಕಿವಿಯಲ್ಲಿ ಪಿಸುನುಡಿದ. ಶಿವಗಾಮಿ ಅರೆಮನಸ್ಸಿನಿಂದ ಅರಸರ ಪಾದಕ್ಕೆ ವಂದಿಸುವಂತೆ ಮಾಡಿದಳು. ಅರಸರಿಗೆ ಅದು ವೇದ್ಯವಾದರೂ ಅದನ್ನು ತೋರಿಸಿಕೊಳ್ಳಲಿಲ್ಲ.

"ಮಹಾಪ್ರಭು, ಇವಳು ದೇವರಾಯನ ಮಗಳು, ಶಿವಗಾಮಿ"

ಮಹಾರಾಜರು ತಮ್ಮ ದೊಡ್ಡ ಹಸ್ತವನ್ನು ಅವಳ ತಲೆಯ ಮೇಲೆ ಆಶೀರ್ವದಿಸಲು ಇರಿಸಿದರು. ಶಿವಗಾಮಿಯ ದೇಹವಿಡೀ ಹೇಸಿಗೆಯ ಅಲೆಯೊಂದು ಆವರಿಸಿತು. ಈ ದುಷ್ಟ ವ್ಯಕ್ತಿ ಅವಳನ್ನು ಸ್ಪರ್ಶಿಸುವುದು ಅವಳಿಗೆ ಸ್ವಲ್ಪವೂ ಇಷ್ಟವಿರಲಿಲ್ಲ.

"ಮಹಾಪ್ರಭು, ಇವಳ ಬಗ್ಗೆಯೇ ನಾನು ಮಾತಾಡಲು ಬಂದಿರುವುದು" ಆಗಾಗಲೇ ಮಹಾರಾಜರು ನಡೆಯಲು ತೊಡಗಿದ್ದರು. ತಿಮ್ಮ ಅವರ ಹಿಂದೆಯೇ ಅವಸರದಲ್ಲಿ ನಡೆದ. "ನಿಮ್ಮ ಕೃಪಾಕಟಾಕ್ಷದಲ್ಲಿ ಅವಳನ್ನು ಅರಸರ ಅನಾಥಾಲಯದಲ್ಲಿ ಇರಲು ಅಪ್ಪಣೆ ಕೊಡಿ. ಹುಡುಗಿ ಚುರುಕಾಗಿದ್ದಾಳೆ."

"ಸಂದೇಹವೇ ಇಲ್ಲ. ಅವಳ ತಂದೆಯ ಗುಣಗಳನ್ನು ಅವಳು ಬಳುವಳಿಯಾಗಿ ಪಡೆದಿರುತ್ತಾಳೆ" ಮಹಾರಾಜರು ಅವಳನ್ನು ದಿಟ್ಟಿಸಿದರು. ತಿಮ್ಮ ತಡವರಿಸಿದ.

"ಇವಳಿನ್ನೂ ಚಿಕ್ಕವಳು ಮಹಾಪ್ರಭು, ಬೇಕಾದಂತೆ ತಿದ್ದಬಹುದು"

ಪ್ರಭುಗಳು ನಕ್ಕರು. "ಅಲ್ಲವೇ ಮತ್ತೆ? ಹಿರಿಯ ತಿಮ್ಮರು ಹೇಳುವುದೇನೆಂದರೆ ಇವಳಿಗೆ ಅರಸು ಹಾಲೆರೆದರೆ ಈ ತಕ್ಷಕನ ಮಗಳು ಹಾವಲ್ಲದೆ ಅಪ್ಸರೆ ಯಾಗುತ್ತಾಳೆ ಎಂದು"

"ಮಹಾಪ್ರಭು, ತಿನ್ನಲು ತಂಗಳು ಗಂಜಿ ತಲೆಯ ಮೇಲೊಂದು ಸೂರು ಮಾತ್ರ ಬೇಡುತ್ತಿದ್ದೇನೆ. ಮಹಾಪ್ರಭುಗಳು ಉಣಿಸುವ ಸಾವಿರಾರು ಸೇವಕರಲ್ಲಿ

ಅವಳೂ ಒಬ್ಬಳಾಗುತ್ತಾಳೆ. ನನ್ನ ಮನೆಯಲ್ಲೇ ಇಟ್ಟುಕೊಳ್ಳಲು ಯತ್ನಿಸಿದೆ. ಆದರೆ ನನ್ನ ಹೆಂಡತಿಗೆ ಇವಳನ್ನು ಕಂಡರಾಗದು. ಒಳ್ಳೆಯ ಹುಡುಗಿ. ಇನ್ನೂ ಚಿಕ್ಕವಳು..."

"ಇನ್ನೇನು ವಯಸ್ಸಿಗೆ ಬಂದಿದ್ದಾಳೆ ತಿಮ್ಮ. ಅವಳು ಇನ್ನೊಬ್ಬ ದೇವರಾಯ ನಾಗುವುದಿಲ್ಲ ಅನ್ನುವುದಕ್ಕೆ ಏನು ಸಾಕ್ಷಿ?"

"ಸ್ವಾಮೀ, ದೇವರಾಯನ ವಂಶಸ್ಥರು ತಲೆಮಾರುಗಳವರೆಗೆ ಮಾಹಿಷ್ಮತಿಗೆ ಸೇವೆ ಸಲ್ಲಿಸಿದರು."

"ಅಂದರೆ ನಾವು ಕೃತಘ್ನರಾಗಿದ್ದೇವೆ ಎನ್ನುತ್ತಿದ್ದೀರಾ ತಿಮ್ಮ? ನಾವು ಅವಳ ಪ್ರಾಣ ಉಳಿಸಿಲ್ಲವೇ?"

"ನಿಮ್ಮ ಕರುಣೆಗೆ ಮಿತಿಯಿಲ್ಲ, ಕ್ಷೀರಸಾಗರದಷ್ಟು ಅಪಾರವಾದದ್ದು, ಮಹಾಪ್ರಭು."

"ಸುಮ್ಮನೆ ಉಸಿರು ವ್ಯಯಿಸಬೇಡಿ ತಿಮ್ಮ"

"ಒಂದು ಅಲ್ಪ ಸ್ಥಳ... ಅವಳಿಗೆ ಹದಿನೆಂಟಾಗುವವರೆಗೆ ಮಾತ್ರ... ಇನ್ನು ಕೆಲವೇ ತಿಂಗಳುಗಳು... ಅಷ್ಟೇ ನಾನು ಬೇಡುತ್ತಿರುವುದು"

"ತಿಮ್ಮ... ನಿಮ್ಮಂತಹ ಹಳೆಯ ನಂಬಿಕಸ್ಥರು ಕೇಳುವಾಗ ಇಲ್ಲವೆನ್ನಲು ನಮಗೆ ಕಷ್ಟವಾಗುತ್ತದೆ. ಆನಂತರ ಅದರಿಂದ ನಾವೇ ಪಶ್ಚಾತ್ತಾಪಪಡಬೇಕಾದರು ಕೂಡಾ" ಅರಸರು ಸೇವಕನತ್ತ ತಿರುಗಿ ಕೈ ಚಾಚಿದರು. ಮಲಯಪ್ಪ ಅವರ ಕೈಗೆ ಒಂದು ತಾಳೆಯೋಲೆ ಮತ್ತು ಕಂಠವನ್ನು ಕೊಟ್ಟ. ಪ್ರಭುಗಳು ಅದರ ಮೇಲೆ ಬರೆದು ರಾಜ ಮುದ್ರೆ ಒತ್ತಿದರು.

"ಇಗೊಳ್ಳಿ, ಇದನ್ನು ರೂಪಕನಿಗೆ ಕೊಡಿ. ಅವನು ಉಳಿದದ್ದನ್ನು ನೋಡಿ ಕೊಳ್ಳುತ್ತಾನೆ. ನೆನಪಿರಲಿ, ಅವಳಿಗೆ ಹದಿನೆಂಟಾಗುವವರೆಗೆ ಮಾತ್ರ. ಅವಳು ತಪ್ಪಿ ನಡೆದರೆ ಅಥವಾ ತನ್ನ ತಂದೆಯ ಗುಣಗಳನ್ನು ತೋರಿದರೆ ಅವಳೂ ತಂದೆಯ ಹಾದಿಯನ್ನೇ ಹಿಡಿಯಬೇಕಾದೀತು."

"ನೀವು ಕರುಣಾಸಾಗರ ಮಹಾಪ್ರಭು" ತಿಮ್ಮ ನೆಲದ ಮೇಲೆ ದೀರ್ಘದಂಡ ನಮಸ್ಕಾರ ಮಾಡಿದರು. ಪ್ರಭುಗಳು ಅವರನ್ನು ಇನ್ನು ಹೋಗುವಂತೆ ಕೈ ಸನ್ನೆ ಮಾಡಿದರು. ಸೇವಕನು ಅರಸರ ವೇಷಭೂಷಣಗಳನ್ನು ಸರಿಪಡಿಸತೊಡಗಿದ.

ಅವರು ಹೊರಬಂದಾಗ ಅಖಿಲಾ ಅವರ ಕಡೆಗೆ ಓಡಿಬಂದು ಶಿವಗಾಮಿಯನ್ನು ಅಪ್ಪಿಕೊಂಡಳು. ಎಲ್ಲರಿಗಿಂತ ಈ ಪುಟ್ಟಹುಡುಗಿಯನ್ನು ತೊರೆಯುವುದು ಕಷ್ಟ ಎಂದುಕೊಂಡಳು ಶಿವಗಾಮಿ. ರಾಜ ಲಿಖಿತವನ್ನು ಕೈಯಲ್ಲಿ ಭದ್ರವಾಗಿ ಹಿಡಿದು ತಿಮ್ಮ ಕಾರಂಜಿಯನ್ನೇ ದಿಟ್ಟಿಸುತ್ತಾ ನಿಂತರು.

ವಂದಿಮಾಗಧರು ಮಹಾಪ್ರಭುಗಳು ಅಂತಃಪುರಕ್ಕೆ ತೆರಳುತ್ತಿರುವುದಾಗಿ ಘೋಷಿಸಿದರು. ಕಾವಲುಗಾರರು ಎಚ್ಚರಗೊಂಡರು. ಬೃಹತ್ ದ್ವಾರಗಳು ತೆರೆದು

67

ಮಹಾರಾಜ ಸೋಮದೇವ ಹೊರಗೆ ಕಾಲಿಟ್ಟರು. ತಿಮ್ಮ ತಲೆ ಬಾಗಿದರು. ಆದರೆ ಶಿವಗಾಮಿ ತಲೆ ಎತ್ತಿ ಹಾಗೇ ನಿಂತಳು. ಅವಳು ನೇರ ನಿಂತಿದ್ದು ನೋಡಿ ಮಹಾರಾಜರ ಕಣ್ಣುಗಳು ತೀಕ್ಷ್ಣವಾದವು. ಮನಸ್ಸಿಲ್ಲದೆಯೇ ಅವಳು ತಲೆ ಬಾಗಿದಳು. ಪ್ರಭುಗಳು ಮುಂದೆ ನೋಡಿದರು.

ದಷ್ಟಪುಷ್ಟವಾದ, ಎತ್ತಿನಂತಹ ಭುಜಗಳುಳ್ಳ ವ್ಯಕ್ತಿಯೊಬ್ಬ ಬಂದು ಪ್ರಭುಗಳಿಗೆ ವಂದಿಸಿ ಮಂಡಿಯೂರಿದ. ಅವನ ಹಿಂದೆ ಸುಂದರ ಯುವಕನೊಬ್ಬ, ಪ್ರಾಯಶಃ ಅವಳದೇ ವಯಸ್ಸಿನವನು, ಅಡಗಿಕೊಂಡಿದ್ದ.

"ಏನು ಸೇನಾಪತಿ ಹಿರಣ್ಯ?" ಪ್ರಭುಗಳು ಕೇಳಿದಾಗ ಆ ವ್ಯಕ್ತಿ ಎದ್ದು ನಿಂತ.

"ಮಹಾಪ್ರಭು, ರಾಜಕುಮಾರ ಮಹಾದೇವರ ಪ್ರಗತಿ ಅಷ್ಟು ತೃಪ್ತಿಕರವಾಗಿಲ್ಲ. ಒಬ್ಬ ಗುಲಾಮನ ಮಗ ಇವತ್ತು ಅವರನ್ನು ಸೋಲಿಸಿದ್ದಾನೆ. ಅವರು ತರಬೇತಿಯಲ್ಲಿ ಸುಧಾರಿಸುತ್ತಿಲ್ಲ."

ರಾಜಕುಮಾರ ತಲೆಕೆಳಗೆ ಮಾಡಿ ಕಾಲಬೆರಳನ್ನು ನೋಡುತ್ತಿದ್ದ. ಪ್ರಭುಗಳು "ಮಹಾದೇವಾ?" ಎಂದರು.

"ನನ್ನನ್ನು ಕ್ಷಮಿಸಿ ಅಪ್ಪಾಜಿ" ರಾಜಕುಮಾರ ಪಿಸುಗುಟ್ಟಿದ. ಪ್ರಭುಗಳು ಕ್ಷಣಕಾಲ ಅವನನ್ನೇ ದಿಟ್ಟಿಸಿ ನೋಡಿ ಮತ್ತೆ ಹೆಜ್ಜೆ ಇಟ್ಟರು.

ಸೇನಾಪತಿ ತಲೆ ಬಾಗಿ ಕೇಳಿದ "ಮಹಾಪ್ರಭು, ಏನಪ್ಪಣೆ?"

"ಇನ್ನಷ್ಟು ಉತ್ತಮ ತರಬೇತಿ ಕೊಡಿ" ಎಂದು ನುಡಿದು ಮಹಾರಾಜರು ರಾಜಕುಮಾರನ ಭುಜ ತಟ್ಟಿ ನಡೆದುಹೋದರು.

ಸೇನಾಪತಿ ಹಿರಣ್ಯ ಸ್ಥಬ್ಧನಾಗಿ ನಿಂತು ಪ್ರಭುಗಳ ಸವಾರಿ ಹೋಗುವುದನ್ನೇ ನೋಡಿದ.

ರಾಜಕುಮಾರನ ಮುಖ ನಗುವಿನಿಂದ ಅರಳಿದ್ದನ್ನು ಶಿವಗಾಮಿ ನೋಡಿದಳು. ಅವನು ಎಂತಹ ಸುಂದರ ಯುವಕನೆಂಬುದನ್ನು ಅವಳು ಗುರುತಿಸಿದಳು. ಆದರೆ ಅವನು ಶತ್ರುವಿನ ಮಗ ಎಂದು ತನಗೆ ತಾನೇ ನೆನಪಿಸಿಕೊಂಡಳು. ಅನಿರೀಕ್ಷಿತವಾಗಿ ಅವನು ತಲೆ ಎತ್ತಿದ ಮತ್ತು ಅವರ ಕಣ್ಣುಗಳು ಕಲೆತವು. ಅವನು ಲಜ್ಜೆಯಿಂದ ಕೆಂಪೇರಿದ್ದನ್ನು ನೋಡಿ ಶಿವಗಾಮಿಗೆ ಆಶ್ಚರ್ಯವಾಯಿತು. ತಕ್ಷಣ ಅವಳು ತಲೆಯನ್ನು ಬೇರೆಡೆಗೆ ತಿರುಗಿಸಿದಳು. ಆದರೆ ತಾನೂ ಕೂಡಾ ಲಜ್ಜೆಯಿಂದ ಕೆಂಪೇರಿದ್ದನ್ನು ಗ್ರಹಿಸಿ ತಪ್ಪಿತಸ್ಥಳಂತೆ ಭಾವಿಸಿದಳು.

ತಿಮ್ಮ ಅವಳ ಹೆಸರು ಹಿಡಿದು ಕರೆಯುತ್ತಿದ್ದ. ಅವಳು ಅವಸರದಲ್ಲಿ ನಡೆದಳು. ಮತ್ತೆ ತಿರುಗಿ ನೋಡಿದಾಗ ರಾಜಕುಮಾರ ಅವಳನ್ನೇ ದಿಟ್ಟಿಸುತ್ತಿದ್ದ.

ಅಧ್ಯಾಯ ಎಂಟು

ಕಟ್ಟಪ್ಪ

ಕಾಲುಗಳು ಎಷ್ಟು ವೇಗವಾಗಿ ಓಡಲು ಸಾಧ್ಯವೋ ಅಷ್ಟು ವೇಗವಾಗಿ ಓಡಿ ಕಟ್ಟಪ್ಪ ಅರಮನೆಯನ್ನು ತಲುಪಿದ. ಶಿವಪ್ಪ ಓಡಿಹೋದ ಬಗ್ಗೆ ತಂದೆಗೆ ತಕ್ಷಣ ತಿಳಿಸಬೇಕಾಗಿತ್ತು ಅವನಿಗೆ. ಆದರೆ ಮಹಾರಾಜರ ಸನ್ನಿಧಿಯಲ್ಲಿ ಅದು ಸಾಧ್ಯವಿರಲಿಲ್ಲ. ಭಟರು ಅವನ ತಂದೆಯನ್ನು ಭೇಟಿ ಮಾಡಲೂ ಸಹ ಅವನಿಗೆ ಬಿಡಲಿಲ್ಲ. ಅವನು ತೋಟದಲ್ಲಿ ತಂದೆಗಾಗಿ ಕಾಯುತ್ತಾ ತೀರಾ ತಡವಾಗುವ ಮೊದಲು ಮಾತಾಡುವ ಅವಕಾಶ ಸಿಗುವುದೇ ಎಂದು ಕಾದ.

ತಂದೆಗೆ ಈ ವಿಷಯವನ್ನು ಹೇಗೆ ತಿಳಿಸುವುದು ಎಂದು ಚಡಪಡಿಸಿದ. ತಂದೆ ತನಗಿಂತ ಶಿವಪ್ಪನ ಮೇಲೆಯೇ ಹೆಚ್ಚು ಪ್ರೀತಿ ಇಟ್ಟಿದ್ದರು ಎಂದು ಅವನಿಗೆ ಗೊತ್ತಿತ್ತು. ಒಂದು ಕಾಲದಲ್ಲಿ ಆ ಬಗ್ಗೆ ಅವನಿಗೆ ಮತ್ಸರವಿತ್ತು. ಆದರೆ ಇಪ್ಪತ್ತೆರಡು ವಯಸ್ಸಿನಲ್ಲಿ ಕಟ್ಟಪ್ಪನಿಗೆ ತನ್ನದು ಆಕರ್ಷಕ ಮುಖವಲ್ಲ ಎಂದು ಮನವರಿಕೆಯಾಗಿತ್ತು. ಅಥವಾ ಅವನಿಗೆ ಯಾವ ವಿಶೇಷ ಗುಣವೂ ಕೂಡ ಇರಲಿಲ್ಲ.

ಆಗಾಗಲೇ ಅವನ ತಲೆ ಬೋಳಾಗತೊಡಗಿತ್ತು, ಶೀಘ್ರದಲ್ಲೇ ಅವನು ತಂದೆಯಂತೆ ತಲೆಯನ್ನು ಬೋಳು ಮಾಡಿಸಬೇಕಿತ್ತು.

ಆದರೆ ಅವನ ತಮ್ಮ.... ಅವನ ತಮ್ಮನಿಗೆ ಮಿಂಚಿನಂತಹ ನಗುವಿತ್ತು.

ಶಿವಪ್ಪನ ಬಗ್ಗೆ ಯೋಚಿಸುತ್ತಲೇ ಅವನು ವಾಸ್ತವಕ್ಕೆ ಬಂದ. ತಮ್ಮನನ್ನು ಮತ್ತೆ ದಾರಿಗೆ ತರಲು ಏನಾದರೂ ಉಪಾಯ ಮಾಡಬೇಕಿತ್ತು. ತಂದೆಯ ಗಮನ ಸೆಳೆಯಲು ಯತ್ನಿಸಿದ. ಆದರೆ ಪ್ರಭುಗಳ ಪರಿಚಾರಕರ ತಂಡದಲ್ಲಿದ್ದ ತಂದೆ ಕೆಕ್ಕರಿಸಿದ, ಅಷ್ಟು ದೂರದಿಂದಲೂ ಆ ಕೆಂಗಣ್ಣು ಸ್ಪಷ್ಟವಾಗಿತ್ತು. ಕಟ್ಟಪ್ಪ ಅಲ್ಲಿ ಠಳಾಯಿಸಿಕೊಂಡು ಕಾಲಹರಣ ಮಾಡಬಾರದು. ಅವನ ಜಾಗ ಈಗ ಅವನ ಒಡೆಯನ ಬಳಿ. ಭಾರವಾದ ಹೃದಯ ಹೊತ್ತು, ಭಾರವಾದ ಹೆಜ್ಜೆಗಳಲ್ಲಿ ಕಟ್ಟಪ್ಪ ಬಿಜ್ಜಳನ ವಸತಿಯತ್ತ ನಡೆದ.

ಕಟ್ಟಪ್ಪನಿಗಿದ್ದ ಮತ್ತೊಂದು ಚಿಂತೆ ಎಂದರೆ ಈಗ ಬಿಜ್ಜಳನಿಗೆ ತನ್ನ ಅವಶ್ಯಕತೆ ಇದೆಯೋ ಇಲ್ಲವೋ ಅನ್ನುವುದು. ರಾಜಕುಮಾರ ಮಹಾದೇವನನ್ನು ಶಿವಪ್ಪ ಗಾಯಗೊಳಿಸಿದ ಮೇಲೆ ಬಿಜ್ಜಳ ಕಟ್ಟಪ್ಪನಿಗೆ ತನಗೆ ಮುಖ ತೋರಿಸಬೇಡಾ ಎಂದು ಆಜ್ಞಾಪಿಸಿದ್ದ. ಒಡೆಯರು ಕೋಪದಲ್ಲಿದ್ದಾಗ ಹೇಳುವ ಮಾತುಗಳನ್ನು ಗಂಭೀರವಾಗಿ ಪರಿಗಣಿಸಬಾರದು ಎಂದು ತಂದೆ ಸದಾ ಹೇಳುತ್ತಿದ್ದರು. ಒಡೆಯರು ಗುಲಾಮನಿಗೆ ಮುಖ ತೋರಿಸಬೇಡಾ ಎಂದು ಬೈದರೆ ಗುಲಾಮನಿಗೆ ಹೊರಟು ಹೋಗಿಬಿಡಬಾರದು. ಒಡೆಯನ ಮುಂದೆ ಕಾಣಿಸಿಕೊಳ್ಳುವಷ್ಟು ಧೈರ್ಯ ತೋರಬಾರದು. ಆದರೆ ಅಲ್ಲೇ ಸಮೀಪದಲ್ಲಿದ್ದು ಒಡೆಯರು ಮನಸ್ಸು ಬದಲಾಯಿಸಿ ಕರೆದಾಗ ತಕ್ಷಣ ಸನ್ನಿಧಾನಕ್ಕೆ ಬರಬೇಕು.

ಅವನು ಬಿಜ್ಜಳನ ವಸತಿ ತಲುಪಿದಾಗ ಬಾಗಿಲು ಮುಚ್ಚಿತ್ತು. ಅವನು ಹೊರಗೆ ನಿಂತ. ಅವನು ಬಾಗಿಲು ತಟ್ಟಿ ತನ್ನ ಇರುವಿಕೆಯ ಯಾವುದೇ ಸೂಚನೆ ಕೊಡ ಬಾರದು. ಕೋಟೆಯ ಹೊರಗೆ ದಿನದ ಒಡ್ಡೋಲಗ ಮುಗಿದು ಹೊರಡುತ್ತಿದ್ದ ಜನರ ಗದ್ದಲ ಕೇಳಿ ಬರುತ್ತಿತ್ತು. ಒಂದು ಗಳಿಗೆ ಅವನಿಗೆ ತಮ್ಮ ಹೇಳುತ್ತಿದ್ದ ಗುಲಾಮರಿಲ್ಲದ ಜಗತ್ತಿನ ಕನಸು ನನಸಾದರೆ ಏನಾಗಬಹುದು ಎನಿಸಿತು. ಬಹುಶಃ ಅವನೂ ಮುಕ್ತ ಪ್ರಜೆಯಾಗಿ ಹೊರಗೆ ಒಡ್ಡೋಲಗದಲ್ಲಿ ಪ್ರಭುಗಳ ನ್ಯಾಯ ಕೇಳುವವರಲ್ಲಿ ಒಬ್ಬನಾಗಬಹುದು. ಅಥವಾ ಅವನೂ ಒಬ್ಬ ರೈತನಾಗಿ, ಹೆಂಡತಿ ಮಕ್ಕಳ ಸಹಿತ ಗೌರಿಪರ್ವತದ ತಪ್ಪಲಲ್ಲಿ ಬದುಕಿರುತ್ತಿದ್ದ. ತನ್ನ ಹೆಂಡತಿಯ ಮುಖ ಹೇಗಿರಬಹುದು ಎಂದು ಕಲ್ಪಿಸಿಕೊಳ್ಳಲು ಯತ್ನಿಸಿದ. ತಮ್ಮನ ಪ್ರೇಯಸಿ ಕಾಮಾಕ್ಷಿಯಷ್ಟು ಸುಂದರವಾಗಿರಬಹುದೇ?

ಆಲೋಚನೆ ಸಂತೋಷ ತರುವಂಥದ್ದೇ ಆಗಿತ್ತು. ಆದರೆ ಅದರಿಂದ ಅವನಿಗೆ

ಕಸಿವಿಸಿಯೂ ಉಂಟಾಯಿತು. ಒಂದು ರೀತಿಯ ನೀಚ ಮತ್ತು ಅಪರಾಧೀ ಭಾವ ಹುಟ್ಟಿತು. ಹೀಗೆಲ್ಲಾ ಆಲೋಚನೆ ಮಾಡಬಾರದು ಎಂದು ತನಗೆ ತಾನೇ ಬೈದುಕೊಂಡ. ತಾಯಿ ಗೌರೀ, ನನ್ನ ಮನಸ್ಸು ಹೀಗೆ ವಿಚಲಿತವಾಗದಿರಲಿ ಎಂದು ಬೇಡಿಕೊಂಡ. ಆದರೂ ತಮ್ಮನ ಕುರಿತ ಯೋಚನೆ ಅವನನ್ನು ಕಾಡಿತು. ಬದಲಿಗೆ ದುಷ್ಟ ಆಲೋಚನೆ, ಸ್ವಾತಂತ್ರ್ಯದ ಚಿಂತನೆಯೇ ವಾಸಿಯೇ? ತಂದೆಯ ಧ್ವನಿ ಹೇಳಿತು – ಯೋಚಿಸದೆ ಇರುವುದೇ ಒಳ್ಳೆಯದು. ದೀರ್ಘ ಉಸಿರೆಳೆದುಕೊಂಡು ಭುಜ ಅಗಲಿಸಿ, ಬೆನ್ನಹುರಿ ನೆಟ್ಟಗಾಗಿಸಿದ. ಬಿಜ್ಜಳನ ವಸತಿಯ ಬಾಗಿಲಿಂದ ಸವಿಯಾದ ಭೋಜನದ ಪರಿಮಳ ತೇಲಿಬಂತು. ಅವನಿಗೆ ಹಸಿವಾಯಿತು. ಅವನು ಪ್ರತಿಮೆಯಂತೆ ನಿಂತ. ಅವನ ಕನಸನ್ನು ಹೆಪ್ಪುಗಟ್ಟಿಸಿ ನಾಲಿಗೆ ಜಡ್ಡುಗಟ್ಟಿ, ಮೂಗಿನ ಹೊಳ್ಳೆಗೆ ಬಿರಡೆ ಇರುಕಿಸಿ ನಿಂತ.

"ಏನೋ ಕುರೂಪಿ, ಎಲ್ಲಿ ನಿನ್ನ ಸ್ಫುರದ್ರೂಪಿ ತಮ್ಮ?"

ಕಟ್ಟಪ್ಪನಿಗೆ ಆ ಧ್ವನಿಯ ಪರಿಚಯವಿತ್ತು. ಆ ಕ್ಷಣಕ್ಕೆ ಅವನು ಯಾವ ಕಾರಣಕ್ಕೂ ನೋಡಲು ಇಚ್ಛಿಸದ ವ್ಯಕ್ತಿಯದು ಅದು. ಈ ಖೋಜಾ ಏನು ಮಾಡುತ್ತಿದ್ದಾಳೆ ಇಲ್ಲಿ? ಕಾಳಿಕಾ ಕೆಲಸಕ್ಕೆ ಇಟ್ಟುಕೊಂಡಿದ್ದ ಅನೇಕರಲ್ಲಿ ಅವಳೂ ಒಬ್ಬಳು. ಆದರೆ ಬೃಹನ್ನಳೆಯನ್ನು ಬಿಟ್ಟರೆ ಬೇರೆ ಯಾವ ಖೋಜಾಗಳೂ ಮಾಹಿಷ್ಮತಿ ಅರಮನೆಯ ಒಳಗೆ ಕಾಣಿಸಿರಲಿಲ್ಲ.

ಅವನು ದೂರದಲ್ಲೆಲ್ಲೋ ನೋಡುತ್ತಾ ನೆಟ್ಟಗೆ ನಿಂತ, ಕೇಕಿ ಅಲ್ಲಿರಲೇ ಇಲ್ಲ ಅನ್ನುವಂತೆ. ಅವಳು ನಡೆದಾಗ ಅವಳ ಕಾಲಿನ ಗೆಜ್ಜೆ ಘಲ್ ಘಲ್ ಅಂದಿತು. ಅವಳು ಹತ್ತಿರ ಬರುತ್ತಿದ್ದಾಳೆಂದು ಅವನಿಗೆ ಗೊತ್ತಾಯಿತು. ಅವಳ ಹೆಜ್ಜೆಯಲ್ಲಿ ಒಂದು ಲಯವಿತ್ತು. ಘಲ್ ಘಲ್ ಸದ್ದು ನಿಂತಾಗ ಕಟ್ಟಪ್ಪ ದೀರ್ಘ ಉಸಿರೆಳೆದು ಕೊಂಡ. ಅವಳು ಎಷ್ಟು ಸಮೀಪ ಬಂದಿದ್ದಳೆಂದರೆ ಅವಳ ಪರಿಮಳ ಅವನ ಮೂಗಿಗೆ ಬಡಿಯಿತು. ಬಣ್ಣದ ಬಳೆಗಳ ಕೈಯೊಂದು ಬಂದು ಅವನ ಹೆಗಲ ಮೇಲೆ ವಿರಮಿಸಿದಾಗ ಅವನು ಬೆದರಿದ. ಬೆರಳುಗಳು ಅವನ ಗಲ್ಲದವರೆಗೆ ಸವರಿ ಬಂದು ಕಿವಿಗಳತ್ತ ಸಾಗಿದವು. ಸ್ಥಬ್ಧನಾಗಿರಲು ಕಟ್ಟಪ್ಪ ಶ್ರಮ ಮೀರಿ ಪ್ರಯತ್ನಿಸಿದ.

"ಓ... ನನ್ನ ಪ್ರಿಯಕರ ನನ್ನ ಮೇಲೆ ಕೋಪಗೊಂಡಿದ್ದಾನೆ!" ಕೇಕಿ ನಾಚಿಕೆಯಿಂದ ರೆಪ್ಪೆ ಪಟಪಟ ಬಡಿದು ಮುಗುಳ್ನಕ್ಕಳು. ಅವಳ ಕಣ್ಣುಗಳು ಸುಂದರವಾಗಿದ್ದವು. ಬಾಗಿದ ದಟ್ಟ ರೆಪ್ಪೆಗಳು, ತಿಳಿ ಕೆನ್ನೆಯ ಮೇಲೆ ನಾಚಿಕೆಯ ಕೆಂಪು, ಜೊತೆಗೆ ತುಟಿ ಉಬ್ಬಿಸಿದ್ದಳು. ಮೊದಲ ನೋಟಕ್ಕೆ ಅವಳೊಬ್ಬಳು ಸುಂದರ ಹೆಂಗಸಿನಂತಿದ್ದಳು. ಅವಳ ಗಡಸು ದನಿಯಿಂದ ಮಾತ್ರ ಅವಳು ಖೋಜಾ ಎಂದು ಗೊತ್ತಾಗಿಬಿಡುತ್ತಿತ್ತು. ಕಟ್ಟಪ್ಪನ ಹೃದಯದ ಬಡಿತ ಏರುತ್ತಿತ್ತು. ಅವಳ

ಮೈಯಿಂದ ಬರುತ್ತಿದ್ದ ಸುಗಂಧ ಜಿಗುಪ್ಸೆ ತರುವಂತಿತ್ತು. ಅವಳು ಅವನ ಮುಖದ ಮೇಲೆ ಕೈಯಾಡಿಸಿದಳು. ಅವಳ ಬಳೆಯೆಲ್ಲ ಝಲ್ಲೆಂದಿತು. ಕಟ್ಟಪ್ಪ ತನ್ನ ಕೈ ಹಿಂದಕ್ಕೆ ಬಿಗಿದು ನಿಂತ, ಅವಳ ಮುಖವನ್ನು ನೋಡದೆ, ಅವಳ ಇರುವಿಕೆಯನ್ನೇ ಧಿಕ್ಕರಿಸಿ. ಆದರೆ ಬಿಜ್ಜಳನ ಕೋಣೆಗೆ ಅವಳು ಪ್ರವೇಶಿಸುವುದಕ್ಕೆ ಅಡ್ಡಲಾಗಿ ನಿಂತ.

" ನಾನು ... ಉಂ.... ನಿನಗೆ ಸುಖ ಕೊಡಲೇ ಮನ್ಮಥ? ಓ...ನೋಡಕ್ಕೇ ಎಷ್ಟು ರುಚಿಯಾಗಿದ್ದಿಯಾ... ಪ್ರಣಯ ದೇವನ ಥರಾ" ಗಡಸು ದನಿಯಲ್ಲಿ ಹೇಳುತ್ತಾ ಅವಳು ಅವನ ಧೋತ್ರದ ಗಂಟು ಬಿಚ್ಚಲು ಕೈ ಹಾಕಿದಳು. ಕಟ್ಟಪ್ಪ ಅವಳ ಕೈ ಬದಿಗೆ ಸರಿಸಲು ಯತ್ನಿಸಿದ. ಆದರೆ ಅವಳು ಹಿಡಿದು ಅವನ ಕೈಗೆ ಮುತ್ತಿಟ್ಟಳು. ಅವನು ಗಾಭರಿಯಲ್ಲಿ ಕೈಯನ್ನು ಹಿಂದಕ್ಕೆ ಎಳೆದುಕೊಂಡ. ಅವಳು ಅವನ ಕಿವಿಯಲ್ಲಿ ಪಿಸುಗುಟ್ಟಿದಳು, ರಕ್ತ ನುಗ್ಗಿ ಕಟ್ಟಪ್ಪನ ಮುಖ ಇನ್ನೂ ಗಾಢವಾಯಿತು. ಕೇಕಿ ಅವನ ಮೇಲೆ ಬೀರುತ್ತಿದ್ದ ಪರಿಣಾಮವನ್ನು ಅವನು ಶಪಿಸಿದ.

"ನನ್ನ ಪ್ರೇಮಿಯೇ, ನೀನಿನ್ನೂ ಕಾಯಬೇಕು. ಈಗ ನಾನು ರಾಜಕುಮಾರರನ್ನು ನೋಡಬೇಕು. ಎಲ್ಲಿ, ಒಲುಮೆಯ ಕಾಮದೇವಾ, ಈಗ ಈ ರತಿಯನ್ನು ನಿನ್ನ ರಾಜಕುಮಾರರ ಭೇಟಿಗೆ ಅವಕಾಶ ಮಾಡಿಕೊಡು" ಎನ್ನುತ್ತಾ ಅವಳು ಅವನನ್ನು ದಾಟಿ ಒಳಹೋಗಲು ಯತ್ನಿಸಿದಳು. ಅವಳನ್ನು ತಡೆಯಲು ಕಟ್ಟಪ್ಪ ಕೈ ಚಾಚಿದ. ಆದರೆ ಕೈ ಅವಳ ಎದೆಗೆ ತಗುಲಿತು. ಅವಳೊಂದು ನಾಟಕೀಯ ನಿಟ್ಟುಸಿರು ಬಿಟ್ಟಳು. ಅವಳು ತುಟಿ ಉಬ್ಬಿಸಿ, ರೆಪ್ಪೆ ಬಡಿದು "ಯಾಕೆ ಸುಂದರ, ಯಾಕೆ ನನ್ನ ದಾರಿಗೆ ಅಡ್ಡವಾಗಿ ನಿಂತಿರುವೆ?" ಎಂದಳು.

ಕಟ್ಟಪ್ಪ ಕೈ ಹಿಂತೆಗೆದುಕೊಳ್ಳಲು ಯತ್ನಿಸಿದ. ಆದರೆ ಅವಳು ಬಿಡಲಿಲ್ಲ. ಅವಳ ಮೊಲೆ ತಾಗಿದ ಕಡೆ ಅವನ ಚರ್ಮ ಸುಡುತ್ತಿರುವಂತೆ ಅವನಿಗೆ ಭಾಸವಾಯಿತು. ಅವಳು ಅವನಷ್ಟೇ ಎತ್ತರವೂ, ಬಲಶಾಲಿಯೂ ಆಗಿದ್ದಳು. ಕೊನೆಗೂ ಕಟ್ಟಪ್ಪ ತನ್ನ ಕೈಯನ್ನು ಬಿಡಿಸಿಕೊಂಡು ನೋಡಿದರೆ ಅವಳ ಉಗುರುಗಳು ಅವನ ಕಪ್ಪು ಚರ್ಮ ಕಿತ್ತು ಬೆಳ್ಳಗಿನ ಗುರುತು ಮಾಡಿದ್ದವು.

"ನಿನಗೊಂದು ಉಡುಗೊರೆ ಕೊಡಲೇ?" ಅವಳು ಗಾಢ ದನಿಯಲ್ಲಿ ಪಿಸುಗುಟ್ಟಿ ತನ್ನ ಕಂಚುಕದೊಳಗೆ ಕೈ ತೂರಿಸಿದಳು. ಯಾರಾದರೂ ನೋಡಿದರೆ ಎನ್ನುವ ಭಯದಲ್ಲಿ ಕಟ್ಟಪ್ಪ ನಡುಗಿದ. ಆಮೇಲೆ ಅದೊಂದು ದೊಡ್ಡ ಹಗರಣವಾಗಿ ಗುಲಾಮರ ಗುಂಪಿನಲ್ಲಿ ಅವನೊಂದು ಗೇಲಿಯ ವಿಷಯವಾಗಿ ಬಿಡುತ್ತಾನೆ ಅಷ್ಟೇ. ಅವನೇನು ಮಾಡಿದರೂ ಇನ್ನು ಅವನ ಕಥೆ ಮುಗಿದ ಹಾಗೇ. ಇದ್ದಕ್ಕಿದ್ದ ಹಾಗೆ ಬಾಗಿಲು ತೆರೆಯಿತು. ಕಟ್ಟಪ್ಪ ಅವಸರದಲ್ಲಿ ರಾಜಕುಮಾರನ

ಮುಂದೆ ಮಂಡಿಯೂರಿದ. ಅವಮಾನದಲ್ಲಿ ಅವನ ಮುಖ ಸುಡುತ್ತಿತ್ತು. ಬಿಜ್ಜಳನ ಕಡೆಗೆ ನೋಡುವುದೂ ಅವನಿಗೆ ಸಾಧ್ಯವಾಗಲಿಲ್ಲ.

ಕೇಕಿ ನುಡಿದ ಮಾತು ಕೇಳಿ ಕಟ್ಟಪ್ಪ ಇನ್ನೂ ಹೆದರಿದ. "ರಾಜಕುಮಾರರೇ, ನಿಮ್ಮ ಗುಲಾಮನ ಮುಖ ಸೊಟ್ಟಗಿದೆ, ಆದರೆ ದೇಹ ಮಾತ್ರ ಉಕ್ಕಿನಂತಿದೆ. ಅವನನ್ನು ನನ್ನ ವಸತಿಗೆ ಕಳಿಸಬಾರದೇ? ನೋಡಲು ಎಷ್ಟು ರುಚಿಯಾಗಿದ್ದಾನೆ" ಎನ್ನುತ್ತಾ ಕೇಕಿ ತುಟಿಯ ಮೇಲೆ ನಾಲಿಗೆಯನ್ನು ಸವರಿಕೊಂಡಳು.

ಬಿಜ್ಜಳ ಜೋರಾಗಿ ನಕ್ಕ. ಕಟ್ಟಪ್ಪನಿಗೆ ಇನ್ನೂ ಹೆಚ್ಚು ಇರಿಸುಮುರುಸಾಯಿತು. ಕೇಕಿ ಕಟ್ಟಪ್ಪನ ಭುಜ ಒತ್ತಿ ಸರಿಯುತ್ತಾ ತನ್ನ ರೇಷ್ಮೆ ಉತ್ತರೀಯವನ್ನು ಅವನ ಮುಖದ ಮೇಲೆ ಜಾರಿಸಿದಳು.

"ನೀವು ತುಂಬಾ ಸುಂದರವಾಗಿ ಕಾಣಿಸುತ್ತಿದ್ದೀರಿ" ಬಿಜ್ಜಳನನ್ನು ಮೆಚ್ಚಿ ಕೊಳ್ಳುತ್ತಾ ನುಡಿದಳು. ಅವನ ಮುಖ ಕೆಂಪೇರಿತು. ಕೇಕಿ ಅವನ ಕೊರಳ ಮುತ್ತಿನ ಸರವನ್ನು ಸರಿಪಡಿಸಿದಳು.

"ಎಲ್ಲರೂ ತಮಗಾಗಿ ಕಾಯುತ್ತಿದ್ದಾರೆ" ಎಂದು ಹೇಳಿ ತಿರುಗಿ ನಿತಂಬವನ್ನು ಅತ್ತಿತ್ತ ಅಲ್ಲಾಡಿಸುತ್ತಾ ನಡೆದಳು. ಕಟ್ಟಪ್ಪನನ್ನ ದಾಟಿಕೊಂಡು ಹೋಗುವಾಗ ಬಾಗಿ ಅವನ ಕೆನ್ನೆಯ ಮೇಲೆ ತುಟಿ ಇಟ್ಟು, ಅವನು ಪ್ರತಿಕ್ರಿಯಿಸುವುದರೊಳಗೆ ಸರಿದು ನಡೆದುಬಿಟ್ಟಳು.

ಬಿಜ್ಜಳ ಅವಳ ಜೊತೆಗೂಡಲು ಸರಸರನೆ ಹೆಜ್ಜೆ ಹಾಕಿದ. ಉತ್ಸಾಹದಿಂದ 'ಬೇಗ ಬೇಗ' ಎಂದು ಅವಸರಿಸಿದ. ಕಟ್ಟಪ್ಪನಿಗೆ ಅವರನ್ನು ಹಿಂಬಾಲಿಸಬೇಕೋ ಬೇಡವೋ ತಿಳಿಯಲಿಲ್ಲ. ಅವನ ಕರ್ತವ್ಯವೆಂದರೆ ರಾಜಕುಮಾರನ ಜೊತೆಗಿರುವುದು. ಒಂದು ಕ್ಷಣ ಹಿಂಜರಿದು ನಂತರ ನಿರ್ಧರಿಸಿ ಕಟ್ಟಪ್ಪ ತನ್ನ ಖಡ್ಗದ ಹಿಡಿಕೆಯ ಮೇಲೆ ಕೈಯಿಟ್ಟು ನೇರ ನೋಡುತ್ತಾ ಮೆದುವಾಗಿ ಹೆಜ್ಜೆ ಇಟ್ಟ.

ರಾಜಕುಮಾರ ಬಿಜ್ಜಳ ಅತ್ಯುತ್ತಮ ರೇಷ್ಮೆ ವಸ್ತ್ರಗಳನ್ನುಟ್ಟಿದ್ದ. ಕೇಕಿಯ ಜೊತೆ ಮಾತಾಡುತ್ತಾ ಅವನು ನಡೆದಂತೆ ಅವನು ಪೂಸಿಕೊಂಡ ಸುಗಂಧದ ಪರಿಮಳ ಗಾಳಿಯಲ್ಲಿ ಹರಡುತ್ತಿತ್ತು. ಕಟ್ಟಪ್ಪ ಮರ್ಯಾದೆಯ ದೂರವನ್ನು ಕಾಪಾಡಿ ಕೊಂಡು ಹಿಂಬಾಲಿಸುತ್ತಿದ್ದ. ಅವರು ವೃತ್ತಾಕಾರದ ಮೆಟ್ಟಿಲುಗಳನ್ನು ಇಳಿಯು ತ್ತಿದ್ದಾಗ ರಾಜಕುಮಾರ ಮಹಾದೇವ ಅವರೆದುರಿಗೆ ಮುಖಾಮುಖಿಯಾದ.

"ಎಲ್ಲಿಗೆ ಹೋಗುತ್ತಿದ್ದೀಯಾ, ಬಿಜ್ಜಳ?" ಮಹಾದೇವ ಆಶ್ಚರ್ಯದಲ್ಲಿ ಕೇಳಿದ.

"ಅದು ನಿನಗೆ ಸಂಬಂಧಿಸಿದ್ದಲ್ಲ" ಬಿಜ್ಜಳ ಅವನನ್ನು ಪಕ್ಕಕ್ಕೆ ಸರಿಸಿ ಮುಂದುವರಿದ.

"ಆದರೆ ಅವ್ವೆ ನಿನ್ನನ್ನು ಹುಡುಕುತ್ತಿದ್ದಾರೆ"

"ಹಾಳಾಗಿ ಹೋಗು"

ಬಿಜ್ಜಳ ಮತ್ತು ಕೇಕಿ ತಿರುವಿನಲ್ಲಿ ತಿರುಗಿದರು. ಮಹಾದೇವ ಕಟ್ಟಪ್ಪನ ಮುಂಗೈ ಹಿಡಿದು ನಿಲ್ಲಿಸಿದ. ಕಟ್ಟಪ್ಪನ ಗಾಭರಿಯಾದ. ಅದೃಷ್ಟಕ್ಕೆ ಸುತ್ತ ಯಾರೂ ಇರಲಿಲ್ಲ. ಪ್ರಾಣ ಉಳಿಸುವ ಸಂದರ್ಭ ಹೊರತು ಅವನು ರಾಜಕುಮಾರರನ್ನು ಮುಟ್ಟಿಸಿಕೊಳ್ಳಬಾರದು.

"ಅವರು ಎಲ್ಲಿಗೆ ಹೋಗುತ್ತಿದ್ದಾರೆ ಎಂದು ಹೇಳುತ್ತೀಯಾ?" ಮಹಾದೇವ ಕೇಳಿದ.

ಕಟ್ಟಪ್ಪ ಕಣ್ಣೆದುರಿಗೆ ಕಾಣದ ಒಂದು ಬಿಂದುವನ್ನು ದಿಟ್ಟಿಸಿದ. ಮಹಾದೇವ ಅಸಹನೆಯಿಂದ ಅವನ ಕೈ ಬಿಟ್ಟು ಮರದ ಮೆಟ್ಟಿಲುಗಳನ್ನು ಓಡೋಡಿ ಹತ್ತಿದ. ಅವನ ಭಾರ ಹೆಜ್ಜೆ ಸದ್ದು ಇಲ್ಲವಾದ ಮೇಲೆ ಕಟ್ಟಪ್ಪ ತನ್ನ ಒಡೆಯನನ್ನು ಹುಡುಕಿದ. ಬಿಜ್ಜಳ ಮತ್ತು ಕೇಕಿ ಕಂಭಗಳ ಪಡಸಾಲೆಯ ಆ ತುದಿಯನ್ನು ತಲುಪಿದ್ದರು.

ಕಟ್ಟಪ್ಪ ಅವರನ್ನು ಸೇರಿಕೊಳ್ಳಲು ಅವಸರದಲ್ಲಿ ಹೆಜ್ಜೆ ಹಾಕಿದ. ಎರಡೂ ಬದಿಯಲ್ಲಿ ಅವನಿಗಿಂತ ಇಪ್ಪತ್ತು ಅಡಿ ಎತ್ತರದಲ್ಲಿ ಬೃಹತ್ ಕಲ್ಲಿನ ಯಾಳಿಗಳು ಬಾಯಲ್ಲಿ ತಮ್ಮ ಬಾಲಗಳನ್ನಿಟ್ಟುಕೊಂಡು ಹಲ್ಲು ಕಿರಿಯುತ್ತಿದ್ದವು. ಚೌಕಟ್ಟಿನ ನೆಲದ ಹಾಸಿನ ಆ ಪಡಸಾಲೆಯಲ್ಲಿ ಗುಲಾಮ ಓಡುವುದನ್ನು ಅವು ಕಟ್ಟೆಚ್ಚರದಲ್ಲಿ ನೋಡುವಂತಿದ್ದವು.

"ಪ್ರಭುಗಳೇ, ನಮ್ಮೊಡನೆ ಈ ಮಂಗ ಕೂಡಾ ಬರಬೇಕೆ?" ಕೇಕಿ ಸ್ವಲ್ಪ ಅಸಹನೆಯಲ್ಲಿ ಕೇಳಿದಳು.

"ನಾಯಿ ಹಿಂಬಾಲಿಸಿದರೆ ಯಾರು ಕೇಳ್ತಾರೆ? ಅಗತ್ಯ ಬಿದ್ದರೆ ಬೊಗಳಲು ಅವನನ್ನು ದ್ವಾರದ ಬಳಿ ನಿಲ್ಲಿಸಬಹುದು." ಬಿಜ್ಜಳ ನಕ್ಕ.

"ಆ ಸ್ಕಂದದಾಸನ ಹೆಗ್ಗಣಗಳ ಬಗ್ಗೆ ನಾವು ಎಚ್ಚರಿಕೆಯಿಂದಿರಬೇಕು ಪ್ರಭುಗಳೇ, ನಾನು ನಿಮ್ಮನ್ನು ಎಲ್ಲಿಗೆ ಕರೆದುಕೊಂಡು ಹೋಗುತ್ತಿರುವೆ ಎನ್ನುವ ಬಗ್ಗೆ ಮಹಾ ರಾಜರಿಗೆ ಸಣ್ಣ ಸುಳಿವಾದರೂ ಗೊತ್ತಾದರೆ ಅಷ್ಟೇ..." ಕೇಕಿ ರಾಗ ಎಳೆದಳು.

"ನನ್ನ ತಂದೆಯವರು ಸದಾ ಮುದುಕರಾಗೇ ಇದ್ದರೇನು? ಈ ವಯಸ್ಸಿನಲ್ಲೂ ಕೂಡಾ ಅವರಿಗೆ ಕಾಳಿಕೆಯರ ದೇವದಾಸಿಯರ ಸಂಗ ಅಸಹ್ಯವೇನೂ ಅಲ್ಲ. ತಂದೆಯವರ ಸಾಹಸಗಳ ಬಗ್ಗೆ ಸಾಕಷ್ಟು ಅಶ್ಲೀಲ ಹಾಡುಗಳನ್ನು ನಾನು ಕೇಳಿಲ್ಲವೇನು?" ಬಿಜ್ಜಳ ನಕ್ಕ. "ನನ್ನ ಅವ್ವೆಗೆ ತಿಳಿಯದಿದ್ದರೆ ಸಾಕು"

"ಒಂದು ವೇಳೆ ಮಹಾರಾಣಿಯವರಿಗೆ ತಿಳಿದರೆ?"

"ನೀನು ಒತ್ತಾಯ ಮಾಡಿದೆ ಅನ್ನುತ್ತೇನೆ" ಬಿಜ್ಜಳ ಉತ್ತರಿಸಿದ. ಕೇಕಿಯ ಮುಖ ಬಿಳಿಚಿಕೊಂಡಿತು. ಆದರೆ ತಕ್ಷಣ ಅವಳು ಚೇತರಿಸಿಕೊಂಡಳು. "ಅಲ್ಲವೇ ಮಹಾಸ್ವಾಮಿ, ಅಲ್ಲವೇ? ಈ ಸುಂದರ ಹೆಣ್ಣಿನ ಹೆಗಲ ಮೇಲೆ ತಪ್ಪನ್ನು ಸದಾ

ಹೊರಿಸಬಹುದು. ನನ್ನ ರಾಜಕುಮಾರರಿಗಾಗಿ ಏನು ಬೇಕಾದರೂ ಮಾಡುತ್ತೇನೆ" ಕೇಕಿ ಬಿಜ್ಜಳನ ಬೆನ್ನ ಮೇಲೆ ಬೆರಳಾಡಿಸಿದಳು.

"ನಿನ್ನ ಕೈ ನನ್ನಿಂದ ದೂರ ಇಡು" ಬಿಜ್ಜಳ ಸಿಡುಕಿದ "ಸುಮ್ಮನೆ ನೀನು ಹೇಳಿದ ಕಡೆಗೆ ಕರೆದುಕೊಂಡು ಹೋಗು"

"ಈಗ ನಾವು ಬೇಗ ಹೋಗಬೇಕು ಮತ್ತು ಯಾರಾದರೂ ನಮ್ಮನ್ನು ಹುಡುಕುವುದಕ್ಕೆ ಮೊದಲೇ ಹಿಂದಿರುಗಬೇಕು" ಕೇಕಿ ಹೇಳಿದಳು ಮತ್ತು ಅರಮನೆಯ ಹತ್ತಿರದ ಪಶ್ಚಿಮ ಹೂತೋಟದ ಕಡೆಗೆ ಹೋಗುವ ಬಾಗಿಲನ್ನು ತೆರೆದಳು. "ಇತ್ತ ದಯಮಾಡಿ ಮಹಾಸ್ವಾಮಿ"

ಅವರು ಮಹಾರಾಜರ ಅಂತಃಪುರವನ್ನು ಬಳಸಿಕೊಂಡು ಅದರ ಹಿಂಬಾಗಿಲ ಬಳಿಗೆ ಬಂದರು. ಅಷ್ಟು ಹೊತ್ತಿಗೆ ಬಿಜ್ಜಳ ಬೆವರುತ್ತಿದ್ದ. "ಚಿಂತಿಸಬೇಡಿ ಮಹಾಸ್ವಾಮಿ, ಮಹಾರಾಜರು ಇನ್ನೇನು ಸೇನಾಪತಿ ಹಿರಣ್ಯರವರೊಡನೆ ಕುಂತಲ ದೇಶಕ್ಕೆ ಹೊರಡಲಿದ್ದಾರೆ. ಇನ್ನು ಒಂದು ಪಕ್ಷ ಕಳೆದೇ ಹಿಂದಿರುಗುವುದು," ಕೇಕಿ ನುಡಿದಳು.

"ನನಗೆ ಅದು ಗೊತ್ತು, ಆದರೆ ನಾವು ಇಲ್ಲಿಗೇಕೆ ಬಂದೆವು?" ಬಿಜ್ಜಳ ಕೇಳಿದ.

ಉತ್ತರವಾಗಿ ಕೇಕಿ ತನ್ನ ಉಗುರಿನಿಂದ ಬಾಗಿಲನ್ನು ಗೀಚಿದಳು. ಒಳಗಿನಿಂದ ಯಾರೋ ಬಾಗಿಲು ತೆರೆದರು, ಅವರು ಒಳಗೆ ಕಾಲಿಟ್ಟರು. ಮೆತ್ತೆಯ ಪಲ್ಲಂಗದ ಮೇಲೆ ಒರಗಿ ಕೂತ ಒಬ್ಬ ವ್ಯಕ್ತಿಯ ಮುಂದೆ ಒಬ್ಬಳು ಹೆಣ್ಣು ನರ್ತಿಸುತ್ತಿದ್ದಳು.

"ಆಹ್, ಬೃಹನ್ನಳೆ, ಎಲ್ಲವೂ ಸಿದ್ಧವೇ?" ಕೇಕಿ ಕೇಳಿದಳು. ಆ ಹೆಣ್ಣು ಮಿಂಚಿನ ನಗುವಿನಲ್ಲಿ ಇತ್ತ ತಿರುಗಿದಳು. ಇನ್ನೊಬ್ಬಳು ಖೋಜಾ, ಕಟ್ಟಪ್ಪ ಬೆದರಿದ. ಬಿಜ್ಜಳನ ಮುಖ ಕೋಪದಲ್ಲಿ ಕೆಂಪಾಯಿತು.

"ಇವಳು ಅಂತಃಪುರದ ಮುಖ್ಯಸ್ಥೆ, ಅಪ್ಸರೆಯರದಲ್ಲ. ಇಲ್ಲಿಗೇಕೆ ಕರೆದುಕೊಂಡು ಬಂದೆ ಕ್ರೂರಿ ಶಿಖಂಡೀ?" ಬಿಜ್ಜಳ ಕೋಪದಲ್ಲಿ ಬಿರುನುಡಿದ.

ಕೇಕಿ ಉತ್ತರಿಸುವುದಕ್ಕೆ ಮೊದಲೇ ಬೃಹನ್ನಳೆ ಮುಂದೆ ಬಂದು ತುಂಬಾ ವೈಯಾರದಿಂದ ಬಾಗಿ ನಮಸ್ಕರಿಸಿದಳು. "ಮಹಾಪ್ರಭು, ನನ್ನ ಗೆಳತೀ ಕೇಕಿ ನಿಮ್ಮ ಅಗತ್ಯದ ಬಗ್ಗೆ ತಿಳಿಸಿದ್ದಾಳೆ. ನಿಮ್ಮ ಸೇವೆಗೆ ಈ ಬೃಹನ್ನಳೆ ಸದಾ ಸಿದ್ಧಳಿರುತ್ತಾಳೆ. ಅಗತ್ಯ ಏರ್ಪಾಟು ಮಾಡಲಾಗಿದೆ" ಎಂದು ಹೇಳಿ ಕೈತಟ್ಟಿದಳು. ಪಲ್ಲಂಗದ ಮೇಲೆ ಒರಗಿದ್ದ ವ್ಯಕ್ತಿ ಒಳಗೆ ಹೋದ. ಕೆಲವು ಉದ್ವಿಗ್ನ ಕ್ಷಣಗಳ ನಂತರ ಒಬ್ಬಳು ಸೇವಕಿ ಒಂದು ದೊಡ್ಡ ತಟ್ಟೆಯಲ್ಲಿ ಚೆನ್ನಾಗಿ ಮಡಿಸಿಟ್ಟ ವ್ಯಾಪಾರಿಯ ವಸ್ತ್ರವನ್ನು ತೆಗೆದುಕೊಂಡು ಬಂದಳು. "ಇದರಲ್ಲಿ ನೀವು ತುಂಬಾ ಚೆನ್ನಾಗಿ ಕಾಣಿಸುತ್ತೀರಿ, ಮಹಾಸ್ವಾಮಿ" ಕೇಕಿ ಅದರಲ್ಲಿ ಇಲ್ಲದ ಸುಕ್ಕನ್ನು ಸರಿಮಾಡುತ್ತಾ ನುಡಿದಳು.

"ನಾರುವ ವ್ಯಾಪಾರಿಗಳು ಇದನ್ನು ತೊಡುತ್ತಾರೆ. ನಾನು ಮಾಹಿಷ್ಮತಿಯ ರಾಜಕುಮಾರ. ನಾನು ಇದನ್ನು ತೊಡುತ್ತೇನೆ ಎಂದುಕೊಂಡಿರೇ?" ಬಿಜ್ಜಳ ಗುಡುಗಿದ.

"ಇದು ಮಾರುವೇಷಕ್ಕೆ ಅಗತ್ಯ ಮಹಾಸ್ವಾಮಿ. ಇಲ್ಲದಿದ್ದರೆ ನಿಮ್ಮ ರಹಸ್ಯ ಭೇಟಿಯ ಕುರಿತು ಎಲ್ಲರೂ ಮಾತಾಡಬೇಕೆ?" ಬೃಹನ್ನಳೆ ಎದೆಯ ಮೇಲೆ ಕೈಯಿಟ್ಟುಕೊಂಡು ನೆಲದವರೆಗೆ ಬಾಗಿ ಕೇಳಿದಳು.

"ಅಥವಾ, ನಿಮಗೆ ಇಪ್ಪತ್ತೊಂದು ವಯಸ್ಸಾಗಲೆಂದು ಕಾಯುವಿರೇ? ಸ್ವಲ್ಪ ತಿಂಗಳುಗಳು ತಾನೇ? ಆಮೇಲೆ ಯಾರೂ ನಿಮ್ಮನ್ನು ಪ್ರಶ್ನಿಸಲಾರರು, ಮಹಾರಾಣಿಯವರು ಕೂಡಾ" ಕೇಕಿ ನಕ್ಕಳು.

ಒಂದು ಕ್ಷಣಕ್ಕೆ ಕಟ್ಟಪ್ಪನಿಗೆ ಈಗ ಬಿಜ್ಜಳ ಅವಳನ್ನು ಹೊರಗೆ ಒದ್ದೋಡಿಸಿ ಕೋಪದಲ್ಲಿ ತನ್ನ ವಸತಿಗೆ ಹಿಂದಿರುಗುತ್ತಾನೆನ್ನಿಸಿತು. ಹಾಗೇ ಆಗಲಿ ಎಂದೂ ಅನ್ನಿಸಿತು. ಆದರೆ ಬಿಜ್ಜಳ ವಸ್ತ್ರಗಳನ್ನು ಸೆಳೆದುಕೊಂಡು ಪಕ್ಕದ ಕಂಭದ ಮರೆಗೆ ಹೋದ. ಕೇಕಿ ಮುಗುಳ್ನಕ್ಕಳು "ನಿಮ್ಮ ಸುಂದರ ದೇಹವನ್ನು ನಮಗೆ ಪ್ರದರ್ಶಿಸಲು ನಾಚಿಕೆಯೇ ಮಹಾಸ್ವಾಮಿ, ನನಗೆ ಆಸೆ ಹುಟ್ಟಿಸುತ್ತಿದ್ದೀರಿ"

ಬಿಜ್ಜಳ ಉತ್ತರವಾಗಿ ಒಂದು ಬೈಗುಳ ಬಳಸಿದ, ಕೇಕಿ ಇನ್ನಷ್ಟು ನಕ್ಕಳು.

"ರಾಜಕುಮಾರರು ಬಳಸಲು ಯೋಗ್ಯ ಮಾತಲ್ಲ ಅದು. ರಾಜಕುಮಾರರು ದೇವಭಾಷೆಯನ್ನು ಆಡಬೇಕು, ನಮ್ಮಂತಹ ಪಾಮರರ ಭಾಷೆಯನ್ನಲ್ಲ. ಆದರೆ ತಮಗೆ ಆಸಕ್ತಿ ಇದ್ದರೇ, ಕೇಕಿಯ ಮನೆಯಲ್ಲಿ ಇನ್ನಷ್ಟು ಕಲಿಯಬಹುದು"

ಬಿಜ್ಜಳ ಮರೆಯಿಂದ ಹೊರಬಂದ. ವ್ಯಾಪಾರಿಯ ದಿರಿಸಿನಲ್ಲಿ ಅವನಿಗೆ ಇರಿಸುಮುರಿಸಾಗುತ್ತಿತ್ತು. ಮುತ್ತಿನ ಹಾರ ಮತ್ತು ಚಿನ್ನದ ಕಡಗಗಳನ್ನು ತೆಗೆದು ಇನ್ನೇನು ಕಟ್ಟಪ್ಪನಿಗೆ ಕೊಡಲು ಹೋದ, ಅಷ್ಟರಲ್ಲಿ ಕೇಕಿ ಲಬಕ್ಕನೆ ಅವನ್ನು ಕಿತ್ತುಕೊಂಡು "ಓ... ಧನ್ಯವಾದಗಳು, ಮಹಾಸ್ವಾಮೀ, ನೀವು ಎಂಥಾ ದಾನಶೂರರು" ಎಂದಳು.

ನಂತರ ಒಂದು ಸಣ್ಣ ಶಿಳ್ಳೆ ಹಾಕಿದಳು, ನಾಲ್ವರು ಒಂದು ಮೇನೆಯನ್ನು ಹೊತ್ತುಕೊಂಡ ಹಾಜರಾದರು. ಅವರನ್ನು ಒಳಗೆ ಬರಲು ಸನ್ನೆ ಮಾಡಿದಳು.

"ಏ.... ಅನಿಷ್ಠ ಶಿಖಂಡೀ, ನಾನೇನು ಹಾಳುಮುದುಕಿಯೇನು ಇದರಲ್ಲಿ ಹತ್ತಲು?" ಬಿಜ್ಜಳನಿಗೆ ಕೋಪ ಬಂದಿತ್ತು.

"ತಾವೇನು ಆನೆಯ ಮೇಲೆ ಕೂತು ಮೆರವಣಿಗೆಯಲ್ಲಿ ಸಾಗಬೇಕು ಅಂದುಕೊಂಡಿದ್ದೀರೇನು? ಜೊತೆಗೆ ಡಂಗುರದವನನ್ನೂ ಕರೆದುಕೊಂಡು ಸಾರುತ್ತಾ ಹೋಗಬಹುದಲ್ಲಾ ಕಾಳಿಕಾ ವಾಟಿಕೆಗೆ? ಅದು ಬಹಳ ಗೋಪ್ಯವಾಗಿರುತ್ತದಲ್ಲವೇ?"

ಬಿಜ್ಜಳ ಅವಳತ್ತ ಬಿರುಗಣ್ಣು ಬಿಟ್ಟ, ಆದರೆ ಅಸಮಾಧಾನದಲ್ಲೇ ಒಳಗೆ ಕೂತ.

"ಮಹಾಸ್ವಾಮೀ, ತಮ್ಮ ಖಡ್ಗ ಅತೀ ಎದ್ದು ಕಾಣುತ್ತಿದೆ, ನನ್ನ ಆಳುಗಳು ಅದನ್ನು ಹಿಡಿದುಕೊಳ್ಳುತ್ತಾರೆ."

"ಅದನ್ನು ಬಿಡು, ಯಾರೂ ನನ್ನನ್ನು ನೋಡುವುದಿಲ್ಲ. ನನ್ನ ಅಜ್ಜಿಯ ಥರ ಪ್ರಯಾಣ ಮಾಡುತ್ತಿದ್ದೇನೆ, ಸೀರೆಯೊಂದೇ ಬಾಕಿ" ಬಿಜ್ಜಳ ಗೊಣಗಿದ.

"ಸೀರೆಯಲ್ಲಿ ತಾವು ತುಂಬಾ ಚೆನ್ನಾಗಿ ಕಾಣಿಸುತ್ತಿದ್ದಿರಿ, ಇದಕ್ಕಿಂತ ಅದೇ ಇನ್ನೂ ಚೆನ್ನಾದ ಮಾರುವೇಷವಾಗುತ್ತಿತ್ತು. ಮುಂದಿನ ಸಲ ಅದನ್ನೇ ಏರ್ಪಾಡು ಮಾಡುತ್ತೇನೆ, ಈಗ ನಿಮ್ಮ ಖಡ್ಗ ಕೊಡಿ ಅಥವಾ ನಾವು ಇದನ್ನು ಎರಡು ವರ್ಷಗಳ ನಂತರ ಮಾಡಬಹುದು."

"ನಿನ್ನ ನಾಲಿಗೆಗೆ ಬೆಲೆ ತೆರುತ್ತೀಯಾ ಖೋಜಾ" ಎನ್ನುತ್ತಾ ಬಿಜ್ಜಳ ಖಡ್ಗವನ್ನು ಕೊಟ್ಟ.

"ನಾಲಿಗೆಯೇ ನನ್ನ ಬಂಡವಾಳ ಮಹಾಸ್ವಾಮೀ, ಈ ನಗರದಲ್ಲಿ ಅನೇಕರನ್ನು ಸುಖಪಡಿಸುತ್ತದೆ ಅದು. ನೀವು ಹೆಸರು ಕೇಳಲಿಚ್ಛಿಸದವರೂ ಆ ಪಟ್ಟಿಯಲ್ಲಿ ಇದ್ದಾರೆ. ನಾಲಿಗೆಯನ್ನು ಬಿಟ್ಟರೆ ಬೆರಳಿಗೆ ಕೆಲಸ ಅನ್ನುವುದು ಕಾಳಿಕೆಯ ವಾಟಿಕೆಯಲ್ಲಿ ನಾವು ಬಳಸುವ ಮಾತು. ನಿಮಗೆ ಹಾಸ್ಯ ಗೊತ್ತಾಗಲಿಲ್ಲ ವೆನ್ನಿಸುತ್ತದೆ. ಕೆಲವು ತಿಂಗಳಲ್ಲಿ ಗೊತ್ತಾಗುತ್ತದೆ. ಈಗ ಸ್ವಲ್ಪ ಪಕ್ಕಕ್ಕೆ ಸರಿಯಿರಿ, ನಿಮ್ಮ ಗುಲಾಮ ನಿಮ್ಮ ಪಕ್ಕ ಕೂರಬಹುದು."

"ಎಷ್ಟು ಧೈರ್ಯ! ಅಸ್ಪೃಶ್ಯ ಗುಲಾಮ ನನ್ನ ಪಕ್ಕ ಕೂರುವುದೇ?"

"ಇಲ್ಲದಿದ್ದರೆ, ನಿಮ್ಮ ಗುಲಾಮ ಮೇನೆಯ ಪಕ್ಕ ನಡೆದು ಬರುತ್ತಿದ್ದರೆ ಯುವರಾಜ ಬಿಜ್ಜಳರು ಸೂಳೆಯ ಮನೆಗೆ ಹೋಗುತ್ತಿದ್ದಾರೆ ಎಂದು ಫಲಕವನ್ನೇ ಹಾಕಿಸಿಬಿಡಬಹುದು." ಕೇಕಿ ಗಡುಸಾಗಿ ನುಡಿದಳು. ಕಟ್ಟಪ್ಪ ಈ ಖೋಜಾ ಹೇಗೆ ರಾಜಕುಮಾರರ ಜೊತೆ ಅಷ್ಟೂ ಹಗುರಾಗಿ ನಡೆದುಕೊಳ್ಳಲು ಸಾಧ್ಯ ಎಂದು ಚಿಂತಿಸಿದ.

ಬೃಹನ್ನಳ ಮಧ್ಯೆ ಪ್ರವೇಶಿಸಿದಳು. "ಮಹಾಸ್ವಾಮೀ, ನಿಮ್ಮ ಮಾರುವೇಷಕ್ಕೆ ತಕ್ಕಂತೆ ಇರಬೇಕಲ್ಲವೇ? ನೀವು ವ್ಯಾಪಾರಿ, ನಿಮ್ಮ ಸರಕನ್ನು ಹೆಂಗಸಿಗೆ ಮಾರಿ ಹೊರಡುತ್ತಿದ್ದೀರಿ. ನಾವು ಅನಗತ್ಯ ಗಮನ ಸೆಳೆಯಬಾರದು."

"ಆದರೆ ದ್ವಾರದಲ್ಲಿ ತಪಾಸಣೆ ಮಾಡುವುದಿಲ್ಲವೇ? ಆ ದುಷ್ಟ ಸ್ಕಂದದಾಸನ ಭಟರು ಎಲ್ಲಿ ಹೋದರೂ ನನ್ನನ್ನು ನೆರಳಿನಂತೆ ಹಿಂಬಾಲಿಸುತ್ತಾರೆ."

"ಸ್ಕಂದದಾಸರಿಗೆ ನಿಮ್ಮ ಸುರಕ್ಷತೆಯ ಭಯವಿದೆ ಮಹಾಸ್ವಾಮೀ, ಆನೆಯ ಪ್ರಕರಣವಾದ ಮೇಲೆ ನಿಮ್ಮನ್ನು ಸದಾಕಾಲದಲ್ಲೂ ರಕ್ಷಿಸಬೇಕೆಂದು

ಮಹಾಪ್ರಭುಗಳು ಅಪ್ಪಣೆ ಮಾಡಿದ್ದಾರೆ. ಸ್ಕಂದದಾಸರು ತಮ್ಮ ಕರ್ತವ್ಯ ನಿರ್ವಹಿಸುತ್ತಿದ್ದಾರೆ. ಆದರೆ ತಾವು ಚಿಂತಿಸಬೇಡಿ, ಅವರಿಗೂ ಇದರ ಸುಳಿವು ಸಿಗುವುದಿಲ್ಲ" ಬೃಹನ್ನಳ ನುಡಿದಳು. ಕೇಕಿ ತನ್ನ ಕಣ್ಣ ಗುಡ್ಡೆ ಆಡಿಸಿದಳು.

"ತಾವು ಹೇಳಿದ್ದು ಸರಿ ಮಹಾಸ್ವಾಮೀ, ಅವರು ದ್ವಾರದಲ್ಲಿ ಮೇನೆಯ ತಪಾಸಣೆ ಮಾಡುತ್ತಾರೆ." ಬೃಹನ್ನಳ ನುಡಿದಳು. "ಅದಕ್ಕೂ ಒಂದು ದಾರಿಯಿದೆ. ತಾವು ತಮ್ಮ ಪಾತ್ರವನ್ನು ನಿರ್ವಹಿಸಿದಲ್ಲಿ ಎಲ್ಲವೂ ಸುಸೂತ್ರವಾಗುತ್ತದೆ. ಮಹಾಸ್ವಾಮಿಗಳು ಕೃಪೆಯಿಟ್ಟು ತಮ್ಮ ಗುಲಾಮನೂ ಮೇನೆಯಲ್ಲಿ ಕೂತು ಬರಲು ಅನುಮತಿಸಬೇಕು, ಇಲ್ಲದಿದ್ದರೆ ಆತ ಎದ್ದುಕಾಣಿಸುತ್ತಾನೆ." ಬೃಹನ್ನಳೆಯ ಮೆಲುಮಾತು ಬಿಜ್ಜಳನಿಗೆ ಭರವಸೆ ಕೊಟ್ಟಿತು.

ಬಿಜ್ಜಳ ಅಸಹ್ಯಪಟ್ಟುಕೊಂಡು ಕಟ್ಟಪ್ಪನನ್ನು ನೋಡಿದ. ಬೃಹನ್ನಳ ಕೈಜೋಡಿಸಿ ಬೇಡಿದಳು. ಕೊನೆಗೆ ಬಿಜ್ಜಳ ತಲೆಯಾಡಿಸಿ ಪಕ್ಕಕ್ಕೆ ಮುಖ ತಿರುಗಿಸಿದ.

"ಮಹಾಸ್ವಾಮಿಗಳು ಕರುಣಾಮಯಿಗಳು" ಬೃಹನ್ನಳ ಬಾಗಿ ನಮಿಸಿದಳು.

"ಈಗ ಮೇನೆಯೊಳಗೆ ಕೂರಿ, ನನ್ನ ವರ ಮಾಹಾಶಯರೇ" ಎನ್ನುತ್ತಾ ಕೇಕಿ ಕಟ್ಟಪ್ಪನ ಕೆನ್ನೆ ಸವರಿದಳು.

ತನ್ನ ಒಡೆಯ ರಾಜಕುಮಾರರ ಜೊತೆ ತಾನೂ ಅದೇ ಮೇನೆಯಲ್ಲಿ ಕೂರ ಬೇಕೆನ್ನುವ ಸಂಗತಿಯಿಂದಲೇ ಕಟ್ಟಪ್ಪನಿಗೆ ವಿಪರೀತ ಭಯವಾಯಿತು. ತಂದೆ ಏನು ಹೇಳುತ್ತಾರೆ? ತನ್ನ ಖಡ್ಗದ ಹಿಡಿಕೆಯನ್ನು ಭದ್ರವಾಗಿ ಹಿಡಿದು ಅವನು ಹಿಂಜರಿದ.

ಕೇಕಿ ತುಟಿ ಊದಿಸಿಕೊಂಡಳು. "ನನ್ನ ಹೃದಯದ ರಾಜ ಇನ್ನೂ ನನ್ನ ಮೇಲೆ ಕೋಪಿಸಿಕೊಂಡಿದ್ದೀರೇ? ನಿಮ್ಮ ಕಪ್ಪು ತುಟಿಗಳ ಮೇಲೆ ಒಂದು ಮುತ್ತು ಕೊಟ್ಟು ಸಮಾಧಾನಪಡಿಸಲೇ? ಸರಿಯೇ? ಇಲ್ಲವೇ? ಓ..ನನ್ನ ಹೃದಯ ಬಿರಿಯುತ್ತಿದೆ. ಈಗ ನಾನು ಮೂರು ಎಣಿಸುವುದರೊಳಗೆ ನೀನು ಒಳಗೆ ಕೂರದಿದ್ದರೆ ನಾನು ನಿನ್ನ ತುಟಿಯನ್ನು ಚುಂಬಿಸುತ್ತೇನೆ. ಆಗ ನಿನ್ನ ಒಡೆಯರಿಗೆ ನಾನು ಅವರನ್ನು ಬಿಟ್ಟು ಅವರ ಗುಲಾಮನನ್ನು ಚುಂಬಿಸುತ್ತಿದ್ದೇನೆ ಅಂತ ಕೋಪ ಬರುತ್ತದೆ. ನಿನ್ನ ಒಡೆಯರಿಗೆ ಕೋಪ ಬರಿಸಬೇಕೇ, ಇನಿಯಾ?"

ಕಟ್ಟಪ್ಪನಿಗೆ ಇನ್ನೂ ಹೆಚ್ಚಿನ ಮಾತು ಕೇಳುವುದು ಬೇಕಿರಲಿಲ್ಲ. ಅವನು ಒಳಗೆ ಕೂರಲು ಯತ್ನಿಸಿದ ಆದರೆ ಅವನ ಖಡ್ಗ ಅಡ್ಡ ಬರುತ್ತಿತ್ತು. ಕೇಕಿ ಅವನ ಖಡ್ಗ ಕೊಡುವಂತೆ ಕೈ ನೀಟಿದಳು.

ಕಟ್ಟಪ್ಪ ರಾಜಕುಮಾರರನ್ನು ಉದ್ದೇಶಿಸಿ ಭಯದಲ್ಲಿ ನುಡಿದ "ಮಹಾಸ್ವಾಮೀ, ಈ ಖಡ್ಗ ಪವಿತ್ರವಾದದ್ದು. ಮಹಾರಾಜರು ಸ್ವತಃ ಕೈಯಾರೆ ಕೊಟ್ಟಿದ್ದು. ನನ್ನ ಸಾವಿನವರೆಗೆ ನಾನು ಇದನ್ನು ದೂರ ಮಾಡುವಂತಿಲ್ಲ."

"ಈ ಕರಿ ಮುಸುಡಿ ಕಪಿಯನ್ನು ಇಲ್ಲೇ ಬಿಟ್ಟು ಹೋಗೋಣ. ಅವನು ಇಲ್ಲೇ ಕೂತು ಅವನ ಖಡ್ಗ ಕಡಿಯಲಿ" ಕೇಕಿ ತಾಂಬೂಲದ ರಸ ಉಗುಳಿ ತಾನು ಮೇನೆಯೊಳಗೆ ಹತ್ತಲು ನೋಡಿದಳು. ಕಟ್ಟಪ್ಪ ಅವಳನ್ನು ಹತ್ತಲು ಬಿಡದಂತೆ ತಡೆದ. ಕೇಕಿ ಬುಸುಗುಟ್ಟಿದಳು. "ದಾರಿ ಬಿಡು"

"ರಾಜಕುಮಾರರು ನನ್ನನ್ನು ಬಿಟ್ಟು ಹೊರಡುವಂತಿಲ್ಲ" ಕಟ್ಟಪ್ಪ ನುಡಿದ.

"ಹಾಗೆಂದು ಯಾರು ಹೇಳುತ್ತಾರೆ?" ಒಳಗಿನಿಂದಲೇ ಬಿಜ್ಜಳ ಗುಡುಗಿದ.

"ಕ್ಷಮಿಸಬೇಕು ಮಹಾಪ್ರಭು, ಹಾಗೆಂದು ಮಹಾರಾಜ ಸೋಮದೇವರ ಅಪ್ಪಣೆಯಾಗಿದೆ."

"ಅಲ್ಲಿ ತೋಟದಲ್ಲಿ ಒಂದು ಕೊಳವಿದೆ ನೋಡಿರುವೆಯಾ? ಹೋಗಿ ಅದರಲ್ಲಿ ಹಾರು. ರಾಜಕುಮಾರರೇ, ನೀವು ಈ ಗುಲಾಮನ ಮಾತನ್ನೇಕೆ ಪರಿಗಣಿಸುತ್ತಿದ್ದೀರಿ?" ಕೇಕಿ ಕೇಳಿದಳು.

"ಯಾಕೆಂದರೆ ಅವನು ಹೋಗಿ ತಂದೆಯವರ ಬಳಿ ಹೇಳುತ್ತಾನೆ. ಅವನೊಂದು ನನ್ನ ಕೊರಳ ಸುತ್ತಲ ಕಲ್ಲು." ಹಲ್ಲು ಕಚ್ಚುತ್ತ ಬಿಜ್ಜಳ ಕಟ್ಟಪ್ಪನ ಮೇಲೆ ಸಿಡುಕಿದ "ನಿನ್ನ ಅನಿಷ್ಠ ಖಡ್ಗವನ್ನು ಕೊಟ್ಟು ಸಮಯ ವ್ಯರ್ಥ ಮಾಡದೇ ಒಳಗೆ ಬಾ, ಸೂಳೆ ಮಗನೇ"

"ಕ್ಷಮಿಸಿ ಮಹಾಸ್ವಾಮೀ, ನನ್ನ ಪ್ರಾಣ ಹೋದಮೇಲೆ ಮಾತ್ರ ನಾನು ಈ ಖಡ್ಗವನ್ನು ತೊರೆಯುತ್ತೇನೆ."

ಕೇಕಿ ನಿಡುಸುಯ್ದಳು "ಹೋಗಲಿ, ಅವನು ಖಡ್ಗವನ್ನು ಇಟ್ಟುಕೊಳ್ಳಲಿ, ಸ್ವಲ್ಪ ಸರಿದುಕೊಳ್ಳಿ, ಇಲ್ಲದಿದ್ದರೆ ಅವನ ಕರಿಪೃಷ್ಠ ನಿಮ್ಮ ತೊಡೆಯ ಮೇಲೆ ಒರಗುತ್ತದೆ."

"ನನ್ನ ಪಕ್ಕ ಬೇಡಾ, ಕೇಕಿ ನೀನು ನಮ್ಮಿಬ್ಬರ ನಡುವೆ ಕೂರು."

"ಆಮೇಲೆ ಇಡೀ ಜಗತ್ತಿಗೇ ಒಬ್ಬ ಗುಲಾಮ ಮೇನೆಯಲ್ಲಿ ಸಾಗುತ್ತಿರುವುದನ್ನು ನೋಡುತ್ತದೆ. ಅದೂ ಸೊಗಸಾಗಿರುತ್ತದೆ. ಹಾದಿಬೀದಿಯ ಮಕ್ಕಳೂ ಅವರ ಚಿಕ್ಕಪ್ಪ ದೊಡ್ಡಪ್ಪರೂ ನೋಡಲು ನೆರೆಯುತ್ತಾರೆ." ಕೇಕಿ ಕಟ್ಟಪ್ಪನ ಕೈಹಿಡಿದೆಳೆದು "ಹತ್ತು ಒಳಗೆ." ಎಂದಳು.

ಕಟ್ಟಪ್ಪ ಬಿಜ್ಜಳನ ಅಪ್ಪಣೆಗಾಗಿ ಕಾದ, ಆದರೆ ರಾಜಕುಮಾರ ಅತ್ತ ಕಡೆಗೆ ಮುಖ ತಿರುಗಿಸಿದ. ಕಟ್ಟಪ್ಪ ಮೌನವಾಗಿ ಒಂದು ಪ್ರಾರ್ಥನೆ ಮಾಡಿದ. ಅವನು ಎಲ್ಲಾ ನಿಯಮಗಳನ್ನೂ ಮುರಿಯುತ್ತಿದ್ದ. ರಾಜಕುಮಾರರ ದೇಹಕ್ಕೆ ತಾಗದಂತೆ ಎಚ್ಚರಿಕೆಯಿಂದ ಒಳಗೆ ನುಸುಳಿದ. ಇಬ್ಬರ ನಡುವೆ ತನ್ನ ಖಡ್ಗವನ್ನಿಟ್ಟ.

ಕೇಕಿ ಕೊನೆಯದಾಗಿ ಒಳತೂರಿ ಬಿಜ್ಜಳನ ಕಡೆಯ ಪರದೆಯನ್ನು ಮುಚ್ಚಲು ಬಾಗಿದಳು. ಅವಳ ಸ್ತನಗಳು ಕಟ್ಟಪ್ಪನ ಮುಖವನ್ನು ಸವರಿದವು. ಅವನು

79

ಕಸಿವಿಸಿಗೊಂಡಾಗ ಅವಳು ಅವನನ್ನು ನೋಡಿ ಕಣ್ಣು ಮಿಟುಕಿಸಿ ಗಾಳಿಯಲ್ಲಿ ಒಂದು ಮುತ್ತು ತೂರಿದಳು. ಕಟ್ಟಪ್ಪ ಅಸಹ್ಯಪಟ್ಟು ಮುದುರಿಕೊಂಡ. ಮೇನೆ ಧಡಕ್ಕನೆ ಮೇಲೇರಿತು, ಹೊರುವವರು ತೂಕವನ್ನು ಹೊಂದಿಸಿಕೊಂಡು ಸಾಗತೊಡಗಿದರು. ಪ್ರತಿ ಹೆಜ್ಜೆಗೂ "ಹೋ ಹೋ ಹೋ ಹೋ" ಎಂದು ಕೂಗುತ್ತಾ, ಮುಂದಿನವರು ದಾರಿಗಾಗಿ ಗಂಟೆಗಳನ್ನು ಬಾರಿಸುತ್ತಾ ಸಾಗಿದರು.

ಅರಮನೆಯ ದ್ವಾರದ ಬಳಿ ಮೇನೆಯನ್ನು ನಿಲ್ಲಿಸಲಾಯಿತು. ರಕ್ಷಕ ಭಟರನ್ನು ಸಮಾಳಿಸಲು ಕೇಕಿ ಮೇನೆಯಿಂದ ಧುಮುಕಿದಳು. ವ್ಯಾಪಾರಿಯನ್ನು ಕಾಳಿಕಾಳ ವಾಟಿಕೆಗೆ ಕರೆದುಕೊಂಡು ಹೋಗುತ್ತಿರುವುದಾಗಿ ಅವಳು ಭಟರಿಗೆ ಹೇಳುತ್ತಿದ್ದುದು ಕಟ್ಟಪ್ಪನಿಗೆ ಕೇಳಿಸಿತು. ಭಟರು ಮೇನೆಯ ಒಳಗನ್ನು ತಪಾಸಣೆ ಮಾಡದಿರಲಿ ಎಂದು ಕಟ್ಟಪ್ಪ ಪ್ರಾರ್ಥಿಸುತ್ತಿದ್ದ. ಪಕ್ಕದಲ್ಲಿ ಬಿಜ್ಜಳ ಬೆವರುತ್ತಿದ್ದ.

ಕೇಕಿ ಭಟರೊಂದಿಗೆ ವಿನೋದ ಮಾಡುತ್ತಿದ್ದಳು. ಹಣದ ಚೀಲ ಕೈ ಬದಲಾಯಿಸಿತು. ಅರಮನೆಯಿಂದ ಯಾರನಾದರೂ ಹೊರಗೆ ಕದ್ದೊಯ್ಯುವುದು ಇಷ್ಟೊ ಸುಲಭವೇ ಎಂದುಕೊಂಡ. ಹಾಗಾದರೆ ಕೋಟೆಯಿಂದ ಹೊರಗೆ ಕದ್ದೊಯ್ಯುವುದು ಇಷ್ಟು ಸುಲಭವಾದರೆ ಶತ್ರುವನ್ನು ಒಳಗೆ ಕರೆತರುವುದೂ ಅಷ್ಟೇ ಸುಲಭವಲ್ಲವೇ? ಭ್ರಷ್ಟಾಚಾರ ತನ್ನ ನಗರದ ರಕ್ಷಣೆಗೆ ತುಕ್ಕು ಹಿಡಿಸುತ್ತಿದೆ. ತಂದೆಯ ಬಳಿ ಈ ಬಗ್ಗೆ ಹೇಳಿ, ಅವರು ಮಹಾರಾಜರ ಗಮನಕ್ಕೆ ಇದನ್ನು ತರಬೇಕು ಎಂದುಕೊಂಡ.

ಕೇಕಿ ಅಷ್ಟರಲ್ಲೇ ಮೇನೆಯ ಒಳಗೆ ಬಂದಳು. ಮೇನೆ ಶೀಘ್ರದಲ್ಲೇ ಕೋಟೆಯ ದ್ವಾರವನ್ನು ದಾಟಿ ನಗರದ ಬೀದಿಗಳಲ್ಲಿ ಸಾಗತೊಡಗಿತು. ಒಳಗೆ ಗವ್ವನೆ ಹಬೆ ತುಂಬಿಕೊಂಡಿತ್ತು. ಖೋಜಾಳ ದೇಹದ ಬೆವರಿನ ವಾಸನೆ ಜೊತೆಗೆ ಬಿಜ್ಜಳನ ಸುಗಂಧ ಪರಿಮಳ ಸೇರಿಕೊಂಡು ಕಟ್ಟಪ್ಪನಿಗೆ ವಾಕರಿಕೆ ಬರುತ್ತಿತ್ತು. ಖೋಜಾಳ ಭುಜಗಳು ಅವನ ಭುಜವನ್ನು ಒತ್ತುತ್ತಿತ್ತು. ಆದರೆ ಅವನು ಏನೂ ಮಾಡುವ ಹಾಗಿರಲಿಲ್ಲ. ಈ ಪ್ರಯಾಣ ಯಾವುದೋ ಘೋರ ಅನಾಹುತಕ್ಕೆ ನಾಂದಿ ಹಾಡುತ್ತದೆ ಎನ್ನುವ ಸಂದೇಹ ಅವನನ್ನು ಕಾಡತೊಡಗಿತು. ಅವನು ಕಣ್ಣು ಮುಚ್ಚಿ ಪ್ರಾರ್ಥಿಸುತ್ತಾ ಖಡ್ಗದ ಹಿಡಿಕೆಯನ್ನು ಭದ್ರವಾಗಿ ಹಿಡಿದ.

ಅಧ್ಯಾಯ ಒಂಭತ್ತು

ಬೃಹನ್ನಳ

ಬಿಜ್ಜಳನನ್ನು ಹೊತ್ತುಕೊಂಡು ಹೋದ ಮೇನೆ ಕೋಟೆ
ದ್ವಾರವನ್ನು ದಾಟುವವರೆಗೂ ಬೃಹನ್ನಳ ಕಾದಳು. ಅಷ್ಟರಲ್ಲಾಗಲೇ
ಕತ್ತಲಾಗಿತ್ತು. ತಂಗಾಳಿ ಬೀಸತೊಡಗಿತು. ಪಶ್ಚಿಮ ಆಗಸವನ್ನು
ಮಿಂಚು ಭೇದಿಸಿತು. ಅವಳ ಸೀರೆ ಮತ್ತು ಕೂದಲ ಜೊತೆ ಗಾಳಿ
ಆಟವಾಡಿತು. ಎಲ್ಲವೂ ಸರಿಯಾಗಿದೆ ಎಂದುಕೊಂಡಳು. ದೇವರ
ಕರುಣೆಯ ಬಗ್ಗೆ ಮುಗುಳ್ನಕ್ಕಳು. ಅಂತಃಪುರದೊಳಗೆ ನಡೆದಳು.

ಒಳಗೆ ಸೇವಕರು ದೀಪಗಳನ್ನು ಹಚ್ಚುತ್ತಿದ್ದರು. ಅವಳ
ಶಿಷ್ಯೆಯರು ಸಂಗೀತ ಹಾಡಲು ತೊಡಗಿದ್ದರು. ಮೇಲಂತಸ್ತಿನಲ್ಲಿ
ಗೆಜ್ಜೆಯ ಸದ್ದು ಕೇಳಿಬರುತ್ತಿತ್ತು. ಇಷ್ಟರಲ್ಲೇ ಅಂತಃಪುರದಲ್ಲಿ
ಸುಮಧುರ ಸಂಗೀತ ಝೇಂಕರಿಸಲಿತ್ತು. ವೇಣು ವಾದಕರು ಮತ್ತು
ವೀಣಾವಾದಕರು ಆಗಮಿಸತೊಡಗಿದ್ದರು. ಮಹಾರಾಜರು
ಉಪಸ್ಥಿತರಿಲ್ಲದ ಕಾರಣ ಸಂಗೀತ ಕಚೇರಿಗಳು ಮತ್ತು ನರ್ತನಗಳು
ಅಷ್ಟೊಂದು ಕಳೆಗಟ್ಟುತ್ತಿರಲಿಲ್ಲ, ಆದರೂ ರಾಜ್ಯದ ಅತಿಥಿಗಳು,
ಪ್ರಮುಖ ವ್ಯಾಪಾರಿಗಳು ಮತ್ತು ರಾಯಭಾರಿಗಳ ಮನರಂಜನೆ

ಮಾಡಬೇಕಿತ್ತು. ಬೃಹನ್ನಳ ಸಡಗರದಲ್ಲಿ ಒಳಬಂದು ಎಲ್ಲಾ ದಿಕ್ಕುಗಳಲ್ಲೂ ಸೂಚನೆಗಳನ್ನು ಏರು ದನಿಯಲ್ಲಿ ಬಿತ್ತರಿಸಿದಳು. ಅವಳ ಕೆಲವು ಹುಡುಗಿಯರು ಮೇಲಂತಸ್ತಿನಿಂದ ಅವಳನ್ನು ಕರೆದರು. ಮೇಲೆ ಬಂದು ತಮ್ಮೊಡನೆ ಕೂಡಿಕೊಂಡು ನರ್ತಿಸಲು ಒತ್ತಾಯಿಸಿದರು. ಅವಳು ತಾನು ಸಂಜೆಯ ವಸ್ತ್ರಗಳನ್ನು ಧರಿಸಿಕೊಂಡು ಬಂದು ಅವರನ್ನು ಕೂಡಿಕೊಳ್ಳುವುದಾಗಿ ಹೇಳಿದಳು.

ಆಕೆ ಆನಂತರ ತನ್ನ ಖಾಸಗೀ ಕೋಣೆಯನ್ನು ಹೊಕ್ಕಳು. ಅಲ್ಲೊಬ್ಬ ವ್ಯಕ್ತಿ ತನ್ನ ಒಳಉಡುಪುಗಳಲ್ಲಿ ಕೂತಿದ್ದ. ಅವಳು ಒಳಬಂದ ತಕ್ಷಣ ಅವನು ಎದ್ದುನಿಂತ. ಬೃಹನ್ನಳ ಬಾಗಿಲಿಗೆ ಬೀಗ ಹಾಕಿದಳು.

ತನ್ನ ರವಿಕೆ ಮತ್ತು ಲಂಗವನ್ನು ಬಿಚ್ಚಿ ಎಸೆದು ಕನ್ನಡಿಯ ಮುಂದೆ ನಿಂತಳು. ಬರೀ ಲಂಗೋಟಿ ಮಾತ್ರ ತೊಟ್ಟಿದ್ದಳು. ಅವಳೀಗ ಖೋಜಾ ಆಗಿರಲಿಲ್ಲ, ಬದಲಿಗೆ ಒಬ್ಬ ಗಂಡಸಾಗಿದ್ದ.

"ಇನ್ನೂ ಎಷ್ಟು ಕಾಲ ಇದು ನಡೆಯುತ್ತದೆ, ಧನಂಜಯ?" ಎಂದು ಕೇಳಿದ ಆ ವ್ಯಕ್ತಿ.

"ನಮ್ಮ ಕನಸು ನನಸಾಗುವವರೆಗೂ ನಳ" ಬೃಹನ್ನಳ ಹೇಳಿದಳು. ವ್ಯಾಪಾರಿಯತ್ತ ಬಾಗಿ "ಮೊದಲೇ ನಿನಗೆ ಎಚ್ಚರಿಕೆ ನೀಡಿದ್ದೆ, ಸೋದರ, ನೀನು ನನ್ನನ್ನು ಬೃಹನ್ನಳ ಎನ್ನುವ ಹೆಸರು ಬಿಟ್ಟರೆ ಬೇರೆ ಹೆಸರಿಂದ ಕರೆಯಬಾರದು ಎಂದು" ಎಂದಳು.

"ಕ್ಷಮಿಸು"

ಬೃಹನ್ನಳ ತನ್ನ ತೋಳಿನ ಖಂಡಗಳನ್ನು ಹಿಗ್ಗಲಿಸಿ ಗೋಡೆಯ ಮೇಲೆ ತೂಗುಹಾಕಿದ್ದ ಖಡ್ಗವನ್ನು ತೆಗೆದುಕೊಂಡ. ಚೆನ್ನಾಗಿ ತರಬೇತಿ ಪಡೆದ ಯೋಧನ ಚಾಕಚಕ್ಯತೆಯಲ್ಲಿ ಅಭ್ಯಾಸ ಮಾಡತೊಡಗಿದ. ಹೆಣ್ಣಿನ ನರ್ತಕಿಯ ಲಾಸ್ಯ ಮಾಯವಾಗಿ ಅದರ ಬದಲು ತನ್ನ ವರಸೆ ಹಾಗೂ ಹೆಜ್ಜೆಗಳಲ್ಲಿ ಯುದ್ಧ ಕೌಶಲ ಬಲ್ಲ ಕಲಿವೀರನ ಛಲ ಕಾಣಿಸಿಕೊಂಡಿತ್ತು. "ನಳ, ಇಪ್ಪತ್ತೈದು ವರ್ಷಗಳ ಹಿಂದೆ ನನ್ನ ತಾಯಿಗೆ ನೀಡಿದ ಪ್ರತಿಜ್ಞೆ ಇದು. ನಾನು ಮತ್ತೊಮ್ಮೆ ಪುರುಷನಾಗುವುದು" ಪೀಠದ ಮೇಲೆ ಪೇರಿಸಿಟ್ಟಿದ್ದ ಕಲ್ಲಂಗಡಿ ಹಣ್ಣುಗಳಲ್ಲಿ ಎಲ್ಲಕ್ಕಿಂತ ಮೇಲಿನ ಹಣ್ಣನ್ನು ತನ್ನ ಖಡ್ಗದ ಒಂದು ಬೀಸಿನಲ್ಲಿ ಎರಡು ತುಂಡು ಮಾಡಿದ. ರಾಶಿ ಹಣ್ಣುಗಳು ಸ್ವಲ್ಪವೂ ಅಲುಗಾಡಲಿಲ್ಲ. – "ಮಾಹಿಷ್ಮತಿಯ ಕ್ರೂರ ರಾಜ್ಯವನ್ನು ನಾಶ ಮಾಡಿದ ಮೇಲೆಯೇ" ಎಂದ.

"ಅವ್ವೆ ನನಗೆ ಹೇಳಿದ್ದಾಳೆ..." ನಳ ಮಾತು ಪ್ರಾರಂಭಿಸುವಷ್ಟರಲ್ಲಿ ಬೃಹನ್ನಳ ನುಡಿದ "ನೀನು ಅವಳ ದತ್ತು ಪುತ್ರ, ನಳ. ಅವಳು ನಿನಗೆ ಹೇಳಿದ್ದು ಅವಳು ನಿಜವಾಗಿ ಅನುಭವಿಸಿದ್ದರಲ್ಲಿ ಅರ್ಧದಷ್ಟೂ ಆಗಿರಲಾರದು. ನಾನು ನರಕದಲ್ಲಿ

ವಾಸಿಸಿದ್ದೇನೆ. ನಮ್ಮ ಅವ್ವೆ ಅನುಭವಿಸಿದ ಸಂಕಟಕ್ಕೆ ಹೋಲಿಸಿದರೆ ನಾನು ಖೋಜಾಳಂತೆ ನಟಿಸುವುದು ಏನೇನೂ ಅಲ್ಲ."

ನಳ ಗಂಭೀರವಾಗಿ ನುಡಿದ "ಎಚ್ಚರಿಕೆಯಿಂದಿರು ಅಣ್ಣ"

ಬೃಹನ್ನಳ ನಕ್ಕಳು. "ನೀನು ಎಚ್ಚರಿಕೆಯಿಂದಿರು ಮತ್ತು ಮರೆಯಬೇಡಾ, ನಮ್ಮ ತಾಯಿ, ಅಜ್ಜಿ ನಾಗಮ್ಮ ಎನ್ನುವುದನ್ನು. ನಾವು ನಮ್ಮ ಧ್ಯೇಯವನ್ನು ಸಾಧಿಸಿಯೇ ತೀರುತ್ತೇವೆ. ಈಗ ಸಂಗೀತಗಾರರ ಜೊತೆ ಹೋಗಿ ಸೇರಿಕೋ. ಈ ಮೃದಂಗವನ್ನು ತೆಗೆದುಕೊಂಡು ಹೋಗು." ಮೂಲೆಯಲ್ಲಿದ್ದ ಮೃದಂಗವನ್ನು ತೋರಿಸಿ ಹೇಳಿದ "ಅವರು ಸಿದ್ಧರಾಗಿದ್ದರೆಂದು ಖಚಿತಪಡಿಸಿಕೊ. ಕಾಳಿಕೆಯ ವಾಟಿಕೆಯಿಂದ ರಾಜಕುಮಾರ ಹಿಂದಿರುಗುವವರೆಗೂ ಕಾಯಲು ಹೇಳು. ಆದರೆ ಆ ಗುಲಾಮನ ಬಗ್ಗೆ ಮಾತ್ರ ಎಚ್ಚರಿಕೆಯಿಂದಿರಲು ಹೇಳು."

"ಈ ಸಲ ಇಪ್ಪತ್ತು ಮಂದಿಯಿದ್ದಾರೆ. ಅಗತ್ಯ ಬಿದ್ದರೆ ನಾವು ಗುಲಾಮನನ್ನೂ ಕೊಲ್ಲುತ್ತೇವೆ."

ಬೃಹನ್ನಳ ನಕ್ಕ "ಶುಭವಾಗಲಿ ಸೋದರ"

ಸಂಗೀತಗಾರನಂತೆ ವೇಷ ಧರಿಸಿದ ನಳ ತನ್ನ ಸೋದರನನ್ನು ಆಲಂಗಿಸಿ ಬೀಳ್ಕೊಂಡು, ಮೃದಂಗ ತೆಗೆದುಕೊಂಡು ಹೊರಗೆ ಹೋದ. ಅವನು ಬಾಗಿಲು ತೆರೆದಾಗ ಮೇಲಂತಸ್ತಿನ ಸಂಗೀತ ತೇಲಿ ಬಂದು, ಬಾಗಿಲು ಮುಚ್ಚಿದಾಗ ಅದು ನಿಂತುಹೋಯಿತು.

ಬೃಹನ್ನಳ ತನ್ನ ಮುಖಪ್ರಸಾಧನಗಳನ್ನು ಲೇಪಿಸಿಕೊಳ್ಳತೊಡಗಿದಳು. ಶೀಘ್ರವೇ ಅವಳು ಅಪ್ರತಿಮ ಸುಂದರಿಯಾಗಿ ಮಾರ್ಪಟ್ಟಳು. ಖಡ್ಗವನ್ನು ತಿರುಗಿ ಗೋಡೆಯಲ್ಲಿ ನೇತುಹಾಕುವ ಮೊದಲು ಒಂದು ಸಲ ಅದರ ಮೊನೆಯನ್ನು ಪರೀಕ್ಷಿಸಿದಳು. ನಂತರ ಹೆರಳಿನಲ್ಲಿ ಹೂವಿನ ದಂಡೆಯನ್ನು ಮುಡಿದಳು. ಕಾಲಿನಲ್ಲಿ ಗೆಜ್ಜೆ ಕಟ್ಟಿಕೊಂಡಳು. ಹೆಜ್ಜೆ ಸದ್ದು ಮಾಡಿ ನೋಡಿ ಮುಗುಳ್ನಕ್ಕಳು.

"ಧಾ ತಾ ಧಿಂ ತಾ" ಹೆಜ್ಜೆ ಕುಣಿಸಿ ನೋಡಿ ನಕ್ಕಳು.

ಆಮೇಲೆ ಅವಳು ಮೇಲಂತಸ್ತಿಗೆ ಓಡಿದಳು. ಎಲ್ಲರೂ ಅವಳ ಬರವನ್ನು ಕೈತಟ್ಟಿ ಸ್ವಾಗತಿಸಿದರು. ಅವಳು ಎರಡು ತೋಳು ಅಗಲಿಸಿ ಗಿರ್ರನೆ ಸುತ್ತ ತೊಡಗಿದಳು. ಅವಳ ಲಂಗ ಗಾಳಿ ತುಂಬಿಕೊಂಡು ಪುಗ್ಗೆಯಂತೆ ಉಬ್ಬಿ ಸುತ್ತಿತು. ಅವಳ ಹುಡುಗಿಯರು ಅವಳನ್ನು ಕೂಡಿಕೊಂಡು ಸುತ್ತತೊಡಗಿದರು. ಅವರ ಪ್ರದರ್ಶನದ ಹುರುಪು ನೋಡಿ ಸಂಗೀತಗಾರರು ಮತ್ತು ಮೃದಂಗದವರು ಸ್ಫೂರ್ತಿಗೊಂಡರು. ಪ್ರೇಕ್ಷಕರು ಹಣ, ಹಾರ ಇತ್ಯಾದಿಗಳನ್ನು ಅವರ ಕಡೆಗೆ ಎಸೆದರು. ನೃತ್ಯ ಕಳೆಕಟ್ಟತೊಡಗಿತು.

ಇವತ್ತು ಅವಳು ತನ್ನ ಅತ್ಯದ್ಭುತ ಪ್ರದರ್ಶನ ನೀಡುವವಳಿದ್ದಳು.

ಅಧ್ಯಾಯ ಹತ್ತು

ಶಿವಗಾಮಿ

"ಅಂತೂ ನೀನು ಪಾರಾದೆ" ರಾಜ ಮುದ್ರೆಯುಳ್ಳ ತಾಳೆಯೋಲೆಯನ್ನು ಕೈಯಲ್ಲಿ ಭದ್ರವಾಗಿ ಹಿಡಿದು ತಿಮ್ಮ ನುಡಿದ. ಶಿವಗಾಮಿಯ ಕೈಯನ್ನು ಹಿಡಿದು ಪಡಸಾಲೆಯಲ್ಲಿ ನಡೆಯುತ್ತಾ ಅವರು ಬೀಸುವ ಭಟರುಗಳನ್ನು ಹಾದು, ಕಲ್ಲಿನ ಹಾಸಿನ ಮೇಲೆ ಕೆತ್ತಲಾದ ಚದುರಂಗ ಮನೆಗಳಲ್ಲಿ ಆಟವಾಡುತ್ತಿದ್ದ ಯೋಧರುಗಳನ್ನು ದಾಟಿ, ಬೇಯಿಸುತ್ತಿದ್ದ ಮಾಂಸ ಮತ್ತು ಹುರಿಯುತ್ತಿದ್ದ ಮೀನಿನ ಗಾಢ ವಾಸನೆ ಬೀರುತ್ತಿದ್ದ ಪಾಕಶಾಲೆಗಳ ಮುಂದಿನಿಂದ ಬಿರಬಿರನೆ ಸಾಗಿದರು. ಅನೇಕರು ಅವರನ್ನೇ ದೃಷ್ಟಿಸುತ್ತಿದ್ದುದನ್ನು ಶಿವಗಾಮಿ ಗಮನಿಸಿದಳು. ಅಖಿಲಾ ನಿಂತು ಎಲ್ಲವನ್ನು ನೋಡಲು ಬಯಸುತ್ತಿದ್ದಳು. ಆದರೆ ತಿಮ್ಮ ಅವಸರದಲ್ಲಿ ಹೆಜ್ಜೆಯಿಡುತ್ತಿದ್ದ. ಹೂ ಪೊದೆಗಳನ್ನು ಬಳಸಿದ ವೃತ್ತಾಕಾರದ ಮೆಟ್ಟಿಲುಗಳು ತಣ್ಣಗಾಗುತ್ತಿದ್ದವು. ದೊಂದಿಯ ಬೆಳಕು ಪೊದೆಗಳ ಮೇಲೆ ಹರಡಿತ್ತು. ಅರಮನೆಯು ಬಹಳ ವಿಸ್ತಾರವಾಗಿದ್ದು ಜಟಿಲ ಹಾದಿಗಳಿಂದ, ವಿವಿಧ ಪಾರ್ಶ್ವಗಳಿಂದ ಕೂಡಿದೆ ಎಂದು ಶಿವಗಾಮಿಗೆ ಗೊತ್ತಾಯಿತು.

ದೊಡ್ಡ ಮಾವಿನ ಮರಗಳು ಹರಡಿಕೊಂಡಿದ್ದ ಹಳೆಯ ಮನೆಯೊಂದರ ಮುಂದೆ ಬಂದು ಅವರು ನಿಂತರು. ಬೆಳುದಿಂಗಳು ಅದರ ದಟ್ಟ ಎಲೆಗಳ ಛಾವಣಿಯ ಮೂಲಕ ತೂರಿ ಬಂದು ನೆಲದ ಮೇಲೆ ಚಿತ್ತಾರ ಬಿಡಿಸಿತ್ತು. ಕೆಲವು ಜನರು ಅದರ ಅಡಿಯಲ್ಲಿ ನಿಂತಿದ್ದರು. ಕೆಲವರು ಮೆಟ್ಟಿಲಿನ ಮೇಲೆ ಬೆನ್ನು ಬಾಗಿ ಕೂತಿದ್ದರು. ತಿಮ್ಮ ದ್ವಾರದ ಬಳಿ ಕೂತಿದ್ದ ಒಬ್ಬ ಲೆಕ್ಕಣಿಕೆಯವನಿಗೆ ತಾಳೆಯೋಲೆ ಯನ್ನು ಕೊಟ್ಟ. ಅವನು ಅದನ್ನು ಕಣ್ಣು ಕಿರಿದಾಗಿಸಿ ನೋಡಿ ನೆಲದ ಮೇಲೆ ಕೂತು ಬರೆಯುತ್ತಿದ್ದ ಇನ್ನೊಬ್ಬನ ಕಡೆಗೆ ಕೈ ತೋರಿಸಿದ. ತಿಮ್ಮ ಅವನ ಮುಂದೆ ನಿಂತು ಕಾದ. ಅವನು ತಾಳೆಯೋಲೆ ತೆಗೆದುಕೊಂಡು ಓದಿ, ಮೇಲ್ವಿಚಾರಕರು ಹೊರಗೆ ಹೋಗಿದ್ದಾರೆ ಎಂದ. ಮುದುಕ ಮತ್ತು ಹುಡುಗಿ ಕಾದರು. ಕೆಲವು ಕರಣಿಕರು ತಮ್ಮ ಶಾಯಿಯ ಕುಪ್ಪಿಗಳನ್ನು ಮತ್ತು ಕಂಠಗಳನ್ನು ಬರೆಯುವ ಇಳಿಜಾರಿನ ಕಪಾಟುಗಳ ಒಳಗೆ ಇರಿಸುತ್ತಿದ್ದರು. ಕೆಲವರು ತಮ್ಮ ಬಟ್ಟೆಯ ಚೀಲಗಳನ್ನು ಸುತ್ತಿಕೊಳ್ಳುತ್ತಿದ್ದರು.

ಶಿವಗಾಮಿ, ಮರದಲ್ಲಿ ಬಾವಲಿಗಳು ರೆಕ್ಕೆ ಬಡಿಯುತ್ತಾ ಕೀಚಲುದನಿಯಲ್ಲಿ ಸದ್ದು ಮಾಡುತ್ತಿದ್ದುದನ್ನು ನೋಡುತ್ತಾ ನಿಂತಳು. ಅಖಿಲಾ ಅವುಗಳ ದನಿ ಅನುಕರಿಸಲು ಹೋಗಿ ತಿಮ್ಮ ಅವಳನ್ನು ಗದರಿಸಿದ್ದಕ್ಕೆ ಸುಮ್ಮನಾದಳು. ತಿಮ್ಮ ಅಸ್ವಸ್ಥನಾದದ್ದು ನೋಟಕ್ಕೇ ತಿಳಿಯುತ್ತಿತ್ತು. ಮಹಾಪ್ರಧಾನರ ಸಹಾಯಕ ರೂಪಕನ ಬಗ್ಗೆ ಪದೇ ಪದೇ ವಿಚಾರಿಸುತ್ತಿದ್ದ.

ಅವರನ್ನು ಸೇವಕನೊಬ್ಬ ರೂಪಕರ ಕೊಠಡಿಯೊಳಗೆ ಕರೆದೊಯ್ದಾಗ ಹೊರಗೆ ನಗರಪಾಲಕರು ಬೀದಿ ದೀಪಗಳನ್ನು ಹಚ್ಚುತ್ತಿದ್ದರು. ಒಂದು ದೊಡ್ಡ ಬರಹದ ಪೀಠದ ಮುಂದೆ ಚಾಪೆಯ ಮೇಲೆ ರೂಪಕ ಚಕ್ಕಳ ಮಕ್ಕಳ ಹಾಕಿ ಕೂತಿದ್ದ. ಅವನ ಮುಂದಿದ್ದ ತೈಲ ದೀಪಗಳ ಬೆಳಕಿನಲ್ಲಿ ಅವನ ದುಂಡು ಮುಖಕ್ಕೆ ಚಿನ್ನದ ಮೆರುಗು ಮೂಡಿತ್ತು. ರಾಜಮುದ್ರೆಯ ತಾಳೆಯೋಲೆಯನ್ನು ತಿಮ್ಮ ಅವನಿಗೆ ನೀಡಿದ. ರೂಪಕ ಬಾಗಿ ಅದನ್ನು ಓದಿದ. ಅವರನ್ನು ಅಲ್ಲೇ ಕಾಯಲು ಹೇಳಿ ಹಿಂದಿದ್ದ ಒಂದು ದೊಡ್ಡ ಹಜಾರದೊಳಗೆ ಹೋದ. ಒಳಗಿನಿಂದ ಪಿಸುದನಿಗಳು ಶಿವಗಾಮಿಗೆ ಕೇಳಿಸಿತು. ಗೋಡೆಯಲ್ಲಿ ಗಾಳಿಗಾಗಿ ಬಿಟ್ಟ ರಂಧ್ರದಿಂದ ಒಂದು ಪತಂಗ ಹಾರಿ ಬಂದು ದೊಂದಿಯ ಸುತ್ತ ಸುತ್ತತೊಡಗಿತು. ಅದು ಬೆಂಕಿಯಲ್ಲಿ ಹಾರಿಬೀಳುತ್ತದೆ ಎಂದು ಶಿವಗಾಮಿಗೆ ಖಚಿತವಾಯಿತು. ಅಷ್ಟರಲ್ಲಿ ಅವರನ್ನು ಒಳಗೆ ಕರೆದೊಯ್ಯಲಾಯಿತು.

ಒಂದು ಪಲ್ಲಂಗದ ಮೇಲೆ ಮಹಾಪ್ರಧಾನ ಪರಮೇಶ್ವರರು ಒರಗಿ ಕೂತಿದ್ದರು. ಅನೇಕ ದಿಂಬುಗಳನ್ನು ಪೇರಿಸಿ ಅವರು ಕೂರಲು ಅನುಕೂಲ

ಮಾಡಿಕೊಡಲಾಗಿತ್ತು. ಶಿವಗಾಮಿಗಿಂತ ಎರಡರಷ್ಟು ಎತ್ತರಕ್ಕಿದ್ದ ದೀಪದ ಕಂಭವನ್ನು ಒಬ್ಬ ಸೇವಕ ಹಚ್ಚುತ್ತಿದ್ದ. ಅದರ ಏಳು ಕುಡಿಗಳನ್ನು ಹಚ್ಚಿದಾಗ ಪರಮೇಶ್ವರರು ಕೈಜೋಡಿಸಿ ಪ್ರಾರ್ಥನೆ ಸಲ್ಲಿಸಿದರು. ತಿಮ್ಮನೂ ಹಾಗೆಯೇ ಮಾಡಿದ. ಗವಿಯಂತಹ ಆ ಕೋಣೆಯೊಳಗೆ ಒಂದು ಪೀಠದ ಮೇಲಿಟ್ಟಿದ್ದ ಹಾಲು ಮತ್ತು ಒಣ ಹಣ್ಣುಗಳನ್ನು ನೋಡುತ್ತಾ ಮುಜುಗರದಲ್ಲಿ ನಿಂತಳು ಶಿವಗಾಮಿ.

"ರಾಜರ ಅಪ್ಪಣೆಯನ್ನು ರೂಪಕ ಓದಿ ಹೇಳಿದ" ಮೃದುವಾದ ದನಿಯಲ್ಲಿ ಪರಮೇಶ್ವರರು ನುಡಿದರು. ರೂಪಕ ಹೌದೆನ್ನುವಂತೆ ತಲೆಯಾಡಿದ.

ಶಿವಗಾಮಿಯನ್ನು ನೋಡುತ್ತಾ ಪರಮೇಶ್ವರರು ನುಡಿದರು "ಇವಳಿಗೆ ಇಲ್ಲಿ ಇಷ್ಟವಾಗುತ್ತದೆ ಎನ್ನುವುದು ಸಂದೇಹ. ಇದೇನು ಸಂತೋಷಕೊಡುವಂತಹ ಸ್ಥಳವಲ್ಲ."

ತಿಮ್ಮ ಉತ್ತರಿಸಲಿಲ್ಲ. ಪರಮೇಶ್ವರರು ನಿಟ್ಟುಸಿರು ಬಿಟ್ಟರು. "ಬೇರೆ ದಾರಿಯಿಲ್ಲ ಎಂದು ನನಗೆ ಗೊತ್ತು. ಅವಳ ತಂದೆಗೆ ನಾನು ಒಳಿತನ್ನು ಮಾಡಲು ಅವಕಾಶ ವಿದ್ದಿದ್ದರೆ ಅನ್ನಿಸುತ್ತದೆ. ಅವನೊಬ್ಬ ಒಳ್ಳೆಯ ವ್ಯಕ್ತಿ. ಆದರೆ ಮಹಾಪ್ರಭುಗಳಿಗೂ ಕೂಡಾ ಬೇರೆ ಯಾವ ಆಯ್ಕೆ ಇತ್ತು?"

ಶಿವಗಾಮಿಯ ಕಿವಿ ಚುರುಕಾಯಿತು. ಅವರು ಮತ್ತೆ ಅವಳ ತಂದೆಯ ಬಗ್ಗೆ ಮಾತಾಡುತ್ತಿದ್ದರು. ಆದರೆ ಒಗಟುಗಳಲ್ಲಿ. ಬಾಲ್ಯಕಾಲದಿಂದ ಅವಳು ಎಲ್ಲರ ಬಳಿ ತಂದೆಯ ಬಗ್ಗೆ ಕೇಳುತ್ತಿದ್ದಳು. ಅವನೊಬ್ಬ ದೇಶದ್ರೋಹಿ ಮತ್ತು ಅವನನ್ನು ನೇಣಿಗೇರಿಸಲಾಯಿತು ಅನ್ನುವುದು ಬಿಟ್ಟರೆ ಬೇರೆ ಯಾವ ಮಾತನ್ನೂ ಯಾರೂ ಆಡುತ್ತಿರಲಿಲ್ಲ. ಯಾರೂ ಅವಳ ಪ್ರಶ್ನೆಗಳಿಗೆ ಉತ್ತರ ಕೊಡುತ್ತಿರಲಿಲ್ಲ. ಅವುಗಳಿಗೆ ಉತ್ತರವನ್ನು ತಾನೇ ಕಂಡುಕೊಳ್ಳಬೇಕು ಎಂದು ಈಗ ಅವಳಿಗೆ ತಿಳಿಯಿತು.

"ನಾನೂ ಅಕ್ಕನ ಜೊತೆ ಇರಬಹುದೇ?" ಇದ್ದಕ್ಕಿದ್ದಂತೆ ಅಖಿಲಾ ಕೇಳಿದಳು.

ತಿಮ್ಮ ಅವಳನ್ನು ಸುಮ್ಮನಿರಿಸಲು ಯತ್ನಿಸಿದ. ಆದರೆ ಪರಮೇಶ್ವರ ಅವಳನ್ನು ಹತ್ತಿರಕ್ಕೆ ಕರೆದ.

"ಹಮ್...ನಿನ್ನ ಹೆಸರೇನು?"

"ಅಖಿಲಾ" ನಾಚಿಕೆಯಿಂದ ಉತ್ತರಿಸಿದಳು.

"ನಿನ್ನ ಕಿರಿಮಗಳೇನು ತಿಮ್ಮ?" ಪರಮೇಶ್ವರರು ಅವಳನ್ನು ಎತ್ತಿ ತಮ್ಮ ತೊಡೆಯ ಮೇಲೆ ಕೂರಿಸಿಕೊಂಡರು. ತಿಮ್ಮ ತಲೆಯಾಡಿಸಿದ. ಪರಮೇಶ್ವರರು ಹುಡುಗಿಯನ್ನು ಕೇಳಿದರು "ನೀನ್ಯಾಕೆ ಇಲ್ಲಿರಲು ಬಯಸುತ್ತೀಯಾ? ನಿನ್ನ ತಂದೆ ತುಂಬಾ ಕಟ್ಟುನಿಟ್ಟೇ?"

ಅಖಿಲಾ ತಿಮ್ಮನತ್ತ ನೋಡಿ ಇಲ್ಲವೆಂದು ತಲೆಯಾಡಿಸಿದಳು. "ನಾನು ಅಕ್ಕನ

ಜೊತೆ ಇರಬೇಕು ಅಷ್ಟೇ" ಎಂದು ಶಿವಗಾಮಿಯತ್ತ ನೋಡಿ ನಕ್ಕಳು. ಶಿವಗಾಮಿಯ ಗಂಟಲು ಉಬ್ಬಿತು.

"ಏನೂ ತೊಂದರೆ ಮಾಡದೆ ಇರಬಲ್ಲೆಯಾ?" ಮೃದುವಾಗಿ ನಕ್ಕು ಪರಮೇಶ್ವರರು ಹುಡುಗಿಯನ್ನು ಕೇಳಿದರು.

"ನಾನು ಯಾವಾಗಲೂ ಏನೂ ತೊಂದರೆ ಮಾಡಿಲ್ಲ ತಾತಾ" ಅಖಿಲಾ ತಟ್ಟನೆ ನುಡಿದಳು.

"ಶ್! ಮಹಾಸ್ವಾಮಿ ಅನ್ನಬೇಕು" ತಿಮ್ಮ ಗದರಿದ ಆದರೆ ಪರಮೇಶ್ವರರು ಲೊಚಗುಟ್ಟಿದರು.

"ಅವಳಿಗೆ ನಾನು ಅಜ್ಜ-ಮುತ್ತಜ್ಜ-ಪಿಜ್ಜ ಅಲ್ಲವೇ? ಬಾ ಇಲ್ಲಿ. ಬಾದಾಮಿ ಬೇಕೇನು?"

ಅಖಿಲಾ ತಡವರಿಸಿದಳು. ಬೇಡಾ ಅಂದರೆ ಅಜ್ಜನಿಗೆ ಬೇಸರವಾಗುತ್ತದೆಯೇ ಎಂದು ಕೇಳುವಂತಿತ್ತು ಅವಳ ನೋಟ. ತಿಮ್ಮನತ್ತ ನೋಡಿದಳು. ಅವನು ಮೃದುವಾಗಿ ತಲೆ ಆಡಿಸಿದ. ಅವಳು "ಬೇಡಾ ಮಹಾಸ್ವಾಮಿ, ವಂದನೆಗಳು" ಎಂದಳು.

ಪರಮೇಶ್ವರರು ತಮ್ಮ ಸಹಾಯಕನಿಗೆ ಸನ್ನೆ ಮಾಡಿದರು. ಅವನು ಬಾಗಿ ವಂದಿಸಿ ಹೊರಗೆ ಹೋದ.

"ನಿನ್ನ ಚೀಲದಲ್ಲಿ ಏನಿಟ್ಟುಕೊಂಡಿದ್ದೀಯಾ?" ಪರಮೇಶ್ವರರು ಹುಡುಗಿಯನ್ನು ಕೇಳಿದರು.

"ಓ... ಇದು ನನ್ನ ಆಸ್ತಿ..." ಸಂಭ್ರಮದಲ್ಲಿ ನುಡಿದಳು ಅಖಿಲಾ. "ನೋಡುತ್ತೀರಾ ತಾತಾ?" ಕಿತ್ತುಹೋಗಿದ್ದ ಚೀಲಕ್ಕೆ ಹೇಗೋ ಹಾಕಿದ ಗಂಟು ಬಿಡಿಸತೊಡಗಿದಳು.

"ಅಖಿಲಾ, ಸಾಕು. ಮಹಾಸ್ವಾಮಿಗಳಿಗೆ ತೊಂದರೆ ಮಾಡಬೇಡಾ." ತಿಮ್ಮ ಗದರಿಸಿ ಹೇಳಿದ. "ಕ್ಷಮಿಸಬೇಕು ಮಹಾಸ್ವಾಮಿ, ಹುಡುಗಿ ಆಟದ ಕಲ್ಲು, ಮಣಿ, ಗೆಜ್ಜೆ ಹೀಗೆ ಏನೇನೋ ಸಂಗ್ರಹಿಸುತ್ತಾಳೆ. ಏನೋ ಹಾಳು ಮೂಳು" ಪರಮೇಶ್ವರರ ಕ್ಷಮೆ ಕೇಳಿದ.

"ನಮಗೆ ಹಾಳು ಮೂಳು, ಅವಳಿಗೆ ಅವೇ ಅತ್ಯಂತ ಮಹತ್ವದ ವಸ್ತುಗಳು. ಅದು ನಮಗೂ ಅನ್ವಯಿಸುತ್ತದೆ ಅಲ್ಲವೇ? ಚಿಕ್ಕವಯಸ್ಸಿನಲ್ಲಿ ಏನೇನೋ ಸಂಗ್ರಹಿಸುತ್ತೇವೆ, ಒಂದು ವಯಸ್ಸಾದ ನಂತರ ಅವು ವ್ಯರ್ಥವೆಂದು ತಿಳಿಯುತ್ತದೆ."

ಅಖಿಲಾ ಇನ್ನೂ ಗಂಟು ಬಿಡಿಸುವುದಕ್ಕೆ ಹೆಣಗಾಡುತ್ತಿದ್ದಳು.

ಪರಮೇಶ್ವರರು ಮೃದುವಾಗಿ ಹೇಳಿದರು "ಬೇರೆ ಇನ್ನೊಂದು ದಿನ ನೋಡೋಣಾ, ಮಗು, ನಿನಗೆ ಓದಲು ಬರುತ್ತದೆಯೇ?"

"ಅಕ್ಕ ನನಗೆ ಓದಲು ಹೇಳಿಕೊಟ್ಟಿದ್ದಾಳೆ" ಅಖಿಲಾ ಜಂಭದಲ್ಲಿ ಹೇಳಿದಳು. ತಿಮ್ಮ ಶಿವಗಾಮಿಯತ್ತ ಅಚ್ಚರಿಯ ನೋಟ ಬೀರಿದ.

"ಹೌದೇ? ನೋಡೋಣಾ, ಅಕ್ಕ ನಿನಗೆ ಏನು ಹೇಳಿಕೊಟ್ಟಿದ್ದಾಳೆ ಎಂದು, ಇದನ್ನು ಓದಿಹೇಳು ನನಗೆ" ಪರಮೇಶ್ವರರು ಅವಳಿಗೆ ಒಂದು ತಾಳೆಯೋಲೆ ಕೊಟ್ಟರು. ಸಾಲುಗಳಿಂದ ಅಕ್ಷರಗಳು ತೂಗಾಡುವಂತಿತ್ತು. ಅವಳು ಎಷ್ಟೇ ತಿಣಿಕಾಡಿದರೂ ಅದರ ತಲೆ ಬುಡ ಗೊತ್ತಾಗಲಿಲ್ಲ ಅವಳಿಗೆ.

ಪರಮೇಶ್ವರರು ಜೋರಾಗಿ ನಕ್ಕರು. ಅವಳಿಂದ ತಾಳೆಯೋಲೆಯನ್ನು ಪಡೆದುಕೊಂಡು "ಆಗಲಿಲ್ಲವೇ?" ಎಂದರು.

ಅಖಿಲಾ ಅವಮಾನದಲ್ಲಿ ತಲೆ ತಗ್ಗಿಸಿದಳು "ಚಿಂತಿಸಬೇಡಾ. ಹೆಚ್ಚು ಜನರಿಗೆ ಇದನ್ನು ಓದಲು ಬರುವುದಿಲ್ಲ. ಇದು ದೇವ ಭಾಷೆ ಸಂಸ್ಕೃತ. ದೇವತೆಗಳು ಆಡುವ ಮಾತು. ನೀನು ಎಷ್ಟೇ ಕಲಿತರೂ ಇನ್ನೂ ಕಲಿಯುವುದು ಬೇಕಾದಷ್ಟಿರುತ್ತದೆ."

ಅಖಿಲಾ ತಾಳೆಯೋಲೆಯನ್ನು ಆಶ್ಚರ್ಯದಲ್ಲಿ ನೋಡಿದಳು. ಮಹಾ ಪ್ರಧಾನರು ಅವಳ ಕಣ್ಣು ಕೋಣೆಯ ಗೋಡೆಗೆ ಪೇರಿಸಿಟ್ಟಿದ್ದ ತಾಳೆಯೋಲೆಗಳ ಕಟ್ಟುಗಳ ಕಡೆಗೆ ತಿರುಗಿದ್ದನ್ನು ನೋಡಿದರು.

"ನಾನು ಅವುಗಳಲ್ಲಿ ಹೆಚ್ಚಿನವನ್ನು ಓದಿದ್ದೇನೆ. ನನ್ನ ಕಣ್ಣು ಮಂಜಾಗುವವರೆಗೆ ಓದುತ್ತಿದ್ದೆ. ಈಗಲೂ, ರೂಪಕನಿಗೆ ಸಾಧ್ಯವಾದಾಗಲೆಲ್ಲ ಈ ಮುದುಕನಿಗೆ ರಂಜಿಸಲು ಓದಿ ಹೇಳು ಅನ್ನುತ್ತೇನೆ."

ಇದುವರೆಗೆ ಎಲ್ಲವನ್ನು ಮೌನವಾಗಿ ನೋಡುತ್ತಿದ್ದ ಶಿವಗಾಮಿಗೆ ಅಷ್ಟೊಂದು ಗ್ರಂಥಗಳನ್ನು ಓದಿದ ವೃದ್ಧನ ಮೇಲೆ ಮೆಚ್ಚುಗೆ ಉಕ್ಕಿಬಂತು. ಅವಳ ತಂದೆಯ ಬಳಿಯೂ ಗ್ರಂಥಾಲಯವಿತ್ತು. ಆದರೆ ಈ ವೃದ್ಧನ ಬಳಿ ಇದ್ದ ಗ್ರಂಥಗಳಿಗೆ ಹೋಲಿಸಿದರೆ ಅಪ್ಪನ ಬಳಿ ಇದ್ದುದಕ್ಕೆ ಅರ್ಧ ಕಪಾಟೂ ಸಹ ತುಂಬುತ್ತಿರಲಿಲ್ಲ.

ಶಿವಗಾಮಿಯು ಗ್ರಂಥಗಳನ್ನು ಆಶ್ಚರ್ಯದಿಂದ ದಿಟ್ಟಿಸಿ ನೋಡುತ್ತಿದ್ದುದನ್ನು ಪರಮೇಶ್ವರರು ಗಮನಿಸಿ ನಸುನಕ್ಕರು. "ಇವು ಸಾವಿರ ವರ್ಷಗಳ ಹಿಂದಿನವು. ಆದಿ ಮನುಷ್ಯನಿಗೆ ತಿಳಿದ ಭಾಷೆಗಳವು. ನನಗಿಂತ ಮೊದಲು ಬಂದ ಮಹಾ ಪ್ರಧಾನರುಗಳು, ನನಗಿಂತ ಉತ್ತಮರು, ಬುದ್ಧಿವಂತರು ಮತ್ತು ಶಕ್ತಿಶಾಲಿಗಳೂ ಆದ ಪುರುಷರು ಸಂಗ್ರಹಿಸಿದವು."

"ಮಹಿಳೆ ಮಾತ್ರ ಇಲ್ಲವೇ?" ಶಿವಗಾಮಿ ಕೇಳಿದಳು.

ಪರಮೇಶ್ವರರು ದೀರ್ಘ ಕಾಲ ಅವಳನ್ನು ದಿಟ್ಟಿಸಿದರು. ತಿಮ್ಮ ಸಶಬ್ದವಾಗಿ ಉಸಿರೆಳೆದುಕೊಂಡ. ಕೊನೆಗೆ ಮಾಹಿಷ್ಮತಿಯ ಮಹಾಪ್ರಧಾನರು ನಕ್ಕುಬಿಟ್ಟರು.

"ಹೂಂ... ಸಾವಿರಾರು ವರ್ಷಗಳ ಹಿಂದೆ ಒಬ್ಬಳು ಅಸಾಮಾನ್ಯ ಮಹಿಳೆ ಇದ್ದಳು. ಮೊದಲ ರಾಜ್ಯದ ಆದಿ ಭಾಗದಲ್ಲಿ. ಮಹಿಷಿ, ರಾಕ್ಷಸಿ. ಕೆಲವರು ಅವಳನ್ನು ಮಾಟಗಾತಿ ಎನ್ನುತ್ತಾರೆ. ಕೆಲವರು ಅವಳೊಬ್ಬಳು ಶಾಪಗ್ರಸ್ತ ಅಪ್ಸರೆ ಎನ್ನುತ್ತಾರೆ. ಏನೇ ಆಗಲೀ ಅವಳಿಗೆ ಜನರನ್ನು ಕೊಲ್ಲುವುದೆಂದರೆ ಸಂತೋಷ. ಅದು ಅವಳನ್ನು ಕಂಡರಾಗದವರು ಕಟ್ಟಿದ ಸುಳ್ಳಿರಬಹುದು ಅಥವಾ ಅದರಲ್ಲಿ ಸ್ವಲ್ಪ ನಿಜವಿದ್ದರೂ ಇರಬಹುದು. ಯಾರಿಗೆ ಗೊತ್ತು? ಆದರೆ ಅವಳನ್ನು ಬಿಟ್ಟರೆ ನಮಗೆ ತಿಳಿದ ಚರಿತ್ರೆಯಲ್ಲಿ ಬೇರೆ ಯಾವ ಹೆಂಗಸೂ ಮಹಾಪ್ರಧಾನರಾಗಿಲ್ಲ."

"ಆದರೆ ಮಾಹಿಷ್ಮತಿ ರಾಜ್ಯವು ಕೇವಲ ಮುನ್ನೂರು ವರ್ಷಗಳಷ್ಟು ಹಳೆಯದು, ನೀವು ಮೊದಲ ರಾಜ್ಯವನ್ನು ಪ್ರಸ್ತಾಪಿಸುತ್ತಿದ್ದೀರಿ?" ಶಿವಗಾಮಿ ಕೇಳಿದಳು.

"ರಾಜರುಗಳು ಬದಲಾದರು. ರಾಜವಂಶಗಳು ವರ್ಧಿಸಿ ಕ್ಷೀಣಿಸಿದವು. ಮಹಾಪ್ರಧಾನರ ಪದ್ಧತಿ ಮಾತ್ರ ಬದಲಾಗಿಲ್ಲ. ನಾವು ಜ್ಞಾನದ ವಾರಸುದಾರರು. ಮಾಹಿಷ್ಮತಿಯ ಸಿಂಹಾಸನದ ಮೇಲೆ ಯಾರೇ ಕೂರಲಿ, ನಾವು ಅವರ ಸೇವೆ ಮಾಡುತ್ತೇವೆ."

"ಹಾಗಾದರೆ ಮತ್ತೊಮ್ಮೆ ಯಾಕೆ ಮಹಿಳೆಯೊಬ್ಬಳು ಮಾಹಿಷ್ಮತಿಯ ಮಹಾಪ್ರಧಾನಿಯಾಗಿಲ್ಲ?" ಶಿವಗಾಮಿ ಮತ್ತೆ ಕೇಳಿದಳು.

ಮಹಾಪ್ರಧಾನರು ನಕ್ಕರು. ಅವರು ಉತ್ತರಿಸುವುದರೊಳಗೆ ರೂಪಕ ಪ್ರವೇಶಿಸಿದ. ಜೊತೆಗೆ ಒಬ್ಬಳು ಧಡೂತಿ ಹೆಂಗಸು ಇದ್ದಳು.

"ಇಗೋ, ನನ್ನ ಸಮರ್ಥ ಉಪ ಅಧಿಕಾರಿಯ ಜೊತೆ ಅರಸರ ಅನಾಥಾಲಯದ ಮುಖ್ಯಸ್ಥೆ ಬಂದಿದ್ದಾಳೆ. ರೇವಮ್ಮ, ಇವಳು ನಿನ್ನ ಹೊಸಾ ನಿವಾಸಿ. ಮಗಳೇ, ನಿನ್ನ ಹೆಸರು ಹೇಳಿ ಆಶೀರ್ವಾದ ಪಡೆದುಕೋ"

ಶಿವಗಾಮಿ ಆ ವಿಪರೀತ ಧಡೂತಿ ಹೆಂಗಸಿಗೆ ವಂದಿಸಿದಳು. ಆ ಹೆಂಗಸು ಆಶೀರ್ವದಿಸುವಂತೆ ಕೈ ಚಾಚುತ್ತಲೇ ಮಹಾಪ್ರಧಾನರ ಜೊತೆ ಮಾತನಾಡಿದಳು.

"ಸ್ವಾಮಿ, ನಮ್ಮ ಸಂಕಟ ತಮಗೆ ತಿಳಿಯದು. ಈಗಾಗಲೇ ಅದು ತುಂಬಿ ತುಳುಕುತ್ತಿದೆ. ಕಳೆದ ಎರಡು ವರ್ಷಗಳಿಂದ ನಾನು ಹೆಚ್ಚಿನ ಹಣಕ್ಕಾಗಿ ಬೇಡುತ್ತಲೇ ಇದ್ದೇನೆ. ಆ ಹಸಿವಿನ ಶನಿಗಳು ಬಕಾಸುರರಂತೆ ತಿನ್ನುತ್ತವೆ. ಈಗ ಇನ್ನೊಬ್ಬಳ ಹೊರೆಯನ್ನು ಹೊರಿಸುತ್ತಿದ್ದೀರಿ."

"ರೂಪಕ, ದೇವಿ ರೇವಮ್ಮ ಲೆಕ್ಕಪತ್ರಗಳನ್ನು ಒಪ್ಪಿಸಿದ್ದಾಳೆಯೇ?" ಮಹಾಪ್ರಧಾನರು ತಮ್ಮ ಅಧೀನ ಅಧಿಕಾರಿಯನ್ನು ಕೇಳಿದರು.

ರೂಪಕ ಸ್ವಲ್ಪ ಹಿಂಜರಿದ.

"ಹೌದು ಸ್ವಾಮಿ, ಆದರೆ ಕಳೆದ ವರ್ಷದ ವೆಚ್ಚಗಳನ್ನೇ ಇನ್ನೂ ಅನುಮೋದಿಸಿಲ್ಲ, ಹಾಗಿರುವಾಗ ಹೊಸಾ ವೆಚ್ಚಗಳನ್ನು ಮರೆತುಬಿಡುವುದು ಒಳ್ಳೆಯದು. ಜೊತೆಗೆ ಪಾಯಸದಲ್ಲಿ ಸಕ್ಕರೆ ಸ್ವಲ್ಪವೇ ಕಡಿಮೆಯಾದರೂ ಸರಿ ಆ ಚೆಳ್ಳೆಗಳು ನೇರ ಹೋಗಿ ಮಹಾರಾಣಿಯವರಿಗೆ ದೂರು ಕೊಡುತ್ತವೆ. ಅದಕ್ಕೆ ನಾನು ವಿವರಣೆಯನ್ನೂ ನೀಡಬೇಕಾಗುತ್ತದೆ. ಸಧ್ಯಕ್ಕೆ ನನಗೆ ಅಗತ್ಯವಿರುವುದು ಹಣ ಮಹಾಸ್ವಾಮಿ, ಇನ್ನೊಬ್ಬಳು ಹೊಸಾ ನಿವಾಸಿಯಲ್ಲ."

"ಸ್ಕಂದದಾಸರು ಎಲ್ಲಾ ಬೇಡಿಕೆಗಳನ್ನು ಪರಿಶೀಲಿಸುತ್ತಿದ್ದಾರೆ. ಅನೇಕ ವೆಚ್ಚಗಳು ಹೆಚ್ಚುಗಾರಿಕೆಯಲ್ಲಿರುವುದು ಕಂಡುಬಂದಿದೆ. ಅಲ್ಲದೆ ಉಸ್ತುವಾರಿಣಿಯ ಗಂಡನ ಜೂಜಾಡುವ ಹವ್ಯಾಸವನ್ನು ರಾಜ್ಯ ವಹಿಸಿಕೊಳ್ಳಲು ಸಾಧ್ಯವಿಲ್ಲ ಎನ್ನುತ್ತಿದ್ದಾರೆ." ರೂಪಕ ನಡುವೆ ನುಡಿದ.

"ಅದು ಅನಗತ್ಯ ಆರೋಪ. ಅಂತಹ ನಿರುಪಯೋಗಿ ಗಂಡನನ್ನು ಇಟ್ಟು ಕೊಂಡು ನಾನೇನು ಮಾಡಲು ಸಾಧ್ಯ? ಅಲ್ಲದೇ ನನ್ನ ಗಂಡನ ಥರ ಈ ನಗರದ ಬಹುತೇಕ ಗಂಡಸರು ನಾಯಿಗಳಂತೆ ಹೋಗಿ ಬಿದ್ದುಕೊಳ್ಳುವ ಜೂಜಾಟದ ಅಂಕಗಳನ್ನು ನಡೆಸುತ್ತಿರುವವರು ಯಾರು? ದೇವದಾಸಿ ಕಾಳಿಕಾ ರಾಜ್ಯದ ಅತ್ಯಂತ ಹೆಚ್ಚಿನ ತೆರಿಗೆ ಸಲ್ಲಿಸುತ್ತಾಳೆ ತಾನೇ? ಅದೇ, ಅರಸರ ವೇಶ್ಯಾವಾಟಿಕೆಯ ಮುಖ್ಯಸ್ಥೆ? ಯಾರೂ ಅದರ ಬಗ್ಗೆ ಮಾತಾಡುವುದಿಲ್ಲ. ನನ್ನಂಥಹ ಬಡ ಹೆಂಗಸಿನ ಹಿಂದೆ ಬೀಳುತ್ತಾರೆ. ಯಾಕೆಂದರೆ ನಾನು ಹಿಂದಿನಂತೆ ಯುವತಿ, ಸುಂದರಿಯಾಗಿಲ್ಲ ಅದಕ್ಕೆ" ರೇವಮ್ಮ ಗೊಣಗುಟ್ಟಿದಳು.

"ಓಹ್, ಅದು ಯಾವಾಗ? ಎಂಟು ದಶಕಗಳ ಹಿಂದೆಯೋ?" ರೂಪಕ ಕೇಳಿದ.

"ಸ್ವಾಮೀ, ಈ ನಿರ್ಲಜ್ಜ ಅಯೋಗ್ಯ ಈ ಕೋಣೆಯಲ್ಲಿರುವವರೆಗೂ ನಾನು ಮಾತಾಡುವುದಿಲ್ಲ."

"ರೂಪಕ, ನನ್ನ ಸಾಮಗ್ರಿಗಳನ್ನು ಕಟ್ಟು ಮತ್ತು ನನ್ನ ಸಾರೋಟನ್ನು ಸಿದ್ಧಮಾಡು" ಪರಮೇಶ್ವರರು ಅಪ್ಪಣೆ ಮಾಡಿ ಅಖಿಲಳನ್ನು ಮೆಲ್ಲನೆ ತಮ್ಮ ತೊಡೆಯಿಂದ ಕೆಳಗಿಳಿಸಿದರು.

"ಸ್ವಾಮಿ, ನೀವು ಒಂದು ಕೈಯಿಂದ ಕಿತ್ತುಕೊಂಡು ಇನ್ನೊಂದು ಕೈಯಿಗೆ ಕೊಡುತ್ತಿದ್ದೀರಿ. ಹೀಗೆ ಆದರೆ ನನಗೆ ಇದನ್ನು ನಿರ್ವಹಿಸುವುದು ಸಾಧ್ಯವಿಲ್ಲ. ನನಗೆ ಇದು ಸಾಕು. ಪಡುವಲದಲ್ಲಿ ನದಿತೀರದಲ್ಲಿ ನನಗಷ್ಟು ತೋಟವಿದೆ. ನಾನು ನಿವೃತ್ತಿಯಾಗಿ ಅಲ್ಲಿಗೆ ಹೋಗಿ ಇದ್ದುಬಿಡುತ್ತೇನೆ. ಒಂದೊಂದು ಬಿಡುಗಾಸಿಗೂ ಹೀಗೆ ಹೊಡೆದಾಡಿ ನನಗೆ ಸಾಕಾಗಿದೆ."

"ಹಾಗಂತ ಕಳೆದ ಒಂದು ದಶಕದಿಂದ ಹೇಳುತ್ತಿದ್ದಾಳೆ" ರೂಪಕ ಮಹಾಪ್ರಧಾನರ ವಸ್ತುಗಳನ್ನು ಅಣಿಮಾಡುತ್ತಾ ನುಡಿದ.

"ಸಾಕು ರೂಪಕ" ಪರಮೇಶ್ವರರು ಗದರಿದರು, ಅವರ ಸಹಾಯಕ ಕ್ಷಮಾಪಣೆಯನ್ನು ಉಸುರಿದ.

"ನಾನು ಯಾವತ್ತೋ ಹೊರಟುಹೋಗುತ್ತಿದ್ದೆ. ಆದರೆ ನನ್ನ ಊರನ್ನು ಕಾಲ ಭೈರವ ಬುಡಕಟ್ಟಿನವರು ಆಕ್ರಮಿಸಿಕೊಂಡುಬಿಟ್ಟಿದ್ದಾರೆ. ಒಂದೊಂದು ಸಲ ವೈತಾಳಿಕರೂ ಬರುತ್ತಾರೆ. ಅವರಿಗಿಷ್ಟ ಬಂದಂತೆ ಧಾಳಿ ಮಾಡಿ ಮಕ್ಕಳನ್ನೂ ದನಕರುಗಳನ್ನೂ ಎತ್ತಿಕೊಂಡು ಹೋಗುತ್ತಾರೆ. ಖ್ಯಾತಿವೆತ್ತ ಮಾಹಿಷ್ಮತಿಯ ಸೈನ್ಯ ಇದರ ಬಗ್ಗೆ ಏನೇನೂ ಮಾಡಿಲ್ಲ," ರೇವಮ್ಮ ಕೋಪದಲ್ಲಿ ಬುಸುಗುಟ್ಟಿದಳು.

ಮಹಾಪ್ರಧಾನರು ದೀರ್ಘ ಉಸಿರೆಳೆದುಕೊಂಡು "ನಾನು ಸ್ಕಂದದಾಸನೊಡನೆ ಮಾತಾಡುತ್ತೇನೆ, ರೇವಮ್ಮ. ಕಾಡಿನ ಹಳ್ಳಿಗಳಲ್ಲಿ ಕಾಲಭೈರವ ಮತ್ತು ವೈತಾಳಿಕರ ಧಾಳಿಯ ಬಗ್ಗೆ ಹಿರಣ್ಯನ ಜೊತೆ ಮಾತಾಡುತ್ತೇನೆ. ಒಂದು ಕೆಲಸಕ್ಕೆ ನಿನ್ನನ್ನು ಕರೆಸಿದರೆ ನೀನು ಅದೇ ಅವಕಾಶವನ್ನು ಬಳಸಿಕೊಂಡು ರಾಶಿ ಸಮಸ್ಯೆಗಳನ್ನು ನನ್ನ ಮುಂದೆ ಇಡುತ್ತೀಯಾ. ನಾನು ಇಂತಹ ನತದೃಷ್ಟ ಹುದ್ದೆಗೆ ಯಾಕೆ ಅಂಟಿಕೊಂಡಿದ್ದೇನೆಂದು ನನಗೆ ಅಚ್ಚರಿಯಾಗುತ್ತದೆ. ನನಗೆ ಬೇಕಾಗಿರುವುದೆಲ್ಲವೂ ಗ್ರಂಥಗಳ ಜೊತೆ ಶಾಂತ ಬದುಕು."

"ಅವರೂ ಅದನ್ನು ಒಂದು ದಶಕದಿಂದ ಹೇಳುತ್ತಿದ್ದಾರೆ" ಎಂದಳು ರೇವಮ್ಮ ರೂಪಕನಿಗೆ. ಅಖಿಲಾ ನಕ್ಕಳು. ಎಲ್ಲರು ಅವಳ ಕಡೆಗೆ ನೋಡಿದಾಗ ಬಾಯ ಮೇಲೆ ಕೈಇಟ್ಟುಕೊಂಡು ನಗುವನ್ನು ಅದುಮಿಟ್ಟುಕೊಳ್ಳಲು ಯತ್ನಿಸಿದಳು. ಅವಳನ್ನು ನೋಡಿ ಶಿವಗಾಮಿ ಮುಗುಳ್ನಕ್ಕಳು.

"ನನಗಂತೂ ಇದು ನನ್ನ ಸಮಸ್ಯೆಯನ್ನು ಹೆಚ್ಚಿಸುವಂತೆಯೇ ಕಾಣಿಸುತ್ತದೆ" ರೇವಮ್ಮ ನುಡಿದಳು.

"ಅವಳು ಒಳ್ಳೆಯ ನಡತೆಯುಳ್ಳವಳು" ತಿಮ್ಮ ನುಡಿದ. ರೇವಮ್ಮ ಅವನ ಕಡೆಗೆ ತಿರುಗಿದಳು.

"ಸಾಮಂತ ತಿಮ್ಮ! ಹುಂ..." ರೇವಮ್ಮನ ಕಣ್ಣುಗಳು ಆಶ್ಚರ್ಯದಲ್ಲಿ ಅಗಲವಾಗಿ ನಂತರ ಅವಳ ತಿಳಿವಿಗೆ ಬಂತು.

"ಅಂದರೇ.... ಈ ಹುಡುಗಿ ..."

"ಹೌದು, ಸರಿಯಾಗಿ ಊಹಿಸಿದೆ ರೇವಮ್ಮ" ರೂಪಕನ ಸಹಾಯದಿಂದ ಪರಮೇಶ್ವರರು ಎದ್ದು ನಿಂತರು. "ಇಂದು ನನಗೂ ತಡವಾಗಿದೆ. ಮುದುಕಿ ಕಾಯುತ್ತಿರುತ್ತಾಳೆ. ಕಳೆದ ಅರವತ್ತೈದು ವರ್ಷಗಳಿಂದ ಮಾಡುತ್ತಿರುವಂತೆ.

ವಧುವಾಗಿ ಬಂದಾಗ ನೀವು ನಿಮ್ಮ ಕೆಲಸವನ್ನೇ ಕಟ್ಟಿಕೊಂಡಿದ್ದೀರಿ ಅನ್ನುತ್ತಿದ್ದಳು. ಈಗೆಲ್ಲ ಸಿಡಿಪಿಡಿ ಮಾಡುವುದಿಲ್ಲ. ಮೊಮ್ಮಕ್ಕಳು ಮರಿಮಕ್ಕಳಿದ್ದಾರೆ ಅವಳಿಗೆ ಕೆಲಸ ಕೊಡಲು. ಆಹ್.... ನನ್ನ ಮಂಡಿ ... ರಾಜವೈದ್ಯರನ್ನು ಕರೆಸಬೇಕಿತ್ತು. ನನ್ನ ಮಂಡಿ ನೋವು..."

"ಸ್ವಾಮೀ, ನನ್ನಿಂದ ಇದು ಸಾಧ್ಯವಿಲ್ಲ" ರೇವಮ್ಮ ನುಡಿದಳು. ಶಿವಗಾಮಿ ಇದನ್ನು ನಿರೀಕ್ಷಿಸಿದ್ದಳು. ಅವಳಿಗೂ ಈ ಧಡೂತಿ ಹೆಂಗಸಿನ ಜೊತೆ ಹೋಗುವುದು ಇಷ್ಟವಿರಲಿಲ್ಲ. ಅವಳಿಗೆ ಮನೆಗೆ ಹೋಗಬೇಕಿತ್ತು. ಅಖಿಲಾ ಜೊತೆ ಆಟವಾಡಿ ಕೊಂಡು, ಭಾಮಾ ಅತ್ತೆಯ ಉಪಚಾರದಲ್ಲಿ ಇನ್ನೆರಡು ತುತ್ತು ತಿನ್ನುತ್ತಾ, ರಾಘವನೊಡನೆ ಜಗಳವಾಡಿಕೊಂಡು ಇರಬೇಕಿತ್ತು.

ಮಹಾಪ್ರಧಾನರು ಆಗಲೇ ದ್ವಾರದ ಬಳಿಗೆ ನಡೆದಿದ್ದರು. ರೇವಮ್ಮ ಓಡಿ ಹೋಗಿ ಅವರ ಮುಂದೆ ನಿಂತು ಕೈಮುಗಿದು ಬೇಡಿಕೊಂಡಳು. "ನಾನು ಮಾಹಿಷ್ಮತಿಯ ವೀರಯೋಧರ ಮಕ್ಕಳನ್ನು ನೋಡಿಕೊಂಡಿದ್ದೇನೆ. ದೇಶದ್ರೋಹಿಯ ಮಗಳನ್ನು ನನಗೆ ಕೊಟ್ಟು ನನ್ನ ಹೆಸರನ್ನು ಹಾಳುಮಾಡಬೇಡಿರಿ. ದಯವಿಟ್ಟು ಸ್ವಾಮಿ, ಬೇಡುತ್ತೇನೆ. ಹಾವಿಗೆ ಹಾಲೆರೆಯಲು ನನ್ನನ್ನು ಬಲವಂತಪಡಿಸಬೇಡಿ."

ಶಿವಗಾಮಿಗೆ ತಿಮ್ಮನ ಕೈ ಬಿಡಿಸಿಕೊಂಡು ಓಡಿ ಹೋಗಬೇಕೆನ್ನಿಸಿತು. ಯಾರಿಗೂ ಅವಳು ಬೇಕಿರಲಿಲ್ಲ. ಅನಾಥಾಲಯದ ಮೇಲ್ವಿಚಾರಕರಿಗೂ ಬೇಡಾ ಅವಳು.

"ಸುಮ್ಮನೆ ಉಸಿರು ವ್ಯರ್ಥ ಮಾಡಿಕೊಳ್ಳಬೇಡಾ ರೇವಮ್ಮ. ಮಹಾರಾಜರ ಬಳಿ ಪ್ರಾರ್ಥಿಸಿ ನೋಡು, ಇದು ಅವರ ಆಪ್ಪಣೆ." ಮಹಾಪ್ರಧಾನರು ಅಷ್ಟು ಹೇಳುವಷ್ಟರಲ್ಲಿ ಅವರ ಸಾರೋಟು ದ್ವಾರದ ಬಳಿಗೆ ಬಂದಿತು. ರೂಪಕ ಅವರಿಗೆ ಸಾರೋಟು ಏರಲು ನೆರವಾದ. ಶಿವಗಾಮಿ ಅವರ ಬಳಿಗೆ ಓಡಿದಳು.

"ನೀವೆಲ್ಲರೂ ನನ್ನನ್ನು ಇಷ್ಟು ದ್ವೇಷಿಸುವುದಕ್ಕೆ ನನ್ನ ತಂದೆ ಏನು ಮಾಡಿದರು ಹೇಳಿ" ಕೂಗಿದಳು.

ಪರಮೇಶ್ವರರು ಉತ್ತರಿಸಲಿಲ್ಲ. ಸಾರಥಿಗೆ ಸನ್ನೆ ಮಾಡಿದರು. ಸಾರೋಟು ಅಲ್ಲಾಡಿ ಹಾದಿಯ ಮರಳಿನ ಮೇಲೆ ಮುಂದಕ್ಕೆ ಸಾಗಿತು. ಸಾರೋಟು ಆ ಡೊಂಕು ಬೀದಿಯಲ್ಲಿ ಸಾಗುವುದನ್ನೇ ನೋಡುತ್ತಾ ನಿಂತಳು ಶಿವಗಾಮಿ. ಅದು ಬೃಹದಾಕಾರದ ಮರಗಳ ನಡುವೆ ಕಮಾನಿನ ದ್ವಾರ ದಾಟಿ ಕಣ್ಮರೆಯಾಯಿತು.

ಕೆಲವು ಕ್ಷಣಗಳಲ್ಲಿ ಅದರ ತೂಗಾಡುವ ಲಾಂದ್ರ ಮರೆಯಾಗಿ ಸಾರೋಟಿನ ಗೆಜ್ಜೆ ಸದ್ದೂ ಕೂಡಾ ಇಲ್ಲವಾಯಿತು.

ತಿಮ್ಮನ ಅಳುವಿನ ಸದ್ದು ಕೇಳಿ ಅವಳು ತಿರುಗಿದಳು. ತಂದೆಯ ಧೋತ್ರವನ್ನು ಹಿಡಿದು ಅಖಿಲಾ ಕೂಡಾ ಅಳುತ್ತಿದ್ದಳು. ಅವರ ಹಿಂದೆ ಸ್ವಲ್ಪ ದೂರದಲ್ಲಿ ರೂಪಕ

ಮತ್ತು ರೇವಮ್ಮ ಯಾವುದರ ಬಗ್ಗೆಯೋ ವಾದ ಮಾಡುತ್ತಿದ್ದರು. ಶಿವಗಾಮಿಯನ್ನು ಭದ್ರವಾಗಿ ಅವಿಚಿಕೊಂಡು ತಿಮ್ಮ ನುಡಿದ "ಹೀಗಾಗಬಾರದಿತ್ತು.. ನನ್ನನ್ನು ಕ್ಷಮಿಸು. ಸಾಮಂತನ ಮಗಳಾದ ನೀನು ಹಾಗೆಯೇ ಬೆಳೆಯಬೇಕಿತ್ತು. ನಿನ್ನನ್ನು ಈ ಥರ ಬಿಟ್ಟು ಹೋಗುತ್ತಿರುವುದಕ್ಕೆ ನನಗೆ ವಿಷಾದವಿದೆ. ದೇವಿ... ಗೌರೀಪರ್ವತದ ದೇವಿ ಸದಾ ನಿನ್ನನ್ನು ರಕ್ಷಿಸಲಿ."

ಮುದುಕ ಬಿಕ್ಕಿ ಬಿಕ್ಕಿ ಅತ್ತ. ಶಿವಗಾಮಿಯ ಬಾಯಲ್ಲಿ ಮಾತು ಹೊರಡಲಿಲ್ಲ. ಸ್ಥಬ್ಧಳಾಗಿದ್ದಳು ಅವಳು. ಅನಾಥಾಲಯ ಎನ್ನುವುದು ಹೇಗಿರುತ್ತದೆ ಎಂದು ಅವಳಿಗೆ ತಿಳಿದಿರಲಿಲ್ಲ. ಬಹುಶಃ ಅಲ್ಲಿ ಅವಳಿಗೆ ಹೊಸ ಗೆಳಯರು ಸಿಗಬಹುದು. ಹಳೆಯದನ್ನು ಮರೆತು ಹೊಸ ಬದುಕು ಸಿಗಬಹುದು. ಹೇಗಿದ್ದರೂ ಅದು ಸ್ವಲ್ಪ ತಿಂಗಳ ಕಾಲ ಮಾತ್ರ. ಅವಳಿಗೆ ಹದಿನೆಂಟು ವಯಸ್ಸಾದಾಗ ಯಾರಾದರೂ ಉತ್ತಮರ ಮನೆಯಲ್ಲಿ ಸೇವಕಿಯಾಗಿ ಕೆಲಸ ಮಾಡಬಹುದು. ಬಹುಷಃ...

"ಶಿವಗಾಮಿ" ತಿಮ್ಮ ಅವಳನ್ನು ಪಕ್ಕಕ್ಕೆ ಕರೆದುಕೊಂಡು ಹೋದ.

ಅವನ ದನಿ ಗಂಭೀರವಾಗಿತ್ತು. "ನನ್ನನ್ನು ಕ್ಷಮಿಸು ಮಗು, ಆದರೆ ನಾನು ನಿನ್ನನ್ನು ಕಳಿಸುತ್ತಿರುವುದಕ್ಕೆ ಒಂದು ಕಾರಣವಿದೆ. ಒಂದು ದಿನ ನಿನಗೆ ಗೊತ್ತಾಗುತ್ತದೆ. ಅನೇಕ ಭಯಂಕರ ರಹಸ್ಯಗಳಿವೆ, ಆದರೆ ಈಗ ಸಧ್ಯಕ್ಕೆ ನೀನು ಅವನ್ನು ತಿಳಿದುಕೊಳ್ಳುವ ಕಾರಣವಿಲ್ಲ. ಆದರೆ ನಿನ್ನ ತಂದೆ ಮಹಾನ್ ವ್ಯಕ್ತಿಯಾಗಿದ್ದ ಎನ್ನುವುದು ನಿನಗೆ ತಿಳಿದಿರಬೇಕು. ಅವನು ದ್ರೋಹಿಯಾಗಿರಲಿಲ್ಲ. ತೃಣ ಮಾತ್ರದಷ್ಟು ಮನುಷ್ಯತ್ವ ಇರುವ ಯಾರೇ ಆದರೂ ಅವನು ಮಾಡಿದ್ದನ್ನೇ ಮಾಡುತ್ತಿದ್ದರು. ಈಗ, ಕರ್ತವ್ಯದ ನೊಗ ನನ್ನ ಹೆಗಲ ಮೇಲಿದೆ. ನನ್ನ ಗೆಳೆಯನನ್ನು ನಾನು ಈಗ ಹೆಚ್ಚು ಅರ್ಥಮಾಡಿಕೊಂಡಿದ್ದೇನೆ. ಅವನು ತನ್ನ ಪ್ರಯತ್ನದಲ್ಲಿ ಯಶಸ್ವಿಯಾಗಿದ್ದಾರೆ ಚೆನ್ನಾಗಿರುತ್ತಿತ್ತು. ಆದರೆ ವಿಧಿ ಅವನಿಗೆ ಬೇರೆಯೇ ಯೋಜನೆ ಹಾಕಿತ್ತು. ಅವನು ಮಾಡಲು ಹೊರಟಿದ್ದನ್ನು ಈಗ ನಾನು ಮಾಡಲು ಯತ್ನಿಸುತ್ತಿದ್ದೇನೆ. ಅದಕ್ಕೆ ಕೆಲವು ಸುಳಿವುಗಳು ಒಂದು ಪುಸ್ತಕದಲ್ಲಿದೆ. ನಿನ್ನ ತಂದೆ ಅದರ ಬಗ್ಗೆ ನನಗೆ ಹೇಳಿದ್ದ, ಅವನ .... ಕ್ಷಮಿಸು. ಅದರ ಬಗ್ಗೆ ನಿನಗೆ ಈ ಮೊದಲೇ ಹೇಳಿ ನಿನಗೆ ಇನ್ನೂ ಬೇಸರವಾಗುವಂತೆ ಮಾಡುವುದು ನನ್ನ ಉದ್ದೇಶವಾಗಿರಲಿಲ್ಲ. ಮಹಾರಾಜರು ನಿಮ್ಮ ವಾಡೆಗೆ ಬೀಗಮುದ್ರೆ ಹಾಕಿಸಿದ್ದರು. ಅದನ್ನು ಮುರಿದು ತೆರೆಯಲು ಅವರ ಅನುಮತಿ ಪಡೆಯಬೇಕಾಗುತ್ತಿತ್ತು. ನಾನು..." ತಮ್ಮ ಮಾತನ್ನು ರೂಪಕ ಮತ್ತು ರೇವಮ್ಮ ಕೇಳಿಸಿಕೊಳ್ಳುತ್ತಿರುವರೇ ಎಂದು ತಿಮ್ಮ ಸುತ್ತ ನೋಡಿದ. ಆದರೆ ಅವರು ತಮ್ಮದೇ ಮಾತುಕತೆಯಲ್ಲಿ ಮುಳುಗಿದ್ದರು.

ತಿಮ್ಮ ದನಿ ತಗ್ಗಿಸಿ ನುಡಿದ "ನಾನು ಕೋಟೆ ಗೋಡೆಯನ್ನು ಏರಿ ನಿಮ್ಮ ವಾಡೆಯ ಒಳಹೊಕ್ಕು ನೋಡಿದ್ದೆ. ಇದು ಹತ್ತು ವರ್ಷಗಳ ಹಿಂದಿನ ಮಾತು. ಆಗ ನನಗಿನ್ನೂ ವಯಸ್ಸಿತ್ತು. ಆಗ ನನಗೆ ಅದು ಸಿಗಲಿಲ್ಲ. ಮತ್ತೆ ಪ್ರಯತ್ನಿಸುವುದು ಅಪಾಯಕಾರಿಯಾಗಿತ್ತು. ನಿನ್ನ ತಂದೆಯ ಸೇವಕರಲ್ಲಿ ಕೆಲವರನ್ನು ಗೋಪ್ಯವಾಗಿ ಪ್ರಶ್ನಿಸಿದೆ. ಆದರೆ ಅವರಲ್ಲಿ ಯಾರು ನಂಬಿಕಸ್ಥರು ಯಾರಲ್ಲ ಎಂದು ಹೇಳುವಂತಿರಲಿಲ್ಲ. ಮಹಾಮಾಘವು ಒಂದು ದಶಕದ ನಂತರ ಬರುತ್ತದೆಂದು ಆ ಸಮಯಕ್ಕೆ ಒಂದು ಪರಿಹಾರ ತಾನೇ ತಾನಾಗಿ ಮೂಡಿಬರುತ್ತದೆ ಎಂದು ನನಗೆ ನಾನೇ ಮೋಸ ಮಾಡಿಕೊಂಡೆ. ಈಗ ಅದು ಹತ್ತಿರವಾಗುತ್ತಿದೆ, ನನಗೆ ಭಯ ವಾಗುತ್ತಿದೆ ಮಗೂ. ಇದನ್ನೆಲ್ಲಾ ನಾನು ನಿನಗೆ ಮೊದಲೇ ಯಾಕೆ ಹೇಳಲಿಲ್ಲವೆಂದರೆ ನೀನು ತುಂಬಾ ಆತುರ, ಕುತೂಹಲದವಳು, ಉತ್ತರಗಳಿಗಾಗಿ ನನ್ನನ್ನು ಪೀಡಿಸುತ್ತಿದ್ದೆ. ನಾನು ಆ ಪುಸ್ತಕಕ್ಕಾಗಿ ಇನ್ನೂ ಹುಡುಕುತ್ತಿದ್ದೇನೆ. ನಿನ್ನ ತಂದೆ ಅದನ್ನು ಮನೆಯಲ್ಲಿ ಇಡದೆ ಬೇರೆ ಎಲ್ಲೋ ಇಟ್ಟಿರಬಹುದು... ಏನೇ ಇರಲಿ, ಮತ್ತೊಮ್ಮೆ ನನ್ನ ಗೆಳೆಯನ ವಾಡೆಯೊಳಗೆ ನಾನು ಹೋಗುವುದಿಲ್ಲ. ತುಂಬಾ ನೋವಿನ ನೆನಪುಗಳು ಮರುಕಳಿಸುತ್ತವೆ. ಅದು ನನ್ನ ಅಧೀನದಲ್ಲಿದ್ದರೂ ಆ ಪ್ರಯತ್ನದ ನಂತರ ನಾನು ಮತ್ತೆ ಅಲ್ಲಿಗೆ ಹಿಂದಿರುಗಿಲ್ಲ. ಅದರಲ್ಲಿ ಏನಿದೆಯೋ ನನಗೆ ತಿಳಿಯದು. ಆದರೆ ಅದರಿಂದ ಒಂದು ಪರಿಹಾರ ಕಂಡುಕೊಳ್ಳುವ ಬಗ್ಗೆ ನಿನ್ನ ತಂದೆಗೆ ವಿಶ್ವಾಸವಿತ್ತು. ನಾನು ಅದರಲ್ಲಿ ಯಶಸ್ವಿಯಾದರೆ ಎಲ್ಲವೂ ಪರಿಹಾರವಾಗುತ್ತದೆ. ಇಲ್ಲದಿದ್ದರೆ, ನನ್ನ ಹೃದಯ ಹೇಳಿದಂತೆ ನಾನು ನಡೆದುಕೊಳ್ಳುತ್ತೇನೆ."

ಶಿವಗಾಮಿಯ ತಲೆಯಲ್ಲಿ ಸಂಶಯಗಳು ಮತ್ತು ಪ್ರಶ್ನೆಗಳು ಎದ್ದವು. ಒಂದು ಕ್ಷಣ ಅವಳಿಗೆ ಅವನಿಗೆ ಪುಸ್ತಕವನ್ನು ತೋರಿಸುವ ಆಸೆಯಾಯಿತು. ಆದರೆ ಅವಳು ಅದನ್ನು ತಡೆದುಕೊಂಡಳು.

ಅವಳು ತಂದೆಯ ಬಗ್ಗೆ ಪ್ರಶ್ನಿಸಲು ಬಾಯಿ ತೆರೆದಳು. ಆದರೆ ಅವನು ಅವಳನ್ನು ತಡೆದ. "ಹೆಚ್ಚು ತಿಳಿದುಕೊಂಡರೆ ಅದರಿಂದ ನಿನ್ನ ಜೀವಕ್ಕೇ ಅಪಾಯ."

ಅವನು ಅವಳನ್ನು ಆತಂಕದಲ್ಲಿ ಚಿಕ್ಕದಾಗಿ ಆಲಂಗಿಸಿ ನಂತರ ಹಿಂದಿರುಗಿ ನೋಡದೆ ತನ್ನ ಸಾರೋಟಿನ ಕಡೆಗೆ ನಡೆದ.

ಅಖಿಲಾ ಶಿವಗಾಮಿಯ ಲಂಗ ಹಿಡಿದು ಜಗ್ಗುತ್ತಿದ್ದಳು. ಶಿವಗಾಮಿ ಮಂಡಿಯೂರಿ ಕೂತು ಅವಳನ್ನು ನೋಡಿದಳು.

"ಅಪ್ಪಾಜಿ ಹೇಳುತ್ತಿದ್ದಾರೆ ನಾನು ನಿನ್ನ ಜೊತೆ ಇರುವಂತಿಲ್ಲವಂತೆ. ನೀನು ಅವರಿಗೆ ಹೇಳುತ್ತೀಯಾ?"

ಶಿವಗಾಮಿ ಅವಳ ಭುಜ ಹಿಡಿದು ಅವಳ ಕಣ್ಣುಗಳನ್ನೇ ನೋಡುತ್ತಾ ಹೇಳಿದಳು "ಮುದ್ದು ಬಂಗಾರಿ, ನೀನು ನಿನ್ನ ತಂದೆತಾಯಿಯರ ಜೊತೆ ಇರಬೇಕು. ನಾನು ಬೇಗನೆ ನಿನ್ನನ್ನು ನೋಡಲು ಬರುತ್ತೇನೆ ಅಥವಾ ನೀನೇ ನವರಾತ್ರಿ ಅಥವಾ ಸಂಕ್ರಾಂತಿಗೆ ನನ್ನನ್ನು ನೋಡಲು ಬರುವಿಯಂತೆ. ಅಕ್ಕ ನಿನಗಾಗಿ ಒಂದು ಒಳ್ಳೆ ಉಡುಗೊರೆ ಸಿದ್ಧ ಮಾಡಿ ಇಟ್ಟಿರುತ್ತಾಳೆ."

ಅಖಿಲಾಳ ಕಣ್ಣು ಅರಳಿದವು. "ನಿಜವಾಗಿ? ವಚನ ಕೊಡು"

ಶಿವಗಾಮಿ ಅವಳನ್ನು ಗಟ್ಟಿಯಾಗಿ ಅಪ್ಪಿಕೊಂಡು "ವಚನ ಕೊಡುತ್ತೇನೆ, ನನ್ನ ಮುದ್ದು ಬಂಗಾರಿ" ಎಂದಳು.

ಅವಳಿಗೆ ಕೈ ಬೀಸುತ್ತಾ ಅಖಿಲಾ ತಂದೆಯ ಬಳಿಗೆ ಓಡಿದಳು. ಶಿವಗಾಮಿಯನ್ನು ಅಲ್ಲೇ ಬಿಟ್ಟು, ಅವಳ ಹೊಸಬಾಳಿಗೆ ನಾಂದಿ ಹಾಡಿ, ತಿಮ್ಮನ ಸಾರೋಟು ಬೇಗನೆ ಕಣ್ಮರೆಯಾಯಿತು.

"ಸ್ವಾಮಿ, ನಿಮ್ಮ ವಾದ ಕೇಳಿಕೊಂಡಿರಲು ನನಗೆ ಇಡೀ ರಾತ್ರಿ ಇಲ್ಲ," ಎಂದು ರೂಪಕನಿಗೆ ಹೇಳುತ್ತಾ ರೇವಮ್ಮ ಶಿವಗಾಮಿಯತ್ತ ತಿರುಗಿ "ನಡಿ" ಎಂದು ಗಡಸು ಗಂಟಲಲ್ಲಿ ನುಡಿದಳು.

"ಹುಡುಗಿಯ ಬಗ್ಗೆ ಕರುಣೆಯಿರಲಿ" ರೂಪಕ ಹೇಳಿದ.

"ಥೂ!" ರೇವಮ್ಮ ಉಗಿದಳು "ದ್ರೋಹಿಯ ಮಗಳನ್ನು ಹೇಗೆ ನಡೆಸಿಕೊಳ್ಳ ಬೇಕೆಂದು ನನಗೆ ಗೊತ್ತು. ಮುದುಕಿ ರೇವಮ್ಮನಿಗೆ ಯಾರೂ ಏನನ್ನೂ ಹೇಳಿಕೊಡಬೇಕಾಗಿಲ್ಲ."

"ನಡಿ" ಎನ್ನುತ್ತಾ ರೇವಮ್ಮ ಅವಳನ್ನು ತಳ್ಳಿದಳು. ಶಿವಗಾಮಿ ನಡೆಯ ಲಾರಂಭಿಸಿದಳು. ಧಡೂತಿ ಹೆಂಗಸು ಅವಳ ಹಿಂದೆ ಏದುಸಿರು ಬಿಡುತ್ತಾ ನಡೆದಳು. ಶಿವಗಾಮಿ ದೃಢವಾದ ಹೆಜ್ಜೆ ಇಟ್ಟು, ನೇರ ಮುಂದೆ ನೋಡುತ್ತಾ, ಕೈಯಲ್ಲಿ ಬಟ್ಟೆ ಗಂಟು ಹಿಡಿದು ಬೆರಳುಗಳಲ್ಲಿ ತಂದೆಯ ಪುಸ್ತಕವನ್ನು ಸ್ಪರ್ಶಿಸುತ್ತಾ ನಡೆದಳು.

ಇದ್ದಕ್ಕಿದ್ದಂತೆ ಒಂದು ಆಲೋಚನೆ ಅವಳನ್ನು ಸ್ತಂಭಿತಗೊಳಿಸಿತು. ತಿಮ್ಮ ಚಿಕ್ಕಪ್ಪ ಹೇಳುತ್ತಿದ್ದುದು ಇದೆ ಪುಸ್ತಕದ ಬಗ್ಗೆಯೇ? ಇರಲಿಕ್ಕಿಲ್ಲ, ತನಗೆ ತಾನೇ ಸಮಾಧಾನ ಹೇಳಿಕೊಂಡಳು. ಆದರೆ ಒಳಗೊಳಗೇ ಆ ಯೋಚನೆ ಅವಳನ್ನು ಕಾಡಿತು.

ತಿಮ್ಮನಿಗೆ ಪುಸ್ತಕದ ಬಗ್ಗೆ ಹೇಳಿಬಿಡಬೇಕಿತ್ತು ಅಂದುಕೊಂಡಳು. ಅವರು ಅವಳಿಗೆ ಪೂರ್ತಿ ಸತ್ಯವನ್ನು ಹೇಳಿಬಿಡಬಹುದಿತ್ತು. ಆದರೆ ಅವರು ಏನನ್ನೋ ಮುಚ್ಚಿಡುತ್ತಿದ್ದರು. ತನ್ನ ರಹಸ್ಯಗಳ ಬಗ್ಗೆ ಅವರಿಗೆ ಹೇಳಲೇಬೇಕೆನ್ನುವ ನಿರ್ಬಂಧವೇನೂ ಇರಲಿಲ್ಲ ಅವಳಿಗೆ. ಅದು ಅವಳ ತಂದೆಯ ಪುಸ್ತಕ. ಈಗ ಅದು

ಅವಳಿಗೆ ಸೇರಿದ್ದು. ಅದನ್ನವಳು ಮತ್ತೆ ಮತ್ತೆ ಮನಸ್ಸಿನಲ್ಲಿ ಪುನರುಚ್ಚರಿಸಿದಳು. ಆದರೂ ತಪ್ಪಿತಸ್ಥ ಭಾವನೆ ಹೋಗಲಿಲ್ಲ.

ದ್ವಾರದ ಬಳಿಯ ಯೋಧರು ರೇವಮ್ಮನ ಬಗ್ಗೆ ಕೆಟ್ಟ ಮಾತುಗಳ ಟೀಕೆ ಮಾಡಿದರು. ಅವಳು ನಿಂತು ಅವರ ಕಡೆಗೆ ಉಗಿದು ಬೈದಳು.

ರೇವಮ್ಮ ಯೋಧರಿಗೆ ಬೈಯುತ್ತಿದ್ದಾಗ ನದಿಯ ಪಕ್ಕ ಒಂದು ಮೇನೆ ಮತ್ತು ಕೆಲವು ಮಂದಿ ಅದರ ಪಕ್ಕದಲ್ಲಿ ನಿಂತಿರುವುದನ್ನು ಶಿವಗಾಮಿ ನೋಡಿದಳು. ರಾತ್ರಿಯ ಈ ಹೊತ್ತಿನಲ್ಲಿ ಅವರು ಏನು ಮಾಡುತ್ತಿದ್ದಾರೆ? ರೇವಮ್ಮ ಅವರನ್ನು ಕಂಡು ಮುಂದೆ ಹೋಗಲು ಹಿಂಜರಿದು ಅಲ್ಲೇ ನಿಂತಳು. ಮೇನೆಯಿಂದ ಒಂದು ಉದ್ದನೆಯ ವ್ಯಕ್ತಿ ಹೊರಗಿಳಿಯಿತು. ಅದು ಹೆಣ್ಣೋ ಗಂಡೋ ಎಂದು ತಿಳಿಯಲು ಶಿವಗಾಮಿ ಕಣ್ಣು ಕಿರಿದುಗೊಳಿಸಿ ನೋಡಿದಳು. ಆ ವ್ಯಕ್ತಿ ಹೆಣ್ಣೆನಿಸಿಕೊಳ್ಳಲು ಅತಿ ಎತ್ತರವಾಗಿತ್ತು. ಆದರೆ ಅವಳ ಹಾವಭಾವ ಲಾಸ್ಯವೆಲ್ಲ ಹೆಣ್ಣಿನಂತಿತ್ತು. ಆ ವ್ಯಕ್ತಿ ಹತ್ತಿರ ಬಂದಾಗ ರೇವಮ್ಮ ಗಾಭರಿಯಾದಳು. ಬೆಳುದಿಂಗಳಲ್ಲಿ ಆ ವ್ಯಕ್ತಿಯ ವಜ್ರದ ಮೂಗುನತ್ತಿನ ಮೇಲೆ ಬೆಳಕು ಚೆಲ್ಲಿ ಅದು ಹೊಳೆಯಿತು. ರೇವಮ್ಮ ಶಿವಗಾಮಿಯ ಕೈಯನ್ನು ಭದ್ರವಾಗಿ ಹಿಡಿದುಕೊಂಡಳು.

"ಇವಳೇನಾ ಆ ಹುಡುಗಿ?" ಆ ಹೆಂಗಸು ಗಡಸು ದನಿಯಲ್ಲಿ ಕೇಳಿದಳು.

ಅಧ್ಯಾಯ ಹನ್ನೊಂದು

ಮಹಾದೇವ

ರಾಜಕುಮಾರ ಮಹಾದೇವ ಮಹಾರಾಣಿ ಹೇಮಾವತಿಯ ವಸತಿಯಲ್ಲಿದ್ದ. ತಂದೆಗಿಂತ ಅವನು ತಾಯಿಗೆ ಹೆದರುತ್ತಿದ್ದ. ತಾನು ಮಾಡಿದ ತಪ್ಪು ಮತ್ತು ಪಶ್ಚಾತ್ತಾಪ ತನ್ನ ಮುಖದ ಮೇಲೆಲ್ಲಾ ಕಾಣಿಸುತ್ತಿದೆ ಎಂದು ಭಯಪಟ್ಟಿದ್ದ. ಅವನಿಗೆ ಅವಳನ್ನು ನೋಡುವುದು ಬೇಕಿರಲಿಲ್ಲ.

"ನಾನು ಮಾತನಾಡುವಾಗ ತಲೆ ಎತ್ತಿ ನನ್ನನ್ನು ನೋಡು" ಅವನ ತಾಯಿ ಪಲ್ಲಂಗದಿಂದೆದ್ದು ಅವನ ಕಡೆಗೆ ನಡೆದು ಬಂದಳು. ಅವನು ಮನಸ್ಸಿಲ್ಲದೆ ತಲೆ ಎತ್ತಿದ.

"ಈಗ ನನ್ನ ಕಣ್ಣಲ್ಲಿ ಕಣ್ಣಿಟ್ಟು ನೋಡಿ ಹೇಳು, ನಿನ್ನ ಅಣ್ಣ ಎಲ್ಲಿಗೆ ಹೋಗಿದ್ದಾನೆ?"

ಮಹಾದೇವನಿಗೆ ಸಂದಿಗ್ಧತೆ ಕಾಡಿತು. ಅವನಿಗೆ ಅಣ್ಣ ಎಲ್ಲಿಗೆ ಹೋಗಿದ್ದಾನೆನ್ನುವುದು ಸ್ಪಷ್ಟವಾಗಿ ಗೊತ್ತಿತ್ತು. ಆದರೆ ಅದನ್ನು ತಾಯಿಗೆ ಹೇಗೆ ಹೇಳುವುದು? ಕೇಕಿ ಯಾರು ಮತ್ತು ಅವಳು ಎಲ್ಲಿ ಕೆಲಸ ಮಾಡುತ್ತಾಳೆ ಅನ್ನುವುದು ಎಲ್ಲರಿಗು ಗೊತ್ತು.

97

ಖಂಡಿತಾ ಅವರ ತಾಯಿ ಕೋಪದಲ್ಲಿ ಕೆಂಡವಾಗುತ್ತಾಳೆ.

ಮಹಾರಾಣಿ ಹೇಮಾವತಿ ಸದಾ ತನ್ನ ಮಕ್ಕಳು ಎಲ್ಲ ದಾರಿಕೆಟ್ಟ ರಾಜಕುಮಾರರಂತೆ ಇರಬಾರದು ಎಂದು ಹೇಳುತ್ತಿದ್ದಳು. ಅವಳು ಉತ್ತರದ ತುದಿಯ ಹಿಮದ ನಾಡಿನವಳು. ಅಲ್ಲಿ ಋಷಿಮುನಿಗಳು ಆಧ್ಯಾತ್ಮದ ಶೋಧನೆಯಲ್ಲಿ ತೊಡಗಿರುತ್ತಿದ್ದರು. ತನ್ನ ಮಕ್ಕಳನ್ನು ಹೇಗೆ ಬೆಳೆಸಬೇಕೆನ್ನುವ ಬಗ್ಗೆ ಅವಳಿಗೆ ತುಂಬಾ ಕಟ್ಟುನಿಟ್ಟಿನ ಆಲೋಚನೆಗಳಿದ್ದವು. ಆ ಬಗ್ಗೆ ಅವಳಿಗೂ ಮಹಾರಾಜರಿಗೂ ಭಿನ್ನಾಭಿಪ್ರಾಯಗಳಿದ್ದವು. ಮಹಾರಾಜ ಸೋಮದೇವರಿಗೆ ಈ ವಿಚಾರ ಮಹಾ ಸಮಸ್ಯೆಯಾಗೇನೂ ಇರಲಿಲ್ಲ. ಅವರಿಗೆ ದೊಡ್ಡದೊಂದು ವೇಶ್ಯಾವಾಟಿಕೆ ಇತ್ತು ಮತ್ತು ವದಂತಿಗಳ ಅನುಸಾರ, ಅವರು ಅಲ್ಲಿ ಅರೆನಗ್ನ ಸುಂದರಿಯರ ನರ್ತನದಿಂದ ಸಂತೋಷಪಡುತ್ತಿದ್ದರು. ಮಹಾರಾಣಿ ಪೂಜಾ ಮಂದಿರದಲ್ಲಿ ಧ್ಯಾನದಲ್ಲಿ ತೊಡಗಿರುತ್ತಿದ್ದರು.

ಮಹಾದೇವನಿಗೆ ಇವರಿಬ್ಬರ ನಡುವೆ ಸಿಕ್ಕಿಹಾಕಿಕೊಂಡಂತಾಗುತ್ತಿತ್ತು. ಅವನ ತಾಯಿ ಸದಾ ಉದಾತ್ತ ಸಂಗತಿಗಳ ಬಗ್ಗೆ ಹೇಳುತ್ತಿದ್ದಳು ಮತ್ತು ತಂದೆ, ಅವರಿಗೆ ಸಮಯ ಸಿಕ್ಕಿದಾಗ, ವ್ಯಾವಹಾರಿಕ ಸಂಗತಿಗಳ ಬಗ್ಗೆ ಮಾತನಾಡುತ್ತಿದ್ದರು. ಗುರುಗಳನ್ನು ಕೇಳಿದಾಗಲೆಲ್ಲ ಅವರು ಹೃದಯದ ಹಾದಿ ಹಿಡಿ ಅನ್ನುತ್ತಿದ್ದರು. ಅವನಿಗೇನು ಗೊತ್ತು ಎಂದು ಅವನಿಗೆ ತಿಳಿದಿದೆ ಎನ್ನುವಂತೆ.

ಕೆಲವೊಮ್ಮೆ ಅವನ ಹೃದಯ ತಾಯಿಯ ಪ್ರಾರ್ಥನೆಗಳಲ್ಲಿ ತೊಡಗಿಕೊಂಡರೆ ಕೆಲವೊಮ್ಮೆ ತನ್ನ ಅಣ್ಣ ಕಾಣುವ ಕನಸುಗಳಲ್ಲಿ ಮಗ್ನವಾಗುತ್ತಿತ್ತು. ಅಣ್ಣ ಬೈಯುವ ಮತ್ತು ಬೆದರಿಸುವ ಸ್ವಭಾವದವನಾದರೂ ಅವನೊಡನೆ ಕಾಲಕಳೆಯುವುದೆಂದರೆ ಬಹಳ ಮೋಜು ಎಂದು ಮಹಾದೇವ ತಿಳಿದುಕೊಂಡಿದ್ದ. ಅಣ್ಣ ಯಾವಾಗಲೂ ಮಹಾನ್ ಸಾಹಸಿ, ಚಟುವಟಿಕೆಯಲ್ಲಿ ನಳನಳಿಸುತ್ತಿರುತ್ತಾನೆ. ಅವನ ಗೆಳೆಯರೂ ಆಕರ್ಷಕ ವ್ಯಕ್ತಿತ್ವದವರು. ಅವನು ತಾಯಿಯ ಉಪದೇಶಗಳ ಬಗ್ಗೆ ತಲೆಯನ್ನೇ ಕೆಡಿಸಿಕೊಳ್ಳುತ್ತಿರಲಿಲ್ಲ, ತನಗೆ ಇಷ್ಟ ಬಂದಂತೆ ಮಾಡುತ್ತಿದ್ದ. ಮಹಾದೇವ ಅದಕ್ಕೆ ತದ್ವಿರುದ್ಧ ಸ್ವಭಾವದವನು.

"ಬಾಯಲ್ಲಿ ಏನು ನುಂಗಿರುವೆ? ನಾನು ನಿನಗೊಂದು ಪ್ರಶ್ನೆ ಕೇಳಿದೆ" ಅವನ ತಾಯಿಯ ಧ್ವನಿ ಶೀತಲವಾಗಿತ್ತು.

"ಅವನು...ಅವನು....ಹೊರಗೆ ಹೋಗಿದ್ದಾನೆ." ಮಹಾದೇವ ಗೊಣಗಿದ.

"ಓಹ್...ನನಗೆ ಗೊತ್ತೇ ಇಲ್ಲ! ಅವನು ಅದೃಶ್ಯ ರೂಪದಲ್ಲಿ ನಿನ್ನ ಪಕ್ಕ ನಿಂತು ಕೊಂಡಿದ್ದಾನೆ ಎಂದುಕೊಂಡೆ!" ಮಹಾರಾಣಿಯ ತುಟಿ ವಕ್ರವಾಯಿತು. "ಒಂದು ಸರಳ ಪ್ರಶ್ನೆ ಅರ್ಥ ಮಾಡಿಕೊಂಡು ನೇರ ಉತ್ತರ ಕೊಡಲಾಗುವುದಿಲ್ಲವೇ? ಇಲ್ಲಿ

ನೋಡು, ನೆಲವನ್ನಲ್ಲ. ಬೆರಳು ಮುರಿಯಬೇಡಾ. ಅದು ವಾಸಿ. ಈಗ, ನನಗೆ ಉತ್ತರ ಕೊಡು. ನಿನ್ನ ಅಣ್ಣನನ್ನ ನೀನು ಕೊನೆಯ ಸಲ ನೋಡಿದ್ದು ಎಲ್ಲಿ?"

"ಪಡಸಾಲೆಯಲ್ಲಿ" ಮಹಾದೇವ ಮತ್ತೆ ತಲೆ ಬಾಗಿದ.

"ಒಬ್ಬ ಮಗ ದುಷ್ಟ ಇನ್ನೊಬ್ಬ ಹೇಡಿ. ಇವತ್ತು ದ್ವಂದ್ವ ಯುದ್ಧ ಅಭ್ಯಾಸದಲ್ಲಿ ಆ ಗುಲಾಮನ ಮಗ ನಿನ್ನನ್ನು ಸೋಲಿಸಿದನಂತೆ?"

"ನನಗೆ ದ್ವಂದ್ವ ಯುದ್ಧದ ಬಗ್ಗೆ ದ್ವೇಷವಿದೆ," ತಲೆ ಎತ್ತದೆ ಮಹಾದೇವ ಉತ್ತರಿಸಿದ. ತಾಯಿ ಉಸಿರೆಳೆದುಕೊಳ್ಳುವುದು ಅವನಿಗೆ ಕೇಳಿಸಿತು.

"ಆ ಗುಲಾಮನ ಮಗನಿಗೆ ಚಾಟಿ ಏಟು ಹೊಡೆಸುತ್ತೇನೆ. ಎಲ್ಲರ ಮುಂದೆ ನಿನಗೆ ಅವಮಾನ ಮಾಡುವಷ್ಟು ಕೊಬ್ಬೇ ಅವನಿಗೆ?"

"ಅವನು ನ್ಯಾಯವಾಗಿಯೇ ಕಾದಾಡಿ ಗೆದ್ದ. ಅಲ್ಲಿ ಕೆಲವರು ಯೋಧರು ಬಿಟ್ಟರೆ ಬೇರೆ ಯಾರಿರಲಿಲ್ಲ, ಜೊತೆಗೆ ಮಲಯಪ್ಪ ಮಾವ."

"ನಾಲಿಗೆ ಸೀಳಿ ಹಾಕುತ್ತೇನೆ ನೋಡು! ಮಾವ! ಗುಲಾಮನನ್ನು ಮಾವ ಅನ್ನುತ್ತೀಯಾ?! ಯೋಧರೆಲ್ಲ ರಾಜಕುಮಾರ ಮಹಾದೇವ ಎಂಥಾ ಹೇಡಿ ಎಂದು ನಗುತ್ತಿರಬೇಕು. ನಿನ್ನಂಥ ಅಳುಮುಂಜಿಗೆ ನಾನು ಹೇಗೆ ಜನ್ಮ ಕೊಟ್ಟೆ?"

ಮಹಾದೇವನಿಗೆ ತಾಯಿಯ ಮೂದಲಿಕೆ ಅಭ್ಯಾಸವಾಗಿಬಿಟ್ಟಿತ್ತು. ಅದರಿಂದ ನೋವಾಗುವುದು ನಿಂತು ಬಹಳ ಕಾಲವಾಗಿತ್ತು.

"ಓ ಮಹಾದೇವಾ..." ಮಹಾರಾಣಿ ಹಲ್ಲು ಕಚ್ಚಿದಳು. ಮಹಾದೇವ ತಲೆ ಎತ್ತಿದ. "ನಾನು ಕರೆದದ್ದು ನಿನ್ನನ್ನಲ್ಲ. ದೇವರನ್ನು. ಶಂಭೋ ಶಂಕರಾ, ನನ್ನ ಹಿಂದಿನ ಜನ್ಮದಲ್ಲಿ ಯಾವ ಪಾಪ ಮಾಡಿದೆ ಅಂತ ಈ ಜನ್ಮದಲ್ಲಿ ಇಂತಹ ಅಯೋಗ್ಯ ಮಕ್ಕಳನ್ನು ಹೆತ್ತೆ ನಾನು! ಹೇಳು, ಎಲ್ಲಿ ನನ್ನ ಆ ದುಷ್ಟ ಮಗ?"

ಮಹಾದೇವ ಮತ್ತೆ ತಲೆ ಕೆಳಗೆ ಮಾಡಿದ. ಇಂತಹ ಹೆಂಡತಿಯ ಜೊತೆ ತಂದೆ ಹೇಗೆ ತಾನೇ ಏಗುತ್ತಾರೋ ಎಂದುಕೊಂಡ. ಅದಕ್ಕೆಯೇ ಏನು ಅವರು ಯಾವಾಗಲೂ ವೇಶ್ಯಾವಾಟಿಕೆಯಲ್ಲೇ ಇರುತ್ತಿದ್ದುದು? ತನಗೂ ಕೂಡಾ ಮುಂದೆ ಇಂತಹ ಅಧಿಕಾರ ಚಲಾಯಿಸುವ ಹೆಂಡತಿ ಸಿಕ್ಕಿಬಿಟ್ಟರೆ? ವಿನಾಕಾರಣ ಅವನ ಮನಸ್ಸಿನಲ್ಲಿ, ತಂದೆಯ ಜೊತೆ ಮಾತನಾಡುವಾಗ ಪಡಸಾಲೆಯಲ್ಲಿ ಕಂಡ ಸುಂದರ ಹುಡುಗಿಯ ಚಿತ್ರ ಸುಳಿಯಿತು. ಗಾಳಿ ಅವಳ ಗುಂಗುರು ಕೂದಲೊಡನೆ ಆಟವಾಡುತ್ತಿದ್ದ ರೀತಿ.....

"ಉತ್ತರಿಸು ಮಹಾದೇವ!" ತಾಯಿಯ ಏರುದನಿ ಅವನನ್ನು ಸ್ವಪ್ನ ಲೋಕದಿಂದ ಹೊರಗೆಳೆಯಿತು.

"ನೀವು ಪರಮೇಶ್ವರ ಮಹಾದೇವನನ್ನು ಕೇಳುತ್ತಿದ್ದೀರಾ ಅಂದುಕೊಂಡೆ"

ಎಂದ ಮಹಾದೇವ, ತಕ್ಷಣ ತಪ್ಪಾಯಿತೆಂದುಕೊಂಡ. ತಾಯಿಗೇ ಎದುರು ಮಾತಾಡುವಷ್ಟು ಧೈರ್ಯ ಎಲ್ಲಿಂದ ಬಂದಿತು ಎಂದು ಅವನಿಗೆ ಗೊತ್ತಾಗಲಿಲ್ಲ.

"ಒಳ್ಳೆಯದು, ಕನಿಷ್ಠಪಕ್ಷ ಅಷ್ಟಾದರೂ ಸ್ಥೈರ್ಯ ಇದೆಯಲ್ಲ. ನೀನು ಹಾಗಿರುವುದು ನನಗೆ ಇಷ್ಟ, ಆದರೆ ಅದು ಇತರರಿಗೆ ಮಾತ್ರ" ಮಹಾರಾಣಿ ಅವನ ಗಲ್ಲ ಹಿಡಿದೆತ್ತಿ ಅವನ ಕಣ್ಣೊಳಗೆ ದೃಷ್ಟಿ ಇಟ್ಟು ನುಡಿದಳು "ನನಗಲ್ಲ."

ಮಹಾದೇವ ತಲೆ ಆಡಿಸಿದ.

"ಯಾವುದಾದರೂ ಹುಡುಗಿಯ ಬಗ್ಗೆ ಚಿಂತಿಸುತ್ತಿದ್ದೆಯಾ?" ಹಠಾತ್ತಾಗಿ ಹೇಮಾವತಿ ಕೇಳಿದಳು. ಮಹಾದೇವನ ಮುಖ ಕೆಂಪಾಯಿತು. ಅವನು ತಲೆ ಆಡಿಸಿದ.

"ತಂದೆಯಂತೆ ಮಗ! ಈ ಅರಮನೆಗೆ ಒಬ್ಬರು ಕಾಮದೇವರು ಸಾಕು. ನನ್ನ ಮಕ್ಕಳು ಯಾವುದೇ ನೀತಿ, ನಿಷ್ಠೆ, ಮೌಲ್ಯಗಳಿಲ್ಲದೇ ಬೆಳೆಯುವುದು ನನಗಿಷ್ಟವಿಲ್ಲ. ನೀವು ನನ್ನ ಮಕ್ಕಳು, ನಿಮ್ಮ ದೇಹದಲ್ಲಿ ತ್ರಯಂಬಕನ ರಕ್ತ ಹರಿಯುತ್ತಿದೆ. ನಿಮ್ಮ ಪೂರ್ವಜರು ಮಹಾಭಾರತದ ಯುದ್ಧಕಾಲದಲ್ಲಿ ಮಹಾರಾಜರುಗಳಾಗಿದ್ದರು. ಯಾವುದೋ ಸೇವಕರು ತಮ್ಮ ಒಡೆಯರನ್ನು ಕೊಂದು ಇದ್ದಕ್ಕಿದ್ದಂತೆ ರಾಜ ಪದವಿ ಪಡೆದವರಲ್ಲ ನೀವು. ಮಾಹಿಷ್ಮತಿಯ ಕುಲದಂತಲ್ಲದೆ ನಮ್ಮ ಕುಲಕ್ಕೆ ಸಾವಿರಾರು ವರ್ಷಗಳ ಹಿಂದಿನ ಚರಿತ್ರೆ ಇದೆ. ನನ್ನ ಪುತ್ರರು ನನ್ನ ತಂದೆಯ ರೀತಿ ಇರಬೇಕು, ಯಾವುದೋ ..."

ಈ ಮಾತುಗಳನ್ನು ಮಹಾದೇವ ನೂರು ಸಲ ಕೇಳಿದ್ದ. ಅವನಿಗೆ ಆ ಕೊಠಡಿ ಯಿಂದ ಹೋದರೆ ಸಾಕಾಗಿತ್ತು. ಹೊರಗೆ ಚಿಲುಮೆಯ ಬಳಿ ಹೋಗಿ ಮುಕ್ತ ವಾತಾವರಣದಲ್ಲಿ ಹುಲ್ಲಿನ ಮೇಲೆ ಮಲಗಿ ಆಕಾಶದ ಅಸಂಖ್ಯಾತ ನಕ್ಷತ್ರಗಳನ್ನು ದೃಷ್ಟಿಸಬೇಕಿತ್ತು. ಸಾಧ್ಯವಾದರೆ ಆ ಹುಡುಗಿಯ ಬಗ್ಗೆ ಕನಸು ಕಾಣಬಹುದಿತ್ತು.

"ಮಹಾದೇವ, ನಿನ್ನ ಅಣ್ಣನ ಮೇಲೆ ಒಂದು ಕಣ್ಣಿಡು, ಅವನ ಚಲನ ವಲನಗಳ ಬಗ್ಗೆ ನನಗೆ ವರದಿ ಮಾಡು ಎಂದು ನಾನು ಹೇಳಿರಲಿಲ್ಲವೇ? ನೂರನೇ ಸಲ ಕೇಳುತ್ತಿದ್ದೇನೆ, ಬಿಜ್ಜಳ ಎಲ್ಲಿಗೆ ಹೋಗಿದ್ದಾನೆ?"

ಬಿಜ್ಜಳ ತನ್ನ ಪ್ರಶ್ನೆಗೆ ಉತ್ತರಿಸುವುದನ್ನು ತಪ್ಪಿಸಿಕೊಂಡಿದ್ದರೂ, ಕೇಕಿ ಅವನನ್ನು ಆ ಕುಖ್ಯಾತ ವಾಟಿಕೆಗೆ ಕರೆದುಕೊಂಡು ಹೋಗಿದ್ದಾಳೆ ಎಂದು ಅವನಿಗೆ ಗೊತ್ತಿತ್ತು. ಮಹಾದೇವ ಕೊನೆಗೆ ಕೇಕಿಯ ಬಗ್ಗೆ ತಾಯಿಗೆ ಹೇಳದಿರುವ ನಿರ್ಧಾರಕ್ಕೆ ಬಂದ.

"ಅವನು... ಅವನನ್ನು ಸ್ಕಂದದಾಸರು ಕರೆದರು" ಹೇಗೋ ಅನುಸರಿಸಿಕೊಂಡು ಹೇಳಿದ "ಬಿಜ್ಜಳನಿಗೆ ತೆರಿಗೆ ಸಂಗ್ರಹಣೆ ಬಗ್ಗೆ ಮಾಹಿತಿ ಕೊಡಲು ಕರೆದರು."

ಮಹಾದೇವ ನಂಬಲರ್ಹ ಸುಳ್ಳು ಹೇಳಲು ಸಾಧ್ಯವಾಗಿದ್ದಕ್ಕೆ ತನ್ನ ಅದೃಷ್ಟವನ್ನು ವಂದಿಸಿದ. ಸಂಜೆಯ ಇಷ್ಟು ಹೊತ್ತಿನಲ್ಲಿ ಕೆಲಸದಲ್ಲಿ ತೊಡಗಿರು

ವವರು ಸ್ಕಂದದಾಸರು ಮಾತ್ರ, ಉಳಿದವರೆಲ್ಲ ಮನೆಗೆ ಹೋಗಿರುತ್ತಾರೆ ಅಥವಾ ಯಾವುದೋ ಗಡಂಗಿನಲ್ಲಿ ಅಥವಾ ದೇವದಾಸಿಯರ ವಾಟಿಕೆಯಲ್ಲಿ ಬಿದ್ದುಕೊಂಡಿರುತ್ತಾರೆ. ಮಹಾರಾಣಿ ಹುಬ್ಬುಗಂಟಿಕ್ಕಿದಳು.

"ಬಿಜ್ಜಳ ಅಧ್ಯಯನದಲ್ಲಿ ಇಷ್ಟು ಆಸಕ್ತಿ ತೋರಿಸುತ್ತಾನೆ ಅಂತ ನಾನು ಎಂದೂ ಊಹಿಸಿರಲಿಲ್ಲ. ಅದೂ ತೆರಿಗೆ ಬಗ್ಗೆ! ನೀನು ಸುಳ್ಳು ಹೇಳುತ್ತಿಲ್ಲ ತಾನೇ?"

"ಅದು... ಹಾಗಂತ ಅವನು ಹೇಳಿದ" ಮಹಾದೇವ ಮಾತು ಉಗುಳಿದ, ಅವನ ಹೃದಯದ ಬಡಿತ ಮಿತಿಮೀರಿತ್ತು.

"ಎಂದಿನಂತೆ ಅವನು ನಿನ್ನನ್ನು ಮೂರ್ಖನನ್ನಾಗಿಸಿದ್ದಾನೆ." ಮಹಾರಾಣಿ ಅಸಡ್ಡೆಯಲ್ಲಿ ನುಡಿದಳು. "ಅವನೆಲ್ಲಿದ್ದಾನೋ ಕಂಡುಹಿಡಿದು ನನ್ನ ಬಳಿಗೆ ಕರೆದು ಕೊಂಡು ಬಾ. ಅವನು ನಿಜವಾಗಿ ಸ್ಕಂದದಾಸನ ಜೊತೆ ತೆರಿಗೆ ನಿಯಮಗಳನ್ನು ಕಲಿಯುತ್ತಿದ್ದಲ್ಲಿ ... ನಾನು ನಾಳೆಯಿಂದ ಬೀದಿ ಗುಡಿಸುತ್ತೇನೆ."

ಮಹಾದೇವ ತನ್ನ ತಾಯಿಯ ಕೊಠಡಿಯಿಂದ ಅವಸರದಲ್ಲಿ ಹೊರಗೆ ಧಾವಿಸಿದ, ಸಧ್ಯ ಈ ಬಾರಿ ಹೆಚ್ಚು ಅನಾಹುತಗಳಿಲ್ಲದೆ ಪಾರಾಗಿದ್ದ. ಅಂತಃಪುರದಿಂದ ಹಾಡೊಂದು ಗಾಳಿಯಲ್ಲಿ ತೇಲಿಬಂತು. ಬಿಜ್ಜಳನನ್ನು ಹೇಗೆ ಹುಡುಕುವುದು ಎಂದು ಯೋಚಿಸಿದ. ಅವನಿಗೆ ಕಾಳಿಕಾಳ ವಾಟಿಕೆ ಎಲ್ಲಿದೆ ಎಂದು ತಿಳಿದಿರಲಿಲ್ಲ. ಮಾಹಿಷ್ಮತಿಯ ರಾಜಕುಮಾರನಾಗಿ ಅವನು ಆ ಬಗ್ಗೆ ಮುಕ್ತವಾಗಿ ವಿಚಾರಿಸು ವಂತಿರಲಿಲ್ಲ. ಅವನು ಗೊತ್ತು ಗುರಿಯಿಲ್ಲದೆ ಸುಮ್ಮನೆ ನಡೆದ. ಅಂತಃಪುರದ ಹಾಡು ಜೋರಾಯಿತು. ಮೃದಂಗದ ಸದ್ದು, ವೀಣಾವಾದನ ಎರಡೂ ನರ್ತಕಿಯ ಗೆಜ್ಜೆಯ ಝಣತ್ಕಾರದ ಜೊತೆ ಸೇರಿ ವಿಜೃಂಭಿಸಿತು. ಅವನು ನರ್ತಕಿಯ ಮುಖವನ್ನು ಕಲ್ಪಿಸಿಕೊಳ್ಳಲು ಯತ್ನಿಸಿದ. ಅವನಿಗೆ ಅಚ್ಚರಿ ಯಾಗುವಂತೆ ಸಂಜೆ ಕಂಡ ಹುಡುಗಿಯ ಮುಖ ತೇಲಿ ಬಂತು. ಅವಳ ಚಿತ್ರವನ್ನು ತಳ್ಳಿಹಾಕಲು ಯತ್ನಿಸಿದ. ಅಷ್ಟು ಸುಂದರಿ ಯುವತಿಗೆ ನಿಶ್ಚಯವಾಗಿ ಪ್ರೇಮಿಯೊಬ್ಬ ಇದ್ದೇ ಇರುತ್ತಾನೆ. ಮಹಾದೇವ ಎಚ್ಚೆತ್ತುಕೊಂಡ–ಏನಿದು ಹುಚ್ಚಾಟ. ತಲೆಕೊಡವಿಕೊಂಡು ಮುಗುಳ್ನಕ್ಕ.

ರಾತ್ರಿ ಇನ್ನೂ ಅರಳುವುದರಲ್ಲಿತ್ತು. ಮಲ್ಲಿಗೆ ಬಳ್ಳಿಯ ಗಾಢ ಹಸಿರು ಎಳೆಗಳ ಮೇಲೆ ಬೆಳುದಿಂಗಳು ಚೆಲ್ಲಿ ಮಿರುಗುತ್ತಿತ್ತು. ಗಾಳಿಯಲ್ಲಿ ನಿಶಾಗಂಧಿಯ ಪರಿಮಳ ದಟ್ಟವಾಗಿತ್ತು. ಮತ್ತೆ ಆ ಹುಡುಗಿ ಪಡಸಾಲೆಯ ಮೂಲೆಯಲ್ಲಿ ನರ್ತಿಸುತ್ತಿದ್ದಳು. ತನಗೆ ಹುಚ್ಚು ಹಿಡಿಯುತ್ತಿದೆ ಅಂದುಕೊಂಡ. ತಾನೇನು ಪ್ರಣಯದಲ್ಲಿ ಸಿಕ್ಕಿಹಾಕಿ ಕೊಳ್ಳುತ್ತಿದ್ದೇನೋ? ಯಾರ ಬಳಿಯಲ್ಲಾದರೂ ತನ್ನ ಮನಸ್ಸು ತೋಡಿಕೊಳ್ಳ ಬೇಕೆನಿಸಿತು, ಬಿಜ್ಜಳನಾದರೂ ಸರಿ. ಆ ಹುಡುಗಿ ಹಾಡುತ್ತಾಳೆಯೇ? ಅವನಿಗಾಗಿ

101

ಅವನ ಕಲ್ಪನೆಯಲ್ಲಿ ಅವಳು ಹಾಡುತ್ತಾಳೆ. ಅವಳ ಹಾಡು ಕಾರಂಜಿಯಿಂದ ಹೊಮ್ಮಿ ಬರುತ್ತಿತ್ತು.

ಬೆಳುದಿಂಗಳಲ್ಲಿ ಕಾರಂಜಿಯ ನೀರು ಕರಗಿದ ಬೆಳ್ಳಿಯಂತೆ ಧುಮುಕುತ್ತಿತ್ತು. ಅಲ್ಲಿ ಅವಳು ಕಾಣಿಸಿದಳು. ಕಾರಂಜಿಯ ಪಕ್ಕದಲ್ಲಿ ಕೂತು ತನ್ನ ಪಾದಗಳನ್ನು ನೀರಿನಲ್ಲಿ ಇಳಿಬಿಟ್ಟಿದ್ದಳು. ಮಲ್ಲಿಗೆಯ ಹಾರ ಮುಡಿದಿದ್ದಳು. ಕಾಳಿದಾಸನ ಶಕುಂತಲೆಯ ವರ್ಣನೆ ನೆನಪಾಯಿತು ಅವನಿಗೆ. ಕಾಣೆಯಾಗಿದ್ದದ್ದು ಒಂದೇ – ಜಿಂಕೆ. ಅದನ್ನು ಯೋಚಿಸಿಯೇ ಅವನು ಮುಗುಳ್ನಕ್ಕು ಅವಳ ಕಡೆಗೆ ಓಡಿದ. ಅವನಿಗೆ ಅವಳ ಹಾಡು ಕೇಳಿಸುತ್ತಿತ್ತು, ಅವಳ ಗೆಜ್ಜೆ ಸದ್ದು ಕೇಳಿಸುತ್ತಿತ್ತು.

ಮತ್ತೊಮ್ಮೆ ನೋಡಿದಾಗ ಅವಳು ಕಾಣೆಯಾಗಿದ್ದಳು. ಅಣ್ಣ ಅವನನ್ನು ಮೂದಲಿಸುವುದು ಸರಿಯೇ, ಅವನೊಬ್ಬ ಕವಿಹೃದಯಿ. ಹುಡುಗಿಯರು ಕವಿಗಳನ್ನು, ಕಥೆಗಾರರನ್ನು ಪ್ರೇಮಿಸುವುದಿಲ್ಲ. ಅದೆಲ್ಲ ಕಲ್ಪನೆಯ ಕಥೆಗಳಲ್ಲಿ ಮಾತ್ರ ಸಾಧ್ಯ. ಆ ಯೋಚನೆಯಿಂದಲೇ ಅವನು ಖಿನ್ನನಾದ. ತನ್ನ ಇರುವಿಕೆಯನ್ನೇ ತಿಳಿಯದ ಹುಡುಗಿಯೊಬ್ಬಳನ್ನು ಪ್ರೀತಿಸುವ ಹುಚ್ಚುತನ ಮಾಡುತ್ತಿದ್ದ. ಅವಳು ಎಷ್ಟು ಆತ್ಮವಿಶ್ವಾಸದಲ್ಲಿ ಸಿಂಹಿಣಿಯಂತೆ ಹೊಳೆಯುತ್ತಿದ್ದಳು. ಮಹಾದೇವ ಎಂದೂ ಆತ್ಮವಿಶ್ವಾಸ ಹೊಂದಿರಲಿಲ್ಲ. ಒಮ್ಮೊಮ್ಮೆ ಅವನ ತಂದೆ ದೇವಸ್ಥಾನದಲ್ಲಿ ಮಂತ್ರಗಳನ್ನು ಹೇಳು ಎಂದಾಗ ಕೂಡಾ ಅವನ ಮಂಡಿ ಕುಸಿದು ಗಂಟಲು ಒಣಗುತ್ತಿತ್ತು. ಹೇಳಿ ಮುಗಿಸಿದಾಗ ಜನರು ಅವನನ್ನು ಹೊಗಳುತ್ತಿದ್ದರು. ಆದರೆ ಅವರು ಮಾಹಿಷ್ಮತಿಯ ರಾಜಕುಮಾರನಿಗೆ ಗೌರವ ಕೊಡುತ್ತಿದ್ದರು ಅಷ್ಟೇ.

ನಿಜ ಹೇಳಬೇಕೆಂದರೆ ಅವನಿಗೆ ಎಂದೂ ತಾನೊಬ್ಬ ರಾಜಕುಮಾರ ಎನ್ನಿಸುತ್ತಿರಲಿಲ್ಲ. ಅವನು ಓದಿದ್ದ ಮತ್ತು ಕೇಳಿದ್ದ ಕಥೆಗಳಲ್ಲಿ ರಾಜಕುಮಾರರು ವೀರರಾಗಿದ್ದರು. ಅಪಾಯಗಳನ್ನು ಎದುರಿಸಿ ಗೆದ್ದು ಬರುತ್ತಿದ್ದರು. ಅವರು ರಾಕ್ಷಸರನ್ನು ಮತ್ತು ಪಿಶಾಚಿಗಳನ್ನು ಕೊಂದು ಸುಂದರಿ ರಾಜಕುಮಾರಿಯನ್ನು ರಕ್ಷಿಸುತ್ತಿದ್ದರು. ಅಂತಹ ಸಾಹಸಗಳನ್ನು ತಾನು ಮಾಡಬಲ್ಲೆನೆಂದು ಅವನಿಗೆ ಎಂದಿಗೂ ಅನ್ನಿಸಿರಲಿಲ್ಲ. ತಾನು ವೀರನಲ್ಲವೆಂದು ಮಹಾದೇವನಿಗೆ ತಿಳಿದಿತ್ತು. ಅವನು ಖಡ್ಗವನ್ನು ಪ್ರಯೋಗಿಸುತ್ತಿದ್ದ ಮತ್ತು ಅವನ ಗುರುಗಳು ಅವನ ಚುರುಕುತನವನ್ನು ಪ್ರಶಂಸಿಸುತ್ತಿದ್ದರು ಸರಿಯೇ. ಆದರೆ ಅವನಲ್ಲಿ ಇದ್ದ ಕೊರತೆ ಎಂದರೆ ಎದುರಾಳಿಗೆ ಗಾಯವನ್ನು ಉಂಟುಮಾಡದ ಸಂಕಲ್ಪ. ಅವನಿಗೆ ರಕ್ತ ಕಂಡರೂ ಭಯವಾಗುತ್ತಿತ್ತು. ಹೆಚ್ಚಿನವರಿಗೆ ಅವನ ಗೋಪ್ಯ ತಿಳಿಯದಿದ್ದರೂ ತಂದೆಗೆ ತಿಳಿದಿದೆ ಎಂದು ಅವನಿಗೆ ಗೊತ್ತಾಗಿತ್ತು.

ಕಾರಂಜಿಯನ್ನು ದಾಟಿಕೊಂಡು ದ್ವಾರದ ಬಳಿಗೆ ಸಾಗುತ್ತಾ ಅವನು ನಿಡುಸುಯ್ದ. ಸ್ವಲ್ಪವಾದರೂ ಬುದ್ಧಿಯುಳ್ಳ ಯಾವ ಹುಡುಗಿಯೂ ಅವನನ್ನು ಪ್ರೇಮಿಸಲಾರಳು. ಒಂದು ಪಕ್ಷ ಅವನು ಅವಳ ಹೃದಯವನ್ನು ಗೆದ್ದರೂ ಸಾಮಾನ್ಯ ಹುಡುಗಿಯೊಬ್ಬಳನ್ನು ಮದುವೆಯಾಗಲು ಅವನ ತಾಯಿ ಖಂಡಿತಾ ಒಪ್ಪುವುದಿಲ್ಲ. ಆ ಹುಡುಗಿಯ ಬಗ್ಗೆ ಚಿಂತಿಸುವುದರಲ್ಲಿ ಯಾವ ಅರ್ಥವೂ ಇಲ್ಲ. ಅವಳನ್ನು ಅವನು ಮತ್ತೆ ಕಾಣುವುದಿಲ್ಲ. ಆದರೂ ಅವನಿಗೆ ಅವಳನ್ನು ತನ್ನ ಮನಸ್ಸಿನಿಂದ ತೆಗೆದುಹಾಕಲಾಗಲಿಲ್ಲ.

ಕೋಟೆಯ ದಕ್ಷಿಣ ಭಾಗದ ಕಡೆಗೆ ಅವನು ಹೆಜ್ಜೆ ಹಾಕಿದ. ಆದರೆ ಅಲ್ಲಿದ್ದ ಕಾವಲು ಭಟರು ಅವನನ್ನು ತಡೆದರು. ರಕ್ಷಣಾ ಭಟರು ಜೊತೆಗಿಲ್ಲದೆ ಅವನನ್ನು ಕೋಟೆಯಿಂದ ಹೊರಗೆ ಬಿಡಬಾರದೆಂದು ಸ್ಕಂದದಾಸರ ಅಪ್ಪಣೆಯಾಗಿತ್ತು. ಮಹಾದೇವನಿಗೆ ತನ್ನ ಸ್ವಾತಂತ್ರ್ಯದ ಮೇಲಿನ ಕಟ್ಟುಪಾಡುಗಳ ಬಗ್ಗೆ ಸಿಟ್ಟು ಬಂದಿತು. ಆದರೆ ಅವನು ಏನೂ ಹೇಳಲಿಲ್ಲ. ಸಮಸ್ಯೆಯನ್ನು ಸುತ್ತುವರಿದು ಪರಿಹಾರ ಕಂಡುಕೊಳ್ಳುವುದು ಅವನ ದಾರಿಯಾಗಿತ್ತು, ಸಮಸ್ಯೆಯನ್ನು ನೇರ ಮುಖಾಮುಖಿಯಾಗುವುದಲ್ಲ. ಅವನಿಗೆ ನದಿಯ ತೀರದಲ್ಲಿ ಕೂತು ಕನಸು ಕಾಣುವುದು ಪ್ರಿಯವಾಗಿತ್ತು. ಅವನಿಗೆ ಇಷ್ಟವಾದದ್ದನ್ನು ಮಾಡಲು ಯಾವ ಕಟ್ಟುಪಾಡೂ ಅಡ್ಡಿ ಮಾಡುವಂತಿರಲಿಲ್ಲ.

ತಾನು ಏನು ಮಾಡಬೇಕೆನ್ನುವುದು ಅವನಿಗೆ ಸ್ಪಷ್ಟವಾಗಿತ್ತು. ವಿಸ್ತಾರವಾದ ಅರಮನೆಯ ಆವರಣದಲ್ಲಿ ಚಿಕ್ಕಂದಿನಿಂದ ಅವನು ಅಲೆದಾಡಿ ಅನೇಕ ಸಂಗತಿ ಗಳನ್ನು ಕಂಡುಹಿಡಿದುಕೊಂಡಿದ್ದ. ಯಾರೂ ಬಾರದ ಮೂಲೆಗಳು, ಕೊನೆಯಿರದ ವೃತ್ತಗಳಲ್ಲಿ ಸುತ್ತಿ ಬರುವ ಎಲ್ಲಿಗೂ ಹೋಗದ ಮೆಟ್ಟಿಲುಗಳು, ಶತ್ರುಗಳನ್ನು ದಿಕ್ಕುಗೆಡಿಸಲು ಕಟ್ಟಿದ ಗುಪ್ತ ಮಾರ್ಗಗಳು ಮತ್ತು ಸುರಂಗಗಳು. ನದಿಗೆ ಹೋಗಲು ಒಂದು ಮಾರ್ಗ ತಿಳಿದಿತ್ತು ಅವನಿಗೆ. ಅಕಸ್ಮಾತ್ತಾಗಿ ಅವನು ಅದನ್ನು ಕಂಡುಕೊಂಡಿದ್ದ.

ಅನೇಕ ವರ್ಷಗಳ ಹಿಂದೆ ಅವನು ಪರಮೇಶ್ವರರ ಕಚೇರಿಯ ಬಳಿ ಅಡ್ಡಾಡು ತ್ತಿದ್ದಾಗ ಅಕಸ್ಮಾತ್ ಕಾಲು ಜಾರಿ ಒಂದು ಪಾಳು ಬಾವಿಯಲ್ಲಿ ಬಿದ್ದುಬಿಟ್ಟಿದ್ದ. ಬಾವಿಯಲ್ಲಿ ಹೆಚ್ಚು ನೀರಿರಲಿಲ್ಲ, ಆದರೆ ಅಡಿಯ ಮರಳಿನಿಂದಾಗಿ ಏಟಾಗಿರಲಿಲ್ಲ. ಅವನು ಜೋರಾಗಿ ಕೂಗಿದ್ದ, ಸಹಾಯ ಕೇಳಿ ಚೀರಿದ್ದ. ಆದರೆ ಯಾರಿಗೂ ಅದು ಕೇಳಿಸಿರಲಿಲ್ಲ. ಮೇಲೆ ಹತ್ತಲು ಯತ್ನಿಸಿ ಒಂದು ಸಡಿಲ ಕಲ್ಲಿನ ಮೇಲೆ ಕಾಲಿಟ್ಟಿದ್ದ, ಅದರಿಂದ ಬಾವಿಯಲ್ಲಿದ್ದ ಒಂದು ಗುಪ್ತ ದ್ವಾರ ತೆರೆದುಕೊಂಡಿತ್ತು. ಕುತೂಹಲದಿಂದ ಅವನು ಅದರೊಳಗೆ ಪ್ರವೇಶಿಸಿದ್ದ. ಅದೊಂದು ಗುಪ್ತ ಸುರಂಗ

ವಾಗಿತ್ತು. ಅಲ್ಲಿಂದ ಮುಂದೆ ಹೋಗಲು ಅವನಿಗೆ ಭಯವಾಗಿತ್ತು ಆದರೆ ಮತ್ತೆ ಅಲ್ಲಿಗೆ ಹಿಂದಿರುಗಿ ಪರಿಶೋಧಿಸಬೇಕು ಎಂದು ನಿರ್ಧರಿಸಿದ್ದ. ಆ ದಿನ ಹೇಗೋ ಮಾಡಿ ಅಲ್ಲಿಂದ ಹೊರಬಂದಿದ್ದ.

ಆಮೇಲೆ ಒಬ್ಬಂಟಿಯಾಗಿ ಆ ಸುರಂಗವನ್ನು ಶೋಧಿಸಿ, ಅದೊಂದು ವಿಸ್ತಾರವಾದ ಚಕ್ರವ್ಯೂಹ ಎಂದು ಕಂಡುಕೊಂಡಿದ್ದ. ಹೆಚ್ಚಿನ ಸಲ ಅವನು ಕುರುಡು ತುದಿಯನ್ನು ತಲುಪಿ ವಿಧಿಯಿಲ್ಲದೇ ಹಿಂದಿರುಗಿದ್ದ. ಆದರೆ ಪ್ರತಿಸಲವೂ ಅವನಿಗೆ ಅದೊಂದು ಒಗಟಿನಂತೆ ಅವನ ಬುದ್ಧಿಗೆ ಸವಾಲಾಗುತ್ತಿತ್ತು. ಒಗಟುಗಳನ್ನು ಬಿಡಿಸುವುದೆಂದರೆ ಅವನಿಗೆ ಬಹಳ ಇಷ್ಟ. ಕೊನೆಗೂ ಅವನು ಒಂದು ದಾರಿ ಕಂಡುಕೊಂಡಿದ್ದ. ಅದು ನದಿ ತಟಕ್ಕೆ ಹೋಗುತ್ತಿತ್ತು. ಅಂದಿನಿಂದ ಮಹಾದೇವ ಅಲ್ಲಿಗೆ ಹೋಗಿ ಕೂತು ನದಿಯನ್ನೇ ದೃಷ್ಟಿಸುತ್ತಾ ಮನಸಿನಲ್ಲೇ ಕಾವ್ಯ ರಚಿಸುತ್ತಿದ್ದ. ಕೆಲವೊಮ್ಮೆ ಮುದುಕ ಅಂಬಿಗ ಭೈರವ ಅವನ ಜೊತೆಗೂಡುತ್ತಿದ್ದ. ಅವರು ಜಗತ್ತಿನ ಎಲ್ಲಾ ವಿಷಯಗಳ ಬಗ್ಗೆ ಮಾತಾಡುತ್ತಿದ್ದರು. ಭೈರವ ಅವನನ್ನು ರಾಜಕುಮಾರನ ಥರ ನಡಿಸಿಕೊಳ್ಳುತ್ತಿರಲಿಲ್ಲ, ಅದಕ್ಕೇ ಮಹಾದೇವನಿಗೆ ಅವನ ಬಗ್ಗೆ ಹೆಚ್ಚು ಒಲವಿತ್ತು.

ಅವತ್ತೂ ಕೂಡಾ ಮಹಾದೇವ ಅದೇ ಹಾದಿಯನ್ನು ಬಳಸಲು ನಿರ್ಧರಿಸಿದ. ಪರಮೇಶ್ವರರ ಕಚೇರಿಯನ್ನು ಸುತ್ತುವರಿದು ಬಂದ. ವೃದ್ಧ, ದಿನದ ಕೆಲಸ ಮುಗಿಸಿ ಮನೆಗೆ ಹೋಗಿದ್ದ. ಬಾವಿಯನ್ನು ತಲುಪಿ ಕೆಳಗಿಳಿಯತೊಡಗಿದ. ನದಿಯ ಪಕ್ಕದ ಸುರಂಗದಿಂದ ಅವನು ಹೊರಬಂದಾಗ ಅವನಿಗೆ ಸ್ವತಂತ್ರ ಪಕ್ಷಿಯ ಹಾಗೆ ಭಾಸವಾಗುತ್ತಿತ್ತು. ತಂದೆಯ ಅಂತಃಪುರದಿಂದ ತೇಲಿಬಂದ ಹಾಡು ಅವನ ತುಟಿಯಿಂದ ಹೊಮ್ಮಿತು. ಸ್ವಲ್ಪ ದೂರದಲ್ಲಿ ಕಲ್ಲಿನ ಮಂಟಪ ಬೆಳುದಿಂಗಳಲ್ಲಿ ತೋಯ್ದು ನಿಂತಿತ್ತು. ನದಿಯ ಶೀತಲ ಗಾಳಿ ಅವನ ಮುಖವನ್ನು ಸವರಿ ಹೋಗುತ್ತಿತ್ತು. ಅದರ ಸುಖವನ್ನು ಅನುಭವಿಸುತ್ತಾ ಅವನು ಮಂಟಪದ ಕಡೆಗೆ ನಡೆಯತೊಡಗಿದ. ಅವನ ಎಡಕ್ಕೆ ಮಾಹಿಷ್ಮತಿ ನದಿ ಕಡುನೀಲಿಯಾಗಿ ಹರಿಯುತ್ತಿತ್ತು. ಅಲೆಗಳ ಮೇಲೆ ಬೆಳುದಿಂಗಳು ಬಿದ್ದು ಲಕಲಕಿಸುತ್ತಿತ್ತು. ದೂರದಲ್ಲಿ ಪೊದೆಗಳಲ್ಲಿ ಕಪ್ಪೆಗಳು ವಟಗುಟ್ಟುತ್ತಿದ್ದವು. ನದಿಯ ಆಚೆಬದಿಯಿಂದ ಮೆಲ್ಲಗೆ ಡಪ್ಪಿನ ಸದ್ದು ಕೇಳಿಬರುತ್ತಿತ್ತು.

ದೂರದಲ್ಲಿ ಗೌರೀಪರ್ವತ ಹಿಮದ ಹೊದಿಕೆ ಹೊದ್ದು ಮಲಗಿತ್ತು. ಪಾತಾಳ ಗಂಗೆ ಜಲಪಾತ ಧುಮ್ಮಿಕ್ಕುವ ಮೊರೆತ ಅಸ್ಪಷ್ಟವಾಗಿ ಕೇಳಿಸುತ್ತಿತ್ತು. ಅದೊಂದು ಸುಂದರ ಪ್ರದೇಶವಾಗಿದ್ದು, ಆಗಾಗ ಅವನು ಹೆಬ್ಬಂಡೆಗಳ ನಡುವೆ ರೂಪುಗೊಂಡ ಶಾಂತ ಕೊಳದಲ್ಲಿ ಈಜುತ್ತಿದ್ದ. ಅದು ಶಾಂತವೂ

ಆಹ್ಲಾದಕಾರಿಯೂ ಆಗಿರುತ್ತಿತ್ತು. ತಂಗಾಳಿ ಅವನ ದೇಹವನ್ನು ನೇವರಿಸಿತು. ನೀರಿನ ಪ್ರವಾಹದಲ್ಲಿ ಅವನು ತರಗೆಲೆಯಂತೆ ತೇಲಿದ. ಹೊರಳಿಬಿದ್ದು ಅವನು ಬಲವಾಗಿ ಈಜತೊಡಗಿದ. ಆ ಸುಂದರ ಜಗತ್ತಿನಲ್ಲಿ ಅವನು ಏಕಾಂಗಿಯಾಗಿದ್ದ.

ಆಗ ಅವನ ಕಣ್ಣಿಗೆ ಬಿದ್ದಳು ಅವಳು. ಹಿಂದೆ ಜಲಪಾತ ಭೋರ್ಗರೆಯುತ್ತಿರಲು ದೊಡ್ಡ ಬಂಡೆಯ ಮೇಲೆ ಒಬ್ಬಳೇ ನಿಂತಿದ್ದಳು. ಆ ಹುಡುಗಿ.... ಅವಳೇನು ಮಾಡುತ್ತಿದ್ದಾಳೆ ಇಲ್ಲಿ? ಅಮೃತಶಿಲೆಯ ಮೂರ್ತಿಯಂತೆ ಅವಳು ನಿಂತಿದ್ದಳು. ಗಾಳಿಯಲ್ಲಿ ಅವಳ ಕೂದಲು ಹಾರಾಡುತ್ತಿತ್ತು. ತೋಳುಗಳನ್ನು ಅಗಲಿಸಿ ಮೇಲೆತ್ತಿ ಚಾಚಿದ್ದಳು. ಅವಳು ಅವನನ್ನು ನೋಡಿದ್ದಳೇ? ಅವನಿಗೆ ಉಸಿರಾಡುವುದೂ ಕಷ್ಟವಾಯಿತು. ಕೆನ್ನೆ ಬಿಸಿಯಾಯಿತು. ಅವಳು ಕಣ್ಣು ತೆರೆದು ಅವನತ್ತ ತಿರುಗಿದಳು. ಅವನು ಉಸಿರೆಳೆದುಕೊಂಡ. ಅವಳೆಷ್ಟು ಸುಂದರಿ! ಅವಳು ನೀರಿಗೆ ಇಳಿದಳು. ನೀರು ತುಂಬಾ ಶೀತಲವಾಗಿದೆ ಎಂದು ಎಚ್ಚರಿಕೆ ಹೇಳಬೇಕೆನಿಸಿತು ಆದರೆ ಅವನ ಬಾಯಿಗೆ ಮಾತೇ ಬರಲಿಲ್ಲ. ಅವನು ನೋಡುತ್ತಾ ನಿಂತ. ಸಧ್ಯ ಅವನ ಸೊಂಟದ ಕೆಳಗೆ ನೀರಿನಿಂದ ಮುಚ್ಚಿತ್ತು. ಒದ್ದೆ ಬಟ್ಟೆ ಅವಳ ದೇಹದ ತಿರುವುಗಳಿಗೆ ಅಂಟಿಕೊಂಡಿತು. ಅವಳು ನೀರಿನೊಳಗೆ ಮುಳುಗಿದಳು. ಮಹಾದೇವನ ಗುಂಡಿಗೆ ಬಡಿದುಕೊಳ್ಳುತ್ತಿತ್ತು.

ಅವಳು ಅವನ ಕಡೆಗೆ ಈಜುತ್ತಾ ಬರುತ್ತಿದ್ದಳು. ಅವನು ಅಲ್ಲಾಡದೆ ನಿಂತ. ಅವಳು ಹತ್ತಿರ ಬಂದರೆ ತನ್ನ ಮೇಲಾಗುತ್ತಿದ್ದ ಪರಿಣಾಮ ಅವಳಿಗೆ ತಿಳಿದು ಹೋಗುತ್ತದೆ ಅನ್ನುವ ಆತಂಕವಿತ್ತು ಅವನಲ್ಲಿ. ಏಕಕಾಲದಲ್ಲಿ ಅವನಿಗೆ ನಾಚಿಕೆಯೂ ಸಂಭ್ರಮವೂ ಆಗುತ್ತಿತ್ತು. ಅವಳು ನೀರಿನಿಂದ ಎದ್ದಳು. ಅವಳ ಕೂದಲು ಒದ್ದೆಯಾಗಿ ನೀರು ಸೋರುತ್ತಿತ್ತು. ಅವನ ದೃಷ್ಟಿ ಅವಳ ಸ್ತನಗಳ ಮೇಲೆ ಇಳಿಯುತ್ತಿದ್ದ ನೀರಿನ ಕಡೆಗೆ ಸರಿಯಿತು. ಅವನಿಗೆ ಉಸಿರಾಡುವುದು ಮರೆತು ಹೋಯಿತು. ಅವನನ್ನು ನೋಡಿ ಅವಳು ಮುಗುಳ್ನಕ್ಕಳು. ಅವಳ ತುಟಿಯ ಅಂಚನ್ನು ಬೆಳುದಿಂಗಳು ಬರೆಯಿತು. ನೀರು ಹಾವೊಂದು ತೇಲಿಬಂದು ಅವಳ ಹೊಕ್ಕುಳಲ್ಲಿ ವಿರಮಿಸಿತು. ಅವನು ಉಗುಳು ನುಂಗಿದ.

"ನಿನ್ನನ್ನು ಯಾವ ಹೆಸರಿನಿಂದ ಕರೆಯಲಿ?" ನಡುಗುವ ದನಿಯಲ್ಲಿ ಅವನು ಕೇಳಿದ.

ದೊಡ್ಡದೊಂದು ಚೀತ್ಕಾರ ಮಹಾದೇವನನ್ನು ಕನಸಿನ ಲೋಕದಿಂದ ವಾಸ್ತವಕ್ಕಿಳಿಸಿತು. ಗಾಭರಿಗೆ ಅವನು ನೀರಿನಲ್ಲಿ ಬಿದ್ದುಬಿಡುವವನಿದ್ದ. ಸ್ವಲ್ಪ ದೂರದಲ್ಲಿ ನೆಲದ ಮೇಲೆ ಒಂದು ಮೇನೆ ಕಾಣಿಸಿತು ಮತ್ತು ಇಬ್ಬರು ಹೆಂಗಸರು ಜಗಳವಾಡುತ್ತಿದ್ದರು. ಒಬ್ಬಳು ಧಡೂತಿ ಹೆಂಗಸು ಕೈ ಅಗಲಿಸಿ ಎತ್ತರದ ಹೆಂಗಸನ್ನು

ತಡೆಯುತ್ತಿದ್ದಳು. ಮಹಾದೇವ ಕೋಟೆಯೊಳಗೆ ಓಡಿ ಹೋಗುವುದೋ ಅಥವಾ ಸಹಾಯಕ್ಕಾಗಿ ಕೂಗುವುದೋ ಎಂದು ವಿಚಾರ ಮಾಡಿದ.

ಬೇರೆಯವರ ಜಗಳದಲ್ಲಿ ಸಿಕ್ಕಿಹಾಕಿಕೊಳ್ಳುವುದು ಅವನಿಗೆ ಇಷ್ಟವಿರಲಿಲ್ಲ. ಇನ್ನೇನು ಅವನು ಕೋಟೆಯ ಕಡೆಗೆ ಓಡಿಹೋಗುವವನಿದ್ದ, ಆಗ ಆ ಧಡೂತಿ ಹೆಂಗಸು ಪಕ್ಕಕ್ಕೆ ಜರುಗಿ ಅವಳು ರಕ್ಷಿಸುತ್ತಿದ್ದ ವ್ಯಕ್ತಿ ಕಾಣಿಸಿದಳು – ಆ ಹುಡುಗಿ!

ಅವನು ಅವರ ಕಡೆಗೆ ಓಡಿದ. ಒಬ್ಬ ವ್ಯಕ್ತಿ ಮೇನೆಯಿಂದ ಹೊರಬರಲು ಯತ್ನಿಸಿ ತಕ್ಷಣ ಮತ್ತೆ ಒಳಗೆ ನುಸುಳಿಕೊಂಡದ್ದು ಗೋಚರವಾಯಿತು. ವ್ಯಕ್ತಿ ಪರಿಚಿತನೆನ್ನಿಸಿತು. ಆದರೆ ಮಹಾದೇವನಿಗೆ ಅವನ ಗುರುತು ಸರಿಯಾಗಿ ಹತ್ತಲಿಲ್ಲ. ಅವನು ಮೇನೆಯೊಳಗೆ ಯಾಕಿದ್ದ? ಅವನು ಮುದುಕನಾಗಲೀ ನಿತ್ರಾಣನಂತಾಗಲೀ ಕಾಣಿಸಲಿಲ್ಲ. ಅವನು ಶ್ರೀಮಂತನಂತೆಯೂ ಕಾಣಿಸಲಿಲ್ಲ. ವಾಸ್ತವವಾಗಿ, ಆ ಒಂದು ಕ್ಷಣದ ನೋಟದಲ್ಲಿ ಅವನು ಗುಲಾಮನಂತೆ ಕಾಣಿಸಿದ. ಆದರೆ ಗುಲಾಮ ಮೇನೆಯೊಳಗೆ ಹೇಗೆ ಪ್ರಯಾಣಿಸಲು ಸಾಧ್ಯ? ಅವನು ಆ ಆಲೋಚನೆಯನ್ನು ಅಳಿಸಿ ಅವರತ್ತ ನಡೆದ.

ಅವನು ಹತ್ತಿರ ಬರುತ್ತಿದ್ದಂತೆ ಮೇನೆ ಹೊರುವವರು ಅವನನ್ನು ತಡೆಯಲು ಯತ್ನಿಸಿದರು. ಎತ್ತರದ ಹೆಂಗಸು ಧಡೂತಿ ಹೆಂಗಸನ್ನು ಹಿಡಿದು ನೆಲಕ್ಕೆ ಎಳೆದು ಹಾಕಿದಳು. ಆಮೇಲೆ ಅವಳು ಆ ಹುಡುಗಿಯ ಕಡೆಗೆ ಧಾವಿಸಿದಳು. ಹುಡುಗಿ ಥಟ್ಟನೆ ಪಕ್ಕಕ್ಕೆ ಸರಿದು ಎತ್ತರದ ಹೆಣ್ಣು ಧಡಾರನೆ ಮುಖ ಅಡಿಯಾಗಿ ನೆಲಕ್ಕೆ ಬಿದ್ದಳು.

"ಏನ್....ಏನು.. ಏನು ನಡೆಯುತ್ತಿದೆ ಇಲ್ಲಿ?" ಮಹಾದೇವ ಆದಷ್ಟೂ ಅಧಿಕಾರ ವಾಣಿಯಲ್ಲಿ ಪ್ರಶ್ನಿಸಿದ.

"ನಿನ್ ಕೆಲಸ ನೋಡ್ಕೋ ಹೋಗು" ನೆಲದಿಂದ ಏಳುತ್ತ ಎತ್ತರದ ಹೆಂಗಸು ನುಡಿದಳು. ಮಹಾದೇವನಿಗೆ ಗೊಂದಲವಾಯಿತು. ಅವಳ ಧ್ವನಿ ಗಂಡಸಿನಂತಿತ್ತು. ಮೇನೆ ಹೊರುವವರು ಅವನನ್ನು ಹಿಂದಕ್ಕೆ ತಳ್ಳಿದರು.

"ಮಹಾಸ್ವಾಮಿ, ರಾಜಕುಮಾರ ಮಹಾದೇವರೇ, ಸಹಾಯ ಮಾಡಿ" ಧಡೂತಿ ಹೆಂಗಸು ಕೂಗಿದಳು. ಅವನನ್ನು ತಳ್ಳುತ್ತಿದ್ದ ಮೇನೆ ಹೊರುವವರು ತಟ್ಟನೆ ನಿಂತರು. ಪರಸ್ಪರ ಮುಖ ನೋಡಿಕೊಂಡು ಗಾಭರಿಯಾದರು. ಮೊಟ್ಟ ಮೊದಲು ಎಚ್ಚತ್ತುಕೊಂಡ ಒಬ್ಬ ಥಟ್ಟನೆ ಮಂಡಿಯೂರಿ, ತಲೆತಗ್ಗಿಸಿ ಪ್ರಾರ್ಥಿಸಿದ "ಕ್ಷಮಿಸಿ ಮಹಾಸ್ವಾಮಿ, ನಮಗೆ ತಿಳಿಯಲಿಲ್ಲ." ಅವನ ಜೊತೆಯವರು ಕೂಡಾ ತಕ್ಷಣ ಅವನನ್ನೇ ಅನುಸರಿಸಿದರು. ಧಡೂತಿ ಹೆಂಗಸೂ ಹಾಗೇ ಮಾಡಿದಳು.

ಮೇನೆಯೊಳಗಿಂದ ಯಾರೋ ಶಪಿಸಿದರು. ಧ್ವನಿ ಪರಿಚಿತವಾಗಿತ್ತು. ಮಹಾದೇವ ಮೇನೆಯ ಕಡೆಗೆ ನಡೆದ. ಅಷ್ಟರಲ್ಲಿ ಎತ್ತರದ ಹೆಂಗಸು ಅವನ ಕಡೆಗೆ

ಓಡಿ ಬಂದಳು. ಕೇಕಿ!. ಅವಳು ಅವನ ಕಪಾಳಕ್ಕೆ ಬಾರಿಸಿ ಬೀಳಿಸಬಹುದೆಂದು ಹೆದರಿ ಅವನು ಇನ್ನೇನು ಮುಖಕ್ಕೆ ಹೊಡೆತ ಬೀಳುತ್ತದೆ ಎಂದು ಕಾದ. ಆದರೆ ಅವಳು ನೆಲದಲ್ಲಿ ಬಿದ್ದು ಅವನ ಕಾಲು ಹಿಡಿದಳು.

"ಕರುಣೆಯಿಡೀ, ಮಹಾಸ್ವಾಮಿ, ಕರುಣೆಯಿಡೀ" ಎಂದು ಗೋಗರೆದಳು.

ಮಹಾದೇವ ತನ್ನೆಲ್ಲ ಧೈರ್ಯ ಒಟ್ಟುಗೂಡಿಸಿ ಆದಷ್ಟು ಗಡುಸಾಗಿ ಕೇಳಿದ "ಏನು ಕೇಕಿ, ಇಲ್ಲೇನು ಬಂದಿದ್ದು? ಯಾಕೆ ಮುದುಕಿಯ ಜೊತೆ ಜಗಳವಾಡುತ್ತಿದ್ದೀಯಾ?"

"ಇವರು ನನಗೆ ಹಣ ಕೊಡಬೇಕು ಮಹಾಸ್ವಾಮೀ, ಇವಳ ಗಂಡ ಕೊಡಬೇಕು. ಅವನು ನನ್ನ ನಿವಾಸಕ್ಕೆ ಬಂದು ಜೂಜಾಡುತ್ತಾನೆ"

ಮಹಾದೇವನಿಗೆ ಏನು ಹೇಳಬೇಕೋ ಗೊತ್ತಾಗಲಿಲ್ಲ. ಮಾಹಿಷ್ಮತಿಯಲ್ಲಿ ಜೂಜಾಡುವುದು ನಿಷಿದ್ಧವಾಗಿತ್ತು. ಆದರೂ ಎಲ್ಲ ಕಡೆಯೂ ಅದು ಜಾರಿಯಲ್ಲಿತ್ತು. ಅರಮನೆಯ ಒಳಗು ಸಹ ರಕ್ಷಣಾ ಭಟರು, ಕೆಲವೊಮ್ಮೆ ಮಂತ್ರಿಗಳ ನಡುವೆಯೂ, ಜೂಜು ಸಾಮಾನ್ಯವಾಗಿತ್ತು.

"ಜೂಜಾಡುವುದು ನಿಷಿದ್ಧ" ಎಂದ ಹೇಳಲು ಸಾಧ್ಯವಾಯಿತು ಅವನಿಗೆ.

"ಓಹ್... ಬದುಕಿನ ಜೂಜಿನಲ್ಲಿ ನಾನು ಸಂತೋಷದ ಎಲೆಯನ್ನು ಆಡಿದ್ದೇನೆ ಮಹಾಸ್ವಾಮಿ," ಕೇಕಿ ನಕ್ಕಳು.

ಸಂತೋಷದ ವ್ಯವಹಾರ! ಅವನಿಗೆ ಕಸಿವಿಸಿಯಾಯಿತು. ಆ ಹುಡುಗಿ ಅವನನ್ನೇ ದಿಟ್ಟಿಸುತ್ತಿದ್ದಳು. ಅವನ ಹಣೆಯ ಮೇಲೆ ಬೆವರಿನ ಹನಿಗಳು ಮೂಡತೊಡಗಿದವು.

"ನಾನು ಕಾಲಿಕೆಯ ಪುಷ್ಪಚಕ್ರ ಛತ್ರವನ್ನು ನಿರ್ವಹಿಸುತ್ತೇನೆ ಮಹಾಸ್ವಾಮೀ, ನಾವು ರಾಜಕುಮಾರರರಿಗೆ ಮನರಂಜನೆ ನೀಡುತ್ತೇವೆ. ವಾಸ್ತವವಾಗಿ ಅದೇ ಇನ್ನು ಮುಂದೆ ನಮ್ಮ ಬಹಳ ದೊಡ್ಡ ವ್ಯವಹಾರವಾಗಲಿದೆ. ರಾಜಕುಮಾರರ ಮನರಂಜನೆಯಲ್ಲಿ ನಾವು ಪರಿಣತರಾಗುತ್ತೇವೆ. ತಾವು ನನ್ನೊಡನೆ ಬರುವಿರಾದರೆ ತಮಗೆ ಬೇರೆಯೇ ಲೋಕ ತೋರಿಸಿಕೊಡುತ್ತೇನೆ"

"ನಾನು...ಇಲ್ಲ..ಇಲ್ಲ.." ಮಹಾದೇವ ತಡವರಿಸಿದ. ತನ್ನ ಪೇಚಾಟವನ್ನು ಮುಚ್ಚಿಡಲು ಕೆಮ್ಮಿದ. ಅವಳನ್ನು ಸಮರ್ಥವಾಗಿ ನಿಭಾಯಿಸುವುದು ಹೇಗೆ ಎಂದು ಚಡಪಡಿಸಿದ.

"ಓ....ರಾಜಕುಮಾರರೇ, ನಿಮಗಾಗಿ ಎಷ್ಟೊಂದು ಸುಂದರ ಕ್ಷಣಗಳು ಕಾಯುತ್ತಿವೆ. ಈ ರಾತ್ರಿ ನೀವು ಯಾಕೆ ನಮ್ಮೊಂದಿಗೆ ಸೇರಬಾರದು? ಇವತ್ತು ನಮ್ಮೊಂದಿಗೆ ಒಬ್ಬರು ವಿಶೇಷ ಅತಿಥಿ ಇದ್ದಾರೆ, ನೀವೂ ಬಂದರೆ ಇಬ್ಬರಾಗುವಿರಿ."

ಮಹಾದೇವನಿಗೆ ಅವಳು ಬಿಜ್ಜಳನನ್ನು ಕುರಿತು ಹೇಳುತ್ತಿದ್ದಾಳೆ ಎಂದು ಗೊತ್ತಾಯಿತು. ತಾನು ಬಂದಾಗ ಸರಕ್ಕನೆ ಒಳಗೆ ಸರಿದಿದ್ದು ಬಿಜ್ಜಳನ ಗುಲಾಮ ಕಟ್ಟಪ್ಪನೇ ಇರಬೇಕು. ಅಣ್ಣ ಗುಲಾಮನನ್ನು ತನ್ನ ಜೊತೆ ಮೇನೆಯಲ್ಲಿ ಕೂರಿಸಿಕೊಂಡು ಬರಲೊಪ್ಪಿದ್ದು ಅವನಲ್ಲಿ ಗೊಂದಲ ಉಂಟುಮಾಡಿತು. ಕಾಮ ಜನರನ್ನು ಏನೇನೋ ಮಾಡಲು ಪ್ರಚೋದಿಸುತ್ತದೆ ಎಂದುಕೊಂಡ. ತನ್ನ ಸೋದರನ ಗೋಪ್ಯವನ್ನು ತಾನು ಕಾಪಾಡಬೇಕು ಎಂದು ಅವನಿಗೆ ಹೊಳೆಯಿತು. ಮೇನೆಯೊಳಗೆ ಇರುವುದು ಬಿಜ್ಜಳ, ಅವನು ಕಾಳಿಕೆಯ ವಾಟಿಕೆಗೆ ಹೋಗುತ್ತಿದ್ದಾನೆ ಎಂದು ಧಡೂತಿ ಹೆಂಗಸಿಗೆ ಗೊತ್ತಾದರೆ ನಗರದಲ್ಲಿ ಅದು ಬೆಂಕಿಯಂತೆ ಸುದ್ದಿಯಾಗಿ ಹಬ್ಬುತ್ತದೆ. ಗುಲಾಮನು ಒಡೆಯನೊಂದಿಗೆ ಮೇನೆಯಲ್ಲಿ ಕೂತು ಪ್ರಯಾಣಮಾಡಿದ ಉದ್ಧಟತನಕ್ಕೆ ಶಿಕ್ಷೆಯಾಗುತ್ತದೆ. ಅಲ್ಲದೆ ಮಾಹಿಷ್ಮತಿಯ ರಾಜಕುಮಾರ ಕಾಳಿಕೆಯ ವಾಟಿಕೆಗೆ ಭೇಟಿಕೊಡುವ ಬಗ್ಗೆ ಆ ಹುಡುಗಿ ಏನಂದುಕೊಳ್ಳುತ್ತಾಳೆ. ಅವಳೂ ಅವನ ಬಗ್ಗೆ ಇತ್ಯರ್ಥಕ್ಕೆ ಬರುವುದಿಲ್ಲವೇ?

“ನಾನು ನಿನ್ನನ್ನು ಶಿಕ್ಷೆಯಿಲ್ಲದೇ ಹೋಗಲು ಬಿಡುತ್ತಿದ್ದೇನೆ... ಯಾಕೆಂದರೆ...”, ಮಹಾದೇವ ಸೂಕ್ತ ಕಾರಣಕ್ಕೆ ತಡಕಾಡಿದ.

“ಯಾಕೆಂದರೆ?” ಕೇಕಿ ನಕ್ಕಳು, ಕಿಚಾಯಿಸುತ್ತ.

“ಯಾಕೆಂದರೆ...” ಮಹಾದೇವ ಒದ್ದಾಡಿದ. ಅವನ ಮನಸಿಗೆ ಏನೂ ಹೊಳೆಯಲಿಲ್ಲ.

“ಯಾಕೆಂದರೆ ಮಹಾಸ್ವಾಮಿಗಳು ಕರುಣಾಮಯಿಗಳು ಅದಕ್ಕೆ” ಕೇಕಿ ತಾನೇ ಹೇಳಿದಳು. ಮಹಾದೇವ ನಿರಾಳನಾದ. ತಾನೇ ಹೇಳಿದ್ದರೆ ಅದು ಮೂರ್ಖತನವಾಗುತ್ತಿತ್ತು, ಕೇಕಿ ಹೇಳಿದ್ದರಿಂದ ಅದೇನು ಅಷ್ಟು ಕೆಟ್ಟದೆನಿಸಲಿಲ್ಲ.

ಕೇಕಿ ಧಡೂತಿ ಹೆಂಗಸಿನ ಕಡೆಗೆ ಮುಖ ತಿರುವಿ, ದೀರ್ಘವಾಗಿ ಬಾಗಿ ವಂದಿಸಿ ಮೇನೆಯೊಳಗೆ ಹತ್ತಿ ಕೂತಳು. ಈ ಬಾರಿ ಮಹಾದೇವ ಬಿಜ್ಜಳ ತನ್ನ ಮುಖಕ್ಕೆ ಅಡ್ಡವಾಗಿ ರುಮಾಲನ್ನು ಇಟ್ಟುಕೊಂಡಿದ್ದನ್ನು ಮತ್ತು ಕಟ್ಟಪ್ಪ ತನ್ನ ತಲೆಯನ್ನು ಮಂಡಿಯ ನಡುವೆ ಹುದುಗಿಸಿದ್ದನ್ನು ಸ್ಪಷ್ಟವಾಗಿ ನೋಡಿದ. ಅಗತ್ಯಕ್ಕಿಂತ ಸ್ವಲ್ಪ ಹೆಚ್ಚು ಹೊತ್ತು ಕೇಕಿ ಪರದೆಯನ್ನು ತೆರೆದಿದ್ದಳು, ಮಹಾದೇವನಿಗೆ ಖಚಿತವಾಗಿ ತಿಳಿಯಲಿ ಎನ್ನುವಂತೆ. ಪರದೆಯನ್ನು ಸರಿಸುತ್ತ ಅವಳು ಅವನತ್ತ ಒಂದು ಚುಂಬನವನ್ನು ಗಾಳಿಯಲ್ಲಿ ತೂರಿದಳು. ಮೇನೆ ಹೊರುವವರು ಮೇನೆಯನ್ನು ಹೊತ್ತುಕೊಂಡು ಸಾಗತೊಡಗಿದರು. ಹೊ ಹೊ ಎಂದು ಕೂಗುತ್ತಾ ಅವರು ಚಲಿಸಿದಂತೆ ಅವರ ದೊಂದಿಯ ಬೆಳಕು ದೂರದಲ್ಲಿ ಚುಕ್ಕಿಯಾಗಿ ಕೊನೆಗೆ ಕಣ್ಮರೆಯಾಯಿತು.

"ಮಹಾಸ್ವಾಮೀ, ನಾವು ಹೊರಡಬಹುದೇ? ಅನಾಥಾಲಯದ ಹಾದಿ ಇನ್ನೂ ದೂರ" ಮುದುಕಿ ಕೇಳಿದಳು.

"ದೇವಿ" ಮಹಾದೇವ ನುಡಿದ "ನಾನೂ ನಿಮ್ಮ ಜೊತೆ ಬರುತ್ತೇನೆ, ನಿಮಗೇನು ತೊಂದರೆಯಾಗದಂತೆ ನೋಡಿಕೊಳ್ಳಲು, ಕಾಲ ಕೆಟ್ಟದು"

"ಮಹಾಸ್ವಾಮಿಗಳು ಕರುಣಾಮಯಿಗಳು. ತಮಗೆ ತೊಂದರೆಯಾಗದಿದ್ದರೆ.." ಎಂದಳು ಮುದುಕಿ.

"ಇಲ್ಲ ಇಲ್ಲ" ಮಹಾದೇವ ನುಡಿದು ಶಿವಗಾಮಿಯಿಂದ ಬಟ್ಟೆ ಗಂಟು ತೆಗೆದುಕೊಳ್ಳಲು ಕೈಚಾಚಿದ. "ದೇವಿ, ಇಲ್ಲಿ ಕೊಡು." ಆದರೆ ಅವಳು ಪಕ್ಕಕ್ಕೆ ಸರಿದು ಹೋದಳು. ಅವನಿಗೆ ದಿಗ್ಭ್ರಮೆಯಾಯಿತು. "ಹೊರೆಯನ್ನು ನಾನು ಹೊತ್ತುಕೊಳ್ಳುತ್ತೇನೆ ದೇವಿ" ತನ್ನ ಹತಾಶೆ ಧ್ವನಿಯಲ್ಲಿ ಕಾಣಿಸದಿದ್ದರೆ ಸಾಕು ಎಂದುಕೊಳ್ಳುತ್ತ ಕೇಳಿದ.

ಅವಳು ಹಿಂತಿರುಗಿ ಕೂಡಾ ನೋಡದೆ ನಡೆಯಲಾರಂಭಿಸಿದ್ದಳು. ಅವನು ಅವಳ ಹಿಂದೆಯೇ ಓಡಿದ. ಅವನು ಗಂಟನ್ನು ಅವಳ ಕೈಯಿಂದ ತೆಗೆದುಕೊಂಡಾಗ ಅವಳು ಏನನ್ನೂ ಹೇಳಲಿಲ್ಲ. ಅವಳು ತನಗೆ ವಂದನೆಗಳನ್ನು ಹೇಳಲಿಲ್ಲವಲ್ಲ ಎಂದು ಅವನಿಗೆ ನೋವಾಯಿತು. ಅಲ್ಲದೆ ಸಾಮಾನ್ಯ ಪ್ರಜೆ ರಾಜಕುಮಾರನಿಗೆ ನಮಸ್ಕರಿಸುವಂತೆ ನಮಸ್ಕರಿಸಲೂ ಇಲ್ಲ. ಮುದುಕಿ ರಾಜಕುಮಾರನಿಗೆ ಗಂಟು ಎತ್ತಿಕೊಳ್ಳಲು ಕೊಟ್ಟಿದ್ದಕ್ಕೆ ಹುಡುಗಿಗೆ ಬೈದಳು. ಆದರೆ ಅವಳು ಉತ್ತರಿಸಲಿಲ್ಲ. ಸುಮ್ಮನೆ ನಡೆಯುತ್ತಿದ್ದಳು. ಮುದುಕಿ ಅವಳ ಪಕ್ಕದಲ್ಲಿ ಏದುಸಿರು ಬಿಡುತ್ತಾ ಸಾಗಿದ್ದಳು. ಆದರೆ ಮುದುಕಿ ಹುಡುಗಿಯ ಹೆಸರು ಹೇಳಿದ್ದಳು – ಶಿವಗಾಮಿ – ಅದಕ್ಕಾಗಿ ಮಹಾದೇವ ಕೃತಜ್ಞನಾಗಿದ್ದ.

ಬೆಳುದಿಂಗಳು ನೆಲದ ಎಲ್ಲದಕ್ಕೂ ಬೆಳ್ಳಿ ಛಾಯೆಯನ್ನು ಹೊದಿಸಿತ್ತು. ಪಕ್ಕದಲ್ಲಿ ನದಿ ಮೌನವಾಗಿ ಹರಿಯುತ್ತಿತ್ತು. ಪೊದೆಯಲ್ಲಿ ಕೋಗಿಲೆಯೊಂದು ಹಾಡಿತು. ಜೀರುದುಂಬಿಯ ಮೊರೆತ ಅವನ ಕಿವಿಗೆ ಸಂಗೀತದಂತೆ ಕೇಳಿಸಿತು. ಹುಲ್ಲಿನ ಪ್ರತಿ ಎಸಳೂ ವಜ್ರದಂತೆ ಹೊಳೆಯುತ್ತಿತ್ತು. ದೂರದಲ್ಲಿ ಗೌರೀಪರ್ವತ ಅರ್ಧ ಹಿಮದಲ್ಲಿ ಅರ್ಧ ಆಕಾಶದಲ್ಲಿ ಲೀನವಾಗಿ ಒಂಟಿಯಾಗಿ ದೈವೀಕವಾಗಿ ನಿಂತಿತ್ತು.

ಶಿವಗಾಮಿ, ನನ್ನ ಶಿವಗಾಮಿ... ಅವನಿಗೆ ಮತ್ತೆ ಮತ್ತೆ ಅವಳ ಹೆಸರನ್ನು ಹೇಳಬೇಕೆನಿಸುತ್ತಿತ್ತು. ಅವಳು ಪಕ್ಕದಲ್ಲೇ ಇದ್ದಳು, ಕೈ ಚಾಚಿದರೆ ಅವಳ ಕೂದಲು ಮುಟ್ಟಬಹುದಿತ್ತು. ಅವಳ ಕೆನ್ನೆಯನ್ನು ನೇವರಿಸಿದ ಗಾಳಿ ಅವನ ಕೆನ್ನೆಯನ್ನೂ ನೇವರಿಸುತ್ತಿತ್ತು. ಇನ್ನೇನು ತಾನೇ ಬೇಕು ಅವನಿಗೆ? ಅವನು ಹಿಡಿದ ಗಂಟನ್ನು ಅವಳು ಹಿಡಿದಿದ್ದಳು. ಅದನ್ನವಳು ತನ್ನ ಹೃದಯಕ್ಕೆ ಹತ್ತಿರವಾಗಿ

ಅಪ್ಪಿಕೊಂಡಿದ್ದಳು. ಅವಳ ಹೃದಯದ ಬಡಿತವನ್ನು ಅದು ಆಲಿಸಿದ್ದಿರಬಹುದು. ಅದಕ್ಕೆ ಅವಳ ಪರಿಮಳವಿತ್ತು. ಲೋಕದ ಕೊನೆಯವರೆಗೆ ಅವನು ಅದನ್ನು ಅವಳಿಗಾಗಿ ಹಿಡಿಯುತ್ತೇನೆ ಎಂದು ತನಗೆ ತಾನೇ ಹೇಳಿಕೊಂಡ. ಅವನಿಗೆ ತಾನೆಷ್ಟು ಪೆದ್ದ ಎನ್ನಿಸಿತು. ಆದರೆ ತುಂಬಾ ಸಂತೋಷವೂ ಆಗಿತ್ತು.

ಅಧ್ಯಾಯ ಹನ್ನೆರಡು

ಪಟ್ಟರಾಯ

ಸಾಮಂತ ಪಟ್ಟರಾಯನ ಸಾರೋಟು ಕೊನೆಯ ತಿರುವು ತಿರುಗಿ ಅವನ ಮನೆಯ ಕಡೆಗೆ ಸಾಗಿತ್ತು. *ಮೂರ್ಖರು!* ಪಟ್ಟರಾಯನಿಗೆ ಕೋಪ ತಡೆಯಲಾಗುತ್ತಿರಲಿಲ್ಲ. ಅವನ ಸುತ್ತ ಇದ್ದವರೆಲ್ಲರೂ ಮೂರ್ಖರು ಮತ್ತು ನಿಷ್ಪ್ರಯೋಜಕರು. ಅವನು ಸಾರೋಟಿನ ಸಾರಥಿಯ ತಲೆ ಗುದ್ದಿದ. "ಅಂಗಳದಲ್ಲಿ ಸರಿಯಾಗಿ ದೀಪ ಹೊತ್ತಿಸಬಾರದೇ?" ಭಟರು ದೀಪ ಸರಿಯಾಗಿ ಬೆಳಗದಿದ್ದರೆ ಅದಕ್ಕೆ ಸಾರಥಿ ಹೊಣೆಯಲ್ಲ. ಆದರೂ ಯಾರದಾದರೂ ಮೇಲೆ ತನ್ನ ಕೋಪವನ್ನು ತೀರಿಸಿಕೊಳ್ಳಬೇಕಿತ್ತು ಅವನು. ಪ್ರತಿಯೊಬ್ಬರೂ ಮೈಗಳ್ಳರು, ಪ್ರತಿಯೊಬ್ಬರೂ ಅವನ ಹಣದ ಹಿಂದೆ ಬಿದ್ದವರು.

ಶಿಲೆಗಳು ಇನ್ನು ಪತ್ತೆಯಾಗಿಲ್ಲ ಎನ್ನುವ ಬಗ್ಗೆ ಅವನಿಗೆ ಆಘಾತ ವಾಗಿತ್ತು. ಗುಲಾಮ ನಾಗಯ್ಯನ ಹಿಂದೆ ದಂಡಕಾರ ಪ್ರತಾಪ ಕಳಿಸಿದ ಯೋಧನನ್ನು ಕೊಂದವರು ಯಾರು? ಆ ವ್ಯಕ್ತಿ ಇಬ್ಬರನ್ನೂ ಕೊಂದು ಶಿಲೆಯೊಡನೆ ಕಾಣೆಯಾಗಿದ್ದ. ಅವನ ಶಿಲೆಗಳು! ಪಟ್ಟರಾಯ ಹಲ್ಲು ಮಸೆದ. ಸೊಂಟಪಟ್ಟಿಯನ್ನು ತಟ್ಟಿ ನೋಡಿದ. ನಾಗಯ್ಯ ಓಡುವಾಗ

ಎತ್ತಿಕೊಂಡ ಶಿಲೆ ಇನ್ನೂ ಅಲ್ಲೇ ಇತ್ತು. ತನ್ನ ಮಗಳು ಮೇಖಲಾಗೆ ಅದನ್ನು ಕೊಟ್ಟು ಆಶ್ಚರ್ಯಪಡಿಸುವವನಿದ್ದ. ಅವಳು ಖಂಡಿತಾ ಮೆಚ್ಚುತ್ತಾಳೆ.

ಪಟ್ಟರಾಯನಿಗೆ ತಾನು ಅಪಾಯಕಾರಿ ಆಟ ಆಡುತ್ತಿದ್ದೇನೆ ಅನ್ನುವುದರ ಅರಿವಿತ್ತು. ಅದು ಮಾಹಿಷ್ಮತಿಯ ಚರಿತ್ರೆಯನ್ನೇ ಬದಲಿಸಬಹುದು. ಪ್ರತಾಪ ಮತ್ತು ರುದ್ರಭಟ್ಟ ಇನ್ನೇನು ಇಲ್ಲಿಗೆ ಬರಬಹುದು. ಅವರು ಒಂದು ಉಪಾಯ ಕಂಡುಹಿಡಿಯಲೇಬೇಕಿತ್ತು.

ಅವನು ಮನೆ ತಲುಪುವಷ್ಟರಲ್ಲಿ ಏದುಸಿರು ಬಿಡುತ್ತಿದ್ದ. ಬಾಗಿಲನ್ನು ಕಾಲಲ್ಲಿ ಒದೆಯುತ್ತಾ ಅವನು ಕೂಗಿದ "ಮೇಖಲಾ"

"ಮೇಖಲಾ, ಅಪ್ಪ ಬಂದ್ರು ನೋಡು" ಸೊಂಟದಲ್ಲಿದ್ದ ಸರಪಳಿಗೆ ಹಾಕಿದ್ದ ಒಂದು ಕೀಲಿಯ ಗೊಂಚಲನ್ನು ತೆಗೆಯುತ್ತಾ ಪಟ್ಟರಾಯ ಕೂಗಿದ.

ಮಗಳಿಂದ ಏನೂ ಪ್ರತಿಕ್ರಿಯೆ ಬರಲಿಲ್ಲ. ಅವನೂ ಅದನ್ನು ನಿರೀಕ್ಷಿಸಿರಲಿಲ್ಲ. ಅವನು ಬಂದ ತಕ್ಷಣ ಅವಳು ಓಡಿ ಬಂದು ಸ್ವಾಗತಿಸುವ ವಯಸ್ಸು ದಾಟಿ ಆಗಲೇ ಒಂದು ದಶಕವಾಗಿತ್ತು. ಮೊದಲ ಮಾಳಿಗೆಯಲ್ಲಿ ಅವಳು ನೃತ್ಯ ಅಭ್ಯಾಸ ಮಾಡುತ್ತಿದ್ದ ಸದ್ದು ಕೇಳಿಸಿತು.

"ಒಂದು ದೀಪ ತೆಗೆದುಕೊಂಡು ಬಾ, ಬೇಗ" ಕೊನೆಗೂ ಮಗಳು ಇಳಿದು ಬರುತ್ತಿದ್ದ ಸದ್ದು ಕೇಳಿ ಅವನು ಹೇಳಿದ. ಬಾಗಿಲ ಅಲಂಕೃತ ಬೀಗದೊಳಗೆ ಒಂದು ಕೀಲಿಯನ್ನು ತೂರಿಸಿದ. ಬಾಗಿಲು ಕಿರುಗುಟ್ಟುತ್ತಾ ತೆರೆದುಕೊಂಡಿತು. ಒಳಗೆ ಎಡಗಡೆಗೆ ಇನ್ನೊಂದು ಗುಪ್ತ ಬಾಗಿಲು ಕಾಣಿಸಿತು.

ಅವನ ಮಗಳು ಓಡಿಹೋಗಿ ದೇವರಮನೆಯಿಂದ ಒಂದು ದೀಪ ಎತ್ತಿಕೊಂಡು ಬಂದಳು. ಅವನು ಗೋಡೆಯಲ್ಲಿ ಅಡಗಿಸಿ ಮಾಡಲಾಗಿದ್ದ ಗುಪ್ತ ಬಾಗಿಲನ್ನು ತೆರೆದು ನೆಲದ ಹಾಸುಗಂಬಳಿಯ ಕೆಳಗೆ ಇದ್ದ ಮತ್ತೊಂದು ಗುಪ್ತ ದ್ವಾರವನ್ನು ತೆರೆಯಲು ದೊಡ್ಡದೊಂದು ಕೀಲಿ ತೆಗೆದ.

"ಅಪ್ಪಾ, ನೀವು ಇದನ್ನೆಲ್ಲಾ ಇನ್ನೂ ಮಾಡಬೇಕೆ? ನಮ್ಮ ಬಳಿ ಸಾಕಷ್ಟಿದೆ, ಅದಕ್ಕಿಂತ ಹೆಚ್ಚಿಗೇ ಇದೆ." ಬಾಗಿಲು ತೆರೆಯಲು ತಂದೆಗೆ ಸಹಾಯ ಮಾಡುತ್ತಲೇ ಮೇಖಲಾ ಕೇಳಿದಳು.

"ಇದನ್ನೆಲ್ಲಾ ನಾನು ಮಾಡುತ್ತಿರುವುದು ನಿನಗಾಗಿ ಮೇಖಲಾ" ಪಟ್ಟರಾಯ ಪ್ರೀತಿಯಿಂದ ನುಡಿದ.

"ನೀವು ಯಾವುದೇ ತಪ್ಪು ಕೆಲಸ ಮಾಡಬಾರದು ಅಪ್ಪಾ," ಅವರು ಒಳಗೆ ಕಾಲಿರಿಸುತ್ತಿದ್ದಂತೆ ಮೇಖಲಾ ಹೇಳಿದಳು. ಅವರ ಹಜಾರದ ಕೆಳಗಿನ ತೇವದ ನೆಲಮಾಳಿಗೆಗೆ ಹೋಗಲು ಮೆಟ್ಟಿಲುಗಳು ಕಾಣಿಸಿದವು.

"ಯಾವುದೂ ಸರಿ ಅಥವಾ ತಪ್ಪು ಅಂತ ಇಲ್ಲ ಮಗಳೇ, ಎಲ್ಲವು ನೀನು ಬದುಕನ್ನು ಹೇಗೆ ಗ್ರಹಿಸುತ್ತೀಯಾ ಅನ್ನುವುದರಲ್ಲಿದೆ" ಕೆಳಗಿಳಿಯುತ್ತಾ ಪಟ್ಟರಾಯ ಹೇಳಿದ.

ಪಕ್ಕದಲ್ಲಿ ದೀಪ ಹಿಡಿದು ಅವನ ಮಗಳು ಇಳಿದಳು. ಮೆಟ್ಟಿಲಿನ ಮೇಲೆ ಬೆಳಕು ಬಿದ್ದು ಅದರ ಅಂಕುಡೊಂಕಾದ ಅಂಚು ಕಾಣಿಸಿತು.

ಕತ್ತಲ ಆವಾರದಲ್ಲಿ ಅವನ ಹೆಜ್ಜೆ ಸದ್ದು ಮಾರ್ದನಿಸಿತು. ಒಂದು ಜೇಡ ನೆಲದಲ್ಲಿ ಸರಕ್ಕನೆ ಹಾದುಹೋಯಿತು. ಕೋಣೆಯ ಹಳಸಲು ವಾಸನೆ ಮೂಗಿಗೆ ಬಡಿಯಿತು.

"ಈ ಜಾಗ ಗಬ್ಬು ನಾರುತ್ತಿದೆ" ಎಂದು ಮಗಳು ಹೇಳಿದ್ದು ಅವನಿಗೆ ಕೇಳಿಸಿತು.

ಕೆಳಗೆ ತಲುಪುವಷ್ಟರಲ್ಲಿ ಪಟ್ಟರಾಯ ಏದುಸಿರು ಬಿಡುತ್ತಿದ್ದ. ನಡೆಯುತ್ತಲೇ ಅವನು ನೆಲವನ್ನು ಗಮನಿಸುತ್ತಿದ್ದ. ಹಿಂದಿನ ಸಲ ಅವನು ನಡೆದಾಗ ಉಂಟಾದ ಹೆಜ್ಜೆ ಗುರುತು ಮಾಸುತ್ತಿದ್ದುದು ಬಿಟ್ಟರೆ ಉಳಿದ ಕಡೆಯಲ್ಲೆಲ್ಲಾ ಧೂಳು ಬೆರಳಿನಷ್ಟು ದಟ್ಟವಾಗಿತ್ತು.

ಪ್ರತಿಸಲ ಬಂದಾಗಲೂ ಅವನು ಬೇರೆಬೇರೆ ಮಾರ್ಗದಲ್ಲಿ ಹೆಜ್ಜೆಯಿಡುತ್ತಿದ್ದ. ಅದರಿಂದ ಅವನ ಪ್ರತಿ ಭೇಟಿಯ ಹೆಜ್ಜೆ ಗುರುತು ಇರುತ್ತಿತ್ತು. ವರ್ಷಕ್ಕೊಮ್ಮೆ ಅವನು ಸ್ವತಃ ನೆಲವನ್ನು ಗುಡಿಸಿ ಒರೆಸುತ್ತಿದ್ದ. ಸಾಮಾನ್ಯವಾಗಿ ವೈಶ್ಯರು ಮಾಡದ ಕೆಲಸ ಅದು. ಆದರೆ ಅದೂ ಅವನ ವಿಸ್ತೃತ ಭದ್ರತಾ ವ್ಯವಸ್ಥೆಯ ಅಂಗವಾಗಿತ್ತು. ಅವನು ತನ್ನ ನಿಧಿಯನ್ನು ಬಚ್ಚಿಟ್ಟ ಸ್ಥಳದ ಕುರುಹನ್ನು ಕೂಡಾ ತೋರಿಸುವಷ್ಟು ಯಾವುದೇ ಸೇವಕನನ್ನು ನಂಬುತ್ತಿರಲಿಲ್ಲ ಅವನು. ನಿಧಿಯನ್ನು ಎಣಿಸಿ ಕಪಾಟನ್ನು ಮುಚ್ಚಿದ ಮೇಲೆ ಅವನು ಮತ್ತೆ ನೆಲದ ಮೇಲೆ ಮರದ ಹೊಟ್ಟನ್ನು ಸಿಂಪಡಿಸುತ್ತಿದ್ದ. ವಕ್ರವಾದ ಮೇಲ್ಛಾವಣಿಯ ತುಂಬಾ ಜೇಡರಬಲೆಗಳು ತುಂಬಿಕೊಂಡಿದ್ದವು. ದೊಡ್ಡ ಕಬ್ಬಿಣದ ಕಪಾಟಿನ ಮೇಲೂ ತೂಗಾಡುತ್ತಿದ್ದವು. ಅದನ್ನು ಸ್ವಚ್ಛಗೊಳಿಸಲು ಬಿಡುತ್ತಿರಲಿಲ್ಲ ಅವನು. ಹಿಡಿಕೆ ಮತ್ತು ಬೀಗದ ಮೇಲೂ ಧೂಳು ಕೂತಿರುತ್ತಿತ್ತು. ತನ್ನ ಹಿಂದಿನ ಭೇಟಿಯ ನಂತರ ಯಾರೂ ಅದನ್ನು ಮುಟ್ಟಿಲ್ಲ ಎನ್ನುವ ಸಂತೃಪ್ತಿ ಅವನಿಗೆ ಕೊಡುತ್ತಿತ್ತು.

ಅಡಿಯುದ್ದದ ಕೀಲಿಯನ್ನು ತೂರಿಸಿ ಅವನು ಎರಡೂ ಕೈ ಬಳಸಿ ತಿರುಗಿಸಿದ. ಸ್ವಲ್ಪ ಕಷ್ಟವಾಯಿತು ಆದರೆ ಕೊನೆಗೆ ಕಪಾಟು ದೊಡ್ಡ ಸದ್ದಿನೊಂದಿಗೆ ತೆರೆದುಕೊಂಡಿತು.

"ಓಹ್ ದೇವರೇ!" ಕಬ್ಬಿಣದ ಕಪಾಟಿನೊಳಗೆ ಇದ್ದ ಚಿನ್ನದ ಆಭರಣಗಳು, ಕೆಂಪು, ವಜ್ರ, ಮುತ್ತಿನ ಕಂಠಹಾರಗಳು, ಚಿನ್ನದ ಬಳೆಗಳ ರಾಶಿಯ ಮೇಲೆ ದೀಪದ ಬೆಳಕು ಬಿದ್ದು ಹೊಳೆದದ್ದು ನೋಡಿ ಮೇಖಲಾ ಉದ್ಗರಿಸಿದಳು.

113

ಹತ್ತಿಬಟ್ಟೆಯ ಚೀಲಗಳಲ್ಲಿ ತುಂಬಿಸಿಟ್ಟಿದ್ದ ಚಿನ್ನದ ನಾಣ್ಯಗಳ ಅಂಚುಗಳು ಹೊಳೆದವು. ಐದಡಿ ಎತ್ತರದ ನಂದಾದೀಪದ ತುದಿಯಲ್ಲಿಯ ದೊಡ್ಡದೊಂದು ಚಿನ್ನದ ನವಿಲಿನ ಕೆಂಪಿನ ಕಣ್ಣು ಅವರನ್ನು ದಿಟ್ಟಿಸಿತು. ಒಂದು ಕ್ಷಣಕ್ಕೆ ಪಟ್ಟರಾಯ ತನ್ನೆಲ್ಲಾ ಸಮಸ್ಯೆಗಳನ್ನು ಮರೆತ. ಅವನ ಎದೆ ಜಂಭದಲ್ಲಿ ಉಬ್ಬಿತು. ತನ್ನ ವ್ಯಾಪಾರ ಪ್ರಾರಂಭಿಸಿದಾಗ ಅವನ ಬಳಿ ಪಿತ್ರಾರ್ಜಿತವಾಗಿ ಕಪಾಟಿನ ಮೂಲೆಯಲ್ಲಿ ಕೆಲವು ತಾಮ್ರದ ಕಾಸುಗಳ ವಿನಾ ಬೇರೆ ಏನೂ ಇರಲಿಲ್ಲ.

ಆಗ ಅವನಿಗೆ ಹದಿನಾಲ್ಕು ವರ್ಷ ವಯಸ್ಸು. ರೋಗಿಷ್ಟ ತಾಯಿ ಇದ್ದಳು. ಅವನ ಮುತ್ತಾತ ಕಟ್ಟಿಸಿದ ಹಳೆಯ ಮುರುಕು ಮನೆಯಲ್ಲಿ ವಾಸವಾಗಿದ್ದರು. ಮೂರೂವರೆ ದಶಕಗಳ ಹೋರಾಟದ ಬದುಕಿನಲ್ಲಿ ಕೊನೆಗೆ ಅವನು ಈ ಸ್ಥಿತಿ ತಲುಪಿದ್ದ. ಬಹಳಷ್ಟು ಸಾಧಿಸಿದ್ದ ಅವನು.

“ಅಪ್ಪಾ, ನನಗೆ ಭಯವಾಗುತ್ತಿದೆ, ಇದು ಅತಿಯಾಯಿತು, ಅತಿ ಅತಿ ಯಾಯಿತು” ಮೇಖಲಾ ನುಡಿದಳು. ಅವನು ಮತ್ತೆ ತೇವದ ನೆಲಮಾಳಿಗೆಗೆ ಇಳಿದ.

ಪಟ್ಟರಾಯ ತನ್ನ ಸೊಂಟಪಟ್ಟಿಯಿಂದ ಒಂದು ಕಲ್ಲು ತೆಗೆದು ಮೇಖಲಾಳ ಮುಂದೆ ಹಿಡಿದ. ಅವಳ ಪ್ರತಿಕ್ರಿಯೆಗಾಗಿ ಕಾದ.

“ಏನು?” ಎಂದು ಕೇಳಿದಳು.

“ಈ ಶಿಲೆ ನೋಡು, ಇಂಥದ್ದನ್ನು ಈ ಹಿಂದೆ ಎಂದಾದರೂ ನೋಡಿದ್ದೀಯಾ?” ಗರ್ವದಲ್ಲಿ ಕೇಳಿದ.

“ಖಂಡಿತಾ ನೋಡಿದ್ದೀನಿ, ಬೇಕಾದಷ್ಟು. ಬೇಸಿಗೆಯಲ್ಲಿ ನದಿ ಬತ್ತಿದಾಗ ನದಿಯ ತಳದಲ್ಲಿ ಇಂತಹ ಕಲ್ಲುಗಳು ದಂಡಿಯಾಗಿರುತ್ತೆ” ನಗುತ್ತಾ ನುಡಿದಳು ಮೇಖಲಾ.

“ಓಹೋ.. ಬರಿಯ ನದಿ ಕಲ್ಲಾ?” ಪಟ್ಟರಾಯ ನಕ್ಕು ಮಗಳ ಕೈಯಿಂದ ದೀಪ ತೆಗೆದುಕೊಂಡು ಶಿಲೆಯ ಹತ್ತಿರ ಹಿಡಿದ. ನಿಧಾನವಾಗಿ ಅದು ತಿಳಿ ನೀಲಿ ಬಣ್ಣವಾಗಿ ಪರಿಣಮಿಸಿತು. ತನ್ನ ಪ್ರೀತಿಯ ಮಗಳ ಪ್ರತಿಕ್ರಿಯೆಗಾಗಿ ಕಾಯುತ್ತಾ ಪಟ್ಟರಾಯ ನಿಂತ. ಶಿಲೆ ನೀಲಿ ಬೆಳಕು ತೋರಿಸುತ್ತಾ ಹೊಳೆಯತೊಡಗಿ ಅವಳ ಮುಖವೆಲ್ಲ ನೀಲಿ ಬಣ್ಣವಾಯಿತು. ಇಡೀ ಕೋಣೆಯೇ ನೀಲಿ ಬೆಳಕಿನಿಂದ ತುಂಬಿಹೋಯಿತು. ಅವನು ಮೇಖಲಾಳ ಕೈಗೆ ಅದನ್ನು ಕೊಟ್ಟು ಅವಳ ಸುಂದರ ಮುಖ ಆ ಅಲೌಕಿಕ ಬೆಳಕಿನಲ್ಲಿ ಪ್ರಜ್ವಲಿಸುವುದನ್ನು ನೋಡಿದ.

“ಅದ್ಭುತ!” ಒಂದು ಧ್ವನಿ ಕೇಳಿ ಬಂತು. ಮೇಖಲಾ ಪಟ್ಟರಾಯನ ಹಿಂದೆ ನೋಡಿ ಚೀರಿದಳು. ಅವಳ ಕೈಯಿಂದ ಶಿಲೆ ಕೆಳಗೆ ಬಿದ್ದು ಉರುಳಿಕೊಂಡು

ಹೋಯಿತು. ಅದರ ಚಲಿಸುವ ನೀಲಿ ಬೆಳಕಿನಲ್ಲಿ ಪ್ರೇತಕಳೆಯ ಒಂದು ಮುಖ ಪಟ್ಟರಾಯನನ್ನು ನೋಡಿ ಹಲ್ಲು ಕಿಸಿಯಿತು. ಬೆಚ್ಚಿಬಿದ್ದು ಅವನು ಒಂದು ಹೆಜ್ಜೆ ಹಿಂದೆ ಸರಿದ.

"ನೀನು? ನೀನಿಲ್ಲಿ?!" ಪಟ್ಟರಾಯ ತೊದಲಿದ. ಅವನ ಕೈ ನಡುಗಿ ಹಿಡಿದಿದ್ದ ದೀಪ ಅಲ್ಲಾಡಿ ಗೋಡೆಯ ಮೇಲೆಲ್ಲಾ ನೆರಳು ನರ್ತಿಸಿತು.

"ಅದ್ಭುತವಾಗಿದೆ!" ಎನ್ನುತ್ತಾ ಪ್ರೇತ ಕಪಾಟಿನ ಒಳಗೆ ಕಾಲಿಟ್ಟಿತು. ಒಳಗಿದ್ದ ವಜ್ರ ಮತ್ತು ಮುತ್ತುಗಳು ಗೌರೀಕಾಂತ ಶಿಲೆಯ ನೀಲಿ ಬೆಳಕನ್ನು ಪ್ರತಿಫಲಿಸಿದವು.

ಪ್ರೇತವು ಒಂದು ಕಂಠೀಹಾರವನ್ನು ಕೈಯಲ್ಲೆತ್ತಿಕೊಂಡು ತೂಗುತ್ತಾ ಮೇಖಲೆಯ ಕಡೆಗೆ ತಿರುಗಿತು. "ನನ್ನನ್ನು ಆ ಥರ ದೃಷ್ಟಿಸಬೇಡಾ ಹುಡುಗಿ, ನನಗೆ ನಾಚಿಕೆಯಾಗುತ್ತದೆ. ನಾನೇನು ಪಿಶಾಚಿಯಲ್ಲ, ಕೇವಲ ಕುಬ್ಜ, ದೇವಿ" ಎನ್ನುತ್ತಾ ಕುಬ್ಜ ಹಲ್ಲು ಕಿರಿದು ಬಾಗಿದ.

ಕುಬ್ಜನು ಕಪಾಟಿನ ಕೆಳಗಿನಿಂದ ಮುತ್ತುಗಳನ್ನು ಬಾಚಿಕೊಂಡು ಬೆರಳ ಸಂದಿಯಿಂದ ಅವನ್ನು ಚೆಲ್ಲುತ್ತಿದ್ದುದನ್ನು ನೋಡಿ ಮೇಖಲಾ ಆಶ್ಚರ್ಯಪಟ್ಟಳು. ಕಪಾಟಿನ ಕಬ್ಬಿಣದ ತಳಕ್ಕೆ ಬಿದ್ದು ಅವು ಟಣಟಣ ಸದ್ದುಮಾಡಿದವು.

"ನೀನು ಅಕ್ರಮವಾಗಿ ಸಂಪಾದಿಸಿದ ಆಸ್ತಿಗಾಗಿ ಅಭಿನಂದನೆಗಳು, ಧಡಿಯಾ. ನೀನು ನಿಜಕ್ಕೂ ಸ್ಫೂರ್ತಿಯ ಸೆಲೆ" ಕುಬ್ಜನ ಧ್ವನಿ ನೆಲಮಾಳಿಗೆಯಲ್ಲಿ ಪ್ರತಿಧ್ವನಿಸಿತು.

ಪಟ್ಟರಾಯ ನಿಂತ ಕಾಲ ಮೇಲೆ ಕಂಪಿಸಿದ.

"ಇಲ್ಲಿಗೆ ಹೇಗೆ ಬಂದೆ?" ಅವನು ಜಪ್ಪಿಸಿ ಕೇಳಿದ. ಆದರೆ ಕುಬ್ಜ ಅವನ ಮಗಳ ಕಡೆಗೆ ಕಣ್ಣಿಟ್ಟಿದ್ದ.

"ನೀನು ಭಾರಿ ಆಸ್ತಿಯನ್ನು ಮಾಡಿದ್ದು ಮಾತ್ರವಲ್ಲಾ, ಸುಂದರಿ ಮಗಳನ್ನೂ ಹುಟ್ಟಿಸಿದ್ದೀಯಾ ಧಡಿಯಾ? ದೇವಸ್ಥಾನದ ಶಿಲಾಬಾಲಿಕೆಯ ಥರ ಇದ್ದಾಳೆ? ಬಡ ನಡು, ತೋರ ಮೊಲೆ, ವಿಸ್ತಾರವಾದ ಪೃಷ್ಠ...."

ಮೇಖಲಾ ಅವಮಾನದಲ್ಲಿ ನೀಲಿಗಟ್ಟಿದಳು. ಪಟ್ಟರಾಯ ಕೋಪದಲ್ಲಿ ಹಲ್ಲು ಕಡಿದ.

"ಬಾಯಿ ಮುಚ್ಚು, ಸೂಳೆ ಮಗನೆ," ಪಟ್ಟರಾಯ ಕೋಪದಲ್ಲಿ ಹಲ್ಲು ಕಡಿದ. ಮೇಖಲಾಗೆ ಪಕ್ಕಕ್ಕೆ ಸರಿದು ಹೋಗಲು ಸನ್ನೆ ಮಾಡಿದ. ಗೌರೀಕಾಂತ ಶಿಲೆ ಮತ್ತೆ ತನ್ನ ಹಿಂದಿನ ಮಂದವಾದ ಬೂದಿಬಣ್ಣಕ್ಕೆ ತಿರುಗುತ್ತಿತ್ತು.

"ಓ... ಪಟ್ಟರಾಯಾ... ಮಗಳ ಮುಂದೆ ಎಂಥಾ ಅಶ್ಲೀಲ ಭಾಷೆ ಮಾತಾಡುತ್ತಿದ್ದೀಯಾ? ಅವಳನ್ನು ಹೀಗೇನಾ ನೀನು ಬೆಳೆಸುತ್ತಿರುವುದು? ಕ್ಷಮಿಸು ದೇವಿ, ನಿನ್ನ ತಂದೆಗೆ ಕೋಪ ಬರಿಸಿ ಬೈಯ್ಗಳ ಪದಗಳನ್ನು ಬಳಸುವಂತೆ ಮಾಡಿದ್ದಕ್ಕೆ.

ನಿನ್ನ ಸುಂದರ ಕಿವಿಗಳು ಇಂತಹ ಮಾತುಗಳನ್ನು ಕೇಳಬಾರದು, ಅದನ್ನು ನಿನ್ನ ತಂದೆಯೇ ನುಡಿದರೂ ಸರಿ. ವಿಶೇಷವಾಗಿ ನಿನ್ನ ತಂದೆಯ ಬಾಯಿಂದ. ಅವನಿಗೆ ಬರಿ ಹೊಲಸು ನಾಲಿಗೆಯೇ ಇರೋದು. ಒಹ್... ನಮ್ಮ ಪರಿಚಯ ಆಗಲಿಲ್ಲ ಅಲ್ಲವೇ? ನಿನ್ನ ತಂದೆ ಪರಿಚಯ ಮಾಡಿಕೊಡುವುದಿಲ್ಲ, ಅವನ ಕೋಪ ನೋಡಿದರೆ, ಹಾಗಾಗಿ ನಾನೇ ನನ್ನ ಪರಿಚಯ ಮಾಡಿಕೊಳ್ಳುತ್ತೇನೆ" ಕುಬ್ಜ ನುಡಿದ "ನಾನು ಖಣಿಪತಿ ಹಿಡುಂಬ. ನಿನ್ನ ತಂದೆಯ ಸೋದರಳಿಯ. ಸ್ವಲ್ಪ ದೂರದ ಸಂಬಂಧ ಇತ್ಯಾದಿ. ಅದೆಲ್ಲ ಬಿಡು, ಸಣ್ಣ ಸಾಮಂತ, ಅರೆ ಮನುಷ್ಯ ಅರೆ ಕುಲೀನ. ನನ್ನ ಆಕಾರವೇನೋ ಕುಬ್ಜವಾಗಿರಬಹುದು, ಆದರೆ ನನ್ನ ಹೃದಯ ತುಂಬಾ ದೊಡ್ಡದು" ಕುಬ್ಜ ನಗುತ್ತಾ ನೆಲದವರೆಗೆ ಬಾಗಿ ವಂದಿಸಿದ. ದೀಪದ ಬೆಳಕಲ್ಲಿ ಅವನ ಚಿನ್ನದ ಹಲ್ಲು ಹೊಳೆಯಿತು.

ಪಟ್ಟರಾಯ ಮಗಳನ್ನು ಪಕ್ಕಕ್ಕೆ ಸರಿಸಿ ಕೈಯಲ್ಲಿ ಚಿನ್ನದ ಕಂಠೀಹಾರವನ್ನು ತೂಗುತ್ತಿದ್ದ ಕುಬ್ಜನ ಹತ್ತಿರಕ್ಕೆ ಬಂದ.

"ಇಲ್ಲಿಗ್ಯಾಕೆ ಬಂದೆ? ನೀನು ಹೋಗಬೇಕಾಗಿದ್ದುದು..." ಎಂದು ನಿಲ್ಲಿಸಿದ.

"... ನೇರವಾಗಿ ಕಾಳಿಕಾ ವಾಟಿಕೆಗೆ. ಆ ಪಾಪಕೂಪದಲ್ಲಿ ನಿನಗಾಗಿ ಕಾಯ ಬೇಕಿತ್ತು" ನಗುತ್ತಾ ಕುಬ್ಜನೆಂದ. ಪಟ್ಟರಾಯ ಮಗಳತ್ತ ನೋಡಿದ. ಅವನು ಸ್ವಲ್ಪ ಎಚ್ಚರಿಕೆಯಿಂದಿರಬೇಕಿತ್ತು.

"ನೀನು ಅದು ಹೇಗೆ ಒಳಗೆ ಬಂದೆ?" ಪಟ್ಟರಾಯ ಕೇಳಿದ, ತಟ್ಟನೆ ವಿಷಯಾಂತರಿಸುತ್ತ.

"ನನಗೆ ಅಚ್ಚರಿಯಾಗುತ್ತಿದೆ. ನಿನಗೆ ತಿಳಿದಿದೆ ಎಂದುಕೊಂಡಿದ್ದೆ...." ಕುಬ್ಜ ತನ್ನ ವಕ್ರ ಕಾಲುಗಳನ್ನು ನೋಡಿದ. "ಒಂದು ಹೊಸಾ ತಂತ್ರ ಇದೆ. ಅದನ್ನ ನಡೆಯುವುದು ಅಂತ ಕರೀತಾರೆ. ಒಂದು ಹೆಜ್ಜೆಯನ್ನು ಎತ್ತಿ ಇನ್ನೊಂದು ಹೆಜ್ಜೆಯ ಮುಂದೆ ಇಟ್ಟರೆ ಅದರಿಂದ ತುಂಬಾ ದೂರ ಸಾಗಬಹುದು."

"ಇನ್ನು ಮುಂದಿಲ್ಲ, ಚಾಂಡಾಲಾ, ಇನ್ನು ನಿನ್ನ ನಡೆಯುವ ದಿನಗಳು ಮುಗಿದವು" ಪಟ್ಟರಾಯ ಕಪಾಟಿನ ಬಾಗಿಲು ಧಡ್ಡನೆ ಮುಚ್ಚಿ, ಬಾಗಿಲಿನ ಹಿಡಿಕೆಯೊಂದಿಗೆ ಸ್ವಲ್ಪ ಹೋರಾಡಿದ. ಕೀಲಿ ಕೆಳಗೆ ಬಿತ್ತು. ಕುಬ್ಜ ಒಳಗಿನಿಂದ ಬಡಿಯುತ್ತಿರುವುದು ಕೇಳಿಸುತ್ತಿತ್ತು.

"ಮೇಖಲಾ," ಕೀಲಿಯೊಂದಿಗೆ ತಡಕಾಡುತ್ತಾ ಅವನು ನುಡಿದ "ಆ ಕುಳ್ಳ ಸುಳ್ಳು ಹೇಳುತ್ತಿದ್ದಾನೆ. ಅವನನ್ನು ನಂಬಬೇಡಾ, ನಾನು ಎಂದಾದರೂ ಆ..."

"ಅಪ್ಪಾ, ಮಗಳೊಬ್ಬಳು ತನ್ನ ತಂದೆಯಿಂದ ಕೇಳುವಂತಹ ಸಂಗತಿಯಲ್ಲ ಇದು" ಮೇಖಲಾಳ ಧ್ವನಿ ನಡುಗಿತು.

ಪಟ್ಟರಾಯ ತನ್ನ ಹಣೆಯ ಬೆವರು ಒರೆಸಿಕೊಳ್ಳುತ್ತಾ ನಿಂತ. ಒಳಗೆ ಕ್ರೂರಿ ಕುಳ್ಳ, ಶಪಿಸುತ್ತಾ, ಬಾಗಿ ನೆಲದ ಮೇಲಿದ್ದ ಗೌರೀಕಾಂತ ಶಿಲೆಯನ್ನು ಎತ್ತಿಕೊಂಡ.

"ಅವನು ಸುಳ್ಳು ಹೇಳಿದ ಮೇಖಲಾ, ಅವನು ತಪ್ಪಿಸಿಕೊಳ್ಳುವುದಿಲ್ಲ. ಇಲ್ಲೇ ಬಂಧಿಯಾಗಿ ಒಂದು ವಾರ ಭಯದಲ್ಲಿ ನರಳಿ ಸಾಯಲಿ" ಪಟ್ಟರಾಯ ಕಪಾಟಿನ ಕಡೆಗೆ ತಿರುಗಿ ಅದರ ಭದ್ರತೆಗೆ ದುಗುಣ ಬೀಗವನ್ನು ಹಾಕತೊಡಗಿದ.

"ಅಪ್ಪಾ!" ಮೇಖಲಾ ಕೂಗಿದಳು, ದನಿಯಲ್ಲಿ ಭಯ ತುಳುಕಾಡಿತು.

"ಈಗ ನಾನು ಕರುಣೆ ತೋರುವುದಿಲ್ಲ ಮಗಳೇ, ಅವನು ನನ್ನ ಮನೆಯನ್ನು ಹೊಕ್ಕು ನನ್ನ ಮೇಲೆ ಅಪವಾದ ಹೊರಿಸಿದ. ನಾನು ವೇಶ್ಯಾವಾಟಿಕೆಗೆ ಹೋಗುತ್ತೇನೆ ಅಂದ. ನಾನು, ಎಲ್ಲ ಪುರುಷರಲ್ಲಿ ಅತ್ಯಂತ ಗೌರವಾನ್ವಿತ. ಅವನು ಅದಕ್ಕೆ ಬೆಲೆ ತೆರಲೇಬೇಕು."

"ಅಪ್ಪಾ....." ಮೇಖಲಾ ಮತ್ತೆ ಕೂಗಿದಳು.

ಪಟ್ಟರಾಯ ತಿರುಗಿದಾಗ ಅವನ ಕೈಯಿಂದ ಕೀಲಿ ಜಾರಿ ಬಿತ್ತು. ಇಬ್ಬರು ವ್ಯಕ್ತಿಗಳು ಕೋಣೆಯ ಒಳಗೆ ನಿಂತಿದ್ದರು. ಇಬ್ಬರೂ ಒಂದೇ ಥರ ಇದ್ದರು ಮತ್ತು ಇಬ್ಬರೂ ಒಂದೊಂದು ಕಠಾರಿಯನ್ನು ಅವನ ಮಗಳ ಕುತ್ತಿಗೆಗೆ ಹಿಡಿದಿದ್ದರು.

ಪಟ್ಟರಾಯ ಅವರ ಕಡೆಗೆ ನುಗ್ಗಿದ. ಒಬ್ಬ ದೈತ್ಯ ಅವನ ಕಡೆಗೆ ಕತ್ತಿ ಝಳಪಿಸಿದ. ಕಪಾಟಿನ ಬಾಗಿಲಿನ ಕಡೆಗೆ ಸನ್ನೆ ಮಾಡಿದ. ಪಟ್ಟರಾಯ ಕೀಲಿಗಾಗಿ ಹುಡುಕುತ್ತ ಸುತ್ತ ತಡಕಾಡಿದ. ಅವನ ಹಣೆಯ ಮೇಲೆ ಬೆವರು ಮೂಡಿತು. ಕೀಲಿ ಕೆಳಗೆ ಬಿದ್ದಿತ್ತೆಂದು ನೆನಪಿಸಿಕೊಂಡು ಅವನು ಮಂಡಿಯೂರಿ ಕೈ ಕಾಲುಗಳ ಮೇಲೆ ತಡಕಾಡಿದ. ಅವನ ಮಗಳು ಚೀರುತ್ತಿದ್ದಳು. ಅವನು ಮೇಖಲಾ ಕಡೆಗೆ ನೋಡಿದಾಗ ಅವಳ ಬೆಳ್ಳನೆಯ ಕುತ್ತಿಗೆಯಿಂದ ರಕ್ತ ಒಸರುತ್ತಿದ್ದುದು ಕಂಡಿತು.

"ದಯವಿಟ್ಟು... ದಯವಿಟ್ಟು..." ಎಂದು ಬೇಡುತ್ತಾ ಅವನು ಕೀಲಿಗಾಗಿ ಹುಡುಕಾಡಿದ. ಕೊನೆಗೆ ಅದನ್ನು ಕಂಡುಹಿಡಿದು ಅವಸರದಲ್ಲಿ ಕಪಾಟಿನ ಬಾಗಿಲು ತೆರೆದ. ಕುಬ್ಜ ಹೊರಗೆ ಬಂದ.

"ಚೆನ್ನಾಗಿದೆ, ಚೆನ್ನಾಗಿದೆ" ಹಿಡುಂಬ ಕಪಾಟಿನಿಂದ ಹೊರಗೆ ತೂರಾಡಿ ಕೊಂಡು ಹೊರಬಂದ. "ಒಳ್ಳೆ ಸ್ವಾಗತ ಸಿಕ್ಕಿತು ನಿಮ್ಮ ಮನೆಯಲ್ಲಿ, ಧಡಿಯಾ, ಒಳಗೆ ನನ್ನ ಜೊತೆ ನಿನ್ನ ಮಗಳೂ ಇದ್ದಿದ್ದರೆ ಇನ್ನೂ ಚೆನ್ನಾಗಿರುತ್ತಿತ್ತು. ಮುಂದಿನ ವರ್ಷ ನಿನ್ನ ಮೊಮ್ಮಗನ ಜಾತಕರ್ಮ ಆಚರಿಸಬಹುದಿತ್ತು. ಒಂದು ಚೆನ್ನದಂಥಾ ಅವಕಾಶ ಕಳೆದುಕೊಂಡೆ."

ಅವನ ಅಶ್ಲೀಲ ಹಾಸ್ಯಕ್ಕೆ ಅವನ ಠಕ್ಕರು ನಕ್ಕರು. ಕುಬ್ಜ ತನ್ನ ಸೊಂಟಪಟ್ಟಿಯ ಜೇಬುಗಳಲ್ಲಿ ಕೆಂಪು ಮತ್ತು ವಜ್ರಗಳನ್ನು ತುಂಬಿಕೊಂಡಿದ್ದನ್ನು ಪಟ್ಟರಾಯ

ಗಮನಿಸಿದ. ಅವನ ಕಣ್ಣುಗಳಲ್ಲಿ ಅಸಹಾಯಕನ ಕೋಪ ಉರಿಯುತ್ತಿದ್ದುದನ್ನು ನೋಡಿ ಕುಬ್ಜ ನಕ್ಕ.

"ನೀನು ತುಂಬಾ ಅವಸರದಲ್ಲಿ ಬಾಗಿಲು ತೆರೆದುಬಿಟ್ಟೆ ಮಾವಾ, ನನಗೆ ಬೇಕಾಗಿದ್ದದ್ದನ್ನು ತೆಗೆದುಕೊಳ್ಳಲು ನನಗೆ ಸಮಯವನ್ನೇ ಕೊಡಲಿಲ್ಲ. ಇರಲಿ ಬಿಡು, ಓಹ್, ದೇವರ ಹೋರಿಯ ಬೀಜದ ಮೇಲಾಣೆ, ನನ್ನ ಹುಡುಗರು ನಿನ್ನ ಮಗಳ ಜೊತೆ ಕೆಟ್ಟದಾಗಿ ನಡೆದುಕೊಂಡಿದ್ದಾರೆ."

ಇಬ್ಬರು ದೈತ್ಯರು ಮೇಖಲಾಳನ್ನು ಕೈಬಿಟ್ಟು ಹಲ್ಲು ಕಿರಿದರು.

"ನಾರಿಯ ಕ್ಷಮೆ ಕೇಳಿ ರಾಕ್ಷಸರೇ" ಹಿಡುಂಬ ಹೇಳಿದ. ಒಬ್ಬ ದೈತ್ಯ ಮಂಡಿಯೂರಿ ಮೇಖಲಾಳ ಕೈ ಹಿಡಿದು "ಕ್ಷಮಿಸು" ಎಂದ. ಮೇಖಲಾ ತಂದೆಯತ್ತ ಬೀರಿದ ಆರೋಪದ ದೃಷ್ಟಿಗೆ ಪಟ್ಟರಾಯ ಮುದುರಿಕೊಂಡ.

"ಆಕರ್ಷಕವಾಗಿದ್ದಾರಲ್ಲವೇ? ಎಡಗೆನ್ನೆಯ ಮೇಲೆ ಗಾಯದ ಗುರುತಿರುವವನು ರಂಗ. ಅವನ ಅವಳಿ, ಇದೇ ತಾನೇ ಅವನ ತಂದೆ ಸತ್ತವನಂತೆ ಹಲ್ಲು ಕಿರಿಯುವವನು ತುಂಗ. ಅವರಿಬ್ಬರೂ ಅವಳಿಜವಳಿಗಳು, ನೀನಿನ್ನೂ ಗಮನಿಸಿಲ್ಲದಿದ್ದರೆ. ಇಬ್ಬರು ಸ್ವಲ್ಪ ಮಂಕು ಆದರೆ ಕೆಲಸಕ್ಕೆ ಬರುತ್ತಾರೆ. ನನ್ನ ಸುತ್ತ ದೈತ್ಯರನ್ನು ಇಟ್ಟುಕೊಳ್ಳುವುದು ಹಲವು ಕಾರಣಗಳಿಗೆ" ಎನ್ನುತ್ತಾ ಹಿಡುಂಬ ಮೆಟ್ಟಿಲು ಹತ್ತಲಾರಂಭಿಸಿದ.

ಪಟ್ಟರಾಯ ಮೇಖಲೆಯ ಸಹಾಯದೊಂದಿಗೆ ಅವನನ್ನು ಹಿಂಬಾಲಿಸಿದ.

ಅವನು ಹಜಾರ ತಲುಪಿ ನೆಲಮಾಳಿಗೆ ಬಾಗಿಲನ್ನು ಮುಚ್ಚಿ ತಿರುಗಿ ನೋಡಿದಾಗ ತನ್ನ ಅತ್ಯಂತ ಪ್ರೀತಿಯ ಪೀಠದಲ್ಲಿ ಕುಬ್ಜ ಕೂತಿದ್ದನ್ನು ನೋಡಿ ಅವನಿಗೆ ವಿಪರೀತ ಕೋಪ ಉಕ್ಕಿತು. ಪಟ್ಟರಾಯ ಕೋಪವನ್ನು ನುಂಗಿಕೊಂಡು ಮಗಳನ್ನು ಅವಳ ಮಲಗುವ ಕೊಠಡಿಗೆ ಕರೆದುಕೊಂಡು ಹೋದ. ಅವಳು ಅತಿಯಾಗಿ ಭಯಪಟ್ಟಿದ್ದಳು. ಆದರೆ ಅವಳನ್ನು ಸುರಕ್ಷಿತವಾಗಿರಿಸುವುದು ಮೊದಲ ಕೆಲಸವಾಗಿತ್ತು. ಅವನು ಅವಳಿಗೆ ಸಮಾಧಾನದ ಕೆಲವು ಮಾತುಗಳನ್ನು ತೊದಲಿ ಕೋಣೆಯಿಂದ ಹೊರಬಂದ.

ಪಟ್ಟರಾಯ ಹಜಾರಕ್ಕೆ ಹಿಂದಿರುಗಿದಾಗ ಹಿಡುಂಬ ಕಪಾಟಿನಿಂದ ಎತ್ತಿಕೊಂಡ ಒಂದು ಕೆಂಪು ಹರಳಿನ ಸೌಂದರ್ಯವನ್ನು ಆಸ್ವಾದಿಸುತ್ತಿದ್ದ. ಅವನು ಒಂದು ಪೀಠವನ್ನು ಎಳೆದುಕೊಂಡು ಕುಬ್ಜನ ಎದುರು ಕೂತ. " ನಿನ್ನನ್ನು ಒಂದು ಉದ್ದೇಶಕ್ಕಾಗಿ ಕರೆಸಿದರೆ ನೀನು ಹೀಗಾಡುವುದೇ? ಎಷ್ಟು ಧೈರ್ಯ ನಿನಗೆ, ನನ್ನ ಮನೆಯೊಳಗೇ ಕರೆಯದೆ ಬರಲು?"

"ಹೇಳದೆ ಕೇಳದೆ ಬರುವುದರ ಪ್ರಯೋಜನಗಳೂ ಇವೆ" ಹಿಡುಂಬ ನಿಂಬೆ ಗಾತ್ರದ ಕೆಂಪು ಹರಳನ್ನು ಬೆಳಕಿನತ್ತ ಹಿಡಿದು ಕಣ್ಣು ಕಿರಿದುಗೊಳಿಸಿ ನೋಡುತ್ತಾ ನುಡಿದ.

ಪಟ್ಟರಾಯ ಪಕ್ಕದ ಮೇಜಿನ ಮೇಲೆ ಮುಷ್ಟಿಯಲ್ಲಿ ಗುದ್ದಿದ ರಭಸಕ್ಕೆ ಅದರ ಮೇಲಿಟ್ಟಿದ್ದ ಮಜ್ಜಿಗೆಯ ಲೋಟ ಉರುಳಿಬಿತ್ತು.

ಹಿಡುಂಬ ನಕ್ಕ. "ಚಿಂತೆ ಬೇಡಾ ಮಾವಾ, ನಿನ್ನ ಬಡ ಸೋದರಳಿಯನಿಗೆ ಕೆಲವು ಕೆಂಪು ಹರಳುಗಳು, ಕೆಲವು ಮುತ್ತುಗಳನ್ನು ಕೊಟ್ಟರೆ ನಿನಗೇನೂ ನಷ್ಟವಿಲ್ಲ. ಕೋಪಗೊಳ್ಳುವ ಕಾರಣವಿಲ್ಲ."

"ನೀನು ನನ್ನ ಮನೆಯೊಳಗೇ ನುಗ್ಗಿ ಬಂದು, ನನ್ನ ನಿಧಿಯನ್ನು ಕೊಳ್ಳೆಹೊಡೆದು, ನನ್ನ ಮಗಳ ಮೇಲೆ ಕೆಟ್ಟ ದೃಷ್ಟಿ ಬೀರಿದರೇ, ನಾನು ಆಹಾ ಎಂತಹ ಸನ್ಮಾನ ಅಂತ ಸಂತೋಷಪಡಬೇಕೇ?"

ಹಿಡುಂಬ ಓಸರಿಸಿಕೊಂಡು ಮೆತ್ತೆಯ ತುದಿಗೆ ಬಂದು ಕೂತು ಪಟ್ಟರಾಯನ ಕಡೆಗೆ ಬಗ್ಗಿ ಕೇಳಿದ "ನೀನು ನಿನ್ನ ಮುದ್ದಾದ ಮಗಳಿಗೆ ತೋರಿಸಿದ್ದನ್ನು ನಾನು ನೋಡಲಿಲ್ಲ ಎಂದುಕೊಂಡೆಯಾ? ನಾನು ಕೋಣೆಯ ಒಳಗೇ ಇದ್ದೆ, ನಿನ್ನನ್ನೇ ಗಮನಿಸುತ್ತಾ" ಕುಬ್ಜನ ಕಣ್ಣುಗಳು ಕೋಪದಲ್ಲಿ ಹೊಳೆದವು.

ಪಟ್ಟರಾಯಣ ಮುಖದಿಂದ ಬಣ್ಣ ಕಳಚಿತು. "ನಾ... ನಾ..."

"ನಾನು ಅಷ್ಟು ದೊಡ್ಡ ಅಪಾಯವನ್ನು ಎದುರುಹಾಕಿಕೊಂಡಿದ್ದು ನೀನು ವಂಚನೆ ಮಾಡಲೆಂದಲ್ಲ." ಹಿಡುಂಬ ಮೇಜಿನ ಮೇಲೆ ತನ್ನ ಮುಷ್ಠಿ ಗುದ್ದಿದ.

"ಅದು... ಅದು... ಒಂದೇ ಒಂದು ಶಿಲೆ... ಅದಕ್ಕೆ ನಾನು ಹಣ ಕೊಡುತ್ತೇನೆ"

"ಆಹ್, ಒಂದೇ ಒಂದು ಶಿಲೆಯಾ? ಅದಕ್ಕೆ ನೀನು ಹಣ ಕೊಡಲೇಬೇಕು. ಆದರೆ ಉಳಿದ ಶಿಲೆಗಳೇನಾದವು?"

"ಏನು ಹಾಗಂದರೆ?" ಪಟ್ಟರಾಯ ಕೈಹೊಸಕುತ್ತಾ ಎದ್ದುನಿಂತ.

"ನಾನು ಗಳಿಸಿದ್ದು ಇಪ್ಪತ್ತನಾಲಕ್ಕು. ಆ ರಾಜಗುರು ಬಹಳಷ್ಟಕ್ಕೆ ಉತ್ತರ ಕೊಡ ಬೇಕಾಗುತ್ತದೆ. ನೀನು ಮತ್ತು ಆ ಮೂರ್ಖ ದಂಡನಾಯಕ ಪ್ರತಾಪನೂ ಉತ್ತರಿಸ ಬೇಕಾಗುತ್ತದೆ. ಛೆ! ಆ ಗುಲಾಮ ನಾಗಯ್ಯನನ್ನ ಯಾಕೆ ಕೊಲ್ಲಲಾಯಿತು? ಈಗ ಎಲ್ಲರ ಕುತ್ತಿಗೆಗೂ ಕಂಟಕ ಬಂದಿದೆ," ಎಂದ ಕುಬ್ಜ.

"ಯಾರಿಗೂ ಅವನನ್ನು ಕೊಲ್ಲಬೇಕಾಗಿರಲಿಲ್ಲ. ಆದರೆ ಅವನು ಶಿಲೆಗಳ ಸಹಿತ ಓಡಿಹೋದ." ಪಟ್ಟರಾಯನಿಗೆ, ತನ್ನ ಮಂಡಿಯವರೆಗೆ ಬರುವ ಈ ಕುಬ್ಜನಿಗೆ ವಿವರಣೆ ನೀಡಬೇಕಾಗಿ ಬಂದುದಕ್ಕೆ ಕೋಪ ಬಂತು.

"ಎಂಥಾ ಜಟಿಲವಾದ ವ್ಯವಸ್ಥೆ. ಬಹಳ ಚೆನ್ನಾಗಿದೆ. ಈಗ ನಮ್ಮ ಬಳಿ ಶಿಲೆಯೂ ಇಲ್ಲ, ಗೌರೀಕಾಂತದ ಕೆಲಸ ಮಾಡುವ ಕಮ್ಮಾರನೂ ಇಲ್ಲ." ಹಿಡುಂಬ ಬುಸುಗುಟ್ಟಿದ.

"ಬಹುಶಃ ಆ ಗುಲಾಮನ ದೇಹ ಸಿಕ್ಕಿದ ಮಳೆನೀರಿನ ಚರಂಡಿಯಲ್ಲಿ ಶಿಲೆಗಳು ಕೊಚ್ಚಿಕೊಂಡು ಹೋಗಿರಬಹುದು. ಅವು ಇನ್ನೂ ಅಲ್ಲೇ ಇರಬಹುದು ಅಥವಾ ನದಿಯೊಳಗೆ ಸೇರಿರಬಹುದು" ಅವನ ವಾದ ಅವನ ಕಿವಿಗಳೇ ನಂಬುವಂತಿರಲಿಲ್ಲ.

"ನೀನು ಊಹಾಪೋಹದಲ್ಲಿ ಮಗ್ನನಾಗಿರುವಾಗಲೇ, ನಾವು ಚಿತ್ರವೇಣಿಗೆ ಹಣ ಹೇಗೆ ಹಿಂದಿರುಗಿಸುತ್ತೀವಿ ಅನ್ನುವುದನ್ನೂ ಕುರಿತು ಚಿಂತಿಸು. ನಾವು ಗೌರೀಕಾಂತ ಶಿಲೆಯನ್ನೂ, ಅದರಿಂದ ಗೌರಿಧೂಳಿಯ ಸಾರ ತೆಗೆಯುವ ವಿಧಾನವನ್ನು ಬಲ್ಲ ಗುಲಾಮನನ್ನೂ ತಲುಪಿಸಬೇಕಿತ್ತು. ಅವಳ ದೇಶದಲ್ಲಿ ಒಂದು ಕಮ್ಮಟವನ್ನು ಸ್ಥಾಪಿಸಿ ಅವಳ ಕಾರ್ಮಿಕರಿಗೆ ತರಬೇತಿ ನೀಡುವ ತಜ್ಞನನ್ನು ಕೊಡಬೇಕಿತ್ತು. ಕದರಿಮಂಡಲದ ಅಡ್ನಾಡಿ ರಾಜಕುಮಾರಿ, ನಾವು ಪತ್ತೆ ಹಚ್ಚಿದ್ದ ಗುಲಾಮ ಶಿಲೆಗಳೊಂದಿಗೆ ಓಡಿಹೋದ, ನಂತರ ಕೊಲೆಯಾಗಿ ಹೋದ ಎನ್ನುವ ನೆಪವನ್ನು ಖಂಡಿತಾ ಒಪ್ಪುವುದಿಲ್ಲ. ಅವಳು ಗುಟ್ಟನ್ನು ರಟ್ಟು ಮಾಡಿದರೆ ಅದರ ಪರಿಣಾಮ ಏನಾಗುತ್ತದೆ ಎನ್ನುವುದು ನಿನಗೆ ಗೊತ್ತು" ಹಿಡುಂಬ ಪಟ್ಟರಾಯನಿಗೆ ತೋರುಬೆರಳಾಡಿಸುತ್ತಾ ಎಚ್ಚರಿಸಿದ.

"ಆ ಅಡ್ನಾಡಿ ರಾಜಕುಮಾರಿಗೆ ಹಣ ಹಿಂದಿರುಗಿಸುವುದರ ಬಗ್ಗೆ ನನ್ನ ಬಳಿ ಒಂದು ಉಪಾಯವಿದೆ. ನನ್ನನ್ನು ನಂಬು" ಪಟ್ಟರಾಯ ಹೇಳಿದ.

"ಇಷ್ಟೆಲ್ಲಾ ಆದ ಮೇಲೆ ನಿನ್ನನ್ನು ನಂಬುವುದೇ? ಹ... ಹುಡುಗರಾ" ಕುಬ್ಜ ಕೂಗು ಹಾಕಿದ ತಕ್ಷಣ ರಂಗ ಕಾಣಿಸಿಕೊಂಡು ಕುಬ್ಜ ಇಳಿಯಲು ನೆರವಾದ.

ಹಿಡುಂಬ ತಲೆಯ ಮುಂಡಾಸನ್ನು ಸರಿಪಡಿಸಿಕೊಂಡ. "ನಾವು ಕಾಳಿಕಾ ವಾಟಿಕೆಗೆ ಹೋಗಿ ಸ್ವಲ್ಪ ಉಲ್ಲಾಸಪಡೋಣಾ. ನಾವು ಸತ್ತು ನರಕ ಸೇರಿದಾಗ ಯಮ ನನ್ನನ್ನು, ನನ್ನ ಅತ್ಯಮೂಲ್ಯ ಅಂಗವನ್ನು ಹೇಗೆ ಬಳಸಿದೆ ಎಂದು ಕೇಳಬಾರದು. ಈ ಮೂರ್ಖರಿಂದ ನಾನು ಕೆಟ್ಟೆ. ಈಗ ನಾನು ನೇಣುಗಂಭಕ್ಕೆ ಹಾಡುತ್ತಾ ಕುಣಿಯುತ್ತಾ ಹೋಗುತ್ತೇನೆ."

"ಇರು" ಪಟ್ಟರಾಯ ಕುಬ್ಜನನ್ನು ತಡೆದ."ಸ್ವಲ್ಪ ತಡಿ, ಮೂರ್ಖ. ಅದನ್ನೆಲ್ಲ ನನಗೆ ಬಿಡು"

"ಉಮ್...ಬಿಡ್ತೀನಿ. ನಿಮ್ಮೆಲ್ಲರಲ್ಲಿ ಎಲ್ಲರಿಗಿಂತ ಹೆಚ್ಚು ಅಪಾಯ ಎದುರು ಹಾಕಿಕೊಂಡಿದ್ದು ನಾನು. ನೀನು ನಿನ್ನ ಧಡೂತಿ ಪೃಷ್ಠವನ್ನು ಕಾಪಾಡಿ ಕೊಂಡಿದ್ದೀಯಾ. ಆದರೆ ಮಾವಾ, ನಾನು ನೇಣಿಗೇರಿದರೇ, ಖಂಡಿತಾ ನೀನೂ

ನನ್ನ ಜೊತೆಗೇ ತೂಗುವೆ. ನೀನು ಎಲ್ಲಾ ಗೌರೀಕಾಂತ ಶಿಲೆಯನ್ನು ಪತ್ತೆಹಚ್ಚುವವರೆಗೂ ನಾನು ಇದರಲ್ಲಿ ಕೈಹಾಕಲ್ಲ."

"ನಾನೇನು ಮಾಡಲಿ ಹಿಡುಂಬಾ? ನಾನು ನನ್ನ ಕೈಲಾದದ್ದು ಮಾಡುತ್ತಿದ್ದೇನೆ. ನಿನ್ನ ಬಳಿ ಇದಕ್ಕಿಂತ ಉತ್ತಮ ಯೋಜನೆ ಇದ್ದರೆ ದಯವಿಟ್ಟು ನನಗೆ ತಿಳಿಸು"

"ನಿನ್ನ ಅಡಿಗೆ ಮನೆಯ ಹಿತ್ತಲಿನಲ್ಲಿ ಒಂದು ಬಾವಿ ಇದೆಯೇ?' ಹಿಡುಂಬ ಕೇಳಿದ.

"ಬಾವಿ? ಇದೆ..."

"ಮತ್ತೆ ಒಂದು ಒರಳುಕಲ್ಲು? ಅದೇ ದೋಸೆಗೆ ರುಬ್ಬುತ್ತಾರಲ್ಲಾ ಅದು?"

"ನನ್ನನ್ನು ಗೇಲಿ ಮಾಡುತ್ತಿದ್ದೀಯಾ?" ಪಟ್ಟರಾಯನ ಕಣ್ಣು ಕೋಪದಲ್ಲಿ ಉರಿದವು.

"ಇಲ್ಲ, ಬರಿ ಒಳ್ಳೆಯ ಸಲಹೆ ಕೊಡುತ್ತಿದ್ದೇನೆ ಮಾವಾ. ನೀನು ಕೇಳಿದೆ ಏನು ಮಾಡಿದರೆ ಉತ್ತಮ ಎಂದು. ನಾನು ಸಲಹೆ ನೀಡಿದೆ. ನೀನು ಒರಳುಕಲ್ಲನ್ನು ಕತ್ತಿಗೆ ಕಟ್ಟಿಕೊಂಡು ಬಾವಿಯಲ್ಲಿ ಧುಮುಕು ಎಂದು. ಸ್ವಲ್ಪ ಕಾಲ ನಿನ್ನ ಮಗಳಿಗೆ ದೋಸೆಯಿಲ್ಲದೆ ಹೋಗಬಹುದು. ಆದರೆ ಅವಳು ಹೇಗೋ ಬದುಕಿಕೊಳ್ಳುತ್ತಾಳೆ."

"ಎಷ್ಟು ಧೈರ್ಯ!" ಪಟ್ಟರಾಯ ಹಿಡುಂಬನತ್ತ ನುಗ್ಗಿದ. ಆದರೆ ರಂಗ ಮತ್ತು ತುಂಗ ಅವನನ್ನು ಹಿಡಿದು ಬಲವಂತವಾಗಿ ಕೂರಿಸಿದರು. ಪಟ್ಟರಾಯ ಕೋಪದಲ್ಲಿ ಬುಸುಗುಡುತ್ತಿದ್ದ. ಆದರೆ ಬಹಳ ವೇಗವಾಗಿ ಆಲೋಚಿಸಿ ತಣ್ಣಗಾದ. ಈ ಕುಬ್ಜನನ್ನು ಅವನು ಸಮಾಧಾನ ಮಾಡಬೇಕಿತ್ತು. ಅವನನ್ನು ಕಾಳಿಕಾಳ ವಾಟಿಕೆಗೆ ಕರೆದುಕೊಂಡು ಹೋಗಬೇಕಿತ್ತು.

"ನೀನೇ ನನ್ನನ್ನು ಕಾಪಾಡಬೇಕು ಹಿಡುಂಬ. ನನ್ನ ಯೋಜನೆಯಲ್ಲಿ ನಿನ್ನದು ಬಹಳ ಮಹತ್ವದ ಪಾತ್ರ" ಪಟ್ಟರಾಯ ಸೋತವನಂತೆ ಹೇಳಿದ.

ಕುಬ್ಜನ ಉತ್ತರಕ್ಕೆ ಕಾಯದೇ ಅವನು ಹೊರಗೆ ನಡೆದು ತನ್ನ ಸಾರೋಟು ಏರಿ ಕೂತ. ಅವನ ಧಾಟಿಯಲ್ಲಿ ಆದ ಹಠಾತ್ ಬದಲಾವಣೆಯನ್ನು ಕಂಡು ಗೊಂದಲಗೊಂಡು ಕುಬ್ಜ ಮತ್ತವನ ಇಬ್ಬರು ರಕ್ಷಕರು ಅವನ ಹಿಂದೆಯೇ ನಡೆದು ಅವನನ್ನು ಸೇರಿಕೊಂಡರು. ಸಾರೋಟು ಕಾಳಿಕೆಯ ವಾಟಿಕೆಯತ್ತ ಸಾಗಿತು. ದಾರಿಯಲ್ಲಿ ಕುಬ್ಜನ ಪ್ರತಿಯೊಂದು ಮೂದಲಿಕೆ, ಅವಮಾನ, ಕೊಂಕನ್ನು ಪಟ್ಟರಾಯ ಸಣ್ಣ ನಗುವಿನಲ್ಲಿ ಸ್ವೀಕರಿಸಿ, ಪ್ರತಾಪ ಮತ್ತು ರುದ್ರಭಟ್ಟರು ಬಂದ ಮೇಲೆ ಎಲ್ಲವನ್ನೂ ವಿವರಿಸುವುದಾಗಿ ಶಾಂತವಾಗಿ ಉತ್ತರಿಸಿದ. ಕೊನೆಗೆ ಹಿಡುಂಬ ಹಿಮ್ಮೆಟ್ಟಿ ಮೌನ ರೂಪ ಧಾರಣೆ ಮಾಡಿ ಕೂತ. ಸಾರೋಟು ನದಿಯ ತಿರುವಿನಲ್ಲಿ ನಿಂತು ಅವರ ಗೆಳೆಯರಿಗಾಗಿ ಕಾಯಿತು.

ರಂಗ ಮತ್ತು ತುಂಗ ಹಿಡಿಂಬನನ್ನು ಸಾರೋಟಿನಿಂದ ಇಳಿಯಲು ಸಹಾಯ ಮಾಡಿ, ಮೃದುವಾಗಿ ಎತ್ತಿ ಕೆಳಗಿಳಿಸಿದರು. ಇಬ್ಬರೂ ಕತ್ತಿ ಹಿರಿದು ಕಾವಲಾಗಿ ಸಾರೋಟಿನ ಅಕ್ಕಪಕ್ಕ ನಿಂತರು. ಪಟ್ಟರಾಯ ಕತ್ತಲನ್ನು ದಿಟ್ಟಿಸುತ್ತಾ, ತಲೆ ಅಲ್ಲಾಡಿಸುತ್ತಾ, ಕೈಗಳನ್ನು ಮಡುಚುತ್ತಾ ತೆರೆಯುತ್ತಾ ಶತಪಥ ಹೆಜ್ಜೆ ಹಾಕಿದ. ಹಿಡುಂಬ ಕೀಟಲೆಯ ನಗುವಿನಲ್ಲಿ ಹುಲ್ಲಿನ ಎಸಳೊಂದನ್ನು ಹಲ್ಲಿನಲ್ಲಿ ಕಡಿಯುತ್ತಾ ನಿಂತ. ಅವರ ಹಿನ್ನೆಲೆಯಲ್ಲಿ ಮಾಹಿಷ್ಮತಿ ನಗರದ ಕೋಟೆ ಎತ್ತರವಾಗಿ ನಿಂತಿತ್ತು. ಕೋಟೆ ಹಾಗೂ ನದಿಯ ಸುತ್ತ ಸುತ್ತಿ ಬರುವ ಕಿರಿದಾದ ಪ್ರಶಾಂತ ದಾರಿಯಾಗಿತ್ತು ಅದು. ಕತ್ತಲಲ್ಲಿ ಹೆಚ್ಚಿನವರು ಯಾರೂ ಇತ್ತ ಬರುತ್ತಿರಲಿಲ್ಲ. ಜನರು ಕೋಟೆಯ ನಡುವೆ ಸಾಗುವ ರಾಜಬೀದಿಯಲ್ಲಿ ಓಡಾಡಲು ಇಚ್ಛಿಸುತ್ತಿದ್ದರು. ಅಲ್ಲಿ ದೀಪದ ಬೆಳಕಿರುತ್ತಿತ್ತು. ಜೊತೆಗೆ ಕಾವಲು ಭಟರು ಗಸ್ತು ತಿರುಗುತ್ತಿದ್ದರು. ಈ ದಾರಿಯಲ್ಲಿ ಅಸ್ಪೃಶ್ಯರು ಮತ್ತು ಗುಲಾಮರು ಮಾತ್ರ ಓಡಾಡುತ್ತಿದ್ದರು. ಅವರೂ ಕೂಡಾ ರಾತ್ರಿಯಲ್ಲಿ ಹೊರಗೆ ಸಂಚರಿಸುತ್ತಿರಲಿಲ್ಲ.

"ಆಗೋ ಬಂದರು" ಕಚ್ಚುತ್ತಿದ್ದ ಹುಲ್ಲನ್ನು ಉಗಿಯುತ್ತಾ ಹಿಡಂಬ ನುಡಿದ. ಪಟ್ಟರಾಯ ಪ್ರತಾಪ ಮತ್ತು ರುದ್ರಭಟ್ಟರನ್ನು ಸ್ವಾಗತಿಸಲು ಮುಂದಕ್ಕೆ ಧಾವಿಸಿದ. ಹಿಡುಂಬನನ್ನು ನೋಡಿದ ಕೂಡಲೇ ರಾಜಗುರು ತಟಸ್ಥರಾಗಿ ನಿಂತರು.

"ಸ್ವಾಗತ ರಾಜಗುರುಗಳೇ, ಮಹಾನ್ ತಂತ್ರಗಾರರೇ" ಹಿಡುಂಬ ಅಣಕಿಸಿದ. ಆ ಮಂದ ಬೆಳುದಿಂಗಳಲ್ಲೂ ರುದ್ರಭಟ್ಟರು ತಮ್ಮ ತುಟಿಯನ್ನು ಒತ್ತಿಕೊಂಡು ಕೋಪ ಅಡಗಿಸಲು ಯತ್ನಿಸುತ್ತಿದ್ದುದನ್ನು ಪಟ್ಟರಾಯ ಗಮನಿಸಿದ. ಜನರನ್ನು ರೊಚ್ಚಿಗೆಬ್ಬಿಸುವಲ್ಲಿ ಕುಬ್ಜ ನಿಸ್ಸೀಮನಾಗಿದ್ದ.

"ಹಿಡುಂಬ, ತಪ್ಪು ನಡೆದುಹೋಗಿದೆ ಒಪ್ಪಿಕೊಳ್ಳೋಣಾ, ಅದನ್ನೇ ಯಾಕೆ ಮತ್ತೆ ತಿಕ್ಕುತ್ತಿದ್ದೀಯಾ?" ದಂಡನಾಯಕ ಪ್ರತಾಪ ಸಂದರ್ಭವನ್ನು ತಿಳಿಗೊಳಿಸಲು ಯತ್ನಿಸಿದ.

"ತಪ್ಪು?" ಹಿಡುಂಬ ತನ್ನ ವಕ್ರ ಕೈಗಳನ್ನು ಬೀಸಿದ. "ಎಂಥ ಸುಲಭದ ಮಾತು, ಎಂಥಾ ಹೀನ ನೆಪ. ಅಲ್ಲಿ ಪಣಕ್ಕಿರುವುದು ನನ್ನ ತಲೆ. ಸಂಪರ್ಕ ಏರ್ಪಡಿಸಿದವನು ನಾನು, ನಾಗಯ್ಯನನ್ನು ಕಂಡುಹಿಡಿದವನು ನಾನು, ಗುಪ್ತ ಬಾಗಿಲು ಮತ್ತು ಉಬ್ಬರದ ಬಗ್ಗೆ ತಿಳಿಸಿಕೊಟ್ಟವನು ನಾನು. ನೀವುಗಳು ಎಲ್ಲವನ್ನೂ ಕಳೆದು ಹಾಕಿದಿರಿ, ಎಲ್ಲವನ್ನೂ!" ಪ್ರತಾಪ ಮತ್ತು ರುದ್ರಭಟ್ಟರು ಮುಖಭಂಗಿತರಾಗಿ ನಿಂತರು. ಪಟ್ಟರಾಯ ನುಡಿದ "ಹಿಡುಂಬ, ನಮ್ಮಲ್ಲಿ ಇನ್ನೊಂದು ಉಪಾಯವಿದೆ ಎಂದು ಹೇಳಿದ್ದೆನಲ್ಲಾ, ಅದಕ್ಕೇ ನಾವೀಗ ಕಾಳಿಕೆಯ ವಾಟಿಕೆಗೆ ಹೋಗಿ ಅದನ್ನು ಕಾರ್ಯಗತ ಮಾಡೋಣಾ."

ಹಿಡುಂಬ ತಲೆತಗ್ಗಿಸಿ ಯೋಚಿಸುತ್ತಾ ಶತಪಥ ಹೆಜ್ಜೆಯಿಟ್ಟ. ಪ್ರತಾಪ ಮತ್ತು ರುದ್ರಭಟ್ಟರು ಆತಂಕದಲ್ಲಿ ಕಾದು ನಿಂತರು. ಪಟ್ಟರಾಯ ಕುಬ್ಜನನ್ನು ದೃಷ್ಟಿಸಿದ, ಅವನ ತಲೆ ಏನೇನೋ ಉಪಾಯಗಳನ್ನು ಚಿಂತಿಸುತ್ತಿತ್ತು. ಕುಬ್ಜ ಅಪಾಯಕಾರಿ ನಿಜ ಆದರೆ ತಾನು ಸಮಾಳಿಸಲಾರದ್ದೇನೂ ಇಲ್ಲ.

"ನಿನ್ನ ಆಳನ್ನು ಕೊಂದವನ ಬಗ್ಗೆ ನಾವು ಇನ್ನಷ್ಟು ಮಾಹಿತಿ ಕಂಡು ಹಿಡಿಯಬೇಕು ಪ್ರತಾಪ" ಹಿಡುಂಬನೆಂದ.

"ಖಂಡಿತಾ. ಅವನು ಸ್ಕಂದದಾಸನ ಗೂಢಚಾರನಂತೆ" ಪ್ರತಾಪ ಹೇಳಿದ.

"ನೀವು ಎಂತಹ ಇಕ್ಕಟ್ಟಿನಲ್ಲಿ ಸಿಕ್ಕಿಹಾಕಿಸಿದ್ದೀರಿ ಗೊತ್ತೇ ನಿಮಗೆ? ನಾವು ಚಿತ್ರವೇಣಿಯಿಂದ ಭಾರೀ ಮೊತ್ತ ಪಡೆದುಕೊಂಡಿದ್ದೇವೆ. ಈಗ ಅವಳಿಗೆ ಏನು ಉತ್ತರ ಕೊಡುವುದು? ಪಟ್ಟರಾಯ ತನ್ನ ಬಳಿ ಉಪಾಯವಿದೆ ಎನ್ನುತ್ತಾನೆ. ಹಿಂದಿನ ಉಪಾಯ ಹೇಗೆ ಮುಕ್ತಾಯವಾಯಿತೆಂದು ನಮಗೆಲ್ಲರಿಗೂ ಗೊತ್ತು" ಹಿಡುಂಬ ನಾಟಕೀಯವಾಗಿ ಬಡಬಡಿಸಿದ.

ಪಟ್ಟರಾಯ ಅವಮಾನವನ್ನು ಅಲಕ್ಷಿಸಿದ. "ನನ್ನನ್ನು ನಂಬಿ, ಅವಳನ್ನು ಸಮಾಧಾನಪಡಿಸುವ ಉಪಾಯ ನನಗೆ ಗೊತ್ತಿದೆ. ಅವಳಿಗೆ ಇನ್ನೂ ಉತ್ತಮ ವಾದದ್ದನ್ನು ಅರ್ಪಿಸೋಣಾ"

"ಏನು, ನೀನು ಅವಳನ್ನು ಮದುವೆಯಾಗುತ್ತೀಯಾ?" ಹಿಡುಂಬನೆಂದ. ಅವನ ಠಕ್ಕರು ಕಿಸಕಿಸ ನಕ್ಕರು. ಪಟ್ಟರಾಯ ಅವನನ್ನು ಅಲಕ್ಷಿಸಿದ.

"ಅವಳಿಗೆ ನಾವು ಗೌರಿಧೂಳಿಯನ್ನೇ ಕೊಡೋಣಾ?! ಮಾಹಿಷ್ಮತಿಯ ಶಸ್ತ್ರಗಳಿಗೆ ಅಪಾರ ಶಕ್ತಿ ಕೊಡುವ ಸಿದ್ಧಪಡಿಸಿದ ಪುಡಿ? ಇನ್ನೊಂದು ಕಾರ್ಯಾಗಾರವನ್ನು ಸ್ಥಾಪಿಸಲು ಮತ್ತೊಬ್ಬ ತಜ್ಞ ಗುಲಾಮನನ್ನು ಕದ್ದು ತರುವವರೆಗೂ ಅವಳಿಗೆ ಗೌರಿಧೂಳಿಯನ್ನೇ ಸರಬರಾಜು ಮಾಡೋಣಾ. ಅವಳು, ಸಹಜವಾಗಿ, ನಮಗೆ ಸಾಕಷ್ಟು ಪರಿಹಾರ ಕೊಡಬೇಕು. ವಾಸ್ತವವಾಗಿ, ಸಾಕಷ್ಟಕ್ಕಿಂತ ಸ್ವಲ್ಪ ಹೆಚ್ಚು" ಪಟ್ಟರಾಯ ನಕ್ಕ.

ಒಂದು ಆಘಾತಕಾರಿ ಮೌನ ನೆಲೆಸಿತು. ಪಟ್ಟರಾಯ ಅವರು ಚೇತರಿಸಿ ಕೊಳ್ಳಲಿ ಎಂದು ಕಾದ. ರುದ್ರಭಟ್ಟನಿಗೆ ತೀರಾ ಚಿಂತೆಯಾಗಿತ್ತು. ಪ್ರತಾಪ ಆಳವಾದ ಆಲೋಚನೆಯಲ್ಲಿದ್ದ. ಪಟ್ಟರಾಯ ಹಿಡುಂಬನತ್ತ ತಿರುಗಿದ.

ಹಿಡುಂಬ ನುಡಿದ "ಓಹ್, ನಿನ್ನ ಬಳಿ ಸಾಕಷ್ಟು ದಾಸ್ತಾನಿದೆ ಅಂದು ಕೊಳ್ಳುತ್ತೇನೆ. ಅದು ತರಕಾರಿ ಮಾರುಕಟ್ಟೆಯಲ್ಲಿ ಸಿಗುತ್ತದೆ ಅನ್ನುವುದು ನಮಗೆಲ್ಲರಿಗೂ ಗೊತ್ತು. ಒಂದು ಬೊಗಸೆಗೆ ಎರಡು ತಾಮ್ರದ ಕಾಸುಗಳು? ಏನು?"

ಪಟ್ಟರಾಯ ನಸುನಕ್ಕ "ಇಲ್ಲ, ಇಲ್ಲವೇ ಇಲ್ಲ. ನಾನು ಅದನ್ನು ಅದರ ಮೂಲದಿಂದ ತೆಗೆದುಕೊಳ್ಳುತ್ತೇನೆ."

"ಹೇಗೆ?" ಪ್ರತಾಪ ಕೇಳಿದ. "ಕಾರ್ಯಾಗಾರಕ್ಕೆ ಪ್ರವೇಶವಿರುವುದು ರಾಜ ಕುಟುಂಬದವರಿಗೆ ಮತ್ತು ಮಹಾಪ್ರಧಾನರಿಗೆ ಮಾತ್ರ. ಗುಲಾಮರು ಸೂರ್ಯನ ಬೆಳಕನ್ನೂ ಕಾಣುವಂತಿಲ್ಲ. ಇದು ರಾಷ್ಟ್ರ ರಹಸ್ಯ ಮತ್ತು ಬಲವಾಗಿ ಕಾವಲಿರುವ ಸ್ಥಳ. ಅಲ್ಲಿಂದ ಅದು ಹೇಗೆ ನೀನು ಅದನ್ನು ಹೊರಗೆ ತರುವೆ?"

"ರಾಜ ಕುಟುಂಬದವರು ಮಾತ್ರ ಪಡೆದುಕೊಳ್ಳಬಹುದಾದರೆ ನಮಗೆ ತಂದು ಕೊಡಲು ನಾವು ರಾಜಕುಟುಂಬದವರನ್ನೇ ಕೇಳೋಣಾ?"

"ಹೌದಲ್ಲವೇ? ಮೊದಲೇ ನಮಗೆ ಯಾಕೆ ಇದು ಹೊಳೆಯಲಿಲ್ಲ?"

ಹಿಡುಂಬ ಅಣಕಿಸಿದ "ಈ ಮಹಾನ್ ಪಟ್ಟರಾಯರು ಮಹಾರಾಜರ ಹತ್ತಿರ ಹೋಗಿ "ಮಹಾಪ್ರಭು, ನಾನು ಸಾಮಂತ ರಾಜನ ಅಡ್ನಾಡಿ ರಾಜಕುಮಾರಿಯ ಹತ್ತಿರ ಲಂಚ ತೆಗೆದುಕೊಂಡಿದ್ದೇನೆ. ಅವಳು ನಿಮ್ಮ ಅವನತಿಗೆ ಪಿತೂರಿ ಮಾಡುತ್ತಿದ್ದಾಳೆ. ಅವಳಿಗೆ ಸ್ವಲ್ಪ ಗೌರಿಧೂಳಿಯ ಅಗತ್ಯವಿದೆ. ತಾವು ಕರುಣಾಮಯಿಗಳು, ಸ್ವತಃ ತಾವೇ ಅದನ್ನು ಸರಬರಾಜು ಮಾಡುವಿರೋ ಅಥವಾ ನಾನು ಗಾಡಿಗಳಿಗೆ ವ್ಯವಸ್ಥೆ ಮಾಡಲೇ?". ಆಗ ಮಹಾರಾಜರು ತಾವೇ ಕಾರ್ಯಾಗಾರದ ದ್ವಾರ ತೆರೆದು ಘೋಷಿಸುತ್ತಾರೆ "ಪಟ್ಟರಾಯ, ನನ್ನ ಆಪ್ತ ಮಿತ್ರನೇ, ಎಲ್ಲವು ನಿನ್ನದೇ, ನಿನಗೆ ಬೇಕಾದುದೆಲ್ಲವನ್ನು ತೆಗೆದುಕೋ" ಎಂಥಾ ಆಲೋಚನೆ! ನಾನು ನಿನಗೆ ಬಾಗಿ ವಂದಿಸಬೇಕು. ಇಲ್ಲ ಇಲ್ಲ, ನಿನ್ನ ಪವಿತ್ರ ಕಾಲುಗಳಿಗೆ ನಮಸ್ಕರಿಸಿ ನಿನ್ನ ಶಿಷ್ಯನಾಗಬೇಕು."

ರಂಗ ಮತ್ತು ತುಂಗ ಜೋರಾಗಿ ನಕ್ಕರು. ಕುಬ್ಜ ತನ್ನ ಹಾಸ್ಯಕ್ಕೆ ತಾನೇ ತೃಪ್ತಿಯಿಂದ ನಕ್ಕ. ರುದ್ರ ಭಟ್ಟ ಮತ್ತು ಪ್ರತಾಪ ಹೇಸಿಗೆಯಿಂದ ಅವನತ್ತ ದೃಷ್ಟಿಸಿದರು.

ಪಟ್ಟರಾಯ ತನ್ನ ಸಮಾಧಾನ ಕಳೆದುಕೊಳ್ಳದೇ ಹೇಳಿದ "ಮಹಾರಾಜರನ್ನು ನೇರವಾಗಿ ಕೇಳುವುದಕ್ಕಿಂತ ಸುಲಭವಾದ ವಿಧಾನಗಳಿವೆ. ಉದಾಹರಣೆಗೆ ಯುವರಾಜರೇ ಸ್ವತಃ ಅದನ್ನು ನಮ್ಮ ಕೈಗೆ ಕೊಡುವಂತೆ ಮಾಡುವುದು."

"ಎಷ್ಟು ಸೆರೆ ಕುಡಿದಿದ್ದೀಯಾ ಪಟ್ಟರಾಯ?" ಹಿಡುಂಬ ಕೈ ಚೆಲ್ಲಿ ತಲೆ ಅಲ್ಲಾಡಿಸಿದ. ಪ್ರತಾಪ ಮತ್ತು ರುದ್ರಭಟ್ಟರು ಕಳವಳಗೊಂಡರು.

"ನನ್ನನ್ನು ನಂಬಿ ಗೆಳೆಯರೇ, ಅದಕ್ಕೇ ನಾನು ನಿಮ್ಮನ್ನೆಲ್ಲಾ ಕಾಳಿಕೆಯ ವಾಟಿಕೆಗೆ ಕರೆದಿರುವುದು. ವಿಶೇಷವಾಗಿ ನನ್ನ ಪ್ರೀತಿಯ ಗೆಳೆಯ ಹಿಡುಂಬನನ್ನು"

ಪಟ್ಟರಾಯ ತನ್ನ ಉಪಾಯವನ್ನು ಅವರಿಗೆ ವಿವರಿಸಿದ. ಮನಸ್ಸಿಲ್ಲದೇ ಹಿಡುಂಬನ ಮುಖದಲ್ಲಿ ಸಣ್ಣ ಮುಗುಳ್ನಗು ಕಾಣಿಸಿತು.

"ಅವಳನ್ನು ನಂಬಬಹುದೇ?" ರುದ್ರಭಟ್ಟ ಕೇಳಿದ.

"ಸೂಳೆಗಿಂತ ಹೆಚ್ಚಿನ ನಂಬಿಕಸ್ತರು ಬೇರೆ ಇಲ್ಲ" ಪಟ್ಟರಾಯ ನುಡಿದ. ಪ್ರತಾಪ ಆಗಲೇ ಸಾರೋಟಿನ ಕಡೆಗೆ ನಡೆಯಲಾರಂಭಿಸಿದ.

"ವೇಶ್ಯಾವಾಟಿಕೆಗೆ ಹೋಗುವುದು ಪಾಪ, ನಾನೊಬ್ಬ ಬ್ರಾಹ್ಮಣ" ರಾಜಗುರು ತುಟಿ ಊದಿಸಿಕೊಂಡ.

"ಆಹಾ, ಈ ಮಹಾಬ್ರಾಹ್ಮಣನಿಗೆ ದ್ರೋಹ ಪಾಪವಲ್ಲ, ಆದರೆ ಹಾದರ ಮಹಾಪಾಪ" ಕುಬ್ಜ ಸಾರೋಟಿನ ಕಡೆಗೆ ನಡೆಯುತ್ತಾ ನುಡಿದ. ತುಂಗ ಅವನನ್ನು ಎತ್ತಿ ಒಳಗಿರಿಸಿದ.

ಪಟ್ಟರಾಯ ವೃದ್ಧ ರಾಜಗುರುವನ್ನು ಕೈಹಿಡಿದು ನಡೆಸಿಕೊಂಡು ಹೋಗಿ ಸಾರೋಟನ್ನು ಹತ್ತಿಸಿದ. ನಂತರ ತನ್ನ ಚಾಲಕನಿಗೆ ಕಾಳಿಕಾವಾಟಿಕೆಗೆ ಓಡಿಸಲು ಅಪ್ಪಣೆ ಮಾಡಿದ.

ಒಮ್ಮೆ ಜೋರಾಗಿ ಕುಲುಕಿ ಸಾರೋಟು ಹೊರಟಿತು. ಒಳಗೆ ಕತ್ತಲಲ್ಲಿ ಕೂತ ಪ್ರತಿಯೊಬ್ಬರೂ ತಮ್ಮದೇ ಚಿಂತೆಯಲ್ಲಿ ಮುಳುಗಿದ್ದರು. ಸಾರೋಟು ಆವರಣ ಸಂದಿಯನ್ನು ದಾಟಿ ರಾಜಬೀದಿಯಲ್ಲಿ ತಿರುಗಿ ಕಾಳಿಕಾವಾಟಿಕೆಯ ದಾರಿ ಹಿಡಿದಾಗ ಪಟ್ಟರಾಯನಿಗೆ ಬೀದಿಯಲ್ಲಿ ಗಸ್ತು ಕಾವಲು ಹೆಚ್ಚಾಗಿದೆ ಅನ್ನಿಸಿತು. ಅವನು ತನ್ನ ಕಚೇರಿಯ ಸಾರೋಟಿನಲ್ಲಿರಲಿಲ್ಲ. ಬದಲಿಗೆ ಇಂತಹ ಉದ್ದೇಶಕ್ಕೆ ಬಳಸುವ ಖಾಸಗೀ ಸಾರೋಟಿನಲ್ಲಿ ಹೊರಟಿದ್ದ. ಆದರೂ ಅವನಿಗೆ ಚಿಂತೆಯಾಗಿತ್ತು. ಅವರಿಗೆ ಶಿಲೆಗಳು ಕಾಣೆಯಾದ ಬಗ್ಗೆ ಗೊತ್ತಾಗಿದೆಯೇ, ಎಂದು ಚಿಂತಿಸಿದ. ಏನೋ ತಪ್ಪಾಗಿದೆ ಎಂದು ಅವರಿಗೆ ಗೊತ್ತಾಗಿದೆ ಅನ್ನಿಸಿತು. ಎಚ್ಚರಿಕೆಯಲ್ಲಿರು ಎಂದು ತನಗೆ ತಾನೇ ಹೇಳಿಕೊಂಡ. ಕುಬ್ಜ ಚದುರಂಗ ಮಣೆಯಲ್ಲಿ ಮಗ್ನನಾಗಿದ್ದ.

ನಿರ್ಜನ ದಾರಿಯಲ್ಲಿ ಕೆಲವು ದೀಪದ ಕಂಭಗಳಲ್ಲಿ ದೀಪ ನಂದಿಹೋಗಿ ಅವುಗಳ ಬುಡದಲ್ಲಿ ಕತ್ತಲಾವರಿಸಿತ್ತು. ಮಾಟಾದ ರಾಜಬೀದಿಯಲ್ಲಿ ಸಾರೋಟು ಸುಗಮವಾಗಿ ಸಾಗಿ ಗೆಜ್ಜೆಯ ಮತ್ತು ಕಲ್ಲಿನ ಹಾದಿಯ ಮೇಲೆ ಕುದುರೆಯ ಖುರಪುಟದ ಏಕತಾನವು ನಿದ್ದೆ ಬರಿಸುವಂತಿತ್ತು. ಯಾರಾದರೂ ತಮ್ಮನ್ನು ನೋಡಿದರೆ, ಪಟ್ಟರಾಯ ಆಲೋಚಿಸಿದ, ದೇವದಾಸಿಯ ಮನೆಗೆ ಹೋಗುತ್ತಿರುವ ಕೆಲವು ಕುಲೀನರು ಎಂದುಕೊಳ್ಳುತ್ತಾರೆ. ಅಷ್ಟೇ. ವಿಶೇಷವೇನಿಲ್ಲ.

ಅವರನ್ನು ಒಬ್ಬ ಅಥವಾ ಇಬ್ಬರು ಗುಪ್ತಚಾರರು ಹಿಂಬಾಲಿಸುತ್ತಿರುವ ಸಾಧ್ಯತೆ ಇದೆ, ಕಾಳಿಕೆಯ ವಾಟಿಕೆಯಲ್ಲೂ ಗುಪ್ತಚಾರರಿರುವ ಸಾಧ್ಯತೆಯಿದೆ ಎಂದುಕೊಂಡ ಪಟ್ಟರಾಯ. ಈ ಆಟವನ್ನು ಅವನು ಅನೇಕ ಸಲ ಆಡಿದ್ದ. ತಮ್ಮ ಗೋಪ್ಯ

ಬಯಲಾಗುವ ಆತಂಕವಿದ್ದರೂ ಅವನು ಆಟಕ್ಕೆ ಸಜ್ಜುಗೊಂಡ. ದೃಷ್ಟಿಗೋಚರವಾಗುವವರೆಗೂ ನದಿಯನ್ನು ಪರೀಕ್ಷಿಸಿದ. ಕಪ್ಪು ಹಾಯಿಬಿಟ್ಟ ಯಾವ ಹಡಗೂ ನಗರವನ್ನು ಸಮೀಪಿಸುತ್ತಿರುವ ಛಾಯೆಯೂ ಕಾಣಿಸಲಿಲ್ಲ. ಜೀಮೂತ ತನ್ನದೇ ವ್ಯಕ್ತಿಗಳನ್ನು ನಗರದಲ್ಲಿ ಇರಿಸಿದ್ದ. ಬಂದರಿಗೆ ಬರುವ ಎಲ್ಲಾ ಹಡಗುಗಳನ್ನು ಸ್ಕಂದದಾಸ ತಪಾಸಣೆ ಮಾಡುವ ಬಗ್ಗೆ ಆ ಮೋಸದ ಕಡಲುಗಳ್ಳರ ವ್ಯಾಪಾರಿಗೆ ನಿಸ್ಸಂದೇಹವಾಗಿ ಮಾಹಿತಿ ತಲುಪಿರುತ್ತದೆ. ಉಬ್ಬರ ಪ್ರತಿಕೂಲವಾದಾಗ ದೂರವಿರಬೇಕೆನ್ನುವಷ್ಟು ವಿವೇಚನೆ ಅವನಿಗಿದೆ.

ಪಟ್ಟರಾಯನ ಭುಜದ ಬಳಿಯ ಒಂದು ಲಾಂದ್ರಕ್ಕೆ ಪತಂಗವೊಂದು ಸುತ್ತು ಹಾಕುತ್ತಿತ್ತು. ಪ್ರತಿಸಲ ಅದು ಅವನ ಸಮೀಪಕ್ಕೆ ಬಂದಾಗಲೂ ಅವನು ಕೈ ಬೀಸಿ ಅದನ್ನು ಹಿಡಿಯಲು ವ್ಯರ್ಥಪ್ರಯತ್ನ ಮಾಡುತ್ತಿದ್ದ. ಆಗೆಲ್ಲ ಅವನ ಯೋಚನಾಸರಣಿ ಭಂಗವಾಗುತ್ತಿತ್ತು. ದಂಡಕಾರನನ್ನು ಕೊಂದವರು ಯಾರು ಮತ್ತು ಶಿಲೆಗಳನ್ನು ಕದ್ದವರು ಯಾರು ಎಂದು ಅವನು ಕಂಡುಹಿಡಿಯಲೇಬೇಕಿತ್ತು. ಅಥವಾ ಶಿಲೆಗಳು ನಿಜವಾಗಿ ಚರಂಡಿಯಲ್ಲಿ ಕೊಚ್ಚಿಹೋದವೇ? ಆದಷ್ಟು ಬೇಗ ಅವನು ಅವುಗಳನ್ನು ಪತ್ತೆ ಹಚ್ಚಬೇಕಿತ್ತು. ಪಟ್ಟರಾಯನ ಸಮಯ ತೀರುತ್ತಾ ಬಂದಿತ್ತು.

ಸಾರೋಟು ರಾಜಬೀದಿಯನ್ನು ಬಿಟ್ಟು ತಿರುವಿನಲ್ಲಿ ಸಾಗಿ ನದಿ ದಂಡೆಯ ಹಾದಿಯನ್ನು ಹಿಂದಕ್ಕೆ ಹಾಕಿ ಓಲಾಡುತ್ತಾ ಮುಂದುವರಿಯಿತು. ಗೆಜ್ಜೆಗಳು ಅತಿಯಾಗಿ ಸದ್ದು ಮಾಡಿ, ಪಟ್ಟರಾಯ ಚಾಲಕನಿಗೆ ಎಚ್ಚರಿಕೆಯಿಂದ ಚಲಿಸುವಂತೆ ಗದರಿದ. ಪತಂಗ ಅವನ ಕೆನ್ನೆಯ ಮೇಲೆ ಕೂತಿತು. ತಕ್ಷಣ ಅವನು ಕೆನ್ನೆಯ ಮೇಲೆ ಬಡಿದುಕೊಂಡ. ಪತಂಗದ ಬೆಚ್ಚನೆಯ ಸ್ಪರ್ಶವಾಯಿತು. ಕೆನ್ನೆಯಿಂದ ಅದರ ಮೆತ್ತಗಿನ ಜೂಲನ್ನು ಒರೆಸಿಕೊಂಡ. ಪತಂಗದ ಒಂದು ರೆಕ್ಕೆ ಚೂರಾಗಿ ಹುಳ ಅವನ ಕೈಯಲ್ಲಿ ನೋವಿನಲ್ಲಿ ವಿಲಗುಡುತ್ತಿರುವುದು ತೂಗಾಡುವ ದೀಪದ ಬೆಳಕಿನಲ್ಲಿ ಕಾಣಿಸಿತು. ಸ್ಕಂದದಾಸ ಅವನಿಗೊಂದು ತಲೆನೋವಾಗಿ ಪರಿಣಮಿಸಿದ್ದ. ಅವನು ಕೆಲವು ಕಠೋರ ನಿರ್ಣಯಗಳನ್ನು ತೆಗೆದುಕೊಳ್ಳಬೇಕಿತ್ತು. ಅವನು ಪತಂಗವನ್ನು ಹೊಸಕಿಹಾಕಿ ಅದರ ಒದ್ದಾಟವನ್ನು ಮುಗಿಸಿದ. ನಂತರ ಮುಗುಳ್ನಕ್ಕ.

ಅಧ್ಯಾಯ ಹದಿಮೂರು

ಶಿವಗಾಮಿ

ಕೋಟೆಯ ತುದಿಯಲ್ಲಿದ್ದ ಅನಾಥಾಲಯವನ್ನು ತಲುಪಿದಾಗ ಶಿವಗಾಮಿಯ ಹೃದಯ ಕುಸಿಯಿತು. ಅರಸರ ಅನಾಥಾಲಯ ಎನ್ನುವ ಹೆಸರೊಂದೇ ಅರಸುತನದ ಕುರುಹಾಗಿತ್ತು. ಮಿಕ್ಕಂತೆ ಅದೊಂದು ಶಿಥಿಲ ಕಟ್ಟಡವಾಗಿದ್ದು ನೋಟಕ್ಕೇ ಅತ್ಯಂತ ಖಿನ್ನತೆಯನ್ನು ತರುವಂತಿತ್ತು. ದ್ವಾರದಲ್ಲಿದ್ದ ಸಣ್ಣದೊಂದು ಮಿಣುಕು ದೀಪ ಮೆಟ್ಟಿಲ ಮೇಲೆ ಬೆಳಕು ಚೆಲ್ಲಲು ಹೆಣಗಾಡುತ್ತಿತ್ತು. ದ್ವಾರವು ತುಕ್ಕು ಹಿಡಿದಿದ್ದು ಜೀರ್ಣವಾಗಿತ್ತು. ಬಾಗಿಲಿನ ಮೇಲೆ ಕೆಲವು ಹೆಂಚುಗಳು ಕಾಣೆಯಾಗಿದ್ದು, ತಾರಸಿಯ ತೂತಿನಿಂದ ಆಕಾಶಕ್ಕೇರಲು ಬಳ್ಳಿಯೊಂದು ಹರಸಾಹಸ ಮಾಡುತ್ತಿತ್ತು. ಹುಡುಗನೊಬ್ಬ ಮೆಟ್ಟಿಲಿನ ಮೇಲೆ ಮಲಗಿದ್ದ, ಹರಿದ ಗೋಣಿಯೊಂದು ಅವನ ಮುಖವನ್ನು ಮುಚ್ಚಿತ್ತು. ರೇವಮ್ಮ ಅವನನ್ನು ಬಲವಾಗಿ ಕಾಲಿನಿಂದ ಒದ್ದಳು. ಅವನು ತಕ್ಷಣ ಹಸಿ ಹಸಿ ಬೈಗುಳಗಳ ಮಳೆಯನ್ನೇ ಸುರಿಸುತ್ತ ಎದ್ದ. ಅವನಿಗೆ ಇನ್ನೂ ಹತ್ತು ವರ್ಷ ವಯಸ್ಸಾಗಿರಬೇಕು. ಆದರೆ ಅವನ ಭಾಷೆ ಯಾವುದೇ ಪಳಗಿದ ಭಟನನ್ನು ನಾಚಿ ಕೆಂಪೇರುವಂತೆ ಮಾಡುವಂತಿತ್ತು.

127

"ಉಶ್... ಪಿಶಾಚಿ, ನಾಲಿಗೆ ಬಿಗಿ ಹಿಡಿ, ನಮ್ಮ ಜೊತೆ ಪ್ರಮುಖರೊಬ್ಬರು ಬಂದಿದ್ದಾರೆ." ರೇವಮ್ಮ ಬುಸುಗುಟ್ಟಿದಳು.

ಹುಡುಗ ಶಿವಗಾಮಿಯತ್ತ ಒಂದು ಕ್ಷಣ ದುರುಗುಟ್ಟಿ ನೋಡಿ ನಂತರ ಜೋರಾಗಿ ನಕ್ಕ. "ಈ ಚಿನಾಲಿನಾ?!"

ಅವನ ಭಾಷೆ ಕೇಳಿ ಶಿವಗಾಮಿಗೆ ಆಘಾತವಾಯಿತು. ರೇವಮ್ಮ ಹುಡುಗನ ಕಿವಿ ಹಿಂಡಿದಳು. ಆಗಲೇ ಅವನು ಮಹಾದೇವನನ್ನು ನೋಡಿದ.

"ಹೊಸಾ ಹುಡುಗನಾ?" ಎನ್ನುತ್ತಾ ಹುಡುಗ ಮಹಾದೇವನ ಸುತ್ತ ಸುತ್ತಿ ಅವನನ್ನು ಪರಿಶೀಲಿಸಿದ. "ಆದರೆ ಅವನು ಯಾಕೆ ರಾಜಕುಮಾರನಂತೆ ವೇಷ ತೊಟ್ಟಿದ್ದಾನೆ?"

"ನಿನ್ನ ತಲೆ ಉಳಿಯಬೇಕಾದರೆ ಮೊದಲು ಬಾಯಿ ಮುಚ್ಚು. ಇವರು ಮಾಹಿಷ್ಮತಿಯ ರಾಜಕುಮಾರರು." ರೇವಮ್ಮ ಅವನನ್ನು ಬದಿಗೆ ತಳ್ಳಿ ಜೀರ್ಣಗೊಂಡ ಬಾಗಿಲು ತೆರೆದಳು.

"ರಾಜಕುಮಾರ? ಯಾಕೆ ಮಹಾರಾಜರು ಮರಣ ಹೊಂದಿದರೇ, ರಾಜಕುಮಾರರು ಅನಾಥಾಲಯವನ್ನು ಸೇರಬೇಕಾಗಿದೆಯೇ?"

ಹುಡುಗ ಗೊಂದಲದಲ್ಲಿ ತಲೆ ಕೆರೆದುಕೊಳ್ಳುತ್ತಾ ಕೇಳಿದ.

ಮಹಾದೇವನ ಇರುವಿಕೆಯನ್ನು ಸಂಪೂರ್ಣ ಮರೆತಿದ್ದ ಶಿವಗಾಮಿ ಈಗ ಅವನನ್ನು ನೋಡಿದಳು. ಅವನು ನಾಚಿ ಕೆಂಪೇರಿದ್ದ. ಜೊತೆಗೆ ಅತೀ ಮುಜುಗರ ಪಟ್ಟವನಂತಿದ್ದ. ರೇವಮ್ಮ ಹುಡುಗನನ್ನು ಅಲಕ್ಷಿಸಿ ರಾಜಕುಮಾರನನ್ನು ಒಳಗೆ ಆಹ್ವಾನಿಸಿದಳು.

"ಮಹಾಸ್ವಾಮಿಗಳು ನಮ್ಮ ದುಸ್ಥಿತಿ ನೋಡಿದರೆ ನಿಮ್ಮ ಹೃದಯ ಕರಗಿ ನೀರಾಗುತ್ತದೆ. ದಯವಿಟ್ಟು ಇತ್ತ ಬನ್ನಿ ಮಹಾಸ್ವಾಮಿ"

ರಾಜಕುಮಾರರಿಗೆ ಒಳಬರುವ ಮನಸ್ಸಿಲ್ಲದಿದ್ದರೂ, ಯಾರಿಗಾದರೂ ತಿರಸ್ಕರಿಸುವವರೂ ಅಲ್ಲ ಎನ್ನುವುದು ಶಿವಗಾಮಿಗೆ ಅರ್ಥವಾಯಿತು. ಮಹಾದೇವ ಸಮ್ಮತಿಸಿದ. ತಕ್ಷಣ ರೇವಮ್ಮ ರಾಜಕುಮಾರನಿಗೆ ಸ್ವಾಗತದ ಅಣಿಮಾಡಲು ಅಪ್ಪಣೆ ಪಡೆದು ಮಾಯವಾದಳು.

ಹುಡುಗ ಶಿವಗಾಮಿಯನ್ನು ಕೇಳಿದ "ಇವರು ನಿಜಕ್ಕೂ ರಾಜಕುಮಾರರೇ?" ಅವಳು ಅವನನ್ನು ಅಲಕ್ಷಿಸಿದಳು. ಹುಡುಗ ಅದೇ ಪ್ರಶ್ನೆಯನ್ನು ಮಹಾದೇವನಿಗೆ ಕೇಳಿದ. ಮಹಾದೇವ ತಲೆ ಆಡಿಸಿ ಹೌದೆಂದ. ಆದರೆ ಅವನಿಗೆ ಅದರಿಂದ ಮುಜುಗರವಾಗುವಂತಿತ್ತು. 'ಕಪಟಿ' ಎಂದುಕೊಂಡಳು ಶಿವಗಾಮಿ. ಮಾಹಿಷ್ಮತಿಯ ರಾಜವಂಶಸ್ಥರು ತಮ್ಮ ನಗೆಯೊಳಗೆ ವಿಷವನ್ನು ಬಚ್ಚಿಡುತ್ತಾರೆ. ಒಂದು ದಿನ

ಅವಳು ಅವರನ್ನೆಲ್ಲ ಸಾಯಿಸುತ್ತಾಳೆ. ಮಾಹಿಷ್ಮತಿಯ ಅರಸು ಮನೆತನವನ್ನು ಅವಳು ನಾಶಮಾಡಲಿದ್ದಳು.

ಹುಡುಗ ಒಂದು ಕ್ಷಣ ವಿಷಯವನ್ನು ಗ್ರಹಿಸಿಕೊಳ್ಳುವಂತೆ ನಿಂತಿದ್ದು ಮರುಕ್ಷಣ ರಾಜಕುಮಾರ ಮಹಾದೇವ ಭೇಟಿ ನೀಡಲು ಬಂದಿದ್ದಾರೆಂದು ಜೋರಾಗಿ ಅರಚುತ್ತಾ ಓಡಿಹೋದ. ಎರಡೂ ಮಹಡಿಗಳ ತೆರದ ಚಾಚುಗಳಲ್ಲಿ ಪಟಪಟನೆ ತಲೆಗಳು ಇಣಿಕಿದವು. ಬಾಗಿಲುಗಳು ಕಿರುಗುಡುತ್ತಾ ತೆರೆದು ಕೊಂಡವು. ಮರದ ಮೆಟ್ಟಿಲುಗಳ ಮೇಲೆ ದಢದಢನೆ ಕಾಲುಗಳು ಇಳಿದುಬರುವ ಸದ್ದು ಕೇಳಿಸಿತು. ಯಾರೋ ಈ ಗದ್ದಲದಲ್ಲಿ ಬಿದ್ದು ಬೈದರು. ಜೋರು ನಗು, ಉತ್ಸಾಹದ ಕೇಕೆಗಳ ಜೊತೆ ಸಂಭ್ರಮದ ಪಿಸುಗುಟ್ಟುವಿಕೆ ಎಲ್ಲವೂ ಸೇರಿತು. ನೋಡನೋಡುತ್ತಲೇ ಅಂಗಳದಲ್ಲಿ ಹುಡುಗರು, ಹುಡುಗಿಯರು ಕೆಲವು ದೊಡ್ಡವರಿಂದ ತುಂಬಿಹೋಯಿತು.

ಮಹಾದೇವ ಅಸ್ವಸ್ಥನಾಗಿ ನಿಂತ. ಅವನು ಇನ್ನೂ ಅವಳ ಗಂಟನ್ನು ಹಿಡಿದು ಕೊಂಡಿರುವುದನ್ನು ಶಿವಗಾಮಿ ಗಮನಿಸಿದಳು. ಅವಳು ಅದನ್ನು ತೆಗೆದುಕೊಂಡು ಅಸ್ಪಷ್ಟವಾಗಿ ವಂದನೆಗಳನ್ನು ಸಲ್ಲಿಸಿದಳು. ನೆರೆದವರು ಅದನ್ನು ಗಮನಿಸದೆ ಇರಲಿಲ್ಲ. ಯಾರೋ ಅವಳು ಅವನ ಸೋದರಿ ಎಂದು, ಮಾಹಿಷ್ಮತಿಯ ರಾಜಕುಮಾರಿ ಎಂದು ಪಿಸುಗುಟ್ಟಿದ್ದು ಅವಳಿಗೆ ಕೇಳಿಸಿತು. ಶಿವಗಾಮಿಗೆ ವಿಪರೀತ ಆಘಾತವಾಯಿತು. ಆ ತಪ್ಪನ್ನು ಸರಿಪಡಿಸಲು ಅವಳು ಬಾಯಿ ತೆರೆಯುವಷ್ಟರಲ್ಲಿ ಇನ್ನೊಬ್ಬಳು ಹುಡುಗಿ ಅವಳು ರಾಜಕುಮಾರನ ಪ್ರೇಯಸಿ ಇರಬಹುದು ಎಂದು ಪಿಸುಗುಟ್ಟಿದಳು. ಶಿವಗಾಮಿಯ ನಾಭಿಯೊಳಗಿಂದ ಹೇಸಿಗೆ ಉಕ್ಕಿ ಬಂತು. ಮಾಹಿಷ್ಮತಿಯ ಅರಸುಕುಲವನ್ನು ತಾನು ದ್ವೇಷಿಸುತ್ತೇನೆ, ತನ್ನ ತಂದೆಗೆ ಅವರು ಮಾಡಿದ ಅವಸ್ಥೆಗಾಗಿ ಅವರೆಲ್ಲರ ಸಾವನ್ನು ತಾನು ಬಯಸುತ್ತೇನೆ ಎಂದು ಕೂಗಿ ಕೂಗಿ ಹೇಳಬೇಕೆನಿಸಿತು.

ರೇವಮ್ಮ ಹಿಂದಿರುಗಿ ಅಂಗಳದಲ್ಲಿ ದೀಪ ಹಚ್ಚಲು ಆಜ್ಞಾಪಿಸಿದಳು. ಇಷ್ಟರಲ್ಲೇ ದೀಪದ ಉರಿಯುವ ಎಣ್ಣೆಯ ವಾಸನೆ ಗಾಳಿಯಲ್ಲಿ ತುಂಬಿತು. ಈಗ ಶಿವಗಾಮಿಗೆ ಅವರ ಮುಖಗಳು ಸ್ಪಷ್ಟವಾಗಿ ಕಾಣಿಸಿದವು. ಸುಮಾರು ಇನ್ನೂರು ಮಕ್ಕಳಿದ್ದರು. ಹುಡುಗಿಯರೇ ಹೆಚ್ಚು ಹುಡುಗರಿಗಿಂತ. ಆರರಿಂದ ಹದಿನೆಂಟರವರೆಗಿನ ವಯಸ್ಸಿನವರು ಅಲ್ಲಿದ್ದರು.

ರೇವಮ್ಮ ಒಂದು ಬೋಗುಣಿಯಲ್ಲಿ ಅರಿಶಿನ ಕುಂಕುಮ ಬೆರೆತ ನೀರು ಮತ್ತು ದೀಪವನ್ನಿಟ್ಟುಕೊಂಡು ಬಂದು ಸಾಂಪ್ರದಾಯಿಕ ಆರತಿ ಮಾಡಲು ಸಿದ್ಧಳಾಗಿ ಬಂದಳು. ರಾಜಕುಮಾರನ ಪಕ್ಕದಲ್ಲಿ ನಿಂತ ಶಿವಗಾಮಿಗೆ ಹಠಾತ್ತನೆ ಅದು ಹೊಸ

ವಧುವರರ ಗೃಹಪ್ರವೇಶದ ಸ್ವಾಗತದ ಆರತಿಯ ರೀತಿಯಲ್ಲವೇ ಅನ್ನಿಸಿ ಮೆಲ್ಲನೆ ಯಾರಿಗೂ ತಿಳಿಯದ ಹಾಗೆ ಹಿಂದಕ್ಕೆ ಸರಿದುಕೊಂಡಳು.

ಜೇನು ತೊಟ್ಟಿಕ್ಕುವ ಮಧುರ ದನಿಯಲ್ಲಿ ರೇವಮ್ಮ ರಾಜಕುಮಾರರಿಗೆ ಅನಾಥಾಲಯವನ್ನು ಸುತ್ತಿ ನೋಡಲು ಆಹ್ವಾನಿಸಿದಳು. ಅವಳು ಅವನನ್ನು ಒಳಗೆ ಕರೆದೊಯ್ದಳು. ಎಲ್ಲರೂ ಅವರನ್ನು ಹಿಂಬಾಲಿಸಿದರು.

ಶಿವಗಾಮಿ ಅಂಗಳದ ನಡುವೆ ನಿಂತುಕೊಂಡೇ ಇದ್ದಳು. ಅವಳ ಸಕಲ ಆಸ್ತಿ ಅವಳು ಗಟ್ಟಿಯಾಗಿ ಎದೆಗಪ್ಪಿಕೊಂಡ ಆ ಬಟ್ಟೆ ಗಂಟಿನಲ್ಲಿತ್ತು.

"ಆ ಹೆಂಗಸು ಕಾಲಕೂಟ; ಇಲ್ಲಲ್ಲ, ಅವಳು ಕಾಲಕೂಟಕ್ಕಿಂತ ಹೆಚ್ಚಿನ ವಿಷ" ಹಿಂದಿನಿಂದ ಕೇಳಿಬಂದ ಮಾತು ಕೇಳಿ ಶಿವಗಾಮಿ ಬೆಚ್ಚಿದಳು. ಅವಳದೇ ವಯಸ್ಸಿನ ಹುಡುಗಿಯೊಬ್ಬಳು ಅವಳ ಹಿಂದೆ ನಗುತ್ತಾ ನಿಂತಿದ್ದಳು.

"ನಾನು ಕಾಮಾಕ್ಷಿ," ಎಂದು ಅವಳು ನಗುತ್ತ ಪರಿಚಯ ಮಾಡಿಕೊಂಡಳು. ಹೊಳೆಯುವ ಕಪ್ಪು ಶಿಲೆಯಂತಿತ್ತು ಅವಳ ಮೈಬಣ್ಣ. ಅವಳು ನಕ್ಕಾಗ ಅವಳ ಸ್ವಲ್ಪ ವಕ್ರವಾದ ಹಲ್ಲುಗಳು ಅವಳಿಗೊಂದು ರೀತಿಯ ತುಂಟತನವನ್ನೂ, ಮಗುವಿನಂತಹ ನೋಟವನ್ನೂ ಕೊಡುತ್ತಿತ್ತು. ಅವಳ ಕಣ್ಣುಗಳು ಪ್ರಖರವಾಗಿ ಹೊಳೆಯುತ್ತಿದ್ದವು.

"ಶಿವಗಾಮಿ"

"ರೇವಮ್ಮ ನಿನ್ನ ಹೆಸರು ಹೇಳಿದಳು." ಕಾಮಾಕ್ಷಿ ನುಡಿದಳು "ರಾಜಕುಮಾರ ಮಹಾದೇವರನ್ನು ನಿನ್ನ ಬಟ್ಟೆ ಗಂಟು ಹೊತ್ತುಕೊಂಡು ಬರುವಂತೆ ಹೇಗೆ ಮಾಡಿದೆ?"

"ಅದು ನಿನಗ್ಯಾಕೆ?" ಶಿವಗಾಮಿ ಕೇಳಿದಳು. ಅಂತಹ ಖಾಸಗಿ ಪ್ರಶ್ನೆಯನ್ನು ಅಂತಹ ಅಪರಿಚಿತಳು ಕೇಳಿದ್ದು ಅವಳಿಗೆ ಧಾರ್ಷ್ಟ್ಯ ಅನ್ನಿಸಿತು.

ಆದರೆ ಕಾಮಾಕ್ಷಿಯ ಮುಖ ಸಪ್ಪಗಾಗಿದ್ದು ನೋಡಿ ಅವಳಿಗೆ ತಾನು ಬಹಳ ಒರಟಾಗಿ ನಡೆದುಕೊಂಡೆ ಅನ್ನಿಸಿತು. ಅಷ್ಟಕ್ಕೂ ಆ ಹುಡುಗಿ ಸ್ನೇಹದಲ್ಲಿ ಮಾತಾಡಿಸಿದ್ದಳು.

"ಈ ಅನಾಥಾಲಯದಲ್ಲಿ ಎಷ್ಟು ಮಕ್ಕಳಿದ್ದಾರೆ?" ಮಾತು ಬದಲಿಸಲು ತಕ್ಷಣ ಕೇಳಿದಳು.

"ಅದರಿಂದೇನು? ಈಗ ನಾವಿಬ್ಬರೇ" ಸುತ್ತ ಯಾರಿಲ್ಲದ ಅಂಗಳವನ್ನು ತೋರಿಸುತ್ತಾ ಕಾಮಾಕ್ಷಿ ಜೋರಾಗಿ ನಕ್ಕಳು. ಶಿವಗಾಮಿ ಇನ್ನೂ ಬಿಗುವಾಗಿ ಎಚ್ಚರಿಕೆಯಲ್ಲಿದ್ದಳು.

"ಇಲ್ಲಿ, ಇವತ್ತು ಸಂಜೆ, ನಾವು ಇನ್ನೂರ ಮೂವತ್ತೆರಡು ಮಂದಿ ಇದ್ದೇವೆ.

ಹಾಗೆ ನನಗೆ ಖಚಿತವಾಗಿ ಹೇಗೆ ಗೊತ್ತು ಅಂತ ಅಂದುಕೊಳ್ಳುತ್ತಿದ್ದೀಯಾ? ನೀನೀಗ ಈ ಅನಾಥಾಲಯದ ಹೆಣ್ಣು ಮಕ್ಕಳ ಮುಖ್ಯಸ್ಥಳ ಎದುರು ನಿಂತಿದ್ದೀಯಾ. ಸಹಜವಾಗಿ ಎಲ್ಲಾ ಹುಡುಗಿಯರಿಗೂ ನನ್ನ ಬಗ್ಗೆ ದ್ವೇಷ. ನೀನಿಲ್ಲಿಗೆ ಹೊಸಬಳಾದ್ದರಿಂದ ಮತ್ತು ನನ್ನ ದುಷ್ಟತನ ತಿಳಿಯದಿರುವುದರಿಂದ ನಾನೇ ನಿನ್ನ ಗೆಳೆತನ ಮಾಡಿಕೊಂಡರೆ ಹೇಗೆ ಅನ್ನಿಸಿತು" ಕಾಮಾಕ್ಷಿಯ ಕಣ್ಣುಗಳು ತುಂಟತನದಲ್ಲಿ ಮಿನುಗಿದವು. ತನ್ನರಿವಿಲ್ಲದೆಯೇ ಶಿವಗಾಮಿ ಮುಗುಳ್ನಕ್ಕಳು. ರಾಜಕುಮಾರರನ್ನು ಕರೆದುಕೊಂಡು ಹೋದ ಗುಂಪು ಮೊದಲ ಮಾಳಿಗೆಯಲ್ಲಿ ನಡೆಯುತ್ತಿರುವ ಸಪ್ಪಳ ಕೇಳಿಸಿತು. ನೂರಾರು ಮಕ್ಕಳ ಕಲರವದ ನಡುವೆಯೂ ರೇವಮ್ಮನ ಧ್ವನಿ ಎದ್ದು ಕೇಳಿಸುತ್ತಿತ್ತು.

"ಬಾ, ನಿನ್ನ ಕೊಠಡಿ ತೋರಿಸುತ್ತೇನೆ," ಕಾಮಾಕ್ಷಿ ನುಡಿದಳು. "ನನ್ನ ಜೊತೆಗಿದ್ದವಳು ಹೋದ ಮೇಲೆ ನನ್ನ ಕೋಣೆಯಲ್ಲಿ ಒಂದು ಖಾಲಿ ಹಾಸಿಗೆ ಇದೆ. ರೇವಮ್ಮ ನಿನಗೆ ಬೇರೆ ಏರ್ಪಾಡು ಮಾಡುವವರೆಗೆ ನೀನು ನನ್ನೊಂದಿಗಿರ ಬಹುದು" ಶಿವಗಾಮಿ ಆ ಶಿಥಿಲ ಕಟ್ಟಡದ ಸುತ್ತ ನೋಡಿ ಕಂಪಿಸಿದಳು. ನಿಧಾನವಾಗಿ ವಾಸ್ತವ ಅವಳ ಒಳಗಿಳಿಯುತ್ತಿತ್ತು. ಅವಳು ಮುಂದಿನ ಕೆಲವು ತಿಂಗಳುಗಳನ್ನು ಇಲ್ಲಿ ಕಳೆಯಬೇಕಿತ್ತು. ಈ ಜನರ ನಡುವೆ, ಮುಂದಿನ ಮಳೆಗಾಲದಲ್ಲಿ ಬಿದ್ದು ಹೋಗುವಂತಿರುವ ಈ ಹರುಕುಮುರುಕು ಕಟ್ಟಡದಲ್ಲಿ ಕಳೆಯ ಬೇಕಿತ್ತು. ಅದಾದ ನಂತರವೂ ಯಾರದಾದರೂ ಮನೆಯಲ್ಲಿ ಕೆಲಸದ ಹುಡುಗಿಯ ಬದುಕು ಬಿಟ್ಟರೆ ಅದಕ್ಕಿಂತ ದೊಡ್ಡದೇನನ್ನೂ ನಿರೀಕ್ಷಿಸಿರುವಂತಿರಲಿಲ್ಲ. ಆ ಖಿನ್ನ ಆಲೋಚನೆಯನ್ನು ತಲೆಕೊಡವಿ ಹೊರಗಿಟ್ಟಳು. ಅದಕ್ಕೆ ಆಮೇಲೆ ಬೇಕಾದಷ್ಟು ಸಮಯವಿದೆ.

ಆಗ ಮಂದ ಬೆಳಕಿನ ಕೋಣೆಯೊಳಗೆ ಒಬ್ಬ ಹುಡುಗ ನುಸುಳುತ್ತಿರುವುದನ್ನು ಶಿವಗಾಮಿ ನೋಡಿದಳು. ಕಾಮಾಕ್ಷಿ ಮಾತು ನಿಲ್ಲಿಸಿ ಅವಳ ದೃಷ್ಟಿಯನ್ನೇ ಅನುಸರಿಸಿ ಅತ್ತ ನೋಡಿದಳು.

"ಅವನೇ ರಾಕ್ಷಸ, ಉತ್ತಂಗ" ಎಂದಳು. ಮೆಲ್ಲನೆ ಹೆಜ್ಜೆ ಇಡುತ್ತಾ ಕೋಣೆ ಯೊಳಗೆ ಬಂದಳು. ಶಿವಗಾಮಿ ಅವಳ ಹಿಂದೆಯೇ ನಡೆದಳು. ಶಿವಗಾಮಿ ಸುತ್ತ ನೋಡಿದಳು. ಉದ್ದಕ್ಕೂ ಸಾಲಾಗಿ ಒಲೆಗಳಿದ್ದವು. ಅವುಗಳಲ್ಲಿ ಬೂದಿ ತುಂಬಿ ಕೊಂಡಿತ್ತು. ನೆಲದ ಮೇಲೆ ಇದ್ದಿಲು ರಾಶಿ ಬಿದ್ದಿತ್ತು. ಒಂದು ಮೂಲೆಯಲ್ಲಿ ತಳ ಕಪ್ಪಾಗಾದ ದೊಡ್ಡ ಪಾತ್ರೆಗಳನ್ನು ಪೇರಿಸಿಡಲಾಗಿತ್ತು. ಅನಾಥಾಲಯದ ಅಡಿಗೆ ಮನೆ ಅದು. ಹುಡುಗ ಕಪಾಟಿನಲ್ಲಿ ಹುಡುಕುತ್ತಾ ಕಿತ್ತಾಡುತ್ತಿದ್ದ. ಅವರು ಅವನಿಗೆ ಬೆಚ್ಚಿ ಬೀಳಿಸಿದರು. ಶಿವಗಾಮಿ ಬಂದಾಗ ಮೆಟ್ಟಿಲಿನ ಮೇಲೆ ಮಲಗಿದ್ದ ಅದೇ ಹುಡುಗ.

"ಕಳ್ಳ!" ಕಾಮಾಕ್ಷಿ ಅವನ ಕಿವಿ ಹಿಡಿದು ಎಳೆದಳು. ಹುಡುಗ ಬೊಬ್ಬೆಯಿಟ್ಟ.

"ನೀನು ನನಗೆ ಶಿಕ್ಷೆ ಕೊಡುವ ಹಾಗಿಲ್ಲ, ಸೂಳೆಮುಂಡೆ!" ಕಾಮಾಕ್ಷಿ ಅವನ ಕಿವಿ ಇನ್ನಷ್ಟು ಹಿಂಡಿದಳು. ಹುಡುಗ ಇನ್ನಷ್ಟು ಕಿರುಚಿದ.

"ಇನ್ನೊಂದು ಸಲ ಕೆಟ್ಟ ಮಾತಾಡಿದರೆ ಬಾಯೊಳಗೆ ಬೂದಿ ತುರುಕುತ್ತೇನೆ ನೋಡು!" ಕಾಮಾಕ್ಷಿ ಹೆದರಿಸಿದಳು.

"ಅಯ್ಯೋ, ಬಿಡು, ಅಕ್ಕಾ, ನೋಯ್ತಿದೆ!"

ಕಾಮಾಕ್ಷಿ ಇನ್ನಷ್ಟು ಹಿಂಡಿದಳು. "ಅಕ್ಕ? ಹುಂ .... ಈಗ ನೀನು ಸುಧಾರಿಸುತ್ತಿದ್ದೀಯಾ, ಈ ವಿಧಾನ ಫಲ ಕೊಡುತ್ತೆ ಅನ್ಸುತ್ತೆ"

"ಅಯ್ಯೋ, ಇದು ನನಗಲ್ಲ, ಇದು ತೊಂಡಕರಿಗೆ, ಅವರು ಕುಡಿಯುವ ಯೋಜನೆ ಹಾಕಿದ್ದಾರೆ"

"ಕುಡಿಯುವ?! ಇರು ರೇವಮ್ಮ ಅತ್ತೆಗೆ ಹೇಳ್ತೀನಿ" ಕಾಮಾಕ್ಷಿ ಉತ್ತಂಗನ ಇನ್ನೊಂದು ಕಿವಿ ಹಿಡಿದೆಳೆದಳು.

"ಬೇವರ್ಸಿ, ಅವಳ ಗಂಡಾನೆ ಕಳ್ಳು ತರ್ತಾ ಇರೋದು. ನನಗೆ ಯಾಕೆ ಶಿಕ್ಷೆ ಕೊಡ್ತಿದ್ದಿಯಾ? ಧೈರ್ಯ ಇದ್ದರೆ ತೊಂಡಕರಿಗೆ ನೀನೇ ಕೇಳು. ನೀನೇನು ನನಗೆ ಮುಖ್ಯಸ್ಥಳಲ್ಲ, ಹುಡುಗಿಯರಿಗೆ ಮುಖ್ಯಸ್ಥಳು. ನನ್ನ ಮುಖ್ಯಸ್ಥ ಹೇಳಿದ್ದನ್ನು ನಾನು ಮಾಡ್ತೀನಿ." ಉತ್ತಂಗ ಕೂಗುತ್ತಾ ಕಾಮಾಕ್ಷಿಯಿಂದ ಬಿಡಿಸಿಕೊಳ್ಳಲು ಯತ್ನಿಸಿದ.

"ಇರು, ರಾಜಕುಮಾರರಿಗೆ ಅದನ್ನು ವರದಿ ಒಪ್ಪಿಸುತ್ತೇನೆ" ಅವನನ್ನು ಬಿಡುತ್ತಾ ಕಾಮಾಕ್ಷಿ ಹೇಳಿದಳು.

"ನಿನಗೆ ಯಾವ ರಾಜಕುಮಾರನೂ ಗೊತ್ತಿಲ್ಲ" ಎರಡೂ ಕಿವಿಗಳನ್ನು ಕೈಗಳಲ್ಲಿ ಉಜ್ಜಿಕೊಳ್ಳುತ್ತಾ ಉತ್ತಂಗ ನುಡಿದ.

"ಇಲ್ಲ, ಆದರೆ ಅವಳಿಗೆ ಗೊತ್ತಿದೆ" ಶಿವಗಾಮಿಯತ್ತ ಕೈ ತೋರಿಸಿ ಹೇಳಿದಳು. "ಈಗ ನನ್ನ ಕೋಣೆಗೆ ಬಂದು ಸ್ವಚ್ಛ ಮಾಡು. ಅಕ್ಕಳಿಗೆ ನಾವು ಏರ್ಪಾಟು ಮಾಡಬೇಕು" ಹುಡುಗನನ್ನು ಅಡಿಗೆ ಮನೆಯಿಂದ ಆಚೆಗೆ ತಳ್ಳುತ್ತಾ ಕಾಮಾಕ್ಷಿ ಆಜ್ಞೆ ಮಾಡಿದಳು.

ಮೂಲೆಯಲ್ಲಿದ್ದ ಪರಕೆ ಎತ್ತಿ ಅವನ ಕೈಗೆ ಕೊಟ್ಟಳು. ಶಿವಗಾಮಿಯ ಕೈಯಲ್ಲಿದ್ದ ಗಂಟನ್ನು ಎತ್ತಿಕೊಂಡು ಅವನ ತಲೆಯ ಮೇಲೆ ಇರಿಸಿದಳು.

ಒಂದೆರಡು ಹೆಜ್ಜೆ ಇಟ್ಟ ಮೇಲೆ ಉತ್ತಂಗ ಹಿಂದಿರುಗಿ ನೋಡಿ "ಅವಳು ರಾಜಕುಮಾರನ ಪ್ರೇಯಸಿ ಆಗಿದ್ದರೆ ಅನಾಥಾಲಯದಲ್ಲಿ ಯಾಕಿದ್ದಾಳೆ?" ಶಿವಗಾಮಿಯನ್ನು ಅನುಮಾನದಲ್ಲಿ ದೃಷ್ಟಿಸುತ್ತ ಕೇಳಿದ. ಶಿವಗಾಮಿಯ ಮುಖ ಕೆಂಪೇರಿತು. ಇಂತಹ ಗಾಳಿಸುದ್ದಿಯನ್ನು ಹರಡಲು ಇವರಿಗೇನು ಬಂತು?

ಅವಳು ಯಾರ ಪ್ರೇಯಸಿಯೂ ಅಲ್ಲ. ಕಾಮಾಕ್ಷಿ ಮತ್ತು ತಾನು ಇಬ್ಬರೇ ಇರುವಾಗ ಅವಳಿಗೆ ಈ ಬಗ್ಗೆ ಹೇಳಬೇಕು.

"ಸಣ್ಣ ಜನರು ದೊಡ್ಡ ವಿಷಯದ ಕುರಿತು ಮಾತಾಡಬಾರದು. ಓಡು, ರಾಕ್ಷಸ, ನಾನು ಹೇಳಿದ ಕೆಲಸ ಮಾಡು ಹೋಗು. ಇಲ್ಲದಿದ್ದರೆ ಈ ಅಕ್ಕ ಇವತ್ತು ರಾತ್ರಿ ನಿನ್ನ ಚರ್ಮ ಸುಲಿಸುತ್ತಾಳೆ."

ಅವನು ಆ ವೃತ್ತಾಕಾರದ ಮೆಟ್ಟಿಲು ಹತ್ತುವಾಗ ಪ್ರತಿ ಹೆಜ್ಜೆಗೂ ಕಿರಕ್ ಎಂದಿತು. ಅವರಿಬ್ಬರೂ ಅವನ ಹಿಂದೆಯೇ ಹೋದರು. ಅಂಗಳದ ಆಚೆ ತುದಿಯಲ್ಲಿ ರೇವಮ್ಮ ಹುಡುಗ ಹುಡುಗಿಯರ ಒಂದು ಗುಂಪಿನ ಜೊತೆ ಇರುವುದು ಕಾಣಿಸುತ್ತಿತ್ತು. ರಾಜಕುಮಾರನನ್ನು ಸುತ್ತುವರಿದಿದ್ದಾರೆ ಎಂದುಕೊಂಡಳು. ಅವರು ಕಾಮಾಕ್ಷಿಯ ಕೋಣೆ ತಲುಪಿದರು. ಉತ್ತಂಗ ಆಗಲೇ ಹಳೆಯ ಚಿಂದಿ ಬಟ್ಟೆಯನ್ನು, ಕೊಳಕು ವಸ್ತ್ರಗಳನ್ನು ಒಂದು ಮೂಲೆಯಲ್ಲಿ ಒಟ್ಟುಹಾಕಿದ್ದ. ಮಂಚವನ್ನು ಒಂದು ಮೂಲೆಗೆ ತಳ್ಳಿದ್ದ. ಅವನು ನಾಲ್ಕೂ ಕೈಕಾಲು ಊರಿ ನೆಲ ಸಾರಿಸುತ್ತಿದ್ದ. ಶಿವಗಾಮಿಯ ಗಂಟು ನೆಲದ ಮೇಲಿತ್ತು.

"ರಾಜಕುಮಾರನ ಪ್ರೇಯಸಿಗೆ ಯೋಗ್ಯ ಕೋಣೆಯಲ್ಲ, ಆದರೂ...." ಕಾಮಾಕ್ಷಿ ನುಡಿದಳು.

"ದಯವಿಟ್ಟು ನನ್ನನ್ನು ಅವರ ಪ್ರೇಯಸಿ ಅಂತ ಕರೆಯುವುದನ್ನು ನಿಲ್ಲಿಸ್ತೀಯಾ? ನಾನು ಯಾರ ಪ್ರೇಯಸಿಯೂ ಅಲ್ಲ. ನಾನು ಅವರನ್ನು ಭೇಟಿ ಯಾಗಿದ್ದು ಇದೇ ಈಗ" ಶಿವಗಾಮಿ ನುಡಿದಳು. ಮಂಚದ ಕೆಳಗಿನಿಂದ ಉತ್ತಂಗ ಕಿಚುಗುಡುತ್ತಿರುವ ಇಲಿಯೊಂದರ ಬಾಲ ಹಿಡಿದು ಹೊರತೆವಳಿ ಕೋಣೆಯ ಹೊರನಡೆಯತೊಡಗಿದ.

"ಹೇ...ಎಲ್ಲಿಗೆ ಹೊರಟೆ?" ಕಾಮಾಕ್ಷಿ ಅವನ್ನು ಹಿಡಿಯುತ್ತಾ ಕೇಳಿದಳು.

"ಅವಳು ರಾಜಕುಮಾರರ ಪ್ರೇಯಸಿ ಅಲ್ಲ. ಹಾಗಂತ ಅವಳೇ ಹೇಳಿದಳಲ್ಲಾ. ನನ್ನನ್ನು ಬಿಡು ಬೇವರ್ಸಿ." ಕಾಮಾಕ್ಷಿಯ ಗಟ್ಟಿ ಹಿಡಿತ ಬಿಡಿಸಿಕೊಳ್ಳಲು ಹೆಣಗುತ್ತಾ ಉತ್ತಂಗ ನುಡಿದ.

"ನಾನು ಹೇಳಿದ ಹಾಗೆ ಮಾಡೋ ರಾಕ್ಷಸ" ಎಂದು ಕಾಮಾಕ್ಷಿ ಹೇಳಿದ ಕೂಡಲೇ ಹುಡುಗ ಇಲಿಯನ್ನು ಅವಳ ಮುಖದ ಮೇಲೆ ಎಸೆದ. ಅವಳು ಕಿರುಚಿ ಮಂಚದ ಮೇಲೆ ಹಾರಿದಳು. ಹುಡುಗ ಅದನ್ನು ಹಿಡಿಯಲು ನೆಗೆದ. ಆದರೆ ಕಾಲಿಗೆ ಗಂಟು ತಗುಲಿ ಮುಖಾಡಿಯಾಗಿ ಬಿದ್ದ. ಶಿವಗಾಮಿ ಅವನ ಸಹಾಯಕ್ಕೆ ಧಾವಿಸಿದಳು.

ಹುಡುಗ ಎದ್ದ. ಅವನು ಕೈಯಲ್ಲಿ ಅವಳ ತಂದೆಯ ಹಸ್ತಪ್ರತಿ ಹಿಡಿದುಕೊಂಡಿದ್ದನ್ನು ನೋಡಿ ಶಿವಗಾಮಿಗೆ ಹೃದಯ ಬಾಯಿಗೆ ಬಂತು. ಒಂದು ಕ್ಷಣ ಹುಡುಗ ಅದನ್ನೂ ಅವಳ ಮುಖವನ್ನೂ ನೋಡಿದ. ಅವಳು ಅವನ ಕೈಯಿಂದ ಅದನ್ನು ಕಿತ್ತುಕೊಳ್ಳಲು ಯತ್ನಿಸಿದಳು. ಆದರೆ ಅವನು ಪಕ್ಕಕ್ಕೆ ಸರಿದ.

"ಓ... ಊ... ಏನಿದು? ಮಾಟಮಂತ್ರನಾ?" ಕಿರುಚಿದ. ಶಿವಗಾಮಿ ಹಸ್ತಪ್ರತಿಯನ್ನು ಕಿತ್ತುಕೊಳ್ಳಲು ಯತ್ನಿಸಿದಳು ಆದರೆ ಹುಡುಗ ಅದನ್ನೆತ್ತಿಕೊಂಡು ಕೋಣೆಯಿಂದ ಹೊರಗೆ ಓಡಿದ. ಪಡಸಾಲೆಯುದ್ದಕ್ಕೂ ಅವನು ಓಡಿದ, ಶಿವಗಾಮಿ ಅವನನ್ನು ಅಟ್ಟಿಸಿಕೊಂಡು ಹೋದಳು. ಅವಳು ಅವನೆಡೆಗೆ ಹಾರಿದಾಗ ತಪ್ಪಿಸಿಕೊಳ್ಳಲು ಹೋಗಿ ಅವನು ಸುರುಳಿ ಮೆಟ್ಟಿಲಿನ ತುದಿಯಲ್ಲಿದ್ದವನು ಜಾರಿದ. ಶಿವಗಾಮಿ ಭಯದಲ್ಲಿ ಅಸಹಾಯಕಳಾಗಿ ನಿಂತು ನೋಡುತ್ತಿದ್ದಂತೇ ಅವನು ಕಾಲು ತಪ್ಪಿ ಮೆಟ್ಟಿಲಿನಲ್ಲಿ ಉರುಳಿದ. ಅನೇಕ ಕಡೆ ಅವನ ತಲೆ ಮೆಟ್ಟಿಲಿಗೆ ಬಡಿದು ಧಡಧಡನೆ ಉರುಳಿ ನೆಲಕ್ಕೆ ಬಿದ್ದ. ಅವಳು ಚೀರಿದಳು. ಹುಡುಗ ನೆಲದ ಮೇಲೆ ಕೈಕಾಲು ಚೆಲ್ಲಿ ಬಿದ್ದಿದ್ದ. ಅವನ ತಲೆಯಿಂದ ರಕ್ತ ಸುರಿಯುತ್ತಿತ್ತು. ಅವನು ನಿಶ್ಚಲನಾಗಿದ್ದ. ಅವಳ ಹಸ್ತಪ್ರತಿ ಅವನ ಪಕ್ಕದಲ್ಲಿ ಅಷ್ಟು ದೂರದಲ್ಲಿ ಬಿದ್ದಿತ್ತು. ಪಕ್ಕದಿಂದ ಕೂಗು ಚೀರಾಟ ಕೇಳಿಸುತ್ತಿತ್ತು. ಹುಡುಗ ಬಿದ್ದ ಸದ್ದನ್ನೂ ಅವಳು ಚೀರಿದ್ದನ್ನೂ ಅವರು ಕೇಳಿಸಿಕೊಂಡಿದ್ದರು. ಜನರು ಓಡಿ ಬರುತ್ತಿರುವುದು ಅವಳಿಗೆ ಕೇಳಿಸಿತು.

ಹಸ್ತಪ್ರತಿ! ಅವಳ ಗುಂಡಿಗೆ ಅವಳ ಬಾಯಲ್ಲಿತ್ತು! ಬೇರೆ ಎಲ್ಲಾ ವಿಚಾರಗಳನ್ನು ಪಕ್ಕಕ್ಕೆ ತಳ್ಳಿ, ಮೆಟ್ಟಿಲುಗಳನ್ನು ಅರ್ಧ ಬೀಳುತ್ತಾ ಅರ್ಧ ಹಾರುತ್ತಾ ಧಡಧಡನೆ ಇಳಿದು ಬೇರೆಯವರು ಬರುತ್ತಿದ್ದಂತೆ ಎವೆ ಮುಚ್ಚುವಷ್ಟರಲ್ಲಿ ತಲುಪಿ ಹಸ್ತಪ್ರತಿಯನ್ನೆತ್ತಿ ಎದೆಯ ಸೆರಗಿನ ಪದರಗಳಲ್ಲಿ ಅವಿತಿಟ್ಟುಕೊಂಡಳು. ಅದೇ ಕ್ಷಣಕ್ಕೆ ಎಲ್ಲರೂ ಬಂದು ನೆರೆದರು.

"ಅಯ್ಯೋ..ಅಯ್ಯೋ.. ಹುಡುಗ ಸತ್ತು ಹೋದ!" ರೇವಮ್ಮ ಎರಡೂ ಕೈಗಳಿಂದ ತಲೆ ಬಡಿದುಕೊಳ್ಳುತ್ತಾ ರೋಧಿಸಿದಳು. ಶಿವಗಾಮಿ ಹೆಪ್ಪುಗಟ್ಟಿ ದಂತಾದಳು. ಎಲ್ಲರೂ ಕೋಪದಲ್ಲಿ ಗುಸುಗುಸುಗುಡುತ್ತಿದ್ದರು.

"ಅವಳು ಅವನನ್ನು ತಳ್ಳಿದ್ದನ್ನು ನಾನು ನೋಡಿದೆ" ಒಂದು ಗಡಸು ದನಿ ಹೇಳಿತು. ಶಿವಗಾಮಿ ತಲೆ ಎತ್ತಿದಳು. ಅವಳ ಕಣ್ಣು ಮಂಜಾಯಿತು. ಅವನ ಮುಖ ಸ್ಪಷ್ಟವಾಗಿ ಕಾಣಿಸಲಿಲ್ಲ.

"ಇಲ್ಲ, ಅವನೇ ಕೆಳಗೆ ಬಿದ್ದ. ಅವಳು ಅವನನ್ನು ಕಾಪಾಡಲು ಯತ್ನಿಸಿದಳು" ಹಿಂದಿನಿಂದ ಕಾಮಾಕ್ಷಿ ಹೇಳಿದ್ದು ಕೇಳಿಸಿತು ಶಿವಗಾಮಿಗೆ.

ಇಲ್ಲ, ಕಾಮಾಕ್ಷಿ, ನಾನು ಅವನನ್ನು ಕೊಂದೆ ಎಂದು ಚೀರಬೇಕೆನ್ನಿಸಿತು ಅವಳಿಗೆ. ಉಕ್ಕಿಬಂದ ಅಳುವನ್ನು ತಡೆಯಲು ಅವಳು ತುಟಿ ಕಚ್ಚಿದಳು. ಆದರೆ ಪಶ್ಚಾತ್ತಾಪದ ಭಾವ ಅವಳನ್ನು ಆವರಿಸಿತು. "ತಾಯಿ ಗೌರಿ, ನಾನೇನು ಮಾಡಿದೆ, ನಾನೇನು ಮಾಡಿದೆ" ತನಗೆ ತಾನೇ ಹೇಳಿಕೊಳ್ಳತೊಡಗಿದಳು. ಅದಕ್ಕೆ ಉತ್ತರದ ನಿರೀಕ್ಷೆಯೂ ಅವಳಲ್ಲಿ ಇರಲಿಲ್ಲ.

ಕಾಮಾಕ್ಷಿ ಮತ್ತು ಇನ್ನೊಬ್ಬ ಹುಡುಗನ ನಡುವೆ ವಾದ ಪ್ರಾರಂಭವಾಯಿತು. ಉಳಿದವರೂ ಏರುದನಿಯಲ್ಲಿ ಜೊತೆಗೂಡಿದರು. ರೇವಮ್ಮ ಹುಚ್ಚಿಯಂತೆ ಅಳುತ್ತಿದ್ದಳು. ಶಿವಗಾಮಿ ಸ್ಥಬ್ಧಳಾದಳು. ಮತ್ತೆ ಮತ್ತೆ ತನಗೆ ತಾನೇ ಕೇಳಿಕೊಂಡಳು, ಇದೇನು ಮಾಡಿಬಿಟ್ಟೆ.

"ಅವನು ಸತ್ತಿಲ್ಲ, ಉಸಿರಾಡುತ್ತಿದ್ದಾನೆ" ಮೊದಲು ಅವಳಿಗೆ ತಾನೇನು ಕೇಳುತ್ತಿದ್ದೇನೆ ಎಂದು ಅರ್ಥವಾಗಲಿಲ್ಲ. ರಾಜಕುಮಾರ ಮಹಾದೇವನ ಧ್ವನಿಯನ್ನು ಅವಳು ಗುರುತಿಸಲಿಲ್ಲ.

ಕಣ್ಣೀರಿನ ಮೂಲಕ ಅವಳಿಗೆ ರಾಜಕುಮಾರ ಮಹಾದೇವ ತನ್ನ ರೇಷ್ಮೆ ಅಂಗವಸ್ತ್ರದಿಂದ ಹುಡುಗನ ಮುಖದ ರಕ್ತವನ್ನು ಒರೆಸುತ್ತಿದ್ದುದು ಕಾಣಿಸಿತು. ಹುಡುಗನ ಎದೆಗೆ ತಲೆ ಆನಿಸಿ ಅವನು ನುಡಿದ "ಎದೆ ಹೊಡೆದುಕೊಳ್ಳುತ್ತಿದೆ. ರಾಜವೈದ್ಯರ ಹತ್ತಿರಕ್ಕೆ ಕರೆದುಕೊಂಡು ಹೋದರೆ ಇವನನ್ನು ಉಳಿಸಬಹುದು. ಗಾಡಿ ಇದೆಯೇ?"

ರೇವಮ್ಮ ತಡಬಡಾಯಿಸಿದಳು. ಅವಳ ಗಂಡ ಕಚೇರಿಯ ಗಾಡಿಯನ್ನು ಯಾವುದೋ ವೇಶ್ಯೆಮನೆಗೆ ತೆಗೆದುಕೊಂಡು ಹೋಗಿರಬಹುದು.

ಇನ್ನೊಂದು ಮಾತಾಡದೆ ರಾಜಕುಮಾರ ಹುಡುಗನನ್ನು ಹೆಗಲ ಮೇಲೆತ್ತಿ ಕೊಂಡ. ರೇವಮ್ಮ ಕೂಗಿದಳು "ಮಹಾಸ್ವಾಮೀ, ಯಾರಾದರೂ ಹುಡುಗರು ಅವನನ್ನು ಎತ್ತಿಕೊಳ್ಳುತ್ತಾರೆ. ತಮ್ಮ ರಾಜವಸ್ತ್ರಗಳು ಹಾಳಾಗುತ್ತವೆ. ಅವನೊಬ್ಬ ಅನಾಥ ಅಷ್ಟೇ."

ಆದರೆ ಮಹಾದೇವ ಅವಳ ಮಾತನ್ನು ಅಲಕ್ಷಿಸಿದ. ಅವನು ನಿಶ್ಚೇತನಾಗಿದ್ದ ಹುಡುಗನ ದೇಹವನ್ನು ಹೊತ್ತು ಅನಾಥಾಲಯದ ದ್ವಾರವನ್ನು ದಾಟಿದ್ದನ್ನು ಶಿವಗಾಮಿ ಸುಮ್ಮನೆ ದಿಟ್ಟಿಸಿದಳು. ದ್ವಾರದ ಬಳಿಯಲ್ಲಿ ಅವನು ಕ್ಷಣ ಹಿಂದೆ ತಿರುಗಿ ಶಿವಗಾಮಿ ತನ್ನನ್ನೇ ನೋಡುತ್ತಿದ್ದುದನ್ನು ನೋಡಿದ. ಅವರ ಕಣ್ಣುಗಳು ಬೆರೆತವು. ಅವಳ ಬೆನ್ನುಹುರಿಯಲ್ಲಿ ಚಳುಕು ಉಂಟಾಯಿತು.

ತಾನೇ ಅದಕ್ಕೆ ಕಾರಣ ಎಂದು ಅವನಿಗೆ ಗೊತ್ತಾಯಿತೇ? ಅವಳ ಹೃದಯದ ಭಾರ ತಾಳಲಾರದೇ ಅವಳ ಕಾಲು ಕುಸಿದು ಅಲ್ಲೇ ನೆಲದಲ್ಲಿ ಕೂತಳು.

"ಅವನು ತಾನಾಗಿ ಬಿದ್ದ ಎಂದು ಬೇರೆಯವರು ನಂಬಬಹುದು. ಆದರೆ ನನಗೆ ಗೊತ್ತು ನೀನು ಅವನನ್ನು ತಳ್ಳಿದೆ. ತೊಂಡಕನಿಗೆ ಗೊತ್ತು. ಇದಕ್ಕೆ ನೀನು ಪ್ರಾಯಶ್ಚಿತ್ತ ತೀರಿಸಲೇಬೇಕು" ಮೊದಲು ಅವಳ ಮೇಲೆ ಆರೋಪ ಹೊರಿಸಿದ ಅದೇ ಹುಡುಗ. *ಹೌದು ನಾನೇ, ನಾನೇ ಮಾಡಿದ್ದು, ನನಗೆ ಶಿಕ್ಷೆ ಕೊಡಿ* ಎಂದು ಚೀರಬೇಕೆನ್ನಿಸಿತು. ಆದರೆ ಕಾಮಾಕ್ಷಿಯ ಕೈಗಳು ಅವಳ ಭುಜವನ್ನು ಅದುಮಿದವು.

"ಸುಳ್ಳು ಹರಡಬೇಡ ತೊಂಡಕ" ಕಾಮಾಕ್ಷಿ ಅವನನ್ನು ಗದರಿದಳು.

"ಅವನು ನನ್ನ ಎಳೆಯ ಗೆಳೆಯ, ಅವನೇನಾದರೂ ಸತ್ತರೆ, ನೀನು ನಿನ್ನ ದಿನಗಳನ್ನು ಎಣಿಸಬೇಕಾಗುತ್ತದೆ" ತೊಂಡಕ ಅವಳ ಕಿವಿಯಲ್ಲಿ ಬುಸುಗುಟ್ಟಿ ರಾಜಕುಮಾರನ ಹಿಂದೆ ಓಡಿದ. ಶಿವಗಾಮಿ ಕೈಗಳಲ್ಲಿ ಮುಖವನ್ನು ಹುದುಗಿಸಿ ಅಲ್ಲಾಡದೆ ಕೂತಳು.

"ಅದೊಂದು ಅಪಘಾತ ಅಷ್ಟೇ" ಕಾಮಾಕ್ಷಿ ಹೇಳಿದಳು. ಶಿವಗಾಮಿ ಇಲ್ಲವೆಂದು ತಲೆ ಅಲ್ಲಾಡಿಸಿದಳು. ಅವಳು ಆ ಹುಡುಗನನ್ನು ಕೊಂದಿದ್ದಳು. ಆ ಪಾಪಪ್ರಜ್ಞೆಯಲ್ಲಿ ಹೇಗೆ ಬದುಕುತ್ತಾಳೆ ಅವಳು? "ಓ.. ಅಮ್ಮಾ ತಾಯಿ ಗೌರಿ, ಆ ಹುಡುಗ ಬದುಕಲಿ, ಅವನಿಗೇನೂ ಆಗದಿರಲಿ" ಎಂದು ಮುಖ ಮುಚ್ಚಿಕೊಂಡು ಪ್ರಾರ್ಥಿಸಿದಳು. ಜಗತ್ತಿಗೆ ಮುಖ ತೋರಿಸಲು ಅವಳಲ್ಲಿ ಧೈರ್ಯವಿರಲಿಲ್ಲ. ಅವಳ ಎದೆಯನ್ನು ಒತ್ತುತ್ತಿದ್ದ ಹಸ್ತಪ್ರತಿ ಭಾರವಾಗಿತ್ತು. ಅವಳೆದೆಯ ಪಾಪಪ್ರಜ್ಞೆ ಇನ್ನೂ ಹೆಚ್ಚು ಭಾರವಾಗಿತ್ತು. ಪಕ್ಕದಲ್ಲಿ ಕಾಮಾಕ್ಷಿಯ ಭಾರೀ ಉಸಿರಾಟ ಬಿಟ್ಟರೆ ಉಳಿದಂತೆ ಅನಾಥಾಲಯದಲ್ಲಿ ಭೀಕರ ಮೌನ ಕವಿದಿತ್ತು.

ಅಧ್ಯಾಯ ಹದಿನಾಲ್ಕು

ಕಟ್ಟಪ್ಪ

ಮೇನೆಯು ನದಿಯ ಪಾತ್ರದಲ್ಲೇ ಸಾಗಿತು. ದಡದ ಕಡೆಗೆ ಹೆಚ್ಚು ಗುಡ್ಡಗಾಡಿತ್ತು. ಬೆಳುದಿಂಗಳಲ್ಲಿ ಪೊದೆಗಳು ಕಪ್ಪು ತೇಪೆಗಳಂತೆ ಕಾಣುತ್ತಿದ್ದವು. ಎರಡೂ ಬದಿಗಳಲ್ಲಿ ಎತ್ತರದ ಸಾಲು ಮರಗಳು ನದಿಯ ಮೊರೆತವನ್ನು ತಡೆಯುತ್ತಿದ್ದವು. ಅವರು ಗುಡ್ಡವನ್ನು ಹತ್ತುತ್ತಿದ್ದರು. ಕಟ್ಟಪ್ಪ ಸಮಾಧಾನದ ನಿಟ್ಟುಸಿರು ಬಿಟ್ಟ. ರಾಜಕುಮಾರ ಮಹಾದೇವನ ಪ್ರಕರಣ ಕೂದಲೆಳೆಯ ಪಾರಾಗಿತ್ತು. ಕೇಕಿ ತಿರುಗಿ ನೋಡಿ ಬಿಜ್ಜಳ ಬೆವರಿನಲ್ಲಿ ತೊಯ್ದಿದ್ದನ್ನು ಗಮನಿಸಿದಳು. ಅವಳು ಬಾಗಿ, ಬೇಕೆಂದೇ ಅವಳ ಮೊಲೆಗಳು ಕಟ್ಟಪ್ಪನ ಮುಖ ಸವರುವಂತೆ ಮಾಡುತ್ತಾ, ಬಿಜ್ಜಳನ ಭುಜ ತಟ್ಟಿದಳು. "ನನ್ನನ್ನು ನಂಬಿ ಮಹಾಸ್ವಾಮಿ, ಈ ಪ್ರಯಾಣ ಎಲ್ಲಾ ಗಂಡಾಂತರ ಎದುರಿಸಿದ್ದಕ್ಕೂ ಸಾರ್ಥಕ ಎನ್ನಿಸುತ್ತದೆ. ನಾಳೆ ಬೆಳಗಿನಷ್ಟರಲ್ಲಿ ನೀವು ಈ ಬಡ ಖೋಜಾಳನ್ನು ಪ್ರಶಂಸಿಸಿ ಮುತ್ತು ವಜ್ರಗಳ ಬಹುಮಾನ ಕೊಡುತೀರಿ ನೋಡಿ"

ಅವಳು ಹಿಂದಕ್ಕೆ ಬಾಗುವಾಗ ಬೇಕೆಂದೇ ಕಟ್ಟಪ್ಪನಿಗೆ ಕಣ್ಣು

ಹೊಡೆದಳು. "ಕರಿಯ" ಕಟ್ಟಪ್ಪನ ಕಿವಿಯನ್ನು ನೆಕ್ಕುತ್ತ ಪಿಸುಗುಟ್ಟಿದಳು. "ಸಾಯುವ ಮೊದಲು ನೀನು ಮಾಡಲು ಅಪೇಕ್ಷಿಸಿದ ಒಂದು ಆಸೆ ಯಾವುದು?"

ಕಟ್ಟಪ್ಪ ತಕ್ಷಣ ಜಾಗೃತನಾಗಿ ಕತ್ತಿಯನ್ನು ಒರೆಯಿಂದ ಅರ್ಧ ಸೆಳೆದ.

"ಸಮಾಧಾನ, ಗುಲಾಮ, ಸಮಾಧಾನ" ಕೇಕಿ ನುಡಿದಳು "ಸುಮ್ಮನೆ ಪ್ರಶ್ನೆ ಕೇಳಿದೆ ಅಷ್ಟೇ. ನಮ್ಮಲ್ಲಿ ಕಪ್ಪು ಹುಡುಗಿಯರೂ ಇದ್ದಾರೆ. ನೋಡೋಣ ನಿನ್ನ ಚಿಕ್ಕ ಸಾಮಾನು ಹೇಗೆ ಕೆಲಸ ಮಾಡುತ್ತದೆ ಅಂತ" ಎನ್ನುತ್ತಾ ಕೇಕಿ ಕಟ್ಟಪ್ಪನ ಪುರುಷತ್ವವನ್ನು ಗಟ್ಟಿಯಾಗಿ ಹಿಡಿದಳು. ತಕ್ಷಣ ಕಟ್ಟಪ್ಪನ ಮೊಣಕೈ ಸಿಡಿದು ಕೇಕಿಯ ಮುಖಕ್ಕೆ ಬಡಿದು ಅವಳ ತುಟಿ ಸೀಳಿತು. ಮೇನೆ ಅಲ್ಲಾಡಿ ಬಿಜ್ಜಳನ ತಲೆ ಅದರ ಛಾವಣಿಗೆ ಬಡಿಯಿತು.

"ಗುಲಾಮ ಬೋಳಿಮಗನೇ" ಬಿಜ್ಜಳ ಕೂಗಿದ.

ಕೇಕಿ ಅಂಗೈಯ ಹಿಂಭಾಗದಿಂದ ತುಟಿಯ ರಕ್ತವನ್ನು ಒರೆಸಿಕೊಳ್ಳುತ್ತಾ "ಅದು ನನ್ನ ತಪ್ಪು ಮಹಾಸ್ವಾಮಿ, ಈ ಕರಿಯ ತುಂಬಾ ಸುಂದರನಾಗಿದ್ದಾನೆ. ಪಾಪ ಕೇಕಿಗೆ ತಡಕೊಳ್ಳಲಾಗಲಿಲ್ಲ" ಎಂದಳು.

ಕಟ್ಟಪ್ಪ ಕತ್ತಿಯ ಹಿಡಿಯನ್ನು ಭದ್ರವಾಗಿ ಹಿಡಿದು ನೆಟ್ಟಗೆ ಮುಂದೆ ನೋಡಿದ. ಮೇನೆ ಅಲ್ಲಾಡುತ್ತಾ ಕಿರುಗುಟ್ಟಿತು. ಮಾಹಿಷ್ಮತಿ ನದಿಯ ಜುಳುಜುಳು ಬಿಟ್ಟರೆ ಮೇನೆ ಹೊರುವವರು ಹೊರಡಿಸುತ್ತಿದ್ದ "ಹೊ ಹೊ ಹೊ ಹೊ" ಎನ್ನುವ ಏಕತಾನದ ಸದ್ದು ಮಾತ್ರವಿತ್ತು. ರಾಜಕುಮಾರ ಮೌನವಾಗಿದ್ದ. ಕೇಕಿ ಒಂದು ಕೊಂಬನ್ನು ತೆಗೆದು ಅವನ ಮುಂದೆ ಹಿಡಿದಳು. ಮೇನೆಯೊಳಗೆ ಸಿಹಿಯಾದ ಸುವಾಸನೆ ಹಬ್ಬಿತು. ಬಿಜ್ಜಳನ ಕಣ್ಣು ಅಗಲವಾದವು.

"ಅಶ್ವಶಕ್ತಿ – ಗೋಮೇದಕ ಬೆಟ್ಟದ ಅತ್ಯುತ್ತಮ ಸೊಪ್ಪಿನ ಸಾರ." ಕೇಕಿ ನುಡಿದಳು. "ಒಂದು ತೊಟ್ಟಿಗೆ ಆ ಮುದಿಯ ಪರಮೇಶ್ವರ ಕೂಡಾ ಮಹಾರಸಿಕನಾಗುತ್ತಾರೆ. ಕಾಮದೇವ ಮತ್ತು ರತಿಯ ಪಾನ ಇದು"

ನಡುಗುವ ಕೈಗಳಿಂದ ಬಿಜ್ಜಳ ಅದನ್ನು ತೆಗೆದುಕೊಂಡ. "ನನಗಾ?" ಮೊದಲ ಆಟಿಕೆಯನ್ನು ಪಡೆದ ಮಗುವಿನಂತೆ ಕೇಳಿದ. ಕೇಕಿ ನಕ್ಕಳು. ಕಟ್ಟಪ್ಪ ಒಂದು ಕ್ಷಣ ಕೊಂಬನ್ನು ಕಿತ್ತುಕೊಂಡು ನದಿಯಲ್ಲಿ ಬಿಸಾಡುವ ಯೋಚನೆ ಮಾಡಿದ. ರಾಜಕುಮಾರ ಅದನ್ನು ಮೂಸಿ ನೋಡಿ, ಕೊಂಬಿನಲ್ಲಿದ್ದುದನ್ನು ತನ್ನ ಬಾಯೊಳಗೆ ಹಾಕಿಕೊಂಡ. ಮರುಕ್ಷಣ ಕೇಳಿಬಂದ ಚೀತ್ಕಾರ ಎಷ್ಟು ಗಟ್ಟಿಯಾಗಿತ್ತೆಂದರೆ ಸುತ್ತಲಿದ್ದುದೆಲ್ಲವು ಗಾಭರಿಯಾಗಿ ಅಕ್ಕಪಕ್ಕದ ಪೊದೆಗಳಲ್ಲಿದ್ದ ಹಕ್ಕಿಗಳು ಹಾರಿಹೋದವು. ಮೇನೆ ಹಠಾತ್ತಾಗಿ ನಿಂತಿತು.

"ನೀನು ನನ್ನನ್ನು ಕೊಲ್ಲಲು ಬಯಸುತ್ತಿದ್ದೀಯಾ?" ಬಿಜ್ಜಳ ಕೂಗಿ, ನಾಲಿಗೆ ಹೊರಹಾಕಿ ಕೈಯಿಂದ ಗಾಳಿ ಬೀಸಿಕೊಂಡ.

ಕೇಕಿ ಗಹಗಹಿಸಿ ನಕ್ಕಳು. " ಮಹಾಸ್ವಾಮೀ, ಅದನ್ನ ಒಂದೊಂದು ಗುಟುಕು ಸೇವಿಸಬೇಕು. ಆದರೂ ನಿಮ್ಮನ್ನು ಮೆಚ್ಚಿಕೊಳ್ಳುತ್ತೀನಿ. ಒಂದು ಗುಟುಕಿಗೆ ಒಂದಿಡೀ ಕೊಂಬಿನಷ್ಟು ಸುವರ್ಣ ದ್ರವ್ಯ! ಅದರಿಂದ ಒಂದು ಆನೆಯೇ ಮೂರ್ಛೆ ಹೋಗುತ್ತಿತ್ತು. ಇವತ್ತು ಕಾಳಿಕಾಳ ಹುಡುಗಿಯರಿಗೆ ಹಬ್ಬ. ಅವರೆಲ್ಲ ನಿಮ್ಮ ಮೇಲೆ ಬಿದ್ದು ಬೆಳಗ್ಗೆ ಹೇಳಲು ಬೇಕಾದಷ್ಟು ಕಥೆಗಳಿರುತ್ತವೆ. ಒಂದು ಗುಟುಕಿಗೆ ಒಂದು ಕೊಂಬಿನಷ್ಟು ಅಶ್ವಶಕ್ತಿ ಸೇವಿಸಿದವರು ಕುದುರೆಗಿಂತ ಹೆಚ್ಚು ಬಲಶಾಲಿಗಳಾಗಿ ರುತ್ತಾರೆ!" ಕಪ್ಪು ತುಟಿಯ ಮೇಲೆ ನಾಲಿಗೆ ಹೊರಳಿಸುತ್ತಾ ಕೇಕಿ ನುಡಿದಳು.

"ನಾನು ಕುದುರೆಗಿಂತ ಬಲಶಾಲಿ" ಬಿಜ್ಜಳ ತೊದಲುತ್ತಾ ನುಡಿದ "ಕ್ಷಮಿಸಿ, ಹಕ್.. ಎರಡು ಕುದುರೆಗಳು" ರಾಜಕುಮಾರ ಗಹಗಹಿಸಿ ನಗುತ್ತಾ ಕೇಕಿಯ ಮುಖದ ಮುಂದೆ ಮೂರೂ ಬೆರಳುಗಳನ್ನು ಹಿಡಿದ. ಹಲ್ಲು ಕಿರಿಯುತ್ತಾ ಜೋರಾಗಿ ಎಣಿಸಿದ "ಒಂದು, ಎರಡು, ಮೂರೂ... ನಾನೆಷ್ಟು ಆನೆಗಳು ಅಂತ ಹೇಳ್ದೆ ಕೇಕಿ?"

"ಕೇವಲ ಎರಡು ಮಹಾಸ್ವಾಮಿ. ನೀವು ಹೇಳಿದ್ದು ಕುದುರೆಗಳು, ಆನೆಗಳಲ್ಲ."

"ಓಹ್ ಹೌದೇ? ಅದಕ್ಕಾಗಿ ನನ್ನ ಮೇಲೆ ಜಿದ್ದು ಬೇಡಾ ಕೇಕಿ, ಹಕ್... "ಬಿಜ್ಜಳ ಒಂದು ಬೆರಳನ್ನು ಮಡಿಸುತ್ತಾ ಹೇಳಿದ. "ಈಗ ಸರಿಯಾ? ಸಂತೋಷಾನಾ? ಲೆಕ್ಕ ಸರಿಯಾಯ್ತಾ? ನಿನ್ನ ಹತ್ತಿರ ಅದು ಇನ್ನೂ ಇದೆಯಾ, ಪ್ರಿಯ ಕೇಕಿ?" ರಾಜಕುಮಾರ ಕೈಚಾಚಿ ಕೇಕಿಯ ನಯವಾದ ಕೆನ್ನೆಯನ್ನು ಸವರಿದ. ಕೇಕಿ ಬಿಜ್ಜಳನ ಕೈಗೆ ಮುತ್ತಿಟ್ಟು ಇನ್ನೊಂದು ಕೊಂಬನ್ನು ಎತ್ತಿಕೊಟ್ಟಳು.

"ನನ್ನ ರಾಜಕುಮಾರರಿಗಾಗಿ ಏನು ಬೇಕಾದರೂ ಮಾಡುತ್ತೇನೆ. ಆದರೆ ಎಚ್ಚರಾ, ಇದು ಮೊದಲಿನದಕ್ಕಿಂತ ಹೆಚ್ಚು ತೀವ್ರ"

ಬಿಜ್ಜಳ ಅದನ್ನು ಸೆಳೆದುಕೊಂಡು ಕಟ್ಟಪ್ಪ ಏವೆ ಬಡಿಯುವುದರೊಳಗೆ ಬಾಯಿಗೆ ಸುರಿದುಕೊಂಡ. ರಾಜಕುಮಾರ ಈಗ ಗಹಗಹಿಸಿ ನಗುತ್ತಾ ವಿನೋದದಲ್ಲಿ ಕಟ್ಟಪ್ಪನ ಬೆನ್ನು ತಟ್ಟಿದ. "ನೀನು ಎಂಥ ಮುದ್ದಾದ ಕಪ್ಪು ನಾಯಿ. ಗಬ್ಬು ನಾಯಿ ಆದರೆ ನನ್ನ ನಾಯಿ" ಎನ್ನುತ್ತಾ ಬಿಜ್ಜಳ ತನ್ನ ವಿನೋದಕ್ಕೆ ತಾನೇ ಬಿದ್ದು ಬಿದ್ದು ನಕ್ಕ.

ಕೇಕಿ ನುಡಿದಳು "ತಾಳಿ, ಕಾಳಿಕೆಯ ವಾಟಿಕೆ ತಲುಪುವವರೆಗೆ ಕಾಯಿರಿ. ಅಲ್ಲಿ ಸುವರ್ಣ ದ್ರವ್ಯದಲ್ಲಿ ಈಜಾಡಬಹುದು."

"ಈಜಾಡಬಹುದು?"

"ಹೌದು, ಈಜು, ಅದೂ ಇಬ್ಬರು ನಗ್ನ ಅಪ್ಸರೆಯರ ಜೊತೆ"

"ಸುವರ್ಣ ದ್ರವ್ಯದಲ್ಲಿ?"

"ಹೌದು ಮಹಾಸ್ವಾಮಿ"

"ಅಪ್ಸರೆಯರ ಜೊತೆ?"

"ಖಂಡಿತ ಮಹಾಸ್ವಾಮಿ"

"ಮತ್ತು ಅವರು ನಗ್ನರಾಗಿರುತ್ತಾರೆ?"

"ಖಂಡಿತಾ ಮಹಾಸ್ವಾಮಿ"

"ಓಹ್, ಎಷ್ಟು ಚಂದ!" ಬಿಜ್ಜಳ ತೊದಲುತ್ತಾ ಮೂರ್ಛೆ ಹೋದ. ಮೇನೆ ತೂಗಾಡುತ್ತಾ ಸಾಗಿತು. ಅವರು ನದಿಯ ದಂಡೆಯನ್ನು ದಾಟಿ ಗುಡ್ಡ ಹತ್ತುತ್ತಿದ್ದರು. ಮೇನೆ ಹೊರುವವರು ಕಷ್ಟಪಡುತ್ತಿದ್ದರು. ಬಿಜ್ಜಳನ ಬಾಯಿಂದ ಸುರಿದಿದ್ದ ಜೊಲ್ಲನ್ನು ಕಟ್ಟಪ್ಪ ಒರೆಸಿದ. ಕೆಲಸ ಕೆಡುತ್ತಿತ್ತು. ಕಟ್ಟಪ್ಪನಿಗೆ ತಾನೇನು ಮಾಡಬೇಕು ಎಂದು ಗೊತ್ತಿಲ್ಲದೇ ಚಿಂತೆಯಾಗುತ್ತಿತ್ತು. ಅವನ ದೇಹದಲ್ಲಿದ್ದ ಪ್ರತಿಯೊಂದು ನರವೂ ಬಿಗಿಯಾಗಿ ಮುಂಬರುವ ಅಪಾಯದ ಮುನ್ಸೂಚನೆ ನೀಡುತ್ತಿತ್ತು.

ದೂರದಲ್ಲಿ, ಗುಡ್ಡದ ಮೇಲೆ ದೀಪಗಳು ಹೊಳೆಯುತ್ತಿದ್ದುದು, ಪರದೆಯ ಮೂಲಕ ಅವನಿಗೆ ಕಾಣಿಸಿತು. ಕಾಡಿನ ಮೂಲಕ ಸಂಗೀತದ, ವಾದ್ಯದ ಸದ್ದು ಹಾಗೂ ಜೋರಾದ ನಗು ಕೇಳಿಬರುತ್ತಿತ್ತು. ಕೇಕಿ ಅವನನ್ನೇ ದಿಟ್ಟಿಸುತ್ತಿದ್ದುದು ಕಟ್ಟಪ್ಪನಿಗೆ ಅರಿವಾಯಿತು. ಅವನ ಕೊರಳಿನ ಮೇಲೆ ಅವಳ ಬಿಸಿಯುಸಿರು ಬೀಳುತ್ತಿತ್ತು. ಕಟ್ಟಪ್ಪ ಹಠಾತ್ತಾಗಿ ತಲೆ ತಿರುಗಿಸಿದ. ಕೇಕಿಯ ಮುಖ ತನ್ನ ಮುಖಕ್ಕೆ ಅತಿ ಸಮೀಪದಲ್ಲಿ ಇದ್ದುದು ಗಮನಕ್ಕೆ ಬಂತು. ಅವಳ ಉಬ್ಬಿದ ತುಟಿ ವ್ಯಂಗ್ಯ ನಗುವಲ್ಲಿ ಅರಳಿ, ಅವನ ಬೆನ್ನುಹುರಿಯಲ್ಲಿ ಚಳುಕು ಸಂಚರಿಸಿತು. ಕಟ್ಟಪ್ಪ ಪ್ರತಿಮೆಯಂತೆ ಅಚಲನಾಗಿ ಕುಳಿತ. ಬಿಜ್ಜಳ ಅವನ ಹೆಗಲ ಮೇಲೆ ತಲೆ ಕೊಟ್ಟು ಗೊರಕೆ ಹೊಡೆಯುತ್ತಿದ್ದ. ಕಟ್ಟಪ್ಪನ ಸಂಕಟಗಳನ್ನು ಹೆಚ್ಚಿಸುವಂತೆ ತಮ್ಮನ ಬಗ್ಗೆ ಚಿಂತೆ ಕೂಡಾ ಅವನನ್ನು ಬಾಧಿಸುತ್ತಿತ್ತು. ಹೇಗಾದರೂ ಮಾಡಿ ಅವನನ್ನು ಹುಡುಕಿ ಹಿಂದಕ್ಕೆ ಕರೆದುಕೊಂಡು ಬರಬೇಕಾಗಿತ್ತು ತಾನು.

ಕೊನೇಗೂ ಮೇನೆ ನಿಂತಿತು. ಕೇಕಿ ಪರದೆಯನ್ನು ಪಕ್ಕಕ್ಕೆ ಎಳೆದು, ಹೊರಗೆ ಧುಮುಕಿ ಮೈಮುರಿದಳು. ಕಟ್ಟಪ್ಪ ಬಿಜ್ಜಳನನ್ನು ಎಬ್ಬಿಸಿ, ಮೇನೆಯಿಂದ ಹೊರಗಿಳಿಸಲು ಸಮಯ ಹಿಡಿಯಿತು.

ರಾಜಕುಮಾರ ಪೆದ್ದನಂತೆ ಹಲ್ಲುಕಿರಿದು ಕಟ್ಟಪ್ಪನ ಹೆಗಲ ಮೇಲೆ ಕೈಹಾಕಿದ. ಅವನು ಗುಲಾಮನಲ್ಲ ತನ್ನ ಗೆಳೆಯನೆನ್ನುವಂತೆ. ಈ ನಗೆಪಾಟಲನ್ನು ಯಾರೂ ನೋಡದಿದ್ದರೆ ಸಾಕು ಎಂದುಕೊಳ್ಳುತ್ತ ಕಟ್ಟಪ್ಪ ನಡೆದ. ಇದಕ್ಕಾಗಿ ನಾಳೆ ಅವನಿಗೆ ಚಾಟಿ ಏಟು ಖಂಡಿತಾ.

ಅವರು ಕಾಳಿಕಾ ವಾಟಿಕೆಯ ಕಡೆಗೆ ಹೋಗುವ ಬೀದಿಯಲ್ಲಿ ತಿರುಗಿದಾಗ ಅಲ್ಲಾಗಲೇ ಕಿಕ್ಕಿರಿದು ನಿಲ್ಲಿಸಿದ್ದ ಸಾರೋಟುಗಳು, ಮೇನೆಗಳಿಂದ ತುಂಬಿ ಹೋಗಿತ್ತು. ಅವರು ಬೀದಿಯನ್ನು ಪ್ರವೇಶಿಸಿದಾಗ ತಕಿಲ್ ವಾದ್ಯ, ಮೃದಂಗ, ಘಟ ಹಾಗೂ ನಾದಸ್ವರಗಳ ದನಿಗಳು ಮೇಳೈಸಿದ್ದವು. ಅವುಗಳ ಜೊತೆಗೇ ಶಿಳ್ಳೆಗಳೂ, ಅಶ್ಲೀಲ ಕೂಗುಗಳೂ, ಅಟ್ಟಹಾಸದ ನಗುವೂ ಸೇರಿ ಗದ್ದಲ ಮಿತಿ ಮೀರಿತ್ತು. ವಾಟಿಕೆಗೆ ರಾಜರ ಕೋಟೆಯಂತೆ ಭದ್ರತೆ ಇದ್ದುದನ್ನು ಕಟ್ಟಪ್ಪ ಗಮನಿಸಿದ. ಅದು ಸಾವಿರ ಅಡಿಗಳಷ್ಟು ದೂರದಲ್ಲಿದ್ದರೂ ಬೀದಿಯ ತುದಿಯ ದ್ವಾರದಲ್ಲೇ ಹನ್ನೆರಡಕ್ಕೂ ಹೆಚ್ಚು ದ್ವಾರಪಾಲಕರು ಇದ್ದುದನ್ನು ಅವನು ನೋಡಿದ. ಎತ್ತರದ ಗೋಡೆಯ ಬತಾರೆಗಳಲ್ಲಿ ಇನ್ನಷ್ಟು ಕಾವಲುಭಟರು ಇದ್ದರು. ಹಾದಿಯ ಎರಡೂ ಬದಿಗಳಲ್ಲಿ ಅಂಗಡಿಗಳಲ್ಲಿ ಗಿಡಮೂಲಿಕೆಗಳು, ಸುವಾಸನಾ ದ್ರವ್ಯಗಳು, ಪರಿಮಳ ತೈಲಗಳು, ರೇಶ್ಮೆ ವಸ್ತ್ರಗಳು, ಜೊತೆಗೆ ಕಳ್ಳು, ಸಾರಾಯಿಗಳನ್ನು ಮಾರಾಟ ಮಾಡುತ್ತಿದ್ದರು. ಶ್ರೀಮಂತರ ಸೇವಕರು, ಸಾರಥಿಗಳು, ಗಾಡಿ ಹೊಡೆಯುವವರು, ಮೇನೆ ಹೊರುವವರು ಮುಂತಾದವರು ಬೀದಿಗಳಲ್ಲಿ ಕಿಕ್ಕಿರಿದು ತಮಗಾಗಿ ವಸ್ತುಗಳನ್ನು ಕೊಳ್ಳುತ್ತಿದ್ದರು. ಮುಖಗಳ ಮೇಲೆ ಚಿತ್ತಾರಗಳನ್ನು ಬರೆಸಿಕೊಂಡು ಸಿಂಗಾರವಾಗಿ ಮಾಳಿಗೆಗಳಲ್ಲಿ ವಿಟಪುರುಷರಿಗಾಗಿ ಕಾಯುತ್ತಾ ಭಾರೀ ಮೊಲೆಗಳ ತರುಣಿಯರು ಕೂತಿದ್ದರು. ಅವರ ತಲೆಹಿಡುಕರು ವಿಟರನ್ನು ಆಕರ್ಷಿಸಲು ಕೂಗುತ್ತಿದ್ದರು. ಸುಖದ ಮಹಲುಗಳ ಬಾಗಿಲುಗಳಲ್ಲಿ ನಿಂತು ತಮ್ಮ ತಮ್ಮ ವೇಶ್ಯೆಯರ ಕಾಮದಾಟದ ಕುಶಲತೆಯನ್ನು ವರ್ಣಿಸಿ ಕೂಗುತ್ತಿದ್ದರು.

ಬಿಜ್ಜಳ ಆಚ್ಚರಿಯ ಅರಳುಗಣ್ಣಿನಲ್ಲಿ ಎಲ್ಲವನ್ನೂ ನೋಡುತ್ತಿದ್ದ. ಹಲ್ಲಿಲ್ಲದ ತಲೆಹಿಡುಕ ಒಬ್ಬ ಬಂದು ರಾಜಕುಮಾರನ ಕೈ ಹಿಡಿದು "ಬನ್ನಿ ಮಹಾಸ್ವಾಮಿ, ಮೋಹಿನಿಯ ಅರಮನೆಗೆ ಬನ್ನಿ, ಮಾವಿನ ಹಣ್ಣಿನಂತಹ ಮೊಲೆಗಳನ್ನೂ, ದ್ರಾಕ್ಷಿಯಂತಹ ಚೂಚುಕವನ್ನೂ ಹೊಂದಿರುವ ಹುಡುಗಿಯರು ನಿಮಗಾಗಿ ಕಾಯುತ್ತಿದ್ದಾರೆ" ಎಂದು ಕರೆದ.

ಮಗದೊಬ್ಬ ಬಂದು ಕಟ್ಟಪ್ಪನ ಕೈ ಹಿಡಿದು "ಸ್ವಾಮೀ, ಬನ್ನಿ, ಕಪ್ಪು ಕೂದಲು, ಕಪ್ಪು ಜಿಂಕೆಯಂತಹ ನಯವಾದ ಮೈಯುಳ್ಳವಳು, ಕಣ್ಣು ಕಾಮದ ಕೊಳಗಳು, ತುಟಿ ಅತಿ ಮಧುರ – ರಾಗಿಣಿಯ ಮನೆಗೆ ಬನ್ನಿ" ಎಂದ.

ಕೇಕಿ ಮತ್ತು ಅವಳ ಹುಡುಗರು ತಲೆಹಿಡುಕರುಗಳನ್ನು ಓಡಿಸಿದರು. ಆದರೆ ಅವರು ಇನ್ನೂ ಬರುತ್ತಲೇ ಇದ್ದರು. ತಮ್ಮ ತಮ್ಮ ವೇಶ್ಯೆಯರ ಗುಣಗಾನ ಮಾಡುತ್ತಾ, ಅವರ ಸೌಂದರ್ಯದ ವರ್ಣನೆ ಮಾಡುತ್ತಾ, ದೇಹದ ಒಂದೊಂದು ಅಂಗಾಂಗಗಳನ್ನು ಅವರು ತಣಿಸುವ ಬಗ್ಗೆ ಹಾಡಿ ಹೊಗಳುತ್ತಿದ್ದರು. ಒಂದು

ರೇಶ್ಮೆ ವಸ್ತ್ರ ಬಂದು ಕಟ್ಟಪ್ಪನ ಮೇಲೆ ಬಿತ್ತು. ಅವನು ತಲೆ ಎತ್ತಿ ನೋಡಿದ. ಒಬ್ಬಳು ಹುಡುಗಿ ಅವಳ ಮಾಳಿಗೆಯ ಮುಂದಿನ ಜಾಲಾಂದ್ರಕ್ಕೆ ಒರಗಿಕೊಂಡಿದ್ದಳು. ಅವಳ ಸ್ತನಗಳು ತೆರೆದುಕೊಂಡಿದ್ದವು. ಕಟ್ಟಪ್ಪನನ್ನು ನೋಡಿ ಅವಳು ಸ್ತನಗಳನ್ನು ಅಲ್ಲಾಡಿಸಿದಳು. ಅದನ್ನು ನೋಡಿ ಕಟ್ಟಪ್ಪ ನಡುಗಿದ. ತಾನು ಕೈಯಲ್ಲಿ ಹಿಡಿದ ವಸ್ತ್ರ ಅವಳ ಕಂಚುಕ ಎನ್ನುವುದು ಅರಿವಾಯಿತು. ಮೇಲಿನಿಂದ ನಗೆಯ ಮಿಂಚು ತೇಲಿ ಬಂತು. ಅವನಿಗೇ ತಿಳಿಯದಂತೆ ಅವನಲ್ಲಿ ಕಾಮ ಜಾಗೃತಗೊಂಡಿತು. ತನಗೆ ತಾನೇ 'ಇದು ಪಾಪ, ಇದು ಪಾಪದ ನಗರ' ಎಂದು ಹೇಳಿಕೊಳ್ಳುತ್ತಾ ಬಂದ.

ಬಿಜ್ಜಳ ಬೀದಿಯಲ್ಲಿಯ ಮೊದಲ ಮನೆಯೊಳಗೇ ಕಾಲಿಡಲು ಬಯಸಿದ. ಆದರೆ ಕೇಕಿ ಹಿಡಿದು ಎಳೆದು ಎಡಗಡೆಯಲ್ಲಿದ್ದ ಇನ್ನೊಂದು ಮನೆಯೊಳಗೆ ಕರೆದುಕೊಂಡು ಹೋದಳು.

"ಇಲ್ಲೊಂದು ಗುಪ್ತ ದಾರಿಯಿದೆ ಮಹಾಸ್ವಾಮೀ" ಮನೆಯೊಳಗೆ ಪ್ರವೇಶಿಸುವಾಗ ಹೇಳಿದಳು.

ಒಳಗೆ ಕತ್ತಲಿತ್ತು. ಆದರೆ ಬಿಜ್ಜಳನಿಗೆ, ನೆಲದಲ್ಲಿ, ಕಿರುಗುಡುವ ಮಂಚದ ಮೇಲೆ ಅನೇಕ ಆಕೃತಿಗಳು ಕಾಮಕೇಳಿಯ ಅನೇಕ ಹಂತಗಳಲ್ಲಿ ವಿವಿಧ ಭಂಗಿಗಳಲ್ಲಿ ಜಾರುತ್ತಾ, ಏದುಸಿರುಬಿಡುತ್ತಾ ಮಗ್ನವಾಗಿದ್ದುದು ಗೊತ್ತಾಯಿತು. ಗಾಳಿಯಲ್ಲಿ ಪ್ರಾಣಿವಾಸನೆ ಬಡಿಯುತ್ತಿತ್ತು. ಪ್ರದರ್ಶನ ಸದ್ದುಗಳು, ಪ್ರಣಯ ಚೀತ್ಕಾರಗಳು, ಗುರುಗುಡುವುದು, ನಡುನಡುವೆ ಉನ್ಮಾದದ ನಗು ಎಲ್ಲವು ಸೇರಿ ಆ ಸ್ಥಳ ನರಕದಂತೆ ಭಾಸವಾಗುತ್ತಿತ್ತು.

"ಇತ್ತ ಬನ್ನಿ, ಇತ್ತ ಬನ್ನಿ" ಎಂದು ಕೇಕಿ ಕರೆದುಕೊಂಡು ಹೋದಳು, ಕ್ಷಣ ಮಾತ್ರಕ್ಕೂ ಬಿಜ್ಜಳನ ಕೈಬಿಡದೆ. ಕತ್ತಲೆಯ, ಕಿರಿದಾದ ಪಡಸಾಲೆಯ ಮೂಲಕ ತಡಕಾಡುತ್ತಾ ಕಟ್ಟಪ್ಪನೂ ಹಿಂಬಾಲಿಸಿದ. ಕೋಣೆಗಳಲ್ಲಿ ದೀಪ ಉರಿಯುತ್ತಿದ್ದವು. ಕೆಳಮಟ್ಟದ ಭಾವಣಿಗಳಲ್ಲಿ ಹೊಗೆ ದಟ್ಟವಾಗಿ ತುಂಬಿಕೊಂಡಿತ್ತು. ಪ್ರತಿ ಕೋಣೆಯಲ್ಲಿ ಒಂದೊಂದು ಜೋಡಿ ಇತ್ತು. ಕೆಲವಲ್ಲಿ ಒಂದಕ್ಕಿಂತ ಹೆಚ್ಚು. ಕಟ್ಟಪ್ಪ ನೋಡಲೇ ಬಾರದೆಂದು ಎಚ್ಚರ ವಹಿಸಿ ನಡೆದ. ಆದರೆ ಸದ್ದು ಮಾತ್ರ ತಪ್ಪಿಸಿ ಕೊಳ್ಳುವಂತಿರಲಿಲ್ಲ. ಒಂದು ಕೋಣೆಯಿಂದ ಒಬ್ಬಳು ಹುಡುಗಿ ಓಡಿಬಂದಳು. ಅವಳ ಹಿಂದೆಯೇ ಒಬ್ಬ ಗಂಡಸು ಅವಳನ್ನು ಅಟ್ಟಿಸಿಕೊಂಡು ಬಂದ. ಅವಳು ಕಟ್ಟಪ್ಪನಿಗೆ ಡಿಕ್ಕಿ ಹೊಡೆದಳು. ಅವಳು ಹುಟ್ಟಿದ ದಿನದಲ್ಲಿದ್ದಂತೆ ಪೂರ್ತಿ ಬೆತ್ತಲಾಗಿದ್ದನ್ನು ನೋಡಿ ಕಟ್ಟಪ್ಪ ಹಿಮ್ಮೆಟ್ಟಿದ. ಅವನನ್ನು ನೋಡಿ ಅವಳು ನಕ್ಕಳು. ಅವಳ ಹಿಂದೆಯೇ ಓಡಿಬಂದ ಪುರುಷ ಅವಳನ್ನು ಹಿಂದಿನಿಂದ ಅಪ್ಪಿಕೊಂಡ. ಇಬ್ಬರೂ ನಗುತ್ತಾ ಕಿರುಚುತ್ತಾ ಕಟ್ಟಪ್ಪನ ಮುಂದೆಯೇ ನೆಲಕ್ಕೆ ಬಿದ್ದರು. ಕಟ್ಟಪ್ಪ

ಪ್ರತಿಕ್ರಿಯಿಸುವಷ್ಟರಲ್ಲಿ ಪುರುಷ ಅವಳನ್ನು ನಾಯಿಯಂತೆ ಹಿಂದಿನಿಂದ ಪ್ರವೇಶಿಸಿ ಕೇಯತೊಡಗಿದ. ಅವರಿಬ್ಬರಿಂದಾಗಿ ಕಟ್ಟಪ್ಪನಿಗೂ ಬಿಜ್ಜಳನಿಗೂ ಅಂತರವಾಗಿ ಬಿಟ್ಟಿತ್ತು. ಕಟ್ಟಪ್ಪ ಸ್ಥಬ್ಧನಾಗಿ ನಿಂತುಬಿಟ್ಟ. ಏನು ಮಾಡುವುದೋ ಅವನಿಗೆ ತಿಳಿಯಲಿಲ್ಲ. ಅವರನ್ನು ಬಳಸಿಕೊಂಡು ಹೋಗಲಾರದಂತೆ ಪಡಸಾಲೆ ಕಿರಿದಾಗಿತ್ತು.

ಕೇಕಿ ಮತ್ತು ಬಿಜ್ಜಳ ಅಲ್ಲಿದ್ದ ಅನೇಕ ಸಂದಿಗಳಲ್ಲಿ ಇನ್ನೇನು ತಿರುವುವರಿದ್ದರು. ಕಟ್ಟಪ್ಪ ಕಣ್ಣುಮುಚ್ಚಿ ಅವರನ್ನು ದಾಟಿಕೊಂಡು ಮುಂದೆ ಹೆಜ್ಜೆ ಇಟ್ಟ. ಹುಡುಗಿ ಅವನ ಕಾಲು ಹಿಡಿದಳು. "ಬಾ, ನನಗೆ ನೀನು ಬೇಕು" ಎಂದು ಕೂಗುತ್ತಾ ಅವನ ಪಂಚೆ ಎಳೆಯಲು ಯತ್ನಿಸಿದಳು. ಆ ಪುರುಷ ಅವಳ ಪೃಷ್ಠಕ್ಕೆ ಬಲವಾಗಿ ಪೆಟ್ಟು ಕೊಟ್ಟ. ಅವಳು ಕಿಲಕಿಲ ನಕ್ಕು ಉನ್ಮಾದದಲ್ಲಿ ಚೀರಿದಳು.

ಕಟ್ಟಪ್ಪ ಅವಳಿಂದ ಬಿಡಿಸಿಕೊಳ್ಳಲು ಹೋರಾಡಿದ. ಅವನು ಬಿಡಿಸಿಕೊಂಡು ಮುಂದಡಿಯಿಡುವಷ್ಟರಲ್ಲಿ ಕೇಕಿ ಮತ್ತು ಬಿಜ್ಜಳ ಮಾಯವಾಗಿದ್ದರು. ಹುಡುಗಿಯು ಅವನ ಪುರುಷತ್ವದ ಬಗ್ಗೆ ಮಾಡಿದ ಅವಹೇಳನಕಾರಿ ಟೀಕೆಯನ್ನು ಅಲಕ್ಷಿಸಿ ಪಡಸಾಲೆಯಲ್ಲಿ ತಡವರಿಸುತ್ತಾ ಅವನು ಓಡಿದ. ಕೇಕಿ ಮತ್ತು ಬಿಜ್ಜಳ ಗೋಡೆ ಯಲ್ಲಿಯ ಒಂದು ಕಿಂಡಿಯಲ್ಲಿ ಮಾಯವಾಗುವುದನ್ನು ನೋಡಿದ. ಅವನು ಓಡಿ ಇನ್ನೇನು ಕಿಂಡಿ ಬಾಗಿಲು ಹಾಕಿಕೊಳ್ಳುವುದಕ್ಕೆ ಮೊದಲು ತಲುಪಿದ. ಬಾಗಿಲಿನ ನಡುವೆ ಬೆಣೆಯಂತೆ ಕೈ ತೂರಿಸಿದ ಕಟ್ಟಪ್ಪ. ಕೇಕಿ ಬಿಜ್ಜಳನನ್ನು ಮೆಟ್ಟಿಲುಗಳನ್ನು ಇಳಿಸಿಕೊಂಡು ಕರೆದುಕೊಂಡು ಹೋಗುತ್ತಿರುವುದನ್ನು ನೋಡಿದ. ಬಾಗಿಲು ಅವನ ತೋಳನ್ನು ನೆಗ್ಗುತ್ತಿತ್ತು. ಗುಲಾಮರು ಎಲ್ಲೋ ರಾಟೆಯನ್ನು ತಿರುಗಿಸುತ್ತಿದ್ದ ಶಬ್ದ ಕೇಳಿಸಿತು. ಬಹುಶಃ ಗೋಡೆಯಲ್ಲೇ ಗುಪ್ತ ವ್ಯವಸ್ಥೆ ಇದ್ದಿರಬೇಕು. ಈಗ ಕೈಬಿಟ್ಟರೆ ಅವನು ಕಾಳಿಕಾ ವಾಟಿಕೆಯ ಹೊರಗೇ ಇದ್ದುಬಿಡುತ್ತಾನೆ ಮತ್ತು ಬಿಜ್ಜಳ ಸಂಪೂರ್ಣವಾಗಿ ಕೇಕಿಯ ನಿಯಂತ್ರಣದಲ್ಲಿ ಇರುತ್ತಾನೆ ಎಂದು ಅವನಿಗೆ ಗೊತ್ತಾಯಿತು. ತನ್ನೆಲ್ಲ ಶಕ್ತಿ ಬಿಟ್ಟು ಅವನು ಬಾಗಿಲನ್ನು ತಳ್ಳಿ ಹೇಗೋ ಅವನ ಭುಜವನ್ನು ಬಾಗಿಲಿನ ನಡುವೆ ತೂರಿಸಲು ಸಫಲನಾದ. ಇನ್ನಷ್ಟು ತಳ್ಳಿ ಬಾಗಿಲು ಪೂರ್ತಿ ತೆರೆಯುವಂತೆ ಮಾಡಿ, ಅದರೊಳಗೆ ತೂರಿ ಮೆಟ್ಟಿಲಲ್ಲಿ ಸರಸರನೆ ಇಳಿದ. ಬಾಗಿಲು ದೊಡ್ಡ ಸದ್ದು ಮಾಡುತ್ತಾ ಮುಚ್ಚಿಕೊಂಡಿತು. ಕೇಕಿ ಒಮ್ಮೆ ಹಿಂದೆ ತಿರುಗಿ ನೋಡಿ ಮತ್ತೆ ಮುಂದಕ್ಕೆ ಅವಸರದಲ್ಲಿ ನಡೆದದ್ದು ಕಾಣಿಸಿತು. ಮೆಟ್ಟಿಲಿನ ಮೇಲೆ ಓಡೋಡುತ್ತಾ ಸಾಗಿ ಅವನು ಅವರನ್ನು ಕೂಡಿಕೊಂಡಾಗ ಖೋಜಾಳ ಕಣ್ಣಿನಲ್ಲಿ ಕೋಪ ಕಿಡಿಕಾರಿದ್ದು ಕಾಣಿಸಿತು. ಇನ್ನೇನು ಬಾಗಿಲು ಮುಚ್ಚಿ ಅವನು ಮತ್ತು ಕೇಕಿ ಬಿಜ್ಜಳರನ್ನು ಬೇರ್ಪಡಿಸುವಷ್ಟರಲ್ಲಿ ಅವನು ಒಳತೂರಿದ.

"ಅಂತೂ ನೀನು ಬಿಡುವುದಿಲ್ಲ ಅಲ್ಲವೇ?" ಕೇಕಿ ಬುಸುಗುಟ್ಟಿದಳು.

"ನನ್ನ ಸ್ಥಾನ ನನ್ನ ಒಡೆಯನ ಪಕ್ಕದಲ್ಲಿ" ಎಂದ ಕಟ್ಟಪ್ಪ. ಆ ಕತ್ತಲ ನಿರ್ಜನ ಪಡಸಾಲೆಯಲ್ಲಿ ಕಟ್ಟಪ್ಪನ ಮಾತು ಮಾರ್ದನಿಸಿತು. ಕಿರುಗುಡುತ್ತಾ ಬಾಗಿಲು ತೆರೆದಾಗ ಒಳಗಿನಿಂದ ವೀಣೆಯ ಮಧುರನಾದ ತೇಲಿಬಂತು. ಇಲಿಯ ಉಚ್ಚೆಯ ಗಬ್ಬುನಾತದ ಕತ್ತಲ ಪಡಸಾಲೆಯಿಂದ ಅವರು ಹಠಾತ್ತಾಗಿ ಕಣ್ಣು ಕೋರೈಸುವ ಬೆಳಕಿನ ಆವರಣಕ್ಕೆ ಕಾಲಿಟ್ಟರು. ಗಾಳಿಯಲ್ಲಿ ಅದ್ಭುತ ಸುಗಂಧ ತೇಲಾಡುತ್ತಿತ್ತು. ಕೆಲವೇ ಕ್ಷಣಗಳ ಹಿಂದೆ ಅವನು ನೋಡಿದ ಸ್ಥಳಕ್ಕಿಂತ ಇದು ಬೇರೆಯೇ ಜಗತ್ತಾಗಿತ್ತು. ಮೃದುವಾದ ರತ್ನಗಂಬಳಿಯಲ್ಲಿ ಅವನ ಪಾದಗಳು ಹುದುಗಿದವು. ಅಪೂರ್ವ ಕೆತ್ತನೆ ಮಾಡಿದ ಕಂಭಗಳು ಅವನ ತಲೆಗಿಂತ ಸಾಕಷ್ಟು ಎತ್ತರದಲ್ಲಿ ಕಾಣಿಸದಂತೆ ಚಾಚಿಕೊಂಡಿದ್ದವು. ಗೋಡೆಗಳಲ್ಲಿ ಕಾಮಸೂತ್ರದ ವಿವಿಧ ಕಾಮಕೇಳಿಯ ಭಂಗಿಗಳ ಮಿಥುನ ಶಿಲ್ಪಗಳು ಅಲಂಕೃತವಾಗಿದ್ದವು. ಕಂಭಗಳಲ್ಲಿ ಸುಂದರ ಯಕ್ಷಿಗಳು ಸಣ್ಣ ನಡು, ಮಾಟಾದ ಪೃಷ್ಠಗಳು, ದುಂಡಾದ ಸ್ತನಗಳು, ಚೂಪಾದ ಚೂಚುಕಗಳನ್ನು ಕೆತ್ತಲಾಗಿ ಅವುಗಳ ಕೈಗಳಲ್ಲಿ ದೀಪಗಳಿದ್ದವು. ಎಲ್ಲಾ ದೀಪಗಳನ್ನು ಹಚ್ಚಲಾಗಿತ್ತು. ಅದರ ಚಿನ್ನದ ಬೆಳಕಿನಲ್ಲಿ ಯಕ್ಷಿಯರು ಜೀವ ತಳೆದು ಅದ್ಭುತವಾಗಿ ಕಾಣಿಸುತ್ತಿದ್ದರು. ಹಜಾರದ ನಡುವಿನಲ್ಲಿ ನೆಲದ ಮೇಲೆ ಎತ್ತರದ ದಿಂಬುಗಳನ್ನು ಜೋಡಿಸಲಾಗಿತ್ತು. ದಿಂಬುಗಳ ಪಕ್ಕದಲ್ಲಿ ಚಿನ್ನದ ಬಣ್ಣದ ಹುಕ್ಕಾಗಳನ್ನು ಇಡಲಾಗಿತ್ತು. ಈ ಸ್ಥಳದ ಸುತ್ತ ಇದ್ದ ಕಂಭಗಳಲ್ಲಿ ಅಲಂಕೃತ ಕನ್ನಡಿಗಳನ್ನು ನೇತುಹಾಕಲಾಗಿತ್ತು. ಅವುಗಳ ಸಮೀಪದಲ್ಲಿ ಇರಿಸಲಾಗಿದ್ದ ಚಿನ್ನದ ಬಣ್ಣದ ನವಿಲಿನ ದೀಪಗಳು ಸುತ್ತ ಪ್ರಖರ ಬೆಳಕು ಚೆಲ್ಲುತ್ತಾ ಅಲೌಕಿಕವಾದ ಕಾಂತಿಯನ್ನು ಉಂಟುಮಾಡಿದ್ದವು.

"ದೇವಸಭೆ" ಬಿಜ್ಜಳ ಮೂರ್ಛೆ ಹೋಗುವಂತಾದ.

"ಹೌದು ಮಹಾಸ್ವಾಮಿ, ಇನ್ನೇನು ಇಷ್ಟರಲ್ಲೇ ಅಪ್ಸರೆಯರು ಆಗಮಿಸುತ್ತಾರೆ." ಕೇಕಿ ಅವನನ್ನು ಒಂದು ದಿಂಬಿನ ಮೇಲೆ ಕೂರಿಸಿ ಒಂದು ಹುಕ್ಕಾವನ್ನು ಅವನೆಡೆಗೆ ತಳ್ಳಿದಳು. ಇಡೀ ಸ್ಥಳದ ವೈಭವವನ್ನು ಒಳಗಿಳಿಸಿಕೊಳ್ಳುತ್ತಾ ಕಟ್ಟಪ್ಪ ಬಿಜ್ಜಳನ ಹಿಂದೆಯೇ ನಿಂತ. ಮಾಹಿಷ್ಮತಿಯ ಒಡ್ಡೋಲಗವೇ ಇಷ್ಟು ವೈಭವಯುತ ವಾಗಿರಲಿಲ್ಲ. ಜಾಲರಿಗಳಿಂದ ತೂರಿ ಬಂದ ಮಂದಾನಿಲದಲ್ಲಿ ದೀಪದ ಕುಡಿಗಳು ನರ್ತನವಾಡುತ್ತಾ ಗೋಡೆಗಳಲ್ಲಿ ಅಳವಡಿಸಿದ್ದ ಆಭರಣಗಳು ಹೊಳೆಯುವಂತೆ ಮಾಡಿದವು. ಮೃದಂಗದಿಂದ ಕಾಲು ಬಡಿಯಲು ಸ್ಫುರಿಸುವಂತಹ ತಾಳ ಹೊಮ್ಮ ತೊಡಗಿತು. ರಾಜಕುಮಾರ ಬಿಜ್ಜಳನ ಕಣ್ಣುಗಳು ಸಂತೋಷ ಮತ್ತು ಅಚ್ಚರಿಯಲ್ಲಿ ಅಗಲವಾದವು. ವೀಣೆ ತೀವ್ರಗತಿಯಲ್ಲಿ ತಾರಕಕ್ಕೇರಿತ್ತು. ಕೊಳಲಿನ ನಾದ

ಉತ್ತುಂಗಕ್ಕೇರಿತು. ಅರೆ ನಶೆಯಲ್ಲಿ ಬಿಜ್ಜಳ ಕಾಲು ಕುಣಿಸತೊಡಗಿದ. ಕಟ್ಟಪ್ಪ ಅಲ್ಲಾಡದೆ ನಿಂತ. ಅವನ ಎರಡೂ ಕೈಗಳು ಕತ್ತಿಯ ಹಿಡಿಕೆಯ ಮೇಲಿತ್ತು. ಅವನ ಕಣ್ಣುಗಳು ಕುಣಿಯುವ ದೀಪದ ಕುಡಿಯ ಮೇಲೆ ನಾಟಿತ್ತು.

"ಅಪ್ಸರೆಯರು ಎಲ್ಲಿ?" ಅಸಹನೆ ಮತ್ತು ಸಂಭ್ರಮಗಳ ಮೇಳೈಕೆಯ ದನಿಯಲ್ಲಿ ಬಿಜ್ಜಳ ಕೇಳಿದ.

ಕೇಕಿ ಮುಗುಳ್ನಕ್ಕು ಕೈಯೆತ್ತಿ ಭುಜದ ಮೇಲೆ ಚಪ್ಪಾಳೆ ತಟ್ಟಿದಳು. ಅವರ ಮುಂದಿದ್ದ ಗೋಡೆ ಅನೇಕ ಫಲಕಗಳಾಗಿ ವಿಭಜನೆಗೊಂಡು, ಒಂದು ಕ್ಷಣಕ್ಕೆ, ಗೋಡೆಯ ಆಚೆಬದಿಯ ಕೋಣೆಗಳಲ್ಲಿ, ಅತ್ಯುತ್ತಮ ರೇಷ್ಮೆ ವಸ್ತ್ರಗಳನ್ನು ಧರಿಸಿದ ಹುಡುಗಿಯರು ನರ್ತನ ಭಂಗಿಗಳಲ್ಲಿ ನಿಂತಿದ್ದುದು ಕಾಣಿಸಿ ಮತ್ತೆ ಫಲಕಗಳು ಸೇರಿಕೊಂಡು ಮರೆಯಾಗಿ, ಅಲ್ಲಿ ಮತ್ತೆ ಕೇಕಿ ಮತ್ತು ಇಬ್ಬರು ಪುರುಷರನ್ನು ಪ್ರತಿಫಲಿಸಿತು. ಕೇಕಿಯ ಪ್ರತಿ ಚಪ್ಪಾಳೆಗೆ ಫಲಕಗಳು ತೆರೆದುಕೊಂಡು ನರ್ತಕಿಯರು ಭಿನ್ನ ಭಂಗಿಗಳಲ್ಲಿ ಇರುತ್ತಿದ್ದುದು ಕಾಣಿಸುತ್ತಿತ್ತು. ಬಿಜ್ಜಳ ಆನಂದದಲ್ಲಿ ಚೀತ್ಕರಿಸಿದ. ಅವನೂ ಕೇಕಿಯ ಜೊತೆ ಚಪ್ಪಾಳೆ ತಟ್ಟತೊಡಗಿದ. ಈಗ ಫಲಕಗಳು ಸುತ್ತತೊಡಗಿದವು. ಮೃದಂಗದ ಗತಿಗೆ ತಕ್ಕಂತೆ ವೇಗ ಗಳಿಸತೊಡಗಿದವು. ಅದರ ಪರಿಣಾಮ ಅತ್ಯದ್ಭುತವಾಗಿತ್ತು. ಬಿಜ್ಜಳನಿಗೆ ಇನ್ನು ಕೂತಿರಲು ಸಾಧ್ಯವಾಗಲಿಲ್ಲ. ಅವನು ಎದ್ದು ನರ್ತಕಿಯರ ಕಡೆಗೆ ಓಡಿದ. ಆದರೆ ಅವನು ಒಬ್ಬಳು ನರ್ತಕಿಯನ್ನು ತಲುಪುವಷ್ಟರಲ್ಲಿ ಫಲಕ ಮುಚ್ಚಿ ಎದುರಿನ ಮತ್ತೊಂದು ಫಲಕ ತೆರೆದು ಅದರಲ್ಲಿ ಮತ್ತೊಬ್ಬಳು ನರ್ತಕಿ ಇನ್ನೂ ಹೆಚ್ಚು ಉದ್ರಿಕ್ತ ಭಂಗಿಯಲ್ಲಿ ನಿಂತಿದ್ದುದು ಕಾಣಿಸುತ್ತಿತ್ತು. ಬಿಜ್ಜಳ ಸಂಭ್ರಮದಲ್ಲಿ ನಗತೊಡಗಿದ. ಅವನು ಬೈಗುಳ ಸುರಿಸುತ್ತಾ, ಅಶ್ಲೀಲ ಮಾತುಗಳನ್ನು ಎಸೆಯುತ್ತಾ ಒಂದು ಫಲಕದಿಂದ ಮತ್ತೊಂದು ಫಲಕದ ಕಡೆಗೆ ಓಡತೊಡಗಿದ. ಹೀಗೆ ಅವನನ್ನು ಕೆರಳಿಸುವುದು ನಡೆದು ಕೊನೆಗೆ ಕೋಪಗೊಂಡ ಬಿಜ್ಜಳ ತನ್ನ ಮುಖಕ್ಕೆ ಮುಚ್ಚಿಕೊಂಡ ಫಲಕದ ಮೇಲೆ ಹುಕ್ಕಾವನ್ನು ಎತ್ತಿ ತೂರಿ ಬೀಸಿದ.

ಹುಕ್ಕಾ ಗುರಿ ತಪ್ಪಿ ಬೀಳುವಷ್ಟರಲ್ಲಿ ರುದ್ರವೀಣೆಯಂತೆ ಕಿಲಕಿಲ ನಗುವಿನ ಧ್ವನಿ ಕೇಳಿಸಿತು. ಬಿಜ್ಜಳ ತಿರುಗಿ ನೋಡಿದಾಗ ಅತಿ ಸುಂದರಿಯೊಬ್ಬಳು ಮೆತ್ತೆಯ ಹಾಸಿನ ಮೇಲೆ ಮಲಗಿ ಅವನನ್ನೇ ದೃಷ್ಟಿಸುತ್ತಿದ್ದಳು. ರಾಜಕುಮಾರನ ಬಾಯಿ ಆಶ್ಚರ್ಯದಲ್ಲಿ ತೆರೆದುಕೊಂಡು ಅವನು ಅವಳತ್ತ ನುಗ್ಗಿದ.

ಕಟ್ಟಪ್ಪ ಎದುರಿನ ಖಾಲಿ ಗೋಡೆಯತ್ತ ಕಣ್ಣು ನೆಟ್ಟಿದ್ದ. ಆದರೆ ಅವನಿಗೆ ತನ್ನ ಕಾಲ ಸಮೀಪದಲ್ಲಿ ದಿಂಬನ್ನು ಒರಗಿಕೊಂಡು ಬಿಜ್ಜಳನತ್ತ ಮಾದಕವಾಗಿ ನೋಡುತ್ತಿದ್ದ ಸುಂದರಿಯ ಸಂಪೂರ್ಣ ಪರಿಜ್ಞಾನವಿತ್ತು. ಒಂದು ಕ್ಷಣ ಅವಳೆಡೆಗೆ

ಕಣ್ಣು ಹಾಯಿಸದೇ ಇರಲು ಆಗಲಿಲ್ಲ ಅವನಿಗೆ. ಅವಳೊಬ್ಬ ತಜ್ಞ ಶಿಲ್ಪಿ ಕಡೆದು ಮಾಡಿದ ಪ್ರತಿಮೆಯಂತಿದ್ದಳು. ಗೋಡೆಯ ಮುತ್ತುರತ್ನ ವಜ್ರಗಳು ಪ್ರತಿಫಲಿಸಿದ ಬೆಳಕಿನಲ್ಲಿ ಅವಳ ಮೈ ಕಾಮನಬಿಲ್ಲಿನ ಬಣ್ಣಗಳಂತೆ ವರ್ಣವೈವಿಧ್ಯಮಯ ವಾಗಿತ್ತು. ಅವಳ ಮಾಟವಾದ ಸ್ತನಗಳನ್ನು ಬಿಗಿಹಿಡಿದ ರೇಷ್ಮೆಯ ಪಟ್ಟಿ ಮತ್ತು ಹೊಕ್ಕುಳಿಗಿಂತ ತೀರಾ ಕೆಳಗೆ ಕಟ್ಟಿದ ವಸ್ತ್ರ ತೊಡೆಯ ಮೇಲು ಭಾಗವನ್ನು ಮುಚ್ಚಿಯೂ ಮುಚ್ಚಿಲ್ಲದಂತೆ ಇತ್ತು. ತನ್ನ ನಳಿದೋಳನ್ನು ನೀಟಿ, ತೋರು ಬೆರಳನ್ನು ಕೊಂಕಿಸಿ ಅವಳು ಬಿಜ್ಜಳನನ್ನು ಆಹ್ವಾನಿಸಿದಳು.

"ಬಾ, ನನ್ನ ಯುವರಾಜಾ, ಇನ್ನೂ ಎಷ್ಟು ಹೊತ್ತು ಈ ಕಾಳಿಕೆಯನ್ನು ಕಾಯಿಸುತ್ತೀಯಾ?" ಅವಳ ಧ್ವನಿ ಮಾದಕವಾಗಿ ಜೇನು ತೊಟ್ಟಿಕ್ಕುವಂತಿತ್ತು. ಕಟ್ಟಪ್ಪನ ಕೈ ಹಿಡಿಕೆಯ ಮೇಲೆ ಇನ್ನೂ ಭದ್ರವಾಯಿತು. ಅವನೆಷ್ಟೇ ತಡೆದು ಕೊಂಡರೂ ಅವಳಿಂದ ಹೊಮ್ಮುತ್ತಿದ್ದ ಕಸ್ತೂರಿ ಸುಗಂಧ ಅವನಲ್ಲಿ ಹುದುಗಿದ್ದ ಕಾಮನೆಗಳಲ್ಲಿ ಕೆರಳಿಸುತ್ತಿತ್ತು.

ತೂಗಾಡುವ ಪರದೆಗಳ ಹಿಂದಿನಿಂದ ಕೊಳಲಿನ ನಾದವೊಂದು ಎದ್ದಿತು. ಅದೊಂದು ಪರಿಚಿತ ಪ್ರಣಯ ರಾಗವಾಗಿತ್ತು. ಅದನ್ನು ಗುರುತಿಸಲು ಅವನು ಪ್ರಯತ್ನಿಸಿದ. ಕಾಳಿಕೆಯ ಮದಭರಿಸುವ ಸೌಂದರ್ಯಕ್ಕೆ ಮರುಳಾಗದಿರಲು ಏನಾದರೂ ಮಾಡಬೇಕಿತ್ತು. ಖಾಂಭೋಜಿ – ಅದೇ, ಈ ರಾಗಕ್ಕೆ ವಿದ್ವಾಂಸರು ಕೊಟ್ಟ ಹೆಸರು. ರಾಗದ ಹೆಸರು ತಿಳಿಯುವುದರಿಂದ ಈ ಗುಲಾಮನಿಗೆ ಏನಾದರೂ ಉಪಯೋಗವಾಗುತ್ತದೇನು? ಅವನು ಕಣ್ಣು ಮುಚ್ಚಿದ. ಮತ್ತೆ ತಕ್ಷಣ ತೆರೆದ. ಏಕೆಂದರೆ ಅವನ ಮನದ ಕಣ್ಣಿನಲ್ಲೂ ಅವನಿಗೆ ಕಾಳಿಕೆಯೇ ಕಂಡಳು. ಮತ್ತೆ ಕಣ್ಣು ಮುಚ್ಚಲು ಅವನಿಗೆ ಭಯವಾಯಿತು. ತಂದೆ ಹೇಳಿದ್ದು ಸರಿ. ಅವನು ಇನ್ನೂ ಕಾಮನೆಗಳನ್ನು ನಿಯಂತ್ರಣದಲ್ಲಿಟ್ಟುಕೊಳ್ಳಲು ಕಲಿಯಬೇಕಿತ್ತು, ಬ್ರಹ್ಮಚರ್ಯದ ಅವನ ಶಪಥ ಇನ್ನೂ ಅಪಕ್ವವಾಗಿತ್ತು,

ದುಷ್ಟ ಯೋಚನೆಗಳಿಂದ ಅವನು ಇನ್ನೂ ಜರ್ಜರಿತನಾಗುತ್ತಿದ್ದ. ಈ ಅದ್ಭುತ ಸುಂದರಿಯ ಜಾಲದಲ್ಲಿ ರಾಜಕುಮಾರ ಸಿಲುಕಿದ್ದಾನೆ ಎಂದು ಅವನಿಗೆ ತಿಳಿಯಿತು. ರಾಜಕುಮಾರ ಬಿಜ್ಜಳನನ್ನು ಇಲ್ಲಿಗೆ ಬರುವ ಮೊದಲೇ ಅವನು ತಡೆಯಬೇಕಿತ್ತು. ಕಟ್ಟಪ್ಪ ರಾಜಕುಮಾರನ ಕಡೆಗೆ ದೃಷ್ಟಿ ಹಾಯಿಸಿದ. ಅವನು ಕಾಲಲ್ಲಿ ಬೇರು ಬೆಳೆದಂತೆ ನಿಂತಲ್ಲೇ ನಿಂತಿದ್ದ.

ಕೇಕಿ ಬಿಜ್ಜಳನ ತೋಳು ಹಿಡಿದು, ಹಿನ್ನೆಲೆಯಲ್ಲಿ ಕೇಳಿಬರುತ್ತಿದ್ದ ಮಂದವಾದ ಮೃದಂಗದ ತಾಳಕ್ಕೆ ಸರಿಯಾಗಿ ಉನ್ಮತ್ತವಾಗಿ ಹೆಜ್ಜೆ ಹಾಕುತ್ತಾ ಅವನನ್ನು ಕಾಳಿಕೆಯ ಸನಿಹಕ್ಕೆ ಕರೆದುತಂದಳು. ರಾಜಕುಮಾರ ಕನಸಿನಲ್ಲಿ ನಡೆಯುವಂತೆ,

ನೆಲದಲ್ಲಿ ಕಮಾನಾಗಿದ್ದ ರೂಪಸಿಯತ್ತ ಕಣ್ಣು ನೆಟ್ಟು ಹೆಜ್ಜೆ ಹಾಕಿದ.

"ಅವಳಿನ್ನು ಸಂಪೂರ್ಣ ನಿಮ್ಮವಳು ಮಹಾಸ್ವಾಮಿ" ಕೇಕಿ ಬಾಗಿದಳು. ಬಿಜ್ಜಳ ಕೊರಳಿನಲ್ಲಿದ್ದ ಮುತ್ತಿನ ಹಾರವನ್ನು ತೆಗೆದು ಅವಳತ್ತ ಎಸೆದ. ಅವಳು ಚಕ್ಕನೆ ಅದನ್ನು ಹಿಡಿದಳು. "ಕಳಪೆ ಉಡುಗೊರೆ ಮಹಾಸ್ವಾಮಿ, ಆದರೆ ನಾನೇನೂ ದೂರುವುದಿಲ್ಲ. ಪ್ರತಿ ಸಲವೂ ದುಬಾರಿ ಉಡುಗೊರೆಯನ್ನೇ ನಿರೀಕ್ಷಿಸುತ್ತಿದ್ದರೆ ಗೆಳೆಯರೇನಕ್ಕಿರಬೇಕು?"

ಸಂತೋಷದಲ್ಲಿ ಹುಚ್ಚನಾಗಿ ಬಿಜ್ಜಳ ಮಂಡಿಯೂರಿ ಕಾಳಿಕೆಯನ್ನು ಮುಟ್ಟಲು ಬಾಗಿದ. ಅವಳು ಬಲಗಾಲನ್ನೆತ್ತಿ ಅವನ ಎದೆಯ ಮೇಲಿಟ್ಟು ತಡೆದಳು. ಕಟ್ಟಪ್ಪ ಅವಳ ದಂತದ ತೊಡೆಗಳನ್ನು ನೋಡದಂತೆ ಕಣ್ಣುಗಳನ್ನು ಸರಿಸಿದ.

"ಹೂಂ.. ಹೋಗಿ, ಚುಂಬಿಸಿ ಮಹಾಸ್ವಾಮಿ" ಕೇಕಿ ಬಿಜ್ಜಳನ ಕಿವಿಯಲ್ಲಿ ಪಿಸುಗುಟ್ಟಿದಳು. ಕಟ್ಟಪ್ಪ ಬಿರುಸಾದ. ವೇಶ್ಯೆಯ ಪಾದವನ್ನು ಚುಂಬಿಸುವಷ್ಟು ರಾಜಕುಮಾರ ತಳಕ್ಕಿಳಿಯದಿರಲಿ ಎಂದು ಆಶಿಸಿದ.

ಬಿಜ್ಜಳ ಕಾಳಿಕೆಯ ಪಾದವನ್ನು ಎತ್ತಿಕೊಂಡು ಅವಳ ಹೆಬ್ಬೆರಳನ್ನು ಹೀರಿದ. ಕಾಳಿಕೆ ಮುಲುಗುಡುತ್ತಾ ಬೆನ್ನು ಕಮಾನಾಗಿಸಿ ದಿಂಬಿನ ಮೇಲೆ ಹೊರಳಿದಳು.

"ಸ್ವಲ್ಪ ಮೇಲೆ, ಮಹಾಸ್ವಾಮಿ" ಕೇಕಿ ಸೂಚಿಸಿದಳು. ಬಿಜ್ಜಳ ಕಾಳಿಕೆಯ ಕಣಕಾಲನ್ನು ಚುಂಬಿಸತೊಡಗಿದ. ನಂತರ ಅವಳ ಮಂಡಿ, ಅಲ್ಲಿಂದ ತೊಡೆಗಳಿಗೆ ಸಾಗಿದ. ಸಂಗೀತ ಈಗ ಧೃತಗತಿಯಲ್ಲಿ ಏರಿತು. ಕಟ್ಟಪ್ಪ ನೋಡದಂತೆ ಕಣ್ಣು ಹೊರಳಿಸಿದ. ಆದರೆ ಅವನು ನೋಡಬಾರದೆಂದುಕೊಂಡ ಸಂಗತಿಯನ್ನು ಕನ್ನಡಿಗಳು ಪ್ರತಿಫಲಿಸಿ ಇನ್ನಷ್ಟು ಹಿಗ್ಗಿಸಿ ಕಾಣಿಸಿದವು. ಬಿಜ್ಜಳ ಹೊಕ್ಕುಳವರೆಗೆ ಬಂದಾಗ ಕಾಳಿಕೆ ಅವನನ್ನು ಮೃದುವಾಗಿ ಪಕ್ಕಕ್ಕೆ ತಳ್ಳಿದಳು. ಎದ್ದು ಕೂತು ಅವಳು ತನ್ನ ತೋಳುಗಳನ್ನು ಬೆನ್ನ ಹಿಂಭಾಗಕ್ಕೆ ಒಯ್ದಳು. ಬಿಜ್ಜಳ ಉಸಿರನ್ನು ಒಳಗೆಳೆದುಕೊಂಡದ್ದು ಕಟ್ಟಪ್ಪನಿಗೆ ಕೇಳಿಸಿತು. ಅವಳು ತನ್ನ ಕಂಚುಕವನ್ನು ಬಿಡಿಸುತ್ತಿದ್ದಳು. ಬಿಜ್ಜಳ ಅವಳಿಗೆ ನೆರವಾಗಲು ಹೋದಾಗ ಅವಳು ಲಘುವಾಗಿ ಅವನ ಕೈಗೆ ಬಡಿದು ತಳ್ಳಿಹಾಕಿದಳು. ಅವನ ಕಣ್ಣುಗಳನ್ನು ನೋಡಿ ನಕ್ಕಳು. ಬಿಜ್ಜಳ ಕಾತರದಲ್ಲಿ ಕಂಪಿಸುತ್ತಿದ್ದ. ಅವಳ ಬೆರಳುಗಳು ಗಂಟಿನೊಂದಿಗೆ ತಡಕಾಡುತ್ತಾ ಅವನ ತಾಳ್ಮೆಯನ್ನು ಪರೀಕ್ಷಿಸಿದವು. ಅವನು ಹಸಿವಿನಲ್ಲಿ ಎರಡೂ ಕೈಗಳಿಂದ ಅವಳ ಸ್ತನಗಳನ್ನು ಹಿಡಿಯಲು ಮುಂದಕ್ಕೆ ನುಗ್ಗಿದ. ಹಠಾತ್ತಾಗಿ ಅವಳು ಅವನ ಕೈತಪ್ಪಿಸಿ ಹೊರಳಿ ಓಡಿದಳು. ಬಿಜ್ಜಳ ಶಪಿಸುತ್ತ ಎದ್ದು ನಿಂತ. ಅವನ ಧೋತ್ರವೆಲ್ಲ ಸಡಿಲವಾಗಿತ್ತು. ಹತಾಶೆ ಮತ್ತು ಕೋಪದಲ್ಲಿ ಅವನು ಗುಟುರು ಹಾಕಿದ.

ಸ್ವಲ್ಪ ದೂರದಲ್ಲಿ ಕಾಳಿಕಾ ನಿಂತಿದ್ದಳು. ಅದ್ಭುತ ರಮ್ಯ ಭಂಗಿಯಲ್ಲಿ. ನೂರಾರು ಕನ್ನಡಿಗಳಲ್ಲಿ ಅವಳ ಹುಚ್ಚುಹಿಡಿಸುವ ಮೈಮಾಟ ಪ್ರತಿಫಲಿತವಾಗುತ್ತಿತ್ತು. ಬಿಜ್ಜಳ ಅವಳನ್ನು ಸಮೀಪಿಸಿದಾಗ ಅವಳು ಮತ್ತೆ ಮಾಯವಾಗಿ ಬೇರೆಲ್ಲೋ ಕಾಣಿಸಿ ಕೊಂಡಳು. ಅವಳನ್ನು ಹಿಡಿಯಲು ಯತ್ನಿಸಿ ಬಿಜ್ಜಳ ಕಂಭದಿಂದ ಕಂಭಕ್ಕೆ ಓಡಾಡಿದ. ಕೇಕಿ ನಗುತ್ತಾ ಅವನನ್ನು ಹುರಿದುಂಬಿಸಿದಳು. ಕಟ್ಟಪ್ಪ ಪ್ರತಿಮೆಯಂತೆ ನಿಂತು ಬದಲಾಗುತ್ತಿದ್ದ ಗೋಡೆಯ ಯಾವುದೋ ಅದೃಶ್ಯ ಬಿಂದುವಿನಲ್ಲಿ ಗಮನ ಕೇಂದ್ರೀ ಕರಿಸಿದ. ಒಮ್ಮೊಮ್ಮೆ ಕಾಳಿಕಾ ಬಿಜ್ಜಳನ ಕೈಗೆ ಬೇಕೆಂದು ಸಿಕ್ಕಿ ಬೀಳುತ್ತಿದ್ದಳು. ಆಗ ಅವನು ಅವಳ ಮೇಲೆ ಚುಂಬನದ ಮಳೆಗರೆಯುತ್ತಿದ್ದ. ಒಮ್ಮೆ ಅವಳು ತನ್ನ ಕಂಚುಕದ ಕೆಳಗೆ ಅವನ ಕೈ ತೂರಿಸಲು ಅವಕಾಶ ಮಾಡಿಕೊಟ್ಟಳು. ಆದರೆ ಮತ್ತೆ ಜಾರಿಕೊಂಡಳು.

ಬಿಜ್ಜಳನಿಗೆ ಕೋಪ ಬರಲಾರಂಭಿಸಿತು. ಮುಂದಿನ ಸಲ ಅವಳು ಕಾಣಿಸಿ ಕೊಂಡಾಗ ಅವನು ಸಿದ್ಧನಾಗಿದ್ದ. ಅವನ ಯೋಧನ ಗುಣ ಜಾಗೃತವಾಗಿತ್ತು. ಅವಳಿಗೆ ಆಶ್ಚರ್ಯವಾಗುವಂತೆ ಅವನು ಚಾಟಿಯಂತೆ ಧಾವಿಸಿ ಅವಳನ್ನು ಹಿಡಿದ. ಅವನ ಕೈಗಳು ಅವಳ ಕಂಚುಕದ ಗಂಟು ಬಿಚ್ಚಲು ತಡಕಾಡಿದವು. ಅವನು ಅದನ್ನು ಬಿಚ್ಚುವಷ್ಟರಲ್ಲಿ ಕಾಳಿಕಾ ಅವನ ತುಟಿಯ ಮೇಲೆ ತುಟಿಯಿಟ್ಟು ಗಾಢವಾಗಿ ಚುಂಬಿಸಿದಳು. ಅವಳ ರಸಭರಿತ ತುಟಿಗಳ ಸವಿಯನ್ನು ಅನುಭವಿಸುತ್ತ ಬಿಜ್ಜಳ ಕಣ್ಣು ಮುಚ್ಚಿದ. ಮತ್ತೆ ಅವನು ಕಣ್ಣು ತೆರೆದಾಗ ಅವನ ಕೈಯಲ್ಲಿ ಅವಳ ಕಂಚುಕವಿತ್ತು, ಅವಳು ಮಾಯವಾಗಿದ್ದಳು.

ಬಿಜ್ಜಳ ಕೋಪದಲ್ಲಿ ಗರ್ಜಿಸಿದ. ಸಂಗೀತ ನಿಂತಿತ್ತು. "ಕಾಳಿಕಾ ಎಲ್ಲಿ" ಎಂದು ಕೇಕಿಯನ್ನು ಕೇಳಿದ. ಕೇಕಿ ನಕ್ಕಳು. ಬಿಜ್ಜಳ ಕಟ್ಟಪ್ಪನ ಭುಜ ಹಿಡಿದು ಅಲುಗಿಸುತ್ತಾ "ಕಾಳಿಕಾನ ನೋಡಿದೆಯಾ" ಎಂದು ಅರಚಿದ. ಕಟ್ಟಪ್ಪ ಕಾಳಿಕಾಳನ್ನು ನೋಡಿದ್ದ. ಅವಳ ಕಂಚುಕವಿಲ್ಲದ ಎದೆಯನ್ನು ನೋಡಿದ್ದ. ಅದರಿಂದ ಎಷ್ಟು ನಾಚಿಕೆ ಯಾಗಿತ್ತು ಅವನಿಗೆ ಎಂದರೆ ಕಣ್ಣು ತಪ್ಪಿಸಿದ್ದ. ಬಿಜ್ಜಳ ಅವನನ್ನು ಬೈಯುತ್ತಿದ್ದಾಗ ಕಟ್ಟಪ್ಪ ತಲೆ ತಗ್ಗಿಸಿ ನಿಂತ. ಕೇಕಿ ನಗುತ್ತಲೇ ಇದ್ದಳು. ಕೊನೆಗೆ ಬಿಜ್ಜಳ ಕಟ್ಟಪ್ಪನ ಕತ್ತಿಯನ್ನು ಒರೆಯಿಂದ ಸೆಳೆದು ಕೇಕಿಯ ಕುತ್ತಿಗೆಗೆ ಒತ್ತಿದ.

"ಈಗ ಅವಳನ್ನು ಕರೆದುಕೊಂಡು ಬಾ" ರಾಜಕುಮಾರ ಚೀರಿದ. ಕೇಕಿಯ ಕಣ್ಣುಗಳು ಭಯದಲ್ಲಿ ಉಬ್ಬಿದವು. ಅಂದು ಮೊದಲ ಬಾರಿಗೆ ಕಟ್ಟಪ್ಪನಿಗೆ ಸಮಾಧಾನವಾಯಿತು. ಬಿಜ್ಜಳನು ಕತ್ತಿಯನ್ನು ಇನ್ನಷ್ಟು ಒತ್ತಿ ಈ ದುಷ್ಟ ಜಂತುವನ್ನು ಅಲ್ಲೇ ಆಗಲೇ ಮುಗಿಸಿಬಿಡಲಿ ಎಂದು ಬಯಸಿದ.

"ನಾನೀಗ ಸಂಪೂರ್ಣ ನಿನ್ನವಳು ಯುವರಾಜಾ" ಕಾಳಿಕಾಳ ಮಧುರ ಧ್ವನಿ ಅವರನ್ನು ಬೆಚ್ಚಿ ಬೀಳಿಸಿತು. ಇಡೀ ಕೋಣೆ ಬದಲಾಗಿತ್ತು. ಕನ್ನಡಿಯ ಫಲಕಗಳು

ಮಡಿಚಿ ಒಂದು ಕಡೆಗೆ ಒತ್ತರಿಸಿದ್ದವು. ದೊಡ್ಡದೊಂದು ಹಜಾರ ಕಾಣಿಸಿತು. ಅದರ ಒಂದು ತುದಿಯಲ್ಲಿ ಕಾಳಿಕ ರಾಣಿಯಂತೆ ಆಸನದಲ್ಲಿ ಕೂತಿದ್ದಳು. ಕಣ್ಣು ಕುಕ್ಕುವ ಆಭರಣಗಳನ್ನೂ ಬಣ್ಣಬಣ್ಣದ ಪುಕ್ಕಗಳಿಂದ ಅಲಂಕೃತ ಶಿರ ಮುಕುಟವನ್ನೂ ಧರಿಸಿದ್ದಳು. ಮುತ್ತುಗಳನ್ನು ಪೋಣಿಸಿ ಮಾಡಿದ ಒಂದು ವಸ್ತ್ರ ಅವಳನ್ನು ಕುತ್ತಿಗೆಯಿಂದ ಕಾಲಿನವರೆಗೂ ಮುಚ್ಚಿತ್ತು. ಎಡಭುಜದ ಮೇಲೆ ಒಂದು ದೊಡ್ಡ ಗಂಟು ಅದನ್ನು ಸ್ಥಾನದಲ್ಲಿ ಕೂರಿಸಿತ್ತು.

ಬಿಜ್ಜಳ ಕೇಕಿಯನ್ನು ಪಕ್ಕಕ್ಕೆ ತಳ್ಳಿ ಕಾಳಿಕಾ ಕಡೆಗೆ ಓಡಿದ. ಕಟ್ಟಪ್ಪನೂ ಅವನ ಹಿಂದೆಯೇ ಓಡಿದ. ಆದರೆ ನೆಲದಲ್ಲಿ ಬಿದ್ದ ಕೇಕಿ ಕಟ್ಟಪ್ಪನ ಕಾಲು ಹಿಡಿದುಕೊಂಡಳು.

"ಓಹೊ... ಎಲ್ಲಿಗೆ ಹೋಗುತ್ತಿದ್ದೀಯಾ ಗುಲಾಮ?" ಅವನು ಹಾಗೆಯೇ ನಡೆಯುತ್ತಿದ್ದ, ಅವಳು ಅವನ ಕಾಲು ಭದ್ರವಾಗಿ ಹಿಡಿದು ನೆಲದಲ್ಲಿ ತೆವಳಿದಳು. ಅಷ್ಟರಲ್ಲಿ ಬಿಜ್ಜಳ ಹಿರಿದ ಕತ್ತಿಯನ್ನು ಹಿಡಿದು ಕಾಳಿಕಾಳ ಸಮೀಪಕ್ಕೆ ಬಂದಿದ್ದ.

"ಸಾಕು ನಿನ್ನ ಆಟ. ಬೇವರ್ಸಿ, ಬಾ ಇಲ್ಲಿ" ಬಿಜ್ಜಳ ಗರ್ಜಿಸಿದ. ಅವನ ಧ್ವನಿ ಹುಡುಗನಂತಿತ್ತು. ಕಾಳಿಕಾ ಅದನ್ನು ಕೇಳಿ ಜೋರಾಗಿ ನಗತೊಡಗಿದಾಗ ಅವನ ಮುಖ ಕೆಂಪಾಯಿತು.

"ಪ್ರಾಣನಾಥಾ, ನನ್ನ ಮುದ್ದು ಯುವರಾಜಾ, ನೀವು ಕೋಪಗೊಂಡಾಗ ಎಷ್ಟು ಮುದ್ದಾಗಿರುತ್ತೀರಿ!" ಎನ್ನುತ್ತಾ ಅವಳು ಎದ್ದು ನಿಂತಳು. ಅವಳ ಬೆರಳುಗಳು ದೊಡ್ಡ ಗಂಟನ್ನು ಬಿಡಿಸಲು ತಿಣಿಕುತ್ತಿದ್ದವು. ತುಟಿ ಉಬ್ಬಿಕೊಂಡು ಪ್ರಚೋದಿಸುತ್ತಿತ್ತು.

"ಬಾ, ಬಾ ನನ್ನ ಕಾಮದೇವಾ" ಎಂದಳು. ಬಿಜ್ಜಳ ಒಂದು ಹೆಜ್ಜೆ ಮುಂದಿಟ್ಟ. ಅವಳು ಗಂಟನ್ನು ಸೆಳೆದಳು. ತಕ್ಷಣ ಅವಳ ಮುತ್ತಿನ ವಸ್ತ್ರ ಕುಸಿದು ಸುತ್ತ ಎಲ್ಲ ಕಡೆ ಮುತ್ತುಗಳು ಚೆಲ್ಲಾಡಿದವು.

ಕಾಳಿಕಾ ಅದ್ಭುತ ನಗ್ನದೇಹಿಯಾಗಿ ನಿಂತಳು. ಅವಳ ಎಡಗೈ ಸೊಂಟದ ಮೇಲಿಟ್ಟು, ಬಲಗೈಯನ್ನು ತೊಡೆಯ ಮೇಲೆ ಸಡಿಲ ಬಿಟ್ಟು, ತಲೆ ಹಿಂದಕ್ಕೆ ಬಾಗಿ ನಿಂತಳು. ಎಲ್ಲಾ ಬಣ್ಣಗಳ ಅಮೂಲ್ಯ ಮುತ್ತುಗಳು ನೆಲದಲ್ಲಿ ಕುಣಿದವು. ಗೋಡೆ, ಕಂಭ, ಮೆಟ್ಟಿಲುಗಳನ್ನು ಬಡಿದು ಪುಟ ನೆಗೆದು ಎಲ್ಲ ಕಡೆ ಸರಿದಾಡಿದವು, ತಮ್ಮ ಒಡತಿಯ ನಗ್ನತೆಯನ್ನು ನೋಡಲಾರೆವು ಎನ್ನುವಂತೆ. ಬಿಜ್ಜಳ ಕಂಭದಂತೆ ನಿಂತುಬಿಟ್ಟ ಅವಳ ಸೌಂದರ್ಯವನ್ನು ಆಸ್ವಾದಿಸುತ್ತಾ. ಕಟ್ಟಪ್ಪ ಸ್ತಂಭಿತನಾಗಿ ಆ ದೇವತೆಯನ್ನೇ ದೃಷ್ಟಿಸುತ್ತಾ ನಿಂತುಬಿಟ್ಟ. ಕೊನೆಯ ಮುತ್ತು ಪುಟ ಏಳುವುದನ್ನು ನಿಲ್ಲಿಸಿದಾಗ ಹಿನ್ನೆಲೆಯಲ್ಲಿ ಮತ್ತೆ ಸಂಗೀತ ಆರಂಭವಾಯಿತು. ಅಪೂರ್ವ

ರಾಗವೊಂದನ್ನು ವೀಣೆ ನುಡಿಸಲಾರಂಭಿಸಿತು. ಛಾವಣಿಯಿಂದ ಬಣ್ಣಬಣ್ಣದ ಹೊಗೆ ತೇಲಿ ಬಂದು ಕೋಣೆಯಲ್ಲೆಲ್ಲಾ ಮಲ್ಲಿಗೆಯ ಸುವಾಸನೆ ತುಂಬಿಕೊಂಡಿತು.

ಕಾಳಿಕಾ ಅವಳ ತುಟಿಯಿಂದ ಹೊಕ್ಕುಳವರೆಗೆ ಅದೃಶ್ಯ ಗೆರೆಯನ್ನು ಸವರುತ್ತಾ ಮಾದಕ ದನಿಯಲ್ಲಿ ನುಡಿದಳು. "ನೀವು ನನ್ನನ್ನು ಸಂಪಾದಿಸಬೇಕು, ಯುವರಾಜಾ"

"ಏನು ಮಾಡಬೇಕು? ನಿನ್ನ ಶತ್ರುಗಳನ್ನು ಸೋಲಿಸಬೇಕೇ? ಚೀನಾ ದೇಶದಿಂದ ರೇಷ್ಮೆ ವಸ್ತ್ರ ತರಲೇ? ಅರೇಬಿಯಾದಿಂದ ಸುಗಂಧದ್ರವ್ಯವನ್ನು ತರಲೇ? ಬರ್ಬರ ದೇಶದ ಚತುರ ಗೊಂಬೆಗಳು ಬೇಕೇ? ಹೇಳು ಏನು ಮಾಡಬೇಕು ನಾ..." ಬಿಜ್ಜಳನ ಉತ್ಸಾಹದ ಮಾತುಗಳಿಗೆ ಕಡಿವಾಣ ಬಿದ್ದಿದ್ದು ಕಾಳಿಕಾ ತನ್ನ ತುಟಿಗಳ ಮೇಲೆ ಬೆರಳಿಟ್ಟಾಗ.

"ನನ್ನ ಯುವರಾಜಾ, ತುಂಬಾ ದಯಾಳು. ಅವೆಲ್ಲವಕ್ಕೂ ಸ್ವಾಗತವಿದೆ ನಿಜ, ಆದರೆ ನಾನು ನನ್ನನ್ನು ಕೊಡಮಾಡುವುದು ಕ್ರೀಡೆಯಲ್ಲಿ ಗೆದ್ದವರಿಗೆ ಮಾತ್ರ." ಕಾಳಿಕಾ ನುಡಿದಳು ತುಟಿ ಒದ್ದೆ ಮಾಡಿಕೊಳ್ಳುತ್ತಾ. ಕಟ್ಟಪ್ಪನಿಗೆ ಆಘಾತವಾಯಿತು. ಇಲ್ಲೇನೋ ತಪ್ಪು ನಡೆಯುತ್ತಿದೆ.

"ಯಾವ ಕ್ರೀಡೆ ಆಡಬೇಕು ನಾನು ಹೇಳು? ಬರಿಗೈಯಲ್ಲಿ ಕೋಪದ ಗೂಳಿಯೊಂದಿಗೆ ಸೆಣೆಸಿ ಮಣಿಸಬೇಕೇ? ಅತ್ಯುತ್ತಮ ಯೋಧರೊಂದಿಗೆ ಕತ್ತಿವರಸೆಯಲ್ಲಿ ಗೆಲ್ಲಬೇಕೇ? ಯಾವ ಕ್ರೀಡೆ?" ಬಿಜ್ಜಳ ಕೇಳಿದ. ಕಾಳಿಕಾ ತನ್ನ ಎತ್ತರದ ಪೀಠದಲ್ಲಿ ಕುಸಿದು ಕಿಲಕಿಲನೆ ನಕ್ಕಳು.

ಕಾಲು ಅಡ್ಡಮಾಡಿ ತನ್ನ ಬಿನ್ನಾಣವನ್ನು ಮರೆಮಾಚುತ್ತಾ ನುಡಿದಳು "ಅವೆಲ್ಲಾ ನನ್ನ ವೀರಯೋಧನಿಗೆ ಬಹಳ ಸುಲಭ ಎಂದು ಗೊತ್ತು ನನಗೆ"

ಕಾಳಿಕಾ ತನ್ನ ಕಾಲಿನಿಂದ ಚತುರಂಗದಾಟದ ಹಾಸಿನ ಪೀಠವನ್ನು ಅವನೆಡೆಗೆ ಕಾಲಿನಿಂದ ಸರಿಸಿದಳು. "ನೋಡೋಣಾ, ನೀವು ಎಷ್ಟು ಚೆನ್ನಾಗಿ ಆಡಬಲ್ಲಿರಿ ಎಂದು" ಎನ್ನುತ್ತಾ ಕೆತ್ತನೆ ಮಾಡಿದ ಗಂಧದಮರದ ಪೆಟ್ಟಿಗೆಯೊಂದನ್ನು ತೆರೆಯುತ್ತಾ "ಕೇಕಿ" ಎಂದು ಕರೆದಳು.

ಕೇಕಿ ಕಟ್ಟಪ್ಪನ ಕಾಲುಗಳನ್ನು ಬಿಟ್ಟು ಕಾಳಿಕಾ ಕಡೆಗೆ ಓಡಿ ಅವಳು ಕೊಟ್ಟ ಪೆಟ್ಟಿಗೆಯನ್ನು ಪಡೆದುಕೊಂಡಳು. ನಂತರ ಆ ಖೋಜಾ ಚದುರಂಗದ ಹಾಸಿನ ಮೇಲೆ ಕಾಯಿಗಳನ್ನು ಜೋಡಿಸತೊಡಗಿದಳು. ಬಿಜ್ಜಳನಿಗೆ ಚಿಂತೆಯಾಗಿ ಕಟ್ಟಪ್ಪನ ಕಡೆಗೆ ನೋಡಿದ. ತನ್ನ ಒಡೆಯನಿಗೆ ಚದುರಂಗ ಆಡಲು ಚೆನ್ನಾಗಿ ಬರುವುದಿಲ್ಲವೆಂದು ಕಟ್ಟಪ್ಪನಿಗೆ ಗೊತ್ತಿತ್ತು. ಎಂದಿಗೂ ಅವನು ಚದುರಂಗ ಚೆನ್ನಾಗಿ

ಆಡಿರಲಿಲ್ಲ. ಹಾಗೆ ನೋಡಿದರೆ, ಬುದ್ಧಿ ಬಳಸುವ ಯಾವುದೇ ಕೆಲಸವನ್ನೂ ಮಾಡಲು ಅವನಿಗೆ ಬರುತ್ತಿರಲಿಲ್ಲ.

"ಯುವರಾಜಾ," ಕಟ್ಟಪ್ಪ ಬಿಜ್ಜಳನಿಗೆ ತಲೆ ಬಾಗಿ ವಂದಿಸಿ "ಈಗ ನಾವು ಹೊರಡುವುದೇ ಮೇಲು" ಎಂದ.

ಬಿಜ್ಜಳ ಕಾಳಿಕೆಯ ಕಡೆಗೆ ನೋಡಿದ. ಅವಳ ನಗ್ನ ದೇಹದ ಮೇಲೆ ಅವನ ಕಣ್ಣು ಹಾದಂತೆ ಅವನು ಉಗುಳು ನುಂಗಿದ. ಬಿಜ್ಜಳನ ಕಣ್ಣಲ್ಲಿ ಕಾಮದಾಸೆಯನ್ನು ಕಂಡು ಕಟ್ಟಪ್ಪನಿಗೆ ತಾನು ಸೋತೆನೆಂದು ಅರಿವಾಯಿತು. ರಾಜಕುಮಾರ ನುಡಿದ "ನಾನು ಸಿದ್ಧ. ಕಣ್ಣುಗಳನ್ನು ಮುಚ್ಚಿಕೊಂಡು ಆಡಿಯೇ ನಾನು ಹೆಂಗಸನ್ನು ಸೋಲಿಸುತ್ತೇನೆ" ಎಂದ.

ಬಿಜ್ಜಳ ವೇದಿಕೆಯನ್ನು ಏರಿ, ಪೀಠದಲ್ಲಿ ಕೂತು ಕಾಳಿಕಾ ಎದ್ದು ಬಂದು ಎದುರಿಗೆ ಕೂರಲಿ ಎಂದು ಕಾದ. ಹಾಸಿನ ಮೇಲೆ ಎಲ್ಲಾ ಕಾಯಿಗಳನ್ನು ಇರಿಸಿದ ಮೇಲೆ ಕೇಕಿ ಹಿಂದೆ ಸರಿದು ಕಾಳಿಕಾಳ ಕೈಗೆ ದಾಳಗಳನ್ನು ಕೊಟ್ಟಳು.

"ನನಗೆ ಮೆಚ್ಚುಗೆಯಾಗಿದೆ ಯುವರಾಜಾ," ಕಾಳಿಕಾ ದಾಳಗಳನ್ನು ಬಡಿಯುತ್ತಾ "ಆದರೆ ನಿಮ್ಮೊಂದಿಗೆ ಆಡುವವಳು ನಾನಲ್ಲ" ಎಂದು ನುಡಿದಳು.

ಬಿಜ್ಜಳ ಕೋಪ ಮತ್ತು ಗೊಂದಲದಲ್ಲಿ ಅವಳತ್ತ ನೋಡಿದ. ಕಟ್ಟಪ್ಪ ಉದ್ವೇಗದಲ್ಲಿ ಮುಷ್ಠಿ ಬಿಗಿದ. "ಏನು, ನನ್ನನ್ನು ಅಣಕಿಸುತ್ತಿದ್ದೀಯಾ?" ಬಿಜ್ಜಳ ಕೇಳಿದ "ನೀನು ಆಡುವುದಿಲ್ಲ ಅಂದರೆ ಬೇರೆ ಯಾರ ಜೊತೆ ಆಡಬೇಕು? ಈ ಅನಿಷ್ಟ ಖೋಜಾ ಜೊತೆಗಾ ಅಥವಾ ನನ್ನ ಮೂರ್ಖ ಗುಲಾಮನ ಜೊತೆಗಾ?"

"ನನ್ನ ಜೊತೆ, ಮಹಾಸ್ವಾಮಿ"

ಕಟ್ಟಪ್ಪ ಮತ್ತು ಬಿಜ್ಜಳ ಧ್ವನಿ ಬಂದತ್ತ ತಿರುಗಿದರು. ನೇಪಥ್ಯದಿಂದ ಕುಬ್ಜ ನಡೆದುಬಂದ. "ನಿಮ್ಮ ಸೇವೆಯಲ್ಲಿ ಖಣಿಪತಿ ಹಿಡುಂಬ ಮಹಾಸ್ವಾಮಿ, ನಾನು ನಿಮ್ಮ ಎದುರಾಗಿ ಆಡುತ್ತೇನೆ."

"ಕುಳ್ಳ?" ಬಿಜ್ಜಳ ನಗತೊಡಗಿದ "ಈ ಕುಬ್ಜ ನನ್ನ ಎದುರಾಳಿಯೇ?" ಅವನು ಸಂತೋಷದಲ್ಲಿ ತೊಡೆ ತಟ್ಟಿಕೊಂಡ. ಕಾಳಿಕಾ ಗಾಳಿಯಲ್ಲಿ ದಾಳಗಳನ್ನು ಎಸೆದಳು. ಬಿಜ್ಜಳ ಅವನ್ನು ನೆಲಕ್ಕೆ ಬೀಳುವ ಮೊದಲು ಹಿಡಿದುಕೊಂಡ. ದಾಳಗಳನ್ನು ಮಸೆಯುತ್ತಾ ಕುಡಿದ "ಆಹ್, ಇದು ಬಹಳ ಮೋಜಿನ ಕೆಲಸ!"

"ಖಂಡಿತಾ ಮಹಾಸ್ವಾಮಿ. ನಾವು ಮೋಜನ್ನೇ ತಾನೇ ಬಯಸುವುದು? ಒಂದು ಪಣ ಇರಲಿ, ಯಾರಾದರೂ ಸಾಕ್ಷಿಗಳಿರಲಿ. ನಮ್ಮ ಆಟವನ್ನು ನೋಡಲು ನಾನು ಮಾಹಿಷ್ಮತಿಯ ಅತಿ ಕುಲೀನ ವ್ಯಕ್ತಿಯನ್ನು ಕರೆಸಿದ್ದೇನೆ" ಎಂದ ಕುಳ್ಳ. ಅದೇ ಕ್ಷಣಕ್ಕೆ ಸಾಮಂತ ಪಟ್ಟರಾಯ, ರಾಜಗುರು ರುದ್ರಭಟ್ಟ ಮತ್ತು

ದಂಡನಾಯಕ ಪ್ರತಾಪ ಒಳಗೆ ಬಂದರು. ಅವರನ್ನು ಸ್ವಾಗತಿಸಲು ಕಾಳಿಕಾ ಎದ್ದು ನಿಂತಳು. ಪಟ್ಟರಾಯ ಮತ್ತು ಪ್ರತಾಪರನ್ನು ಆಲಂಗಿಸಿಕೊಂಡು ಅವರ ಕೆನ್ನೆಯ ಮೇಲೆ ಮುತ್ತನ್ನಿತ್ತಳು. ಬಿಜ್ಜಳ ಹಲ್ಲು ಕಡಿದ. ರುದ್ರಭಟ್ಟ ಬೆವರುತ್ತಾ ಕಾಳಿಕಾಳ ಹೊಳೆಯುವ ನಗ್ನತೆಯನ್ನು ನೋಡಲಾಗದೆ ಆಚೀಚೆ ನೋಡಿದ. ಅವಳು ಅವನ ಕಾಲು ಮುಟ್ಟಿ ಆಶೀರ್ವಾದ ಕೇಳಿದಳು. ಅಂಗವಸ್ತ್ರದಿಂದ ಬೆವರು ಒರೆಸಿಕೊಳ್ಳುತ್ತ ಅವನು ಬೇಗ ಆಶೀರ್ವದಿಸಿದ.

ರಾಜಗುರು ಕಾಳಿಕಾಳ ನಗ್ನ ಪೃಷ್ಠವನ್ನು ನೋಡುತ್ತಿದುದನ್ನು ಕೇಕಿ ಗಮನಿಸಿದಳು. "ರಾಜಗುರುಗಳೇ, ನೋಡಿದರೆ ಯಾವ ಪಾಪವೂ ಇಲ್ಲ ಅಥವಾ ಹಣವನ್ನೂ ಕೊಡಬೇಕಾಗಿಲ್ಲ. ನಿಮ್ಮ ಮನಸ್ಸಿಗೆ ಬಂದಷ್ಟು ಹೊತ್ತು ನೋಡಿಕೊಳ್ಳಿ." ಪುರೋಹಿತರ ಗೆಳೆಯರು ನಕ್ಕರು. ರುದ್ರಭಟ್ಟ ಅಪಮಾನದಲ್ಲಿ ನೆಲನೋಡಿದ.

"ಪ್ರಾರಂಭಿಸೋಣವೇ? ಪಣ ಏನು?" ಹಿಡುಂಬ ಕೇಳಿದ. ಉತ್ತರವಾಗಿ ಬಿಜ್ಜಳ ತನ್ನ ವಜ್ರಖಚಿತ ಕಂಕಣವನ್ನು ತೆಗೆದು ಪೀಠದ ಮೇಲೆ ಕುಕ್ಕಿದ. ಹಿಡುಂಬ ತನ್ನ ಗೆಳೆಯರತ್ತ ನೋಡಿ ಮೊದಲೇ ವಿಕಾರವಾಗಿದ್ದ ಮುಖ ಇನ್ನೂ ಘೋರವಾಗುವಂತೆ ಕೆಟ್ಟ ನಗೆ ನಕ್ಕು ತನ್ನ ಮುತ್ತಿನ ಹಾರವನ್ನು ತೆಗೆದು ಕುಕ್ಕಿದ. ಹಿಡುಂಬ ದಾಳಗಳನ್ನು ಬೀಸಿ ಎಸೆಯುತ್ತಾ "ಪಾಕಿಡ, ಪಾಕಿಡ, ಹನ್ನೆರಡು" ಎಂದು ಕೂಗಿದ. ಯಾವುದೋ ಅದೃಶ್ಯ ಕೋಣೆಯಲ್ಲಿದ್ದ ವಾದಕ ತನ್ನ ಮೃದಂಗದ ಮೇಲೆ ಬೆರಳಾಡಿಸಿ ಗಡಗಡ ಸದ್ದು ಮಾಡುತ್ತಿದ್ದಂತೆ ದಾಳಗಳು ಸುತ್ತಿ ಬಿದ್ದವು.

ಹಿಡುಂಬ ಮತ್ತವನ ಗೆಳೆಯರ ನಗೆ ಕೇಳಿಯೇ ಕಟ್ಟಪ್ಪನಿಗೆ ಆಟ ಪ್ರಾರಂಭಕ್ಕೆ ಮುನ್ನವೇ ಸೋಲಾಯಿತೆಂದು ಗೊತ್ತಾಯಿತು.

ಅಧ್ಯಾಯ ಹದಿನೈದು

ಸ್ಕಂದದಾಸ

ಸ್ಕಂದದಾಸ ತನ್ನ ಕೋಣೆಗೆ ಹಿಂದಿರುಗಿದಾಗ ನಡುರಾತ್ರಿ ಮೀರಿತ್ತು. ಮಹಾರಾಣಿ ಹೇಮಾವತಿ ಅವನನ್ನು ಕರೆಸಿದ್ದಳು. ಅವಳ ಇಬ್ಬರೂ ಮಕ್ಕಳು ಕಾಣೆಯಾಗಿದ್ದರು. ಮಹಾರಾಣಿಯವರಿಗೆ ಅಸಾಧ್ಯ ಕೋಪ ಬಂದಿತ್ತು. ತನ್ನ ಮಕ್ಕಳಿಗೇನಾದರೂ ಆಗಿದ್ದರೆ ಅವನ ತಲೆ ಉರುಳುವುದಾಗಿ ಬೆದರಿಸಿದ್ದಳು. ಅವಳ ಕೋಪ ನ್ಯಾಯವೂ ಆಗಿತ್ತು. ಅವಳು ಅವನನ್ನು ಅವಮಾನ ಮಾಡಿ ಅವನ ಹೀನ ಕುಲದ ಬಗ್ಗೆ ಎತ್ತಿ ನುಡಿದಾಗಲೂ ಸ್ಕಂದದಾಸ ಮೌನವಾಗಿ ತಲೆತಗ್ಗಿಸಿ ನಿಂತಿದ್ದ. ಮಹಾರಾಜರು ಅರಮನೆಯಲ್ಲಿ ಇಲ್ಲದೆ ಇದ್ದುದು ಅವನ ಅದೃಷ್ಟವಾಗಿತ್ತು. ಇಲ್ಲದಿದ್ದರೆ ರಾಜಕುಮಾರರನ್ನು ಕಂಡುಹಿಡಿಯಲು ಬೆಳಗಿನವರೆಗೂ ಕೂಡಾ ಸಮಯ ಕೊಡುತ್ತಿರಲಿಲ್ಲ.

ಸ್ಕಂದದಾಸ ತನ್ನ ಇಪ್ಪತ್ತೆರಡು ವರ್ಷಗಳ ಕೆಲಸದಲ್ಲಿ ನಿಷ್ಠೆ ಮತ್ತು ಕಠಿಣಪರಿಶ್ರಮದ ಫಲವಾಗಿ ಒಳ್ಳೆಯ ಹೆಸರು ಗಳಿಸಿದ್ದ. ನಲವತ್ತೈದು ವರ್ಷಗಳಾದರೂ ಬ್ರಹ್ಮಚಾರಿಯಾಗಿದ್ದ. ತನ್ನ ಕೆಲಸವನ್ನೇ ಮದುವೆಯಾಗಿದ್ದ. ಯಾವುದೇ ಕೆಲಸವನ್ನಾದರೂ ಸಮರ್ಪಕವಾಗಿ

ಮಾಡುವ ತನ್ನ ಸಾಮರ್ಥ್ಯದ ಬಗ್ಗೆ ಅವನಿಗೆ ಮಹಾ ಹೆಮ್ಮೆ ಇತ್ತು. ರಾಜಕುಮಾರ ಬಿಜ್ಜಳನನ್ನು ಇನ್ನೇನು ಆನೆಗೆ ಬಲಿಯಾಗುವ ಪ್ರಸಂಗದಲ್ಲಿ ಒಡ್ಡೋಲಗದಲ್ಲಿ ಎಲ್ಲರಿಗಿಂತ ಹೆಚ್ಚಾಗಿ ಅವನೇ ಸೇನಾಪತಿ ಹಿರಣ್ಯ ಮತ್ತು ದಂಡನಾಯಕ ಪ್ರತಾಪರ ಅಸಮರ್ಥತೆಯ ಬಗ್ಗೆ ಟೀಕಿಸಿದ್ದ. ರಾಜಕುಮಾರನನ್ನು ರಕ್ಷಿಸುವಲ್ಲಿ ಸೇನೆ ಮತ್ತು ರಕ್ಷಣಾ ಭಟರು ಹೇಗೆ ಸೋತಿದ್ದರು ಎನ್ನುವ ಬಗ್ಗೆ ಮಹಾರಾಜ ಸೋಮದೇವನ ಸನ್ನಿಧಿಯಲ್ಲಿ ಉಪನ್ಯಾಸವನ್ನೇ ಮಾಡಿದ್ದ. ಮಹಾರಾಜರು ಅವನ ಮಾತುಗಳನ್ನು ಸಮಾಧಾನದಲ್ಲಿ ಆಲಿಸಿದ್ದರು. ಹಿರಣ್ಯ ಮತ್ತು ಪ್ರತಾಪರು ಮಾತ್ರ ಕೋಪದಲ್ಲಿ ಉರಿದುರಿದು ಬಿದ್ದಿದ್ದರು. ಅವನು ಮಾತು ಮುಗಿಸಿ ಕೂತ ಮೇಲೆ ಮಹಾರಾಜರು ಪರಮೇಶ್ವರರ ಜೊತೆ ಸಮಾಲೋಚಿಸಿ ಇನ್ನು ಮುಂದೆ ರಾಜಕುಮಾರರು ಮತ್ತು ಕೋಟೆಯ ರಕ್ಷಣೆಗೆ ಹೊಣೆ ಸ್ಕಂದದಾಸನದು ಎಂದು ಆದೇಶಿಸಿದ್ದರು.

ಸ್ಕಂದದಾಸ ತನ್ನ ಕರ್ತವ್ಯವನ್ನು ಎಂದಿನ ಬಿಗಿಯಲ್ಲೇ ಎತ್ತಿಕೊಂಡಿದ್ದರೂ ಅದು ಸುಲಭ ಸಾಧ್ಯವಲ್ಲ ಎನ್ನುವುದನ್ನು ಬೇಗನೆ ಅರಿತುಕೊಂಡಿದ್ದ. ಮಾಹಿಷ್ಮತಿ ಕೋಟೆಯನ್ನು ಮುನ್ನೂರು ವರ್ಷಗಳ ಹಿಂದೆ ನಿರ್ಮಿಸಲಾಗಿತ್ತು. ಕಾಲಾಂತರದಲ್ಲಿ ಅದು ದಿಗ್ಭ್ರಮೆ ಹಿಡಿಸುವಷ್ಟು ಸಂಕೀರ್ಣವಾಗಿ ಬೆಳೆದಿತ್ತು. ಪ್ರತಿ ರಾಜನೂ ತನ್ನದೇ ಮಾರ್ಪಾಟುಗಳನ್ನು ಮಾಡಿ ಹಿಗ್ಗಿಸಿದ್ದ. ನೆಲಮಾಳಿಗೆಗಳು, ಸುರಂಗಗಳು, ಗುಪ್ತ ಕೋಣೆಗಳು ಹೇರಳವಾಗಿದ್ದವು. ಕೋಟೆಗೊಂದು ನಕ್ಷೆ ಇದ್ದಿದ್ದರೆ ನಿರ್ವಹಣೆ ಸುಲಭವಾಗುತ್ತಿತ್ತು. ಅಂತಹ ನಕ್ಷೆ ಇದ್ದೇ ಇರಬೇಕು ಎಂದು ಕೊಂಡು ಸ್ಕಂದದಾಸ ಅದರ ಬಗ್ಗೆ ಕೇಳಿದಾಗ ಪರಮೇಶ್ವರರು ಅವನ ಮುಖವನ್ನು ಆಶ್ಚರ್ಯದಲ್ಲಿ ದಿಟ್ಟಿಸಿದ್ದರು. ಅಂತಹ ನಕ್ಷೆಯನ್ನು ಸಿದ್ಧ ಪಡಿಸುವುದು ಅತ್ಯಂತ ಮೂರ್ಖತನ ಎಂದು ಉತ್ತರಿಸಿದ್ದರು. ಶತ್ರುಗಳಿಗೆ ನಕ್ಷೆ ಸಿಕ್ಕರೆ ಸಾಕು ಸುಲಭವಾಗಿ ಕೋಟೆಯೊಳಗೆ ಪ್ರವೇಶ ಪಡೆಯಬಹುದು ಎನ್ನುವುದು ಅವರ ವಾದವಾಗಿತ್ತು. ಕೆಲವು ಸಂಗತಿಗಳನ್ನು ನೆನಪಿನಲ್ಲಿಟ್ಟುಕೊಳ್ಳುವುದು ಮಾತ್ರವೇ ಸುರಕ್ಷಣೆಯ ಅತ್ಯುತ್ತಮ ವಿಧಾನ ಎಂದು ಹಿರಿಯ ಬುದ್ಧಿಮಾತು ಹೇಳುವಂತೆ ನುಡಿದಿದ್ದರು. ಹಿರಿಯನ ಟೀಕೆಯನ್ನು ನೆನಪಿಸಿಕೊಂಡಾಗಲೆಲ್ಲ ಸ್ಕಂದದಾಸನಿಗೆ ಕಸಿವಿಸಿ ಯಾಗುತ್ತಿತ್ತು. ನೆನಪನ್ನು ಮಾತ್ರ ಅವಲಂಭಿಸುವುದು ಕಳಪೆ ವಿಧಾನ ಎನ್ನುವುದು ಅವನ ಚಿಂತನೆ. ಕೋಟೆಯ ಕೆಲವು ರಹಸ್ಯಗಳನ್ನು ತಿಳಿದ ಒಬ್ಬನೇ ವ್ಯಕ್ತಿ ಯುದ್ಧದಲ್ಲಿ ಸತ್ತರೆ ಏನಾಗುತ್ತದೆ? ಪರಮೇಶ್ವರರ ಜೊತೆ ಅವನು ವಾದ ಮಾಡಲಿಲ್ಲ. ಆದರೆ ಗೋಪ್ಯವಾಗಿ ಇಡೀ ಕೋಟೆಯ ನಕ್ಷೆಯನ್ನು ತಾನೇ ಮಾಡತೊಡಗಿದ್ದ. ಸ್ಕಂದದಾಸ ಸುವ್ಯವಸ್ಥೆಯನ್ನು ಪಾಲಿಸುವ ವ್ಯಕ್ತಿಯಾಗಿದ್ದು,

ಈ ಬೃಹತ್ ಕಾರ್ಯವನ್ನು ತಾನೇ ಕೈಗೊಂಡಿದ್ದ. ಅದಕ್ಕೆ ಹಲವಾರು ವರ್ಷಗಳು ಹಿಡಿಸಬಹುದು. ಆದರೆ ಸುಲಭವಾಗಿ ಬಿಟ್ಟುಕೊಡುವವನಾಗಿರಲಿಲ್ಲ ಅವನು. ತಾನು ಬಿಟ್ಟುಹೋಗುವ ಅಸ್ತಿ ಇದೇ ಎಂದು ತನಗೆ ತಾನೇ ಹೇಳಿಕೊಳ್ಳುತ್ತಿದ್ದ.

ಯುವ ರಾಜಕುಮಾರರ ಚಲನಕ್ಕೂ ಅವನು ಕಡಿವಾಣ ಹಾಕಿದ್ದ. ಅವರಿಬ್ಬರೂ ಅವನನ್ನು ಮೂರ್ಖನನ್ನಾಗಿಸಿ ತಪ್ಪಿಸಿಕೊಂಡು ಕಾಣೆಯಾಗಿರುವುದು ಅವನ ಅಹಂಗೆ ಪೆಟ್ಟು ಕೊಟ್ಟಿತ್ತು. ಆದರೂ ಹಾಗೆ ಆಗಿರಲಿ ಎಂದು ಅವನು ಆಶಿಸುತ್ತಿದ್ದ. ಏಕೆಂದರೆ ಯಾರಾದರೂ ಅವರನ್ನು ಕದ್ದೊಯ್ದಿರಬಹುದು ಅನ್ನುವ ಆಲೋಚನೆಯೇ ಅವನನ್ನು ಭಯಭೀತನನ್ನಾಗಿಸಿತು.

ಪರಮೇಶ್ವರರಿಗೆ ಯೋಗ್ಯ ವಾರಸುದಾರ ತಾನು ಎಂದು ಅವನು ತನಗೆ ತಾನೇ ಸಾಬೀತುಮಾಡಬೇಕಿತ್ತು. ಅವನಲ್ಲಿ ಪರಂಪರೆಯೂ ಇರಲಿಲ್ಲ, ಹಣವೂ ಇರಲಿಲ್ಲ. ಅವನು ಕೀಳುಜಾತಿಯಲ್ಲಿ ಜನಿಸಿದ್ದ. ತಾಳ್ಮೆಯಿಂದ ಕಷ್ಟಪಟ್ಟು ಹಾಗೂ ದೃಢ ನಿರ್ಧಾರದಿಂದ ಅವನು ಮೇಲಕ್ಕೇರಿದ್ದ. ಮಹಾಪ್ರಧಾನನಾಗುವುದು ಅವನಿಗೆ ಅತಿ ಅಗತ್ಯವಾಗಿತ್ತು. ಅದೊಂದು ಪ್ರಯಾಣದ ಅಂತ್ಯವಾಗುತ್ತಿತ್ತು. ಮೂವತ್ತು ವರ್ಷಗಳ ಹಿಂದೆ ಹಸಿದ ಅನಾಮಧೇಯನಾಗಿ ಅವನು ಮಾಹಿಷ್ಮತಿಗೆ ಕಾಲಿಟ್ಟಾಗ ತನಗೆ ತಾನೇ ಮಾಡಿಕೊಂಡ ಪ್ರತಿಜ್ಞೆಯಾಗಿತ್ತದು.

ಈಗ, ಅವನನ್ನು ಜನರು ಅತಿ ನಿಷ್ಠುರ ಪ್ರಾಮಾಣಿಕ, ನಾಯಿಯಂತೆ ನಿಷ್ಠಾವಂತ ಎಂದೆಲ್ಲಾ ಕರೆಯುವಾಗ ಅವನ ಎದೆ ಹೆಮ್ಮೆಯಲ್ಲಿ ಉಬ್ಬುತ್ತಿತ್ತು. ಅವನು ಪ್ರಾಮಾಣಿಕ ಯಾಕೆಂದರೆ ಅದು ಅವನ ಸ್ವಭಾವವಾಗಿತ್ತು. ಅವನು ನಿಷ್ಠಾವಂತ ಏಕೆಂದರೆ ಅವನಿಗೆ ಬದುಕಿನಲ್ಲಿ ಒಂದು ಅವಕಾಶ ಕೊಡಲಾಗಿತ್ತು. ಅದನ್ನು ಅವನು ಎರಡೂ ಕೈಗಳಿಂದ ಬಾಚಿಕೊಂಡಿದ್ದ. ಮಹಾಪ್ರಧಾನ ಪರಮೇಶ್ವರರು ಅವನಿಗೆ ಅವಕಾಶ ಕೊಟ್ಟಿದ್ದರು. ಅವನು ಗಡಂಗುಗಳಲ್ಲಿ ನೆಲ ಸಾರಿಸಿದ್ದ, ಬೀದಿಬದಿಯ ಸಾರಾಯಿ ಅಂಗಡಿಗಳಲ್ಲಿ ಪಾತ್ರೆ ತೊಳೆದಿದ್ದ, ಸಾಧ್ಯವಾದಾಗಲೆಲ್ಲ ಶಾಲೆಗಳ ಹೊರಗೆ ನಿಂತು ಪಾಠ ಕೇಳಿಸಿಕೊಂಡು ಕಲಿತಿದ್ದ. ಅವನ ಜಾತಿ ಕಾರಣ ಅವನು ಶಾಲೆಗೇ ಹೋಗುವುದು ಸಾಧ್ಯವಿರಲಿಲ್ಲ. ಅಕಸ್ಮಾತ್ ಯಾರಾದರೂ ಸೇರಿಸಿಕೊಳ್ಳುವವರಿದ್ದರೂ ಅದಕ್ಕಾಗಿ ಅವನ ಬಳಿ ಹಣ ಇರಲಿಲ್ಲ.

ಪರಮೇಶ್ವರರು ಅವನನ್ನು ಗುರುತಿಸಿ, ಮಾರ್ಗದರ್ಶನ ಮಾಡಿ ಬೆಳೆಸಿಲ್ಲದಿದ್ದರೆ ಇಷ್ಟು ಹೊತ್ತಿಗೆ ಅವನು ಯಾವುದೋ ಹಳ್ಳಿಯ ಗಡಂಗಿನಲ್ಲಿ ಕಳ್ಳು ಸರಬರಾಜು ಮಾಡುತ್ತಾ ಇರುತ್ತಿದ್ದ ಅಥವಾ ತನ್ನ ಹಳ್ಳಿಗೆ ಹಿಂದಿರುಗಿ ತಮ್ಮ ಕುಲಕಸುಬಾದ ಕರಡಿ ಕುಣಿತ ಮಾಡಿಕೊಂಡಿರುತ್ತಿದ್ದ. ಹಿರಿಯ ಮಹಾಪ್ರಧಾನರ ಕೃಪೆ ಮತ್ತು ದೂರದೃಷ್ಟಿಯ ಕಾರಣ ಅವನು ಅವೆರಡರಿಂದಲೂ ತಪ್ಪಿಸಿಕೊಂಡಿದ್ದ. ಈಗ,

ಅವನು ಒಂದೊಂದೇ ಇಟ್ಟಿಗೆ ಇಟ್ಟು ಕಟ್ಟಿಕೊಂಡಿದ್ದ ಭವನ ಕುಸಿಯುವುದರಲ್ಲಿತ್ತು. ಅವನು ಪೀಠದಲ್ಲಿ ಕುಸಿದು ತಲೆ ತಿಕ್ಕಿಕೊಂಡ. ಸ್ವಲ್ಪ ಹೊತ್ತಿನಲ್ಲಿ ಅವನು ಈ ಸಮಸ್ಯೆಯನ್ನು ತನ್ನ ಎಂದಿನ ವಿಧಾನದಲ್ಲಿ ಪರಿಹರಿಸಬೇಕು ಎಂದು ನಿರ್ಧರಿಸಿದ. ಸಮಸ್ಯೆಯನ್ನು ಅವನು ಕ್ರಮಬದ್ಧವಾಗಿ ಎದುರಿಸಲಿದ್ದ. ಎಲ್ಲಾ ದ್ವಾರಗಳ ದಾಖಲೆಗಳನ್ನು ತರಿಸಿಕೊಂಡು, ಕೋಟೆಯಿಂದ ಬರಹೋಗುವವರ ಬಗ್ಗೆ ಪರಿಶೀಲಿಸತೊಡಗಿದ. ಅಂದು ಅನೇಕ ಗಾಡಿಗಳು ಮತ್ತು ಮೇನೆಗಳು ಕೋಟೆಯ ಒಳಹೊರಗೆ ಸಂಚರಿಸಿದ್ದವು. ರಾಜಕುಮಾರ ಅವುಗಳಲ್ಲಿ ಯಾವುದಾದರೊಂದರಲ್ಲಿ ಅವಿತು ಹೋಗಿರುವ ಸಾಧ್ಯತೆಯನ್ನು ತಳ್ಳಿಹಾಕುವಂತಿರಲಿಲ್ಲ.

ಎರಡು ಜಾವಗಳವರೆಗೆ ದಾಖಲೆಗಳನ್ನು ಪರಿಶೀಲಿಸಿದ ಮೇಲೆ ಸ್ಕಂದದಾಸನಿಗೆ ಅಂದು ಕೋಟೆಯಿಂದ ಹೊರಹೋದ ನಗಾರಿಯವರ ಸಂಖ್ಯೆ ಒಳಬಂದವರ ಸಂಖ್ಯೆಯ ಜೊತೆ ಹೊಂದುತ್ತಿಲ್ಲ ಎನ್ನುವುದು ತಿಳಿಯಿತು. ಆದರೆ ಅದರ ಅರ್ಥ ಅವನಿಗೆ ತಿಳಿಯಲಿಲ್ಲ. ನಗಾರಿಯವನಂತೆ ವೇಷ ಮರೆಸಿಕೊಂಡು ಬಿಜ್ಜಳ ಕೋಟೆಯಿಂದ ಹೊರಗೆ ಹೋಗುವ ಸಾಧ್ಯತೆಯಿರಲಿಲ್ಲ. ಏಕೆಂದರೆ ಅವನ ಭಾರಿ ಗಾತ್ರವೇ ಅವನನ್ನು ಬಿಟ್ಟುಕೊಡುತ್ತಿತ್ತು. ಅವನು ಅಂತಃಪುರದ ಮುಖ್ಯಸ್ಥಳನ್ನು ಪ್ರಶ್ನಿಸುವ ಮೂಲಕ ತನ್ನ ತನಿಖೆಯನ್ನು ಪ್ರಾರಂಭಿಸಲು ನಿರ್ಧರಿಸಿದ.

ಬೃಹನ್ನಳ ಅಸಹನೆಯಲ್ಲೇ ಒಳಗೆ ಬಂದಳು. ರಾತ್ರಿಯ ಈ ಹೊತ್ತಿನಲ್ಲಿ ಕರೆಸಿದ್ದಕ್ಕೆ ಖೋಜಾಗೆ ಸಿಟ್ಟಾಗಿದೆ ಎಂದು ಸ್ಕಂದದಾಸನಿಗೆ ತಿಳಿದಿತ್ತು.

"ನಾನು ಕೂರಬಹುದೇ?" ಅವಳು ಗಡಸುದನಿಯಲ್ಲಿ ಕೇಳಿದಳು.

"ಇಲ್ಲ" ಎಂದ ಸ್ಕಂದದಾಸ. ಅವನು ಅವಳಿಗಿಂತ ಮೇಲಿನ ಸ್ಥಾನದಲ್ಲಿದ್ದರೂ ಅವಳು ಮಹಾರಾಜನಿಗೆ ಹತ್ತಿರದವಳೆಂದು ಹೆಸರಾಗಿ ಅನೇಕ ಅಧಿಕಾರಿಗಳು ಅವಳಿಗೆ ಹೆದರುತ್ತಿದ್ದರು. ಆದರೆ ಸ್ಕಂದದಾಸನಿಗೆ ಯಾವುದೇ ಭಯವಿರಲಿಲ್ಲ. ಅವನು ತನ್ನದೇ ಪ್ರಾಮಾಣಿಕತೆಯಿಂದ ಮೇಲೆ ಬಂದಿದ್ದ, ಅವನಿಗೆ ಯಾರ ಅನುಗ್ರಹವೂ ಬೇಕಿರಲಿಲ್ಲ.

ಬೃಹನ್ನಳ ಪೀಠದ ಹಿಡಿಕೆಯ ಮೇಲೆ ಬೆರಳನ್ನು ಕುಟ್ಟುತ್ತಾ ನಿಂತಳು. ಅಸಹನೆ-ಸ್ಕಂದದಾಸ ಗಮನಿಸಿದ. ಅವಳ ಕಡೆಗೆ ದ್ವಾರದ ದಾಖಲೆಗಳ ಪೆಟ್ಟಿಗೆಯನ್ನು ತಳ್ಳಿ ನುಡಿದ.

"ಈ ತಾಡಪತ್ರಗಳನ್ನು ನೋಡು, ಕೋಟೆಯಿಂದ ಹೊರಹೋದ ನಗಾರಿಯವರಲ್ಲಿ ಒಬ್ಬ ಹೆಚ್ಚಿದ್ದಾನೆ. ಒಳಬಂದ ನಗಾರಿಯವರ ದಾಖಲೆಯಲ್ಲಿ ಹೊರಹೋದವರ ಸಂಖ್ಯೆಗಿಂತ ಒಂದು ಕಡಿಮೆ ಇದೆ." ಅವಳನ್ನೇ ದೃಷ್ಟಿಸುತ್ತಾ ಕೇಳಿದ.

"ಅದಕ್ಕೆ? ಎಷ್ಟು ಜನ ನಗಾರಿಯವರು ಒಳಗೆ ಬಂದರು, ಹೋದರು, ಗೋಪುರದಿಂದ ಧುಮುಕಿ ಸತ್ತರು ಅಂತಹ ಸಂಗತಿಗಳ ಬಗ್ಗೆ ಲೆಕ್ಕ ಇಡುವುದು ನನ್ನ ಕೆಲಸವಲ್ಲ. ನಾನು ಅಂತಃಪುರ ಮುಖ್ಯಸ್ಥಳು. ದ್ವಾರದ ಕಾವಲುಭಟರದಲ್ಲ." ಬೃಹನ್ನಳ ಮುಖದಲ್ಲಿ ವ್ಯಂಗ್ಯದ ಮುಗುಳ್ನಗೆಯನ್ನು ತಂದುಕೊಂಡು ಹೇಳಿದಳು.

ಸ್ಕಂದದಾಸ ಅವಳಿಗೆ ಉತ್ತರ ಕೊಡುವಷ್ಟರಲ್ಲಿ ಭವನದ ದ್ವಾರ ತೆರೆದು ಒಂದು ಗುಂಪು ಒಳಗೆ ಓಡಿಬಂದಿತು. ಒಬ್ಬ ಯುವಕ ಒಬ್ಬ ಹುಡುಗನನ್ನು ಹೆಗಲ ಮೇಲೆ ಹೊತ್ತುಕೊಂಡು ಬರುತ್ತಿದ್ದ. ಅನೇಕ ಯೋಧರು ಅವರ ಜೊತೆ ಬರುತ್ತಿದ್ದರು.

"ರಾಜಕುಮಾರ ಮಹಾದೇವ! ಏನಿದೆಲ್ಲಾ ಮಹಾಸ್ವಾಮಿ? ಏನಾಯಿತು?!" ಬರುತ್ತಿದ್ದವನನ್ನು ಗುರುತು ಹಿಡಿದು ಸ್ಕಂದದಾಸ ಕೂಗಿದ.

"ಈ ಹುಡುಗನಿಗೆ ರಾಜವೈದ್ಯರ ಚಿಕಿತ್ಸೆಯ ಅಗತ್ಯವಿದೆ. ಏನೋ ಕಾರಣಕ್ಕೆ ಯೋಧರು ನನ್ನನ್ನು ಇಲ್ಲಿಗೆ ಕರೆದುತಂದರು" ಮಹಾದೇವ ನುಡಿದ.

ಸ್ಕಂದದಾಸ ಅನೇಕ ಪ್ರಶ್ನೆಗಳನ್ನು ಕೇಳಬೇಕಾಗಿತ್ತು, ಆದರೆ ರಾಜಕುಮಾರ ಎತ್ತಿಕೊಂಡು ಬಂದ ಹುಡುಗ ಸ್ಥಿತಿಯನ್ನು ನೋಡಿ ತಕ್ಷಣವೇ ರಾಜವೈದ್ಯರಿಗಾಗಿ ಹೇಳಿಕಳಿಸಿದ. ಹುಡುಗನನ್ನು ಪೀಠದ ಮೇಲೆ ಮಲಗಿಸಲು ನೆರವಾದ. ಯೋಧರು ಮತ್ತು ಅನಾಥಾಲಯದವರಿಂದ ಕೋಣೆ ತುಂಬಿಹೋಗಿತ್ತು. ಮಹಾದೇವ ಹುಡುಗನ ಕಣ್ಣುರೆಪ್ಪೆ ಅಗಲಿಸಿ ನೋಡುತ್ತಾ, ನಾಡಿ ನೋಡುತ್ತಾ ವೈದ್ಯರು ಯಾಕೆ ಇಷ್ಟು ಹೊತ್ತು ಮಾಡುತ್ತಿದ್ದಾರೆ ಎನ್ನುತ್ತಾ ಚಡಪಡಿಸಿದ.

ರಾಜವೈದ್ಯ ಮಾಧವರು ಬಂದು ಹುಡುಗನ ಸ್ಥಿತಿಯನ್ನು ನೋಡಿ ತುಸು ತಡೆದರು. ಹತ್ತಿರ ಬಂದಂತೆ ಅವರ ಮುಖ ಗಂಭೀರವಾಯಿತು. ಹುಡುಗನ ನಾಡಿ ಬಡಿತ ಮತ್ತು ಕಣ್ಣರೆಪ್ಪೆಯನ್ನು ಪರೀಕ್ಷಿಸಿ, ಅವನ ಎದೆಯ ಮೇಲೆ ತಲೆ ಇರಿಸಿ ನೋಡಿ ಮುಖ ಗಂಟಿಕ್ಕಿದರು.

"ಕ್ಷಮಿಸಿ" ಎಂದರು.

"ಪಾಪ ಹುಡುಗ ಸತ್ತುಹೋದನೇ?" ರಾಜಕುಮಾರ ಕೋಪದಲ್ಲಿ ಕೂಗಿದ.

ಮಾಧವರು ತಲೆ ಅಲ್ಲಾಡಿಸಿದರು "ಹಾಗಾಗಿದ್ದರೆ ಚೆನ್ನಾಗಿರುತ್ತಿತ್ತು. ಇವನ ವಿಧಿ ಅದಕ್ಕಿಂತ ಕೆಟ್ಟದು. ಇವನು ಬದುಕುತ್ತಾನೆ ಆದರೆ ಅಷ್ಟೇ. ಇವನು ಕಣ್ಣು ತೆರೆಯಬಹುದು, ಅದೂ ಅನುಮಾನವೇ, ಆದರೆ ನಡೆಯಲಾರ. ಇವನು ದೇಹದ ಮೇಲೆ ನಿಯಂತ್ರಣ ಕಳೆದುಕೊಂಡಿದ್ದಾನೆ. ಈ ರೀತಿ ಅನುಭವಿಸು ವುದಕ್ಕಿಂತ ಸಾಯುವುದೇ ಮೇಲು."

"ಇಲ್ಲ, ಇಲ್ಲ, ಇಲ್ಲ" ಮಹಾದೇವ ರಾಜವೈದ್ಯರ ಕೈ ಹಿಡಿದು ಕೇಳಿಕೊಂಡ "ಇವನನ್ನು ಸಾಯಲು ಬಿಡಲಾಗದು, ನಾವು ಇವನ ಆರೈಕೆ ಮಾಡುತ್ತೇವೆ"

ರಾಜವೈದ್ಯರು ತಲೆ ಆಡಿಸಿ, ಉತ್ತಂಗನ ತಲೆಯ ಗಾಯಕ್ಕೆ ಮುಲಾಮು ಹಚ್ಚಿ ಪಟ್ಟಿಕಟ್ಟಿದರು. ಸ್ಕಂದದಾಸ ರೇವಮ್ಮನನ್ನು ಕೇಳಿದ "ಹುಡುಗ ಗಾಯಗೊಂಡಿದ್ದು ಹೇಗೆ?"

"ಅವನು ಮೆಟ್ಟಿಲಿನಿಂದ ಉರುಳಿ ಬಿದ್ದ" ಬೇರೆ ಯಾರಾದರೂ ಉತ್ತರಿಸುವ ಮೊದಲು ರಾಜಕುಮಾರ ಮಹಾದೇವ ನುಡಿದ.

"ಅವನನ್ನ ಕೆಳಗೆ ತಳ್ಳಿದರು" ಹಿಂದಿನಿಂದ ಒಂದು ಧ್ವನಿ ಕೇಳಿಸಿತು. ಎಲ್ಲರೂ ಒಟ್ಟಾಗಿ ಉಸಿರೆಳೆದುಕೊಂಡರು.

"ತಳ್ಳಿದರೆ? ಯಾರು?" ಸ್ಕಂದದಾಸ ಸಿಡುಕಿದ. ಅಲ್ಲೊಂದು ಅಸಹನೀಯ ಮೌನ ಕವಿಯಿತು.

"ಇವತ್ತು ಬಂದ ಹೊಸಾ ಹುಡುಗಿ. ಆ ಗಲ್ಲಿಗೇರಿಸಲಾದ ದೇಶದ್ರೋಹಿಯ ಮಗಳು" ಅದೇ ಧ್ವನಿ ಭಯದಲ್ಲಿ ನುಡಿಯಿತು.

"ಯಾರು ಹೇಳಿದ್ದು? ಮುಂದೆ ಬಂದು ಭಯವಿಲ್ಲದೆ ಮಾತಾಡಿ" ಸ್ಕಂದದಾಸ ನುಡಿದ. ತೊಂಡಕ ಗುಂಪಿನಿಂದ ಮುಂದೆ ಬಂದ.

"ಸ್ವಾಮಿ, ಅವನು ಸುಳ್ಳು ಹೇಳುತ್ತಿದ್ದಾನೆ. ಅದೊಂದು ಆಕಸ್ಮಿಕ" ರೇವಮ್ಮ ಅವಸರದಲ್ಲಿ ಹೇಳಿದಳು. ರಾಜಕುಮಾರ ಮಹಾದೇವ ಅವಳನ್ನು ಬೆಂಬಲಿಸಿದ. ಇತರರು ಏನೂ ಹೇಳಲಿಲ್ಲ. ಸ್ಕಂದದಾಸ ರಾಜಕುಮಾರನ ಮಾತು ನಂಬ ಬೇಕಾಯಿತು. ಆದರೆ ಆಮೇಲೆ ಅದರ ಬಗ್ಗೆ ವಿಚಾರಿಸೋಣಾ ಎಂದುಕೊಂಡ.

"ಇವನನ್ನು ವಾಸಿಯಾಗುವವರೆಗೆ ರಾಜವೈದ್ಯರ ಮನೆಯಲ್ಲಿ ಇರಿಸೋಣವೇ?" ರಾಜಕುಮಾರ ಮಹಾದೇವ ಕೇಳಿದ.

"ಅದೂ... ಒಳ್ಳೆಯದಲ್ಲ. ನನ್ನ ಮನೆಯಲ್ಲಿ ಈಗಾಗಲೇ ರೋಗಿಗಳ ಸಂಖ್ಯೆ ವಿಪರೀತವಾಗಿದೆ. ಇವನಿಗೆ ನಿರಂತರ ಶುಶ್ರೂಷೆಯ ಅಗತ್ಯವಿದೆ. ಸ್ವಾಮಿ, ಇವನನ್ನು ನನ್ನ ಮನೆಯಲ್ಲಿ ಇರಿಸಿಕೊಳ್ಳುವುದೇ ಆದರೆ ಆಶ್ರಮದ ಕೆಲವು ಹುಡುಗರನ್ನು ಅವನನ್ನು ನೋಡಿಕೊಳ್ಳಲು ಇಟ್ಟುಕೊಳ್ಳಬೇಕಾಗುತ್ತದೆ. ಉಸಿರಾಡುವುದು ಬಿಟ್ಟರೆ ಮತ್ತೆಲ್ಲದಕ್ಕೂ ಅವನಿಗೆ ನೆರವಿನ ಅಗತ್ಯವಿದೆ. ಇಂತಹ ವ್ಯರ್ಥ ರೋಗಿಗಾಗಿ ಮೀಸಲಿಡಲು ನನ್ನ ಬಳಿ ಹೆಚ್ಚಿನ ಸಹಾಯಕರಿಲ್ಲ. ನಾನು ಮೊದಲೇ ಹೇಳಿದಂತೆ ಇವನನ್ನು...."

"ಇಲ್ಲ ಸ್ವಾಮಿ, ಹುಡುಗನನ್ನು ಸಾಯಲು ಬಿಡುವ ಬಗ್ಗೆ ಯಾರೂ ಮಾತಾಡುವುದು ನನಗಿಷ್ಟವಿಲ್ಲ. ನಿಮಗೆ ನಾಚಿಕೆಯಾಗಬೇಕು."

ರಾಜಕುಮಾರ ಮಹಾದೇವನ ಮುಖ ಕೋಪದಲ್ಲಿ ಕೆಂಪಗಾಗಿತ್ತು. "ವೈದ್ಯರಾಗಿ ಜನರ ಪ್ರಾಣ ಉಳಿಸುವುದು ನಿಮ್ಮ ಕರ್ತವ್ಯ, ಕೊಲ್ಲುವ ಸೂಚನೆ ನೀಡುತ್ತಿದ್ದೀರಲ್ಲ"

"ನಾವು ಅವನಿಗೆ ತೋರಿಸುವ ಕರುಣೆ ಅದೊಂದೇ" ರಾಜವೈದ್ಯರು ರಾಜಕುಮಾರನ ಕೋಪದಿಂದ ವಿಚಲಿತರಾಗದೆ ನುಡಿದರು.

"ನಿಮ್ಮ ಕರುಣೆಯ ಮಾತು ಬಿಡಿ, ರೇವಮ್ಮ?" ರಾಜಕುಮಾರ ಅನಾಥಾಲಯದ ಮುಖ್ಯಸ್ಥೆಯತ್ತ ತಿರುಗಿದ. "ಅರಸರ ಅನಾಥಾಲಯದಲ್ಲಿ ಇವನ ಶುಶ್ರೂಷೆಯಾಗಬೇಕು"

"ಸ್ವಾಮಿ..."

"ಅವನಿಗೆ ಗುಣವಾಗಲು ಮೂರು ದಶಕಗಳೇ ಹಿಡಿಸಿದರು ಸರಿಯೇ, ನಾವು ಅವನನ್ನು ನೋಡಿಕೊಳ್ಳುತ್ತೇವೆ."

"ಆದರೆ ಮಹಾಸ್ವಾಮಿ, ಅದಕ್ಕೆ ವೆಚ್ಚವಾಗುತ್ತದೆ..." ರೇವಮ್ಮ ಕಿವಿಯ ಹಿಂದೆ ಕೆರೆದುಕೊಳ್ಳುತ್ತಾ ನುಡಿದಳು.

"ಎಲ್ಲಾ ವೆಚ್ಚಗಳನ್ನು ಭರಿಸಲಾಗುವುದು" ರಾಜಕುಮಾರ ನುಡಿದ. ಗುಂಪಿನಲ್ಲಿ ಗುಸುಗುಸು ಪ್ರಾರಂಭವಾಯಿತು. ರೇವಮ್ಮನಿಗೆ ಬಹಳ ಸಂತೋಷವಾಯಿತು. ಅಷ್ಟರಲ್ಲೇ ಗಾಯಗೊಂಡ ಉತ್ತುಂಗನನ್ನು ಎತ್ತಿಕೊಂಡು ಮೆರವಣಿಗೆ ಅನಾಥಾಲಯಕ್ಕೆ ಹೊರಟಿತು. ಅವನ ಚಿಕಿತ್ಸೆಯ ಬಗ್ಗೆ ತಿಳಿಸಿಕೊಡಲು ರಾಜ ವೈದ್ಯರು ಅವರೊಡನೆ ನಡೆದರು. ಸ್ಕಂದದಾಸ ತಮ್ಮ ಕೋಣೆಗೆ ಹಿಂದಿರುಗಬೇಕು ಎಂದುಕೊಳ್ಳುವಾಗ ರಾಜಕುಮಾರ ಇನ್ನೂ ಅಲ್ಲೇ ನಿಂತಿರುವುದನ್ನು ನೋಡಿದ.

"ಮಹಾಸ್ವಾಮಿ, ನಾನು ನಿಮಗೆ ಕೆಲವು ಪ್ರಶ್ನೆಗಳನ್ನು ಕೇಳಬೇಕು" ಸ್ಕಂದದಾಸ ನುಡಿದ. ರಾಜಕುಮಾರ ಮಹಾದೇವ ತನ್ನ ತೋಳುಗಳನ್ನು ಮಡಿಸಿ ಎದೆಯ ಮೇಲಿಟ್ಟುಕೊಂಡು ತಲೆ ಬಗ್ಗಿಸಿ ದೀರ್ಘ ಆಲೋಚನೆಯಲ್ಲಿ ಮುಳುಗಿದ್ದ.

"ನಾನು ಹೇಗೆ ಹೊರಗೆ ಹೋದೆ ಎಂದು ನೀವು ಕೇಳುವಿರಾದರೆ ಕ್ಷಮಿಸಿ ನಾನು ಹೇಳುವುದಿಲ್ಲ. ಪಂಜರದ ಗಿಳಿಯಂತೆ ಬದುಕಿ ನನಗೆ ಸಾಕಾಗಿಹೋಗಿದೆ. ಒಂದು ದಿನ ನೀವು ನನ್ನ ಗುಪ್ತ ಹಾದಿಯನ್ನು ಕಂಡುಹಿಡಿದು ಆ ಅವಕಾಶವನ್ನೂ ಮುಚ್ಚಿಸುತ್ತೀರಿ ನನಗೆ ಗೊತ್ತು. ಆದರೆ ಅಲ್ಲಿಯವರೆಗೆ ನನ್ನ ಸಣ್ಣಪುಟ್ಟ ಸಂತೋಷಗಳನ್ನು ನಾನು ಅನುಭವಿಸಬೇಕು" ಮಹಾದೇವನೆಂದ.

"ಮಹಾಸ್ವಾಮಿ, ನಿಮ್ಮ ಒಳ್ಳೆಯದಕ್ಕೆ ಮತ್ತು ರಕ್ಷಣೆಗಾಗಿಯೇ ನಾನು ಈ ನಿರ್ಬಂಧಗಳನ್ನು ಹಾಕಿದ್ದೇನೆ. ಅದನ್ನು ಮಹಾರಾಜರ ಅಪ್ಪಣೆಯ ಮೇರೆಗೇ ನಾನು ಹಾಕಿದ್ದು" ಸ್ಕಂದದಾಸ ಬಾಗಿ ವಂದಿಸಿ ನುಡಿದ. ಅವನಿಗೆ ರಾಜಕುಮಾರನ

159

ಆಕ್ರೋಶ ಅರ್ಥವಾಗುತ್ತಿತ್ತು. ಆದರೆ ಅವನು ತನ್ನ ಕರ್ತವ್ಯವನ್ನೂ ಕೂಡಾ ಪೂರೈಸಬೇಕಿತ್ತು.

ರಾಜಕುಮಾರ ಕೆಲ ಕ್ಷಣಗಳ ಕಾಲ ದೀರ್ಘ ಆಲೋಚನೆಯಲ್ಲಿ ಮುಳುಗಿದ. ನಂತರ ಸ್ಕಂದದಾಸನ ಕಡೆಗೆ ತಿರುಗಿ "ಸ್ವಾಮಿ, ನಾನು ನಿಮ್ಮನ್ನು ನಂಬಬಹುದೇ?" ಎಂದು ಕೇಳಿದ.

ಸ್ಕಂದದಾಸ ನಿಮಿರಿ ನಿಂತು "ಸದಾಕಾಲ ಮಹಾಸ್ವಾಮಿ, ನಿಮ್ಮ ತಂದೆಯವರು ನನ್ನ ನಂಬಿಕೆಗೆ ಸಾಕ್ಷಿಯಾಗುತ್ತಾರೆ" ಎಂದ.

ಮಾತು ಆಡಿದ ಮರುಕ್ಷಣ ಸ್ಕಂದದಾಸನಿಗೆ ತಾನು ತಪ್ಪು ಮಾಡಿದೆ ಅನ್ನಿಸಿತು. ತಂದೆಯ ಪ್ರಸ್ತಾಪ ಮಾಡಿದ ಮರುಕ್ಷಣ ರಾಜಕುಮಾರ ಹಿಂಜರಿದಂತೆ ಅವನಿಗೆ ಭಾಸವಾಯಿತು. ಅವನ ಕೋಣೆಯ ಒಳಗಿನಿಂದ ಬೃಹನ್ನಳೆ ಹಾಡು ಗುನುಗುತ್ತಿದ್ದುದು ಕೇಳಿಸುತ್ತಿತ್ತು. ಮಹಾದೇವ ಅತ್ತ ಇತ್ತ ನೋಡಿದ, ಯಾರಾದರೂ ತಮ್ಮ ಮಾತನ್ನು ಆಲಿಸಿಕೊಳ್ಳುತ್ತಿದ್ದಾರೋ ಎಂದು ನೋಡುವಂತೆ. ಸ್ಕಂದದಾಸನ ತಾಳ್ಮೆ ಕ್ಷೀಣಿಸುತ್ತಿತ್ತು.

"ಮಹಾಸ್ವಾಮಿ..."

"ನನ್ನ ಅಣ್ಣ ಅಪಾಯದಲ್ಲಿದ್ದಾನೆ" ಅವನ ಹಠಾತ್ ಮಾತು ಕೇಳಿ ಸ್ಕಂದದಾಸ ದಿಗ್ಭ್ರಮೆಗೊಂಡ. ರಾಜಕುಮಾರ ಅವನ ಆಘಾತದ ಮೌನವನ್ನು ಅಪನಂಬಿಕೆ ಎಂದುಕೊಂಡ. ಅವನು ಸ್ಕಂದದಾಸನ ಕೈಯನ್ನು ಹಿಡಿದು ಮೇನೆಯ ಬಳಿ ತಾನು ನೋಡಿದ ದೃಶ್ಯವನ್ನು ವಿವರಿಸಿದ. ಇಷ್ಟುಹೊತ್ತಿಗೆ ಅಣ್ಣ ಕಾಳಿಕಾವಾಟಿಕೆ ಯಲ್ಲಿರುತ್ತಾನೆ ಮತ್ತು ಅವನು ಅಪಾಯದಲ್ಲಿದ್ದಾನೆ ಎಂದು ಪ್ರಕಟಪಡಿಸಿದ.

ಸ್ಕಂದದಾಸ ರಾಜಕುಮಾರ ಸಂಪೂರ್ಣ ವಿವರ ಹೇಳುವವರೆಗೆ ಕಾದ. ಅವನ ತಲೆಯಲ್ಲಿ ಆಗಲೇ ಅಪಾಯದ ಗಂಟೆಗಳು ಮೊಳಗುತ್ತಿದ್ದವು. ಅವನಿಗಾಗಲೇ ಕೇಕಿ ಬಂದಿರುವ ಮತ್ತು ಬೃಹನ್ನಳೆಯನ್ನು ಅವಳು ಭೇಟಿ ಮಾಡಿದ ಬಗ್ಗೆ ಮಾಹಿತಿಯಿತ್ತು. ಜೀಮೂತನ ಹಡಗುಗಳು ಕಾಣಿಸುವ ಬಗ್ಗೆ ಬಂದರಿನ ಸಮೀಪ ಬೇಹುಗಾರಿಕೆ ಮಾಡುತ್ತಿದ್ದ ಅವನ ಗೂಢಚಾರರು, ಪಟ್ಟರಾಯನ ಸಾರೋಟು ಕಾಳಿಕಾವಾಟಿಕೆಯ ಕಡೆಗೆ ಸಾಗಿದ್ದನ್ನು ವರದಿ ಮಾಡಿದ್ದರು. ಕೇಕಿ ಬಹುಶಃ ಪಟ್ಟರಾಯ ಮತ್ತಿತರರನ್ನು ಕಾಳಿಕೆಯ ಪರವಾಗಿ ಆಹ್ವಾನಿಸಲು ಬಂದಿರಬಹುದು ಎಂದುಕೊಂಡಿದ್ದ.

ಸ್ಕಂದದಾಸನ ನೈತಿಕತೆ ಭದ್ರವಾಗಿದ್ದರೂ, ಅಂತಹ ವೇಶ್ಯಾವಾಟಿಕೆಗೆ ಭೇಟಿ ಕುಲೀನರು ನೀಡುವುದು ಸಾಧಾರಣ ಸಂಗತಿ ಎಂದು ಅವನಿಗೆ ತಿಳಿದಿತ್ತು. ಮಹಾರಾಜ ರಾಗಲಿ ಪರಮೇಶ್ವರರಾಗಲಿ ಅದರ ಬಗ್ಗೆ ಹೆಚ್ಚು ತಲೆ ಕೆಡಿಸಿಕೊಂಡಿರಲಿಲ್ಲ. ಜನರು

ತಮ್ಮ ಅಂಗಾಂಗಗಳ ಬಳಕೆಯನ್ನು ಹೇಗೆ ಮಾಡುತ್ತಾರೆ ಅನ್ನುವುದು ರಾಜ್ಯದ ಕಾಳಜಿಗೆ ಸಂಬಂಧಪಟ್ಟಿಲ್ಲ ಎಂದು ಅವನ ಮೇಲಧಿಕಾರಿ ಆಗಾಗ ಹೇಳುತ್ತಿದ್ದರು. ಅವನಿಗೆ ಮಾಹಿಷ್ಮತಿಯ ಬಗ್ಗೆ ಇದ್ದ ಇನ್ನೊಂದು ಅಸಮಾಧಾನ ಅದು. ಯಾರಿಗೂ ಅವನ ಪ್ರಾಮಾಣಿಕತೆ, ಕರುಣೆ ಮತ್ತು ನೈತಿಕತೆಯ ಮೌಲ್ಯ ತಿಳಿದಿರಲಿಲ್ಲ. ಯಾರಿಗೂ ಅವನ ದೈವಭಕ್ತಿಯ ಬಗ್ಗೆ ಕಾಳಜಿ ಇರಲಿಲ್ಲ. ಒಂದು ಸಲ ಅವನು ಕೆಲವರು ಕುಲೀನರು ವೇಶ್ಯಾವಾಟಿಕೆಗಳಲ್ಲಿ ಸಮಯ ಕಳೆಯುತ್ತಿರುವುದರ ಬಗ್ಗೆ ಮುಕ್ತವಾಗಿ ಮಾತಾಡಲು ಯತ್ನಿಸಿದ್ದ. ಆದರೆ ಇಡೀ ಒಡ್ಡೋಲಗವೇ ಅವನನ್ನು ಗೇಲಿ ಮಾಡಿತ್ತು. ಸ್ಕಂದದಾಸನ ಬ್ರಹ್ಮಚರ್ಯೆಯ ಬಗ್ಗೆ ಗಡಂಗುಗಳಲ್ಲಿ ಚರ್ಚೆ ಯಾಗುವ ಬಗ್ಗೆ ಅವನ ಗೂಢಚಾರರೇ ವರದಿ ಒಪ್ಪಿಸಿದ್ದರು. ಈ ಚರ್ಚೆಗಳು ಯಾವಾಗಲೂ ಅವನ ಪುರುಷತ್ವದ ಬಗ್ಗೆ ಅನುಮಾನ ವ್ಯಕ್ತಪಡಿಸುವುದರಲ್ಲಿ ಮುಕ್ತಾಯವಾಗುತ್ತಿತ್ತು ಎಂದು ಗೂಢಚಾರರು ವಕ್ರನಗೆಯಲ್ಲಿ ಹೇಳುತ್ತಿದ್ದರು.

ಸ್ಕಂದದಾಸ ಕೈಯಲ್ಲಿಯ ಸಮಸ್ಯೆಯ ಬಗ್ಗೆ ಗಮನ ಕೊಟ್ಟ. ರಾಜಕುಮಾರ ಬಿಜ್ಜಳ ಮೂರ್ಖನಂತೆ ಆ ಅಪಾಯದ ಸ್ಥಳಕ್ಕೆ ತೆರಳಿದ್ದ. ಅಲ್ಲಿ ಏನಾದರೂ ಆಗಬಹುದಿತ್ತು. ತಾನು ಕರ್ತವ್ಯದಲ್ಲಿರುವಾಗಲೇ ಯಾರಾದರೂ ಬಿಜ್ಜಳನನ್ನು ಕಾಳಿಕಾವಾಟಿಕೆಯಲ್ಲಿ ಕದ್ದೊಯ್ಯುವ ಅಥವಾ ಕೊಲ್ಲುವ ಸಾಧ್ಯತೆ ಕುರಿತು ಯೋಚಿಸಿಯೇ ಅವನು ನಡುಗಿದ. ದೇವರು ಅವನಿಗೆ ತಿದ್ದಿಕೊಳ್ಳಲು ಅವಕಾಶ ಕೊಟ್ಟಿದ್ದ. ಅವನು ತಕ್ಷಣ ಅಲ್ಲಿಗೆ ಹೋಗಿ ರಾಜಕುಮಾರನನ್ನು ಕಾಪಾಡಬೇಕಿತ್ತು.

"ಮಹಾಸ್ವಾಮಿ, ನಾನು ಈಗಲೇ ಕಾಳಿಕಾವಾಟಿಕೆಗೆ ಹೋಗಿ ಯುವರಾಜರಿಗೆ ಏನೂ ಅಪಾಯವಾಗದಂತೆ ನೋಡಿಕೊಳ್ಳುತ್ತೇನೆ. ಆದರೂ ಯುವರಾಜರ ರಕ್ಷಣೆ ಕುರಿತು ಲೋಪಕ್ಕೆ ಕಾರಣವಾದವರಿಗೆ ಶಿಕ್ಷೆಯಾಗದೇ ಬಿಡುವುದಿಲ್ಲ. ಈ ಕುರಿತು ವಿಚಾರಣೆ ನಡೆಯಲಿದೆ ಮತ್ತು ತಪ್ಪಿತಸ್ಥರು ನ್ಯಾಯಾಲಯದಲ್ಲಿ ಉತ್ತರಿಸ ಬೇಕಾಗುತ್ತದೆ. ಆದರೆ ಯಾವುದೇ ಸಂಕೋಚಕ್ಕೆ ಅವಕಾಶ ನೀಡದಂತೆ ಇದನ್ನು ಖಾಸಗಿ ವಿಚಾರಣೆಯಾಗಿಸಲಾಗುತ್ತದೆ."

"ಸ್ವಾಮಿ, ಸ್ವಾಮಿ, ದಯವಿಟ್ಟು..." ರಾಜಕುಮಾರ ಮಹಾದೇವನ ಕಣ್ಣು ತುಂಬಿಕೊಂಡವು.

ಈ ಎಲ್ಲಾ ರೀತಿಯ ಸೌಕರ್ಯಗಳುಳ್ಳ ಮಕ್ಕಳು ಹೇಗೆ ಸಣ್ಣ ಸಮಸ್ಯೆಗೂ ನಲುಗಿ ಹೋಗುತ್ತಾರೆ ಎಂದುಕೊಂಡ ಸ್ಕಂದದಾಸ.

ಬೆನ್ನು ನೆಟ್ಟಗಾಗಿಸಿ, ತಲೆ ನಿಮಿರಿಸಿ ಅವನು ಹೇಳಿದ "ಕ್ಷಮಿಸಿ ಮಹಾಸ್ವಾಮಿ, ಇಂತಹ ದೊಡ್ಡ ರಕ್ಷಣಾಭಂಗದ ಸನ್ನಿವೇಶವನ್ನು ನಾನು ಮಹಾರಾಜರ ಗಮನಕ್ಕೆ ತರುವುದಿಲ್ಲವೆಂದುಕೊಂಡರೆ ನೀವು ನನ್ನ ಹತ್ತಿರ ಬರಲೇಬಾರದಿತ್ತು."

161

ರಾಜಕುಮಾರ ಮಹಾದೇವ ಬಾಗಿ, ತಿರುಗಿ ನಡೆದುಹೋದ. ಅವನು ನಡೆದು ಹೋಗುವಾಗ ಅವನ ಭುಜ ಚೆಲ್ಲಿ, ತಲೆ ಚಿಂತೆಯಲ್ಲಿ ಕೆಳಗಾನಿಸಿದ್ದನ್ನು ನೋಡಿ ಸ್ಕಂದದಾಸನಿಗೆ ಕೆಡುಕೆನಿಸಿತು.

ಅವನು ಒಳಗೆ ನಡೆದು ಮೆಲ್ಲನೆ ಬಾಗಿಲನ್ನು ಮುಚ್ಚಿದ. ಅವನು ತಿರುಗಿದಾಗ ಸ್ಥಬ್ಧನಾದ. ಬೃಹನ್ನಳ ಅವನ ಪೀಠದಲ್ಲಿ ಕೂತು ತಾಳೆಯೋಲೆಗಳ ದಾಖಲೆಗಳನ್ನು ಓದುತ್ತಿದ್ದಳು.

ಅವನನ್ನು ನೋಡಿ ಬೃಹನ್ನಳ ಮುಗುಳ್ನಗುತ್ತಾ ಎದ್ದುನಿಂತಳು. ಅವಳು ತಲೆ ತಿರುಗಿಸಿದಾಗ ದೀಪದ ಬೆಳಕಿನಲ್ಲಿ ಅವಳ ವಜ್ರದ ಮೂಗುನತ್ತು ಫಳಾರನೆ ಮಿಂಚಿತು. ಆದರೆ ಅವಳ ಹಲ್ಲುಗಳ ಕಾಂತಿ ಇನ್ನೂ ಪ್ರಖರವಾಗಿತ್ತು.

"ನನ್ನ ಕಾರ್ಯ ದಾಖಲೆಗಳನ್ನು ಕೈಯಾಡಿಸಲು ನಿನಗೆಷ್ಟು ಧೈರ್ಯ?" ಸ್ಕಂದ ದಾಸ ಕೋಪ ಹತೋಟಿಯಲ್ಲಿಟ್ಟುಕೊಳ್ಳಲು ಶತಪ್ರಯತ್ನ ಮಾಡುತ್ತಾ ಕೇಳಿದ.

"ಹ... ನೀವೇ ಹೇಳಿದಿರಲ್ಲಾ, ಇದನ್ನು ತಾಳೆ ಮಾಡಿನೋಡಲು. ಈಗ ಲೆಕ್ಕ ತಾಳೆಯಾಗಿದೆ. ಮತ್ತೊಮ್ಮೆ ನೀವು ನೋಡುತ್ತೀರಾ?"

ಅವಳು ಆ ಹೆಚ್ಚುವರಿ ನಗಾರಿ ಬಾರಿಸುವವನ ದಾಖಲೆಯನ್ನು ನಾಶ ಪಡಿಸಿದ್ದಾಳೆ ಎಂದು ಸ್ಕಂದದಾಸನಿಗೆ ಖಚಿತವಾಯಿತು. ಅವನಿಗೆ ಬೃಹನ್ನಳ ಎಂದಿಗೂ ಮೆಚ್ಚುಗೆಯಾಗಿರಲಿಲ್ಲ. ಅವಳ ಬಗ್ಗೆ ಒಳ್ಳೆಯ ಅಭಿಪ್ರಾಯವಿರಲಿಲ್ಲ. ಕೇಕಿ ಮೋಸಗಾರ್ತಿ. ಆದರೆ ಬೃಹನ್ನಳ ಇಬ್ಬರಲ್ಲಿ ಹೆಚ್ಚು ಕಪಟಿ.

"ನೀನು...ನೀನು..." ಸ್ಕಂದದಾಸನಿಗೆ ಪದಗಳೇ ಹೊರಡಲಿಲ್ಲ. ಕೋಪದಲ್ಲಿ ಅವನು ಕಂಪಿಸುತ್ತಿದ್ದ. ಬೆರಳೆತ್ತಿ ಬೃಹನ್ನಳಾಗೆ ಎಚ್ಚರಿಕೆಕೊಟ್ಟ.

"ಕೋಪ ನಿಮಗೆ ಚೆನ್ನಾಗಿ ಒಪ್ಪುತ್ತದೆ ಸ್ವಾಮಿ" ಎಂದಳು ಖೋಜಾ ನೆಲದವರೆಗೆ ಬಾಗಿ.

ಅವಳು ಅವನಿಗೆ ಗೌರವ ಕೊಡದ ಬಗ್ಗೆ ಅವನಿಗೆ ಸದಾ ಕಿರಿಕಿರಿಯಾಗುತ್ತಿತ್ತು. ಅವಳು ಖೋಜಾ ಆಗಿಲ್ಲದಿದ್ದರೆ ಇಷ್ಟು ಹೊತ್ತಿಗೆ ಅವಳನ್ನು ಹೊರಗೆ ಓಡಿಸುತ್ತಿದ್ದ.

"ದೇಶದ ಉಪಪ್ರಧಾನರ ಜೊತೆ ಮಾತನಾಡುತ್ತಿದ್ದೇನೆ ಎನ್ನುವ ಎಚ್ಚರ ವಿರಲಿ" ಸ್ಕಂದದಾಸನ ಮುಷ್ಠಿ ಬಿಗಿಯಿತು.

"ಸ್ವಾಮಿ, ಹೇಗೆ ಮರೆಯಲಿ? ಅಂತಃಪುರದ ಹುಡುಗಿಯರು ಹೇಳುತ್ತಾರೆ ನೀವು ಕರಡಿ ಕುಣಿಸುವವನ ಥರ ಕಾಣುತ್ತೀರೆಂದು. ಆದರೆ ನಿಮ್ಮದು ಚಿನ್ನದ ಹೃದಯ ಎಂದು ನಾನು ಸದಾ ವಾದಿಸುತ್ತೇನೆ. ನೀವು ಸುಂದರರಲ್ಲದಿದ್ದರೆ ಏನಂತೆ, ನಾವು ನಿಮ್ಮನ್ನು ಗೌರವಿಸುತ್ತೇವೆ ಸ್ವಾಮಿ" ಅವಳು ಕೈಮುಗಿದು ಬಾಗಿ ವಂದಿಸಿದಳು.

ಸ್ಕಂದದಾಸ ಕಣ್ಣು ಮುಚ್ಚಿ ದೀರ್ಘ ಉಸಿರೆಳೆದುಕೊಂಡ. "ಕರಡಿ ಕುಣಿಸುವವನು" ಎನ್ನುವುದು ಅವನ ಜಾತಿಸೂಚಕವಾಗಿತ್ತು.

ಅದು ಅವಮಾನವಾಗಿತ್ತು. ಎಲ್ಲಕ್ಕಿಂತ ಹೆಚ್ಚಾಗಿ ಅವಳ ಸುಳ್ಳು ವಿನಯ ಅವನನ್ನು ಬಹಳ ಕಿರಿಕಿರಿಗೊಳಿಸುತ್ತಿತ್ತು.

ಸ್ಕಂದದಾಸ ತನ್ನೆಲ್ಲ ಆತ್ಮನಿಗ್ರಹ ಬಳಸಿ ಅವಳನ್ನು ಹೊಡೆಯುವುದನ್ನು ತಡೆದುಕೊಂಡ. ಅವಳನ್ನು ಕರೆಸಲೇಬಾರದಾಗಿತ್ತು ಎಂದುಕೊಂಡ. ಅವಳನ್ನು ಏನು ಮಾಡುವುದೆಂದು ಅವನಿಗೆ ಗೊತ್ತಾಗಲಿಲ್ಲ. *ನಿನಗೆ ಹಾಸ್ಯಪ್ರಜ್ಞೆ* ಇಲ್ಲ ಎಂದು ಪರಮೇಶ್ವರರ ಧ್ವನಿ ಅವನ ತಲೆಯಲ್ಲಿ ಕೇಳಿಸಿತು.

"ನಿನ್ನ ಮಂಗಾಟಕ್ಕೆ ನನ್ನ ಬಳಿ ಸಮಯವಿಲ್ಲ ಖೋಜಾ, ನಿನ್ನನ್ನು ನಾಳೆ ಕರೆಸುತ್ತೇನೆ, ಈಗ ತೊಲಗು" ಎಂದ.

"ಕೋಪಗೊಂಡು ಯಾಕೆ ಈ ಬಡ ಖೋಜಾಳ ಹೃದಯವನ್ನು ನೋಯಿಸುತ್ತಿದ್ದೀರಿ ಸ್ವಾಮಿ? ನಿಮಗೆ ಕೋಪ ಬರಿಸಿದ್ದಲ್ಲಿ ನಾನು ಕ್ಷಮಾಪಣೆ ಕೇಳುತ್ತೇನೆ"

"ಕಾವಲುಭಟರೆ" ಸ್ಕಂದದಾಸ ಕೂಗಿದ.

ಬೃಹನ್ನಳ ನೆಲದ ಮೇಲೆ ಸಾಷ್ಟಾಂಗ ಮಾಡಿ ಚೀರಿದಳು "ಕ್ಷಮಿಸಿ ಸ್ವಾಮಿ, ನಿಮಗೆ ಕೋಪ ಬರಿಸಿದ್ದರೆ"

"ಕಾವಲು ಭಟರೆ!" ಸ್ಕಂದದಾಸ ಮತ್ತಷ್ಟು ಜೋರಾಗಿ ಕೂಗಿದ.

ಇಬ್ಬರು ಕಾವಲು ಭಟರು ಒಳಗೆ ಬಂದು ಬಾಗಿ ವಂದಿಸಿದರು. *ತನ್ನ ಕೂಗಿಗೆ ಇಷ್ಟು ತಡವಾಗಿ ಬರುತ್ತಿದ್ದಾರೆ ಮೂರ್ಖರು* ಎಂದು ಬೈದುಕೊಂಡ ಸ್ಕಂದದಾಸ.

"ಹನ್ನೆರಡು ಶಸ್ತ್ರಪಡೆಯನ್ನು ಮತ್ತು ನನ್ನ ಕುದುರೆಯನ್ನು ಸಿದ್ಧಮಾಡಿ" ಸ್ಕಂದದಾಸ ಅಪ್ಪಣೆ ಕೊಟ್ಟ.

ಕಾವಲುಭಟರು ವಂದಿಸಿ ಹೋದರು.

"ಎಲ್ಲಿಗೆ ಹೋಗುತ್ತಿದ್ದೀರಿ ಸ್ವಾಮಿ?" ಬೃಹನ್ನಳ ಕೇಳಿದಳು.

"ಕಾಳಿಕಾವಾಟಿಕೆಗೆ"

"ಆಹಾ, ಆಹಾ, ಈ ನಿಷ್ಠೆಯನ್ನು ನೋಡಲು ನಾನು ಪುಣ್ಯಮಾಡಿದ್ದೆ. ಬೆಳಗು ಮೂಡಲು ಕೂಡಾ ನೀವು ಕಾಯುತ್ತಿಲ್ಲ. ನಿಮಗೆ ರಾಜ್ಯದ ರಕ್ಷಣೆಯೇ ಅತಿ ಮುಖ್ಯ. ಎಂಥಾ ರಾಷ್ಟ್ರಭಕ್ತಿ, ಎಂಥಾ ಕರ್ತವ್ಯಪ್ರಜ್ಞೆ, ನೀವು ಮಾಹಿಷ್ಮತಿಯ ಹೆಮ್ಮೆ. ಖಂಡಿತಾ ನೀವು ರಾಜಕುಮಾರ ಬಿಜ್ಜಳನನ್ನು ಕಾಪಾಡುತ್ತೀರಿ."

ಸ್ಕಂದದಾಸ ಅವಳನ್ನು ದೃಷ್ಟಿಸಿದ. ಬೃಹನ್ನಳ ತನ್ನ ತಪ್ಪನ್ನು ಒಂದು ಗಳಿಗೆ ತಡವಾಗಿ ತಿಳಿದುಕೊಂಡಳು.

"ಯುವರಾಜರು ಕಾಳಿಕಾವಾಟಿಕೆಯಲ್ಲಿದ್ದಾರೆ ಎನ್ನುವುದು ನಿನಗೆ ಹೇಗೆ ಗೊತ್ತು?" ಅವನು ಪ್ರಶ್ನಿಸಿದ. ಬೃಹನ್ನಳೆಳ ಮುಖ ಹಾಳೆಯಷ್ಟು ಬಿಳಿಯಾಗಿ ಬಿಳಿಚಿಕೊಂಡಿತು.

"ನಿನ್ನ ನಾಲಿಗೆ ನಿನ್ನನ್ನು ಇಕ್ಕಟ್ಟಿನಲ್ಲಿ ಸಿಕ್ಕಿಹಾಕಿಸಿದೆಯಲ್ಲವೇ?" ಸ್ಕಂದದಾಸ ಅವಳ ಚಡಪಡಿಕೆ ನೋಡಿ ನಕ್ಕು ಕೇಳಿದ.

"ಸ್ವಾಮಿಗಳು ಹೇಳಿದರೆ ನಾನು ಮಾತಾಡುವುದನ್ನೇ ನಿಲ್ಲಿಸಿಬಿಡುತ್ತೇನೆ. ನೀವು ಎಂತಹ ಮಹಾಪುರುಷರು. ಮಾಹಿಷ್ಮತಿಗೆ ನಿಮ್ಮಂತಹವರ ಅಗತ್ಯವಿದೆ. ನಾನು ಯಾವಾಗಲೂ ತಮ್ಮ ದಾಸಿ ಸ್ವಾಮಿ, ಜೈ ಮಾಹಿಷ್ಮತಿ!" ಎಂದು ವದರುತ್ತಾ ಬೃಹನ್ನಳ ಕೋಣೆಯಿಂದ ಹೊರಗೆ ಹೋಗಲು ಹವಣಿಸಿದಳು.

ಸ್ಕಂದದಾಸ ಅವಳತ್ತ ಒಂದು ನಗೆ ಬೀರಿದ. ಒಂದು ಮಿಂಚಿನ ಚಲನೆಯಲ್ಲಿ ಒರೆಯಿಂದ ಖಡ್ಗವನ್ನು ಸೆಳೆದು ಅವಳ ಕುತ್ತಿಗೆಗೆ ಇಟ್ಟ.

"ನೀನೂ ನನ್ನೊಂದಿಗೆ ಬರುತ್ತಿದ್ದೀಯೆ ದಾಸಿ, ನಿನ್ನ ನಿಷ್ಠೆಯಿಂದ ನಾನು ಪ್ರಸನ್ನನಾಗಿದ್ದೇನೆ. ಕಾಳಿಕಾವಾಟಿಕೆಯಲ್ಲಿ ನಿನ್ನ ತಾಯಿ ನಿನ್ನನ್ನು ವೃತ್ತಿಪರವಾಗಿ ಸಿದ್ಧಪಡಿಸಿದ್ದಾಳೆ, ನನಗೆ ಗೊತ್ತು. ನಿನಗೆ ಆ ಸ್ಥಳದ ಒಳಹೊರಗು ಚೆನ್ನಾಗಿ ಗೊತ್ತು. ಈ ಕಾರ್ಯದಲ್ಲಿ ನಿನಗಿಂತ ಉತ್ತಮರು ಯಾರಿದ್ದಾರೆ ನನ್ನ ಜೊತೆಗೆ ಬರಲು? ನಾವಿಬ್ಬರೂ ಸೇರಿ ದೇಶಸೇವೆ ಮಾಡೋಣಾ, ದೇಶಭಕ್ತೇ" ಎಂದು ಕಳ್ಳನಗೆ ನಕ್ಕ.

ಯಾರು ಹೇಳಿದರು ನನಗೆ ಹಾಸ್ಯಪ್ರಜ್ಞೆ ಇಲ್ಲವೆಂದು ಎಂದು ತನ್ನ ವಿನೋದಕ್ಕೆ ತಾನೇ ನಕ್ಕ. ಬೃಹನ್ನಳಳ ಮುಖದ ಮೇಲೆ ಇದ್ದ ಭಯವನ್ನು ಕಂಡು ಮನಸಾರ ಆನಂದಿಸಿದ.

ಅಧ್ಯಾಯ ಹದಿನಾರು

ಶಿವಗಾಮಿ

ಉತ್ತಂಗನನ್ನು ಅನಾಥಾಲಯಕ್ಕೆ ಮರಳಿ ಕರೆತಂದು ಉಗ್ರಾಣಕ್ಕೆ ಹೊತ್ತೊಯ್ಯಲಾಯಿತು. ಒಣಮೆಣಸಿನಕಾಯಿ, ಮೆಣಸು ಮತ್ತು ಶುಂಠಿಯನ್ನು ತುಂಬಿಟ್ಟಿದ್ದ ಚೀಲಗಳನ್ನು ಪಕ್ಕಕ್ಕೆ ಸರಿಸಲಾಯಿತು. ಅಕ್ಕಿಯ ಮೂಟೆಗಳನ್ನು ಮತ್ತೊಂದು ಮೂಲೆಯಲ್ಲಿ ಪೇರಿಸ ಲಾಯಿತು. ಹಣ್ಣಾಗಲೆಂದು ನೇತುಹಾಕಿದ್ದ ಬಾಳೆ ಗೊನೆಗಳನ್ನು ಹೊರಗೆ ಪಡಸಾಲೆಯಲ್ಲಿ ತೂಗುಹಾಕಲಾಯಿತು. ನೆಲವನ್ನು ಸ್ವಚ್ಛ ಗೊಳಿಸಿ ಜಾಗಮಾಡಲಾಯಿತು. ಕೆಲವು ಇಲಿಗಳನ್ನು ಚಚ್ಚಿ ಕೊಲ್ಲ ಲಾಯಿತು ಮತ್ತು ಕೆಲವು ಜೇಡಗಳು ಯಮಲೋಕಕ್ಕೆ ತೆರಳಿದವು. ಮುರಿದ ಕಾಲಿನ ಮಂಚವೊಂದನ್ನು ತಕ್ಷಣ ಸರಿಪಡಿಸಿ ಉಗ್ರಾಣದ ಮೂಲೆಯಲ್ಲಿ ಹಾಕಲಾಯಿತು.

ಹುಡುಗನನ್ನು ಅಪಾರ ಕೂಗಾಟ ಚೀರಾಟದ ಸಹಿತ ಎತ್ತಿ ಕೊಂಡು ಬಂದು ಮಂಚದ ಮೇಲೆ ಹಾಕಿದ್ದ ಒರಟು ಚೀಲಗಳ ಮೇಲೆ ಮಲಗಿಸಲಾಯಿತು. ಯಾರೋ ಕೆಲವು ಹಳೆಯ ಗೋಣಿ ಗಳನ್ನು ತಂದು ಸುತ್ತಿ ಅದರ ದಿಂಬು ಮಾಡಿಟ್ಟರು. ಅದರ ಮೇಲೆ

ಉತ್ತಂಗನ ಹೊಯ್ದಾಡುವ ತಲೆಯನ್ನು ಇಟ್ಟರು. ಅವನ ಕೈಕಾಲುಗಳನ್ನು ಒಳಸರಿಸಿ ರೇವಮ್ಮನ ಹಳೆಯ ಸೀರೆಯೊಂದನ್ನು ತುಂಡುಮಾಡಿ ಹೊದಿಸಲಾಯಿತು.

ಶಿವಗಾಮಿ ಒಂದು ಕಂಭದ ಮರೆಯಲ್ಲಿ ಆದಷ್ಟು ಕಾಣಿಸದಂತೆ ನಿಂತು ಎಲ್ಲವನ್ನು ನೋಡಿದಳು. ಹುಡುಗನ ಸುತ್ತ ಇದ್ದ ಗುಂಪು ಸ್ವಲ್ಪ ಆಚೀಚೆಯಾಗಿ ಅವನು ಕಾಣಿಸಿದಾಗಲೆಲ್ಲ ಅವಳು ತನ್ನ ಉಗುರು ಕಡಿಯುತ್ತಾ, *ಅಯ್ಯೋ ದೇವರೇ ಏನು ಮಾಡಿದೆ ಏನು ಮಾಡಿದೆ* ಎಂದು ಪದೇ ಪದೇ ಹೇಳಿ ಕೊಳ್ಳುತ್ತಿದ್ದಳು. ಜೋರಾಗಿ ಅಳಬೇಕೆನ್ನಿಸಿತು ಆದರೆ ಅವಳಿಗೆ ಅಳಲಾಗಲಿಲ್ಲ.

"ಸಧ್ಯ, ಅವನು ಸತ್ತಿಲ್ಲ"

ಶಿವಗಾಮಿ ತನ್ನ ಕಿವಿಯ ಹಿಂದೆ ಕೇಳಿ ಬಂದ ಮಾತಿಗೆ ಬೆಚ್ಚಿಬಿದ್ದಳು.

"ಕಾಮಾಕ್ಷಿ!" ಎಂದು ಉದ್ಗರಿಸಿ ಎದೆಯ ಮೇಲೆ ಕೈಯಿಟ್ಟುಕೊಂಡಳು. ಅವಳ ಕಣ್ಣುಗಳು ತುಂಬಿ ಬಂದು ಕಂಭಕ್ಕೆ ತಲೆ ಆನಿಸಿದಳು. "ನಾನು ಸಾಯಬೇಕು, ನಾನೇನು ಮಾಡಿದೆ!" ಎಂದು ಅತ್ತಳು. ಅವಳ ಗೆಳತಿ ಅವಳನ್ನು ಎದೆಗಪ್ಪಿ ಕೊಂಡಳು. ಶಿವಗಾಮಿ ಅಳತೊಡಗಿದಳು. ಅವಳಿಗೆ ದಿಗ್ಭ್ರಮೆಯಾಗಿತ್ತು. ಕಾಮಾಕ್ಷಿಯ ಮೃದುವಾದ ಮಾತಾಗಲಿ, ಸಮಾಧಾನಪಡಿಸುತ್ತಾ ಬೆನ್ನು ತಟ್ಟಿದ ಕೈಗಳಾಗಲಿ ಶಿವಗಾಮಿಗೆ ನೆರವಾಗಲಿಲ್ಲ.

"ಈಗ ನಿನಗೆ ಸಂತೋಷವಾಯಿತೇನೆ ಬೇವರ್ಸಿ!" ತೊಂಡಕ ಬೆನ್ನ ಮೇಲೆ ಕೈಕಟ್ಟಿಕೊಂಡು ನಿಂತಿದ್ದ. ಅವನ ಹಿಂದೆ ಮೂವರು ಹುಡುಗರಿದ್ದರು. ಅವರ ಕಣ್ಣುಗಳಲ್ಲಿ ದ್ವೇಷ ತುಂಬಿ ತುಳುಕುತ್ತಿತ್ತು.

"ತೊಂಡಕ, ಹಗರಣ ಮಾಡಬೇಡಾ" ಕಾಮಾಕ್ಷಿ ಅವನಿಗೆ ಎಚ್ಚರಿಕೆ ಕೊಟ್ಟಳು. ಅವನು ಅವಳನ್ನು ಪಕ್ಕಕ್ಕೆ ತಳ್ಳಿ ಶಿವಗಾಮಿಯತ್ತ ನುಗ್ಗಿದ. ಕ್ಷಣಾರ್ಧದಲ್ಲಿ ಒಂದು ಚಾಕು ಅವಳ ಮುಖದೆಡೆಗೆ ಬಂತು. ಕಣ್ಣು ಮಿಟುಕುವಷ್ಟರಲ್ಲಿ ಅವಳು ಪಕ್ಕಕ್ಕೆ ತಿರುಗಿಲ್ಲ ದಿದ್ದಲ್ಲಿ ಅದು ಅವಳ ಮೂಗು ಕತ್ತರಿಸುತ್ತಿತ್ತು. ಕಾಮಾಕ್ಷಿ ಜೋರಾಗಿ ಕೂಗುತ್ತಿದ್ದಳು, ರೇವಮ್ಮಾ ಅಥವಾ ಯಾರಾದರು ಬನ್ನಿ ಎಂದು ಬಡಕೊಳ್ಳುತ್ತಿದ್ದಳು.

ಉಳಿದ ಮೂರು ಹುಡುಗರು ಕೋಲು ಮತ್ತು ಕಬ್ಬಿಣದ ಒನಕೆ ಎತ್ತಿಕೊಂಡು ಅವಳತ್ತ ಧಾವಿಸುತ್ತಿದ್ದುದನ್ನು ಶಿವಗಾಮಿ ನೋಡಿದಳು. ಮತ್ತೆ ಕತ್ತಿ ಬಂದಾಗ ಅವಳು ಚಕ್ಕನೆ ಬಗ್ಗಿ ತೊಂಡಕನನ್ನು ತಳ್ಳಿದಳು. ಅದು ಅಡಿಗೆಮನೆಯ ಕತ್ತಿಯಾಗಿತ್ತು. ಅದರಿಂದ ಇರಿಯುವುದು ಸಾಧ್ಯವಾಗುತ್ತಿರಲಿಲ್ಲ. ಬರಿ ಸೀಳು ಗಾಯ ಮಾಡಬಹುದಿತ್ತು. ಅವಳು ಅಪಾಯದ ತೀವ್ರತೆಯನ್ನು ಅಂದಾಜು ಮಾಡುತ್ತಿದ್ದಾಗ ಒಬ್ಬ ಹುಡುಗ ಕಾಮಾಕ್ಷಿಯ ಎಡಗಣ್ಣಿಗೆ ಗುದ್ದಿ ಅವಳು ನೆಲಕ್ಕೆ ಬಿದ್ದುದನ್ನು ನೋಡಿದಳು. ಅದರಿಂದ ಅವಳು ಅತಿ ಕೋಪಗೊಂಡಳು.

"ನಾನೇನೂ ಮಾಡಲಿಲ್ಲ, ನಾನೇನೂ ಮಾಡಲಿಲ್ಲ, ಬೇವರ್ಸಿಗಳಾ!" ಎಂದು ಅರಚಿದಳು. ಕತ್ತಿ ಮತ್ತೆ ಬೀಸಿ ಬಂದಾಗ ಅವಳು ಅದನ್ನು ಕೈಲಿ ಹಿಡಿದಳು. ಅದರ ಚೂಪಾದ ಮೊನೆ ಅವಳ ಬೆರಳುಗಳನ್ನು ಕತ್ತರಿಸಿದರೂ ಅವಳಿಗೆ ಅದರ ಪರಿವೆ ಇರಲಿಲ್ಲ. ಬಿಸಿ ರಕ್ತ ಅವಳ ಮೊಣಕೈವರೆಗೆ ತೊಟ್ಟಿಕ್ಕುತ್ತಿದ್ದುದು ಅರಿವಾಗುತ್ತಿತ್ತು.

ಅವಳ ಬಲಭುಜದಲ್ಲಿ ತೀಕ್ಷ್ಣವಾದ ನೋವು ಎದ್ದಿತು. ಒಬ್ಬ ಹುಡುಗ ಅವಳಿಗೆ ಮತ್ತೆ ಹೊಡೆಯಲು ಕೋಲು ಎತ್ತುತ್ತಿದ್ದ. ಅವಳು ಕಾಲೆತ್ತಿ ಅವನ ಕಾಲುಗಳ ನಡುವೆ ಗುರಿಯಿಟ್ಟು ಒದ್ದಳು. ಅವನು ತನ್ನ ತೊಡೆಸಂದನ್ನು ಬಲವಾಗಿ ಹಿಡಿದುಕೊಂಡು ಮಂಡಿಯ ಮೇಲೆ ಬಿದ್ದ.

ಅವಳ ತಲೆಗೆ ಗುರಿಯಾಗಿ ಒನಕೆಯೊಂದು ವೇಗವಾಗಿ ಬರುತ್ತಿತ್ತು. ಅವಳು ಆ ಹುಡುಗನ ಮಂಡಿಗೆ ಬಲವಾಗಿ ಒದ್ದು ಬೀಳಿಸಿದಳು. ಒನಕೆ ಗೋಡೆಗೆ ಬಡಿದು ಸುಣ್ಣ ಗಾರೆ ಇಟ್ಟಿಗೆಯ ಚೂರುಗಳು ಅವಳನ್ನು ಆವರಿಸಿತು. ಅವಳ ಎದೆಗೂಡಿನ ಕೆಳಗೆ ಒಂದು ಮುಷ್ಠಿ ಗುದ್ದಿ ಕ್ಷಣಕಾಲ ಅವಳ ಉಸಿರು ಬಿಗಿಯಿತು.

ಜಾಗ, ಜಾಗ ಬೇಕು, ಉಸಿರಾಡಲು ಯತ್ನಿಸುತ್ತಾ ಅವಳು ತನಗೆ ತಾನೇ ಹೇಳಿಕೊಂಡಳು. ಅವಳ ಹೊಟ್ಟೆಗೆ ಬಿದ್ದ ಒಂದು ಒದೆತ ಅವಳ ಹಿಡಿತವನ್ನು ಸಡಿಲಿಸಿತು. ಅವಳ ಅಂಗೈಯನ್ನು ಸೀಳುತ್ತಾ ಕತ್ತಿ ಕೆಳಕ್ಕೆ ಬಿತ್ತು. ಹೊಸ ಗಾಯದಿಂದ ರಕ್ತ ಚಿಲ್ಲನೆ ಸೋರಿತು.

ತೊಂಡಕನ ಎತ್ತಿದ ಕೈಯಲ್ಲಿ ಕತ್ತಿ ಮಿಂಚಿದ್ದು ಕಾಣಿಸಿತು. ಹಠಾತ್ ಶಕ್ತಿಯನ್ನು ಒಟ್ಟುಗೂಡಿಸಿಕೊಂಡು ಅವನ ಕೈಯನ್ನು ಹಿಡಿದು ತನ್ನ ಹೆಗಲ ಮೇಲೆ ಅವನನ್ನು ಅನಾಮತ್ತಾಗಿ ಎತ್ತಿ ಒಗೆದಳು. ತೊಂಡಕ ತನ್ನ ಗೆಳೆಯರ ಮೇಲೆ ಹೋಗಿ ಬಿದ್ದ. ಅಷ್ಟರಲ್ಲಿ ಅವಳಿಗೆ ಮೂಲೆಯಿಂದ ಪಾರಾಗುವ ಸಮಯ ಸಿಕ್ಕಿತು. ಅವಳು ಅವರ ಮೇಲೆ ಹಾರಿ ಕಾಮಾಕ್ಷಿಯ ಕೈ ಹಿಡಿದು ಎಬ್ಬಿಸಿ ಎಳೆದುಕೊಂಡು ಓಡಿದಳು. ಅವರು ಅವಳ ಹಿಂದೆಯೇ ಓಡಿ ಬರುತ್ತಿರುವುದು ಕೇಳಿಸಿತು. ಪಡಸಾಲೆಯಲ್ಲಿ ಮಕ್ಕಳು ಕೂಗುತ್ತಿದ್ದಂತೆಯೇ ಅವರಿಬ್ಬರೂ ಓಡಿದರು. ಎಲ್ಲರೂ ಅವಳ ರಕ್ತಕ್ಕಾಗಿ ಕೂಗುತ್ತಿದ್ದರು. ಅವಳಿಗೆ ಅದರ ಪರಿವೆ ಇರಲಿಲ್ಲ. ತೊಂಡಕ ಅವರನ್ನು ಅಟ್ಟಿಸಿಕೊಂಡು ಬರುತ್ತಿದ್ದ ಮತ್ತು ಅವನ ಕೈಯಲ್ಲಿಯ ಕತ್ತಿ ಝುಳಪಿಸುತ್ತಿತ್ತು.

ಅನಿರೀಕ್ಷಿತವಾದದ್ದನ್ನು ಮಾಡು – ತಿಮ್ಮ ಚಿಕ್ಕಪ್ಪ ಹೇಳುತ್ತಿದ್ದ ಮಾತು. ಅವಳ ತರಬೇತಿಯಲ್ಲಿ ಅವರು ಪದೇ ಪದೇ ಹೇಳುತ್ತಿದ್ದ ಮಾತು ಅವಳಿಗೆ ನೆನಪಾಯಿತು.

ತೊಂಡಕ ಅವಳನ್ನು ಸಮೀಪಿಸುವಂತೆ ಅವಳು ಗತಿ ನಿಧಾನ ಮಾಡಿದಳು. ಏದುಸಿರು ಬಿಡುತ್ತಾ ಅವಳು ಒಂದು ಕಂಭವನ್ನು ಆತು ನಿಂತಳು. ತೊಂಡಕ ಮತ್ತು ಅವನ ಗೆಳೆಯರು ಹತ್ತಿರವಾಗುತ್ತಿದ್ದಂತೆ ಕಾಮಾಕ್ಷಿ ನಡುಗಿ ಕಿರುಚಿದಳು.

167

ಅವರು ಬಂದಿದ್ದು ಕೇಳಿಸಲೇ ಇಲ್ಲವೇನೋ ಎನ್ನುವಂತೆ ಶಿವಗಾಮಿ ನಿಂತಳು. ನಿರೀಕ್ಷೆಯಂತೆ ಅವನು ಕತ್ತಿ ಮೇಲೆತ್ತಿ ಝಳಪಿಸುತ್ತಾ ಬಂದ. ಕೊನೆ ಗಳಿಗೆಯಲ್ಲಿ ಅವಳು ಹಠಾತ್ತನೆ ಬಾಗಿ, ತಿರುಗಿ ಅವನ ನಡುವನ್ನು ಹಿಡಿದು ತನ್ನೆಲ್ಲ ಶಕ್ತಿ ಬಿಟ್ಟು ಅವನ ವೇಗವನ್ನೇ ಬಳಸಿಕೊಂಡು ತಳ್ಳಿ ಕಂಭಕ್ಕೆ ಅವನನ್ನು ಅಪ್ಪಳಿಸಿದಳು.

ಕಲ್ಲು ಕಂಭಕ್ಕೆ ತೊಂಡಕನ ಮುಖ ಅಪ್ಪಳಿಸಿ ಅವನ ಮುಂದೆ ಚಾಚಿಕೊಂಡಿದ್ದ ಹಲ್ಲುಗಳು ಪಟಪಟನೆ ಮುರಿದವು. ಅವನ ಕೈಯಲ್ಲಿದ್ದ ಕತ್ತಿ ಜಾರಿ ಕಳಕ್ಕನೆ ನೆಲಕ್ಕೆ ಬಿತ್ತು. ಅವನು ಕೈಕಾಲು ಕುಸಿದು ನೆಲಕ್ಕೆ ಶರಣಾದ. ಕತ್ತರಿಸಿದ ತುಟಿ ಮತ್ತು ಮುರಿದ ಮೂಗಿನಿಂದ ರಕ್ತ ಧಾರಾಳವಾಗಿ ನೆಲಕ್ಕೆ ಸೋರತೊಡಗಿತು. ಅವನು ಮೂರ್ಛೆ ಬಂದವನಂತೆ ನಿಶ್ಚಲನಾದ. ಶಿವಗಾಮಿ ತನ್ನ ಮಂಡಿಯಿಂದ ಅವನ ಎದೆಗೂಡಿಗೆ ಗುದ್ದಿದಳು. ಅವನು ಪಕ್ಕಕ್ಕೆ ಹೊರಳಿ ಬಿದ್ದ. ಇತರ ಹುಡುಗರು ಹಿಂಜರಿದರು. ಅವಳು ನೆಲದಲ್ಲಿ ಬಿದ್ದಿದ್ದ ಕತ್ತಿಯನ್ನು ಎತ್ತಿಕೊಂಡು ಅವರ ಕಡೆಗೆ ತೋರಿದಳು. ಎಲ್ಲರು ಹಿಮ್ಮೆಟ್ಟಿದರು. ಅವಳು ಕಾಮಾಕ್ಷಿಯ ಕೈ ಹಿಡಿದು ಅವರತ್ತಲೇ ನಡೆದಳು. ಅವಳಿಂದ ತೊಡೆಸಂದಿಗೆ ಪೆಟ್ಟು ತಿಂದಿದ್ದ ಹುಡುಗ ತನ್ನ ದೊಣ್ಣೆಯಿಂದ ಅವಳಿಗೆ ಹೊಡೆಯಲು ಯತ್ನಿಸಿದ. ಅವಳು ಅವನತ್ತ ನೋಡದೆಯೇ ಕತ್ತಿ ಬೀಸಿದಳು. ಅವನು ರಕ್ತ ಸೋರುತ್ತಿದ್ದ ಮಣಿಕಟ್ಟನ್ನು ಹಿಡಿದು ಕೂಗುತ್ತ ನೆಲಕ್ಕೆ ಬಿದ್ದ. ಇನ್ನಿಬ್ಬರು ಓಡಿಹೋದರು.

ಆಘಾತಕ್ಕೊಳಗಾದ ಹುಡುಗ ಹುಡುಗಿಯರ ಸಾಲುಸಾಲನ್ನು ದಾಟಿಕೊಂಡು ಅವಳು ನಡೆದಳು. ರೇವಮ್ಮ ದೇಶದ್ರೋಹಿಯ ಮಗಳು ತನ್ನ ಹುಡುಗರನ್ನು ಸಾಯಿಸಿದ್ದಾಳೆಂದು ಬಾಯಿ ಬಾಯಿ ಬಡಿದುಕೊಳ್ಳುತ್ತಿದ್ದಳು. ಶಿವಗಾಮಿ ಅವಳತ್ತ ತಿರುಗಿಯೂ ನೋಡದೆ ನಡೆದಳು.

"ರಾಕ್ಷಸಿ... ಯಕ್ಷಿ, ಇಲ್ಲದಿದ್ದರೆ ಅವಳು ನನ್ನನ್ನು ಹೇಗೆ ಸೋಲಿಸಲು ಸಾಧ್ಯ? ಈ ಮಾಟಗಾತಿಯಿಂದ ದೇವರೇ ನಮ್ಮನ್ನು ಕಾಪಾಡಬೇಕು" ಎಂದು ತೊಂಡಕ ಅಳುತ್ತಾ ಹೇಳುತ್ತಿದ್ದುದು ಅವಳಿಗೆ ಕೇಳಿಸಿತು. ಅಷ್ಟರಲ್ಲೇ ಎಲ್ಲರೂ ಕೋಪದಲ್ಲಿ 'ರಾಕ್ಷಸಿ' 'ಯಕ್ಷಿ' ಎಂದು ಒಟ್ಟಾಗಿ ಕೂಗತೊಡಗಿದರು. ಅವಳು ಹಿಮ್ಮಡಿಯ ಮೇಲೆ ಸರ್ರನೆ ತಿರುಗಿ ಕೈಯಲ್ಲಿದ್ದ ಕತ್ತಿಯನ್ನು ತೊಂಡಕನ ಕಡೆಗೆ ಎಸೆದಳು. ಅದು ತೊಂಡಕನ ಕತ್ತನ್ನು ಸವರಿಕೊಂಡು, ಕಂಭವನ್ನು ದಾಟಿಕೊಂಡು ಗೋಡೆಯಲ್ಲಿ ಕಚ್ಚಿಕೊಂಡಿತು. ಅದರ ಲೋಹದ ಹಿಡಿಕೆಯ ಕಂಪನದ ಸದ್ದು, ಆವರಿಸಿದ ಮೌನದಲ್ಲಿ ಸ್ಪಷ್ಟವಾಗಿ ಕೇಳಿಸಿತು.

ಶಿವಗಾಮಿ ಕಾಮಾಕ್ಷಿಯೊಡನೆ ಉಗ್ರಾಣಕ್ಕೆ ಹೋಗಿ ಬಾಗಿಲು ಮುಚ್ಚಿದಳು. ಮಂಡಿ ಮೇಲೆ ಕುಕ್ಕರಿಸಿ ಬೊಗಸೆಯಲ್ಲಿ ಮುಖ ಹುದುಗಿಸಿದಳು. ಅವಳ ಲಂಗ ರಕ್ತದಿಂದ ಒದ್ದೆಯಾಗಿತ್ತು. ಪ್ರತಿಯೊಂದು ಉಸಿರೆಳೆಯುವಾಗಲು ಅವಳ ಎದೆ

ಉರಿಯುತ್ತಿತ್ತು. ಸುತ್ತ ಪೇರಿಸಿದ್ದ ಮೆಣಸಿನಕಾಯಿ ಮತ್ತು ಮೆಣಸಿನ ಘಾಟಿನಿಂದ ಇನ್ನಷ್ಟು ಕಷ್ಟವಾಗುತ್ತಿತ್ತು. ಕಾಮಾಕ್ಷಿ ಅವಳ ಅಂಗೈಯಿಂದ ಸೋರುತ್ತಿದ್ದ ರಕ್ತವನ್ನು ನಿಲ್ಲಿಸಲು ಏನಾದರೂ ಸಿಗುವುದೇ ಎಂದು ತಡಕಾಡಿದಳು. ಉತ್ತಂಗ ಪ್ರಜ್ಞೆ ತಪ್ಪಿ ಮಲಗಿದ್ದ ಮಂಚದ ಪಕ್ಕಕ್ಕೆ ಶಿವಗಾಮಿ ತೆವಳಿಕೊಂಡು ಹೋದಳು.

ಕಾಮಾಕ್ಷಿ ಅವಳ ಅಂಗೈಗೆ ಅರಿಶಿನದ ಪುಡಿ ಹಚ್ಚುತ್ತಿದ್ದಾಗ ಶಿವಗಾಮಿ ಮೌನವಾಗಿ ಹುಡುಗನ ನಿಶ್ಚಲ ಮುಖವನ್ನೇ ದಿಟ್ಟಿಸಿದಳು. ಉತ್ತಂಗನ ಮುಖದಿಂದ ದೃಷ್ಟಿ ಕೀಳದೆ ತದೇಕಚಿತ್ತಳಾಗಿ ಪ್ರತಿಮೆಯಂತೆ ಕೂತಳು. ಕಾಮಾಕ್ಷಿ ಅವಳ ಕಂಚುಕವನ್ನು ಕಳಚಿ ಬಲಸ್ತನದ ಕೆಳಗೆ ಆದ ಗಾಯವನ್ನು ಪರೀಕ್ಷಿಸಿದಾಗಲೂ ಅವಳು ಪ್ರತಿಕ್ರಿಯಿಸಲಿಲ್ಲ. ಅವಳ ಸ್ತನದ ಕೆಳಗೆ ನಿಂಬೆ ಗಾತ್ರದಷ್ಟು ದೊಡ್ಡ ಗಾಯದ ಮೇಲೆ ರಕ್ತ ಹೆಪ್ಪುಗಟ್ಟಿತ್ತು.

ಕಾಮಾಕ್ಷಿ ಅವಳ ಎದೆಗೂಡನ್ನು ಒತ್ತಿ "ನೋವಾಗುತ್ತಿದೆಯೇ?" ಎಂದು ಕೇಳಿದಳು. ಶಿವಗಾಮಿ ಉತ್ತರಿಸಲಿಲ್ಲ.

"ಸಧ್ಯ, ಏನೂ ಮುರಿದಿಲ್ಲ" ಎನ್ನುತ್ತಾ ಕಾಮಾಕ್ಷಿ ಶಿವಗಾಮಿಯ ಮುಖ, ಬೆನ್ನು ಮತ್ತು ಎದೆಯ ರಕ್ತವನ್ನು ಒರೆಸಿದಳು. ಗಾಯದ ಮೇಲೆ ಅರಿಸಿನ ಲೇಪಿಸಿ ಮತ್ತೆ ಕಂಚುಕವನ್ನು ಕಟ್ಟಿದಳು.

ಶಿವಗಾಮಿ ಉತ್ತಂಗ ಮಲಗಿದ್ದ ಮಂಚಕ್ಕೆ ತಲೆ ಆನಿಸಿದಳು. ಅವಳ ಕಣ್ಣುಗಳಿಂದ ಕಣ್ಣೀರು ಹರಿಯತೊಡಗಿತು. ಅಳುವಿನಿಂದ ಅವಳ ದೇಹವೆಲ್ಲ ಅಲ್ಲಾಡಿತು. "ಕ್ಷಮಿಸು, ಕ್ಷಮಿಸು" ಅವಳು ಪಿಸುಗುಟ್ಟಿದಳು.

"ಅವನು ಸರಿಹೋಗುತ್ತಾನೆ. ನಾವು ಭರವಸೆ ಕಳೆದುಕೊಳ್ಳಬಾರದು. ನೀನೇನೂ ಮಾಡಲಿಲ್ಲ, ಶಿವಗಾಮಿ. ನೀನು ಪಶ್ಚಾತ್ತಾಪ ಪಡುವ ಕಾರಣವಿಲ್ಲ," ಎಂದಳು ಕಾಮಾಕ್ಷಿ. ಶಿವಗಾಮಿಯಿಂದ ಏನೂ ಪ್ರತಿಕ್ರಿಯೆ ಬರಲಿಲ್ಲ. ಕಾಮಾಕ್ಷಿ ನಿಟ್ಟುಸಿರು ಬಿಟ್ಟು ದೂರ ಸರಿದು ದೀಪದ ಬೆಳಕಿನಲ್ಲಿ ತನ್ನ ಕಣ್ಣು ಮುಟ್ಟಿ ನೋಡಿಕೊಂಡಳು. "ನಾನು ನೋಡಕ್ಕೆಷ್ಟು ಭಯಾನಕವಾಗಿ ಕಾಣಿಸುತ್ತಿದ್ದೀನಿ" ಎನ್ನುತ್ತಾ ಕಾಮಾಕ್ಷಿ ತನ್ನ ಕಪ್ಪು ಗಟ್ಟಿದ ಕಣ್ಣನ್ನು ಸವರಿಕೊಂಡಳು. "ಅವನನ್ನು ನಾನು ಸಾಯಿಸುತ್ತೇನೆ" ಎಂದಳು. ಅದಕ್ಕೂ ಶಿವಗಾಮಿ ಪ್ರತಿಕ್ರಿಯಿಸಲಿಲ್ಲ. ಕಾಮಾಕ್ಷಿ ಬಾಗಿ ಗೆಳತಿಯ ಭುಜ ಅದುಮಿದಳು. ಅವಳು ಮೌನವಾಗಿ ಅಳುತ್ತಿದುದ್ದನ್ನು ನೋಡಿ ತಲೆ ಅಲ್ಲಾಡಿಸಿದಳು.

"ನೀನು ತುಂಬಾ ಗಟ್ಟಿಗಿತ್ತಿ ಅಂದುಕೊಂಡಿದ್ದೆ" ಎಂದಳು. ಅದಕ್ಕೂ ಉತ್ತರಿಸದೆ ಶಿವಗಾಮಿ ಮೌನವ್ರತ ಮುಂದುವರಿಸಿದಾಗ ಕಾಮಾಕ್ಷಿ ಮಲಗಲು ಸಿದ್ಧತೆ ಮಾಡತೊಡಗಿದಳು.

* * *

ಶಿವಗಾಮಿಗೆ ಎಚ್ಚರವಾದಾಗ ಇನ್ನೂ ಕತ್ತಲಿತ್ತು. ಅವಳು ಯಾವಾಗ ನಿದ್ದೆಗೆ ಜಾರಿದ್ದಳೋ ಅವಳಿಗೆ ತಿಳಿಯಲಿಲ್ಲ. ಉತ್ತಂಗನ ಉಸಿರಾಟ ಬಿಟ್ಟರೆ ಕೋಣೆಯಲ್ಲಿ ಬೇರೆ ಸದ್ದಿರಲಿಲ್ಲ.

ಛಾವಣಿಯಲ್ಲಿದ್ದ ಸಣ್ಣ ತೂತಿನಿಂದ ಬೆಳುದಿಂಗಳು ಒಳಗೆ ತೂರಿಬರುತ್ತಿತ್ತು. ಯಾರೋ ಪಿಸುಗುಡುತ್ತಿರುವ ಸದ್ದು ಕೇಳಿಸಿತು ಅಥವಾ ಅದು ಗಾಳಿಗೆ ತರಗೆಲೆಗಳು ಮಾಡುತ್ತಿದ್ದ ಸದ್ದೋ? ಸ್ವಲ್ಪ ಲಕ್ಷ್ಯಗೊಟ್ಟು ಕೇಳಿಸಿಕೊಂಡಳು. ಯಾರೋ ಅಳುತ್ತಿದ್ದರು. "ಕಾಮಾಕ್ಷಿ?" ಎಂದು ಕರೆದಳು. ಆದರೆ ಪ್ರತಿಕ್ರಿಯೆ ಬರಲಿಲ್ಲ.

ನೋವು ತಡೆಯಲು ಹಲ್ಲುಕಚ್ಚಿ ಎದ್ದು ನಿಂತಳು. ಬಾಗಿಲಿನವರೆಗೆ ಕುಂಟುತ್ತಾ ನಡೆದು ಬಾಗಿಲು ತಳ್ಳಿದಳು. ಅದು ಕಿರುಗುಡುತ್ತಾ ತೆರೆದುಕೊಂಡು ಬರಿದಾದ ನಡುವಿನ ಅಂಗಳ ಕಾಣಿಸಿತು. ಮೋಡಗಳಿಲ್ಲದ ಆಕಾಶದಲ್ಲಿ ಬೆಳ್ಳಿಯ ಚಂದಿರ ಅನಿಶ್ಚಿತವಾಗಿ ತೂಗಾಡುತ್ತಿತ್ತು. ಯಾರೋ ಕೆಮ್ಮಿದರು. ಶಿವಗಾಮಿ ಸ್ಥಬ್ಧಳಾದಳು. ಮತ್ತೆ ಏನೂ ಚಲಿಸದಿದ್ದಾಗ ಜಗುಲಿಯಲ್ಲಿ ಕತ್ತಲ ನೆರಳಿನಲ್ಲಿ ಮೆಲ್ಲನೆ ನಡೆದು ಬಾಗಿಲು ತಲುಪಿದಳು.

ಮುಖ್ಯದ್ವಾರ ತೆರೆದುಕೊಂಡಿರುವುದು ನೋಡಿ ಅವಳಿಗೆ ಆಶ್ಚರ್ಯ ವಾಯಿತು. ಅದನ್ನು ಮೆಲ್ಲನೆ ತಳ್ಳಿ, ಅದರ ಸಣ್ಣ ಕಿರುಗುಡುಕುವಿಕೆಗೆ ಯಾರಾದರೂ ಏಳುತ್ತಾರೋ ಎಂದು ಕಾದಳು. ಏನೂ ಸಂಭವಿಸದಿದ್ದಾಗ ಹೊರಗೆ ಕಾಲಿಟ್ಟಳು. ಅವಳಿಗೆ ಗುರುತಾಗದ ಒಬ್ಬ ಹುಡುಗ ಉತ್ತಂಗನ ಜಾಗವನ್ನು ಆಕ್ರಮಿಸಿ ಮಲಗಿದ್ದ. ಅತ್ಯಂತ ಎಚ್ಚರಿಕೆಯಿಂದ ಅವನ ಮಲಗಿದ್ದ ದೇಹವನ್ನು ದಾಟಿಕೊಂಡು ಅವಳು ಅನಾಥಾಲಯದ ಹೊರಗೆ ಕಾಲಿಟ್ಟಳು.

ಶಿವಗಾಮಿ ತಿರುಗಿ ಅನಾಥಾಲಯದ ಕಟ್ಟಡವನ್ನು ನೋಡಿದಳು. ನೆರಳಿನಲ್ಲಿ, ಮಂದ ಬೆಳುದಿಂಗಳ ಬೆಳಕಿನಲ್ಲಿ ಅದು ಹಗಲಿನಲ್ಲಿ ಕಂಡುದಕ್ಕಿಂತ ಶೋಚನೀಯವಾಗಿ ಕಂಡಿತು.. ಅದು ಹೇಗೆ..... ನನಗೆ ಅವರು ಈ ರೀತಿ ಮಾಡಬಾರದಿತ್ತು.... ಅವರನ್ನು ನನ್ನ ತಂದೆಯಂತೆ ಕಾಣುತ್ತಿದ್ದೆನಲ್ಲಾ... ಅವಳು ತಿಮ್ಮನ ಬಗ್ಗೆ ಏರುತ್ತಿದ್ದ ದ್ವೇಷವನ್ನು ಅದುಮಿಡಲು ಯತ್ನಿಸಿದಳು.

ಎಲ್ಲಿಗಾದರೂ ಓಡಿಹೋದರೆ ಹೇಗೆ ಎಂದು ಚಿಂತಿಸಿದಳು. ಯಾರಾದರೂ ಕುಲೀನರ ಮನೆಯಲ್ಲಿ ಸೇವಕಿಯಾಗಿರಬಹುದು. ಅವಳಿಗೆ ಓದಲು ಬರೆಯಲು ಬರುತ್ತಿದ್ದುದರಿಂದ ಮಕ್ಕಳಿಗೆ ಪಾಠ ಹೇಳಿಕೊಡಬಹುದಿತ್ತು. ಈ ನರಕದಿಂದ ತಪ್ಪಿಸಿಕೊಂಡು ಹೋಗಲು ಯಾವುದಾದರೂ ಸರಿ. ತನ್ನ ಗಂಟನ್ನು ಕಂಡು ಹಿಡಿದು, ಅದರಲ್ಲಿ ತಂದೆಯ ಹಸ್ತಪ್ರತಿ ಇದೆಯೆಂದು ಖಚಿತಪಡಿಸಿಕೊಂಡು ನುಸುಳಿ ಕದ್ದು ಹೋಗಬಹುದು. ಅದೆಷ್ಟು ಸುಲಭ. ಅಲ್ಲದೆ ಯಾರಿಗೂ ಅದು

ತಿಳಿಯುವುದೂ ಇಲ್ಲ, ತಿಳಿದರೂ ತನ್ನ ಬಗ್ಗೆ ಚಿಂತೆ ಮಾಡುವುದಿಲ್ಲ ಎಂದುಕೊಂಡಳು.

ಅವಳ ಕಣ್ಣೆದುರಿಗೆ ಉತ್ತಂಗನ ಮೂರ್ಛೆ ತಪ್ಪಿದ ಮುಖ ತೇಲಿಬಂತು. ಶಿವಗಾಮಿಯ ಹೃದಯ ಭಾರವಾಯಿತು. ಇಲ್ಲ, ಅವನನ್ನು ಹಾಗೆ ಬಿಟ್ಟು ಹೋಗಬಾರದು. ಕಣ್ಣೊಳಗೆ ತುಂಬುತ್ತಿದ್ದ ನೀರನ್ನು ಅಂಗೈ ಹಿಂದಿನಿಂದ ಒರೆಸಿಕೊಂಡಳು.

ಮತ್ತೆ ಪಿಸುದನಿ. ಗಂಡಸಿನ ಧ್ವನಿ? ಅವಳು ಚುರುಕಾದಳು. ಇಡೀ ಬೀದಿಯಲ್ಲಿ ಒಂದು ನರಪಿಳ್ಳೆಯೂ ಕಾಣಿಸುತ್ತಿರಲಿಲ್ಲ. ಧ್ವನಿ ಕಟ್ಟಡದ ಪಕ್ಕದಿಂದ ಬರುತ್ತಿತ್ತು. ಧ್ವನಿ ಬಂದತ್ತ ಅವಳು ತುದಿಗಾಲಲ್ಲಿ ಮೆಲ್ಲನೆ ಹೆಜ್ಜೆಯಿಟ್ಟಳು. ಕಟ್ಟಡದ ನೆರಳಿನಲ್ಲಿ ಅವಿತುಕೊಂಡು ನಡೆಯುವಷ್ಟು ಎಚ್ಚರ ವಹಿಸಿದಳು. ದೊಡ್ಡದೊಂದು ಅಂಜೂರದ ಮರದ ಕೆಳಗೆ ಅವರು ಕಾಣಿಸಿದರು. ಒಬ್ಬಳು ಹೆಣ್ಣು ಮತ್ತೆ ಒಬ್ಬ ಗಂಡು ದೀರ್ಘ ಆಲಿಂಗನದಲ್ಲಿ ಮತ್ತರಾಗಿದ್ದರು. ಅವರ ಹಿಂದೆ ಪಾಳುಬಿದ್ದ ಕುದುರೆ ಲಾಯ ಕೆಲವು ಅಡಿಗಳಷ್ಟು ದೂರದಲ್ಲಿತ್ತು.

ಶಿವಗಾಮಿ ಮೆಲ್ಲನೆ ಅವರತ್ತ ಸಾಗಿದಳು. ಅವರ ಮಾತು ಕೇಳಿಸಿಕೊಳ್ಳುವಷ್ಟು ಹತ್ತಿರಕ್ಕೆ ಬಂದಳು. ಒಂದು ಪೊದೆಯ ಹಿಂದೆ ಬಚ್ಚಿಟ್ಟುಕೊಂಡಳು. ಕತ್ತಲೆಯಲ್ಲಿ ಅವರ ಆಕಾರ ಮಾತ್ರ ಕಣ್ಣಿಸುತ್ತಿತ್ತು. ಹತ್ತಿರದಿಂದ ನೋಡಿದರೆ ಅವರು ಯುವಜೋಡಿಗಳೆಂದು ಗೊತ್ತಾಗುತ್ತಿತ್ತು. ಪ್ರಾಯಶಃ ಅವಳ ವಯಸ್ಸೇ ಇರಬೇಕು.

ಹುಡುಗ ಹುಡುಗಿಯನ್ನು ಎಷ್ಟು ಉನ್ಮಾದದಲ್ಲಿ ಚುಂಬಿಸುತ್ತಿದ್ದ ಎಂದರೆ ಶಿವಗಾಮಿ ನಾಚಿಕೆಯಿಂದ ಕೆಂಪಾದಳು. ಹುಡುಗಿ ನಿರಾಕರಿಸುತ್ತಿದ್ದಳು, ಆದರೆ ಅವನ ಬೆನ್ನನ್ನು ಅವಳ ಕೈಗಳು ಆಕ್ರಮಿಸುತ್ತಿದ್ದ ರೀತಿ ನೋಡಿದರೆ ಅವಳೂ ಅಷ್ಟೇ ಉನ್ಮಾದದಲ್ಲಿದ್ದಳು ಎಂದು ಗೊತ್ತಾಗುತ್ತಿತ್ತು. ಹುಡುಗಿ ಅವನನ್ನು ತಳ್ಳಿ ಮರವನ್ನು ಒರಗಿ ನಿಂತು ಏದುಸಿರುಬಿಡತೊಡಗಿದಳು. ಮುಖದ ಮೇಲಿಂದ ಕೂದಲನ್ನು ಸರಿಸಿದಳು. ಕಾಮಾಕ್ಷಿ! ಅವಳೇನು ಮಾಡುತ್ತಿದ್ದಾಳೆ ಇಲ್ಲಿ? ಆ ಹುಡುಗ ಯಾರು?

“ದಯವಿಟ್ಟು, ಶಿವ, ದಯವಿಟ್ಟು ನನ್ನ ಮಾತು ಕೇಳು” ಕಾಮಾಕ್ಷಿ ಬೇಡುತ್ತಿದ್ದಳು.

“ನನಗೂ ಈ ಬದುಕು ಸಾಕಾಗಿ ಹೋಗಿದೆ, ಕಾಮಾ, ನಾನು ನಿನಗಾಗಿ ಬೇಗ ಬರುತ್ತೇನೆ, ನಾವಿಬ್ಬರೂ ದೂರ ಹೊರಟುಹೋಗೋಣಾ” ಹುಡುಗ ಉತ್ತರಿಸಿದ.

ಕಾಮಾಕ್ಷಿ ಮುಖ ತಿರುಗಿಸಿದಳು. “ನಾವು ಈಗಲೇ ಯಾಕೆ ಹೋಗಬಾರದು? ಇಲ್ಲಿರಲು ನನಗೆ ಹೆದರಿಕೆಯಾಗುತ್ತಿದೆ. ಆ ಖೋಜಾ ನನ್ನನ್ನು ಕೇಳಿಕೊಂಡು

ಆಗಾಗ ಬರುತ್ತಾನೇ ಇರುತ್ತಾಳೆ, ಇದುವರೆಗೂ ನನ್ನನ್ನು ಕಾಪಾಡಿರುವುದು ರೇವಮ್ಮನ ದುರಾಸೆ ಅಷ್ಟೇ"

ಖೋಜಾ? ಶಿವಗಾಮಿ ಯೋಚಿಸಿದಳು. ರೇವಮ್ಮನ ದುರಾಸೆ ಕಾಮಾಕ್ಷಿಯನ್ನು ಹೇಗೆ ಕಾಪಾಡುತ್ತಿದೆ?

"ಈಗ ಹೊಸಾ ಹುಡುಗಿಯೊಬ್ಬಳು ಬಂದಿದ್ದಾಳಲ್ಲಾ, ಬಹುಶಃ ಕೇಕಿ ಅವಳ ಕಡೆಗೆ ಕಣ್ಣು ಹೊರಳಿಸಬಹುದು. ಇನ್ನು ಕೆಲವೇ ದಿನಗಳು ಮಾತ್ರ, ಚಿನ್ನಾ"

"ಶಿವಗಾಮಿಗೆ ಏನಾದರೂ ಕೆಡುಕಾಗುವುದು ನನಗಿಷ್ಟವಿಲ್ಲ. ಅವಳು ನನ್ನ ಆಪ್ತ ಗೆಳತಿ, ಶಿವ"

"ನಮ್ಮ ರಕ್ಷಣೆಯ ಪ್ರಶ್ನೆ ಬಂದಾಗ ನಾವು ಸ್ವಲ್ಪ ಸ್ವಾರ್ಥಿಯಾಗಿರಬೇಕು, ಕಾಮಾ. ಕೇಕಿಯ ಜಾಲಕ್ಕೆ ನೀನು ಸಿಕ್ಕಿಹಾಕಿಕೊಳ್ಳುವುದಕ್ಕಿಂತ ಆ ಹೊಸ ಹುಡುಗಿ ಸಿಕ್ಕಿಬಿದ್ದರೆ ನನಗೆ ಒಳ್ಳೆಯದು."

"ನೀನು ಆ ಥರ ಮಾತಾಡುವುದು ನನಗೆ ಇಷ್ಟವಿಲ್ಲ." ಕಾಮಾಕ್ಷಿ ಅವನಿಂದ ಮುಖ ತಿರುವಿದಳು. ಅವನು ಅವಳ ಮುಖವನ್ನು ತನ್ನ ಬೊಸಗೆಯೊಳಗೆ ಹಿಡಿಯಲು ಯತ್ನಿಸಿದ.

ಅವರೇನು ಮಾತಾಡುತ್ತಿದ್ದಾರೆ? ಹಿಂದಿನ ಸಂಜೆ ಅವಳು ಅನಾಥಾಲಯಕ್ಕೆ ಬರುವಾಗ ತಡೆದ ಖೋಜಾಳೇ? ಹಠಾತ್ತನೆ ವಿಷಯ ಹೊಳೆದು ಅವಳ ಮೈ ಹಿಮಗಟ್ಟಿತು. ತಾನು ಮತ್ತು ಕಾಮಾಕ್ಷಿಗಿಂತ ದೊಡ್ಡವರು ಯಾವ ಹುಡುಗಿಯೂ ಅನಾಥಾಲಯದಲ್ಲಿ ಇರಲಿಲ್ಲ. ಶಿವಗಾಮಿ ಎರಡು ಎರಡು ಕೂಡಿಸಿ ತಾಳೆ ಮಾಡಿದಳು. ಅವಳು ಮತ್ತೆ ನೋಡಿದಾಗ ಹುಡುಗ ಕಾಮಾಕ್ಷಿಯನ್ನು ತನ್ನೆದೆಗೆ ಒತ್ತಿಕೊಂಡು ನಿಂತಿದ್ದ. ಅವಳ ಮುಖವನ್ನು ನೋಡುತ್ತಾ ನುಡಿದ "ಕಾಮಾ, ಕ್ಷಮಿಸು, ಇನ್ನು ಕೆಲವೇ ದಿನಗಳು, ಸ್ವಲ್ಪ ತಾಳ್ಮೆಯಿರಲಿ. ನಾವು ಏನೋ ದೊಡ್ಡದೊಂದನ್ನು ಯೋಜಿಸುತ್ತಿದ್ದೇವೆ. ಎಲ್ಲವೂ ಮೊದಲಿನಂತೆ ಇರುವುದಿಲ್ಲ – ಗುಲಾಮರೂ ಇರುವುದಿಲ್ಲ, ಅನಾಥರೂ ಇರುವುದಿಲ್ಲ. ರಾಜರು, ಕುಲೀನರ ಆಡಳಿತ ಎನ್ನುವುದು ಹಳೆಯ ಮಾತಾಗುತ್ತದೆ. ಎಲ್ಲರಿಗೂ ಸಮಾನ ಹಕ್ಕುಗಳಿರುತ್ತವೆ. ನಾವೆಲ್ಲರೂ ಸೇರಿ ನಮ್ಮನ್ನು ಯಾರು ಆಳಬೇಕು ಎಂದು ನಿರ್ಧರಿಸುತ್ತೇವೆ."

ಕಾಮಾಕ್ಷಿ ನಿಟ್ಟುಸಿರು ಬಿಟ್ಟಳು. "ನೀನು ಹೀಗೇ ಭ್ರಮೆಯಲ್ಲಿ ಮಾತಾಡುತ್ತೀಯಾ. ಜಗತ್ತಿನ ಎಲ್ಲೂ ಅಂತಹ ಸಂಗತಿಗಳು ನಡೆಯುವುದಿಲ್ಲ. ದೇವರು ಕೆಲವರನ್ನು ಕುಲೀನರನ್ನಾಗಿ, ಕೆಲವರನ್ನು ಪಾಮರರಾಗಿ..."

"ಇನ್ನು ಕೆಲವರನ್ನುವಂತೆ ನನ್ನಂತೆ ಗುಲಾಮರನ್ನಾಗಿ, ಪ್ರಾಣಿಗಳಿಗಿಂತ ತುಚ್ಛವಾಗಿ ನಡೆಸಿಕೊಳ್ಳುವಂತೆ ಮಾಡಿದ್ದಾನೆನ್ನುತ್ತೀಯಾ? ಅಲ್ಲವೇ ಕಾಮಾ?"

ಹುಡುಗನ ಧ್ವನಿಯಲ್ಲಿದ್ದ ತೀಕ್ಷ್ಣತೆಗೆ ಶಿವಗಾಮಿ ಬೆಚ್ಚಿದಳು.

"ನಾನು...ನಾನು ಹಾಗನ್ನಲಿಲ್ಲ ಶಿವಾ, ದಯವಿಟ್ಟು, ದಯವಿಟ್ಟು ನನ್ನ ಕಡೆ ನೋಡು"

ಕಾಮಾಕ್ಷಿ ಅವನ ಕೊರಳ ಸುತ್ತ ತನ್ನ ತೋಳು ಬಳಸಿ ಹಿಡಿದು ಅವನನ್ನು ಚುಂಬಿಸತೊಡಗಿದಳು. ಅವನು ಅವಳನ್ನು ತಡೆದು ದೂರ ತಳ್ಳಲು ಯತ್ನಿಸಿದ. ಅವಳು ಅವನನ್ನು ಇನ್ನಷ್ಟು ಗಟ್ಟಿಯಾಗಿ ಅಪ್ಪಿಕೊಂಡು, ಅವನೇನೋ ಹೇಳಲು ಯತ್ನಿಸಿದಾಗ ಅವನ ತುಟಿಗಳನ್ನು ಚುಂಬಿಸಿದಳು. ಅವನ ಬೆರಳುಗಳು ಅವಳದ ರೊಡನೆ ಹೊಸೆದುಕೊಂಡು ಅವನು ಅವಳನ್ನು ಮರಕ್ಕೆ ಆನಿಸಿ ಒತ್ತಿದ. ತನ್ನ ತುಟಿಯನ್ನು ಅವಳ ತುಟಿಯಿಂದ ಬೇರ್ಪಡಿಸದೆಯೇ ಅವನ ಕೈಗಳು ಅವಳ ಕಂಚುಕವನ್ನು ಬಿಡಿಸತೊಡಗಿದವು. ಅವನು ಅವಳ ಸ್ತನಗಳನ್ನು ಬೊಗಸೆಯಲ್ಲಿ ಹಿಡಿದ. ಅವಳು ಸುಖದ ಉನ್ಮಾದದಲ್ಲಿ ಮುಲುಗುಡುತ್ತಾ ಪಕ್ಕಕ್ಕೆ ತಿರುಗಿದಳು.

ಶಿವಗಾಮಿಯ ಮುಖ ಬಿಸಿಯೇರಿತು. ಅವಳಿಗೆ ತೀರಾ ಸಂಕೋಚ ವಾಯಿತು. ತನ್ನ ಕೋಣೆಗೆ ಹಿಂದಿರುಗಿ ಓಡಿಹೋಗಲು ಮನಸ್ಸು ಬಯಸಿತು. ಆದರೆ ಅವಳ ಕಾಲುಗಳು ಚಲಿಸಲೇ ಇಲ್ಲ. ಕಾಮಾಕ್ಷಿಯ ಕಂಚುಕ ತೆರೆದು ಅವಳ ಪ್ರೇಮಿ ಈಗ ಅವಳ ಎಡ ಮೊಲೆ ತೊಟ್ಟನ್ನು ಚೀಪತೊಡಗಿದ್ದ. ಅವಳ ಕೈಗಳು ಅವನ ಕೆದರಿದ ತಲೆಗೂದಲ ಜೊತೆ ಆಟವಾಡತೊಡಗಿದವು. ಅವಳು ಅವನನ್ನು ಮೇಲಕ್ಕೆ ಸೆಳೆದು ಅವನ ಬಾಯನ್ನು ಚುಂಬಿಸಿದಳು. ಅವನು ಅದನ್ನು ಸವಿದು ಮತ್ತೆ ಕೆಳಕ್ಕೆ ಜಾರಿ ಅವಳನ್ನು ಎಲ್ಲೆಡೆ ಚುಂಬಿಸತೊಡಗಿದ. ಅವಳ ಕೈಗಳು ಅವನ ಧೋತ್ರದ ಗಂಟು ಬಿಡಿಸತೊಡಗಿದವು.

ಹಠಾತ್ತನೆ ಅವನು ಅವಳಿಂದ ಬೇರ್ಪಟ್ಟು ದೂರ ಸರಿದ. ಕಾಮಾಕ್ಷಿ ಕಣ್ಣು ತೆರೆದಳು. ಶಿವನ ಹಠಾತ್ತನೆ ಬದಲಾದ ಧೋರಣೆ ನೋಡಿ ಶಿವಗಾಮಿಗೆ ಕುತೂಹಲವಾಯಿತು.

"ಏನಾಯಿತು ಶಿವಾ?" ಕಾಮಾಕ್ಷಿ ಕೇಳಿದ್ದು ಕೇಳಿಸಿತು. ಅವನು ಉತ್ತರಿಸಲಿಲ್ಲ.

"ಕೋಪವೇ?" ಕಾಮಾಕ್ಷಿ ಕೇಳಿದಳು.

"ಇಲ್ಲ, ನನ್ನ ಚಿನ್ನಾ, ನೀನು ಸದಾ ಶುದ್ಧವಾಗಿರಬೇಕು ಎಂದೇ ನನ್ನ ಆಸೆ" ಕಾಮಾಕ್ಷಿಯ ಕಂಚುಕವನ್ನು ಮರಳಿ ಕಟ್ಟುತ್ತಾ ಅವನು ನುಡಿದ.

"ನಾನು ಸದಾ ನಿನ್ನವಳೇ ಆಗಿದ್ದೇನೆ, ಆಗಿರುತ್ತೇನೆ" ಕಾಮಾಕ್ಷಿಯ ದನಿಯಲ್ಲಿ ಕಂಪನವಿತ್ತು.

"ಒಂದು ವೇಳೆ ನಾನು ಬದುಕಿ ಬರದಿದ್ದರೆ..."

ಅವಳು ತನ್ನ ಕೈಯಿಂದ ಅವನ ಬಾಯಿ ಮುಚ್ಚಿದಳು. "ನಿನಗೇನೂ ಆಗುವುದಿಲ್ಲ. ದೇವರು ನಿನ್ನನ್ನು ಕಾಪಾಡುತ್ತಾನೆ"

"ದೇವರು! ಹು!" ಅವಳ ಕೂದಲು ನೇವರಿಸುತ್ತಾ ಅವನು ಗುಟುರು ಹಾಕಿದ. "ನಮ್ಮ ಜನರನ್ನು ಸದಾ ಕಾಪಾಡಿದಂತೆ? ದೇವರಿಗೆ ನಮಗಾಗಿ ಕೊಡಲು ಸಮಯವಿಲ್ಲ, ಕಾಮಾ"

"ಶ್!!!... ಹಾಗೆ ಮಾತಾಡಬೇಡಾ" ಎಂದು ಅವಳು ಅವನನ್ನು ಮತ್ತೆ ಚುಂಬಿಸಿದಳು. ಈ ಬಾರಿ ಅವನು ಅವಳನ್ನು ಮೃದುವಾಗಿ ಚುಂಬಿಸಿದ. ಇಬ್ಬರೂ ಸ್ತಬ್ಧರಾಗಿ ನಿಂತರು, ತುಟಿಗೆ ತುಟಿ ಬಿಗಿದು, ಬೆರಳುಗಳು ಬಿಗಿದು, ಹೃದಯಗಳು ಒಂದೇ ಲಯದಲ್ಲಿ ಬಡಿಯುತ್ತಾ. ಕಾಮಾಕ್ಷಿಯ ಕೂದಲ ಜೊತೆ ತಂಗಾಳಿ ಆಟವಾಡಿತು. ಬೆಳುದಿಂಗಳಲ್ಲಿ ಅದು ಬೆಳ್ಳಿಯಂತೆ ಮಿಂಚಿತು. ಶಿವಗಾಮಿಯ ಕಣ್ಣುಗಳು ತುಂಬಿಬಂದವು. ಅವಳ ಬದುಕಿನಲ್ಲಿ ಕಂಡ ಅತ್ಯಂತ ಸುಂದರ ದೃಶ್ಯವಾಗಿತ್ತು ಅದು. ಅದು ಪ್ರಶಾಂತವಾಗಿತ್ತು, ದೈವೀಕವಾಗಿತ್ತು. ಒಂದು ಕ್ಷಣಕ್ಕೆ ಶಿವಗಾಮಿ ಪ್ರೇಮಿಯ ಆಲಿಂಗನದಲ್ಲಿದ್ದ ಹುಡುಗಿ ತಾನಾಗಿರಬಾರದೇ ಎಂದು ಬಯಸುವಷ್ಟು ಸುಂದರವಾಗಿತ್ತು. ಅವಳು ಮುಗುಳ್ನಗುತ್ತಾ ಪ್ರಿಯತಮನಿಗೊಂದು ಮುಖ ಕಲ್ಪಿಸಲು ಯತ್ನಿಸಿ ತಕ್ಷಣ ನಿಲ್ಲಿಸಿದಳು. ಇಲ್ಲ, ಆ ವ್ಯಕ್ತಿಯಂತೂ ಅಲ್ಲವೇ ಅಲ್ಲ. ತನ್ನ ತಂದೆಯನ್ನು ಕೊಂದ ಆ ಮಹಾರಾಜನ ಮಗನಂತೂ ಅಲ್ಲವೇ ಅಲ್ಲ. ಆ ಮೂರ್ಖ, ನಿಷ್ಪ್ರಯೋಜಕ, ಮೆಲುದನಿಯ ಮಹಾದೇವನಂತೂ ಅಲ್ಲ.

"ನನ್ನ ಅಣ್ಣನೂ ನಮ್ಮೊಡನೆ ಸೇರಿಕೊಂಡರೆ ಎಷ್ಟು ಚೆನ್ನಾಗಿರುತ್ತಿತ್ತು" ಶಿವಪ್ಪ ಹೇಳಿದ್ದು ಶಿವಗಾಮಿಗೆ ಕೇಳಿಸಿತು. ಅವನು ಕಾಮಾಕ್ಷಿಯ ಹೆಗಲ ಮೇಲೆ ಎರಡೂ ಕೈ ಇರಿಸಿ ಮಾತಾಡುತ್ತಿದ್ದ. ಅವಳು ಅವನ ಎದೆಯ ಮೇಲೆ ಬೆರಳುಗಳಿಂದ ಚಿತ್ರ ಮಾಡುತ್ತಿದ್ದಳು.

"ಅವನು ನಮ್ಮ ಬುಡಕಟ್ಟಿನ ಮುಖ್ಯಸ್ಥ. ಭರವಸೆಯ ವ್ಯಕ್ತಿ. ನಾನೊಂದು ಪೇಲವ ನಕಲು ಅಷ್ಟೇ. ಅವನ ಶಸ್ತ್ರ ವಿದ್ಯೆಯಲ್ಲಾಗಲಿ, ಬುದ್ಧಿವಂತಿಕೆಯಲ್ಲಾಗಲಿ ನಾನು ಅವನಿಗೆ ಸರಿಸಾಟಿಯಲ್ಲ. ನಾನು ಅವನನ್ನು ನಮ್ಮ ನಾಯಕರ ಹತ್ತಿರಕ್ಕೆ ಕರೆದುಕೊಂಡು ಹೋಗಬೇಕು. ಅವರು ನನ್ನ ಅಣ್ಣನನ್ನು ಒಪ್ಪಿಸಬಲ್ಲರು. ನಮಗೆ ಅವನ ಅಗತ್ಯವಿದೆ" ಶಿವಪ್ಪನ ಮಾತಿನಲ್ಲಿ ಕಾವಿತ್ತು.

"ಎಲ್ಲವೂ ಸರಿಹೋಗುತ್ತದೆ. ನೀನು ಗೆಲ್ಲುತ್ತೀಯಾ, ನಿನ್ನ ಕನಸುಗಳೆಲ್ಲ ನನಸಾಗುತ್ತವೆ. ನೀನು ಇದನ್ನು ಕೇವಲ ನಿನಗಾಗಿ ಮಾತ್ರ ಮಾಡುತ್ತಿಲ್ಲ, ಇತರರಿಗಾಗಿ ನೀನು ನಿನ್ನ ಜೀವವನ್ನು ಒತ್ತೆಯಿಡುತ್ತಿದ್ದೀಯಾ. ಯಾರು ನಿಸ್ವಾರ್ಥವಾಗಿ

ಕ್ರಿಯಾಶೀಲರಾಗಿರುತ್ತಾರೋ ಅವರನ್ನು ದೇವರು ಕೂಡಾ ಪ್ರೀತಿಸುತ್ತಾನೆ ಮತ್ತು ಕರುಣಿಸುತ್ತಾನೆ." ಅವನ ಕಣ್ಣುಗಳನ್ನೇ ನೋಡುತ್ತಾ ಕಾಮಾಕ್ಷಿ ನುಡಿದಳು.

"ಕಾಮಾ, ನನಗೆ ನಿನ್ನ ಪ್ರೀತಿ ಮಾತ್ರ ಬೇಕು. ನನ್ನನ್ನು ಜೀವಂತ ಇಟ್ಟಿರುವುದು, ನನಗೆ ಪ್ರೋತ್ಸಾಹ ಕೊಡುವುದು ಅದೊಂದೇ. ನಾನು ಹಿಂದಿರುಗಿ ಬರುತ್ತೇನೆ ಕಾಮಾ, ಅಷ್ಟು ಹೊತ್ತಿಗೆ ಎಲ್ಲಾ ಹೆಣ್ಣು ಗಂಡುಗಳು ಮುಕ್ತರಾಗಿರುತ್ತಾರೆ. ರಾಜ, ರಾಣಿ, ಕುಲೀನರು, ಮೇಲು ಕೀಳು ಜಾತಿಗಳು, ಗುಲಾಮರು ಯಾವುದೂ ಇರುವುದಿಲ್ಲ. ಅದೊಂದು ಸ್ವತಂತ್ರ ಜಗತ್ತಾಗಿದ್ದು ಭವ್ಯ ನಾಳೆ ತೆರೆದುಕೊಳ್ಳುತ್ತದೆ."

ಕಾಮಾಕ್ಷಿ ಮುಗುಳ್ನಕ್ಕಳು. "ವಿಧಿಯನ್ನು ಕೆಣಕಬೇಡಾ, ನೀನು ತುಂಬಾ ಕನಸು ಕಾಣುತ್ತೀಯಾ"

ಶಿವಪ್ಪ ನಕ್ಕ "ನಿರ್ಣಯಿಸು, ನಾನು ಕನಸು ಕಾಣಬೇಕೋ ಅಥವಾ ನಿಲ್ಲಿಸಬೇಕೋ?"

"ಕನಸು ಕಾಣು, ಆದರೆ ಸಣ್ಣ ಸಣ್ಣ ಕನಸು ಕಾಣು"

"ನದಿಯ ಪಕ್ಕ ಒಂದು ಪುಟ್ಟ ಮನೆ?"

"ಹೂಂ..."

"ಪಕ್ಕದಲ್ಲಿ ಸುಂದರಿ ಹುಡುಗಿ"

"ಹೂಂ..." ಕಾಮಾಕ್ಷಿ ನುಡಿದು ನಾಚಿಕೊಳ್ಳುತ್ತ ತಲೆ ತಿರುಗಿಸಿದಳು.

"ನನಗೆ ಇಷ್ಟ ಬಂದಾಗಲೆಲ್ಲ ಮುತ್ತು ಕೊಡಲು" ಶಿವಪ್ಪ ಅವಳ ಕೆನ್ನೆಯ ಮೇಲೆ ಮುತ್ತಿಟ್ಟ. "ಇಷ್ಟಬಂದಾಗಲೆಲ್ಲ.." ಅವಳ ತುಟಿ ಚುಂಬಿಸಲು ಅವಳ ಮುಖವನ್ನು ತಿರುಗಿಸಲು ಯತ್ನಿಸಿದ ಆದರೆ ಅವಳು ತಡೆದಳು. ಅವಳ ಬೆರಳುಗಳನ್ನು ಹಿಡಿದು ಅವನು ಎಣಿಸಿದ "ಒಂದು, ಎರಡು, ಮೂರೂ, ...ಹತ್ತು ಮಕ್ಕಳು, ಕಿರುಚುತ್ತಾ, ಜಗಳ ಮಾಡುತ್ತಾ ಆಟವಾಡಲು"

ಅವಳು ಅವನನ್ನು ದೂರ ತಳ್ಳಿದಳು "ಸಾಕು, ಇದೇನು ಸಣ್ಣ ಕನಸಲ್ಲ, ನಿನಗೆ ದುರಾಸೆ"

ಶಿವಗಾಮಿ ಇನ್ನೇನು ಜೋರಾಗಿಯೇ ನಕ್ಕುಬಿಡುವವಳಿದ್ದಳು. ರಾಜನಿಗೆ ಪ್ರತಿಯಾಗಿ ಬಂಡಾಯಗಾರರು ಇದ್ದಾರೆನ್ನುವುದು ತಿಳಿದು ಅವಳಿಗೆ ರೋಮಾಂಚನ ವಾಗಿತ್ತು. ಅವಳಿಗೆ ಆ ಕ್ಷಣ ಹೊರಕಾಣಿಸಿಕೊಂಡು ಕಾಮಾಕ್ಷಿ ಶಿವ ಎಂದು ಕರೆಯುವ ಹುಡುಗನ ಜೊತೆಗೂಡಬೇಕೆಂದು ಬಯಕೆಯಾಯಿತು. ಆದರೆ ತಿಮ್ಮ ಹೇಳಿಕೊಟ್ಟ ಪಾಠ ಎಚ್ಚರಿಕೆ ಮತ್ತು ತಾಳ್ಮೆ ಅವಳನ್ನು ನಿಂತ ಸ್ಥಾನದಲ್ಲೇ ನಿಲ್ಲುವಂತೆ ಮಾಡಿತು. ಇನ್ನೂ ವಿಷಯ ತಿಳಿದುಕೊಳ್ಳಬೇಕಿತ್ತು ಅವಳು. "ನಾನಿನ್ನು ಹೊರಡುವ ಸಮಯವಾಯಿತು ಕಾಮಾ" ಶಿವಪ್ಪ ಹೇಳಿದ.

"ಪ್ರತಿ ಉಸಿರು, ಪ್ರತಿ ಗಳಿಗೆ ನಾನು ನಿನಗಾಗಿ ಪ್ರಾರ್ಥಿಸುತ್ತಿರುತ್ತೇನೆ" ಎಂದಳು ಕಾಮಾಕ್ಷಿ. ಅವನು ಕೊನೆಯ ಬಾರಿಗೆ ಅವಳನ್ನು ಆಲಂಗಿಸಿದ. ಪೊದೆಗಳಲ್ಲಿ ಹಿಮ ಆವರಿಸಿಕೊಳ್ಳುತ್ತಿತ್ತು, ಮಂಜುಹನಿ ಎಲೆಗಳಿಂದ ಉದುರುತ್ತಿತ್ತು. ಶಿವಗಾಮಿ ನೋಡುತ್ತಿದ್ದಂತೇ ಅವನು ಕಾಮಾಕ್ಷಿಯ ಆಲಿಂಗನದಿಂದ ಬಿಡಿಸಿಕೊಂಡು, ಹನಿಗಣ್ಣಾಗಿ, ಸರಿದು ಪಾಳುಬಿದ್ದ ಲಾಯದ ನೆರಳಿನೊಡನೆ ಲೀನವಾದ. ಶಿವಪ್ಪ ಹೋದ ಕಡೆಗೆ ಕತ್ತಲನ್ನೇ ದಿಟ್ಟಿಸುತ್ತಾ ಕಾಮಾಕ್ಷಿ ನಿಂತಳು. ಅವಳ ಭುಜ ಭಾರದಲ್ಲಿ ಸೋತಿತು. ಮರಕ್ಕೆ ಆಸರೆಗಾಗಿ ಆತು ನಿಂತು ನಂತರ ಕುಸಿದಳು. ನಂತರ ಅಳತೊಡಗಿದಳು.

ಶಿವಗಾಮಿ ನಡೆದುಹೋಗಿ ಅಳುವ ಹುಡುಗಿಯ ಪಕ್ಕ ಕೂತಳು. ಗೆಳತಿಯನ್ನು ಹತ್ತಿರಕ್ಕೆ ಎಳೆದುಕೊಂಡು ಅಪ್ಪಿದಳು. ಕಾಮಾಕ್ಷಿಗೆ ಶಿವಗಾಮಿಯನ್ನು ನೋಡಿ ಆಶ್ಚರ್ಯವಾಯಿತು ಆದರೆ ಮಾತಾಡಲಿಲ್ಲ. ಅವಳು ಶಿವಗಾಮಿಯ ಹೆಗಲಲ್ಲಿ ತಲೆ ಹುದುಗಿಸಿ ಅತ್ತಳು.

ಶಿವಗಾಮಿ ಕಾಮಾಕ್ಷಿಯನ್ನು ಒಂದೇ ದಿನದ ಮಟ್ಟಿಗೆ ನೋಡಿದ್ದಳು. ಆದರೂ ಅವಳಿಗೆ ಕಾಮಾಕ್ಷಿಯನ್ನು ಎಂದಿನಿಂದಲೂ ಅರಿತಿರುವಂತೆ ಅನ್ನಿಸಿತು. ಒಂದೇ ಒಂದು ಮಾತೂ ಆಡಲಿಲ್ಲ, ಅದರ ಅಗತ್ಯವೂ ಇರಲಿಲ್ಲ. ಶಿವಗಾಮಿಗೆ ಅವಳ ನೋವು ಮತ್ತು ಬಯಕೆ ಅರ್ಥವಾಗಿತ್ತು. ದೂರದಲ್ಲಿ ಗೌರೀ ಪರ್ವತದ ಶಿಖರ ಮೋಡಗಳನ್ನು ಚುಚ್ಚುತ್ತಿತ್ತು. ಮುಂಜಾವಿನ ನಕ್ಷತ್ರ ಅವರನ್ನು ನೋಡಿ ನಗುತ್ತಿತ್ತು. ಆ ನಕ್ಷತ್ರದ ಮೇಲೆ ಏನಾದರೂ ಆಸೆ ಹೇಳಿಕೊಳ್ಳಬಹುದಂತೆ. "ನನ್ನ ಪ್ರಿಯ ಗೆಳತಿಯ ಎಲ್ಲಾ ಕನಸುಗಳು – ಅವು ಚಿಕ್ಕವಿರಲಿ ಅಥವಾ ದೊಡ್ಡದಿರಲಿ, ನನಸಾಗಲಿ" ಎಂದು ಶಿವಗಾಮಿ ಪ್ರಾರ್ಥಿಸಿದಳು. ನಕ್ಷತ್ರಗಳು ಅವಳನ್ನು ನೋಡಿ ಕಣ್ಣು ಮಿಟುಕಿಸಿದವೇ ಎಂದು ಅಚ್ಚರಿಪಟ್ಟಳು.

ಅಧ್ಯಾಯ ಹದಿನೇಳು

ಪಟ್ಟರಾಯ

ಎಲ್ಲವು ಯೋಜಿಸಿದಂತೆಯೇ ನಡೆಯುತ್ತಿತ್ತು. ರಾಜಕುಮಾರ ಬಿಜ್ಜಳ ಆಗಲೇ ಹಿಡುಂಬನಿಗೆ ಎರಡು ಲಕ್ಷ ಹೊನ್ನ ವರಹಗಳನ್ನು ಸೋತಿದ್ದ. ಅಷ್ಟರಲ್ಲಾಗಲೇ ಅವನು ಸಾಕಷ್ಟು ಸುವರ್ಣ ದ್ರವ್ಯವನ್ನು ಕುಡಿದಿದ್ದರಿಂದ ತಾನು ಹೆಚ್ಚೆಚ್ಚು ಸಾಲದಲ್ಲಿ ಮುಳುಗುತ್ತಿದ್ದೇನೆ ಎಂದು ಅವನಿಗೆ ಅರಿವಾಗುತ್ತಿರಲಿಲ್ಲ. ಪಟ್ಟರಾಯ ತನ್ನೊಳಗೇ ನಕ್ಕ. ಅವನು ಹಣಕ್ಕಾಗಿ ಈ ಆಟವನ್ನು ಆಡುತ್ತಿರಲಿಲ್ಲ. ನಿಯಂತ್ರಣಕ್ಕಾಗಿ ಆಡುತ್ತಿದ್ದ. ಈ ರಾತ್ರಿಯಲ್ಲಿ ನಡೆದ ಯಾವುದನ್ನೂ ರಾಜಕುಮಾರ ಯಾರೊಂದಿಗೂ ಹಂಚಿಕೊಳ್ಳುವಂತಿರಲಿಲ್ಲ. ಅವನು ಪಟ್ಟರಾಯನ ಕೈಗೊಂಬೆಯಾಗುವುದರಲ್ಲಿದ್ದ. ಪಟ್ಟರಾಯ ಅವನನ್ನು ಬಳಸಿ ಕೊಂಡು ಗೌರಿಧೂಳಿಯನ್ನು ತಯಾರುಮಾಡುವ ಗುಪ್ತ ಕೋಣೆಯನ್ನು ಪತ್ತೆ ಹಚ್ಚುತ್ತಿದ್ದ.

ಹಿಡುಂಬ ಮತ್ತೆ ಹರ್ಷೋದ್ಗಾರ ಮಾಡಿದ್ದೂ, ರಾಜಕುಮಾರ ಬೇಸರದಲ್ಲಿ ಮುಲುಗಿದ್ದುದೂ ಅವನಿಗೆ ಕೇಳಿಸಿತು.

"ನೀವು ಮತ್ತೆ ಸೋತಿರಿ ಮಹಾಸ್ವಾಮಿ, ಎಷ್ಟು ಬೇಸರದ ಸಂಗತಿ" ಎಂದಳು ಕೇಕಿ.

"ಇದು ಶನಿಯ ಅಪಹಾರ, ಮಹಾಸ್ವಾಮಿ, ನೀವು ಬ್ರಾಹ್ಮಣರಿಗೆ ಭೋಜನ ಏರ್ಪಡಿಸಿ ದೇವಾಲಯಗಳಿಗೆ ಹೆಚ್ಚು ದಾನ ಧರ್ಮ ಮಾಡಬೇಕು" ಎಂದ ರುದ್ರಭಟ್ಟ. ಅವನು ನಗ್ನ ಕಾಳಿಕೆಗೆ ಬೆನ್ನು ಮಾಡಿ ಕೂತಿದ್ದ.

ಗುಲಾಮ, ಸ್ತಬ್ಧನಾಗಿ, ಕಣ್ಣನ್ನೂ ಮಿಟುಕಿಸದೆ, ಕೋಣೆಯ ಕಂಭಗಳಲ್ಲಿ ಅವನೂ ಒಂದು ಎನ್ನುವಂತೆ ನಿಂತಿದ್ದ. ಕತ್ತಿಯ ಹಿಡಿಯನ್ನು ಬಿಗಿ ಹಿಡಿದು ಅವನ ತೋಳು ಉಬ್ಬಿತ್ತು.

"ಇನ್ನೊಂದು ಪ್ರಯತ್ನ, ಮಹಾಸ್ವಾಮಿ, ಅಥವಾ ನೀವು ಸೋತಿರೆಂದು ಒಪ್ಪಿಕೊಳ್ಳುತ್ತೀರೇ?" ದಾಳವನ್ನು ಬಡಿಯುತ್ತಾ ಹಿಡುಂಬ ಕೇಳಿದ. ರಾಜಕುಮಾರ ಬಿಜ್ಜಳ ಗುರುಗುಟ್ಟಿ ಸುವರ್ಣ ದ್ರವ್ಯದ ಇನ್ನೊಂದು ಗುಟುಕು ಹೀರಿದ. ಅವನಿಗೆದುರಾಗಿ ಕಾಳಿಕಾ ಬೆನ್ನಿಗೆ ಸುಗಂಧ ತೈಲವನ್ನು ಲೇಪಿಸಿಕೊಳ್ಳುತ್ತಿದ್ದಳು. ನವಿಲುದೀಪದ ಬೆಳಕಿನಲ್ಲಿ ಅವಳ ಮೊಲೆಗಳು ಹೊಳೆಯುತ್ತಿದ್ದವು. ಬಿಜ್ಜಳ ಕಾಳಿಕೆಯತ್ತ ಕಣ್ಣು ಹಾಯಿಸಿದ್ದನ್ನು, ಅವಳು ಉತ್ತರವಾಗಿ ಒಂದು ಮುಗುಳ್ನಗುವನ್ನು ಅವನೆಡೆಗೆ ಬೀಸಿದ್ದನ್ನು ಪಟ್ಟರಾಯ ನೋಡಿದ. ಪಾಪ, ಹುಡುಗನನ್ನು ಸೂಳೆ ಬಹಳ ಕಾಡುತ್ತಿದ್ದಾಳೆ ಎಂದುಕೊಂಡ. ಯೋಜನೆಯಲ್ಲಿ ಕಾಳಿಕೆಯನ್ನು ಬಳಸಿಕೊಂಡಿದ್ದು ಅತ್ಯುತ್ತಮ ಕರಾಮತ್ತು. ಅಪಾಯಕಾರಿ ಆದರೆ ಪರಿಣಾಮಕಾರಿ. ದಾಳದ ಪ್ರತಿ ಹೊರಳಿನಲ್ಲಿ ಅವನು ತನ್ನ ಗುರಿಯತ್ತ ಸಾಗುತ್ತಿದ್ದ.

ಸ್ಕಂದದಾಸನ ವಿರುದ್ಧ ತನಗೆ ಬೆಂಬಲ ನೀಡಲು ಅವನು ಇತರ ಸಾಮಂತರಿಗೆ ಲಂಚ ಕೊಟ್ಟಿದ್ದ. ಅವನ ಯೋಜನೆ ಫಲಿಸಿದರೆ ಅವರ ಬೆಂಬಲ ಬೇಕೆಂದೇನಲ್ಲ, ಆದರೆ ಮಹಾಪ್ರಧಾನರ ಹುದ್ದೆಗೆ ಹೊಂಚು ಹಾಕುವ ರಾಜಕಾರಣಿಯಿಂದ ಜನ ಅದನ್ನು ನಿರೀಕ್ಷಿಸುತ್ತಿದ್ದರು.

ಎಷ್ಟೇ ಉತ್ತಮ ಯೋಜನೆ ಹಾಕಿದ್ದರೂ ಕೂಡಾ ರಾಜಕಾರಣದಲ್ಲಿ ಯಾವುದೇ ಕ್ಷಣದಲ್ಲಿ ಪರಿಸ್ಥಿತಿ ಬದಲಾಗುವುದೆಂದು ಅವನಿಗೆ ಗೊತ್ತಿತ್ತು. ನಿಷ್ಠೆ ಪಲ್ಲಟ ವಾಗುತ್ತದೆ, ಬೆನ್ನಲ್ಲಿ ಚೂರಿಯಿರಿಯುವುದು ಸಾಧಾರಣ, ಮೌಲ್ಯಗಳು ಬಾಯಿ ಮಾತಿನ ಸಂಗತಿಯಾಗುತ್ತದೆ. ಹಾಗಾಗಿ ಪಟ್ಟರಾಯನಿಗೆ ಅದರ ಪರಿವೆಯಿರಲಿಲ್ಲ. ವಾಸ್ತವವಾಗಿ ಅದರಿಂದ ಆಟ ಕಳೆ ಕಟ್ಟುತ್ತಿತ್ತು. ಇಂದಿನ ದಿನ ಆಟ ಪಲ್ಲಟ ಗೊಳ್ಳುತ್ತದೆ ಎಂದು ಅವನು ಪಿತೂರಿಯಲ್ಲಿ ತನ್ನ ಸಹಭಾಗಿಗಳಿಗೆ ವಚನ ನೀಡಿದ್ದ.

ಮಹಾಪ್ರಧಾನನಾಗುವ ತನ್ನ ಕನಸನ್ನು ಅವನು ಮುಕ್ತವಾಗಿ ಪ್ರದರ್ಶಿಸುವುದು ವಾಸ್ತವದಲ್ಲಿ ಒಂದು ಪ್ರಲೋಭನೆಯ ಬಲೆಯಾಗಿತ್ತು. ಕದರಿಮಂಡಲಮ್ಮಿನ ಅಡ್ನಾಡಿ ರಾಜಕುಮಾರಿ ಚಿತ್ರವೇಣಿ ಕೂಡಾ ಪಟ್ಟರಾಯನು ಹಣ ಮತ್ತು ಅಧಿಕಾರಕ್ಕೆ ಬಾಯಿಬಿಡುವ ದುರಾಸೆಯವನು ಎಂದೇ ತಿಳಿದಿದ್ದಳು. ಅವನು

ಚಿತ್ರವೇಣಿಗೆ ಬೇಹುಗಾರರನ್ನು ಕಳಿಸಿದಾಗ ಅವಳು, ಮಾಹಿಷ್ಮತಿಯ ಒಳಗೆ ತನ್ನ ಕಡೆಯ ವ್ಯಕ್ತಿಯೊಬ್ಬನಿದ್ದರೆ ತಾನು ಅವನನ್ನು ಬಳಸಿಕೊಳ್ಳಬಹುದು ಎಂದೇ ಭಾವಿಸಿದ್ದಳು. ಆದರೆ ವಾಸ್ತವದಲ್ಲಿ ಅವನೇ ಅವಳನ್ನು ಬಳಸಿಕೊಳ್ಳುತ್ತಿದ್ದ ಎಂದು ಅವಳಿಗೆ ಗೊತ್ತಿರಲಿಲ್ಲ.

"ನೋಡು! ಈ ಸಲ ಮಹಾಸ್ವಾಮಿಗಳು ಗೆದ್ದರು! ದುಷ್ಟ ಕುಳ್ಳ!" ಕೇಕಿ ಕೈಚಪ್ಪಾಳೆ ತಟ್ಟುತ್ತಾ ಉದ್ಗರಿಸಿ ನೆಟಿಕೆ ಮುರಿದಳು.

"ಅದು ಶನಿಯ ಪ್ರಭಾವ ಮಹಾಸ್ವಾಮಿ! ನೂರು ಬ್ರಾಹ್ಮಣರಿಗೆ ಭೋಜನ ನೀಡುವ ಯೋಚನೆ ಮಾಡಿದ್ದಕ್ಕೇ ದೇವರು ನಿಮಗೆ ಪ್ರತಿಫಲ ನೀಡುತ್ತಿದ್ದಾನೆ. ಹಾಗೆ ಒಳ್ಳೆಯ ಆಲೋಚನೆಗಳನ್ನು ಮಾಡುತ್ತಿದ್ದರೆ ನೋಡ್ತಿರಿ, ನಿಮ್ಮ ಅದೃಷ್ಟ ಹೇಗೆ ತಿರುಗುತ್ತದೆ ಅಂತ" ರುದ್ರಭಟ್ಟ ನುಡಿದ.

ಕಾಳಿಕಾ ತನ್ನ ಆಸನದಿಂದ ಎದ್ದು ಬಿಜ್ಜಳನ ಕಡೆಗೆ ನಡೆದು ಅವನ ಕೈ ಹಿಡಿದು ಬೆರಳುಗಳನ್ನು ಚುಂಬಿಸಿ, "ನನ್ನ ಹೃದಯದ ರಾಜಕುಮಾರರಿಗೆ" ಎಂದಳು. ಯುವರಾಜನ ದೇಹದಲ್ಲಿ ಮಿಂಚು ಹೊಡೆದಂತಾಯಿತು. ಬಿಜ್ಜಳನಿಗೆ ತನ್ನ ದೇಹಸಿರಿಯನ್ನು ಕಣ್ಣು ತುಂಬಾ ತುಂಬಿಕೊಳ್ಳಲು ಸಾಕಷ್ಟು ಸಮಯ ಕೊಟ್ಟು ನಂತರ ಅವಳು ದೂರ ಸರಿದಳು. ರುದ್ರಭಟ್ಟ ತಟ್ಟನೆ ಕಣ್ಣು ಮುಚ್ಚಿಕೊಂಡ. ಅವಳ ಪರಿಮಳ ಸರಿದ ಮೇಲೆಯೇ ಅವನು ಕಣ್ಣು ತೆರೆದಿದ್ದು. ಗುಲಾಮನ ಕಣ್ಣುಗಳು ಸ್ಪಂದಿಸಿದವು.

"ನಿಮ್ಮ ಅದೃಷ್ಟ ನಿಜವಾಗಿಯೂ ಬದಲಾಗಿದೆ ಮಹಾಸ್ವಾಮಿ, ಮುಂದಿನ ಪಣ ಏನು?" ಹಿಡುಂಬ ಸಪ್ಪೆ ಮೋರೆ ಮಾಡಿಕೊಂಡು ಕೇಳಿದ.

"ಐವತ್ತು ಸಾವಿರ ಸುವರ್ಣ ಮೊಹರುಗಳು" ಬಿಜ್ಜಳ ನುಡಿದ, ಅವನ ಕಣ್ಣು ಕಾಳಿಕಾ ಕಡೆಗಿತ್ತು. ಅವಳು ತಲೆಯಾಡಿಸಿ ಕೈಗಳಿಗೆ ಸುಗಂಧ ತೈಲ ಲೇಪನವನ್ನು ಮುಂದುವರಿಸಿದಳು. ಕಸ್ತೂರಿ ತೈಲದ ಪರಿಮಳ ಬಿಜ್ಜಳನಿಗೆ ಹುಚ್ಚು ಹಿಡಿಸುತ್ತಿತ್ತೆಂದು ಪಟ್ಟರಾಯನಿಗೆ ಗೊತ್ತಾಯಿತು.

"ಇಂತಹ ಅಪ್ಸರೆಗೆ ಇಷ್ಟು ಸಣ್ಣ ಬಹುಮಾನವೇ, ಮಹಾಸ್ವಾಮಿ?" ಕೇಕಿ ಕೇಳಿದಳು.

ಕಾಳಿಕಾಳತ್ತ ನಡೆದು ಬೆರಳುಗಳಿಂದ ಅವಳ ದೇಹದ ಉಬ್ಬುತಗ್ಗಿನ ಮೇಲೆ ಓಡಿಸಿದಳು. "ನೋಡಿ, ಎಷ್ಟು ಸುಂದರವಾಗಿದ್ದಾಳೆ, ಎಷ್ಟು ದಿವ್ಯವಾಗಿದೆ ಇವಳ ಪರಿಮಳ" ಎನ್ನುತ್ತಾ ಕಾಳಿಕಾಳ ಕತ್ತಿಗೆ ತನ್ನ ಮೂಗು ಒಡ್ಡಿ ದೀರ್ಘವಾಗಿ ಆಘ್ರಾಣಿಸಿದಳು.

"ಒಂದು ಲಕ್ಷ ವರಹಗಳು" ಬಿಜ್ಜಳ ಚೀರಿದ.

ಈ ಮೂರ್ಖನಿಗೆ ಒಂದು ಲಕ್ಷದಲ್ಲಿ ಎಷ್ಟು ಸೊನ್ನೆಗಳಿವೆ ಎಂದಾದರೂ ಗೊತ್ತಿದೆಯೇ, ಪಟ್ಟರಾಯ ಯೋಚಿಸಿದ. ಸ್ವಲ್ಪ ವಿರೋಧ, ಸ್ವಲ್ಪ ಗೇಲಿಯ ನಂತರ ಆಟ ಮುಂದುವರಿಯಿತು. ಇನ್ನೊಂದು ಜಾವವಾದರೆ ರಾಜಕುಮಾರ ತನ್ನ ಬೇಡಿಕೆಯನ್ನು ತಳ್ಳಿಹಾಕುವ ಸ್ಥಿತಿಯಲ್ಲಿರಲಾರ. ಒಮ್ಮೆ ಗೌರಿಧೂಳಿ ತನ್ನ ಕೈ ಸೇರಿದ ಮೇಲೆ ದೊಡ್ಡ ಯೋಜನೆಗಳನ್ನು ನೋಡಿಕೊಳ್ಳುವಾ. ಮಾಹಿಷ್ಮತಿಯ ಸಿಂಹಾಸನಕ್ಕೆ ತನ್ನನ್ನು ಕೊಂಡೊಯ್ಯುವ ಎಲ್ಲಾ ಯೋಜನೆಗಳನ್ನೂ ಅವನು ಹಾಕಿಕೊಂಡಿದ್ದ.

"ಮತ್ತೊಮ್ಮೆ ಮಹಾಸ್ವಾಮಿಗೆ ಜಯವಾಗಿದೆ. ತಗೋ, ನೀಚ ಕುಳ್ಳ" ಕೇಕಿ ಉಲಿದಳು. ಬಿಜ್ಜಳ ಚಪ್ಪಾಳೆ ತಟ್ಟಿ ಕಾಳಿಕಾಳತ್ತ ಆಸೆಯಿಂದ ನೋಡಿದ. ಅವಳು ಮುಗುಳ್ನಗುತ್ತಾ ಎದ್ದು ನಿಂತಳು. ಅವಳನ್ನು ನೋಡುತ್ತಾ ಬಿಜ್ಜಳ ಮೂರ್ಖನಂತೆ ನಕ್ಕ. ಅವಳು ಅವನತ್ತ ನಡೆದು ಬಂದಳು. ಅವಳ ಸೊಂಟದಲ್ಲಿ ಸಣ್ಣದೊಂದು ಮುತ್ತಿನ ಹಾರ ಮಾತ್ರ ಧರಿಸಿದ್ದಳು. ಅವನಿಂದ ಸ್ವಲ್ಪ ದೂರದಲ್ಲಿ, ಅವನತ್ತ ಮುಖ ಮಾಡಿ, ಅಂಗೈ ಮೇಲೆ ತಲೆ ಆನಿಸಿ ಮಗ್ಗುಲಾಗಿ ಮಲಗಿದಳು. ಅವಳ ಸೊಂಟದಿಂದ ಮಂಡಿಯವರೆಗೆ ಒಂದು ಹುಕ್ಕಾ ಮರೆ ಮಾಡಿತ್ತು. ಅವಳು ಅವನನ್ನು ನೋಡಿ ಕಣ್ಣು ಮಿಟುಕಿಸಿದಳು. ಅವನು ಏಳಲು ಹೋದ. ಆದರೆ ಹಿಡುಂಬ ಅವನ ಕೈ ಹಿಡಿದು ತಡೆದ.

"ಅಷ್ಟು ಅವಸರ ಬೇಡಾ ಮಹಾಸ್ವಾಮಿ, ನಿಮ್ಮ ನಾಲ್ಕು ಕಾಯಿಗಳಲ್ಲಿ ಒಂದು ಮಾತ್ರ ಹಣ್ಣಾಗಿದೆ. ಇನ್ನೂ ಮೂರು ಬಾಕಿ ಇವೆ. ಏನು ಪಣ?"

ಬಿಜ್ಜಳ ಕುಳ್ಳನನ್ನು ಕೆಕ್ಕರಿಸಿ ನೋಡಿದ. ಮತ್ತೆ ಕಾಳಿಕಾಳತ್ತ ಆಸೆಯಿಂದ ದೃಷ್ಟಿ ಹಾಯಿಸಿದ. ಅವಳು ತನ್ನ ಎದೆಗೆ ಕೈ ಒತ್ತಿ, ಭರವಸೆ ಕೊಡುವಂತೆ ತಲೆ ಆಡಿಸಿದಳು. ಅವನು ದಾಳವನ್ನು ಬಾಚಿಕೊಂಡು ಮುಷ್ಟಿಯಲ್ಲಿ ಇಟ್ಟುಕೊಂಡು ಗಳಗಳನೆ ಅಲ್ಲಾಡಿಸಿದ. "ಎರಡು ಲಕ್ಷ ವರಹಗಳು" ಎಂದು ಚೀರಿದ.

"ನೋಡಿದ್ರಾ, ಅದು... ನನ್ನ ವೀರ ರಾಜಕುಮಾರ, ನನ್ನ ಅದೃಷ್ಟ ರಾಜಕುಮಾರ" ಕೇಕಿ ಬಿಜ್ಜಳನ ಕಿವಿಗೆ ಮುತ್ತಿಟ್ಟಳು. ಅವನು ನಾಚಿ ಕೆಂಪಾದ. ತನ್ನ ಅಂಗೈಯ ಹಿಂದಿನಿಂದ ಖೋಜಾಳ ತುಟಿಯ ಎಂಜಲನ್ನು ಒರೆಸಿಕೊಂಡ. ನಂತರ "ಪಾಕಿಡ – ಪಾಕಿಡ ಹನ್ನೆರಡು" ಎಂದ.

ಪಟ್ಟರಾಯನಿಗೆ ರಾಜಕುಮಾರನ ಬಗ್ಗೆ ಮರುಕ ಉಂಟಾಯಿತು. ಎಷ್ಟು ಮುಗ್ಧ ಇವನು. ಮಾಹಿಷ್ಮತಿಗೆ ಇವನಿಗಿಂತ ಉತ್ತಮ ರಾಜನ ಅಗತ್ಯವಿದೆ. ಈ ಮೂರ್ಖನಲ್ಲ. ಚಿಕ್ಕದೊಂದು ಸೊಂಟವಸ್ತ್ರ ಮತ್ತು ಅರೆಬರೆ ಕಂಚುಕ ತೊಟ್ಟ ಹುಡುಗಿಯೊಬ್ಬಳು ಎಲ್ಲರಿಗೂ ಸುವರ್ಣ ದ್ರವ್ಯ ಸರಬರಾಜು ಮಾಡಿದಳು.

ಪಟ್ಟರಾಯ ಬೇಡವೆಂದು ನಿರಾಕರಿಸಿದ. ಅವನು ತನ್ನ ಜನ್ಮದಲ್ಲೇ ಒಂದು ಸಲವೂ ಕುಡಿದಿರಲಿಲ್ಲ, ಅದರ ಅಗತ್ಯವೂ ಅವನಿಗಿರಲಿಲ್ಲ. ಅಲ್ಲದೇ ಕಾಳಿಕಾಳ ಯಾವ ಹುಡುಗಿಯನ್ನೂ ಅವನು ಬಯಸಿರಲಿಲ್ಲ. ಅವನ ಹೆಂಡತಿ ಬದುಕಿದ್ದಾಗ ಅವಳನ್ನು ತುಂಬಾ ಪ್ರೀತಿಸಿದ್ದ ಅವನು. ದುಂಡಗೆ ಸಾಧಾರಣವಾಗಿದ್ದಳು ಅವಳು. ಆದರೆ ಅವನು ಅವಳಿಗೆ ಅತ್ಯಂತ ನಿಷ್ಠೆಯಿಂದಿದ್ದ. ಅವನು ತನ್ನ ಬದುಕಿನಲ್ಲಿ ದೇಹ ಸಂಬಂಧ ಇಟ್ಟುಕೊಂಡಿದ್ದು ಅವಳೊಬ್ಬಳ ಜೊತೆ ಮಾತ್ರ. ಈಗ ಅವನು ಮಾಡುತ್ತಿದ್ದುದೆಲ್ಲವೂ ತನ್ನ ಮಗಳಿಗಾಗಿ. ಅವನ ಹೆಂಡತಿ ಸತ್ತಾಗ ಮೇಖಲಾ ಎರಡು ವರ್ಷ ವಯಸ್ಸಿನವನವಳು. ತನಗೆ ಮಗನಿಲ್ಲವೆಂದು ಅವನಿಗೆ ಬೇಸರವಿತ್ತು. ಆದರೆ ಮಗಳನ್ನು ಪ್ರೀತಿಸುವಲ್ಲಿ ಮಾತ್ರ ಅವನು ಎಂದೂ ಕಡಿಮೆ ಮಾಡಿರಲಿಲ್ಲ. ಮತ್ತೆ ಮದುವೆ ಮಾಡಿಕೊಳ್ಳುವ ಬಗ್ಗೆ ಅವನು ಯೋಚಿಸಲೇ ಇಲ್ಲ. ಒಮ್ಮೊಮ್ಮೆ ಮಗನಿಗಿಂತ ಮಗಳೇ ಉತ್ತಮ ಎಂದುಕೊಳ್ಳುತ್ತಿದ್ದ.

ಒಂದೇ ನಿರಾಸೆ ಎಂದರೆ ಮಗಳು ತನ್ನ ತಾಯಿಯ ಗುಣಗಳನ್ನು ಪಡೆದಿದ್ದಳು. ಅತಿ ಪ್ರಾಮಾಣಿಕಳು ಮತ್ತು ನೇರ ಸ್ವಭಾವದವಳು. ಪ್ರಾಮಾಣಿಕತೆಯಿಂದ ಏನೂ ದಕ್ಕುವುದಿಲ್ಲವೆಂದು ಅವನು ಕಷ್ಟಪಟ್ಟು ಕಲಿತಿದ್ದ. ಒಳ್ಳೆಯ ಮನುಷ್ಯರು ಸೋಲುವುದೇ ಹೆಚ್ಚು. ಬದುಕಿನಲ್ಲಿ ಮೇಲೇರಬೇಕಾದರೆ ವಂಚನೆ ಮತ್ತು ಕಪಟತನ ಬೇಕು. ಬದುಕು ಹೋರಾಟವಾಗಿತ್ತು. ಮೇಖಲಾ ಚಿಕ್ಕವಳಿದ್ದಾಗ ಅವಳನ್ನು ಕಾಡಿಗೆ ಕರೆದುಕೊಂಡು ಹೋಗುತ್ತಿದ್ದ. ಪ್ರತಿಯೊಂದು ಪ್ರಾಣಿಯೂ ಬೇಟೆಯಾಡಲು ಹಾಗೂ ಬಲಿಯಾಗುವುದನ್ನು ತಪ್ಪಿಸಿಕೊಳ್ಳಲು ಹೇಗೆ ವಂಚನೆ ಮತ್ತು ಕಪಟತನವನ್ನು ಬಳಸಿಕೊಳ್ಳುತ್ತದೆ ಎನ್ನುವುದನ್ನು ತೋರಿಸಿಕೊಡುತ್ತಿದ್ದ. ಬದುಕಿನಲ್ಲಿ ಎರಡೇ ಆಯ್ಕೆಗಳಿವೆ: ಬೇಟೆಯಾಡುವುದು ಅಥವಾ ಬಲಿಯಾಗುವುದು ಎಂದು ಹೇಳುತ್ತಿದ್ದ. ಆದರೆ ಪ್ರಾಣಿಗಳು ತಮ್ಮ ಉಳಿವಿಗಾಗಿ ಮಾತ್ರ ಬೇಟೆಯಾಡುತ್ತವೆ ಎಂದು ಅವಳು ಪ್ರತ್ಯುತ್ತರ ಕೊಡುತ್ತಿದ್ದಳು. ಅವುಗಳಲ್ಲಿ ದುರಾಸೆ ಇಲ್ಲ. ಉಳಿವಿಗಾಗಿ ದುರಾಸೆ ಅಗತ್ಯ ಎಂದು ಅವನು ವಾದಿಸಲು ಅವನು ಯತ್ನಿಸುತ್ತಿದ್ದ. ಮನುಷ್ಯನಿಗೆ ದುರಾಸೆ ಮತ್ತು ವಂಚನೆ ಅನ್ನುವುದು ಕೋಣನ ಎರಡು ಕೊಂಬುಗಳಿದ್ದಂತೆ. ಅವಿಲ್ಲದಿದ್ದರೆ ಕೋಣ ಎಷ್ಟೇ ಶಕ್ತಿಶಾಲಿಯಾದರೂ ಕಾಡಿನಲ್ಲಿ ಬದುಕುವುದು ಅಸಾಧ್ಯ.

ಮಹತ್ವಾಕಾಂಕ್ಷೆ ಮತ್ತು ತಂತ್ರಗಾರಿಕೆ ಹದ್ದಿನ ಎರಡು ರೆಕ್ಕೆಗಳಿದ್ದಂತೆ. ಅವುಗಳಿಲ್ಲದಿದ್ದರೆ ರಾಜಕಾರಣಿ ಹಾರಲಾರದ ಹಕ್ಕಿಯಿದ್ದಂತೆ ಎನ್ನುತ್ತಿದ್ದ. ಅದಕ್ಕೆ ಅವಳು ರಾಜಕಾರಣಿ ಹದ್ದಿನಂತಲ್ಲ, ಯುದ್ಧದ ನಂತರ ಕೊಳೆತ ಹೆಣಗಳನ್ನು ತಿನ್ನುವ ಗಿಡುಗದಂತೆ ಎನ್ನುತ್ತಿದ್ದಳು. ಅದಕ್ಕೆ ಪಟ್ಟರಾಯ ಯುದ್ಧಾನಂತರ

ಬದುಕುಳಿಯುವ ಒಂದೇ ಜೀವಿಯೆಂದರೆ ಕೊಳೆತ ಹೆಣಗಳನ್ನು ತಿನ್ನುವ ಗಿಡುಗ ಮಾತ್ರ ಎನ್ನುತ್ತಿದ್ದ. ಯುದ್ಧದ ಪರಿಣಾಮ ತಟ್ಟದು ಅದಕ್ಕೆ. ಯಾರು ಗೆದ್ದರೂ ಸೋತರೂ ಅದರ ಹೊಟ್ಟೆ ಮಾತ್ರ ತುಂಬುತ್ತಿತ್ತು. ಅವರಿಬ್ಬರ ನಡುವಿನ ಅಭಿಪ್ರಾಯ ವ್ಯತ್ಯಾಸಗಳು ಮತ್ತು ವಾದಗಳು ಕೊನೆಗೊಳ್ಳುತ್ತಲೇ ಇರಲಿಲ್ಲ ಆದರೆ ಪಟ್ಟರಾಯ ತನ್ನ ಮಗಳು ಜಗತ್ತಿನ ರೀತಿನೀತಿಗಳನ್ನು ಒಂದು ದಿನ ಕಲಿಯುತ್ತಾಳೆ ಎನ್ನುವ ನಂಬಿಕೆ ಇತ್ತು. ಅವಳಿನ್ನೂ ಚಿಕ್ಕವಳು, ಅನನುಭವಿ. ಅವಳು ಸುರಕ್ಷಿತ ಬದುಕು ಬಾಳಿದ್ದಳು ಮತ್ತು ಯಾವುದೇ ತೊಂದರೆಗಳನ್ನು ಎದುರಿಸಿರಲಿಲ್ಲ. ಹಸಿವು ಮತ್ತು ಸೋಲನ್ನು ಕಾಣದ ಅವಳು ಪ್ರಾಮಾಣಿಕತೆಯ ಬಗ್ಗೆ ಮಾತಾಡುವುದು ಸಾಧ್ಯವಿತ್ತು.

ತನ್ನ ಯೌವನದ ದಿನಗಳಲ್ಲಿ ಅವನ ಗೆಳೆಯರು ವೇಶ್ಯೆಯರ ಸಂಗ ಮಾಡುವಾಗ, ಜೂಜಾಡುವಾಗ ಅವನು ತನ್ನ ತಂದೆ ಮಾಡಿದ ಸಾಲಗಳನ್ನು ತೀರಿಸಲು ಕಷ್ಟಪಟ್ಟು ಕೆಲಸ ಮಾಡುತ್ತಿದ್ದ. ಕೈಗಳು ಮರಗಟ್ಟುವವರೆಗೆ ಕೆಲಸ ಮಾಡುತ್ತಿದ್ದ. ವ್ಯಾಪಾರಿಯಾಗಿ ಅನೇಕ ದೇಶಗಳನ್ನು ಸುತ್ತಿದ. ತನ್ನ ತಂದೆ ಮಾಡಿದ ಸಾಲ ಗಳನ್ನು, ಸಾಲಗಾರರ ಬಳಿ ದಾಖಲೆಗಳಿತ್ತೋ ಇಲ್ಲವೋ ನೋಡದೆ ಕೊನೆಯ ತಾಮ್ರದ ಬಿಡಿಗಾಸಿವರೆಗೂ ತೀರಿಸಿ ಮುಕ್ತನಾದ. ಅದರಿಂದ ಅವನು ಅನೇಕ ಗೆಳೆಯರನ್ನು ಸಂಪಾದಿಸಿದ. ಆದರೆ ತಮ್ಮ ಸಾಲವನ್ನು ಅವನು ತೀರಿಸಿದ ಬಗ್ಗೆ ಅಚ್ಚರಿ ಪಟ್ಟರು ಕೂಡಾ ಅವನನ್ನು ಪ್ರಾಮಾಣಿಕನೆಂದು ಕರೆಯಲು ಹಿಂಜರಿಯುತ್ತಿದ್ದರು.

"ಸ್ವಾಮಿ, ರಾಜಕುಮಾರರಿಗೆ ಹೊಸಾ ಮಂತ್ರಗಳಾವುವೂ ಇಲ್ಲವೇ? ಬ್ರಾಹ್ಮಣರಿಗೆ ಗೋದಾನ? ನೀವು ಹಾವುಗಳನ್ನು ದಾನವಾಗಿ ಸ್ವೀಕರಿಸುತ್ತೀರಾ? ಅಥವಾ ಹುಲಿಗಳು? ರಾಜಕುಮಾರರ ಅದೃಷ್ಟ ಅದರಿಂದ ಬದಲಾಗಬಹುದೇ?" ಹಿಡುಂಬ ರುದ್ರಭಟ್ಟನನ್ನು ಹೀಯಾಳಿಸಿದ.

ರಾಜಗುರು ಕುಳ್ಳನನ್ನು ಶಪಿಸಲು ತಿರುಗಿದ, ಆದರೆ ಕಾಳಿಕಾಳ ಕೆರಳಿಸುವ ಭಂಗಿಯನ್ನು ನೋಡಿ ನಾಚುತ್ತ ಕೆಂಪಗಾಗಿ ಮತ್ತೆ ತನ್ನ ಮಂತ್ರಪಠಣಕ್ಕೆ ತೊಡಗಿದ. ಈ ಕುಳ್ಳ ಸಮರ್ಥನಾಗಿದ್ದಾನೆ. ಸಹಜ ನಟ, ಜೊತೆಗೆ ಮೋಸಗಾರ ಕೂಡಾ, ಬಲು ಅಪಾಯಕಾರಿ ಎಂದುಕೊಂಡ ಪಟ್ಟರಾಯ. ತಾನು ಬೆಂಕಿಯೊಡನೆ ಆಟವಾಡುತ್ತಿದ್ದೇನೆ ಎನ್ನುವುದು ಪಟ್ಟರಾಯನಿಗೆ ಗೊತ್ತಿತ್ತು. ಆದರೆ ಅವನು ಹಾಕಿದ ಯೋಜನೆ ಕಾರ್ಯಗತವಾಗಲು ಇಂತಹ ಆಸ್ಫೋಟಕಾರಿ ವ್ಯಕ್ತಿಗಳೇ ಅವನಿಗೆ ಬೇಕಾಗಿದ್ದರು.

ಅವನಿಗೆ ಅಡ್ನಾಡಿ ರಾಜಕುಮಾರಿ ಚಿತ್ರವೇಣಿಯ ಬಗ್ಗೆ ಸಂದೇಹವಿತ್ತು. ಆದರೆ ಬಂದರು ಅವರ ನಿಯಂತ್ರಣದಲ್ಲಿದ್ದುದರಿಂದ ಅವನ ಯೋಜನೆ ಕಾರ್ಯ ರೂಪಕ್ಕೆ ಬರಲು ಕದರಿಮಂಡಲಮ್ಮಿನ ನೆರವು ಅಗತ್ಯವಾಗಿ ಬೇಕಿತ್ತು. ಅವನ

ಯೋಜನೆಯ ಉಳಿದ ಭಾಗವನ್ನು ಕಾರ್ಯರೂಪಗೊಳಿಸಲು ಅವನು ಜೀಮೂತ ಮತ್ತವನ ಹಡಗುಗಳನ್ನು ಅವಲಂಬಿಸಿದ್ದ. ಅವನು ವ್ಯವಹರಿಸುತ್ತಿದ್ದ ಯಾರೂ ನಂಬಿಕಸ್ಥರಾಗಿರಲಿಲ್ಲ. ಆದರೆ ನಂಬಿಕಸ್ತರು ಯಾರೂ ನಂಬಿಕೆ ದ್ರೋಹವನ್ನು ಮಾಡುವುದಿಲ್ಲ ಕೂಡಾ ಎಂದು ಅವನು ಆಲೋಚಿಸಿದ. ಅವನು ಏನೇ ಮಾಡಿದರೂ ಮಾಹಿಷ್ಮತಿಯ ಸೈನ್ಯ ಹಾಗೂ ಅದರ ಸಮರ್ಥ ಸೇನಾಪತಿ ಹಿರಣ್ಯನನ್ನು ಅವನು ಎದುರುಹಾಕಿಕೊಳ್ಳಬೇಕಾಗಿತ್ತು. ಜೊತೆಗೆ ಮಹಾರಾಜ ಸೋಮದೇವ ಅಥವಾ ಮುದಿ ನರಿ ಪರಮೇಶ್ವರರ ಕುತಂತ್ರವನ್ನು ಪರಿಗಣಿಸದಿದ್ದರೆ ಅವನಿಗಿಂತ ದೊಡ್ಡ ಮೂರ್ಖ ಬೇರಿಲ್ಲ. ಇತರ ಸಾಮಂತರು ತಮ್ಮದೇ ರೀತಿಗಳಲ್ಲಿ ಅಪಾಯಕಾರಿಗಳು ಹಾಗೂ ಊಹೆಗೆ ನಿಲುಕದವರು. ಅವನ ಚದುರಂಗದ ಹಾಸಿನಲ್ಲಿ ಪ್ರತಿಯೊಂದು ಕಾಯಿ ಕೂಡಾ ಪ್ರಚೋದನಕಾರಿಯಾಗಿತ್ತು ಮತ್ತು ಆಟ ಮುಂದುವರಿದಂತೆಲ್ಲಾ ಅವನ ಪ್ರತಿ ಚಲನೆ ಹೆಚ್ಚೆಚ್ಚು ಅಪಾಯಕಾರಿಯಾಗುತ್ತಿತ್ತು. ಅವನು ಕಾಯಿಗಳನ್ನು ಒಂದೊಂದರಂತೆ ಬೀಳಿಸಬೇಕಿತ್ತು. ದಾಳದ ಮೊದಲ ಉರುಳಿಕೆಯಲ್ಲಿ ಅವನು ಸುಲಭವಾಗಿ ದೇವರಾಯನನ್ನು ಮುಗಿಸಿದ್ದ. ನೇರ ಮರಗಳು ಕತ್ತರಿಸಲು ಸುಲಭ. ಮುಂದಿನ ಕಾಯಿ ಸ್ಕಂದದಾಸ.

"ನೋಡ್ರಪ್ಪಾ! ನೀವು ಮತ್ತೆ ಗೆದ್ದಿರಿ ಮಹಾಸ್ವಾಮಿ, ಕುಳ್ಳ, ನೋಡು, ಪುಣ್ಯವಂತರನ್ನು ಆಡಿಕೊಂಡಿದ್ದಕ್ಕೆ ದೇವರು ನಿನಗೆ ಹೇಗೆ ಶಿಕ್ಷೆ ಕೊಡುತ್ತಿದ್ದಾರೆ, ನೋಡು" ಕೇಕಿ ನುಡಿದಳು.

ಕಾಳಿಕಾ ನಿಧಾನವಾಗಿ ಬಿಜ್ಜಳನಿಗೆ ಹತ್ತಿರವಾಗುತ್ತಿರುವುದನ್ನು ಪಟ್ಟರಾಯ ಗಮನಿಸಿದ. ರಾಜಕುಮಾರ ಅವಳನ್ನು ಮುಟ್ಟಲು ಯತ್ನಿಸಿದ. ಆದರೆ ಅವಳು ಅವನ ಬೆರಳುಗಳನ್ನು ವಿನೋದದಿಂದ ಹೊಡೆದಳು. "ನನ್ನ ರಾಜಕುಮಾರನಿಗೆ ಎಷ್ಟು ಆತುರ. ಇನ್ನು ಮೂರು ಆಟ ಗೆದ್ದರೆ ನಾನು ಪೂರ್ಣವಾಗಿ ನಿನ್ನವಳು" ಎಂದು ಪಿಸುಗುಟ್ಟಿದಳು.

"ಕ್ಷಮಿಸಿ ಮಹಾಸ್ವಾಮಿ, ನಾನು ನಿಮಗಿಂತ ಉತ್ತಮ ಆಟಗಾರ, ಅಲ್ಲದೇ ನಾನು ನಿಮ್ಮನ್ನು ಗೆಲ್ಲಲು ಬಿಡುವುದಿಲ್ಲ" ಕುಬ್ಜ ಲಂಪಟನ ನಗೆ ನಗುತ್ತಾ ಹೇಳಿದ.

ಅವನು ಕಾಳಿಕಾಳ ತೊಡೆಯನ್ನು ಸವರಿದ. ಆದರೆ ಆ ದೇವದಾಸಿ ಅವನ ಕೈಯನ್ನು ತಳ್ಳಿದಳು "ಗೆಲ್ಲುವವರೆಗೆ ನನ್ನನ್ನು ಮುಟ್ಟಿದರೆ ನೋಡು!"

"ತಗೋ ಈಗ" ಹಿಡುಂಬ ಅಂಗೈಯಲ್ಲಿ ದಾಳಗಳನ್ನು ಬಡಿಯುತ್ತಾ ಏನೋ ಮಂತ್ರ ಮಣಮಣಿಸಿದ.

"ಇಲ್ಲ, ಇಲ್ಲ, ಇಲ್ಲಾ.... ಇವನೇನೋ ಮಾಟಾ ಮಾಡುತ್ತಿದ್ದಾನೆ!" ಕೇಕಿ ಕೂಗಿದಳು. ಬಿಜ್ಜಳನಿಗೆ ಕೋಪ ಉಕ್ಕಿತು. ಅವನು ಕುಬ್ಜನ ಕೈಯಿಂದ ದಾಳಗಳನ್ನು

183

ಕಸಿಯಲು ಯತ್ನಿಸಿದ. ಕುಬ್ಜ ದಾಳಗಳನ್ನು ಉರುಳಿಸಿ ಜೋರಾಗಿ ನಕ್ಕ "ಅದೋ... ನಾನು ಗೆದ್ದೇ!"

"ವಂಚಕ" ಬಿಜ್ಜಳ ಕುಬ್ಜನ ಕಪಾಳಕ್ಕೆ ಹೊಡೆಯಲು ಕೈ ಬೀಸಿದ. ಆದರೆ ಕಾಳಿಕಾ ಕುಬ್ಜನ ಮುಖಕ್ಕೆ ಅಡ್ಡವಾಗಿ ಕೈತಂದಳು. ಬಿಜ್ಜಳನ ಕೈ ಅವಳನ್ನು ತಟ್ಟಿತು. ಅವಳು ಚೀರಿದಳು "ನೀವು ನನ್ನನ್ನು ನೋಯಿಸಿದಿರಿ, ರಾಜಕುಮಾರಾ"

"ಕ್ಷಮಿಸು, ಕ್ಷಮಿಸು" ಕಾಳಿಕಾಳ ಕಣ್ಣಲ್ಲಿ ನೀರು ತುಂಬಿದ್ದು ನೋಡಿ ಬಿಜ್ಜಳ ಮಂಡಿಯೂರಿ ಬೇಡಿಕೊಂಡ. ಪಟ್ಟರಾಯನಿಗೆ ನಗು ಬಂತು. ಅದನ್ನು ಕೆಮ್ಮಿನಲ್ಲಿ ಮರೆಸಿದ.

ಬಿಜ್ಜಳ ನುಡಿದ "ಕೋಪ ಮಾಡಿಕೊಳ್ಳಬೇಡಾ, ನಾನು ಅದಕ್ಕೆ ಪರಿಹಾರ ಕೊಡುತ್ತೇನೆ"

"ಎಷ್ಟು ಚೆಂದ" ಕೇಕಿಯ ಉದ್ಗಾರ.

ಬಿಜ್ಜಳ ಮತ್ತೆ ಪಗಡೆ ಹಾಸಿಗೆ ಮರಳಿದ. ಅಷ್ಟರಲ್ಲಾಗಲೇ ಹಿಡುಂಬ ಕಾಯಿ ನಡೆಸಿದ್ದ.

"ಕೊನೇ ದಾಳ ಲೆಕ್ಕಕ್ಕಿಲ್ಲ" ಬಿಜ್ಜಳ ಗುಟುರಿದ.

"ನನ್ನ ಯಾವ ದಾಳವೂ ಮಾಫಿಯಲ್ಲ" ಕುಬ್ಜ ನಗುತ್ತಾ ನುಡಿದ.

"ದಂಡನಾಯಕರು ನಿರ್ಧರಿಸಲಿ" ಕೇಕಿ ನುಡಿದಳು. ಎಲ್ಲರೂ ಪ್ರತಾಪನತ್ತ ನೋಡಿದರು.

ಅವನು ಸ್ವಲ್ಪ ಆಲೋಚಿಸಿ ನುಡಿದ "ಮಹಾಸ್ವಾಮಿಗಳು ಸರಿ, ಕಳೆದ ದಾಳ ಲೆಕ್ಕಕ್ಕಿಲ್ಲ"

"ನೋಡಿದ್ಯಾ, ಸತ್ಯ ಯಾವಾಗಲೂ ಗೆಲ್ಲುತ್ತೆ" ಕೇಕಿ ವಿಜಯೋತ್ಸಾಹದಲ್ಲಿ ಕೇಕೆ ಹಾಕಿದಳು. ಹಿಡುಂಬ ಸೋತು ಭುಜ ಬಾಗಿಸಿದ.

ಬಿಜ್ಜಳಮ ಮುಖದಲ್ಲಿ ನಗೆ ಚಿಮ್ಮಿತು "ಇಪ್ಪತ್ತು ಲಕ್ಷ ನನ್ನ ಪಣ"

ಕಾಳಿಕಾ ಉದ್ಗರಿಸಿದಳು "ಓಹ್.... ಅದು ತೀರಾ ಅತಿಯಾಯಿತು, ಈ ಬಡವಿಗೆ ಅಷ್ಟು ಬೆಲೆಯಿಲ್ಲ"

ಬಿಜ್ಜಳ ಅವಳತ್ತ ಕಣ್ಣು ಮಿಟುಕಿಸಿ, ಸಂಭ್ರಮದಿಂದ ದಾಳಗಳನ್ನು ಎತ್ತಿಕೊಂಡ.

ಕೇಕಿ ತೊಡೆ ತಟ್ಟಿದಳು "ಅದು...ಅದು.... ರಾಜರಕ್ತ. ತಗೋ ಕುರೂಪಿ ಕುಳ್ಳ"

"ಅವರು ಆಮೇಲೆ ಪಶ್ಚಾತ್ತಾಪ ಪಡುತ್ತಾರೆ" ಹಿಡುಂಬ ನುಡಿದ.

"ಪಶ್ಚಾತ್ತಾಪ ಪಡುವವನು ನೀನು, ಕಪ್ಪೆ ನನ್ನಮಗನೆ" ಎಂದು ಕೇಕಿ ಬಿಜ್ಜಳನ ಕಡೆಗೆ ತಿರುಗಿ "ಮಹಾಸ್ವಾಮಿ, ನಿಮಗೆ ದೈವ ಕೃಪೆಯ ಅಗತ್ಯವಿದೆ, ನಮ್ಮ ರಾಜಗುರುಗಳ ಆಶೀರ್ವಾದ ತೆಗೆದುಕೊಳ್ಳಿ" ಎಂದಳು.

ಪಟ್ಟರಾಯ ತನ್ನ ಬೇಹುಗಾರ ಗೂಬೆ ಕಳ್ಳ ವ್ಯಾಪಾರಿಯನ್ನು ತಲುಪಿರಲಿ ಎಂದು ಆಶಿಸಿದ. ಕೆಲವರು ಜೀಮೂತನನ್ನು ಕಡಲುಗಳ್ಳ ಎನ್ನುತ್ತಿದ್ದರು. ಆದರೆ ವ್ಯಾಪಾರಕ್ಕಾಗಿ ಅವನು ಮಹಾರಾಜರಿಂದ ಪರವಾನಗಿಯನ್ನು ಪಡೆದಿದ್ದ. ಮೇಲ್ನೋಟಕ್ಕೆ ಅವನು ಒಬ್ಬ ವ್ಯಾಪಾರಿ. *ಈ ದೇಶದಲ್ಲಿ ರೌಡಿಗಳು, ಧಾರ್ಮಿಕ ಜನರು ಮತ್ತು ವ್ಯಾಪಾರಸ್ಥರ ನಡುವೆ ವ್ಯತಾಸವೇ ಅಳಿಸಿಹೋಗಿದೆ* ಎಂದುಕೊಂಡ ಪಟ್ಟರಾಯ.

ಬಿಜ್ಜಳ ರಾಜಗುರುಗಳ ಮುಂದೆ ಕೂತು ಕೈಮುಗಿದು ಕಣ್ಣುಮುಚ್ಚಿ ಅವರಿಗೆ ಹತ್ತು ಸಾವಿರ ಚಿನ್ನದ ವರಹಗಳನ್ನು ಕೊಡುವ ಪ್ರಮಾಣ ಮಾಡಿದ. ಹಿಡುಂಬ ಮುಖದಲ್ಲಿ ಬೇಸರ ಭಾವ ತುಂಬಿಕೊಂಡು ಕೂತ. ರುದ್ರಭಟ್ಟ ರಾಜಕುಮಾರನ ತಲೆಯ ಮೇಲೆ ಕೈಯಿಟ್ಟು ಯಾವುದೋ ಮಂತ್ರ ಮಣಮಣಿಸಿದ. ಗುಲಾಮ ಎವೆ ಮಿಟುಕಿಸದೆ ನಿಂತ. ಕಾಳಿಕಾ ತನಗೆ ಬೆನ್ನು ಮಾಡಿ ಕೂತ ರಾಜಗುರುಗಳ ಕಡೆಗೆ ಕಾಲು ನೀಟಿದ್ದನ್ನು ಪಟ್ಟರಾಯ ನೋಡಿದ. ರಾಜಗುರುಗಳು ಮಂತ್ರ ಪಠಿಸುತ್ತಿದ್ದಂತೆ ದೇವದಾಸಿ ಮುದುಕನ ಬೆನ್ನ ಮೇಲೆ ಕೆಳಗೆ ತನ್ನ ಹೆಬ್ಬೆರಳನ್ನು ಆಡಿಸಿದಳು. ಮಂತ್ರದ ಧಾಟಿ ಬದಲಾಯಿತು. ರಾಜಗುರು ಬೆವರತೊಡಗಿದ. ಸಾಮಾನ್ಯವಾಗಿ ಗಂಭೀರವಾಗಿರುತ್ತಿದ್ದ ಪಟ್ಟರಾಯನೂ ರಾಜಗುರುಗಳ ಅಸ್ವಸ್ಥತೆಯನ್ನು ನೋಡಿ ನಗು ತಡೆಯದೆ ಹಲ್ಲುಕಿರಿದ. ಈ ಪ್ರಹಸನ ಕಂಡು ನಗುತ್ತಾ ಪಟ್ಟರಾಯ ಸ್ವಲ್ಪ ಕಾಲಾಡಿಸಲು ಎದ್ದ.

ಬೀದಿಗೆ ತೆರೆದುಕೊಳ್ಳುವ ಕಿಟಕಿಗಳ ಕಡೆಗೆ ನಡೆದು ವಿಶಾಲವಾಗಿ ಕಿಟಕಿ ಬಾಗಿಲುಗಳನ್ನು ತೆರೆದ. ತಂಗಾಳಿ ತೂರಿ ಬಂದಿತು. ಅದರ ಜೊತೆಗೇ ವಿವಿಧ ವೇಶ್ಯಾಗೃಹಗಳ ಮಿಶ್ರ ಸಂಗೀತಗಳ ಸದ್ದೂ ತೇಲಿ ಬಂತು. ಮೂರು ಮಾಳಿಗೆಯ ಕೆಳಗೆ ರಾತ್ರಿಯ ಈ ಹೊತ್ತಿನಲ್ಲೂ ಜನಸಂದಣಿ ಇತ್ತು. ಆಕಾಶದಲ್ಲಿ ಬೆಳ್ಳನೆಯ ಪಟ್ಟೆ ಕಾಣಿಸುತ್ತಿತ್ತು. ಪಾನಮತ್ತ ಗಂಡಸರು ತೂರಾಡುತ್ತಿದ್ದರು. ಕೆಲವರು ಹೆಂಗಸರ ಹೆಗಲ ಮೇಲೆ ಕೈಯಿಟ್ಟುಕೊಂಡು ತಡಬಡಾಯಿಸುತ್ತಿದ್ದರೆ, ಇನ್ನು ಕೆಲವರು ಗುಂಪುಗಳಲ್ಲಿ ಅಶ್ಲೀಲ ಹಾಡುಗಳನ್ನು ಹಾಡುತ್ತಾ ಸಾಗುತ್ತಿದ್ದರು. ಕುಡಿದ ಮತ್ತಿನಲ್ಲಿ ಕೆಲವು ಗಂಡಸರು ಪಾದಚಾರಿನ ಕಲ್ಲುಹಾಸಿನ ಮೇಲೆ ಬಿದ್ದಿದ್ದರು. ಬೀದಿಬದಿಯ ವ್ಯಾಪಾರಸ್ಥರು ತಮ್ಮ ವ್ಯವಹಾರ ಮುಗಿಸಿ ಗಂಟುಕಟ್ಟುತ್ತಿದ್ದರು. ಪಟ್ಟರಾಯ ಬೆನ್ನು ಮುರಿದು ಆಕಳಿಸಿದ. ಅದೊಂದು ಸುದೀರ್ಘ ದಿನವಾಗಿತ್ತು. ಇನ್ನೇನು ಅವನು ತನ್ನ ಆಸನಕ್ಕೆ ಮರಳುವವನಿದ್ದ, ಆಗ ಸ್ತಂಭೀಭೂತನಾದ. ಏನು ಕಾಣುತ್ತಿದ್ದೇನೆ? ತಾನು ತಪ್ಪು ಕಾಣುತ್ತಿಲ್ಲ ತಾನೇ ಎಂದು ಖಾತರಿ ಮಾಡಿಕೊಳ್ಳಲು ಕಣ್ಣು ಮಳ್ಳ ಮಾಡಿ ದಿಟ್ಟಿಸಿದ. ಎದೆಗೂಡಿನಲ್ಲಿ ಹೃದಯ ಜೋರಾಗಿ

185

ಬಡಿದುಕೊಳ್ಳುತ್ತಿದ್ದುದು ಅವನಿಗೆ ಕೇಳಿಸಿತು. ಬೇವರ್ಸಿ! ಸೂಳೆಮಗ! ಸ್ಕಂದದಾಸ ಸಶಸ್ತ್ರ ಭಟರುಗಳ ಜೊತೆ ಕಾಳಿಕೆಯ ವಾಟಿಕೆಯ ಕಡೆಗೆ ಬರುತ್ತಿದ್ದ, ಅವರನ್ನು ಕರೆದುಕೊಂಡು ಬರುತ್ತಿದ್ದುದು ಬೃಹನ್ನಳ!

ಪಟ್ಟರಾಯನಿಗೆ ವಿಪರೀತ ಕೋಪ ಬಂತು. ಆದರೆ ಜೊತೆಗೆ ಒಂದು ರೀತಿಯ ಮತ್ಸರದ ಪ್ರಶಂಸೆಯೂ ಹುಟ್ಟಿತು. ರಾಜಕುಮಾರ ಇಲ್ಲಿಗೆ ಬರುತ್ತಾನೆಂದು ಅವನಿಗೆ ಹೇಗೆ ಗೊತ್ತಾಯಿತು? ಯಾರೋ ಕೆಲಸ ಕೆಡಿಸಿರಬೇಕು. ಬಹುಶಃ ಈ ಬಾಯಿ ಬಡಕಿ ಕೇಕಿ ಇರಬೇಕು ಅಥವಾ ರಾಜಗುರು... ಅವನು ಇನ್ನೇನು ಬಿಜ್ಜಳನಿಗೆ ಹೊರಗೆ ಹೋಗಲು ಎಚ್ಚರಿಸುವವನಿದ್ದ ಅಷ್ಟರಲ್ಲಿ ಇನ್ನೊಂದು ಆಲೋಚನೆ ಅವನಿಗೆ ಹೊಳೆಯಿತು. ಗೌರೀಕಾಂತ ಶಿಲೆ! ಮಾಹಿಷ್ಮತಿಯ ಅತ್ಯಂತ ದೊಡ್ಡ ರಹಸ್ಯ ತನ್ನ ಬಳಿ ಇತ್ತು! ತನ್ನ ತಲೆ ಉರುಳಿಸುವ ಅಪರಾಧದ ಸಾಕ್ಷಿ ತನ್ನ ಬಳಿ ಇತ್ತು.

ತನಗೆ ಎಷ್ಟು ಸಮಯ ಇದೆ ಎಂದು ತಿಳಿಯಲು ಅವನು ಮತ್ತೆ ಇಣಿಕಿ ನೋಡಿದ. ಸ್ಕಂದದಾಸ ಮತ್ತವನ ಪಡೆ ಕಾಣಿಸಲಿಲ್ಲ. ಬಹುಶಃ ಅವರು ಗುಪ್ತ ಹಾಡಿ ಹಿಡಿದಿರಬೇಕು. ಕೆಲವರಿಗೆ ಮಾತ್ರ ಗೊತ್ತಿರುವ ಕಳ್ಳದಾರಿಯಲ್ಲಿ ಬೃಹನ್ನಳ ಕರೆದುಕೊಂಡು ಬರುತ್ತಿದ್ದಳು.

ಯಾವುದೇ ಕ್ಷಣದಲ್ಲಿ ಅವರು ಇಲ್ಲಿಗೆ ಬರಬಹುದು. ಪಟ್ಟರಾಯನಿಗೆ ಉಸಿರು ಕಟ್ಟಿತು. ಅವನು ಮಿಂಚಿನ ಓಟದಲ್ಲಿ ಕಾರ್ಯಸಾಧಿಸಬೇಕಿತ್ತು. ಆದರೆ ಅವನ ಬುದ್ಧಿ ಮಂಕಾಗಿತ್ತು.

ಕೆಳಗಿನಿಂದ ಮೆಟ್ಟಿಲು ಹತ್ತಿ ಬರುತ್ತಿರುವ ಹೆಜ್ಜೆ ಸದ್ದು ಅಸ್ಪಷ್ಟವಾಗಿ ಕೇಳಿಸಿತು. ಅಥವಾ ಅದು ಅವನ ಭ್ರಮೆಯೋ?

ಅವನು ಆ ಬೆರಕೆ ಗುಂಪಿನತ್ತ ಧಾವಿಸಿದ. ಅವರಿನ್ನೂ ಆಡುತ್ತಿದ್ದರು.

ಅವನು ಗೌರೀಕಾಂತ ಶಿಲೆಯಿರುವ ಚೀಲವನ್ನು ಅವರತ್ತ ಎಸೆದು "ನನ್ನ ಕಡೆಯಿಂದ ಎಲ್ಲಕ್ಕಿಂತ ದೊಡ್ಡ ಪಣ. ಮಹಾಸ್ವಾಮಿ ಗೆದ್ದರೆ ನಾನು ಅವರಿಗೆ ಈ ಶಿಲೆಯನ್ನು ಕೊಡುತ್ತೇನೆ."

ಬಿಜ್ಜಳ ನೆಲದಿಂದ ಅದನ್ನು ಬಾಚಿಕೊಂಡು ತೆರೆದು ನೋಡಿದ. ಶಿಲೆಯನ್ನು ತನ್ನ ಅಂಗೈ ಮೇಲೆ ಇಟ್ಟುಕೊಂಡು "ಏನು ನದಿಯ ಹರಳುಕಲ್ಲೇ? ಸಾಮಂತರೆ, ನೀವು ನನ್ನನ್ನು ಅಣಕಿಸುತ್ತಿದ್ದೀರೇ?" ಎಂದ.

ಈ ಮೂರ್ಖನಿಗೆ ಈ ಕಲ್ಲೊಂದೇ ಇಡೀ ಮಾಹಿಷ್ಮತಿ ನಗರದ ಅರ್ಧ ಬೆಲೆಯಷ್ಟು ಎಂದು ಹೇಳಬಹುದಾಗಿದ್ದರೆ ಎಂದುಕೊಂಡ. ತನ್ನ ಗೆಳೆಯರ ಅಪನಂಬಿಕೆಯ ಮತ್ತು ಕೋಪದ ಮುಖಗಳನ್ನು ಅಲಕ್ಷಿಸಿ ಮತ್ತೆ ನುಡಿದ "ಮಹಾಸ್ವಾಮಿ, ಇದು ನನ್ನ ವಿನಮ್ರ ಕಾಣಿಕೆ, ನಾನು ಮತ್ತೆ ಕೇಳುವವರೆಗೂ

ನೀವು ನಿಮ್ಮೊಂದಿಗೆ ಇದನ್ನು ಇಟ್ಟುಕೊಳ್ಳಿ. ನೀವು ಇದನ್ನು ನನಗೆ ಹಿಂದಿರುಗಿಸಿದಾಗ ಹಿಡುಂಬ ನೀವು ಅವನಿಗೆ ಕೊಡಬೇಕಾಗಿರುವ ಮೊತ್ತದಲ್ಲಿ ಅರ್ಧದಷ್ಟು ವಜಾ ಮಾಡುತ್ತಾನೆ."

"ಮಾಡ್ತೀನಿ ನಿನ್ ತಿಥಿ. ನೀನೇನು ಕುಡಿದಿದ್ದೀಯಾ ಪಟ್ಟರಾಯಾ? ಇಲ್ಲಿ ಲಕ್ಷಗಟ್ಟಲೆ ಹೊನ್ನು ಪಣಕ್ಕಿಡಲಾಗಿದೆ" ಹಿಡುಂಬ ನುಡಿದ. ಈಗ ಹೆಜ್ಜೆ ಸದ್ದು ಹತ್ತಿರವಾಗುತ್ತಿತ್ತು. ಪಟ್ಟರಾಯ ಹಿಡುಂಬನ ಕೈಯಿಂದ ದಾಳಗಳನ್ನು ಕಿತ್ತುಕೊಂಡು ಪೀಠದ ಮೇಲೆ ಎಸೆದ. ದಾಳ ಸುತ್ತಿವುದನ್ನು ನಿಲ್ಲಿಸುವವರೆಗೂ ಹಿಡುಂಬನ ಕೈಯನ್ನು ಭದ್ರವಾಗಿ ಹಿಡಿದ.

"ನೀವು ಗೆದ್ದಿರಿ ರಾಜಕುಮಾರಾ, ಶಿಲೆ ಇಟ್ಟುಕೊಳ್ಳಿ. ನೀವು ಮೊದಲು ಕೊಡಬೇಕಾಗಿದ್ದ ಪಣದಲ್ಲಿ ಅರ್ಧದಷ್ಟನ್ನು ಮಾತ್ರ ಕೊಡಿ, ಈ ಶಿಲೆ ನನಗೆ ಹಿಂದಿರುಗಿಸಿದಾಗ" ಪಟ್ಟರಾಯ ಘೋಷಿಸಿದ.

ಕುಬ್ಜ ಜೋರಾಗಿ ಪ್ರತಿಭಟಿಸತೊಡಗಿದ. ಪಟ್ಟರಾಯನನ್ನು ಎಲ್ಲಾ ರೀತಿಯ ಕೆಟ್ಟ ಮಾತುಗಳಿಂದ ಬೈಯತೊಡಗಿದ. ಪಟ್ಟರಾಯನಿಗೆ ಅವನ ಸೊಟ್ಟ ಕಾಲುಗಳನ್ನು ಹಿಡಿದೆತ್ತಿ ಕಿಟಕಿಯಿಂದ ಹೊರಗೆ ಎಸೆಯಬೇಕೆನ್ನಿಸಿತು. ಆಚೆ ತುದಿಯ ಬಾಗಿಲು ಬಡಿಯುವ ಸದ್ದು ಕೇಳಿಸಿತು.

"ಗುಲಾಮ, ನಿನ್ನ ಒಡೆಯನನ್ನು ಎತ್ತಿಕೊಂಡು ಓಡು"

"ಯಾಕೆ?" ಎಂದು ಕೇಳಿದ ಬಿಜ್ಜಳ. ಅವನು ಆ ಶಿಲೆಯನ್ನು ಎತ್ತಿಕೊಂಡಿರಲಿಲ್ಲ. ಅದಿನ್ನೂ ಪೀಠದ ಮೇಲೆ ಬಿದ್ದಿತ್ತು.

"ಮಹಾಸ್ವಾಮೀ," ಹಲ್ಲು ಕಚ್ಚುತ್ತ ಪಟ್ಟರಾಯ ಹೇಳಿದ "ನೀವು ಸಿಕ್ಕಿಬೀಳಬಾರದಾಗಿದ್ದರೆ ತಕ್ಷಣ ಓಡಿ. ಉಪಪ್ರಧಾನ ಸ್ಕಂದದಾಸ ಇನ್ನೇನು ಇಲ್ಲಿಗೆ ಬರಲಿದ್ದಾನೆ."

"ಆದರೆ ನನ್ನ ಅಪ್ಸರೆ, ನನ್ನ ಕಾಳಿಕಾ?" ಅಷ್ಟರಲ್ಲಿ ಗಾಭರಿಯಲ್ಲಿ ಎದ್ದು ಕೂತ ಕಾಳಿಕಾಳತ್ತ ನೋಡಿದ ಬಿಜ್ಜಳ.

ಪಟ್ಟರಾಯ ಕಣ್ಣುಮುಚ್ಚಿ, ಆತ್ಮನಿಗ್ರಹಕ್ಕಾಗಿ ಪ್ರಾರ್ಥಿಸುತ್ತಾ ನುಡಿದ "ನೀವಿನ್ನೂ ಅವಳನ್ನು ಗೆದ್ದಿಲ್ಲ. ಬಹುಶಃ ಮುಂದಿನ ಬಾರಿ...."

"ಹಾಗಾದರೆ ಅವಳನ್ನು ಗೆಲ್ಲುವವರೆಗೆ ನಾನು ಆಡುತ್ತೇನೆ " ಎಂದು ಬಿಜ್ಜಳ ದಾಳಗಳನ್ನು ಬಾಚಿಕೊಂಡ. "ಏನು ಪಣ, ಕುಳ್ಳ?"

ಪಟ್ಟರಾಯ ತನ್ನ ಮುಷ್ಠಿ ಗುದ್ದಿ ಚದುರಂಗ ಮಣೆಯನ್ನು ಮುರಿದು ಹಾಕಿದ. ಕಾಯಿಗಳೆಲ್ಲ ಚೆಲ್ಲಾಪಿಲ್ಲಿಯಾದವು. "ಗುಲಾಮ, ನಿನ್ನ ಒಡೆಯನನ್ನು ತಕ್ಷಣ ಎತ್ತಿಕೊಂಡು ಓಡು. ಈ ಕ್ಷಣ, ಹೋಗು, ಹೋಗು" ಎನ್ನುತ್ತಾ ಕಿಟಕಿ ತೋರಿಸಿದ.

ಕಟ್ಟಪ್ಪ ಹಿಂಜರಿದ. ಬಾಗಿಲ ಮೇಲೆ ಬಡಿಯುವ ಸದ್ದು ಈಗ ಅಪ್ಪಳಿಸುತ್ತಿತ್ತು. ಪಟ್ಟರಾಯ "ಕ್ಷಮಿಸಿ ಮಹಾಸ್ವಾಮಿ" ಎನ್ನುತ್ತಾ ಬಿಜ್ಜಳನ ಮುಖಕ್ಕೆ ಮುಷ್ಠಿಯಿಂದ ಗುದ್ದಿದ. ಬಿಜ್ಜಳ ಮೂರ್ಛೆ ಹೋದ. ಕಟ್ಟಪ್ಪನ ಕಡೆಗೆ ತಿರುಗಿ ಕಿರುಚಿದ "ತಕ್ಷಣ ಈ ಪ್ರಾಣಿಯನ್ನು ಎತ್ತಿಕೊಂಡು ಹೋಗು"

ಕಟ್ಟಪ್ಪ ಕೋಣೆಯ ಆಚೆ ತುದಿಯ ಬಾಗಿಲನ್ನು ಮುರಿಯುತ್ತಿರುವುದನ್ನು ನೋಡಿದ. ಹೊರಗೆ ಹೊಡೆದಾಟವಾಗುತ್ತಿರುವ ಸದ್ದು ಕೇಳಿಸಿತು. ಬಹುಶಃ ಕಾಳಿಕಾಳ ಕಾವಲು ಭಟರು ತಡೆಗಟ್ಟಲು ಬಂದಿರಬಹುದು. ಆದರೆ ಅವರು ಬಹಳ ಹೊತ್ತು ಕಾದಾಡಲಾರರು.

ಕಟ್ಟಪ್ಪ ಬಿಜ್ಜಳನನ್ನು ತನ್ನ ಹೆಗಲ ಮೇಲೆ ಹೊತ್ತುಕೊಂಡ. ತೆರೆದ ಕಿಟಕಿಯ ಬಳಿಗೆ ಹೋಗಿ ಕೆಳಗೆ ಬಗ್ಗಿ ನೋಡಿದ. ಪಟ್ಟರಾಯ ಅವನ ಹೆಸರು ಕರೆದದ್ದು ನೋಡಿ ತಿರುಗಿ ನೋಡಿದ. ಸಾಮಂತ ಅವನೆಡೆಗೆ ಶಿಲೆಯನ್ನು ಎಸೆದ. ಕಟ್ಟಪ್ಪ ಅದನ್ನು ಗಾಳಿಯಲ್ಲೇ ಹಿಡಿದು ತನ್ನ ಸೊಂಟಪಟ್ಟಿಯಲ್ಲಿ ಅಡಗಿಸಿದ. ಅದು ಏನೇ ಆಗಿರಲಿ, ತನ್ನ ಒಡೆಯನ ಋಣವನ್ನು ಅರ್ಧದಷ್ಟು ಕಡಿಮೆ ಮಾಡುತ್ತದೆ. ದೀರ್ಘ ಉಸಿರೆಳೆದುಕೊಂಡು ಅವನು ಬಿಜ್ಜಳನನ್ನು ಹೆಗಲಿಗೆ ಆನಿಸಿಕೊಂಡು ಕತ್ತಲಲ್ಲಿ ಧುಮುಕಿದ.

ಅದೇ ಹೊತ್ತಿಗೆ ಬಾಗಿಲು ಧಡಾರನೆ ಒಡೆಯಿತು. ಸ್ಕಂದದಾಸ ಮತ್ತವನ ಯೋಧರು ಬೃಹನ್ನಳ ಕೊರಳಿಗೆ ಕತ್ತಿಯನ್ನು ಅಮುಕಿ ಹಿಡಿದು ಒಳಗೆ ಪ್ರವೇಶಿಸಿದರು.

ಅಲ್ಲಿ ಪಟ್ಟರಾಯ ಮತ್ತು ಪ್ರತಾಪ ಹಾವು ಏಣಿ ಆಟದಲ್ಲಿ ಮಗ್ನರಾಗಿದ್ದರು. ಖಣಿಪತಿ ಹಿಡುಂಬ ಕುಡಿದು ಮತ್ತನಾಗಿ ಅವನಿಗಿಂತ ಎರಡರಷ್ಟು ದೊಡ್ಡದಾದ ದಿಂಬಿನ ಮೇಲೆ ಬಿದ್ದಿದ್ದ. ಕೇಕಿ ಕಾಳಿಕಾಳಿಗೆ ಶಂಖಪಾತ್ರೆಯಲ್ಲಿ ಸುವರ್ಣ ದ್ರವ್ಯವನ್ನು ನೀಡುತ್ತಿದ್ದಳು. ದೇವದಾಸಿಯು ತನ್ನ ಎಡಗೈಯಲ್ಲಿ ರಾಜಗುರುವಿನ ತಲೆಯನ್ನು ತನ್ನ ತೊಡೆಗಳ ನಡುವೆ ಭದ್ರವಾಗಿ ಹಿಡಿದಿಟ್ಟಿದ್ದನ್ನು ನೋಡಿ ಸ್ಕಂದದಾಸನಿಗೆ ಅಸಹ್ಯವಾಯಿತು.

ಪಟ್ಟರಾಯ ಆಟದಿಂದ ತಲೆ ಎತ್ತಿ ನೋಡಿ "ಸ್ವಾಗತ ಉಪಪ್ರಧಾನ ಸ್ಕಂದದಾಸರೇ, ಬನ್ನಿ ಕೂತುಕೊಳ್ಳಿ" ಎಂದು ಮತ್ತೆ ತನ್ನ ಆಟದಲ್ಲಿ ಮಗ್ನನಾದ.

ಸ್ಕಂದದಾಸ ಇಡೀ ಕೋಣೆಯನ್ನು ಪರೀಕ್ಷಿಸಿದ. ರಾಜಕುಮಾರ ಬಿಜ್ಜಳನ ಸುಳಿವಿರಲಿಲ್ಲ. ಈ ದುಷ್ಟರು ಅವನನ್ನು ಎಲ್ಲಿ ಅವಿತಿಟ್ಟಿದ್ದರೂ ಅವನು ಕಂಡುಹಿಡಿಯುತ್ತಿದ್ದ.

ಕಾಳಿಕಾ ಸುವರ್ಣ ದ್ರವ್ಯದ ಒಂದು ಗುಟುಕು ಕುಡಿದು ಸ್ಕಂದದಾಸನನ್ನು ನೋಡಿ ಮುಗುಳ್ನಕ್ಕಳು. "ಪ್ರಿಯತಮಾ, ನೀವು ತುಂಬಾ ಅವಸರದಲ್ಲಿರುವಂತೆ ಕಾಣುತ್ತದೆ. ನನ್ನ ಮನೆಯ ಬಾಗಿಲನ್ನು ಮುರಿದುಹಾಕಿದ್ದೀರಿ ಅಂದಮೇಲೆ! ಆದರೆ ನೀವು ಸರದಿ ಸಾಲಿನಲ್ಲಿದ್ದೀರಿ. ಈ ಪುರುಷರು ಸಂಜೆಯಿಂದ ಕಾಯುತ್ತಿದ್ದಾರೆ. ಈ ರಾಜಗುರು ನಿಲ್ಲಿಸುತ್ತಲೇ ಇಲ್ಲ! ತುಂಟ ಮುದುಕ"

ಅಧ್ಯಾಯ ಹದಿನೆಂಟು

ಕಟ್ಟಪ್ಪ

ಸ್ಕಂದದಾಸ ಕೋಪದಲ್ಲಿ ಕೆಂಡವಾಗಿ ಕಾಳಿಕಾಳ ವಾಟಿಕೆಯ ಮುಖ್ಯ ದ್ವಾರದಿಂದ ಹೊರನಡೆದ. ಉಪಪ್ರಧಾನರು ತಮ್ಮ ಪಡೆಯೊಂದಿಗೆ ಬಂದಿದ್ದು ಬೀದಿಗಳಲ್ಲಿ ಸಾಕಷ್ಟು ಗದ್ದಲಕ್ಕೆ ಕಾರಣವಾಗಿತ್ತು. ಕೇಕಿ ಅವನ ಜೊತೆಗೆ ಹೊರಗೆ ಬಂದು ಕುಣಿಯುತ್ತಾ ಕೂಗಿ ಕೂಗಿ ಘೋಷಿಸಿದಳು "ನೋಡಿ, ನನ್ನ ಒಡತಿಯ ಬಳಿಗೆ ಯಾರು ಬಂದಿದ್ದರೆಂದು! ಮಹಾನ್ ಉಪಪ್ರಧಾನ ಸ್ಕಂದದಾಸರು!"

ಅವಳು ಅವನನ್ನು ಹಂಗಿಸುತ್ತಲೇ ಇದ್ದಳು. ಅವಳ ಮೂತಿಗೆ ಬೀಸಿ ಹೊಡೆಯದೆ ಇರಬೇಕಾದರೆ ಅವನು ತನ್ನೆಲ್ಲ ಆತ್ಮನಿಗ್ರಹವನ್ನು ಬಳಸಬೇಕಾಯಿತು. ಅವಳಿಗಿಂತ ಕಿರಿಕಿರಿ ಮಾಡುತ್ತಿದ್ದುದು ಬೃಹನ್ನಳ. ಪ್ರತಿ ಬಾರಿ ಕೇಕಿ ಅಶ್ಲೀಲ ಹಾಸ್ಯ ಮಾಡಿದಾಗಲೂ ಬೃಹನ್ನಳ ಅವನ ತೋಳು ಗಟ್ಟಿಯಾಗಿ ಹಿಡಿದು, ಕೇಕಿಯನ್ನು ಅಲಕ್ಷಿಸಬೇಕೆಂದೂ, ಯಾಕೆಂದರೆ ಅವಳು ದುಷ್ಟಳು, ತನ್ನನ್ನು ಮಾತ್ರ ನಂಬಬೇಕೆಂದೂ ಅವನ ಕಿವಿಯಲ್ಲಿ ಪಿಸುಗುಡುತ್ತಿದ್ದಳು.

ಸ್ಕಂದದಾಸ ಅವಳಿಗೆ ಸುಮ್ಮನಿರು ಎಂದು ಭುಸುಗುಟ್ಟಿದ. ಆದರೆ ಅವಳು ನೋವಾದವಳಂತೆ ನಟಿಸಿ ತಾನು ಅವನನ್ನು ಬೆಂಬಲಿಸು

ತ್ತಿರುವುದಾಗಿಯೂ, ಅವನು ಅಷ್ಟು ಶೀಘ್ರಕೋಪಿಯಾಗಬಾರದೆಂದೂ ಉತ್ತರಿಸುತ್ತಿದ್ದಳು. ಕೇಕಿ ಚಪ್ಪಾಳೆ ತಟ್ಟುತ್ತಾ ಅಶ್ಲೀಲವಾಗಿ ಹಾಡುತ್ತಾ, ಸುತ್ತ ನೆರೆದಿದ್ದ ಜನಗಳು ಘೊಳ್ಳನೆ ನಗುತ್ತಿದ್ದರು. ಕೇಕಿ ಕೂಗಿದಳು "ಹೀಗೆ ಹೋಗಿ ಹಾಗೆ ಹಿಂದಿರುಗಿದರು, ಗೆಳೆಯರೇ, ನಮ್ಮ ಉಪಪ್ರಧಾನರು ಎಷ್ಟು ವೇಗ, ಎಷ್ಟು ವೇಗ, ಎಷ್ಟು ವೇಗ ಅಂದರೆ..."

ಕೆಲವು ತಲೆಹಿಡುಕರು ಸ್ಕಂದದಾಸರ ತೋಳು ಹಿಡಿದು ಎಳೆಯಲು ಯತ್ನಿಸಿದರು "ಸ್ವಾಮಿ, ಕಾಳಿಕಾಳನ್ನು ಬಿಡಿ, ನಮ್ಮ ಬಳಿ ಇನ್ನೂ ಉತ್ತಮ ಹುಡುಗಿಯರಿದ್ದಾರೆ. ನಮ್ಮಲ್ಲಿಗೆ ಬನ್ನಿ."

ಕೆಲವು ಸೂಳೆಯರು ಮುಂದೆ ಬಂದು ಕಂಚುಕವನ್ನು ತೆಗೆದುಹಾಕಿ ತಮ್ಮ ಕುಂಬಳಗಾತ್ರದ ಮೊಲೆಗಳನ್ನು ಉಪಪ್ರಧಾನರ ಮುಂದೆ ಗಳಗಳನೆ ಅಲ್ಲಾಡಿಸಿದರು. ಗುಂಪು ಇನ್ನೂ ಜೋರಾಗಿ ನಕ್ಕು ಬೊಬ್ಬೆ ಹಾಕಿತು. ಬೃಹನ್ನಳ ಮತ್ತೆ ಅವನ ತೋಳು ಹಿಡಿದಾಗ ಸ್ಕಂದದಾಸ ಅವಳನ್ನು ತನ್ನ ಬಳಿಗೆ ಬಿಡಬಾರದೆಂದು ಭಟರಿಗೆ ಆಜ್ಞಾಪಿಸಿದ. ಅವರು ತಕ್ಷಣವೇ ಬೃಹನ್ನಳಳನ್ನು ತಳ್ಳಿ ಸ್ಕಂದದಾಸನ ಸುತ್ತ ವೃತ್ತ ಮಾಡಿದರು. ವೇಶ್ಯೆಯರು ಮತ್ತು ತಲೆಹಿಡುಕರು ವೃತ್ತವನ್ನು ಒಡೆದು ಸ್ಕಂದದಾಸರನ್ನು ಮುಟ್ಟಲು ಯತ್ನಿಸಿದರು. ಕೆಲವರು ಅವನತ್ತ ಹೂ ಎರಚಿದರು. ಸ್ಕಂದದಾಸ ತನ್ನ ಜೀವಮಾನದಲ್ಲೇ ಅಷ್ಟು ಅಸಹಾಯಕನಾಗಿರಲಿಲ್ಲ.

ಅವನಿಗೆ ರಾಜಕುಮಾರ ಬಿಜ್ಜಳನ ಬಗ್ಗೆ ಅತೀ ಚಿಂತೆಯಾಗುತ್ತಿತ್ತು. ಅವನು ಕಾಳಿಕಾವಾಟಿಕೆಯನ್ನು ಚೆನ್ನಾಗಿ ಪರೀಕ್ಷಿಸಿದ್ದ. ಆದರೆ ಎಲ್ಲೂ ರಾಜಕುಮಾರನ ಸುಳಿವು ಕಂಡಿರಲಿಲ್ಲ. ಇಲ್ಲಿರುವ ಯಾವುದಾದರೂ ವೇಶ್ಯಾವಾಟಿಕೆಯಲ್ಲಿ ಬಿಜ್ಜಳ ಅವಿತುಕೊಂಡಿರಬಹುದೇ? ಆ ಸಂದಣಿಯ ಚಿಕ್ಕ ಗಲ್ಲಿಯಲ್ಲಿ ಪ್ರತಿ ಮನೆಯನ್ನೂ ಹುಡುಕುವ ಯೋಚನೆಗೆ ಅವನಿಗೆ ನಡುಕವಾಯಿತು. ಅವನು ತನ್ನ ಮೇಲಧಿಕಾರಿಯಿಂದ ಅನುಮತಿಯನ್ನು ತೆಗೆದುಕೊಂಡಿರಲಿಲ್ಲ. ಅಲ್ಲದೇ ತನ್ನನ್ನು ಗೇಲಿಗೆ ಗುರಿಮಾಡಿಕೊಂಡಿದ್ದ. ಮಹಾರಾಜರು ಪ್ರಶ್ನಿಸಿದರೆ ಅವರಿಗೆ ಏನು ಉತ್ತರ ನೀಡಬೇಕೆಂದು ಅವನಿಗೆ ಇನ್ನೂ ಗೊತ್ತಿರಲಿಲ್ಲ. ಅವನ ನಡವಳಿಕೆಯ ಬಗ್ಗೆ ಮರುದಿನ ದೂರು ಬರಬಹುದು. ಅದಕ್ಕಿಂತ ಹೆಚ್ಚಾಗಿ ಯುವರಾಜ ಬಿಜ್ಜಳನನ್ನ ಕಂಡುಹಿಡಿಯದಿದ್ದಲ್ಲಿ, ಅಥವಾ ಅವನಿಗೆ ಏನಾದರೂ ಅಪಾಯ ಸಂಭವಿಸಿದ್ದಲ್ಲಿ ಅದು ಅವನ ವೃತ್ತಿಯ ಇತಿಶ್ರಿಯಾಗುತ್ತಿತ್ತು. ಕೇವಲ ವೃತ್ತಿ ಮಾತ್ರ ಕೈಬಿಟ್ಟರೆ ಅದವನ ಅದೃಷ್ಟ. ಮಹಾರಾಣಿ ಅವನ ತಲೆ ಕತ್ತರಿಸುವ ಬೆದರಿಕೆ

ಹಾಕಿದ್ದಳು. ಅದು ಆತಂಕದ ಕ್ಷಣದಲ್ಲಿ ಉದ್ಗರಿಸಿದ ಮಾತಾಗಿರಬಹುದು. ಆದರೆ ಮಾಹಿಷ್ಮತಿಯಲ್ಲಿ ಅದಕ್ಕಿಂತ ಸಣ್ಣ ಕಾರಣಗಳಿಗೆ ಜನರ ತಲೆಗಳುರುಳಿದ್ದವು.

ಇದ್ದಕ್ಕಿದ್ದಂತೆ, ಅವನಿಗೆ ಯಾರೋ ಕಾಳಿಕಾಳ ಭವನದ ಪಕ್ಕದ ಭವನದಿಂದ ಧುಮುಕಿದಂತೆ ಭಾಸವಾಯಿತು. ಆ ವ್ಯಕ್ತಿ ಹೆಗಲ ಮೇಲೆ ನಿಶ್ಚೇತಲ ವ್ಯಕ್ತಿಯನ್ನು ಹೊತ್ತುಕೊಂಡಿದ್ದ. ಅವನಿಗೆ ಮುಖ ಸರಿಯಾಗಿ ಕಾಣಿಸಲಿಲ್ಲವಾದರೂ ಅದು ಬಿಜ್ಜಳನ ಗುಲಾಮನಿರಬಹುದೆಂದು ಅನ್ನಿಸಿತು.

ಆ ವ್ಯಕ್ತಿ ಧುಮುಕಿ ಗುಂಪಿನ ನಡುವೆ ತಳ್ಳುತ್ತಾ ಸರಿದುಹೋಗುವಾಗ ಜನ ಚೀರಾಡತೊಡಗಿದರು. ಸ್ಕಂದದಾಸ ಆ ಕಡೆಗೆ ಹೋಗಲು ಯತ್ನಿಸಿದ.

ಇದ್ದಕ್ಕಿದ್ದಂತೆ ಬೃಹನ್ನಳ ಜೋರಾಗಿ ಘೋಷಿಸಿದಳು "ಉಪಪ್ರಧಾನರು ಎಲ್ಲರಿಗೂ ಉಡುಗೊರೆಗಳನ್ನು ಹಂಚಲಿದ್ದಾರೆ."

ಅವನನ್ನು ಸುತ್ತುವರಿದ ಜನರ ಹರ್ಷೋದ್ಗಾರ ಮುಗಿಲುಮುಟ್ಟಿತು. ಅವನ ರಕ್ಷಣಾಭಟರನನ್ನೂ ತಳ್ಳಿಕೊಂಡು ಜನರು ಸ್ಕಂದದಾಸನತ್ತ ಕೈಚಾಚ ತೊಡಗಿದರು. ತಲೆಹಿಡುಕರು ಮತ್ತು ವೇಶ್ಯೆಯರ ಗುಂಪು ಸುತ್ತುವರಿದು ತನ್ನ ಮುಂದೆ ಏರ್ಪಡುತ್ತಿದ್ದ ಈ ಗೊಂದಲದ ದೃಶ್ಯವನ್ನು ಸ್ಕಂದದಾಸ ಅಸಹಾಯಕನಾಗಿ ನೋಡಿದ.

***

ಕಟ್ಟಪ್ಪ ಧುತ್ತನೆ ತನ್ನ ಕಾಲಮೇಲೆ ಧುಮುಕಿದ. ಸ್ಕಂದದಾಸ ಒಳಬಂದಾಗ ಅವನು ಅಪಾಯಕಾರಿಯಾಗಿ ಒಂದು ಕಿಟಕಿಗೆ ಜೋತುಬಿದ್ದು, ನಂತರ ಪಕ್ಕದ ಭವನದ ಮುಂಚಾಚಿದ ಭಾಗ ಹತ್ತಿ ಅವಿತುಕೊಂಡಿದ್ದ. ಸ್ಕಂದದಾಸ ಹೊರಟು ಹೋದನೆಂದು ಖಚಿತವಾದ ಮೇಲೆ ಬಿಜ್ಜಳನನ್ನು ಹೆಗಲಮೇಲೆ ಹೊತ್ತು ಧುಮುಕಿದ್ದ. ಆದರೆ ಅವನ ಭೀತಿಗೊಂಡಿದ್ದಂತೆ ಎದುರಿಗೆ ಸ್ವಲ್ಪ ದೂರದಲ್ಲಿ ಸ್ಕಂದದಾಸ ವೇಶ್ಯೆಯರ ಗುಂಪಿನ ನಡುವೆ ಸ್ಕಂದದಾಸ ನಡೆದುಬರುತ್ತಿದ್ದ.

ಉಪಪ್ರಧಾನರು ತನ್ನನ್ನು ಗುರುತಿಸದೇ ಇರಲಿ ಎಂದು ಪ್ರಾರ್ಥಿಸುತ್ತಾ ಕಟ್ಟಪ್ಪ ಗುಂಪಿನ ನಡುವೆ ಓಡಿದ. ಜನರನ್ನು ಚೆದುರಿಸಲು ಅವನು ತನ್ನ ಕತ್ತಿಯನ್ನು ಅಡ್ಡಾದಿಡ್ಡಿ ಬೀಸುತ್ತಿದ್ದ. ಹೆಂಗಸರು ಕಿರುಚಿದರು, ಗಂಡಸರು ಕೋಪಗೊಂಡು ಅವನನ್ನು ಬೈದರು. ಯಾರಾದರೂ ಗಾಯಗೊಂಡರೆ ಎಂದು ನೋಡುವಷ್ಟು ಅವನಿಗೆ ಸಮಯವಿರಲಿಲ್ಲ. ಅವನು ತನ್ನ ಒಡೆಯನನ್ನು ಕಾಪಾಡಬೇಕಿತ್ತು. ಉಳಿದುದೆಲ್ಲವೂ ಗೌಣವಾಗಿತ್ತು. ಗಾಡಿಗಳು ಉರುಳಿದವು, ಕುದುರೆಗಳು ಬೆದರಿದವು.

ದಾರಿಯಲ್ಲಿ ಬರುತ್ತಿದ್ದ ಒಂದು ಸಾರೋಟಿನ ಕುದುರೆಯ ಜೀನು ಹಿಡಿದು ನಿಲ್ಲಿಸಿದ. ಬಿಜ್ಜಳನನ್ನು ಹಿಂದಿನ ಆಸನದಲ್ಲಿರಿಸಿದ. ಅಷ್ಟರಲ್ಲಿ ಸಾರೋಟಿನಲ್ಲಿದ್ದ

ದೇವದಾಸಿ ಚೀರಿದಳು. ಕಟ್ಟಪ್ಪ ಅವಳನ್ನು ಅನಾಮತ್ತಾಗಿ ಎತ್ತಿ ಕ್ಷಮಾಪಣೆ ಕೇಳುತ್ತಾ ಮೆಲ್ಲನೆ ಅವಳನ್ನು ನೆಲದ ಮೇಲಿರಿಸಿದ. ಸಾರೋಟನ್ನು ಓಡಿಸುತ್ತಿದ್ದ ಸಾರಥಿ ಹಿಂದಕ್ಕೆ ಜಿಗಿದು ಕಟ್ಟಪ್ಪನಿಗೆ ಚಾಟಿ ಏಟು ಬಿಗಿದ. ಮೊದಲ ಏಟು ಕಟ್ಟಪ್ಪನ ಮುಖಕ್ಕೆ ಬಡಿಯಿತು. ಮುಂದಿನ ಏಟು ಬೀಸುವಷ್ಟರಲ್ಲಿ ಕಟ್ಟಪ್ಪ ಚಾಟಿಯನ್ನು ಹಿಡಿದೆಳೆದು ತಿರುಗಿ ಬೀಸಿದ. ಸಾರಥಿ ಹೊರಳಿ ಬಿದ್ದ. ಕಟ್ಟಪ್ಪ ಕುದುರೆಗಳಿಗೆ ಚಾಟಿ ಬೀಸಿ ಸಾರೋಟನ್ನು ವಿರುದ್ಧ ದಿಕ್ಕಿನಲ್ಲಿ ಸಾಗಿಸಲು ತಿರುಗಿಸಲೆತ್ನಿಸಿದ. ಹಾದಿ ಬಹಳ ಕಿರಿದಾಗಿತ್ತು. ಸಾರೋಟಿಗೆ ಸಿಕ್ಕಿ ಕೆಲವು ಗುಡಿಸಲುಗಳು ಉರುಳಿ, ಚಕ್ರ ಸರಿದು ಮಡಕೆಗಳು ಪುಡಿಪುಡಿಯಾದವು. ತೂಗಾಡುತ್ತಾ ಗಡಗಡಿಸುತ್ತ ಸಾರೋಟು ಬೀದಿಯಲ್ಲಿ ವೇಗವಾಗಿ ಸಾಗಿತು. ಜನರು ತಮ್ಮ ವಸ್ತುಗಳನ್ನು ಹಾಳುಮಾಡಿದ ಆ ವ್ಯಾಪಾರಿ ಮತ್ತವನ ಗುಲಾಮನನ್ನು ಶಪಿಸುತ್ತ ಆದರೆ ಹಿಂದೆಯೇ ಓಡಿಬಂದರು. ಕೆಲವರು ಕಲ್ಲೆಸೆದರು. ಕೆಲವು ಕಲ್ಲುಗಳು ಕಟ್ಟಪ್ಪನಿಗೆ ತಗುಲಿದವು. ಅವನು ಬೆದರದೇ ಇನ್ನೂ ವೇಗವಾಗಿ ಓಡಲು ಕುದುರೆಗಳಿಗೆ ಚಾವಟಿ ಬೀಸಿದ. ಅವನ ಹಾದಿ ತಡೆಯಲು ಕೆಲವು ಗಾಡಿಗಳನ್ನು ಹಾದಿಗೆ ಅಡ್ಡವಾಗಿ ಒಡ್ಡಿದ್ದರು. ದೇವದಾಸಿಯರ ಮನೆಗಳ ಕಾವಲುಭಟರು ಕೋಲು ಮತ್ತು ಕತ್ತಿಗಳನ್ನು ಹಿಡಿದು ಅವನನ್ನು ತಡೆಯಲು ನಿಂತರು. ಅವನು ಅಡೆತಡೆಗಳನ್ನೆಲ್ಲಾ ಬೀಳಿಸುತ್ತಾ, ಕೋಲುಗಳೆಲ್ಲಾ ಮುರಿಯುವಂತೆ ರಭಸದಿಂದ ಸಾರೋಟನ್ನು ಓಡಿಸಿ, ತನ್ನ ಹಿಂದೆ ನಾಶದ ಜಾಡುಬಿಡುತ್ತಾ, ಗುಡ್ಡದ ಇಳಿಜಾರಿನಲ್ಲಿ ಧಡಧಡಿಸುತ್ತಾ ನದಿಯ ಕಡೆಗೆ ಧಾವಿಸಿದ.

ಅವನು ಕಾಡಿನ ಹಾದಿಯನ್ನು ಹಿಡಿದಾಗ ಒಂದು ಗೂಬೆ ಗೂಕರಿಸಿತು. ಅದನ್ನವನು ಅಲಕ್ಷಿಸಿದ. ದೊಡ್ಡದೊಂದು ಅಂಜೂರದ ಮರ ದಾಟಿದಾಗ ಮತ್ತೊಂದು ಗೂಬೆ ಗೂಕರಿಸಿತು. ನದಿಯ ಪಕ್ಕದ ಹಾದಿಯಲ್ಲಿ ಸಾರೋಟು ತಿರುಗಿದಾಗ ಮತ್ತೊಂದು ಗೂಬೆ ಕೂಗಿದಾಗ ಕಟ್ಟಪ್ಪನಿಗೆ ಇದು ಸಾಧಾರಣ ಗೂಬೆಯಲ್ಲವೆಂದು ಮನನವಾಯಿತು. ಅವನು ಎಚ್ಚೆತ್ತು ಸ್ವಲ್ಪ ವೇಗ ತಗ್ಗಿಸಿ ತಲೆ ಮೇಲೆತ್ತಿ ಮರವನ್ನು ನೋಡಿದ. ಅದರಿಂದ ಒಂದು ಬಲೆ ಧುತ್ತನೆ ಬಿತ್ತು. ಅದರಿಂದ ತಪ್ಪಿಸಿಕೊಳ್ಳಲು ಬೇಗ ಓಡಲೆಂದು ಅವನು ಕುದುರೆಗೆ ಚಾಟಿ ಬೀಸಿದ. ಆದರೆ ಸಾರೋಟಿನ ಚಕ್ರಗಳು ಬಲೆಯಲ್ಲಿ ಸಿಕ್ಕಿಬಿದ್ದುವು. ಆದರೂ ಕಟ್ಟಪ್ಪ ಸಾರೋಟನ್ನು ನಿಲ್ಲಿಸಲಿಲ್ಲ. ಅದೇ ತಪ್ಪಾಯಿತು. ಸಾರೋಟು ಜಾರಿ ಹಾದಿ ಬಿಟ್ಟು ಪಕ್ಕದ ಬಂಡೆಗೆ ಡಿಕ್ಕಿ ಹೊಡೆಯಿತು. ಬಿಜ್ಜಳ ಸ್ವಲ್ಪ ದೂರಕ್ಕೆ ಹಾರಿ ಬಿದ್ದ. ಕಟ್ಟಪ್ಪ ಬೆನ್ನಡಿಯಾಗಿ ಬಿದ್ದ. ಪಕ್ಕದಲ್ಲೇ ಕುದುರೆ ಎದ್ದು ನಿಲ್ಲಲು ಒದ್ದಾಡುತ್ತಿತ್ತು. ಕಟ್ಟಪ್ಪ ಹೊರಳಿ ಕ್ಷಣಾರ್ಧದಲ್ಲಿ ಎದ್ದು ನಿಂತ. ಅವನ ಸುತ್ತಲೂ ವೈತಾಳಿಕರ ಗುಂಪು

ನಿಂತಿತ್ತು. ಪಕ್ಕದ ವೈತಾಳಿಕನನ್ನು ಗುದ್ದಿ ತಳ್ಳಿ ಕಟ್ಟಪ್ಪ ಹೊರಳಿ ಬಿಜ್ಜಳನ ಬಳಿಗೆ ತಲುಪಿದ. ಕತ್ತಿಯನ್ನು ಹಿಡಿದು ಒಡೆಯನ ಪ್ರಾಣರಕ್ಷಣೆಗಾಗಿ ಸಾಯಲು ಸಿದ್ಧನಾಗಿ ನಿಂತ. ಆಕಾಶದಲ್ಲಿ ಮಿಂಚು ಫಳಾರೆಂದಿತು.

ಸುತ್ತಲೂ ಕತ್ತಿ ಮತ್ತು ಈಟಿಗಳನ್ನು ಹಿಡಿದು ನಿಂತಿದ್ದವರು ಹನ್ನೆರಡಕ್ಕಿಂತಲೂ ಹೆಚ್ಚು ಮಂದಿ ಎಂದು ಅವನಿಗೆ ತಕ್ಷಣ ಗೊತ್ತಾಯಿತು. ಅವನು ಒಬ್ಬನಿದ್ದ, ಕಾಲ ಬಳಿಯಲ್ಲಿ ಬಿದ್ದಿದ್ದ ಅವನ ಒಡೆಯ ಕುಡಿದು ನಶೆಯಲ್ಲಿದ್ದ. ಜೊತೆಗೆ ಮೂರ್ಛೆ ತಪ್ಪಿದ್ದ. ಕತ್ತಲಾಗಿತ್ತು. ಇರುವ ಕಷ್ಟಗಳು ಸಾಲದೆನ್ನುವಂತೆ ಇದ್ದಕ್ಕಿದ್ದಂತೆ ಮಳೆ ಬೇರೆ ಪ್ರಾರಂಭವಾಯಿತು. ಮೊದಲ ಆಕ್ರಮಣವಾದಾಗ ಅದರ ಉಗ್ರತೆಗೆ ಅವನು ಬೆಚ್ಚಿಬಿದ್ದ. ಅವನಿಗೆ ಖಡ್ಗಗಳ ಭಯವಿರಲಿಲ್ಲ. ಅವನಿಗೆ ತಿಳಿದ ಎಲ್ಲರಿಗಿಂತ ಅವನು ವೇಗವಾಗಿದ್ದ. ಅವನ ತಂದೆ ಅವನಿಗೆ ಸರಿಯಾಗಿ ತರಬೇತಿ ಕೊಟ್ಟಿದ್ದ. ಅದನ್ನು ನಿರೂಪಿಸುವಂತೆ ಆಕ್ರಮಿಸಿದ ಮೊದಲ ಮೂವರನ್ನು ಅವನು ಕ್ಷಣಾರ್ಧದಲ್ಲಿ ತುಂಡರಿಸಿದ.

ಆದರೆ ವೈತಾಳಿಕರು ತಮ್ಮ ತಂತ್ರವನ್ನು ದಿಢೀರನೆ ಬದಲಾಯಿಸುತ್ತಿದ್ದರು. ಒಂದೇ ಸಲಕ್ಕೆ ಆರು ಜನರು ಅವನ ಮೇಲೆ ಧಾಳಿ ಮಾಡಿದರು, ನಾಲ್ವರು ಖಡ್ಗ ಹಿಡಿದು, ಇಬ್ಬರು ಈಟಿ ಹಿಡಿದು. ಖಡ್ಗವನ್ನೇನೋ ಅವನು ತಡೆದ. ಆದರೆ ಈಟಿಗಳು ನಿಜವಾಗಿ ಸಮಸ್ಯೆಯಾದವು. ವೈತಾಳಿಕರು ಕುಣಿಯುತ್ತ ಒಳನುಗ್ಗಿ ಅವನ ಮೇಲೆ ಆಕ್ರಮಣ ಮಾಡಿ ತಕ್ಷಣ ಕುಣಿದು ದೂರ ಹೋಗುತ್ತಿದ್ದರು. ಅವನು ಇನ್ನಿಬ್ಬರನ್ನು ತುಂಡರಿಸಿದ. ಮಳೆ ಧಾರಾಕಾರವಾಗಿ ಸುರಿಯಿತು. ನೆಲವೆಲ್ಲ ಕೆಸರಾಗಿ ರಕ್ತ ಮತ್ತು ನೀರು ಸೇರಿಕೊಂಡು ಖಡ್ಗ ಜಾರುತ್ತಿತ್ತು. ಈಟಿಯ ತಿವಿತಕ್ಕೆ ಪಕ್ಕಾಗದಂತೆ ಅವನು ಒಡೆಯನನ್ನು ಕಾಪಾಡಬೇಕಿತ್ತು. ಬಿಜ್ಜಳನಿಗೆ ಎಚ್ಚರವಾಗಿ ಎದ್ದು ಕೂತಿದ್ದ. ಆದರೆ ಅವನಿಗೆ ಹೋರಾಟದ ನಡುವೆ ದಿಕ್ಕು ತೋಚದಂತಾಗಿತ್ತು. ಕಟ್ಟಪ್ಪನ ಮೈಯೆಲ್ಲಾ ಗಾಯವಾಗಿ ರಕ್ತ ಸೋರುತ್ತಿತ್ತು. ಆದರೂ ಅವನು ಹೋರಾಟ ಮುಂದುವರಿಸಿದ. ಒಂದು ಕ್ಷಣಕ್ಕೆ ಅವನಿಗೆ ಒಡೆಯನೂ ತನಗೆ ಕೈ ಜೋಡಿಸಿದರೆ ಚೆನ್ನಾಗಿರುತ್ತಿತ್ತು ಅನ್ನಿಸಿತು. ಬಿಜ್ಜಳ ಚೆನ್ನಾಗಿದ್ದಾಗ ಉತ್ತಮ ವೀರ. ಆದರೆ ಕುಡಿದ ನಶೆಯಲ್ಲಿ ಪ್ರಯೋಜನವಿಲ್ಲ. ಬಿಜ್ಜಳನ ನೆರವಿನ ಯೋಚನೆಯನ್ನು ಕಟ್ಟಪ್ಪ ತಳ್ಳಿಹಾಕಿದ. ಒಡೆಯನನ್ನು ರಕ್ಷಿಸುವುದು ಗುಲಾಮನ ಕರ್ತವ್ಯ. ಒಡೆಯನ ಸೇವೆಯಲ್ಲಿ ಪ್ರಾಣತ್ಯಾಗ ಮಾಡುವುದು ಹೆಮ್ಮೆಯ ಸಂಗತಿ. ಕಟ್ಟಪ್ಪನಿಗೆ ತಾನು ಸಾಯುತ್ತೇನೆ ಎನ್ನುವುದು ಖಾತ್ರಿಯಾಯಿತು. ಆದರೆ ದೇಹದಲ್ಲಿ ಕೊನೆಯ ರಕ್ತದ ತೊಟ್ಟಿರುವವರೆಗೆ ಹೋರಾಡಲು ನಿರ್ಧರಿಸಿದ.

ಅವನ ಪೊಳ್ಳು ಹೆಮ್ಮೆಯನ್ನು ಅಣಕಿಸುವಂತೆ ಅವನ ಹೊಟ್ಟೆಯಲ್ಲಿ ತೀವ್ರ ನೋವು ಎದ್ದಿತು. ಒಂದು ಬಾಣ ಅವನನ್ನು ಚುಚ್ಚಿತ್ತು. ಕಟ್ಟಪ್ಪನ ಕಣ್ಣುಗಳು ಮಂಜಾಗಿ ತಲೆ ಸುತ್ತತೊಡಗಿತು. ಅವನ ಉಳಿದ ಶಕ್ತಿಯನ್ನೆಲ್ಲಾ ಒಟ್ಟುಗೂಡಿಸಿ ಕೊಂಡು ಅವನು ತನ್ನಿಂದ ಹೊರಬೀಳಲಿದ್ದ ಚೀತ್ಕಾರವನ್ನು ಅದುಮಿಟ್ಟ. ಜೊತೆಗೆ ತನ್ನ ಖಡ್ಗವನ್ನು ಬೀಸಿ ಅಡ್ಡಗಟ್ಟುತ್ತಾ, ಚುಚ್ಚುತ್ತಾ, ಕತ್ತರಿಸುತ್ತಾ, ತಪ್ಪಿಸಿಕೊಳ್ಳುತ್ತಾ ಹೋರಾಡಿದ. ಅವನು ಲೆಕ್ಕವಿಡಲು ಸಾಧ್ಯವಿಲ್ಲದಷ್ಟು ಮಂದಿ ಕೆಳಗೆ ಉರುಳಿದ್ದರು. ಇನ್ನೊಂದು ಬಾಣ ಅವನ ಭುಜಕ್ಕೆ ಬಂದು ಚುಚ್ಚಿತು. ಅವನು ಖಡ್ಗವನ್ನು ಎತ್ತಲೂ ಸಾಧ್ಯವಿಲ್ಲದಂತಾಯಿತು. "ತಾಯೀ, ಗೌರೀ, ನನಗೆ ಶಕ್ತಿ ಕೊಡು," ಅವನು ಬೇಡಿದ. ಉತ್ತರವಾಗಿ ದೇವತೆಗಳು ಕಾಡನ್ನೇ ನಡುಗಿಸುವಂತೆ ಭಾರಿ ಗುಡುಗು ಅಪ್ಪಳಿಸಿದರು. ದೇವತೆಗಳು ಕರುಣಾಮಯಿಗಳು, ಒಡೆಯನಿಗಾಗಿ ಸಾಯುವ ಅವನ ಆಸೆಯನ್ನು ಪೂರೈಸುತ್ತಿದ್ದರು.

***

ಸ್ಕಂದದಾಸ ತನ್ನಲ್ಲಿದ್ದ ಎಲ್ಲವನ್ನು ವೇಶ್ಯೆಯರಿಗೆ ಕೊಡಬೇಕಾಗಿ ಬಂತು. ಅವನ ಭೇಟಿಯ ಸಾಕ್ಷಿಯಾಗಿ ಅವರು ಮಾರನೆಯ ದಿನ ಅದನ್ನು ಎಲ್ಲರಿಗೂ ಪ್ರದರ್ಶಿಸುತ್ತಾರೆ ಎಂದು ಅವನಿಗೆ ಗೊತ್ತಿತ್ತು. ಅವರು ಅವನ ವೀರ ಶೃಂಖಲೆಯನ್ನೂ ಒಯ್ದರು. ದೇಶಸೇವೆಗಾಗಿ ಮಹಾರಾಜರು ದಯಪಾಲಿಸಿದ್ದ ಗೌರವದ ಸರಪಳಿ ಅದು. ಬಹುಶಃ ಅವರು ಅದನ್ನು ಬೀದಿಯಲ್ಲಿ ಹರಾಜು ಹಾಕಬಹುದು. ಮಹಾರಾಜರು ಕೊಡಬಹುದಾದ ಅತ್ಯುನ್ನತ ಸನ್ಮಾನವನ್ನು ಉಪ ಪ್ರಧಾನರು ಒಬ್ಬಳು ಸೂಳೆಯ ಕಾಲಡಿಯಲ್ಲಿ ಇಟ್ಟರು ಅನ್ನುವುದು ಜನಜನಿತ ಕಥೆಯಾಗಿ ಹಬ್ಬಬಹುದು. ಸ್ಕಂದದಾಸ –ನಿತ್ಯ ಬ್ರಹ್ಮಚಾರಿ, ಕಟ್ಟಾ ಬ್ರಹ್ಮಚಾರಿ, ಕರ್ತವ್ಯವನ್ನೇ ಕಟ್ಟಿಕೊಂಡವನು – ಆಹಾ ಎಂಥ ಪತನ, ಎಂಥಾ ಅಪಕೀರ್ತಿ. ಜೊತೆಗೆ ಅವರ ಮಾತಿನ ಧಾಟಿ ಹೀಗೆ ಕಾಮುಕವಾಗಿ ತಿರುಗುವುದೆಂದು ಆಗಲೇ ಅವನ ಕಿವಿಯಲ್ಲಿ ಗುಂಜಿಸುತ್ತಿತ್ತು : ಕರಡಿ ಕುಣಿಸುವವನನ್ನು ಉನ್ನತ ಸ್ಥಾನಕ್ಕೆ ತಂದುಕೂಡಿಸಿದರೆ ಹೀಗೆ ಆಗೋದು. ಅವನ ಎಲ್ಲಾ ನಿಷ್ಠೆ, ಕರ್ತವ್ಯ ಪ್ರಜ್ಞೆ ಎಲ್ಲವು ಈ ಒಂದು ನಾಚಿಕೆಗೆಟ್ಟ ಪ್ರಸಂಗದಿಂದ ತೊಳೆದುಹೋಯಿತು. ವೇಶ್ಯೆಯರ ಮೇಲೆ ಆಕ್ರಮಣ ಮಾಡುವ ಆಲೋಚನೆಯೂ ಅವನಿಗೆ ಹೊಳೆದಿತ್ತು. ಆದರೆ ಈಗ ಆದದ್ದಕ್ಕಿಂತ ವೇಶ್ಯೆಯರು ಮತ್ತು ತಲೆಹಿಡುಕರ ಕೈಲಿ ಸಿಕ್ಕಿ ಗಲ್ಲಿಗೇರಿ ಸಾಯುವುದು ಇನ್ನೂ ಹೆಚ್ಚಿನ ಕಹಿ ಪಾಡಾಗುತ್ತಿತ್ತು.

ಕೊನೆಗೆ, ಉಪಪ್ರಧಾನನ ಬಳಿ ಕಿತ್ತುಕೊಳ್ಳಲು ಇನ್ನೇನೂ ಇಲ್ಲ ಎಂದು ತಿಳಿದಾಗ ಅವರು ಅವನನ್ನು ಬಿಟ್ಟರು. ಅವನು ಶಾಂತವಾಗಿ ನಡೆದ. ಅದೇ ತಾನೇ

ನಡೆದ ಘಟನೆಯನ್ನು ತನ್ನ ತಲೆಯಿಂದ ಕಿತ್ತು ಬಿಸುಟು ನಡೆದು ತನ್ನ ಸಾರೋಟನ್ನು ತಲುಪಿ ಹತ್ತಿ ನಿಂತಾಗ ಗುಂಪು ನಿಶ್ಯಬ್ಧವಾಯಿತು. ಅವನು ತನ್ನ ಭಟರಿಗಾಗಿ ಕಾದ. ಅವರು ಒಬ್ಬೊಬ್ಬರಾಗಿ, ತಮ್ಮ ಒಡೆಯನನ್ನು ರಕ್ಷಿಸಲು ತಮ್ಮ ಕೈಲಾಗಲಿಲ್ಲವೆಂದು ಅವಮಾನದಿಂದ ತಲೆ ತಗ್ಗಿಸಿ ಬಂದರು.

ಸ್ಕಂದದಾಸ ಅವರ ಬೆನ್ನು ತಟ್ಟಿ ನುಡಿದ "ನೀವು ಸರಿಯಾಗಿಯೇ ನಡೆದುಕೊಂಡಿರಿ. ನಡೆದದ್ದರ ಬಗ್ಗೆ ಚಿಂತಿಸಬೇಡಿ. ನಮ್ಮ ಕರ್ತವ್ಯ ದೇಶರಕ್ಷಣೆ. ನಾವು ಯಾರಿಗೂ ಏನನ್ನೂ ನಿರೂಪಿಸಬೇಕಾಗಿಲ್ಲ."

ಅವರಿಗೆ ಅವನ ಮೇಲೆ ಹೊಸಾ ಗೌರವ ಉಕ್ಕಿತು. ಅವರು ತಮ್ಮ ಕುದುರೆಗಳನ್ನು ಏರಿ ಸುಮ್ಮನೆ ಅವನ ಹಿಂದೆ ಸಾಗಿದರು. ಬೃಹನ್ನಳ ಹಿಂದಿನಿಂದ ಓಡಿ ಬಂದು ಸಾರೋಟಿನೊಳಗೆ ಹಾರಿಕೊಂಡಳು. ಸ್ಕಂದದಾಸ ಮೊದಲು ಅವಳನ್ನು ಹೊರಗೆ ತಳ್ಳಬೇಕೆಂದುಕೊಂಡ. ಆದರೆ ಅವಳನ್ನು ಕರೆದುಕೊಂಡು ಬಂದಿದ್ದು ತಾನೇ, ಆದ್ದರಿಂದ ಅವಳನ್ನು ಹಿಂತಿರುಗಿ ಕರೆದುಕೊಂಡು ಹೋಗುವುದೂ ತನ್ನ ಕರ್ತವ್ಯವೇ ಎಂದುಕೊಂಡ. ಅವಳು ತನ್ನ ಎಂದಿನ ಕುಹಕವನ್ನು ಮಾಡದಿದ್ದರೆ ಸಾಕು ಎಂದುಕೊಂಡ. ಅವನ ಆತ್ಮನಿಗ್ರಹ ಇಂದು ಅತೀ ಪರೀಕ್ಷೆಗೆ ಒಳಗಾಗಿತ್ತು. ಅವನ ಜಗತ್ತು ಮುರಿದು ಬಿದ್ದಿತ್ತು, ಅವನ ಮರ್ಯಾದೆ ಮಾಯವಾಗಿತ್ತು, ಅವನ ಕಷ್ಟಗಳನ್ನು ನೋಡಿ ಖೋಜಾ ಒಬ್ಬಳು ನಗುವುದೊಂದೇ ಬಾಕಿ ಎಂದುಕೊಂಡ. ಆದರೆ ಅವನಿಗೆ ಅಚ್ಚರಿಯಾಗುವಂತೆ ಬೃಹನ್ನಳ ಅವನ ಕಾಲುಮುಟ್ಟಿ ನಮಸ್ಕರಿಸಿ "ನೀವೊಬ್ಬರು ಮಹಾನ್ ವ್ಯಕ್ತಿ ಸ್ವಾಮಿ" ಎಂದಳು. ಒಂದು ಕ್ಷಣಕ್ಕೆ ಸ್ಕಂದದಾಸನ ಎದೆ ಹೆಮ್ಮೆಯಿಂದ ಉಬ್ಬಿತು. ಆದರೆ ತಕ್ಷಣ ಕೋಪ ಉಕ್ಕಿ ಬಂತು. ಈ ಠಕ್ಕ ಉಪಾಯಕ್ಕೆಲ್ಲ ಮರುಳಾಗಲು ಅವನೇನೂ ಮೂರ್ಖನಲ್ಲ. ಬೃಹನ್ನಳ ಅನೇಕ ಪ್ರಶ್ನೆಗಳಿಗೆ ಉತ್ತರಿಸಬೇಕಾಗಿತ್ತು. ಅವನು ಉಡುಗೊರೆಗಳನ್ನು ವಿತರಿಸುತ್ತಾನೆ ಎಂದು ಘೋಷಿಸಿ ಗುಂಪನ್ನು ಕೆರಳಿಸಿದ್ದವಳು ಅವಳೇ ಎಂದು ನೆನಪಿಸಿಕೊಂಡ. ಅವಳು ಯಾಕೆ ಹಾಗೆ ಮಾಡಿದಳು? ಉದ್ದೇಶಪೂರ್ವಕವಾಗಿ ಅವನನ್ನು ತಡೆಗಟ್ಟಲು ಹಾಗೆ ಮಾಡಿದಳೇ? ಇದೆಲ್ಲದರ ತಳಶೋಧಿಸುವವರೆಗೆ ಅವನು ವಿರಮಿಸುವುದಿಲ್ಲ ಎಂದುಕೊಂಡ. ಆದರೆ ಬಿಜ್ಜಳನನ್ನು ಕಂಡುಹಿಡಿಯದಿದ್ದರೆ ತಾನು ಮರುದಿನ ಬೆಳಗಿನವರೆಗೂ ಇರುವುದಿಲ್ಲ ಎಂದೂ ನಿರಾಶೆಪಟ್ಟ.

ಅಷ್ಟರಲ್ಲಿ, ಅವನ ಸಾರೋಟನ್ನು ಸಶಸ್ತ್ರರಾದ ಒಂದು ಗುಂಪು ತಡೆಯಿತು. ಸ್ಕಂದದಾಸನ ಭಟರು ತಕ್ಷಣ ಒರೆಯಿಂದ ಕತ್ತಿ ಸೆಳೆದರು. ಆದರೆ ಅವನು ಅವರನ್ನು ತಡೆದ.

ಒಬ್ಬ ಮುದುಕ ಮುಂದೆ ಬಂದು "ನಮ್ಮ ಸಾಮಗ್ರಿಗಳನ್ನೆಲ್ಲ ಒಬ್ಬ ವ್ಯಾಪಾರಿ ನಾಶಮಾಡಿದ್ದಾನೆ ಸ್ವಾಮಿ, ನಮಗೆ ನ್ಯಾಯ ಒದಗಿಸಿ" ಎಂದು ತೋಡಿಕೊಂಡ.

ತಕ್ಷಣ ಸ್ಕಂದದಾಸನ ಮುಖ ಅರಳಿತು "ಸಾರೋಟನ್ನು ಒಬ್ಬ ಗುಲಾಮ ಓಡಿಸುತ್ತಿದ್ದನೇ?" ಎಂದು ಉತ್ಸಾಹದಲ್ಲಿ ಕೇಳಿದ.

ಜನರು ತಮ್ಮತಮ್ಮಲ್ಲೇ ಗುಸುಗುಸು ಮಾತಾಡಿಕೊಂಡು ಕೊನೆಗೆ ಮುದುಕ ನುಡಿದ "ಹೌದು, ಒಬ್ಬ ದೊಡ್ಡ ಕಪ್ಪು ಗುಲಾಮ, ಅವನು ಅನೇಕರನ್ನು ಗಾಯಗೊಳಿಸಿದ. ನಮ್ಮ ಕೈಗೆ ಸಿಗಲಿ, ನಾವು ಅವನನ್ನು ಸಿಗಿದುಹಾಕುತ್ತೇವೆ."

"ಅವನು ಯಾವ ಕಡೆ ಹೋದ?" ಸ್ಕಂದದಾಸ ಕೇಳಿದ.

"ನಮಗೆ ಗೊತ್ತಿದ್ದರೆ ನಾವ್ಯಾಕೆ ನಿಮಗಾಗಿ ಕಾಯುತ್ತಾ ನಿಂತಿರುತ್ತಿದ್ದೆವು, ಸ್ವಾಮೀ?" ಮುದುಕ ವ್ಯಂಗ್ಯವಾಗಿ ಕೇಳಿದ.

"ಸುಮ್ಮನೆ ಮಹಾಸ್ವಾಮಿಗಳ ಸಮಯ ಹಾಳುಮಾಡಬೇಡಿ, ಮೂರ್ಖರೇ, ದಾರಿ ಬಿಡಿ" ಎಂದು ಬೃಹನ್ನಳ ಕೂಗಿದಳು. ಅದರಿಂದ ಗುಂಪಿಗೆ ಕಿರಿಕಿರಿಯಾಗಿ ಅವರು ವಿರೋಧಿಸಿದರು.

"ನೀನು ಸ್ವಲ್ಪ ಸುಮ್ಮನಿರುತ್ತೀಯಾ?" ಎಂದು ಖೋಜಾಗೆ ಗದರಿಸಿ ಸ್ಕಂದದಾಸ ಜನಗಳತ್ತ ತಿರುಗಿದ.

"ನಿಮ್ಮ ಜನರನ್ನು ಎರಡು ಗುಂಪುಗಳಾಗಿ ವಿಂಗಡಿಸಿ, ಒಂದು ಗುಂಪು ನದಿಯ ಪಕ್ಕದ ಹೆದ್ದಾರಿಯನ್ನು ಹುಡುಕಲಿ. ಇನ್ನೊಂದು ಗುಂಪು ನನ್ನೊಡನೆ ಬರಲಿ, ನಾವು ಕಾಡಿನ ಹಾದಿಯನ್ನು ಹುಡುಕೋಣಾ. ಆದರೆ ವ್ಯಾಪಾರಿ ಮತ್ತು ಗುಲಾಮನನ್ನು ನನ್ನ ಬಳಿಗೆ ಕರೆದುತರುವವರೆಗೂ ಯಾರೂ ಅವರನ್ನು ಮುಟ್ಟಬಾರದು. ಇದು ಮಾಹಿಷ್ಮತಿಯ ಮಹಾರಾಜನ ಹೆಸರಿನಲ್ಲಿ ಮಾಡುತ್ತಿರುವ ಅಪ್ಪಣೆ" ಎಂದ.

ಸ್ವಲ್ಪ ಕೋಪದ ಗೊಣಗಾಟ ನಡೆಯಿತು. ಕೊನೆಗೆ ಮುದುಕ ಹೇಳಿದ "ನಮಗೆ ನ್ಯಾಯ ಬೇಕು. ನಾವು ವ್ಯಾಪಾರಿಯನ್ನು ಕಂಡುಹಿಡಿದ ಕೂಡಲೇ ನಮಗೆ ಪರಿಹಾರವನ್ನು ಕೊಡುವ ಆಶ್ವಾಸನೆ ಕೊಡಬೇಕು."

ಸ್ಕಂದದಾಸ ಹುಬ್ಬು ಗಂಟಿಕ್ಕಿದ. ಅವನ ಸಂಶಯ ನಿಜವಾದಲ್ಲಿ ಅದು ವ್ಯಾಪಾರಿ ಅಲ್ಲ, ಬಿಜ್ಜಳ.

"ಯಾವ ಪರಿಹಾರವನ್ನೂ ಕೊಡಲಾಗುವುದಿಲ್ಲ." ಬೃಹನ್ನಳ ಕೂಗಿದಳು "ತಲೆಹಿಡುಕರು ವೇಶ್ಯೆಯರಿಗೆಲ್ಲ ಮಹಾರಾಜರು ಪರಿಹಾರ ಕೊಡಬೇಕೇನು?"

ಜನರು ಕೋಪದಲ್ಲಿ ಕೂಗಾಡಿದರು. ಸ್ಕಂದದಾಸ ಬೃಹನ್ನಳಳತ್ತ ಕೆಂಗಣ್ಣು ಬಿಟ್ಟ. ಅವಳು ಮುಖ ತಿರುವಿದಳು.

"ಪರಿಹಾರ ಕೊಡಿಸುತ್ತೇನೆಂದು ಆಶ್ವಾಸನೆ ಕೊಡುತ್ತೇನೆ. ಇನ್ನು ಹೆಚ್ಚು ಸಮಯ ಕಳೆಯುವಂತಿಲ್ಲ. ತಕ್ಷಣ ಹೆದ್ದಾರಿ ಮತ್ತು ಕಾಡುದಾರಿಯನ್ನು ಹುಡುಕೋಣಾ" ಸ್ಕಂದದಾಸ ನುಡಿದ.

ಗುಂಪು ಎರಡಾಗಿ ವಿಭಜನೆಗೊಂಡು, ಸ್ಕಂದದಾಸ ತನ್ನ ಭಟರು, ಮತ್ತು ಮುದುಕನನ್ನೊಳಗೊಂಡ ಗುಂಪಿನ ಜೊತೆ ಕಾಡುಹಾದಿಯನ್ನು ಹೊಕ್ಕ.

ಅವನು ಬೃಹನ್ನಳಳತ್ತ ಕಣ್ಣುಹಾಯಿಸಿದ. ಅವಳು ಯಾಕೆ ಅಷ್ಟು ಅಸ್ವಸ್ಥಳಾಗಿದ್ದಳು?

* * *

ಕೊನೆಯ ಇಬ್ಬರು ವೈತಾಳಿಕರು ಬೀಳುವ ಮೊದಲು ಕಟ್ಟಪ್ಪ ಕುಸಿದು ಬಿದ್ದ. ಅವರಿಬ್ಬರೂ ಎಚ್ಚರಿಕೆಯಿಂದ ಅವನನ್ನು ಸಮೀಪಿಸಿದರು. ಒಬ್ಬ ಖಡ್ಗ ಹಿಡಿದಿದ್ದ ಮತ್ತೊಬ್ಬ ಬಿಲ್ಲು. ಕಟ್ಟಪ್ಪನನ್ನು ಗಾಯಗೊಳಿಸಿದ್ದು ಬಾಣಗಳೇ. ಈಗವನು ರಕ್ತದ ಮಡುವಿನಲ್ಲಿ ಬೆನ್ನು ಅಡಿಯಾಗಿ ಬಿದ್ದಿದ್ದ. ಅವನ ದೇಹಕ್ಕೆ ಕೆಲವು ಬಾಣಗಳು ಚುಚ್ಚಿಕೊಂಡಿದ್ದವು.

ಬೆಳಕು ಹರಿಯುತ್ತಿತ್ತು. ಮಳೆ ಕಡಿಮೆಯಾಗಿ ಈಗ ತುಂತುರಾಗಿ ಬೀಳುತ್ತಿತ್ತು. ಕಟ್ಟಪ್ಪನಿಗೆ ಉಸಿರಾಡುವುದೂ ಕಷ್ಟವಾಗಿತ್ತು. ಅವನ ದೇಹದ ಮೇಲೆ ಬೀಳುವ ಒಂದೊಂದು ಹನಿಯೂ ಬಾಣದಂತೆ ಚುಚ್ಚುತ್ತಿತ್ತು. ಅವನು ಬಿಜ್ಜಳನ ಕಡೆಗೆ ನೋಡಿದ. ರಾಜಕುಮಾರ ಇನ್ನೂ ಮಂಡಿಯೂರಿ ಕೂತಿದ್ದ. ಅವನ ಮೂಗು ಮತ್ತು ತುಟಿಗಳು ಜಜ್ಜಿಹೋಗಿದ್ದವು. ಆದರೆ ಅವನಿಗೆ ಅಂತಹ ಅಪಾಯಕರ ಗಾಯವೇನೂ ಆಗಿರಲಿಲ್ಲ. "ನಾನು ಸೋತೆ, ಒಡೆಯಾ" ಎಂದು ಕಟ್ಟಪ್ಪ ಪಿಸು ನುಡಿದ. ಅವನನ್ನು ಕೊಂದ ಮೇಲೆ ಅವರು ಬಿಜ್ಜಳನನ್ನು ಕೊಲ್ಲುತ್ತಾರೆ. ಕಟ್ಟಪ್ಪ ಕಣ್ಣು ಮುಚ್ಚಿದ, ಕಣ್ಣೀರು ಧಾರೆಯಾಗಿ ಸುರಿಯಿತು. ಅವನು ತನ್ನ ತಂದೆ, ಕುಟುಂಬ, ಸಂಪ್ರದಾಯಕ್ಕೆ ಅಪಚಾರ ಮಾಡಿದ್ದ. ಅವರ ಕುಲದಲ್ಲಿ ಒಡೆಯನನ್ನು ರಕ್ಷಿಸಲಾರದ ಮೊದಲ ಗುಲಾಮನಾಗಿದ್ದ ಅವನು. "ಕ್ಷಮಿಸು ಅಪ್ಪ, ಕ್ಷಮಿಸು" ಎಂದು ಪಿಸುನುಡಿಸು ಅವನು ಸಾವಿಗಾಗಿ ಕಾದ.

ಖಡ್ಗ ಹಿಡಿದ ವ್ಯಕ್ತಿ ಕಟ್ಟಪ್ಪನ ಬಳಿಗೆ ನಡೆದು ಅವನ ಎದೆಯ ಮೇಲೆ ಕಾಲಿರಿಸಿದ. ಅವನು ಎರಡು ಕೈಗಳಲ್ಲಿ ಖಡ್ಗವನ್ನು ಹಿಡಿದು ತಲೆಯ ಮೇಲೆತ್ತಿದ. ಕಟ್ಟಪ್ಪ ಅದು ತನ್ನ ಎದೆಗೂಡನ್ನು ಭೇದಿಸಿಕೊಂಡು ಗುಂಡಿಗೆಯನ್ನು ಛಿದ್ರ ಗೊಳಿಸಲು ಕಾದ. ಬದಲಿಗೆ ಅವನ ಕಾಲು ನಿಧಾನವಾಗಿ ಮಡಿಚಿಕೊಂಡು ಅವನು ಕಟ್ಟಪ್ಪನ ಮೇಲೆ ಬಿದ್ದ, ಅವನ ಖಡ್ಗ ಪಕ್ಕದಲ್ಲಿ ಬಿತ್ತು. ಬಿಜ್ಜಳ ಈಟಿಯನ್ನು ಹಿಡಿದು ನಿಂತಿದ್ದನ್ನು ಕಟ್ಟಪ್ಪ ನೋಡಿದ. ಬಿಲ್ಲು ಹಿಡಿದವನು ಬಾಣ ಹೂಡಲು

ಯತ್ನಿಸುವಷ್ಟರಲ್ಲಿ ಬಿಜ್ಜಳ ಅವನ ಬಿಲ್ಲನ್ನು ಈಟಿಯಿಂದ ಬಡಿದು ದೂರ ಚಿಮ್ಮಿಸಿದ. ಬಿಲ್ಲುಗಾರ ತಕ್ಷಣವೇ ಓಡತೊಡಗಿದ. ಬಿಜ್ಜಳ ಈಟಿಯನ್ನು ಅವನತ್ತ ಎಸೆದ. ಅವನು ತಪ್ಪಿಸಿಕೊಂಡು ಕಾಡಿನ ಪೊದೆಯೊಳಗೆ ಮಾಯವಾದ. ಕಾಡಿನೊಳಗಿಂದ ಯಾರೋ ಬರುತ್ತಿದ್ದುದು ಕಟ್ಟಪ್ಪನಿಗೆ ಕಾಣಿಸಿತು. ಅಲ್ಲಿಯ ಅವಾಂತರವನ್ನು ಕ್ಷಣ ನಿಂತು ದಿಟ್ಟಿಸಿ ಆ ವ್ಯಕ್ತಿ ಬಿಜ್ಜಳ ತನಗೆ ಬೆನ್ನು ಮಾಡಿ ನಿಂತಿದ್ದನ್ನು ಕಂಡು ತನ್ನ ಖಡ್ಗ ಸೆಳೆದ. ಕಟ್ಟಪ್ಪ ಸ್ವಲ್ಪ ತಲೆ ಎತ್ತಿದ. ಆ ವ್ಯಕ್ತಿ ಬೇರಾರೂ ಅಲ್ಲ, ತಮ್ಮ ಶಿವಪ್ಪ ಎಂದು ಅರಿವಾಗಿ ಅವನಿಗೆ ಆಘಾತವಾಯಿತು.

ಅದೇ ಗಳಿಗೆಯಲ್ಲಿ ಸ್ಕಂದದಾಸನ ಸಾರೋಟು ಮತ್ತವನ ಸಶಸ್ತ್ರ ಭಟರು ನುಗ್ಗಿಕೊಂಡು ಬಂದರು. ಶಿವಪ್ಪ ಪೊದೆಯೊಳಗೆ ಮಾಯವಾಗಿದ್ದನ್ನು ಕಟ್ಟಪ್ಪ ನೋಡಿದ.

ಬಿಜ್ಜಳ ಈಟಿಯನ್ನು ಹಿಡಿದು ನಿಂತಿದ್ದನ್ನು ನೋಡಿ ಗುಂಪು ಪರಸ್ಪರ ಮುಖ ಮುಖ ನೋಡಿಕೊಂಡಿತು. ಈತನೇ ಅಲ್ಲವೇ ತಮ್ಮ ಸಾಮಗ್ರಿಗಳನ್ನು ನಾಶ ಮಾಡಿದ್ದು? ಸ್ಕಂದದಾಸ ಅವನೆಡೆಗೆ ಓಡಿಹೋಗಿ ಬಾಗಿ ನಮಸ್ಕರಿಸಿದ್ದನ್ನು ಅವರು ನೋಡಿದರು. ಸ್ಕಂದದಾಸನು ಬಿಜ್ಜಳನೊಡನೆ ಮಾತಾಡುತ್ತಿದ್ದಾಗ ಗುಂಪಿನ ಹಿರಿಯ ಮುದುಕ ತನ್ನ ಗೆಳೆಯರಿಗೆ ಪಿಸುನುಡಿದ "ಈಗ ಏನೂ ಗದ್ದಲ ಮಾಡಬೇಡಿ. ಅವನು ರಾಜಕುಮಾರನೇ ಆಗಿದ್ದರೆ ನಾವು ಆಮೇಲೆ ಇನ್ನೂ ಹೆಚ್ಚು ಹಣ ವಸೂಲಿ ಮಾಡಬಹುದು. ಏನು ಮಾಡಬೇಕೆಂದು ಕಾಳಿಕಾಗೆ ಗೊತ್ತಿರುತ್ತೆ." ಕೆಲವರು ಕೋಪದಲ್ಲಿ ಪ್ರತಿಭಟಿಸಿದರು. ಆದರೆ ಮುದುಕ ಹೇಗೋ ಅವರನ್ನು ಸುಮ್ಮನಿರಿಸಿದ.

ಮುದುಕ ತನ್ನ ಮುಷ್ಟಿಯನ್ನು ಮೇಲಕ್ಕೆತ್ತಿ ಕೂಗಿದ "ಮಾಹಿಷ್ಮತಿಗೆ ಜಯ ವಾಯಿತು. ರಾಜಕುಮಾರ ಬಿಜ್ಜಳನಿಗೆ ಜಯವಾಗಲಿ" ಅಷ್ಟರಲ್ಲೇ ಎಲ್ಲರು ಅದನ್ನೇ ಹಿಡಿದು ರಾಜಕುಮಾರನಿಗೆ ಒಕ್ಕೊರಲಿನಲ್ಲಿ ಜಯಕಾರ ಮಾಡ ತೊಡಗಿದರು. ಇನ್ನು ನಶೆಯಲ್ಲಿದ್ದ ರಾಜಕುಮಾರನಿಗೆ ಸುತರಾಂ ಏನು ನಡೆಯುತ್ತಿದೆ ಎಂದು ಅರ್ಥವಾಗಲೇ ಇಲ್ಲ. ಆದರೆ ತನ್ನ ಹೆಸರಿಗೆ ಜಯಕಾರ ನಡೆಯುತ್ತಿದೆ ಎಂದು ತಿಳಿದು ಅವನು ನೆಲದಿಂದ ಒಂದು ಈಟಿಯನ್ನು ಎತ್ತಿಕೊಂಡು ಮೇಲಕ್ಕೆ ಗಾಳಿಯಲ್ಲಿ ಝಾಡಿಸಿದ. ಜನರು ಹುಚ್ಚೆದ್ದು ಕುಣಿದರು.

ಸ್ಕಂದದಾಸ ಗಾಯಗೊಂಡ ಕಟ್ಟಪ್ಪನ ಬಳಿಗೆ ಸಾರಿದಾಗ ಗುಲಾಮ ಕೈಮುಗಿದು "ರಾಜಕುಮಾರ ಬಿಜ್ಜಳ ನನ್ನ ಪ್ರಾಣ ಉಳಿಸಿದರು" ಎಂದ.

ಅಧ್ಯಾಯ ಹತ್ತೊಂಭತ್ತು

ಶಿವಗಾಮಿ

ಮೂರು ತಿಂಗಳ ನಂತರ.

ಶಿವಗಾಮಿ ಸೌದೆಯ ಕಟ್ಟನ್ನು ತಲೆಯ ಮೇಲೆ ಹೊತ್ತು ಕದಲದಂತೆ ನಡೆಯಲು ಯತ್ನಿಸಿದಳು. ಬೆವರು ಅವಳ ಕೆನ್ನೆ ಮೇಲೆ ಜಾರಿ ಗಲ್ಲದ ತುದಿಯಲ್ಲಿ ತೊಟ್ಟಿಕ್ಕಿ ಅವಳ ಮಾಸಿದ ಬಟ್ಟೆಯ ಮೇಲೆ ಬಿದ್ದಿತು. ಅಡಿಗೆ ಮನೆಗೆ ಹೋಗುವ ಕೊನೆಯ ಕೆಲವು ಮೆಟ್ಟಿಲುಗಳನ್ನು ಏದುಸಿರು ಬಿಡುತ್ತಾ ಕಷ್ಟಪಟ್ಟು ಹತ್ತಿ ಕಟ್ಟನ್ನು ಧಡಾರನೆ ಕೆಳಗೆ ಕುಕ್ಕಿದಳು. ಅದರಿಂದ ಒಂದು ಜೇಡ ಹೊರಗೆ ಧುಮುಕಿ ಸರಸರನೆ ಸರಿದು ಕಾಣೆಯಾಯಿತು. ಶಿವಗಾಮಿ ಕುಕ್ಕರುಗಾಲಲ್ಲಿ ಕೂತು ಮತ್ತೆ ಕಟ್ಟನ್ನು ಕಟ್ಟಲು ತೊಡಗಿದಳು. ಅನಾಥಾಲಯದ ನಡು ಅಂಗಳದಲ್ಲಿ ಏನೋ ಗಲಾಟೆ ಕೇಳಿಸಿತು. ಅಡಿಗೆಭಟ್ಟ ಬಕುಳ ಕೂಡಾ ಅಂಗಳದತ್ತ ನೋಡಿದ್ದು ಅವಳಿಗೆ ಕಾಣಿಸಿತು. ಅವಳನ್ನು ನೋಡಿದ ಕೂಡಲೇ ಅವನು ಬಾವಿಯಿಂದ ನೀರು ಸೇದಿಕೊಂಡು ಬರಲು ಅಪ್ಪಣೆ ಮಾಡಿದ. ಕಾಮಾಕ್ಷಿ ಬಾವಿಯ ಬಳಿ ಕಷ್ಟಪಡುತ್ತಿದ್ದುದು ಕಾಣಿಸಿತು. ಅವಳು ಶಿವಗಾಮಿಯತ್ತ ನೋಡಿ ಮುಗುಳ್ನಕ್ಕಳು.

ಈ ಅರಸರ ಅನಾಥಾಲಯಕ್ಕೆ ಅವಳು ಬಂದು ಮೂರು ತಿಂಗಳಾಗಿತ್ತು. ಕತ್ತಿಯ ಪ್ರಸಂಗದ ನಂತರ ತೊಂಡಕ ಮತ್ತವನ ಗುಂಪು ಅವಳಿಂದ ಮರ್ಯಾದೆಯಿಂದ ದೂರವೇ ಇರುತ್ತಿದ್ದರು. ಅನೇಕ ಸಲ ಅವರು ಅವಳನ್ನು ಹೀಯಾಳಿಸಿದರೂ ಕೂಡಾ, ನೇರವಾಗಿ ಎದುರಿಸುವುದನ್ನು ತಪ್ಪಿಸುತ್ತಿದ್ದರು. ಕಾಮಾಕ್ಷಿ ಮತ್ತು ಶಿವಗಾಮಿ ಉತ್ತಂಗನನ್ನು ನೋಡಿಕೊಳ್ಳುವ ಪವಿತ್ರ ಹೊಣೆಯನ್ನು ಹೊತ್ತು ಕೊಂಡಿದ್ದರು. ಹುಡುಗನ ಸ್ಥಿತಿ ಒಂದೇ ಸಮನಾಗಿತ್ತು.

ಅವನಿಗೆ ಗಂಜಿ ಕುಡಿಸಬೇಕಾಗಿತ್ತು. ಅದನ್ನು ಅವನು ಬಹಳ ಕಷ್ಟಪಟ್ಟು ನುಂಗುತ್ತಿದ್ದ. ಅವನ ಕಣ್ಣುಗಳು ಗಾಜಿನಂತಿದ್ದು ಸದಾ ಎಲ್ಲೋ ದೂರದಲ್ಲಿ ದೃಷ್ಟಿಸುತ್ತಿದ್ದ. ರಾತ್ರಿ ಹೊತ್ತು ಇಬ್ಬರಲ್ಲೊಬ್ಬಳು ಹುಡುಗಿ ಅವನ ಕಣ್ಣು ಮುಚ್ಚುತ್ತಿದ್ದರು. ಅವನ ಗಲೀಜು ಬಟ್ಟೆಯನ್ನು ಅವರು ಬದಲಿಸುತ್ತಿದ್ದರು. ವಾರಕ್ಕೊಮ್ಮೆ ಅವನ ದೇಹವನ್ನು ಒದ್ದೆ ಬಟ್ಟೆಯಿಂದ ಒರೆಸಿ, ಅವನಿಗೆ ವ್ರಣವಾಗದಂತೆ ನೋಡಿಕೊಳ್ಳುತ್ತಿದ್ದರು.

ಅವರು ತಮ್ಮ ಮನದ ದುಗುಡಗಳನ್ನು ಅವನ ಬಳಿ ಹೇಳಿಕೊಳ್ಳುತ್ತಿದ್ದರು. ಕಾಮಾಕ್ಷಿಯೇ ಹೆಚ್ಚು ಅವನ ಹತ್ತಿರ ಮಾತಾಡುತ್ತಿದ್ದಳು. ತನ್ನ ಪ್ರಿಯಕರನ ಬಗ್ಗೆ, ತನ್ನದೇ ಅನಿಶ್ಚಿತ ಭವಿಷ್ಯದ ಬಗ್ಗೆ ಗೋಳಾಡುತ್ತಿದ್ದಳು. ನಗುತ್ತಿದ್ದಳು, ಅಳುತ್ತಿದ್ದಳು. ಶಿವಗಾಮಿಗೆ ಅವಳ ಸ್ಥಿತಿ ನೋಡಿ ತುಂಬಾ ಸಂಕಟವಾಗುತ್ತಿತ್ತು.

ರೇವಮ್ಮನಾಗಲಿ, ಅನಾಥಾಲಯದ ಇತರರು ಯಾರಾದರಾಗಲಿ ಉಗ್ರಾಣ ದೊಳಗೆ ಹಣಿಕಿ ಕೂಡಾ ನೋಡಲಿಲ್ಲ. ಆದರೆ ರಾಜಕುಮಾರ ಮಹಾದೇವ ಆಗಾಗ ಬಂದು ಉತ್ತಂಗನ ಬಗ್ಗೆ ವಿಚಾರಿಸಿಕೊಳ್ಳುತ್ತಿದ್ದ. ಅಂತಹ ಸಮಯದಲ್ಲಿ ಶಿವಗಾಮಿಗೆ ಬಹಳ ಮುಜುಗರವಾಗುತ್ತಿತ್ತು. ಅವನು ಅವಳನ್ನು ಎಷ್ಟು ಉತ್ಸುಕನಾಗಿ ಪ್ರೀತಿಸುತ್ತಿದ್ದ ಎಂದರೆ ಅವಳಿಗೆ ಅದರಿಂದ ಕಿರಿಕಿರಿ ಆಗುತ್ತಿತ್ತು. ರಾಜಕುಮಾರನು ರಾಜವೈದ್ಯರೊಡನೆ ಬಂದಾಗಲೆಲ್ಲ ಅವಳು ಏನಾದರೂ ನೆಪ ಹುಡುಕಿ ಅವನಿಂದ ತಪ್ಪಿಸಿಕೊಂಡು ದೂರವಿರುತ್ತಿದ್ದಳು. ರೇವಮ್ಮ ರಾಜಕುಮಾರನನ್ನು ಚೆನ್ನಾಗಿ ಉಪಚರಿಸಿ ಅವನಿಂದ ಸಾಧ್ಯವಾದಷ್ಟು ಕಿತ್ತುಕೊಳ್ಳುತ್ತಿದ್ದಳು. ಒಟ್ಟಾರೆಯಾಗಿ ಮೂರ್ಛೆ ಹೋದ ಹುಡುಗ ಮತ್ತು ರಾಜಕುಮಾರ ಅವನ ಬಗ್ಗೆ ತೆಗೆದು ಕೊಳ್ಳುತ್ತಿದ್ದ ವಿಶೇಷ ಆಸಕ್ತಿಯಿಂದ ಅವಳಿಗೆ ಲಾಭವೇ ಆಗಿತ್ತು.

ರಾಜಕುಮಾರನಿಗಿಂತ ಹುಡುಗಿಯರು ಹೆದರುತ್ತಿದ್ದುದು ಅಪರೂಪಕ್ಕೆ ಬರುತ್ತಿದ್ದ ಕೇಕಿಯ ಭೇಟಿಯನ್ನು. ರೇವಮ್ಮನ ಗಂಡ ಅನಾಥಾಲಯದ ಹುಡುಗಿಯರನ್ನು ಕಾಳಿಕಾಳ ವಾಟಿಕೆಗೆ ಮಾರುತ್ತಿದ್ದ. ಅನಾಥಾಲಯಕ್ಕೆ ಚಿಕ್ಕ ಹುಡುಗಿ ಸೇರಿದ ತಕ್ಷಣವೇ ಅವನು ಮುಂಗಡ ಹಣ ಪಡೆದುಕೊಳ್ಳುತ್ತಿದ್ದ.

ರೇವಮ್ಮ ಕೂಡಾ ಈ ವಂಚನೆಯಲ್ಲಿ ಪಾಲುದಾರಳಾಗಿದ್ದಳು. ಎಲ್ಲಾರಿಗಿಂತ ಹೆಚ್ಚು ಹಣ ಕೊಡುವವರಿಗಾಗಿ ಕಾಯುತ್ತಿದ್ದಳು. ಇವರಿಬ್ಬರಿಂದ ಲಂಚ ಪಡೆದ ಭ್ರಷ್ಟ ಅಧಿಕಾರಿಗಳು ಹುಡುಗಿಯರು ತಾವಾಗಿಯೇ ದೇವದಾಸಿಯಾಗಲು ಇಚ್ಛಿಸುತ್ತಿದ್ದಾರೆಂದು ಪ್ರಮಾಣಿಸುತ್ತಿದ್ದರು. ಕಾಳಿಕಾ ತನ್ನ ಹುಡುಗಿಯರನ್ನು ಚೆನ್ನಾಗಿ ನೋಡಿಕೊಳ್ಳುತ್ತಾಳೆ, ಸುಖಭೋಗದಲ್ಲಿ ಇರಿಸುತ್ತಾಳೆ ಎಂದು ವದಂತಿ ಇದ್ದುದರಿಂದ ಹುಡುಗಿಯರೂ ಕೂಡಾ ಆ ಕರಾಳ ಅನಾಥಾಲಯದಿಂದ ಮುಕ್ತಿ ಪಡೆಯಲು ಈ ಯೋಜನೆಯನ್ನು ನಿರಾಕರಿಸುತ್ತಿರಲಿಲ್ಲ.

ಕಾಮಾಕ್ಷಿಯನ್ನು ರೇವಮ್ಮ ಇನ್ನೂ ಮಾರಾಟ ಮಾಡಿರಲಿಲ್ಲ. ಸ್ವಲ್ಪ ಕಾದರೆ ಅವಳ ಸೌಂದರ್ಯಕ್ಕಾಗಿ ಇನ್ನೂ ಒಳ್ಳೆಯ ಬೆಲೆ ಬರುತ್ತದೆ ಎಂದು ಕಾಯುತ್ತಿದ್ದಳು. ಕೇಕಿ ಆಗಾಗ ಅವಳಿಗಾಗಿ ಬರುತ್ತಿದ್ದಳು. ಪ್ರತಿಸಲವೂ ಕಾಳಿಕಾಳಿಂದ ಬೆಲೆ ಹೆಚ್ಚಿಸಿ ಪ್ರಸ್ತಾಪಿಸುತ್ತಿದ್ದಳು. ಅದೊಂದು ಸುವರ್ಣಾವಕಾಶವೆಂದು ತಿಳಿದು ರೇವಮ್ಮ ಒಳ್ಳೆಯ ಚೌಕಾಸಿ ಮಾಡುತ್ತಿದ್ದಳು. ಉತ್ತಮ ಬೆಲೆ ಕೊಡುವವರು ಬಂದು ಕಾಮಾಕ್ಷಿಯನ್ನು ಕಾಳಿಕಾಳ ಕರಾಳ ಜಗತ್ತಿಗೆ ಸೆಳೆದುಕೊಂಡು ಹೋಗುವ ದಿನಗಳು ದೂರವಿರಲಿಲ್ಲ. ಅವಳು ಕಾಮಕಲೆಯನ್ನು ಶೀಘ್ರವಾಗಿ ಕಲಿಯುವುದರಲ್ಲಿ ನಿಪುಣಳಾಗುವ ಸಾಧ್ಯತೆಗಳೂ ಇದ್ದುದರಿಂದ, ಹಾಗಾದ ಪಕ್ಷದಲ್ಲಿ ಅವಳು ಅಂತಃಪುರದಲ್ಲಿ ಉನ್ನತ ಮಟ್ಟದ ದಾಸಿಯಾಗಿ ಅತಿಥಿ ರಾಜಕುಮಾರರು ಅಥವಾ ರಾಜರುಗಳ ಸೇವೆಗೆ ಮುಡಿಪಾಗುತ್ತಿದ್ದಳು. ಕಾಮಾಕ್ಷಿಗೆ ಈ ಅನಿವಾರ್ಯದಿಂದ ತಪ್ಪಿಸಿಕೊಳ್ಳುವ ಏಕೈಕ ಆಸೆ ಶಿವಪ್ಪನಾಗಿದ್ದ.

ಇವತ್ತು ಪೂಜೆಯ ದಿನ. ಇಬ್ಬರೂ ಹುಡುಗಿಯರು ಉದ್ವಿಗ್ನರಾಗಿದ್ದರು. ಅಮಾವಾಸ್ಯೆಯಾಗಿತ್ತು. ರೇವಮ್ಮನ ದೊಡ್ಡ ಅದ್ದೂರಿ ಪೂಜೆ.

ಕೈಯಲ್ಲಿಯ ಕೆಲಸಗಳನ್ನು ಸರಸರನೆ ಮಾಡುತ್ತಲೇ ಶಿವಗಾಮಿಯ ಮನಸ್ಸೆಲ್ಲ ಹೊರಗಿತ್ತು. ಹೊರಗಿನಿಂದ ಕೇಳಿಬರುತ್ತಿದ್ದ ಜೋರಾದ ಚುಡಾಯಿಸುವುದು, ಮಾತಿನ ತುಣುಕುಗಳಿಂದ ಅನಾಥಾಲಯಕ್ಕೆ ಒಬ್ಬ ಹೊಸಾ ಹುಡುಗ ಬಂದಿದ್ದುದು ಗೊತ್ತಾಗುತ್ತಿತ್ತು. ಅವನನ್ನು ಗೇಲಿ ಮಾಡಿ ಹುಡುಗರು ವಿನೋದ ಪಡೆದುಕೊಳ್ಳುತ್ತಿದ್ದರು. ಈ ನರಕಕೂಪಕ್ಕೆ ಸೇರಿಕೊಳ್ಳಬೇಕಾದ ದುರದೃಷ್ಟವಂತನ ಬಗ್ಗೆ ಅವಳು ಮರುಗುತ್ತಿದ್ದಳು. ಮೂರು ತಿಂಗಳಾದ ಮೇಲೂ ಅವಳಿಗೆ, ತಾನು ಇಲ್ಲಿಗೆ ಬಂದ ಮೊದಲ ದಿನ ಅವರು ನಡೆಸಿಕೊಂಡ ರೀತಿ ನೆನೆದರೆ ಕೋಪ ಬರುತ್ತಿತ್ತು.

ಅವಳು ಎಲ್ಲ ಕೆಲಸ ಮುಗಿಸಿ ನಡುಹಜಾರಕ್ಕೆ ಬಂದಾಗ ನೆರಳು ನೀಳವಾಗಿ ರಾತ್ರಿ ಆಗಲೇ ಕಾಲಿಟ್ಟಿತ್ತು. ಅನಾಥಾಲಯದ ಇಡೀ ಜನಸಂಖ್ಯೆ ಅಲ್ಲಿ ಸೇರಿ,

ಕಿರಿಚುತ್ತಿದ್ದ ಹುಡುಗ ಹುಡುಗಿಯರಿಂದ ತುಂಬಿ ತುಳುಕುತ್ತಿತ್ತು. ಅಲ್ಲಿ ನಡೆಯುತ್ತಿದ್ದುದು ಅವಳಿಗೆ ಕಾಣಿಸುತ್ತಿರಲಿಲ್ಲ. ಆದರೆ ಒಬ್ಬ ಹುಡುಗ ಮೆಲ್ಲನೆ ಅಳುತ್ತಿರುವುದು ಗೊತ್ತಾಗುತ್ತಿತ್ತು. ಸಂಜೆ ದೀಪ ಹಚ್ಚುವ ವೇಳೆಯಾದರೂ ಯಾರೊಬ್ಬರೂ ದೀಪ ಹಚ್ಚುವ ಗೋಜಿಗೆ ಹೋಗಿರಲಿಲ್ಲ. ಗಾಳಿಯಲ್ಲಿ ಬೆವರಿನ ಗಾಢ ವಾಸನೆ ತುಂಬಿತ್ತು.

"ಈಗ, ಡುಮ್ಮ, ಹನುಮಂತ ಲಂಕೆಗೆ ಹೇಗೆ ಹಾರಿದ ತೋರಿಸು!" ಜೋರಾಗಿ ನಗು. ಶಿವಗಾಮಿ ತೊಂಡಕನ ಧ್ವನಿ ಗುರುತಿಸಿದಳು. ಇನ್ನು ಕೆಲವು ತಿಂಗಳುಗಳಲ್ಲಿ ಅವನಿಗೆ ಹದಿನೆಂಟು ತುಂಬುತ್ತದೆ. ಅವನು ಸೈನ್ಯ ಸೇರಲು ಹೋಗುತ್ತಾನೆ. ಅಲ್ಲಿಯವರೆಗೆ ಅವಳು ಮತ್ತು ಕಾಮಾಕ್ಷಿ ಎಚ್ಚರಿಕೆಯಿಂದಿರಬೇಕು.

"ಅವನ ಹೊಟ್ಟೆ ನೋಡು ಹೇಗೆ ಕುಣಿಯುತ್ತೆ!" ತೊಂಡಕ ಮೋಜಿನಲ್ಲಿ ಉದ್ಗರಿಸಿದ. ಇಡೀ ಕಟ್ಟಡವೇ ನಗುವಿನಿಂದ ಅಲ್ಲಾಡಿಹೋಯಿತು.

"ಒಳ್ಳೇ ಕೋತಿ ಥರ ಕಾಣ್ತಾನಲ್ವಾ?" ಮಲ್ಲಿಕಾಳ ಕೀರಲು ದನಿ ಇನ್ನಷ್ಟು ಮೋಜು ಹೆಚ್ಚಿಸಿತು. ಶಿವಗಾಮಿಗೆ ಹುಡುಗನ ಮುಸುಮುಸು ಅಳು ಕೇಳಿಸಿತು.

"ಅವನು ಕೋತಿಗೇ ಹುಟ್ಟಿರಬೇಕು" ತೊಂಡಕ ಖುಷಿಯಲ್ಲಿ ತೊಡೆ ತಟ್ಟಿದ. ಎಲ್ಲರೂ ಮತ್ತೆ ಗಹಗಹಿಸಿದರು. "ನಿನ್ನಪ್ಪ ನಿಮ್ಮ ಮನೆಗೆ ಬಂದನೋ ಅಥವಾ ನಿನ್ನ ತಾಯಿ ಕಾಡಿಗೆ ಹೋಗಿದ್ದಳೋ ನಿನ್ನನ್ನು ಹುಟ್ಟಿಸಲು, ಧಡಿಯಾ?" ತೊಂಡಕ ಚೀರಿದ. ಕೇಕೆ, ಕೂಗು, ಶಿಳ್ಳೆ ಅತಿಯಾಯಿತು.

ಶಿವಗಾಮಿಗೆ ಹುಡುಗನ ಬಗ್ಗೆ ಪಾಪ ಅನ್ನಿಸಿತು. ಏನಾಗುತ್ತಿದೆ ಎಂದು ನೋಡಲು ಅವಳು ಹಜಾರಕ್ಕೆ ಬಂದಳು. ಎಲ್ಲರ ಹಗೆತನವನ್ನು ಎದುರಿಸುತ್ತಾ ಅಲ್ಲಿ ನಿಲ್ಲುವ ನೋವಿನ ಬಗ್ಗೆ ಅವಳಿಗೆ ತಿಳಿದಿತ್ತು.

"ಏನಾಗುತ್ತಿದೆ ಇಲ್ಲಿ?" ಹುಡುಗ ಹುಡುಗಿಯರು ಚೆಲ್ಲಾಪಿಲ್ಲಿಯಾಗುವುದರ ಜೊತೆಗೇ ಬೆತ್ತ ಬೀಸುವ ಸದ್ದು ಕೇಳಿಸಿತು ಶಿವಗಾಮಿಗೆ.

ರೇವಮ್ಮ ಮೆಟ್ಟಿಲು ಹತ್ತಿ ಬಂದಳು. ರೆಪ್ಪೆ ಮುಚ್ಚುವಷ್ಟರಲ್ಲಿ ಶಿವಗಾಮಿ ಮತ್ತು ಧಡಿಯ ಹುಡುಗನನ್ನು ಹೊರತುಪಡಿಸಿ ಎಲ್ಲಾರೂ ಮಾಯವಾದರು.

"ಅವರು ನನ್ನನ್ನ ಗೇಲಿ ಮಾಡ್ತಿದ್ರು" ಮುಖ ಸಿಂಡರಿಸಿಕೊಂಡ ರೇವಮ್ಮನಿಗೆ ಧಡಿಯ ಉತ್ತರಿಸಿದ.

"ಇಲ್ಲಿ ನೀನೇ ತಾನೇ ಹೊಸಾ ಮದುಮಗಳು?" ರೇವಮ್ಮ ಅವನ ವಿಶಾಲ ಬೆನ್ನಿನ ಮೇಲೆ ತನ್ನೆಲ್ಲಾ ಶಕ್ತಿ ಬಳಸಿ ಬೆತ್ತದಿಂದ ಹೊಡೆದಳು. ಹುಡುಗ ನೋವಿನಲ್ಲಿ ಬಡಕೊಂಡ. ಹುಡುಗ ತಪ್ಪಿಸಿಕೊಳ್ಳಲು ಯತ್ನಿಸಿದಂತೆ ಮುದುಕಿ ಅವನನ್ನು ಅಟ್ಟಿಸಿಕೊಂಡು ಹೋಗಿ ಬೆತ್ತ ಮುರಿಯುವವರೆಗೆ ಬೀಸಿ ಬೀಸಿ

ಹೊಡೆದಳು. ಹುಡುಗ ನೆಲದ ಮೇಲೆ ಮಂಡಿಮಡಿಚಿ ಬಿದ್ದು ಬಿಕ್ಕಳಿಸಿ ಅಳುತ್ತಿದ್ದ. ಅವನನ್ನು ಒಂದೆರಡು ಬಾರಿ ಒದ್ದು ರೇವಮ್ಮ ಶಿವಗಾಮಿಯ ಕಡೆಗೆ ತಿರುಗಿದಳು. "ನೀನು, ನೀನೇನ್ ನೋಡ್ತಿದ್ದಿಯಾ? ಮಾಡಕ್ ಕೆಲಸ ಇಲ್ವಾ?" ಎಂದು ಅರಚಿದಳು.

ಉತ್ತರಿಸುವುದಕ್ಕಿಂತ ಸುಮ್ಮನಿಸುವುದು ಮೇಲೆಂದು ಶಿವಗಾಮಿಗೆ ಗೊತ್ತಿತ್ತು. ಅವಳು ಅಡಿಗೆ ಮನೆ ಕಡೆಗೆ ಧಾವಿಸಿದಳು. ರಾತ್ರಿ ಊಟಕ್ಕೆ ಮೊದಲು ಅವಳು ತೊಳಿಯಬೇಕಾದ ಪಾತ್ರೆ ರಾಶಿ ಇತ್ತು. ಅವಳು ಬಾವಿಯ ಪಕ್ಕ ಕೂತು, ಪಾತ್ರೆಗಳನ್ನು ಬೂದಿಯಿಂದ ತಿಕ್ಕಲು ಕಾಮಾಕ್ಷಿಗೆ ನೆರವಾದಳು. ಅವರಿಬ್ಬರೂ ಹೊಸಾ ಹುಡುಗನ ಬಗ್ಗೆ ಪಿಸುದನಿಯಲ್ಲಿ ಮಾತಾಡಿಕೊಂಡರು.

"ನಮ್ಮ ಹಾಗೇ ಇನ್ನೊಬ್ಬ" ಕಾಮಾಕ್ಷಿ ಪಾತ್ರೆಗಳ ಅಂಚಿನ ಜಿಡ್ಡು ತೆಗೆಯಲು ಜೋರಾಗಿ ಉಜ್ಜುತ್ತಾ ನುಡಿದಳು. ಶಿವಗಾಮಿ ಉತ್ತರಿಸಲಿಲ್ಲ. ಅವಳ ಹಣೆ ಬರಹವನ್ನು ಹಂಚಿಕೊಳ್ಳುವವರು ಯಾರಿರಲಿಲ್ಲ. ಸ್ವಲ್ಪ ದಿನಗಳ ಕಾಲ ಕೀಟಲೆ ಮಾಡಿ ನಂತರ ಅವರು ಅವನನ್ನು ಒಪ್ಪಿಕೊಳ್ಳುತ್ತಾರೆ. ಅವನೇನು ದೇಶ ದ್ರೋಹಿಯ ಮಗನಲ್ಲವಲ್ಲಾ? ಇಷ್ಟರಲ್ಲೇ ಅವನು ಅವಳನ್ನು ಕೀಟಲೆ ಮಾಡಲು ಬೇರೆಯವರ ಜೊತೆ ಸೇರಿಕೊಳ್ಳುತ್ತಾನೆ. ಅವಳೊಬ್ಬಳು ಅಸ್ಪೃಶ್ಯಳು. ವೀರ ಯೋಧರ ಮಕ್ಕಳ ನಡುವೆ ಅವಳೊಬ್ಬಳು ದೇಶದ್ರೋಹಿಯ ಮಗಳು. ಅವಳ ಪ್ರತಿಯೊಂದು ಚಲನವನ್ನೂ ಸಂಶಯದಿಂದ ನೋಡಲಾಗುತ್ತಿತ್ತು. ಅವಳ ಬೆನ್ನ ಹಿಂದೆ ಅವಳನ್ನು ಮಾಟಗಾತಿ ಎಂದು ಕರೆಯುತ್ತಿದ್ದರು. ತೊಂಡಕ ಎಂದೂ ಯಾವ ಹುಡುಗನಿಗೂ ಸೋತಿರಲಿಲ್ಲ. ಆದರೆ ಅವಳಿಗೆ ಸೋಲೊಪ್ಪಬೇಕಾಗಿತ್ತು. ಅದರಿಂದ ಅವಳು ಮಾಟಗಾತಿ ಎನ್ನುವ ಹೆಸರಿಗೆ ತಕ್ಕವಳಾಗಿದ್ದಳು. ಮಾಹಿಷ್ಮತಿಯಲ್ಲಿ ಅವಳು ಎಂದೆಂದಿಗೂ ದೇಶದ್ರೋಹಿಯ ಮಗಳಾಗೇ ಇರುತ್ತಾಳೆ. ಪ್ರಜೆಗಳು ಮಾತ್ರ ತಮ್ಮನ್ನು ಮಹಾ ದೇಶಪ್ರೇಮಿಗಳೆಂದು ಕರೆದು ಕೊಂಡು ಹೆಮ್ಮೆ ಪಡುತ್ತಿರುತ್ತಾರೆ. ತನ್ನ ತಂದೆಯನ್ನು ಕೊಂದ ದೇಶವನ್ನು ಶಿವಗಾಮಿ ತನ್ನ ಹೃದಯದಾಳದಿಂದ ದ್ವೇಷಿಸುತ್ತಿದ್ದಳು.

ಅವಳ ಮನಸ್ಸು ತಂದೆಯ ಹಸ್ತಪ್ರತಿಯ ಕಡೆಗೆ ಓಡಿತು. ಅದರಲ್ಲಿ ಏನು ಬರೆದಿದಿದೆಯೆಂದು ಅವಳು ಚಿಂತಿಸುತ್ತಿದ್ದಳು. ಅವಳ ಓದಿನ ಕೌಶಲ್ಯ ಅವಳಿಗೆ ನೆರವಾಗಲಿಲ್ಲ. ಕಾಮಾಕ್ಷಿಗೆ ಓದುಬರಹ ಗೊತ್ತಿರಲಿಲ್ಲ. ಈ ಗ್ರಂಥವನ್ನು ಪ್ರಾಚೀನ ಪೈಶಾಚಿ ಭಾಷೆಯಲ್ಲಿ ಬರೆಯಲಾಗಿದೆ ಎಂದು ರಾಘವ ಅವಳಿಗೆ ಹೇಳಿದ್ದ. ಅವಳ ತಂದೆ ಬಿಟ್ಟರೆ ಪೈಶಾಚಿ ಭಾಷೆಯನ್ನು ಓದಬಲ್ಲ ಬೇರೆ ಯಾರೂ ಅವಳಿಗೆ ಗೊತ್ತಿರಲಿಲ್ಲ. ಈ ಗ್ರಂಥವನ್ನು ಪೈಶಾಚಿ ಭಾಷೆಯಲ್ಲಿ ಯಾಕೆ ಬರೆಯಲಾಗಿದೆ ಎಂದು ಶಿವಗಾಮಿ ಅಚ್ಚರಿಪಟ್ಟಳು. ಈ ಭಾಷೆ ಅನೇಕರಿಗೆ ಗೊತ್ತಿರಲಿಲ್ಲ. ಅವನಿಗೆ

ಅದು ಹೇಗೆ ಸಿಕ್ಕಿತು? ಆ ಹಸ್ತಪ್ರತಿಯನ್ನು ಯಾರಿಗೆ ತೋರಿಸಲೂ ಅವಳಿಗೆ ಭಯವಾಗಿತ್ತು. ಹಾಗಾಗಿ ಸದಾ ಅವಳು ಅದನ್ನು ತನ್ನ ಜೊತೆಯಲ್ಲೇ ಇಟ್ಟು ಕೊಂಡಿರುತ್ತಿದ್ದಳು. ಅದರ ಚರ್ಮದ ಮುಖಪುಟದಲ್ಲಿ ಒಂದು ಪರ್ವತದ ಚಿತ್ರವನ್ನು ಕೆತ್ತಲಾಗಿತ್ತು. ಅನೇಕ ರಾತ್ರಿಗಳಲ್ಲಿ ಅವಳು ಕಿಟಕಿಯ ಬಳಿಗೆ ತೆವಳಿ ಬೆಳುದಿಂಗಳಲ್ಲಿ ಅದರಲ್ಲಿ ಏನು ಬರೆದಿದೆ ಎಂದು ತಿಳಿದುಕೊಳ್ಳಲು ಯತ್ನಿಸುತ್ತಿದ್ದಳು. ಅದು ದೊಡ್ಡ ಅಪಾಯವಾಗಿತ್ತು. ಆಗಲೇ ಕೆಲವು ಹುಡುಗಿಯರು ಅವಳು ಏನನ್ನು ಬಚ್ಚಿಟ್ಟುಕೊಂಡಿದ್ದಾಳೆ ಎಂದು ಕೇಳಿದ್ದರು.

ಒಬ್ಬಳು ಹುಡುಗಿ ಅಂಗಳದ ನಡುವೆ ಇದ್ದ ಕಾಳಿಮಾತೆಯ ವಿಗ್ರಹದ ಮುಂದೆ ದೀಪ ಹಚ್ಚುತ್ತಿದ್ದಳು. ಒಬ್ಬೊಬ್ಬರಾಗಿ ಅನಾಥಾಲಯದ ಮಕ್ಕಳು ಪ್ರಾರ್ಥನೆಗೆ ಬರುತ್ತಿದ್ದರು. ರೇವಮ್ಮ ಸೀರೆ ಉಟ್ಟುಕೊಂಡು ವಿಗ್ರಹದ ಮುಂದೆ ಚಕ್ಕಳಮಕ್ಕಳ ಹಾಕಿ ಕೂತಿದ್ದಳು. ಊದಿನ ಕಡ್ಡಿಯ ಹೊಗೆ ದಟ್ಟವಾಗಿ ಮಂಜಿನಂತೆ ಆವರಿಸಿ ಕೊಂಡು ವಾಕರಿಕೆ ಬರುವ ವಾಸನೆಯನ್ನು ಹರಡುತ್ತಿತ್ತು. ರೇವಮ್ಮ ಗಂಟೆ ಬಾರಿಸಿದಾಗ ಎಲ್ಲರೂ ಅಂಗಳಕ್ಕೆ ಓಡಿ ಬಂದರು. ಯಾವುದೋ ಒಂದು ಶ್ಲೋಕವನ್ನು ಅವಳು, ಎಮ್ಮೆ ಕೂಡಾ ನಾಚಿಕೆಪಟ್ಟುಕೊಳ್ಳುವಂತಹ ಧ್ವನಿಯಲ್ಲಿ ಹೇಳತೊಡಗಿದಳು. ಶಿವಗಾಮಿ ತನ್ನ ಲಂಗದ ತುದಿಗೆ ಕೈ ಒರೆಸಿಕೊಂಡು ಹೊರಗೆ ಧಾವಿಸಿದಳು. ಕಾಮಾಕ್ಷಿ ಅವಳ ಹಿಂದೆಯೇ ಓಡಿಬಂದಳು. ಆರತಿಯಾಗುವಾಗ ಪ್ರತಿಯೊಬ್ಬರೂ ಅಂಗಳದಲ್ಲಿ ಇರುವುದು ಕಡ್ಡಾಯವಾಗಿತ್ತು.

"ಓಹ್... ಇಲ್ಲೇನಿದೆ ನೋಡಿ! ಎಂಥಾ ಅಮೂಲ್ಯ, ಆಕರ್ಷಕ ಹುಡುಗಿಯರು!" ಒಂದು ಪರಿಚಿತ ಧ್ವನಿ ಕೇಳಿಸಿತು.

ಅವರಿಬ್ಬರೂ ಹೊಸಿಲಲ್ಲಿ ನಿಂತರು. ಕೇಕಿ ಕುಂಡೆಯನ್ನು ಅಲ್ಲಾಡಿಸುತ್ತಾ ಅವರ ಬಳಿಗೆ ನಡೆದುಬಂದಳು.

ಕಾಮಾಕ್ಷಿಯ ಎದುರು ನಿಂತು ಅವಳು ರೇವಮ್ಮನ ಕಡೆಗೆ ತಿರುಗಿ "ಈ ಗೊಂಬೆಯನ್ನು ನಾನು ಮನೆಗೆ ತೆಗೆದುಕೊಂಡು ಹೋಗಲೇ?" ಎಂದಳು.

ಕಾಮಾಕ್ಷಿ ಕೆಲವು ಹೆಜ್ಜೆ ಹಿಂದೆ ಸರಿದಳು. ಕೇಕಿ ಕೈಚಾಚಿ ಕಾಮಾಕ್ಷಿಯ ಮೊಲೆಗಳನ್ನು ಹಿಡಿದು ಬಲವಾಗಿ ಅಮುಕಿದಳು. "ಎಷ್ಟು ಭದ್ರವಾಗಿದೆ! ಎಷ್ಟು..." ಶಿವಗಾಮಿಯ ಕೈ ಥಟ್ಟನೆ ಮುಂದೆ ಬಂದು ಕೇಕಿಯ ಕೊರಳನ್ನು ಹಿಡಿಯಿತು. ಕಾಮಾಕ್ಷಿ ಭಯದಲ್ಲಿ ಶಿವಗಾಮಿಯ ಹಿಂದೆ ಅವಿತುಕೊಂಡಳು. ಕೇಕಿ ನಕ್ಕು ಶಿವಗಾಮಿಯ ಕೈಯನ್ನು ಬಡಿದು ತಳ್ಳಿದಳು. ಮರುಕ್ಷಣ ಒಂದು ಚೂಪಾದ ಕತ್ತಿಯ ಮೊನೆ ಅವಳ ಎಡಗಣ್ಣಿಗೆ ಕೆಲವೇ ಇಂಚಿನ ಅಂತರದಲ್ಲಿ ಗುರಿಯಿಡ ಲಾಗಿತ್ತು. ಕೇಕಿ ಸ್ತಬ್ಧಳಾದಳು.

"ನಡಿ" ಶಿವಗಾಮಿ ತಣ್ಣನೆಯ ದನಿಯಲ್ಲಿ ಹೇಳಿದಳು.

"ಸಮಾಧಾನ, ಸಮಾಧಾನ, ಸ್ವಲ್ಪ ಹಾಸ್ಯ ಮಾಡಬಾರದೇ? ನಾವೆಲ್ಲಾ ಹೆಂಗಸರಲ್ಲವೇ? ಹೆಂಗಸು ಹೆಂಗಸನ್ನು ಮುಟ್ಟಿದರೆ ಏನು ತಪ್ಪು?" ಕೇಕಿ ಕೇಳಿದಳು.

ಶಿವಗಾಮಿ ಕೇಕಿಯ ತಲೆಯನ್ನು ಒಂದು ಕೈಯಲ್ಲಿ ಭದ್ರವಾಗಿ ಹಿಡಿದು ಇನ್ನೊಂದು ಕೈಯಲ್ಲಿ ಕತ್ತಿಯನ್ನು ತೀರಾ ಹತ್ತಿರದಲ್ಲಿ ಹಿಡಿದಿದ್ದಳು. ಈ ಸಲ ಕತ್ತಿ ಕೇಕಿಯ ಕಣ್ಣಗುಡ್ಡೆಯನ್ನು ಮುಟ್ಟುವಷ್ಟು ಸಮೀಪದಲ್ಲಿತ್ತು. ಕೇಕಿ ನಕ್ಕು ಬಿಡಲು ಯತ್ನಿಸಿದಳಾದರೂ ಅವಳ ಭಯ ಶಿವಗಾಮಿಗೆ ತಿಳಿಯಿತು. ಅವಳು ಏನಾದರೂ ಮೂರ್ಖತನ ಮಾಡದಿರಲಿ ಎಂದು ಶಿವಗಾಮಿ ಆಶಿಸಿದಳು. ಮಾಡಿದಲ್ಲಿ ಕೇಕಿಯ ಮಿದುಳಿನವರೆಗೆ ಕತ್ತಿಯನ್ನು ತೂರಿಸುವ ಬಗ್ಗೆ ಅವಳಿಗೆ ಖಾತರಿ ಇರಲಿಲ್ಲ. ತೊಂಡಕ ಮತ್ತು ಅವನ ಹುಡುಗರ ಗುಂಪನ್ನು ಬಿಟ್ಟರೆ, ಅದು ಅವಳ ಆತ್ಮರಕ್ಷಣೆಗಾಗಿ, ಬೇರೆ ಯಾರನ್ನೂ ಅವಳು ಗಾಯಗೊಳಿಸಿರಲಿಲ್ಲ. ಮೊದಲ ಬಾರಿಗೆ ಅವಳು ಆಕ್ರಮಣಕಾರಿಯಾಗಿದ್ದಳು. ಅದರಿಂದ ಅವಳಿಗೆ ಒಂದು ಬಲಿಷ್ಠತೆಯ ಭಾವ ಬಂದಿತ್ತು. ಅದರಿಂದ ಅವಳು ಹೆದರಿದಳು.

"ಮಾಟಗಾತಿ ಮತ್ತೆ ಬೇಟೆ ಹುಡುಕುತ್ತಿದ್ದಾಳೆ," ತೊಂಡಕನ ಧ್ವನಿ ಕೇಳಿಸಿತು ಶಿವಗಾಮಿಗೆ. ಎಲ್ಲರ ಕಣ್ಣುಗಳು ಅವಳ ಮೇಲಿತ್ತು. ಅವಳ ಹಿಂದೆ ಕಾಮಾಕ್ಷಿ ಅಳುತ್ತಿದ್ದಳು. ಶಿವಗಾಮಿ ಕೇಕಿಯನ್ನು ಬಲವಾಗಿ ತಳ್ಳಿದಳು. ಖೋಜಾ ಗಿರ್ರನೆ ಸುತ್ತಿ ಅವಳ ತಲೆ ಕಂಭಕ್ಕೆ ಬಡಿಯಿತು. ಅವಳು ತಿರುಗಿ ನೋಡಿ ನಕ್ಕಳು.

"ರೇವಮ್ಮ, ನನಗೆ ಈ ಹುಡುಗಿ ಬೇಕು. ನಿನಗೆ ಇಷ್ಟ ಬಂದ ಬೆಲೆ ಹೇಳು, ನಾನು ತರುತ್ತೇನೆ. ಇವಳಿಗೆ ದೊಡ್ಡ ಐಶ್ವರ್ಯ ಕೊಡಬಹುದು," ಕೇಕಿ ನುಡಿದಳು. ಶಿವಗಾಮಿ ಕತ್ತಿಯನ್ನು ಬೀಸಿದಳು. ಅದು ಕೇಕಿಯ ಮೂಗು ತರಚಿತು. ರಕ್ತ ಸುರಿಯುತ್ತಿದ್ದ ಮೂಗನ್ನು ಹಿಡಿದುಕೊಂಡು ಕೇಕಿ ಬಡಿದುಕೊಂಡಳು. "ಓ... ದೇವರೇ! ನೀನು ನನ್ನನ್ನು ಇನ್ನೇನು ಕೊಂದುಬಿಡುತ್ತಿದ್ದೆ. ನೀನು ನನ್ನನ್ನು ಕೊಂದೇ ಬಿಟ್ಟೆ. ಓಹ್... ನನಗೆ ನಿನ್ನ ಮೇಲೆ ತುಂಬಾ ಪ್ರೀತಿಯಾಗಿದೆ. ನೀನು ಎಷ್ಟು ಮಾದಕವಾಗಿದ್ದೀಯಾ. ರೇವಮ್ಮಾ, ನನಗೆ ಈ ಹುಡುಗಿ ಬೇಕು. ಅವಳೇ ನನಗೆ ಬೇಕಾದವಳು." ಖೋಜಾ ಸುತ್ತ ಕುಣಿಯತೊಡಗಿದಳು. ಚಪ್ಪಾಳೆ ತಟ್ಟುತ್ತಾ ಶಿವಗಾಮಿಯ ಮುಖದ ಹತ್ತಿರ ಬಂದು ಬುಸುಗುಟ್ಟಿದಳು. "ನೋಡ್ತಿರು, ಈಗ ನಾನು ನಿನ್ನನ್ನು ಹೇಗೆ ವಶಪಡಿಸಿಕೊಳ್ತೀನಿ ಅಂತ." ಶಿವಗಾಮಿ ಶಾಂತವಾಗಿ ನಿಂತಳು. ಆದರೆ ಅವಳ ಗುಂಡಿಗೆ, ಎದೆಗೂಡಿಗೆ ಡಬಡಬನೆ ಬಡಿದುಕೊಳ್ಳುತ್ತಿತ್ತು. ಖೋಜಾ ತನ್ನ ತಲೆಕೂದಲು ಸಡಿಲಾಗಿಸಿ ಹಾರಬಿಟ್ಟು ಸುತ್ತಿಸುತ್ತಿ, ರಕ್ತದ

ಹನಿಗಳನ್ನು ಎಲ್ಲ ಕಡೆ ಹಾರಿಸುತ್ತಾ ಕುಣಿದಳು. "ಅಮ್ಮಾ, ಅಮ್ಮಾ" ಎಂದು ಕೂಗುತ್ತಾ ಅವಳು ಕಾಳಿಯ ವಿಗ್ರಹದ ಬಳಿಗೆ ಕುಣಿಯುತ್ತಾ ಹೋದಳು.

ಶಿವಗಾಮಿ ಕಾಮಾಕ್ಷಿಯ ತೋಳು ಹಿಡಿದು ಕರೆದುಕೊಂಡು ಹೋಗಿ ಅವರಿಬ್ಬರೂ ಮತ್ತು ಉತ್ತಂಗ ಇರುವ ಉಗ್ರಾಣದಲ್ಲಿ ಬಿಟ್ಟಳು.

ಅವಳು ಹಿಂದಿರುಗಿದಾಗ ಬಕುಲ ಗಂಟೆ ಬಾರಿಸುತ್ತಿದ್ದ. ಮತ್ತೊಬ್ಬ ಹುಡುಗ ವಿಗ್ರಹದ ಮುಂದೆ ಕರ್ಪುರ ಹಚ್ಚುತ್ತಿದ್ದ. ಸ್ನಾನ ಮಾಡಿ ಹಣೆಯ ಮೇಲೆ ದೊಡ್ಡ ತಿಲಕ ಧರಿಸಿದ್ದ ತೊಂಡಕ ದೇವರಿಗೆ ಹೂ ಅರ್ಪಿಸುತ್ತಿದ್ದ. ಅವನು ಭಕ್ತಿಯಲ್ಲಿ ಕಣ್ಣುಮುಚ್ಚಿಕೊಂಡು ಸ್ತೋತ್ರ ಹೇಳುವಲ್ಲಿ ರೇವಮ್ಮನನ್ನು ಮೀರಿಸಲು ಯತ್ನಿಸುತ್ತಿದ್ದ. ಕೇಕಿ ನಡುವೆ ಕೂತು ಮುಖದ ಮೇಲೆಲ್ಲಾ ಕೂದಲು ಹರಿಯಬಿಟ್ಟು ಮೈಮೇಲೆ ದೇವರು ಬಂದಂತೆ ತಲೆ ಅಲ್ಲಾಡಿಸುತ್ತಿದ್ದಳು.

ಶಿವಗಾಮಿ ಮೌನವಾಗಿ ಬೇಗನೆ ತನ್ನ ಪ್ರಾರ್ಥನೆ ಹೇಳಿದಳು. ಪ್ರಾರ್ಥನೆಯಲ್ಲಿ ಅವಳು ಬೇಡುತ್ತಿದ್ದುದು ಒಂದೇ – ತಂದೆಯನ್ನು ಕೊಂದ ಜನರಿಗೆ ಸಾವು.

ಅಷ್ಟರಲ್ಲಿ ಪ್ರಾರ್ಥನೆ ತಾರಕಕ್ಕೇರಿತು. ರೇವಮ್ಮಳ ಧಡೂತಿ ದೇಹ ಕಂಪಿಸ ತೊಡಗಿತು. ಆಗಾಗ ಅವಳ ಮೈಮೇಲೆ ಬರುವ ಕಾಳಿಯಮ್ಮ ಅಂದು ಬಂದಿತ್ತು. ಎಲ್ಲರ ಕೊರಳಿನಿಂದ "ಅಮ್ಮಾ, ಕಾಳಿ" ಎನ್ನುವ ಉದ್ಗಾರ ಹೊರಟಿತು. ಮೊದಲ ಬಾರಿಗೆ ಅದನ್ನು ನೋಡಿದಾಗ ಶಿವಗಾಮಿ ಹೆದರಿದ್ದಳು. ಈಗ ಈ ನಾಟಕದಲ್ಲಿ ಅವಳಿಗೆ ನಿರಾಸಕ್ತಿ ಉಂಟಾಗಿತ್ತು. ಅವಳು ಎಡಗಾಲಿನಿಂದ ಬಲಗಾಲಿಗೆ ದೇಹದ ಭಾರ ಬದಲಿಸಿದಳು. ಸುತ್ತ ಸೊಳ್ಳೆಗಳು ಹಾರಾಡುತ್ತಿದ್ದವು. ಒಂದು ಅವಳ ಮೂಗಿನ ಮೇಲೇ ಬಂದು ಕೂತಿತು. ಅದನ್ನು ಹೊಡಿಯಲು ಯತ್ನಿಸಿ ಅವಳು ಎಡಗಣ್ಣು ತೆರೆದಳು. ಅವಳ ಮನಸ್ಸನ್ನು ಓದಿಕೊಂಡ ಹಾಗೆ ಅದು ಹಾರಿಹೋಯಿತು.

ಅವಳು ಮತ್ತೆ ಕಣ್ಣುಮುಚ್ಚುವಷ್ಟರಲ್ಲಿ ಹೊಸಾ ಹುಡುಗ ಮೆಲ್ಲನೆ ಅಡಿಗೆ ಮನೆಯೊಳಗೆ ನುಸುಳುತ್ತಿರುವುದನ್ನು ನೋಡಿದಳು. ಅವಳಿಗೆ ತೀರಾ ಗಾಬರಿ ಯಾಯಿತು. ಅವನಿಗೇನು ಹುಚ್ಚು ಹಿಡಿದಿದೆಯೇ? ಅವಳು ಮೆಲ್ಲನೆ ಪ್ರಾರ್ಥನಾ ಸ್ಥಳದಿಂದ ತೆವಳುತ್ತಾ ಹೊರಬಂದು ಅಡಿಗೆಮನೆಗೆ ಓಡಿದಳು. ಒಲೆ ಉರಿಯುತ್ತಿತ್ತು. ಅದರ ಮೇಲಿಟ್ಟ ದೊಡ್ಡ ಕಡಾಯಿಯಲ್ಲಿ ನೀರು ಕೊತಕೊತ ಕುದಿಯುತ್ತಿತ್ತು. ಮಂದ ಬೆಳಕಿನಲ್ಲಿ ಹುಡುಗ ಊಟ ಇರಿಸಿದ್ದ ಪೀಠದ ಮೇಲೆ ಬಾಗುತ್ತಿರುವುದು ಕಾಣಿಸಿತು.

"ಹೇ" ಎಂದು ಅವಳು ಕೂಗಿದ ತಕ್ಷಣ ಹುಡುಗ ಬೆಚ್ಚಿಬಿದ್ದ. ಗಾಭರಿಗೆ ಅಲ್ಲಿದ್ದ ಪಾತ್ರೆ ತಗುಲಿ ಬಿದ್ದು ಅದರಲ್ಲಿದ್ದುದೆಲ್ಲಾ ಚೆಲ್ಲಿತು. ಯಾರಿಗಾದರು ಅದು ಕೇಳಿಸಬಹುದು ಎಂದು ಶಿವಗಾಮಿ ಹೆದರಿದಳು. ಆದರೆ ರೇವಮ್ಮನ ಭಾರಿ

ಗದ್ದಲದ ಪ್ರಾರ್ಥನೆಯಲ್ಲಿ ಯಾರಿಗೂ ಸದ್ದು ಕೇಳಿಸಲಿಲ್ಲ. ಹೊರಗೆ ಅಂಗಳದಲ್ಲಿ ಪ್ರತಿಯೊಬ್ಬರೂ ಬೇರೆಲ್ಲರಿಗಿಂತ ತಾವೇ ಮಹಾ ದೈವಭಕ್ತಿಯುಳ್ಳವರೆಂದು ತೋರಿಸಿಕೊಳ್ಳಲು ಪೈಪೋಟಿ ನಡೆಸುತ್ತಿದ್ದರು.

"ಏನ್ ಮಾಡ್ತಾ ಇದ್ದೀಯ ಇಲ್ಲಿ?" ಅವಳು ಅವನತ್ತ ಧಾವಿಸುತ್ತಾ ಕೇಳಿದಳು. ಹೆದರಿಕೆಯಲ್ಲಿ ಅವನು ಮೈಮುದುರಿಕೊಂಡ. ಅವನ ತುಟಿಗಳು ನಡುಗುತ್ತಿದ್ದವು.

"ನಾ...ನಾ... ನಾನು ತಿನ್ನಕ್ಕೆ ಏನಾದರೂ ಸಿಗುತ್ತಾ ಅಂತ ನೋಡ್ತಿದ್ದೆ" ಎಂದ.

"ಅದು ಕಾಣಿಸ್ತಾ ಇದೆ" ಅವಳು ಎದೆಯ ಮೇಲೆ ಕೈಕಟ್ಟಿಕೊಂಡು ಕೇಳಿದಳು "ಪ್ರಶ್ನೆ ಕೇಳ್ತಿರೋದು ಯಾಕೆ ಅಂತ"

ಅವನಿಗೆ ಗೊಂದಲವಾಯಿತು. ತಪ್ಪಿಸಿಕೊಳ್ಳಲು ದಾರಿಯೆದೆಯೇ ಎಂದು ನೋಡಿದ. ಶಿವಗಾಮಿ ಬಾಗಿಲಲ್ಲೇ ನಿಂತಿದ್ದಳು. ಹೊರಗೆ ಹೋಗಲು ಅದೊಂದೇ ದಾರಿಯಿದ್ದಿದ್ದು. ಅವನು ತನ್ನ ಕಾಲಬೆರಳು ನೋಡಿದ.

"ಯಾಕೆ?" ಅವಳು ಮತ್ತೆ ಕೇಳಿದಳು. ಈ ಬಾರಿ ಇನ್ನಷ್ಟು ಗದರಿಸಿ, ಅಸಹನೆಯಿಂದ ಪಾದ ತಟ್ಟುತ್ತಾ ಕೇಳಿದಳು.

"ಯಾ...ಯಾ...ಯಾಕೆಂದರೆ ನನಗೆ ಹಸಿವಾಗ್ತಿದೆ" ಅವನು ಗೊಣಗಿದ.

ಶಿವಗಾಮಿ ಜೋರಾಗಿ ನಕ್ಕಳು. ತಿಮ್ಮನ ಮನೆ ಬಿಟ್ಟ ಮೇಲೆ ಅವಳು ಕೇಳಿದ ಅತ್ಯಂತ ವಿನೋದದ ಸಂಗತಿ ಎಂದರೆ ಅವನ ಆ ಶೋಕತಪ್ತ ಅಂಗೀಕಾರ ವಾಗಿತ್ತು. ಹಗಲುಗಳು ಮಂಕುಕವಿದಿದ್ದವು. ರಾತ್ರಿಗಳು ದಣಿವಾಗಿದ್ದವು. ಕಾಮಾಕ್ಷಿ ಬಿಟ್ಟರೆ ಅನಾಥಾಲಯದಲ್ಲಿ ಬೇರೆ ಯಾರೂ ಅವಳ ಬಗ್ಗೆ ಒಂದು ಕರುಣೆಯ ಮಾತಾಡಿರಲಿಲ್ಲ. ಹಾಸ್ಯಕ್ಕಂತೂ ಅಲ್ಲಿ ಅವಕಾಶವೇ ಇರಲಿಲ್ಲ. ಹುಡುಗನ ನೀರಸ ಮಾತುಗಳು, ಅಡಿಗೆಮನೆಯ ಸನ್ನಿವೇಶ ಎರಡೂ ಸೇರಿ ಶಿವಗಾಮಿ ಜೋರಾಗಿ ನಗುವಂತೆ ಮಾಡಿದವು.

"ನೀನು ತುಂಬಾ ತಮಾಷೆಯವನು" ಉಸಿರು ಎಳೆದುಕೊಳ್ಳುತ್ತಾ ಅವಳು ನುಡಿದಳು. ಅಂಗಳದಲ್ಲಿ "ಅಮ್ಮಾ, ಅಮ್ಮಾ" ಎನ್ನುವ ಉದ್ಗಾರ ತಾರಕ್ಕೇರಿತ್ತು. ರೇವಮ್ಮನ ಅರಚುವಿಕೆಯ ಜೊತೆಗೆ ಕೇಕಿಯ ಕೀರಲುದನಿ ಸೇರಿತ್ತು. ಆ ಮುದಿಯಳ ಮೇಲೆ ದೇವರು ಬಂದಿತ್ತು. ಅವಳು ಕೂದಲು ಕೆದರಿಕೊಂಡು, ದೇಹವಿಡೀ ನಡುಗಿಸುತ್ತಾ ಅದನ್ನೇ ಮುಂದುವರಿಸುತ್ತಿದ್ದಳು. ಇನ್ನು ಸ್ವಲ್ಪ ಹೊತ್ತಿನಲ್ಲಿ ಅವಳು ಅಳುತ್ತಾ ನೆಗೆಯಲಾರಂಭಿಸುತ್ತಾಳೆ. ತೊಂಡಕ ತಮಟೆಯನ್ನು ಅದು ತನ್ನ ಶತ್ರುವೇನೋ ಅನ್ನುವಂತೆ ಬಡಿಯುತ್ತಿದ್ದ. ಅಡಿಗೆಯವ ಗಂಟೆಯನ್ನು ಅಲ್ಲಾಡಿಸುತ್ತಲೇ ಇದ್ದ. ಅವನ ವಕ್ರ ತಾಳಕ್ಕೆ ಅದು ಸರಿಯಾಗಿತ್ತು. ಅಂಗಳದ ಕರ್ಪೂರ ಮತ್ತು ಊದುಬತ್ತಿಯ ಹೊಗೆ ಅಡಿಗೆಮನೆವರೆಗೂ ಹರಡಿತ್ತು.

ಡುಮ್ಮ ಕಿಟಕಿಯ ಸರಳುಗಳ ಮೂಲಕ ಹೊರಗೆ ನೋಡಿದ. ಹೊರಗೆ ಸೇರಿದ್ದ ಸಂದಣಿ ಈಗ ಕೈತಟ್ಟುತ್ತಾ ಮೇಲೆ ಕೆಳಗೆ ಕುಣಿಯುತ್ತಿತ್ತು. ತಮಟೆ ಮತ್ತು ಗಂಟೆ ಪರಸ್ಪರ ಪೈಪೋಟಿಯಲ್ಲಿ ಅಸಾಧ್ಯ ಗದ್ದಲ ಉಂಟು ಮಾಡುತ್ತಿತ್ತು.

"ಅವರಿಗೆ ಹುಚ್ಚೇ?" ಅವನು ಕೇಳಿದ.

ಶಿವಗಾಮಿ ಮತ್ತೆ ಹೊಟ್ಟೆಹಿಡಿದು ನಕ್ಕಳು. "ಇಲ್ಲ, ಅವರದು ದೈವಭಕ್ತಿ" ಎಂದಳು.

"ನಿನ್ನ ಹೆಸರೇನು?"

"ಗುಂಡು ರಾಮು" ಅವನು ಸ್ವಲ್ಪ ನಾಚುತ್ತ ಹೇಳಿದ.

"ಗುಂಡು ರಾಮು?" ಅವಳು ಕೇಳಿದಳು.

"ಗುಂಡು ರಾಮು" ಅವನು ಪುನರುಚ್ಚರಿಸಿದ.

"ಶಿವಗಾಮಿ" ಅವಳೆಂದಳು.

"ಇಲ್ಲ, ಇಲ್ಲ, ಗುಂಡು ರಾಮು" ಅವನು ಮತ್ತೆ ನುಡಿದ.

ಅವಳು ನಂಬಲಾರದೆ ಅವನನ್ನು ದೃಷ್ಟಿಸಿ ಮತ್ತೆ ಜೋರಾಗಿ ನಕ್ಕಳು.

"ಗುಂಡು..." ಅವಳು ನಗೆ ತಡೆಯುತ್ತ ಹೇಳಿದಳು.

"ರಾಮು" ಎಂದ ಅವನು ಅವನ ಹೆಸರಿನ ಎರಡನೆಯ ಭಾಗವನ್ನು ಹೇಳಲು ಅವಳಿಗೆ ಕಷ್ಟವಾಗುತ್ತಿದೆ ಅನ್ನುವಂತೆ.

ಶಿವಗಾಮಿ ಹೊಟ್ಟೆ ಹಿಡಿದುಕೊಂಡು ನಗುತ್ತ ನೆಲದಲ್ಲಿ ಹೊರಳಾಡಿದಳು.

"ನಾನು ನನ್ನ ಹೆಸರು ಹೇಳಿದೆ ಪೆದ್ದ" ಎಂದಳು.

"ಇಲ್ಲ, ಅದು ನನ್ನದೇ ಹೆಸರು" ಎಂದ ಅವನು. ಶಿವಗಾಮಿ ಎದ್ದು ನಿಂತು ಅವನ ಹೊಟ್ಟೆಗೊಂಡು ಆಟದ ಗುದ್ದು ಕೊಟ್ಟು "ನಾನು ನನ್ನ ಹೆಸರು ಶಿವಗಾಮಿ ಎಂದೇ" ಅಂದಳು.

"ನನ್ನ ಹೆಸರು...."

"ಗುಂಡು ರಾಮು, ಆಗಲೇ ನೂರು ಸಲ ಹೇಳಿದ್ದೀಯಾ. ಎಂಥಾ ತಮಾಷೆಯ ಹೆಸರು! ನಿನಗೆ ಚೆನ್ನಾಗಿ ಹೊಂದುತ್ತೆ..."

"ನನಗಿರೋದು ಅದೊಂದೇ" ಎಂದ ಅವನು. ಈ ಸಲ ಇಬ್ಬರೂ ನಕ್ಕರು.

ಹೊರಗೆ ದೈವೀಕ ಪರವಶತೆ ಉತ್ತುಂಗಕ್ಕೇರುತ್ತಿತ್ತು. ಈಗ ದೇವಿ ಅಡಿಗೆಭಟ್ಟನ ಮೈಮೇಲೂ ಬಂದಿದ್ದಳು. ಮುಂದಿನ ಸಾಲಿನ ಕೆಲವು ಹುಡುಗಿಯರು ಆಗಲೇ ಮೂರ್ಛೆ ಹೋಗಿದ್ದರು.

"ನೀನು ಎಲ್ಲಿಯವನು? ಇಲ್ಲಿಗೆ ಹೇಗೆ ಬಂದೆ?" ಶಿವಗಾಮಿ ಕೇಳಿದಳು. ಅವಳ ಮುಖದಲ್ಲಿನ್ನೂ ನಗು ಮಾಸಿರಲಿಲ್ಲ. ಬಹಳ ದಿನಗಳ ನಂತರ ನಕ್ಕಿದ್ದು ಹಾಯೆನಿಸುತ್ತಿತ್ತು.

"ಮೊದಲು ನಾನು ತಿನ್ನಬಹುದೇ? ಬಹಳ ಹಸಿವಾಗುತ್ತಿದೆ" ಎಂದ ಅವನು.

"ನೀನು ತಿನ್ನುವುದನ್ನು ನೋಡಿದರೆ ಆ ರಾಕ್ಷಸಿ ನಿನ್ನ ಬೆನ್ನಿನ ಚರ್ಮ ಸುಲಿಯುತ್ತಾಳೆ." ಅವನ ಮುಖ ಬಾಡಿತು. ಅವನ ಕಣ್ಣುಗಳಲ್ಲಿ ಭೀತಿ ಕುಣಿಯು ತ್ತಿತ್ತು. ಹಿಂದೆ ಹೊಡೆತ ತಿಂದಿದ್ದು ನೆನಪಿತ್ತು ಅವನಿಗೆ. ಅಲ್ಲಿದ್ದ ತಿನಿಸುಗಳನ್ನು ಆಸೆಯಿಂದ ಕಣ್ಣು ಹಾಯಿಸಿ ಉಗುಳು ನುಂಗಿದ. ಶಿವಗಾಮಿ ಒಂದು ತಟ್ಟೆ ಎತ್ತಿಕೊಂಡು ಅದರ ತುಂಬಾ ಅಲ್ಲಿದ್ದ ತಿನಿಸುಗಳನ್ನು ತುಂಬಿದಳು. ಆಮೇಲೆ ರೇವಮ್ಮನಿಗಾಗಿ ಮೀಸಲಾಗಿದ್ದ ಸಿಹಿ ತಿಂಡಿಗಳನ್ನೂ ಹಾಕಿ ತಟ್ಟೆಯನ್ನು ನೆಲದ ಮೇಲಿಟ್ಟಳು.

"ತಗೋ, ಹೊಟ್ಟೆ ತುಂಬಾ ತಿನ್ನು"

"ಮತ್ತೆ ನೀನಂದೇ... ಅವರು...?" ಹೊರಗೆ ದೇವರ ಹೆಸರಿನಲ್ಲಿ ಮೇಲೆ ಕೆಳಗೆ ಕುಣಿಯುತ್ತಿದ್ದ ಗುಂಪನ್ನು ತೋರಿಸುತ್ತಾ ಅವನು ತಡವರಿಸಿದ.

ಉತ್ತರವಾಗಿ ಅವಳು ಇನ್ನೊಂದು ತಟ್ಟೆಯನ್ನು ಎತ್ತಿಕೊಂಡು ಅದರಲ್ಲಿ ತಿಂಡಿ ತುಂಬಿದಳು. ನೆಲದ ಮೇಲೆ ಅದನ್ನಿಟ್ಟು, ಚಕ್ಕಳಮಕ್ಕಳ ಹಾಕಿ ಕೂತುಕೊಂಡಳು. ಯಾರಾದರೂ ತಮ್ಮನ್ನು ನೋಡುತ್ತಿದ್ದಾರಾ ಎಂದು ಅವನು ತಿರುಗಿ ನೋಡಿದ.

"ಅವಳು ಮತ್ತೆ ನನ್ನನ್ನು ಹೊಡಿತಾಳಾ?"

"ಖಂಡಿತಾ, ಪ್ರತಿ ದಿನ, ಎಲ್ಲದಕ್ಕೂ, ಏನೂ ಮಾಡದಿದ್ದರೂ"

"ನನ್ನ ಅಪ್ಪ ನನಗೆ ಯಾವತ್ತೂ ಹೊಡೆದಿಲ್ಲ." ಕೆಳಗೆ ನೋಡುತ್ತಾ ಹುಡುಗನೆಂದ. ಅವನ ಕಣ್ಣುಗಳಲ್ಲಿ ನೀರು ತುಂಬಿಕೊಳ್ಳುತ್ತಿತ್ತು.

"ಓಹ್, ಈಗೆಲ್ಲಿದ್ದಾರೆ ಅವರು?" ಕೇಳಿದ ತಕ್ಷಣ ಅವಳಿಗೆ ಎಂಥಾ ಮೂರ್ಖ ಪ್ರಶ್ನೆ ಕೇಳಿದೆ ಅನ್ನಿಸಿತು. ತಂದೆ ತಾಯಿ ಬದುಕಿದ್ದರೆ ಇಲ್ಲಿಗೆ ಯಾರು ಬರುವುದಿಲ್ಲ. ಆದರೇ ಮಾತು ಆಡಿಯಾಗಿತ್ತು ಅದನ್ನು ಹಿಂದಿರುಗಿ ತೆಗೆದುಕೊಳ್ಳುವಂತಿರಲಿಲ್ಲ.

ಗುಂಡು ರಾಮುವಿನ ಭುಜ ಕಂಪಿಸತೊಡಗಿತು, ಕಣ್ಣಿಂದ ಕಣ್ಣೀರು ಸುರಿಯ ತೊಡಗಿತು. ಹತ್ತುವರ್ಷದ ಹುಡುಗ ಅಳುವುದು ನೋಡಿ ವಿಚಿತ್ರ ಅನ್ನಿಸಿತು ಅವಳಿಗೆ. ತಾನು ಅಳುವುದನ್ನು ನಿಲ್ಲಿಸಿ ಎಷ್ಟೋ ಕಾಲವಾಯಿತು. ಈಗ ಯಾವುದಕ್ಕೂ ಅವಳು ಅಳುತ್ತಿರಲಿಲ್ಲ.

"ತಿನ್ನು, ಗುಂಡು, ಅವರು ಬರೋ ಮೊದಲು" ಎಂದಳು.

ಗುಂಡು ಅಳು ನಿಲ್ಲಿಸಲಿಲ್ಲ ಆದರೆ ಅವನು ಗಂಟಲಲ್ಲಿ ಇಳಿಸತೊಡಗಿದ.

"ನಮ್ಮದು ತಾಮ್ಲಿಯಾ ಹಳ್ಳಿ ಅದು ಗಾಯಕರು, ಕವಿಗಳಿಗೆ ಹೆಸರಾದುದು. ಇಡೀ ಜಗತ್ತಿಗೆ ಖ್ಯಾತಿ ಹೊಂದಿದ ಕವಿಗಳು. ನೀನು ನಮ್ಮ ಹಳ್ಳಿ ಬಗ್ಗೆ ಕೇಳಿದ್ದೀಯಾ?" ಎಂದು ಕೇಳುತ್ತಾ ಅನ್ನದ ರಾಶಿಗೆ ಧಾಳಿಯಿಟ್ಟ ಶಿವಗಾಮಿ

ಸಾಂಬಾರಿನ ಕೊಳದಪ್ಪಲೆಯನ್ನು ಅವನ ಕಡೆಗೆ ಸರಿಸಿದಳು. ಅವನು ಸೌಟಿನ ಮೇಲೆ ಸೌಟು ಸಾಂಬಾರನ್ನು ಅನ್ನದ ರಾಶಿಯ ಮೇಲೆ ಸುರಿದುಕೊಂಡದ್ದು ನೋಡಿ ಅವಳ ಕಣ್ಣುಗಳು ಆಶ್ಚರ್ಯದಲ್ಲಿ ಅರಳಿದವು. ಅವನು ಅವಳತ್ತ ನಿರೀಕ್ಷೆಯಲ್ಲಿ ನೋಡಿದ. ಅವಳಿಗೆ ಅವನ ಹಳ್ಳಿಯ ಬಗ್ಗೆಯಾಗಲಿ ಅದರ ಜಗತ್ಪ್ರಸಿದ್ಧ ಕವಿಗಳ ಬಗ್ಗೆಯಾಗಲೀ ತಿಳಿದಿರಲಿಲ್ಲ. ಆದರೆ ಅವನಿಗೆ ನಿರಾಸೆ ಮಾಡುವುದು ಅವಳಿಗಿಷ್ಟವಿರಲಿಲ್ಲ.

"ಹೌದು, ಕೇಳಿದ್ದೇನೆ, ಜಗತ್ಪ್ರಸಿದ್ಧ... ತಾಮ್ಲಿಯಾ ...ಹುಂ "

ಗುಂಡು ಮುಖ ಅರಳಿತು. ಅವಳಿಗೆ ಸುಳ್ಳು ಹೇಳಿದ ಬಗ್ಗೆ ಸ್ವಲ್ಪ ತಪ್ಪಿತಸ್ಥ ಭಾವ ಬಂತು.

"ಮತ್ತೆ ನೀನು ಮದನಪ್ಪನ ಹೆಸರು ಕೇಳಿರಬೇಕಲ್ಲಾ?"

"ಆಹ್, ಮದನಪ್ಪ, ಹೌದು ಹೌದು, ಮಹಾನ್ ಗಾಯಕ, ಜಗತ್ಪ್ರಸಿದ್ಧ..." ಅವಳು ಕೇಳಿದಳು "ಅವರು ನಿನ್ನ ತಂದೆ ಏನು?"

"ಮದನಪ್ಪ!" ಗುಂಡುಗೆ ಗಾಭರಿಯಾಯಿತು "ಇಲ್ಲ, ಅವನೊಬ್ಬ ದಡ್ಡ, ಕತ್ತೆ ಥರ ಕಿರುಚುತ್ತಾನೆ. ಅವನು ನನ್ನ ತಂದೆಯ ದೊಡ್ಡ ಶತ್ರು. ಅವನು ನನ್ನ ತಂದೆ ಪ್ರಸಿದ್ಧರಾಗಲು ಬಿಡಲೇ ಇಲ್ಲ."

"ಓಹ್ ..."

"ಶಿವಗಾಮಿ, ನೀನು ನನ್ನನ್ನ ತಮಾಷೆ ಮಾಡ್ತಿದ್ದೀಯಾ" ಗುಂಡು ಅನುಮಾನಿಸುತ್ತಾ ಕೇಳಿದ.

"ಇಲ್ಲ, ನಾನು..."

"ಮದನಪ್ಪ ನಮ್ಮ ಹಳ್ಳಿಯ ಮುಖ್ಯಸ್ಥ ಅನ್ನೋದು ನಿಂಗೆ ಗೊತ್ತಲ್ವಾ?"

"ಹೌದಾ? ಅಂದ್ರೆ ... ಗೊತ್ತು ಗೊತ್ತು, ಇನ್ನು ಸ್ವಲ್ಪ ಅನ್ನ ಹಾಕಲಾ?" ಅವಳು ವಿಷಯಾಂತರಿಸಲು ಯತ್ನಿಸಿದಳು.

"ಬೇಡಾ, ಇನ್ನು ತಿಂದರೆ ನನ್ನ ಹಸಿವೆ ಇಂಗಿಹೋಗುತ್ತೆ. ಆಮೇಲೆ ರಾತ್ರಿ ಊಟ ತಿನ್ನಕ್ಕಾಗಲ್ಲ" ಎನ್ನುತ್ತಲೇ ಅವನು ಇನ್ನಷ್ಟು ಅನ್ನ ಬಡಿಸಿಕೊಂಡ.

ಶಿವಗಾಮಿಗೆ ರಾತ್ರಿ ಊಟ ಇರುವುದಿಲ್ಲ ಎನ್ನುವುದು ಗೊತ್ತಿತ್ತು. ಮುಂದಿನ ಮೂರೂ ದಿನ ಇರಲ್ಲ. ಅವರು ಮಾಡಿದ್ದು ರೇವಮ್ಮನಿಗೆ ಗೊತ್ತಾದ ಮೇಲೆ ಅಷ್ಟೇ. ಆದರೆ ಅದು ಅವನಿಗೆ ಗೊತ್ತಾಗಬಾರದಿತ್ತು. ಇದೊಂದು ಬೀದಿಬದಿಯ ಛತ್ರ, ಹೊಟ್ಟೆ ತುಂಬಾ ತಿನ್ನಬಹುದು ಅಂತ ಈ ಹುಚ್ಚ ಅಂದುಕೊಂಡಿದ್ದಾನೆ. ಇವತ್ತು ಅನಾಥಾಲಯದಲ್ಲಿ ಅನೇಕರು ಊಟವಿಲ್ಲದೇ ಹಸಿವಿನಿಂದಿರಬೇಕಾಗುತ್ತದೆ. ಅವನನ್ನು ಗೋಳುಹೊಯ್ದುಕೊಂಡಿದ್ದಕ್ಕೆ ಅದು ಪ್ರಾಯಶ್ಚಿತ್ತ ಎಂದುಕೊಂಡು

211

ಅವಳಿಗೆ ಸಂತೋಷವೇ ಆಯಿತು. ಆದರೂ ಅವಳಿಗೆ ರೇವಮ್ಮನ ಪ್ರತಿಕ್ರಿಯೆ ಏನಿರಬಹುದು ಎನ್ನುವ ಬಗ್ಗೆ ಹೆದರಿಕೆ ಆಯಿತು. ಇನ್ನೇನು ದೇವರು ಅವಳ ಮೈಬಿಟ್ಟು ದೆವ್ವ ಮರಳಿ ಮೆಟ್ಟಿಕೊಳ್ಳುತ್ತದೆ.

ಮುಂದೆ ಅವನಿಗೆ ಕಾದ ನರಕ ಊಹಿಸಿಕೊಂಡು ಅವಳಿಗೆ ಗುಂಡುವಿನ ಬಗ್ಗೆ ಮರುಕ ಹುಟ್ಟಿತು. ಅವಳು ಅವನ ತಟ್ಟೆಯಲ್ಲಿ ಇನ್ನೊಂದು ಸಿಹಿ ತಿಂಡಿ ಇಟ್ಟಳು.

"ಬೇಡಾ, ಬೇಡಾ, ಸಿಹಿ ತಿಂದರೆ ಹೊಟ್ಟೆ ಬರುತ್ತೆ," ಎಂದು ತಟ್ಟೆಯಲ್ಲಿ ಪಕ್ಕಕ್ಕಿಟ್ಟ. "ಏನು ಹೇಳುತ್ತಿದ್ದೆ ?" ಅನ್ನಕ್ಕೆ ಸಾಂಬಾರು ಕಲಿಸಿಕೊಂಡು ಅದರ ಮೇಲೆ ಹಪ್ಪಳ ಮುರಿಯುತ್ತಾ ಕೇಳಿದ.

"ಅದೇ ಜಗತ್ಪ್ರಸಿದ್ಧ ಮದನಪ್ಪನ ಬಗ್ಗೆ" ನಗು ತಡೆಯುತ್ತಾ ಹೇಳಿದಳು.

"ಇಲ್ಲ, ಮದನಪ್ಪ ಜಗತ್ಪ್ರಸಿದ್ಧನಲ್ಲ, ಅವನೊಬ್ಬ ಗ್ರಾಮದ ಮುಖ್ಯಸ್ಥ ಮಾತ್ರ, ಅವನು ಯಾವತ್ತೂ ಪ್ರತಿಭೆಯನ್ನು ಗುರುತಿಸಲಿಲ್ಲ. ನನ್ನ ತಂದೆ ಜಗತ್ಪ್ರಸಿದ್ಧ, ಅಥವಾ ಆಗುತ್ತಿದ್ದ, ಇನ್ನೂ ಆಗಿರಲಿಲ್ಲ, ಯುದ್ಧದಲ್ಲಿ ತೀರಿಕೊಂಡಿಲ್ಲದಿದ್ದರೆ." ಗುಂಡು ತುಟಿಗಳು ಕಂಪಿಸುತ್ತಿದ್ದವು. "ಅವನು ನಮ್ಮ ಹಳ್ಳಿಯನ್ನು ಜಗತ್ಪ್ರಸಿದ್ಧ ಮಾಡುತ್ತಿದ್ದ."

ಶಿವಗಾಮಿ ಒಂದು ನಿಮಿಷ ಮಾತಾಡಲಿಲ್ಲ. "ಆದರೆ ಗುಂಡು, ಗಾಯಕನೊಬ್ಬ ಯುದ್ಧದಲ್ಲಿ ಸಾಯಲು ಹೇಗೆ ಸಾಧ್ಯ?" ಎಂದು ಕೇಳಿದಳು.

"ನಮ್ಮ ಸ್ಥಳೀಯ ಸೇನಾನಾಯಕ ತನ್ನ ಕಥೆಯನ್ನು ಬರೆಯಲು ಅಪ್ಪನಿಗೆ ಹೇಳಿದ್ದರು. ಅವರು ನಮ್ಮಪ್ಪನಿಂದ ಏನೇನೋ ಸುಳ್ಳು ಬರೆಸಿದ್ದರು. ಸೇನಾ ನಾಯಕರು ಶ್ರೀರಾಮನ ವಂಶಸ್ಥರು ಅಂತ ಹಾಡಲು ಹೇಳಿದ್ದರು. ಸೇನಾ ನಾಯಕರ ಮಹಾನ್ ಸಾಧನೆಗಳನ್ನು ದಾಖಲಿಸಿ, ಅದರ ಬಗ್ಗೆ ಹಾಡು ಬರೆದು ಅವರನ್ನು ಅಜರಾಮರವಾಗಿಸುವುದು ನನ್ನ ಅಪ್ಪನ ಕೆಲಸವಾಗಿತ್ತು. ಎಂತೆಂಥಹ ಅದ್ಭುತವಾದ ಹಾಡುಗಳನ್ನು ಬರೆದರೂ ನಮ್ಮಪ್ಪ ಗೊತ್ತಾ?"

"ನಿನಗೆ ಅವೆಲ್ಲಾ ತುಂಬಾ ಇಷ್ಟ ಆಲ್ವಾ?"

"ಇಲ್ಲಾ, ದ್ವೇಷಿಸುತ್ತಿದ್ದೆ. ಅವೆಲ್ಲಾ ಬರೀ ಸುಳ್ಳುಗಳು." ಅವನು ಇನ್ನೊಂದು ಹಪ್ಪಳ ಮುರಿದ. ಅಂಗಳದಲ್ಲಿ ಕೊನೆಯ ಆರತಿ ನಡೆಯುತ್ತಿತ್ತು. ಇನ್ನೇನು ಯಾವುದೇ ಕ್ಷಣದಲ್ಲಿ ಅವರೆಲ್ಲರೂ ಒಳಗೆ ಬರುತ್ತಾರೆ ಎಂದು ಶಿವಗಾಮಿಗೆ ಗೊತ್ತಿತ್ತು. ಅನ್ನದ ತಪ್ಪಲೆ ಅರ್ಧ ಖಾಲಿಯಾಗಿತ್ತು.

"ಎಲ್ಲಾ ಕತೆಗಳು ಹಾಡುಗಳು ಬರೀ ಸುಳ್ಳುಗಳು. ಸತ್ಯ ಹೇಳುವ ಕಥೆಗಾರರು ಇಲ್ಲವೇ ಇಲ್ಲ. ಹಣ ಕೊಡುವವರು ತಮಗೆ ಬೇಕಾದಂತೆ ಬರೆಸುತ್ತಾರೆ," ಎಂದಳು ಅವಳು. ಅವಳು ತನ್ನ ಅನುಭವದಿಂದ ಮಾತಾಡಿದ್ದಳು. ಅವಳ ತಂದೆ

ಮಾಡಿದ್ದಾರೆನ್ನಲಾದ ದೇಶದ್ರೋಹದ ಕಥೆಯನ್ನು ಅವರು ಹೇಗೆ ಹಾಡಾಗಿ ಹಾಡುತ್ತಿದ್ದರು ಎನ್ನುವುದನ್ನು ನೆನಪಿಸಿಕೊಂಡಳು. ಎಲ್ಲಾ ಕವಿಗಳು, ಗಾಯಕರು, ಸಾಹಿತಿಗಳನ್ನು ಅವಳು ದ್ವೇಷಿಸುತ್ತಿದ್ದಳು.

"ನನ್ನ ತಂದೆಗೆ ಸುಳ್ಳು ಹೇಳುವುದೆಂದರೆ ಆಗುತ್ತಿರಲಿಲ್ಲ. ಅವರು ತುಂಬಾ ಪ್ರಾಮಾಣಿಕರಾಗಿದ್ದರು. ಆದರೆ ಅವರಿಗೆ ತಾನು ಜಗತ್ಪ್ರಸಿದ್ಧರಾಗಬೇಕು ಎನ್ನುವ ಆಸೆಯಿತ್ತು. ಅದೇ ಅವರನ್ನು ಕೊಂದಿತು. ಒಂದು ಕಡೆ ಅವರ ಹೆಬ್ಬಯಕೆ, ಇನ್ನೊಂದು ಕಡೆ ಅವರ ಪ್ರಾಮಾಣಿಕತೆ. ಪ್ರಾಮಾಣಿಕತೆ – ಹೆಬ್ಬಯಕೆ , ಹೆಬ್ಬಯಕೆ –ಪ್ರಾಮಾಣಿಕತೆ – ಇವೆರಡರ ನಡುವೆ ನನ್ನ ಅಪ್ಪ ಜಗ್ಗಾಡುತ್ತಿದ್ದರು."

ಗುಂಡು ತಟ್ಟೆಯ ಒಂದು ಪಕ್ಕದಲ್ಲಿ ಇಟ್ಟಿದ್ದ ಸಿಹಿಯನ್ನೂ ಎತ್ತಿಕೊಂಡು ನುಂಗಿದ. ಶಿವಗಾಮಿ ಅದರಿಂದ ಹೊಟ್ಟೆ ಬರುತ್ತೆ ಅಂತ ನೆನಪಿಸಲು ಹೋದಳು ಮತ್ತೆ ಸುಮ್ಮನಾದಳು. ಹೊರಗಿಂದ "ಅಮ್ಮಾ... ಅಮ್ಮಾ...." ಎನ್ನುವ ಕೊನೆಯ ತಾರಕ ಧ್ವನಿ ಕೇಳಿಸಿತು. ದೇವಿ ರೇವಮ್ಮನನ್ನು ಬಿಡುತ್ತಿದ್ದಳು. ಈಗ ದೇವಿಗೆ ಅರ್ಪಿಸಲು ನೈವೇದ್ಯವನ್ನು ತೆಗೆದುಕೊಂಡು ಹೋಗಲು ಅವರು ಬರುತ್ತಿದ್ದರು.

ದೇವಿಗೆ ಅರ್ಪಿಸಬೇಕಾದ ನೈವೇದ್ಯವನ್ನು ತಾನು ಮತ್ತು ಗುಂಡು ತಿಂದು ಹಾಕಿದ್ದು ನೋಡಿದರೆ ಅವರ ಮುಖ ಹೇಗಾಗುತ್ತದೆ ಎನ್ನುವುದನ್ನು ನೆನೆದು ಶಿವಗಾಮಿಗೆ ಕೆಟ್ಟ ಸಂತೋಷವಾಯಿತು. ಅದರ ಫಲ ಅನುಭವಿಸಬೇಕಾಗುತ್ತದೆ ನಿಜ, ಆದರೆ ರೇವಮ್ಮನ ಮುಖಭಾವ ನೋಡಲು ಹೀಗೆ ಮಾಡಿದ್ದೂ ಸಾರ್ಥಕ ಅನ್ನಿಸಿತು. ಪಾಪ ಗುಂಡು, ಅವನಿಗೆ ಮುಂಬರುವ ಕಷ್ಟದ ಬಗ್ಗೆ ಗೊತ್ತಿರಲಿಲ್ಲ.

"ನನಗೆ ಇನ್ನೊಂದು ಸಿಹಿ ಕೊಡ್ತೀಯಾ?" ಎಂದು ಕೇಳಿದ.

"ಯಾಕಿಲ್ಲ, ಮೂರೂ ತಗೋ"

"ಬೇಡಾ, ಒಂದು ಸಾಕು, ನಾನು ಹೆಚ್ಚು ತಿನ್ನುವಂತಿಲ್ಲ " ಎನ್ನುತ್ತಾ ಅವನು ಮೂರನ್ನೂ ತೆಗೆದುಕೊಂಡ. "ನಾನು ಹೇಳುತ್ತಿದ್ದಂತೆ ನನ್ನಪ್ಪ ತನ್ನ ಕೆಲಸ ಮತ್ತು ಪ್ರಾಮಾಣಿಕತೆಯ ನಡುವೆ ಜಗ್ಗಾಡುತ್ತಿದ್ದ. ತಾನು ಅಷ್ಟು ಸುಳ್ಳು ಹೇಳಬೇಕಾಗಿ ಬಂದದ್ದರಿಂದ ತಾನು ರಾಜಕಾರಣಿ ಅಥವಾ ಸರ್ಕಾರಿ ನೌಕರರಾಗಬೇಕಿತ್ತು ಅಂತ ಹೇಳುತ್ತಿದ್ದರು. ಆದರೆ ನಾವು ಬಡವರಾಗಿದ್ದೆವು. ನಮ್ಮ ಬಳಿ ತಿನ್ನಲು ಹೆಚ್ಚಿರಲಿಲ್ಲ. ನನ್ನ ತಾಯಿ ಸತ್ತ ಮೇಲೆ ಅಪ್ಪನೇ ನನ್ನನ್ನು ನೋಡಿಕೊಳ್ಳುತ್ತಿದ್ದ. ಅವನು ಹೇಳುತ್ತಿದ್ದ, ತಾನು ಅಷ್ಟೆಲ್ಲಾ ಮಾಡುತ್ತಿದ್ದುದು ನನಗೆ ಒಂದು ತುತ್ತು ಅನ್ನಕ್ಕಾಗಿ ಅಂತ." ಗುಂಡು ಕೈ ಹಿಂಬದಿಯಿಂದ ಕಣ್ಣೀರು ಒರೆಸಿಕೊಂಡ.

"ಒಂದು ತುತ್ತು!? ಹೂಂ ... ಆಮೇಲೆ?"

"ಹಾಗಾಗಿ ಅವನು ಸೇನಾನಾಯಕ ಬಯಸಿದ ಹಾಡುಗಳನ್ನು ಬರೆದ. ಆದರೆ ಅವನ ಪ್ರಾಮಾಣಿಕತೆ ಬಂಡಾಯ ಎದ್ದಿತು. ಹಾಗಾಗಿ ಅವನೊಂದು ಮಧ್ಯದ ಹಾದಿ ಕಂಡುಕೊಂಡ. ಅವನು ನಿಜಸಂಗತಿಗಳ ಜೊತೆಗೆ ಕಲ್ಪನೆಯನ್ನು ಸೇರಿಸಿದ" ಗುಂಡು ಎರಡು ರಾಶಿ ಅನ್ನವನ್ನು ಒಟ್ಟಿಗೆ ಕಲೆಸಿ ಅವಳತ್ತ ನಿರೀಕ್ಷೆಯಲ್ಲಿ ನೋಡಿದ. ಅವಳು ಸಾಂಬಾರಿನ ತಪ್ಪಲೆಯನ್ನು ಅವನ ತಟ್ಟೆಗೆ ಸುರಿದು ಸೌಟಿನಿಂದ ತಳ ಕೆರೆದಳು. ಅಗೋ ರೇವಮ್ಮನ ಔತಣ ಇಲ್ಲಿಗೆ ಮುಗಿಯಿತು ಎಂದುಕೊಂಡಳು.

"ಅವನು ಹಾಡಿನ ಎಲ್ಲಾ ಸಾಲುಗಳ ಕೊನೆಯಲ್ಲಿ "ನಂಬುತ್ತೀರೋ?" ಎಂದು ಸೇರಿಸಿದ. ಸಾಮಾನ್ಯ ಜನರಿಗೆ ಅದು ತುಂಬಾ ಇಷ್ಟವಾಯಿತು. ಆದರೆ ಯಾಕೋ ಗೊತ್ತಿಲ್ಲ," ಗುಂಡ ಬೆರಳು ನೆಕ್ಕಿದ, "ಸೇನಾನಾಯಕನಿಗೆ ಅದು ಇಷ್ಟವಾಗಲಿಲ್ಲ."

ಶಿವಗಾಮಿ ನಕ್ಕಳು. ಅವನಿಗೆ ಬೇಸರವಾಯಿತು. ಅದಕ್ಕೆ ಅವಳು ಇನ್ನೂ ನಾಲ್ಕು ಸೌಟು ಅನ್ನ ಬಡಿಸಿದಳು. ಗುಂಡು ಖಾಲಿಯಾದ ಸಾಂಬಾರಿನ ತಪ್ಪಲೆಯನ್ನು ಎತ್ತಿ ತಟ್ಟೆಯ ಮೇಲೆ ಅಲ್ಲಾಡಿಸಿದ.

"ಅದು ಹೇಗಿತ್ತೆಂದರೆ ..." ಗುಂಡು ಗಂಟಲು ಸರಿಪಡಿಸಿಕೊಂಡು ಹಾಡಿದ:

"ಮಹಾನಾಯಕ, ಸೇನಾನಾಯಕ, ಇಂದ್ರನಿಗಿಂತ ಶೂರವಂತ– ನಂಬುತ್ತೀರೋ?

ಲೋಕನಾಯಕ, ವೇರನಾಯಕ, ಚಂದ್ರನಿಗಿಂತ ಸುಂದರ – ನಂಬುತ್ತೀರೋ?

ಭೂಮಿಪಾಲಕ, ಶೂರನಾಯಕ, ಹನುಮನಿಗಿಂತ ಶಕ್ತಿವಂತ – ನಂಬುತ್ತೀರೋ?

ರಾಜ್ಯರಕ್ಷಕ, ಶತ್ರು ನಾಶಕ, ಶ್ರೀಕಂಠನಿಗಿಂತ ಭಯಾನಕ – ನಂಬುತ್ತೀರೋ?"

ಗುಂಡು ಮೂಗಿನಲ್ಲಿ ಸೋರಿಬಂದಿದ್ದನ್ನು ಕೈಹಿಂಬದಿಯಿಂದ ಒರೆಸಿಕೊಂಡು ಮೂಗೆಳೆಯುತ್ತಾ ನುಡಿದ. "ಸೇನಾನಾಯಕನ ಸೈನ್ಯದ ಯೋಧರೆಲ್ಲರಿಗೂ ಅದು ಬಹಳ ಇಷ್ಟವಾಯಿತು. ಪ್ರತಿ ಸಾಲಿನ ಕೊನೆಯಲ್ಲಿ ನನ್ನಪ್ಪ "ನಂಬುತ್ತೀರೋ?" ಎಂದು ಕೇಳಿದಾಗ ಅವರೆಲ್ಲಾ ಒಕ್ಕೊರಲಿನಲ್ಲಿ "ಹೌದು, ನಂಬುತ್ತೀವಿ" ಅಂತ ಕೂಗಿ ಹೇಳಿ ನಗುತ್ತಿದ್ದರು. ಅವರ ನಗುವೇ ಸೇನಾನಾಯಕನಿಗೆ ಕೋಪ ಬರಿಸುತ್ತಿತ್ತು. ಅವನು ನನ್ನಪ್ಪನಿಗೆ ಪಶ್ಚಿಮ ಗಡಿಯಲ್ಲಿ ಗಸ್ತು ದಳದ ನಾಯಕ ರಾಗಲು ಅಪ್ಪಣೆ ಮಾಡಿದರು. ನನ್ನಪ್ಪ ಯಾವುದೇ ಕವಿಗಿಂತ ಚೆನ್ನಾಗಿ ಕಂಠವನ್ನು ಬಳಸುತ್ತಿದ್ದರು. ಕವಿಯ ಲೇಖನಿಗೆ ಖಡ್ಗಕ್ಕಿಂತ ಹೆಚ್ಚು ಶಕ್ತಿಯಿದೆ ಎನ್ನುತ್ತಿದ್ದರು. ನನ್ನಪ್ಪ... ನನ್ನಪ್ಪ... ಕಿರಾತಕರ ಧಾಳಿಯಲ್ಲಿ ಸತ್ತುಹೋದರು. ನಾನು... ನಾನು... ಅನಾಥನಾದೆ. ಗ್ರಾಮಸ್ಥರಿಗೆ ನನ್ನನ್ನು ಸಾಕಲು ಇಷ್ಟವಿರಲಿಲ್ಲ. ನಾನು ತುಂಬಾ ತಿನ್ನುತ್ತೀನಂತೆ. ಯಾರೋ ನನ್ನ ಬಗ್ಗೆ ಸುಳ್ಳು ಸುದ್ದಿ ಹಬ್ಬಿಸುತ್ತಿದ್ದರು. ಎಲ್ಲಾ ಮದನಪ್ಪನ ಕರಾಮತ್ತೇ ಇರಬೇಕು. ಅವನಿಗೆ ನನ್ನ ಅಪ್ಪನ ಪ್ರತಿಭೆಯ ಬಗ್ಗೆ

ದ್ವೇಷವಿತ್ತು. ನಮ್ಮ ಕುಟುಂಬದ ಬಗ್ಗೆಯೂ ದ್ವೇಷವಿತ್ತು. ನಾನು ಅಲ್ಲಿಂದ ತೊಲಗಿದರೆ ಸಾಕಾಗಿತ್ತು ಅವನಿಗೆ. ನಾನು ಹಳ್ಳಿಗೇ ದುರದೃಷ್ಟ ತಂದೆನಂತೆ. ನನ್ನಪ್ಪನನ್ನ ಕೊಂದುಹಾಕಿದರು, ನಾನು ಅನಾಥನಾದೆ ಎಂತ ಗೊತ್ತಾದಾಗ ನಾನು ಒಂದಿಡೀ ದಿನ ಅತ್ತೆ. ಒಂದು ದಿನವಿಡೀ ಊಟ ಕೂಡಾ ಮಾಡಲಿಲ್ಲ ಗೊತ್ತಾ? ಆಮೇಲೆ ನಾನು ಮನೆಯಿಂದ ಮನೆಗೆ ಹೋಗಿ ಊಟಕ್ಕಾಗಿ ಭಿಕ್ಷೆ ಎತ್ತಿದೆ. ಕೆಲವು ಹೆಂಗಸರು ನನಗೆ ಊಟ ಕೊಟ್ಟರು ಆದರೆ ಸಾಕಾಗುವಷ್ಟಲ್ಲ. ನನಗೆ ಹಸಿವಾಗುತ್ತಿದೆ ಅಂತ ಅತ್ತಾಗ ಹೆಚ್ಚಿನವರು ನಕ್ಕರು. ಅದಕ್ಕೆ ಅವರು ಬಂದು ನನ್ನನ್ನು ಅನಾಥಾಲಯದಲ್ಲಿ ಸೇರಿಸ್ತೀವಿ ಅಲ್ಲಿ ಹೊಟ್ಟೆ ತುಂಬಾ ಊಟ ಸಿಗುತ್ತೆ ಅಂದಾಗ ನಾನು ಹಿಂದೆ ಮುಂದೆ ನೋಡದೆ ಬಂದುಬಿಟ್ಟೆ. ಅವರು ಹೇಳಿದರು ಇಲ್ಲಿ ನನಗೆ ತುಂಬಾ ಮರ್ಯಾದೆ ಸಿಗುತ್ತೆ ಯಾಕಂದರೆ ನನ್ನ ಅಪ್ಪ ಮಾಹಿಷ್ಮತಿಗಾಗಿ ವೀರಮರಣ ಹೊಂದಿದರು ಅಂದರು. ಇಲ್ಲಿ...ಇಲ್ಲಿ... ನೋಡಿದರೆ... ಆ ರಾಕ್ಷಸಿ .. ನನ್ನನ್ನ ಬೆತ್ತದಿಂದ ಹೊಡೆದಳು.... ಇಲ್ಲಿ ಎಲ್ಲಾರೂ ಕೆಟ್ಟವರು.." ಗುಂಡು ಅತ್ತ.

ಅವನು ಶಿವಗಾಮಿಯತ್ತ ನೋಡಿ ತಕ್ಷಣ ಸೇರಿಸಿದ "ಎಲ್ಲರೂ ಅಲ್ಲ. ನೀನು ತುಂಬಾ ಒಳ್ಳೆಯವಳು. ನೀನು ಕೆಟ್ಟವಳಲ್ಲ. ನೀನೂ ಎಲ್ಲರಂತೆ ಕೆಟ್ಟವಳಾ?"

ಶಿವಗಾಮಿ ನಕ್ಕಳು. ಆದರೆ ಅವಳ ಕಣ್ಣುಗಳಲ್ಲಿ ಕಣ್ಣೀರು ತುಂಬಿಕೊಂಡಿತು. "ಇಲ್ಲವೆಂದು ನಾನು ಭಾವಿಸುತ್ತೀನಿ ಗುಂಡು"

"ಖಂಡಿತಾ ಇಲ್ಲ, ನೀನು ನನಗೆ ತಿಂಡಿ ಕೊಟ್ಟೆಯಲ್ಲ?"

"ತಿಂಡಿ! ಅದು ತಿಂಡಿ ಅಲ್ಲ ಗುಂಡು, ಎಲ್ಲಾರಿಗೂ ಮಾಡಿದ ಸಂಪೂರ್ಣ ಭೋಜನ"

"ಭೋಜನ? ಓಹ್ .... ಅಂದರೇ, ಈಗ ರಾತ್ರಿ ಊಟ ಕೊಡುವುದಿಲ್ಲವೇನು? "ಇಲ್ಲ, ಈಗಿಲ್ಲ" ಅವಳಿಗೆ ಹುಡುಗನ ಬಗ್ಗೆ ಕರುಣೆ ಉಂಟಾಯಿತು. ಅದೃಷ್ಟವಿದ್ದರೆ ಅವರಿಗೆ ಮೂರು ದಿನಗಳ ನಂತರ ಊಟ ಸಿಗಬಹುದು. ರೇವಮ್ಮ ಅವರನ್ನು ಪ್ರಜ್ಞೆ ತಪ್ಪುವ ಹಾಗೆ ಹೊಡೆದು ಅವರು ಮೂರು ದಿನಗಳ ನಂತರ ಎಚ್ಚರವಾದರೆ ಸರಿ.

"ಓಹ್... ಗೊತ್ತಾಯಿತು. ಇಲ್ಲಿ ರಾತ್ರಿ ಊಟ ತಡವಾಗಿ ಬಡಿಸುತ್ತಾರೆ. ತುಂಬಾ ತಡ ಮಾಡುವುದಿಲ್ಲವೆಂದುಕೊಳ್ಳುತ್ತೇನೆ" ಎನ್ನುತ್ತಾ ಅವನು ತಟ್ಟೆಯನ್ನು ನೆಕ್ಕತೊಡಗಿದ. ಶಿವಗಾಮಿ ನಿಟ್ಟುಸಿರು ಬಿಟ್ಟಳು. ಅವಳು ತಿನ್ನತೊಡಗಿದಳು. ಅವರೆಲ್ಲ ಇನ್ನೇನು ಬರಬಹುದು.

"ಏನು ಗೊತ್ತಾ ಶಿವಗಾಮಿ ಅಕ್ಕ, ನಾನು ನಿನ್ನನ್ನು ಶಿವಗಾಮಿ ಅಕ್ಕ ಅಂತ ಕರೀಬಹುದು ತಾನೇ? ನಾವು ಗೆಳೆಯರು ತಾನೇ? ನೀನು ಯಾವುದೋ ಕುಲೀನ

ಮನೆತನದಲ್ಲಿ ಹುಟ್ಟಿದವಳಲ್ಲ ತಾನೇ? ಆ ಥರ? ನನಗೆ ಈ ದೊಡ್ಡ ಮನುಷ್ಯರನ್ನು ಕಂಡರೆ ಭಯ. ಇಲ್ಲ, ಇರಲಿಕ್ಕಿಲ್ಲ, ನೀನು ನನ್ನ ಥರಾನೇ ಇದ್ದೀಯ. ಸಾಮಾನ್ಯ ಪ್ರಜೆ" ಗುಂಡು ಅವಳ ಸವೆದುಹೋದ ಉಡುಪು ನೋಡುತ್ತಾ ಹೇಳಿದ. ಶಿವಗಾಮಿ ನಕ್ಕಳು. "ನೀನು ನನ್ನನ್ನು ಶಿವಗಾಮಿ ಅಕ್ಕ ಅಂತ ಕರೀಬಹುದು. ಮತ್ತು ನಾನು ನಿನ್ನ ಹಾಗೇನೇ"

"ನಿನ್ನ ತಂದೆತಾಯಿಗೆ ಏನಾಯಿತು? ನಿನ್ನ ತಂದೆ ಯೋಧರಾಗಿದ್ದರಾ? ಹೌದಾ?" ಗುಂಡು ಕೇಳಿದ.

ಅನಪೇಕ್ಷಿತವಾಗಿ ಅವಳ ಕಣ್ಣುಗಳು ತುಂಬಿಕೊಂಡವು. ನೇಣುಗಂಭದಲ್ಲಿ ನೇತಾಡುತ್ತಿದ್ದ ತಂದೆಯ ಚಿತ್ರ ಅವಳ ಕಣ್ಣ ಮುಂದೆ ಮೂಡಿತು. "ಅವರು ಸತ್ತರು" ಎಂದಳು ಗೊಗ್ಗರು ದನಿಯಲ್ಲಿ.

"ಓಹ್ ... ಯುದ್ಧದಲ್ಲಾ?"

ಅವಳ ತುಟಿಗಳು ನಡುಗಿದವು. ಬೆರಳುಗಳು ಅನ್ನವನ್ನು ಹೊಸಕಿ ಹಾಕಿದವು. ಅವಳಿಗೆ ಅದರ ಬಗ್ಗೆ ಮಾತಾಡುವುದು ಬೇಕಿರಲಿಲ್ಲ. ಆ ದಿನದ ಬಗ್ಗೆ ಯಾರೂ ಅವಳಿಗೆ ನೆನಪಿಸಬೇಕಾಗಿರಲಿಲ್ಲ. ಮಾಹಿಷ್ಮತಿಯ ರಾಜಕುಟುಂಬವನ್ನು ನಾಶ ಮಾಡಿದ ನಂತರವೇ ಅವಳು ತನ್ನ ತಂದೆಯ ಬಗ್ಗೆ ಮಾತಾಡುತ್ತಾಳೆ. ತನ್ನ ಹೊಸಾ ಗೆಳತಿಯಲ್ಲಿ ಅಷ್ಟೊಂದು ಬಲವಾದ ಭಾವನೆಗಳನ್ನು ಜಾಗೃತಗೊಳಿದ್ದರ ಬಗ್ಗೆ ಯಾವುದೇ ಕಲ್ಪನೆ ಇಲ್ಲದೆ ಗುಂಡು ತನ್ನ ಪಾಡಿಗೆ ತಾನು ಗಳಹುತ್ತಲೇ ಇದ್ದ.

"ಯಾವಾಗಲೂ ಸಾಮಾನ್ಯ ಪ್ರಜೆಗಳೇ ಸಾಯೋದು. ಯಾರೋ ರಾಜಾನೋ ಅಥವಾ ಸಾಮಂತನೋ ತನ್ನ ಪರವಾಗಿ ನಿನ್ನ ತಂದೆಯನ್ನು ಕಾದಾಡಲು ಹೇಳಿರಬಹುದು. ನಾನು ಅಂತಹ ಬೇಕಾದಷ್ಟು ಕತೆಗಳನ್ನು ಕೇಳಿದ್ದೀನಿ. ನನ್ನ ಅಪ್ಪ ನನಗೆ ಅನೇಕ ಹಾಡುಗಳನ್ನು ಹೇಳಿಕೊಟ್ಟಿದ್ದರು. ಕೆಲವಂತೂ ಈಗ ಯಾರೂ ಮಾತಾಡದೇ ಇರುವ ಭಾಷೆಯಲ್ಲಿದ್ದವು. ಸಾವಿರಾರು ವರ್ಷಗಳ ಕೆಳಗೆ ನಮ್ಮ ನೆಲವನ್ನು ಆಳಿದ ಪ್ರಾಚೀನ ಜನರ ಭಾಷೆಯನ್ನು ನನಗೆ ಕಲಿಸಬೇಕು ಅಂತ ನನ್ನ ಅಪ್ಪ ಪ್ರಯತ್ನಪಟ್ಟರು. ಆ ಪ್ರಾಚೀನ ಭಾಷೆಯಲ್ಲಿ ಎಲ್ಲಾ ಭಾಷೆಗಿಂತ ಹೆಚ್ಚು ಹಾಡುಗಳಿದ್ದವು. ಇಂದ್ರದೇವನು ಹುಟ್ಟುವುದಕ್ಕಿಂತ ಹಿಂದೆ ಕಟ್ಟಿದ ಹಾಡುಗಳವು. ರಾಮಾ ಮತ್ತು ಕೃಷ್ಣ ಅವತಾರ ಪಡೆಯುವುದಕ್ಕಿಂತ ಹಿಂದಿನ ಸಾಹಸಗಳ ಕಥೆ. ಆ ಪ್ರಾಚೀನ ಭಾಷೆಯಲ್ಲಿ ಒಂದು ಪುಸ್ತಕ ಇದೆ. ಅದು ಜಗತ್ತಿನ ಅತ್ಯಂತ ದೊಡ್ಡ ಕಥೆಗಳ ಸಂಗ್ರಹ. ಅದರಲ್ಲಿ ಯಾಳಿಗಳು, ಹುಲಿಗಳು, ಬೇರೆ ಪ್ರಾಣಿಗಳು, ರಾಜಕುಮಾರರು, ಭೂತ ಪ್ರೇತಗಳು, ಪಿಶಾಚ, ಯಕ್ಷ, ಕಿನ್ನರ, ಗಂಧರ್ವ, ದೇವಾ, ಅಸುರ, ರಾಕ್ಷಸ, ವೈತಾಳಿಕ, ಅಪ್ಸರಾ – ಯಾವುದು ಕೇಳು ಅದೆಲ್ಲಾ ಇದೆ. ಅದರ ಹೆಸರೂ....

ಉಂ... ಮರೆತುಹೋಗಿದೆ. ತಾಳು, ನೆನಪಿಗೆ ಬರ್ತಿದೆ, ಬಂತು – ಅದರ ಹೆಸರು ಬೃಹತ್ಕಥೆ. ಅದು ರಾಮಾಯಣಕ್ಕಿಂತ ದೊಡ್ಡದು, ಮಹಾಭಾರತಕ್ಕಿಂತ ವಿಸ್ತಾರವಾದುದು, ಅಥವಾ ದಕ್ಷಿಣ ದೇಶದ ಯಾವುದೇ ಮಹಾಕಾವ್ಯಕ್ಕಿಂತ ದೊಡ್ಡದು. ಆ ಗೀತೆಗಳ ಗ್ರಂಥದ ಅನೇಕ ಕಥೆಗಳು ನನ್ನ ಅಪ್ಪನಿಗೆ ಗೊತ್ತಿತ್ತು. ಆದರೆ ಆ ಪ್ರಾಚೀನ ಭಾಷೆಗೆ ವಿಚಿತ್ರವಾದ ಒಂದು ಲಿಪಿ ಇತ್ತು. ದೇವ ಭಾಷೆಯ ಥರ ಅಲ್ಲ, ನಮ್ಮ ಭಾಷೆಯ ಥರಾನೂ ಅಲ್ಲ. ಯಾವುದೋ ಮರೆತುಹೋದ ಲಿಪಿ. ಅಕ್ಕ, ಯಾಕೆ ನನ್ನನ್ನು ಹಾಗೆ ನೋಡ್ತಿದ್ದಿಯಾ? ಏನಾಯಿತು?" ಗುಂಡು ರಾಮು ಶಿವಗಾಮಿಯನ್ನೇ ದಿಟ್ಟಿಸಿದ.

"ಏನಂದೆ?" ಅವಳು ಅವನ ಕೈಯನ್ನು ಭದ್ರ ಹಿಡಿದಳು.

"ನಾನೇನಾದರೂ ಕೆಟ್ಟದನ್ನು ಹೇಳಿದ್ನಾ ಅಕ್ಕ?"

"ಇಲ್ಲ, ಪೆದ್ದ, ಯಾವ ಭಾಷೆ?" ಅವನನ್ನು ಅಲ್ಲಾಡಿಸುತ್ತಾ ಕೇಳಿದಳು.

"ಭಾಷೆ? ಭಾಷೆಯ ಹೆಸರು ಮರೆತುಹೋಯಿತು. ಓ.. ಗಣೇಶಾ, ನಿನಗೆ ನೂರು ಕಡುಬು ಕೊಡಿಸ್ತೀನಿ, ಆ ಭಾಷೆಯ ಹೆಸರು ನೆನಪಿಸಪ್ಪಾ... ಹಾಂ... ನೆನಪಾಯಿತು... ಗಣೇಶ ದೊಡ್ಡವನು. ಅದರ ಹೆಸರು ಪೈಶಾಚಿ."

ಪೈಶಾಚಿ? ಶಿವಗಾಮಿ ಹುಡುಗನನ್ನು ನಂಬದೆ ದಿಟ್ಟಿಸಿದಳು. ಅವಳು ಎದ್ದು ನಿಂತಳು, ಬೆರಳುಗಳಿಂದ ಅನ್ನವನ್ನು ಝಾಡಿಸುತ್ತಾ ಉಗ್ರಾಣಕ್ಕೆ ಓಡಿದಳು. ಬಟ್ಟೆ ಗಂಟನ್ನು ಅಲ್ಲಾಡಿಸಿದಳು. ಹಸ್ತಪ್ರತಿ ದೊಪ್ಪನೆ ಕೆಳಗೆ ಬಿತ್ತು. ಅದನ್ನು ಎತ್ತಿಕೊಂಡು ಮರಳಿ ಗುಂಡು ರಾಮುವಿನ ಹತ್ತಿರಕ್ಕೆ ಓಡಿ ಬಂದಳು.

"ಇದರಲ್ಲಿ ಏನಿದೆ ಅಂತ ಹೇಳುತ್ತೀಯಾ?" ಎನ್ನುತ್ತಾ ಅದನ್ನು ಅವನ ಮುಂದೆ ಹಿಡಿದಳು. ಅವನಿಗೆ ದಿಗ್ಭ್ರಮೆಯಾಯಿತು.

"ಇದೇನು ಕಥೆಯ ಪುಸ್ತಕವೋ, ಹಾಡಿನ ಪುಸ್ತಕವೋ?" ಗೊಂದಲದಲ್ಲಿ ಕೇಳಿದ. ಅವಳ ಕೈಯಿಂದ ಅದನ್ನು ತೆಗೆದುಕೊಂಡು ಪುಟ ತಿರುವತೊಡಗಿದ.

"ಬೇಗ, ಅವರು ಬರುವುದರೊಳಗೆ ಓದು" ಅವನ ಭುಜ ಅಲ್ಲಾಡಿಸುತ್ತಾ ಅವಸರಪಡಿಸಿದಳು.

"ಯಾರು ಬರುವುದರೊಳಗೆ?"

"ರೇವಮ್ಮ ಮತ್ತು ಇತರರು"

"ರಾತ್ರಿ ಭೋಜನ ಬಡಿಸುವುದಕ್ಕಾ?" ಅವನು ಆಸೆಯಿಂದ ಕೇಳಿದ.

"ಓದು, ಮೂರ್ಖಾ, ಓದು, ಓದು, ಓದು"

ಗುಂಡು ಹಾಳೆಗಳನ್ನು ತಿರುಗಿಸುತ್ತಾ ತ್ರಿಕೋನದ ಒಂದು ಚಿತ್ರವನ್ನು ನೋಡುತ್ತಾ" ಶಿವಗಾಮಿ ಅಕ್ಕಾ..."

217

"ಏನು?" ಅವಳ ಹೃದಯ ಪಂಜರದೊಳಗಿನ ಗಿಳಿಯಂತೆ ಹೊಡೆದು ಕೊಳ್ಳುತ್ತಿತ್ತು. ಅವನ ಮಣಿಗಂಟನ್ನು ಭದ್ರವಾಗಿ ಹಿಡಿದುಕೊಂಡಳು.

"ಇದೇನು ಬೆಟ್ಟವಾ?" ಅವನು ಕೇಳಿದ.

"ಇದು ತ್ರಿಕೋನ ಮೂರ್ಖ, ಅದರ ಕೆಳಗಿರುವುದನ್ನು ಓದು"

"ಆದರೆ...."

"ಏನು ಆದರೆ? ಓದು" ಈಗವಳು ಚೀರಿದಳು. ಹೆಜ್ಜೆ ಸದ್ದು ಕೇಳಿಸುತ್ತಿತ್ತು. ಅವರು ಬರುತ್ತಿದ್ದರು.

"ನನಗೆ ಓದಲು ಬರೋದೇ ಇಲ್ಲ"

ಶಿವಗಾಮಿ ಜೋರಾಗಿ ಕೂಗಿದಳು. ಅವನನ್ನು ಸಿಗಿದು ಹಾಕುವಷ್ಟು ಕೋಪ ಬಂದಿತ್ತು ಅವಳಿಗೆ. ಅವನ ಮೇಲೆ ಹಾರಿದಳು. ಅವನು ಬೆನ್ನಡಿಯಾಗಿ ಬಿದ್ದ. ಅವಳು ಅವನ ಮೇಲೆ ಬಿದ್ದು ಅವನ ಕಪಾಳದ ಮೇಲೆ ಮತ್ತೆ ಮತ್ತೆ ಹೊಡೆದಳು.

"ಓಹೋ... ನೋಡಿ ಇಲ್ಲೇನು ನಡೀತಿದೆ ಅಂತ! ಗಂಡು ಹೆಣ್ಣು ಮೊದಲ ಬೆಳುದಿಂಗಳ ರಾತ್ರಿಯ ಆಟ ಆಡುತ್ತಿದ್ದಾರೆ!"

ತೊಂಡಕನ ಕೀರಲು ನಗೆ ಕೇಳಿಸಿತು ಶಿವಗಾಮಿಗೆ. ಅವಳು ಎದ್ದು ನಿಲ್ಲುವಷ್ಟರಲ್ಲಿ ಬೆತ್ತ ಅವಳ ಮುಖದ ಮೇಲೆ ಬೀಸಿ ಬಡಿಯಿತು. ಹೊಡೆತದ ಮಳೆ ಸುರಿಯತೊಡಗಿತು. ಅವಳು ಎದ್ದು ನಿಂತಳು, ಅಳಬಾರದೆಂದು ದೃಢ ನಿರ್ಧಾರ ಮಾಡಿ.

"ದೆವ್ವಗಳು ನೈವೇದ್ಯವನ್ನೆಲ್ಲಾ ತಿಂದುಹಾಕಿ ಮಾಡಬಾರದ್ದನ್ನು ಮಾಡುತ್ತಿವೆ. ಅಪಚಾರ... ಅಪಚಾರ... ನಮ್ಮ ಎಲ್ಲಾ ಪ್ರಾರ್ಥನೆ ವ್ಯರ್ಥವಾಯಿತು, ಮೂದೇವಿ!" ರೇವಮ್ಮ ಶಿವಗಾಮಿಯನ್ನು ಇನ್ನಷ್ಟು ಚುರುಕಾಗಿ ಹೊಡೆಯ ತೊಡಗಿದಳು. ಶಿವಗಾಮಿ ಮುಷ್ಠಿ ಬಿಗಿ ಹಿಡಿದು ಕಲ್ಲಿನಂತೆ ನಿಂತಳು. ಬಕುಲ ಕೆಂಡ ಕೆದರುವ ಕಬ್ಬಿಣದ ಕಡ್ಡಿಯನ್ನು ಎತ್ತಿಕೊಂಡು ಗುಂಡು ರಾಮುವನ್ನು ಹೊಡೆಯಲು ಹೋದಾಗ ಅವಳ ನಿರ್ಧಾರ ಸಡಿಲವಾಯಿತು.

"ದಯವಿಟ್ಟು...." ಅವಳು ಬೇಡಿಕೊಂಡಳು. ಉತ್ತರವಾಗಿ ಅವಳ ಕೆನ್ನೆಯ ಮೇಲೆ ಒಂದು ಬರೆ ಬಿತ್ತು.

ಮೊದಲ ಏಟು ಬೀಳುವ ಮೊದಲೇ ಗುಂಡು ರಾಮು ಜೋರಾಗಿ ಕಿರುಚತೊಡಗಿದ "ದಯವಿಟ್ಟು ನನಗೆ ಹೊಡೆಯಬೇಡಿ, ನಾನು ಕವಿಯ ಮಗ... ದಯವಿಟ್ಟು...ಶ್ ... ಆಹ್ ... ಅಯ್ಯೋ...ಅಯ್ಯೋ... ದಯವಿಟ್ಟು... ನನ್ನ ಅಪ್ಪ ಜಗತ್ಪ್ರಸಿದ್ಧ ಕವಿ, ದಯವಿಟ್ಟು...ದಯವಿಟ್ಟು..."

ತನ್ನ ಭಾವನೆಗಳನ್ನು ಹೊರಗೆ ತೋರಿಸಬಾರದೆಂದು ದೃಢ ನಿರ್ಧಾರ ಮಾಡಿದ್ದರೂ, ಶಿವಗಾಮಿಯ ಕಣ್ಣಲ್ಲಿ ನೀರು ತುಂಬಿಕೊಂಡಿತು.

"ಕ್ಷಮಿಸು..ಕ್ಷಮಿಸು..." ಅವಳು ಪಿಸುಗುಟ್ಟಿದಳು.

"ಕ್ಷಮೆ? ಯಾರಿಗೆ ಬೇಕು, ನಿನ್ನ ಕ್ಷಮಾಪಣೆ" ರೇವಮ್ಮ ಮತ್ತೆ ಹೊಡೆದಳು.

ಕ್ಷಮಾಪಣೆ ಕೇಳಿದ್ದು ರೇವಮ್ಮನಿಗಲ್ಲ, ಹುಡುಗನಿಗೆ ಎಂದು ಚೀರಿ ಹೇಳಬೇಕೆನಿಸಿತು ಶಿವಗಾಮಿಗೆ. ಇದ್ದಕ್ಕಿದ್ದಂತೆ ತೊಂಡಕ ಆಶ್ಚರ್ಯದಲ್ಲಿ ಕೂಗಿದ "ಅಯ್ಯೋ! ಇದೇನು?" ಶಿವಗಾಮಿಯ ತಲೆ ತಿರುಗಿತು. ನೆಲದಲ್ಲಿ ಬಿದ್ದಿದ್ದ ಹಸ್ತಪ್ರತಿಯನ್ನು ತೊಂಡಕ ಎತ್ತಿಕೊಂಡು ಮೂಸಿ ನೋಡಿದ. ಅದರ ವಿಚಿತ್ರ ಲಿಪಿ ನೋಡಿ ಅವನಿಗೆ ದಿಗ್ಭ್ರಾಂತಿಯಾಯಿತು. ರೇವಮ್ಮ ಅವನಿಂದ ಅದನ್ನು ಕಸಿದು ಕೊಂಡು ಅದರ ಮುಖಪುಟವನ್ನು ನೋಡಿ ಶಿವಗಾಮಿಯನ್ನು ದೃಷ್ಟಿಸಿದಳು.

"ಅದೇನು ಅಂತ ನನಗೆ ಗೊತ್ತು ಅನ್ನಿಸುತ್ತದೆ" ಕೇಕಿ ಕ್ರೂರ ನಗೆ ನಗುತ್ತಾ ಅದನ್ನು ರೇವಮ್ಮನ ಕೈಯಿಂದ ತೆಗೆದುಕೊಂಡಳು.

ಶಿವಗಾಮಿಯ ಮಂಡಿ ಕುಸಿಯಿತು.

ಅಧ್ಯಾಯ ಇಪ್ಪತ್ತು

ಕಟ್ಟಪ್ಪ

ಶಿವಪ್ಪ ಕಾಣೆಯಾಗಿ ಮೂರು ತಿಂಗಳಾಗಿತ್ತು. ವೈತಾಳಿಕರ ಜೊತೆ ನಡೆಸಿದ ಕದನದಲ್ಲಿ ಆದ ಗಾಯಗಳಿಂದ ಕಟ್ಟಪ್ಪ ಪೂರ್ತಿ ಚೇತರಿಸಿ ಕೊಂಡಿರಲಿಲ್ಲ. ಅವನು ಇನ್ನೂ ಕುಂಟುತ್ತಿದ್ದ. ಕೈಗೆ ಕಟ್ಟು ಹಾಕಲಾಗಿತ್ತು. ತನ್ನ ಗುಡಿಸಿಲಿನಲ್ಲಿ ತಿನ್ನಲು ಏನಾದರೂ ಇದೆಯೇ ಎಂದು ತಡಕಾಡುತ್ತಿದ್ದ. ಯಥಾಪ್ರಕಾರ ತಿನ್ನಲು ಏನೂ ಇರಲಿಲ್ಲ. ಮಳೆಗಾಲ ಶುರುವಾಗಿತ್ತು. ಗುಲಾಮರ ಕೆಲಸ ದ್ವಿಗುಣಗೊಂಡಿತ್ತು. ಅವನ ಅಪ್ಪ ಮಹಾರಾಜರ ಸೇವೆಯಲ್ಲಿ ಸಂಪೂರ್ಣ ಮುಳುಗಿ ಹೋಗಿದ್ದ. ತನ್ನ ಕಿರಿಮಗನ ಸಾವನ್ನು ಮರೆಯಲು ಹೆಚ್ಚೆಚ್ಚು ಕೆಲಸದಲ್ಲಿ ತೊಡಗಿ ಕೊಳ್ಳುವುದೇ ಉಪಾಯವೆಂದು ಅವನು ನಿರ್ಧರಿಸಿದ್ದ. ಪಕ್ಷಕ್ಕೊಮ್ಮೆ ಏಕಾದಶಿಯಂದು ಗುಲಾಮರಿಗೆ ಕೊಡುವ ರಜಾದಿನದಂದು ಕೂಡಾ ಅವನು ವಿಶ್ರಾಂತಿ ತೆಗೆದುಕೊಳ್ಳಲಿಲ್ಲ.

ಕಟ್ಟಪ್ಪನ ಬಗ್ಗೆ ತನಗಿದ್ದ ಜಿಗುಪ್ಸೆಯನ್ನು ಮಲಯಪ್ಪ ಎಂದಿಗೂ ಬಾಯಿಬಿಟ್ಟು ಹೇಳದಿದ್ದರೂ, ತನ್ನ ಪ್ರತಿಯೊಂದು ಮಾತು ಮತ್ತು ಕೃತಿಯಿಂದ ತನ್ನ ಕಿರಿಮಗನ ಸಾವಿಗೆ ಹಿರಿಮಗನೇ ಹೊಣೆ ಎನ್ನುವುದನ್ನು ತೋರಿಸುತ್ತಿದ್ದ.

ಕಟ್ಟಪ್ಪ ಅದೇ ಸುಳ್ಳನ್ನು ಎಲ್ಲರಿಗು ಹೇಳಿದ್ದ. ತಾನು ಮತ್ತು ಶಿವಪ್ಪ ಬಿಜ್ಜಳನ ಜೊತೆ ಕಾಡಿಗೆ ಬೇಟೆಯಾಡಲು ಹೋಗಿದ್ದೆವು. ಪಾತಾಳಗಂಗಾ ಜಲಪಾತದ ಬಳಿ ಶಿವಪ್ಪ ಕಾಲುಜಾರಿ ನದಿಯ ಚಕ್ರಸುಳಿಯಲ್ಲಿ ಸಿಕ್ಕಿಬಿದ್ದ. ತಾನು ಮತ್ತು ರಾಜಕುಮಾರ ತಮ್ಮೆಲ್ಲಾ ಶ್ರಮಪಟ್ಟು ಅವನನ್ನು ಬದುಕಿಸಲು ಯತ್ನಿಸಿದೆವು. ಶಿವಪ್ಪನನ್ನು ಪಾರು ಮಾಡಲು ಮೊದಲು ಧುಮುಕಿದ್ದು ಯುವರಾಜರೇ. ಕಟ್ಟಪ್ಪ ಒಡೆಯನ ಹಿಂದೆ ಧುಮುಕುವುದು ಅನಿವಾರ್ಯವಾಗಿತ್ತು. ಮೂವರೂ ಸೆಳೆವಿನಲ್ಲಿ ಸಿಲುಕಿ ಜಲಪಾತದಲ್ಲಿ ಕೆಳಗೆ ಬಿದ್ದೆವು. ಬಿಜ್ಜಳ ಮತ್ತು ಕಟ್ಟಪ್ಪ ಬದುಕುಳಿದಿದ್ದು ಒಂದು ಪವಾಡವೇ ಸರಿ. ಅವರು ದಡಕ್ಕೆ ಬಂದಾಗ ವೈತಾಳಿಕರು ಅವರ ಮೇಲೆ ಹಲ್ಲೆ ಮಾಡಿದರು. ಬಿಜ್ಜಳ ವೀರಾವೇಶದಿಂದ ಹೋರಾಡಿ ಎಲ್ಲರನ್ನು ಕೊಂದು ಕಟ್ಟಪ್ಪನ ಪ್ರಾಣವನ್ನೂ ಉಳಿಸಿದ.

ತಾನು ಎಷ್ಟು ಸುಲಭವಾಗಿ ಸುಳ್ಳು ಹೇಳಬಲ್ಲೆ ಎಂದು ಕಟ್ಟಪ್ಪನಿಗೇ ಆಶ್ಚರ್ಯವಾಗಿತ್ತು. ಅದು ಅವನನ್ನು ಅಸ್ವಸ್ಥನನ್ನಾಗಿಸಿತು. ಎಲ್ಲಕ್ಕಿಂತ ಹೆಚ್ಚಾಗಿ ತನಗೆ ಸತ್ಯವನ್ನು ಎದುರಿಸುವ ಧೈರ್ಯ ಇಲ್ಲ ಎಂದು ಸಾಬೀತಾಗಿತ್ತು. ತನ್ನ ಒಡೆಯನನ್ನು ಪಾರುಮಾಡಲು ಸುಳ್ಳು ಹೇಳಿದೆ, ಒಡೆಯನನ್ನು ಕಾಪಾಡುವುದು ಗುಲಾಮನ ಅತ್ಯುನ್ನತ ಧರ್ಮ ಎಂದು ತನಗೆ ತಾನೇ ಹೇಳಿಕೊಂಡರೂ, ತಾನು ತಮ್ಮನನ್ನು ರಕ್ಷಿಸಲು ಸುಳ್ಳು ಹೇಳುತ್ತಿದ್ದೇನೆ ಎಂದು ಅವನಿಗೆ ಅರಿವಿತ್ತು.

ಶಿವಪ್ಪನ ದೇಹವನ್ನು ಹುಡುಕಲು ಮುಳುಗುವುದರಲ್ಲಿ ಕುಶಲರಾದ ಕೆಲವರನ್ನು ಕಳಿಸಲಾಯಿತು. ಅವರು ದೇಹ ಸಿಗಲಿಲ್ಲವೆಂದು ಬರಿಗೈಲಿ ಬಂದರು. ಕೆಲವು ಕಾಟಾಚಾರದ ಪ್ರಯತ್ನಗಳ ನಂತರ ದೇಹ ಎಲ್ಲೋ ಕೊಚ್ಚಿಕೊಂಡು ಹೋಗಿದೆ ಎಂದು ಘೋಷಿಸಲಾಯಿತು. ಗುಲಾಮ ಹುಡುಗನ ಮೃತ ದೇಹಕ್ಕಾಗಿ ತಮ್ಮ ಜೀವವನ್ನು ಒತ್ತೆಗಿಡುವುದು ಸೂಕ್ತವಲ್ಲ ಎಂದರು. ಕಟ್ಟಪ್ಪ ಅನೇಕ ದಿನಗಳ ಕಾಲ ತಮ್ಮನಿಗಾಗಿ ಅಳುತ್ತಾ ಅವನ ಹೆಸರು ಕರೆಯುತ್ತಾ ಕಳೆದ. ಅವನ ನಡವಳಿಕೆಯಿಂದ ಮನವರಿಕೆಯಾಗಿ ಮಹಾಪ್ರಧಾನರೇ ಬಂದು ಅವನನ್ನು ಸಮಾಧಾನಪಡಿಸಿದ್ದರು. ಕಟ್ಟಪ್ಪನಿಗೆ ತನ್ನ ಬಗ್ಗೆಯೇ ಬೇಸರವಾಗಿತ್ತು: ಗೊಂದಲ ಮತ್ತು ವಂಚನೆಯಲ್ಲಿ ತನಗೆ ಸಾಮರ್ಥ್ಯವಿಲ್ಲ ಎನ್ನುವ ನೋವಿನಿಂದ. ಮಹಾರಾಜರ ಹಿಂದೆ ಕಂಭದಂತೆ ನಿಂತ ತಂದೆಯ ಮುಖವನ್ನು ನೋಡುವುದು ಅವನಿಗೆ ಕಷ್ಟವಾಗುತ್ತಿತ್ತು.

ದುಃಖ ತಂದೆಯನ್ನು ರಾತ್ರೋರಾತ್ರಿ ವಯಸ್ಸೇರುವಂತೆ ಮಾಡಿತ್ತು. ಕಿರಿ ಮಗನನ್ನು ಅವರು ಎಷ್ಟು ಪ್ರೀತಿಸುತ್ತಿದ್ದರು ಅನ್ನುವುದು ಕಟ್ಟಪ್ಪನಿಗೆ ಗೊತ್ತಿತ್ತು. ಕೊನೆಪಕ್ಷ ಅವರಿಗಾದರೂ ಸತ್ಯವನ್ನು ಹೇಳಲು ಸಾಧ್ಯವಾಗಿದ್ದರೇ ಎಂದು ಅವನಿಗನ್ನಿಸುತ್ತಿತ್ತು. ಆದರೆ ಅದು ತೀರಾ ಅಪಾಯಕಾರಿಯಾಗಿತ್ತು. ಶಿವಪ್ಪ ಓಡಿ

ಹೋಗಿದ್ದಾನೆ ಎನ್ನುವುದು ಗೊತ್ತಾದರೆ ಅವನ ಜಾಡಿನಲ್ಲಿ ಅತ್ಯುತ್ತಮ ಮುಧೋಳ ನಾಯಿಯನ್ನು ಬಿಡುತ್ತಿದ್ದರು. ಸತ್ತ ಗುಲಾಮ ಹುಡುಗನಿಗೆ ಸತ್ತ ಕುದುರೆಯ ಬೆಲೆಯೂ ಇಲ್ಲ. ಗುಲಾಮನ ಚರ್ಮದಿಂದ ಪಾದರಕ್ಷೆ ಮಾಡಲಾಗುವುದಿಲ್ಲ.

ತನ್ನ ಸುಳ್ಳಿನ ಬಗ್ಗೆ ಕಟ್ಟಪ್ಪ ಬಹಳ ನೊಂದವನಾದರೂ ಆ ರಾತ್ರಿ ಬಿಜ್ಜಳ ಎಲ್ಲಿದ್ದ ಎನ್ನುವುದನ್ನು ಮಹಾರಾಜರಿಗೆ ತಿಳಿಯದಂತಿರಲು ಇದೇ ಉತ್ತಮ ಉಪಾಯ ಎಂದು ತನ್ನ ಮನಸ್ಸಾಕ್ಷಿಗೆ ಹೇಳಿಕೊಳ್ಳುತ್ತಿದ್ದ. ಕಳೆದ ಕೆಲತಿಂಗಳಲ್ಲಿ ಮಾಡಲು ಕೆಲಸವಿಲ್ಲದೇ ತನ್ನ ಗುಡಿಸಲಿನಲ್ಲಿ ಕೂತು ಚಿಂತೆ ಮಾಡುತ್ತಾ ತನ್ನ ವಿಫಲತೆಗೆ ತನ್ನನ್ನೇ ಬೈದುಕೊಳ್ಳುತ್ತಾ ಇದ್ದ. ತಂದೆಯನ್ನು ಕಾಣುವುದು ಅವರೂಪವಾಗಿತ್ತು. ಆಶ್ಚರ್ಯವೆಂದರೆ ಅವನು ಬಿಜ್ಜಳನನ್ನೂ ಕಾಣದೆ ಚಡಪಡಿಸುತ್ತಿದ್ದ. ಆ ಸ್ಥಿತಿಯಲ್ಲಿಯೂ ಅವನು ತನ್ನ ಒಡೆಯನ ಸೇವೆ ಮಾಡಲು ಸಿದ್ಧನಿದ್ದ. ಆದರೆ ಅವನು ಸಂಪೂರ್ಣ ಗುಣವಾಗುವವರೆಗೂ ಅರಮನೆಯಲ್ಲಿ ಕಾಣಿಸಿಕೊಳ್ಳ ಬಾರದೆಂದು ಆಜ್ಞೆಯಾಗಿತ್ತು. ರಾಜಕುಮಾರನ ಗಾಯಗಳೂ ಗುಣವಾಗುತ್ತಿದ್ದವು.

ಮಹಾರಾಣಿ ತನ್ನ ಗಾಯಗೊಂಡ, ಪ್ರಜ್ಞೆತಪ್ಪಿದ ಮಗನನ್ನು ನೋಡಿ ಜರ್ಜರಿತಳಾಗಿದ್ದಳು. ಅವನನ್ನು ರಕ್ಷಣೆ ಮಾಡಲಿಲ್ಲವೆಂದು ಕಟ್ಟಪ್ಪನ ಮೇಲೆ ಕೂಗಾಡಿದ್ದಳು. ಒಬ್ಬ ಅಯೋಗ್ಯ ಗುಲಾಮನಿಗಾಗಿ ರಾಜಕುಮಾರ ತನ್ನ ಜೀವವನ್ನು ಪಣಕ್ಕಿಟ್ಟಿದ್ದ ಎಂದು ಗೋಳಾಡಿದಳು. ಬಿಜ್ಜಳನನ್ನು ತನ್ನ ಭವನ, ತನ್ನ ಕೋಣೆಯಲ್ಲೇ ಇರಿಸಿಕೊಂಡು ಅವನು ಗುಣವಾಗುವವರೆಗೆ ತಾನು ಅಲ್ಲಿಂದ ಕದಲುವುದಿಲ್ಲವೆಂದು ಘೋಷಿಸಿದಳು.

ಕವಿಗಳಿಗೆ ಈಗ ಹೊಸ ವಿಷಯ ಸಿಕ್ಕಿತ್ತು. ದೇಶದ ಪ್ರತಿ ಮೂಲೆಮೂಲೆಯಲ್ಲಿ ಹಾಡುಗಳು ಸೃಷ್ಟಿಯಾದವು. ಸಹಾನುಭೂತಿಯ ರಾಜಕುಮಾರ ತನ್ನ ಇಬ್ಬರು ಗುಲಾಮರಿಗಾಗಿ ಹೇಗೆ ಪಾತಾಳಗಂಗೆಯ ಜಲಪಾತದಲ್ಲಿ ಧುಮುಕಿದ, ತನ್ನ ಬರಿಗೈಯಿಂದ ಮೊಸಳೆಗಳ ಜೊತೆ ಕಾದಿದ. ಒಂದೊಂದು ಕೈಯಲ್ಲಿ ಒಬ್ಬೊಬ್ಬ ಗುಲಾಮನನ್ನು ಹಿಡಿದು ಪ್ರವಾಹಕ್ಕೆದುರಾಗಿ ಹೇಗೆ ಈಜಿದ, ಒಬ್ಬ ಗುಲಾಮ ಪಾಪಿಯಾಗಿದ್ದರಿಂದ ಮುಳುಗಿದ, ತನ್ನ ಸೇವೆಗಾಗಿ ಒಬ್ಬನನ್ನು ಉಳಿಸು ಎಂದು ರಾಜಕುಮಾರ ನದಿದೇವತೆಗಳಿಗೆ ಪ್ರಾರ್ಥಿಸಿದ್ದರ ಫಲವಾಗಿ ಒಬ್ಬ ಉಳಿದುಕೊಂಡ ಎಂದು ಪರಿಪರಿಯಾಗಿ ವರ್ಣಿಸಿದರು.

ಬಿಜ್ಜಳನನ್ನು ಹೆಗಲ ಮೇಲೆ ಹೊತ್ತುಕೊಂಡು ಪಾರಾಗಬೇಕಾಗಿಬಂದ ಆ ರಾತ್ರಿಯನ್ನು ನೆನೆಸಿಕೊಂಡರೆ ಸಾಕು ಕಟ್ಟಪ್ಪನ ಬಾಯಲ್ಲಿ ಪಿತ್ತರಸ ತುಂಬಿ ಕೊಳ್ಳುತ್ತಿತ್ತು. ಅವನು ಗಂಟಲು ಸರಿಪಡಿಸಿಕೊಳ್ಳಲು ಗುಡಿಸಿಲಿನಿಂದ ಹೊರಗೆ ಕುಂಟುತ್ತಾ ಬಂದ.

ಒದ್ದೆ ನೆಲದ ಮೇಲೆ ಆಕಾಶ ಚಿಂತಾಜನಕವಾಗಿ ಬೋರಲು ಹಾಕಿಕೊಂಡಿತ್ತು. ಮರಗಳು ಹಾವಸೆಯ ಹಸಿರಿನಲ್ಲಿ ಕಂಗೊಳಿಸುತ್ತಿದ್ದವು. ರೆಕ್ಕೆಗಳು ಒದ್ದೆಯಾಗಿ ಅಡ್ಡಾದಿಡ್ಡಿ ಕಾಲು ಹಾಕಿದ ಕಾಗೆ ತಲೆ ಎತ್ತಿ ಅವನ ಕೈಯಲ್ಲಿ ಏನಾದರೂ ತಿಂಡಿಯಿದೆಯೇ ಎಂದು ನೋಡಿತು. ಸ್ವಲ್ಪ ಹೊತ್ತು ಅಲ್ಲಿ ಇಲ್ಲಿ ಕುಪ್ಪಳಿಸಿ ನಂತರ ಒಂದು ಮರದ ಕೊಂಬೆಯಲ್ಲಿ ಹಾರಿ ಕೂತು ಪ್ರತಿಭಟನೆಯಲ್ಲಿ ಕಾ ಕಾ ಎಂದಿತು. ದೂರದಲ್ಲಿ ಗೌರೀಪರ್ವತ ಮುಂಗಾರಿನ ಆಕಾಶದಲ್ಲಿ ಕರಗಿ ಒಂದಾಗುತ್ತಿತ್ತು. ಶಿವಪ್ಪ ಆ ಕಾಡುಗಳಲ್ಲಿ ಅಡಗಿಕೊಂಡಿದ್ದಾನೆಯೇ? ಕಟ್ಟಪ್ಪ ನಿಟ್ಟುಸಿರು ಬಿಟ್ಟು ಸಾವಿರದನೇ ಸಲ ತನಗೆ ತಾನೇ ಹೇಳಿಕೊಂಡ ತಮ್ಮನನ್ನು ಹುಡುಕಿಕೊಂಡು ಹೋಗುತ್ತೇನೆ. ಶಿವಪ್ಪ ವೈತಾಳಿಕರ ಜೊತೆ ಏನು ಮಾಡುತ್ತಿದ್ದಾನೆ? ತನ್ನ ಮುಗ್ಧ ತಮ್ಮನ ಮನದಲ್ಲಿ ಆ ದುಷ್ಟ ವೈತಾಳಿಕರು ಎಷ್ಟು ವಿಷ ತುಂಬಿದ್ದಾರೆ?

"ಕಟ್ಟಪ್ಪ"

ಧ್ವನಿ ಕೇಳಿ ಕಟ್ಟಪ್ಪ ಬೆಚ್ಚಿದ. ಸ್ಕಂದದಾಸ. ಅವನು ಈ ಭೇಟಿಯನ್ನು ನಿರೀಕ್ಷಿಸಿದ್ದ. ಸ್ಕಂದದಾಸನನ್ನು ಶಿಕ್ಷೆಯ ಭಾಗವಾಗಿ ಮಹಾರಾಜರು ದೀರ್ಘ ತೀರ್ಥಯಾತ್ರೆಗೆ ಹೋಗಲು ಅಪ್ಪಣೆ ಮಾಡಿದ್ದರು. ಅದು ಅವನ ಅನೈತಿಕ ಚಟುವಟಿಕೆಗಳನ್ನು ತಿದ್ದುವ ಸಲುವಾಗಿತ್ತು. ಮಹಾರಾಣಿಯವರು ಅವನನ್ನು ವಜಾ ಮಾಡಬೇಕೆಂದು ಹೇಳಿದ್ದರು. ಆದರೆ ಪರಮೇಶ್ವರರು ಅವರ ಮನಸ್ಸು ಬದಲಿಸಿದ್ದರು. ಪ್ರತಿಯೊಂದು ನಿಮಿಷದಲ್ಲೂ ಕಟ್ಟಪ್ಪ ಸ್ಕಂದದಾಸರು ಮರಳಿ ಬರುವುದನ್ನು ನಿರೀಕ್ಷಿಸಿದ್ದ. ತನ್ನ ಸುಳ್ಳನ್ನು ಉಪಪ್ರಧಾನರು ನಂಬಿರಲಿಲ್ಲವೆಂದು ಅವನಿಗೆ ಚೆನ್ನಾಗಿ ಗೊತ್ತಿತ್ತು.

"ಪುತ್ರಾ, ನೇರವಾಗಿ ವಿಷಯಕ್ಕೆ ಬರುತ್ತೇನೆ. ಹೇಳು, ನೀನು ನಿಜ ಹೇಳುತ್ತಿದ್ದೀಯಾ?"

ನೇರ ಪ್ರಶ್ನೆಯ ಮೊನಚು ಕಟ್ಟಪ್ಪನನ್ನ ಕಂಗೆಡಿಸಿತು. ಒಂದು ಕ್ಷಣ ಅವನು ಸುಮ್ಮನೆ ನಿಂತ. ಅವನ ಗಲ್ಲದ ಮೇಲೆ ಕಣ್ಣೀರು ಹರಿಯಿತು. ನಿಧಾನವಾಗಿ ಅವನು ಮಂಡಿ ಮಡಿಚಿ ಸ್ಕಂದದಾಸನ ಪಾದ ಮುಟ್ಟಿದ.

"ಸ್ವಾಮೀ, ಇನ್ನು ನನ್ನ ಸುಳ್ಳಿನ ಹೊರೆಯನ್ನು ಹೊರುವುದು ನನ್ನಿಂದಾಗದು. ನಾವು ಬೇಟೆಯಾಡಲು ಹೋಗಿರಲಿಲ್ಲ. ಆದರೆ ನಾವು ಎಲ್ಲಿಗೆ ಹೋಗಿದ್ದೇವೆಂದು ನಾನು ಹೇಳಲಾರೆ. ಅದು ನನ್ನ ಧರ್ಮಕ್ಕೆ ವಿರುದ್ಧವಾದದ್ದು, ಸ್ವಾಮಿ, ನನ್ನ ಒಡೆಯನಿಗೆ ನಾನು ನಂಬಿಕೆ ದ್ರೋಹ ಮಾಡಲಾರೆ," ಒಡಕುದನಿಯಲ್ಲಿ ಕಟ್ಟಪ್ಪ ನುಡಿದ.

"ನೀವು ಹೇಗೆ ಹೊರಗೆ ಹೋದಿರೆಂದು ಹೇಳು ಸಾಕು. ಬೇರೆ ವಿವರಗಳು ನನಗೆ ಬೇಕಿಲ್ಲ. ಅಲ್ಲಿ ಕಾಳಿಕಾವಾಟಿಕೆಯಲ್ಲಿ ಯಾರ್ಯಾರು ಇದ್ದರೆಂದು ನನಗೆ ತಿಳಿದಿದೆ."

ಕಟ್ಟಪ್ಪ ಮೌನವಾಗಿದ್ದ.

ಸ್ಕಂದದಾಸ ನುಡಿದ "ದೇಶವು ಬಹಳ ದೊಡ್ಡ ಅಪಾಯದಲ್ಲಿದೆ. ರಾಜಕುಟುಂಬ ಭಾರಿ ವಿಪತ್ತಿನಲ್ಲಿದೆ. ನಿನ್ನ ಮಾತುಗಳು ಅಪಾಯವನ್ನು ಎದುರಿಸಲು ನನಗೆ ನೆರವು ನೀಡಬಹುದು."

ಒಂದು ಕ್ಷಣದ ಹಿಂಜರಿಕೆಯ ನಂತರ ಕಟ್ಟಪ್ಪ ನುಡಿದ "ಕೇಕಿ ತಂದ ಮೇನೆಯಲ್ಲಿ ನಾವು ಹೋದೆವು."

"ಹುಂ.... ಬೇರೆ ಯಾರಾದರೂ ಇದ್ದರೇ?"

"ಯಾರೂ ಇರಲಿಲ್ಲ ಸ್ವಾಮಿ"

"ನಾನು ನೋಡಿದಾಗ ರಾಜಕುಮಾರರು ವ್ಯಾಪಾರಿಯ ದಿರುಸಿನಲ್ಲಿ ಏಕಿದ್ದರು?" ಸ್ಕಂದದಾಸ ಕೇಳಿದ. ಬಿಜ್ಜಳ ತಾನು ವೈತಾಳಿಕರೊಡನೆ ಹೋರಾಡಿ ಕಟ್ಟಪ್ಪನನ್ನು ಪಾರುಮಾಡಿದ್ದಾಗಿ ಹೇಳಿದಾಗಿನ ರಾತ್ರಿಯಿಂದ ಆ ಪ್ರಶ್ನೆ ಅವನನ್ನು ಕಾಡುತ್ತಿತ್ತು. ಕಟ್ಟಪ್ಪ ಸುಳ್ಳು ಹೇಳುತ್ತಿದ್ದಾನೆ ಅನ್ನುವುದು ಅವನಿಗೆ ಖಚಿತವಾಗಿತ್ತು. ಆದರೆ ರಾಜಕುಮಾರನಿಗೆ ಆ ವೇಷವನ್ನು ಯಾರು ಒದಗಿಸಿದರು ಎಂದು ಅವನು ತಿಳಿಯಬೇಕಾಗಿತ್ತು.

ಕಟ್ಟಪ್ಪ ಉತ್ತರಿಸದೆ ನೆಲ ನೋಡಿದ.

"ರಾಜಕುಮಾರರಿಗಾಗಿ ನೀನು ಎಲ್ಲಿಂದ ವ್ಯಾಪಾರಿಯ ವೇಷ ಖರೀದಿಸಿದೆ?"

"ನಾನು ಖರೀದಿಸಲಿಲ್ಲ ಸ್ವಾಮಿ, ಅರಮನೆಯ ಖೋಜಾ ಬೃಹನ್ನಳ ಅದನ್ನು ಒದಗಿಸಿದಳು" ಕಟ್ಟಪ್ಪ ತಲೆ ಎತ್ತದೆಯೇ ಉತ್ತರಿಸಿದ.

ಇದ್ದಕ್ಕಿದ್ದಂತೆ ಸ್ಕಂದದಾಸನಿಗೆ ಎಲ್ಲವೂ ತಿಳಿಯಾಯಿತು. ಆ ಹೆಚ್ಚಿನ ನಗಾರಿ ಬಾರಿಸುವವನು ಎಲ್ಲಿಂದ ಬಂದ ಎಂದು ಚಿಂತಿಸುತ್ತಿದ್ದ. ಈಗವನಿಗೆ ಅರ್ಥವಾಯಿತು, ಬೃಹನ್ನಳ ವ್ಯಾಪಾರಿಯೊಬ್ಬನಿಗೆ ತನ್ನ ವಸ್ತ್ರಗಳನ್ನು ಕೊಡಲು ಮನವೊಲಿಸಿ, ಆಮೇಲೆ ವ್ಯಾಪಾರಿಯನ್ನು ನಗಾರಿ ಬಾರಿಸುವವನಂತೆ ಹೊರಗೆ ಕಳಿಸಿದ್ದಳು.

ಸ್ಕಂದದಾಸ ಸದಾ ಬೃಹನ್ನಳಳನ್ನು ಶಂಕಿತರ ಪಟ್ಟಿಯಲ್ಲಿ ಸೇರಿಸಿದ್ದ. ಬೃಹನ್ನಳ ಕೇಕಿಯೊಡನೆ ಸೇರಿ ಕರಾಮತ್ತು ನಡೆಸಿ ರಾಜಕುಮಾರನನ್ನು ಕಾಳಿಕಾವಾಟಿಕೆಗೆ ಜೂಜಾಡಲು ಬಲೆ ಬೀಸಿದ್ದಳು. ಆದರೆ ಅದು ಕೇವಲ ದುರಾಸೆಯ ಯೋಜನೆ ಮಾತ್ರವಲ್ಲವೆಂದು ಸ್ಕಂದದಾಸನಿಗೆ ಅನ್ನಿಸಿತ್ತು. ಅಲ್ಲೇನೋ ಅಪರಾಧ ಚಟುವಟಿಕೆ ನಡೆಯುತ್ತಿದೆ ಎಂದು ಅವನಿಗೆ ತಿಳಿದಿತ್ತು. ಆದರೆ ಏನೆಂದು ಸ್ಪಷ್ಟವಾಗಿರಲಿಲ್ಲ. ಅದು ಬರೀ ಕಾಮನೆಯ ಕುರಿತಾದ ಸಂಗತಿಯೋ ಎಂದು ಅವನು ಚಿಂತಿಸಿದ. ರಾಜಕುಮಾರರು ಇಪ್ಪತ್ತೊಂದು ವಯಸ್ಸಾಗುವವರೆಗೆ ಬ್ರಹ್ಮಚರ್ಯ ಪಾಲಿಸ

ಬೇಕೆಂದು ಸಂಪ್ರದಾಯವಿತ್ತು. ಆದರೆ ರಾಜ್ಯದ ಮುನ್ನೂರು ವರ್ಷದ ಇತಿಹಾಸದಲ್ಲಿ ಈ ನಿಯಮವನ್ನು ಉಲ್ಲಂಘಿಸಿದ ರಾಜಕುಮಾರ ಬಿಜ್ಜಳನೊಬ್ಬನೇ ಆಗಿರಲಾರ ಎನ್ನುವುದೂ ಅವನಿಗೆ ತಿಳಿದಿತ್ತು.

ಆದರೂ ಏನೋ ಲೆಕ್ಕ ತಪ್ಪುತ್ತಿತ್ತು. ಬಿಜ್ಜಳ ಮತ್ತು ಕಾಳಿಕಾಳ ನಡುವೆ ಭೇಟಿ ಏರ್ಪಡಿಸಲು ಯಾಕೆ ಇಷ್ಟೊಂದು ಜನರು ತೊಡಗಿಸಿಕೊಂಡಿದ್ದರು? ರಾಜರ ಅಂತಃಪುರದಲ್ಲಿ ಯಾರಾದರೂ ಹೆಣ್ಣು ಸುಲಭವಾಗಿ ಸಿಗುತ್ತಿದ್ದಳು. ಅನೇಕ ಹೆಣ್ಣುಗಳು ಸಂತೋಷವಾಗಿ ಮಾಹಿಷ್ಮತಿಯ ಭಾವಿ ಅರಸನ ಜೊತೆ ಮಲಗಲು ಸಿದ್ಧರಾಗಿದ್ದರು. ಇಲ್ಲ, ಇದರಲ್ಲೇನೋ ನಿಗೂಢ ಇದೆ.

ಆ ವ್ಯಾಪಾರೀ ಯಾರು ಮತ್ತು ಎಲ್ಲಿಗೆ ಹೋದ ಎಂದು ಕಂಡುಹಿಡಿಯ ಬೇಕಿತ್ತು. ಅವನೊಬ್ಬ ಸಣ್ಣ ವ್ಯಾಪಾರಿಯಾಗಿದ್ದು ಬರಿ ಅವನ ವಸ್ತ್ರಗಳಿಗೆ ಬೃಹನ್ನಳ ಹಣ ಕೊಟ್ಟು ಕಳಿಸಿಬಿಟ್ಟಳೋ ಅಥವಾ ಅವನು ಇನ್ನೂ ಹೆಚ್ಚು ಗಂಭೀರ ಪಾತ್ರ ವಹಿಸಿದ್ದನೋ. ವೈತಾಳಿಕರಿಗೆ ಆ ದಾರಿಯಲ್ಲಿ, ಆ ಸಮಯದಲ್ಲಿ ಬಿಜ್ಜಳ ಬರುತ್ತಾನೆಂದು ಹೇಗೆ ಗೊತ್ತಿತ್ತು? ಅವನಿಗೆ ಪಟ್ಟರಾಯನ ಕೈವಾಡ ಇದೆ ಎಂದು ಅನ್ನಿಸುತ್ತಿತ್ತು. ಆದರೆ ಅದಕ್ಕೆ ಸಾಕ್ಷಿ ಇರಲಿಲ್ಲ. ದೇವದಾಸಿ ಬೀದಿಗೆ ಹೋಗಿ ಸಾಕ್ಷಿಗಳನ್ನು ಪಡೆಯುವುದಂತೂ ಆಗದ ಮಾತು.

"ನಿನ್ನ ಒಡೆಯರು ಯಾರಾದರೂ ದೇವದಾಸಿಯೊಡನೆ ಮಲಗಿದರೇ?" ಸ್ಕಂದದಾಸ ಗುಲಾಮನನ್ನು ಕೇಳಿದ.

ಕಟ್ಟಪ್ಪ ತಲೆ ಅಲ್ಲಾಡಿಸಿದ. ಸ್ಕಂದದಾಸ ಅಸಹನೆಯಲ್ಲಿ ಚಡಪಡಿಸಿದ. ಇದು ಯಾವ ಜಾಡನ್ನೂ ತೋರುತ್ತಿರಲಿಲ್ಲ.

"ನೋಡು, ನಿಜಕ್ಕೂ ಅವರು ನಿನ್ನನ್ನು ಕಾಪಾಡಿದರೇ ಅಥವಾ ನೀನು ಅವರನ್ನು ಕಾಪಾಡಿದೆಯಾ? ನಾನು ನಿನ್ನನ್ನು ನೋಡಿದಾಗ ನಿನಗೆ ಭಾರಿ ಗಾಯ ಗಳಾಗಿತ್ತು. ರಾಜಕುಮಾರರಿಗೆ ಮೂಗಿನ ಪೆಟ್ಟೊಂದು ಬಿಟ್ಟರೆ ಗಾಯ ಗಳಾಗಿರಲಿಲ್ಲ. ಅದು ವಿಚಿತ್ರ ಅನ್ನಿಸುತ್ತದೆ ನನಗೆ" ಸ್ಕಂದದಾಸ ತನ್ನ ಬ್ರಹ್ಮಾಸ್ತ್ರ ಬಿಟ್ಟ.

ಗುಲಾಮನ ತುಟಿ ಅದುರಿತು. ಅವನು ಸ್ಕಂದದಾಸನ ಪಾದಕ್ಕೆ ಬಿದ್ದು ಬೇಡಿಕೊಂಡ "ಯಾರಿಗೂ ಹೇಳಬೇಡಿ ಸ್ವಾಮಿ, ಯಾರಿಗೂ ತಿಳಿಯಬಾರದು. ನನ್ನ ಒಡೆಯ ಕುಡಿದ ನಶೆಯಲ್ಲಿದ್ದರು, ಅವರ ಪ್ರಾಣ ಕಾಪಾಡಲು ಗುಲಾಮನ ನೆರವು ಬೇಕಾಯಿತು ಎಂದು ತಿಳಿದರೆ ಅವರಿಗೆ ದೊಡ್ಡ ಅವಮಾನವಾಗುತ್ತದೆ. ದಯವಿಟ್ಟು ಯಾರಿಗೂ ಹೇಳಬೇಡಿ..."

ಸ್ಕಂದದಾಸನಿಗೆ ಗುಲಾಮನ ಮಾತು ಕೇಳಿ ಹೃದಯ ತುಂಬಿಬಂತು. ದೇಶಕ್ಕಾಗಿ ತಾನು ಮಹಾ ಅಪಮಾನಗಳನ್ನು ತಾನು ಸಹಿಸಿಕೊಂಡಿದ್ದೇನೆ ಎನ್ನುವ

ಗರ್ವ ಇತ್ತು ಅವನಲ್ಲಿ. ಆದರೆ ಇಲ್ಲೊಬ್ಬ ಗುಲಾಮ ಅವನ ಅಳಿವು ಉಳಿವಿನ ಬಗ್ಗೆ ಸ್ವಲ್ಪ ಕೂಡಾ ಚಿಂತಿಸದ ಒಡೆಯನನ್ನು ಕಾಪಾಡಲು ತನ್ನ ಪ್ರಾಣವನ್ನೇ ಕಳೆದು ಕೊಳ್ಳಲಿದ್ದ. ಸ್ಕಂದದಾಸನ ಗರ್ವದ ಪುಗ್ಗೆಯನ್ನು ಗುಲಾಮನ ನಿಷ್ಠೆ ಚುಚ್ಚಿತ್ತು. ನಿಷ್ಕಾಮ ಕರ್ಮ – ಯಾವುದೇ ಫಲಾಪೇಕ್ಷೆ ಇಲ್ಲದೆ ಕರ್ತವ್ಯ ನಿರ್ವಹಿಸುವುದು ಎನ್ನುವ ಪದಕ್ಕೆ ಹೊಸ ಅರ್ಥ ಕಂಡುಕೊಂಡ ಸ್ಕಂದದಾಸ.

ಮತ್ತೆ ಅವನು ಮಾತಾಡಿದಾಗ ಅವನ ಗಂಟಲು ಉಬ್ಬಿ ಬಂದು ಅದನ್ನು ಮರೆಸಲು ಹೆಣಗಾಡಿದ, "ಪುತ್ರಾ, ನಿನ್ನ ಗೋಪ್ಯ ನನ್ನೊಳಗೇ ಇರುತ್ತದೆ ಸಾಯುವವರೆಗೆ. ನಿನ್ನಂತಹ ಇನ್ನಷ್ಟು ಜನರಿದ್ದರೆ ಚೆನ್ನಾಗಿರುತ್ತಿತ್ತು."

ಕಟ್ಟಪ್ಪ ಎದ್ದು ಒಳಗೆ ಹೋಗಲು ಅವನು ನೇರವಾದ. ಕಟ್ಟಪ್ಪ ತೊಡರುತ್ತಾ ನಡೆದಾಗ ಅಕಸ್ಮಾತ್ ಸ್ಕಂದದಾಸ ಕಟ್ಟಪ್ಪನ ಧೋತ್ರದ ಮೇಲೆ ಕಾಲಿಟ್ಟು ಅದು ಸಡಿಲ ವಾಯಿತು. ಅದು ಬೀಳುವ ಮೊದಲು ಕಟ್ಟಪ್ಪ ಹಿಡಿದು ಮತ್ತೆ ಭದ್ರವಾಗಿ ಕಟ್ಟಿದ. ಈ ಸಂಗತಿಯನ್ನು ಅವನು ಮತ್ತೆ ಎಂದೋ ನೆನಪಿಸಿಕೊಂಡ. ಅಷ್ಟರಲ್ಲಿ ತೀರಾ ತಡವಾಗಿಬಿಟ್ಟಿತ್ತು.

ಸ್ಕಂದದಾಸ ಹಠಾತ್ತನೆ ಅವನು ಒಂದು ಪ್ರಶ್ನೆ ಕೇಳಿ ಗುಲಾಮನನ್ನು ಬೆಚ್ಚಿಬೀಳಿಸಿದ, "ಬಿಜ್ಜಳನನ್ನು ಗಾಯಗೊಳಿಸಿದ್ದು ಯಾರು?"

ಕಟ್ಟಪ್ಪ ಉತ್ತರಿಸಲಿಲ್ಲ.

"ಅದು ಕಾಳಿಕಾ ವಾಟಿಕೆಯಲ್ಲಾಗಿದ್ದೇ?"

ಕಟ್ಟಪ್ಪ ಮೌನವಾಗಿದ್ದ.

ಸ್ಕಂದದಾಸನಿಗೆ ರೇಗಿತು. "ವೈತಾಳಿಕರ ಜೊತೆ ಕದನ ಮಾಡುವಾಗ ಆಯಿತೇ? ನನಗೆ ಗೊತ್ತು ಅಲ್ಲಲ್ಲ ಅಂತ. ರಾಜಕುಮಾರ ಬಿಜ್ಜಳ ಈಟಿಯನ್ನು ಹಿಡಿದಿದ್ದರು. ಯಾರಾದರೂ ಮುಂದೆ ಬಂದು ಅವರ ಮೂಗನ್ನು ಜಜ್ಜಲು ಪ್ರಯತ್ನಪಟ್ಟಿದ್ದರೆ ಸಾಯುತ್ತಿದ್ದರು. ಮೂಗಿಗೆ ಬಿದ್ದ ಏಟು ಕದನಕ್ಕೆ ಮುಂಚೆಯೇ ಕೊಟ್ಟಿದ್ದು, ಅಲ್ಲವೇ? ಸರಿ ತಾನೇ?"

ಗುಲಾಮ ಹೌದೋ ಅಲ್ಲವೋ ಅನ್ನುವಂತೆ ತಲೆ ಆಡಿಸಿದನೆಂದು ಸ್ಕಂದ ದಾಸನಿಗೆ ಭಾಸವಾಯಿತು. ಅದಕ್ಕಿಂತ ಹೆಚ್ಚು ಅವನಿಂದ ಹೊರಡಿಸುವಂತಿರಲಿಲ್ಲ. ಭೇಟಿ ಮುಗಿಸಲು ತೀರ್ಮಾನಿಸಿದ.

ಕಟ್ಟಪ್ಪ ಮಲಗಲು ನೇರವಾಗಿ ವಿದಾಯ ಹೇಳಿ ಹೋರಾಟ. ಬಾಗಿಲ ಬಳಿ ನಿಂತು ಅವನು ಕೊನೆಯದಾಗಿ ಕಾಯ್ದಿರಿಸಿಕೊಂಡಿದ್ದ ಗಾಳವನ್ನು ಎಸೆದ "ನಿನ್ನ ತಮ್ಮ ವೈತಾಳಿಕರ ಜೊತೆ ಅಲೆದಾಡುತ್ತಿದ್ದ."

"ಎಲ್ಲಿ?" ಕಟ್ಟಪ್ಪ ಕೇಳಿ ತಕ್ಷಣ ನಾಲಿಗೆ ಕಚ್ಚಿಕೊಂಡ.

ಕಟ್ಟಪ್ಪ ಅಂಗೈಯಿಂದ ಮುಖ ಮುಚ್ಚಿಕೊಂಡ. ತಾನು ಮಾಡಿದ ತಪ್ಪು ಸ್ವಲ್ಪ ತಡವಾಗಿ ಅರಿವಾಯಿತು ಅವನಿಗೆ. ಅವನು ತನ್ನ ತಮ್ಮನ ರಹಸ್ಯವನ್ನು ರಟ್ಟು ಮಾಡಿದ್ದ. ಸ್ಕಂದದಾಸನ ಗಾಳವನ್ನು ಕಚ್ಚಿ ಅವನು ತನ್ನ ತಮ್ಮ ಇನ್ನೂ ಬದುಕಿದ್ದಾನೆ ಎಂದು ಘೋಷಿಸಿದ್ದ. ಜೊತೆಗೆ ಇದುವರೆಗೂ ತಾನು ಸುಳ್ಳು ಹೇಳಿದೆ ಎಂದೂ ಬಿಟ್ಟುಕೊಟ್ಟಿದ್ದ.

ಉಪಪ್ರಧಾನರು ಈಗ ಏನು ಮಾಡುತ್ತಾರೆ ಎನ್ನುವ ಬಗ್ಗೆ ಕಟ್ಟಪ್ಪನಿಗೆ ಅತೀವ ಭಯವಾಯಿತು. ಅವನ ತಲೆಯಲ್ಲಿ ಮುಧೋಳ ನಾಯಿಗಳು ಬೊಗಳ ತೊಡಗಿದವು. ಸ್ಕಂದದಾಸನನ್ನು ಎದುರಿಸಲು ಧೈರ್ಯವಿರದೆ ಅವನು ತಲೆ ತಗ್ಗಿಸಿ ಕೂತ. ಮತ್ತೆ ನೋಡಿದರೆ ಅವನ ಎಲ್ಲಾ ರಹಸ್ಯಗಳನ್ನು ಸ್ಕಂದದಾಸ ಹೊರಗೆಳೆಯುತ್ತಿದ್ದ. ಉಪಪ್ರಧಾನರು ಹೊರಟುಹೋದರೆಂದು ಗೊತ್ತಾದರೂ ಅವನು ಹಾಗೇ ಮಂಚದ ಮೇಲೆ ಕೂತಿದ್ದ, ಉಸಿರಾಡಲೂ ಹೆದರಿ. ಪಕ್ಕದ ಮನೆಯ ಮುದುಕಿಯೊಬ್ಬಳು ಅವನಿಗೆ ಗಂಜಿ ತಂದಾಗಲೂ ಅವನು ಹಾಗೇ ಕೂತಿದ್ದ. ಗಂಜಿ ತಣ್ಣಗಾಗಿ ನೊಣಗಳು ಮುತ್ತಿಕೊಳ್ಳತೊಡಗಿದಾಗಲೂ ಅವನು ಅಲ್ಲಾಡದೆ ಹಾಗೇ ಕೂತಿದ್ದ. ನದಿಯ ಪಕ್ಕದ ಪೊದೆಗಳಲ್ಲಿನ ಹಕ್ಕಿಗಳು ಚಿಲಿಪಿಲಿ ಗುಟ್ಟುತ್ತಿದ್ದಂತೆ ಹಗಲು ಅವಸಾನಗೊಂಡಿತು. ಅವನ ಗುಡಿಸಿಲಿನೊಳಗಿಂದ ರಾತ್ರಿ ಮೆಲ್ಲನೆ ನುಸುಳಿ ಹೊರಬಂದು ಎಲ್ಲೆಡೆ ಹರಡಿತು.

ಬಿಳಿಯ ಚುಕ್ಕೆಯ ಕಾಡುಗೂಬೆಯ ಗೂಕರಿಸುವ ಧ್ವನಿ ಕೇಳಿ ಅವನು ತನ್ನ ಅನ್ಯಮನಸ್ಕತೆಯಿಂದ ಹೊರಬಂದ. ಹಕ್ಕಿ ಮತ್ತೆ ಕೂಗಿದಾಗ ಅವನು ನಡುಗಿದ. ಸಾವಿನ ಮುನ್ಸೂಚಕ. ತಂಗಾಳಿ ಬೀಸುತ್ತಿದ್ದರೂ ಅವನು ಬೆವರಿದ. ತೀರಾ ತಡವಾಗುವ ಮೊದಲು ಅವನು ತಮ್ಮನನ್ನು ಹುಡುಕಬೇಕಿತ್ತು. ಕೋಲಿನ ಮೇಲೆ ಊರಿ ಅವನು ಎದ್ದುನಿಂತ. ಕುಂಟಿಕೊಂಡು ಬಾಗಿಲಿನ ಕಡೆಗೆ ನಡೆದ. ಹೊಸಿಲಲ್ಲಿ ಕ್ಷಣ ತಡೆದ. ಆ ರಾತ್ರಿಯ ನಂತರ ಮೊದಲ ಬಾರಿಗೆ ಅವನು ತನ್ನ ಗುಡಿಸಲಿನ ಹೊರಗೆ ಹೋಗುತ್ತಿದ್ದ. ಅವನಿಗೆ ಆತಂಕವಾಯಿತು. ತನಗೇನೂ ಭುದ್ಧಿಭ್ರಮಣೆಯಾಗಿಲ್ಲ ಎಂದು ತನಗೆ ತಾನೇ ಹೇಳಿಕೊಂಡ. ಸೊಂಟಪಟ್ಟಿಯಲ್ಲಿ ಇಟ್ಟುಕೊಂಡಿದ್ದ ಪಟ್ಟರಾಯ ಕೊಟ್ಟ ಶಿಲೆಯನ್ನು ಒಮ್ಮೆ ಮುಟ್ಟಿನೋಡಿಕೊಂಡ. ಬಾಗಿಲನ್ನು ಬಡಿದು ಮುಚ್ಚಿ ಪಾದಕೀಲಿನವರೆಗೆ ಇದ್ದ ಕೆಸರಲ್ಲಿ ಕಾಲಿಟ್ಟ.

ಗುಲಾಮರ ಗುಡಿಸಿಲುಗಳ ಸಾಲುಗಳನ್ನು ದಾಟಿಕೊಂಡು ಕುಂಟಿಕೊಂಡೇ ನಡೆದ. ತನ್ನ ಖಡ್ಗ ಜೊತೆಯಲ್ಲಿದ್ದಿದ್ದರೇ ಎಂದುಕೊಂಡ. ಆದರೆ ಅವನ ತಂದೆ ಅವನ ಖಡ್ಗವನ್ನು ತೆಗೆದುಕೊಂಡು ಬಿಟ್ಟಿದ್ದ. ಬಿಜ್ಜಳ ಅವನನ್ನು ಮತ್ತೆ ಕೆಲಸಕ್ಕೆ ಕರೆದಾಗಲೇ ಅವನಿಗೆ ಖಡ್ಗ ಮರಳಿ ಸಿಗುತ್ತಿತ್ತು. ಕತ್ತಲಾಗಿತ್ತು. ಗಾಳಿಯಲ್ಲಿ ಥಂಡಿ

ಹೆಚ್ಚಿತ್ತು. ಆಕಾಶವೇ ಕರಗಿ ಬೀಳುತ್ತಿದೆ ಎನ್ನುವಂತೆ ಮಳೆ ಸುರಿಯುತ್ತಿತ್ತು. ಶಿವಪ್ಪನಿಗಾಗಿ ಎಲ್ಲಿ ಹುಡುಕಬೇಕೆಂದು ಅವನಿಗೆ ಸುಳಿವಿರಲಿಲ್ಲ. ಅವನ ಕಾಲು ನೋಯುತ್ತಿತ್ತು, ನದಿಯ ದಡಕ್ಕೆ ಬರುವಷ್ಟರಲ್ಲಿ ಅವನು ಏದುಸಿರು ಬಿಡುತ್ತಿದ್ದ. ದಡದಲ್ಲಿ ನಿಂತು ಸ್ವಲ್ಪ ಹೊತ್ತು ಹರಿಯುವ ನದಿಯ ಕಪ್ಪು ನೀರನ್ನು ನೋಡುತ್ತಾ ನಿಂತ. ಮಳೆಯ ಸದ್ದಿನ ಮೇಲೇ ಪಾತಾಳಗಂಗೆಯ ಮಂದಧ್ವನಿ ಕೇಳಿಸುತ್ತಿತ್ತು. ಈಜಿ ಆಚೆದಡ ತಲುಪುವ ಪ್ರಯತ್ನ ಮಾಡುವುದು ಆತ್ಮಹತ್ಯೆ ಮಾಡಿಕೊಂಡಂತೆ. ಭಾರವಾದ ಹೃದಯದಲ್ಲಿ ಅವನು ಹಿಂದಿರುಗಲು ತಿರುಗುತ್ತಿದ್ದಂತೆಯೇ ಯಾರೋ ಕೆಮ್ಮಿದ ಸದ್ದು ಕೇಳಿಸಿತು. ಅವನ ಮೊಟ್ಟ ಮೊದಲ ಪ್ರತಿಕ್ರಿಯೆ ಖಡ್ಗಕ್ಕೆ ಕೈಹಾಕಿದ್ದು. ಆದರೆ ಅವನ ಬಳಿ ಖಡ್ಗ ಇರಲಿಲ್ಲ.

ಅವನ ಕೋಲು ಕೈಯಿಂದ ಜಾರಿಬಿದ್ದು ನದಿಯಲ್ಲಿ ಕೊಚ್ಚಿಹೋಯಿತು. ಅದನ್ನು ಹಿಡಿದುಕೊಳ್ಳಲು ಕೈಚಾಚುವಷ್ಟರಲ್ಲಿ ಪ್ರವಾಹ ಅದನ್ನು ಸೆಳೆದುಕೊಂಡುಬಿಟ್ಟಿತ್ತು. ಮತ್ತೆ ಯಾರೋ ಕೆಮ್ಮಿದರು. ಕತ್ತಲಲ್ಲಿ ದಿಟ್ಟಿಸಿ ನೋಡುತ್ತಿದ್ದಂತೆ, ಎಡಗಡೆಯಲ್ಲಿ ತಡಿಕೆಯ ದೋಣಿಮನೆಯ ಆಕೃತಿ ಕಾಣಿಸಿತು. ಕುಂಟುತ್ತಾ ಅದರ ಬಳಿಗೆ ಸರಿದು ದೋಣಿಮನೆಯ ಬಿದಿರಿನ ಕಂಭ ಹಿಡಿದು ಏದುಸಿರು ಬಿಡುತ್ತಾ ನಿಂತ.

ಒಳಗೆ ಮುದುರಿ ಕೂತ ಮುದುಕನೊಬ್ಬ ಕಾಣಿಸಿದ. "ನನ್ನನ್ನು ಆಚೆ ದಡಕ್ಕೆ ಕರೆದುಕೊಂಡು ಹೋಗ್ತಿಯಾ?" ಕಟ್ಟಪ್ಪ ಕೇಳಿದ. ಅವನು ತಟ್ಟನೆ ಹಾರಿ ಕಟ್ಟಪ್ಪನ ಮುಖದ ಸಮೀಪಕ್ಕೆ ಬಂದು "ಆಚೆ ದಡಕ್ಕೆ ಹೋಗಬೇಕಾ? ಆಚೆ ದಡಕ್ಕೆ ಹೋಗಬೇಕಾ? ಎಲ್ಲಾರೂ ಎಲ್ಲಿಗಾದರೂ ಹೋಗ್ತಾನೇ ಇರ್ತಾರೆ. ಇರೋ ಕಡೇನೇ ಸುಖವಾಗಿರಕ್ಕೆ ಏನಾಗಿದೆ ಇವರಿಗೆ? ಒಂದು ದಿನ, ಯಮಧರ್ಮರಾಯ ಬಂದು ಅವರು ಹೋಗಬೇಕಾದ ಕಡೆಗೆ ಕರಕೊಂಡು ಹೋದರೆ ಅತ್ತೂ ಕರೆದೂ ಗೋಳಾಡ್ತಾರೆ. ಯಾಕೆ? ಉತ್ತರ ಕೊಡು!" ಎಂದ.

ಹುಚ್ಚ. ಅವನ ನಾರುತ್ತಿರುವ ದೇಹ ಮತ್ತು ವಾಸನೆಗೆ ಕಟ್ಟಪ್ಪ ಹಿಮ್ಮೆಟ್ಟಿದ.

"ಎ ...ಲ್ಲಿ ... ಅಂಬಿಗ ಎಲ್ಲಿ?" ಎಂದು ತಡವರಿಸಿದ.

"ಹೋದ. ನದಿಯ ತಳಕ್ಕೆ ಹೋದ. ಸ್ವರ್ಗಕ್ಕೆ ಹೋದ. ನನಗೇನು ಗೊತ್ತು? ನನಗ್ಯಾಕೆ ಅಂದೇ. ನಾನಿಲ್ಲಿಗೆ ಬಂದಾಗ ಇಲ್ಲಿ ಯಾರೂ ಇರಲಿಲ್ಲ. ನಾನು ಇಲ್ಲಿಂದ ಹೋದ ಮೇಲೂ ಯಾರೂ ಇರೋದಿಲ್ಲ. ಅಥವಾ... ಹೌದಾ? ಯಾರೂ ಇಲ್ಲದ ಖಾಲಿ ಜಾಗ ಅನ್ನೋದು ಇದೆಯಾ? ಉತ್ತರ ಕೊಡು! ಉತ್ತರ ಕೊಡು!"

ಕಟ್ಟಪ್ಪ ಹಿಂದಿರುಗಲು ತಿರುಗಿದ. ಅವನ ಭುಜವನ್ನು ಹುಚ್ಚ ಗಟ್ಟಿಯಾಗಿ ಹಿಡಿದುಕೊಂಡ. "ಅಣ್ಣಾ, ಆಚೆ ಕಡೆಗೆ ಹೋಗಬೇಕಾ?"

"ಹೌದು"

"ಒಳ್ಳೇದು, ಹಾಗಾದರೆ ಯಾಕೆ ಈಜಬಾರದು?"

ಕಟ್ಟಪ್ಪ ಅವನ ಕೈ ಸರಿಸಲು ಯತ್ನಿಸಿದ.

"ಸಾವಿಯ ಭಯವೋ?" ಕತ್ತಲಲ್ಲಿ ಅವನ ಮುಖ ಸರಿಯಾಗಿ ಕಾಣಲಿಲ್ಲ ಕಟ್ಟಪ್ಪನಿಗೆ. ಆದರೆ ಧ್ವನಿಯ ವ್ಯಂಗ್ಯ ಗೊತ್ತಾಯಿತು.

"ಇಲ್ಲ" ಕಟ್ಟಪ್ಪ ನುಡಿದ.

"ಸುಳ್ಳು!"

ಅವನು ಉತ್ತರಿಸುವಷ್ಟರಲ್ಲಿ ಹುಚ್ಚ ಛಾವಣಿಯಿಂದ ಒಂದು ಹರಿಗೋಲನ್ನು ಬಿಚ್ಚಿದ್ದ. ನಗುತ್ತಾ ಕಟ್ಟಪ್ಪನ ಕೈ ಹಿಡಿದೆಳೆದ. ಮರುಕ್ಷಣ ಕಟ್ಟಪ್ಪ ನದಿಯಲ್ಲಿದ್ದ. ಅವನ ಗಾಯಗೊಂಡ ಕಾಲು ಕಲ್ಲು ಮೆಟ್ಟಿಲಿಗೆ ಬಡಿಬಡಿದು ತಡೆಯಲ ಸಾಧ್ಯವಾದ ನೋವು ಅವನನ್ನು ಆಕ್ರಮಿಸಿತು. ಮುದುಕ ಬೆತ್ತದ ತೆಪ್ಪವನ್ನು ಪ್ರವಾಹಕ್ಕೆಸೆದು "ಶಂಭೋ ಮಹಾದೇವ" ಎಂದು ಕೂಗುತ್ತಾ ನೀರಿಗೆ ಧುಮುಕಿದ. ವೇಗವಾದ ಸುಳಿಯ ಪ್ರವಾಹದಲ್ಲಿ ಅವನ ತಲೆ ಕಾಣೆಯಾಯಿತು. ಏನು ಮಾಡಬೇಕೋ ತಿಳಿಯದೆ ಕಟ್ಟಪ್ಪ ನದಿಯ ಅಂಚಿನಲ್ಲಿ ತಡಬಡಾಯಿಸಿದ. ಮರುಕ್ಷಣ ಒಂದು ಕೈ ಬಂದು ಕಟ್ಟಪ್ಪನನ್ನು ನೀರಿಗೆ ಸೆಳೆಯಿತು. ಅವನ ತಲೆ ಕಲ್ಲಿಗೆ ಬಡಿಯಿತು. ಅವನ ಕೂಗು ನೀರಿನಲ್ಲಿ ಕಲೆಸಿಹೋಯಿತು. ಎಲ್ಲವೂ ಕತ್ತಲೆಯಾಯಿತು.

ಅವನಿಗೆ ಪ್ರಜ್ಞೆ ಮರಳಿದಾಗ ಅವನೊಂದು ತೆಪ್ಪದಲ್ಲಿದ್ದ. ಅದು ಕತ್ತಲೆಯ ಕಡೆಗೆ ಸಾಗುತ್ತಿತ್ತು. ಮುದುಕ ಇನ್ನೊಂದು ತುದಿಯಲ್ಲಿ ಕೂತು ಎರಡೂ ಕೈಗಳನ್ನು ಹೊರಹಾಕಿ, ಅವನ ಕಮಾನಾದ ಮೈಹಿಂದೆ ತಲೆ ಹಿಂದಕ್ಕೆ ವಾಲಿ ಕಾಣುತ್ತಿರಲಿಲ್ಲ. ಕೆಟ್ಟಪ್ಪ ಕೆಮ್ಮಿ, ಕ್ಯಾಕರಿಸಿ, ನೀರು ವಾಂತಿ ಮಾಡಿ, ಹೊಟ್ಟೆ ಹಿಡಿದುಕೊಂಡ. ತಲೆ ಸುತ್ತುತ್ತಿತ್ತು. ತೆಪ್ಪದ ಅಂಚು ಭದ್ರವಾಗಿ ಹಿಡಿದು ಸ್ವಲ್ಪ ಚೇತರಿಸಿಕೊಂಡ.

ಅವರು ನದಿಯ ಮಧ್ಯಕ್ಕೆ ಬಂದಿದ್ದರು. ಮಳೆ ಧಾರೆ ಧಾರೆಯಾಗಿ ಬೀಳುತ್ತಾ ಅವರನ್ನು ತೋಯಿಸುತ್ತಿತ್ತು. ಮುದುಕ ಯಾವುದೋ ಭಾಷೆಯಲ್ಲಿ ಹಾಡುತ್ತಿದ್ದ. ನಡುನಡುವೆ ನಗುತ್ತಾ ಕೇಕೆ ಹಾಕುತ್ತಿದ್ದ. ಕಟ್ಟಪ್ಪ ತನ್ನ ಅದೃಷ್ಟಕ್ಕೆ ಶಾಪ ಹಾಕಿದ. ಈ ಹುಚ್ಚನ ಹಿಡಿತದಿಂದ ತಪ್ಪಿಸಿಕೊಳ್ಳುವುದು ಹೇಗೆ?

"ನೀನ್ಯಾಕೆ ಆಚೆಬದಿಗೆ ಹೋಗಬೇಕು?" ಇದ್ದಕ್ಕಿದ್ದಂತೆ ಹುಚ್ಚ ಪ್ರಶ್ನಿಸಿದ. ಅವನು ಕಟ್ಟಪ್ಪನ ಕಡೆಗೆ ತೆವಳಿ ಬಂದಾಗ ತೆಪ್ಪ ಅಲ್ಲಾಡಿತು.

"ಅದು ನಿನಗೆ ಸಂಬಂಧಿಸಿದ್ದಲ್ಲ" ಕಟ್ಟಪ್ಪ ಕಟುವಾಗಿ ಉತ್ತರಿಸಿದ.

ಮುದುಕ ಜೋರಾಗಿ ನಗುತ್ತಾ ತೆಪ್ಪವನ್ನು ಗಿರ್ರನೆ ತಿರುಗಿಸಿದ. ಕಟ್ಟಪ್ಪ ಅಂಗೈನಲ್ಲಿ ರಕ್ತ ಬರುವಷ್ಟು ಗಟ್ಟಿಯಾಗಿ ತೆಪ್ಪದ ಅಂಚನ್ನು ಹಿಡಿದುಕೊಂಡ.

229

"ಸಾವಿನ ಭಯವೇ?"

ಕಟ್ಟಪ್ಪ ಮಾತಾಡಲಿಲ್ಲ.

"ಒಳ್ಳೇದು, ಕನಿಷ್ಠ ನಿನ್ನ ಮೌನ ಸುಳ್ಳು ಹೇಳುತ್ತಿಲ್ಲ. ಸ್ವಲ್ಪ ಸತ್ಯ ಹೇಳು ನೋಡೋಣ? ಈ ಮೂರ್ಖ ಯಾತ್ರೆಯ ಉದ್ದೇಶವೇನು?

"ನನ್ನ ತಮ್ಮನನ್ನು ಹುಡುಕುತ್ತಿದ್ದೇನೆ."

ಮುದುಕ ಮತ್ತೆ ನಕ್ಕ. "ಯಾರೂ ಯಾರಿಗೂ ಸೋದರರಲ್ಲ ಮಗಾ, ಜಗತ್ತು ಒಂದು ಕಾಡು, ಎಲ್ಲರೂ ಏಕಾಂಗಿಗಳು. ಪ್ರತಿಯೊಬ್ಬರೂ ಬೇಟೆಗಾರರು ಪ್ರತಿಯೊಬ್ಬರೂ ಶಿಕಾರಿಗಳು. ಕೊಲ್ಲು ಇಲ್ಲವೇ ಕೊಲ್ಲಲ್ಪಡು. ಈ ಕಾಡಿನಲ್ಲಿ ಚಾಣಾಕ್ಷರು ಮಾತ್ರ ಬದುಕುತ್ತಾರೆ. ನಿನ್ನ ತಮ್ಮ ಚಾಣಾಕ್ಷ. ನೀನಲ್ಲ. ನೀನು ಮೂರ್ಖ. ಕರ್ತವ್ಯ ಎನ್ನುವ ಹುಚ್ಚು ಕಲ್ಪನೆ ಹೊತ್ತುಕೊಂಡಿರುವವನು. ನೀನು ಈ ಕಾಯಿಲೆಯಿಂದ ಗುಣವಾಗದ ಹೊರತು ನೀನು ಕೆಟ್ಟೆ ಎಂದರ್ಥ."

"ಯಾರು ನೀನು?" ಕಟ್ಟಪ್ಪ ಕೇಳಿದ.

"ನಾನು ಸಾರ್ವತ್ರಿಕ. ನಾನು ಯಾರೂ ಅಲ್ಲ. ನಾನೇ ಯಮ, ನಾನೇ ಶಿವ, ನಾನೇ ವಿಷ್ಣು, ನಾನೇ ಬ್ರಹ್ಮ. ಈ ಮರುಳು ಜಗತ್ತಿನಲ್ಲಿ ನಾನೊಬ್ಬನೇ ಬುದ್ಧಿವಂತ. ನಾನು ಭೈರವ, ಹುಚ್ಚ ಎನ್ನುವ ಹೆಸರಿನಲ್ಲಿ ಪ್ರಖ್ಯಾತ."

ಕಟ್ಟಪ್ಪ ಭೈರವನ ಬಗ್ಗೆ ತಂದೆಯಿಂದ ಕೇಳಿದ್ದ. ಅನೇಕ ವರ್ಷಗಳ ಕಾಲ ನಾಯಿಯಂತೆ ನಿಷ್ಠೆಯಿಂದ ಮಾಹಿಷ್ಮತಿಯ ರಾಜರ ಸೇವೆ ಮಾಡಿದ್ದ ಗುಲಾಮ. ಈಗ ಯಾರಿಗೂ ನೆನಪಿಲ್ಲದ ಅವನದೊಂದು ಅಪರಾಧಕ್ಕೆ ಮಹಾರಾಜರ ಆಜ್ಞೆಯ ಮೇರೆಗೆ ಅವನ ಇಡೀ ಕುಟುಂಬವನ್ನು ಗಲ್ಲಿಗೇರಿಸಲಾಗಿತ್ತು. ಆ ದುರಂತ ಅವನನ್ನು ಹುಚ್ಚನನ್ನಾಗಿಸಿತ್ತು. ಆ ಹುಚ್ಚಿನಲ್ಲೇ ಅವನು ಮಹಾರಾಜನ ಮೇಲೆ ಆಕ್ರಮಣ ಮಾಡಿದ್ದ. ಆ ಹುಚ್ಚಿನ ಕಾರಣವೇ ಅವನ ಜೀವ ಉಳಿದಿತ್ತು. ಆದರೆ ಅದೇ ಅವನನ್ನು ಹುಚ್ಚಿನಲ್ಲಿ ಕೊಳೆಯುವಂತೆ ಮಾಡಿತ್ತು. ಅವನು ಸತ್ತುಹೋದನೆಂದು ಕಟ್ಟಪ್ಪ ತಿಳಿದಿದ್ದ. ಆ ಚಂಡಮಾರುತದ ರಾತ್ರಿ, ಮಾಹಿಷ್ಮತಿಯ ಉಗ್ರಪ್ರವಾಹದ ನಡುನೀರಿನಲ್ಲಿ, ಮುರುಕು ತೆಪ್ಪದಲ್ಲಿ ಒಂಟಿಯಾಗಿ ಅವನ ಜೊತೆ ಸಿಕ್ಕಿಹಾಕಿಕೊಂಡಿರುವುದು ಭಯಾನಕವಾಗಿತ್ತು. ಅವನು ಎಲ್ಲಿಗೆ ಹೋದನೆಂದೂ ಕೂಡಾ ಯಾರಿಗೂ ತಿಳಿಯುತ್ತಿರಲಿಲ್ಲ.

"ಹಾರು" ಹುಚ್ಚ ಭೈರವ ಆಜ್ಞೆ ಕೊಟ್ಟ.

"ಏನು!"

ಏನಾಗುತ್ತಿದೆಯೆಂದು ತಿಳಿಯುವುದಕ್ಕೆ ಮೊದಲೇ ತೆಪ್ಪ ಮಗುಚಿ ಕಟ್ಟಪ್ಪ ನೀರಿನಲ್ಲಿ ಬಿದ್ದ. ತೀವ್ರ ಭಯದಲ್ಲಿ ಈಜಲು ಯತ್ನಿಸಿದ. ಪ್ರವಾಹದ ಸೆಳೆತ

ಜೋರಾಗಿತ್ತು. ಆದರೆ ಅವನ ಕೈಗೆ ಜೊಂಡು ಸಿಕ್ಕಿತು. ಜೊಂಡು! ನದಿಯ ತಳದ ನಯವಾದ ಮಣ್ಣಿನಲ್ಲಿ ಅವನ ಕಾಲು ಹುದುಗಿತು. ನೀರು ಅವನ ಎದೆಮಟ್ಟ ಇತ್ತು. ಮುದುಕ ನಗುತ್ತಾ ಕಾಣೆಯಾದ. ಕಟ್ಟಪ್ಪ ನೀರಿನಲ್ಲಿ ಕಾಲೆಳೆಯುತ್ತ ದಡ ತಲುಪಿ, ಮೇಲೆ ಬಂದು ಉಸಿರೆಳೆಯುತ್ತಾ ಕುಸಿದ.

ಮರುಕ್ಷಣ ಅವನ ದೇಹದ ಮೇಲೆ ನಾರುಗಳ ಹಗ್ಗ ಬಂದು ಬಿದ್ದು ಅವನು ಕೂಗುವ ಮೊದಲೇ ಭದ್ರವಾಗಿ ಬಿಗಿದವು. ಅವನು ಕೂಗಿ ಜಗ್ಗಾಡುತ್ತಿರುವಂತೆ ಎವೆ ಮುಚ್ಚುವಷ್ಟರಲ್ಲಿ ಅವನನ್ನು ಎತ್ತಿ ಕಾಡಿನ ಮರಗಳ ಹಸಿರು ಮೇಲ್ಛಾವಣಿಯಲ್ಲಿ ಸಾಗಿಸಲಾಯಿತು. ವೈತಾಳಿಕರ ದುರ್ಗಂಧ ಅವನ ಮೂಗಿಗೆ ಬಡಿಯಿತು. ಒರಟು ಕೈಗಳು ಅವನನ್ನು ಹಿಡಿದವು. ಸುತ್ತ ಜಗತ್ತು ಅಲ್ಲೋಲಕಲ್ಲೋಲವಾಯಿತು – ಒಮ್ಮೊಮ್ಮೆ ಆಕಾಶ ಕೆಳಗಿತ್ತು, ಕಾಡು ಮೇಲಿತ್ತು. ಒಮ್ಮೊಮ್ಮೆ ಅವನು ತಲೆಕೆಳಕಾಗಿ ಕುಸಿಯುತ್ತಿದ್ದ, ಮತ್ತೆ ಕೊನೇ ಗಳಿಗೆಯಲ್ಲಿ ಮೇಲಕ್ಕೇಳುತ್ತಿದ್ದ. ವೈತಾಳಿಕರು ಅವನನ್ನು ಮರದಿಂದ ಮರಕ್ಕೆ, ಭೋರ್ಗರೆಯುವ ಪರ್ವತ, ತೊರೆಗಳು ಮತ್ತು ಧುಮ್ಮಿಕ್ಕುವ ಜಲಪಾತಗಳ ಮೇಲೆ ಕೊಂಡೊಯ್ದರು.

ಪ್ರಾರಂಭವಾದಷ್ಟೇ ಅನಿರೀಕ್ಷಿತವಾಗಿ ಸಾಗಾಟ ನಿಂತಿತು. ಹಗ್ಗಗಳು ಬಿಚ್ಚಿಕೊಂಡು ಅವನು ಕುಂಡೆ ಅಡಿಯಾಗಿ ನೆಲಕ್ಕೆ ಬಿದ್ದ. ಎದ್ದು ನಿಲ್ಲಲು ಯತ್ನಿಸಿದ. ಗಾಯಗೊಂಡ ಕಾಲು ಮತ್ತು ಎದೆಗೂಡಿನಲ್ಲಿ ನೋವು ಚಳುಕು ಹೊಡೆಯಿತು. ಅವನ ನೋವಿನ ಚೀತ್ಕಾರ, ಕಾಡಿನಲ್ಲಿ ಎದ್ದ ಉತ್ಕಟ ಕಂಪನದ ಉಲುಲುಲುಲು ಎನ್ನುವ ಕೂಗು ಮತ್ತು ಮದ್ದಳೆಯ ಧ್ವನಿಯಲ್ಲಿ ಮುಚ್ಚಿಹೋಯಿತು. ಕಟ್ಟಪ್ಪ ನೋಡುತ್ತಿದ್ದಂತೇ ಅವನೆದುರಿಗೆ ಒಂದು ಪಂಜ ಹೊತ್ತಿಕೊಂಡು ಸುತ್ತ ಬೆಳಕು ಚೆಲ್ಲಿತು. ಬಣ್ಣ ಬಳಿದುಕೊಂಡ ಮುಖ, ಹಕ್ಕಿಪುಕ್ಕಗಳ ಗುಚ್ಛ ಮತ್ತು ಈಟಿಯೊಂದರ ಚೂಪಾದ ಮೊನೆ ಕಾಣಿಸಿತು. ಸುತ್ತ ನೂರಾರು ಪಂಜುಗಳು ಹೊತ್ತಿಕೊಂಡವು. ವಾದನದ ಸದ್ದು ಕಿವಿಗಡಚಿಕ್ಕುವಂತೆ ಏರುತ್ತಾ ಬಂದು ಪಂಜುಗಳು ಅವನ ಕಡೆಗೆ ಬರಲಾರಂಭಿಸಿದವು. ಅವನು ತನ್ನ ಗಾಯಗೊಂಡಿಲ್ಲದ ಒಂಟಿ ಕಾಲಿನ ಮೇಲೆ ನಿಂತ, ಮುಷ್ಠಿ ಬಿಗಿಹಿಡಿದು, ನರಗಳು ಬಿಗಿಯಾಗಿ ಅವನು ಪ್ರಾಣಿಯಂತೆ ಉಗ್ರವಾಗಿ ಅವರತ್ತ ಕಿರುಚಿದ. ಅವರು ನಿಂತರು. ಒಳ್ಳೇದು. ಹೋರಾಡದೆಯೇ ತಾನು ಸೋಲುವುದಿಲ್ಲ ಎಂದು ಅವರಿಗೆ ತಿಳಿಸಿದ.

* * *

ತತ್ಸಮಯದಲ್ಲಿ, ಸ್ಕಂದದಾಸನ ಕೋಣೆಯಲ್ಲಿ ಉಪಪ್ರಧಾನ ಅರಮನೆಯ ಗ್ರಂಥಾಲಯದಿಂದ ತರಿಸಿಕೊಂಡಿದ್ದ ಪ್ರಾಚೀನ ಗ್ರಂಥಗಳನ್ನು ಪರಿಶೀಲಿಸುತ್ತಿದ್ದ. ಮಾಡಲು ವಿಪರೀತ ಕೆಲಸವಿತ್ತು, ಮೂರು ತಿಂಗಳ ಅನುಪಸ್ಥಿತಿಯಲ್ಲಿ ಕೆಲಸಗಳು

ರಾಶಿ ಒಟ್ಟಿಕೊಂಡಿದ್ದವು. ಯಾರೋ ಬಾಗಿಲ ಮೇಲೆ ಮೆಲ್ಲನೆ ಬಡಿದರು. ತನ್ನ ದಣಿದ ಕಣ್ಣುಗಳನ್ನು ಉಜ್ಜಿಕೊಳ್ಳುತ್ತಾ ಸ್ಕಂದದಾಸ ಬಾಗಿಲು ತೆರೆದ. ಸ್ಕಂದದಾಸ ಹಿಡಿದುಕೊಂಡಿದ್ದ ದೀಪದ ಬೆಳಕಿನಿಂದ ದೂರವಾಗಿ ನೆರಳಿನಲ್ಲಿ ಒಬ್ಬ ವ್ಯಕ್ತಿ ನಿಂತುಕೊಂಡಿದ್ದ.

"ಗುಲಾಮ ನದಿ ದಾಟಿದ್ದಾನೆ" ಎಂದು ಕ್ಷಿಪ್ರವಾಗಿ ಹೇಳಿ ವ್ಯಕ್ತಿ ಕತ್ತಲಲ್ಲಿ ಕರಗಿದ. ಒಳ್ಳೇದು, ಸ್ಕಂದದಾಸ ಚಿಂತಿಸಿದ. ಕಟ್ಟಪ್ಪ ಗಾಳ ನುಂಗಿದ್ದ. ವೈತಾಳಿಕರನ್ನು ಹಿಡಿಯಲು ಅವನು ಮಾಡಿದ ವಿಸ್ತೃತ ಜಾಲದಲ್ಲಿ ಇದು ಮೊದಲ ಹೆಜ್ಜೆ.

ಅವನು ಮತ್ತೆ ತನ್ನ ಪುಸ್ತಕಕ್ಕೆ ಮರಳಿದ. ಹಸ್ತಪ್ರತಿಯನ್ನು ತಿರುಗಿಸುತ್ತಿದ್ದಾಗ ಹಠಾತ್ ಆಗಿ ಒಂದು ಸಂಗತಿ ಅವನ ಗುಂಡಿಗೆ ಬಾಯಿಗೆ ಬರುವಂತೆ ಮಾಡಿತು. ಮೂರ್ಖ, ಮೂರ್ಖ, ಮೂರ್ಖ! ಅವನು ತನ್ನ ಮುಷ್ಟಿಯನ್ನು ಪೀಠದ ಮೇಲೆ ಗುದ್ದಿದ ರಭಸಕ್ಕೆ ಹಸ್ತಪ್ರತಿಗಳು ಚೆಲ್ಲಾಪಿಲ್ಲಿಯಾದವು. ದೀಪ ನಂದಿಹೋಯಿತು. ಸುಟ್ಟ ಬತ್ತಿಯ ಘಾಟು ವಾಸನೆ ಮೂಗಿಗೆ ಬಡಿಯಿತು. ಸ್ಕಂದದಾಸನಿಗೆ ತಲೆಯನ್ನು ಕಂಭಕ್ಕೆ ಬಡಿದುಕೊಳ್ಳಬೇಕು ಅನ್ನಿಸುವಷ್ಟು ಚಡಪಡಿಕೆಯಾಯಿತು. ಅವನು ತನ್ನ ಸಿದ್ಧತೆ ಸರಿಯಾಗಿ ಮಾಡಿಕೊಂಡಿರಲಿಲ್ಲ, ಸಾಕಷ್ಟು ತಯಾರು ಮಾಡಿರಲಿಲ್ಲ. ತಾನು ಕೂತ ಪೀಠಕ್ಕೆ ತಕ್ಕ ಯೋಗ್ಯತೆ ತನಗಿಲ್ಲ.

ನಡುಗುವ ಕೈಗಳಿಂದ ಅವನು ಚಕಮಕಿಯನ್ನು ಮತ್ತೆ ಬಡಿದು ದೀಪ ಹತ್ತಿಸಿದ. ತಾನು ಓದಿದ ಕೊನೆಯ ಹಸ್ತಪ್ರತಿಯನ್ನು ಹುಡುಕಿ ತೆಗೆದ. ದೀಪಕ್ಕೆ ಹತ್ತಿರ ತಂದ. ತಪ್ಪಿಗೆ ಅವಕಾಶವೇ ಇಲ್ಲ. ಮುನ್ನೂರು ವರ್ಷದ ಹಳೆಯ ಹಸ್ತಪ್ರತಿಯಲ್ಲಿ ಒರಟು ಗೌರೀಕಾಂತ ಶಿಲೆಯ ಚಿತ್ರವಿತ್ತು. ಸ್ವಲ್ಪ ಹಿಂದೆ ಅವನು ಅದನ್ನು ನೋಡಿದ್ದ: ಗುಲಾಮನ ನಡುವಿನ ಸೊಂಟಪಟ್ಟಿಯಲ್ಲಿ ತಾಯಿತದಂತೆ ಕಟ್ಟಲಾಗಿತ್ತು. ಕಾಣೆಯಾದ ಶಿಲೆ. ಗುಲಾಮನನ್ನು ಹಿಡಿದು, ಅದು ಅವನ ಹತ್ತಿರ ಹೇಗೆ ಬಂತೆಂದು ಪ್ರಶ್ನಿಸುವ ಬದಲಿಗೆ ಅವನು ಗುಲಾಮನನ್ನು ನದಿಯ ಆಚೆದಡಕ್ಕೆ ಕಳಿಸಿದ್ದ. ತಾನು ಅಂದುಕೊಂಡಷ್ಟು ಗುಲಾಮ ಸರಳನಲ್ಲ. ಸ್ಕಂದದಾಸನಿಗೆ ತಾನು ವಂಚಿತನಾದಂತೆ ಭಾಸವಾಯಿತು. ಹಲ್ಲುಕಚ್ಚಿ ಕಹಿಸತ್ಯವನ್ನು ನುಂಗಿದ. ಹೊಸ ಹುಮ್ಮಸ್ಸಿನಲ್ಲಿ ಕೆಲಸ ಮಾಡತೊಡಗಿದ. ತಾಯಿ ಗೌರಿಯ ಶಪಥ: ತನ್ನ ಮಾತೃಭೂಮಿಯ ವಿರುದ್ಧ ಮಾಡಿರುವ ಹುನ್ನಾರವನ್ನು ಭೇಧಿಸಿ, ಪ್ರತಿಯೊಬ್ಬ ದ್ರೋಹಿಯನ್ನು ಗಲ್ಲಿಗೇರಿಸುತ್ತೇನೆ.

ಅಧ್ಯಾಯ ಇಪ್ಪತ್ತೊಂದು

ಜೀಮೂತ

ವ್ಯಾಪಾರಿ ಹಡಗು ಮಾಹಿಷ್ಮತಿ ನಗರದ ಕಡೆಗೆ ಯಾನ ಮಾಡುತ್ತಿತ್ತು. ಗೋಮುಖ ನದಿಯ ಎರಡೂ ದಡದಲ್ಲಿ ಕಾಡು ನದಿಯೊಳಗೆ ಇಣಿಕಿ ನೋಡುತ್ತಿತ್ತು, ಅದರಲ್ಲಿ ಏನೋ ರಹಸ್ಯವಿದೆ ಎನ್ನುವಂತೆ. ಹಡಗು ಸರಿದು ಹೋದಮೇಲೆ ಜೀವಿಗಳು ನದಿಯೊಳಗೆ ಹರಿದು ಹೋಗುತ್ತಿದ್ದವು ಅಥವಾ ಪೊದೆಯೊಳಗೆ ಅಡಗಿಕೊಳ್ಳುತ್ತಿದ್ದವು. ಹಲಗೆಗಳ ಕಿರುಗುಟ್ಟುವಿಕೆ ಮತ್ತು ಹುಟ್ಟಿನ ಮಂದ ಲಯ ಹೊರತುಪಡಿಸಿ ಜೀಮೂತ ನಿಂತ ಆ ಹಡಗಿನಲ್ಲಿ ಮೌನ ಆವರಿಸಿತ್ತು. ಆ ಸದ್ದೂ ಕೂಡಾ ನಾಯಕ ಜೀಮೂತನಿಗೆ ಕಿರಿಕಿರಿ ಎನ್ನಿಸಿತ್ತು. ಅವನ ವೃತ್ತಿಯಲ್ಲಿ ಮೌನ ಬಹಳ ಆಪ್ತ ಮಿತ್ರ, ಅವನು ಬರುತ್ತಿರುವ ಬಗ್ಗೆ ಅವರಿಗೆ ಯಾವುದೇ ಸುಳಿವು ಇರಬಾರದು. ಹಡಗಿನ ಕಿರುಗುಡುವ ಸದ್ದು ಕೂಡಾ ಕೇಳಿಸದಿರಲಿ ಎಂದು ಆಶಿಸಿದ. ಜೀರ್ದುಂಬಿಗಳ ಕೊರೆತದಲ್ಲಿ ಅದು ಅಡಗಿಹೋಗಲಿ.

ಪ್ರಧಾನ ಹಡಗಿನ ಮುಂಭಾಗದಲ್ಲಿ ನಿಂತು ಜೀಮೂತ ಗೌರೀ ಪರ್ವತದ ಶಿಖರವನ್ನು ನೋಡುತ್ತಿದ್ದ. ಮುಸ್ಸಂಜೆಯಲ್ಲಿ ನದಿ

ದಡದಲ್ಲಿ ಕತ್ತಲು ಕವಿಯುತ್ತಿತ್ತು. ಹುಟ್ಟುಹಾಕುವವರನ್ನು ಬಳಸಿಕೊಂಡು ವೇಗ ಹೆಚ್ಚಿಸಿದ್ದರೆ ಐದೇ ದಿನಗಳಲ್ಲಿ ಅವನು ನಗರವನ್ನು ತಲುಪುತ್ತಿದ್ದ. ಆದರೆ ಅವನು ಹಡಗು ತಾನಾಗಿ ತೇಲಲು ಬಿಟ್ಟಿದ್ದ. ಪಟ್ಟರಾಯನ ಗೂಬೆ ತಂದ ಸಂದೇಶದಲ್ಲಿ ಸ್ಕಂದದಾಸನ ಬೇಹುಗಾರರ ಮಾಹಿತಿ ಇತ್ತು. ಹಾಗಾಗಿ ಮಾಹಿಷ್ಮತಿಯನ್ನು ತಲುಪುವ ದಿನವನ್ನು ಮುಂದೂಡಿದ್ದ. ಉದ್ದೇಶಪೂರ್ವಕವಾಗಿ ತಡ ಮಾಡಿದ್ದು ಜೀಮೂತನಿಗೂ ಬಿಡುವು ಕೊಟ್ಟಿತ್ತು. ವ್ಯಾಪಾರಕ್ಕೆ ಅಗತ್ಯವಾದ ಸರಕುಗಳನ್ನು ಅವನಿನ್ನೂ ಸಂಗ್ರಹಿಸಿಕೊಂಡಿರಲಿಲ್ಲ. ಹಡಗುಗಳು ಗೋಮುಖ ನದಿ ಮಾಹಿಷಿ ನದಿಯನ್ನು ಸೇರುವ ಸ್ಥಾನ ತಲುಪಿದಾಗ ಅವನು ಚಿಕ್ಕ ನದಿಯನ್ನು ಪ್ರವೇಶಿಸುವಂತೆ ಆಜ್ಞೆ ಮಾಡಿದ. ಗೋಮುಖ ಮೇಲ್ಮುಖ ಹರಿಯುವ ಅನೇಕ ತೊರೆಗಳಾಗಿ ವಿಭಾಗವಾಗುತ್ತಿತ್ತು. ಅವನ ಜ್ಯೋತಿಷಿ ನಂಜುಂಡ ಕೆಲವು ಗ್ರಾಮಗಳನ್ನು ತಲುಪಲು ಅವರಿಗೆ ಮಾರ್ಗದರ್ಶನ ನೀಡಿದ್ದು, ಅಲ್ಲಿ ಅವರು ಸರಕುಗಳನ್ನು ಸಂಗ್ರಹಿಸಬಹುದಿತ್ತು.

ಅವು ಮಾಹಿಷ್ಮತಿಯ ಸರಹದ್ದು ಮೀರಿ ಅನೇಕ ಬುಡಕಟ್ಟುಗಳಿಗೆ ಸೇರಿದ ಗ್ರಾಮಗಳಾಗಿದ್ದವು. ಮಾಹಿಷ್ಮತಿ ಅವುಗಳನ್ನೂ ಆಕ್ರಮಿಸಿ ತಮ್ಮ ಸಾಮ್ರಾಜ್ಯದ ಭಾಗಮಾಡಿಕೊಳ್ಳದೆ ಇದ್ದುದು ಆಶ್ಚರ್ಯಕರವಾಗಿತ್ತು. ಕಳೆದ ಮುನ್ನೂರು ವರ್ಷಗಳಲ್ಲಿ ಹಿಮಪರ್ವತ ಮತ್ತು ಮೂರೂ ಸಮುದ್ರಗಳ ನಡುವಿನ ಪ್ರದೇಶದ ರಾಜ್ಯಗಳೆಲ್ಲವೂ ಮಾಹಿಷ್ಮತಿಯ ಸಾರ್ವಭೌಮತ್ವದ ಅಧೀನಕ್ಕೆ ಒಳಪಟ್ಟಿದ್ದವು. ಆದರೆ, ಗೋಮುಖ ನದಿ ಮತ್ತು ಸಮತಟ್ಟಿನ ಪ್ರದೇಶದ ನಡುವಿನ, ಬೆಟ್ಟಗುಡ್ಡ ಕಾಡುಗಳ ಏಳುನೂರಕ್ಕು ಹೆಚ್ಚಿನ ಈ ಗ್ರಾಮಗಳ ಸಮೂಹವು ಸ್ವತಂತ್ರವಾಗಿದ್ದವು. ಅದು ಜೀಮೂತನಿಗೆ ಅನುಕೂಲಕರವಾಗಿತ್ತು. ಇಲ್ಲದಿದ್ದರೆ ಸರಕುಗಳನ್ನು ಪಡೆದುಕೊಳ್ಳುವುದು ಕಷ್ಟವಾಗುತ್ತಿತ್ತು. ಈ ಗ್ರಾಮಗಳನ್ನು ಸುಮ್ಮನೆ ಬಿಟ್ಟಿದ್ದಕ್ಕೂ ಕಾರಣವಿದೆಯೆಂದು ಜೀಮೂತ ಸಂದೇಹಿಸುತ್ತಿದ್ದ. ಅವು ಕೂಡ ಮಾಹಿಷ್ಮತಿಯ ಅಂಕೆಗೆ ಒಳಗಾದಲ್ಲಿ, ಜೀಮೂತನಿಗೆ ತನ್ನ ವ್ಯಾಪಾರ ಮಾಡಲು ಸಾಧ್ಯವಾಗುತ್ತಿರಲಿಲ್ಲ ಮತ್ತು ಜೀಮೂತನ *ವ್ಯಾಪಾರ ಇಲ್ಲದಿದ್ದಲ್ಲಿ ಮಾಹಿಷ್ಮತಿಯ ಆರ್ಥಿಕ ವ್ಯವಹಾರ ಕುಸಿದುಹೋಗುತ್ತಿತ್ತು. ಇಷ್ಟೆಲ್ಲಾ ಕೆಲವು ಶಿಲೆಗಳಿಗಾಗಿ* – ಮತ್ತು *ನನ್ನನ್ನು ಕಡಲುಗಳ್ಳ ಎನ್ನುತ್ತಾರೆ* ಎಂದು ಜೀಮೂತ ವ್ಯಂಗ್ಯವಾಡಿಕೊಂಡ.

ಗಾಳಿ ಆರ್ದ್ರವಾಗಿ ಬೆಚ್ಚಗಿತ್ತು, ಮಳೆ ಬರುವುದಕ್ಕೆ ಮೊದಲಿನಂತೆ. ಅವನ ದೇಹದ ಪ್ರತಿರಂಧ್ರದಿಂದ ಬೆವರು ಸುರಿಯುತ್ತಿತ್ತು. ಈ ರಾತ್ರಿಯನ್ನು ಅವನು ಜ್ಯೋತಿಷಿಯನ್ನು ಕೇಳಿಯೇ ಆರಿಸಿಕೊಂಡಿದ್ದ. ನಂಜುಂಡ ಕುಡುಕನಿರಬಹುದು, ಅರೆಹುಚ್ಚನೂ ಇರಬಹುದು. ಆದರೆ ಹವಾಮಾನ ಕುರಿತಂತೆ ಅವನ

ಮುನ್ಸೂಚನೆಗಳು ಎಂದಿಗೂ ತಪ್ಪುತ್ತಿರಲಿಲ್ಲ. ಮುದುಕ ಚೆನ್ನಾಗಿ ಕುಡಿದು ನಶೆಯಲ್ಲಿ, ಖಾಲಿ ಕಳ್ಳಿನ ಬುಂಡೆಯನ್ನು ಎದೆಯ ಮೇಲಿಟ್ಟುಕೊಂಡು ಬಿದ್ದು ಕೊಂಡಿದ್ದನ್ನು ನೋಡಿ ಜೀಮೂತ *ಅಯ್ಯೋ, ಒಬ್ಬ ನಿಷ್ಠಾವಂತ ವ್ಯಾಪಾರಿ, ಬದುಕಿಗಾಗಿ ಎಂತೆಂಥಾ ಜನಗಳನ್ನು ಸಹಿಸಿಕೊಳ್ಳಬೇಕಾಗುತ್ತದಲ್ಲಾ* ಎಂದುಕೊಂಡು ನಿಟ್ಟುಸಿರುಬಿಟ್ಟ.

ಜೀಮೂತ ತನ್ನ ಬದುಕಿನ ಹೆಚ್ಚಿನ ಕಾಲದಲ್ಲಿ ಜ್ಯೋತಿಷಿಗಳು ಮತ್ತು ಪುರೋಹಿತರುಗಳಿಗೆ ದಮಡಿ ಕಿಮ್ಮತ್ತೂ ಕೊಟ್ಟಿರಲಿಲ್ಲ. ಆದರೆ ಕ್ರಮೇಣ ಅವನಿಗೆ ತನ್ನ ಮರಣ ಕುರಿತ ಆಲೋಚನೆಗಳು ಬರತೊಡಗಿದ್ದವು. ಈಗವನ ವಯಸ್ಸು ಮೂವತ್ತೈದು ದಾಟಿತ್ತು, ಕಡಲುಗಳ್ಳನಿಗೆ ಅದು ಹೆಚ್ಚೇ ಆಗಿತ್ತು. ಇಷ್ಟು ದೀರ್ಘ ಕಾಲ ಅವನ ತಲೆ ಉಳಿದಿದ್ದೆ ದೊಡ್ಡ ಅದೃಷ್ಟದ ಸಂಗತಿ. ಅವನ ಜೊತೆ ವ್ಯಾಪಾರ ಪ್ರಾರಂಭಿಸಿದ ಹೆಚ್ಚಿನವರು ಇನ್ನೂರು ಅಡಿ ಆಳದ ಕೆಸರಲ್ಲಿ ವಿಶ್ರಾಂತರಾಗಿದ್ದರು ಅಥವಾ ನೆಲದಿಂದ ಹತ್ತಡಿ ಮೇಲೆ ತೂಗಿ ಕಾಗೆಗಳಿಗೆ ಆಹಾರವಾಗಿದ್ದರು. ಇದುವರೆಗೂ ಅವನು ಅದೃಷ್ಟವಂತನಾಗಿದ್ದ. ಆದರೆ ಅದೃಷ್ಟ ಎನ್ನುವುದು ಸದಾ ಕಾಲವೂ ಇರುವುದಿಲ್ಲ ಎಂದು ತಿಳಿಯುವಷ್ಟು ಅವನು ಜಾಣನಾಗಿದ್ದ.

ಕಳೆದ ಕೆಲವು ತಿಂಗಳುಗಳಿಂದ ಅದೃಷ್ಟ ಅವನ ಕಡೆಗೆ ಒಲಿಯುತ್ತಿದೆಯೆಂದು ಸ್ಪಷ್ಟವಾಗಿತ್ತು. ಧರ್ಮ ಕುರಿತಂತೆ ಅವನ ಅಸಡ್ಡೆಯನ್ನು ಬಿಟ್ಟುಕೊಟ್ಟು ನಂಜುಂಡ ನಂತಹವರನ್ನು ನಂಬಲು ಅದು ಕಾರಣವಾಗಿತ್ತು. ನಿಜ, ಜ್ಯೋತಿಷಿಯ ನಾಲಿಗೆ ಕಳ್ಳು ಕುಡಿದಿತ್ತು ಮತ್ತು ಅವನು ಹೇಳಿದ ಅರ್ಧದಷ್ಟು ಮಾತುಗಳಿಗೆ ಅರ್ಥವಿರಲಿಲ್ಲ. ಆದರೆ ಅದು ಜೀಮೂತನ ಹೃದಯಕ್ಕೆ ಸಾಂತ್ವನ ಕೊಟ್ಟಿತ್ತು. ಜ್ಯೋತಿಷಿಯು ಈ ಸಲದ ಪ್ರಯತ್ನದಲ್ಲಿ ಅವನಿಗೆ ಯಶಸ್ಸು ಸಿಗುತ್ತದೆಂದು ಆಶ್ವಾಸನೆ ನೀಡಿ ಅವನ ಹಡಗನ್ನು ಆಶೀರ್ವದಿಸಿದ್ದ. ನಿಜಕ್ಕೂ ಅದು ಅವನ ಹಡಗಲ್ಲ, ಯಾಕೆಂದರೆ ಜೀಮೂತನು ಹಡಗಿನ ಸಿಬ್ಬಂದಿಯನ್ನು ಕೊಂದು ಅದನ್ನು ವಶಪಡಿಸಿಕೊಂಡಿದ್ದ. ಆದರೆ ಜ್ಯೋತಿಷಿಗಳು ಅಂತಹ ವಿವರಗಳ ಬಗ್ಗೆ ತಲೆಕೆಡಿಸಿಕೊಳ್ಳುವುದಿಲ್ಲ. ಕೆಲವು ಹೆಚ್ಚಿನ ಕಳ್ಳಿನ ಬುಂಡೆಗಳೂ ನೆರವಾಗಿದ್ದವು. ಜೀಮೂತ ಆ ಆಲೋಚನೆಗಳನ್ನು ತೊಡೆದುಹಾಕಿದ – ಅವನು ನಿರಾಶಾವಾದಿ ಯಾಗಬಾರದೆಂದು ಯತ್ನಿಸುತ್ತಿದ್ದ. ಜ್ಯೋತಿಷಿ ಹೇಳಿದ್ದು ಅವನು ನಂಬಿಕೆ ಇಡಬೇಕೆಂದು. ನಂಬಿಕೆ ಇದ್ದರೆ ಪರ್ವತಗಳನ್ನೇ ಅಲ್ಲಾಡಿಸಬಹುದು, ಎಂದಿದ್ದ ಜ್ಯೋತಿಷಿ. ಹಾಗೇ ಇರಲಿ. ಕೆಲವು ಪರ್ವತಗಳನ್ನು ಅಲ್ಲಾಡಿಸಬೇಕಾಗಿ ಬಂದಾಗ ನೋಡಿಕೊಳ್ಳೋಣಾ ಎಂದುಕೊಂಡ.

ವಯಸ್ಸಾದಂತೆ ಆಧ್ಯಾತ್ಮದ ಕಡೆಗೆ ಮನಸ್ಸು ವಾಲುತ್ತದೆ. ಸಾಕಷ್ಟು ಸಂಪಾದಿಸಿದ ಮೇಲೆ ತಾನು ಅನೇಕ ದೇವಸ್ಥಾನಗಳನ್ನು ಕಟ್ಟಿ, ಒಂದಷ್ಟು ದೇವದಾಸಿಯರನ್ನು ಇರಿಸಿಕೊಳ್ಳಬಹುದು ಎಂದುಕೊಂಡ. ಮರ್ಯಾದೆ ಗಳಿಸಲು ಅದು ಒಳ್ಳೆಯ ಮಾರ್ಗ. ಪೂರ್ವ ಕರಾವಳಿಯಿಂದ ಶಿಲ್ಪಿಗಳನ್ನು ಕರೆಸಿ ಸುಂದರ ಕೆತ್ತನೆಗಳ ಅಪೂರ್ವ ದೇವಸ್ಥಾನಗಳನ್ನು ಕಟ್ಟಿಸಿ ತಾನು ಅದರ ಆಶ್ರಯದಾತ ಎಂದು ಕರೆಸಿಕೊಳ್ಳಬಹುದು. ಭವಿಷ್ಯದ ಪೀಳಿಗೆಯಲ್ಲಿ ತಾನೊಬ್ಬ ಧಾರ್ಮಿಕ ವ್ಯಕ್ತಿ ಎನ್ನಿಸಿಕೊಳ್ಳಬಹುದು. ಬಹುಶಃ ತನ್ನನ್ನು ಅವರು ಸಂತನೆಂದೂ ಕರೆಯಬಹುದು. ಅದಕ್ಕೆ ಅವನಿಗೇನೂ ಆಕ್ಷೇಪಣೆ ಇಲ್ಲ. ಸಂತನಾಗುವುದರಲ್ಲಿ ತಾನು ನೆರೆಯವನಿಗಿಂತ ಕಡಿಮೆಯೇನಲ್ಲ. ಎಲ್ಲವು ಇಂದಿನ ಕಾರ್ಯ ಯೋಜನೆಯನ್ನು ಅವಲಂಬಿಸುತ್ತದೆ.

ರಾಜಕಾರಣದಲ್ಲಿ ಪಾಲ್ಗೊಳ್ಳಬಾರದೆಂದು ಅವನು ನಿಯಮ ಹಾಕಿಕೊಂಡಿದ್ದ. ಅದು ಕಡಲುಗಳ್ಳತನಕ್ಕಿಂತ ಹೆಚ್ಚು ಅಪಾಯಕಾರಿ. ರಾಜಕಾರಣದಲ್ಲಿ ಬದುಕುಳಿಯ ಬೇಕಾದರೆ ವ್ಯಕ್ತಿ ನಿಜಕ್ಕೂ ದುಷ್ಟನಾಗಿರಬೇಕು ಎಂದು ಗೆಳೆಯರಿಗೆ ಹೇಳುತ್ತಿದ್ದ ಜೀಮೂತ. ಹಿಂದಿನ ಯಾನ ಅಷ್ಟು ವಿಪತ್ತಿನದಾಗಿಲ್ಲದಿದ್ದರೆ ಇಂದು ಅವನು ಈ ಯಾನವನ್ನು ಒಪ್ಪಿಕೊಳ್ಳುತ್ತಲೇ ಇರಲಿಲ್ಲ. ಸೇನಾಪತಿ ಹಿರಣ್ಯನ ನೇತೃತ್ವದಲ್ಲಿ ಮಾಹಿಷ್ಮತಿಯ ರಾಜಹಡಗುಗಳು ಅವನ ಹಡಗನ್ನು ಸುತ್ತುವರಿದಾಗ ಅವನು ವಿಧಿಯಿಲ್ಲದೇ ತನ್ನ ಸರಕುಗಳಿಗೆ ತಾನೇ ಬೆಂಕಿ ಹಚ್ಚಬೇಕಾಗಿ ಬಂದಿತ್ತು. ಎಣ್ಣೆ ಇರಬೇಕಾದ ಗುಡಾಣಗಳಲ್ಲಿ ಅವನು ಕದ್ದು ಸುವರ್ಣ ದ್ರವ್ಯವನ್ನು ಸಾಗಿಸುತ್ತಿದ್ದ. ಹಡಗುಗಳನ್ನು ಮುಳುಗಿಸಿ ಪರಾರಿಯಾಗುವುದು ಬಿಟ್ಟರೆ ಬೇರೆ ದಾರಿ ಇರಲಿಲ್ಲ ಆಗ. ಹಡಗುಗಳನ್ನು ಒಂದೇ ಸಾಲಕ್ಕೆ ಪುಸ್ ಎಂದು ಹಾರಿಸಿದ ಗಂಧಕದ ಪುಡಿಯಲ್ಲಿ ಅವನ ಕನಸುಗಳೂ ಸ್ಫೋಟಗೊಂಡಿದ್ದವು. ಜೀವ ಸಹಿತ ತಾನು ಪಾರಾಗಿದ್ದೇ ಅದೃಷ್ಟ.

ಅವನೊಂದು ಗಡಂಗಿನಲ್ಲಿ ಕೂತಿದ್ದ, ಕಳ್ಳಿನಲ್ಲಿ ತನ್ನ ಶೋಕವನ್ನು ಮುಳುಗಿಸುತ್ತಾ, ಸ್ಕಂದದಾಸನನ್ನು ಶಪಿಸುತ್ತಾ. ಅವನು ಉಪಪ್ರಧಾನನಾದ ಮೇಲೆ ತನ್ನ ವ್ಯಾಪಾರದಲ್ಲಿ ಸಾಕಷ್ಟು ನಷ್ಟ ಅನುಭವಿಸಿತ್ತು. ಆಗ ಒಬ್ಬ ವ್ಯಕ್ತಿ ಅವನ ಬಳಿಗೆ ಬಂದ. ತನ್ನನ್ನು ಕೀರಾ ಎಂದು ಪರಿಚಯಿಸಿಕೊಂಡು ತಾನೊಬ್ಬ ಮಾಜಿ ನಾವಿಕ ಎಂದು ಹೇಳಿ, ತನ್ನ ಬಳಿ ಒಂದು ಅತ್ಯದ್ಭುತ ಯೋಜನೆ ಇದೆ, ಅದರಿಂದ ಅಸಾಧಾರಣ ಶ್ರೀಮಂತಿಕೆ ಪಡೆಯಬಹುದು ಎಂದು ಹೇಳಿದ್ದ. ಜೀಮೂತ ಅದನ್ನು ಕುಡುಕನ ಪ್ರಲಾಪ ಎಂದು ತಳ್ಳಿಹಾಕಿದ್ದ, ಆದರೆ ಅದು ಅವನು ಸಾಮಂತ ಪಟ್ಟರಾಯನ ಹೆಸರು ಪ್ರಸ್ತಾಪಿಸುವವರೆಗೆ.

ಅನೇಕ ವಾರಗಳ ನಂತರ ಅವನು ಕದರಿಮಂಡಲಮ್ಮಿನ ಗಡಿಯ ಯಾವುದೋ ಗಡಂಗಿನಲ್ಲಿ ಪ್ರಭಾವಶಾಲಿ ಸಾಮಂತನ ಎದುರು ಕೂತಿದ್ದ. ಪಟ್ಟರಾಯ ದನಕರುಗಳ ವ್ಯಾಪಾರಿಯಂತೆ ಹಾಗು ಕೀರಾ ಅವನ ಸೇವಕನಂತೆ ವೇಷಮರೆಸಿಕೊಂಡಿದ್ದರು. ಮಾತಾಡುವಾಗ ಪಟ್ಟರಾಯ ಮದ್ಯವನ್ನು ಕೈಯಿಂದಲೂ ಮುಟ್ಟಲಿಲ್ಲ. ಇದು ಜೀಮೂತನಲ್ಲಿ ಆತಂಕ ಉಂಟುಮಾಡಿತ್ತು. ಚಟಗಳಿಲ್ಲದ ದುಷ್ಟ ವ್ಯಕ್ತಿ ಎಲ್ಲರಿಗಿಂತ ಹೆಚ್ಚು ಅಪಾಯಕಾರಿಯಾಗಿರುತ್ತಾನೆ.

ಪಟ್ಟರಾಯ ಮಾಡಿದ ಪ್ರಸ್ತಾಪ ನಿಜವೇ ಎಂದುಕೊಳ್ಳುವಷ್ಟು ಚೆನ್ನಾಗಿತ್ತು. ಆದರೆ ತಾನು ಮಾಹಿಷ್ಮತಿಯ ಒಳಹೊರಗೆ ಸಾಗಿಸಬೇಕಾದ ವಸ್ತು ಯಾವುದು ಎಂದು ಪಟ್ಟರಾಯ ಬಹಿರಂಗ ಪಡಿಸಿದಾಗ ಜೀಮೂತ ಆಘಾತದಲ್ಲಿ ತಟ್ಟನೆ ಎದ್ದುನಿಂತು ಎದುರಿಗಿದ್ದ ಕಳ್ಳಿನ ಬುಂಡೆಯನ್ನು ಉರುಳಿಸಿದ್ದ. ಅದು ಅತಿ ಅಪಾಯಕಾರಿ ಎಂದೂ, ಅತಿ ಕೀಳುತನವೆಂದು ಕೂಗಾಡಿದ್ದ. ಅದರಲ್ಲಿ ತಾನು ಯಾವ ರೀತಿಯಲ್ಲಿಯೂ ಪಾಲ್ಗೊಳ್ಳಲಾರೆ ಎಂದು ಹೇಳಿದ್ದ. ಪಟ್ಟರಾಯ ತನ್ನ ಪ್ರಸ್ತಾಪವನ್ನು ಏರಿಸಿದ. ಇಬ್ಬರು ಪಕ್ಕಾ ವ್ಯಾಪಾರಿಗಳಂತೆ ಬೆಳಗಿನ ಜಾವ ಕೋಳಿ ಕೂಗುವವರೆಗೆ ಚೌಕಾಸಿ ಮಾಡಿದ್ದರು. ಅವರು ಅಲ್ಲಿಂದ ಪರಸ್ಪರ ಬೀಳ್ಕೊಟ್ಟು ಹೊರಟಾಗ ಜೀಮೂತನ ದುರಾಸೆ ಅವನ ವಿವೇಕವನ್ನು ಗೆದ್ದಿತ್ತು. ಇವತ್ತು ಅವನು ಸರಕುಗಳಿಗಾಗಿ ಹುಡುಕುತ್ತಿದ್ದ.

ಇದುವರೆಗೆ ಅವನು ಅರಬರ ಗುಲಾಮ ಗಲ್ಲಿಯಿಂದ ಮುನ್ನೂರು ಕರಿಯ ಗುಲಾಮ ಮಕ್ಕಳನ್ನು ಮತ್ತು ಹದಿಮೂರು ಹಳ್ಳಿಗಳಲ್ಲಿ ಧಾಳಿ ಮಾಡಿ ಅಷ್ಟೇ ಹೆಂಗಸರನ್ನು ಹೊಂದಿಸಿಕೊಂಡಿದ್ದ. ಇದು ಅವನ ಎರಡು ತಿಂಗಳ ಪರಿಶ್ರಮ ವಾಗಿತ್ತು. ಅವನ ಬಂದಿಗಳು ಹಡಗಿನ ಕೆಳ ಅಟ್ಟದಲ್ಲಿ ಪ್ರಾಣಿಗಳಂತೆ ಸರಪಳಿ ಗಳಿಂದ ಕಟ್ಟಿಹಾಕಲ್ಪಟ್ಟಿದ್ದರು. ಮೇಲಂತಸ್ತಿನಲ್ಲಿ ಚೀನಾ ದೇಶದ ರೇಷ್ಮೆ ವಸ್ತ್ರ, ರೋಮಿನಿಂದ ಸುಗಂಧ ತೈಲಗಳ ಪೀಪಾಯಿಗಳು, ಅರಬ ದೇಶದ ಕುದುರೆಗಳು, ಬೆಳ್ಳಿ ದ್ವೀಪಗಳ ಮುತ್ತುಗಳು–ಪಟ್ಟರಾಯ ಕೊಟ್ಟ ಮುಂಗಡ ಹಣದಿಂದ ಖರೀದಿಸಿದವು – ತುಂಬಿತ್ತು.

ಅವನೊಡನೆ ತಾಮ್ರಪತ್ರ, ಮಾಹಿಷ್ಮತಿಯಲ್ಲಿ ವ್ಯಾಪಾರ ಮಾಡಲು ಅನುಮತಿ, ಖಜಾನೆ ಮತ್ತು ತೆರಿಗೆಯ ಮಂತ್ರಿ, ಸ್ವತಃ ಸಾಮಂತ ಪಟ್ಟರಾಯ ನೀಡಿದ ಅನುಮತಿ ಇದ್ದವು. ಅವು ಜೀಮೂತನಿಗೆ ಮುಖವಾಡವಾಗಿತ್ತು. ಮಾಹಿಷ್ಮತಿಯ ಕುಲೀನರಿಂದ ಸದಾ ಗುಲಾಮರಿಗೆ ಬೇಡಿಕೆ ಇರುತ್ತಿತ್ತು. ಆದರೆ ಅದು ಯಾವತ್ತೂ ಮುಕ್ತವಾಗಿರಲಿಲ್ಲ. ಗುಲಾಮರನ್ನು ಮಾರಿದ ಲಾಭ ಅವನದಾಗಿತ್ತು – ಅನೇಕ ದೊಡ್ಡ ಸಣ್ಣ ಅಧಿಕಾರಿಗಳಿಗೆ ಲಂಚ ತಿನ್ನಿಸಿದ ನಂತರವೂ – ಅದು ದೊಡ್ಡ

ಮೊತ್ತವೇ ಆಗಿತ್ತು. ಈ ವರ್ಷ ಮಹಾಮಾಸವಾದ್ದರಿಂದ ತನ್ನ ಗೆಳೆಯ ಖಣಿಪತಿ ಹಿಡುಂಬ ಎಲ್ಲಾ ಹುಡುಗರನ್ನೂ ಭಾರಿ ಮೊತ್ತಕ್ಕೆ ಖರೀದಿಸುವುದಾಗಿ ವಚನ ನೀಡಿದ್ದ. ಹೆಂಗಸರನ್ನು ದೇವದಾಸಿಯರು ಖರೀದಿಸುತ್ತಿದ್ದರು. ಮುಖ್ಯವಾಗಿ ಕಾಳಿಕಾ ಹೆಚ್ಚಿನ ಹೆಣ್ಣುಗಳನ್ನು ಬಾಚಿಕೊಳ್ಳುತ್ತಿದ್ದಳು. ಈ ಪ್ರಕ್ರಿಯೆ ಹಳೆಯದು. ಹಿಂದೆಲ್ಲಾ ನಡೆದದ್ದು. ಕಾಳಿಕಾಳಂಥ ದೇವದಾಸಿ ಹಣ ಕೊಡುವುದೇನೋ ಸರಿ, ಅವಳ ವೃತ್ತಿಯಲ್ಲಿ ಹೇರಳ ಸಂಪಾದಿಸುತ್ತಾಳೆ, ಆದರೆ ಖಣಿಪತಿ ಹಿಡುಂಬನಿಗೆ ಹಣ ಎಲ್ಲಿಂದ ಬರುತ್ತದೆ? ಮಾಹಿಷ್ಮತಿಯ ಖಜಾನೆಯಿಂದಲೇ ಗುಲಾಮ ಹುಡುಗರಿಗೆ ಹಣ ಸಂದಾಯವಾಗುತ್ತದೆ ಎನ್ನುವ ಬಗ್ಗೆ ಅವನಿಗೆ ಗುಮಾನಿ ಇತ್ತು. ಹೇಗೆ ನೋಡಿದರೂ, ಕಾಳಿಕಾ ಮತ್ತು ಇತರ ಭ್ರಷ್ಟ ಸಾಮಂತರುಗಳಿಗೆ ಗುಲಾಮರ ವ್ಯಾಪಾರ ಮಾಡುವುದು ಸುಲಭವಾಗಿತ್ತು. ಸಿಕ್ಕಿಬಿದ್ದರೆ ಅವನನ್ನು ಸಾಮಾನ್ಯ ಕಡಲುಗಳ್ಳನಂತೆ ಗಲ್ಲಿಗೇರಿಸುತ್ತಾರೆ. ಕಾತವನ್ ಮುಂತಾದ ಇನ್ನೂ ಸಣ್ಣಪುಟ್ಟ ಕಡಲುಗಳ್ಳರಿದ್ದರು ಆದರೆ ಪಟ್ಟರಾಯ ಜೀಮೂತನಿಗೆ ಮಾತ್ರ ವ್ಯಾಪಾರದ ಅನುಮತಿ ಕೊಟ್ಟಿದ್ದ. ಅದಕ್ಕೆ ಒಂದು ಮುಖ್ಯವಾದ ಷರತ್ತು ಇತ್ತು. ಅವನು ಒಬ್ಬ ಗುಲಾಮ ಕಮ್ಮಾರನನ್ನು ಮತ್ತು ಕೆಲವು ಶಿಲೆಗಳನ್ನು ಕದರಿಮಂಡಲಮ್ಮಿಗೆ ಕದ್ದೊಯ್ದು ಅಡ್ನಾಡಿ ರಾಜಕುಮಾರಿ ಚಿತ್ರವೇಣಿಗೆ ಒಪ್ಪಿಸಬೇಕಿತ್ತು.

ಪಟ್ಟರಾಯ ಹೊಂಚುಹಾಕಿದ್ದ ವಿಸ್ತೃತ ಯೋಜನೆ ನೋಡಿದರೆ ಅವು ಗೌರೀ ಕಾಂತ ಶಿಲೆಗಳಿರಬೇಕೆಂದು ಜೀಮೂತ ಊಹಿಸಿದ್ದ. ಗುಲಾಮ ಕಮ್ಮಾರ ಶಿಲೆಗಳ ಬಳಕೆ ತಿಳಿದವನಾಗಿರಬೇಕು. ಶಿಲೆಗಳನ್ನು ಬಳಸಿ ಮಾಂತ್ರಿಕತೆಯನ್ನು ಹುಟ್ಟು ಹಾಕುವ, ಜಕ್ಕಣಿಗಳನ್ನು ಆಮಂತ್ರಿಸಿ ಮಾಹಿಷ್ಮತಿಯನ್ನು ರಕ್ಷಿಸುವ ಶಕ್ತಿಯುಳ್ಳ ಗುಲಾಮ ಕಮ್ಮಾರರ ರಹಸ್ಯ ಗುಂಪಿನ ಬಗ್ಗೆ ಸದಾ ಗಾಳಿಮಾತುಗಳು ತೇಲಾಡುತ್ತಿದ್ದವು.

ಪಟ್ಟರಾಯ ತನ್ನ ಯೋಜನೆಯನ್ನು ವಿಸ್ತಾರವಾಗಿ ವಿವರಿಸಿದಾಗ ಜೀಮೂತನಿಗೆ ಬಂದ ಮೊದಲ ಆಲೋಚನೆ ಎಂದರೆ ಶಿಲೆಗಳು ಮತ್ತು ಗುಲಾಮ ಕಮ್ಮಾರರು ಹಡಗು ಹತ್ತಿದ ಮೇಲೆ ತಾನೇ ಅವರನ್ನು ಕದ್ದು ಬೇರೆ ದೇಶಕ್ಕೆ ತೆಗೆದುಕೊಂಡು ಹೋಗಿ ಬಿಡುವುದು. ಯಾವುದೇ ದೇಶದ ರಾಜ ಮಾಹಿಷ್ಮತಿಯ ರಹಸ್ಯವನ್ನು ತಿಳಿದುಕೊಳ್ಳಲು ಭಾರಿ ಮೊತ್ತವನ್ನು ಕೊಟ್ಟೇ ಕೊಡುತ್ತಾನೆ. ಜೀವನವಿಡೀ ಗುಲಾಮರ ವ್ಯಾಪಾರದಿಂದ ಸಂಪಾದಿಸಿದ್ದಕ್ಕಿಂತ ಹೆಚ್ಚು ಹಣವನ್ನು ಅದು ಕೊಡುವುದು ನಿಸ್ಸಂದೇಹ. ಅವನ ಮನಸ್ಸನ್ನು ಓದಿದವನಂತೆ ಪಟ್ಟರಾಯ ಪ್ರಾಸಂಗಿಕವಾಗಿ ಮಹಿಷಿ ನದಿಯು ಆಗ್ನೇಯ ದಿಕ್ಕಿನಲ್ಲಿ, ಮಾಹಿಷ್ಮತಿಯ ಮೂಲಕವೇ ಕದರಿಮಂಡಲಮ್ಮಿಗೆ ಹರಿಯುತ್ತದೆ ಎಂದು ಸ್ಪಷ್ಟಪಡಿಸಿದ.

ಜೀಮೂತನಿಗೆ ಸೂಕ್ಷ್ಮ ತಿಳಿಯಿತು. ಕಡಲುಗಳ್ಳ ಯಾವುದೇ ಅನರ್ಥ ಮಾಡಿದರೆ ಪಟ್ಟರಾಯ ವ್ಯಾಪಾರದ ಅನುಮತಿಯನ್ನು ರದ್ದುಪಡಿಸಿ ಮಾಹಿಷ್ಮತಿ ನೌಕಾಪಡೆಯನ್ನು ಅವನ ಮೇಲೆ ಧಾಳಿ ಮಾಡಲು ಕಳಿಸುತ್ತಾನೆ. ಅವನು ಸಿಕ್ಕಿ ಬೀಳುವುದು ಖಂಡಿತಾ, ಏಕೆಂದರೆ ಪಾತಾಳಗಂಗಾ ಜಲಪಾತದ ನಂತರ ಇಡೀ ನದಿಯ ಹರವು ಮಾಹಿಷ್ಮತಿಯ ಸಾಮ್ರಾಜ್ಯ ಹಾಗು ಅದರ ಸಾಮಂತ ರಾಜ್ಯಗಳ ಮೂಲಕವೇ ಹರಿಯುತ್ತಿತ್ತು. ಜೀಮೂತ ಸುವರ್ಣ ನಾಣ್ಯಗಳಲ್ಲೇ ಸಂದಾಯ ಮಾಡಬೇಕೆಂದು ಒತ್ತಾಯಿಸಲು ಪ್ರಯತ್ನಿಸಿದ್ದ. ಆದರೆ ಪಟ್ಟರಾಯ ತನ್ನ ಸ್ವಂತದ ಒಂದೇ ಒಂದು ತಾಮ್ರದ ಬಿಡಿಗಾಸನ್ನೂ ಕೊಡಲು ನಿರಾಕರಿಸಿದ್ದ. ಅಧಿಕಾರಿಯು ಎಂದಿಗೂ ತನ್ನ ಸ್ವಂತ ಹಣವನ್ನು ಕಳೆದುಕೊಳ್ಳುವ ಅಪಾಯವನ್ನು ಎದುರುಹಾಕಿ ಕೊಳ್ಳುವುದಿಲ್ಲ ಮತ್ತು ಎಂದಿಗೂ ವ್ಯಾಪಾರಿಗೆ ಹಣ ಕೊಡುವುದಿಲ್ಲ. ಅದು ಯಾವಾಗಲೂ ಏಕಪಕ್ಷೀಯ ವ್ಯವಹಾರವೇ. ಇದೆಂಥ ಕಷ್ಟದ ದೇಶ ವ್ಯಾಪಾರಿ ಗಳಿಗೆ ಎಂದು ಬೈದುಕೊಂಡ ಜೀಮೂತ. ಇದರಲ್ಲಿ ಸಂಪೂರ್ಣ ಆಪತ್ತು ಇರುವುದು ಜೀಮೂತನಿಗೇ. ಆದರೆ ಅವನು ಒಪ್ಪದಿದ್ದರೆ ಬೇರೆಯವರು ಮಾಡಲು ಸಿದ್ಧರಾಗಿರುತ್ತಾರೆ. ಪಟ್ಟರಾಯನ ಷರತ್ತುಗಳಿಗೆ ಒಪ್ಪದೇ ಬೇರೆ ವಿಧಿಯಿರಲಿಲ್ಲ ಜೀಮೂತನಿಗೆ.

ಆಕಾಶ ಈಗ ಕಪ್ಪು ಮೋಡಗಳ ಹಾಳೆಯಂತೆ ಅವನ ತಲೆಯ ಮೇಲೆ ಆವರಿಸಿ ಕೊಂಡಿತ್ತು. ಅವಶಕುನದಂತೆ, ದೂರದಲ್ಲಿ ಎಲ್ಲೋ ಜೋರಾಗಿ ಸಿಡಿಲು ಬಡಿಯಿತು. ಮಳೆ ಬೀಳಲಿತ್ತು. ಅದಕ್ಕೆ ಮೊದಲು ಅವನು ತನ್ನ ಬಂದಿಗಳನ್ನು ಕರೆದುಕೊಂಡು ಈ ಹಳ್ಳಿಯಿಂದ ನಿರ್ಗಮಿಸಬೇಕಿತ್ತು. ಗಾಳಿ ಬೀಸಿ ಹಾಯಿ ಪಟಪಟನೆ ಬಡಿಯಿತು.

"ಮೂರ್ಖರಾ, ಅದನ್ನು ಬಿಗಿ ಮಾಡಿ ಅಂತ ಹೇಳಲಿಲ್ಲವಾ?" ಅವನು ಬುಸುಗುಟ್ಟಿದ. ಇಬ್ಬರು ನಾವಿಕರು ಸರಸರನೆ ಪ್ರಧಾನ ಸ್ತಂಭವನ್ನು ಹತ್ತಿದರು. ಹಾಯಿಯ ಒಂದು ತುಂಡು ಕಿತ್ತು ಬಂದು ಅವನ ಮೇಲಿಂದಲೇ ಬಾವಲಿಯಂತೆ ಹಾರಿಹೋಯಿತು. ಅಪಶಕುನ. ಬೈದುಕೊಂಡ. ಈ ಯೋಜನೆ ಯಶಸ್ವಿ ಯಾಗಲೇಬೇಕು. ಅವರು ಹೊರಡುವ ಮೊದಲು ಜ್ಯೋತಿಷಿಯ ದೇವರಿಗೆ ಲಂಚವಾಗಿ ಒಂದು ಆಡನ್ನು ಬಲಿ ಕೊಟ್ಟಿರಲಿಲ್ಲವೇ? ಜ್ಯೋತಿಷಿಯ ದೇವತೆ ತನ್ನ ಮಾತು ಉಳಿಸಿಕೊಳ್ಳಲಿ ಎಂದು ಅವನು ಆಶಿಸಿದ. ಸಮಯ ಮೀರುತ್ತಿತ್ತು. ಉತ್ತಮ ಮಾಂಸ ವ್ಯರ್ಥವಾಗಬಾರದು.

ಜೀಮೂತ ಗೋಮುಖ ನದಿಯ ಕಡಿಮೆ ಆಳದ, ಸುತ್ತು ಬಳಸು ಹಾದಿಯನ್ನು ದ್ವೇಷಿಸುತ್ತಿದ್ದ. ದೊಡ್ಡ ವಿಸ್ತಾರ ಸಮುದ್ರದಲ್ಲಿ ಅವನು ಹೆಚ್ಚು

ಪಳಗಿದ್ದ. ನದಿ ಎಂದರೆ ವಂಚಕಿ, ಗುಪ್ತ ಬಂಡೆಗಳು ಮತ್ತು ಸ್ಥಾನಪಲ್ಲಟಗೊಳ್ಳುವ ಮರಳು ಮೋಸಮಾಡುತ್ತಿತ್ತು. ಅವನಿಗೆ ಆಯ್ಕೆ ಸ್ವಾತಂತ್ರ್ಯ ಇದ್ದಿದ್ದರೆ ಈ ನದಿಯಲ್ಲಿ ಅಮಾವಾಸ್ಯೆಯ ರಾತ್ರಿ ಅವನು ಹೊರಡುತ್ತಲೇ ಇರಲಿಲ್ಲ. ಅದು ಶುದ್ಧ ಹುಚ್ಚುತನವಾಗಿತ್ತು. ಆದರೆ ಹುಚ್ಚುತನ ಮತ್ತು ನಾಶವಾಗುವುದರ ನಡುವೆ ಆರಿಸಿಕೋ ಎಂದಿದ್ದರೆ ಜೀಮೂತ ಮೊದಲಿನದನ್ನೇ ಆರಿಸಿಕೊಳ್ಳುತ್ತಿದ್ದ. ಇದು ಅವನ ಕೊನೆಯ ಭರವಸೆ ಆಗಿತ್ತು. ಆದರೆ ಆ ಜ್ಯೋತಿಷಿ ಆಶ್ವಾಸನೆ ಕೊಟ್ಟ ಹಳ್ಳಿ ಎಲ್ಲಿ? ಇನ್ನು ಸ್ವಲ್ಪದರಲ್ಲೇ ಬೆಳಗಾಗುತ್ತದೆ. ಹಗಲಿನಲ್ಲಿ ಹಡಗನ್ನು ಮರೆ ಮಾಡುವುದು ಕಷ್ಟ.

ಅವನು ಜ್ಯೋತಿಷಿಯನ್ನು ಅಲ್ಲಾಡಿಸಿ ಕೂಗಿದ "ಅಯ್ಯಾ, ಅಯ್ಯಾ"

ನಂಜುಂಡ ಏನೋ ಹೊಲಸು ಬೈಗುಳ ಬಡಬಡಿಸಿ ಹೊರಳಿ ಮಲಗಿದ. ಜೀಮೂತನಿಗೆ ರೋಷ ಉಕ್ಕಿ ಬಂತು. ಜ್ಯೋತಿಷಿಯ ಪಕ್ಕೆಗೆ ಜೋರಾಗಿ ಒದ್ದ. ನಂಜುಂಡ ಕಿರುಚುತ್ತಾ ಎದ್ದು ಕೂತ.

"ಸೂಳೆಮಗನೇ, ಎಲ್ಲಿ ನಿನ್ನ ಆ ದರಿದ್ರ ಹಳ್ಳಿ?" ನಂಜುಂಡನ ಕೆನ್ನೆಗೆ ಅಂಗೈ ಹಿಂದಿನಿಂದ ಬಾರಿಸುತ್ತಾ ಕೇಳಿದ.

"ಶಾಂತಂ, ಪಾಪಂ! ಕಾಳಿ ಮಹಾಕಾಳಿ....ಹೈಯ್ಯಾ" ಜ್ಯೋತಿಷಿ ಎದ್ದು ನಿಂತು ತನ್ನ ಪೂಜೆಯ ಖಡ್ಗವನ್ನು ಎತ್ತಿ ಅದರ ಗೆಜ್ಜೆ ಕಿಣಿಕಿಣಿ ಎನ್ನಿಸುತ್ತಾ ಅಲ್ಲಾಡಿಸಿದ.

"ಸಮಯ ಬಂದಿದೆ, ಸಮಯ ಬಂದಿದೆ" ಎನ್ನುತ್ತಾ ಹಡಗಿನ ಅಟ್ಟಣೆಯ ಮೇಲೆ ಕೆಳಗೆ ಕುಪ್ಪಳಿಸಿ ಜೀಮೂತನ ಮುಖದ ಮೇಲೆ ಕೇಸರಿಯ ಪುಡಿಯನ್ನು ಎರಚಿದ. ಈ ಬಾರಿ ಕಡಲುಗಳ್ಳ ನಂಜುಂಡನ ತೊಡೆಗಳ ನಡುವೆ ಒದ್ದ. ಈ ಬಾರಿ ಜ್ಯೋತಿಷಿಯ ಕೂಗು ಇನ್ನೂ ಹೆಚ್ಚು ಹೃದಯ ವಿದ್ರಾವಕವಾಗಿತ್ತು.

ಅವನ ಕೈಯಿಂದ ಖಡ್ಗ ಬಿಟ್ಟು, ತನ್ನ ತೊಡೆಗಳ ನಡುವೆ ಕೈಗಳಿಂದ ಹಿಡಿದುಕೊಂಡು ಕುಸಿದ.

"ನೀನು ನಿನ್ನ ಗಬ್ಬು ನಾತ ಬೀರುವ ಬಾಯನ್ನು ಮುಚ್ಚದಿದ್ದರೆ ನಿನ್ನ ಸಮಯ ಬೇಗ ಬರುತ್ತದೆ. ಎಲ್ಲಿದೆ ಹಳ್ಳಿ?" ಜೀಮೂತ ನಂಜುಂಡನ ಜುಟ್ಟನ್ನು ಹಿಡಿದುಕೊಂಡ.

ಜ್ಯೋತಿಷಿಯ ಮುಖದಲ್ಲಿ ಭಯ ಕುಣಿಯಿತು. ಅವನು ಮುಸು ಮುಸುಗುಡುತ್ತಿದ್ದ. ಜೀಮೂತ ಅವನ ಪೂಜೆಯ, ಕೆತ್ತನೆ ಮಾಡಿದ ಖಡ್ಗವನ್ನು ಎತ್ತಿಕೊಂಡಾಗ ನಂಜುಂಡ ಬಾಯಿಬಿಟ್ಟ "ಇಲ್ಲಿಂದ ಸ್ವಲ್ಪ ದೂರ ನಡೆಯಬೇಕು."

"ನೀನು ಹೇಳಿದ್ದು ಅದು ನದಿಯ ದಡದಲ್ಲಿದೆ ಅಂತ?"

"ಇತ್ತು, ಮೊದಲು ಇತ್ತು, ಕೆಲವು ವರ್ಷಗಳ ಹಿಂದೆ ನದಿ ತನ್ನ ಪಾತ್ರ

ಬದಲಾಯಿಸಿತು. ಅದು....ಅದು... ನಡೆದುಕೊಂಡು ಹೋದರೆ ಒಂದು ಅಡಿಕೆ ಅಗಿಯುವಷ್ಟು ದೂರದಲ್ಲಿದೆ."

ಜೀಮೂತ ಚಿಂತಿಸಿದ. ಹಡಗಿನಿಂದ ಇಳಿದು ಹೋಗುವುದು ಅಪಾಯಕಾರಿ. ಆದರೆ ಬಂದ ಕೆಲಸವನ್ನು ಸಾಧಿಸದೆ ಮರಳುವುದು ವ್ಯರ್ಥ. ನಂಜುಂಡನ ಜುಟ್ಟನ್ನು ಬಿಟ್ಟು ಎದ್ದುನಿಂತ. ಕೀರಾನ ಕಡೆಗೆ ತಿರುಗಿ "ಎಲ್ಲಾದರೂ ಸುರಕ್ಷಿತವಾಗಿರುವ ಕಡೆ ಲಂಗರು ಹಾಕಿ, ನಾವು ಹಳ್ಳಿಗೆ ಹೋಗೋಣಾ"

ಕೀರಾ ಏನೋ ಹೇಳಲು ಬಾಯಿ ತೆರೆದ. ಆದರೆ ಒಡೆಯನ ಮನಸ್ಥಿತಿ ನೋಡಿ ಸುಮ್ಮನಾದ. ಸ್ವಲ್ಪದರಲ್ಲಿ ಆರು ಜನ ಯೋಧರು ಕೊಡಲಿ ಮತ್ತು ಖಡ್ಗಗಳನ್ನು ಹಿಡಿದುಕೊಂಡು ಜೌಗು ದಡದಲ್ಲಿ ಧುಮುಕಿದರು. ಕೀರಾ ಜ್ಯೋತಿಷಿಯ ಕೊರಳನ್ನು ಹಿಡಿದು ಆಳವಿಲ್ಲದ ನದಿಯ ಪಾತ್ರದಲ್ಲಿ ನಡೆಸಿಕೊಂಡು ದಡವನ್ನು ತಲುಪಿಸಿದ. ನಂಜುಂಡ ಕೈಯಲ್ಲಿ ಒಂದು ಕೋಳಿ ಹಿಡಿದುಕೊಂಡು, ಕೆಂಪುಬಟ್ಟೆಯಲ್ಲಿ ಸುತ್ತಿದ ಪೂಜೆಯ ಖಡ್ಗವನ್ನು ಹೆಗಲಮೇಲಿಟ್ಟುಕೊಂಡಿದ್ದ.

ಅವರ ಗುಂಪು ಹಳ್ಳಿಯ ಕಡೆಗೆ ನಡೆಯತೊಡಗಿದಾಗ ಪೊದೆಯಲ್ಲಿ ಏನೋ ಸರಕ್ಕನೆ ಸರಿಯಿತು. ಕತ್ತಲಿಗೆ ಹೊಂದಿಕೊಳ್ಳಲು ಅವರ ಕಣ್ಣುಗಳಿಗೆ ಸ್ವಲ್ಪ ಸಮಯ ಬೇಕಾಯಿತು. ಪೊದೆಗಳು ಮಸಿಯ ಕಲೆಗಳಂತೆ ಮತ್ತು ಮರಗಳ ಎಲೆಗಳೆಲ್ಲ ಅಂಟಿಕೊಂಡುಬಿಟ್ಟಂತೆ ಕಾಣುತ್ತಿದ್ದವು. ತಮ್ಮ ಕಾಲ ಕೆಳಗೆ ಪುಡಿಯಾಗುತ್ತಿದ್ದ ಒಣಎಲೆಗಳ ಸದ್ದೂ ಕೂಡಾ ಭಾರಿ ದೊಡ್ಡ ಶಬ್ದದಂತೆ ಭಾಸವಾಗುತ್ತಿತ್ತು. ಒಂದು ಸಣ್ಣ ಟೊಂಗೆ ಮುರಿದಾಗಲೂ ಅವರು ಭಯದಲ್ಲಿ ಸ್ತಬ್ಧರಾಗುತ್ತಿದ್ದರು.

ಜೀಮೂತ ಅಸ್ವಸ್ಥನಾದ. ಜ್ಯೋತಿಷಿಯ ಕುಲವನ್ನೇ ಜಾಲಾಡಿಸಲು ಅವನ ಗಂಟಲಿಗೆ ಪದಗಳು ಪುಂಖಾನುಪುಂಖವಾಗಿ ಬಂದವು. ಆದರೆ ಅವನು ಅವನ್ನು ನಿಗ್ರಹಿಸಿದ.

"ನಿಮ್ಮ ಊರಿನಲ್ಲಿ ಅಡಿಕೆ ಮತ್ತು ತೆಂಗಿನಕಾಯಿ ಒಂದೆಯೋ, ಹುಚ್ಚು ಮುದುಕಾ?" ಕೀರಾ ಜ್ಯೋತಿಷಿಯನ್ನು ಕೇಳಿದ. ಯೋಧರೆಲ್ಲ ಮುಸಿ ನಕ್ಕರು.

ಜೀಮೂತ ಗದರಿದ "ಸದ್ದು!"

ದೂರದಲ್ಲಿ ಹಳ್ಳಿ ಕಾಣಿಸುತ್ತಿತ್ತು. ಬೆಟ್ಟದ ತಪ್ಪಲಲ್ಲಿತ್ತು. ಒಂದು ನಾಯಿ ಬೊಗಳಿತು. ತಕ್ಷಣ ಅದರ ಸಂಗಾತಿಗಳೆಲ್ಲ ಮರುದನಿ ಕೊಡಲಾರಂಭಿಸಿದವು. ಜೀಮೂತ ಮೆಲ್ಲನೆ ಶಪಿಸಿದ. ಕಾಡಿನ ಅಂಚಿನಲ್ಲಿ ತೆರೆದ ಜಾಗದಲ್ಲಿದ್ದ ಒಂದು ಮರದ ಕೆಳಗೆ ಅವರು ನಿಂತರು. ಅದೊಂದು ಸುಮಾರು ದೊಡ್ಡ ಹಳ್ಳಿಯೇ ಆಗಿತ್ತು. ಮುಖ್ಯ ಬೀದಿ ಕವಲೊಡೆದು ಗುಡ್ಡದ ಹಿಂಬದಿಗೆ ಹೋಗುವ ಮುನ್ನವೇ ಸುಮಾರು ಅರವತ್ತೆರಡು ಮನೆಗಳನ್ನು ಎಣಿಸಿದ ಜೀಮೂತ. ಗುಡ್ಡದ ಹಿಂದೆ

241

ಇದ್ದಿದ್ದು ಕಾಣಿಸಲಿಲ್ಲ. ಕೂಡುದಾರಿಯ ಬದಿಯಲ್ಲಿ ಒಂದು ದೊಡ್ಡ ಆಲದ ಮರದ ಕೆಳಗೆ ದೀಪ ಉರಿಯುತ್ತಿತ್ತು. ಯಾರೋ ಅಲ್ಲಿ ಮುದುರಿ ಮಲಗಿದ್ದರು. ಅದು ಬಿಟ್ಟರೆ ಇಡೀ ಹಳ್ಳಿ ಕತ್ತಲಲ್ಲಿ ಮುಳುಗಿತ್ತು. ಗುಡಿಸಲುಗಳೆಲ್ಲ ಯಾವುದೋ ರಾಕ್ಷಸ ಚೀಲದಿಂದ ಉದುರಿದ ಇದ್ದಿಲ ಉಂಡೆಗಳಂತೆ ಭಾಸವಾಗುತ್ತಿತ್ತು.

ಜ್ಯೋತಿಷಿಯ ಖಡ್ಗದ ಗೆಜ್ಜೆ ಸದ್ದು ಕೇಳಿ ಜೀಮೂತ ಹಿಂದೆ ತಿರುಗಿ ನೋಡಿದ. ನಂಜುಂಡ ಚಕ್ಕಳಮಕ್ಕಳ ಹಾಕಿ ಕೂತಿದ್ದ. ಯೋಧರು ಅವನ ಸುತ್ತ ವೃತ್ತಾಕಾರದಲ್ಲಿ ನಿಂತಿದ್ದರು. ಜ್ಯೋತಿಷಿ ಕಣ್ಣು ಮುಚ್ಚಿ ಮೆಲುದನಿಯಲ್ಲಿ ಯಾವುದೋ ಮಂತ್ರ ಹೇಳುತ್ತಿದ್ದ. ಕೋಳಿಯನ್ನು ತನ್ನ ತಲೆಯ ಮೇಲೆತ್ತಿದಾಗ ಅದು ಪಟಪಟನೆ ರೆಕ್ಕೆ ಬಡಿಯಲು ಯತ್ನಿಸಿತು. ಒಳ್ಳೆ ಕೋಳಿ ವ್ಯರ್ಥವಾಗುತ್ತಿದೆ ಅಂದುಕೊಂಡ ಜೀಮೂತ. ಆದರೆ ಅವನ ಯೋಧರಿಗೆ ಈ ಪೂಜೆ ಅಗತ್ಯವಾಗಿತ್ತು. ಅದು ಅದೃಷ್ಟಕ್ಕಾಗಿ ಅಂತೇ. *ಮಹಾ, ಇದುವರೆಗೆ ನನಗೆ ಅದೃಷ್ಟವಿತ್ತೇ* ಎಂದುಕೊಂಡ ಜೀಮೂತ. ನಂಜುಂಡ ತನ್ನ ಪೂಜೆ ಮುಗಿಸಲಿ ಎಂದು ಸಹನೆಯಿಂದ ಕಾದ.

"ಪೂಜೆಗಾಗಿ ಬೆಂಕಿ ಹೊತ್ತಿಸಬಹುದೇ?" ಜ್ಯೋತಿಷಿ ಕೇಳಿದ.

"ಯಾಕಾಗಬಾರದು? ಹಾಗೆ ನಾವು ನಗಾರಿಯವರು ಮತ್ತು ನರ್ತಕಿಯರನ್ನೂ ಕರೆದುಕೊಂಡು ಬಂದು ಇಡೀ ಹಳ್ಳಿಯನ್ನೇ ಔತಣಕ್ಕೆ ಕರೆಯಬಹುದಿತ್ತು, ಅವಿವೇಕಿ!" ಜೀಮೂತ ಬುಸುಗುಟ್ಟಿದ. ಜ್ಯೋತಿಷಿ ಆರಣಿ ಕಡ್ಡಿಗಳನ್ನು ತಕ್ಷಣ ಹಿಂದಕ್ಕೆ ಹಾಕಿದ. ಅಗ್ನಿಕಾರ್ಯವಿಲ್ಲದೆಯೇ ಅವನು ಪೂಜೆ ಮುಗಿಸಬೇಕಿತ್ತು.

"ಅಗ್ನಿಕಾರ್ಯವಿಲ್ಲದೇ ಚಂಡಾಲ ಕಾಳಿ ಪೂಜೆ ಅಪೂರ್ಣವಾಗುತ್ತದೆ" ಎಂದ ಕೀರಾ.

ಜೀಮೂತ ಚಡಪಡಿಸುತ್ತಿದ್ದ. "ಒಂದು ಸಲ ನಮ್ಮ ಕೆಲಸ ಮುಗಿಯಲಿ, ಆಮೇಲೆ ನೀನು ಬೇಕಾದಷ್ಟು ಅಗ್ನಿ ಕಾರ್ಯ ಮಾಡಬಹುದು" ಎಂದ. ಆ ಮೂಢ ನಂಬಿಕೆಯ ಜನರ ಆತಂಕ ಅವನಿಗೆ ಗೊತ್ತಾಗುತ್ತಿತ್ತು. ಆದರೆ ಈ ವಿಷಯದಲ್ಲಿ ಮಾತ್ರ ಸಂಧಾನ ಸಾಧ್ಯವಿರಲಿಲ್ಲ. ಬೆಂಕಿ ಹಚ್ಚುವುದು ತೀರಾ ಅಪಾಯಕಾರಿ. ಯಾರಿಗಾದರು ಎಚ್ಚರವಾಗಬಹುದು, ಯಾರಾದರೂ ಬೆಂಕಿ ನೋಡಬಹುದು.

"ಬೇಗ" ಜೀಮೂತ ಅವಸರಿಸಿದ. ಜ್ಯೋತಿಷಿ ಮಂತ್ರಗಳನ್ನು ಬೇಗಬೇಗನೆ ಹೇಳಲಾರಂಭಿಸಿದ. ಯೋಧರುಗಳು ಕಣ್ಣುಮುಚ್ಚಿ ಮಂತ್ರ ಹೇಳಿಕೊಳ್ಳಲು ಆರಂಭಿಸಿದರು. ಜೀಮೂತನೂ ಕಣ್ಣುಮುಚ್ಚಿ ಮೌನವಾಗಿ ಪ್ರಾರ್ಥನೆ ಸಲ್ಲಿಸಿದ. ಈ ರಾತ್ರಿ ಅವನಿಗೆ ದೇವರುಗಳಿಂದ ಸಕಲ ನೆರವಿನ ಅಗತ್ಯವಿತ್ತು.

ನಾಯಿಗಳು ಹುಚ್ಚುಚ್ಚಾಗಿ ಬೊಗಳುತ್ತಾ ಹತ್ತಿರ ಬರುತ್ತಿದ್ದುದು ಜೀಮೂತನಿಗೆ ಗೊತ್ತಾಗುತ್ತಿತ್ತು. ಜ್ಯೋತಿಷಿ ತನ್ನ ಪೂಜೆಯನ್ನು ಮುಗಿಸುವ ಸುಳಿವೇ

ಕಾಣುತ್ತಿರಲಿಲ್ಲ. ಅವನಿನ್ನೂ ಮಂತ್ರ ಮಣಮಣಿಸುತ್ತಲೇ ಇದ್ದ. ಅವನ ಕೈಯಿಂದ ಕೋಳಿಯನ್ನು ಕಿತ್ತುಕೊಂಡು ಅದರ ಕತ್ತು ಕತ್ತರಿಸಲು ಆತುರವಾಗುತ್ತಿತ್ತು ಜೀಮೂತನಿಗೆ. ಅವನು ಮೈಯೆಲ್ಲಾ ಬೆವರುತ್ತಿದ್ದ. ಧಗೆ ಸಹಿಸಲಸಾಧ್ಯವಾಗಿತ್ತು. ಸುತ್ತಲೂ ಸೊಳ್ಳೆಗಳು ಗುಯಿಂಗುಡುತ್ತಾ ಅವನ ಕಾಲುಗಳಲ್ಲಿ ಹಬ್ಬ ಮಾಡುತ್ತಿದ್ದವು.

ಕೊನೆಗೂ ಪೂಜೆ ಮುಗಿಯಿತು. ಅಕ್ಕಪಕ್ಕದ ಗಿಡಗಳಲ್ಲಿ ನಿದ್ದೆ ಮಾಡುತ್ತಿದ್ದ ಹಕ್ಕಿಗಳೆಲ್ಲಾ ಗಾಬರಿಯಲ್ಲಿ ಹಾರಿಹೋಗುವಷ್ಟು ಜೋರಾಗಿ ಕಿರುಚಿ ನಂಜುಂಡ ಕೋಳಿಯ ಕತ್ತು ಕುಯ್ದು. ಕದರಿಮಂಡಲಮ್ಮಿನ ರಾಜ ಕೂಡಾ ತನ್ನ ನಿದ್ದೆಯಿಂದ ಎಚ್ಚತ್ತಿರಬೇಕು ಈ ಸದ್ದಿಗೆ ಎಂದುಕೊಂಡ ಜೀಮೂತ.

ಜ್ಯೋತಿಷಿ ಅವರೆಲ್ಲರ ಹಣೆಗೆ ರಕ್ತ ಹಚ್ಚಲು ಕಾಯಲಿಲ್ಲ ಅವನು. ಆಗಲೇ ಯಾರೋ ಎದ್ದು ಗುಡಿಸಿಲಿನ ಹೊರಗೆ ಬಂದಿದ್ದು ನೋಡಿದ. ಒರೆಯಿಂದ ಕತ್ತಿಯನ್ನು ಹಿರಿದು, ತಲೆಯಿಲ್ಲದ ಕೋಳಿಯ ಒದರುತ್ತಿರುವ ದೇಹವನ್ನು ದಾಟಿ ಕೊಂಡು ಜೀಮೂತ ಓಡಿದ. ಅವನ ಸಂಗಾತಿಗಳು ಹಿಂದೆಯೇ ಓಡಿಬರುತ್ತಿರುವ ಹೆಜ್ಜೆ ಸದ್ದು ಕೇಳಿಸಿತು.

ನಾಯಿಗಳು ಅವರನ್ನು ಕಂಡುಹಿಡಿದು ಅಟ್ಟಿಸಿಕೊಂಡು ಬಂದವು. ಹಳ್ಳಿಯತ್ತ ಓಡುತ್ತಾ ಜೀಮೂತ ಒಂದು ಸಲ ಕತ್ತಿ ಬೀಸಿದ್ದಕ್ಕೆ ಧಾಳಿ ಮಾಡಿದ ಮೊದಲ ನಾಯಿ ಕ್ಷಣದಲ್ಲಿ ಬಲಿಯಾಯಿತು. ಉಳಿದ ನಾಯಿಗಳು ಧಾಳಿ ಮಾಡಿದ ಗುಂಪಿನಿಂದ ಸ್ವಲ್ಪ ದೂರದಲ್ಲಿ ಚದುರಿ ಅಲ್ಲಲ್ಲೇ ಸುತ್ತು ಹೊಡಿಯತೊಡಗಿದವು. ಆಳದ ಮರದ ಕೆಳಗೆ ಮಲಗಿದ್ದ ಕಾವಲುಗಾರ ತನ್ನನ್ನು ಕೊಲ್ಲುತ್ತಿರುವವರು ಯಾರು ಎಂದು ತಿಳಿಯುವುದಕ್ಕೂ ಅವಕಾಶವಿರಲಿಲ್ಲ. ಜೀಮೂತ ಮರದ ಕೆಳಗಿನ ನಾಗರ ಕಲ್ಲಿನ ಮುಂದಿದ್ದ ದೀಪವನ್ನು ಎತ್ತಿಕೊಂಡು ಪಕ್ಕದ ಛಾವಣಿಯ ಮೇಲೆ ಎಸೆದ. ಮತ್ತೊಂದು ವಿಗ್ರಹವನ್ನು ಎತ್ತಿ ಬೀಸಿ ಇನ್ನೊಂದು ಗುಡಿಸಿಲಿನ ಮೇಲೆ ಎಸೆದ. ದೀಪ ತಗುಲಿದ ಛಾವಣಿ ಹೊತ್ತಿಕೊಂಡು ಉರಿಯತೊಡಗಿತು.

ಗ್ರಾಮಸ್ಥರಿಗೆ ಏನಾಗುತ್ತಿದೆ ಎಂದು ತಿಳಿಯುವಷ್ಟರಲ್ಲಿ ಜೀಮೂತ ಮತ್ತವನ ಗುಂಪು ಕೆಲಸ ಪ್ರಾರಂಭಿಸಿದ್ದರು. ತಡಿಕೆ ಚಾವಣಿಗಳು ಹೊತ್ತಿ ಉರಿಯುತ್ತಾ ಆಕಾಶಕ್ಕೆ ಏರಿ ಮರಗಳ ಮೇಲೆ ಧಗಧಗಿಸತೊಡಗಿತು. ಗಂಡಸರು ಹೆಂಗಸರು ಚೀರಿಕೊಂಡು ಗುಡಿಸಲುಗಳಿಂದ ಹೊರಗೆ ಓಡಿ ಬಂದರು. ಜೀಮೂತ ಆಜ್ಞೆ ಕೊಟ್ಟ "ಸುತ್ತುವರಿಯಿರಿ, ಆಕ್ರಮಿಸಿ, ಗಂಡಸರು ಯಾರೊಬ್ಬನನ್ನೂ ಬಿಡಬೇಡಿ"

ಗುಡಿಸಲುಗಳಿಂದ ದಟ್ಟ ಹೊಗೆ ಎದ್ದಿತು. ಕೇವಲು ಗಂಡಸರು ದೊಣ್ಣೆ, ಕೊಡಲಿ, ಕುಡುಗೋಲು ಇತ್ಯಾದಿ ಎತ್ತಿಕೊಂಡು ಹಳ್ಳಿಯನ್ನು ರಕ್ಷಿಸಿಕೊಳ್ಳಲು ಓಡಿಬಂದರು. ಆದರೆ ಜೀಮೂತನ ಗುಂಪು ಇದನ್ನು ನೂರಾರು ಸಲ ಮಾಡಿತ್ತು.

243

ಅವರಿಗೆ ಕತ್ತಲನ್ನು, ನೆರಳನ್ನು ಹೇಗೆ ತಮ್ಮ ಉಪಯೋಗಕ್ಕೆ ಬಳಸಿಕೊಳ್ಳಬೇಕು, ಬೆಂಕಿಯ ಜೊತೆ ಹೇಗೆ ಆಟವಾಡಬೇಕು, ಗಂಡಸರನ್ನು ಹೇಗೆ ಟಾಂಗು ಕೊಟ್ಟು ಬೀಳಿಸಿ ಅವರು ಎವೆ ಬಡಿಯುವಷ್ಟರಲ್ಲಿ ತಲೆ ಕತ್ತರಿಸಬೇಕು ಎಂದು ಚೆನ್ನಾಗಿ ಅನುಭವವಿತ್ತು. ಜ್ಯೋತಿಷಿ ಪ್ರಾಣಿಗಳನ್ನು ಕೊಟ್ಟಿಗೆಗಳಿಂದ ಬಿಡಿಸಿ ಹೊರಗೆ ಓಡಿಸಿದ್ದ. ಕೋಲಾಹಲ ಉಂಟುಮಾಡುವ ಉಪಾಯ ಅದು. ಹಸು, ಎಮ್ಮೆ, ಕೋಣಗಳ ಬಾಲಗಳನ್ನು ಹಲ್ಲಿನಲ್ಲಿ ಕಡಿದು ಅವುಗಳು ಹೆದರಿ ಚೆಲ್ಲಾಪಿಲ್ಲಿ ಓಡುವಂತೆ ಮಾಡಿದ. ಜೊತೆಗೆ ಹೊಗೆಯ ವಾಸನೆ, ಉರಿ ಎರಡೂ ಸೇರಿ ಅವು ಸಿಕ್ಕ ಕಡೆಗೆ ಓಡಿದವು. ಅವು ಮಣ್ಣು ಗುಡಿಸಲುಗಳಿಗೆ ಡಿಕ್ಕಿ ಕೊಟ್ಟು, ಬೀದಿಗಳಲ್ಲಿ ನಿಲ್ಲಿಸಿದ್ದ ಗಾಡಿಗಳನ್ನು ಬೀಳಿಸಿ, ಎದುರಿಗೆ ಬಂದವರನ್ನು ತುಳಿದವು.

ಸೂರ್ಯ ಹುಟ್ಟುವಷ್ಟರಲ್ಲಿ ಇಡೀ ಹಳ್ಳಿಯೇ ನಾಶವಾಗಿಹೋಯಿತ್ತು. ಹೆಚ್ಚಿನ ಎಲ್ಲಾ ಗುಡಿಸಲುಗಳೂ ಸಂಪೂರ್ಣ ಸುಟ್ಟುಹೋಗಿದ್ದವು. ಕೆಲವು ಮಾತ್ರ ಅರ್ಧ ಸುಟ್ಟು ಹೊಗೆಯಾಡುತ್ತಿದ್ದವು. ಇನ್ನೂರಕ್ಕೂ ಹೆಚ್ಚು ಹೆಣಗಳು ಉರುಳಿದ್ದವು. ಎಲ್ಲಾ ಹೆಂಗಸರು ಮತ್ತು ಮಕ್ಕಳನ್ನು ಜೀಮೂತ ಕಟ್ಟಿ ಹಾಕಿದ್ದ. ಅವರು ಅಳಲು ಕೂಡಾ ಹೆದರಿದ್ದರು. ಕೆಲವರು ಭಯದಲ್ಲಿ ಮೆಲ್ಲಮೆಲ್ಲನೆ ಕುಂಯ್ಗುಡುತ್ತಿದ್ದರು. ಇನ್ನು ಕೆಲವರಿಗೆ ಅದಕ್ಕೂ ಹೆದರಿಕೆಯಾಗಿ ಸ್ತಂಭೀಭೂತರಾಗಿದ್ದರು. ಮಗುವೊಂದು ಅತ್ತಾಗ ಅದರ ತಾಯಿ ಭಯದಲ್ಲಿ ಅದರ ಬಾಯಿ ಮುಚ್ಚಿದ್ದಳು. ಗಲ್ಲಿಗಳು ಮತ್ತು ಬೀದಿಗಳಲ್ಲಿ ಹೆಣಗಳು ರಾಶಿ ಬಿದ್ದಿದ್ದವು.

ಹುಡುಗರು ಮತ್ತು ಮುದುಕಿಯರಿಂದ, ಹುಡುಗಿಯರು ಮತ್ತು ಯುವತಿಯರನ್ನು ಬೇರ್ಪಡಿಸಲಾಯಿತು. ಯುವತಿಯರನ್ನು ನೋಡಿ ಜೊಲ್ಲು ಸುರಿಸುತ್ತ ಜೀಮೂತನ ಗಂಡಸರು ಸಂತೋಷದಲ್ಲಿ ಕೈತಿಕ್ಕಿದರು. ನೂರಾರು ಗಂಟಲಿಂದ ಅಳು ಹೊರಟಿತು. ಮುದುಕಿಯರು ಒಮ್ಮೊಮ್ಮೆ ಬೇಡುತ್ತಾ ಒಮ್ಮೊಮ್ಮೆ ಶಪಿಸುತ್ತಾ ಒದ್ದಾಡಿದರು. ಹುಡುಗರನ್ನು ತಾಯಂದಿರಿಂದ ದೂರ ಮಾಡಲಾಯಿತು. ಅವರು ಅಳತೊಡಗಿದರು.

ಜೀಮೂತ "ಸದ್ದು!" ಎಂದು ಕಿರುಚಿದ. ಬೆಳಗಿನ ಹಕ್ಕಿಗಳು, ಹೆಣಗಳ ಬಳಿ ಕುಕ್ಕುತ್ತಿರುವ ಕಾಗೆಗಳ ಕಾವ್ ಕಾವ್ ಬಿಟ್ಟರೆ ಎಲ್ಲವು ನಿಶ್ಯಬ್ಧವಾಯಿತು.

"ಯಾರೂ ಬಲಾತ್ಕಾರ ಮಾಡಬಾರದು: ಯಾರಾದರೂ ಒಬ್ಬಳೇ ಹೆಂಗಸನ್ನು ಅಸಭ್ಯವಾಗಿ ಮುಟ್ಟಿದಲ್ಲಿ ಅವನ ಕೈಗಳನ್ನು ಕತ್ತರಿಸಲಾಗುವುದು" ಆಲದ ಮರದ ಕೆಳಗೆ ಕೂತಿದ್ದ ಜೀಮೂತ ಘೋಷಿಸಿದ. ಕೀರಾ ಪ್ರತಿಭಟಿಸಲು ಯತ್ನಿಸಿದ. ಆದರೆ ಜೀಮೂತ ಅವನನ್ನು ಅಲಕ್ಷಿಸಿದ. ಆದರೂ ಹೆಂಗಸರು ಅವನನ್ನು ಭಯದಿಂದ ಮತ್ತು ದ್ವೇಷದಿಂದ ನೋಡುವುದು ಕಡಿಮೆ ಏನೂ ಆಗಲಿಲ್ಲ.

"ಅವರೆಲ್ಲರ ವಸ್ತ್ರಗಳನ್ನು ತೆಗೆಯಿರಿ" ಎಂದ ಅವನು. ಹೆಂಗಸರು ಜೋರಾಗಿ ಕೂಗಿದರು. ಕೆಲವರು ಓಡಲು ತೊಡಗಿದರು, ಆದರೆ ಜೀಮೂತನ ಹುಡುಗರು ಅವರನ್ನು ಹಿಡಿದರು. ಕೆಲವರು ಪ್ರತಿಭಟಿಸಿದರು, ಕೆಲವರು ಕಚ್ಚಿದರು, ಪರಚಿದರು, ಆದರೆ ಅಷ್ಟರಲ್ಲೇ ಗಂಡಸರು ಎಲ್ಲಾ ಹೆಂಗಸರ ಬಟ್ಟೆಗಳನ್ನು ಸೆಳೆದು ಅವರನ್ನು ನಗ್ನರಾಗಿಸಿದ್ದರು. ಹೆಂಗಸರು ತಮ್ಮ ನಗ್ನತೆಯನ್ನು ಮುಚ್ಚಿಕೊಳ್ಳಲು ಕಷ್ಟಪಟ್ಟರು. ಸ್ವಲ್ಪ ಬೆಳೆದ ಹುಡುಗರು ತಮ್ಮ ತಾಯಂದಿರ ಹತ್ತಿರ ಓಡಲು ಪ್ರಯತ್ನಪಟ್ಟರು. ಆದರೆ ಅಂತಹ ಕೆಲವು ವೀರರನ್ನು ಕತ್ತಿಗಳು ತರಿದುಹಾಕಿದ ಮೇಲೆ ಉಳಿದ ಹುಡುಗರು ಮತ್ತು ಹೆಂಗಸರು ಸುಮ್ಮನಾದರು.

ಜೀಮೂತನ ಹುಡುಗರು ಹೆಂಗಸರನ್ನೆಲ್ಲ ಒಟ್ಟುಗೂಡಿಸಿ ಅವರ ಕೈಗಳನ್ನು ಬೆನ್ನ ಹಿಂದಕ್ಕೆ ಇಟ್ಟು ಕಟ್ಟಿ ಹಾಕಿದರು. ಎಲ್ಲರನ್ನೂ ಒಂದು ಸಾಲಿನಲ್ಲಿ ನಿಲ್ಲಿಸಲಾಯಿತು. ಸಾಲಿನ ಒಂದು ಕೊನೆಯಿಂದ ಇನ್ನೊಂದು ಕೊನೆಗೆ ನಡೆಯುತ್ತಾ ಜೀಮೂತ ಅವರನ್ನು ಪರೀಕ್ಷಿಸಿದ. ಅವರ ದೇಹಸಿರಿಯ ಅವನಿಗೆ ಆಸಕ್ತಿ ಇರಲಿಲ್ಲ. ಅವರ ಮೊಲೆಗಳನ್ನು ಅವನು ತೂಗಿ ನೋಡಿ, ಹೊಟ್ಟೆ ಮತ್ತು ಕುಂಡಿಗಳು ಎಷ್ಟು ದೃಢವಾಗಿವೆ ಎಂದು ಪರಿಶೀಲಿಸುವಾಗ ಅವರು ಅವಮಾನದಲ್ಲಿ ತಲೆಕೆಳಗೆ ಮಾಡಿದರು. ಕೆಲವರು ಅವನ ಮೇಲೆ ಉಗುಳಿದರು. ಕೆಲವರು ಅತ್ತರು. ಜೀಮೂತ ಲಕ್ಷಿಸಲಿಲ್ಲ. ಅವನಿಗೆ ಅವರೆಲ್ಲ ದನಕರುಗಳಂತೆ ಕಂಡುಬಂದರು. ಅವನ ತೊಡೆ ಸಂದಿಯಲ್ಲಿ ಯಾವ ಪುಳಕವು ಆಗಲಿಲ್ಲ: ಅವನ ಮನಸ್ಸು ಪ್ರತಿ ಹೆಣ್ಣಿಗೆ ಎಷ್ಟು ಬೆಲೆ ಬರಬಹುದು ಎಂದು ಲೆಕ್ಕ ಹಾಕುತ್ತಿತ್ತು. ಒಂದು ರಾತ್ರಿಯ ಕೆಲಸಕ್ಕೆ ಪರವಾಗಿಲ್ಲ ಎಂದು ಪರಿಶೀಲನೆ ಮುಗಿಸಿ ಅವನು ತೃಪ್ತನಾದ.

ಹೆಂಗಸರು ಮತ್ತು ಮಕ್ಕಳ ಪರಿಶೀಲನೆ ಮುಗಿಸಿ ಅವನು ಹುಡುಗರ ಕಡೆಗೆ ನಡೆದ. ಹೆಚ್ಚಿನ ಹುಡುಗರು ದೃಢವಾಗಿದ್ದರು. ಅವರಲ್ಲಿ ಸ್ವಲ್ಪ ಪೀಚಾಗಿ ಕಾಣುತ್ತಿದ್ದವರನ್ನು ಪ್ರತ್ಯೇಕ ಸಾಲಿನಲ್ಲಿ ನಿಲ್ಲುವಂತೆ ಹೇಳಿದ ಅವನು. ಉಳಿದವರ ಬಟ್ಟೆ ಬಿಚ್ಚಿಸಿ ಕಟ್ಟಿಹಾಕುವಂತೆ ಹೇಳಿದ. ಪ್ರತ್ಯೇಕ ನಿಂತ ಹುಡುಗರು ಅವನ ಕಡೆಗೆ ಸ್ವಲ್ಪ ನಿರೀಕ್ಷೆಯಿಂದ ನೋಡಿದರು.

ಸರಪಳಿಯಲ್ಲಿ ಕಟ್ಟಿಹಾಕಿದ ಹೆಂಗಸರು, ಯುವತಿಯರು ಮತ್ತು ಹುಡುಗರನ್ನು ನಡೆಯಲು ಹೇಳಿದ ಜೀಮೂತ. ಒಬ್ಬ ಯೋಧ ಅವರನ್ನು ಹಡಗಿನ ಕಡೆಗೆ ನಡೆಸಿಕೊಂಡು ಹೋಗತೊಡಗಿದ. ಕೆಲವರು ಹೆಂಗಸರು ಮತ್ತು ಹುಡುಗರ ಬಟ್ಟೆಗಳನ್ನು ಒಂದು ಕಡೆಗೆ ಪೇರಿಸಲಾರಂಭಿಸಿದರು. ದುರ್ಬಲ ಹುಡುಗರಿಗೆ ಎಲ್ಲಾ ಹೆಣಗಳನ್ನು ಒಂದು ಕಡೆಗೆ ಎಳೆದುಕೊಂಡು ಬರಲು ಹೇಳಿದ ಜೀಮೂತ.

ತಮ್ಮ ಮಕ್ಕಳ ಶವಗಳನ್ನು ಮೊಮ್ಮಕ್ಕಳು ಎಳೆಯತೊಡಗಿದ್ದು ನೋಡಿ ಮುದುಕಿಯರು ಜೋರಾಗಿ ಅಳತೊಡಗಿದರು.

ಹೆಣಗಳನ್ನು ಒಟ್ಟಿಗೆ ರಾಶಿ ಮಾಡಿ ಅದರ ಮೇಲೆ ಬಟ್ಟೆಗಳನ್ನು ಹಾಕಿದ ಮೇಲೆ ಜೀಮೂತ ಉರಿಯುತ್ತಿದ್ದ ಗುಡಿಸಲಿನಿಂದ ಕೆಂಡವನ್ನು ಎತ್ತಿ ರಾಶಿಯ ಮೇಲೆ ಹಾಕಿದ.

"ಈ ಮುದುಕಿಯರನ್ನು ಏನು ಮಾಡುವುದು?" ಕೀರಾ ಹಲ್ಲು ಕಿರಿಯುತ್ತಾ ಕೇಳಿದ.

ಉತ್ತರವಾಗಿ ಜೀಮೂತ ತನ್ನ ಕತ್ತಿ ಸೆಳೆದು ಹತ್ತಿರದಲ್ಲಿದ್ದ ಹುಡುಗನನ್ನು ಎರಡು ತುಂಡಾಗಿ ಕತ್ತರಿಸಿದ. ತನ್ನ ಬಳಿ ಬಿದ್ದ ಮುಂಡವನ್ನು ಕಾಲಿನಿಂದ ಒದೆಯುತ್ತಾ "ಇದೇನು ಮೊದಲ ಬಾರಿ ಧಾಳಿಗೆ ಬಂದಿದ್ದೀಯಾ, ತಾಯಿಗ್ಗಂಡ ನನಮಗನೇ?" ಎಂದ.

ಕತ್ತಿಯಿಂದ ತೊಟ್ಟಿಕ್ಕುತ್ತಿದ್ದ ರಕ್ತವನ್ನು ಅವನು ಕೀರಾನ ಹೆಗಲಿಸಿ ಒರೆಸಿ ಕತ್ತಿಯನ್ನು ಒರೆಗೆ ಸೇರಿಸಿದ. ಅವನು ನಡೆಯುತ್ತಿದ್ದಂತೆ ಅವನ ಬೆನ್ನ ಹಿಂದೆ ಹೆಂಗಸರು ಮಕ್ಕಳ ಚೀತ್ಕಾರ, ಅಳು ಕೇಳಿಬರತೊಡಗಿತು. ಕೋಳಿ ಕೊಟ್ಟಿದ್ದು ಲಾಭವಾಗಿತ್ತು. ದೇವರುಗಳು ಮತ್ತೆ ಅವನ ಕಡೆಗೆ ಕೃಪಾದೃಷ್ಟಿ ಬೀರಿದ್ದರು. ಇನ್ನು ಮುಂದೆ ಜ್ಯೋತಿಷಿಯನ್ನು ಅವನು ಸ್ವಲ್ಪ ಗೌರವದಿಂದ ನಡೆಸಿಕೊಳ್ಳಬೇಕು.

ಪಂಜುಗಳ ಬೆಳಕಿನಲ್ಲಿ, ಹಡಗುಗಳ ಕಡೆಗೆ ಸಾಗುತ್ತಿದ್ದ ಹೆಂಗಸರ ಬೆತ್ತಲೆ ಬೆನ್ನುಗಳು ಬೆವರಿನಿಂದ ಹೊಳೆಯುತ್ತಿದ್ದವು. ಎಂಥಾ ಸುಂದರ ದೃಶ್ಯ. ಅವನು ಮತ್ತೆ ಶ್ರೀಮಂತನಾಗುವವನಿದ್ದ. ಆದರೆ ಮೊದಲು ಅವರಿಗೆ ಒಳ್ಳೆಯ ಬಟ್ಟೆಗಳನ್ನು ಹೊಂದಿಸಬೇಕು. ಅವನು ಮಾಹಿಷ್ಮತಿಯ ಸಾಮಂತ ನಾಡಿಗೆ ಧಾಳಿಯಿಟ್ಟು ಅದರ ನಿವಾಸಿಗಳನ್ನು ಕದ್ದಿದ್ದ. ಮಾರಾಟ ಮಾಡುವಾಗ ಯಾವುದೇ ಕಾರಣಕ್ಕೂ ಅವರ ಮೂಲ ಗೊತ್ತಾಗಬಾರದು.

ಒಂದು ಸಲ ಕೆಲವು ಕೈಗಳಿಗೆ ಲಂಚ ಕೊಟ್ಟು ಅವರನ್ನು ಮಾಹಿಷ್ಮತಿಯ ಒಳಗೆ ಸೇರಿಸಿಬಿಟ್ಟರೆ ಸಾಕು, ಯಾರೂ ಅದರ ಬಗ್ಗೆ ಕೇಳುವುದಿಲ್ಲ. ಆದರೂ ಕೆಲವು ಅಧಿಕಾರಿಗಳು ಇನ್ನೂ ಬುದ್ಧಿ ಕಲಿತಿರಲಿಲ್ಲ. ಪ್ರಾಮಾಣಿಕತೆ ಅವರ ವೃದ್ಧಾಪ್ಯದಲ್ಲಿ ಅವರಿಗೆ ಊಟ ಹಾಕುತ್ತದೆ ಎಂದು ನಂಬಿಕೊಂಡಿದ್ದರು. ಹೆಚ್ಚಿನವರಿಗೆ, ಕೂದಲು ಬೆಳ್ಳಗಾಗುವುದರ ಮೊದಲು ವ್ಯವಸ್ಥೆ ಹೇಗಿದೆಯೆಂದು ಅರ್ಥವಾಗಿತ್ತು. ಆದರೆ ಯಾವಾಗಲೂ ಕೆಲವರು ಇರುತ್ತಾರೆ ...... ಅಂತಹವರನ್ನು ಕೊಲ್ಲಲಾಗುತ್ತದೆ ಅಥವಾ ಜೀಮೂತನಂತಹ ಬುದ್ಧಿವಂತರ ಜೊತೆ ವ್ಯವಹರಿಸಲಾಗದಂತಹ "ಉನ್ನತ" ಸ್ಥಾನಕ್ಕೆ ಬಡ್ತಿ ಕೊಡಲಾಗುತ್ತದೆ.

ಜೀಮೂತ ಅದನ್ನು ನೆನೆದು ಮುಸಿನಕ್ಕ. ಇಂತಹ ಇನ್ನು ಕೆಲವೇ ಕಾರ್ಯಾಚರಣೆಗಳು... ಅವನು ನೆಲೆಗೊಳ್ಳಲು ಸಿದ್ಧ. ಮಹಾರಾಜರಿಂದ ಯಾವುದಾದರೂ ಪದವಿಯನ್ನು ಖರೀದಿಸಬಹುದು. ಸಾಮಂತನೆನ್ನುವ ಪದವಿ ಅಥವಾ ನಾಯಕ. ಮಾಹಿಷ್ಮತಿಯಲ್ಲಿ ಅಥವಾ ಬೇರೆಲ್ಲಾದರೂ. ಅದರಲ್ಲಿ ಯಾವ ಗೌರವವೂ ಇಲ್ಲ, ಎಂದು ಅವನ ತಂದೆ ಟೀಕಿಸುತ್ತಿದ್ದನೇನೋ, ಆದರೆ ಆ ಹೆಡ್ಡನನ್ನು ಅವನು ಬಹಳ ಹಿಂದೆಯೇ ಕೊಂದುಬಿಟ್ಟಿದ್ದ.

ಅವನ ತಂದೆ ಮಾಹಿಷ್ಮತಿಯಲ್ಲಿ ಒಬ್ಬ ನಿಷ್ಪ್ರಯೋಜಕ ಯೋಧನಾಗಿದ್ದ. ಯಾವುದೋ ಯುದ್ಧದಲ್ಲಿ ಅವನ ಎರಡೂ ಕೈಗಳು ಮತ್ತು ಒಂದು ಕಾಲು ಕತ್ತರಿಸಿಹೋದಾಗ ಜೀಮೂತನಿಗೆ ಐದು ವರ್ಷ. ಅವನ ತಾಯಿ ಸಾಯುವವರೆಗೆ ತಂದೆ ಮನೆಯಲ್ಲೇ ತೆವಳಿಕೊಂಡಿರುತ್ತಿದ್ದ. ಅರಮನೆ ಕೊಟ್ಟ ಸಣ್ಣ ಪರಿಹಾರ ಜೀಮೂತನಿಗೆ ಆರು ವರ್ಷವಾಗುವ ಮೊದಲೇ ತೀರಿಹೋಗಿತ್ತು. ಜೀಮೂತನಿಗೆ ತನ್ನ ಮನೆಯ ಬಗ್ಗೆ ಯೋಚಿಸುವುದು ಇಷ್ಟವಿರಲಿಲ್ಲ. ದೇಶಕ್ಕಾಗಿ ಸೇವೆ ಸಲ್ಲಿಸಿ ಅವನ ತಂದೆ ಏನು ಪಡೆದುಕೊಂಡಿದ್ದ? ಜೀಮೂತನೂ ದೇಶದ ಸೇವೆ ಮಾಡುತ್ತಿದ್ದ ಆದರೆ ಬೇರೆ ರೀತಿಯಲ್ಲಿ. *ನೋಡು, ಯಾರು ಹೆಚ್ಚು ಯಶಸ್ವಿಯಾಗಿದ್ದಾರೆ, ದಡ್ಡ ಮುದುಕ,* ಎಂದುಕೊಂಡ.

ಮಾಹಿಷ್ಮತಿಯಲ್ಲಿರುವ ಚಿನಾಲಿ ಹೆಂಗಸರಿಗೆ ಚೌಕಾಸಿ ಮಾಡುತ್ತಾಳೆ, ಆದರೆ ಅವಳು ಒಳ್ಳೆ ಬೆಲೆ ಕೊಟ್ಟೇ ಕೊಡಬೇಕು. ಆ ಕುಳ್ಳ, ಅವನು ಸಹಾ. ಹುಡುಗರು ಆರೋಗ್ಯವಂತರಾಗಿದ್ದರು. ಅವರಿಗೆ ಒಳ್ಳೆ ಬೆಲೆ ಸಿಕ್ಕಿ ಅವನು ಶ್ರೀಮಂತನಾಗಬಹುದು.

ಕೊನೆಯ ಬಂದಿ ಹಡಗನ್ನು ಹತ್ತಿದ ಮೇಲೆ ಜೀಮೂತ ತೂಗಾಡುವ ಹಡಗನ್ನು ಹತ್ತಿದ. ಪೂರ್ವದಲ್ಲಿ ಆಕಾಶ ವರ್ಣಪಟಲವಾಗಿತ್ತು. ಗೌರೀಪರ್ವತ ನೀಲಿಯಿಂದ ಗಾಢನೀಲಿ ಆಮೇಲೆ ಬೂದುಬಣ್ಣ ನಂತರ ಕೆಂಪಾಗಿ ಪರಿವರ್ತನೆಯಾಯಿತು. ನಂಜುಂಡ ಗಂಟೆ ಅಲ್ಲಾಡಿಸುತ್ತಾ ಯಾವುದೋ ಮಂತ್ರ ಪಠಿಸುತ್ತಿದ್ದ. ಅವನ ಹಿಂದೆ ಬಂಧಿತರು ಅಳುತ್ತಿದ್ದರು. ಅವನ ಜನರು ದೊಡ್ಡ ಕೋಲುಗಳಿಂದ ಹಡಗನ್ನು ನದಿಯ ಮಧ್ಯಕ್ಕೆ ತಳ್ಳುತ್ತಾ ಕೂಗುತ್ತಿದ್ದ "ಹೇ – ಹೊ" ಎನ್ನುವ ಸೊಲ್ಲು ಅವನ ಕಿವಿಗೆ ಸಂಗೀತದಂತೆ ಕೇಳಿಸಿತು. ಪವಿತ್ರ ಪರ್ವತದ ಮೇಲೆ ಸೂರ್ಯ ರಕ್ತ ಚೆಲ್ಲಿದ. ಅವನ ತಲೆ ಮೇಲಿನಿಂದ ಹಾರುತ್ತಾ ಕಡಲಹಕ್ಕಿ ಕಿರುಚಿತು.

ಜ್ಯೋತಿಷಿ ನಿಜ ಹೇಳಿದ್ದ. ನಂಬಿಕೆ ಇದ್ದರೆ ಪವಾಡಗಳು ನಡೆಯಬಹುದು. ಅವನು ಗೌರೀಪರ್ವತದ ಕಡೆಗೆ ತಿರುಗಿ ನಮಸ್ಕರಿಸಿದ. ಮುಂದಿನ ಸಲ ಕೋಳಿಯ ಬದಲು ನರಬಲಿ ಕೊಡುತ್ತೀನಿ ಜ್ಯೋತಿಷಿಯ ದೇವರಿಗೆ ಅಂದು

ಕೊಂಡ. ತಕ್ಷಣ ನಾಲಿಗೆ ಕಡಿದುಕೊಂಡ – ತನ್ನ ದೇವರೂ ಕೂಡಾ ಅಲ್ಲವೇ? ದೈವಭಕ್ತನಾಗಿರುವುದು ಒಂಥರಾ ಚೆನ್ನಾಗನ್ನಿಸಿತು. ಹಾಯಿ ಬಿಚ್ಚಿಕೊಂಡಿತು, ಹುಟ್ಟುಹಾಕುವವರು ವೇಗವಾಗಿ ಹುಟ್ಟು ಹಾಕುತ್ತಾ ಹಡಗು ಸಾಗತೊಡಗಿತು.

ಆಗ ಇದ್ದಕ್ಕಿದ್ದಂತೆ ಬಲಭಾಗದಲ್ಲಿ ದಡದಲ್ಲಿ ಏನೋ ಸದ್ದು ಕೇಳಿಸಿದಂತೆನಿಸಿತು. ಯಾರೋ ಅವನನ್ನು ಗಮನಿಸುತ್ತಿದ್ದರೆ? ಹಡಗು ವೇಗ ಪಡೆದುಕೊಂಡಂತೆ ಅವನು ಪೊದೆಗಳತ್ತ ದೃಷ್ಟಿಸಿದ. ಯಾರಾದರೂ ತನ್ನನ್ನು ಗಮನಿಸುತ್ತಿದ್ದಾರೆಯೇ? ಅವನು ಮುಸಿನಕ್ಕ. ಯಾವ ಬಾಣವೂ ತನ್ನ ಹಡಗನ್ನು ತಲುಪದು. ಅವನು ದಡದಿಂದ ತುಂಬಾ ದೂರ ಇದ್ದ. ಬಹುಶಃ ಯಾರೋ ಧಾಳಿಯಿಂದ ತಪ್ಪಿಸಿಕೊಂಡ ಹುಡುಗನೋ ಹುಡುಗಿಯೋ ಇರಬೇಕು. ಜೀಮೂತ ನಕ್ಕ. ಅವರೇನು ಕೇಡು ಮಾಡಬಲ್ಲರು ತನಗೆ? ಈಗ ಯಾರೂ ಜೀಮೂತನನ್ನು ಮುಟ್ಟುವಂತಿಲ್ಲ. ಅವನ ಅದೃಷ್ಟ ಬದಲಾಯಿಸಿತ್ತು.

ಬಲಭಾಗದಿಂದ ಹಕ್ಕಿ ಕೂಗು ಕೇಳಿತು. ಒಂದು ಗಳಿಗೆಯ ಮೌನದ ನಂತರ ಎಡಭಾಗದಿಂದ ಇನ್ನೊಂದು ಹಕ್ಕಿ ಉತ್ತರಿಸಿತು. ಹಡಗು ಸಾಗುತ್ತಿದ್ದಂತೆ ಹಕ್ಕಿಗಳ ಕೂಗು ಅವರನ್ನು ಹಿಂಬಾಲಿಸಿತು.

"ಸ್ವಾಮಿ, ಇದ್ಯಾಕೋ ಸರಿಗಿಲ್ಲ ಅನ್ನಿಸುತ್ತದೆ" ಎಂದ ಕೀರಾ.

ಜೀಮೂತ ಆಲಿಸಿದ. ಇನ್ನೊಂದು ಹಕ್ಕಿ ಕೂಗು.

"ಹಕ್ಕಿಗಳು ಬೆದೆಗೆ ಬಂದುಬಿಟ್ಟಿವೆ" ಜೀಮೂತ ಭುಜ ಕುಣಿಸಿದ. ಕೀರಾ ತನ್ನ ಕಂದು ಹಲ್ಲು ತೋರಿಸುತ್ತಾ ನಕ್ಕ.

"ನಾನೂ ಸ್ವಾಮಿ, ನೀವು ಅನುಮತಿ ಕೊಟ್ಟರೇ.... ನಾನು..." ಎನ್ನುತ್ತಾ ಬೆತ್ತಲೆ ಹೆಂಗಸರ ಕಡೆಗೆ ನೋಡಿ ನಾಲಿಗೆ ಚಪ್ಪರಿಸಿದ.

"ಕೀರಾ" ಜೀಮೂತ ಮುಗುಳ್ನಕ್ಕ. ಕೀರಾ ನಗುವನ್ನು ಮರಳಿಸಿದ.

"ಹೇಳಿ, ಸ್ವಾಮಿ?"

"ನನಗೆ ಮೀನು ಹಿಡಿಯುವುದೆಂದರೆ ಬಹಳಾ ಇಷ್ಟ"

"ನನಗೆ ಗೊತ್ತು ಸ್ವಾಮಿ"

"ಎಲ್ಲಕ್ಕಿಂತ ದೊಡ್ಡ ಮೀನನ್ನು ಆಕರ್ಷಿಸುವ ಅತ್ಯುತ್ತಮ ಗಾಳದ ಆಹಾರ ಯಾವುದು ಗೊತ್ತಾ?" ಜೀಮೂತ ಕೇಳಿದ, ನಿಧಾನವಾಗಿ ತನ್ನ ಸೊಂಟ ಪಟ್ಟಿಯಿಂದ ಬಾಕು ಹೊರತೆಗೆದ. ಅದರ ಚೂಪಾದ ತುದಿಯ ಮೇಲೆ ಬೆರಳಾಡಿಸಿದ. ಕೀರಾ ಮೌನವಾಗಿದ್ದ. ಹಡಗಿನ ಸಿಬ್ಬಂದಿ ಅವರನ್ನೇ ನೋಡುತ್ತಿದ್ದರು. ಒಂದು ಕ್ಷಣದಲ್ಲಿ ಜೀಮೂತ ಕೀರಾನ ಕುತ್ತಿಗೆ ಹಿಡಿದು ತನ್ನ ಮುಖದಿಂದ ಅವನ ನಾವಿಕನ ಮುಖವನ್ನು ಕೆಲವೇ ಇಂಚುಗಳ ದೂರ ಹಿಡಿದ.

ಕೀರಾ ಮುಖದಲ್ಲಿ ಕಂಡುಬಂದ ಭಯ ನೋಡಿ ಅವನಿಗೆ ಆನಂದವಾಯಿತು. ಜೀಮೂತ ತೋಳು ಎತ್ತಿ ಸರಕ್ಕನೆ ಬಾಕುವನ್ನು ಕೀರಾನ ಹೊಟ್ಟೆಗೆ ತಿವಿದ. ಕೀರಾ ಕಿಟಾರನೆ ಕಿರುಚಿದ. ಜೀಮೂತ ನಕ್ಕ.

ಕೀರಾ ಕೆಳಗೆ ನೋಡಿದ. ಜೀಮೂತನ ಬಾಕು ಕೀರಾನ ಪುರುಷತ್ವಕ್ಕೆ ಕೂದಲೆಳೆಯಲ್ಲಿ ನಿಂತಿತ್ತು. ಕೀರಾನ ಕಣ್ಣುಗಳು ಭಯದಲ್ಲಿ ಉಬ್ಬಿದವು. ಅವನು ಉಗುಳು ನುಂಗಿದ. ಕಡಲುಗಳ್ಳ ಬಾಕುವನ್ನು ಕೀರಾನ ತೊಡೆಸಂದಿಯ ಮೇಲೆ ಒತ್ತಿದ.

"ಮೀನಿಗೆ ಇದೇ ಅತ್ಯುತ್ತಮ ಆಹಾರ, ಕೀರಾ. ಇವತ್ತು ನಾನು ಮೀನು ಹಿಡಿಯಲೇ?"

"ಬೇ ..ಬೇಡಾ..."

"ಯಾಕೆ ಬೇಡಾ?"

"ಯಾ....ಯಾಕಂದ್ರೆ..."

"ಯಾಕಂದ್ರೆ?" ಜೀಮೂತ ಕೀರಾನ ಚರ್ಮದ ಮೇಲೆ ಬಾಕು ಮೊನೆ ಇಟ್ಟು ತಿರುಗಿಸಿದ. ಒಂದು ತೊಟ್ಟು ರಕ್ತ ಕೀರಾನ ಕೊಳಕು ಧೋತ್ರದ ಮೇಲೆ ಕಲೆ ಮೂಡಿಸಿತು. ಹೆದರಿಕೆಯಲ್ಲಿ ಕೀರಾ ಉಚ್ಚೆ ಹುಯ್ದ. ಜೀಮೂತ ತನ್ನ ಕಾಲ ಕೆಳಗೆ ಬಿಸಿ ಉಚ್ಚೆಯ ಅನುಭವ ಆಗಿದ್ದು ನೋಡಿ, ಅದರ ಕೆಟ್ಟ ವಾಸನೆಗೆ ಮೂಗು ಸಿಂಡರಿಸಿದ.

"ನಿನ್ನ ತೊಡೆಗಳ ನಡುವೆ ಒಂದು ಮಡಕೆ ಇಟ್ಟುಕೊಳ್ಳಬೇಕು ನೀನು ಕೀರಾ... ಈಗ ಹೇಳು, ..ಯಾಕಂದ್ರೆ?"

"ಯಾ...ಯಾಕಂದ್ರೆ... ಒಳ್ಳೆಯ ವ್ಯಾಪಾರಿ..."

"ಹಮ್...ಒಳ್ಳೆಯ ವ್ಯಾಪಾರಿ?"

"ಓ...ಓ...ಒಳ್ಳೆಯ ವ್ಯಾಪಾರಿ ತನ್ನ ಸರಕನ್ನು ತಿನ್ನುವುದಿಲ್ಲ"

"ನೀನು ಬಹಳ ಬೇಗ ಕಲೀತಿಯಾ... ಇವತ್ತು ನಾನು ಮೀನು ಹಿಡಿಯುವುದಿಲ್ಲ ಅನ್ನಿಸುತ್ತೆ" ಜೀಮೂತ ಕೀರಾನನ್ನು ತಳ್ಳಿದ. ಕೀರಾ ಅಟ್ಟಣಿಗೆಯ ಮೇಲೆ ಬೆನ್ನಡಿಯಾಗಿ ಬಿದ್ದ. ಜೀಮೂತನ ಸಿಬ್ಬಂದಿ ಜೋರಾಗಿ ನಕ್ಕರು. ಅವನು ಅವರತ್ತ ದೃಷ್ಟಿ ಹಾಯಿಸಿದಾಗ ಅವರು ಸುಮ್ಮನಾದರು.

ತಕ್ಷಣ ಅವರು ಕೆಳಗೆ ನೋಡುತ್ತಾ ತಮ್ಮತಮ್ಮ ಕೆಲಸದಲ್ಲಿ ಮಗ್ನರಾದರು. ಒಂದು ಕ್ಷಣದ ನಂತರ ಜೀಮೂತ ಅಟ್ಟಣಿಯ ಮೇಲೆ ಕಟ್ಟಿದ್ದ ಪೀಪಾಯಿಯನ್ನು ಕೈಯಿಂದ ತಟ್ಟುತ್ತಾ ಜೋರಾಗಿ ನಕ್ಕ. ಅಷ್ಟರಲ್ಲೇ ಅಳುತ್ತಿದ್ದ ಹೆಂಗಸರು ಮತ್ತು

ಹುಡುಗರನ್ನು ಬಿಟ್ಟರೆ ಬೇರೆ ಎಲ್ಲರು ಬಿದ್ದೂ ಬಿದ್ದೂ ನಗುತ್ತಿದ್ದರು. ಕೀರಾ ಕೂಡಾ. ಎರಡೂ ದಡಗಳಿಂದ ಹಕ್ಕಿಯ ಕೂಗು ಕೇಳಿಸುತ್ತಲೇ ಇತ್ತು.

"ಈ ಹಕ್ಕಿನಾಕ್ಕೆಯ್ಯಾ!" ಎಂದ ಜೀಮೂತ. ಎಲ್ಲರೂ ಇನ್ನೂ ಜೋರಾಗಿ ನಕ್ಕರು. ಇಬ್ಬರು ಸಿಬ್ಬಂದಿ ಸಾರಾಯಿಯ ಎರಡು ಬುರುಡೆಗಳನ್ನು ಅಟ್ಟಣಿಯ ಮೇಲೆ ಉರುಳಿಸಿದರು. ಜೀಮೂತ ಕೀರಾನ ಬೆನ್ನಿನ ಮೇಲೆ ಬಡಿದ, ಅವನು ಹಲ್ಲು ಕಿರಿದ. ಸಾರಾಯಿಯ ಮಡಕೆಗಳನ್ನು ಕೈಯಿಂದ ಕೈಯಿಗೆ ಬದಲಾಯಿಸಿ ಕೊಂಡು ಎಲ್ಲರೂ ಕುಡಿದರು. ಜೀಮೂತ ತಾನೆಷ್ಟು ಗುಟುಕು ಕುಡಿದನೋ ಲೆಕ್ಕವಿಡಲಿಲ್ಲ. ಅವನ ಸಿಬ್ಬಂದಿ ಅಶ್ಲೀಲ ಹಾಡುಗಳನ್ನು ಹಾಡತೊಡಗಿದರು. ಲವಂಗ ದ್ವೀಪದ ಹೆಣ್ಣೊಬ್ಬಳು ತನ್ನ ಎಮ್ಮೆಯನ್ನು ಹುಡುಕುತ್ತ ಕಾಡಿಗೆ ಹೋಗಿ ಅಲ್ಲಿ ಕರಡಿಗಳ ರಾಜನ ಕೈಗೆ ಸಿಕ್ಕಿಬೀಳುತ್ತಾಳೆ. ಕರಡಿಗೆ ಅವಳನ್ನು ಮದುವೆಯಾಗುವ ಬಯಕೆ ಆಗುತ್ತದೆ. ಹಾಗೆಯೇ ಕಾಡಿನ ಎಲ್ಲಾ ಕರಡಿಗಳಿಗೂ ಆಸೆಯಾಗುತ್ತದೆ. ಒಂದಕ್ಕಿಂತ ಒಂದು ಸಾಲು ಅಶ್ಲೀಲದ ಪರಮಾವಧಿ ತಲುಪಿ, ಕೀರಾ ಹಾಡಿನ ಸಾಲುಗಳನ್ನು ಅಶ್ಲೀಲ ಕೈಸನ್ನೆಗಳ ಜೊತೆ ಅಭಿನಯಿಸತೊಡಗಿದಾಗ ನಗು ತಾರಕಕ್ಕೇರಿತ್ತು.

ಜೀಮೂತ ಜ್ಯೋತಿಷಿಯತ್ತ ಕಣ್ಣು ಹಾಯಿಸಿದಾಗ ಅವನು ಈ ಎಲ್ಲ ಸಂಭ್ರಮದಲ್ಲಿ ಭಾಗಿಯಾಗದೇ ಸುಮ್ಮನಿದ್ದುದನ್ನು ಗಮನಿಸಿದ.

"ಏನಾಗಿದೆ ನಿಮಗೆ ಪುಣ್ಯಪುರುಷರೇ, ಯಮಧರ್ಮರಾಯ ನಿಮ್ಮಪ್ಪನನ್ನು ಕರೆದುಕೊಂಡುಹೋದನೇ?" ಎಂದು ಕೇಳಿದ.

"ನಗಬೇಡಾ, ಅವಳು ಬರುತ್ತಿದ್ದಾಳೆ."

"ಯಾರು? ನಿಮ್ಮಮ್ಮಾನಾ?" ಜೀಮೂತ ನಗುತ್ತಾ ಕೇಳಿ ತೂರಾಡಿ ಸ್ವಲ್ಪ ಕಳ್ಳು ಚೆಲ್ಲಿದ. "ಏ.. ಒಣಗಿಹೋದ ತೆಂಗಿನಚಿಪ್ಪೇ, ನೀನು ನನ್ನನ್ನು ಎಷ್ಟು ನಗಿಸುತ್ತೀಯಾಪ್ಪಾ" ನಗುತ್ತಾ ಅವನು ನೆತ್ತಿ ಹತ್ತಿ ಕೆಮ್ಮುತ್ತಾ ತಲೆ ಮೇಲೆ ಕೈಯಿಂದ ಬಡಿದುಕೊಂಡ.

"ನನಗೆ ಕಾಣಿಸುತ್ತಿದ್ದಾಳೆ ಅವಳು, ಭವಿಷ್ಯ ಕಾಣಿಸುತ್ತಿದೆ ನನಗೆ. ನಗಬೇಡಾ" ಎಂದ ಜ್ಯೋತಿಷಿ. ಮತ್ತೆ ಹಕ್ಕಿಯ ಕೂಗಿಗೆ ಇನ್ನೊಂದು ಉತ್ತರಿಸಿತು.

"ಓಹ್.... ಮಹಾಮಹಿಮ ಜ್ಯೋತಿಷಿ ನಂಜುಂಡ ಅವರಿಗೆ ಕೆಲವು ಹಕ್ಕಿಗಳ ಕೂಗಿಗೆ ಭಯವಾಗುತ್ತಿದೆ. ಬನ್ನಿ ಇಲ್ಲಿ, ಈ ಸಾರಾಯಿಯ ಒಂದು ಗುಟುಕು ಕುಡಿ, ನೀನೂ ನಮ್ಮ ಜೊತೆ ಕುಣೀತಿಯಾ" ಜೀಮೂತ ಮಡಕೆಯನ್ನು ಜ್ಯೋತಿಷಿಗೆ ಕೊಡುತ್ತಾ ಹೇಳಿದ.

ಜ್ಯೋತಿಷಿ ಕುಡಿದ ಕಡಲುಗಳ್ಳನತ್ತ ತಿರುಗಿ ಹೇಳಿದ "ಮೂರ್ಖ, ನಿನಗೆ ಗೊತ್ತಿಲ್ಲವೇ, ಇನ್ನೂ ವಸಂತಮಾಸ ಬಂದಿಲ್ಲ, ಈಗ ಕೋಗಿಲೆಗಳು ಕೂಡುವುದಿಲ್ಲ. ಅವಳು ಬರುತ್ತಿದ್ದಾಳೆ"

ಜೀಮೂತನ ಕೈಯಿಂದ ಮಡಕೆ ಬಿದ್ದು ಒಡೆಯಿತು. ಇನ್ನೊಂದು ಕೋಗಿಲೆ ಕೂಗಿತು. ಅದಕ್ಕೆ ಮತ್ತೊಂದು ಉತ್ತರಿಸಿತು. ತನ್ನ ದಡ್ಡತನಕ್ಕೆ ಅವನಿಗೆ ನಂಬಿಕೆಯಾಗಲಿಲ್ಲ.

"ಕೆಲಸ ಮುಂದುವರಿಸಿ!" ಸಿಬ್ಬಂದಿಗಳತ್ತ ತಿರುಗಿ ಗದರಿದ. ಅವರೆಲ್ಲರು ಅವಸರದಲ್ಲಿ ಚೆದುರಿದರು. ಎರಡೂ ದಡದಿಂದ ಕೋಗಿಲೆಗಳು ಪಟ್ಟುಬಿಡದೆ ಕೂಗ ತೊಡಗಿದವು. ಅವು "ಅವಳೇ...ಅವಳೇ..." ಎಂದು ಹೇಳುವಂತೆ ಭಾಸವಾಯಿತು.

ಏನೋ ವಿಚಿತ್ರ ಕಾರಣಕ್ಕೆ ಬಂದಿಗಳು ಅಳು ನಿಲ್ಲಿಸಿದ್ದರು.

ಅವರಿಗೆ ಗೊತ್ತಾಗಿತ್ತು.

ಅಧ್ಯಾಯ ಇಪ್ಪತ್ತೆರಡು

ಕಟ್ಟಪ್ಪ

ಮಳೆ ಈಗ ಕಡಿಮೆಯಾಗಿ ತುಂತುರು ಬೀಳುತ್ತಿತ್ತು. ಕಟ್ಟಪ್ಪ
ಅವರು ತನ್ನನ್ನು ಎಸೆದಿದ್ದ ಜಾಗದಲ್ಲಿ ನಿಂತಿದ್ದ. ಕಡುಕತ್ತಲಿತ್ತು. ಕಾಲ
ಕೆಳಗಿನ ನೆಲ ಒದ್ದೆಯಾಗಿತ್ತು. ತಾನೇ ಎಲ್ಲಿದ್ದೇನೆಂದು ತಿಳಿಯಲು
ಅವನು ಪ್ರಯತ್ನಪಟ್ಟ. ಆಕಾಶದಲ್ಲಿ ಫಳಾರನೆ ಮಿಂಚಿ ತಾನೊಂದು
ಉಗ್ರ ಕಾಳಿ ವಿಗ್ರಹದ ಮುಂದೆ ನಿಂತಿರುವುದು ಕಾಣಿಸಿತು. ಬುಡಕಟ್ಟಿನ
ಜನರ ಪೂಜಾಸ್ಥಳಗಳಂತೆ ದೇವಿಯ ಮುಂದೆ ನೆಲದಲ್ಲಿ ಒಂದು
ತ್ರಿಶೂಲವನ್ನು ನೆಟ್ಟಿದ್ದು ಅದಕ್ಕೆ ಸಿಕ್ಕಿಸಿದ್ದ ಲಿಂಬೆಹಣ್ಣು ಒಣಗಿತ್ತು.
ಅದರ ಮುಂದೆ ವಧಾಸ್ಥಾನವಿತ್ತು. ಮತ್ತೆ ಕತ್ತಲಾವರಿಸಿದಾಗ ಕಟ್ಟಪ್ಪನ
ಹೃದಯದ ಒಂದು ಬಡಿತ ತಪ್ಪಿತು–ಇದೊಂದು ಬಲಿ ಕೊಡುವ
ಸ್ಥಾನ.

"ಕಟ್ಟಪ್ಪ"

ಒಂದು ಗಂಭೀರ ಧ್ವನಿ ನುಡಿಯಿತು. ಕಟ್ಟಪ್ಪ ನಿಂತಲ್ಲೇ ತಿರುಗಿದ.
ಧ್ವನಿ ಎಲ್ಲಿಂದ ಬರುತ್ತಿದೆಯೆಂದು ಅವನಿಗೆ ಗೊತ್ತಾಗಲಿಲ್ಲ.

"ಕಟ್ಟಪ್ಪ"

ಈ ಸಲ ಧ್ವನಿ ಕಾಡಿನ ಆಚೆಬದಿಯಿಂದ ಬಂದಂತೆ ಭಾಸವಾಯಿತು.

"ಯಾರದು ನೀನು, ಹೇಡಿ? ಹೊರಗೆ ಬಂದು ಕಾದಾಡು" ಕಟ್ಟಪ್ಪ ಕಿರುಚಿದ.

ದೊಡ್ಡ ನಗುವಿಗೆ ಕಾಡೇ ಅದುರಿತು. "ಕಾದಾಡು?" ಈ ಬಾರಿ ಧ್ವನಿ ಕೇಳಿಸಿದ್ದು ಕಾಳಿ ವಿಗ್ರಹದ ಹಿಂದಿನಿಂದ. ಕಟ್ಟಪ್ಪ ವಿಗ್ರಹದ ಹಿಂಬದಿಗೆ ಓಡಿದ, ಗಾಯಗೊಂಡ ಅವನ ಪಾದ ನೆಲಕ್ಕೆ ತಾಕುತ್ತಿದ್ದಂತೆ ವಿಪರೀತ ನೋವಾಗಿ ಮುಖಮುದುಡಿದ. ಅಲ್ಲಿ ಯಾರೂ ಇರಲಿಲ್ಲ. ಮತ್ತೆ ಮಿಂಚಿತು. ಅವನ ಸುತ್ತ ನಗು ಪ್ರತಿಧ್ವನಿಸಿತು.

"ನೀನು ಸಾಯುತ್ತೀಯಾ ಕಟ್ಟಪ್ಪ" ಈ ಬಾರಿ ಧ್ವನಿ ಎದುರುಗಡೆಯಿಂದ ಬಂತು.

"ನನ್ನನ್ನು ಹಿಡಿದು ಕಾಡಿನಲ್ಲಿ ಎತ್ತಿಕೊಂಡು ಬಂದಾಗಲೇ ಕೊಲ್ಲಬಹುದಿತ್ತಲ್ಲ?" ತ್ರಿಶೂಲದ ಕಡೆಗೆ ಸರಿಯುತ್ತಾ ಕಟ್ಟಪ್ಪ ಕಿರುಚಿದ. ಎದುರಾಳಿಯನ್ನು ಮಾತನಾಡುತ್ತಿರುವಂತೆ ಪ್ರಚೋದಿಸಲು ಯತ್ನಿಸುತ್ತಿದ್ದ ಕಟ್ಟಪ್ಪ.

"ನಾವು ನಿನ್ನನ್ನು ಕಾಡುಹಂದಿಯನ್ನು ಕೊಲ್ಲುವಂತೆ ಕೊಲ್ಲುತ್ತೇವೆ" ಈ ಬಾರಿ ಧ್ವನಿ ಎಡಗಡೆಯಿಂದ ಬಂತು. "ಆದರೆ ಯಾಕೆ? ನಾನೇನು ಮಾಡಿದ್ದೇನೆ ನಿಮಗೆ?" ತ್ರಿಶೂಲಕ್ಕೆ ಕೆಲವೇ ಹೆಜ್ಜೆ ದೂರದಲ್ಲಿದ್ದ ಕಟ್ಟಪ್ಪ.

"ಆ ನಾಯಿ ಬಿಜ್ಜಳನನ್ನು ನಾವು ಕೊಲ್ಲುವುದನ್ನು ನೀನು ತಪ್ಪಿಸಿದೆ. ನೀನು ನಮ್ಮ ಜನರನ್ನು ಕೊಂದೆ ಕಟ್ಟಪ್ಪ. ಅದಕ್ಕಾಗಿ ನೀನು ಸಾಯಲೇ ಬೇಕು."

ಆಕಾಶದ ಅಂಚಿನಲ್ಲಿ ಮಿಂಚು ಫಳಾರೆಂದಿತು. ಈ ಬಾರಿ ಕಟ್ಟಪ್ಪನಿಗೆ ತನ್ನ ಬಲಗಡೆಗೆ ಕೆಲವು ಅಡಿಗಳ ದೂರದಲ್ಲಿ ವ್ಯಕ್ತಿ ಕಾಣಿಸಿದ. ಅವನು ಹಾರಿ ತ್ರಿಶೂಲವನ್ನು ನೆಲದಿಂದ ಕಿತ್ತು ಒಂದೇ ಎಸೆತಕ್ಕೆ ಅವನತ್ತ ಎಸೆದ. ಅದು ಅವನ ಎದೆಯನ್ನು ಚುಚ್ಚಿ ಕೆಳಗೆ ಬಿದ್ದ. ಕಟ್ಟಪ್ಪ ಬಿದ್ದ ವ್ಯಕ್ತಿಯ ಬಳಿಗೆ ಕುಂಟಿಕೊಂಡು ಸಮೀಪಿಸಿದ. ಮತ್ತೆ ಮಿಂಚಿ ಬೆಳಕು ಚೆಲ್ಲಿತು. ನೆಲದಲ್ಲಿ ಬಿದ್ದು ಅವನತ್ತ ಹಲ್ಲುಕಿರಿಯುತ್ತಿತ್ತು ಮಣ್ಣಿನ ತಲೆಯ ಬೆರ್ಚಪ್ಪ. ತ್ರಿಶೂಲವು ಅದರ ಹುಲ್ಲಿನ ದೇಹವನ್ನು ಭೇದಿಸಿ ಅದನ್ನು ನೆಲಕ್ಕೆ ಕಚ್ಚಿಸಿತ್ತು.

ಅವನನ್ನು ಅಣಕಿಸುವ ಗಹಗಹಿಸುವ ನಗೆ ಕಾಡಲ್ಲೆಲ್ಲಾ ಪ್ರತಿಧ್ವನಿಸಿತು. ಕಟ್ಟಪ್ಪ ತ್ರಿಶೂಲವನ್ನು ಕಿತ್ತು ಸುತ್ತ ತಡಕಾಡುತ್ತಾ ಕಿರುಚಿದ. "ಹೇಡಿಗಳಾ, ಹೊರಗೆ ಬನ್ನಿ, ಗಂಡಸರಾಗಿದ್ದರೆ ಎದುರು ಬಂದು ಹೋರಾಡಿ". ಕಾಡು ಮೌನವಾಯಿತು. ಮತ್ತೆ ಕಪ್ಪುಕತ್ತಲು ಕವಿಯಿತು. *ಕಣ್ಣು ಕಾಣದಾದಾಗ ಕಿವಿ ಕಣ್ಣಾಗಬೇಕು* – ತಂದೆ ತರಬೇತಿಯ ಸಮಯದಲ್ಲಿ ಹೇಳಿದ ಮಾತು.

"ಕಟ್ಟಪ್ಪ, ನಾವು ಕಾಡುಹಂದಿಯನ್ನು ಬೇಟೆಯಾಡುವುದು...ಹೀಗೆ" ಧ್ವನಿ ಹೇಳಿತು. ಕಟ್ಟಪ್ಪ ತನ್ನ ಪಾದಗಳ ಮೇಲೆಯೇ ಸುತ್ತಿದ. ತ್ರಿಶೂಲವನ್ನು ಕೈಬದಲಾಯಿಸಿಕೊಂಡು ಸ್ಥಿರವಾಗಿ ನಿಂತ. ಕಾಡುಹಂದಿಯನ್ನು ಹೇಗೆ ಬೇಟೆ

ಯಾಡುತ್ತಾರೆ? ಧಾಳಿ ಬರುವ ದಿಕ್ಕನ್ನು ಊಹಿಸುತ್ತಾ ಕಾದ. ಕಾಡಿನ ಕಡೆಯಿಂದ ಒಂದು ಈಟಿ ಸರ್ರನೆ ಅವನತ್ತ ಬಂತು. ಅವನ ಕೊರಳ ಹತ್ತಿರ ಬರುವಷ್ಟರಲ್ಲಿ ಅದನ್ನು ತ್ರಿಶೂಲದಿಂದ ಗಾಳಿಯಲ್ಲೇ ಹೊಡೆದು ಬೀಳಿಸಿದ. ಮರದ ಹಿಡಿಕೆ ಬಿರಿಯಿತು. ಅವನು ಸಾಕಷ್ಟು ವೇಗವಾಗಿರಲಿಲ್ಲ, ಆದರೆ ಅವನ ಪಾಲಿಗೆ ಅದೃಷ್ಟವಿತ್ತು. ಗಾಳಿಯಲ್ಲಿ ಅಲ್ಪ ಚಲನೆಯನ್ನೂ ಕೇಳಿಸಿಕೊಳ್ಳುತ್ತಾ ಕಾದು ನಿಂತ.

"ಪರವಾಗಿಲ್ಲ" ಇನ್ನೊಂದು ದಿಕ್ಕಿನಿಂದ ಧ್ವನಿ ಹೇಳಿತು. "ಆದರೆ ಅದು ಬಹಳಾ ಹತ್ತಿರವಾಗಿತ್ತು, ನಿನ್ನ ಕೊರಳಿಗೆ, ಈಗ ಇದನ್ನು ನೋಡು"

ಕಟ್ಟಪ್ಪ ತನ್ನ ಕಡೆಗೆ ಬಂದ ಈಟಿಯನ್ನು ಮತ್ತು ನಂತರ ಬಂದ ಇನ್ನೆರಡನ್ನು ಹೊಡೆದು ಬೀಳಿಸಿದ. ಅವನು ತ್ರಿಶೂಲವನ್ನು ಆಧರಿಸಿ ನಿಂತು ಏದುಸಿರು ಬಿಟ್ಟ. ಅವರು ಅವನಿಗೆ ಉಸಿರಾಡಲೂ ಸಮಯ ಕೊಡುತ್ತಿರಲಿಲ್ಲ. ಎಲ್ಲಾ ದಿಕ್ಕಿನಿಂದ ಈಟಿಗಳು ಅವನತ್ತ ಬೀಸಿ ಬೀಸಿ ಬರುತ್ತಿದ್ದವು. ಅವನು ಸುತ್ತಿ ಮುತ್ತಿ ತಿರುಗಿ ಅವನ್ನು ಬೀಳಿಸಿ, ಭೇದಿಸಿ, ಮುರಿದು ಕಾದಿದ. ಅವನ ದೇಹದ ಪ್ರತಿ ಕಣವೂ ಎಚ್ಚರವಾಗಿತ್ತು, ಪ್ರತಿ ಅಂಗವೂ ಕಣ್ಣಾಗಿತ್ತು. ತ್ರಿಶೂಲವು ಓಡುವ ರಥದ ಚಕ್ರದಂತೆ ತಿರುಗುತ್ತಾ ಕಟ್ಟಪ್ಪನ ಸುತ್ತ ಕವಚದಂತೆ ಆವರಿಸಿಕೊಂಡಿತು.

ಅವನು ಜೋರಾಗಿ ಕೂಗುತ್ತಾ ಸುತ್ತಿದ. ಆದರೆ ಅವನಿಗೆ ಇದು ತನ್ನ ಸೋಲಿನ ಕ್ಷಣವೆಂದು ತಿಳಿದಿತ್ತು. ಅವನ ಗಾಯಗೊಂಡ ಕಾಲುಗಳು ಕುಸಿಯುತ್ತಿದ್ದವು. ಅವನು ಉಸಿರಿಗಾಗಿ ಕಷ್ಟಪಡುತ್ತಿದ್ದ. ಅವನ ಏಕಾಗ್ರತೆಗೆ ಸ್ವಲ್ಪ ಭಂಗ ಬಂದರೂ ಅಥವಾ ಅವನ ಕೈ ವೇಗ ಸ್ವಲ್ಪವೇ ಕಡಿಮೆಯಾದರೂ ಒಂದೆರಡು ಈಟಿಗಳು ಅವನ ಎದೆ ಬಗೆಯುತ್ತಿದ್ದವು. ಕೆಲವು ಆಗಲೇ ಅವನ ಕಾಲು ಮತ್ತು ಭುಜವನ್ನು ಸವರಿ ಹಾದುಹೋಗಿ ಅಲ್ಲೆಲ್ಲ ರಕ್ತ ಸೋರುತ್ತಿತ್ತು. ಇನ್ನು ಧಾಳಿಯನ್ನು ಸಹಿಸುವುದು ಅವನಿಗಾಗದು; ಅವನಲ್ಲಿದ್ದ ಅಲ್ಪ ಶಕ್ತಿಯೂ ಸೋರಿಹೋಗುತ್ತಿತ್ತು. ಉಸಿರಿಗಾಗಿ ಪರದಾಡುತ್ತಾ ಅವನು ತಿರುಗಿದ, ಅದೃಶ್ಯ ಶತ್ರುವನ್ನು ಗುರಿ ಮಾಡಿಕೊಂಡು ತ್ರಿಶೂಲವನ್ನು ಬೀಸುತ್ತಾ, ಕೂಗು ಅರ್ಧದಲ್ಲಿ ನಿಂತು ಅವನು ಧಡ್ಡನೆ ನೆಲಕ್ಕೆ ಕುಸಿದ. ಅವನ ಬಲಗಿವಿಗೆ ಜವುಗು ಜೇಡಿಮಣ್ಣು ಮತ್ತು ಮುಖಕ್ಕೆ ಒದ್ದೆ ಹುಲ್ಲಿನ ಸ್ಪರ್ಶವಾಯಿತು. "ಒದ್ದೆ.... ಒದ್ದೆಯ ವಾಸನೆ, ಸಾವಿಗೆ ಒದ್ದೆ ವಾಸನೆ" ಎಂದು ಅಸಂಭದ್ಧವಾಗಿ ಗೊಣಗುತ್ತಾ ಅವನು ಕಣ್ಣು ಮುಚ್ಚಿದ.

ಅವನಿಗೆ ಎಚ್ಚರವಾದಾಗ ಅವನ ಕಣ್ಣಿಗೆ ಮೊದಲು ಕಂಡಿದ್ದು ಮುಖಗಳು. ವಿಚಿತ್ರ ಹಚ್ಚೆಗಳ ಕಪ್ಪು ಮುಖಗಳು ಅವನನ್ನು ದಿಟ್ಟಿಸುತ್ತಿದ್ದವು. ಕಾಡಿನಲ್ಲಿ ಹಕ್ಕಿಗಳು ಚಿಲಿಪಿಲಿಗುಡುತ್ತಿದ್ದವು. ಮರಗಳ ಛಾವಣಿಯ ಸಂದುಗಳಿಂದ ಸೂರ್ಯ

ಕಿರಣಗಳು ತೂರಿ ಬಂದು ಅವರ ಮುಖಗಳ ಮೇಲೆ ವಿಚಿತ್ರ ಚಿತ್ತಾರವನ್ನು ಉಂಟುಮಾಡಿದ್ದವು. ಅವನು ಏಳಲು ಯತ್ನಿಸಿ ನೋವಿನಿಂದ ಕೂಗಿದ. ಕಾಲುಗಳಲ್ಲಿ ನೋವಿತ್ತು. ಆದರೆ ಬದುಕಿರುವ ಬಗ್ಗೆ ಅವನಿಗೆ ನಿರಾಳವೆನ್ನಿಸಿತು. ಕೆಳಗೆ ಬಗ್ಗಿ ನೋಡಿದ, ಅವನೊಂದು ಒರಟು ಬೆತ್ತದ ಮಂಚದ ಮೇಲೆ ಮಲಗಿದ್ದ.

"ನಿನ್ನ ತಮ್ಮ ನೀನು ಇಂತಹ ಮಹಾ ವೀರ ಎಂದು ಹೇಳಿದಾಗ ನಾವು ಅವನು ಸುಮ್ಮನೆ ಬೊಗಳೆ ಬಿಡುತ್ತಿದ್ದಾನೆ ಅಂದುಕೊಂಡೆವು. ನಿನ್ನ ಒಡೆಯನನ್ನು ಉಳಿಸಲು ನೀನು ನಮ್ಮ ಅನೇಕ ಅತ್ಯುತ್ತಮ ವೀರರ ಜೊತೆ ಏಕಾಂಗಿಯಾಗಿ ಹೋರಾಡಿದಾಗ .... ನೀನು ನನ್ನಷ್ಟೇ ಉತ್ತಮ ಅಂತ ಗೊತ್ತಾಯಿತು."

ಧ್ವನಿ ಶಾಂತವಾಗಿ, ತೂಕವಾಗಿ ಇತ್ತು. ಕಟ್ಟಪ್ಪ ಧ್ವನಿ ಬಂದತ್ತ ತಿರುಗಿ ನೋಡಿದ. ಇದ್ದಿಲು ಕಪ್ಪಿನ ಒಬ್ಬ ಬಲಶಾಲಿ ವ್ಯಕ್ತಿ, ನೀಳವಾದ ಕಪ್ಪು-ಬಿಳಿಪು ಗಡ್ಡವಿದ್ದವನು ಅವನತ್ತ ಮುಗುಳ್ನಗೆ ಬೀರುತ್ತಿದ್ದ. ಕಟ್ಟಪ್ಪ ಏಳಲು ಯತ್ನಿಸಿದ. ಆದರೆ ಆ ದೈತ್ಯ ಅವನನ್ನು ಮೃದುವಾಗಿ ಮತ್ತೆ ಮಲಗುವಂತೆ ಒತ್ತಿದ. ಸುತ್ತಿ ನಡೆದುಬಂದು ಕಟ್ಟಪ್ಪನ ಮುಖದೆದುರು ನಿಂತ.

"ಆದರೆ ನಿನ್ನ ತಮ್ಮ, ನೀನು ಕತ್ತಲಲ್ಲೂ ಹೋರಾಡಬಲ್ಲೆ, ನಿನ್ನ ಕಿವಿಗಳೇ ನಿನ್ನ ಕಣ್ಣುಗಳಾಗಿ, ನಿನ್ನ ಕೈಗಳ ವೇಗವೇ ನಿನಗೆ ಕವಚವಾಗಿ ಕದನ ಮಾಡಬಲ್ಲೆ ಎಂದು ಹೇಳಿದಾಗ ನಾವು ನಕ್ಕೆವು. ಅಂತಹ ವೀರರು ಹಿಂದೆ ಪುರಾಣಗಳಲ್ಲಿ ಇರುತ್ತಿದ್ದರು, ಕರ್ಣ, ಅರ್ಜುನ ಅಥವಾ ಅಶ್ವತ್ಥಾಮನ ಥರ ಎಂದೆವು. ಅಥವಾ ರಾಮ, ಕೃಷ್ಣರ ಥರ ದೇವರುಗಳು ಅಥವಾ ರಾವಣನಂತಹ ಅಸುರರು ಹಿಂದಿದ್ದರು ಎಂದೆವು. ಇಂದಿನ ಕಾಲದ ಯಾವ ಮನುಷ್ಯನೂ ನಿನ್ನ ಹಾಗೆ ಕಾದುವುದು ಸಾಧ್ಯವಿಲ್ಲ. ಇವತ್ತು ನಿನ್ನ ಯುದ್ಧ ಕೌಶಲ್ಯವನ್ನು ನೋಡಿಲ್ಲದಿದ್ದರೆ ನಿನ್ನ ತಮ್ಮ ತನ್ನ ಅಣ್ಣನ ಸಾಮರ್ಥ್ಯದ ಬಗ್ಗೆ ಇಟ್ಟುಕೊಂಡಿರುವ ಅಂಧಾಭಿಮಾನ ಎಂದು ತೀರ್ಮಾನಿಸುತ್ತಿದ್ದೆವು. ಆದರೆ ಈಗ ನಾನು ಒಪ್ಪಿಕೊಳ್ಳಲೇ ಬೇಕು - ಶಿವಪ್ಪ ನಿಜ ಹೇಳುತ್ತಿದ್ದ."

ಕಟ್ಟಪ್ಪ ಮುಖ ತಿರುವಿದ. ದೇಶದ್ರೋಹಿಗಳು, ಅಪರಾಧಿಗಳ ತಂಡ. ತನ್ನ ತಮ್ಮ ಅವರಲ್ಲೊಬ್ಬ ಎಂದು ನೆನೆದೇ ಕಟ್ಟಪ್ಪನ ಹೃದಯ ಛಿದ್ರವಾಯಿತು.

"ನಿನಗೆ ನಮ್ಮ ಮೇಲೆ ಕೋಪ ಇರುವಂತಿದೆ, ಮಗಾ" ಆ ವ್ಯಕ್ತಿ ಹೇಳಿದ. ಆ ಮಧ್ಯವಯಸ್ಕನ ಒರಟು ಕೈಗಳು ಕಟ್ಟಪ್ಪನ ಭುಜವನ್ನು ಮುಟ್ಟಿದವು. ಕಟ್ಟಪ್ಪ ತನ್ನ ತುಟಿಗಳನ್ನು ಒತ್ತಿಟ್ಟುಕೊಂಡ. ಇಂತಹ ಅಪರಾಧಿಗಳ ಜೊತೆ ತಾನು ಯಾವ ವ್ಯವಹಾರವನ್ನೂ ಮಾಡುವುದಿಲ್ಲ.

"ನಾವು ನಿನಗೆ ಕೊಟ್ಟ ಸ್ವಾಗತದ ಬಗ್ಗೆಯೇ? ಹೀಗಲ್ಲದಿದ್ದರೆ ಇನ್ನು ಹೇಗೆ ನಾವು ಮಹಾನ್ ವೀರನನ್ನು ಬರಮಾಡಿಕೊಳ್ಳಬೇಕಿತ್ತು? ನೀನೊಬ್ಬ ದೇಶಪ್ರೇಮಿಯಾಗಲು ಸಿದ್ಧನಿದ್ದಿದ್ದರೆ..." ಅವನು ನಕ್ಕ.

ಕಟ್ಟಪ್ಪನಿಗೆ ಮೈಯೆಲ್ಲಾ ಉರಿದುಹೋಯಿತು. ಅವನು ಗದರಿದ "ಎಷ್ಟು ಧೈರ್ಯ ನಿನಗೆ ನನ್ನ ಜೊತೆ ಹಾಗೆ ಮಾತಾಡುವುದಕ್ಕೆ? ಠಕ್ಕರು, ಕಳ್ಳರು, ಅತ್ಯಾಚಾರಿಗಳು, ದರೋಡೆಕೋರರು, ದೇಶದ್ರೋಹಿಗಳು...." ಕೂಗಿದ.

ದೈತ್ಯ ಮುಸಿ ನಕ್ಕ "ಹುಂ.... ಹಾಗಾದರೆ ನೀನು ಯಾಕೆ ನಮ್ಮನ್ನು ಸೇರಿ ಕೊಳ್ಳಲು ಬಂದೆ?"

"ಸೇರಿಕೊಳ್ಳಲು? ನಾನು ಬಂದಿದ್ದು ನನ್ನ ತಮ್ಮನನ್ನು ಹಿಂದಕ್ಕೆ ಕರೆದುಕೊಂಡು ಹೋಗಲು"

"ಹಾಗಾದರೆ ಕರೆದುಕೊಂಡು ಹೋಗು. ಯಾರೂ ಅವನನ್ನು ಕಟ್ಟಿಹಾಕಿಲ್ಲ. ಇಲ್ಲಿ ಎಲ್ಲರು ಸ್ವತಂತ್ರರು" ಆ ದೈತ್ಯ ಅಲ್ಲಿದ್ದ ಸಣ್ಣ ಮರದ ಪೀಠದ ಮೇಲೆ ಕೂತ. ಅವನ ಭಾರಕ್ಕೆ ಅದು ಕಿರುಗುಟ್ಟಿತು. ಬಲಶಾಲೀ ಭುಜಗಳು, ಉದ್ದ ಕೈಕಾಲುಗಳ ಅವನು ಒಂದು ಗೂಳಿಯಂತಿದ್ದ.

"ಎಲ್ಲಿ ಅವನು?" ಕಟ್ಟಪ್ಪ ಪ್ರಶ್ನಿಸಿದ.

"ನನಗೆ ಹೇಗೆ ಗೊತ್ತು?" ದೈತ್ಯ ಮತ್ತೆ ಮುಗುಳ್ನಕ್ಕ. ಅವನ ಮುಗುಳ್ನಗು ಕಟ್ಟಪ್ಪನನ್ನು ಕಿರಿಕಿರಿಗೊಳಿಸುತ್ತಿತ್ತು. ಅವನು ಎದ್ದು ನಿಲ್ಲಲು ಯತ್ನಿಸಿ ಜೋರಾಗಿ ಕೂಗಿದ. ಕಾಲು ನೋವು ಸಹಿಸಲಸಾಧ್ಯವಾಗಿತ್ತು.

"ನಾನು ಇಲ್ಲಿದ್ದೀನಿ, ಅಣ್ಣ"

ಧ್ವನಿ ಬಂದತ್ತ ಕಟ್ಟಪ್ಪ ತಿರುಗಿದ. ಶಿವಪ್ಪ ದೊಡ್ಡ ಮರದ ನೆರಳಿನಿಂದ ಹೊರಬಂದು ಕಾಣಿಸಿಕೊಂಡ. ಅವನು ಹತ್ತಿರ ಬಂದು ಅಣ್ಣನ ಎದುರು ನಿಂತ.

ಅದುವರೆಗೂ ಕಟ್ಟಪ್ಪ ತಮ್ಮನನ್ನು ಕಂಡಕೂಡಲೇ ಏನೇನು ಬೈಯಬೇಕೆಂದು ಅಭ್ಯಾಸ ಮಾಡಿಕೊಂಡಿದ್ದ; ಹೇಗೆ ತಾನು ಅವನನ್ನು ತನ್ನ ಅಪರಾಧಕ್ಕಾಗಿ ನಾಚಿಕೊಳ್ಳುವಂತೆ ಮಾಡುತ್ತೇನೆ, ಹೇಗೆ ಅವನಲ್ಲಿ ಅಪರಾಧಿ ಪ್ರಜ್ಞೆ ಮೂಡುವಂತೆ ಮಾಡುತ್ತೇನೆ ಇತ್ಯಾದಿಯಾಗಿ ಯೋಚಿಸಿಕೊಂಡಿದ್ದ. ಆದರೆ ತಮ್ಮನನ್ನು ನೋಡಿ ಈಗ ಅವನ ಕಣ್ಣುಗಳು ತುಂಬಿಬಂದವು. ಕೈಚಾಚಿ ತಮ್ಮನ ತೋಳುಗಳು, ಭುಜ, ಹೆಗಲು, ಮುಖ, ತಲೆಯನ್ನು ಮೆಲ್ಲನೆ ಸವರಿದ.

"ಚೆನ್ನಾಗಿದ್ದೀಯಾ ಶಿವಪ್ಪಾ?" ಎಂದು ಕೇಳಿದ.

ಅವನ ತಮ್ಮ ಮಂಡಿಯೂರಿ ಅವನ ಎರಡೂ ಕೈಗಳನ್ನು ತನ್ನ ಬೊಗಸೆಯಲ್ಲಿ ಹಿಡಿದು ನುಡಿದ "ಈಗ ನನ್ನ ಅಣ್ಣ ನನ್ನ ಜೊತೆ ಇರುವುದರಿಂದ ನಾನು

ಚೆನ್ನಾಗಿದ್ದೇನೆ. ನೀನು ಬರ್ತಿಯಾ ಅಂತ ನನಗೆ ಗೊತ್ತಿತ್ತು. ಪ್ರತಿ ದಿನ ನಾನು ನಿನಗಾಗಿ ಕಾಯುತ್ತಿದ್ದೆ"

ಕಟ್ಟಪ್ಪ ತಮ್ಮನ ಕೆನ್ನೆ ನೇವರಿಸಿದ.

"ಅಪ್ಪಾ?" ಶಿವಪ್ಪ ಕೇಳಿದ.

"ಅವರು...ಅವರು...ನೀನು ಸತ್ತುಹೋಗಿದ್ದೀಯಾ ಅಂತ ತಿಳಿದಿದ್ದಾರೆ, ಶಿವಪ್ಪ. ಅವರು ತೀರಾ ಕುಸಿದು ಹೋಗಿದ್ದಾರೆ, ಬಾ ಕಂದಾ, ನಾವು ಹಿಂದಿರುಗೋಣಾ"

"ಸತ್ತು ಹೋಗಿದ್ದೀನಿ ಅಂತ?! ನಾನು ಸತ್ತುಹೋಗಿದ್ದೀನಿ ಅಂತ ನೀನು ಅವರಿಗೆ ಹೇಳಿದೀಯಾ?" ಶಿವಪ್ಪ ಅಣ್ಣನ ಕೈ ಬಿಟ್ಟು ಎದ್ದು ನಿಂತ.

"ನನಗೆ ಬೇರೆ ಯಾವ ದಾರಿ ಇತ್ತು, ಶಿವಪ್ಪ?"

"ನಿನಗೆ ಸತ್ಯವನ್ನು ಹೇಳುವ ದಾರಿಯಿತ್ತು ಅಣ್ಣ, ನೀನು ಸುಳ್ಳು ಹೇಳುತ್ತೀಯಾ ಅಂತ ನಾನು ಯೋಚಿಸಿರಲಿಲ್ಲ."

ಕಟ್ಟಪ್ಪನಿಗೆ ನೋವಾಯಿತು. ಜೀವನದಲ್ಲಿ ಮೊದಲ ಬಾರಿಗೆ ಅವನು ಸುಳ್ಳು ಹೇಳಿದ್ದ, ತಮ್ಮನಿಗಾಗಿ, ತಮ್ಮನ ರಕ್ಷಣೆಗಾಗಿ.

"ಏನು ಮಾತಾಡ್ತಾ ಇದ್ದೀಯ ಶಿವಪ್ಪ? ದಂಡಕಾರರು ನಾಯಿಗಳ ಸಹಿತ ನಿನ್ನನ್ನು ಅಟ್ಟಿಸಿಕೊಂಡು ಬರಬೇಕಿತ್ತಾ?"

ದೈತ್ಯ ನಸುನಕ್ಕ. "ಹೀಗೇ ಆಗುತ್ತದೆ ಅಂತ ನಾನು ನಿನ್ನ ತಮ್ಮನಿಗೆ ಹೇಳಿದೆ. ನೀನು ಸತ್ಯವನ್ನೇ ಹೇಳ್ತೀಯಾ ಅಂತ ಅವನು ಬಲವಾಗಿ ನಂಬಿದ್ದ ...."

"ನೀವ್ಯಾರು ಸ್ವಾಮಿ?" ಕಟ್ಟಪ್ಪ ದೈತ್ಯನ ಮೇಲೆ ರೇಗಿದ. "ನಮ್ಮ ಕುಟುಂಬ ವ್ಯವಹಾರದಲ್ಲಿ ಮೂಗು ತೂರಿಸಲು ನಿಮಗೇನು ಅರ್ಹತೆ ಇದೆ?"

ತಕ್ಷಣ ನೂರಾರು ಈಟಿಗಳು ಗುರಾಣಿಗಳ ಮೇಲೆ ಕುಟ್ಟಿದ ಸದ್ದು ಕೇಳಿಸಿತು. ತನ್ನ ಕೆರಳಿದ ಹಿಂಬಾಲಕರನ್ನು ದೈತ್ಯ ಕೈ ಎತ್ತಿ ಸುಮ್ಮನಾಗಿಸಿದ.

"ಅಣ್ಣ, ನೀನು ಯಾರೆದುರು ಮಾತಾಡುತ್ತಿರುವೆ ಅಂತ ನಿನಗೆ ಗೊತ್ತಿಲ್ಲ," ಶಿವಪ್ಪ ಚೀರಿದ "ಅಣ್ಣನ ಪರವಾಗಿ ನಾನು ಕ್ಷಮೆ ಕೇಳುತ್ತೇನೆ, ಮಹಾಸ್ವಾಮೀ."

"ಮಹಾಸ್ವಾಮಿ?!" ಕಟ್ಟಪ್ಪ ತಮ್ಮ ಆ ದೈತ್ಯನ ಮುಂದೆ ಬಾಗಿದ್ದು ನೋಡಿ ದಂಗಾದ.

"ಮಹಾಸ್ವಾಮಿಯವರೇ ನಿಜವಾದ ಮಾಹಿಷ್ಮತಿಯ ಮಹಾರಾಜರು" ಶಿವಪ್ಪ ನುಡಿದ. ಸುತ್ತಲ ವೈತಾಳಿಕರು ಗುರಾಣಿಗಳ ಮೇಲೆ ಈಟಿಗಳನ್ನು ಬಡಿದು "ಜೈ ಜೈ ಮಾಹಿಷ್ಮತಿ ಮಹಾರಾಜಾ" ಎಂದು ಜಯಕಾರ ಹಾಕಿದರು.

ಮೂರನೇ ಜಯಕಾರವಾದ ಮೇಲೆ ದೈತ್ಯ ಕೈ ಎತ್ತಿದ. ಕಾಡಿನಲ್ಲಿ ಮೌನ ಆವರಿಸಿತು.

"ಚಿಂತಿಸಬೇಡಾ. ನಾನು ಮಹಾರಾಜ ಸೋಮದೇವನ ಮಾರುವೇಷ ಧಾರಿಯಲ್ಲ. ಈ ಹುಡುಗರು ನನ್ನನ್ನು ರಾಜನೆನ್ನುತ್ತಾರೆ. ಆದರೆ ನಾನೂ ಅವರಂತೆಯೇ ನಿರ್ಗತಿಕ. ನಾನು ಭೂತರಾಯ, ವೈತಾಳಿಕರ ನಾಯಕ. ನೂರಾರು ವರ್ಷಗಳ ಹಿಂದೆ ನನ್ನ ಪೂರ್ವಜರು ಕಾಡನ್ನು ಆಳಿದ್ದು ನಿಜ. ಇಂದು ಮಾಹಿಷ್ಮತಿ ಇರುವ ಸ್ಥಳ ಕೂಡಾ ಕಾಡಾಗಿತ್ತು, ನಮ್ಮ ಪ್ರದೇಶವಾಗಿತ್ತು. ಕಾಡು, ತಾಯಿ ಗೌರಿಯ ಪವಿತ್ರ ತಲೆಗೂದಲು ಎಂದು ನಾವು ಭಾವಿಸುತ್ತೀವಿ. ನನ್ನ ಪೂರ್ವಜರು ಕದರಿಮಂಡಲಮ್ಮಿನ ಗಡಿಗಳಿಂದ ಹಿಡಿದು ಹಿಮಪರ್ವತದ ಕಣಿವೆಯವರೆಗೆ ವಿಸ್ತಾರ ಭೂ ಪ್ರದೇಶವನ್ನು ಆಳುತ್ತಿದ್ದರು. ಬುಡಕಟ್ಟು ಮತ್ತು ರಾಜ್ಯಗಳ ರಾಜರುಗಳು –ಜೌಗುಪ್ರದೇಶದ ಕಿರಾತಕರು, ಹುಲ್ಲುಗಾವಲಿನ ದನ ವ್ಯಾಪಾರಿಗಳು, ನದಿ ಪ್ರದೇಶದ ಚೆಂಪಡವರು, ಗೌರೀಪರ್ವತದ ಉತ್ತರಕ್ಕೆ ಹಬ್ಬಿಕೊಂಡ ಕಾಡು ಪ್ರದೇಶದ ನಿಷಾದರು, ಜಂಭೂಕರು, ಶೂರಕರ್ಣರು– ಎಲ್ಲರೂ ವೈತಾಳಿಕ ರಾಜರಿಗೆ ತಲೆಬಾಗುತ್ತಿದ್ದರು. ಕಾಲಕೇಯ ಬುಡಕಟ್ಟು ಮತ್ತು ಸ್ತ್ರೀರಾಜ್ಯವಾದ ಕುಂತಲ ದೇಶ ಹೊರತುಪಡಿಸಿ."

ಕಟ್ಟಪ್ಪ ಕಣ್ಣಗಲಿಸಿ ಅವನನ್ನೇ ದಿಟ್ಟಿಸಿದ. ಅವನ ಯಾವ ಮಾತೂ ಕಟ್ಟಪ್ಪನಿಗೆ ಅರ್ಥವಾಗಲಿಲ್ಲ. ಕಾಡುಗಳನ್ನು ಆಳುವ ಯಾವ ಬುಡಕಟ್ಟಿನ ಬಗ್ಗೆಯೂ ಅವನಿಗೆ ಗೊತ್ತಿರಲಿಲ್ಲ. ಕಾಡಿನ ಪ್ರದೇಶ ಸಾಮಂತ ಅಕ್ಕುಂದರಾಯನ ಅಧೀನದಲ್ಲಿ, ಮೈದಾನ ಪ್ರದೇಶ ಸಾಮಂತ ಗುಹನ ಅಧೀನದಲ್ಲಿ, ಜೌಗು ಪ್ರದೇಶ ಸಾಮಂತ ಹೇಹೆಯನ ಅಧೀನದಲ್ಲಿ ಹಾಗೂ ಗೌರೀಪರ್ವತ ಖಣಿಪತಿ ಹಿಡುಂಬನ ಅಧೀನದಲ್ಲಿ ಇವೆ ಎಂದು ಅವನಿಗೆ ತಿಳಿದಿತ್ತು. ಕವಿಗಳು ಕೂಡಾ ವೈತಾಳಿಕ ರಾಜರ ಬಗ್ಗೆ ಕಟ್ಟುಕಾವ್ಯ ಗಳನ್ನು ಕೂಡಾ ಹಾಡುತ್ತಿರಲಿಲ್ಲ. ಅವರ ಎಲ್ಲ ಹಾಡುಗಳಲ್ಲಿ ವೈತಾಳಿಕರು ದುಷ್ಟ ರಾಕ್ಷಸರು, ದರೋಡೆಕೋರರು ಮತ್ತು ಕೊಳ್ಳೇಗಾರರಾಗಿದ್ದರು. ಅವರು ದುಷ್ಟತನದ ಸಾಕಾರವಾಗಿದ್ದರು. ಕವಿಗಳು ಹಾಡುತ್ತಿದ್ದುದು ಅದೇ. ನಾಟಕಗಳು ಕಥನಕವನಗಳು ಅವರನ್ನು ಹಾಗೆಯೇ ವರ್ಣಿಸುತ್ತಿತ್ತು. ಅದೇ ಸತ್ಯ. ಯಾಕೆಂದರೆ ಕಾಲದಿಂದ ಕಾಲಕ್ಕೆ ಅದೇ ಪುನರಾವರ್ತನೆಯಾಗುತ್ತಿತ್ತು.

ಕಟ್ಟಪ್ಪನ ಮುಖದಲ್ಲಿ ಗೊಂದಲವನ್ನು ನೋಡಿ ಭೂತರಾಯ ಹೇಳಿದ "ಇದೆಲ್ಲವನ್ನು ಅರ್ಥಮಾಡಿಕೊಳ್ಳಲು ನಿನಗೆ ಕಷ್ಟವಾಗುತ್ತದೆ ಅಂತ ನನಗೆ ಅರ್ಥ ವಾಗುತ್ತೆ. ಗೆದ್ದ ವೀರರ ಕಥೆಗಳು ಶಕ್ತಿಯುತವಾಗಿರುವುದು ಸಹಜ. ಅವರ ಕಥೆಗಳಿಗೆ ಸೂಕ್ತವಲ್ಲದ ಎಲ್ಲವನ್ನೂ ಅಳಿಸಿಹಾಕುವುದು ಅವರಿಗೆ ಸಾಧ್ಯವಿದೆ. ಚರಿತ್ರೆಯಲ್ಲಿ ನಷ್ಟವಾಗಿದ್ದು ನಮಗೇ"

"ಇನ್ನು ಹೆಚ್ಚು ಕಾಲವಲ್ಲ. ಸಧ್ಯದಲ್ಲೇ ನಾವು ಗೆಲ್ಲುತ್ತೇವೆ" ಶಿವಪ್ಪ ನುಡಿದ. ಎಲ್ಲರೂ "ಜೈ ವೈತಾಳಿಕ" ಎಂದು ಕೂಗಿದ ಕೂಗಿಗೆ ಕಾಡು ನಡುಗಿತು, ಮರದಲ್ಲಿದ್ದ ಹಕ್ಕಿಗಳು ಹಾರಿ ಹೋದವು.

"ಕಳೆದ ಮುನ್ನೂರಕ್ಕೂ ಹೆಚ್ಚು ವರ್ಷಗಳಿಂದ ಪ್ರತಿ ವೈತಾಳಿಕ ರಾಜನ ಕನಸು ಅದು. ಇದುವರೆಗೆ ಯಾವ ವೈತಾಳಿಕ ರಾಜನೂ ಹಾಸಿಗೆಯಲ್ಲಿ ಮರಣ ಹೊಂದಿಲ್ಲ. ಮಾಹಿಷ್ಮತಿ ಸಿಂಹಾಸನವನ್ನು ಆಕ್ರಮಿಸಿಕೊಂಡವರು ಅದಕ್ಕೆ ಅವಕಾಶ ಮಾಡಿಕೊಟ್ಟಿಲ್ಲ" ಭೂತರಾಯ ಕಟ್ಟಪ್ಪನನ್ನು ನೋಡಿ ನಸುನಕ್ಕ.

"ಯೋಗ್ಯವಾದ ಸಾವು," ಕಟ್ಟಪ್ಪ ಉಸಿರಿದ, ಅವನ ಕಣ್ಣುಗಳು ಜ್ವಲಿಸುತ್ತಿತ್ತು. "ದೇಶದ್ರೋಹಿಯನ್ನು ಬಿಡಬಾರದು. ಗುಲಾಮರ ದೇಹದಲ್ಲಿ ಉಸಿರಿರುವ ತನಕ..."

"ಗುಲಾಮರು? ನೀನು ಹೇಗೆ ಗುಲಾಮನಾದೆ? ಅದರ ಬಗ್ಗೆ ಯಾವತ್ತಾದರೂ ಯೋಚಿಸಿರುವೆಯಾ?" ಭೂತರಾಯ ಮುಂದಕ್ಕೆ ಬಾಗಿ ತನ್ನ ಬಿಳಿಯ ಗಡ್ಡದಲ್ಲಿ ಬೆರಳಾಡಿಸಿದ. ಕಟ್ಟಪ್ಪ ಆ ಕರಿಯ ಮುಖದವನ ನಗೆಗಿಂತ ಹೇಸಿಗೆಯಾದ ಬೇರೆಯದನ್ನು ನೋಡಿರಲಿಲ್ಲ.

"ಅದು ನಮ್ಮ ವಿಧಿ" ಸ್ವತಃ ಕಟ್ಟಪ್ಪನ ಕಿವಿಗೇ ಅದು ಒಪ್ಪಲಾಗದಂತಿತ್ತು.

"ಹೌದು, ನಿಜ, ನೀನೇ ಆರಿಸಿಕೊಂಡ ನಿನ್ನ ವಿಧಿ" ಭೂತರಾಯ ನುಡಿದ.

"ಬಿಡಿ ಸ್ವಾಮಿ, ನನಗೆ ದೇಶದ್ರೋಹಿಗಳ ಜೊತೆ ಮಾತಾಡುವುದು ಇಷ್ಟವಿಲ್ಲ."

"ನಿನ್ನ ತಂದೆಯನ್ನೇ ಕೆಲವರು ದೇಶದ್ರೋಹಿ ಎನ್ನುತ್ತಾರೆ"

"ನನ್ನ ತಂದೆಯ ಬಗ್ಗೆ ಕೆಟ್ಟ ನುಡಿಯಾಡಲು ನಿಮಗೆಷ್ಟು ಧೈರ್ಯ?" ಕಟ್ಟಪ್ಪ ಎದ್ದು ಕೂತ.

"ಆದರೆ ಅದು ಸತ್ಯ. ನೀನು ಸತ್ಯವನ್ನು ಒಪ್ಪಿಕೊಳ್ಳುವುದಿಲ್ಲವೆನ್ನಿಸುತ್ತದೆ. ತರುಣಾ, ನೀನು ದೇಶದ್ರೋಹಿಗಳ ಕುಟುಂಬಕ್ಕೆ ಸೇರಿದವನು"

"ನನ್ನ ತಂದೆ ತನ್ನ ಜೀವಮಾನವಿಡೀ ಮಾಹಿಷ್ಮತಿಯ ಸೇವೆಗೆ ಮುಡಿಪಾಗಿರುವವರು. ಮಾಹಿಷ್ಮತಿಗಾಗಿಯೇ ಅವರು ಬದುಕಿದ್ದಾರೆ, ಅದಕ್ಕಾಗಿಯೇ ಸಾಯುತ್ತಾರೆ. ಕಳೆದ ಹದಿನೆಂಟು ತಲೆಮಾರುಗಳ ಕಾಲ ನಮ್ಮ ಪೂರ್ವಜರು ಬದುಕಿದ್ದುದು ಹಾಗೆಯೇ" ಕಟ್ಟಪ್ಪ ಕೋಪದಿಂದಲೂ, ಆಯಾಸದಿಂದಲೂ ಉಸಿರೆಳೆದ.

ಭೂತರಾಯ ನಸುನಕ್ಕ. "ಅಂದರೇ ಅವನು ತನ್ನ ಕುಟುಂಬದ ಹತ್ತೊಂಭತ್ತನೇ ದೇಶದ್ರೋಹಿ"

ಕಟ್ಟಪ್ಪ ಆ ದೈತ್ಯನನ್ನು ದಿಟ್ಟಿಸಿದ, ಆತನಿಗೇನು ಹುಚ್ಚು ಹಿಡಿದಿದೆಯೇ? ಅಥವಾ ಆತನ ಮಾತಿನಲ್ಲಿ ಅಲ್ಪವಾದರೂ ಸತ್ಯವಿದೆಯೇ?

ಭೂತರಾಯ ಕಟ್ಟಪ್ಪನ ಕೈ ಮೇಲೆ ತನ್ನ ಕೈಯಿಟ್ಟು ನುಡಿದ "ಮಗಾ, ನೀನು ನಮ್ಮವ. ಇವರು ನಿನ್ನ ಅಣ್ಣತಮ್ಮಂದಿರು, ಇದು ನಿನ್ನ ಕಾಡು"

ಕಟ್ಟಪ್ಪ ಅವನನ್ನೇ ದೃಷ್ಟಿಸಿದ, ತಾನು ಕೇಳುತ್ತಿರುವುದನ್ನು ನಂಬದೇ. ತಾನು ಈ ತುಚ್ಛ ವೈತಾಳಿಕ ಬುಡಕಟ್ಟಿಗೆ ಸೇರಿದವನೇ? ಅದು ಹೇಗೆ ಸಾಧ್ಯ? ಮಾಹಿಷ್ಮತಿಯ ರಾಜರುಗಳು ತಮ್ಮ ರಕ್ಷಣೆಗೆ ತನ್ನ ಕುಟುಂಬವನ್ನೇ ಅವಲಂಭಿಸುತ್ತಿದ್ದರು ಎನ್ನುವ ಸಂಗತಿಯ ಬಗ್ಗೆ ಯಾವಾಗಲೂ ಹೆಮ್ಮೆ ಇತ್ತು. ಈಗ, ಈ ಭೂತರಾಯ ತನ್ನ ತಂದೆಯನ್ನು ದೇಶದ್ರೋಹಿ ಎಂದು ಕರೆಯುತ್ತಿದ್ದಾನೆ?

"ನೀವು ಸುಳ್ಳು ಹೇಳುತ್ತಿದ್ದೀರಿ" ತಲೆ ಅಲ್ಲಾಡಿಸುತ್ತ ಕಟ್ಟಪ್ಪ ನುಡಿದ. ಸುತ್ತಲೂ ಕೋಪದ ಗುಸುಗುಸು ಎದ್ದಿತು.

"ಎಂದಾದರೂ ಮಹಾಮಾಸದ ಬಗ್ಗೆ ಕೇಳಿರುವೆಯಾ, ಮಗಾ?"

"ಪ್ರತಿ ಹನ್ನೆರಡು ವರ್ಷಕ್ಕೊಮ್ಮೆ ತಾಯಿ ಗೌರಿಯ ಆಶೀರ್ವಾದ ಮಾಹಿಷ್ಮತಿಯನ್ನು ತಲುಪುವ ದಿನ."

"ಕೇಳು, ಮೂರ್ಖ" ಭೂತರಾಯ ಕೈ ಸನ್ನೆ ಮಾಡಿದ.

ಕಟ್ಟಪ್ಪ ತನ್ನ ಎರಡೂ ಬದಿಯಲ್ಲಿದ್ದ ಯೋಧರು ಬದಿಗೆ ಸರಿದು ಜಾಗ ಬಿಟ್ಟು, ಎಲೆಯ ಮೇಲೆ ಏನೋ ಒಂದು ವಸ್ತುವನ್ನು ತರುತ್ತಿರುವ ಒಬ್ಬ ವ್ಯಕ್ತಿಗೆ ಮಂಡಿಯೂರಿ ನಮಸ್ಕರಿಸುವುದನ್ನು ನೋಡಿದ. ಅವನು ಭೂತರಾಯನ ಬಳಿಗೆ ಬಂದಾಗ ವೈತಾಳಿಕರ ರಾಜ ಬಾಗಿ ನಮಸ್ಕರಿಸಿ ಆ ಎಲೆಯನ್ನು ಬಹಳ ಭಕ್ತಿ ಗೌರವಗಳಿಂದ ತನ್ನ ಕೈಗೆ ತೆಗೆದುಕೊಂಡ. ಕಟ್ಟಪ್ಪನ ಕಡೆಗೆ ತಿರುಗಿ ಅದನ್ನು ಅವನಿಗೆ ತೋರಿಸಿದ. "ಇದೇನೆಂದು ನಿನಗೆ ಗೊತ್ತಿದೆಯಾ?"

ಎಲೆಯ ನಡುವೆ ಇದ್ದ ಮಂಕಾದ ಕಲ್ಲುಗಳನ್ನು ನೋಡಿ ಕಟ್ಟಪ್ಪನಿಗೆ ಆಘಾತ ವಾಯಿತು. ಅವನು ತನ್ನ ಸೊಂಟಪಟ್ಟಿಯಲ್ಲಿ ಕಟ್ಟಿಕೊಂಡಿದ್ದ ಕಲ್ಲಿನ ಥರವೇ ಇತ್ತು ಇವು. ಕಾಳಿಕಾಳ ವಾಟಿಕೆಯಲ್ಲಿ ಪಟ್ಟರಾಯ ಕೊಟ್ಟಿದ್ದು. ಇವು ಅದಕ್ಕಿಂತ ಸ್ವಲ್ಪ ದೊಡ್ಡದಾಗಿದ್ದವು. ಅವನಿಗೆ ತನ್ನ ಸೊಂಟಪಟ್ಟಿ ಮುಟ್ಟಿ ನೋಡಿಕೊಳ್ಳುವ ಅತೀವ ಆಸೆಯಾಯಿತು. ಆದರೆ ಇದೆ ರೀತಿಯದು ತನ್ನ ಬಳಿ ಇದೆ ಎಂದು ಅವರಿಗೆ ತಿಳಿಯಬಾರದೆಂದು ಅವನು ತನ್ನನ್ನು ನಿಗ್ರಹಿಸಿಕೊಂಡ. "ನದಿಯ ಕಲ್ಲುಗಳಾ?" ಎನ್ನುತ್ತಾ ಕಟ್ಟಪ್ಪ ಅದನ್ನು ಮುಟ್ಟಲು ಕೈ ಚಾಚಿದ. ಭೂತರಾಯ ತಟ್ಟನೆ ಎಲೆಯನ್ನು ಹಿಂದಕ್ಕೆಳೆದುಕೊಂಡ.

"ಮೂರ್ಖಾ, ಇವು ನದಿಯ ಕಲ್ಲುಗಳಲ್ಲಾ, ಇದು ಗೌರೀಕಾಂತ ಶಿಲೆ." ಕಟ್ಟಪ್ಪನ ಕಣ್ಣೊಳಗೆ ಕಣ್ಣಿಟ್ಟು ನೋಡುತ್ತಾ ಭೂತರಾಯ ನುಡಿದ. "ಇವು ನಮ್ಮ ಬುಡಕಟ್ಟಿನ ಅತ್ಯಂತ ಪವಿತ್ರ ಅವಶೇಷ. ನೀನು ವೈತಾಳಿಕನಾದರೂ ಇವುಗಳ ಬಗ್ಗೆ

ನಿನಗೆ ಗೊತ್ತಿಲ್ಲವೆಂದರೆ ಎಷ್ಟು ಅವಮಾನ! ಅನೇಕ ತಲೆಮಾರುಗಳ ಕಾಲ ವೈತಾಳಿಕರು ತಾಯಿ ಗೌರಿಯ ಈ ಪ್ರಸಾದದ ಮುಂದೆ ತಲೆಬಾಗಿದ್ದಾರೆ. ಅನಾದಿ ಕಾಲದಿಂದ ವೈತಾಳಿಕರಿಗೆ ಕೊಟ್ಟ ದೈವೀಕ ಕೊಡುಗೆ ಇದು. ಗೌರೀಪರ್ವತದ ಮೇಲೆ ವೈತಾಳಿಕರಿಗೆ ಇರುವ ಹಕ್ಕು ಪರ್ವತದಷ್ಟು ಪ್ರಾಚೀನ, ಕಡಲಿನಷ್ಟು ಪುರಾತನ."

"ನನ....ನನಗೆ ಅರ್ಥವಾಗುತ್ತಿಲ್ಲ" ಕಟ್ಟಪ್ಪನೆಂದ.

"ನಿನಗೆ ಅರ್ಥವಾಗದೆ ಇರುವುದು ಇನ್ನೂ ಇವೆ... ಅಥವಾ ನೀನು ಅರ್ಥ ಮಾಡಿಕೊಳ್ಳಲು ಸಿದ್ಧನಿಲ್ಲದಿರುವುದು. ಮಾಹಿಷ್ಮತಿ ಹೇಗೆ ಅತ್ಯಂತ ದೊಡ್ಡ ಸಾಮ್ರಾಜ್ಯವಾಯಿತು?" ಶಿಲೆಯನ್ನು ಹಿಂದಿರುಗಿಸುತ್ತಾ ಭೂತರಾಯ ಕೇಳಿದ. ಅದನ್ನು ತೆಗೆದುಕೊಂಡು ಹೋಗುವುದನ್ನೇ ಕಟ್ಟಪ್ಪ ನೋಡುತ್ತಿದ್ದ. ಎಲ್ಲಾ ವೈತಾಳಿಕರೂ ಶಿಲೆಯನ್ನು ತೆಗೆದುಕೊಂಡು ಹೋಗುತ್ತಿದ್ದ ವ್ಯಕ್ತಿ ಪೊದೆಯ ಹಿಂದೆ ಕಾಣೆಯಾಗುವವರೆಗೂ ಮಂಡಿಯೂರಿದ್ದರು. ಶಿವಪ್ಪನೂ ಕೂಡಾ.

"ನಾನು ನಿನಗೆ ಒಂದು ಪ್ರಶ್ನೆ ಕೇಳಿದೆ, ಕಟ್ಟಪ್ಪ" ಭೂತರಾಯ ಹೇಳಿದ.

"ಯಾಕೆಂದರೆ ಮಾಹಿಷ್ಮತಿಯನ್ನು ದೇವರುಗಳು ಆಶೀರ್ವದಿಸಿದ್ದಾರೆ. ಮಾಹಿಷ್ಮತಿಯಲ್ಲಿ ಅತ್ಯುತ್ತಮ ವೀರ ಯೋಧರಿದ್ದಾರೆ, ಅವರು ದೇಶಕ್ಕಾಗಿಯೇ ಬದುಕುತ್ತಿದ್ದಾರೆ , ಅದಕ್ಕಾಗಿಯೇ ಪ್ರಾಣ ನೀಡಲು ಸಿದ್ಧರಿದ್ದಾರೆ."

"ಹಹಹ, ಅದರ ಜೊತೆಗೇ ಇದನ್ನೂ ಸೇರಿಸು – ಮಾಹಿಷ್ಮತಿಯ ರಾಜರು ತಮ್ಮ ಪ್ರಾಬಲ್ಯಕ್ಕಾಗಿ ಮತ್ತು ಇತರರನ್ನು ದಮನಿಸುವುದಕ್ಕಾಗಿ ಕೊಲ್ಲಲು, ಕತ್ತರಿಸಲು, ಅತ್ಯಾಚಾರ ಮಾಡಲು, ಕೊಳ್ಳೆ ಹೊಡೆಯಲು ಸಿದ್ಧರಿದ್ದಾರೆ. ಅಷ್ಟು ಆಘಾತಪಡಬೇಡಾ. ಚರಿತ್ರೆಯುದ್ದಕ್ಕೂ ಪ್ರತಿಯೊಬ್ಬ ರಾಜನೂ ಮಾಡಿದ್ದು ಅದನ್ನೇ. ಇನ್ನು ದೇವರುಗಳ ಕೃಪೆ, ಹ್ಹ, ಒಂದು ಕೋಣವನ್ನೋ, ಆಡನ್ನೋ ಬಲಿ ಕೊಟ್ಟರೆ ಅಥವಾ ಕೆಲವು ಪೂಜಾರಿಗಳ ಹೊಟ್ಟೆ ತುಂಬಿಸಿದರೆ ಸಿಗುವಂಥದ್ದು. ಎಷ್ಟೋ ಸಂಗತಿಗಳಿಗಾಗಿ ಬದುಕಲು, ಸಾಯಲು ಬೇಕಾದಷ್ಟು ಜನರಿದ್ದಾರೆ. ಅದೆಲ್ಲವೂ ಲೆಕ್ಕಕ್ಕಿಲ್ಲ. ಮುಖ್ಯವಾದ ವಿಷಯವೆಂದರೆ, ಅವರಿಗಿರುವ ವಿಶೇಷ ಅನುಕೂಲ. ಅದೇ ಗೌರೀಕಾಂತ."

"ಅದು ಹೇಗೆ ಒಂದು ಕಲ್ಲು...."

"ನಾನಿನ್ನೂ ಮುಗಿಸಿಲ್ಲ," ಭೂತರಾಯನ ಕಣ್ಣು ಮಿನುಗಿತು "ಇದು ಸಾಧಾರಣ ಕಲ್ಲಲ್ಲ. ಎಲ್ಲಾ ಕತ್ತಿಗಳು, ಖಡ್ಗಗಳು, ಈಟಿಗಳು, ಸರಪಳು ಕವಚಗಳು, ಗುರಾಣಿಗಳು ಎಲ್ಲದರಲ್ಲೂ ಗೌರೀಕಾಂತದಿಂದ ತೆಗೆದ ಒಂದು ಗುಪ್ತ ಲೋಹ ಸಾರದಿಂದ ಕೂಡಿರುತ್ತದೆ. ಅದನ್ನೊಂದು ರಹಸ್ಯ ವಿಧಾನದಿಂದ ಮಾಡಲಾಗುತ್ತದೆ.

ಆ ಮಿಶ್ರ ಲೋಹವನ್ನು ಗೌರಿಧೂಳಿ ಎಂದು ಕರೆಯುತ್ತಾರೆ. ಅದು ಅದರ ತೂಕದ ಚಿನ್ನಕ್ಕಿಂತ ಸಾವಿರ ಪಾಲು ಹೆಚ್ಚು ಬೆಲೆಯುಳ್ಳದ್ದು. ಕುಲುಮೆಯಲ್ಲಿ ಗೌರೀಧೂಳಿಯಿಂದ ಗೌರೀಖಡ್ಗವನ್ನು ಮಾಡುವ ಅಥವಾ ಗೌರೀ ಅಸ್ತ್ರ - ಬಾಣಗಳ ಮೊನೆಗೆ ಗೌರೀಧೂಳಿಯನ್ನು ಅಳವಡಿಸುವ ಕಲೆ ಕೆಲವೇ ಕಮ್ಮಾರರಿಗೆ ತಿಳಿದಿದೆ. ಅವು ಯಾವುದೇ ಕವಚವನ್ನು ಭೇಧಿಸಬಲ್ಲವು"

ಕಟ್ಟಪ್ಪ ಏನೋ ಹೇಳಲು ಪ್ರಯತ್ನಿಸಿದ. ಭೂತರಾಯ ಅವನನ್ನು ಸುಮ್ಮನೆ ಕೇಳೆಂದು ಸನ್ನೆ ಮಾಡಿದ.

"ಮುನ್ನೂರು ವರ್ಷಗಳ ಹಿಂದೆ, ನನ್ನ ಪೂರ್ವಜರಲ್ಲೊಬ್ಬ, ಕದರಿ ಮಂಡಲಮ್ಮಿನ ಚಕ್ರವರ್ತಿಯ ಸಣ್ಣ ಸಾಮಂತನಿಗೆ ಆಶ್ರಯ ಕೊಡುವ ಮೂರ್ಖ ಕೆಲಸ ಮಾಡಿದ್ದ. ಸಾಮಂತನ ಹೆಸರು ಉತ್ತಮ ಮಹಾದೇವ. ಅವನು ಹೆಸರಿಗೆ ಮಾತ್ರ ಉತ್ತಮನಾಗಿದ್ದ. ನಮ್ಮ ಪೂರ್ವಜ, ನಮ್ಮ ಪುರಾತನ ಧರ್ಮದ ಅನುಸಾರ ಅವನಿಗೂ ಅವನ ಕುಟುಂಬಕ್ಕೂ ನೆಲೆಸಲು ಸ್ಥಳವಿತ್ತ. ಅವನು ಕದರಿಮಂಡಲಮ್ಮಿನ ಚಕ್ರವರ್ತಿಯ ಕೋಪದಿಂದ ತಪ್ಪಿಸಿಕೊಂಡು ಓಡುತ್ತಿದ್ದ. ತನ್ನ ಅಯೋಗ್ಯ ತಲೆಯನ್ನು ಉಳಿಸಿಕೊಳ್ಳಲು ಹತಾಶನಾಗಿದ್ದ. ನನ್ನ ಪೂರ್ವಜ, ಕಾತ್ಯಾಯನ ವೈತಾಳಿಕ, ಅವನು ಮತ್ತವನ ಕುಟುಂಬದ ಮೇಲೆ ಮರುಕಪಟ್ಟು ಆ ಅಯೋಗ್ಯನನ್ನು ತನ್ನ ಸೋದರನಂತೆ ಕಂಡ. ಅದಕ್ಕೆ ಅವನು ತೋರಿದ ಪ್ರತಿಫಲವೇನು ಗೊತ್ತೇ? ನಮ್ಮಿಂದ ಗೌರೀಪರ್ವತವನ್ನು ಕಿತ್ತುಕೊಂಡಿದ್ದು, ನಮ್ಮನ್ನು ನಿರ್ಗತಿಕರಾಗಿಸಿದ್ದು."

"ದೇಶಭ್ರಷ್ಟನೊಬ್ಬ ಗೌರೀಪರ್ವತವನ್ನು, ವೈತಾಳಿಕ ಸಾಮ್ರಾಜ್ಯವನ್ನು ವಶಪಡಿಸಿಕೊಳ್ಳುವುದು ಹೇಗೆ ಸಾಧ್ಯ? ನಿಮ್ಮ ಕಥೆ ನಂಬಲಸಾಧ್ಯ."

"ಹೇಗೆಂದರೆ, ಉತ್ತಮ ಮಹಾದೇವನಿಗೆ ವೈತಾಳಿಕರಲ್ಲೊಬ್ಬ ದ್ರೋಹಿ ನೆರವು ನೀಡಿದ–ಉಗ್ರನಾಗಪ್ಪ, ವೈತಾಳಿಕರ ಸೇನಾಪತಿ. ಗೌರೀಪರ್ವತ ಮತ್ತು ಗೌರೀಕಾಂತದ ರಹಸ್ಯವನ್ನು ಅವನು ಉತ್ತಮ ಮಹಾದೇವನಿಗೆ ಬಿಟ್ಟುಕೊಟ್ಟ." ಭೂತರಾಯ ಹೇಳಿದ. ಮೌನ ಆವರಿಸಿತು.

ಆ ಪರಕೀಯ ರಾಜ ಹೇಳಿದ ಮಾತಿನ ಒಳಾರ್ಥ ಕಟ್ಟಪ್ಪನಿಗೆ ಗೊತ್ತಾಯಿತು. ಅವನು ಭೂತರಾಯನಿಂದ ಮುಖ ತಿರುಗಿಸಿದ. ಶಿವಪ್ಪ ಕಲ್ಲುಮುಖ ಮಾಡಿ ನಿಂತಿದ್ದು ಅವನಿಗೆ ಕಾಣಿಸಿತು. ಕಟ್ಟಪ್ಪ ಕೇಳಲು ಅತ್ಯಂತ ಭಯಪಡುತ್ತಿದ್ದ ಮಾತನ್ನು ಭೂತರಾಯ ಹೇಳೇ ಬಿಟ್ಟ: "ಉಗ್ರನಾಗಪ್ಪ ನಿಮ್ಮ ಪೂರ್ವಜ ಕಟ್ಟಪ್ಪ. ವೈತಾಳಿಕ ರಾಣಿಯೊಬ್ಬಳ ಸೋದರ ಅವನ ಮಗಳನ್ನು ಅತ್ಯಾಚಾರ ಮಾಡಿದ್ದ. ಆದರೂ ಅದರಿಂದ ಒಂದು ಇಡೀ ದೇಶಕ್ಕೆ ವಿಶ್ವಾಸಘಾತುಕನಾಗಲು ಅವನಿಗೆ ಹಕ್ಕಿರಲಿಲ್ಲ. ಅದಕ್ಕೆ ಪ್ರತಿಯಾಗಿ ಅವನಿಗೇನು ಸಿಕ್ಕಿತು – ಗುಲಾಮಗಿರಿ. ನಿನ್ನ

ಪೂರ್ವಜ ಒಬ್ಬ ಮೂರ್ಖನಾಗಿದ್ದ. ಅವನು ಸೇಡಿಗಾಗಿ ತನ್ನ ಸ್ವಾತಂತ್ರ್ಯವನ್ನೇ ಬಿಟ್ಟುಕೊಟ್ಟ, ಅಷ್ಟೇ ಅಲ್ಲ, ಅವನು ತನ್ನ ಜನರ ಮತ್ತು ತನ್ನ ದೇಶದ ಭವಿಷ್ಯವನ್ನೇ ಬರೆದುಕೊಟ್ಟುಬಿಟ್ಟ."

"ಈ ಕಟ್ಟುಕಥೆಗಳನ್ನು ನಾನು ನಂಬುವುದಿಲ್ಲ" ಕಟ್ಟಪ್ಪ ಚೀರಿದ "ನಿಮ್ಮ ಬಳಿ ಗೌರೀಕಾಂತವಿದ್ದರೆ, ಅತ್ಯಂತ ಪ್ರಬಲ ಖಡ್ಗ, ಈಟಿ, ಅಸ್ತ್ರಗಳನ್ನು ಮಾಡುವ ಸೋಲರಿಯದ ಶಿಲೆ ಇದ್ದರೆ ಒಬ್ಬ ದೇಶಭ್ರಷ್ಟನಿಗೆ ನೀವು ಸೋಲಲು ಹೇಗೆ ಸಾಧ್ಯ?"

ಭೂತರಾಯನ ನರಗಳು ಕೋಪದಲ್ಲಿ ಉಬ್ಬಿದವು. ಅವನ ಕೊರಳಿನ ಒಂದು ನಾಳ ಬಡಿದುಕೊಂಡಿತು. ಹಲ್ಲು ಕಚ್ಚುತ್ತಾ ಅವನು ಹೇಳಿದ "ನಾವು ಸೋತೆವು ಯಾಕಂದರೆ ನಮಗೆ ಹಿಂದೆಯೂ ಇಂದಿಗೂ ಗೌರೀಪರ್ವತ ದೈವೀಕವಾಗಿದೆ. ಪರ್ವತವು ನಮ್ಮ ತಾಯಿ, ನಮ್ಮ ದೇವತೆ. ಅವಳ ಸಂಪನ್ಮೂಲಗಳನ್ನು ನಾವು ದುರ್ಬಳಕೆ ಮಾಡಲಾರೆವು. ನಮ್ಮಲ್ಲಿ ಕೆಲವೇ ಶಸ್ತ್ರಗಳಿದ್ದವು. ಆದರೆ ಉತ್ತಮ ಮಹಾದೇವ ಅದನ್ನು ರಹಸ್ಯವಾಗಿ ಶೇಖರಿಸುತ್ತಿದ್ದ. ಅತ್ಯಂತ ಹೇಡಿಯಂತೆ ಅವನು ನಿಮ್ಮ ಪೂರ್ವಜನ ಸಹಾಯದಿಂದ ದ್ರೋಹ ಬಗೆದು ನಮ್ಮನ್ನು ಓಡಿಸಿದ. ನಮ್ಮ ತಾಯ್ನಾಡು, ನಮ್ಮ ಮನೆಯನ್ನು ನಾವು ಕಳೆದುಕೊಂಡೆವು. ಅಂದಿನಿಂದ ನಾವು ಅವಳಿಗಾಗಿ ಹೊಡೆದಾಡುತ್ತಿದ್ದೀವಿ. ನಾವದನ್ನು ಮರಳಿ ಪಡೆಯಲಾಗಿಲ್ಲ ಯಾಕಂದರೆ ನಮಗೆ ಗೌರಿಧೂಳಿಯನ್ನು ಮಾಡುವ ಕಲೆ ಗೊತ್ತಿಲ್ಲ."

"ಗೌರೀಪರ್ವತ ಮಾಹಿಷ್ಮತಿಯ ಜನರಿಗೂ ದೈವೀಕವೇ" ಕಟ್ಟಪ್ಪ ಸಮರ್ಥಿಸಿಕೊಳ್ಳುತ್ತಾ ನುಡಿದ.

"ದೈವೀಕ?" ಭೂತರಾಯ ಎದ್ದುನಿಂತು ತನ್ನ ಸಂಗಡಿಗರಿಗೆ ಕಟ್ಟಪ್ಪನ ಮಾತನ್ನು ಪುನರುಚ್ಚರಿಸಿದ. "ಗೌರೀಪರ್ವತ ಮಾಹಿಷ್ಮತಿಗೆ ದೈವೀಕವಂತೆ, ನೀವು ಕೇಳಿದಿರಾ?"

ಯೋಧರು ಕೋಪದಲ್ಲಿ ತಮ್ಮ ಈಟಿಯನ್ನು ಗುರಾಣಿಗೆ ಬಡಿದು ಪ್ರತಿಕ್ರಿಯಿಸಿದರು.

"ಅವರು ಪವಿತ್ರವಾದದ್ದನ್ನು ಅತ್ಯಂತ ಹೊಲಸು ರೀತಿಯಲ್ಲಿ ನಾಶ ಮಾಡುತ್ತಿದ್ದಾರೆ. ಅದು ಮಾನವೀಯತೆಗೆ ಕಳಂಕ. ಯೋಗ್ಯವಾದ ಎಲ್ಲದರ ವಿರುದ್ಧ ಕಳಂಕ. ನೀನದನ್ನು ದೈವೀಕ ಎನ್ನುತ್ತಿರುವೆಯಾ?" ಭೂತರಾಯ ಕಟ್ಟಪ್ಪನನ್ನು ಎದುರಿಸಿದ.

"ಹೌದು, ಹೇಳುತ್ತೇನೆ." ಕಟ್ಟಪ್ಪನ ಕೋಪ ಸ್ಫೋಟಗೊಂಡಿತು. "ನಿಮ್ಮ ಬಳಿ ಒಂದು ಪರ್ವತವಿತ್ತು, ನೀವದನ್ನು ನಿಮಗಿಂತ ಬುದ್ಧಿವಂತನೊಬ್ಬನಿಗೆ ಕಳೆದು

ಕೊಂಡಿರಿ. ಅದು ನೂರಾರು ವರ್ಷಗಳ ಹಿಂದೆ ನಡೆದ ಸಂಗತಿ. ಅದಾದ ಮೇಲೆ ಎಷ್ಟೋ ರಾಜ್ಯಗಳು ಸೋತು ಗೆದ್ದಿವೆ. ಗೌರೀಪರ್ವತ ಮತ್ತು ಗೌರೀಕಾಂತ ಅನೇಕ ತಲೆಮಾರುಗಳವರೆಗೆ ನಿಮ್ಮದಾಗಿತ್ತು. ಈಗ ಅದು ಮಾಹಿಷ್ಮತಿಯ ಸ್ವತ್ತು."

"ಸಾಕು!" ಭೂತರಾಯ ಕಟ್ಟಪ್ಪನ ಧ್ವನಿಯನ್ನು ಮೀರಿಸಿ ಕೂಗಿದ. "ನಿನಗೆ ಗೊತ್ತಿಲ್ಲದರ ಬಗ್ಗೆ ಮಾತಾಡಬೇಡಾ. ನಾವು ನಮ್ಮ ತಾಯ ಗರ್ಭದಿಂದ ಗೌರೀಕಾಂತವನ್ನು ಹೊರಗೆಳೆಯಲಿಲ್ಲ. ಅವಳು ನಮಗೆ ಕೊಟ್ಟಿದ್ದನ್ನು ಮಾತ್ರ ತೆಗೆದುಕೊಂಡೆವು. ಅವಳು ಸ್ರವಿಸಿದಾಗ ತಾನಾಗಿಯೇ ತನ್ನ ಸಂಪತ್ತನ್ನು ಕೊಟ್ಟಳು. ಒಂದೊಂದು ಸಲ ಅವಳು ನೂರು ವರ್ಷಕ್ಕೊಮ್ಮೆ ಸ್ರವಿಸಿದರೆ ಒಮ್ಮೊಮ್ಮೆ ಸಾವಿರ ವರ್ಷಕ್ಕೊಮ್ಮೆ.. ಶಿಲೆಗಳು ಅವಳ ಬೆಂಕಿ ರಕ್ತದಲ್ಲಿ ಹರಿದು ಬಂದವು. ಅವಳು ಜ್ವಾಲಾಮುಖಿ, ತಾನು ಇಚ್ಛಿಸಿದಾಗ ಮಾತ್ರ ಅವಳು ವರ ಕೊಡುತ್ತಾಳೆ. ನಾವು ತಾಯ ಗರ್ಭವನ್ನು ಇಂದಿಗೂ ಕೊರೆಯುವುದಿಲ್ಲ. "

"ನೀನು ಹೇಳುತ್ತಿರುವುದು ನಾವು ಗೌರೀಪರ್ವತವನ್ನು ಕೊರೆಯುತ್ತಿದ್ದೇವೆ ಅಂತಲೋ? ಮಾಹಿಷ್ಮತಿಯ ಪ್ರತಿ ಪ್ರಜೆಯೂ ಪ್ರಾರ್ಥಿಸುವ ನಮ್ಮ ಪವಿತ್ರ ತಾಯ ಗರ್ಭವನ್ನು ನಾವು ಅಪವಿತ್ರಗೊಳಿಸುತ್ತೀವಿ ಎಂದು ಹೇಳುವಷ್ಟು ಧಾರ್ಷ್ಟ್ಯವೆ? ಈಗಿಂದೀಗಲೇ ನಾನು ನಿನ್ನನ್ನು ದ್ವಂದ್ವ ಯುದ್ಧಕ್ಕೆ ಕರೆ ನೀಡುತ್ತೇನೆ. ನಮ್ಮ ಧರ್ಮ, ನಂಬಿಕೆ ಮತ್ತು ಜನರಿಗಾದ ಅವಮಾನಕ್ಕೆ ನಾನು ಸೇಡು ತೀರಿಸಿಕೊಳ್ಳಲೇ ಬೇಕು."

"ನೀನು ಅಂದುಕೊಂಡಿರುವುದಕ್ಕಿಂತ ದೊಡ್ಡ ಮೂರ್ಖ. ಇಲ್ಲಿ ಕೇಳು, ನಿನ್ನ ರಾಜ, ಕುಲೀನರು, ಯಾರಿಗಾಗಿ ನೀನು ಹೋರಾಡಲು ಸಿದ್ಧನೋ ಅವರು ನಿನಗೆ ವಂಚನೆ ಮಾಡುತ್ತಿದ್ದಾರೆ. ಅನೇಕ ತಲೆಮಾರುಗಳಿಂದ ಅವರು ನಿಮ್ಮನ್ನು ಮೂರ್ಖರನ್ನಾಗಿಸುತ್ತಿದ್ದಾರೆ. ಅವರು ಹಬ್ಬಿಸುತ್ತಿರುವ ದುಷ್ಟ ಸಂಗತಿ ಮಾತಿಗೆ ಮೀರಿದ್ದು."

"ನೀನು ಸುಳ್ಳು ಹೇಳುತ್ತಿರುವೆ" ಕಟ್ಟಪ್ಪ ಸಿಡುಕಿದ.

"ನಿನಗೆ ಸಾಕ್ಷಿ ಬೇಕೇ? ಸತ್ಯವನ್ನು ಎದುರಿಸುವಷ್ಟು ಶಕ್ತಿ ಇದೆಯೇ ನಿನ್ನಲ್ಲಿ?"

ಭೂತರಾಯನ ಧ್ವನಿಯಲ್ಲಿದ್ದ ಭಾವಾವೇಶವನ್ನು ನೋಡಿ ಕಟ್ಟಪ್ಪ ನಡುಗಿದ. ನಂತರ ತನ್ನನ್ನು ತಾನೇ ಸಮಾಳಿಸಿಕೊಂಡು ನುಡಿದ "ನನಗೆ ಯಾವ ಸಾಕ್ಷಿಯೂ ಬೇಕಾಗಿಲ್ಲ. ನನ್ನ ಮಹಾರಾಜ ಅಂತಹ ಕೆಲಸ ಎಂದಿಗೂ ಮಾಡುವುದಿಲ್ಲ."

"ಮೂರ್ಖಾ, ಅವನಿಗಾಗಿ ಆ ಕೆಲಸವನ್ನು ಮಾಡಲು ಆಳುಗಳಿದ್ದಾರೆ"

"ಕೆಲವರು ಕೆಟ್ಟವರಾಗಿರಬಹುದು. ಯಾವ ದೇಶದಲ್ಲಿ ಕೆಟ್ಟವರಲ್ಲ? ನನ್ನ ದೇಶ ಮಹಾನ್" ಕಟ್ಟಪ್ಪ ಭಾವಾವೇಶದಲ್ಲಿ ನುಡಿದ.

"ಕೆಲವರು ಒಳ್ಳೆಯವರಿರಬಹುದು. ಆದರೆ ಅವರ ಹೇಡಿತನ ಅವರನ್ನು

ನಿಷ್ಪ್ರಯೋಜಕರನ್ನಾಗಿಸುತ್ತದೆ. ಅದಕ್ಕಿಂತ ಕೀಳು. ಲಾಭಕ್ಕಾಗಿ ಏನು ಬೇಕಾದರೂ ಮಾಡುವ ವ್ಯಾಪಾರಸ್ಥರಿದ್ದಾರೆ ಗೊತ್ತೇ? ಜೀಮೂತನ ಹೆಸರು ಕೇಳಿರುವೆಯಾ? ಈ ವ್ಯಾಪಾರ ಮಾಡಲು ಉತ್ಸುಕರಾಗಿರುವ ಅನೇಕರ ಹೆಸರನ್ನು ಕೇಳಿರುವೆಯಾ? ನಿನ್ನ ರಾಜ ಮತ್ತು ಅವನು ಆಳುವ ದುಷ್ಟ ಸಾಮ್ರಾಜ್ಯದಲ್ಲಿ ಪ್ರತಿಯೊಬ್ಬನಲ್ಲೂ ಒಂದು ದೆವ್ವ ಅಡಗಿದೆ. ದುರಾಸೆಯ ಪುರುಷರು, ಲಜ್ಜೆಗೆಟ್ಟ ಸ್ತ್ರೀಯರು, ಭ್ರಷ್ಟ ಅಧಿಕಾರಿಗಳು – ನಿನ್ನ ದೇಶದಲ್ಲಿ ತುಂಬಿತುಳುಕುತ್ತಿದ್ದಾರೆ. ಜೊತೆಗೆ ನಿನ್ನಂತಹ ಮೂರ್ಖರು. ಎದೆ ಬಡಿದುಕೊಂಡು ನನ್ನ ದೇಶ ಅತ್ಯುತ್ತಮ ಎಂದು ಹರ ಕೊಳ್ಳುವ ಮೂರ್ಖರು. ತಿನ್ನುವುದಕ್ಕಿಲ್ಲ, ತಲೆ ಮೇಲೆ ಛಾವಣಿಯಿಲ್ಲ, ಉಡಲು ಬಟ್ಟೆಯಿಲ್ಲ, ಕುಡಿಯಲು ನೀರಿಲ್ಲ, ಉಳಲು ಭೂಮಿಯಿಲ್ಲ – ಆದರೂ ನಿಮ್ಮ ದೇಶದ ಬಗ್ಗೆ ಅತಿ ಜೋರಾಗಿ ಕೂಗುತ್ತೀರಿ."

"ನಿಮಗೆ ನಮ್ಮ ದೇಶ ಇಷ್ಟವಿಲ್ಲದಿದ್ದರೆ ಬೇರೆಲ್ಲಿಗಾದರೂ ಹೋಗಿ" ಕಟ್ಟಪ್ಪ ಕೋಪದಲ್ಲಿ ಕೂಗಿದ.

"ಬೇರೆಲ್ಲಿಗಾದರು? ಎಲ್ಲಿಗೆ? ನಿನ್ನ ರಾಜ ನನ್ನ ನೆಲವನ್ನು ಕದಿಯುತ್ತಾನೆ, ನನ್ನ ಕಾಡನ್ನು, ಗಣಿಗಳನ್ನು, ಪರ್ವತಗಳನ್ನು ತಿಂದುಹಾಕುತ್ತಾನೆ, ನನ್ನ ಜನಗಳನ್ನು ಓಡಿಸುತ್ತಾನೆ, ಈಗ ಅವನ ಗುಲಾಮ ನನಗೆ ಹೇಳುತ್ತಿದ್ದಾನೆ ಬೇರೆಲ್ಲಿಗಾದರೂ ಹೋಗು ಎಂದು! ಥೇ... ನೋಡುತ್ತಿರು, ಕಾದು ನೋಡು, ಎಷ್ಟು ಕಾಲ ನಿನ್ನ ರಾಜರು ಜನರನ್ನು ಮೋಸಗೊಳಿಸಲು ಸಾಧ್ಯ? ಹೀಗೇ ಮುಂದುವರಿದರೆ ನಿನ್ನ ದೇಶ ಕುಸಿಯುತ್ತದೆ. ನಾವೇನೂ ಮಾಡಬೇಕಾಗಿಲ್ಲ. ಮುಂದಿನ ಮಹಾಮಾಸಕ್ಕೆ ಮೊದಲು ನೀವೇ ಅದನ್ನು ನಾಶಪಡಿಸುವಿರಿ."

ಕಟ್ಟಪ್ಪನಿಂದ ಇನ್ನು ಹೆಚ್ಚು ಕೇಳಲಾಗಲಿಲ್ಲ. ಹೊರಗೆ ಅವನು ಎಷ್ಟೇ ದೃಢತೆಯನ್ನು ತೋರಿದರೂ, ಒಳಗೆ ಸರಿ ಮತ್ತು ತಪ್ಪಿನ, ಕರ್ತವ್ಯ, ದೇಶಭಕ್ತಿಯ ಪರಿಕಲ್ಪನೆಗಳು ತಲೆಕೆಳಗಾಗುತ್ತಿದ್ದವು. ಅವನಿಗೆ ಅಲ್ಲಿಂದ ಹೊರಟುಹೋದರೆ ಸಾಕೆನಿಸಿತ್ತು. ಈ ಜಾಗದಿಂದ, ಈ ಜನರಿಂದ ದೂರವಾಗಬೇಕಿತ್ತು. ಇಲ್ಲಿ ಇನ್ನು ಹೆಚ್ಚು ಹೊತ್ತಿದ್ದರೆ ಅವನಿಗೆ ಅತಿಪ್ರಿಯವಾದ ಸಂಗತಿಗಳೆಲ್ಲವೂ ಕುಸಿದು ಬೀಳಲಿತ್ತು. ಅವನು ಮಂಚದಿಂದ ಎದ್ದು ನಿಂತುಕೊಳ್ಳಲು ಯತ್ನಿಸಿದ.

"ದೇಶದ್ರೋಹಿಗಳ ಈ ಕೂಪದಲ್ಲಿ ಇನ್ನೊಂದು ಕ್ಷಣವೂ ನಾನಿರುವುದಿಲ್ಲ. ನನ್ನ ಶಿಲೆ ನನಗೆ ಕೊಟ್ಟುಬಿಡಿ"

ಕೆನ್ನೆ ಉರಿಯುವುದಕ್ಕೂ ಮೊದಲು ಅವನಿಗೆ ಕಪಾಳಕ್ಕೆ ಹೊಡೆದ ಏಟು ಕೇಳಿಸಿತು. ಅವನು ಮಂಚದಲ್ಲಿ ಕುಸಿದ. ಭೂತರಾಯ ಬುಸುಗುಟ್ಟಿದ "ಈಗ ನಿನ್ನನ್ನು ಹೋಗಲು ಬಿಡುತ್ತೇವೆ ಎಂದುಕೊಂಡೆಯಾ? ನಾನೇನು ಮೂರ್ಖನ ಥರ

ಕಾಣಿಸುತ್ತಿದ್ದೇನಾ? ನಿನ್ನ ರಾಜ ಸಾಯುವವರೆಗೂ ನೀನು ಎಲ್ಲಿಗೂ ಹೋಗುವಂತಿಲ್ಲ. ಚಿಂತಿಸಬೇಡಾ. ಅವನು ಮಹಾಮಾಸದವರೆಗೂ ಬದುಕುವುದಿಲ್ಲ."

"ಮಹಾಮಾಸಕ್ಕೆ ಇನ್ನೂ ತಿಂಗಳುಗಳಿವೆ...." ಕಟ್ಟಪ್ಪ ಮಾತು ನಿಲ್ಲಿಸಿದ. ತಾನು ತನ್ನ ರಾಜನ ರಕ್ಷಣೆಗಿಂತಲೂ ತನ್ನ ಬಂಧನದಲ್ಲಿರುವ ಕಾಲದ ಬಗ್ಗೆ ಚಿಂತಿಸುತ್ತಿದ್ದೆನಲ್ಲಾ ಎಂದು ಅವನಿಗೆ ನಾಚಿಕೆಯಾಯಿತು.

"ಚಿಂತಿಸಬೇಡಾ, ನಿನ್ನ ರಾಜ ಮಹಾಮಾಸದವರೆಗೂ ಬದುಕುವುದಿಲ್ಲ. ಈ ವರ್ಷ ನಾವು ಅದಕ್ಕೆ ಅವಕಾಶ ಮಾಡಿಕೊಡುವುದಿಲ್ಲ. ನಾವು ಸಿದ್ಧರಾಗಲಿದ್ದೇವೆ. ಹಬ್ಬದ ಸಡಗರದ ನಂತರ ನಡೆಯುವ ಹತ್ಯಾಕಾಂಡ ನಡೆಯಗೊಡುವುದಿಲ್ಲ. ಕಳೆದ ಮುನ್ನೂರು ವರ್ಷಗಳ ಕಾಲ ನಾವು ಸಹಿಸಿ ಆಗಿದೆ. ನೀನು ನಿನ್ನ ಜನರ ಸ್ವಾತಂತ್ರ್ಯಕ್ಕಾಗಿ ನಡೆಯುವ ಈ ಮಹಾ ಕದನದಲ್ಲಿ ನಮ್ಮ ಜೊತೆಗೂಡುತ್ತೀಯಾ."

"ನಾ...ನಾನು ವಚನಭ್ರಷ್ಟನಾಗಲಾರೆ"

"ಮೂರ್ಖಾ, ಜೀಮೂತ ಮತ್ತು ಕಾತವರಾಯನಂತಹ ವ್ಯಾಪಾರಿಗಳು ನಮ್ಮ ಹುಡುಗಿಯರನ್ನು ಕದ್ದೊಯ್ಯುತ್ತಿದ್ದಾರೆ. ಅವರು ವೇಶ್ಯಾವಾಟಿಕೆಗಳಲ್ಲಿ ಕೊಳೆಯುತ್ತಾರೆ. ಚಿಕ್ಕ ಹುಡುಗರು ಅದಕ್ಕಿಂತ ಘೋರ ನರಕದಲ್ಲಿ ಬೀಳುತ್ತಾರೆ. ನಿನ್ನ ರಾಜ್ಯವನ್ನು ನಾವು ಹಾಡಿ ಹೊಗಳಬೇಕೆನ್ನುತ್ತೀಯಾ? ಮಾಹಿಷ್ಮತಿಯನ್ನು ನಾನು ನಾಶಮಾಡುತ್ತೇನೆ."

"ನೀನು ಸೋಲುತ್ತೀಯಾ..." ಕಟ್ಟಪ್ಪ ನುಡಿದ. ಆದರೆ ಅವನ ದನಿಯಲ್ಲಿ ನಂಬಿಕೆ ಇರಲಿಲ್ಲ. "ನೀನು ಸುಳ್ಳು ಹೇಳುತ್ತಿರುವೆ. ಅಥವಾ ಯಾರೋ ನನ್ನ ದೇಶದ ಬಗ್ಗೆ ಹರಡುತ್ತಿರುವ ವದಂತಿಯನ್ನು ನೀನು ಗಿಳಿಪಾಠದಂತೆ ಒಪ್ಪಿಸುತ್ತಿರುವೆ. ನೀವೆಲ್ಲರೂ ದ್ರೋಹಿಗಳು. ಇದು ಪುರಾತನ ನಾಡು...."

"ಸಾಕು" ಭೂತರಾಯ ಕೈಯೆತ್ತಿ ಅವನನ್ನು ಸುಮ್ಮನಾಗಿಸಿದ. "ದೇಶ ದ್ರೋಹಿಗಳ ಬಗ್ಗೆ ಈ ರೀತಿಯ ವಾದಗಳನ್ನು ನಾನು ನೂರಾರು ಬಾರಿ ಕೇಳಿದ್ದೇನೆ. ಕೇಳಿಸಲೇ ನಿನಗೆ, ಗುಲಾಮ?"

ಭೂತರಾಯ ತನ್ನ ಸಂಗಡಿಗರ ಕಡೆಗೆ ತಿರುಗಿ ನಗರದಲ್ಲಿ ಬೆಳೆದ ಸಂಭಾವಿತನ ಧಾಟಿಯನ್ನು ಅನುಕರಿಸಿ ಮಾತಾಡತೊಡಗಿದ. "ನಮ್ಮ ದೇಶದ ಬಗ್ಗೆ ಕೆಟ್ಟ ಮಾತಾಡುವವರನ್ನು ನಾನು ದ್ವೇಷಿಸುತ್ತೇನೆ. ನಮ್ಮ ಸಂಸ್ಕೃತಿಯೇ ಅತ್ಯುತ್ತಮವಾದದ್ದು" ಭೂತರಾಯನ ಸಂಗಡಿಗರು ನಗತೊಡಗಿದರು. ವೈತಾಳಿಕರ ನಾಯಕ ಮುಂದುವರಿದ "ಇಡೀ ಜಗತ್ತಿನಲ್ಲೇ ಇಂತಹ ದೇಶ ಬೇರೆ ಇಲ್ಲ."

ಮತ್ತೊಮ್ಮೆ ನಗುವಿನ ಅಲೆ ಎದ್ದಿತು. ಭೂತರಾಯ ತನ್ನ ದಂಡವನ್ನು ಬಲಗೈಯಿಂದ ಎಡಗೈಗೆ ಬದಲಾಯಿಸಿಕೊಂಡು ಅಣಕನ್ನು ಮುಂದುವರಿಸಿದ.

"ಒಹ್... ಈ ದೇಶದಲ್ಲಿ ಸಮಸ್ಯೆಗಳಿವೆಯೇ? ಯಾಕೆ – ಇದೊಂದೇ ದೇಶದಲ್ಲಾ ಸಮಸ್ಯೆಗಳಿರುವುದು? ನಮ್ಮ ದೇಶದ ಬಗ್ಗೆ ನೀವು ಯಾವಾಗಲೂ ಕೆಟ್ಟದ್ದನ್ನೇ ಹೇಳುತ್ತೀರಿ. ದೇಶದ್ರೋಹಿಗಳು, ನನ್ನನ್ನು ಹೊರತುಪಡಿಸಿ ಉಳಿದವರೆಲ್ಲಾ ದೇಶದ್ರೋಹಿಗಳು, ನೀವು ಯಾಕೆ ಬರ್ಬರರ ಬಗ್ಗೆ ಮಾತಾಡುವುದಿಲ್ಲ? ಚಿಕ್ಕ ಕಣ್ಣುಗಳ ಚೀನೀಯರು? ಕುದುರೆಗಳನ್ನು ತಿನ್ನುವವರು, ಹಂದಿಗಳನ್ನು ತಿನ್ನುವವರು, ಅಥವಾ ಗುಬ್ಬಚ್ಚಿಗಳನ್ನು ತಿನ್ನುವವರು, ಹಾವುಗಳನ್ನು ತಿನ್ನುವವರು... ಅವರ ಬಗ್ಗೆ ಯಾಕೆ ನಾವು ಮಾತಾಡುವುದಿಲ್ಲ? ನರಮಾಂಸವನ್ನು ತಿನ್ನುವ ಬುಡಕಟ್ಟುಗಳು? ನಾವು ಯಾಕೆ ಕಾಲಕೇಯರ ಬಗ್ಗೆ ಮಾತಾಡುವುದಿಲ್ಲ? ಕುಂತಲ ದೇಶದ ಬಗ್ಗೆ ಯಾಕೆ ಸುಮ್ಮನಿದ್ದೇವೆ? ನಿಮಗೆ ಗೊತ್ತಾ ಕದರಿಮಂಡಲಮ್ಮಿನ ಪರಿಸ್ಥಿತಿ ಎಷ್ಟು ಕೆಟ್ಟದಾಗಿದೆ ಅಂತ?"

ವೈತಾಳಿಕರು ಈಗ ಬಿದ್ದೂ ಬಿದ್ದೂ ನಗುತ್ತಿದ್ದರು. ಶಿವಪ್ಪ ಕೂಡಾ ಮುಗುಳ್ನಗುತ್ತಿದ್ದ. ಕಟ್ಟಪ್ಪ ಕೆರಳಿದ್ದ. ಭೂತರಾಯನ ಅಣಕಿನಲ್ಲಿ ಸ್ವಲ್ಪ ಸತ್ಯವಿರುವುದು ಗೊತ್ತಾಗಿತ್ತು. ಅವನು ಮಾತಾಡಲು ಯತ್ನಿಸಿದ. ಆದರೆ ವೈತಾಲಿಕ ರಾಜ ಅವನ ಕಡೆಗೆ ಬಾಗಿದ. ಅವನ ನಗು ಮಾಯವಾಗಿತ್ತು. ಕಣ್ಣುಗಳು ಉರಿಯುತ್ತಿದ್ದವು.

ಕಟ್ಟಪ್ಪನ ಎದೆಯನ್ನು ತನ್ನ ತೋರುಬೆರಳಿನಿಂದ ತಿವಿಯುತ್ತಾ ಭೂತರಾಯ ನುಡಿದ "ವಟರು ವಟರು ವಟರು ವಟರು... ಬರೀ ವಟರುಗುಟ್ಟುವುದು..... ಕಣ್ಣುಮುಚ್ಚಿ ಮೂರ್ಖರ ಸ್ವರ್ಗದಲ್ಲಿ ಬದುಕುವುದು. ವಾಸನೆ ಬಾಧಿಸದಂತೆ ಮೂಗು ಮುಚ್ಚಿಕೊಳ್ಳುವುದು. ಗೇಲಿ ಮಾಡದಂತೆ ಬಾಯಿ ಮುಚ್ಚಿಕೋ, ಆಳುವವನನ್ನು ಹೊಗಳಲೆಂದೇ ಬಾಯಿ ತೆರೆ. ಕುರುಡರಲ್ಲದವರನ್ನು ದೇಶದ್ರೋಹಿ ಎಂದು ಕರೆಯುವುದು."

ಭೂತರಾಯ ಕಟ್ಟಪ್ಪನನ್ನೇ ದಿಟ್ಟಿಸಿದ. ಕೊನೆಗೆ ಕಟ್ಟಪ್ಪ ದೃಷ್ಟಿ ಬದಲಿಸಿದ. ವೈತಾಳಿಕ ರಾಜ ಕೈತಟ್ಟಿದ. ನಾಲ್ಕು ಯೋಧರು ಪ್ರತ್ಯಕ್ಷರಾಗಿ ಮಂಚದ ನಾಲ್ಕು ತುದಿಗಳಲ್ಲಿ ನಿಂತರು. ಮಂಚವನ್ನು ತಮ್ಮ ಹೆಗಲ ಮೇಲಕ್ಕೆ ಎತ್ತಿಕೊಂಡು ಓಡತೊಡಗಿದರು. ಕಟ್ಟಪ್ಪ ಕಿರುಚಿದ. ಅವನ ಧ್ವನಿ ವೈತಾಳಿಕರ ಚೀರಾಟ ಹಾರಾಟಗಳಲ್ಲಿ ಮುಳುಗಿಹೋಯಿತು.

ಒಂದು ಗಂಟೆ ಸಾಗಿದ ನಂತರ ಅವರೊಂದು ತೆರವಾದ ಸ್ಥಳದ ಅಂಚಿನಲ್ಲಿ ಬಂದು ನಿಂತರು. ಅವರ ತಲೆಯ ಮೇಲೆ ಗೌರೀಪರ್ವತ ಕಡಿಬಂಡೆಯಂತೆ ನಿಂತಿತ್ತು. ಗಾಳಿಯಲ್ಲಿ ಥಂಡಿಯಿದ್ದು ಹನಿಗಳು ತೂರಿಬಂದವು. ಸಹಿಸಲ ಸಾಧ್ಯವಾದ ಕೆಟ್ಟ ನಾತ ಹೊಡೆಯುತ್ತಿತ್ತು. ಅವರನ್ನು ಕಂಡು ಹೆದರಿ ಕೆಲವು ನರಿಗಳು ಬಾಯಲ್ಲಿ ಏನೋ ಕಚ್ಚಿಕೊಂಡು ಓಡಿಹೋದವು. ಪಕ್ಕದಲ್ಲಿ ಎದೆಯ

ಮೇಲೆ ಕೈ ಕಟ್ಟಿಕೊಂಡು ನಿಂತಿದ್ದ ಭೂತರಾಯನಿಗೆ ಕೇಳಿಸಲು ಕಟ್ಟಪ್ಪ ಪಾತಾಳಗಂಗೆಯ ಘರ್ಜನೆಯನ್ನು ಮೀರಿ ಕೂಗಬೇಕಾಯಿತು.

"ನನ್ನನ್ನು ಎಲ್ಲಿಗೆ ಕರೆದು ತಂದಿದ್ದೀರಾ?" ಮೂಗು ಸಿಂಡರಿಸುತ್ತಾ ಅವನು ಕೇಳಿದ. ವಾಸನೆ ತುಂಬಾ ಅಸಹ್ಯವಾಗಿತ್ತು.

"ನಿನ್ನ ಕಣ್ಣು ತೆರೆಸುವಂತಹ ಸ್ಥಳಕ್ಕೆ, ಸುತ್ತ ನೋಡು"

"ಏನು?" ಕಟ್ಟಪ್ಪ ಕೇಳಿದ. ವೈತಾಳಿಕ ಯೋಧರು ತಮ್ಮ ಕೈಗಳಿಂದ ಮೂಗನ್ನು ಮುಚ್ಚಿಕೊಂಡು ಮುಖ ಸಿಂಡರಿಸಿದ್ದರು. ಜರೀಗಿಡಗಳು ಆವರಿಸಿದ ದೊಡ್ಡ ಎತ್ತರದ ಮರಗಳಿಗೆ ಮನುಷ್ಯನ ರಟ್ಟೆಗಾತ್ರದ ಬಳ್ಳಿಗಳು ಸುತ್ತಿಕೊಂಡಿದ್ದನ್ನು ನೋಡಿದ ಕಟ್ಟಪ್ಪ. ತೆರವಾದ ಸ್ಥಳ ಸಮೀಪಿಸುತ್ತಿದ್ದಂತೆ ವಾಸನೆ ತೀರಾ ಸಹಿಸಲು ಸಾಧ್ಯವಿಲ್ಲದಾಯಿತು.

"ಅವು ತಿರಸ್ಕೃತವಾದ ಸ್ವತ್ತುಗಳು ಕಟ್ಟಪ್ಪ. ಬಳಸಿಕೊಂಡ ಮೇಲೆ ಅವನ್ನು ಬಿಸಾಡಲಾಗಿದೆ. ಆದರೆ ಮಹಾಮಾಸದ ನಂತರ ಆಗುವುದಕ್ಕೆ ಹೋಲಿಸಿದರೆ ಇದು ಏನೇನೂ ಅಲ್ಲ."

ಕೆಲವು ನೂರು ಅಡಿಗಳ ದೂರದಲ್ಲಿದ್ದ ಒಂದು ರಾಶಿಯನ್ನು ಬೆರಳು ಮಾಡಿ ತೋರಿಸಿದ ಭೂತರಾಯ. ಕಾಗೆಗಳು ಹೆಣಗಳ ಮೇಲೆ ಕಾದಾಡುತ್ತಿದ್ದವು. ಓರೆಯಾದ ಸೂರ್ಯಕಿರಣಗಳ ಬೆಳಕಿನಲ್ಲಿ ಸ್ಪಷ್ಟವಾಗಿ ಕಾಣಿಸಲೆಂದು ಕಟ್ಟಪ್ಪ ಕಣ್ಣು ಕಿರಿದು ಮಾಡಿ ನೋಡಿದ. ಹುಲಿಯ ಬೇಟೆಯೇ? ಕೊಳೆತ ದೇಹಗಳ ಮೇಲೆ ಹೆಗ್ಗಣಗಳು ಓಡಾಡುತ್ತಿದ್ದವು. ಅವನು ಎಚ್ಚರಿಕೆಯಿಂದ ನೋಡಿದ. ತೆರವಾದ ಸ್ಥಳದ ಆಚೆ ತುದಿಯವರೆಗೂ, ಭೋರ್ಗರೆಯುವ ನದಿಯ ದಡದವರೆಗೂ ಕೊಳೆತ ವಸ್ತುಗಳು ಚೆಲ್ಲಾಪಿಲ್ಲಿಯಾಗಿ ಬಿದ್ದಿದ್ದವು.

ಸತ್ತ ಪ್ರಾಣಿಗಳೇ? ವಾಂತಿ ಮಾಡದಿರಲು ಯತ್ನಿಸಿದ.

ಕಟ್ಟಪ್ಪನಿಗೆ ಅರ್ಥವಾಗಲಿಲ್ಲ. ಅವನು ಭೂತರಾಯನನ್ನು ಬೈಯಲು ಇನ್ನೇನು ತೊಡಗುತ್ತಿದ್ದಂತೇ ಮೇಲೆ ಪ್ರಪಾತದ ಮೇಲಿನಿಂದ ಏನೋ ಒಂದು ಉರುಳಿ, ಮರಗಳ ಮೂಲಕ ಅಡ್ಡಾದಿಡ್ಡಿಯಾಗಿ ಹಾದು ಕಟ್ಟಪ್ಪನ ಮಂಚದ ಪಕ್ಕ ಕೆಲವೇ ಅಡಿಗಳ ದೂರದಲ್ಲಿ ಬಂದು ಬಿದ್ದಿತು. ಅವನು ಕೂಗುವುದಕ್ಕೆ ಮೊದಲೇ ಇನ್ನೊಂದು, ಅದರ ಹಿಂದೆ ಮತ್ತೊಂದು ಬಂದು ಧೊಪ್ಪನೆ ಬಿತ್ತು. ಪೊದೆಗಳಿಂದ ಒಂದು ಗುಂಪು ನರಿಗಳು ಧಾವಿಸಿ ಬಂದು ಅವುಗಳಿಗಾಗಿ ಕಿತ್ತಾಡತೊಡಗಿದವು. ಕಟ್ಟಪ್ಪನ ಗಂಟಲಲ್ಲಿ ಕೂಗು ಹಾಗೇ ಇಂಗಿಹೋಯಿತು: ಅವನ ಕಣ್ಣ ಮುಂದೆ ಛಿದ್ರಗೊಂಡ ಮೂವರು ಹುಡುಗರ ದೇಹಗಳು ಬಿದ್ದಿದ್ದವು.

ಅಧ್ಯಾಯ ಇಪ್ಪತ್ತಮೂರು

ಶಿವಗಾಮಿ

ಶಿವಗಾಮಿ ಮತ್ತು ಗುಂಡು ರಾಮುವನ್ನು ರೇವಮ್ಮ ಅಂಗಳದ ಮಧ್ಯಕ್ಕೆ ಎಳೆದು ತಂದಳು. ಶಿವಗಾಮಿ ಹೊಡೆದಿದ್ದ ಹುಡುಗರು ಅವರನ್ನು ತಳ್ಳಿ ಎಳೆದು ಮಾಡಿದರು. ಅವರೆಲ್ಲರ ಮುಂದೆ ತೊಂಡಕ ಎಲ್ಲರಿಗೂ ಕಾಣಿಸುವಂತೆ ಅವಳ ಹಸ್ತಪ್ರತಿಯನ್ನು ಕೈಯಲ್ಲೆತ್ತಿ ಬೀಸುತ್ತಾ ಓಡಿದ. "ಮಾಟಗಾತಿಯ ಮಂತ್ರದ ಪುಸ್ತಕ... ಮಾಟಮಂತ್ರದ ಪುಸ್ತಕ, ಗಂಡಸರನ್ನೂ ಸೋಲಿಸಲು ಅವಳಿಗೆ ಶಕ್ತಿ ಬರೋದು ಇದರಿಂದಾನೇ ... ಮಾಟಗಾತಿ, ಮಾಟಗಾತಿ, ರಾಕ್ಷಸಿ, " ಎಂದು ಕೂಗುತ್ತ ಓಡಿದ.

ಶಿವಗಾಮಿಯ ಕೈ ಹಿಡಿದು ರೇವಮ್ಮ ಎಳೆದುಕೊಂಡು ಹೋದಾಗ ಕೇಕಿ ಅವರನ್ನು ಹಿಂಬಾಲಿಸಿದಳು. ಖೋಜಾ ಮೆಲ್ಲನೆ ಶಿವಗಾಮಿಯ ಭುಜ ತಟ್ಟಿ ಪಿಸುನುಡಿದಳು "ನನ್ನ ಜೊತೆ ಸಹಕರಿಸು, ನಿನಗೆ ನಿನ್ನ ಪುಸ್ತಕ ಸಿಗುವಂತೆ ಮಾಡುತ್ತೇನೆ" ಶಿವಗಾಮಿಯ ಮುಖ ಭಾವ ರಹಿತವಾಗಿತ್ತು. ಅವಳು, ತನ್ನ ಗಾಭರಿಯನ್ನು ತೋರ್ಪಡಿಸು ವುದಿಲ್ಲ; ಆ ಪುಸ್ತಕ ತನಗೆ ಎಷ್ಟು ಮುಖ್ಯವೆಂದು ಈ ಖೋಜಾಗೆ

ತಿಳಿಯದಂತೆ ಇರುತ್ತೇನೆ ಎಂದು ನಿರ್ಧರಿಸಿದ್ದಳು. *ಅದು ಮಾಟಮಂತ್ರದ ಪುಸ್ತಕವೆಂದೇ ತಿಳಿಯಲಿ* ಅವರು ಎಂದುಕೊಂಡಳು.

ರೇವಮ್ಮ ಬೆತ್ತ ಕೇಳಿದಳು. ತೊಂಡಕ ತಕ್ಷಣ ತರಲು ಓಡಿದ. ಅದನ್ನು ತಂದು ರೇವಮ್ಮನ ಕೈಗೆ ಒಪ್ಪಿಸಿ ತನ್ನ ಗೆಳೆಯರೊಡನೆ ಹಜಾರದ ಮೂಲೆಯಲ್ಲಿ ಕೂತು, ಇನ್ನು ಇದೆ ತಮಾಷೆ ಎಂದು ಕಾದ. ಕೇಕಿ ಮೌನವಾಗಿ ಎಲ್ಲವನ್ನೂ ನೋಡುತ್ತಾ ಇನ್ನೊಂದು ಮೂಲೆಯಲ್ಲಿ ನಿಂತಳು. ಶಿವಗಾಮಿ ಅವಳತ್ತ ನೋಡುವುದನ್ನು ತಪ್ಪಿಸಿದಳು.

ಶಿವಗಾಮಿ ಶಿಕ್ಷೆಯನ್ನು ಸಹಿಸಿಕೊಳ್ಳಬೇಕೋ ಅಥವಾ ಪ್ರತಿಭಟಿಸಬೇಕೋ ಎಂದು ಆಲೋಚಿಸಿದಳು. ಕೊನೆಗೆ, ವಿಷಯವನ್ನು ಇನ್ನಷ್ಟು ಹಿಗ್ಗಿಸುವುದು ಬೇಡವೆಂದು ನಿರ್ಧರಿಸಿದಳು. ಕೈಯಲ್ಲಿ ಬೆತ್ತ ಹಿಡಿದು ರೇವಮ್ಮ ಅವರನ್ನು ಸುತ್ತು ಹಾಕಿದಳು. ಶಿವಗಾಮಿಗೆ ಹಸ್ತಪ್ರತಿ ಏನಾಗುವುದೋ ಅನ್ನುವ ಭಯವೇ ಕಾಡುತ್ತಿತ್ತು.

ತಂದೆಯ ಪುಸ್ತಕವನ್ನು ತೊಂಡಕ ಏನಾದರೂ ಮಾಡಿದರೆ ಅವನನ್ನು ಕೊಲ್ಲುವುದೆಂದು ತೀರ್ಮಾನಿಸಿದಳು. ಗುಂಡು ರಾಮುವಿನ ಒದರಾಟ ಕೇಳಿ ಅವಳು ತನ್ನ ಆಲೋಚನೆಯಿಂದ ಹೊರಬಂದಳು. ರೇವಮ್ಮ ಅವನನ್ನು ಮುಟ್ಟುವುದಕ್ಕೆ ಮೊದಲೇ ಅವನು ಗಂಟಲು ಬಿರಿಯುವಂತೆ ಕೂಗುತ್ತಿದ್ದ. ರೇವಮ್ಮ ಬೆತ್ತ ಬೀಸಿದಳು, ಗುಂಡು ರಾಮು ಜೋರಾಗಿ ಅಳುತ್ತಾ ತಪ್ಪಿಸಿಕೊಂಡು ಓಡತೊಡಗಿದ. ಗುಂಡು ರಾಮು ರೇವಮ್ಮನನ್ನು ಅಂಗಳದಲ್ಲೆಲ್ಲಾ ಓಡಾಡಿಸಿದ್ದನ್ನು ನೋಡಿ ಎಲ್ಲರು ಬಿದ್ದೂ ಬಿದ್ದೂ ನಕ್ಕರು. ಕೊನೆಗೆ ರೇವಮ್ಮನ ಭಾರೀ ದೇಹ ಸುಸ್ತಾಗಿ ಓಡಲಾಗದೇ ನಿಂತಾಗ, ತೊಂಡಕ ಗುಂಡು ರಾಮುವನ್ನು ಹಿಡಿದು ಅವಳ ಕೈಗೆ ಒಪ್ಪಿಸಿದ.

ರೇವಮ್ಮ ತನ್ನೆಲ್ಲಾ ಕೋಪವನ್ನು ಗುಂಡು ರಾಮುವಿನ ಮೇಲೆ ತೀರಿಸಿ ಕೊಳ್ಳಲು ತೊಡಗಿದಳು. ಹುಡುಗನಿಗೆ ಬೀಳುತ್ತಿದ್ದ ಏಟು ನೋಡಿ ಶಿವಗಾಮಿಯ ಹೃದಯ ಒಡೆಯಿತು. ಇದರಲ್ಲಿ ಗುಂಡು ರಾಮುವನ್ನು ಅವಳು ಸಿಕ್ಕಿಸಬಾರದಿತ್ತು. ಇನ್ನು ಹೆಚ್ಚಿನ ಶಿಕ್ಷೆಯಿಂದ ಅವಳು ಅವನನ್ನು ಉಳಿಸಬೇಕಿತ್ತು. "ಹುಡುಗನನ್ನು ಹೊಡೆದಿದ್ದು ಸಾಕು ಮಾಡು, ಏ ಹುಚ್ಚಿ" ಎಂದು ಕೂಗಿದಳು. ಅವಳು ರೇವಮ್ಮನನ್ನು ಕೆರಳಿಸಲು ಕೂಗಿದ್ದಳು. ಅವಳ ಉದ್ದೇಶ ಸಫಲವಾಯಿತು. ರೇವಮ್ಮ ಅವನನ್ನು ಬಿಟ್ಟು ಅವಳತ್ತ ಗೂಳಿಯಂತೆ ನುಗ್ಗಿ ಬಂದಳು.

ಬೆತ್ತ ಮುರಿಯುವವರೆಗೆ ಅವಳು ಶಿವಗಾಮಿಗೆ ಹೊಡೆದಳು. ತನ್ನ ಅಕ್ಕನನ್ನು ಹೊಡೆಯುತ್ತಿರುವುದನ್ನು ನೋಡಿ ಗುಂಡು ರಾಮು ಜೋರಾಗಿ ಅತ್ತ. ಅವನು ಸುಮ್ಮನಿದ್ದು ರೇವಮ್ಮನ ಗಮನವನ್ನು ತನ್ನ ಕಡೆಗೆ ಸೆಳೆಯದಿರಲಿ ಎಂದು ಅವಳು ಬಯಸಿದಳು, ಆದರೆ ಅವನು ಜೋರಾಗಿ ಗೋಳಾಡುತ್ತಿದ್ದ. ರೇವಮ್ಮನ ಪಾಪಗಳಿಗೆ ಆನೆ ಅವಳನ್ನು ತುಳಿದು ಸಾಯಿಸುತ್ತದೆಂದು, ಗೂಳಿಯೊಂದು

ಅವಳನ್ನು ತಿವಿದು ಸಾಯಿಸುತ್ತದೆಂದು ಅವನು ರೇವಮ್ಮನಿಗೆ ಶಾಪ ಕೊಟ್ಟ. ಎಲ್ಲಾ ಹುಡುಗರೂ ಅವನ ಶಾಪಗಳಿಗೆ ನಗುತ್ತಿದ್ದರು. ಕೊನೆಗೆ ತೊಂಡಕ ಬಂದು ಗುಂಡು ರಾಮುವಿನ ಮುಖಕ್ಕೆ ಬಲವಾಗಿ ಹೊಡೆದ. ಹುಡುಗ ಹೆದರಿ ಮುದುಡಿದ ಮತ್ತು ತನ್ನ ಟೀಕೆಗಳನ್ನು ನಿಲ್ಲಿಸಿ ಸುಮ್ಮನಾದ. ಶಿವಗಾಮಿ ಮೌನವಾಗಿ ತನ್ನ ಹೊಡೆತಗಳನ್ನು ಸಹಿಸುತ್ತಿದುದ್ದನ್ನು ನೋಡುತ್ತಾ ಸದ್ದಿಲ್ಲದೇ ಕಣ್ಣೀರು ಹರಿಸಿದ. ಕೊನೆಗೆ ರೇವಮ್ಮ, ಅವರಿಬ್ಬರನ್ನೂ ಕಂಭಕ್ಕೆ ಕಟ್ಟಿಹಾಕಲು ತೊಂಡಕನಿಗೆ ಸೂಚನೆ ಕೊಟ್ಟು ಪುಸ್ತಕವನ್ನು ಎತ್ತಿಕೊಂಡು ಒಳಗೆ ಹೋದಳು. ತೊಂಡಕ ತಕ್ಷಣ ಅವಳ ಅಪ್ಪಣೆಯನ್ನು ಜಾರಿಗೆ ತರಲು ಉದ್ಯುಕ್ತನಾದ.

"ಪುಸ್ತಕವನ್ನು ನನಗೆ ಕೊಟ್ಟರೆ ಹೇಗೆ?" ರೇವಮ್ಮಳನ್ನು ತಡೆಯುತ್ತಾ ಕೇಕಿ ಕೇಳಿದಳು.

"ಯಾಕೆ ಕೊಡಬೇಕು?" ರೇವಮ್ಮ ಅನುಮಾನದಲ್ಲಿ ಕೇಳಿದಳು. ಶಿವಗಾಮಿ ಹಠತೊಟ್ಟು ಅವಳತ್ತ ನೋಡದೆ ಮುಖ ತಿರುಗಿಸಿದಳು. ಅವಳ ಗುಂಡಿಗೆ ಬಡಿದುಕೊಳ್ಳುತ್ತಿತ್ತು.

"ನಿನಗೆ ಒಳ್ಳೆಯ ಬೆಲೆ ಕೊಡಬಹುದು ನಾನು?" ಕೇಕಿ ನುಡಿದಳು.

"ಯಾರಾದರೂ ಅಧಿಕಾರಿಗೆ ಕೊಟ್ಟು ಇನ್ನೂ ಒಳ್ಳೆಯ ಬೆಲೆ ಪಡೆಯಬಹುದು ನಾನು, ಅಥವಾ ಮಾಟಗಾತಿಯನ್ನು ಹಿಡಿದುಕೊಟ್ಟಿದ್ದಕ್ಕೆ ಬಹುಮಾನ ಕೂಡಾ ಪಡೆಯಬಹುದು" ರೇವಮ್ಮ ನುಡಿದಳು.

"ನಿನ್ನಿಷ್ಟ" ಎಂದು ಕೇಕಿ ನಕ್ಕಳು. ರೇವಮ್ಮ ಪುಸ್ತಕವನ್ನು ಎತ್ತಿಕೊಂಡು ಒಳಗೆ ಹೋದಳು. ಶಿವಗಾಮಿ ನಿಟ್ಟುಸಿರು ಬಿಟ್ಟಳು. ಖೋಜಾಗೆ ಆ ಪುಸ್ತಕದ ಮಹತ್ವ ಗೊತ್ತಿದೆಯೋ ಇಲ್ಲವೋ ಅವಳಿಗೆ ಗೊತ್ತಿರಲಿಲ್ಲ, ಆದರೆ ಅವಳಿಂದ ಪುಸ್ತಕವನ್ನು ಮರಳಿ ಪಡೆಯುವುದು ಕಷ್ಟವಾಗುತ್ತಿತ್ತು.

ಕೇಕಿ ಅವಳ ಹತ್ತಿರ ಬಂದು ಶಿವಗಾಮಿಯ ಎದುರು ನಿಂತು ಕೇಳಿದಳು "ಹುಡುಗಿ, ಆ ಪುಸ್ತಕದಲ್ಲಿ ಏನಿದೆ? ನಿನ್ನ ಮುಖ ನೋಡಿದರೆ ಅದು ಬಹಳ ಮುಖ್ಯವಾದುದೆಂದು ಗೊತ್ತಾಗುತ್ತಿದೆ." ಎಂದಳು.

ಹಾಗಾದರೆ ಅವಳಿಗೆ ಗೊತ್ತಿಲ್ಲ, ಶಿವಗಾಮಿಗೆ ನಿರಾಳವಾಯಿತು. ಖೋಜಾ ಅವಳ ಅದೃಷ್ಟ ಪರೀಕ್ಷಿಸುತ್ತಿದ್ದಳು. "ಮಾಟಮಂತ್ರ, ನಾನು ಮಾಟಗಾತಿ" ಶಿವಗಾಮಿ ತಲೆ ಹಿಂದಕ್ಕೆ ಚೆಲ್ಲಿ ಗಹಗಹಿಸಿ ನಕ್ಕಳು. ಖೋಜಾ ಅವಳನ್ನು ನೋಡಿ ಮುಖ ಗಂಟಿಕ್ಕಿದಳು. "ನನಗೆ ನಿಜ ಹೇಳು, ನಿನ್ನನ್ನು ಕಾಪಾಡುತ್ತೇನೆ. ಅದು ಯಾವುದೋ ಬಚ್ಚಿಟ್ಟ ನಿಧಿಯ ಬಗ್ಗೆಯಾ?"

"ಅದು ಖೋಜಾನನ್ನು ಗಂಡಸಾಗಿಸುವ ಬಗ್ಗೆ" ಶಿವಗಾಮಿ ನಕ್ಕಳು. ಖೋಜಾಳ ತುಟಿ ವ್ಯಂಗ್ಯವಾಗಿ ಸೊಟ್ಟಗಾಯಿತು, ಆದರೆ ಅವಳ ಕಣ್ಣುಗಳು ನಗಲಿಲ್ಲ.

ಕೇಕಿ ಶಿವಗಾಮಿಯ ಮುಖದ ಆಕಾರದ ಮೇಲೆ ತನ್ನ ತೋರುಬೆರಳನ್ನು ಹರಿಸಿದಳು. "ಎಂತಹ ಸುಂದರ ಮುಖ, ಎಂತಹ ಹರಿತವಾದ ಮಾತು" ಶಿವಗಾಮಿ ಅವಳ ಸ್ಪರ್ಶಕ್ಕೆ ಹಿಮ್ಮೆಟ್ಟಿದಳು. ಕೇಕಿ ಅವಳ ಗಲ್ಲವನ್ನು ಹಿಡಿದು ಬುಸುಗುಟ್ಟಿದಳು "ಎಷ್ಟು ನಗುವೆಯೋ ನಗು ಹುಡುಗಿ, ನಿನ್ನ ಅಮೂಲ್ಯ ಪುಸ್ತಕವನ್ನು ನೀನು ಮತ್ತೆ ನೋಡುವುದಿಲ್ಲ. ನಾಳೆ ಅದನ್ನು ಅಧಿಕಾರಿಗಳು ವಶಪಡಿಸಿಕೊಳ್ಳುತ್ತಾರೆ, ನಿನ್ನನ್ನು ಕಾರಾಗೃಹಕ್ಕೆ ತಳ್ಳುತ್ತಾರೆ. ಅಲ್ಲಿ ಕಾವಲು ಭಟರು ನಿನ್ನ ಮೇಲೆ ಅತ್ಯಾಚಾರ ಮಾಡಿದಾಗ ಕೇಕಿ ಅಕ್ಕ ಸಹಾಯ ಮಾಡುತ್ತೇನೆಂದು ಹೇಳಿದ್ದನ್ನು ನೆನಪಿಸಿಕೊಳ್ಳುತ್ತೀಯಾ"

ಶಿವಗಾಮಿ ಪ್ರತ್ಯುತ್ತರ ಕೊಡಬೇಕೆಂದುಕೊಂಡಳು, ನಂತರ ತಡೆದು ಕೊಂಡಳು. ಅವಳು ಅದರ ಬಗ್ಗೆ ಅತಿ ಕಾಳಜಿ ಪ್ರಕಟಪಡಿಸಿದರೆ ಖೋಜಾ ಇನ್ನೂ ಹೆಚ್ಚು ಸಂಶಯಪಡುತ್ತಾಳೆ. ಅವಳು ಖೋಜಾಳನ್ನು ಅಲಕ್ಷಿಸಿ ದೂರದಲ್ಲಿ ದೃಷ್ಟಿಸುತ್ತಾ ನಿಂತಳು. ಕೊನೆಗೆ, ಕೇಕಿ ಹೊರಟಳು.

ಕೊನೆಗೆ ರಾತ್ರಿಯಿಡೀ ಕಂಭಕ್ಕೆ ಬಿಗಿದು ಕಟ್ಟಿದ ಅವರಿಬ್ಬರೇ ಉಳಿದಾಗ ಗುಂಡು ರಾಮು ಮತ್ತೆ ಅಳಲು ಪ್ರಾರಂಭಿಸಿದ. ಶಿವಗಾಮಿ ಅವನಿಗೆ ಬಾಯಿ ಮುಚ್ಚು ಎಂದು ಬೈದಳು. ಬಾಯಿ ಮುಚ್ಚಿಕೊಂಡರೆ ತಾನು ಹೇಗೆ ಜೋರಾಗಿ ಅಳೋದು ಎಂದು ಪ್ರಶ್ನಿಸಿದ ಅವನು. ಅದನ್ನು ಕೇಳಿ ಶಿವಗಾಮಿ ಜೋರಾಗಿ ನಕ್ಕಳು.

ಶಿವಗಾಮಿಗೆ ನಕ್ಕೂ ನಕ್ಕೂ ಕಣ್ಣಲ್ಲಿ ನೀರು ಬಂದಿತು. ಅವಳ ತೊಡೆಯ ಮೇಲೆ ಉರಿಯುವ ಸುಡುವ ನೋವು ಉಂಟಾದಾಗ ಅವಳಿಗೆ ರೇವಮ್ಮ ಹಿಂದಿನಿಂದ ಬಂದು ಕಾದ ಕಬ್ಬಿಣದ ಬರಿಯ ಹಾಕಿದ್ದು ಗೊತ್ತಾಯಿತು. ಅವಳು ನೋವಿನಿಂದಾಗಿ ಬಾಯಿ ಮುಚ್ಚಿಕೊಂಡಳು ಮತ್ತು ಅಳು ನಿಲ್ಲಿಸಿದಳು. ಗುಂಡು ರಾಮು ನೋವಿನಲ್ಲಿ ಅಳುತ್ತಲೇ ಇದ್ದ, ಕೊನೆಗೆ ಮುಲುಗುಡುತ್ತ ಅರೆನಿದ್ದೆಗಿಳಿದ. ಹಸಿವು ಶಿವಗಾಮಿಯನ್ನು ಚಂದಿರನು ತಾರಸಿಯ ಇಳಿಜಾರಿನಲ್ಲಿ ಮಾಯವಾಗುವವರೆಗೆ ಎದ್ದಿರುವಂತೆ ಮಾಡಿತು. ಕಾಮಾಕ್ಷಿ ಸ್ವಲ್ಪ ತಿನ್ನಲು ಏನಾದರೂ ಕದ್ದು ತಂದುಕೊಡಬಾರದೇ ಎಂದುಕೊಂಡಳು, ಆದರೆ ಅವಳನ್ನು ಬೀಗ ಹಾಕಿ ಕೂಡಿರುತ್ತಾರೆ ಎಂದು ಅವಳಿಗೆ ಗೊತ್ತಿತ್ತು.

ಅವಳಿಗೆ ಎಚ್ಚರವಾದಾಗ ನೀರಿನಲ್ಲಿ ನೆಂದು ತೊಪ್ಪೆಯಾಗಿದ್ದಳು. ಬಹಳ ಕಷ್ಟಪಟ್ಟು ಕಣ್ಣು ತೆರೆದಳು. ಅವಳೆದುರಿಗೆ ತೊಂಡಕ ನೀರಿನ ಬಾನಿ ಹಿಡಿದು ನಿಂತಿದ್ದ. ಅವಳನ್ನು ಇನ್ನೂ ಕಂಭಕ್ಕೆ ಕಟ್ಟಿಹಾಕಿದ್ದರು. ಅವಳ ಕೈಕಾಲುಗಳು

ನೋಯುತ್ತಿದ್ದವು. ತೊಂಡಕ ಗುಂಡು ರಾಮುವಿನ ಮುಂದೆ ನಿಂತು ಉಳಿದ ನೀರನ್ನು ಅವನ ಮುಖಕ್ಕೆ ಎರಚಿದ. ಗುಂಡು ರಾಮು ಮುಲುಗುಡುತ್ತ ಎಚ್ಚರಾದ. ತೊಂಡಕ ಅವರ ಕಟ್ಟು ಬಿಚ್ಚಿದ. ಶಿವಗಾಮಿ ಅವಳ ಕಾಲ ಬಳಿ ನೀರು ಸಂಗ್ರಹವಾಗಿದ್ದನ್ನು ನೋಡುತ್ತಾ ನಿಂತಳು. ಅವಳ ತಿಳಿನೀಲಿ ಲಂಗದಲ್ಲಿ ಅವಳದೇ ರಕ್ತದ ಕಡುಗೆಂಪು ಬಣ್ಣವಾಗಿತ್ತು. ಬಿಸಿಲುಕೋಲು ಅವಳ ಮುಖದ ಮೇಲೆ ಬಿತ್ತು. ಸೂರ್ಯ ಛಾವಣಿಯ ಮೇಲೆದ್ದು ಅಂಗಳದಲ್ಲಿ ಇಣಿಕಿ ನೋಡುತ್ತಿತ್ತು. ಹೊರಗೆ ಒಂದು ಕಾಗೆ ಕಾವ್ ಗುಟ್ಟಿತು. ಅಡಿಗೆಮನೆಯಿಂದ ಪಾತ್ರೆಗಳ ದಡಬಡ ಸದ್ದು ಕೇಳಿಸುತ್ತಿತ್ತು.

ರೇವಮ್ಮ ಬಂದು ಅಂಗಳದ ಪೀಠದಲ್ಲಿ ಕುಳಿತಳು. ಅವಳ ಬಾಯ್ತುಂಬಾ ಎಲೆಅಡಿಕೆ ತುಂಬಿಕೊಂಡಿದ್ದಳು. ಅದರ ಕೆಂಪು ರಸವನ್ನು ಅಷ್ಟು ದೂರಕ್ಕೆ ಪಿಚಕಾರಿಯಂತೆ ಉಗುಳಿದಳು. ಅದು ಶಿವಗಾಮಿಯ ಪಾದದ ಪಕ್ಕದಲ್ಲೇ ಬಂದು ಬಿದ್ದಿತು. ಶಿವಗಾಮಿ ತಲೆ ಎತ್ತಿ ಅವಳನ್ನು ದುರುಗುಟ್ಟಿ ನೋಡಿದಳು.

"ಅಮ್ಮಮ್ಮಮ್ಮಾ...... ಅವಳ ಕಣ್ಣು ನೋಡು, ಕಾಳಿ!" ಎಂದು ಉದ್ಗರಿಸಿ ಬಾಯಿ ಮುಕ್ಕಳಿಸಿ ಮತ್ತೆ ಉಗುಳಿದಳು. ಈ ಬಾರಿ ಜಗಿದ ಎಲೆಅಡಿಕೆಯ ಕಣ ಶಿವಗಾಮಿಯ ಕಾಲ್ಬೆರಳ ಮೇಲೆ ಬಿತ್ತು. ಅವಳು ಕಾಲ್ಬೆರಳು ಮುದುಡಿಕೊಂಡಳು. ರೇವಮ್ಮ ಎದ್ದು ನಿಂತು ಅವಳ ಬಳಿಗೆ ಕಾಲೆಳೆಯುತ್ತಾ ಬಂದಳು. ಅವಳ ಕೈಯಲ್ಲಿ ತಂದೆಯ ಹಸ್ತಪ್ರತಿ ಇದ್ದುದನ್ನು ಶಿವಗಾಮಿ ನೋಡಿದಳು.

"ಇದು ಇಂತಹ ಪುಸ್ತಕ?" ಶಿವಗಾಮಿಯ ಮುಖದ ಮುಂದೆ ಅಲ್ಲಾಡಿಸುತ್ತಾ ಕೇಳಿದಳು. "ಇದು ಯಾವ ಭಾಷೆ? ಇದರಲ್ಲಿ ಏನು ಬರೆದಿದೆ? ಇದು ಖಂಡಿತಾ ನಿನ್ನ ತಂದೆಯ ದ್ರೋಹಕ್ಕೆ ಸಂಬಂಧಪಟ್ಟಿರಬೇಕು."

ಶಿವಗಾಮಿ ಉತ್ತರಿಸಲಿಲ್ಲ.

"ಅದು, ಒಂಥಾರಾ ಮಾಟಮಂತ್ರ ಇರಬೇಕು" ತೊಂಡಕ ಸೂಚಿಸಿದ. ರೇವಮ್ಮ ಪುಸ್ತಕವನ್ನು ಸಂಶಯದಿಂದ ತಿರುಗಿಸಿ ಮುರುಗಿಸಿ ನೋಡಿದಳು.

"ಅವಳು ಮಾಟಗಾತಿ" ತೊಂಡಕ ಹೇಳಿದ "ಈಚೀಚೆಗೆ ವಿಚಿತ್ರ ಘಟನೆಗಳು ಸಂಭವಿಸುತ್ತಿವೆ. ನಿನ್ನೆ ರಾತ್ರಿ ಅವಳು ತೋಳದ ಥರಾ ಊಳಿಡುತ್ತಿದ್ದಳು. ಕೆಲವರು ಹೇಳಿದರು ಅವಳು ನಿಜವಾಗಿ ತೋಳನೇ ಆಗಿಬಿಟ್ಟಿದ್ದಳಂತೆ. ಅವಳು ತನಗೆ ಇಷ್ಟಬಂದ ಹಾಗೆ ಏನು ಬೇಕಾದರೂ ಆಗಬಹುದು ಅನ್ನಿಸುತ್ತೆ."

"ಊಳಿಡುತ್ತಿದ್ದಳಾ? ಮತ್ತೆ ನನಗೆ ಕೇಳಿಸಲೇ ಇಲ್ಲಾ?" ರೇವಮ್ಮ ಕೇಳಿದಳು.

"ನೀನು ಕುಡಿದ ನಶೆಯಲ್ಲಿದ್ದೆ" ತೊಂಡಕ ಹೇಳಿದ. ಅವನ ಅಧಿಕ ಪ್ರಸಂಗತನಕ್ಕೆ ರೇವಮ್ಮ ಕಪಾಳಕ್ಕೆ ಒಂದು ಕೊಟ್ಟಳು. ಅವನು ತನ್ನ ಕೆನ್ನೆ ಹಿಡಿದು ಕೊಂಡು ಹಿಂಜರಿದ. ಶಿವಗಾಮಿ ಹೂಂಕರಿಸಿದಳು. ಅವನು ಹೋಗುತ್ತಲೇ

ಅವಳನ್ನು ತಿರುಗಿ ನೋಡಿದ. ಅವಳು ಬೇಕಂತಲೇ ಗೇಲಿಮಾಡುವಂತೆ ಮುಗುಳ್ನಕ್ಕಳು. ಅವನಿಗೆ ಕೋಪ ಬರಲಿ.

"ಹುಡುಗಿ, ನೋಡಿಲ್ಲಿ" ರೇವಮ್ಮ ನುಡಿದಳು "ಇದು ಏನು ಅಂತ ಹೇಳು, ಇಲ್ಲವೇ ನಾನು ನಿನ್ನನ್ನು ಅಧಿಕಾರಿಗಳ ಹತ್ತಿರಕ್ಕೆ ಕರೆದುಕೊಂಡು ಹೋಗ್ತೀನಿ, ಕಡೇ ಸಲ ಕೇಳ್ತೀನಿ, ಏನಿದು?"

ಶಿವಗಾಮಿ ಉತ್ತರಿಸಲೂ ಇಲ್ಲಾ, ಅವಳ ಕಡೆಗೆ ನೋಡಲೂ ಇಲ್ಲಾ. ಅವಳು ಅಂಗಳದ ಮೇಲೆ ಛಾವಣಿಯ ಸಂದಿನಲ್ಲಿ ಕಾಣಿಸುವ ಆಕಾಶದಲ್ಲಿ ಮೋಡಗಳು ಪರಸ್ಪರ ಸ್ಪರ್ಧಿಸುವಂತೆ ಓಡುತ್ತಿದ್ದುದನ್ನು ದೃಷ್ಟಿಸಿದಳು. ಇಳಿಜಾರಿನಲ್ಲಿ ಕೂರಿಸಿದ ಹೆಂಚಿನ ವಿನ್ಯಾಸವನ್ನು ನೋಡಿದಳು. ತುಳಸಿ ಗಿಡದ ಬಳಿ ಹಾರಾಡುತ್ತಿದ್ದ ವಿಮಾನ ಕೀಟವನ್ನು ನೋಡಿದಳು. ಅಲ್ಲಿದ್ದ ಪ್ರತಿಮೆಯ ಕೊರಳಲ್ಲಿನ ಹಾರದಲ್ಲಿನ ಮಣಿಗಳನ್ನು ಎಣಿಸಲು ಯತ್ನಿಸಿದಳು.

"ಸರಿ. ನಿನ್ನ ಸೊಕ್ಕು ನೋಡಿ ನನಗೂ ಸಾಕಾಯಿತು, ಬೇಗ ನಿನ್ನ ತೇಪೆ ಬಟ್ಟೆ ಬದಲಾಯಿಸಿಕೊ, ನಾನು ಇದನ್ನು ವರದಿ ಮಾಡುತ್ತೇನೆ. ಅಯ್ಯೋ, ಯಾವ ರೀತಿಯ ದೆವ್ವ ಇದು, ಯಾಕೆ ಒಳ್ಳೆ ದನದ ಹಾಗೆ ನಿಂತೇ ಇದ್ದೀಯ? ಹೋಗು ಬೇಗ"

ಶಿವಗಾಮಿ ಅಡಿಗೆಮನೆ ಕಡೆಗೆ ನಡೆದಳು. ಅಲ್ಲಿ ಅವಳ ಇನ್ನೊಂದು ಜೊತೆ ಬಟ್ಟೆ ಇಟ್ಟಿರುತ್ತಿದ್ದಳು. ಅವಳ ತಲೆಯಲ್ಲಿ ಯೋಚನೆಯ ಸುಳಿ ತಿರುಗುತ್ತಿತ್ತು. ಆ ಹೆಂಗಸಿನ ಕೈಯಿಂದ ಪುಸ್ತಕವನ್ನು ತೆಗೆದುಕೊಳ್ಳುವುದು ಹೇಗೆ? ಹಠಾತ್ತಾಗಿ ಗುಂಡು ರಾಮು ಕಿರುಚಿದ್ದು ಕೇಳಿಸಿ, ಅವಳು ತಿರುಗಿ ನೋಡಿದಳು.

ರೇವಮ್ಮ ಗುಂಡು ರಾಮುವಿನ ಬೆನ್ನಿನ ಮೇಲೆ ಎರಡೂ ಕೈಗಳಿಂದ ಬಾರಿಸುತ್ತಿದ್ದಳು. "ಮತ್ತೆ ಊಟ ಕೇಳಕ್ಕೆ ಎಷ್ಟು ಧೈರ್ಯ ನಿನಗೆ? ಶನಿ! ಬಕಾಸುರ! ನಿನ್ನೆ ತಾನೇ ಎಲ್ಲಾ ಅಡಿಗೆ ತಿಂದು ತೇಗಿದೆಯಲ್ಲಾ"

ಗುಂಡು ರಾಮು ಶಿವಗಾಮಿಯ ಬಳಿಗೆ ಓಡಿ ಬಂದ. "ಅವಳೊಬ್ಬಳು ಮಾಟಗಾತಿ" ಎಂದ, ಏದುಸಿರುಬಿಡುತ್ತಾ.

ಶಿವಗಾಮಿ ಅವನ ಕೈಯನ್ನು ತನ್ನ ಕೈಯೊಳಗೆ ಹಿಡಿದುಕೊಂಡು "ಇಲ್ಲ, ಅವಳಲ್ಲ ಮಾಟಗಾತಿ, ನಾನು" ಎಂದಳು. ಗುಂಡು ರಾಮುವಿನ ಕಣ್ಣು ಇಷ್ಟಗಲ ಅರಳಿದ್ದನ್ನು ನೋಡಿ ನಕ್ಕಳು.

ಶಿವಗಾಮಿ ಮತ್ತು ಗುಂಡು ರಾಮುವನ್ನು ಎಳೆದುಕೊಂಡು ರೇವಮ್ಮ ಅರಮನೆ ತಲುಪಿದಾಗ ಆಗಲೇ ಮಧ್ಯಾಹ್ನವಾಗಿತ್ತು. ಶಿವಗಾಮಿಗೆ ಹಸಿಯುತ್ತಿತ್ತು. ಗುಂಡು ರಾಮುವಿನ ಪರಿಸ್ಥಿತಿ ಏನೆಂದು ಊಹಿಸಲೂ ಸಾಧ್ಯವಿರಲಿಲ್ಲ ಅವಳಿಗೆ. ಅರಮನೆಯಲ್ಲಿ ಕೆಲವು ಯೋಧರು ರೇವಮ್ಮನನ್ನು ಗೇಲಿ ಮಾಡಲು

ಯತ್ನಿಸಿದರು. ಆದರೆ ಅವಳ ಸುಡು ನಾಲಿಗೆ ಅವರನ್ನು ಸುಮ್ಮನಾಗಿಸಿತು. ಪ್ರತಿಯೊಬ್ಬ ಸೇವಕಿ, ಸೇವಕನಿಗೆ ರೇವಮ್ಮ ತಾನು ನೋಡಿಕೊಳ್ಳಬೇಕಾದ ಅನಾಥರ ಬಗ್ಗೆ ದೂರು ಹೇಳಿದಳು. ಶಿವಗಾಮಿ ಅವಮಾನದಲ್ಲಿ ಕುದಿದಳು. ತಾನು ಸಂತೆಗೆ ಎಳೆದುಕೊಂಡು ಹೋಗುತ್ತಿರುವ ದನದಂತೆ ಎಂದು ಭಾವಿಸಿದಳು.

ಮಹಾಪ್ರಧಾನ ಪರಮೇಶ್ವರರ ಕಚೇರಿಯಲ್ಲಿ ಅವರನ್ನು ಒಳಗೇ ಬಿಡಲಿಲ್ಲ. ರೂಪಕನನ್ನು ಭೇಟಿಯಾಗಲು ಯತ್ನಿಸಿದಾಗ ಒಬ್ಬ ಗುಮಾಸ್ತ ಹೊರಬಂದು ಅವರನ್ನು ಓಡಿಸಿಬಿಟ್ಟ. ರೇವಮ್ಮಳ ಮನಸ್ಥಿತಿ ಇನ್ನೂ ನಿಷ್ಠುರವಾಯಿತು. ಅವಳು ವಿಪರೀತ ಬೆವರುತ್ತಿದ್ದಳು. ಅವಳ ಮುಖದಿಂದ ಬೆವರು ಒರೆಸಿಕೊಳ್ಳಲು ತೋಳೆತ್ತಿದಾಗಲೆಲ್ಲ ಹಂದಿಗೂಡಿನ ವಾಸನೆ ಬೀರುತ್ತಿದ್ದಳು. ಮಾಹಿಷ್ಮತಿಯ ಅರಮನೆ ಅವಳಂಥಹವರಿಗೆ ವಿನ್ಯಾಸ ಮಾಡಿದ್ದಲ್ಲ. ಆವಳು ಕಲ್ಲು ಮೆಟ್ಟಿಲಿನ ಮೇಲೆ ಕೂತು ಏದುಸಿರು ಬಿಡುತ್ತಾ ಬೆವರುತ್ತಾ ತನ್ನ ದುರದೃಷ್ಟವನ್ನು ಶಪಿಸುತ್ತಿದ್ದಳು. ಇದು ಇನ್ನು ಸ್ವಲ್ಪ ಹೊತ್ತು ಹೀಗೇ ಮುಂದುವರಿದರೆ ತನಗೆ ಈ ಧಡೂತಿ ಹೆಂಗಸಿನ ಬಗ್ಗೆ ಕನಿಕರ ಹುಟ್ಟುತ್ತದೆ ಎಂದು ಭಯಪಟ್ಟಳು ಶಿವಗಾಮಿ. ರೇವಮ್ಮ ಶಿವಗಾಮಿಯ ಪುಸ್ತಕವನ್ನು ತನ್ನ ಎದೆಗೆ ಒತ್ತಿಕೊಂಡಂತೆ ತನ್ನ ರವಿಕೆಯಲ್ಲಿ ಇಟ್ಟುಕೊಂಡಿದ್ದಳು. ಪ್ರತಿಸಲ ಅದನ್ನು ಹೊರಗೆ ತೆಗೆದಾಗ ಅವಳ ಬೆವರಿನಿಂದ ಅದು ಮಸುಕಾಗುತ್ತಿದ್ದುದು ನೋಡಿ ಶಿವಗಾಮಿಯ ಹೃದಯ ಕುಗ್ಗುತ್ತಿತ್ತು.

ರೇವಮ್ಮನ ಬೆನ್ನ ಹಿಂದೆ ಗುಂಡು ರಾಮು ಮುಖ ವಕ್ರಮಾಡಿ ಅಣಕಿಸುತ್ತಿದ್ದ. ಶಿವಗಾಮಿ ಅವನನ್ನು ನೋಡಿದಾಗ ಹೊಟ್ಟೆ ಸವರಿಕೊಂಡು ಹಸಿವಾಗಿದೆ ಎಂದು ಸನ್ನೆ ಮಾಡಿ ಗೋಗರೆಯುತ್ತಿದ್ದ. ಅವರು ಅರಮನೆಯ ಅಡಿಗೆ ಮನೆಯನ್ನು ದಾಟಿದಾಗ ಮೀನು ಹುರಿಯುವ ಮಸಾಲೆಯ ಪರಿಮಳ ತೇಲಿಬಂದು ಶಿವಗಾಮಿಗೆ ಬಾಯಲ್ಲಿ ನೀರೂರಿತು. ಅವಳಿಗೆ ಗುಂಡು ರಾಮುವಿನ ಕಡೆಗೆ ನೋಡಲೂ ಕೂಡಾ ಆಗಲಿಲ್ಲ. ಒಂದು ಬೆಕ್ಕು ಕಸದ ತೊಟ್ಟಿಯ ಪಕ್ಕ ಮೀನಿನ ಮೂಳೆಗಳನ್ನು ಕಡಿಯುತ್ತಿತ್ತು. ಗುಂಡು ರಾಮು ನಿಂತು ಅದನ್ನು ಹೊಟ್ಟೆಕಿಚ್ಚಿನಿಂದ ನೋಡುತ್ತಿದ್ದ. ರೇವಮ್ಮ ಬೈದಮೇಲೆ ಹೆಜ್ಜೆ ಮುಂದಿಟ್ಟ.

ಈಗ ಅವರು ದಕ್ಷಿಣ ದಿಕ್ಕಿನ ಆಳುವೇರಿಯಲ್ಲಿರುವ ಒಂದು ಕಚೇರಿಯತ್ತ ಸಾಗುತ್ತಿರುವುದನ್ನು ಶಿವಗಾಮಿ ಗಮನಿಸಿದಳು. ಜನರ ಒಂದು ಗುಂಪು ಅಲ್ಲಿ ತಾಳ್ಮೆಯಿಂದ ಕಾಯುತ್ತಿತ್ತು. ರೇವಮ್ಮ ತೋಟದ ಹಾದಿಯಲ್ಲಿ ಏದುತ್ತಾ, ತಡವರಿಸುತ್ತಾ ನಡೆದು ಕಚೇರಿಯ ಕಡೆಗೆ ಬಂದಳು. ಶಿವಗಾಮಿ ಮತ್ತು ಗುಂಡು ರಾಮು ಅವಳನ್ನು ಹಿಂಬಾಲಿಸಿದರು. ಕಲ್ಲು ಮೆಟ್ಟಿಲುಗಳು ಸೂರ್ಯನ ತಾಪಕ್ಕೆ ಸುಡುತ್ತಿದ್ದವು. ಶಿವಗಾಮಿ ಮರಳಿನ ಮೇಲೆ ಕಾಲಿಟ್ಟಾಗ ಅದು ಇನ್ನೂ ಹೆಚ್ಚು

ಸುಡುತ್ತಿತ್ತು. ರೇವಮ್ಮ ಸೂರ್ಯನಿಗೆ ಶಾಪ ಹಾಕಿದಳು. ಅವಳ ಬದುಕಿಗೆ ಶಾಪ ಹಾಕಿದಳು. ಅವಳ ಹಾದಿಯಲ್ಲಿ ಅಡ್ಡ ಬಂದ ಮೈನಾ ಹಕ್ಕಿಗೆ ಶಾಪ ಹಾಕಿದಳು. ಆನೆಯಂತೆ ಮಂದಗಮನದಲ್ಲಿ ಮುಂದುವರಿದಳು.

ಅವರು ಕಚೇರಿ ತಲುಪಿದಾಗ ಶಿವಗಾಮಿ ಅಲ್ಲಿದ್ದ ಕೆತ್ತನೆ ಕೆಲಸ ಮಾಡಿದ್ದ ಫಲಕವನ್ನು ಓದಿದಳು – ಉಪಪ್ರಧಾನ ಸ್ಕಂದದಾಸ. ಮಾಹಿಷ್ಮತಿಯ ಉಪಪ್ರಧಾನ ಸ್ಥಾನಕ್ಕೆ ಅದು ಬಹಳ ಸರಳವಾದ ಭವನವಾಗಿತ್ತು.

ಏಕಮಾಳಿಗೆಯ, ಇಳಿಜಾರಿನ ತಾರಸಿಯ ಭವನ. ಅಲ್ಲಿ ರಾಜಠೀವಿಯ ಒಂದೇ ಸಂಗತಿ ಎಂದರೆ ಹಜಾರದ ಸುತ್ತಲೂ ಇದ್ದ ಕೆತ್ತನೆಯ ಕಂಭಗಳು. ಮೆಟ್ಟಿಲ ಪಕ್ಕದಲ್ಲಿ ಹೂಜಿಯಲ್ಲಿ ನೀರು ಇರಿಸಿದ್ದು ಅದರ ಮೂತಿಗೆ ಒಂದು ಚಿಕ್ಕ ಲೋಟವನ್ನು ಮುಚ್ಚಲಾಗಿತ್ತು. ಅಂಗಳದಲ್ಲಿದ್ದ ದೊಡ್ಡ ಆಲದ ಮರದ ಕೆಳಗೆ ರೈತರು ನಿಂತು, ಕೂತು ಕಾಯುತ್ತಿದ್ದರು. ಕೆಲವರು ಲೆಕ್ಕಿಗರು ಮರದ ಕೆಳಗೆ ಚಕ್ಕಳಮಕ್ಕಳ ಕೂತು ಚಿಕ್ಕ ಬರವಣಿಗೆಯ ಮೇಜಿನ ಮೇಲೆ ಮಸಿಕುಡಿಕೆಗಳನ್ನೂ, ಕಂಠಗಳನ್ನೂ ಇಟ್ಟುಕೊಂಡಿದ್ದರು. ಅವರ ಸುತ್ತ ತಾಳೆ ಓಲೆಗಳು ಹರಡಿದ್ದವು. ಕೆಲವರು ಗ್ರಾಹಕರಿಗಾಗಿ ಕಾಯುತ್ತಿದ್ದರು. ಇನ್ನು ಕೆಲವರು ತಮ್ಮ ಮುಂದೆ ಕುಕ್ಕರುಗಾಲಿನಲ್ಲಿ ಕೂತ ರೈತರ ಪರವಾಗಿ ಮನವಿಗಳನ್ನು ಬರೆಯುತ್ತಿದ್ದರು.

ಪ್ರವೇಶದ ಬಳಿ ಇಬ್ಬರು ಕಾವಲುಭಟರು ನಿರುತ್ಸಾಹದ ಭಾವದಲ್ಲಿ ಕಾವಲು ಕಾಯುತ್ತ ನಿಂತಿದ್ದರು. ಗೋಡೆ ಪಕ್ಕದಲ್ಲಿ ನೆರಳಿನಲ್ಲಿ ಒಂದು ಕುದುರೆ ಸಾರೋಟು ನಿಂತಿತ್ತು.

ರೇವಮ್ಮ ತಾನು ಅರಸರ ಅನಾಥಾಲಯದ ಮುಖ್ಯಸ್ಥೆ ಎಂದು ಹೇಳಿಕೊಂಡ ಮೇಲೆ ಅವರಿಗೆ ಒಳಗೆ ಹೋಗಲು ಅನುಮತಿ ಸಿಕ್ಕಿತು.

ಅವಳು ತನ್ನ ರವಿಕೆಯಿಂದ ಪುಸ್ತಕವನ್ನು ಹೊರಗೆ ತೆಗೆದು, ಮೆಟ್ಟಿಲು ಹತ್ತಲು ತೊಡಗಿದಳು. ಪ್ರತೀ ಮೆಟ್ಟಿಲಿಗೆ ಮಂಡಿ, ತೊಡೆಯನ್ನು ಹಿಡಿದುಕೊಳ್ಳುತ್ತಿದ್ದಳು.

ಅವರು ದ್ವಾರದ ಬಳಿ ಕಾದು ನಿಂತರು. ಉಪಪ್ರಧಾನರು ಒಬ್ಬ ಕರಣಿಕನಿಗೆ ರೈತನೊಬ್ಬನ ತೆರಿಗೆ ಕಡಿಮೆ ಮಾಡು ಎಂದು ಸೂಚನೆ ಕೊಡುತ್ತಿದ್ದರು. ಕರಣಿಕ ಉಪಪ್ರಧಾನರ ಜೊತೆ ವಾದಿಸುತ್ತಿದ್ದ. ಶಿವಗಾಮಿಗೆ ಉಪಪ್ರಧಾನರ ಕೈಕೆಳಗಿವನು ಹೇಗೆ ತನ್ನ ಮೇಲಧಿಕಾರಿಯೊಡನೆ ಇಷ್ಟು ದಿಟ್ಟವಾಗಿ ವಾದಿಸುತ್ತಿದ್ದಾನೆ ಎಂದು ಆಶ್ಚರ್ಯವಾಯಿತು. ಸ್ವಲ್ಪ ಕ್ಷಣಗಳ ನಂತರ ಅವರನ್ನು ಒಳಗೆ ಕರೆಯಲಾಯಿತು. ರೈತನು ಮುಜುಗರಪಡುತ್ತಿದ್ದ ಸ್ಕಂದದಾಸನ ಪಾದವನ್ನು ಮುಟ್ಟಿ ನಮಸ್ಕರಿಸುತಿದ್ದ. ಕರಣಿಕನು ವ್ಯಂಗ್ಯ ನಗೆ ನಗುತ್ತಿದ್ದ. ರೈತನು ಅನೇಕ ಬಾರಿ ಬಾಗಿ ಬಾಗಿ ನಮಸ್ಕರಿಸಿ ತೆರಳಿದ. ಹೊರಗೆ ಇತರ ರೈತರುಗಳಿಗೆ ಅವನು ಸಿಹಿ ಸುದ್ಧಿಯನ್ನು ಘೋಷಿಸು

ತ್ತಿದ್ದಂತೆ ಎಲ್ಲರೂ "ಉಪಪ್ರಧಾನ ಸ್ಕಂದದಾಸರಿಗೆ ಜಯವಾಗಲಿ, ಜಯವಾಗಲಿ" ಎಂದು ಸಂಭ್ರಮದಿಂದ ಕೂಗುತ್ತಿದ್ದುದು ಕೇಳಿಸಿತು. ಸ್ಕಂದದಾಸ ಕರಣಿಕನನ್ನು ಹೊರಗೆ ಸುಮ್ಮನಿರಲು ಹೇಳೆಂದು ಕಳಿಸಿದ.

ಉಪಪ್ರಧಾನರು ಅವರನ್ನು ಕೂರಲು ಹೇಳಿದರು. ರೇವಮ್ಮ ಇಂತಹ ಸತ್ಕಾರವನ್ನು ನಿರೀಕ್ಷಿಸಿರಲಿಲ್ಲ ಎಂದು ಶಿವಗಾಮಿಗೆ ತಿಳಿಯಿತು. ಯಾರೂ ಅವರನ್ನು ಒಳಗೆ ಕೂಡಾ ಬಿಟ್ಟುಕೊಂಡಿರಲಿಲ್ಲ. ಇಲ್ಲಿ ದೇಶದ ಉಪಪ್ರಧಾನರು ಅವರನ್ನು ಕೂರಲು ಹೇಳುತ್ತಿದ್ದರು.

"ಇಲ್ಲ ಸ್ವಾಮಿ, ನಾನು ನಿಲ್ಲುತ್ತೇನೆ" ಎಂದಳು, ಕೈಜೋಡಿಸಿ.

"ತಾಯೀ, ನೀವು ನನಗಿಂತ ಹಿರಿಯರು. ದಯವಿಟ್ಟು ಕೂರಿ, ಇಲ್ಲದಿದ್ದರೆ ನಾನು ನಿಂತು ಮಾತಾಡಬೇಕಾಗುತ್ತದೆ" ಎಂದರು, ಎದುರಿಗಿನ ಆಸನದತ್ತ ಕೈ ತೋರಿಸಿ.

"ಸ್ವಾಮಿ, ನಾನೊಬ್ಬಳು ಸಣ್ಣ ಹುದ್ದೆಯವಳು, ಉಪಪ್ರಧಾನರ ಮುಂದೆ ನಾನು ಕೂರುವಂತಿಲ್ಲ" ಎನ್ನುತ್ತಿದ್ದವಳು ಇದ್ದಕ್ಕಿದ್ದಂತೆ ಜೋರಾಗಿ ಕೂಗಿದಳು "ಎದ್ದೇಳು, ಮೂರ್ಖಾ!"

ಶಿವಗಾಮಿ ತೀರಾ ಹೆದರಿದಳು. ಉಪಪ್ರಧಾನರಿಗೆ ದಿಗ್ಭ್ರಮೆಯಾಯಿತು. ತಕ್ಷಣ ಅವರು ತಮ್ಮ ಆಸನದಿಂದ ಎದ್ದುನಿಂತರು – ನಂತರ ಜೋರಾಗಿ ನಗ ತೊಡಗಿದರು. ಗುಂಡು ರಾಮು ಒಂದು ಆಸನದಲ್ಲಿ ಆರಾಮವಾಗಿ ಕೂತಿದ್ದ. ರೇವಮ್ಮ ಅವನ ಕಿವಿ ಹಿಡಿದು ಎಬ್ಬಿಸಿದಳು.

"ತಾಯೀ, ಸಮಾಧಾನ, ಸಮಾಧಾನ, ಅವನೊಬ್ಬ ಚಿಕ್ಕ ಹುಡುಗ"

"ಅಯ್ಯೋ ಸ್ವಾಮೀ, ಅವನು ನಿಮಗೆ ಚಿಕ್ಕವನಾಗಿ ಕಾಣುತ್ತಾನೆಯೇ? ಕೊಬ್ಬಿದ ಹಂದಿ!"

"ನಿನಗೆಷ್ಟು ವಯಸ್ಸು, ಹುಡುಗ?" ಸ್ಕಂದದಾಸ ಗುಂಡು ರಾಮುವನ್ನು ಕೇಳಿದ.

"ತರಲೆ ಮಾಡುವಷ್ಟು ವಯಸ್ಸಾಗಿದೆ ಸ್ವಾಮಿ," ರೇವಮ್ಮ ನಡುವೆ ಮಾತು ತೂರಿಸಿದಳು "ಹತ್ತೋ ಹನ್ನೆರಡೋ ಇರಬೇಕು. ಯಾರಿಗೆ ಗೊತ್ತು, ಯಾರಿಗೆ ಬೇಕು, ಅವನೇನು ಹುಡುಗನ ಥರ ಇದ್ದಾನೆಯೇ? ರಾಕ್ಷಸ. ಶನಿ. ಇವಳು ಕೂಡಾ" ಎಂದು ಶಿವಗಾಮಿಯತ್ತ ಕೈ ತೋರಿಸಿದಳು.

"ಅವರ ಅಪರಾಧವೇನು?" ಸ್ಕಂದದಾಸ ಕೇಳಿದ, ರೇವಮ್ಮನಳಿಗೆ ಕೂರಲು ಸನ್ನೆ ಮಾಡುತ್ತಾ. ರೇವಮ್ಮ ಆಸನದೊಳಗೆ ತನ್ನ ಭಾರೀ ದೇಹವನ್ನು ನುಗ್ಗಿಸುತ್ತಾ, ಅದರ ಕೀರಲು ವಿರೋಧವನ್ನು ಅಲಕ್ಷಿಸಿ, ಅವರ ಅಪರಾಧಗಳನ್ನು ಒಂದೊಂದೇ ಮೋಟು ಬೆರಳು ಮಡಚುತ್ತಾ ಹೇಳತೊಡಗಿದಳು. ಅವಳು

ಹೇಳುತ್ತಿದ್ದ ಕಲ್ಪಿತ, ಉತ್ಪ್ರೇಕ್ಷಿತ ಅಪರಾಧಗಳನ್ನು ನೋಡಿದರೆ ಅವಳಿಗೆ ಇನ್ನಷ್ಟು ಬೆರಳುಗಳು ಬೇಕಾಗಬಹುದಿತ್ತು.

ಶಿವಗಾಮಿಗೆ ಸ್ಕಂದದಾಸನ ಸರಳ ಮುಗುಳ್ನಗೆ ಇಷ್ಟವಾಯಿತು. ಅವನಿಗೆ ತನ್ನ ತಂದೆಯ ಪರಿಚಯವಿದ್ದಿರಬಹುದೇ? ತಾನು ದೇವರಾಯನ ಮಗಳು ಎಂದು ತಿಳಿದರೆ ಅವನು ಹೇಗೆ ಪ್ರತಿಕ್ರಿಯಿಸಬಹುದು?

ರೇವಮ್ಮ ಬಡಬಡಿಸುತ್ತಿದ್ದಾಗ ಶಿವಗಾಮಿಯ ಕಣ್ಣುಗಳು ಕೋಣೆಯನ್ನು ಪರಿಶೀಲಿಸಿದವು. ಹಸ್ತಪ್ರತಿಗಳ ಒಂದು ಕಪಾಟು ಇತ್ತು. ಅರ್ಧ ತೆರೆದ ಒಂದು ಬಾಗಿಲಿನ ಮೂಲಕ ಒಳಗಿನ ಖಾಸಗಿ ಕೋಣೆಯಲ್ಲಿ ಒಂದು ಮಂಚ ಕಾಣಿಸುತ್ತಿತ್ತು. ಕವಾಟಗಳು ಮುರಿದ ಕಮಾನಿನ ಒಂದು ಕಿಟಕಿ ಸಣ್ಣ ಗಲ್ಲಿಯತ್ತ ತೆರೆದಿತ್ತು. ಅದರಾಚೆ ಎತ್ತರಕ್ಕೆ ಕೋಟೆಯ ಗೋಡೆ ಎದ್ದು ನಿಂತಿತ್ತು. ಕಿಟಕಿಯ ಪಕ್ಕದಲ್ಲೇ ಬಾಳೆತೋಟವಿತ್ತು, ಗಾಳಿಗೆ ಬಾಳೆ ಎಲೆಗಳು ತೂಗಾಡುತ್ತಿದ್ದವು. ಉಪಪ್ರಧಾನರ ಹಿಂದೆ ಬರೆಯುವ ಮೇಜಿನ ಮೇಲೆ ಮಹಾರಾಜ ಸೋಮದೇವನ ಶಿರದ ಪ್ರತಿಮೆ ಇರಿಸಲಾಗಿತ್ತು. ಅದರ ಪಕ್ಕದಲ್ಲೇ ಒಂದು ಹಲ್ಲಿ ತನ್ನ ಬಾಲವನ್ನು ಅಲ್ಲಾಡಿಸುತ್ತಿತ್ತು. ಮೇಜಿನ ಮೇಲೆ ತಾಳೆಯೋಲೆಗಳ ರಾಶಿಯನ್ನು ಓರಣವಾಗಿ ಜೋಡಿಸಲಾಗಿತ್ತು. ಪಕ್ಕದಲ್ಲೇ ಅರಸರ ಮುದ್ರೆ ಇತ್ತು. ಕೆಂಪು ಅರಗಿನ ಪಾತ್ರೆಯೊಂದರ ಪಕ್ಕದಲ್ಲಿ ದೀಪ ಉರಿಯುತ್ತಿತ್ತು. ಶಿವಗಾಮಿಗೆ ಮುದ್ರೆಯನ್ನು ಎತ್ತಿಕೊಂಡು ಅರಗಿನಲ್ಲಿ ಅದ್ದಿ ಯಾವುದಾದರ ಮೇಲೆ ಒತ್ತಬೇಕು ಎನ್ನುವ ಅದಮ್ಯ ಆಸೆ ಮೊಳೆಯಿತು. ಮುದ್ರೆ ಅಧಿಕಾರದ ಸಂಕೇತವಾಗಿತ್ತು.

ಅವಳ ನೋಟ ಅರೆತೆರೆದ ಬಾಗಿಲ ಕಡೆಗೆ ಹೋಯಿತು. ಒಬ್ಬ ವ್ಯಕ್ತಿ ಬಾಳೆ ಎಲೆಯಿಂದ ಮುಚ್ಚಿದ ತಾಮ್ರದ ತಟ್ಟೆಯನ್ನೂ ಮತ್ತು ದೊಡ್ಡ ಲೋಟಾದಲ್ಲಿ ಮಜ್ಜಿಗೆಯನ್ನೂ ತೆಗೆದುಕೊಂಡು ಬಂದ. ಸ್ಕಂದದಾಸ ಬಾಳೆ ಎಲೆಯನ್ನು ಸರಿಸಿದ ಕೂಡಲೇ ಸುತ್ತಲೂ ಮಸಾಲೆಯ ಘಮಘಮ ಹರಡಿತು. ಶಿವಗಾಮಿಗೆ ಗುಂಡು ರಾಮು ಬಗ್ಗೆ ಪಾಪ ಅನ್ನಿಸಿತು.

"ತಾಯಿ, ನೀವು ಏನಾದರೂ ಆಹಾರ ತೆಗೆದುಕೊಳ್ಳುವಿರಾ?" ಎಂದು ಕೇಳಿದ ಸ್ಕಂದದಾಸ. ರೇವಮ್ಮ ತಲೆ ಅಲ್ಲಾಡಿಸಿ ತನ್ನ ದೂರನ್ನು ಮುಂದುವರಿಸಿದಳು.

ಸ್ಕಂದದಾಸ ಹೇಳಿದ "ಸರಿ ಸರಿ, ಇರಲಿ, ನೀವು ಮಾತಾಡುತ್ತಿರುವಂತೆಯೇ ನಾನು ಊಟ ಮಾಡಿದರೆ ನಿಮಗೆ ಅಭ್ಯಂತರವಿಲ್ಲ ಎಂದುಕೊಳ್ಳುತ್ತೇನೆ. ನನಗೆ ಊಟ ಮಾಡಲು ಸಮಯವೇ ಸಿಗುವುದಿಲ್ಲ. ಹೊಟ್ಟೆಯಲ್ಲಿ ಉರಿಯ ಉಪಶಮನವಾಗಬೇಕಾದರೆ ಕಾಲಕಾಲಕ್ಕೆ ಊಟ ಮಾಡುವುದೇ ಪರಿಹಾರ ಅಂತ

ವೈದ್ಯರು ಹೇಳಿದ್ದಾರೆ." ಉಪಪ್ರಧಾನ ತನ್ನ ತಟ್ಟೆಯ ಸುತ್ತಲೂ ವ್ಯಂಜನಗಳುಳ್ಳ ಸಣ್ಣ ಬಟ್ಟಲುಗಳನ್ನು ತೆಗೆದಿಟ್ಟ. ಗುಂಡು ರಾಮುವಿನ ಕಡೆಗೆ ಅವನ ಕಣ್ಣು ಬಿತ್ತು.

"ಹಸಿವಾಗಿದೆಯಾ?" ಎಂದು ಕೇಳಿದ. ಗುಂಡು ರಾಮು ರೇವಮ್ಮನ ಕಡೆಗೆ ಭಯದಲ್ಲಿ ನೋಡಿ, ಮತ್ತೆ ಕೆಳಗೆ ನೋಡಿದ. ಉಪಪ್ರಧಾನ ಮತ್ತೆ ತನ್ನ ಊಟದ ಒಂದು ಭಾಗವನ್ನು ನೀಡಿದ. ಆದರೆ ರೇವಮ್ಮ ಮತ್ತು ಶಿವಗಾಮಿ ನಿರಾಕರಿಸಿದರು. ಗುಂಡು ರಾಮು ಉಗುಳು ನುಂಗಿ ಮನಸ್ಸಿಲ್ಲದೆಯೇ ಬೇಡವೆಂದು ತಲೆ ಆಡಿಸಿದ. ಸ್ಕಂದದಾಸ ಮುಗುಳ್ನಕ್ಕು ಬಾಳೆ ಎಲೆಯನ್ನು ಅರ್ಧ ತುಂಡು ಮಾಡಿ ಅದರಲ್ಲಿ ತನ್ನ ತಟ್ಟೆಯಿಂದ ಎತ್ತಿ ಬಡಿಸತೊಡಗಿದ.

"ಸ್ವಾಮಿ, ಏನು ಮಾಡುತ್ತಿದ್ದೀರಿ, ನಾನು ಅವರ ಬಗ್ಗೆಯೇ ದೂರು ಹೇಳಲು ಬಂದಿದ್ದೇನೆ, ನೀವು ನಿಮ್ಮ ಊಟವನ್ನು ಈ ಒಡ್ಡನ ಜೊತೆ ಹಂಚಿಕೊಳ್ಳುತ್ತಿದ್ದೀರಿ."

"ತಾಯೀ, ಇವನಿನ್ನೂ ಹುಡುಗ, ಹಸಿದಿರುವ ಹುಡುಗ, ಅಲ್ಲವೇ?"

"ಸ್ವಾಮಿ, ಅವನೊಬ್ಬ ರಾಕ್ಷಸನ ಥರ ತಿನ್ನುತ್ತಾನೆ"

ಸ್ಕಂದದಾಸ ಕೈಯೆತ್ತಿದ "ತಾಯೀ, ನನಗೆ ಹಸಿವು ಗೊತ್ತು. ನಾನು ಹಸಿವಿಗೆ ಹುಟ್ಟಿದವನು"

"ಸ್ವಾಮಿ, ನಾನೊಂದು ಕೇಳಿದರೆ ನೀವು ತಪ್ಪಾಗಿ ತಿಳಿದುಕೊಳ್ಳುವುದಿಲ್ಲ ತಾನೇ?" ರೇವಮ್ಮ ತಲೆ ಕೆರೆದುಕೊಳ್ಳುತ್ತಾ ಕೇಳಿದಳು. ಸ್ಕಂದದಾಸ ಗುಂಡು ರಾಮುವಿಗೆ ಊಟ ಎತ್ತಿ ಹಾಕುತ್ತಾ ತಲೆ ಆಡಿಸಿದ.

"ನೀವು ಶೂದ್ರರಂತೆ?" ರೇವಮ್ಮ ಕೇಳಿದಳು. ಶಿವಗಾಮಿ ಕೋಪದಲ್ಲಿ ತನ್ನ ತುಟಿ ಕಡಿದುಕೊಂಡಳು.

"ಅವರು ಸುಳ್ಳು ಹೇಳಿದ್ದಾರೆ" ಸ್ಕಂದದಾಸ ನಗು ಅಳಿಸಲಿಲ್ಲ.

"ಓಹ್... ನನಗೆ ಗೊತ್ತಿತ್ತು ಸ್ವಾಮಿ, ಕ್ಷಮಿಸಿ, ನಾನು..." ರೇವಮ್ಮ ತಡಬಡಾಯಿಸಿದಳು.

"ನಾನು ಅದಕ್ಕಿಂತ ಕೀಳು. ನನಗೆ ಜಾತಿ ಇಲ್ಲ. ನಾನು ಬೆಳೆದಿದ್ದು ಅನಾಥಾಲಯದಲ್ಲಿ. ಆದರೆ ನನ್ನ ತಂದೆ ವೀರಮರಣ ಹೊಂದಲಿಲ್ಲ. ಅವನೊಬ್ಬ ಕಳ್ಳ. ಅದೂ ಅಡ್ಡಕಸಬಿ. ತಾವೇ ಮಹಾ ಸದಾಚಾರಿಗಳು ಅಂದುಕೊಂಡ ಜನರು ಅವನನ್ನು ಹಿಡಿದು ಹೊಡೆದು ಕೊಂದರು. ನನ್ನ ತಾಯಿ ಮರುಮದುವೆ ಮಾಡಿಕೊಂಡಳು. ಅವರಿಗೆ ನಾನು ಬೇಕಿರಲಿಲ್ಲ. ನಾನು ಹಳ್ಳಿಯಿಂದ ಓಡಿಬಂದು ಮಾಹಿಷ್ಮತಿ ನಗರಕ್ಕೆ ಬಂದೆ. ಮೊದಲ ಕೆಲವು ತಿಂಗಳು ಬೀದಿನಾಯಿಗಳ ಜೊತೆ, ಭಿಕ್ಷುಕರ ಜೊತೆ ತಂಗಳೂಟಕ್ಕೆ ಹೊಡೆದಾಡಿದೆ. ಕೆಲವೊಮ್ಮೆ ನಾನು ಗೆಲ್ಲುತ್ತಿದ್ದೆ, ಹೆಚ್ಚಿನ ವೇಳೆ ಅವರೇ ಗೆಲ್ಲುತ್ತಿದ್ದರು.

279

"ನಾನು ಒಂದು ಗುರುಕುಲದಲ್ಲಿ ಕೆಲಸದವನಾಗಿದ್ದಾಗ ಓದುವುದು, ಬರೆಯುವುದನ್ನು ಕಲಿತೆ. ಅಲ್ಲಿಯ ಗುರುಗಳು ನನಗೆ ಹೇಳಿಕೊಡಲಿಲ್ಲ. ಆದರೆ ನನ್ನ ಕಲಿಕೆಯನ್ನು ನಿಲ್ಲಿಸಲಿಲ್ಲ. ಆಮೇಲೆ ನಾನು ಅನೇಕ ಥರದ ಕೆಲಸಗಳನ್ನು ಮಾಡಿದೆ, ಚಮ್ಮಾರ-ರೈತ, ಕಾವಲುಗಾರ, ಸಣ್ಣ ವ್ಯಾಪಾರ, ಒಬ್ಬ ಬೀದಿಬದಿಯ ಮಾಂತ್ರಿಕನಿಗೆ ಸಹಾಯಕ.... ಹೀಗೇ ಒಂದು ಕೆಲಸ ಮಾಡುವಾಗ ಮಹಾಪ್ರಧಾನರು ಸಿಕ್ಕರು. ಅವರು ನನಗೆ ಕರಣಿಕನ ಕೆಲಸ ಕೊಟ್ಟರು. ಅದರಿಂದ ನನಗೆ ಇನ್ನು ಹೆಚ್ಚು ಕಲಿಯಲು ಅವಕಾಶ ಸಿಕ್ಕಿತು. ನಾನು ಈಗಲೂ ಕಲಿಯುತ್ತಿದ್ದೇನೆ." ಸ್ಕಂದದಾಸ ಮಾತು ಮುಗಿಸಿ ಪುಸ್ತಕಗಳ ಕಪಾಟಿನ ಕಡೆಗೆ ಕೈ ಮಾಡಿ ತೋರಿಸಿದ. ರೇವಮ್ಮ ಕಣ್ಣು ಕಣ್ಣು ಬಿಟ್ಟಳು. ಶಿವಗಾಮಿಯ ಕಣ್ಣು ತುಂಬಿ ಬಂದಿತು. ಅವಳು ಅವನಲ್ಲಿ ತನ್ನನ್ನೇ ಕಂಡುಕೊಂಡಳು. ಇಲ್ಲ, ತಾನು ಅವನಿಗಿಂತ ಹೆಚ್ಚು ಅದೃಷ್ಟಶಾಲಿ. ಅವಳ ಮೊದಲ ಕೆಲವು ವರ್ಷಗಳು ತಿಮ್ಮ ಇದ್ದ. ತಿಮ್ಮನ ಮಗಳು ಅವಳಿಗೆ ತಂಗಿಯಾಗಿದ್ದಳು. ತಾಯಿ, ಸೋದರರು ಇದ್ದರು. ಅವಳಿಗೊಂದು ಕುಟುಂಬವಾದರೂ ಇತ್ತು. ಆದರೆ ಅವಳದೇನೂ ತಪ್ಪಿಲ್ಲದಿದ್ದರೂ ಅವಳು ಎಲ್ಲವನ್ನೂ ಕಳೆದುಕೊಂಡಳು.

ಸ್ಕಂದದಾಸ ಶಿವಗಾಮಿ ಮತ್ತು ಗುಂಡು ರಾಮು ಕಡೆಗೆ ತಿರುಗಿ ಹೇಳಿದ "ಮಹಾರಾಜರ ಪ್ರತಿಮೆಯ ಪಕ್ಕದಲ್ಲಿ ಒಂದು ಮಡಿಚಿಟ್ಟ ಬಟ್ಟೆ ಕಾಣುತ್ತಿದೆಯಲ್ಲವೇ? ಅದು ನಾನು ಖರೀದಿಸಿದ ಮೊಟ್ಟಮೊದಲ ಬಟ್ಟೆ. ಒಂದು ರಾತ್ರಿ ನನಗೆ ಊಟ ಕೊಟ್ಟ ಬಡ ನೇಕಾರನ ಹತ್ತಿರ ನಾನದನ್ನು ಮಾಡಿಸಿದೆ. ನನ್ನ ಮೊದಲ ಸಂಬಳವನ್ನು ಅದಕ್ಕಾಗಿ ವ್ಯಯ ಮಾಡಿದೆ. ಈಗ ಎರಡು ದಶಕಗಳಾಗಿದೆ ಅದಕ್ಕೆ. ಮೀನಿನ ಬಲೆಗಿಂತ ಹೆಚ್ಚು ತೂತುಗಳಿವೆ ಅದರಲ್ಲಿ!"

ಗುಂಡು ರಾಮು ನಕ್ಕ.

"ನಾನದನ್ನು ಯಾಕೆ ಇಟ್ಟುಕೊಂಡಿದ್ದೇನೆ ಗೊತ್ತಾ? ಅದು ನನ್ನ ನಮ್ರ ದಿನಗಳ ನೆನಪು. ನನ್ನ ಜೀವನ ಯಾತ್ರೆಯಲ್ಲಿ ನನಗೆ ನೆರವು ನೀಡಿದ ಎಲ್ಲರ ನೆನಪನ್ನು ಅದು ಹಸಿಯಾಗಿರಿಸಿದೆ. ನನ್ನ ದೇಶ ಮತ್ತು ನಗರಕ್ಕೆ ಋಣಿಯಾಗಿರಲು ನೆನಪಿಸುತ್ತದೆ. ನನ್ನನ್ನು ಇದು ಅಗ್ನಿಪರೀಕ್ಷೆಗಳಿಗೆ ಒಡ್ಡಿರಬಹುದು. ಆದರೆ ಜಗತ್ತಿನಲ್ಲಿ ಇದೊಂದೇ ದೇಶದಲ್ಲಿ ಚಿಂದಿ ಬಟ್ಟೆ ಉಟ್ಟು ಬಂದ ಹುಡುಗನೊಬ್ಬ, ತನ್ನ ಜಾತಿ, ಕುಲ, ಮತವನ್ನು ಮೀರಿ ಬೆಳೆದು ಉಪಪ್ರಧಾನನಾಗುವುದು ಸಾಧ್ಯ. ಕಳ್ಳನ ಮಗ, ಅನಾಥನಿಗೆ ಇದು ಸಾಧ್ಯವಾಗುವುದಾದರೆ ಇನ್ನು ನೀವಿಬ್ಬರು, ಕುಲೀನರ ಮಕ್ಕಳು, ನೀವು ಏನೇನು ಸಾಧಿಸಬಹುದು"

"ನಾ.... ನಾ.... "ಶಿವಗಾಮಿ ಪದಗಳಿಗಾಗಿ ತಡಕಾಡಿದಳು. ಸ್ಕಂದದಾಸ ತಾಳ್ಮೆಯಿಂದ ಕಾದ. "ನಾನು ದೇವರಾಯನ ಮಗಳು."

ಶಿವಗಾಮಿ ಸ್ಕಂದದಾಸನ ಮುಖದಲ್ಲಿ ಆಘಾತ ಕಾಣಿಸುತ್ತದೆಂದು ಕಾದಳು. ಬದಲಿಗೆ ಅವನು ಅವಳ ತಲೆಯ ಮೇಲೆ ಕೈಯಿಟ್ಟು "ನನಗೆ ಗೊತ್ತು, ನೀನು ನನಗೆ ಮಗಳಂತೆ" ಎಂದ.

ರೇವಮ್ಮ ಕೆಮ್ಮಿದಳು. ಸ್ಕಂದದಾಸ ತಲೆ ಎತ್ತಿ ಅವಳ ಕಡೆಗೆ ನೋಡಿದಾಗ ಸೊಟ್ಟ ಮೋರೆ ಮಾಡಿದಳು. ಶಿವಗಾಮಿಯ ಪುಸ್ತಕವನ್ನು ಸ್ಕಂದದಾಸನ ಕಡೆಗೆ ತಳ್ಳಿ "ಸ್ವಾಮಿ, ಅವಳು ನಮ್ಮಿಂದ ಈ ಪುಸ್ತಕವನ್ನು ಬಚ್ಚಿಟ್ಟಿದ್ದಳು. ನೀವು ಅಂದು ಕೊಳ್ಳುವಷ್ಟು ಮುಗ್ಧೆ ಅಲ್ಲ ಇವಳು. ಇದರಲ್ಲಿ ಖಂಡಿತಾ ನಮ್ಮ ದೇಶದ ವಿರುದ್ಧ ವಿದ್ರೋಹದ ಏನೋ ಇರಬೇಕು ಅನ್ನಿಸುತ್ತೆ. ಅದು ಆ ದೇಶದ್ರೋಹಿಯ ಪುಸ್ತಕವಾಗಿತ್ತು."

ಸ್ಕಂದದಾಸ ಪುಸ್ತಕವನ್ನು ತೆಗೆದುಕೊಂಡು ಅದರ ಸುತ್ತಲ ದಾರವನ್ನು ಬಿಚ್ಚಿದಾಗ ಶಿವಗಾಮಿ ಉದ್ವಿಗ್ನಳಾದಳು. ಅವಳ ಮುಷ್ಠಿ ಬಿಗಿಯಿತು. ಅವಳಿಗೆ ಅದರಲ್ಲಿ ಏನಿದೆ ಎಂದು ಗೊತ್ತಿರಲಿಲ್ಲ. ಉಪಪ್ರಧಾನರಿಗೆ ಪೈಶಾಚಿಕ ಭಾಷೆ ಬರುತ್ತದೆಯೇ ಎನ್ನುವ ಬಗ್ಗೆ ಅವಳಿಗೆ ಖಾತರಿ ಇರಲಿಲ್ಲ. ಅವರು ಹಾಳೆಗಳನ್ನು ತಿರುಗಿಸಿದಾಗ ಅವರನ್ನೇ ಅವಳು ಗಮನಿಸಿದಳು. ಅವರ ಮುಖದಲ್ಲಿ ಗೊಂದಲ ಕಂಡಿತೇ ಅಥವಾ ಎವೆ ಬಡಿಯುವಷ್ಟರಲ್ಲಿ ಕಂಡ ತುಟಿ ತುದಿಯ ಕಂಪನ ಗುರುತಿಸಿದ್ದರ ಸೂಚಕವೇ? ಅವರು ಏನು ಯೋಚಿಸುತ್ತಿದ್ದಾರೆಂದು ತಿಳಿಯಲಾಗದ್ದಕ್ಕೆ ಅವಳಿಗೆ ಬಹಳ ಹತಾಶೆಯಾಯಿತು.

ಅವಳು ಆಸನದ ಹಿಡಿಯನ್ನು ಭದ್ರವಾಗಿ ಹಿಡಿದುಕೊಂಡಳು.

"ಇದು ತಾಯಿ ಗೌರಿಯ ಸ್ತೋತ್ರದ ಶ್ಲೋಕಗಳಂತೆ ಕಾಣುತ್ತದೆ," ಸ್ಕಂದದಾಸ ಘೋಷಿಸಿದ.

"ಸ್ವಾಮಿ, ನೀವದನ್ನು ಓದಬಲ್ಲಿರೇ?"

"ಇಲ್ಲ, ಬಹಳಷ್ಟಿಲ್ಲ. ಅಲ್ಲೊಂದು ಇಲ್ಲೊಂದು ಅಕ್ಷರಗಳನ್ನು ಮಾತ್ರ ಓದಬಲ್ಲೆ. ಇದು ಪ್ರಾಚೀನ ಪೈಶಾಚಿಕ. ಈಗ ಯಾರೂ ಇದನ್ನು ಮಾತಾಡುವುದಿಲ್ಲ. ಹಿಂದಿನ ಅಸುರರ ಭಾಷೆ ಇದು. ದಕ್ಷಿಣದ ಕಾಡಿನಲ್ಲಿ ಕೆಲವು ಸಿದ್ಧರು ಬಹುಶಃ ಇದನ್ನು ಓದಬಲ್ಲರು, ಆದರೆ ಅಂತಹವರನ್ನು ಕಂಡುಹಿಡಿದು, ಅವರ ಆಶ್ರಮಗಳನ್ನು ಬಿಟ್ಟು ಈ ಪಾಪಿ ನಗರಕ್ಕೆ ಬರುವಂತೆ ನಾವು ಒಪ್ಪಿಸಿದರೆ. ಅಷ್ಟೆಲ್ಲಾ ಶ್ರಮಪಡು ವಂತಹದ್ದಲ್ಲ. ಇದು ಹಳೆಯ ಶ್ಲೋಕಗಳ ಭಕ್ತಿ ಗೀತೆಯ ಪುಸ್ತಕ."

"ಏನೂ ವಿದ್ರೋಹದ ಸಂಗತಿ ಇಲ್ಲವೇ ಇದರಲ್ಲಿ?" ರೇವಮ್ಮನಿಗೆ ನಿರಾಸೆಯಾಗಿತ್ತು.

"ನಾನು ಭೇಧಿಸುವಂತಹ ರಹಸ್ಯವೇನು ಕಾಣಲಿಲ್ಲ" ಎಂದು ಹೇಳಿ ಸ್ಕಂದದಾಸ ಶಿವಗಾಮಿಗೆ ಪುಸ್ತಕವನ್ನು ಹಿಂದಿರುಗಿಸುವವನಿದ್ದ. ಅಷ್ಟರಲ್ಲಿ ಬಾಗಿಲು ತೆರೆದು ಒಬ್ಬ ಕಾವಲುಗಾರ ಪ್ರವೇಶಿಸಿ "ಸಾಮಂತ ಪಟ್ಟರಾಯ ಭೇಟಿಗಾಗಿ ಕೋರುತ್ತಿದ್ದಾರೆ ಸ್ವಾಮಿ" ಎಂದ.

ಉಪಪ್ರಧಾನ ಪ್ರತಿಕ್ರಿಯಿಸುವುದರಲ್ಲಿ ಪಟ್ಟರಾಯ ಎರಡೂ ಕೈಜೋಡಿಸಿ ಮುಗಿಯುತ್ತಾ ಒಳಬಂದ.

"ಓಹೋಹೋ... ನಿಮಗೆ ಅತಿಥಿಗಳಿದ್ದಾರೆ ಎಂದು ತಿಳಿಯಲಿಲ್ಲ. ಸ್ಕಂದದಾಸ"

"ಹೌದು, ಪಟ್ಟರಾಯ, ಆದರೆ ನಿಮ್ಮ ಅನಿರೀಕ್ಷಿತ ಭೇಟಿಯಿಂದ ನಮಗೆ ಗೌರವ. ಏನು ಸೇವೆ ಮಾಡಲಿ ತಮಗೆ?" ಸ್ಕಂದದಾಸ ನುಡಿದ. ಅವನು ಅವಳ ಪುಸ್ತಕವನ್ನು ಬಹಳ ನಿರ್ಲಕ್ಷ್ಯದಿಂದ ಮೇಜಿನ ಕಪಾಟಿನೊಳಗೆ ಇರಿಸಿದ್ದನ್ನು ಶಿವಗಾಮಿ ನೋಡಿದಳು. ಅವಳು ಅವನ ಗಮನ ಸೆಳೆಯಲು ಯತ್ನಿಸಿದಳು. ಆದರೆ ಅವನು ಅವಳ ಕಡೆಗೆ ಗಮನ ಕೊಡುತ್ತಿರಲಿಲ್ಲ. ಅವನು ಪಟ್ಟರಾಯನ ಜೊತೆ ಸೌಹಾರ್ದಯುತವಾಗಿ ನಡೆದುಕೊಂಡರೂ ಇಬ್ಬರ ನಡುವೆ ಅಷ್ಟೇನೂ ಅನ್ಯೋನ್ಯತೆ ಇಲ್ಲ ಎನ್ನುವುದು ಶಿವಗಾಮಿಯ ಅರಿವಿಗೆ ಬಂತು.

"ನೀವು ಬರಬೇಕು ಅಂತ ಅಪ್ಪಣೆ ಮಾಡಿದ್ದಕ್ಕೆ ಬಂದೆ. ಇವತ್ತು ನಿಮ್ಮ ಜನ್ಮದಿನವೊ ಅಥವಾ ಮತ್ತೇನೋ? ಅಥವಾ ನೀವು ಅನಾಥರಿಗೆ ಅನ್ನದಾನ ಮಾಡುತ್ತಿದ್ದಿರೇನು?" ಪಟ್ಟರಾಯ ತನ್ನ ಚುರುಕು ಮಾತಿಗೆ ನಗೆಯ ಲೇಪನ ಮಾಡಿ ಹಗುರಾಗಿಸಿದ.

ಶಿವಗಾಮಿ ಸ್ಕಂದದಾಸನ ಪ್ರತಿಕ್ರಿಯೆಗಾಗಿ ಅವನ ಮುಖ ನೋಡಿದಳು, ಆದರೆ ಅವನು ಯಾವುದೇ ಸೂಚನೆ ಕೊಡದೆ ನಿರ್ಭಾವುಕನಾಗಿದ್ದ. ರೇವಮ್ಮ ಪಟ್ಟರಾಯನಿಗೆ ಗೌರವ ತೋರಿಸಲು ಏಳಬೇಕೋ ಅಥವಾ ಸ್ಕಂದದಾಸನ ಸೂಚನೆಯಂತೆ ಕೂತಿರಬೇಕೋ ತಿಳಿಯದೆ ಆಸನದ ತುದಿಯಲ್ಲಿ ಕೂತಿದ್ದಳು. ಗುಂಡು ರಾಮುಗೆ ಯಾವ ಚಿಂತೆಯೂ ಇರಲಿಲ್ಲ. ಅವನು ತನ್ನ ಪಾಡಿಗೆ ಎಲೆಯಲ್ಲಿದ್ದ ತಿನಿಸನ್ನು ಕಬಳಿಸುತ್ತಿದ್ದ.

ಶಿವಗಾಮಿ ಎದ್ದುನಿಂತಳು. ತನ್ನ ಪುಸ್ತಕವನ್ನು ಹೇಗೆ ಮರಳಿ ಪಡೆಯುವುದು ಎನ್ನುವುದು ಅವಳ ಚಿಂತೆಯಾಗಿತ್ತು. ಅವಳನ್ನು ಅಸಹಾಯಕತೆ ಕಾಡಿತು.

"ಅವಸರವೇನು ಇಲ್ಲ. ದಯವಿಟ್ಟು ಕೂತುಕೊಳ್ಳಿ" ಸ್ಕಂದದಾಸ ನುಡಿದಾಗ ಎದ್ದು ನಿಂತಿದ್ದ ರೇವಮ್ಮ ಮತ್ತೆ ಸರಿಯಾಗಿ ಕೂತುಕೊಂಡಳು.

"ದಯವಿಟ್ಟು ಕೂತುಕೊಳ್ಳಿ ಸ್ವಾಮಿ, ಹುಡುಗ ತಿಂದು ಮುಗಿಸಲಿ" ಸ್ಕಂದದಾಸ ಹೇಳಿದ.

"ಖಂಡಿತಾ, ಖಂಡಿತಾ, ಅನ್ನದಾನ ಮಹಾದಾನ. ಹಸಿದವರಿಗೆ ಅನ್ನವಿಕ್ಕುವುದಕ್ಕಿಂತ ದೊಡ್ಡ ದಾನ ಬೇರೆ ಇಲ್ಲ. ಹೊಟ್ಟೆ ತುಂಬಾ ತಿನ್ನು ಮಗಾ" ಪಟ್ಟರಾಯ ಹೇಳಿದ. ಗುಂಡು ರಾಮು ಪೂರ್ತಿ ತಿಂದು ತೇಗಿ ಬೆರಳು ನೆಕ್ಕುವವರೆಗೂ ಅವರು ಕಾದರು.

"ತಾಯೀ, ನೀವು ಹೇಳಿದ ವಿಷಯಗಳ ಬಗ್ಗೆ ವಿಚಾರಿಸಿ ನಾನು ತಿಳಿಸುತ್ತೇನೆ" ಎಂದು ಹೇಳಿ ಸ್ಕಂದದಾಸ ತನ್ನ ಸೇವಕನಿಗೆ ಮೇಜನ್ನು ಸ್ವಚ್ಛಗೊಳಿಸಲು ತಿಳಿಸಿದ. ಇನ್ನು ತಾವು ಹೊರಡಬೇಕು ಎಂದು ಶಿವಗಾಮಿಗೆ ತಿಳಿಯಿತು. ರೇವಮ್ಮ ಎದ್ದು ತೆರವು ಮಾಡಿದ ಆಸನದಲ್ಲಿ ಪಟ್ಟರಾಯ ಕೂತ.

"ಒಂದು ದಿನ, ನಾವು ಒಟ್ಟಿಗೆ ಭೋಜನ ಮಾಡಬೇಕು, ಮಗಳೇ" ಎಂದ ಸ್ಕಂದದಾಸ, ಶಿವಗಾಮಿ ಬಾಗಿಲ ಬಳಿಗೆ ನಡೆಯುತ್ತಿದ್ದಂತೆ. ಅವಳಿಗೆ ತನ್ನ ಪುಸ್ತಕ ಕೊಡಿ ಎಂದು ಕೇಳಬೇಕೆನಿಸಿತು. ಆದರೆ ಅವನು ಆಗಲೇ ಪಟ್ಟರಾಯನೊಡನೆ ಮಾತಾಡಲು ತೊಡಗಿದ್ದ. ಅವರಿಬ್ಬರ ಮಾತಿನಲ್ಲಿ ಮರ್ಯಾದೆ ಇದ್ದರು ಕೂಡಾ ಇಬ್ಬರ ನಡುವೆ ಏನೋ ಕಹಿ ಇದೆ ಎಂದು ಶಿವಗಾಮಿಗೆ ಭಾಸವಾಯಿತು. ಅದರ ಬಗ್ಗೆ ಅವಳಿಗೆ ಪರಿವೆ ಇರಲಿಲ್ಲ, ಅವಳಿಗೆ ತನ್ನ ಪುಸ್ತಕ ಮರಳಿ ಪಡೆಯಬೇಕಿತ್ತು. ಅವರ ಮಾತಿನ ಮಧ್ಯ ಪ್ರವೇಶಿಸಿ ಕೇಳಬೇಕೋ ಎಂದುಕೊಳ್ಳುತ್ತ ಅವಳು ಧೈರ್ಯ ತಂದುಕೊಳ್ಳುವಷ್ಟರಲ್ಲಿ ಬಾಗಿಲ ಬಳಿಯಿಂದ ರೇವಮ್ಮ ಅವಳನ್ನು ಜೋರಾಗಿ ಕರೆದಳು.

ಅವಳು ಹೊರಗೆ ನಡೆದಳು. ಸ್ಕಂದದಾಸ ಅದರಲ್ಲಿ ಏನು ಕಂಡು ಹಿಡಿಯುತ್ತಾನೋ ಅನ್ನುವ ಭಯದಲ್ಲಿ. ಅದೊಂದು ಭಕ್ತಿಗೀತೆಯ ಪುಸ್ತಕ ಎಂದು ಹೇಳಿ ಪರಿಸ್ಥಿತಿಯನ್ನು ತಿಳಿಮಾಡಿದ್ದಾನೆ ಎಂದು ಊಹಿಸಿದಳು. ಒಂದು ದಿನ ಅವನು ಖಂಡಿತಾ ತನಗೆ ಕರೆ ಕಳಿಸುತ್ತಾನೆ ಎಂದು ಅವಳಿಗೆ ಖಾತರಿಯಿತ್ತು. ಆ ಕರೆಯ ಬಗ್ಗೆ ಅವಳಿಗೆ ಭಯವಿತ್ತು.

ಅಧ್ಯಾಯ ಇಪ್ಪತ್ತನಾಲ್ಕು

ಜೀಮೂತ

ಹಡಗು ಗೋಮುಖ ನದಿಯ ಮೇಲು ಭಾಗದ ಜೌಗಿನಲ್ಲಿ ಸಾಗುತ್ತಿದ್ದಂತೆ ಅದರ ತುದಿಯಲ್ಲಿ ನಿಂತಿದ್ದ ಜೀಮೂತ ಆತಂಕ ದಲ್ಲಿದ್ದ. ಯಾರೋ ಹಡಗನ್ನು ಗಮನಿಸುತ್ತಿದ್ದಾರೆ ಎಂದು ಅವನಿಗೆ ಖಚಿತವಾಗಿತ್ತು. ನದಿ ದಡದಲ್ಲಿನ ಜೊಂಡಿನ ಹಿಂದೆ ಏನೋ ಚಲನವಿತ್ತೇ? ಅವನ ಬಂದಿಗಳು ಯಾಕೆ ಮೌನವಾಗಿದ್ದಾರೆ? ಅವರು ಯಾಕೆ ಅಳುವುದನ್ನು ನಿಲ್ಲಿಸಿದ್ದಾರೆ? ಕಳೆದ ರಾತ್ರಿಯಿಂದ ಎಲ್ಲವು ಅಪಶಕುನದಂತೆ ಮೌನವಾಗಿದೆ. ಕೆಲವು ಗುಲಾಮರನ್ನು ಸುಮ್ಮಸುಮ್ಮನೆ ನಿನ್ನೆ ಅವನು ಚಾಟಿಯಿಂದ ಹೊಡೆದಿದ್ದ, ಅವರ ಚೀತ್ಕಾರ ಕೇಳಿಸಿಕೊಳ್ಳಲು. ಹಿಂದೆಯೇ ಬಂದ ವಿಚಿತ್ರವಾದ ಹಕ್ಕಿ ಕೂಗು ಅವನನ್ನು ಅಸ್ವಸ್ಥಗೊಳಿಸಿತ್ತು. ಒಂದು ಕಡೆ ಹಡಗನ್ನು ಲಂಗರು ಹಾಕಿಸಿ ದಡವನ್ನು ಪರಿಶೀಲಿಸೋಣಾ ಎಂದು ಅಂದು ಕೊಳ್ಳುತ್ತಿದ್ದಾಗ, ಅವನ ಪಕ್ಕದಲ್ಲೇ ನಿಂತು ವಟಗುಡುತ್ತಿದ್ದ ಕೀರಾ ಇದ್ದಕ್ಕಿದ್ದಂತೆ ಜೀಮೂತನ ಮೇಲೆ ಒರಗಿದ. ಒಂದು ಕ್ಷಣ ಜೀಮೂತನಿಗೆ ಏನಾಗುತ್ತಿದೆಯೆಂದು ತಿಳಿಯಲಿಲ್ಲ. ಮರುಕ್ಷಣ ಕೀರಾನ ಕುತ್ತಿಗೆಗೆ ಬಂದು ಚುಚ್ಚಿಕೊಂಡಿದ್ದ ಬಾಣ

ಕಂಪಿಸುತ್ತಿದ್ದುದನ್ನು ನೋಡಿದ ಜೀಮೂತ. ಭಯಭೀತನಾಗಿ ಜೀಮೂತ ಅವನನ್ನು ಪಕ್ಕಕ್ಕೆ ತಳ್ಳಿದ. ಕೀರಾ ಆಗಲೇ ಸತ್ತಿದ್ದ.

ಜೀಮೂತ ಎರಡೂ ಕಡೆಯ ದಡಗಳನ್ನು ಪರಿಶೀಲಿಸಿದ. ಬಾಣ ಬಂದಿದ್ದು ಎಲ್ಲಿಂದ? ಬಂದಿಗಳು ಮೌನವಾಗಿದ್ದರು. ಮಗುಚಿ ಹಾಕಿದ ಕುಡಿಕೆಯಿಂದ ಶಾಯಿ ಸುರಿಯುವಂತೆ, ಕೀರಾನ ದೇಹದಿಂದ ರಕ್ತ ಅಟ್ಟಣೆಯ ಮೇಲೆ ಸೋರುತ್ತಿತ್ತು. ಜ್ಯೋತಿಷಿ ನಂಜುಂಡ ಭಯದಲ್ಲಿ ಅಳಲಾರಂಭಿಸಿದ, ಜೊತೆಗೆ ಮಂತ್ರ ವದರತೊಡಗಿದ. ಜೀಮೂತ ಅವನನ್ನು ಸುಮ್ಮನಿರೆಂದು ಗದರಿದ. ಆದರೆ ಅವನ ಮಾತು ಪೂರೈಸುವಷ್ಟರಲ್ಲಿ ಒಂದು ಬಾಣ ಸುಯ್ಯನೆ ಬೀಸಿ ಬಂದು ಅವನ ಮೂಗು ಸವರಿಕೊಂಡು ಹೋಗಿ ಲಂಗರಿನ ಸ್ತಂಭಕ್ಕೆ ಚುಚ್ಚಿಕೊಂಡಿತು. ಆ ಆಘಾತದಿಂದ ಚೇತರಿಸಿಕೊಂಡ ಮೇಲೆ ಜೀಮೂತನಿಗೆ ಬಾಣದಿಂದ ಏನೋ ಜೋತಾಡುತ್ತಿದ್ದುದು ಕಾಣಿಸಿತು. ಸಂದೇಶ. ಅದು ಸಂಕ್ಷಿಪ್ತವಾಗಿ ಹೇಳಿದ ರೀತಿಯೇ ಅಪಶಕುನವಾಗಿತ್ತು. – ಶರಣಾಗಿ ಅಥವಾ ಸಾಯಿರಿ.

ಶರಣಾಗುವ ಮಾತೇ ಇಲ್ಲ. ಇದು ಅವನ ಕೊನೆಯ ಅವಕಾಶ. ಅದು ಸ್ಕಂದದಾಸರ ಜನರಾಗಿದ್ದರೆ, ಕಳೆದ ಸಲ ಸಾಮಗ್ರಿಗಳನ್ನೆಲ್ಲ ಬಿಟ್ಟು ಹೋದ ಹಾಗೆ ಖಂಡಿತಾ ಬಿಟ್ಟುಹೋಗುವುದಿಲ್ಲ. ಕೊನೆಯವರೆಗೂ ಹೋರಾಡುತ್ತೇನೆ. ಶಕುನಕ್ಕಾಗಿ ಅವನು ಉಗುಳಿ, ಎಲ್ಲರಿಗೂ ಶಸ್ತ್ರಗಳನ್ನು ಎತ್ತಿಕೊಳ್ಳಿ ಎಂದು ಕೂಗಿ ಹೇಳಿದ. ಅವರು ತಕ್ಷಣ ಒರೆಯಿಂದ ಕತ್ತಿಯನ್ನು ಸೆಳೆಯುವ, ಬಾಣಗಳನ್ನು ಬಿಲ್ಲಿನಲ್ಲಿ ಹೂಡುವ, ಈಟಿಗಳನ್ನು ಕೈಗೆತ್ತಿಕೊಳ್ಳುವ ಸದ್ದುಗಳು ಕೇಳಿಬಂದವು. ಶತ್ರು ಧಾಳಿ ಮಾಡಲಿ ಎಂದು ಕಾದ. ಏನೂ ಆಗಲಿಲ್ಲ. ಎಲ್ಲವು ನಿಶ್ಚಲವಾಗಿತ್ತು. ಆಕಾಶದಲ್ಲಿ ಅಲ್ಲೊಂದು ಇಲ್ಲೊಂದು ಮೋಡಗಳು, ಜೌಗು ಪೊದೆಗಳಲ್ಲಿ ಕುಪ್ಪಳಿಸುತ್ತಿರುವ ಕೆಲವು ಹಕ್ಕಿಗಳು, ದೂರದಲ್ಲಿ ಹಕ್ಕಿಯ ಕೂಗು, ನೀರಿನಲ್ಲಿ ಮಂದವಾಗಿ ತೇಲುತ್ತಿರುವ ಹಡಗು–ಎಲ್ಲವೂ ಚಿತ್ರ ಬರೆದಂತೆ ಸುಂದರವಾಗಿತ್ತು.

ಕೆಲವು ಗಂಟೆಗಳ ಕಾಲ ಸಾಗಿದ ಮೇಲೆ ಅವರ ಆತಂಕ ಕಡಿಮೆಯಾಗಿ, ಎಚ್ಚರಿಕೆ ಸಡಿಲಿತು. ಸಿಬ್ಬಂದಿ ನಗೆಚಾಟಿಕೆ ಮಾಡುತ್ತಾ, ದಡ ತಲುಪಿದ ಮೇಲೆ ಪ್ರತಿ ಹೆಣ್ಣಿಗೆ ಎಷ್ಟು ಬೆಲೆ ಬರಬಹುದೆಂದು ಕಲ್ಪಿಸುತ್ತಾ ಹಗುರಾದರು. ಜೀಮೂತನ ಆಜ್ಞೆಯನುಸಾರ ಕೀರಾನ ದೇಹವನ್ನು ನದಿಯಲ್ಲಿ ಬಿಸಾಡಿದರು. ಈಗವರು ಗೋಮುಖದ ಸಣ್ಣ ಕಂದರದ ಮೂಲಕ ಸಾಗುತ್ತಿದ್ದರು. ಇಲ್ಲಿ ನದಿಯ ಪಾತ್ರ ಅತ್ಯಂತ ಕಿರಿದಾಗಿತ್ತು. ಎರಡೂ ಕಡೆಗಳಿಂದ ಬೆಟ್ಟ ಆವರಿಸಿತ್ತು. ಜೌಗು ಮುಗಿದಿತ್ತು. ಪೊದೆಗಳು ಮರೆಯಾಗಿ ಕಾಡು ಪ್ರಾರಂಭವಾಯಿತು.

ಅವರು ಎಷ್ಟು ನಿರಾತಂಕವಾಗಿದ್ದರು ಎಂದರೆ ಧಾಳಿ ನಡೆದಾಗ, ಅವರು ಅದಕ್ಕೆ ಸಂಪೂರ್ಣ ಸಿದ್ಧರಾಗಲಿರಲಿಲ್ಲ. ಅದು ಪ್ರಾರಂಭವಾಗಿದ್ದು ಹಡಗು ಜಗ್ಗಿದಾಗಿನಿಂದ. ಸಿಬ್ಬಂದಿಗಳು ಕೆಳಗೆ ಬಿದ್ದರು. ಸರಪಳಿಯಲ್ಲಿ ಕಟ್ಟಿಹಾಕಿದ ಗುಲಾಮರೆಲ್ಲ ಆಟದ ಗೂಟಗಳಂತೆ ಉರುಳಿದರು. ಜೀಮೂತ ಸಮತೋಲನ ಪಡೆದ ಕೂಡಲೇ ಹಡಗಿನ ಮುಂಭಾಗಕ್ಕೆ ಓಡಿದ, ಹಡಗಿಗೆ ಏನು ಸಿಕ್ಕಿಹಾಕಿಕೊಂಡಿದೆ ಎಂದು ನೋಡಲು. ಬೃಹತ್ ಮರದ ದಿಮ್ಮಿಯೊಂದು ಅಡ್ಡಕ್ಕೆ ತೇಲಿಬಂದು ಹಡಗಿನ ಹಾದಿಯಲ್ಲಿ ಸಿಕ್ಕಿಹಾಕಿಕೊಂಡು ಚಲನೆಯನ್ನು ತಡೆದಿತ್ತು. ಅದರ ಪಕ್ಕದಿಂದ ಹೇಗೆ ಹಡಗನ್ನು ಮುಂದಕ್ಕೆ ತೆಗೆದುಕೊಂಡು ಹೋಗುವುದು ಎಂದು ಸಿಬ್ಬಂದಿಗಳು ಪ್ರಯತ್ನಿಸುತ್ತಿದ್ದಾಗ ಬಾಣಗಳ ಮಳೆ ಸುರಿಯಲು ಪ್ರಾರಂಭವಾಯಿತು. ಸುತ್ತ ಎಲ್ಲಾ ಕಡೆಯಿಂದಲೂ ಅವು ಧಾವಿಸಿ ಬರುತ್ತಿದ್ದವು: ಮರಗಳ ಮೇಲಿಂದ, ಬೆಟ್ಟಗಳ ಮೇಲಿಂದ. ಜೀಮೂತ ಹಡಗಿನ ಅಟ್ಟಣೆಯ ಮೇಲೆ ಮಲಗಿದ. ಎಲ್ಲರು ಮಲಗಿಕೊಳ್ಳಿ ಎಂದು ಸಿಬ್ಬಂದಿಗಳಿಗೆ ಕೂಗಿ ಹೇಳುತ್ತಿದ್ದಂತೆಯೇ ಅವನಿಗೆ ಬೆಟ್ಟದಿಂದ ಒಬ್ಬ ವ್ಯಕ್ತಿ ಹಡಗಿಗೆ ಧುಮುಕಿದ್ದು ಕಾಣಿಸಿತು. ಅವನ ಹಿಂದೆಯೇ ಅನೇಕರು ಧುಮುಕಿದರು. ಮರದ ದಿಮ್ಮಿ ಹಡಗನ್ನು ಸಂಪೂರ್ಣವಾಗಿ ಕೊರಕಲಿನಲ್ಲಿ ಸಿಕ್ಕಿಹಾಕಿಸಿತ್ತು.

ಜೀಮೂತ ಚೇತರಿಸಿಕೊಳ್ಳುವಷ್ಟರಲ್ಲಿ ಹಡಗಿನ ತುಂಬಾ ಶತ್ರುಗಳು ತುಂಬಿ ಕೊಂಡಿದ್ದರು. ಗಂಧಕ, ಗಂಧಕ ಬೇಕು ಎಂದು ಜೀಮೂತ ಕೆಳಅಂತಸ್ತಿಗೆ ಯಾರಿಗೂ ಕಾಣದಂತೆ ತೆವಳಿಕೊಂಡು ಹೋಗಲು ಯತ್ನಿಸಿದ. ಅವನ ಸಿಬ್ಬಂದಿಯನ್ನು ಶತ್ರುಗಳು ಕೊಚ್ಚಿಹಾಕುತ್ತಿದ್ದರು. ಕೆಳಗೆ ಸಂಗ್ರಹಿಸಿಟ್ಟಿದ್ದ ಗಂಧಕವನ್ನು ತಲುಪಿದರೆ ಸಾಕು, ಬೆಂಕಿ ಹಚ್ಚಿ ಹಡಗನ್ನೇ ಮುಳುಗಿಸುತ್ತೇನೆ, ನನ್ನ ಕಷ್ಟಪಟ್ಟು ಗಳಿಸಿದ ಸಂಪತ್ತನ್ನು ಈ ಬೇವರ್ಸಿಗಳು ಎತ್ತಿಕೊಂಡು ಹೋಗಲು ಖಂಡಿತ ಬಿಡುವುದಿಲ್ಲ ಎಂದುಕೊಂಡ ಜೀಮೂತ.

"ಮಹಾಶಯರೇ" ಒಂದು ಧ್ವನಿ ಕರೆಯಿತು. ಕೆಳಅಂತಸ್ತಿಗೆ ಹೋಗುವ ಸುರುಳಿ ಮೆಟ್ಟಿಲಿನಿಂದ ಕೆಲವೇ ಹೆಜ್ಜೆಗಳ ಅಂತರದಲ್ಲಿ ಅವನು ನಿಂತು ಆಶ್ಚರ್ಯದಲ್ಲಿ ತಿರುಗಿದ. ಆ ಧ್ವನಿಯಲ್ಲಿ ಏನೋ ವಿಚಿತ್ರವಿತ್ತು. ಅಟ್ಟಣೆಯ ಮೇಲೆ ಒಂದು ಬಾಗಿದ ಬೆನ್ನಿನ ವ್ಯಕ್ತಿ ಕೋಲನ್ನು ಆತು ನಿಂತು ಕೈಯಲ್ಲಿ ತ್ರಿಶೂಲವನ್ನು ಹಿಡಿದಿತ್ತು. ಅದರ ಹಿಂದೆ ತಲೆಯಿಂದ ಕೈವರೆಗೆ ಕಪ್ಪು ವಸ್ತ್ರ ಧರಿಸಿದ್ದ, ಮುಖವಾಡ ತೊಟ್ಟ ಆರು ಜನ ಯೋಧರು ಬಾಣವನ್ನು ಹೂಡಿ ಸಿದ್ಧರಾಗಿ ನಿಂತಿದ್ದರು. ಜೀಮೂತ ತನ್ನ ಖಡ್ಗವನ್ನು ಸೆಳೆಯಲು ನೋಡಿದ. ಅಷ್ಟರಲ್ಲಿ ಒಂದು ಬಾಣ ಅವನ ಮುಷ್ಟಿಯನ್ನು ಭೇದಿಸಿತು. ಅವನು ನದಿಯಲ್ಲಿ ಧುಮುಕಬೇಕೆಂದುಕೊಂಡ. ಯಾರಿವರು?

"ಅವನನ್ನು ಕಟ್ಟಿಹಾಕಿ" ಎಂದಿತು ವ್ಯಕ್ತಿ. ಈಗವನಿಗೆ ಗೊತ್ತಾಯಿತು, ಆ ಧ್ವನಿ ಯಾಕೆ ವಿಚಿತ್ರವೆಂದು. ಅದು ಹೆಣ್ಣಿನ ದನಿಯಾಗಿತ್ತು. ಜೊತೆಗೆ ವಯಸ್ಸಾಗಿತ್ತು. ಏಣಿಯಿಂದಿಳಿಯಲು ಆ ಗೂನುಬೆನ್ನಿನ ವ್ಯಕ್ತಿಗೆ ಬಿಲ್ಲುಗಾರರು ನೆರವಾಗುತ್ತಿದ್ದರು. ಆಗ ಗಾಳಿ ಬೀಸಿ ವ್ಯಕ್ತಿ ತೊಟ್ಟಿದ್ದ ಪರದೆ ಹಾರಿತು. ಜೀಮೂತನಿಗೆ ಅದು ಯಾರೆಂದು ಕಾಣಿಸಿತು. ಅವನ ಸುತ್ತ ಬಂದಿಗಳು ಜಯಕಾರ ಹಾಕಿದರು. ಅವನು ಶಪಿಸಿದ. ಕಡಲಿನಲ್ಲಿ ಚಂಡಮಾರುತಕ್ಕೆ ಸಿಕ್ಕಿಕೊಂಡಿದ್ದರೆ ಚೆನ್ನಾಗಿತ್ತು ಈ ನಾಗಮ್ಮಜ್ಜಿಯ ಕೈಗೆ ಸಿಕ್ಕಿಬೀಳುವುದಕ್ಕಿಂತ.

* * *

ಅವನನ್ನು ಹಡಗಿನ ಧ್ವಜಸ್ಥಂಭಕ್ಕೆ, ಕಾಗೆಯ ಗೂಡಿನ ಹತ್ತಿರ, ಅಟ್ಟಣೆಯಿಂದ ನಲವತ್ತು ಅಡಿ ಎತ್ತರದಲ್ಲಿ ಕಾಲು ನೇತಾಡುತ್ತಿರುವ ಹಾಗೆ ಕಟ್ಟಿದ್ದರು. ಅವನು ಬದುಕಿದ್ದುದೇ ದೊಡ್ಡ ಪವಾಡ.

ಹಡಗು ನದಿಯ ಮೇಲೆ ಮಂದಗತಿಯಲ್ಲಿ ಸಾಗುತ್ತಿತ್ತು. ಗಾಳಿ ಹಗುರವಾಗಿ ಬೀಸುತ್ತಿತ್ತು, ಹಾಯಿ ಸ್ವಲ್ಪ ಉಬ್ಬಿಕೊಂಡಿತ್ತು. ಹಡಗಿನ ಹಾದಿಗೆ ಅಡ್ಡವಾಗಿದ್ದ ಮರದ ದಿಮ್ಮಿಯನ್ನು ತೆರವು ಮಾಡಲಾಗಿತ್ತು. ಅದನ್ನು ಹಡಗಿನ ಹಿಂಭಾಗಕ್ಕೆ ಹಗ್ಗದಲ್ಲಿ ಕಟ್ಟಿ ಹಾಕಲಾಗಿದ್ದು ಅದೂ ತೇಲಿಕೊಂಡು ಬರುತ್ತಿತ್ತು. ಮಾನವ ಜನಾಂಗಕ್ಕೆ ಆ ಹೆಣ್ಣು ಒಂದು ಶಾಪ ಅಂದುಕೊಂಡ ಜೀಮೂತ. ಅವಳೋ ಅವಳ ಹಾಳಾದ ಸೈನ್ಯವೋ! ಯಾರು ಕನಸು ಕಂಡಿದ್ದರು, ಅವನನ್ನು ಒಬ್ಬಳು ದುರ್ಬಲ ಮುದಿಸೂಳೆಯ ಮುಂದಾಳತ್ವದ ರೈತ ಹೆಣ್ಣುಗಳ ಗುಂಪು ಸೋಲಿಸುತ್ತದೆಂದು? ಈ ಕಥೆ ಬಹಳ ಬೇಗ ಮಾಹಿಷ್ಮತಿ ಮತ್ತು ಹತ್ತು ದಿಕ್ಕುಗಳಿಗೆ ಹಬ್ಬುತ್ತದೆ. ಅವನು ಗುಲಾಮರನ್ನು ಮಾರುವ ಮುತ್ತಿನ ದ್ವೀಪವನ್ನೂ ತಲುಪುತ್ತದೆ. ಒಂದು ಕಾಲಕ್ಕೆ ಅವನನ್ನು ಕಂಡರೆ ಹೆದರಿ ನಡುಗುವ ಜನರೂ ಈಗ ನಗುತ್ತಾರೆ.

ಅವನು ತನ್ನ ಸರಕನ್ನು ಯಾರಿಗೆ ಮಾರುವವನಿದ್ದಾನೆಂದು ಅವರು ಸಂಜೆಯವರೆಗೆ ಅವನನ್ನು ಪ್ರಶ್ನಿಸುತ್ತಿದ್ದರು. ಅವನು ಹೇಗೋ ಸುಳ್ಳು ಹೇಳಿ ಪಾರಾಗಬಹುದೆಂದುಕೊಂಡ. ಆದರೆ ಆ ಮುದುಕಿ ಅವನ ಪ್ರತೀ ಸುಳ್ಳನ್ನು ಕಂಡು ಹಿಡಿದು ಬಿಟ್ಟಿದ್ದಳು. ರಾತ್ರಿಯಾಗುತ್ತಿದ್ದಂತೆ ಅವಳು ಅವನನ್ನು ಮೇಲಕ್ಕೆ ಕಟ್ಟಲು ತನ್ನ ಹುಡುಗಿಯರಿಗೆ ಆಜ್ಞೆ ಕೊಟ್ಟಳು. ಇದುವರೆಗೆ ಅವನಿಗೆ ಭಯವಾಗಿರಲಿಲ್ಲ, ತಾನು ಎಷ್ಟು ಎತ್ತರದಲ್ಲಿದ್ದೇನೆ ಎಂದು ಅವನಿಗೆ ಗೊತ್ತಾಗಿರಲಿಲ್ಲ. ಈಗ, ಚಂಡ ಮಾರುತ ಬರುವ ಸೂಚನೆಯಲ್ಲಿ, ನದಿ ಉಬ್ಬರವೆದ್ದು ಭೋರ್ಗರೆಯುತ್ತಿದ್ದಾಗ, ದಕ್ಷಿಣದ ಆಕಾಶ ಕಪ್ಪುಮೋಡಗಳ ಸುಳಿಗಳಿಂದ ತುಂಬಿ ಕತ್ತಲು ಕವಿದಾಗ ತನ್ನ ಎರಡೂ ಕೈಗಳನ್ನು ಕಟ್ಟಿಹಾಕಿ ಅಷ್ಟೆತ್ತರದಲ್ಲಿ ತೂಗಾಡುವುದು ನಿಜಕ್ಕೂ ಭಯ ಹುಟ್ಟಿಸುತ್ತಿತ್ತು.

ಕಾಗೆಯೊಂದು ಹಾರಿ ಬಂದು ಗೂಡಿನ ಅಂಚಿನಲ್ಲಿ ಕೂತಿತು. ಎಷ್ಟಿದ್ದರೂ ಇದು ನಿನ್ನ *ಗೂಡು ತಾನೇ, ಏನು ಬೇಕಾದರೂ ಮಾಡ್ಕೊಂಡು ಸಾಯಿ* ಎಂದು ಜೀಮೂತ ಒಳಗೊಳಗೇ ಶಪಿಸಿದ. ಕಾಗೆ ಕುಪ್ಪಳಿಸಿ ಅವನ ಮೂಗಿನ ಹತ್ತಿರಕ್ಕೆ ಬಂತು. ಸೂರ್ಯಕಿರಣಕ್ಕೆ ಅದರ ಕೊಕ್ಕು ಹೊಳೆಯಿತು. ಅದು ತಲೆ ವಾಲಿಸಿ ಜೀಮೂತನ ಮುಖವನ್ನೇ ದಿಟ್ಟಿಸಿತು. ಜೀಮೂತ ಪ್ರತಿಕ್ರಿಯಿಸುವುದರೊಳಗೆ ಅದು ಅವನ ಕೆನ್ನೆ ಕುಕ್ಕಿತು. ಅವನಿಗೆ ಚೀರುವುದಕ್ಕೂ ಆಗದಷ್ಟು ದಿಗ್ಭ್ರಮೆ ಆಯಿತು. ಅವನ ರಕ್ತದ ಕಟುವಾಸನೆ ಅವನ ಮೂಗಿಗೆ ಬಡಿಯಿತು. ಹಾಗೆಯೇ ಅವನ ತುಟಿಗಳು ಉಪ್ಪುಪ್ಪಾಯಿತು. ಕೊನೆಗೆ ಅವನು ಜೋರಾಗಿ ಚೀರಿದಾಗ ಕಾಗೆ ತನ್ನ ರೆಕ್ಕೆ ಬಡಿದು ಅವನ ತಲೆಯ ಮೇಲೆ ಒಂದು ಸುತ್ತು ಹಾರಿ ಮತ್ತೆ ಕೈಗಂಬಿಯ ಮೇಲೆ ಕೂತಿತು. ಜೀಮೂತ ಮತ್ತೆ ಜೋರಾಗಿ ಕೂಗಿದ. ಕಾಗೆ ಉತ್ತರವಾಗಿ ಕಾವ್ ಕಾವ್ ಎಂದಿತು. ಕೆಳಗೆ ಅಟ್ಟಣೆಯಿಂದ ಜೋರಾಗಿ ನಗುವಿನ ಅಲೆ ಎದ್ದಿತು.

“ಅವನನ್ನು ತಲೆಕೆಳಗಾಗಿ ನೇತುಹಾಕಬೇಕಿತ್ತು, ಇನ್ನೂ ತಮಾಷೆಯಾಗಿರುತ್ತಿತ್ತು” ಒಬ್ಬಳು ಹೇಳಿದಳು. ಎಲ್ಲರೂ ಮತ್ತೆ ನಕ್ಕರು.

ಎಷ್ಟು ಹೊತ್ತು ಹೀಗೆ ನೇತುಹಾಕುತ್ತಾರೆ ಎಂದು ಜೀಮೂತ ಚಿಂತಿಸಿದ. ಗೌರೀ ಪರ್ವತದ ಮೇಲೆ ಕಪ್ಪುಮೋಡಗಳು ಕಾಣಿಸುತ್ತಿದ್ದವು. ಫಳಾರ್ ಎಂದು ಮಿಂಚಿ, ಗುಡುಗು ಗುಡುಗುಡಿಸಿತು. ನದಿಯ ನೀರು ಬೂದಿ ಬಣ್ಣವಾಗಿ ಅಲೆಯ ತುದಿಯಲ್ಲಿ ಬೆಳ್ಳನೆಯ ನೊರೆ ನಲಿಯುತ್ತಿತ್ತು. ಜೋರಾಗಿ ಗಾಳಿ ಬೀಸಿ, ಕ್ಷಣ ನಿಂತು ಮತ್ತೆ ಇನ್ನಷ್ಟು ವೇಗವಾಗಿ ಬೀಸತೊಡಗಿತು. ಅದರ ವೇಗಕ್ಕೆ ಹಡಗು ಒಂದು ಕಡೆಗೆ ವಾಲಿತು. ಅವನು ಒಂದು ಕಡೆಗೆ ವಾಲಿದ, ಅವನ ಕಟ್ಟಿದ ಕಾಲು ತಿರುಚಿತು. ಮತ್ತೆ ಹಡಗು ಸ್ವಸ್ಥಿತಿಗೆ ಬಂದು ಮತ್ತೆ ಅವನೂ ತಿರುಗಿದ. ಅಲೆಯ ಜೊತೆ ಹಡಗು ಓಲಾಡುತ್ತಿದ್ದಂತೆ ಅವನಿಗೆ ತಲೆ ತಿರುಗಿತು. ಕಾಗೆ ಮತ್ತೆ ಅವನ ಪಕ್ಕ ಬಂದು ಕೂತಿತು.

ಅಟ್ಟಣೆಯ ಮೇಲಿನ ಹೆಣ್ಣುಗಳು ಮತ್ತೆ ನಕ್ಕರು. ಹಡಗು ಮತ್ತೆ ಅತ್ತಿತ್ತ ಓಲಾಡಿದಾಗ ಜೀಮೂತ ತನ್ನ ಎದೆಯ ಮೇಲೇ ವಾಂತಿ ಮಾಡಿಕೊಂಡ. ವಾಕರಿಕೆಯನ್ನು ತಡೆಯಲು ಯತ್ನಿಸುತ್ತಾ ಅವನು ಕೆಳಗೆ ನೋಡಿದ. ನಂಜುಂಡನ ಬಿಳಿಕೂದಲ ತಲೆ ಕಾಣಿಸಿತು. ಜ್ಯೋತಿಷಿ ಕುಕ್ಕರುಗಾಲಲ್ಲಿ ಕೂತಿದ್ದ, ಹೆಂಗಸರೆಲ್ಲ ತಮ್ಮ ತಮ್ಮ ಕೈ ಚಾಚಿ ಅವನ ಮುಂದೆ ಹಿಡಿದು ಭವಿಷ್ಯ ಕೇಳಲು ಕಾತರರಾಗಿದ್ದರು. ದರಿದ್ರ ಸೂಳೆಮಗ ಜ್ಯೋತಿಷಿ–ಹಳ್ಳಿಯನ್ನು ಮುತ್ತಿಗೆ ಹಾಕಲು ಒಳ್ಳೆ ಮುಹೂರ್ತ ಕೊಟ್ಟವನು ಅವನೇ. ಒಳ್ಳೆ ಮುಹೂರ್ತ ಆಯಿತು ಇದು. ಕೆಲವೇ ದಿನಗಳಲ್ಲಿ ನೀನು ತುಂಬಾ ಎತ್ತರಕ್ಕೇರುತ್ತಿಯಾ ಅಂದಿದ್ದ. ಅದು ಹೀಗೆ ಅಕ್ಷರಶಃ ನಿಜವಾಗುತ್ತದೆ ಅಂತ ಕಡಲುಗಳ್ಳ ಎದುರುನೋಡಿರಲಿಲ್ಲ.

'ಅವನನ್ನು ಕೆಳಗಿಳಿಸಿ' ಎಂದು ಯಾರೋ ಹೇಳಿದ್ದು ಜೀಮೂತನಿಗೆ ಕೇಳಿಸಿತು. ಕೆಲವರು ಸಿಳ್ಳೆ ಹಾಕಿದರು, ಇನ್ನು ಕೆಲವರು ಏನೋ ಟೀಕೆ ಮಾಡಿದರು. ಅವನ ಕಿವಿಗೆ ಗಾಳಿಯ ಮೊರೆತ ಬಡಿದು, ಜೊತೆಗೆ ಜೋರಾದ ನಗು ಸೇರಿ ಮಾತು ಸರಿಯಾಗಿ ಕೇಳಿಸಲಿಲ್ಲ. ಅವನ ತಲೆ ಧ್ವಜ ಸ್ಥಂಭಕ್ಕೆ ಬಡಿಯಿತು. ಕ್ಷಣ ಕಾಲ ಅವನಿಗೆ ಕಣ್ಣು ಕತ್ತಲಿಟ್ಟಿತು. ಅವನು ಮತ್ತೆ ಕಣ್ತೆರೆದಾಗ ಅವನನ್ನು ಕೆಳಗಿಳಿಸಲಾಗುತ್ತಿತ್ತು. ಅವನು ಅತ್ತಿಂದಿತ್ತ ಅಲ್ಲಾಡುತ್ತಿದ್ದಂತೆ ಅವನ ಕೈಗಳನ್ನು ಕಟ್ಟಿದ್ದ ಹಗ್ಗ ಜಗ್ಗಿ ಚರ್ಮವನ್ನು ಕತ್ತರಿಸುತ್ತಿತ್ತು. ಗಾಳಿ ಇನ್ನೂ ಜೋರಾಗಿ ಬೀಸತೊಡಗಿತ್ತು. ಅವನು ಸಿಕ್ಕಾಪಟ್ಟೆ ತೂಗಾಡುತ್ತಿದ್ದ. ಎಲ್ಲಿ ತನ್ನ ತೋಳುಗಳು ಕಳಚಿಕೊಂಡು ಅಂಗಹೀನನಾಗಿ ತಲೆಕೆಳಗಾಗಿ ಅಟ್ಟಣೆಯ ಮೇಲೆ ಬೀಳುವೆನೋ ಅನ್ನಿಸಿತು. ಒಂದು ಉಬ್ಬರದ ಅಲೆ ಹಡಗನ್ನು ಎತ್ತಿ ಕೆಳಗಿಳಿಸಿತು. ಹಗ್ಗ ಕಳಚತೊಡಗಿತು. ಜೀಮೂತನಿಗೆ ಕತ್ತಲಿಟ್ಟಿತು. ಹುಯಿಲಿಡುತ್ತಿರುವುದು ತಾನೋ ಅಥವಾ ಸುಯ್ ಗಾಳಿಯೋ ಅವನಿಗೆ ತಿಳಿಯಲಿಲ್ಲ. ಹಗ್ಗ ಸರಸರನೆ ಕಳಚಿಕೊಳ್ಳುತ್ತಾ ಅವನು ಗಾಳಿಯಲ್ಲೇ ಉರುಳುತ್ತ ಕೆಳಗಿಳಿಯತೊಡಗಿದಾಗ ಜಗತ್ತೇ ಹಸಿರು ಮಸುಕಾಯಿತು. ಇನ್ನೇನು ತಳದಲ್ಲಿ ಧಡ್ಡನೆ ಬೀಳುವೆನೆಂದುಕೊಂಡಾಗ ಮತ್ತೆ ಅವನನ್ನು ಮೇಲೆಳೆಯಲಾಯಿತು. ಮತ್ತೆ ಅವನು ನಲವತ್ತಡಿ ಎತ್ತರದಲ್ಲಿ ಕೈಗಳಿಗೆ ಕಟ್ಟಿದ ಹಗ್ಗದಲ್ಲಿ ತೂಗಾಡತೊಡಗಿದ. ಆಕಾಶದಲ್ಲಿ ಗುಡುಗು ಮೊಳಗಿತು. ಮಳೆಯ ಮೊದಲ ಹನಿ ಅವನ ಕೆನ್ನೆಯನ್ನು ಅಪ್ಪಳಿಸಿತು. ರಾಟೆಯ ಕಿರುಗುಡುವ ಸದ್ದು ಕೆಳಗೆ ಹುಟ್ಟುಹಾಕುತ್ತಿದ್ದ ಹೆಂಗಸರ ಧ್ವನಿಯೊಂದಿಗೆ ಬೆರೆತಿತು. ಮತ್ತೊಂದು ಟೀಕೆ ಮತ್ತೆ ನಗುವಿನ ಅಬ್ಬರದ ಅಲೆ ಎದ್ದಿತು. *ಬೇವರ್ಸಿಗಳು ನನ್ನ ಜೊತೆ ಆಟವಾಡುತ್ತಿದ್ದಾರೆ, ಇದಕ್ಕೆ ಸೇಡು ತೀರಿಸಿಕೊಳ್ಳದಿದ್ದರೆ ನಾನು ಜೀಮೂತನೇ ಅಲ್ಲ*, ಕಡಲ್ಗಳ್ಳ ಹಲ್ಲು ಮಸೆದ.

ಗಾಳಿ ಈಗ ಚಂಡಮಾರುತವಾಗಿ ಪರಿಣಮಿಸುತ್ತಿತ್ತು. ಸೊಂಟದ ಬಳಿ ಅವನ ಪಂಚೆ ಬಿಚ್ಚಿಕೊಂಡು ಗಾಳಿಯಲ್ಲಿ ಹಾರಾಡತೊಡಗಿತು. ಹೆಂಗಸರು ನಗತೊಡಗಿದರು. ಒಂದು ಕ್ಷಣಕ್ಕೆ ಅವನಿಗೆ ಹಗ್ಗ ಕಡಿದು ಅವನು ಕೆಳಗೆ ಬಿದ್ದು ತಾನು ಸಾಯಬಾರದೇ ಅನ್ನಿಸಿತು. ಆಗ ಹಗ್ಗ ನಿಧಾನವಾಗಿ ಸಡಿಲವಾಗತೊಡಗಿತು. ಮತ್ತೆ ಹಗ್ಗ ಬಿಗಿಯಾಗಿ ಅವನ ಕಾಲಿನ ಸುತ್ತ ಸುತ್ತಿಕೊಂಡಿತು. ಗಾಳಿಯಲ್ಲಿ ಅವನ ಪಂಚೆ ಹಾರಿಹೋಯಿತು. ಅವನು ಬರಿಮೈ ಬೆತ್ತಲಾಗಿ ತಿರುಚಿಕೊಂಡು ತೂಗಾಡುತ್ತಿದ್ದ. ಕೆಳಗೆ ಹೆಂಗಸರು ಚೀರಿಕೊಂಡು ಎರಚಿಕೊಂಡು ನಗಾಡುತ್ತಿದ್ದರು. ಹುಟ್ಟುಹಾಕುವವರೂ ಕೂಡಾ ಎದ್ದು ಬಂದು ಈ ನಗೆಪಾಟಲನ್ನು ನೋಡಿ ಆನಂದಿಸತೊಡಗಿದರು. ನಿಧಾನವಾಗಿ ಬಾಳೆಯ ಗೊನೆಯನ್ನು ಇಳಿಸುವಂತೆ

289

ಅವನನ್ನು ಇಳಿಸಿ ಧಡಾರನೆ ಅಟ್ಟಣೆಯ ಮೇಲೆ ಬಡಿಯಲಾಯಿತು. ಮತ್ತೊಮ್ಮೆ ನಗೆಯ ಅಲೆ ಹೊಮ್ಮಿತು. ಅವನನ್ನು ಎಳೆದು ಹಗ್ಗವನ್ನು ಬಿಡಿಸಿದರು. ಅವನ ಕೈಗಳನ್ನು ಮಾತ್ರ ಕಟ್ಟಿಹಾಕಿತ್ತು. ಅವನು ಸಂತುಲನ ಕಂಡುಕೊಳ್ಳಲು ಯತ್ನಿಸುತ್ತಿದ್ದ. ತನ್ನ ಮಾನ ಕಾಪಾಡಿಕೊಳ್ಳಲು ಅತ್ಯಂತ ಪ್ರಯಾಸ ಪಡುತ್ತಿದ್ದ. ಪ್ರತಿಸಲ ಹಡಗು ಹೊಯ್ದಾಡಿದಾಗಲೂ ಅವನ ಪ್ರಯತ್ನ ವ್ಯರ್ಥವಾಗಿ ನಿಲ್ಲುವುದು ಕಷ್ಟವಾಗುತ್ತಿತ್ತು. ಪ್ರತಿಸಲ ಅವನು ಎರಡು ಕೈ ಅಗಲಿಸಿ ಕಂಬಿ ಹಿಡಿದು ನಿಲ್ಲಲು ಯತ್ನಿಸಿದಾಗಲೂ ಹೆಂಗಸರು ಅವನ ನಗ್ನತೆಯನ್ನು ನೋಡಿ ಕಿಲಕಿಲನೆ ನಗುತ್ತಿದ್ದರು. ಅವನು ಹಿಂದೆ ಹೆಂಗಸರನ್ನು ಕದ್ದೊಯ್ಯುತ್ತಿದ್ದಾಗ ಇದಕ್ಕಿಂತ ಘೋರವಾಗಿ ಅವರನ್ನು ನಡೆಸಿಕೊಂಡಿದ್ದ. ವ್ಯಾಪಾರಿಗಳ ಹೆಂಡತಿಯರು ಅತ್ಯುತ್ತಮ ಬಂದಿಗಳಾಗಿದ್ದರು. ಅವನು ಅವರನ್ನು ಬತ್ತಲಾಗಿಸಿ ಹಡಗಿನ ಮುಂಭಾಗಕ್ಕೆ ಕಟ್ಟಿ ಹಾಕಿ, ಚೆನ್ನಾಗಿ ಪರಿಶೀಲಿಸಿ ಅವರವರ ಯೋಗ್ಯತಾನುಸಾರ ಬೆಲೆ ನಿರ್ಧರಿಸುತ್ತಿದ್ದ. ಈಗ ಪರಿಸ್ಥಿತಿ ಅದಲುಬದಲಾದಾಗ ಒಳಗಡೆ ರೋಷ ಉಕ್ಕಿ ಬರುತ್ತಿತ್ತು.

ಮಾಡ್ತೀನಿ ನಿಮಗೆಲ್ಲಾ, ಬೇವರ್ಸಿಗಳಾ, ಮಾಡ್ತೀನಿ, ಒಬ್ಬ ಗಂಡಸನ್ನು ನೀವು ಹೀಗೆ ನಡೆಸಿಕೊಳ್ಳಬಹುದೇ? ನನ್ನಂಥ ಉಗ್ರ ಕಡಲುಗಳ್ಳನಿರಲಿ ಬೇರೆ ಯಾವುದೇ ಗಂಡಸನ್ನೂ ಹೀಗೆ ನಡೆಸಿಕೊಳ್ಳುವುದಕ್ಕೆ ಹೆಂಗಸರಿಗೆ ಹಕ್ಕಿಲ್ಲ, ಎಂದುಕೊಂಡ.

ಉಗ್ರ! ಥೂ! ಉಗಿದ. ನೋಡಿದರೆ ಒಳ್ಳೆ ಹಳ್ಳಿಯ ಕುಡುಕ ಕೋಡಂಗಿ ಥರ ಕಾಣ್ತಿದ್ದೀನಿ. ಅಪಶಕುನ ಬಂದಾಗ ಅದೊಂದೇ ಬರುವುದಿಲ್ಲವಂತೆ. ಜೊತೆಗೆ ತನ್ನ ಚಿಕ್ಕಪ್ಪ ದೊಡ್ಡಪ್ಪ ಅಲ್ಲದೇ ಅವರ ಸೂಳೆಯರನ್ನೂ ಕರೆದುಕೊಂಡು ಬರುತ್ತದಂತೆ! ಧ್ವಜಸ್ತಂಭಕ್ಕೆ ಕಟ್ಟಿಹಾಕಿದ್ದ ಅವನದೇ ಸಿಬ್ಬಂದಿ ಕೂಡಾ ಅವನನ್ನು ನೋಡಿ ನಗುತ್ತಿದ್ದರು. ಅವನು ಇನ್ನು ಬದುಕುಳಿದರು ಕೂಡಾ ಮುಂದೆ ಅವರು ಯಾರೂ ಅವನನ್ನು ಕಂಡು ಭಯಪಡಲಾರರು. ಜೀಮೂತನ ಭುಜ ನಿರಾಶೆಯಲ್ಲಿ ಕುಸಿಯಿತು. ಸುದ್ದಿ ಖಂಡಿತಾ ಹಬ್ಬುತ್ತದೆ. ಮುಂದಿನ ಸಲ ಅವನು ಊರಿನಲ್ಲಿ ನಡೆದು ಬರುವಾಗ ಹೆದರಿಕೆಯಿಂದ ಓಡಿಹೋಗುವುದಿರಲಿ ಅವರು ಅವನನ್ನು ನೋಡಿ ನಗುತ್ತಾರೆ. ಪ್ರತಿ ದೀಪಾವಳಿ ಅಥವಾ ದಶಮಿಯಲ್ಲಿ ವಿದೂಷಕರು ಕುಲೀನಮನೆಗಳಲ್ಲಿ ನಾಟಕ ವಾಡುತ್ತಾ ಅವನಂತೆಯೇ ಚೀರಿ ಅಣಕಿಸುತ್ತಾರೆ. ಇದನ್ನೇ ಆಧಾರವಾಗಿಟ್ಟು ಕೊಂಡು ಒಂದು ನಾಟಕವನ್ನೂ ರಚಿಸಿ ಆಡಬಹುದು. ಹೇಗೆ ಅವನು ಕರಿಯ, ಕೀಳುಜಾತಿಯ, ವಿಕಾರ ಹೆಂಗಸರ ಗುಂಪಿನ ಮುಂದೆ ಹೇಗೆ ಬೆತ್ತಲೆ ನಿಂತಿದ್ದ ಅನ್ನುವುದನ್ನು ಅವರು ನಟಿಸಿ ತೋರಿಸಬಹುದು. ದರಿದ್ರ ಅನಾಗರಿಕರು. ಅವನ ಕಾರಣದಿಂದ ಈಗ ನಾಗಮ್ಮಜ್ಜಿಯ ಪ್ರತಿಷ್ಠೆ ಇನ್ನಷ್ಟು ಬೆಳೆಯಬಹುದು.

ಹುಡುಗಿಯೊಬ್ಬಳು ಮೀನಿನ ಗಾಳದಿಂದ ಅವನ ಪಂಚೆಯನ್ನು ನೀರಿನಿಂದ ಹೊರತೆಗೆದಿದ್ದಳು. ಕೋಲಿನ ತುದಿಯಲ್ಲಿ ಅದನ್ನು ನೇತಾಡಿಸಿಕೊಂಡು ಅವನ ಹತ್ತಿರಕ್ಕೆ ತಂದಳು. ಅದನ್ನು ಅವನ ತಲೆಯ ಮೇಲಕ್ಕೆ ಹಿಡಿದು, ಅವನು ಅದನ್ನು ಸೆಳೆದುಕೊಳ್ಳಲು ಎಗರಿದಾಗ ಅವನ ಕೈಗೆ ಸಿಗದಂತೆ ಮೇಲಕ್ಕೇರಿಸಿದಳು. ಪ್ರತಿ ಸಲ ಅವನು ಪಂಚೆಯನ್ನು ಹಿಡಿಯಲು ಎಗರಿದಾಗಲೂ ಗುಹ್ಯವನ್ನು ಮುಚ್ಚಿಕೊಂಡ ಕೈತೆಗೆದು ಪ್ರದರ್ಶಿಸುತ್ತಿದ್ದಂತೆ ಗುಂಪು ಗೊಳ್ಳೆಂದು ನಗುತ್ತಿತ್ತು. ಒಬ್ಬಳು ಹುಡುಗಿ ಕೊಳೆತ ಮೀನೊಂದನ್ನು ಎತ್ತಿ ಅವನ ಬೆನ್ನಿಗೆ ಬಡಿದಳು. ಮರುಕ್ಷಣ ಎಲ್ಲರು ಅವನ ದೇಹವನ್ನು ಗುರಿ ಅಭ್ಯಾಸಕ್ಕೆ ಬಳಸಿಕೊಂಡು ಕೈಗೆ ಸಿಕ್ಕಿದ್ದನ್ನು ಎಸೆಯುತ್ತಿದ್ದರು. ಜ್ಯೋತಿಷಿ ನಂಜುಂಡ ಎಲ್ಲವನ್ನು ನೋಡುತ್ತಾ ಹಲ್ಲು ಕಿರಿಯುತ್ತ ಆನಂದಪಡುತ್ತಿದ್ದ. ಇರು, *ನೀನು ಒಂಟಿಯಾಗಿ ಸಿಕ್ಕಾಗ ನಿನಗೆ ಮಾಡ್ತೀನಿ ತಿಥಿ* ಎಂದು ಜೀಮೂತ ಶಪಿಸುತ್ತಿದ್ದಂತೆ ಒಂದು ಮೀನು ಅವನ ಮೂಗಿಗೆ ಬಡಿಯಿತು. ಅವನು ಅಲ್ಲಾಡದೆ, ಕಟ್ಟಿದ ತನ್ನ ಕೈಗಳಿಂದ ಗುಹ್ಯವನ್ನು ಮುಚ್ಚಿಕೊಂಡು ನಿಂತ. ಇನ್ನು ತನ್ನ ಪಂಚೆಗಾಗಿ ಕೋತಿಯಂತೆ ಎಗರುತ್ತಾ ಅವರಿಗೆ ಮನರಂಜನೆ ನೀಡುವುದಿಲ್ಲ ಎಂದು ನಿರ್ಧರಿಸಿದ. ಅಟ್ಟಣೆಯಿಂದ ಕಡಲಿಗೆ ನೆಗೆಯುವ ಆಲೋಚನೆಯು ಬಂತು ಅವನಿಗೆ. ಆದರೆ ಪ್ರವಾಹದ ರಭಸ ಹಾಗೂ ಚಂಡಮಾರುತದ ಭೋರ್ಗರೆತ ಕೇಳಿ ಸಾಯುವುದಕ್ಕಿಂತ ಬೆತ್ತಲೆಯಾಗಿರುವುದೇ ಉತ್ತಮ ಎಂದು ತೀರ್ಮಾನಿಸಿದ.

'ಏನು ನಡೆಯುತ್ತಿದೆ ಇಲ್ಲಿ?' ಎಲ್ಲ ಗದ್ದಲವನ್ನು ಮೀರಿ ಒಂದು ಧ್ವನಿ ಪ್ರಶ್ನಿಸಿತು. ಜೀಮೂತನನ್ನು ಪಂಚೆಯಿಂದ ಆಟವಾಡಿಸುತ್ತಿದ್ದ ಹುಡುಗಿ ಅದನ್ನು ಅವನ ಭುಜದ ಮೇಲೆ ಎಸೆದು ಓಡಿ ಹೋಗಿ ಇತರ ಹುಡುಗಿಯರನ್ನು ಕೂಡಿಕೊಂಡಳು. ಅಷ್ಟರಲ್ಲಿ ಎಲ್ಲರು ನೆಟ್ಟಗೆ ನಿಂತಿದ್ದರು. ಜೀಮೂತ ಅವಳತ್ತ ಕೆಂಗಣ್ಣು ಬಿಟ್ಟ, ಭಯಾನಕವಾಗಿ ಕಾಣಿಸಲು ಯತ್ನಿಸುತ್ತಾ ಮತ್ತು ಅವಳ ಮುಖವನ್ನು ನೆನಪಿನಲ್ಲಿ ಅಚ್ಚೊತ್ತಿಕೊಳ್ಳಲು ಯತ್ನಿಸುತ್ತಾ.

"ಮಹಾಶಯರೇ, ದಯವಿಟ್ಟು ಬಟ್ಟೆಯಿಂದ ಮರೆಮಾಡಿಕೊಳ್ಳಿ, ಇಲ್ಲಿ ಯುವತಿಯರು ಇದ್ದಾರೆ" ನಾಗಮ್ಮಜ್ಜಿ ಯಾವುದೇ ಅಜ್ಜಿ ಹೇಳುವಷ್ಟು ಮೃದುವಾದ ಧ್ವನಿಯಿಂದ ಹೇಳಿದಳು.

ಜೀಮೂತ ಅವಳನ್ನು ಕೆಕ್ಕರಿಸಿ ನೋಡಿದ. ಎಲ್ಲದಕ್ಕಿಂತ ಹೆಚ್ಚಾಗಿ ಅವನಿಗೆ ಅವಳ ವ್ಯಂಗ್ಯದ ಬಗ್ಗೆ ದ್ವೇಷ ಉಕ್ಕಿ ಬಂತು. ಅವಳು ಅವನನ್ನು ಮಹಾಶಯರೇ ಎಂದು ಕರೆದಿದ್ದಳು. ಅವನೇನೋ ಮಹಾ ಸಭ್ಯಸ್ಥ ಮನೆತನದ, ಸುಕೋಮಲ ದಡ್ಡ ಹುಡುಗನಂತೆ. ತುಟಿಯ ಮೇಲೆ ಕುಟಿಲತೆಯ ನಗೆ ಬರಿಸಿಕೊಂಡು ಅವನು

ಹೇಳಿದ "ದೇವಿ, ಕೃಪೆಯಿಟ್ಟು ನನ್ನ ಕೈಗಳನ್ನು ಬಿಡಿಸು, ನಾನು ನನ್ನ ಪಂಚೆಯನ್ನು ಕಟ್ಟಿಕೊಳ್ಳುತ್ತೇನೆ."

"ಯಾಕೆ ಮಹಾಶಯರೇ, ನಮ್ಮ ಹುಡುಗಿಯರು ಅಷ್ಟು ಸಣ್ಣ ಉಪಕಾರವನ್ನು ಮಾಡಲಾರರೇ? ಹೇ ಹುಡುಗಿಯರೇ, ಮಹಾಶಯರಿಗೆ ಪಂಚೆಯನ್ನು ಕಟ್ಟಿಕೊಳ್ಳಲು ನೆರವಾಗಿ."

ಅವನ್ನು ಗೋಳು ಹುಯ್ದುಕೊಂಡಿದ್ದ ಹುಡುಗಿ ಮುಂದೆ ಬಂದಳು. ಅವಳು ಪಂಚೆಯನ್ನು ಅವನ ಭುಜದ ಮೇಲಿಂದ ತೆಗೆದು ಅವನ ಸೊಂಟದ ಸುತ್ತ ಕಟ್ಟುವಾಗ ಅವನು ಭುಸುಗುಟ್ಟಿದ "ಸೂಳೆ, ನೀನು ಏನು ಮಾಡಿದ್ದೀಯಾ ಅಂತ ನಿನಗೆ ಗೊತ್ತಿಲ್ಲ" ಅವಳು ತಲೆ ಎತ್ತಿ ಅವನನ್ನು ನೋಡುತ್ತಾ ಮುಗುಳ್ನಕ್ಕಳು. ಕಟ್ಟಿದ್ದ ಪಂಚೆಯ ಗಂಟನ್ನು ಎಳೆದಳು. ಜೀಮೂತ ಪಂಚೆ ಕೆಳಗೆ ಬೀಳುವುದನ್ನು ತಡೆಯಲು ಯತ್ನಿಸಿದ ಆದರೆ ಆಗಲಿಲ್ಲ. ಪಂಚೆ ಅವನ ಪಾದದ ಸುತ್ತ ಸುರುಳಿಯಾಗಿ ಬಿತ್ತು. ಮತ್ತೆ ಅಟ್ಟಣೆ ನಗುವಿನಲ್ಲಿ ತೇಲಾಡಿತು.

"ಅಳ್ಳಿ?" ನಾಗಮ್ಮಜ್ಜಿ ಗದರಿದಳು.

"ಕ್ಷಮಿಸು ಅಜ್ಜಿ" ಎಂದಳು ಹುಡುಗಿ. ಅವಳು ನೆಲದ ಮೇಲಿಂದ ಪಂಚೆಯನ್ನು ಎತ್ತಿಕೊಂಡು ಅವನ ಸೊಂಟದ ಸುತ್ತ ಕಟ್ಟಿದಳು. ಕಟ್ಟುವಾಗ ಅವನ ಮೈಗೆ ಅವಳ ಬೆರಳುಗಳು ಸವರಿದವು. ಅದರಿಂದ ಅವನ ಮೇಲಾದ ಪರಿಣಾಮವನ್ನು ಕಂಡು ಅವನು ಶಪಿಸಿದ. ಇದೆಂಥಾ ಅವಮಾನ.

ಅವಳು ತುಟಿಯ ಮೇಲೆ ಕಳ್ಳ ನಗೆ ತೇಲಿಸುತ್ತಾ ದೂರಕ್ಕೆ ಸರಿದಳು. ಹಡಗು ಚಂಡಮಾರುತದ ಸುಳಿಯಲ್ಲಿ ಸಿಕ್ಕಿ ಹೊಯ್ದಾಡಿತು. ಆದರೆ ಅದು ಕ್ರಮೇಣ ಕಡಿಮೆಯಾಗುತ್ತಿತ್ತು. ಮುದುಕಿ ಚಲಿಸುವ ಹಡಗಿನ ಅಟ್ಟಣೆಯ ಮೇಲೆ ಭದ್ರವಾಗಿ ಕಾಲೂರಿ ನಿಂತು ಅವನನ್ನೇ ದೃಷ್ಟಿಸಿದಳು. ಅವನು, ಹನ್ನೆರಡು ವರ್ಷಗಳಿಗೂ ಹೆಚ್ಚು ಕಾಲ ಹಡಗಿನ ನಾಯಕನಾಗಿದ್ದವನು ಭದ್ರವಾಗಿ ಕಾಲೂರಿ ನಿಲ್ಲಲು ತಡಬಡಾಯಿಸುತ್ತಿದ್ದ.

ಗೌರೀಪರ್ವತದ ದಟ್ಟ ಕಾಡುಗಳಲ್ಲಿ ಧಾರೆಯಾಗಿ ಕಾಣುತ್ತಿದ್ದ ಜಲಪಾತಗಳು ಈಗ ಹೆಚ್ಚು ಸ್ಪಷ್ಟವಾಗಿ, ದೊಡ್ಡದಾಗಿ ಕಾಣಿಸುತ್ತಿದ್ದವು. ಈಗವರು ನದಿಯ ಹರಿವಿಗೆ ಮೇಲ್ಮುಖವಾಗಿ ಸಾಗುತ್ತಿದ್ದರು.

"ಆಮೇಲೆ?" ಅಜ್ಜಿ ಕೇಳಿದಳು.

"ಏನು ಆಮೇಲೆ?" ಜೀಮೂತ ಗಲ್ಲ ಎತ್ತಿ ಕೇಳಿದ.

"ಆಟ ಆಡಲು ನನಗೆ ತೀರಾ ವಯಸ್ಸಾಗಿದೆ ಮಹಾಶಯ. ನಾವೆಲ್ಲಾ ನಡೆದದ್ದು ಕಂಡಂತೆ ನೀನೂ ಚಿಕ್ಕ ಹುಡುಗನೇನಲ್ಲಾ. ನೀನು ಯಾರಿಗಾಗಿ ಕೆಲಸ

ಮಾಡುತ್ತಿದ್ದೀಯಾ ತಿಳಿಸು, ನಿನ್ನ ಕ್ಷುಲ್ಲಕ ಪ್ರಾಣವನ್ನು ಉಳಿಸುವ ಯೋಚನೆ ಮಾಡಿದರೂ ಮಾಡಬಹುದು ನಾನು."

"ನನ್ನನ್ನು ನೋಡಿದರೆ ಗುಲಾಮ ಸೂಳೆಮಗನ ಥರ ಕಾಣುತ್ತೇನಾ?" ಜೀಮೂತ ಭುಸುಗುಟ್ಟಿದ.

"ಛೆ, ಛೆ, ನಾಲಿಗೆ ಮೇಲೆ ಹಿಡಿತವಿಡಿ ಸ್ವಾಮಿ, ಸುತ್ತ ಎಳೆ ಹುಡುಗಿಯರಿದ್ದಾರೆ."

"ಒಹ್, ದೇವಿ, ಕ್ಷಮಿಸಿ, ಅವರೆಲ್ಲ ಲಜ್ಜೆಯುಳ್ಳವರು, ಸಂಕೋಚದ ಸ್ವಭಾವ ದವರು ಎಂದು ನನಗೆ ಗೊತ್ತು. ಕ್ಷಮಿಸಿ " ಎನ್ನುತ್ತಾ ಜೀಮೂತ ಅವರಿಗೆ ಬಾಗಿ ವಂದಿಸಿದ. ಅವರೆಲ್ಲ ಮುಸಿಮುಸಿ ನಕ್ಕರು. ಅಜ್ಜಿ ಕೈ ಎತ್ತಿದಳು, ತಕ್ಷಣ ಮೌನ ಆವರಿಸಿತು. ಗುಡುಗು ಮತ್ತೊಮ್ಮೆ ಆರ್ಭಟಿಸಿ ಹಡಗು ಅದುರಿತು.

"ಇಂದ್ರನಿಗೆ ಕೋಪ ಬಂದಂತಿದೆ, ದೇವಿ. ಗುಡುಗಿನ ಅಧಿದೇವತೆ ಘರ್ಜಿಸು ತ್ತಿದ್ದಾನೆ. ಒಬ್ಬ ಪ್ರಾಮಾಣಿಕ ವ್ಯಕ್ತಿಯನ್ನು ನೀನು ನಡೆಸಿಕೊಳ್ಳುತ್ತಿರುವ ರೀತಿ ನೋಡಿ ಅವನಿಗೆ ಅಸಮಾಧಾನವಾಗಿದೆ," ಜೀಮೂತ ಮುಗುಳ್ನಕ್ಕ.

"ಪ್ರಾಮಾಣಿಕ?! ಖಂಡಿತಾ.... ಮಹಾಶಯರೇ, ತಾವು ಒಂದೇ ಒಂದು ಪ್ರಶ್ನೆಗೆ ಪ್ರಾಮಾಣಿಕವಾಗಿ ಉತ್ತರ ಕೊಟ್ಟರೆ, ನಾನು ಈ ಹುಡುಗಿಯರಿಗೆ, ನಿಮ್ಮನ್ನು ವರುಣನಿಗೆ ಕಾಣಿಕೆಯಾಗಿ ಹಡಗಿನಿಂದ ಕಡಲಿಗೆ ತಳ್ಳುವ ಆಲೋಚನೆಯನ್ನು ಕೈಬಿಡಲು ಹೇಳುತ್ತೇನೆ."

"ಅಯ್ಯೋ...ಬೇಡಾ... ನನಗೆ ನೀರೆಂದರೆ ಭಯ... ಯಾವಾಗಲೂ.... ಹುಂ... ಒಂದು ಸಲ ಮಾತ್ರ ನಾನು ನನ್ನ ಹಡಗು ಅಂಧಕಾರ ತೀರದ ಕಪ್ಪು ನೀರಿನಲ್ಲಿ ಮುಳುಗಿದಾಗ ಇಡೀ ರಾತ್ರಿ ಈಜಿದ ಸಂದರ್ಭ ಬಿಟ್ಟರೆ... ಅಥವಾ ಒಮ್ಮೆ ಕಡಲಿನ ಉಬ್ಬರದಲ್ಲಿ ನನ್ನ ದೋಣಿ ನಾಶವಾಗಿ, ಒಂದು ಹಲಗೆಯ ಮೇಲೆ ಎರಡು ತಿಂಗಳು ಒಂಟಿಯಾಗಿ ಕಳೆದ ಸಮಯ ಬಿಟ್ಟರೆ..."

"ಒಹೋ, ಹಡಗು ಮತ್ತು ದೋಣಿಗಳನ್ನು ಮುಳುಗಿಸುವುದರಲ್ಲಿ ನಿಮಗೆ ವಿಶೇಷ ಕೌಶಲವಿದೆಯೆಂದು ಕಾಣುತ್ತದೆ" ಅಜ್ಜಿ ನಗುತ್ತಾ ಹೇಳಿದಳು.

"ಒಹ್, ಅದು ಸದಾ ಆಗುತ್ತಲೇ ಇರುತ್ತದೆ. ನಾನೊಬ್ಬ ನತದೃಷ್ಟ. ನನ್ನನ್ನು ಎತ್ತಿ ಹಡಗಿನಿಂದ ಹೊರಗೆಸೆಯಲು ನಿನ್ನ ಹುಡುಗಿಯರಿಗೆ ಹೇಳುತ್ತೀಯಾ? ನನಗೆ ಭಯವಾಗುತ್ತಿದೆ ನಿಜ, ಆದರೆ ಹೇಗೋ ಈಜಲು ನಾನು ಪ್ರಯತ್ನಪಡುತ್ತೇನೆ."

"ಮಹಾಶಯರೇ, ಆಗಲಿ, ಮೊಸಳೆಗಳಿಗಿಂತ ವೇಗವಾಗಿ ಈಜಲು ನಿಮಗೆ ಸಾಧ್ಯವಾಗಲಿ ಎಂದು ಆಶಿಸುತ್ತೇನೆ."

ಜೀಮೂತ ತನ್ನೊಳಗೆ ಶಪಿಸಿಕೊಂಡ.

"ಮಗನೆ, ಇನ್ನು ಹರಟೆ ಸಾಕು, ಹೇಳು, ನಿನ್ನ ಈ 'ಪವಿತ್ರ' ಕೆಲಸವನ್ನು

ಯಾರಿಗಾಗಿ ಮಾಡುತ್ತಿರುವೆ?" ನಾಗಮ್ಮಜ್ಜಿ ತನ್ನ ಕೋಲನ್ನು ನೆಲಕ್ಕೆ ಕುಟ್ಟುತ್ತಾ ಅವನ ಕಡೆಗೆ ಹೆಜ್ಜೆ ಹಾಕಿದಳು. ಅವನು ಎಚ್ಚರಿಕೆಯಿಂದ ಅವಳನ್ನು ದೃಷ್ಟಿಸುತ್ತಿದ್ದ. ಒಮ್ಮೆಲೇ ಅವಳ ಮೇಲೆ ಬಿದ್ದು ಅವಳನ್ನು ನೆಲಕ್ಕೆ ಬೀಳಿಸಲು ಸಾಧ್ಯವೇ? ಅವನ ಕೈಗಳನ್ನು ಕಟ್ಟಿದ್ದರೂ ಕೂಡಾ ಅವಳ ಕತ್ತು ಹಿಡಿದು ನೆಲಕ್ಕೆ ಅಮುಕಿದರೆ? ಬಹುಶಃ ತನ್ನ ಸ್ವಾತಂತ್ರ್ಯವನ್ನು ಕುರಿತು ಸಂಧಾನ ಮಾಡಬಹುದು.

ಯೋಧಸ್ತ್ರೀಯರೆಲ್ಲಾ ತಮ್ಮ ಬಿಲ್ಲುಗಳನ್ನು ಕೆಳಗಿಳಿಸಿ ನಿಂತಿದ್ದರು. ಅವರೆಲ್ಲ ನಿರಾಳವಾಗಿದ್ದರು, ಅವನನ್ನು ಅಪಾಯವೆಂದು ಪರಿಗಣಿಸಿರಲಿಲ್ಲ. ಅವರನ್ನು ದೂಷಿಸುವಂತೆಯೂ ಇರಲಿಲ್ಲ. ಅವನು, ಕಟ್ಟಿಹಾಕಿದ ಕೈಗಳಿಂದ ತನ್ನ ಮರ್ಯಾದೆಯನ್ನು ಮುಚ್ಚಿಕೊಳ್ಳಲು ಒದ್ದಾಡುತ್ತಿದ್ದುದನ್ನು ನೋಡಿದ ಮೇಲೆ ಅವನ ಬಗ್ಗೆ ಭಯಪಡುವುದಾದರೂ ಹೇಗೆ? ಅವರು ಇನ್ನಷ್ಟು ಸಡಿಲವಾಗಲಿ. ಜೀಮೂತ ತನ್ನ ದೇಹದ ಭಾರವನ್ನು ಒಂದು ಕಾಲಿನಿಂದ ಇನ್ನೊಂದಕ್ಕೆ ವರ್ಗಾಯಿಸುತ್ತಾ, ಕೆಳಗೆ ನೋಡಿ ಹೇಳಿದ:

"ನಾನೊಬ್ಬ ವ್ಯಾಪಾರಿ, ನನಗಾಗಿ ಮಾತ್ರ ಕೆಲಸ ಮಾಡುತ್ತೇನೆ"

"ಅಹುದಹುದು, ನೀನು ವ್ಯಾಪಾರಿ, ನಾನು ಮಾಹಿಷ್ಮತಿಯ ಮಹಾರಾಣಿ" ಅಜ್ಜಿ ಅವನನ್ನು ಸುತ್ತುವರೆದು ಬರುತ್ತಾ ಹೇಳಿದಳು. ತಂಗಾಳಿ ಅವನ ಮುಖಕ್ಕೆ ಬಡಿಯಿತು. ಹಡಗು ಓಲಾಡಿತು.

"ಈಗ ನಿನಗೇನು ಬೇಕು?" ಜೀಮೂತ ತಿರುಗಿ ಅವಳನ್ನು ಮುಖಾಮುಖಿ ಯಾಗಲು ಯತ್ನಿಸಿದ. ಆದರೆ ಅವಳು ಕೋಲಿನಿಂದ ಅವನ ತಲೆ ತಿವಿದಳು. ಅವನಿಗೆ ಆ ಕೋಲನ್ನು ಹಿಡಿದು ಸೆಳೆದುಕೊಳ್ಳುವ ಆಸೆಯಾಯಿತು, ಆದರೆ ಅದಕ್ಕೆ ಪ್ರಯತ್ನಿಸುವ ಮೊದಲೇ ಅವಳು ಕೋಲನ್ನು ಹಿಂತೆಗೆದುಕೊಂಡಿದ್ದಳು. ಅವಳು ಬಂದು ಅವನ ಮುಂದೆ ಮೂರು ಅಡಿ ದೂರದಲ್ಲಿ ನಿಂತುಕೊಂಡಳು. ಇದೆ ಅವಕಾಶ ಎಂದು ಅವನು ತಟ್ಟನೆ ಮುಂದಕ್ಕೆ ನೆಗೆದ.

ಅವಳೂ ತಟ್ಟನೆ ಪಕ್ಕಕ್ಕೆ ಸರಿದಳು. ಜೀಮೂತ ತನ್ನ ಮುಖದ ಮೇಲೆ ಧೊಪ್ಪನೆ ನೆಲಕ್ಕೆ ಬಿದ್ದ. ಮತ್ತೆ ನಗುವಿನ ಅಲೆ ಎದ್ದಿತು. ಅವನು ಏಳಲು ಯತ್ನಿಸಿದ. ಆದರೆ ಅವಳು ತನ್ನ ಕೋಲನ್ನು ಅವನ ಕತ್ತಿನ ಮೇಲಿರಿಸಿ ಕೆಳಗೆ ಬಲವಾಗಿ ಒತ್ತಿದಳು.

"ಮಹಾಶಯರೇ, ನಾನು ಚಿಕ್ಕವಳಾಗಿದ್ದಾಗ ನನ್ನ ತಾತಾ ಬೆನ್ನೆಲುಬಿನ ಒಳಗಿರುವ ಸುಷಮ್ನ ನಾಡಿ ಬಗ್ಗೆ ಹೇಳಿದ್ದರು. ಸರಿಯಾದ ಬಿಂದುವಿನಲ್ಲಿ ಒಂದು ಸಣ್ಣ ಹೊಡೆತ, ಅಷ್ಟೇ ಸಾಕು. ನನ್ನಂಥ ಎಪ್ಪತ್ತು ವರ್ಷದ ಮುದುಕಿಗೂ ಸಾಧ್ಯ ಆ ಹೊಡೆತ. ಈಗ ಉತ್ತರಿಸುವೆಯೋ ಅಥವಾ ನೀನು ಬದುಕಿರುವವರೆಗೂ ಕ್ರಿಮಿಯಂತೆ ತೆವಳುತ್ತಿರಲು ಬಯಸುತ್ತೀಯೋ?"

ಜೀಮೂತನಿಗೆ ಅವಳ ತಾತನ ದೇಹಜ್ಞಾನದ ಬಗ್ಗೆ ಖಚಿತಪಡಿಸಿಕೊಳ್ಳುವ ಯಾವ ಉದ್ದೇಶವೂ ಇರಲಿಲ್ಲ. ನಾಗಮ್ಮಜ್ಜಿ ತನ್ನ ಕೋಲನ್ನು ಸ್ವಲ್ಪ ಒತ್ತಿದಳು, ಅವನಿಗೆ ತಲೆ ತಿರುಗಲು ಆರಂಭಿಸಿತು.

"ದಯವಿಟ್ಟು..." ಅವನು ಗೊಗ್ಗರುದನಿಯಲ್ಲಿ ನುಡಿದ "ನಾ...ನಾ... ಹೇ... ಳ್ತೀನಿ"

ಕೋಲಿನ ಒತ್ತಡ ಕಡಿಮೆಯಾಯಿತು. ಅವನು ನಿಧಾನವಾಗಿ ಎದ್ದು ನಿಂತ. ಹಡಗು ಈಗ ಪಕ್ಕಕ್ಕೆ ಸರಿಯುತ್ತಿತ್ತು, ಹುಟ್ಟುಗಾರರು ನದಿಯ ಮಧ್ಯದಲ್ಲಿ ತಲೆ ಎತ್ತಿದ್ದ ದೊಡ್ಡದೊಂದು ಬಂಡೆಯನ್ನು ತಪ್ಪಿಸಿ ದಡದ ಕಡೆಗೆ ಹಡಗನ್ನು ಸಾಗಿಸುತ್ತಿದ್ದರು. ಬಂಡೆಯ ತಳದಲ್ಲಿ ನೀರಿನ ಪ್ರವಾಹ ಬೆಳ್ಳನೆಯ ನೊರೆ ನೊರೆಯಾಗಿ ಅಪ್ಪಳಿಸುತ್ತಿತ್ತು. ಕಡಿದಾದ ಪ್ರಪಾತದಲ್ಲಿ ನೀರು ಆಳವಾಗಿ ರಭಸದಲ್ಲಿ ಹರಿಯುತ್ತಿತ್ತು. ಇದರ ನಡುವೆ ಪ್ರವಾಹಕ್ಕೆ ಮೇಲ್ಮುಖವಾಗಿ ಚಲಿಸಲು ಅತಿ ಕುಶಲತೆಯ ಅಗತ್ಯವಿತ್ತು. ಇದಕ್ಕೆ ದೆವ್ವದ ಕಮರಿ ಎಂದು ಹೆಸರಿತ್ತು. ಮಾಹಿಷ್ಮತಿ ನದಿಯಲ್ಲಿ ಅನೇಕ ಹಡಗುಗಳ ನಾಶಕ್ಕೆ ಕಾರಣವಾದ ಅತ್ಯಂತ ಕಠಿಣ ಪಾತ್ರವಾಗಿತ್ತು ಅದು. ನೀರು ಮೇಲಿನಿಂದ ನೋಡಲು ಬಹಳ ಶಾಂತವಾಗಿತ್ತು. ಆದರೆ ಒಳಗೆ ಬಲವಾದ ಸುಳಿಗಳಿವೆ ಎಂದು ಅವನಿಗೆ ಗೊತ್ತಿತ್ತು.

"ನಾನು ನನ್ನ ಸರಕುಗಳನ್ನು...."

"ಅಂದರೆ...ನೀನು ಹಳ್ಳಿಗಳನ್ನು ಧಾಳಿ ಮಾಡಿ, ಗಂಡಸರನ್ನು ಕೊಂದು, ಹೆಂಗಸರು ಮಕ್ಕಳನ್ನು ಸೆರೆ ಹಿಡಿದು ಗುಲಾಮರನ್ನಾಗಿಸುತ್ತೀಯಾ..."

"ಕಾಲ ಕೆಟ್ಟದು ವ್ಯಾಪಾರ ಬಿದ್ದುಹೋಗಿದೆ" ಅವನೆಂದ. ಹಡಗು ಈಗ ಕಡಿದಾದ ಕಮರಿಯಲ್ಲಿ ಸಾಗುತ್ತಿತ್ತು. ನೀರಿನ ತುಂತುರು ಅಟ್ಟಣೆಯ ಮೇಲೆ ಕವಿಯುತ್ತಿತ್ತು. ಅವನು ಸರಿಯಾದ ಸಮಯಕ್ಕೆ ಕಾಯುತ್ತಿದ್ದ. ಜಲಪಾತದ ಸದ್ದು ಕೇಳಿಸುತ್ತಿತ್ತು.

"ಬಡವರೇ ನಿನ್ನ ಸರಕು ವ್ಯಾಪಾರ. ಯಾವುದೇ ಕರುಣೆಯಿಲ್ಲದೆ ನೀನು ಅವರನ್ನು ಗುಲಾಮರಾಗಿಸಿ, ಸರಕಿನಂತೆ ಮಾರಿ, ಕೊಂದು, ಅತ್ಯಾಚಾರ ಮಾಡಿ, ಅಂಗಹೀನಗೊಳಿಸಿ ಮೆರೆದೆ. ಆದರೆ ನಮಗೆ ಬೇಕಾದುದೇನು ಅಂದರೆ – ನಿನಗೆ ಹಣ ಯಾರು ಕೊಡುತ್ತಾರೆ?" ನಾಗಮ್ಮಜ್ಜಿ ಈಗ ಅವನ ಹಿಂದಕ್ಕೆ ಬಂದು ನಿಂತಿದ್ದಳು. ಅವನು ತನ್ನ ತೋಳಿನಿಂದ ಮುಖದ ಬೆವರನ್ನು ಒರೆಸಿಕೊಂಡು, ತನ್ನ ಅವಕಾಶಗಳೇನು ಎಂದು ಲೆಕ್ಕಹಾಕಿದ. ಅವನು ಅವಳಿಗೆ ಮಾತನಾಡಲು ಬಿಟ್ಟ.

"ನಿನ್ನಂತಹ ಗಂಡಸರು ಮನುಷ್ಯ ಜಾತಿಗೇ ಅವಮಾನ. ಎಷ್ಟು ಕುಟುಂಬವನ್ನು ನಾಶ ಮಾಡಿರುವೆ, ಎಷ್ಟು ಮಕ್ಕಳನ್ನು ಅನಾಥರನ್ನಾಗಿಸಿರುವೆ, ಎಷ್ಟು ಜನರನ್ನು ಅಪಹರಿಸಿರುವೆ... ನಿನ್ನಂತಹ ಧಾಳಿಕೋರ ನನ್ನ ಇಡೀ ಕುಟುಂಬವನ್ನು ನಾಶ

ಮಾಡಿದ ದಿನದಿಂದ ನಾನು ಈ ವ್ಯಾಪಾರಕ್ಕೆ ಕೊನೆಗಾಣಿಸಲು ಪ್ರಯತ್ನಪಡುತ್ತಿರುವೆ. ನನ್ನ ಇಬ್ಬರು ಗಂಡುಮಕ್ಕಳನ್ನು ಕೊಂದರು, ನನ್ನ ಸೊಸೆಯಂದಿರನ್ನು ಎತ್ತಿಕೊಂಡು ಹೋದರು, ನನ್ನ ಮೊಮ್ಮಕ್ಕಳು ಕಾಣೆಯಾದರು. ನಾಲ್ಕು ವರ್ಷಗಳ ಕಾಲ ನಾನು ಮಾಹಿಷ್ಮತಿಯ ಒಂದು ತುದಿಯಿಂದ ಇನ್ನೊಂದು ತುದಿಗೆ ಹುಚ್ಚಿಯಾಗಿ ಸುತ್ತಿದೆ, ನನ್ನ ಮೊಮ್ಮಕ್ಕಳು ಮತ್ತು ಮೊಮ್ಮಗಳಿಗಾಗಿ ಹುಡುಕುತ್ತಾ. ನಾಲ್ಕು ವರ್ಷ. ಹಠಯೋಗಿ ಸಿದ್ದೇಶ್ವರರನ್ನು ಭೇಟಿಯಾಗುವವರೆಗೆ. ಅವರು ನನ್ನ ಹುಚ್ಚನ್ನು ವಾಸಿಮಾಡಿದರು."

ಅಜ್ಜಿ ಈಗ ಅವನಿಗೆ ಮುಖಾಮುಖಿಯಾಗಿ ನಿಂತಿದ್ದಳು.

"ನೋಡಿದ್ರೇ ಗೊತ್ತಾಗುತ್ತೆ ಅವರ ಚಿಕಿತ್ಸೆ ತೋಪಾಯ್ತು ಅಂತ" ಜೀಮೂತನೆಂದ. ಎಲ್ಲರ ಕೊರಳಿಂದ ಉದ್ಗಾರ ಹೊರಟಿತು. ಕೆಲವು ಕತ್ತಿಗಳು ಒರೆಯಿಂದ ಹೊರಗೆಳೆದ ಸದ್ದೂ ಕೇಳಿಸಿತು.

ನಾಗಮ್ಮಜ್ಜಿಯ ಸುಕ್ಕುಗಟ್ಟಿದ ಮುಖದ ಮೇಲೆ ಕ್ರೂರ ನಗೆಯೊಂದು ಆಡಿತು. "ಹೌದು ಮಹಾಶಯಾ, ನೀನು ಸರಿ. ಈಗ ನೀನು ಗಿಳಿಯಂತೆ ಉಲಿದು, ನಿನ್ನ ಗುಲಾಮರನ್ನು ಖರೀದಿಸುವವರು ಯಾರು, ನಿನಗೆ ಹಣ ಕೊಡುವವರು ಯಾರು, ಅವರನ್ನು ಎಲ್ಲಿಗೆ ಕರೆದುಕೊಂಡು ಹೋಗುತ್ತಿರುವೆ ಅನ್ನುವುದನ್ನು ಹೇಳದಿದ್ದರೆ, ನನಗೆ ಎಷ್ಟು ಹುಚ್ಚು ಅಂತ ನೀನೇ ಕಂಡುಕೊಳ್ಳುತ್ತೀಯಾ. ಆಳುವವರು ತಮ್ಮ ಪ್ರಜೆಗಳನ್ನು ರಕ್ಷಿಸಲು ಯಾವ ಕ್ರಮವನ್ನೂ ತೆಗೆದುಕೊಳ್ಳದಿದ್ದಾಗ ನನ್ನಂತಹ ಹುಚ್ಚು ಹೆಂಗಸರು ಆ ಕೆಲಸವನ್ನು ಮಾಡಬೇಕಾಗುತ್ತದೆ. ಇದು ನನ್ನ ಮಹಾರಾಜರಿಗೆ ಮತ್ತು ನನ್ನ ದೇಶಕ್ಕೆ ನಾನು ಮಾಡುವ ಸೇವೆ"

"ನಮ್ಮ ವ್ಯಾಪಾರದಿಂದ ಮಹಾರಾಜರಿಗೆ ಲಾಭವಾಗುತ್ತದೋ ಏನೋ" ಎಂದ. ಅವಳನ್ನು ರೊಚ್ಚಿಗೆಬ್ಬಿಸಲು ಹೇಳಿದ ಮಾತಾಗಿತ್ತು ಅದು. ಹುಡುಗಿಯರು ಮತ್ತು ಗ್ರಾಮಸ್ಥರ ಗುಂಪಿನಲ್ಲಿ ಪಿಸುದನಿ ಕೇಳಿಸಿತು.

"ನಮ್ಮ ಮಹಾರಾಜರ ವಿರುದ್ಧ ಕೆಟ್ಟ ಮಾತಾಡುವ ನಾಲಿಗೆಯನ್ನು ನಾನು ಈಗಲೇ ಸೀಳಿಬಿಡುತ್ತೇನೆ" ಎನ್ನುತ್ತಾ ಅಳ್ಳಿ ಮುಂದೆ ಬಂದಳು. ಅವಳು ಬಾಕುವನ್ನು ಎತ್ತಿ ಹಿಡಿದಿದ್ದಳು. ಆದರೆ ನಾಗಮ್ಮಜ್ಜಿ ತನ್ನ ಕೋಲೆತ್ತಿ ಅವಳನ್ನು ತಡೆದಳು.

"ದೇಶಪ್ರೇಮಿ ಬಂಡುಕೋರರೇ? ಚೆನ್ನಾಗಿದೆ. ಮಹಾರಾಜರಿಗೆ ನಿನ್ನ ನಿಷ್ಠೆ ಮನಮುಟ್ಟುವಂತಿದೆ. ಒಹ್, ನನಗೆ ದೇಶಪ್ರೇಮಿಗಳೆಂದರೆ ಬಹಳಾ ಪ್ರೀತಿ. ಅದರಲ್ಲೂ ಪ್ರಾಮಾಣಿಕ ವ್ಯಾಪಾರಸ್ಥರಿಗೆ ತೊಂದರೆ ಕೊಡುತ್ತಾ ಅಲೆದಾಡುವವರೆಂದರೆ.." ಜೀಮೂತ ನಕ್ಕ.

"ನಿನ್ನ ಕೊಳಕು ನಾಲಿಗೆಯನ್ನು ಗಡಂಗಿಗೆ ಇಟ್ಟುಕೋ. ಇದು ಅಜ್ಜಿಯ ದರ್ಬಾರು. ಇಲ್ಲಿ ಸತ್ಯ ಮಾತ್ರ ನಡೆಯುವುದು."

"ನಾನು ಸತ್ಯವನ್ನೇ ನುಡಿಯುತ್ತಿದ್ದೇನೆ. ಮಹಾರಾಜರ ಅಪ್ಪಣೆಯ ಮೇರೆಗೆ ನಾನು ಧಾಳಿ ಮಾಡುತ್ತೇನೆ." ತನ್ನ ಮಾತಿನಿಂದ ಆಗುತ್ತಿದ್ದ ಗೊಂದಲವನ್ನು ನೋಡಿ ಜೀಮೂತ ಆನಂದಿಸಿದ. ಹುಡುಗಿಯರು ನಾಗಮ್ಮಜ್ಜಿಯನ್ನು ವಿಚಾರಿಸು ತ್ತಿದ್ದರು. ತಿರುವಿನ ನಂತರ ಚಿಕ್ಕ ಜಲಪಾತ ಬರುತ್ತದೆ, ಯಮಗಂಡ ಜಲಪಾತ. ಹತ್ತು ಹಡಗುಗಳಷ್ಟು ದೂರ. ಅಲ್ಲಿಯವರೆಗೆ ಕಾಯುವುದು ಅಪಾಯಕಾರಿ.

ದಟ್ಟ ಮೋಡಗಳಲ್ಲಿ ಸೂರ್ಯ ರಂಧ್ರಗಳನ್ನು ಮಾಡಿ ಆಕಾಶದಿಂದ ಬಿಸಿಲ ಕೋಲು ನೀರಿನ ಅಲೆಗಳ ಮೇಲೆ ಬಿದ್ದಿದ್ದವು. ಕಪ್ಪುಮೋಡಗಳ ಅಂಚಿನಲ್ಲಿ ಬೆಳ್ಳಿ ಹೊಳೆಯುತ್ತಿತ್ತು. ಸಾಯಲು ಎಂಥಾ ದಿನ ಎಂದುಕೊಂಡ ಜೀಮೂತ. ಇನ್ನು ಕೆಲವು ಹೆಜ್ಜೆಗಳಾದರೆ ಅಟ್ಟಣೆಯಿಂದ ಧುಮುಕಬಹುದು. ಆದರೆ ಅದು ಕಲ್ಲು ಗುಡ್ಡಗಳ ದಡಕ್ಕೆ ತೀರಾ ಹತ್ತಿರ. ಹಡಗಿನ ಹಿಂಭಾಗದವರೆಗೆ ಓಡಲು ಸಾಧ್ಯವಾದರೆ ಕಮರಿನ ಆಳದ ಕಡೆಗೆ ಧುಮುಕಲು ಸಾಧ್ಯ. ಕೈಗಳನ್ನು ಕಟ್ಟಿರುವಾಗ ಪ್ರವಾಹಕ್ಕೆ ಎದುರಾಗಿ ಈಜುವುದು ಕಷ್ಟ. ಅದೃಷ್ಟವಿದ್ದರೆ ಪ್ರವಾಹವು ಅವನನ್ನು ಕಮರಿಯಿಂದ ದೂರಕ್ಕೆ ಸೆಳೆದುಕೊಂಡು ಹೋಗಬಹುದು. ಈ ನಾರುವ ಹಡಗಿನ ತಳದಲ್ಲಿ ತೇವದ ಸಣ್ಣ ಕೊಠಡಿಯಲ್ಲಿ ಸಾಯುವುದು ಅಥವಾ ನಾವಿಕನಿಗೆ ತಕ್ಕುದಾದ ನೀರಿನ ಸಮಾಧಿ ಹೊಂದುವುದು, ಇವೆರಡರ ಆಯ್ಕೆ ಇತ್ತು. ಹಾಳಾಗಲಿ. ಇಂತಹ ಖಿನ್ನ ಆಲೋಚನೆಗಳನ್ನು ಮಾಡಬಾರದು ತಾನು. ಇದಕ್ಕಿಂತ ಕೆಟ್ಟ ಸನ್ನಿವೇಶಗಳನ್ನು ಎದುರಿಸಿಲ್ಲವೇ?

"ಈ ಮುದುಕಿ, ನನ್ನಂತಹವರಿಲ್ಲದಿದ್ದರೆ ಮಾಹಿಷ್ಮತಿಯ ಖಜಾನೆ, ನೀನು ಸೂಳೆಗಾರಿಕೆಗಿಳಿದರೆ ಗಳಿಸಬಹುದಾದಷ್ಟು ಬಡವಾಗಿರುತ್ತಿತ್ತು."

ಈ ಬಾರಿ ಅನೇಕ ಕತ್ತಿಗಳು ಹಿರಿದವು. ಅಳ್ಳಿ ಚೀರಿದಳು "ಅವನ ಕೊಳೆತ ಕರುಳು ಹೇಗಿದೆ ಅಂತ ನಾನು ನೋಡಬೇಕು, ಅಜ್ಜಿ, ಬಿಡು ನನ್ನನ್ನು"

"ಹಿಂದೆ, ಹಿಂದೆ ನಿಲ್ಲಿ, ಅಳ್ಳಿ" ನಾಗಮ್ಮಜ್ಜಿ ತನ್ನ ಬಂಡೆದ್ದ ಹಿಂಬಾಲಕರನ್ನು ನಿಯಂತ್ರಿಸಲು ಯತ್ನಿಸಿದಳು. ಅವರು ಕತ್ತಿ ಹಿರಿದು ಅವನತ್ತ ಧಾವಿಸಲು ಕಾತರರಾಗಿದ್ದರು. ಜೀಮೂತ ಅಂಚಿನ ಕಡೆಗೆ ಸರಿಯುತ್ತಿದ್ದ. ಹಡಗಿನ ಹಿಂಭಾಗ ತಲುಪಲು ಎಷ್ಟು ಹೆಜ್ಜೆಗಳೆಂದು ಎಣಿಸಿದ. ಹದಿನೈದು ಅಡಿ. ಸಾಧ್ಯವಾಗಬಹುದು ಅನ್ನಿಸಿತು. ಅವನು ಸರಿದ. ನಾಗಮ್ಮಜ್ಜಿ ತನ್ನ ಹಿಂಬಾಲಕರನ್ನು ಮುಖಮಾಡಿ ನಿಂತಿದ್ದವಳು ಅವನು ಸರಿಯುವುದು ಗಮನಿಸಿ ತಿರುಗಿ, ಸ್ತಬ್ಧಳಾದಳು.

"ಅಳ್ಳಿ !" ಎಂದು ಜೋರಾಗಿ ಕಿರುಚಿದಳು. ಅಳ್ಳಿ ತನ್ನ ಒರೆಯಿಂದ ಕತ್ತಿಯನ್ನು ಹಿರಿದು ಧಾವಿಸಿದಳು. ಜೀಮೂತ ತನ್ನ ಹೆಜ್ಜೆಯ ವೇಗವನ್ನು ಕಡಿಮೆ ಮಾಡದೆ ತಿರುಗಿ ಅಟ್ಟಣೆಯ ಮೇಲೆ ಉರುಳಿ ಬಂದ ಸಣ್ಣ ಪೀಪಾಯಿಯನ್ನು ಕಾಲಿನಿಂದ ಒದ್ದ. ಅದು ಹಾರಿ ಅಳ್ಳಿಯ ಮುಖಕ್ಕೆ ಬಡಿಯಿತು. ಅವಳು ಹಿಂದಕ್ಕೆ ಬಿದ್ದಳು. ನಾಯಕನ ಕೋಣೆಯ ಕಡೆಯಿಂದ ಇಬ್ಬರು ಹೆಣ್ಣುಗಳು ಚೀರುತ್ತಾ ಕತ್ತಿಯನ್ನು ಭುಜದ ಮೇಲಿಂದ ಝಳಪಿಸುತ್ತಾ ಹಾರಿ ಬಂದರು. ಅವನು ಜೋತುಬಿದ್ದಿದ್ದ ಹಾಯಿಯನ್ನು ಹಿಡಿದು ಮೇಲಕ್ಕೆ ಏರಿ ಬೀಸಿದ ಕತ್ತಿಗಳ ಮೇಲಿಂದ ಹಾರಿ ಹಡಗಿನ ಹಿಂಭಾಗದಲ್ಲಿ ಧುಮುಕಿದ. ಒಂದು ಬಾಣ ತೂರಿ ಬಂದು ನಾಯಕನ ಕೋಣೆಗೆ ತಗುಲಿ ಅವನ ಕೊರಳಿಗೆ ಇಂಚು ಅಂತರದಲ್ಲಿ ಕಚ್ಚಿಕೊಂಡು ಕಂಪಿಸಿತು. ಯೋಧಸ್ತ್ರೀಯರು ಅವನ ಕಡೆಗೆ ಓಡಿ ಬರುತ್ತಿದ್ದುದು ಕೇಳಿಸಿತು ಅವನಿಗೆ. ಅವನ ಕಿವಿಯ ಪಕ್ಕದಿಂದ ಒಂದು ಈಟಿ ಸುಯ್ಯನೆ ಹಾದುಹೋಯಿತು. ಒಂದು ಸಣ್ಣ ಮರದ ಪೀಪಾಯಿ ಅವನ ಭುಜದ ಪಕ್ಕದಿಂದ ಹಾದು ಅವನ ಕಣ್ಣೆದುರಿಗೆ ಫಳಾರನೆ ಸಿಡಿದು ಅದರಲ್ಲಿದ್ದ ಮದ್ಯವೆಲ್ಲಾ ಸಿಡಿಯಿತು. ಅವನು ಜಾರಿ ಬಿದ್ದು, ತಕ್ಷಣ ಎದ್ದು ಮತ್ತೆ ಓಡಿದ. ಒಂದು ಕತ್ತಿ ಅವನ ಪಾದರಕ್ಷೆಯ ಹಿಮ್ಮಡಿಯನ್ನು ಕತ್ತರಿಸಿತು. ಒಂದು ಹಗ್ಗದ ಕುಣಿಕೆ ಅವನ ಎಡಗಾಲನ್ನು ಹಿಡಿಯಿತು. ಆದರೆ ಅದು ಬಿಗಿಯಾಗುವುದಕ್ಕೆ ಮೊದಲೇ ಅವನು ಅದರಿಂದ ಬಿಡಿಸಿಕೊಂಡು ಓಡಿದ. ಮುದುಕಿ ಜೋರಾಗಿ ಕೂಗುತ್ತಿದ್ದಳು "ಅವನನ್ನು ಜೀವಂತವಾಗಿ ಹಿಡಿಯಿರಿ, ಅಳ್ಳಿ, ಹಿಡಿ ಅವನನ್ನು, ಜೀವಂತ ಹಿಡಿ"

ಅವನು ಹಾಯಿಯ ಹಗ್ಗವನ್ನು ಹಿಡಿದು, ನಾಯಕನ ಕೋಣೆಯ ಮೇಲಕ್ಕೆ ಜಿಗಿದ. ಒಂದು ಎದೆಬಡಿತದ ನಂತರ ಯಾರೋ ಅದೇ ಛಾವಣಿಯ ಮೇಲಕ್ಕೆ ಬಂದು ಬಿದ್ದಿದ್ದು ಕೇಳಿಸಿತು. ಇಪ್ಪತ್ತು ಅಡಿ ಆಳದಲ್ಲಿ ನೀರು ಹರಿಯುತ್ತಿದ್ದುದು ಕಾಣಿಸಿತು. ನೋಡಿದರೆ ಭಯವಾಗುತ್ತಿತ್ತು. ಬುದ್ಧಿ ಇರುವ ಯಾವ ವ್ಯಕ್ತಿಯೂ ದೆವ್ವದ ಕಮರಿಯೊಳಗೆ ಹಾರುವುದಿಲ್ಲ. ಅವನು ಕ್ಷಣ ಕಣ್ಣು ಪಕ್ಕಕ್ಕೆ ಹಾಯಿಸಿದ. ಅಳ್ಳಿ ಅವನತ್ತ ಧಾವಿಸುತ್ತಿದ್ದಳು. ಅರೆಬಡಿತದಷ್ಟು ಕ್ಷಣ ಅವನು ತಡವರಿಸಿದ. ಅಳ್ಳಿ ಅವನ ಸೊಂಟ ಹಿಡಿದು ಅವನನ್ನು ಅಟ್ಟಣೆಗೆ ಒತ್ತಿಹಿಡಿಯಲು ಯತ್ನಿಸಿದಳು. ಅವನು ಅವಳ ಕೈಹಿಡಿದು ಅವಳನ್ನೆತ್ತಿ, ತನ್ನೊಡನೆಯೇ ಎಳೆದುಕೊಂಡು ಮೊರೆಯುವ, ಭೋರ್ಗರೆಯುವ, ನೊರೆನೊರೆಯಾಗಿ ಭುಸುಗುಟ್ಟುವ ನೀರಿನ ದೆವ್ವದ ಕಮರಿಗೆ ಧುಮುಕಿದ.

ಅಧ್ಯಾಯ ಇಪ್ಪತ್ತೈದು

ಶಿವಗಾಮಿ

ಶಿವಗಾಮಿ ರಾಶಿ ಬಟ್ಟೆಯನ್ನು ಒಗೆದು ಮುಗಿಸುವುದರಲ್ಲಿದ್ದಾಗ ಉಪಪ್ರಧಾನ ಸ್ಕಂದದಾಸರ ಕಚೇರಿಯಿಂದ ಆಳೊಬ್ಬ ಅವಳಿಗೆ ಕರೆಯ ಸಂದೇಶವನ್ನು ಹೊತ್ತು ತಂದ. ರೇವಮ್ಮ ಅವಳನ್ನು ಅಲ್ಲಿಗೆ ಕರೆದುಕೊಂಡು ಹೋಗಿ ಕೆಲವು ದಿನಗಳಾಗಿತ್ತು. ಆಗಿನಿಂದ ಶಿವಗಾಮಿ ಆ ಕರೆಗೆ ಭಯದಲ್ಲಿ ಕಾಯುತ್ತಿದ್ದಳು. ಯಾವುದೋ ಅನಾಮಧೇಯ ಅಪರಾಧಕ್ಕಾಗಿ ಅವಳನ್ನು ಶಿಕ್ಷಿಸುವ ಯಾವುದಾದರೂ ಅಂಶವನ್ನು ಸ್ಕಂದದಾಸ ಆ ಪುಸ್ತಕದಲ್ಲಿ ಕಂಡು ಹಿಡಿದಿರಬಹುದೇ? ಅಥವಾ ಅದಕ್ಕಿಂತ ಘೋರವಾದದ್ದು ಅವಳ ತಂದೆಯ ಹೆಸರಿಗೆ ಕಳಂಕ ಹಚ್ಚುವ ಏನಾದರೂ ಆ ಪುಸ್ತಕದಲ್ಲಿ ಇದ್ದಿರಬಹುದೇ?

ಅವಳು ಆಳಿನ ಹಿಂದೆ ತಲೆತಗ್ಗಿಸಿ ನಡೆಯುವಾಗ ಮೇಲೆ ಮೊದಲ ಮಾಳಿಗೆಯಿಂದ ತೊಂಡಕ ಅವಳನ್ನು ಹಂಗಿಸಿದ. ರೇವಮ್ಮಳಿಗೆ ಇಡೀ ಸಂಗತಿ ಬಹಳ ಪ್ರಚೋದನಕಾರಿಯಾಗಿ ಕಂಡು ತಾನೂ ಬರುತ್ತೇನೆಂದು ಸಿದ್ಧವಾಗಿದ್ದಳು. ಆದರೆ ಆಳು ಬೇರೆ ಯಾರೂ ಜೊತೆಗೆ ಬರಬಾರದೆಂದೂ, ಹುಡುಗಿಯೊಬ್ಬಳನ್ನೇ ಕರೆತರಬೇಕೆಂದು ಉಪಪ್ರಧಾನರು ಆಜ್ಞೆ ಮಾಡಿದ್ದಾರೆಂದೂ ಹೇಳಿ ನಿರಾಕರಿಸಿದ.

ಸ್ಕಂದದಾಸನ ಕಚೇರಿಯನ್ನು ಶಿವಗಾಮಿ ಢವಗುಟ್ಟುವ ಎದೆಯಲ್ಲಿ ಪ್ರವೇಶಿಸಿದಳು. ಅವಳ ಹಿಂದೆ ಕಚೇರಿಯ ಬಾಗಿಲು ಮುಚ್ಚಿದಾಗ ಅವಳು ಬೆಚ್ಚಿದಳು. ಸ್ಕಂದದಾಸ ತನ್ನ ಕೆಲಸದಲ್ಲಿ ಮುಳುಗಿದ್ದ. ಅನೇಕ ಹಸ್ತಪ್ರತಿಗಳು ಅಲ್ಲಿ ಹರಡಿಕೊಂಡಿದ್ದವು.

'ಕೂತುಕೋ" ತಲೆಯನ್ನು ಎತ್ತದೆಯೇ ಅವನು ಹೇಳಿದ. ಅವಳು ಮೇಜಿನ ಬಳಿಗೆ ಹೋಗಿ, ಸಂದರ್ಶಕರಿಗಾಗಿ ಇಟ್ಟಿದ್ದ ಪೀಠದ ಬಳಿ ನಿಂತುಕೊಂಡಳು, ಕೂರಲಿಲ್ಲ. ಅವನು ತಂದೆಯ ಹಸ್ತಪ್ರತಿಯನ್ನು ಓದುತ್ತಿದ್ದುದನ್ನು ಅವಳಿಗೆ ನೋಡಿ ಅವಳ ಎದೆಬಡಿತ ಹೆಚ್ಚಾಯಿತು.

ಅವನು ತಲೆ ಎತ್ತಿ ಅವಳನ್ನು ನೋಡಿ, ಕೂತುಕೋ ಎಂದು ಕಣ್ಸನ್ನೆಯಲ್ಲೇ ಹೇಳಿದ. ಅವಳು ಆಸನದ ತುದಿಯಲ್ಲಿ ಕೂತಳು.

"ಈ ಹಸ್ತಪ್ರತಿ ನಿನಗೆ ಎಲ್ಲಿ ಸಿಕ್ಕಿತು?" ಎಂದು ಕೇಳಿದ.

ಅದಕ್ಕೆ ಸಮಾಧಾನಕರ ಉತ್ತರ ಕೊಡಲು ಅವಳು ತಲೆ ಕೆರೆದುಕೊಂಡಳು, ಏನೂ ಹೊಳೆಯಲಿಲ್ಲ.

"ಅದೊಂದು ಪ್ರಾರ್ಥನಾ ಪುಸ್ತಕ ಅಷ್ಟೇ" ಎಂದು ಮೆಲ್ಲನೆ ನುಡಿದಳು.

"ಒಹ್, ನಿನ್ನನ್ನು ನೋಡಿದರೆ ನಿನಗೆ ಆಧ್ಯಾತ್ಮದಲ್ಲಿ ಆಸಕ್ತಿಯಿದೆ ಅನ್ನಿಸುವುದಿಲ್ಲ. ನಿಮ್ಮ ಅನಾಥಾಲಯದ ಮುಖ್ಯಸ್ಥೆಯನ್ನು ದಿಕ್ಕುಗೆಡಿಸಲು ನಾನು ಹೇಳಿದ ಸುಳ್ಳನ್ನು ನನಗೇ ತಿರುಗಿ ಹೇಳಬೇಡಾ" ಮುಂದೆ ಬಾಗುತ್ತಾ ಸ್ಕಂದದಾಸ ಹೇಳಿದ.

"ಅದು ನನ್ನ ತಂದೆಯದು" ಅವಳು ಕಾಲಬೆರಳನ್ನು ನೋಡುತ್ತಾ ಮೆಲ್ಲನೆ ನುಡಿದಳು.

"ಸಾಮಂತ ದೇವರಾಯಾ? ದೇಶದ್ರೋಹಿ ದೇವರಾಯ?"

"ನನ್ನ ತಂದೆ ದೇಶದ್ರೋಹಿಯಾಗಿರಲಿಲ್ಲ."

"ಈಗ ನನಗೆ ಅಷ್ಟು ನಂಬಿಕೆಯಿಲ್ಲ" ಸ್ಕಂದದಾಸ ನುಡಿದ.

ಅವಳು ಉತ್ತರಿಸಲಿಲ್ಲ. ಅವನು ಅವಳ ಪ್ರತಿಕ್ರಿಯೆಯನ್ನು ಗಮನಿಸುತ್ತಿದ್ದ. ಅವಳು ಹಿಂಜರಿಯಲಿಲ್ಲ.

"ನಿನಗೆ ಇದು ಹೇಗೆ ಸಿಕ್ಕಿತು? ಎಲ್ಲಿಂದ?"

"ನಾನು ನನ್ನ ಮನೆಯಿಂದ ಅದನ್ನು ತಗೊಂಡೆ"

"ಸಾಮಂತ ತಿಮ್ಮನ ಮನೆಯಿಂದ?" ಸ್ಕಂದದಾಸ ಕೇಳಿದ, ಹುಬ್ಬು ಗಂಟಿಕ್ಕಿಕೊಂಡು.

"ಇಲ್ಲ, ನನ್ನ ಮನೆ ಅಂದೇ" ಶಿವಗಾಮಿ ಹೇಳಿದಳು.

"ಆದರೆ ಅದನ್ನು ಮುಚ್ಚಲಾಗಿದೆ, ರಾಜರ ಅಪ್ಪಣೆಯ ಮೇರೆಗೆ ಮೊಹರು ಹಾಕಲಾಗಿದೆ"

"ನಾನದನ್ನು ಮುರಿದು, ಒಳಗೆ ಹೋಗಿ ತೆಗೆದುಕೊಂಡು ಬಂದೆ. ನನ್ನನ್ನು ಅನಾಥಾಲಯಕ್ಕೆ ಕಳಿಸುವ ಮೊದಲು ಹಳೆಯ ಸೇವಕಿಯೊಬ್ಬಳು ನನಗೆ ಅದರ ಬಗ್ಗೆ ಹೇಳಿದಳು. ಆ ಸೇವಕಿ ಸತ್ತುಹೋಗಿದ್ದಾಳೆ, ಅವಳನ್ನು ಹುಡುಕುವ ಅಗತ್ಯವಿಲ್ಲ ನಿಮಗೆ." ಶಿವಗಾಮಿ ಈಗ ಪೀಠದಲ್ಲಿ ಹಿಂದಕ್ಕೆ ಒರಗಿ ಭದ್ರವಾಗಿ ಕೂತಳು. ಈಗ ಸತ್ಯವನ್ನು ಹೇಳಿಯಾದ ಮೇಲೆ ಅವಳು ಮುಂದಿನ ಪರಿಣಾಮಕ್ಕೆ ಸಿದ್ಧವಾದಳು. ಎದೆಯ ಮೇಲೆ ಕೈ ಕಟ್ಟಿಕೊಂಡು ತಲೆ ಹಿಂದಕ್ಕೆ ವಾಲಿಸಿ ಧೈರ್ಯವಾಗಿ ಸ್ಕಂದದಾಸನನ್ನೇ ದೃಷ್ಟಿಸಿದಳು.

"ನೀನು ಬಹಳ ಹುರುಪಿನ ಹುಡುಗಿ" ಸ್ಕಂದದಾಸನ ತುಟಿಯ ಮೇಲೆ ಸಣ್ಣದೊಂದು ನಗೆ ಮೂಡಿತು. ಆದರೆ ಅಷ್ಟೇ ವೇಗವಾಗಿ ಅದು ಮಾಯವಾಯಿತು. ಗಂಭೀರದನಿಯಲ್ಲಿ ಅವನು ಹೇಳಿದ "ಶಿವಗಾಮಿ – ಅದೇ ತಾನೇ ನಿನ್ನ ಹೆಸರು – ಶಿವಗಾಮಿ, ನಾನು ಈಗ ಹೇಳುವುದನ್ನು ಗಮನವಿಟ್ಟು ಕೇಳು."

ಶಿವಗಾಮಿ ತಲೆ ಆಡಿಸಿದಳು. ಆದರೆ ಸ್ಕಂದದಾಸರ ಮುಖಭಾವವನ್ನು ನೋಡಿ ಅವಳಿಗೆ ಒಳಗೊಳಗೇ ಆತಂಕ ಹೆಚ್ಚುತ್ತಿತ್ತು.

"ಈ ಪುಸ್ತಕ ನಿನ್ನ ತಂದೆಗೆ ಸೇರಿದ್ದಲ್ಲ, ನಿನ್ನ ತಂದೆ ಇದನ್ನು ಕದ್ದಿದ್ದಾರೆ"

ಶಿವಗಾಮಿ ಎರಡೂ ಕೈಗಳನ್ನು ಮುಷ್ಠಿ ಮಾಡಿ ಮೇಜಿನ ಮೇಲೆ ಗುದ್ದಿ ಎದ್ದು ನಿಂತಳು. ಆ ರಭಸಕ್ಕೆ ಅವಳು ಕೂತ ಆಸನ ಹಿಂದಕ್ಕೆ ನೆಲದ ಮೇಲೆ ಬಿತ್ತು. "ಹಾಗೆ ಹೇಳಲು ಎಷ್ಟು ಧೈರ್ಯ ನಿಮಗೆ!" ಎಂದಳು.

"ಅಷ್ಟೆಲ್ಲಾ ಎಗರಾಡಬೇಕಾಗಿಲ್ಲ ಹುಡುಗಿ, ನನ್ನ ಬಳಿ ಸಾಕಷ್ಟು ಸಾಕ್ಷಿ ಇದೆ. ಈ ಪುಸ್ತಕ ಅರಮನೆಯ ಗ್ರಂಥಾಲಯಕ್ಕೆ ಸೇರಿದ್ದು. ನಾನು ಈ ರಾಜ್ಯ ಕುರಿತು ಸಕಲ ವಿಷಯಗಳ ದಾಖಲೆಗಳನ್ನು ಸೃಷ್ಟಿಸುವ ಸಲುವಾಗಿ ಶ್ರದ್ಧೆಯಿಂದ ಕೆಲಸ ಮಾಡುತ್ತಿದ್ದೇನೆ. ಹನ್ನೆರಡು ವರ್ಷಗಳ ಹಿಂದೆ, ಮಹಾಮಾಸಕ್ಕೆ ಕೆಲವು ದಿನಗಳಿಗೆ ಮೊದಲು ಅರಮನೆಯ ಗ್ರಂಥಾಲಯದ ಒಂದು ವಿಭಾಗದಲ್ಲಿ ಬೆಂಕಿಯ ಅಪಘಾತ ಸಂಭವಿಸಿತ್ತು. ಬೆಂಕಿಯಲ್ಲಿ ಅನೇಕ ಹಸ್ತಪ್ರತಿಗಳು ಸುಟ್ಟುಹೋದವು. ಅವುಗಳಲ್ಲಿ ಒಂದು ಈ ಹಸ್ತಪ್ರತಿಯಾಗಿತ್ತು."

ಅವನು ಅವಳೆದುರು ತಾಳೆಯೋಲೆಗಳನ್ನು ಹರಡಿದ. "ಇದು ಅರಮನೆಯ ಗ್ರಂಥಾಲಯದ ಪುರಾತನ ಪುಸ್ತಕಗಳ ಭಾಗವಾಗಿತ್ತು. ಇದನ್ನು ಹೇಗೆ ಸುಲಭವಾಗಿ ಗುರುತಿಸಬಹುದೆಂದರೆ ಪೈಶಾಚಿ ಭಾಷೆಯ ಪುಸ್ತಕ ಇದೊಂದೇ ಇದ್ದಿದ್ದು. ಉಳಿದವೆಲ್ಲ ಸಂಸ್ಕೃತ, ದಕ್ಷಿಣದ, ಅರಾಬಿಯಾದ, ಗ್ರೀಕರ, ಚೀನಿಯರ ಮತ್ತಿತರ ಭಾಷೆಗಳ ಪುಸ್ತಕಗಳಾಗಿದ್ದವು. ಈ ಪುಸ್ತಕ ಕಾಣೆಯಾಗಿದೆ ಎಂದು ದಾಖಲಿಸಲಾಗಿತ್ತು. ಗ್ರಂಥಾಲಯವನ್ನು ಕಾಯುತ್ತಿದ್ದ ಗುಲಾಮನನ್ನ ಬಂಧಿಸಿ

ವಿಚಾರಿಸಲಾಯಿತು, ಆದರೆ ಅವನಿಗೆ ಹುಚ್ಚು ಹಿಡಿದಿದ್ದರಿಂದ ಬಿಟ್ಟು ಬಿಡಲಾಯಿತು. ನೀನು ಅವನನ್ನು ನೋಡಿರಬಹುದು. ಅವನ ಹೆಸರು ಭೈರವ, ಜೀವನೋಪಾಯಕ್ಕಾಗಿ ಕೆಲವೊಮ್ಮೆ ದೋಣಿ ನಡೆಸುತ್ತಾನೆ. ಆಗ ನಾನು ಕಿರಿಯ ಅಧಿಕಾರಿಯಾಗಿದ್ದೆ, ನನಗೆ ಚೆನ್ನಾಗಿ ನೆನಪಿದೆ."

ಶಿವಗಾಮಿ ಸುಮ್ಮನಿದ್ದಳು.

"ಈಗ, ಅನೇಕ ಪ್ರಶ್ನೆಗಳು ಏಳುತ್ತವೆ – ಈ ಪುಸ್ತಕ ನಿನ್ನ ತಂದೆಯ ಕೈಗೆ ಹೇಗೆ ಬಂತು? ಭೈರವನಿಗೆ ಯಾಕೆ ಇದ್ದಕ್ಕಿದ್ದಂತೆ ಹುಚ್ಚು ಹಿಡಿಯಿತು? ಬೆಂಕಿಯು ಒಂದು ಆಕಸ್ಮಿಕವೇ ಅಥವಾ ಈ ಪುಸ್ತಕವನ್ನು ಕದಿಯಲು ಮಾಡಿದ ತಂತ್ರವೇ? ಭೈರವ ಮಹಾರಾಜರ ಸೇವಕ ಮಲಯಪ್ಪನ ಹತ್ತಿರದ ಗೆಳೆಯನಾಗಿದ್ದ. ಭೈರವನ ಜೀವ ಉಳಿಸಲು ಅವನನ್ನು ಹುಚ್ಚನನ್ನಾಗಿ ಮಾಡಲಾಯಿತೇ? ಗುಲಾಮರ ಬಳಿ ಜನರನ್ನು ಹುಚ್ಚರನ್ನಾಗಿಸುವ ಔಷಧವಿರುತ್ತದೆ. ಹಾಗಾಗಿ ಆ ಸಾಧ್ಯತೆಯನ್ನು ನಾನು ಅಲ್ಲಗಳೆಯಲಾರೆ. ಅಥವಾ ಅವನು ಹುಚ್ಚನಂತೆ ನಟಿಸುತ್ತಿರುವನೇ? ನನ್ನಲ್ಲಿ ಅನೇಕ ಪ್ರಶ್ನೆಗಳಿವೆ."

"ಅದನ್ನೆಲ್ಲ ನನಗೆ ಯಾಕೆ ಹೇಳುತ್ತಿದ್ದೀರಿ?" ಶಿವಗಾಮಿ ಕೇಳಿದಳು "ನನ್ನ ತಂದೆ ಸತ್ತಿದ್ದಾರೆ, ಮಹಾರಾಜರು ಅವರನ್ನು ಕೊಂದರು. ನಿಮ್ಮಂತಹ ಜನರು ಅವರನ್ನು ದೇಶದ್ರೋಹಿ ಎಂದು ಆರೋಪಿಸಿದಿರಿ. ಅವರು ಕಳ್ಳರೂ ಆಗಿದ್ದರು ಅಂದರೆ ಈಗ ಏನು ವ್ಯತ್ಯಾಸವಾಗುತ್ತದೆ?" ಶಿವಗಾಮಿಯ ಧ್ವನಿ ಗದ್ಗದವಾಯಿತು.

"ಅವರಿಗೆ ಏನೂ ವ್ಯತ್ಯಾಸವಾಗುವುದಿಲ್ಲ, ಹುಡುಗಿ, ಆದರೆ ನಿನಗೆ ಅದರಿಂದ ಬಹಳ ದೊಡ್ಡ ವ್ಯತ್ಯಾಸ ಆಗುತ್ತದೆ. ಸಾವು ಮತ್ತು ಬದುಕಿನ ನಡುವಿನ ವ್ಯತ್ಯಾಸ." ಸ್ಕಂದದಾಸ ಮೆಲ್ಲಗೆ ನುಡಿದ.

"ಏನದರ ಅರ್ಥ? ಮಾಹಿಷ್ಮತಿಯ ರಾಜರುಗಳ ರಕ್ತದಾಹ ಇನ್ನೂ ತಣಿದಿಲ್ಲವೇನು?" ಶಿವಗಾಮಿ ವ್ಯಂಗ್ಯವಾಗಿ ಪ್ರಶ್ನಿಸಿದಳು.

"ಕೇಳು, ನಿನ್ನ ತಂದೆ ಹಾದಿ ತಪ್ಪಿದವನೆಂದು ಹೆಸರಾಗಿದ್ದ. ಅವನು ಮಹಾರಾಜರ ಅಪ್ಪಣೆಯನ್ನು ಉಲ್ಲಂಘಿಸಿದ್ದ ಮತ್ತು ದೇಶದ ಹಿತಕ್ಕೆ ವಿರುದ್ಧವಾಗಿ ನಡೆದುಕೊಂಡಿದ್ದ. ಆದರೂ ಮಹಾರಾಜರು ಅವನೊಂದಿಗೆ ಸೈರಣೆಯಿಂದಲೇ ನಡೆದುಕೊಂಡರು. ಯಾಕಂದರೆ ಅವರಿಗೆ ದೇವರಾಯ ಒಳ್ಳೆಯ ವ್ಯಕ್ತಿ ಎಂದು ನಂಬಿಕೆ ಇತ್ತು."

"ನನ್ನ ತಂದೆಯನ್ನು ಕಾಗೆಗಳಿಗೆ ಆಹಾರವಾಗಿಸಿ ಸೈರಣೆಯಿಂದ ನಡೆದು ಕೊಂಡರೆ?" ಶಿವಗಾಮಿಯ ಕಣ್ಣುಗಳಲ್ಲಿ ತಡೆಹಿಡಿದಿಟ್ಟ ಕಣ್ಣೀರು ಮಿನುಗಿತು.

"ಅದನ್ನು ಅರ್ಥ ಮಾಡಿಕೊಳ್ಳಲು ನೀನಿನ್ನೂ ಚಿಕ್ಕವಳು, ಶಿವಗಾಮಿ"

"ಅವರನ್ನು ಕೊಂದಾಗ ನೋಡಿದಷ್ಟು ಚಿಕ್ಕವಳಾಗಿಲ್ಲ ಈಗ"

"ಇದುವರೆಗೆ ದೇವರಾಯನೆಂದರೆ ತನಗೆ ಸರಿ ಎಂದು ಕಂಡದ್ದನ್ನು ಮಾಡುವವ ಎಂದು ಹೆಸರಾಗಿದ್ದ. ದೇಶಕ್ಕೆ ಸರಿ ಎಂದು ಕಂಡದ್ದರ ಬಗ್ಗೆ ಅವನು ಯೋಚಿಸುತ್ತಿರಲಿಲ್ಲ. ಬಹುಷಃ ಅವನು ದಾರಿ ತಪ್ಪಿದ್ದಿರಬಹುದು. ಅವನು ಮಾಡಿದ ಹಾನಿ ಅಪಾರವಾಗಿತ್ತು. ಆದರೂ ಮಹಾರಾಜರು ಅವನಿಗೆ ಮಾತ್ರ ಮರಣದಂಡನೆ ವಿಧಿಸಿದರು. ಅವನ ಕುಟುಂಬ ಮತ್ತು ಸೇವಕರನ್ನು ಬಿಟ್ಟುಬಿಟ್ಟರು" ಸ್ಕಂದದಾಸ ಅವಳನ್ನೇ ದಿಟ್ಟಿಸುತ್ತಾ ನುಡಿದ.

"ಓ.. ಮಹಾ ಕರುಣಾಮಯಿ, ನನಗೆ ಹೃದಯ ತುಂಬಿ ಬಂದಿದೆ"

"ನಿನಗೆ ಅರ್ಥವಾಗುವುದಿಲ್ಲವೇ ಹುಡುಗಿ?" ಸ್ಕಂದದಾಸನ ಧ್ವನಿಯಲ್ಲಿ ಬಿರುಸು ಕಾಣಿಸಿತು "ಅವನ ಮನೆಯಲ್ಲಿ ಈ ಪುಸ್ತಕ ಸಿಕ್ಕಿದೆ ಎಂದರೆ ಎಲ್ಲವೂ ಬದಲಾಗುತ್ತದೆ. ಅವನು ಉದ್ದೇಶಪೂರ್ವಕವಾಗಿ ಮಾಹಿಷ್ಮತಿಯನ್ನು ನಾಶ ಪಡಿಸಲು ಹವಣಿಸಿದ ಎಂದಾಗುತ್ತದೆ. ಅವನು ದೇಶದ್ರೋಹಿ ಜೊತೆಗೆ ಕಳ್ಳ. ಇಲ್ಲ, ನಾನು ಮಾತಾಡುವಾಗ ಮಧ್ಯೆ ಮಾತಾಡಬೇಡಾ, ಮತ್ತು ನಾಟಕ ಬೇಕಾಗಿಲ್ಲ. ಅವನು ಗ್ರಂಥಾಲಯಕ್ಕೆ ಬೆಂಕಿಯಿಟ್ಟ ಅಥವಾ ಯಾರಿಗೋ ಹೇಳಿ ಬೆಂಕಿ ಇಡಿಸಿ ಈ ಪುಸ್ತಕವನ್ನು ಕದ್ದ. ಆಮೇಲೆ ಮಾಹಿಷ್ಮತಿಯ ಭವಿಷ್ಯಕ್ಕೆ ಹಾನಿಕಾರಕವಾಗುವ ಕ್ರಮಗಳನ್ನು ಕೈಗೊಂಡ. ಅವನು ಮಹಾರಾಜರ ವಿರುದ್ಧ ಪಿತೂರಿ ನಡೆಸಿದ. ಅವನು ಮಾಹಿಷ್ಮತಿಯು ಈ ಭೂಮಿಯ ಮೇಲಿಂದ ಅಳಿಸಿಹೋಗುವಂತಹ ಕಾರ್ಯವನ್ನು ಜಾರಿಗೆ ತರಲು ಯೋಜಿಸುತ್ತಿದ್ದ."

"ಸಾಧ್ಯವಾದರೆ ಮಹಾರಾಜರು ಅವನನ್ನು ಮತ್ತೆ ಗಲ್ಲಿಗೇರಿಸಲಿ. ಅಥವಾ ನನ್ನನ್ನೂ ಗಲ್ಲಿಗೇರಿಸಲಿ" ಶಿವಗಾಮಿ ಸಿಡುಕಿದಳು. ಕೋಪದಿಂದ ಅವಳ ತುಟಿ ಅದುರುತ್ತಿತ್ತು. "ನೀವು ಕಥೆಗಳನ್ನು ಹುಟ್ಟುಹಾಕಿ ತನ್ನನ್ನು ಸಮರ್ಥಿಸಿಕೊಳ್ಳಲಾಗದ, ಸತ್ತ ವ್ಯಕ್ತಿಯ ವಿರುದ್ಧ ಆರೋಪಿಸುತ್ತಿದ್ದೀರಿ. ನಿಮಗೆ ನಾಚಿಕೆಯಾಗಬೇಕು ಸ್ವಾಮಿ"

ಸ್ಕಂದದಾಸ ಅಚ್ಚರಿಯಲ್ಲಿ ತಲೆಯಾಡಿಸಿದ "ನಿನಗೆ ಹೇಗೆ ಅರ್ಥ ಮಾಡಿಸಲಿ? ನಾನೇನು ಹೇಳುತ್ತಿದ್ದೀನಿ ಅಂತ ನನಗೆ ಬಹುಪಾಲು ಖಾತ್ರಿಯಾಗಿದೆ.."

"ಓಹ್... ಬಹುಪಾಲು..."

ಸ್ಕಂದದಾಸ ಕೈಯೆತ್ತಿ ಅವಳನ್ನು ಇನ್ನು ಮಾತಾಡದಂತೆ ತಡೆದ. "ಹೌದು, ಬಹು ಪಾಲು. ನನ್ನ ಬಳಿ ಸಂಪೂರ್ಣ ಸಾಕ್ಷಿ ಇದ್ದಿದ್ದರೆ ನಾನು ನಿನ್ನನ್ನು ಬಂಧಿಸುತ್ತಿದ್ದೆ"

"ಬಂಧನ? ಯಾಕೆ? ಹನ್ನೆರಡು ವರ್ಷಗಳ ಹಿಂದೆ ನನ್ನ ತಂದೆ ಮಾಡಿರ ಬಹುದಾದ ಅಥವಾ ಮಾಡಿಲ್ಲದಿರಬಹುದಾದ ಅಪರಾಧಕ್ಕೋ? ಆಗ ನನಗೆ ಐದು ವರ್ಷಗಳು, ಸ್ವಾಮಿ."

"ನಿಯಮಗಳು ಎಂದರೆ ನಿಯಮಗಳೇ. ನಾನು ನಿನಗೆ ಯಾತಕ್ಕೆ ಇದನ್ನು ಹೇಳುತ್ತಿದ್ದೇನೆಂದರೆ ನಿನಗೆ ತಪ್ಪಿಸಿಕೊಳ್ಳುವುದಕ್ಕೆ ಒಂದು ಅವಕಾಶ ಕೊಡಲು. ನನ್ನ ಬಳಿ ಎಲ್ಲಾ ಸಾಕ್ಷ್ಯಾಧಾರಗಳೂ ಇದ್ದಿದ್ದರೆ ನಾನು ನಿನಗೆ ಈ ಉಪದೇಶ ಕೊಡುತ್ತಿರಲಿಲ್ಲ. ನಿನ್ನ ತಂದೆಯ ಅಪರಾಧ ಸಾಬೀತಾದರೆ, ಮಹಾರಾಜರು ಪುರಾತನ ನಿಯಮಾವಳಿಗಳ ಅನುಸಾರ ಕ್ರಮ ತಗೆದುಕೊಳ್ಳಲೇಬೇಕು. ನೀನು ಮಹಾ ಪರಾಕ್ರಮಿಯ ಥರ, ಮೂರ್ಖಿಳ ಥರ "ಅವರು ನನ್ನನ್ನು ನೇಣು ಹಾಕಲಿ" ಎಂದು ಹೇಳಬೇಡಾ. ಖಂಡಿತವಾಗಿ ನಿನ್ನನ್ನು ಗಲ್ಲಿಗೇರಿಸುತ್ತಾರೆ. ಜೊತೆಗೆ ದೇವರಾಯನ ಎಲ್ಲಾ ಸೇವಕರನ್ನೂ ಗಲ್ಲಿಗೇರಿಸುತ್ತಾರೆ. ಅವರ ಮನೆಗಳನ್ನು ನೆಲಸಮ ಮಾಡಲಾಗುತ್ತದೆ. ಹಾಗಾಗುವ ಮೊದಲು ನೀನು ಈ ದೇಶ ಬಿಟ್ಟು ಓಡಿಹೋಗು ಮತ್ತು ಎಂದಿಗೂ ಹಿಂದಿರುಗಬೇಡಾ. ನಿನ್ನ ಪ್ರಾಣವನ್ನಷ್ಟೇ ಅಲ್ಲ, ಇನ್ನಿತರರ ಪ್ರಾಣವನ್ನೂ ನೀನು ಉಳಿಸುತ್ತೀಯಾ. ನೀನಿಲ್ಲದೆ ಮಹಾರಾಜರು ಅವರ ಪ್ರಾಣವನ್ನು ತೆಗೆಯುವಂತಿಲ್ಲ. ಕುಟುಂಬದ ಸದಸ್ಯರಿಗೆ ಶಿಕ್ಷೆ ಆಗದೆ ಸೇವಕರಿಗೆ ಶಿಕ್ಷೆ ನೀಡುವಂತಿಲ್ಲ. ಅವರು ನಿನ್ನನ್ನು ಎಂದಿಗೂ ಹಿಡಿಯಲಾರದಷ್ಟು ದೂರ ಓಡಿಹೋಗು."

ಶಿವಗಾಮಿಗೆ ದಿಗ್ಭ್ರಮೆಯಾಯಿತು. ಅವಳಿಗೆ ಏನು ಉತ್ತರ ಕೊಡಬೇಕೋ ತಿಳಿಯದಾಯಿತು. ಕೊನೆಗೆ, ಕಣ್ಣು ತುಂಬಿಕೊಳ್ಳುತ್ತಾ ನುಡಿದಳು "ಮಾಹಿಷ್ಮತಿಯ ಸರಕಾರಕ್ಕಿಂತ ದುಷ್ಟವಾದದ್ದು ಬೇರೆ ಯಾವುದೂ ಇರಲಾರದು"

"ನಿಯಮಗಳು ಅನೇಕ ವೇಳೆ ಕ್ರೂರವಾಗಿರುತ್ತವೆ ಆದರೆ ಅಗತ್ಯವಾಗಿರುತ್ತವೆ, ಮಗಳೇ. ವೈಯಕ್ತಿಕವಾಗಿ ನನಗೆ, ತಮ್ಮ ಯಾವುದೇ ತಪ್ಪಿಲ್ಲದ ಅಷ್ಟೊಂದು ಜನರನ್ನು ಕೊಲ್ಲುವುದು ಖಂಡಿತಾ ಒಪ್ಪಿಗೆಯಾಗದು. ಆದರೆ ದ್ರೋಹಿಗಳನ್ನು ಶಿಕ್ಷಿಸಿ ನಿದರ್ಶನವಾಗಿ ತೋರದಿದ್ದರೆ ಯಾವುದೇ ದೇಶವೂ ಉಳಿಯದು. ನಿನಗೆ ಈ ಅವಕಾಶವನ್ನು ಕೊಡಲು ನಾನು ಏಕೆ ನಿರ್ಧರಿಸಿದೆ ಅಂದರೆ, ನಿನ್ನ ತಂದೆ ಈ ದೇಶವನ್ನು ಮಾರಲು ನಿರ್ಧರಿಸಿದಾಗ ನೀನಿನ್ನೂ ಐದು ವರ್ಷದವಳಾಗಿದ್ದೆ ಎನ್ನುವುದನ್ನು ಪರಿಗಣಿಸಿದರೆ ನಿನಗೆ ಶಿಕ್ಷೆ ಕೊಡುವುದು ಅನ್ಯಾಯ ಎಂದು ನನಗೆ ಅನ್ನಿಸುತ್ತಿದೆ. ಅದಕ್ಕೇ ನಿನ್ನನ್ನು ಕರೆಸಿದೆ – ನಿನಗೆ ಎಚ್ಚರಿಕೆ ಕೊಡಲು. ಓಡಿ ಹೋಗು, ಎಲ್ಲರ ಬದುಕು ಉಳಿಯುತ್ತದೆ."

ಶಿವಗಾಮಿ ತಲೆ ಹಿಂದಕ್ಕೆ ಒಗೆದು ಪ್ರತಿಭಟಿಸುತ್ತಾ ಹೇಳಿದಳು "ಇಲ್ಲ. ನನ್ನ ತಂದೆ ಅಪರಾಧಿ ಎಂದು ನಿರೂಪಿಸಲು ನಿಮ್ಮ ಬಳಿ ಏನೂ ಇಲ್ಲ. ನೀವು ಸುಳ್ಳು ಹೇಳುತ್ತಿದ್ದೀರಿ."

"ನೀನಿದಕ್ಕೆ ಪಶ್ಚಾತ್ತಾಪ ಪಡುತ್ತೀಯಾ"

"ನಾನು ಓಡಿಹೋಗುವುದಿಲ್ಲ. ಅದಕ್ಕೇನು ಕಾರಣ ಎಂದು ತಿಳಿಯಬೇಕೇ? ನನ್ನ ತಂದೆಯಂತಹ ಅನೇಕ ಮುಗ್ಧರನ್ನು ಕೊಂದ ಈ ದುಷ್ಟ ಸಾಮ್ರಾಜ್ಯವನ್ನು ನಾನು ನಾಶ ಮಾಡುತ್ತೇನೆ" ಶಿವಗಾಮಿ ನುಡಿದಳು.

"ನೀನಿನ್ನು ಹೋಗಬಹುದು" ಸ್ಕಂದದಾಸ ನಿರ್ವಿಕಾರವಾಗಿ ಹೇಳಿದ.

ಶಿವಗಾಮಿ ಹಿಂದಿರುಗಿ ನೋಡದೇ ಬಾಗಿಲಿನವರೆಗೆ ನಡೆದಳು. ಬಾಗಿಲ ಬಳಿಯಲ್ಲಿ ತುಸು ತಡೆದಳು. ಅವಳಿಗೆ ಒಂದು ಪ್ರಶ್ನೆಯನ್ನು ಕೇಳಲೇ ಬೇಕಿತ್ತು.

"ಕಳೆದ ಬಾರಿ ನಿಮ್ಮನ್ನು ನೋಡಿದಾಗ ನೀವೊಬ್ಬರು ಉತ್ತಮಪುರುಷರು ಎಂದುಕೊಂಡಿದ್ದೆ. ನೀವು ಇಷ್ಟು ಕ್ರೂರಿಗಳಾಗಲು ಹೇಗೆ ಸಾಧ್ಯ?"

ಸ್ಕಂದದಾಸ ಅವಳ ಕಡೆಗೆ ನಡೆದು ಬಂದು ಪಕ್ಕದಲ್ಲಿ ನಿಂತ. ಅವನ ಒರಟು ಮುಖದ ಮೇಲೆ ಓರೆಯ ಸೂರ್ಯಕಿರಣ ಬಿದ್ದು ಅವನು ದಣಿದವನಂತೆ ಮತ್ತು ವಯಸ್ಸಾದವನಂತೆ ಕಾಣಿಸಿದ.

"ನಾನು ಮಾಡುತ್ತಿರುವ ಕೆಲಸವನ್ನು ನಾನು ಸಂತೋಷದಿಂದ ಮಾಡುತ್ತೇನೆ ಎಂದು ತಿಳಿದಿರುವೆಯಾ? ಇದು ನನ್ನ ಕರ್ತವ್ಯ. ನನ್ನ ಸೇವೆ, ನನ್ನ ಪ್ರಾರ್ಥನೆ. ನನ್ನ ಕೆಲಸದಲ್ಲಿ ನಾನು ನನಗಿಷ್ಟವಿಲ್ಲದ ಅನೇಕ ಸಂಗತಿಗಳನ್ನು ಮಾಡಬೇಕು. ಈ ದೇಶ ನನಗೆ ನೀಡಿದ್ದಕ್ಕೆ, ನನ್ನನ್ನು ಈ ಸ್ಥಿತಿಗೆ ತಂದಿದ್ದಕ್ಕೆ ನಾನು ನೀಡುವ ಮರು ಕಾಣಿಕೆ ಇದು. ನಿನ್ನ ತಂದೆಯಂತೆ ಹುಟ್ಟುವಾಗಲೇ ಎಲ್ಲಾ ಸವಲತ್ತುಗಳನ್ನು ಪಡೆದು ಹುಟ್ಟಿದವನಲ್ಲ ನಾನು. ವಿಧಿಯಾಗಲಿ, ಈ ದೇಶವಾಗಲಿ ನನಗೆ ಯಾವುದನ್ನೂ ಬೆಳ್ಳಿಯ ತಟ್ಟೆಯಲ್ಲಿಟ್ಟು ಕೊಡಲಿಲ್ಲ. ಆದರೂ ನನಗೆ ದೊರಕಿದ ಎಲ್ಲಕ್ಕೂ ನಾನು ಋಣಿಯಾಗಿದ್ದೇನೆ. ನನಗೆ ಎಣಿಸಲೂ ಸಾಧ್ಯವಾಗದಷ್ಟು ಸಲ ನಾನು ನನ್ನ ಕೆಲಸವನ್ನು ದ್ವೇಷಿಸಿದ್ದೇನೆ. ಆದರೂ ನಾನು ನೊಗದ ಎತ್ತಿನಂತೆ ಶ್ರಮಪಟ್ಟಿದ್ದೇನೆ. ನಾನೂ ಒಂದು ಶೋಚನೀಯ ಬದುಕು ಬಾಳಬಹುದಿತ್ತು, ವ್ಯವಸ್ಥೆಯ ವಿರುದ್ಧ ಎಲ್ಲವನ್ನೂ ಟೀಕಿಸುತ್ತಾ ಇರಬಹುದಿತ್ತು. ಅದು ನಿನ್ನ ತಂದೆಗೆ ಮಾಡಿದ್ದಕ್ಕಿಂತ ಇನ್ನೂ ಕ್ರೂರವಾದದ್ದನ್ನು ಮಾಡಿದೆ. ನನ್ನಂತಹ ಜನರ ಮರ್ಯಾದೆಯನ್ನು ಅದು ಕಿತ್ತುಕೊಂಡಿದೆ. ಅನಕ್ಷರಸ್ಥರು, ಶೋಷಿತರು ಮತ್ತು ಛಿದ್ರಗೊಂಡವರು. ನಮ್ಮನ್ನು ಈ ವ್ಯವಸ್ಥೆ ಅನೇಕ ಸಾವಿರ ವರ್ಷಗಳ ಹಿಂದಿನಿಂದ ತುಳಿಯುತ್ತಲೇ ಬಂದಿದೆ. ಆದರೂ ನನಗೆ ಒಂದು ಅವಕಾಶ ಒದಗಿ ಬಂದಾಗ ನಾನು ಅದನ್ನು ಬಾಚಿಕೊಂಡೆ. ಎಲ್ಲಾ ನಾಗರೀಕರ ಒಳಿತಿಗಾಗಿ ನನ್ನ ಕಾಯಾ ವಾಚಾ ಮನಸಾ ಶ್ರಮಿಸಲು ನಿರ್ಧರಿಸಿದೆ. ನಾನು ಎಂದಿಗೂ ತಾರತಮ್ಯ ಮಾಡಬಾರದು, ಅನ್ಯಾಯ ಮಾಡಬಾರದು ಮತ್ತು ಇತರರು ನಮಗೆ ಮಾಡಿದ ಅಕೃತ್ಯಗಳನ್ನು ಬೇರೆಯವರಿಗೆ ಮಾಡಬಾರದು ಎಂದು ಪ್ರತಿಜ್ಞೆ ಮಾಡಿಕೊಂಡೆ. ಪ್ರತೀಕಾರ ತೀರಿಸಿ

305

ಕೊಳ್ಳುವುದು, ಕೊಲ್ಲುವುದು ಹಾಗೂ ಸಾಯುವುದು ಬಹಳ ಸುಲಭ. ಆದರೆ ವ್ಯವಸ್ಥೆಯ ಅಂಗವಾಗಿದ್ದುಕೊಂಡು ಅದನ್ನು ಇಂಚಿಂಚೇ ಬದಲಾಯಿಸುವುದು ಬಹಳ ಕಷ್ಟ. ನಿನಗೆ ಮುಂದೆ ಒದಗಬಹುದಾದ ಅಪಾಯದ ಬಗ್ಗೆ ಮುನ್ಸೂಚನೆ ನೀಡಿ ನಾನು ನ್ಯಾಯವಾಗಿ ನಡೆದುಕೊಂಡಿದ್ದೇನೆ. ಆದರೆ ನನ್ನ ದೇಶ ನಿನ್ನನ್ನು ಕೊಲ್ಲಲು ಆಜ್ಞಾಪಿಸಿದರೆ ನಾನು ಕಣ್ಣು ರೆಪ್ಪೆ ಬಡಿಯದೇ ಕೊಲ್ಲುತ್ತೇನೆ. ಅದಾದ ನಂತರ ನಾನು ದಿನಗಟ್ಟಲೆ ನಿದ್ದೆ ಮಾಡದಿರಬಹುದು. ಆದರೆ ನನ್ನ ದೇಶಕ್ಕಾಗಿ ನಾನದನ್ನು ಮಾಡುತ್ತೇನೆ."

"ನೀವು ನಿಮ್ಮ ಕರ್ತವ್ಯಪ್ರಜ್ಞೆಯ ಬಗ್ಗೆ ಹೆಮ್ಮೆಯಿಂದ ಹೇಳಿಕೊಳ್ಳುತ್ತಿದ್ದೀರಿ ಸ್ವಾಮಿ, ಆದರೆ ನನ್ನ ಕರ್ತವ್ಯದಿಂದ ನನ್ನನ್ನು ಪಲಾಯನ ಮಾಡಲು ಹೇಳುತ್ತಿದ್ದೀರಿ. ತನ್ನ ತಂದೆಯ ಕೊಲೆಗೆ ಸೇಡು ತೀರಿಸಿಕೊಳ್ಳುವುದು ಮಗಳ ಧರ್ಮವಲ್ಲವೇ? ನನಗೆ ಸಾಧ್ಯವಾದ ರೀತಿಯಲ್ಲಿ ನಾನು ಹೋರಾಡಬಾರದೇ?" ಶಿವಗಾಮಿ ಕೇಳಿದಳು.

"ಬೇಕಾದಷ್ಟು ಹೋರಾಡು, ಆದರೆ ನೀನು ಎಂದಿಗೂ ಗೆಲ್ಲಲಾರೆ. ಒಂದು ವ್ಯವಸ್ಥೆಯ ಭಾಗವಾಗಿದ್ದರೆ ಮಾತ್ರ ಮತ್ತು ಬದಲಾವಣೆಯ ಅಂಗವಾಗಿದ್ದು ಕೊಂಡು ಮಾತ್ರ ಬದಲಾಯಿಸಬಹುದು. ನಿನ್ನಲ್ಲಿ ಕ್ರೋಧ ತುಂಬಿಕೊಂಡಿದೆ. ಅದರಿಂದಾಗಿ ನಿನಗೆ ಸರಿಯಾಗಿ ಯೋಚಿಸುವ ಸಾಮರ್ಥ್ಯ ಇಲ್ಲದಾಗಿದೆ. ನಿನ್ನ ತಲೆಯಲ್ಲಿ ಬರಿ ಸೇಡಿನ ಯೋಚನೆ ಮಾತ್ರ ಆವರಿಸಿದೆ. ಇಲ್ಲಿ ಇರುವುದರಿಂದ ನಿನಗೆ ಬದುಕು ಕೊಡುತ್ತಿರುವ ಅವಕಾಶವನ್ನು ಗಂಡಾಂತರಕ್ಕೊಡ್ಡುತ್ತಿರುವೆ. ನೀನು ಬದುಕಿದ್ದರೆ ಮಾತ್ರ ನೀನು ಹೋರಾಡಬಹುದು ಅಥವಾ ಬದಲಿಸಬಹುದು."

"ನಮಸ್ಕಾರ ಸ್ವಾಮಿ, ನಿಮಗೆ ತಕ್ಕ ಸಾಕ್ಷಿ ಸಿಕ್ಕಿದರೆ ನಾನು ಎಲ್ಲಿ ವಾಸವಾಗಿದ್ದೇನೆಂದು ನಿಮಗೆ ತಿಳಿದಿದೆ" ಶಿವಗಾಮಿ ಬಾಗಿ ವಂದಿಸಿ ಸ್ಕಂದದಾಸನಿಂದ ದೂರ ನಡೆದಳು.

ಅವಳ ಮನಸ್ಸು ಪ್ರಕ್ಷುಬ್ಧವಾಗಿತ್ತು. ಒಂದು ಕ್ಷಣ ಅವನು ಸರಿ ಇರಬಹುದು ಅನ್ನುವ ಸಂದೇಹ ಅವಳನ್ನು ಆವರಿಸಿತು. ಅವನು ಪ್ರಾಮಾಣಿಕವಾಗಿ ಮಾತನಾಡಿದ್ದ ಮತ್ತು ಅವನ ಎಚ್ಚರಿಕೆಯನ್ನು ಅಲಕ್ಷಿಸುವುದು ಕಷ್ಟವಾಗಿತ್ತು. ಆದರೂ ಅವಳಿಗೆ ಪಲಾಯನ ಮಾಡುವುದು ಒಪ್ಪಿಗೆಯಾಗಲಿಲ್ಲ. *ಎಂದಿಗೂ ಸಮಸ್ಯೆಯಿಂದ ಪಲಾಯನ ಮಾಡಬೇಡಾ* – ಎಂದು ತಿಮ್ಮ ಹೇಳುತ್ತಿದ್ದುದು ನೆನಪಾಯಿತು. ಅನಾಥಾಲಯಕ್ಕೆ ಹಿಂದಿರುಗುವಾಗ ಈ ಅಪಾಯವನ್ನು ಹೇಗೆ ನಿವಾರಿಸಿಕೊಳ್ಳುವುದು ಎನ್ನುವುದರ ಕುರಿತೇ ಯೋಚಿಸುತ್ತಿದ್ದಳು. ಹಠಾತ್ತನೆ ಅವಳಿಗೆ ಸ್ಫೂರ್ತಿ ಹೊಳೆಯಿತು. ಸ್ಕಂದದಾಸನ ವಸತಿ ಹಾಗೂ ಕಚೇರಿಯಿಂದ ಅವಳು ಪುಸ್ತಕವನ್ನು ಕದಿಯಲು ನಿರ್ಧರಿಸಿದಳು.

ಅಧ್ಯಾಯ ಇಪ್ಪತ್ತಾರು

ಕಟ್ಟಪ್ಪ

ಕಟ್ಟಪ್ಪ ಒಂದು ದೊಡ್ಡ ಅಂಜೂರದ ಮರದ ಕೆಳಗೆ ಕೂತು, ವೈತಾಳಿಕ ಯೋಧರು ತೆರವಾದ ಒಂದು ಸ್ಥಳದಲ್ಲಿ ಅಭ್ಯಾಸ ಮಾಡುತ್ತಿದ್ದುದನ್ನು ನೋಡುತ್ತಿದ್ದ.

ವೈತಾಳಿಕರ ಬಳಿಗೆ ಬಂದ ಮೇಲೆ ಕೆಲವು ದಿನಗಳ ಕಾಲ ಅವನು ಗುಲಾಮರನ್ನು ಹುಡುಕುವವರು ತಮ್ಮ ನಾಯಿಗಳೊಂದಿಗೆ ಬಂದೇ ಬರುತ್ತಾರೆ ಎಂದು ಕಾಯುತ್ತಿದ್ದ. ಯಾರೂ ಅವನನ್ನು ಹುಡುಕಿ ಕೊಂಡು ಬರದಿದ್ದಾಗ ಅವನಿಗೆ ಒಂದು ಕಡೆ ನಿರಾಳವೆನ್ನಿಸಿತು ಮತ್ತೊಂದೆಡೆ ದುಃಖವೂ ಆಯಿತು. ತನ್ನ ತಮ್ಮ ಕ್ಷೇಮವಾಗಿ ದ್ದಾನೆಂದು ನಿರಾಳವಾದರೆ ತನ್ನಂತಹ ಅಮೂಲ್ಯ ಗುಲಾಮ ಕಾಣೆಯಾಗಿ ಹೋದ ಬಗ್ಗೆ ಅವನ ಒಡೆಯರಿಗೆ ಕಾಳಜಿಯೇ ಆಗಲಿಲ್ಲವಲ್ಲಾ ಎಂದು ದುಃಖವಾಯಿತು. ಅವರ ಅಲಕ್ಷ್ಯದ ಕುರಿತು ಚಿಂತಿಸಲು ಅವನಿಗೆ ಇಷ್ಟವಿರಲಿಲ್ಲ. ಅವನಿಗೆ ಯಾವ ಕಿಮ್ಮತ್ತು ಇಲ್ಲ ಎಂದು ಅವನಿಗೆ ಯಾವಾಗಲೂ ಗೊತ್ತೇ ಇತ್ತು. ಆದರೂ ಅವನ ಮನಸ್ಸಿಗೆ ನೋವಾಯಿತು. ತನ್ನ ತಂದೆಯ ವಿವೇಕ ಅವನಿಗಿನ್ನೂ ಸಿದ್ಧಿಸಿರಲಿಲ್ಲ. ಅವನಿಗೆ ಇನ್ನು ಅನೇಕ ಸಂಗತಿಗಳ ಬಗ್ಗೆ

ಯೋಚಿಸುವುದು ಇಷ್ಟವಿರಲಿಲ್ಲ. ಉದಾಹರಣೆಗೆ ಭೂತರಾಯ ತೋರಿಸಿದ ಘೋರ ದೃಶ್ಯ.

ಮೂರು ವಾರಗಳಾದರೂ ಮಕ್ಕಳ ಎಲುಬುಗೂಡುಗಳ ರಾಶಿಯನ್ನು ಕಂಡ ಆಘಾತದಿಂದ ಅವನು ಚೇತರಿಸಿಕೊಂಡಿರಲಿಲ್ಲ. ಅದೆಂತಹ ಮನುಷ್ಯರು ಮಕ್ಕಳನ್ನು ಆ ರೀತಿ ನಡೆಸಿಕೊಳ್ಳುತ್ತಾರೆ ಎಂದು ಸಂಕಟಪಟ್ಟ. ನೈತಿಕತೆ ಕುರಿತ ಅವನ ನಂಬಿಕೆಗೆ ದೊಡ್ಡ ಪೆಟ್ಟು ಬಿದ್ದಿತ್ತು. ಅವನ ಕೆಲಸ ಈಗ ಅಷ್ಟೊಂದು ಶ್ರೇಷ್ಠ ಎನ್ನಿಸುತ್ತಿರಲಿಲ್ಲ. ವೈತಾಳಿಕರು ಮತ್ತು ಅವರ ಭಯೋತ್ಪಾದನೆಯ ಕ್ರಮಗಳ ಕುರಿತ ಅವನ ಕೋಪ ಈಗ ಟೊಳ್ಳೆನ್ನಿಸತೊಡಗಿತ್ತು. ತನ್ನ ದೇಶದ ಪ್ರತಿ ಕುಲೀನ ವ್ಯಕ್ತಿ ಎಂತೆಂತಹ ಭಯಾನಕ ಗೋಪ್ಯಗಳನ್ನು ಬಚ್ಚಿಟ್ಟುಕೊಂಡಿರಬಹುದು?

ಶಿವಪ್ಪ ಎಂತಹ ಉತ್ತಮ ಯೋಧನಾಗಿ ತಯಾರಾಗುತ್ತಿದ್ದಾನೆ ಎಂದು ಅವನಿಗೆ ಆಶ್ಚರ್ಯವಾಗಿತ್ತು. ತಮ್ಮನನ್ನು ನೋಡುತ್ತಾ ಅವನ ಎದೆಯಲ್ಲಿ ಪ್ರೀತಿ ಮತ್ತು ಹೆಮ್ಮೆ ತುಂಬಿಹೋಗಿತ್ತು. ಕೆರಳಿದ ಹುಂಜದಂತೆ ಕಾದಾಡುತ್ತಿರುವ ಈ ಯುವಕನೇ, ಹಿಂದೆ ತಾನು ಕೈಯಲ್ಲೆತ್ತಿಕೊಂಡು ಹೋಗಿ, ಬೀದಿಯ ದೊಂಬರಾಟದವನನ್ನು ಅಥವಾ ದೇವಸ್ಥಾನದ ಕೊಳದಲ್ಲಿ ಮಾವುತನು ಆನೆಯನ್ನು ಮೀಯಿಸುವುದನ್ನು ತೋರಿಸುತ್ತಿದ್ದ ಎಳೆಯ ಮಗುವಾಗಿದ್ದ ಎಂದು ನಂಬುವುದಕ್ಕೆ ಕಷ್ಟವಾಗಿತ್ತು. ಸ್ವಲ್ಪ ಹಿಂದಷ್ಟೇ ಅವನೊಬ್ಬ ಚಿಕ್ಕ ಹುಡುಗನಾಗಿದ್ದು ತಾನು ಹೋದಲ್ಲೆಲ್ಲ ಹಿಂಬಾಲಿಸುತ್ತಿದ್ದ. ತಮ್ಮನು ಬೆಳೆದು ದೊಡ್ಡವನಾಗಲು ಸಾಧ್ಯವೇ? ಅವನಿಗೆ ತಮ್ಮ ಸದಾ ಚಿಕ್ಕ ಮಗುವೇ.

ಕತ್ತಿಗಳು ಪರಸ್ಪರ ತಾಕಿ ಖಣಿಲ್ ಎಂದು ಮಾಡುತ್ತಿದ್ದ ಸದ್ದು ಹಾಗು ಬಿಲ್ಲುಗಳು ಬಾಣವನ್ನು ಬಿಟ್ಟ ಸುಯ್ಯೆನ್ನುವ ಸದ್ದು ಬಿಟ್ಟರೆ ಕಾಡು ನಿಶ್ಯಬ್ಧವಾಗಿತ್ತು. ಯೋಧರು ಕೂಗುತ್ತಾ, ಪರಸ್ಪರ ಬೆನ್ನು ತಟ್ಟುತ್ತಾ, ಗುರಿ ತಪ್ಪಿದವರನ್ನು ಛೇಡಿಸುತ್ತಾ ಉತ್ತಮ ಗುರಿ ಭೇದಿಸಿದವರನ್ನು ಕೈತಟ್ಟಿ ಹುರಿದುಂಬಿಸುತ್ತಿದ್ದರು. ಅವರ ತಲೆಯ ಮೇಲೆ ಬಿಸಿಲು ಬೇಗನೆ ಏರಿತು. ಕಟ್ಟಪ್ಪನಿಗೂ ಕೈಯಲ್ಲಿ ಕತ್ತಿ ಹಿಡಿದು, ತಲೆಯ ಮೇಲೆ ತಿರುಗಿಸಿ, ಹುಲಿಯಂತೆ ನೆಲದ ಮೇಲೆ ಬಾಗಿ ತೇವದ ಹುಲ್ಲಿಗೆ ಎದೆಯೊತ್ತಿ, ನಂತರ ಚಂಗನೆ ಹಾರಿ ಗಾಳಿಯಲ್ಲೇ ಚಕ್ರ ತಿರುಗಿ, ಕತ್ತಿಯನ್ನು ಅದ್ಭುತ ಕೌಶಲದಲ್ಲಿ ಬೀಸುತ್ತಾ ನೆಲಕ್ಕೆ ಕಾಲಿಟ್ಟು ನಿಲ್ಲಲು ಮನ ತುಡಿಯುತ್ತಿತ್ತು. ಯೋಧನೊಬ್ಬನ ಜೊತೆ ಈಟಿಯನ್ನು ಘರ್ಷಣೆ ಮಾಡಿ, ಕಾಲುಗಳ ನಡುವೆ ಪುಟಿಯುವ ಕುದುರೆಯ ಸ್ಪರ್ಶವನ್ನು ಅನುಭವಿಸುತ್ತಾ, ಬೋಳಾಗುತ್ತಿದ್ದ ತಲೆಯ ಮೇಲೆ ಗಾಳಿಯ ಸವಾರಿಯನ್ನು ಅನುಭವಿಸಲು ತುಡಿಯುತ್ತಿದ್ದ.

ದೂರದಿಂದ, ನದಿಯ ಆಚೆ ದಡದಿಂದ ಅಸ್ಪಷ್ಟವಾಗಿ ಜನರ ಗದ್ದಲ ಮತ್ತು ಹಾಡಿನ ರಾಗ ತೇಲಿ ಬರುತ್ತಿತ್ತು. ಇನ್ನು ಒಂಭತ್ತು ದಿನಗಳಲ್ಲಿ ಮಹಾಮಾಸ. ಓಹ್, ಅವನು ಮಾಹಿಷ್ಮತಿಯ ವಿಯೋಗದ ದುಃಖದಲ್ಲಿದ್ದ. ಆದರೂ ತನ್ನ ಪ್ರಿಯವಾದ ನಗರದ ಸ್ಮರಣೆಯ ಜೊತೆಗೇ ಗೌರೀಪರ್ವತದ ಮೇಲಿನಿಂದ ಬೀಳುತ್ತಿದ್ದ ಚಿಕ್ಕಮಕ್ಕಳ ಕತ್ತರಿಸಿದ ದೇಹಗಳು, ಕೊಳೆಯುತ್ತಿದ್ದ ಹೆಣಗಳ ನಾರುವ ವಾಸನೆ, ನರಿ ಮತ್ತು ಕಾಗೆಗಳು ಕೊಳೆಯುತ್ತಿದ್ದ ಪುಟ್ಟ ಕೈಗಳನ್ನು ಕಿತ್ತು ತಿನ್ನುವ ಸದ್ದು ಮತ್ತು ಅರೆ ತಿಂದ ಮುಖಗಳ ಚಿತ್ರಗಳನ್ನು ನೆನಪಿಸಿಕೊಳ್ಳದೆ ಇರಲು ಸಾಧ್ಯವಿರಲಿಲ್ಲ.

ಮಾಹಿಷ್ಮತಿ ಸಾಮ್ರಾಜ್ಯವು ನಡೆಸುತ್ತಿದೆ ಎಂದು ವೈತಾಳಿಕರು ಹೇಳಿದ ದುಷ್ಕೃತ್ಯಗಳ ಬಗ್ಗೆ ಯೋಚಿಸಿದಷ್ಟೂ ಅವನಿಗೆ ಅಸಹಾಯಕತೆ ಕಾಡಿತು. ಬಿಜ್ಜಳನನ್ನು ದುಷ್ಟತನದ ಸಾಕಾರರೂಪವೆಂದು ಚಿಂತಿಸುವುದನ್ನು ನಿಲ್ಲಿಸಿದ. ವೈತಾಳಿಕರು ಹೇಳಿದ್ದು ನಿಜವಾದರೆ ಬಿಜ್ಜಳನು ಒಬ್ಬ ತಪ್ಪುದಾರಿಗೆಳೆಯಲ್ಪಟ್ಟ ಮೂರ್ಖನಂತೆ ಕಾಣಿಸತೊಡಗಿದ. ಇನ್ನು ತನ್ನ ತಂದೆ, ಮಹಾರಾಜನಿಗೆ ರಕ್ಷಕ ನಾಗಿದ್ದು ಎಲ್ಲವನ್ನೂ ತಿಳಿದವನಾಗಿದ್ದರೆ.... ಹಾಗಾದರೆ ಅವನನ್ನೇನನ್ನಬೇಕು?

ಅದು ಸತ್ಯವಾಗದಿರಲಿ ಎಂದು ಕಟ್ಟಪ್ಪ ತೀವ್ರವಾಗಿ ಆಶಿಸಿದ. ಆದರೆ ಅವನ ಅಂತರಾಳದಲ್ಲಿ ತಂದೆ ಅಜ್ಞಾನಿಯಾಗಿರುವುದು ಅಸಾಧ್ಯ ಎಂದು ಅನ್ನಿಸಿತ್ತು. ಅಂದರೆ ಪ್ರಭುತ್ವವು ಮಾಡುತ್ತಿರುವ ಸಂಗತಿಗಳು ತಿಳಿದೂ ತಂದೆ ಅದಕ್ಕೆ ಸೇವೆ ಸಲ್ಲಿಸುತ್ತಿದ್ದಾನೆಂದರ್ಥ. ಅಂದರೆ ಶಿವಪ್ಪ ತಂದೆಯ ಬಗ್ಗೆ ಹೇಳಿದ್ದು ಸರಿ ಎಂದರ್ಥ. ಆದರೆ ತನ್ನ ತಂದೆ ತಪ್ಪು ಮಾಡುವುದು ಸಾಧ್ಯವಿಲ್ಲ. ತನ್ನ ಮಹಾರಾಜ ತಪ್ಪು ಮಾಡುವುದು ಸಾಧ್ಯವಿಲ್ಲ. ಬಹುಶಃ ಯಾರೋ ದುಷ್ಟ, ಭ್ರಷ್ಟ ಅಧಿಕಾರಿಗಳ ಕೃತ್ಯ ಅದು. ಆದರೆ ಅದರಿಂದ ಮಹಾರಾಜರು ನಿರ್ದೋಷಿ ಅನ್ನಲಾಗದು. ಬದಲಿಗೆ ಅದರಿಂದ ಮಹಾರಾಜರು ಅಸಮರ್ಥ ರಾಜರೆನ್ನಿಸಿ ಕೊಳ್ಳುತ್ತಾರೆ. ಕಟ್ಟಪ್ಪ ನಾಲಿಗೆ ಕಚ್ಚಿಕೊಂಡ. ಮಹಾರಾಜರ ಬಗ್ಗೆ ಅವನು ಹಾಗೆ ಯೋಚಿಸ ಲಾಗದು. ಅದು ರಾಜದ್ರೋಹ. ರಾಜದ್ರೋಹ ಎನ್ನುವ ಪದವೇ ಅವನ ಬೆನ್ನಹುರಿಯಲ್ಲಿ ಚಳುಕು ಹುಟ್ಟಿಸಿತು. ಅವನ ತಮ್ಮ ಮಹಾಮಾಸದ ದಿನ ಏನೋ ದೊಡ್ಡದನ್ನು ಯೋಜಿಸುತ್ತಿದ್ದ. ಅವನು ಅದನ್ನೇನೂ ಮರೆತಿರಲಿಲ್ಲ. ಆದರೆ ಆ ದಿನ ಸಮೀಪಿಸುತ್ತಿದ್ದರೂ ಅವನಿನ್ನೂ ವೈತಾಳಿಕರ ಜೊತೆಯಲ್ಲೇ ಇರುವುದು ನೋಡಿದರೆ, ತಮ್ಮ ಪೂರ್ವಿಕರ ವಚನಕ್ಕೆ ಬದ್ಧವಾಗಿರುವುದರ ಬಗ್ಗೆಯೂ ಅವನು ಡೋಲಾಯಮಾನವಾಗಿದ್ದಾನೆಂದು ಅರಿವಾಗತೊಡಗಿತ್ತು. ಜೊತೆಗೆ ತನ್ನ ನಿಷ್ಠೆಯ ಬಗ್ಗೆಯೂ ಅವನಿಗೆ ಸಂದೇಹವಾಗತೊಡಗಿತು. ಗುಲಾಮರನ್ನು ಹಿಡಿಯುವವರು ಇನ್ನೂ ಯಾಕೆ ಬಂದಿಲ್ಲವೆಂದು ಕಟ್ಟಪ್ಪ ಮತ್ತೆ ಚಿಂತಿಸಿದ.

ತಪ್ಪಿಸಿಕೊಳ್ಳುವುದೇ ಆದರೆ ಇವತ್ತೇ ತಪ್ಪಿಸಿಕೊಳ್ಳಬೇಕು. ತಮ್ಮನಿಗೆ ಅವನ ಹುಚ್ಚು ಕನಸುಗಳಿಂದ ಹೊರಬರಲು ಮನ ಒಲಿಸಬೇಕಿತ್ತು. ಅವರು ತಮ್ಮ ತಂದೆಯ ಜೊತೆ ಮಾತನಾಡಿ ಸಂದೇಹ ನಿವಾರಿಸಿಕೊಳ್ಳಬೇಕಿತ್ತು. ಬಹುಶಃ ಅದನ್ನು ಮಾಡಿದರೆ ಎಲ್ಲವು ತಿಳಿಯಾಗುತ್ತದೆ. ಅಪ್ಪನಿಗೆ ಶಿವಪ್ಪನನ್ನು ನೋಡಿ ಅತ್ಯಾನಂದವಾಗುತ್ತದೆ. ಅವರಿಬ್ಬರೂ ಸಕಾಲದಲ್ಲಿ ಮಾಹಿಷ್ಮತಿ ತಲುಪಿ ಮುಂಬರುವ ದಂಗೆಯ ಕುರಿತು ತಂದೆಗೆ ಎಚ್ಚರಿಕೆ ಕೊಡಬಹುದು.

ಕಟ್ಟಪ್ಪ ಈ ಬಗ್ಗೆ ಶಿವಪ್ಪನ ಜೊತೆ ಮಾತಾಡಲು ಕಾಯುತ್ತಿದ್ದ. ಈ ಆತ್ಮಾಹುತಿಯ ಗುರಿಯನ್ನು ಕೈಬಿಡಲು ಹೇಗಾದರೂ ಅವನನ್ನು ಮನ ಒಲಿಸಬೇಕಿತ್ತು. ಆದರೆ ಭೂತರಾಯನ ಕಾವಲುಗಾರರು ಅವನನ್ನು ಎಡೆಬಿಡದೆ ಕಾಯುತ್ತಿದ್ದರು. ಜಿಗಣೆಗಳಂತೆ ಅವರು ಅವನನ್ನು ಹಿಡಿದಿದ್ದರು. ಅವನು ಬಹಿರ್ದೆಶೆಗೆ ಹೋಗುವಾಗ ಕೂಡಾ ಜೊತೆಗೇ ಬರುತ್ತಿದ್ದರು.

ಶಿವಪ್ಪ ಬರಿಗೈಯಿಂದ ನಾಲ್ವರು ಯೋಧರ ಜೊತೆ ಸೆಣೆಸಾಡುವುದನ್ನು ಅವನು ನೋಡಿದ. ಮೊದಲ ಧಾಳಿಯನ್ನು ಅವನು ಹೆಗಲ ಮೇಲೆ ಎತ್ತಿ ತೂರಿದ, ಎರಡನೆಯವನ ಗಲ್ಲಕ್ಕೆ ಕಾಲಿನಿಂದ ಒದ್ದು ಮುರಿದ. ಮುಂದೆ ಇಬ್ಬರು ಒಟ್ಟಿಗೇ ಧಾಳಿ ಮಾಡಿದರು, ಜೋರಾಗಿ ಕೂಗುತ್ತಾ ಎರಡು ಕಡೆಗಳಿಂದ ಕತ್ತಿಯನ್ನು ಝುಳಪಿಸುತ್ತಾ ಮೇಲೆ ಬಿದ್ದರು. ಲೋಹದ ಕತ್ತಿಗಳು ಝುಳಪಿಸುವುದನ್ನು ನೋಡಿ ಕಟ್ಟಪ್ಪನಿಗೆ ಹೃದಯ ಬಾಯಿಗೆ ಬಂದ ಹಾಗಾಯಿತು. ಆದರೆ ಅವನ ತಮ್ಮ ಚಂಗನೆ ಮೇಲಕ್ಕೆ ಹಾರಿ, ತಿರುಗಿ, ಪಲ್ಟಿ ಹೊಡೆದು ಕತ್ತಿಗಳ ಹೊಡೆತವನ್ನು ಕುಶಲತೆಯಿಂದ ತಪ್ಪಿಸಿಕೊಂಡ. ಸುಂಟರಗಾಳಿಯಂತೆ ನಾಲ್ವರೂ ಒಟ್ಟಿಗೆ ಮತ್ತೆ ಶಿವಪ್ಪನ ಮೇಲೆ ಬಿದ್ದರು. ಕಟ್ಟಪ್ಪ ತನ್ನ ಮಂಚದ ಅಂಚನ್ನು ಭದ್ರವಾಗಿ ಹಿಡಿದು ಉಸಿರು ಬಿಗಿದು ನೋಡುತ್ತಿದ್ದಂತೇ ನಾಲ್ವರೂ ನಾಲ್ಕು ದಿಕ್ಕುಗಳಲ್ಲಿ ಚೆಲ್ಲಾಪಿಲ್ಲಿಯಾಗಿ ಚದುರಿದರು. ಶಿವಪ್ಪ ವಿಜಯೋತ್ಸಾಹದಲ್ಲಿ ಎದೆಯ ಮೇಲೆ ಮುಷ್ಟಿಯಿಂದ ಬಡಿದುಕೊಳ್ಳುತ್ತಾ ಭೀಕರವಾಗಿ ಕಿರುಚಿದಾಗ ಇತರ ವೈತಾಳಿಕರ ಜೊತೆ ಸೇರಿ ಕಟ್ಟಪ್ಪನೂ ಜಯಕಾರ ಮಾಡಿದ. *ಈಗ,* ಎಂದು ನಿರ್ಧರಿಸಿದ.

ಕಟ್ಟಪ್ಪ ಮಿಂಚಿನಂತೆ ತನ್ನ ಎಡಪಕ್ಕದಲ್ಲಿದ್ದ ಕಾವಲುಗಾರನ ಒರೆಯಿಂದ ಕತ್ತಿಯನ್ನು ಹಿರಿದು ಹಿಮ್ಮಡಿಯ ಮೇಲೆ ತಿರುಗಿ, ಮೊದಲ ಕಾವಲುಗಾರ ಏನಾಯಿತೆಂದು ತಿಳಿಯುವಷ್ಟರಲ್ಲಿ ಎರಡನೆಯ ಬಲಪಕ್ಕದ ಕಾವಲುಗಾರನ ಕತ್ತಿಯನ್ನೂ ಸೆಳೆದು ಶಿವಪ್ಪನ ಕಡೆಗೆ ಓಡಿದ. ಎಲ್ಲರಿಗೂ ಆಶ್ಚರ್ಯವಾಯಿತು. ಶಿವಪ್ಪನ ಕಡೆಗೆ ಒಂದು ಕತ್ತಿ ಬೀಸಿ ಎಸೆದ, ಅವನದನ್ನು ನಡುಗಾಳಿಯಲ್ಲಿ ಹಿಡಿದ.

"ನಿನ್ನ ಅಣ್ಣನಿಗೆ ತೋರಿಸು ನಿನ್ನ ಕೌಶಲ್ಯವನ್ನು" ಎಂದು ಜೋರಾಗಿ ಕೂಗಿದ.

ಅವರ ಕಡೆಗೆ ಧಾವಿಸುತ್ತಿದ್ದ ಕಾವಲುಗಾರರನ್ನು ಭೂತರಾಯ ತಡೆದುದನ್ನು ಕಟ್ಟಪ್ಪ ಗಮನಿಸಿದ. ಶಿವಪ್ಪ ನಸುನಗುತ್ತಾ ನುಡಿದ "ಅಣ್ಣಾ, ನೀನಿನ್ನೂ ನಿಶ್ಯಕ್ತ"

"ಮಹಾರಾಜರ ಕಾವಲುಗಾರರು ಈ ಹಾಲು ಕುಡಿಯುವ ಹಸುಳೆಗಳಂತಲ್ಲ" ಕಟ್ಟಪ್ಪನೆಂದ, ವೈತಾಳಿಕ ಯೋಧರ ಕಡೆಗೆ ಕೈ ತೋರಿಸುತ್ತಾ. ಅವನ ಮಾತಿಗೆ ತಕ್ಷಣ ಆಕ್ಷೇಪಣೆಯ ಕೂಗು ಎದ್ದಿತು.

"ನೀನು ಸೀನುವುದರೊಳಗೆ ನಿನ್ನನ್ನು ಅವರು ಖಂಡತುಂಡ ಮಾಡಿಬಿಡುತ್ತಾರೆ" ಕಟ್ಟಪ್ಪ ಭೂತರಾಯನತ್ತ ನೋಡುತ್ತಾ ನುಡಿದ.

"ಶಿವಪ್ಪ, ಹಿಂದೆ ಸರಿ" ಭೂತರಾಯ ಹುಬ್ಬುಗಂಟಿಕ್ಕಿ, ಒರೆಯಿಂದ ಕತ್ತಿ ಹಿರಿಯುತ್ತಾ ನುಡಿದ. ಕಟ್ಟಪ್ಪನ ಹೃದಯ ಕುಸಿಯಿತು. ಅವನಿಗೆ ತನ್ನ ತಮ್ಮ ಗಾಳವನ್ನು ಕಚ್ಚಬೇಕಿತ್ತು, ಭೂತರಾಯನಲ್ಲ. ಅವನ ಜೊತೆ ಮಾತಾಡಲು ಅವನಿಗಿದ್ದುದು ಇದೊಂದೇ ಅವಕಾಶ.

"ಸ್ವಾಮೀ, ಅವನು ನನ್ನ ಅಣ್ಣ, ನಾನೇ ನಿಭಾಯಿಸುತ್ತೇನೆ ಬಿಡಿ" ಎಂದು ತಮ್ಮ ನುಡಿದಿದ್ದು ಕಟ್ಟಪ್ಪನಿಗೆ ಕೇಳಿಸಿತು.

ಭೂತರಾಯ ಗುರುಗುಟ್ಟಿ ಕತ್ತಿಯನ್ನು ಮತ್ತೆ ಒರೆಯೊಳಗೆ ಸೇರಿಸಿದ.

ವೈತಾಳಿಕರು ಸುತ್ತ ವೃತ್ತಾಕಾರವಾಗಿ ನಿಂತರು. ಅಣ್ಣ ತಮ್ಮರು ಪರಸ್ಪರ ಬಾಗಿ ವಂದಿಸಿ, ಬಲಗೈಯಿಂದ ನೆಲವನ್ನು ಮುಟ್ಟಿ ನಮಿಸಿದರು. ಮತ್ತೆ ಹಿಂದಡಿಯಿಟ್ಟು, ಮುಂದಕ್ಕೆ ಧಾವಿಸಿ ಬೀಸಿ ಕತ್ತಿಯನ್ನು ಟಕಾಯಿಸಿದರು. ತಮ್ಮ ಕತ್ತಿಗಳ ಮೊಂಡು ಬದಿಗೆ ಎದೆಯನ್ನು ಒತ್ತಿ ಹಿಡಿದು ಪರಸ್ಪರ ಘರ್ಷಿಸಿದರು.

"ಈ ಮೂರ್ಖತನ ಸಾಕು, ನಡಿ ಇನ್ನು ಮನೆಗೆ" ಕಟ್ಟಪ್ಪ ಭುಸುಗುಟ್ಟಿದ.

"ಬೇಗ ಬರುತ್ತಿದ್ದೇನೆ," ಅವನ ತಮ್ಮ ಕತ್ತಿಯನ್ನು ಹಿಂದಕ್ಕೆ ಸೆಳೆಯುತ್ತಾ ಕಿಡಿ ಚಿಮ್ಮಿಸುತ್ತಾ ನುಡಿದ "ಈ ಮಾಘಮಾಸದ ದಿನ, ನಿನ್ನ ಮಹಾರಾಜನನ್ನು ಕೊಲ್ಲಲು"

ಕಟ್ಟಪ್ಪ ತಮ್ಮನ ಹೊಡೆತವನ್ನು ಬದಿಗೊತ್ತಿ, ತಿರುಗಿ, ಅವನ ಕತ್ತಿಯನ್ನು ನೆಲಕ್ಕೆ ಒತ್ತಿದ. ಈಗವರು ಭುಜಕ್ಕೆ ಭುಜ ಕೊಟ್ಟಿದ್ದರು. "ಸುಮ್ಮನೇ ನೀನು ಸಾಯಬೇಡಾ"

ಅವನ ತಮ್ಮ ಅವನನ್ನು ಪಕ್ಕಕ್ಕೆ ತಳ್ಳಿ, ಹಿಂದಕ್ಕೆ ಜಿಗಿದು ಎತ್ತರಕ್ಕೆ ಹಾರಿದ, ಕಟ್ಟಪ್ಪನ ಹೊಡೆತವನ್ನು ತಪ್ಪಿಸಿಕೊಂಡು ತನ್ನ ಕತ್ತಿಯನ್ನು ಕಮಾನಾಗಿಸಿ ನೆಲಕ್ಕೆ ಅಪ್ಪಳಿಸಿ ನಿಂತ. "ನೀನು ಇಲ್ಲಿದ್ದು ನಿನ್ನನ್ನು ರಕ್ಷಿಸಿಕೋ, ಅಣ್ಣ, ನೀನಿನ್ನೂ ನಡೆಯಲೂ ಆಗದಷ್ಟು ನಿಶ್ಯಕ್ತನಾಗಿದ್ದೀಯಾ."

ಕಟ್ಟಪ್ಪ ಅದಕ್ಕೆ ಉತ್ತರವಾಗಿ ಕೆಲವು ಬೀಸು, ಕೆಲವು ಹೊಡೆತ ಮತ್ತು ಕೆಲವು ಚುಚ್ಚುಗಳನ್ನು ಪ್ರದರ್ಶಿಸಿದ. ಅವನ ಪ್ರತಿ ಧಾಳಿಯನ್ನು ದಕ್ಷವಾಗಿ ಹಾಗೂ

ಉಗ್ರವಾಗಿ ಉತ್ತರಿಸಿದ ಅವನ ತಮ್ಮ. ಅನೇಕ ದಿನಗಳ ನಂತರ ಕಟ್ಟಪ್ಪನಲ್ಲಿ ಉತ್ಸಾಹ ಹೊಮ್ಮಿತು. ತಮ್ಮನನ್ನು ಗಾಯಗೊಳಿಸಬಾರದು ಎನ್ನುವ ಎಚ್ಚರಿಕೆ ಅವನಿಗಿತ್ತು. ಆದರೆ ಶಿವಪ್ಪ ಆ ಯಾವ ಮುಲಾಜನ್ನೂ ತೋರಿಸುತ್ತಿರಲಿಲ್ಲ. ಪರವಾಗಿಲ್ಲ, ಕಟ್ಟಪ್ಪನೆಂದುಕೊಂಡ, *ಅವನಿನ್ನೂ ನನ್ನ ಚಿಕ್ಕ ತಮ್ಮನೇ, ಪುಟ್ಟ ಹುಡುಗ.* ಆದರೆ ತಮ್ಮನ ಪ್ರತಿ ಹೊಡೆತವನ್ನು ತಪ್ಪಿಸಿಕೊಳ್ಳುವ ಎಚ್ಚರಿಕೆ ವಹಿಸಿದ. ಪ್ರತಿ ಹೊಡೆತವನ್ನು ತಪ್ಪಿಸಿ ಮರುಹೊಡೆತ ಕೊಡುತ್ತಿದ್ದ. ಹೆಜ್ಜೆಗೆ ಹೆಜ್ಜೆ, ಹೊಡೆತಕ್ಕೆ ಹೊಡೆತ, ಸುತ್ತಲೂ ವೈತಾಳಿಕರು ಉದ್ಗಾರ, ಪ್ರೋತ್ಸಾಹದ ಕೂಗು ಕೂಗುತ್ತಿದ್ದಂತೆ ಇಬ್ಬರು ಗುಲಾಮರು ಸರಿಸಮನಾಗಿ ಸೆಣೆಸಿದರು. ಸೋದರರಿಬ್ಬರೂ ಬೆವರಿನಲ್ಲಿ ತೊಯ್ದುಹೋದರು. ಮಾತನಾಡಲಾಗದಂತೆ ಉಸಿರು ದಮ್ಮುಕಟ್ಟಿತು. ಹೂಂಕಾರಕ್ಕೆ ಹೂಂಕಾರ, ಚೀರುವಿಕೆಗೆ ಪ್ರತಿ ಕೂಗು, ಶಾಪಕ್ಕೆ ಬೈಯ್ಗುಳ. ಅಲ್ಲಿ ಇಲ್ಲಿ ಕೆಲವು ಸೀಳು ಗಾಯಗಳಾದರೆ ಪರವಾಗಿಲ್ಲ ಎಂದುಕೊಂಡ ಕಟ್ಟಪ್ಪ. ಅವನ ತಮ್ಮನನ್ನು ಪ್ರಚೋದಿಸಲು ಅದರ ಅಗತ್ಯವಿತ್ತು. ಅವನು ನಿಶ್ಶಕ್ತನಾದಂತೆ ನಟಿಸಿ, ತಮ್ಮ ಆಕ್ರಮಿಸಿದಾಗ ತಟ್ಟನೆ ಹಾವಿನಂತೆ ಹೊಡೆದ. ಅವನೇ ಮೊದಲ ಗಾಯ ಮಾಡಿದ. ಅವನ ತಮ್ಮ ಅದರಿಂದ ಕೋಪದಿಂದ ಹುಚ್ಚಾದ. ಅವನ ಮುಂದಿನ ಹೊಡೆತ ಕಟ್ಟಪ್ಪನ ಮುಖದ ಸಮೀಪದಲ್ಲಿ ಕಿಡಿಕಾರಿದಾಗ ಕಟ್ಟಪ್ಪ ನಸುನಕ್ಕ ಇವನಿನ್ನೂ ನನ್ನ ಸ್ಪರ್ಧಾತ್ಮಕ ಪುಟ್ಟ ತಮ್ಮನೇ.

"ನೀನಿನ್ನೂ ಹುಡುಗ ಶಿವಪ್ಪ" ಎಂದ ಕಟ್ಟಪ್ಪ. ಉತ್ತರವಾಗಿ ಅವನ ಎದೆಗೂಡಿಗೆ ಬಲವಾದ ಒದೆತ ಬಿತ್ತು. ಕಟ್ಟಪ್ಪ ಕೆಳಗೆ ಬಿದ್ದ. ತಮ್ಮನ ಕತ್ತಿ ಅವನ ಕುತ್ತಿಗೆಗೆ ಅತಿ ಹತ್ತಿರದಲ್ಲಿ ನೆಲಕ್ಕೆ ನಾಟಿದಾಗ ಅವನು ಹೊರಳಿದ. ಒಂದು ಕ್ಷಣ ಕಟ್ಟಪ್ಪನಿಗೆ ಕೋಪ ಬಂತು. ಅವನು ಹಾಗೆ ಮಾಡಬಾರದಾಗಿತ್ತು. ಅದು ಯುದ್ಧ ನಿಯಮಕ್ಕೆ ವಿರುದ್ಧವಾದದ್ದು.

"ನೀನು ಅನ್ಯಾಯದ ಆಟವಾಡುತ್ತಿರುವೆ" ಮತ್ತೆ ಹೊರಳುತ್ತಾ ತಮ್ಮನಿಗೆ ನುಡಿದ.

"ಬದುಕು ನಮಗೆ ಯಾವಾಗ ನ್ಯಾಯವಾಗಿತ್ತು? ಪ್ರತಿಕಾರಕ್ಕೆ ಇದು ತಕ್ಕ ಸಮಯ" ಶಿವಪ್ಪ ಒರಟಾಗಿ ಉತ್ತರಿಸಿದ.

"ತಂದೆ ಕಲಿಸಿದ್ದು ಇದನ್ನಲ್ಲ" ಕಟ್ಟಪ್ಪ ಜಿಗಿದು ಮತ್ತೆ ಕಾಲ ಮೇಲೆ ನಿಲ್ಲುತ್ತಾ ಶಿವಪ್ಪನ ಭುಜದಲ್ಲಿ ಒಂದು ಸಣ್ಣ ಸೀಳುಗೆರೆ ಮೂಡಿಸಿದ.

"ಅವರು ನಮಗೆ ಇನ್ನೂ ಅನೇಕ ತಪ್ಪುಗಳನ್ನು ಕಲಿಸಿದರು." ಶಿವಪ್ಪನೆಂದ. ಅವನ ಚಲನಗಳು ಇನ್ನೂ ಹೆಚ್ಚು ಆಕ್ರಮಣಕಾರಿಯಾಯಿತು.

ಅವನು ಕಟ್ಟಪ್ಪನನ್ನು ಎಡೆಬಿಡದೆ ಚುಚ್ಚಿ, ನುಗ್ಗಿ ಬಡಿದು ಚಚ್ಚಿದ. ಕಟ್ಟಪ್ಪ ಹಿಂದೆ ಸರಿದ. ಸುತ್ತಲೂ ನೋಡುತ್ತಿದ್ದವರು ಪಕ್ಕಕ್ಕೆ ಸರಿದು ದಾರಿ ಬಿಟ್ಟರು. ಇಬ್ಬರೂ ಪರಸ್ಪರರನ್ನು ಆಕ್ರಮಿಸುತ್ತಲೇ ಹೋದರು. ಇನ್ನು ಕೆಲವು ಅಡಿಗಳಲ್ಲಿ ಅವರು ತೆರವಾದ ಸ್ಥಳದಿಂದ ದೂರವಾಗುತ್ತಿದ್ದರು. ಕಟ್ಟಪ್ಪ ವೈತಾಳಿಕರತ್ತ ಕಣ್ಣು ಹಾಯಿಸಿದ. ಅವರು ಕದನದಲ್ಲಿ ಮೈ ಮರೆತಿದ್ದರು. ಅವನ ತಮ್ಮ ಈಗ ಅಭ್ಯಾಸಕ್ಕಾಗಿ ಹೋರಾಡುತ್ತಿರಲಿಲ್ಲ. ಅವನು ತನ್ನನ್ನು ಕೊಲ್ಲಲು ಸೆಣೆಸುತ್ತಿದ್ದಾನೆ ಎಂದು ಅರಿವಾದ ಗಳಿಗೆಯಲ್ಲಿ ಕಟ್ಟಪ್ಪನ ಮೈ ಜುಮ್ ಎಂದಿತು. ಭೂತರಾಯ ಅವನನ್ನು ಒಂದು ಅಸ್ತ್ರವಾಗಿ ಮಾರ್ಪಡಿಸಿದ್ದ. ತಮ್ಮನನ್ನು ರಕ್ಷಿಸಬೇಕಾದರೆ ಅವನನ್ನು ಹಿಂದಕ್ಕೆ ಕರೆದುಕೊಂಡು ಹೋಗಬೇಕಾಗಿತ್ತು. ಅವನು ತಮ್ಮನ ಕತ್ತಿ ತನ್ನ ಭುಜವನ್ನು ಸೀಳಲು ಅನುವು ಮಾಡಿಕೊಟ್ಟ. ನಿರೀಕ್ಷಿಸಿದಂತೆ ಕತ್ತಿಯ ಮೊನೆ ಅವನ ಭುಜವನ್ನು ಸೀಳಿತು. ಅವನು ಕತ್ತಿಯನ್ನು ಕೈಬಿಟ್ಟು ಎಡಗೈಯಿಂದ ಗಾಯವನ್ನು ಒತ್ತಿ ಹಿಡಿದ. ಅವನ ಬೆರಳುಗಳ ಸಂದಿಯಿಂದ ಬೆಚ್ಚನೆಯ ರಕ್ತ ಸೋರುತ್ತಿತ್ತು. ಅವನು ಮೂರ್ಛೆ ಬಂದಂತೆ ನಟಿಸಿದ. ಕಟ್ಟಪ್ಪ ಬೀಳುವುದರೊಳಗೆ ಅವನ ತಮ್ಮ ತನ್ನ ಕತ್ತಿಯನ್ನು ಬಿಸಾಡಿ ಅಣ್ಣನನ್ನು ಹಿಡಿಯಲು ಓಡಿ ಬಂದ. ಒಂದು ಮಿಂಚಿನ ಚಲನೆಯಲ್ಲಿ ಕಟ್ಟಪ್ಪ ಶಿವಪ್ಪನನ್ನು ಹಿಡಿದು ತಿರುಗಿಸಿ ತನ್ನ ತೋರುಬೆರಳನ್ನು ಶಿವಪ್ಪನ ಕೊರಳಲ್ಲಿ ಒತ್ತಿದ. ಶಿವಪ್ಪ ನಿಷ್ಕ್ರಿಯನಾಗಿ ಕೆಳಗೆ ಕುಸಿದ. ತಮ್ಮನ ಬಿರುಗಣ್ಣು ನೋಡುತ್ತಾ ಕಟ್ಟಪ್ಪನೆಂದ "ನಮ್ಮ ತಂದೆ ನಮಗೆ ಕೆಲವು ಯೋಗ್ಯವಾದದ್ದನ್ನೂ ಕಲಿಸಿ ಕೊಟ್ಟಿದ್ದಾರೆ. ಎದುರಾಳಿಯನ್ನು ನಿಷ್ಕ್ರಿಯಗೊಳಿಸುವ ಮರ್ಮವಿದ್ಯೆ ಅದರಲ್ಲಿ ಒಂದು." ಅವನ ತಮ್ಮ ಮಾತಾಡಲು ಯತ್ನಿಸಿದ. ಆದರೆ ಅವನ ಗಂಟಲಿನಿಂದ ಗೊರಗೊರ ಸದ್ದು ಮಾತ್ರ ಬಂದಿತು. ಕಟ್ಟಪ್ಪ ತಕ್ಷಣ ಕಾರ್ಯನಿರತವಾಗಬೇಕಿತ್ತು, ಏಕೆಂದರೆ ಅವನ ತಮ್ಮ ಕೇವಲ ಅಲ್ಪಕಾಲ ಮಾತ್ರ ನಿಷ್ಕ್ರಿಯನಾಗುತ್ತಿದ್ದ. ಈಗ ವೈತಾಳಿಕರು ಅವರ ಕಡೆಗೆ ಓಡಿ ಬರುತ್ತಿದ್ದರು. ಕಟ್ಟಪ್ಪಾ ತಮ್ಮನನ್ನು ಎತ್ತಿ ಭುಜದ ಮೇಲೆ ಹಾಕಿಕೊಂಡು ದಟ್ಟವಾದ ಕಾಡಿನಲ್ಲಿ ಮರೆಯಾದ. ಹಿಂದೆಯೇ ವೈತಾಳಿಕರು ಓಡಿಬರುತ್ತಿದ್ದ ಸದ್ದು ಕೇಳಿಸುತ್ತಿತ್ತು. ಒಂದು ಬಾಣ ಅವನ ಕಿವಿಯ ಪಕ್ಕದಲ್ಲೇ ಸುಂಯ್ಗುಡುತ್ತಾ ಹಾದುಹೋಯಿತು. ಅವನು ನಿಲ್ಲದೆ ಓಡಿದ, ದಟ್ಟವಾದ ಪೊದೆಗಳಲ್ಲಿ ದಾರಿಮಾಡಿಕೊಳ್ಳುತ್ತಾ, ಅಡ್ಡಾದಿಡ್ಡಿಯಾಗಿ ಓಡಿದ. ಮರಗಳು ಜೀವ ತಳೆಯುತ್ತಿದ್ದುದು ಅವನಿಗೆ ಗೊತ್ತಾಯಿತು. ಅವನ ತಮ್ಮ ಭುಜದ ಮೇಲೆ ನಿಶ್ಚಲನಾಗಿ ಬಿದ್ದಿದ್ದ. ಅವನ ಕಾಲು ನೋಯತೊಡಗಿತ್ತು. ಆದರೆ ನಿಲ್ಲಲು ಸಮಯವಿರಲಿಲ್ಲ. ಅವನ ಮುಂದೆ ಒಂದು ಮರಕ್ಕೆ ಈಟಿಯೊಂದು ಬಡಿಯಿತು. ಅವನು ಓಡುತ್ತಲೇ ಹಿಂದೆ ತಿರುಗಿ ನೋಡಿ, ಮರುಕ್ಷಣ ಎದುರಿಗಿದ್ದ ಮರಕ್ಕೆ ಢಿಕ್ಕಿ

ಹೊಡೆದು ಬಿದ್ದ. ಅವನ ತಮ್ಮ ನೆಲದ ಮೇಲೆ ಉರುಳಿದ. ಅವನು ತಕ್ಷಣ ಎದ್ದು ಇನ್ನೇನು ತಮ್ಮನನ್ನು ಎತ್ತಿಕೊಳ್ಳಬೇಕು, ಆಗ ಒಬ್ಬ ಯೋಧ ಪೊದೆಗಳ ನಡುವಿಂದ ಹಾರಿ ಬಂದ. ಕಟ್ಟಪ್ಪ ಅವನ ಕತ್ತು ಹಿಡಿದು ಮೇಲಕ್ಕೆತ್ತಿ ನೆಲಕ್ಕೆ ಅಪ್ಪಳಿಸಿದ. ನಂತರ ತಮ್ಮನನ್ನು ಎತ್ತಿಕೊಂಡು ಎಡಕ್ಕೆ ತಿರುಗಿ ಹಿಂದೆಮುಂದೆ ನೋಡದೇ ನೇರ ಮುಳ್ಳು ಪೊದೆಯೊಳಗೆ ಓಡಿದ. ಅವನ ಕಾಲ ಕೆಳಗಿನ ನೆಲ ಮರೆಯಾಯಿತು.

ಅವನು ಬಿದ್ದ. ಮರಗಳ ಮೇಲಿಂದ ಜಾರಿ, ಕೊಂಬೆಗಳ ಮೇಲೆ ಹೊರಳಿ, ಅವನ್ನು ಮುರಿಯುತ್ತಾ, ಎವೆ ಬಡಿಯುವಷ್ಟು ಹೊತ್ತು ಗಾಳಿಯಲ್ಲಿ ತೂಗಾಡುತ್ತಾ, ಮತ್ತೆ ಉರುಳುರುಳಿ ಬಿದ್ದ. ಅವನ ಭುಜ ಮೊದಲು ನೆಲಮುಟ್ಟಿತು, ಅವನ ಎದೆಗೂಡಿನಲ್ಲಿ ಅಸಾಧ್ಯ ನೋವು ಭಗ್ಗೆಂದಿತು. ಎಲ್ಲವು ಕತ್ತಲಿಟ್ಟಿತು. ಆಕಾಶ ಕೆಳಗೆ ಬಂದು ನೆಲ ಮೇಲಕ್ಕೆ ಹೋಗಿ ಅವನ ಬಾಯಲ್ಲಿ ಹುಲ್ಲು ತುಂಬಿತು. ಅವನು ಗುಡ್ಡದ ಇಳಿಜಾರಿನಲ್ಲಿ ಉರುಳುರುಳಿ ಒಂದು ಬಂಡೆಗೆ ಬಡಿದು ಮೂರ್ಛೆ ಹೋದ. ಅವನು ಕಣ್ತೆರೆದಾಗ ಅವನೊಂದು ಪ್ರಪಾತದ ಅಂಚಿನಲ್ಲಿದ್ದುದು ಅರಿವಾಯಿತು. ಕೆಳಗೆ ನದಿ ಭೋರ್ಗರೆಯುತ್ತಾ ಕಡಲಿನ ಕಡೆಗೆ ಸಾಗುತ್ತಿತ್ತು. ಶಿವಪ್ಪ, ಶಿವಪ್ಪನೆಲ್ಲಿ? ಅವನಿಗೆ ಗಾಭರಿಯಾಯಿತು. ಒಂದು ಕ್ಷಣ ಅವನ ತಮ್ಮ ಕೆಳಕ್ಕೆ ಬಿದ್ದು ನದಿ ಅವನನ್ನು ನುಂಗಿದೆ ಎಂದುಕೊಂಡ. ಗುಡ್ಡವು ಅಪಾಯಕಾರಿಯಾಗಿ ಇಳಿಜಾರಾಗಿದ್ದು ಪ್ರಪಾತದಿಂದ ಮುನ್ನೂರು ಅಡಿ ಕೆಳಗೆ ಭೋರ್ಗರೆಯುವ ನದಿ ಇತ್ತು. ಅವನು ಬೆನ್ನು ಕೆಳಗಾಗಿ ತಿರುಗಿದ ಅಸಾಧ್ಯ ನೋವಿನಲ್ಲಿ ಕಿರುಚಿದ. ಜೊತೆಗೆ ಮುಂಬರುವ ಅವನತಿಯ ಭಯ ಆವರಿಸಿತು. ಅವನು ತಮ್ಮನ ಹೆಸರನ್ನು ನದೀಮುಖವಾಗಿ ಚೀರಿದ. ಅವನದೇ ಹತಾಶೆಯ ಧ್ವನಿಯ ಪ್ರತಿಧ್ವನಿ ಮರುಕಳಿಸಿತು. ನದಿ ಅವನನ್ನು ಗೇಲಿ ಮಾಡಿ ನಕ್ಕಿತು. ಅವನು ಮತ್ತೆ ಮತ್ತೆ ತನ್ನ ಮುಷ್ಠಿಯನ್ನು ನೆಲಕ್ಕೆ ಗುದ್ದಿದ. ತಮ್ಮನ ಕುರುಹು ಏನಾದರೂ ಸಿಗಬಹುದೇ ಎಂದು ಅವನು ಇನ್ನೇನು ಕೆಳಗೆ ಜಾರಲಿದ್ದ ಅಷ್ಟರಲ್ಲಿ ಮೇಲಿನಿಂದ ಒಂದು ಧ್ವನಿ ಕೇಳಿಸಿತು. ಆಗೋ! ಅದು ಅವನಾಗಿರಬಹುದು, ಎಂದುಕೊಂಡ ಕಟ್ಟಪ್ಪ. ಆಗೋ ಅಲ್ಲಿ. ಅಥವಾ ಅದು ಬರಿ ಕಲ್ಲು ಉರುಳುವ ಸದ್ದೇ? "ಓ ದೇವರೇ, ಅದು ನನ್ನ ತಮ್ಮನಾಗಿರಲಿ, ದೇವರೇ ದೇವರೇ ದೇವರೇ" ಎಂದು ಜಪಿಸುತ್ತಾ ಅವನು ಇಳಿಜಾರಿನಲ್ಲಿ ಮೇಲಕ್ಕೆ ಓಡಿದ. ಮತ್ತೆ ಮಂಡಿಯೂರಿ ಬಿದ್ದು ಹಿಂದಕ್ಕೆ ಜಾರಿದ. ಅವನ ಕೈಗಳು ಏನಾದರೂ ಹಿಡಿತಕ್ಕೆ ಸಿಗುವುದೇ ಎಂದು ತಡಕಾಡಿದವು. ಕೈಗೆ ಸಿಕ್ಕ ಹುಲ್ಲು ಸುಲಭವಾಗಿ ಕಿತ್ತು ಬಂದು ಅವನು ಇನ್ನಷ್ಟು ಕೆಳಗೆ ಜಾರಿದ. ಸೂರ್ಯನ ಇಳಿ ಕಿರಣಗಳ ಬೆಳಕಲ್ಲಿ ಒಂದು ವ್ಯಕ್ತಿ ಹೇಗೋ ಒಂದು ಮೈಮುದುರಿ ಬಿದ್ದಿದ್ದು ಕಾಣಿಸಿತು, ಚಾಚಿಕೊಂಡ ಬಂಡೆ ಅವನನ್ನು ಕೆಳಗೆ ಬೀಳದಂತೆ

ತಡೆದಿತ್ತು. ಅವನು ಹೇಗೋ ಪ್ರಯತ್ನಪಟ್ಟು ಎದ್ದು, ಪೊದೆಗಳು, ಹುಲ್ಲನ್ನು ಹಿಡಿದು ಗುಡ್ಡದ ಮೇಲಕ್ಕೆ ಹತ್ತಿದ. ಸಡಿಲಗೊಂಡ ಕಲ್ಲುಗಳು ಮಕ್ಕಳಂತೆ ಗುಡ್ಡದ ಕೆಳಕ್ಕೆ ಓಡೋಡಿ ಪ್ರಪಾತದಲ್ಲಿ ಮರೆಯಾಗಿ ಕೆಳಗಿನ ನದಿಯಲ್ಲಿ ಬೀಳುತ್ತಿದ್ದವು. ಕಟ್ಟಪ್ಪ ಬಂಡೆಯನ್ನು ಸಮೀಪಿಸಿ ಕಷ್ಟಪಟ್ಟು ಹತ್ತಿ ನೋಡಿದ. ಅವನ ತಮ್ಮ ಬೆನ್ನಡಿಯಾಗಿ ಮಲಗಿದ್ದ. ಅವನ ಕಣ್ಣುಗಳು ಮೇಲೆ ಆಕಾಶದಲ್ಲಿ ಸುತ್ತುತ್ತಿದ್ದ ಮೋಡಗಳನ್ನು ನೋಡುತ್ತಿದ್ದವು. "ಶಿವಪ್ಪ, ಶಿವಪ್ಪ" ಕಟ್ಟಪ್ಪ ತಮ್ಮನ ಕೆನ್ನೆ ತಟ್ಟುತ್ತಾ ಕೂಗಿದ. ಅವನ ಭುಜ ಹಿಡಿದು ಅಲುಗಿಸಿ ರೋಧಿಸಿದ "ಅಯ್ಯೋ... ಅಯ್ಯೋ.. ಶಿವಪ್ಪಾ... ಎದ್ದೇಳು, ಎದ್ದೇಳು, ತಮ್ಮಾ, ಅಯ್ಯೋ ನಾನೇನು ಮಾಡಿಬಿಟ್ಟೇ.. ಇಲ್ಲಾ...ಇಲ್ಲಾ."

ಕಟ್ಟಪ್ಪ ತಮ್ಮನ ದೇಹ ನೋಡುತ್ತಾ ಆಘಾತದಲ್ಲಿ ಕೂತ. ಆಮೇಲೆ ಅವನಿಗೆ ಸ್ಪಷ್ಟವಾಯಿತು, ಎರಡು ಕೈಗಳಿಂದ ತನ್ನ ತಲೆಯನ್ನು ಹೊಡೆದುಕೊಳ್ಳುತ್ತಾ "ಅಯ್ಯೋ, ನಾನು ನಿನ್ನನ್ನು ಕೊಂದುಬಿಟ್ಟೆ... ನಾನು ನಿನ್ನನ್ನು ಕೊಂದುಬಿಟ್ಟೆ... ದೇವರೇ ನನಗೆ ಶಿಕ್ಷೆ ಕೊಡು, ನಾನೆಂತಹ ಪಾಪಿ, ನನ್ನ ತಮ್ಮನನ್ನು ಕೊಂದುಬಿಟ್ಟೆ"

ಮೇಲೆ ಆಕಾಶದಲ್ಲಿ ಒಂದು ಹದ್ದು ಕೂಗಿ ಸುತ್ತತೊಡಗಿತು. ಗಾಳಿ ಬೀಸಿ ಹುಲ್ಲು ತಲೆಬಾಗಿ ಬಳುಕಿದವು. ಗಾಳಿಗೆ ಶಿವಪ್ಪನ ಕಣ್ಣುರೆಪ್ಪೆ ಅಲುಗಿತೇ ಅಥವಾ ಮುಳುಗುವ ಸೂರ್ಯ ತನ್ನ ದುಃಖದ ಜೊತೆ ಆಟವಾಡುತ್ತಿದೆಯೋ? ಗುಲಾಮ ಅಳುವುದನ್ನು ನಿಲ್ಲಿಸಿ ತಮ್ಮನ ನಿಶ್ಚಲ ದೇಹದ ಕಡೆಗೆ ಸರಿದ. ಕಟ್ಟಪ್ಪ ಅವನ ದೇಹದ ಪಕ್ಕ ಮಂಡಿಯೂರಿ ತಮ್ಮನನ್ನು ಅಲುಗಿಸಿದ. ತನ್ನ ತಲೆಯನ್ನು ತಮ್ಮನ ಎದೆಯ ಮೇಲಿಟ್ಟು ಆಸೆಯಿಂದ ಆಲಿಸಿದ.

ಒಂದು ಶಕ್ತಿಯುತ ಕೈ ಕಟ್ಟಪ್ಪನ ಕುತ್ತಿಗೆಯನ್ನು ಬಲವಾಗಿ ಹಿಡಿದು ಅವನ ಮುಖವನ್ನು ಕೆಳಗೆ ಒತ್ತಿ ಹಿಡಿಯಿತು. ಆಘಾತಗೊಂಡು ಕಟ್ಟಪ್ಪ ಅದರ ಹಿಡಿತದಿಂದ ಬಿಡಿಸಿಕೊಳ್ಳಲು ಒದ್ದಾಡಿದ. ನೋಡಿದರೆ ಅವನು ಶಿವಪ್ಪನ ಕಣ್ಣೊಳಗೆ ದಿಟ್ಟಿಸುತ್ತಿದ್ದ.

ನೋವು ಮೊದಲು ಅವನ ಬೆನ್ನಲ್ಲಿ ಸಣ್ಣ ಸೂಚಿ ಚುಚ್ಚಿದಂತೆ ಪ್ರಾರಂಭವಾಯಿತು. ಕ್ಷಣಾರ್ಧದಲ್ಲಿ ಅದು ಸ್ಫೋಟಗೊಂಡು ಅವನ ದೇಹದ ಪ್ರತಿ ನರಕ್ಕೂ ವ್ಯಾಪಿಸಿತು. ಕಟ್ಟಪ್ಪನಿಗೆ ಅರ್ಥವಾಯಿತು. ಅವನಿಗೆ ಚೂರಿಯಿಂದ ಇರಿಯಲಾಗಿತ್ತು. ಇರಿದವನು ಅವನ ತಮ್ಮ.

ಕಟ್ಟಪ್ಪನ ಕೆಳಗಿಂದ ಸರಿದು ಅವನ ತಮ್ಮ ಅವನ ಮೇಲೆದ್ದು ನಿಂತ. ರಕ್ತ ಕೆಂಪು ಸೂರ್ಯನಿಗೆ ಅಡ್ಡಲಾಗಿ ಅವನ ತಲೆ ಕಾಣಿಸಿತು. ಕಟ್ಟಪ್ಪನ ಎದೆಯಿಂದ ಬಿಸಿ ರಕ್ತ ಸೋರಿ, ಅವನ ದೇಹವನ್ನು ತೋಯಿಸಿತು. ರಕ್ತದ ವಾಸನೆಗೆ ಅವನಿಗೆ ತಲೆ ಸುತ್ತಿ ಬಂತು. ಭೂಮಿ ತೇಲಾಡಿತು. ಅವನ ತಮ್ಮ ಅವನಿಗೆ ಮೋಸ ಮಾಡಿ, ಅವನಿಗೆ ಬೆನ್ನಲ್ಲಿ ಇರಿದಿದ್ದ. *ಯಾಕೆ, ನನ್ನ ಪುಟ್ಟ ತಮ್ಮಾ, ಯಾಕೆ* ಎಂದು ಕೇಳಬೇಕೆನಿಸಿತು.

"ನಮ್ಮ ತಂದೆ ನಮಗೆ ಮರ್ಮವಿದ್ಯೆಗಿಂತ ಹೆಚ್ಚಿನದನ್ನು ಕಲಿಸಿದರು, ಅಣ್ಣ" ಎಲ್ಲೋ ದೂರದಿಂದ ಕೇಳಿಬಂದಂತೆ ಅವನ ಧ್ವನಿ ಕೇಳಿಸಿತು. "ನಮ್ಮ ಕರ್ತವ್ಯವೇ ನಮಗೆ ಎಲ್ಲಕ್ಕಿಂತ ಮುಖ್ಯ, ರಕ್ತ ಸಂಬಂಧಕ್ಕಿಂತ ಮುಖ್ಯ ಎಂದು ಅವರು ನಮಗೆ ಕಲಿಸಿದರು."

ಕಟ್ಟಪ್ಪನಿಗೆ ಏನೋ ಹೇಳಬೇಕಾಗಿತ್ತು. ಆದರೆ ಅವನು ಮೂರ್ಛೆ ಮತ್ತು ಪ್ರಜ್ಞೆಯ ನಡುವೆ ತೇಲಾಡುತ್ತಿದ್ದ.

"ನನ್ನ ಕರ್ತವ್ಯ ನನ್ನ ಜನಾಂಗದ ಕಡೆಗೆ. ನನ್ನ ಗುರಿ ಗುಲಾಮರನ್ನು ಬಿಡುಗಡೆಗೊಳಿಸುವುದು. ಅದಕ್ಕಾಗಿ ನಾನು ಏನನ್ನಾದರೂ ಮಾಡುತ್ತೇನೆ."

ಕಟ್ಟಪ್ಪ ಅವನ ಮಾತಿನ ಕಡೆಗೆ ಗಮನವಿಡಲು ಯತ್ನಿಸಿದ. ಆದರೆ ಅವನ ತಮ್ಮನ ಧ್ವನಿ ಕೆಳಗಿನ ನದಿಯ ಮೊರೆತ ಹಾಗು ಪಕ್ಕದ ಹುಲ್ಲಿನ ಎಳೆದಾಡಿದ ಸದ್ದಿನ ಜೊತೆಗೆ ಬೆರೆತುಹೋಯಿತು. ಅವನು ಕೆಳಗೆ ಜಾರುತ್ತಿದ್ದ. ಉರುಳುರುಳಿ ಕೆಲವೊಮ್ಮೆ ಹುಲ್ಲಿನ ತೇವ ಮೂಗಿಗೆ ಬಡಿದರೆ ಕೆಲವೊಮ್ಮೆ ಆಕಾಶದ ಅನುಭವ ವಾಗುತ್ತಿತ್ತು. ಪ್ರಪಾತದ ತುದಿಯಲ್ಲಿ ಅವನು ಉರುಳುವುದು ನಿಂತಿತು. ನದಿಯ ಮೇಲೆ ಸುಂದರವಾದ ಕಾಮನಬಿಲ್ಲು ಮೂಡಿತ್ತು. *ಸಾಯಲು ಎಂತಹ ಸುಂದರ ಸಂಜೆ* ಎಂದುಕೊಂಡ ಕಟ್ಟಪ್ಪ. ಅವನ ತಮ್ಮ ಅವನ ಮೇಲೆ ಆವರಿಸಿದ.

"ನನ್ನ ಕನಸು ನನಸಾಗಿಸಲು ನಾನು ಯಾವ ಮಿತಿಯನ್ನಾದರೂ ಮೀರುತ್ತೇನೆ." ಶಿವಪ್ಪನೆಂದ. ನನ್ನ ತಮ್ಮನ ಧ್ವನಿ. ಕಟ್ಟಪ್ಪನಿಗೆ ತಮ್ಮನ ಬಗ್ಗೆ ಅಪಾರ ಹೆಮ್ಮೆ ಮೂಡಿತು. ಇನ್ನೊಂದೇ ಸಲ ತಮ್ಮನ ಕೈ ಹಿಡಿಯಬೇಕೆನಿಸಿತು.

"ಯಾರೂ ನನ್ನನ್ನು ತಡೆಯಲಾರರು. ಏಕೆಂದರೆ ನನ್ನ ಲಕ್ಷ್ಯ ವ್ಯಕ್ತಿಗಿಂತ ದೊಡ್ಡದು" ಶಿವಪ್ಪನ ಮಾತು ಎಷ್ಟು ಸ್ಫೂರ್ತಿದಾಯಕ! *ನನ್ನ ತಮ್ಮ ದೊಡ್ಡ ವೀರ* ಎಂದುಕೊಂಡ ಕಟ್ಟಪ್ಪ. ಈಗವರು ಚಿಕ್ಕ ಮಕ್ಕಳಾಗಿ ನಗುತ್ತಾ ಕೂಗುತ್ತಾ ಹುಲ್ಲುಗಾವಲಿನಲ್ಲಿ ಓಡುತ್ತಿದ್ದರು. ಹುಲ್ಲುಗಾವಲಿನಲ್ಲಿ ಮೊಲಗಳನ್ನು ಅಟ್ಟಿಸಿಕೊಂಡು ಓಡುತ್ತಿದ್ದರು. ಅವರ ತಂದೆ ನೋಡುತ್ತಿದ್ದಂತೆ ಅವರಿಬ್ಬರೂ ಮರದ ಕತ್ತಿ ಹಿಡಿದು ಸೆಣೆಸುತ್ತಿದ್ದರು.

ಚಿತ್ರಗಳು, ನೆನಪುಗಳು, ಅಪ್ರಯೋಜಕ, ಅಮೂಲ್ಯ. ನದಿ ಕೆಳಗೆ ಘೊಳ್ಳೆಂದು ನಕ್ಕಿತು. ಕಾಮನಬಿಲ್ಲು ಥರಗುಟ್ಟಿತು.

ಅವನ ತಮ್ಮನ ತೋಳುಗಳು ಈಗ ಅವನನ್ನು ಮೇಲಕ್ಕೆತ್ತುತ್ತಿದ್ದವು. ಅವನು ತನ್ನಲ್ಲಿದ್ದ ಪ್ರೀತಿಯನ್ನೆಲ್ಲಾ ಕ್ರೋಢೀಕರಿಸಿ ಕಣ್ಣಲ್ಲಿ ತುಂಬಿಕೊಂಡು ತಮ್ಮನ ಕಣ್ಣುಗಳನ್ನು ದಿಟ್ಟಿಸಿದ. ಅವನ ತಮ್ಮ ಅಳುತ್ತಿದ್ದ. *ಶಿವಪ್ಪಾ, ಮಗನೇ ಅಳಬೇಡಾ*

ಎಂದು ಕೂಗಬೇಕೆನಿಸಿತು. ಕೈಯೆತ್ತಿ ಅವನ ಕಣ್ಣೀರನ್ನು ಒರೆಸಬೇಕೆನಿಸಿತು. ಆದರೆ ಅವನು ಬಹಳ ನಿತ್ರಾಣನಾಗಿದ್ದ.

"ಅಣ್ಣಾ, ನನ್ನನ್ನು ಕ್ಷಮಿಸು"

ಕಟ್ಟಪ್ಪನಿಗೆ ತಮ್ಮನ ಮಾತು ಕೇಳಿಸಿತು. ಉತ್ತರಿಸುವುದಕ್ಕೆ ಮೊದಲೇ ಅವನು ಗಾಳಿಯಲ್ಲಿ ಹಾರುತ್ತಿದ್ದ. ಪ್ರಪಾತದ ಅಂಚಿನಲ್ಲಿ ನಿಂತು ಅವನು ಬೀಳುವುದನ್ನೇ ನೋಡುತ್ತಿದ್ದ ಅವನ ತಮ್ಮ ಚಿಕ್ಕದಾಗುತ್ತಾ ಹೋದ. ಗುಲಾಮನು ಬೀಳುವಾಗ ಕಾಮನಬಿಲ್ಲು ಸೀಳಿತು. ಅವನ ಕಪ್ಪಗಿನ ದೇಹ ಮುಟ್ಟಲಾರೆನೆಂಬಂತೆ. ನದಿಗೆ ಮಾತ್ರ ಅವನ ದೇಹದ ಬಣ್ಣದ ಬಗ್ಗೆ ಯಾವುದೇ ತಕರಾರಿರಲಿಲ್ಲ. ತನ್ನೆಡೆಗೆ ಬಂದ ಎಲ್ಲರನ್ನು ಅವಳು ತೆರೆದ ಕೈಗಳಿಂದ ಸ್ವಾಗತಿಸಿ ಎದೆಯೊಳಗೆ ಬಚ್ಚಿಟ್ಟುಕೊಳ್ಳುತ್ತಾಳೆ. ಅವಳು ಅವನಿಗಾಗಿ ಕೆಳಗೆ ಕಾಯುತ್ತಿದ್ದಳು. ತನ್ನ ಅಸಂಖ್ಯ ಕೈಗಳಿಂದ ಅಸಂಖ್ಯ ಬಂಡೆಗಳ ಮೇಲೆ ಬಡಿಯುತ್ತಾ, ನಗುತ್ತಾ ಕಾಯುತ್ತಿದ್ದಳು. ಕಲ್ಲು ಹೃದಯದ ನದಿ ಅವಳು.

ಅಧ್ಯಾಯ ಇಪ್ಪತ್ತೇಳು

ಪರಮೇಶ್ವರ

ಮಹಾಪ್ರಧಾನ ಪರಮೇಶ್ವರರ ಕೊಠಡಿಯನ್ನು ತಿಮ್ಮ ಪ್ರವೇಶಿಸಿದಾಗ ಮಳೆ ಬೀಳುತ್ತಿತ್ತು. ಮಹಾಪ್ರಧಾನರು ತಮ್ಮ ಸಹಾಯಕ ರೂಪಕನ ಜೊತೆ ಕೆಲಸದಲ್ಲಿದ್ದರು. ಅವರು ತಿಮ್ಮನಿಗೆ ಕೂರಲು ಸನ್ನೆ ಮಾಡಿದರು. ತಿಮ್ಮ ಪೀಠದ ಅಂಚಿನಲ್ಲಿ ಕೂತು ಆತಂಕದಿಂದ ಎದುರಿನ ಮೇಜನ್ನು ಭದ್ರವಾಗಿ ಹಿಡಿದ. ಪರಮೇಶ್ವರರ ಪೀಠದ ಹಿಂದೆ ದೊಡ್ಡದೊಂದು ಕಿಟಕಿ ಇದ್ದು ಅದರ ಮೂಲಕ ಮೇಲಿನ ತಾರಸಿಯಿಂದ ಮಳೆನೀರು ಧಾರೆಯಾಗಿ ಬೀಳುತ್ತಿದ್ದುದು ಕಾಣಿಸುತ್ತಿತ್ತು. ಮಳೆ ಎಂದರೆ ತಿಮ್ಮನಿಗೆ ಖಿನ್ನತೆ ಉಂಟಾಗುತ್ತಿತ್ತು. ಅರಮನೆಯ ತೋಟಗಳು ಆವಿ ಮತ್ತು ತುಂತುರಿನ ನಡುವೆ ಮಸುಕಾಗುತ್ತಿದ್ದುದನ್ನು ನೋಡುತ್ತಾ ತಿಮ್ಮ *ಮಳೆ ಎಂದರೆ ದೇವರುಗಳ ದುಃಖ* ಎಂದುಕೊಂಡ. ಮಗುವಾಗಿರುವಾಗ ಮಳೆ ಎಂದರೆ ಖುಷಿ. ಯೌವನದಲ್ಲಿ ಮಳೆ ಎಂದರೆ ಪ್ರಣಯ, ಮಧ್ಯ ವಯಸ್ಸಿನಲ್ಲಿ ದೈನಂದಿನ ಜಂಜಾಟಗಳ ಸುಳಿಯಲ್ಲಿ ಬೇರೆ ಯಾವುದೂ ಬೇಕಾಗಿಲ್ಲ, ಆದರೆ ಮನುಷ್ಯನ ಕೊನೆಯ ದಿನಗಳಲ್ಲಿ ಮಳೆ ಎಂದರೆ ಅಮಂಗಲದ ಅಪರಾವತಾರ.

ತಿಮ್ಮ ಈ ದಿನವನ್ನು ಎದುರುನೋಡಿದ್ದ. ಅವನ ಗೆಳೆಯ ದೇವರಾಯ ಸತ್ತ ದಿನದಿಂದ ಪ್ರತಿ ಕ್ಷಣವೂ ಅವನು ಈ ದಿನಕ್ಕಾಗಿ ಭಯಪಟ್ಟಿದ್ದ. ಅವನಿಗೆ ಈಗ ದೇವರಾಯ ಚೆನ್ನಾಗಿ ಅರ್ಥವಾಗಿದ್ದ. ತನ್ನ ನಂಬಿಕೆಗೆ ವಿರುದ್ಧವಾಗಿರುವ ಯಾವುದೇ ಕ್ರಮವನ್ನು ಕೈಗೊಳ್ಳಲು ತನಗೆ ಒತ್ತಾಯಿಸಬಾರದಾಗಿ ಕೊನೆಯದಾಗಿ ಒಂದು ಸಲ ಬೇಡಿಕೊಳ್ಳಲು ಬಂದಿದ್ದ.

ಕೋಣೆಯಲ್ಲಿ ಪುಸ್ತಕದ ರಾಶಿ ಮತ್ತು ಒಂದು ಮೂಲೆಯಲ್ಲಿ ಆರಾಮ ಆಸನ ಬಿಟ್ಟರೆ ಬೇರೆ ಏನೂ ಇರಲಿಲ್ಲ. ಪರಮೇಶ್ವರರು ಅದರಲ್ಲಿ ಕುಳಿತೇ ಮಧ್ಯಾಹ್ನದ ವಿಶ್ರಾಂತಿ ಪಡೆಯುತ್ತಿದ್ದರು. ತಿಮ್ಮನ ಕಣ್ಣು ಆಸನದ ಪಕ್ಕ ಇದ್ದ ಒಂದು ವಸ್ತುವಿನ ಮೇಲೆ ಬಿತ್ತು. ಅವನು ಎದ್ದು ಅದರ ಕಡೆಗೆ ಹೆಜ್ಜೆ ಹಾಕಿದ. ಅದೊಂದು ಆಟಿಕೆಯ ಆನೆ. ಯಾರೋ ಮಗು ಮಾಡಿದಂತೆ ಒರಟೊರಟಾಗಿತ್ತು. ಮಾಹಿಷ್ಮತಿಯ ಪ್ರಧಾನಮಂತ್ರಿಗಳ ಕೊಠಡಿಯಲ್ಲಿ ಅದು ಅಸಂಗತವಾಗಿ ಕಂಡಿತು. ತಿಮ್ಮ ಅದನ್ನು ಎತ್ತಿಕೊಂಡ. ಮಣ್ಣನ್ನು ತಿದ್ದಿ ರೂಪುಗೊಳಿಸಿದ ಪುಟ್ಟ ಬೆರಳುಗಳ ಗುರುತುಗಳು ಅದರ ಮೇಲೆ ಮೂಡಿತ್ತು. ಅದಕ್ಕೊಂದು ಮನೆಯ ವಾತಾವರಣದ ಗುಣ, ಬಾಲ್ಯದ ಮುಗ್ಧತೆ ಇತ್ತು. ಒಂದು ಕ್ಷಣ ತಿಮ್ಮನಿಗೆ ಅಖಿಲಳ ನೆನಪಾಗಿ ಗಂಟಲು ಗದ್ಗದವಾಯಿತು.

"ನನ್ನ ಮೊಮ್ಮಗನದು, ತಿಮ್ಮ" ಪರಮೇಶ್ವರ ನುಡಿದರು. ಮಹಾಪ್ರಧಾನರ ಕಚೇರಿಯ ಮೊಹರನ್ನು ಹೊತ್ತ ತಾಳೆಯೋಲೆಗಳ ಕಟ್ಟನ್ನು ಎತ್ತಿಕೊಂಡು ರೂಪಕ ಹೊರನಡೆದ. ಪರಮೇಶ್ವರರು ಎದ್ದು ನಿಂತು ತಮ್ಮ ಊರುಗೋಲಿಗಾಗಿ ತಡಕಾಡಿ ತಿಮ್ಮನ ಕಡೆಗೆ ಹೆಜ್ಜೆ ಹಾಕಿದರು. ತಿಮ್ಮನ ಕೈಯಿಂದ ಆನೆಯನ್ನು ತೆಗೆದು ಕೊಳ್ಳುವಾಗ ಅವರ ಮುಖದಲ್ಲಿ ಮುಗುಳ್ನಗು ಮಿಂಚಿತು. ಮುಂದಿನ ಕೆಲವು ನಿಮಿಷಗಳವರೆಗೆ ಪರಮೇಶ್ವರ ತಮ್ಮ ಮೊಮ್ಮಕ್ಕಳ ಬಗ್ಗೆ ಮಾತಾಡಿದರು. ಆ ಕಥೆಗಳನ್ನು ಕೇಳುತ್ತಾ ನಿಂತ ತಿಮ್ಮನ ಹೃದಯ ಮತ್ತಷ್ಟು ಭಾರವಾಯಿತು. ಹೊರಗೆ ಮಳೆ ನಿಲ್ಲದೇ ಸುರಿಯುತ್ತಿತ್ತು. ಕೊನೆಗೂ ಪರಮೇಶ್ವರರು ಅವನ ಭೇಟಿಯ ಕಾರಣ ಕೇಳಿದಾಗ ತಿಮ್ಮ ಹಿಂಜರಿದ. ಆದರೆ ವಿಷಯವನ್ನು ಆದಷ್ಟು ಬೇಗ ಹೇಳಿ ಮುಗಿಸುವುದು ಉತ್ತಮ ಇಲ್ಲದಿದ್ದರೆ ತಾನು ಧೈರ್ಯ ಕಳೆದುಕೊಳ್ಳುತ್ತೇನೆ ಎಂದು ಅವನಿಗೆ ಗೊತ್ತಿತ್ತು.

ತಿಮ್ಮ ಮೆಲ್ಲನೆ ನುಡಿದ "ಸ್ವಾಮೀ, ನಾನು ರಾಜೀನಾಮೆ ಕೊಡುತ್ತಿದ್ದೇನೆ, ನನ್ನಿಂದ ಇದಾಗದು"

ಪರಮೇಶ್ವರರು ತಿಮ್ಮನನ್ನೇ ದಿಟ್ಟಿಸಿನೋಡಿದರು. "ಅದು ಅಷ್ಟು ಸುಲಭವಾಗಿದ್ದಿದ್ದರೇ..."

"ನೀವು ನಿಮ್ಮ ಮೊಮ್ಮಕ್ಕಳ ಬಗ್ಗೆ ಎಷ್ಟು ಹೆಮ್ಮೆಪಡುತ್ತೀರಿ ಸ್ವಾಮೀ, ಇತರರ ನೋವನ್ನು ಯಾಕೆ ನೀವು ಅರ್ಥಮಾಡಿಕೊಳ್ಳುವುದಿಲ್ಲ? ಅನೇಕ ತಾತಂದಿರು ತಮ್ಮ ಮೊಮ್ಮಕ್ಕಳನ್ನು ಕಳೆದುಕೊಂಡಿದ್ದಾರೆ. ಮಕ್ಕಳನ್ನು ಕಳೆದುಕೊಂಡ ತಾಯಂದಿರು ಹುಚ್ಚಿಯರಾಗಿದ್ದಾರೆ...."

"ಎಲ್ಲವು ದೇಶದ ಹಿತಕ್ಕಾಗಿ ತಿಮ್ಮ. ನೀನಿದನ್ನು ಮಾಡದಿದ್ದರೆ ಬೇರೆ ಯಾರಾದರೂ ಮಾಡುತ್ತಾರೆ. ನೀನಾದರೆ ಅನುಕಂಪದಿಂದ ಮಾಡುತ್ತೀಯಾ" ಪರಮೇಶ್ವರರು ಸಹಾನುಭೂತಿಯಿಂದ ನುಡಿದರು.

"ಇಲ್ಲ, ನನ್ನಿಂದಾಗದು"

"ಗೌರೀಕಾಂತ ಶಿಲೆಯು ಇನ್ನೇನು ಗುಹಾಭೂಮಿಯನ್ನು ತಲುಪಲಿದೆ. ಮಹಾಮಾಸಕ್ಕೆ ಇನ್ನು ಕೆಲವೇ ದಿನಗಳಿವೆ. ಅವನ್ನು ಸುರಕ್ಷಿತವಾಗಿ ನದಿ ದಾಟಿಸಿ ಕಾರ್ಯಾಗಾರಕ್ಕೆ ತರುವುದು ನಿನ್ನ ಹೊಣೆ. ಮಾಹಿಷ್ಮತಿಯ ಮತ್ತು ಅದರ ಪ್ರಜೆಗಳ ಭದ್ರತೆ ಅದನ್ನವಲಂಬಿಸಿದೆ. ನಮ್ಮ ನಾಗರಿಕತೆಯ ಸಮೃದ್ಧಿ ಮತ್ತು ಪ್ರಗತಿಗೆ ಕಾರಣವೇ ಗೌರೀಕಾಂತ. ನಮ್ಮ ದೇಶಕ್ಕಾಗಿ ನೀನದನ್ನು ಮಾಡಬೇಕು, ಮಿತ್ರಾ" ಪರಮೇಶ್ವರರು ತಿಮ್ಮನ ಭುಜದ ಮೇಲೆ ಕೈಯಿರಿಸಲು ಹೋದರು, ಆದರೆ ತಿಮ್ಮ ಹೆಗಲು ಕೊಡಲಿಲ್ಲ.

"ಇದು ಯಾಕೆ ಕೊನೆಯ ಸಲವಾಗಬಾರದು? ನಾವು ಯಾಕೆ ಹುಡುಗರನ್ನು ಹೋಗಲು ಬಿಡಬಾರದು? ಅವರು ನಮಗೆ ಸಾಕಷ್ಟು ದುಡಿದಿದ್ದಾರೆ. ಅವರನ್ನೆಲ್ಲ ಕೊಂದು ಪ್ರತೀ ಹನ್ನೆರಡು ವರ್ಷಕ್ಕೊಮ್ಮೆ ಹೊಸಾ ಹುಡುಗರ ದಂಡು ಯಾಕೆ ತರಬೇಕು?"

"ಅದು ಕೊಲೆಯಲ್ಲ ತಿಮ್ಮಾ, ತಾಯಿ ಗೌರಿಗೆ ಬಲಿ, ಮಾಹಿಷ್ಮತಿಗೆ..."

"ಸ್ವಾಮೀ, ನೀವು ಹೇಳುತ್ತಿರುವುದರ ಬಗ್ಗೆ ನಿಮಗೇ ನಂಬಿಕೆ ಇದೆಯೇ?" ಕೋಪದಿಂದ ತಿಮ್ಮನ ಕಣ್ಣುಗಳು ಪ್ರಜ್ವಲಿಸಿದವು.

"ಹೆಚ್ಚಿನ ಒಳಿತಿಗಾಗಿ ಕೆಲವರು ತ್ಯಾಗ ಮಾಡಬೇಕಾಗುತ್ತದೆ. ನಮ್ಮ ಸೈನಿಕರು ದೇಶಕ್ಕಾಗಿ ತ್ಯಾಗ ಮಾಡುತ್ತಿಲ್ಲವೇ ತಿಮ್ಮಾ?"

"ಸ್ವಾಮೀ, ನನ್ನ ಉದ್ಧಟತನವನ್ನು ಕ್ಷಮಿಸಿ," ತಿಮ್ಮ ಪರಮೇಶ್ವರರ ಕೈಯಿಂದ ಆಟದ ಆನೆಯನ್ನು ತೆಗೆದುಕೊಂಡು ನುಡಿದ "ಇದನ್ನು ಮಾಡಿದ ಪುಟ್ಟ ಕೈಗಳಿಂದ ನೀವು ಗಣಿಗಳಲ್ಲಿ ಗೌರೀಕಾಂತವನ್ನು ಕೆತ್ತಿ ತೆಗೆಸುತ್ತೀರೇನು?"

ಪರಮೇಶ್ವರರು ಕೋಪದಿಂದ ಕಂಪಿಸಿದರು. ಒಂದು ಕ್ಷಣ ಅವರ ಧ್ವನಿ ಕಟ್ಟಿತು. ತಿಮ್ಮನ ಕೈಯಿಂದ ಆನೆಯನ್ನು ಕಿತ್ತುಕೊಂಡು ಅವರ ಊರುಗೋಲನ್ನು ಬಾಗಿಲಿನ ಕಡೆಗೆ ತೋರಿಸುತ್ತಾ ಗುಡುಗಿದರು "ತೊಲಗಾಚೆ! ಈ ಕ್ಷಣ ಇಲ್ಲಿಂದ ತೊಲಗು!"

"ತ್ಯಾಗವೆಲ್ಲಾ ಬೇರೆಯವರಿಗೆ ಮಾತ್ರ ಮೀಸಲೇ ಸ್ವಾಮೀ? ಬಡವರ ಮಕ್ಕಳು, ಅಸಹಾಯಕರು, ನತದೃಷ್ಟರು, ಕೀಳು ಜಾತಿಯವರು.... "

"ಇನ್ನು ಈ ಬಗ್ಗೆ ನಾನು ಮಾತು ಮುಂದುವರಿಸುವುದಿಲ್ಲ. ನಾನು ನಿನ್ನನ್ನು ಬಂಧಿಸಬೇಕಾಗುತ್ತದೆ!" ಪರಮೇಶ್ವರರ ತುಟಿಗಳು ಕೋಪದಿಂದ ಅದುರುತ್ತಿದ್ದವು.

"ಮತ್ತು ದೇವರಾಯನಂತೆ ನೇಣು ಹಾಕುತ್ತೀರಾ? ಅನ್ಯಾಯಕ್ಕೆ ವಿರುದ್ಧವಾಗಿ ದನಿ ಎತ್ತಿದ್ದಕ್ಕೆ? ಅದಕ್ಕಾಗಿ ನಾನು ಸಂತೋಷದಿಂದ ನೇಣಿಗೇರುತ್ತೇನೆ. ಆದರೆ ನಾನು ಈ ಪಾಪಕೃತ್ಯ ಮಾಡುವುದಿಲ್ಲ." ತಿಮ್ಮ ಹಿರಿಯನತ್ತ ಬಿರುಗಣ್ಣು ಬಿಟ್ಟ.

"ಅದು ಅಷ್ಟು ಸುಲಭ ಅಂದುಕೊಂಡೆಯಾ? ಆಂ? ನೀನೊಬ್ಬ ಧೀರನಾಗಿ ಆತ್ಮಾರ್ಪಣೆ ಮಾಡಬೇಕೆಂದುಕೊಂಡೆಯಾ? ಕಳೆದ ಸಲ ಮಹಾರಾಜರು ದೇವರಾಯನನ್ನು ಗಲ್ಲಿಗೇರಿಸಿದಾಗ ನಾನು ಅವರಲ್ಲಿ ಬೇಡಿಕೊಂಡು ಆ ಹುಡುಗಿಯ ಪ್ರಾಣ ಉಳಿಸಿದೆ. ನಿಯಮವಿರುವುದು ರಾಜ್ಯದ್ರೋಹಕ್ಕೆ ಇಡೀ ಕುಟುಂಬ ನೇಣಿಗೇರಬೇಕು, ತಿಮ್ಮಾ , ಅದನ್ನು ನೆನಪಿಟ್ಟುಕೋ. ಮಹಾರಾಜರು ನಿನ್ನನ್ನೂ ನಿನ್ನ ಕುಟುಂಬದವರನ್ನೂ ಗಲ್ಲಿಗೇರಿಸಲು ನಿರ್ಣಯಿಸಿದರೆ ನಿನ್ನನ್ನು ಉಳಿಸಲು ನಾನು ಒಂದು ಕಿರುಬೆರಳನ್ನೂ ಎತ್ತುವುದಿಲ್ಲ."

ತಿಮ್ಮನ ಹೆಗಲು ಸೋತಭಾವದಲ್ಲಿ ಕುಸಿಯಿತು. ಅವನು ಮತ್ತೊಂದು ಮಾತನಾಡದೆ ಪರಮೇಶ್ವರರಿಗೆ ಬಾಗಿ ವಂದಿಸಿ ಹೊರಬಂದ.

ಆ ದೊಡ್ಡ ಗವಿಯಂತಹ ಕೋಣೆಯಲ್ಲಿ ಪರಮೇಶ್ವರರು ಒಂಟಿಯಾಗಿ, ನೆಲ ಕಚ್ಚಿದವರಂತೆ ನಿಂತರು. ಅವರ ಬೆರಳುಗಳು ಆಟದ ಆನೆಯನ್ನು ನೇವರಿಸಿದವು. ಹೊರಗೆ ಮಳೆ ಜೋರಾಗಿ, ಕೀಲು ಹಾಕದ ಕಿಟಕಿಯ ಬಾಗಿಲೊಂದು ಧಡಾರನೆ ಬಡಿಯಿತು. ಅವರು ಕಾಲೆಳೆದುಕೊಂಡು ನಡೆದು ತಮ್ಮ ಆಸನದಲ್ಲಿ ಕುಸಿದರು. ತಿಮ್ಮನ ಮಾತು ಪರಮೇಶ್ವರರ ಮೇಲೆ ಭಾರೀ ಪರಿಣಾಮ ಬೀರಿತ್ತು. ತಿಮ್ಮ ಕೇಳಿದ ಪ್ರಶ್ನೆಗಳು ಸ್ವತಃ ಅವರದೇ ಪ್ರಶ್ನೆಗಳಾಗಿದ್ದವು. ಅವರಿಗೆ ಉತ್ತರಗಳೂ ಸಹಾ ಗೊತ್ತಿತ್ತು. ಅವು ಅವರ ಹೃದಯದ ಆಳದಲ್ಲಿ ಹುದುಗಿದ್ದವು. ತಾವು ಇದನ್ನೆಲ್ಲಾ ದೇಶದ ಒಳಿತಿಗಾಗಿ ಮಾಡುತ್ತೇವೆ ಎಂದು ತಮ್ಮನ್ನು ತಾವೇ ನಂಬುವಂತೆ ಒತ್ತಾಯಿಸಿಕೊಂಡು ತಮಗೇ ಮೋಸ ಮಾಡಿಕೊಂಡಿದ್ದರು. ತಾವು ಬರಿಯ ಕರ್ತವ್ಯವನ್ನು ನಿಭಾಯಿಸುತ್ತಿದ್ದೇವೆ ಎನ್ನುವ ನಂಬಿಕೆಯಲ್ಲಿ ತಮ್ಮ ಆತ್ಮಸಾಕ್ಷಿಯನ್ನು ಹತ್ತಿಕ್ಕಿಕೊಂಡಿದ್ದರು.

ಆದರೆ ಅವರು ಯಾಕೆ ತಮ್ಮ ಮೊಮ್ಮಗನನ್ನು ಗೌರೀಪರ್ವತದಲ್ಲಿ ಕೆಲಸ ಮಾಡಲು ಬಿಡುತ್ತಿಲ್ಲ ಎಂದು ತಿಮ್ಮ ಕೇಳಿದ ಪ್ರಶ್ನೆ ಹಾರೆಯಿಂದ ಬಡಿದೆಬ್ಬಿಸಿದಂತೆ ಅವರ ಆತ್ಮಸಾಕ್ಷಿಯ ಬಾಗಿಲನ್ನು ತೆರೆದಿತ್ತು. ಬೇರೆ ಯಾರೇ ಆಗಿದ್ದರೂ ಅವರು

ಅದನ್ನೊಂದು ಅಪಮಾನವಾಗಿ ಪರಿಗಣಿಸುತ್ತಿದ್ದರು. ಅಂತಹ ವ್ಯಕ್ತಿಯನ್ನು ಶಾಶ್ವತವಾಗಿ ನಾಶ ಮಾಡುತ್ತಿದ್ದರು. ಆದರೆ ತಿಮ್ಮನಂತಹ ಪ್ರಾಮಾಣಿಕ ವ್ಯಕ್ತಿಯ ಬಾಯಿಂದ ಬಂದ ಮಾತು ಯಾರೋ ಅವರ ಮುಖಕ್ಕೆ ಕನ್ನಡಿಯನ್ನು ಹಿಡಿದಂತಾಗಿತ್ತು ಮತ್ತು ಕನ್ನಡಿಯಲ್ಲಿ ಯಾರೋ ಅಪರಿಚಿತ ದಿಟ್ಟಿಸಿ ನೋಡುತ್ತಿದ್ದ.

ಅಲ್ಲಿ ಕಾಣಿಸಿದ್ದು ಅವರಿಗೆ ಇಷ್ಟವಾಗಲಿಲ್ಲ. ಐವತ್ತು ವರ್ಷಗಳ ಹಿಂದೆ ಅವರು ಮಾಹಿಷ್ಮತಿಯ ಸೇವೆಗಾಗಿ ನೇಮಿತರಾದಾಗ ಅವರು ಇಟ್ಟುಕೊಂಡಿದ್ದ ಗುರಿ ಇದಲ್ಲ. ಅವರಿಗೆ ಉದಾತ್ತ ಗುರಿಗಳಿದ್ದವು. ತಮ್ಮ ಅನುಕಂಪೆ ಮತ್ತು ಬುದ್ಧಿವಂತಿಕೆಯ ಬಗ್ಗೆ ಅವರಿಗೆ ಬಹಳ ಹೆಮ್ಮೆ ಇತ್ತು. ಆದರೆ ಕಾಲಾಂತರದಲ್ಲಿ ಅವರು ರಾಜಕೀಯ ಕದನಗಳನ್ನು ಮಾಡಿದ್ದರು, ತಮ್ಮ ವೃತ್ತಿಯಲ್ಲಿ ಮುಂದುವರಿಯಲು ಅನೇಕ ಸರಿಯಾದ ಕ್ರಮಗಳನ್ನೂ ಜೊತೆಗೆ ಅನೇಕ ತಪ್ಪು ಕ್ರಮಗಳನ್ನೂ ಕೈಗೊಂಡಿದ್ದರು. ಕೊನೆಗೂ ಮಾಹಿಷ್ಮತಿಯ ಮಹಾಪ್ರಧಾನರಾಗುವ ತಮ್ಮ ಜೀವಮಾನದ ಆಸೆಯನ್ನು ಪೂರೈಸಿಕೊಂಡಿದ್ದರು. ಅದೇ ಅವರ ಜೀವನದ ದುರಂತವೂ ಆಗಿತ್ತು. ಈಗ ಹಿಂತಿರುಗಿ ನೋಡಿದರೆ ಕನಿಷ್ಠಪಕ್ಷ ಒಂದೇ ಒಂದು ಸಲವಾದರೂ ತಮಗೆ ದೇವರಾಯನಿಗಿದ್ದ ಧೈರ್ಯ ಇರಬಾರದಿತ್ತೇ ಅನ್ನಿಸಿತು. ಒಂದೇ ಒಂದು ಸಲವಾದರೂ ತಾವು ಮಹಾರಾಜನಿಗೆ ಎದುರಾಗಿ ನಿಲ್ಲುವ ಧೈರ್ಯ ಮಾಡಬೇಕಿತ್ತು, ಅಷ್ಟು ನಿಷ್ಕರುಣೆಯ ಕಾರ್ಯವನ್ನು ತಾನು ಮಾಡುವುದಿಲ್ಲ ಅನ್ನಬೇಕಿತ್ತು, ಈಗ ತಾನೇ ತಿಮ್ಮ ತಮಗೆ ಎದುರಾಗಿ ನಿಂತ ಹಾಗೆ ಅನ್ನಿಸಿತು. ತಾನೊಬ್ಬ ಹೇಡಿ, ಪರಮೇಶ್ವರರು ತಮಗೆ ತಾವೇ ಹೇಳಿಕೊಂಡರು. ಅರ್ಧ ಶತಮಾನಗಳ ಸೇವೆಯ ನಂತರ ಬಂದ ದುಃಖದ ವಿವೇಚನೆ. ತಮ್ಮ ಹೆಂಡತಿ ಸರಿಯಾಗಿ ಹೇಳಿದ್ದಳು. ಎಲ್ಲವನ್ನೂ ಬಿಟ್ಟು ನಿವೃತ್ತನಾಗುವುದಕ್ಕೆ ಇದು ಸಮಯ. ಆಟಿಕೆಯ ಆನೆಯನ್ನು ಪ್ರೀತಿಯಿಂದ ನೋಡಿದರು. ಮೊಮ್ಮಕ್ಕಳ ಜೊತೆ ಹೆಚ್ಚು ಸಮಯ ಕಳೆಯಬಹುದು. ಆಸನದ ಪಕ್ಕದಲ್ಲಿ ಆನೆಯನ್ನು ಮರಳಿ ಇಟ್ಟರು. ಬಡವರ ಮೊಮ್ಮಕ್ಕಳ ಬಗ್ಗೆ ತಿಮ್ಮ ಹೇಳಿದ ಮಾತು ಅವರ ಹೃದಯಾಂತರಾಳದಿಂದ ಉಕ್ಕಿ ಬಂತು ಆದರೆ ಕಠಿಣ ನಿರ್ಣಯದಿಂದ ಅದನ್ನು ಒಳಗೆ ಒತ್ತಿ ಹುದುಗಿಸಿದರು. ಆ ರೀತಿ ಯೋಚಿಸುತ್ತಿದ್ದರೆ ಮನಶ್ಶಾಂತಿ ಸಿಗುವುದು ಸಾಧ್ಯವೇ ಇಲ್ಲ. *ನಾನು ಹೇಡಿ ಮಾತ್ರವಲ್ಲ, ಸ್ವಾರ್ಥಿಯೂ ಕೂಡಾ* ಎಂದು ಯೋಚಿಸಿ ಮರುಗಿದರು. ರೂಪಕನನ್ನು ಕರೆಯಲು ಗಂಟೆ ಬಾರಿಸಲು ಕೈಚಾಚಿದರು. ಅವರ ಉತ್ತರೀಯ ಆಟಿಕೆಯ ಆನೆಗೆ ತಗುಲಿ ಅದು ಕೆಳಗೆ ಬಿದ್ದು ಚೂರಾಯಿತು.

ರೂಪಕ ಬಂದಾಗ ಅವರು ಕೆಳಗೆ ಬಿದ್ದು ಚೂರಾದ ತುಂಡುಗಳನ್ನೇ ದಿಟ್ಟಿಸುತ್ತಿದ್ದರು. ಕೋಣೆಯಲ್ಲಿ ದೀಪ ಹಚ್ಚಿರಲಿಲ್ಲ. ತಣ್ಣಗಿತ್ತು.

"ಸ್ವಾಮೀ?" ರೂಪಕ ಮೆಲುದನಿಯಲ್ಲಿ ಕೇಳಿದ.

ಪರಮೇಶ್ವರರು ಗಟ್ಟಿ ಮನಸ್ಸು ಮಾಡಿ ತಮ್ಮ ಶಿಷ್ಯನ ಕಡೆಗೆ ತಿರುಗಿದರು. ಸಧ್ಯ ದೀಪ ಬೆಳಗಿರಲಿಲ್ಲ, ಅವರ ಕಣ್ಣಲ್ಲಿ ನೀರಿರುವುದನ್ನು ರೂಪಕ ನೋಡಿದ್ದರೆ ಅವರಿಗೆ ಮುಜುಗರವಾಗುತ್ತಿತ್ತು.

"ಮಹಾರಾಜರ ಜೊತೆ ಭೇಟಿಗೆ ಸಮಯ ಕೇಳು, ಸ್ಕಂದದಾಸನನ್ನೂ ಕರೆಸು"

"ಆಗಲಿ ಸ್ವಾಮೀ " ರೂಪಕ ತಿರುಗಿ ಹೊರಟ. ಬಾಗಿಲಲ್ಲಿ ಕ್ಷಣ ನಿಂತು ಕೇಳಿದ "ಅವರು ಕಾರಣ ಕೇಳಿದರೆ ಏನೆಂದು ಹೇಳಲಿ?"

ಉತ್ತರವಾಗಿ ಪರಮೇಶ್ವರರು ಕೋಣೆಯಿಂದ ಹೊರಗೆ ಬಂದರು. ರೂಪಕನನ್ನು ದಾಟಿ ಮೆಟ್ಟಿಲಿಳಿದು ಹೋಗಿ ಸುರಿವ ಮಳೆಯಲ್ಲಿ ನಿಂತರು. ತಮ್ಮ ಹೃದಯದ ಭಾರವನ್ನು ಮಳೆ ತೊಡೆದುಹಾಕಲಿ ಎಂದು ಕಾದರು.

ಪಡಸಾಲೆಯ ತುದಿಯಲ್ಲಿ ರೂಪಕ ತಾಳ್ಮೆಯಿಂದ ಕಾದ. ದೂರದಲ್ಲಿ ಗೌರೀಪರ್ವತದ ಶಿಖರ ಮೋಡಗಳಲ್ಲಿ ಮರೆಯಾಗಿತ್ತು.

ಮಳೆಯಲ್ಲ, ಗಂಗೆಯ ಸಕಲ ನೀರೆಲ್ಲವನ್ನೂ ತಂದು ಸುರಿದರೂ ತನ್ನ ಪಾಪ ತೊಳೆದುಹೋಗಲಾರದು. ಎಷ್ಟೊಂದು ಮುಗ್ಧ ಜನರ ರಕ್ತ ತನ್ನ ಕೈಮೇಲಿದೆ. ಅಮ್ಮಾ ಗೌರಿ, ನಾನೊಬ್ಬ ಮೂರ್ಖನಾಗಿದ್ದೆ, ನನ್ನ ಬಗ್ಗೆ ನಿಷ್ಠುರವಾಗಬೇಡಾ ತಾಯೀ, ಪರಮೇಶ್ವರರು ಬೇಡಿಕೊಂಡರು.

"ಸ್ವಾಮೀ?" ರೂಪಕ ಅವರನ್ನು ಎಚ್ಚರಿಸುವವನಂತೆ ಕರೆದ.

ಪರಮೇಶ್ವರರು ಕಹಿ ಮುಗುಳ್ನಗುವಿನಲ್ಲಿ ಅವನತ್ತ ತಿರುಗಿ ಹೇಳಿದರು "ಮಹಾರಾಜರಿಗೆ ಏನನ್ನೂ ಹೇಳಬೇಡಾ, ಸ್ಕಂದದಾಸನಿಗೆ ಹೇಳು, ಪರಮೇಶ್ವರರು ತಮ್ಮ ಪದವಿಯಿಂದ ನಿವೃತ್ತರಾಗಿದ್ದಾರೆ ಅಂತ. ಮತ್ತು ಅವನಿಗೆ ಅಭಿನಂದನೆಗಳನ್ನು ಹೇಳುವುದನ್ನು ಮರೆಯಬೇಡಾ, ಯಾಕೆಂದರೆ ಅವನೇ ಮಾಹಿಷ್ಮತಿಯ ಭಾವಿ ಮಹಾಪ್ರಧಾನ."

ಅಧ್ಯಾಯ ಇಪ್ಪತ್ತೆಂಟು

ತಿಮ್ಮ

ತಿಮ್ಮ ನದಿಯ ದಂಡೆಯ ಮೇಲೆ ನಿಂತಿದ್ದ. ಕಪ್ಪು ಮಸಿಯಂತಹ ನೀರು ರಭಸದಿಂದ ನೊರೆನೊರೆಯಾಗಿ ಹರಿಯುತ್ತಿತ್ತು. ಮಳೆ ಗೋಲಿಯಂತೆ ಬೀಳುತ್ತಿತ್ತು. ತಿಮ್ಮ ಮನೆಗೆ ಹಿಂದಿರುಗುವ ಮನಸ್ಥಿತಿ ಯಲ್ಲಿರಲಿಲ್ಲ. ಅವನು ಮಹಾಮಾಸದ ದಿನ ತಾನು ತನ್ನ ಕರ್ತವ್ಯ ನಿಭಾಯಿಸುವುದಿಲ್ಲ ಎಂದು ತನ್ನ ಹೆಂಡತಿಗೆ ಮಾತು ಕೊಟ್ಟಿದ್ದ. ನದಿಯಲ್ಲಿ ಹಾರಿ ಎಲ್ಲದಕ್ಕೂ ಮುಕ್ತಿ ಕಾಣಿಸಬಾರದೇಕೆ ಎಂದು ಆಲೋಚಿಸಿದ. ಆದರೆ ಅದು ಹೇಡಿತನದ ಮಾರ್ಗ. ತಾನು ಆ ಕೆಲಸ ಮಾಡುವುದಿಲ್ಲ. ತಾನು ಒಂದು ಪರಿಹಾರವನ್ನು ಕಂಡುಹಿಡಿದೇ ತೀರುತ್ತೇನೆ. ಆದರೆ ಅದು ಹೇಗೆ ಎಂದು ತಿಳಿದಿಲ್ಲ.

ಅವನಿಗೆ ಭಯವಿದ್ದುದು ಶಿಲೆಯನ್ನು ಸಾಗಿಸುವ ಬಗ್ಗೆ ಅಲ್ಲ, ಹುಡುಗರ ಸಾಮೂಹಿಕ ಕಗ್ಗೊಲೆಯದು. ಅವರು ಅಖಿಲಾಗಿಂತ ಕಿರಿಯರು. *ಮಾಹಿಷ್ಮತಿ ಎನ್ನುವುದು ಒಂದು ಜೀವಂತ ಸುಳ್ಳು. ಈ ಸಾಮ್ರಾಜ್ಯ ಕುಸಿಯುತ್ತದೆ. ಏಕೆಂದರೆ ಇದನ್ನು ಮುಗ್ಧ ಅಮಾಯಕರ ಕಣ್ಣೀರು ಮತ್ತು ರಕ್ತದ ಮೇಲೆ ಕಟ್ಟಲಾಗಿದೆ* ಎಂದು ತನಗೆ ತಾನೇ ಹೇಳಿಕೊಂಡ. ಅವನಿಗೆ ನಗಬೇಕೆನ್ನಿಸಿತು. ಮೂರು ಶತಮಾನಗಳ

ಕಾಲ ಈ ಸಾಮ್ರಾಜ್ಯ ವಿಜೃಂಭಿಸಿತ್ತು, ಶಕ್ತಿಯಿಂದ ಶಕ್ತಿಗೆ ಪ್ರವರ್ಧಿಸುತ್ತಾ, ಹಿಮ ಪರ್ವತಗಳಿಂದ ತೊಡಗಿ ಮೂರು ಕಡಲುಗಳವರೆಗೆ ಹೆಚ್ಚಿನ ಎಲ್ಲಾ ರಾಜ್ಯಗಳನ್ನು ಗೆದ್ದುಕೊಂಡಿತ್ತು. ಅಮ್ಮ ಗೌರಿಯ ಪ್ರಸಾದವೆಂದು ಕವಿಗಳು ಹಾಡುತ್ತಾರೆ.

ಅವನು ಪ್ರಾರಂಭದ ದಿನಗಳನ್ನು ನೆನಪಿಸಿಕೊಂಡ. ಶತಮಾನಗಳ ಕಾಲ ಶಿಲೆಗಳಿಗಾಗಿ ಗಣಿಗಾರಿಗೆ ಅವ್ಯಾಹತವಾಗಿ ನಡೆದಿತ್ತು. ಆದರೆ ಗೌರೀಪರ್ವತದ ಔದಾರ್ಯಕ್ಕೂ ಒಂದು ಮಿತಿ ಇತ್ತು. ವರ್ಷಗಳುರುಳಿದಂತೆ ಪರ್ವತದ ಗರ್ಭದ ಆಳದೊಳಗೆ ಗಣಿಗಾರಿಕೆ ಮಾಡಬೇಕಿತ್ತು. ಪರ್ವತ ಅಸ್ಥಿರಗೊಂಡು ಕೆಲವೊಮ್ಮೆ ಕುಸಿಯುತ್ತಿತ್ತು. ಅನೇಕ ಕೆಲಸಗಾರರು ಸತ್ತರು. ಗಣಿಗಳಲ್ಲಿ ಕೆಲಸ ಮಾಡುವ ಗುಲಾಮರ ಕೊರತೆ ಉಂಟಾಯಿತು. ಅವರ ಬೆಲೆ ಹೆಚ್ಚಾಯಿತು. ಹೆಚ್ಚಿನ ಗುಲಾಮರು ಬೇಗ ಸಾಯುತ್ತಿದ್ದರು. ಒಂದು ಶತಮಾನದ ಹಿಂದೆ ಒಂದು ಕ್ರೂರ ಕುಟಿಲ ಪರಿಹಾರವನ್ನು ಕಂಡುಕೊಳ್ಳಲಾಯಿತು. ದೊಡ್ಡ ಸುರಂಗಗಳಿಗಿಂತ ಸಣ್ಣ ಸುರಂಗಗಳು ಉತ್ತಮವೆಂದು ಕಂಡುಹಿಡಿಯಲಾಯಿತು. ಆಗ ಸಣ್ಣ ಸುರಂಗ ಗಳಲ್ಲಿ ತೆವಳಿ ಕೆಲಸ ಮಾಡಲು ಚಿಕ್ಕ ಹುಡುಗರನ್ನು ಬಳಸಿಕೊಳ್ಳಲಾಯಿತು. ಪ್ರಾರಂಭದಲ್ಲಿ ಸುರಂಗಗಳು ಸುರಕ್ಷಿತವೆಂದು ಹೇಳಿ ಒಪ್ಪಿಸಿದ್ದಕ್ಕೆ ತಂದೆತಾಯಿಗಳು ತಾವಾಗಿ ಮಕ್ಕಳನ್ನು ಕಳಿಸಿದರು. ದೊಡ್ಡ ಸುರಂಗಗಳಿಗಿಂತ ಸಣ್ಣ ಸುರಂಗಗಳು ಕಡಿಮೆ ಅಪಾಯಕಾರಿಯಾದರೂ ಸಂಪೂರ್ಣ ಸುರಕ್ಷಿತವಾಗಿರಲಿಲ್ಲ. ಗಣಿಗಳಲ್ಲಿ ಸಾಯುವ ಹುಡುಗರ ಸಂಖ್ಯೆ ಹೆಚ್ಚಾದಂತೆ ತಂದೆತಾಯಿಗಳು ತಮ್ಮ ಮಕ್ಕಳನ್ನು ಗಣಿ ಕೆಲಸಕ್ಕೆ ಕಲಿಸುವುದನ್ನು ನಿಲ್ಲಿಸಿದರು. ಎಷ್ಟೇ ಒತ್ತಾಯ ಮಾಡಿದರೂ, ಹೆಚ್ಚಿನ ಹಣದ ಆಮಿಷ ಒಡ್ಡಿದರೂ ತಮ್ಮ ಮಕ್ಕಳನ್ನು ಸಾವಿನ ದವಡೆಗೆ ಕಳಿಸಲು ತಂದೆತಾಯಿಯರು ಒಪ್ಪಲಿಲ್ಲ. ಮಹಾರಾಜರು ಒತ್ತಾಯದಿಂದ ಮಕ್ಕಳನ್ನು ಕರೆದುಕೊಂಡು ಹೋಗಲು ಯತ್ನಿಸಿದಾಗ ರಕ್ತಪಾತದ ದಂಗೆ ಎದ್ದಿತು. ದಂಗೆಯನ್ನು ಅಡಗಿಸಲು ಕೊನೆಗೆ ಮಹಾರಾಜರು ಗಣಿಯನ್ನೇ ಮುಚ್ಚುವುದಾಗಿ ಘೋಷಿಸಬೇಕಾಯಿತು. ಆಗಲೇ ಗಂಡುಮಕ್ಕಳ ಗುಲಾಮರ ವ್ಯಾಪಾರ ಪ್ರಾರಂಭ ವಾಗಿದ್ದು. ವ್ಯಾಪಾರಿಗಳು ಮತ್ತು ಕಡಲ್ಗಳ್ಳರು ಸಾಮಂತ ರಾಜ್ಯಗಳ ಒಳ ಗ್ರಾಮ ಗಳಲ್ಲಿ ಗಂಡುಮಕ್ಕಳನ್ನು ಬೇಟೆಯಾಗಿ ಎತ್ತಿಕೊಂಡು ಬಂದು ಮಾರುತ್ತಿದ್ದರು. ಸರ್ಕಾರವು ಈ ಪಿಡುಗನ್ನು ನಿಯಂತ್ರಿಸುವಂತೆ ನಟಿಸುತ್ತಿದ್ದರೂ ಅದಕ್ಕೆ ಕುರುಡಾಗಿತ್ತು. ಅದರ ಹೊಣೆಗಾರಿಕೆ ಅನೇಕ ಅಧಿಕಾರಗಳಲ್ಲಿ ಹಂಚಿಹೋಗಿತ್ತು. ಹುಡುಗರ ಮೇಲ್ವಿಚಾರಣೆ ಮಾಡಿ ಅವರು ತಪ್ಪಿಸಿಕೊಂಡು ಹೋಗದಂತೆ ನೋಡಿಕೊಳ್ಳಲು ಕುಬ್ಜರನ್ನು ನೇಮಿಸಲಾಯಿತು. ಗಣಿಗಾರಿಕೆಯ ಕೆಲಸದಲ್ಲಿ ಕುಬ್ಜರು ಅತಿ ಕ್ರೂರಿಗಳಾದರು. ಆದರೆ ಹುಡುಗರಿಂದ ಗರಿಷ್ಠ ಕೆಲಸವನ್ನು

ತೆಗೆಯುವುದಕ್ಕೆ ಅದು ಅತ್ಯವಶ್ಯಕ ಎಂದು ಅಧಿಕಾರಿಗಳೇ ಹೇಳುತ್ತಿದ್ದರು. ವರ್ಷಗಳುರುಳಿದಂತೆ ಗಣಿ ಇನ್ನಷ್ಟು ಮತ್ತಷ್ಟು ಆಳವಾಗುತ್ತಾ ಹೋಯಿತು. ವೈತಾಳಿಕರು ತಮ್ಮ ಪವಿತ್ರ ಪರ್ವತವನ್ನು ಹಿಂತಿರುಗಿ ಪಡೆಯಲು ಮತ್ತೆಮತ್ತೆ ಯುದ್ಧಕ್ಕೆ ಆಕ್ರಮಣ ಮಾಡುತ್ತಿದ್ದರು. ಆದರೆ ಶಕ್ತಿಶಾಲಿ ಮಾಹಿಷ್ಮತಿಯು ತನ್ನ ಪವಿತ್ರ ಗೋವನ್ನು ಎಂದಿಗೂ ಬಿಟ್ಟುಕೊಡುತ್ತಿರಲಿಲ್ಲ. ಬದಲಿಗೆ ವೈತಾಳಿಕರ ದಂತಕಥೆಗಳನ್ನು ರಾಜ್ಯವು ಪ್ರಚಾರಕ್ಕೆ ಚೆನ್ನಾಗಿ ಬಳಸಿಕೊಂಡಿತು.

ಹನ್ನೆರಡು ವರ್ಷಕ್ಕೊಮ್ಮೆ ತಾಯಿ ಗೌರಿಯು ತನ್ನ ಗರ್ಭದಿಂದ ಶಿಲೆಗಳನ್ನು ಹೊರಹಾಕುತ್ತಾಳೆಂದು ಕವಿಗಳು ಹಾಡುತ್ತಿದ್ದರು. ಆ ದಂತಕಥೆಯಲ್ಲಿ ಸ್ವಲ್ಪಮಟ್ಟಿನ ಸತ್ಯವೂ ಇತ್ತು. ಅನೇಕ ಶತಮಾನಗಳ ಹಿಂದೆ ವೈತಾಳಿಕರು ಅಂತಹ ಶಿಲೆಗಳನ್ನು ಸಂಗ್ರಹಿಸಿ ಪೂಜೆಯ ಮೂರ್ತಿಗಳಂತೆ ಬಳಸುತ್ತಿದ್ದರು. ಅನೇಕ ಶತಮಾನಗಳಿಗೆ ಒಮ್ಮೆ ಮಾತ್ರ ಜ್ವಾಲಾಮುಖಿಯ ಪರ್ವತ ಅಂತಹ ಶಿಲೆಗಳನ್ನು ಹೊರ ಉಗುಳುತ್ತದೆ ಎನ್ನುವುದು ಮರೆತುಹೋಗಿ, ಪುರೋಹಿತರು, ಮಾಹಿಷ್ಮತಿಯು ಪುಣ್ಯನಾಡಾದ್ದರಿಂದ ತಾಯಿ ಗೌರಿಯು ಹನ್ನೆರಡು ವರ್ಷಗಳಿಗೆ ಒಮ್ಮೆ ಆಶೀರ್ವದಿಸುತ್ತಾಳೆ ಎಂದು ಹೇಳುತ್ತಿದ್ದರು. ಮಾಹಿಷ್ಮತಿಯ ಪ್ರಜೆಗಳು ಈ ಸುಳ್ಳನ್ನು ಸುಲಭವಾಗಿ ನಂಬಿದ್ದರು. ಗಣಿಗಳಲ್ಲಿ ಕೆಲಸ ಮಾಡಲು ಅವರ ಮಕ್ಕಳನ್ನು ಕದ್ದೊಯ್ಯುತ್ತಿರಲಿಲ್ಲ, ಬದಲಿಗೆ ಯಾವುದೋ ದೂರದ ಹಳ್ಳಿಗಳಲ್ಲಿ ದಿಕ್ಕಿಲ್ಲದ, ಕೀಳು ಜಾತಿಯ ಮಕ್ಕಳಿಗೆ ಆ ಗತಿ ಬರುತ್ತದೆಂದು ನಂಬಿದ್ದರು.

ಅಂತಹ ಜನಗಳ ಬಗ್ಗೆ ನಗರದ ಜನರು ತಲೆಕೆಡಿಸಿಕೊಳ್ಳುತ್ತಿರಲಿಲ್ಲ. ಅವರು ತಮ್ಮದೇ ಗಾಳಿಗುಳ್ಳೆಗಳಲ್ಲಿ ದೇಶಭಕ್ತಿ, ಮತ್ತು ಸಾಂಸ್ಕೃತಿಕ ಹಿರಿತನದ ಹೆಮ್ಮೆಯ ಭ್ರಮೆಗಳಲ್ಲಿ ಬದುಕುತ್ತಿದ್ದರು. ಅವರಿಗೆ ಮಾಹಿಷ್ಮತಿ ಎನ್ನುವುದು ಅತ್ಯುತ್ತಮ ಮಾನವೀಯತೆ, ವೈಭವೋಪೇತ ಮತ್ತು ಮನುಷ್ಯನ ಸಾಧನೆಯ ಉತ್ತುಂಗ ಶಿಖರ ಎನ್ನುವ ನಂಬಿಕೆ ಇತ್ತು. ಹನ್ನೆರಡು ವರ್ಷಕ್ಕೊಮ್ಮೆ ಮಾಹಿಷ್ಮತಿಯ ಅಷ್ಟೂ ಜನಸಂಖ್ಯೆ ಅರಮನೆಯ ಆವರಣದಲ್ಲಿ ಸೇರಿ ಆಡಂಬರದಲ್ಲಿ ತಮ್ಮ ಭಾಗ್ಯವನ್ನು ಕೊಂಡಾಡುತ್ತಿದ್ದರು. ಗೌರಿ ಪರ್ವತದ ಶಿಖರದಲ್ಲಿ ಮೂರು ಬಾರಿ ಮಾಂತ್ರಿಕ ದೀಪದ ಬೆಳಕು ಮಿಂಚಿ ಆಚರಣೆಯ ಪ್ರಾರಂಭವನ್ನು ಸೂಚಿಸುತ್ತಿತ್ತು. ದೀಪವನ್ನು ದೇವತೆಗಳೇ ಬೆಳಗಿಸುತ್ತಾರೆಂದು ಸಾಮಾನ್ಯರು ನಂಬಿದ್ದರು. ತಿಮ್ಮನಂತಹವರಿಗೆ ಅದು ಗಣಿಯಲ್ಲಿ ಕುಬ್ಜರು ಹತ್ತಿಸಿದ ದೀಪವೆಂದು ತಿಳಿದಿತ್ತು. ಸಾಮಾನ್ಯ ಜನರಿಗೆ ಯಾವುದನ್ನಾದರೂ ನಂಬಿಸುವುದು ಎಷ್ಟು ಸುಲಭ, ಅದಕ್ಕೊಂದು ಸ್ವಲ್ಪ ಮಾಂತ್ರಿಕತೆ ಮತ್ತು ಸ್ವಲ್ಪ ಧರ್ಮವನ್ನು ಬೆರೆಸಿದರೆ ಸಾಕು.

ಅದರ ಕುರಿತು ಚಿಂತಿಸಿದಷ್ಟೂ ತಿಮ್ಮನಿಗೆ ಕೋಪ ಹೆಚ್ಚಾಯಿತು. ದೇವರಾಯನಿಗೆ ಸ್ವಲ್ಪ ಸಮಯ ಕೊಟ್ಟಿದ್ದರೆ ಅವರು?

"ಸ್ವಾಮೀ, ಧುಮುಕುವ ಯೋಚನೆ ಮಾಡುತ್ತಿದ್ದೀರೇ?"

ತಿಮ್ಮ ಧ್ವನಿ ಕೇಳಿ ಬೆಚ್ಚಿಬಿದ್ದ. ಅವನ ಕೈ ತಾನಾಗಿ ಕತ್ತಿಯ ಹಿಡಿಯ ಕಡೆಗೆ ಹೋಯಿತು.

"ಕೊಲ್ಲಬೇಡಿ ಸ್ವಾಮೀ, ನಾನು ಬೃಹನ್ನಳೆ"

ಆ ಕ್ಷಣಕ್ಕೆ ಈ ಶಿಖಂಡಿಯ ಜೊತೆ ಮಾತಾಡುವುದು ತಿಮ್ಮನಿಗೆ ಬೇಕಾಗಿರಲಿಲ್ಲ. ಅವನು ಕ್ವಚಿತ್ತಾಗಿ ತಲೆ ಆಡಿಸಿ ತನ್ನ ಸಾರೋಟಿನ ಕಡೆಗೆ ನಡೆಯಲಾರಂಭಿಸಿದ.

"ಸ್ವಾಮೀ, ಮಹಾಪ್ರಧಾನರು ಒಪ್ಪಲಿಲ್ಲ, ಅಲ್ಲವೇ?"

ತಿಮ್ಮ ಸ್ಥಬ್ಧನಾದ. "ನಿನಗೆ ಹೇಗೆ ಗೊತ್ತು?"

ಬೃಹನ್ನಳ ನಕ್ಕಳು "ಗೊತ್ತುಮಾಡಿಕೊಳ್ಳುವುದೇ ನನ್ನ ಕೆಲಸ, ಸ್ವಾಮೀ."

ತಿಮ್ಮನಿಗೆ ಮಾತು ಮುಂದುವರಿಸುವ ಇಷ್ಟವಿರಲಿಲ್ಲ. ಈ ಶಿಖಂಡಿ ತನ್ನನ್ನು ಯಾವುದೋ ಬಲೆಗೆ ಸಿಕ್ಕಿಹಾಕಿಸುತ್ತಿದ್ದಾಳೆ ಎನ್ನುವ ಸಂಶಯ ಅವನಲ್ಲಿ ಉಂಟಾಯಿತು. ಅವನು ಸಾರೋಟು ಹತ್ತಿ ಕೂತ. ಆದರೆ ಬೃಹನ್ನಳ ಕುದುರೆಯ ಜೀನು ಹಿಡಿದಳು. "ನಾನು ನೆರವಾಗಬಲ್ಲೆ ಸ್ವಾಮಿ, ನಾವಿಬ್ಬರು ಪರಸ್ಪರ ನೆರವಾಗಬಹುದು."

"ಏನು ಹೇಳುತ್ತಿದ್ದೀಯಾ?" ತಿಮ್ಮ ಕೇಳಿದ.

ಬೃಹನ್ನಳ ಮುಂದಕ್ಕೆ ಬಾಗಿ ಅವನ ಕಿವಿಯಲ್ಲಿ ಏನನ್ನೋ ಪಿಸುಗುಟ್ಟಿದಳು. ತಿಮ್ಮನಿಗೆ ಆಘಾತವಾಯಿತು.

"ಇಲ್ಲ, ನಾನದನ್ನು ಮಾಡುವುದಿಲ್ಲ" ಧೃಢವಾಗಿ ನುಡಿದ ಅವನು.

"ನಿಮ್ಮಿಷ್ಟ" ಬೃಹನ್ನಳ ಭುಜ ಹಾರಿಸಿ ಮುಂದಕ್ಕೆ ನಡೆಯತೊಡಗಿದಳು.

"ನಿಲ್ಲು" ತಿಮ್ಮ ಕೂಗಿದ. ಅವನಿಗೆ ಬೇರೆ ದಾರಿ ಇರಲಿಲ್ಲ. ಒಂದು ಕೈ ನೋಡಿಬಿಡೋಣವೆಂದುಕೊಂಡ. ಬೃಹನ್ನಳ ಸಾರೋಟು ಹತ್ತಿದಳು.

"ನಾವು ಪ್ರಯಾಣ ಮಾಡುತ್ತಾ ಮಾತಾಡೋಣಾ ಸ್ವಾಮಿ, ಎಲ್ಲ ಕಡೆಯೂ ಕಿವಿಗಳಿವೆ"

ಸಾರೋಟು ವೇಗವಾಗಿ ಮುಂದಕ್ಕೆ ಸಾಗತೊಡಗಿತು. ಬೃಹನ್ನಳ ಮತ್ತು ತಿಮ್ಮ ಒಂದಾಗಿ ಉಪಾಯ ಕಂಡುಹಿಡಿಯತೊಡಗಿದರು.

ಅಧ್ಯಾಯ ಇಪ್ಪತ್ತೊಂಭತ್ತು

ಅಳ್ಳಿ

ಅಳ್ಳಿ ಇಲಿಯೊಂದನ್ನು ಹುರಿಯುತ್ತಾ ಕೂತಿದ್ದಳು. ಕಡ್ಡಿಗಳನ್ನು ಒಟ್ಟುಗೂಡಿಸಿ ಮುಗ್ಗಾಲಿಯೊಂದನ್ನು ಮಾಡಿ ನಡುವೆ ಬೆಂಕಿ ಹಾಕಿ ಮತ್ತೊಂದು ಕಡ್ಡಿಗೆ ಇಲಿಯ ಬಾಲವನ್ನು ಕಟ್ಟಿ ನೇತು ಹಾಕಿದ್ದಳು. ಬೆಂಕಿ ಅದನ್ನು ಬೇಯಿಸುತ್ತಿದ್ದಂತೆ ಇಲಿ ನಿಧಾನನಾಗಿ ತಿರುಗುತ್ತಿತ್ತು. ಅಳ್ಳಿ ಕಣ್ಣು ಮುಚ್ಚಿ ಹುರಿಯುತ್ತಿದ್ದ ಮಾಂಸದ ಪರಿಮಳವನ್ನು ಆಸ್ವಾದಿಸಿದಳು. ಸ್ವಲ್ಪ ಮಸಾಲೆ ಇದ್ದಿದ್ದರೆ ಎಂದುಕೊಂಡಳು, ಸ್ವಲ್ಪ ಉಪ್ಪಾದರೂ ಇದ್ದಿದ್ದರೇ ಚೆನ್ನಾಗಿರುತ್ತಿತ್ತು. ಆದರೆ ಇದೇ ದೊಡ್ಡ ಔತಣವಾಗಿತ್ತು. ಅದುವರೆಗೆ ಅವರು ಜೀಮೂತ ಹಿಡಿದ ಹಸಿ ಮೀನು ಮತ್ತು ಕಾಡುಕೋಳಿಯನ್ನು ಹಸಿಯಾಗಿ ತಿಂದಿದ್ದರು. ಬೆಂಕಿ ಹಚ್ಚುವುದು ಸಾಧ್ಯವೇ ಇರಲಿಲ್ಲ. ಅವರ ಬಳಿ ಚಕಮಕಿಯೂ ಇರಲಿಲ್ಲ, ಕಲ್ಲು ಬಡಿದು ಕಿಡಿ ಹೊತ್ತಿಸಲು ಮಾಡಿದ ಪ್ರಯತ್ನವೆಲ್ಲ ವ್ಯರ್ಥವಾಗಿತ್ತು. ಹುಲ್ಲು ಒದ್ದೆಯಾಗಿತ್ತು. ಅವರು ಹೇಗೋ ಮಾಡಿ ನೆಲ ಮುಟ್ಟಿದ ಸ್ಥಳ ಕೆಸರಿನಿಂದ ಕೂಡಿ ಕೆಟ್ಟ ವಾಸನೆ ಬೀರುತ್ತಿತ್ತು.

ಮತ್ತೆ ಮಳೆ ಬೀಳುತ್ತಿತ್ತು. ಜೊತೆಗೆ ಗುಡುಗು. ಆಗ ಜೀಮೂತ ಅವಳನ್ನು ಸಂಭೋಗಿಸುತ್ತಿದ್ದ. ಸಿಡಿಲು ಬಡಿದು ಒಂದು ಮರಕ್ಕೆ

ಭಗ್ಗನೆ ಬೆಂಕಿ ಹೊತ್ತಿಕೊಂಡಾಗ ಅವಳು ಅವನನ್ನು ಪಕ್ಕಕ್ಕೆ ತಳ್ಳಿ ಅದರ ಕಡೆಗೆ ಓಡಿದ್ದಳು. ಅದಕ್ಕಾಗಿ ಅವನು ಅವಳನ್ನು ಬೀಸಿ ಹೊಡೆದ. ಆದರೆ ಆಮೇಲೆ ಅವರು ಉರಿಯುತ್ತಿದ್ದ ಬೆಂಕಿಯ ಬದಿಯಲ್ಲಿ ಕೇಳಿ ನಡೆಸಿದರು. ಅವಳು ಆಗಲೂ ಅವನನ್ನು ದ್ವೇಷಿಸಿದ್ದಳು, ಈಗಲೂ ದ್ವೇಷಿಸಿದಳು. ಆದರೆ ನಾಗಮ್ಮಜ್ಜಿ ಅವಳನ್ನು ಚೆನ್ನಾಗಿ ತಯಾರುಮಾಡಿದ್ದಳು. ಹೆಣ್ಣಿಗೆ ಲೈಂಗಿಕತೆ ಎನ್ನುವುದು ಅವಳ ಅತ್ಯಂತ ಬಲವಾದ ಶಕ್ತಿ. ನೀತಿ ಎನ್ನುವುದು ಹೆಣ್ಣನ್ನು ಅಡಿಯಾಳಾಗಿಸಲು ಗಂಡು ಕಂಡು ಹಿಡಿದ ಸರಪಳಿ ಅಷ್ಟೇ ಎಂದು ಅಜ್ಜಿ ಹೇಳುತ್ತಿದ್ದಳು. ಹಾಗಾಗಿ ಅಳ್ಳಿಗೆ ಸಂಭೋಗ ಎನ್ನುವುದು ಜೀಮೂತನನ್ನು ನಿಯಂತ್ರಿಸುವ ಸಾಧನವಾಗಿತ್ತು. ಅವನೊಬ್ಬ ಭಯಂಕರ ಕಡಲ್ಗಳ್ಳನೇ ಇರಬಹುದು, ಆದರೆ ಅವನೊಬ್ಬ ಗಂಡಸು. ಅಳ್ಳಿಗೆ ತಾನು ಸುಂದರಿ ಎನ್ನುವುದರ ಅರಿವಿತ್ತು. ಅವಳು ತನ್ನ ಸೌಂದರ್ಯವನ್ನು ತನ್ನ ಕತ್ತಿ ಬಳಸಿದಂತೆಯೇ ಬಳಸುತ್ತಿದ್ದಳು. ಅವಳಿಗೆ ಮಾಹಿತಿ ಬೇಕಿತ್ತು. ಜೀಮೂತನ ಜೊತೆ ಮೈಥುನದಲ್ಲಿ ತೊಡಗಿದರೆ ಆ ಮಾಹಿತಿ ಲಭಿಸುತ್ತದೆ ಎನ್ನುವುದಾದರೆ ಅವಳು ಯಾವುದೇ ಅಪರಾಧ ಭಾವ ಅಥವಾ ಅನುಮಾನಗಳಿಲ್ಲದೆಯೇ ಅದರಲ್ಲಿ ತೊಡಗಿಕೊಳ್ಳುತ್ತಿದ್ದಳು. ಜೀಮೂತ ಸ್ನೇಹಪರನಾಗಿದ್ದ. ಆದರೆ ತುಂಬಾ ಚತುರ ನಾಗಿದ್ದ. ಸಣ್ಣ ಮಾಹಿತಿಗಳನ್ನು ಕೊಟ್ಟು ಅವಳನ್ನು ಕೆರಳಿಸುತ್ತಿದ್ದ, ಅವಳನ್ನು ಬಳಸಿಕೊಂಡು ನಂತರ ಮುಖ್ಯವಾದ ಮಾಹಿತಿಯನ್ನು ತಡೆಹಿಡಿಯುತ್ತಿದ್ದ. ಅದರ ಬಗ್ಗೆ ಅವಳೇನೂ ಮಾಡುವಂತಿರಲಿಲ್ಲ. ಅವಳಿಗೆ ಆ ದ್ವೀಪದಿಂದ ಹೊರಬೀಳಬೇಕಾಗಿತ್ತು ಆದರೆ ಅಲ್ಲಿಯ ಕೆಸರು ಅಪಾಯಕಾರಿಯಾಗಿತ್ತು, ನದಿ ಹಿನ್ನೀರಿನ ಜೊತೆ ಸೇರಿತ್ತು ಮತ್ತು ಬೆಟ್ಟಗಳು ದೂರದ ಕ್ಷಿತಿಜದಲ್ಲಿದ್ದವು. ಅವರ ಕಣ್ಣು ಕಾಣುವಷ್ಟೂ ದೂರ ಜನವಸತಿಯೇ ಕಾಣುತ್ತಿರಲಿಲ್ಲ.

"ಎಷ್ಟು ಕೆಟ್ಟ ವಾಸನೆ" ಜೀಮೂತ ಮೂಗು ಸಿಂಡರಿಸುತ್ತಾ ಹೇಳಿದ. ಅವನು ಸ್ವಲ್ಪ ದೂರದಲ್ಲಿ ಬಂಡೆಯ ಮೇಲೆ ಕೂತಿದ್ದ.

"ನಿನಗಿರಬಹುದು. ನನಗೆ ಇದು ಬಾಲ್ಯದ ನೆನಪನ್ನು ತರುತ್ತದೆ. ನಮ್ಮ ಹಳ್ಳಿಗೆ ಬರಗಾಲ ಬಡಿದಾಗ, ಆಗಾಗ ಬಡಿಯುತ್ತಲೇ ಇತ್ತು ಅಂತಿಟ್ಟುಕೋ, ತಿನ್ನಲು ನಮಗೆ ಇಲಿ ಬಿಟ್ಟರೆ ಬೇರೇನೂ ಇರುತ್ತಿರಲಿಲ್ಲ. ನಾನು ಮತ್ತು ನನ್ನ ತಮ್ಮ ಚರಂಡಿಗಳಲ್ಲಿ, ಒಣಗಿದ ಗದ್ದೆಗಳಲ್ಲಿ ಇಲಿ ಬೇಟೆ ಆಡುತ್ತಿದ್ದೆವು. ನನ್ನ ಬೇಟೆಯ ಕೌಶಲದ ಮೇಲೇ ನಮ್ಮ ಕುಟುಂಬ ಬದುಕಿತು ಗೊತ್ತಾ?" ಎಂದು ಅಳ್ಳಿ ಇಲಿಯನ್ನು ಇನ್ನೊಂದು ಬದಿಯಲ್ಲಿ ಬೇಯಲು ತಿರುಗಿಸಿದಳು.

"ಅದಕ್ಕೇ ನೀನು ಇಷ್ಟು ಹೊಲಸು ನಾರೋದು" ಎಂದು ಜೀಮೂತ ಜೋರಾಗಿ ನಕ್ಕ. ಅವಳು ಉತ್ತರಿಸಲಿಲ್ಲ. ಕಳೆದುಹೋದ ತಮ್ಮನ ನೆನಪು ಅವಳನ್ನು ಕಾಡಿತು.

ಅವರ ಹಳ್ಳಿಯಿಂದ ಸ್ವಲ್ಪ ದೂರದಲ್ಲಿ ಪಾಳುಬಿದ್ದ ಅರಮನೆಯೊಂದರಲ್ಲಿ ಅವರಿಬ್ಬರೂ ಇಲಿ ಬೇಟೆಯಾಡುತ್ತಿದ್ದರು. ಅವಳ ತಮ್ಮ ಅವಳನ್ನು ಪ್ರಶ್ನೆಗಳಿಂದ ಕಾಡುತ್ತಿದ್ದ. ಅವಳು ಸ್ವಲ್ಪ ಸುಮ್ಮನಿರು ಎಂದು ಗದರಿದ್ದಳು. ಅವನಿಗೆ ವಿಪರೀತ ಕುತೂಹಲ. ನಿರ್ಜೀವದಷ್ಟು ನಿಶ್ಯಬ್ದವಿಲ್ಲದಿದ್ದರೆ ಇಲಿಗಳು ಅಡಗಿಕೊಳ್ಳುತ್ತವೆ ಎನ್ನುವುದು ಅವಳ ಅನುಭವದ ಪಾಠವಾಗಿತ್ತು. ಒಂದು ದೊಡ್ಡ ಇಲಿಯನ್ನು ಅವಳು ಈಟಿಯಿಂದ ಚುಚ್ಚಿ ಹಿಡಿದು ಅವನಿಗೆ ತೋರಿಸಲೆಂದು ಜಂಭದಲ್ಲಿ ತಿರುಗಿದ್ದಳು. ಅವನು ಕಾಣೆಯಾಗಿದ್ದ. ಅವನಿಗೇನಾಯಿತೆಂದು ಯಾವ ಸುಳಿವೂ ಇರಲಿಲ್ಲ. ಚಿರತೆಯೋ, ಹುಲಿಯೋ ಹಿಡಿಯಿತೆನ್ನುವುದಕ್ಕೆ ಒಂದು ತೊಟ್ಟು ರಕ್ತದ ಚಿಹ್ನೆಯು ಇರಲಿಲ್ಲ.

"ಏನು ಯೋಚಿಸುತ್ತಿದ್ದೀಯಾ?" ಜೀಮೂತ ಕೇಳಿದ.

"ನನ್ನ ತಮ್ಮನ ಬಗ್ಗೆ" ಎಂದು ಅವಳು ತಮ್ಮನ ಬಗ್ಗೆ ಹೇಳಿದಳು.

"ದುರದೃಷ್ಟ" ಎಂದ ಅವನು. ಆದರೆ ಅವನು ತನ್ನತ್ತ ನೋಡುತ್ತಿಲ್ಲ ಅನ್ನುವುದನ್ನು ಅವಳು ಗಮನಿಸಿದಳು.

"ಅದು ನಿನ್ನ ಕೆಲಸವಾ?" ಅವನನ್ನು ಹಠಾತ್ತಾಗಿ ಹಿಡಿಯಬೇಕೆಂದು ಕೇಳಿದಳು.

ಅವನು ನಕ್ಕ. "ಹೇ ಹುಡುಗೀ, ನಾನು ಅದಕ್ಕಿಂತ ಕೆಟ್ಟದ್ದನ್ನು ಮಾಡಿದ್ದೇನೆ. ಆದರೆ ನಾನೊಬ್ಬನೇ ಠಕ್ಕ ಅಲ್ಲ ಇರೋದು, ನಿನ್ನ ಮಹಾರಾಜರ ಅಧಿಕಾರಿಗಳು, ಯಾವನೇ ಹುಡುಗನನ್ನು ಕರೆದುಕೊಂಡು ಬಂದರೂ ಅವನಿಗೆ ದುಡ್ಡು ಕೊಡುತ್ತಾರೆ. ಯಾಕೆ ಅವರಿಗೆ ಹುಡುಗರು ಬೇಕು ಎಂದು ಕೇಳಿದರೆ ಅದಕ್ಕೆ ಕಾರಣ ನನಗೆ ಗೊತ್ತಿಲ್ಲ. ಏನೋ ಯಾರಿಗೆ ಗೊತ್ತು, ನನಗೆ ನಿನ್ನಂಥಾ ಸುಂದರಿಯರು ಹಿಡಿಸಿದಂತೆ ಅವರಿಗೆ ಹುಡುಗರು ಇಷ್ಟವೇನೋ? ಯಾರಿಗೆ ಗೊತ್ತು? ಅದೆಲ್ಲಾ ಯಾವನಿಗೆ ಬೇಕು ಈಗ?"

ಅವಳು ತನ್ನ ಹೃದಯದಾಳದಿಂದ ಅವನನ್ನು ದ್ವೇಷಿಸಿದಳು. ಅವನು ನೋಡಲು ಸುರಸುಂದರಾಂಗ ಮತ್ತು ಅತೀ ಕ್ರೂರಿ. ಬಹುಶಃ ಅವಳು ಅವನನ್ನು ಕೊಲ್ಲುವ ಬಗ್ಗೆ ಚಿಂತಿಸಬೇಕು. ಅದಕ್ಕೊಂದು ಕಾಟು ಉತ್ತರ ಕೊಡಬೇಕೆಂದು ಕೊಂಡಳು. ಅಷ್ಟರಲ್ಲಿ ನದಿಯಲ್ಲಿ ತೇಲಿಬರುತ್ತಿದ್ದ ಒಂದು ದೊಡ್ಡ ಮರದ ಕಾಂಡದ ಕಡೆಗೆ ಅವಳ ಗಮನ ಹೋಯಿತು. ನಿನ್ನೆಯ ಮಳೆಯಲ್ಲಿ ಬಿದ್ದ ಮರವಾಗಿರಬೇಕು. ಆದರೆ ಅವಳ ಗಮನ ಸೆಳೆದಿದ್ದು ಮರದ ಕಾಂಡದ ಮೇಲೆ ಇದ್ದ ವ್ಯಕ್ತಿ.

"ನೋಡು, ಯಾರೋ ಗಂಡಸು!" ಅದರತ್ತ ಕೈ ತೋರುತ್ತಾ ಅವಳು ಕೂಗಿದಳು.

"ಹೌದು, ಹಾಗೇ ಕಾಣಿಸುತ್ತಿದೆ" ಎಂದು ಅವನು ಮತ್ತೆ ಮೀನು ಹಿಡಿಯುವ ಕಡೆಗೆ ಗಮನ ಹರಿಸಿದ.

"ಏನು ಮಾಡ್ತಾ ಇದ್ದೀಯ? ಹೋಗು, ಕಾಪಾಡು, ಧುಮುಕು!" ಅವಳು ಕೂಗಿದಳು. ಅವನು ಅವಳತ್ತ ಕುಚೋದ್ಯದ ನಗೆ ನಕ್ಕು ಸುಮ್ಮನಿದ್ದ.

ಕಾಂಡವು ಪ್ರವಾಹದಲ್ಲಿ ಸಿಕ್ಕಿ ವೇಗವಾಗಿ ಸಾಗುತ್ತಿತ್ತು. ಅಳ್ಳಿ ನದಿಯ ಕಡೆಗೆ ಓಡಿ ನೀರಿಗೆ ಹಾರಿದಳು. ಪ್ರವಾಹ ಅವಳನ್ನು ಕೆಳಗೆ ಸೆಳೆದು ಉಸಿರಾಡಲು ಒದ್ದಾಡಿದಳು. ನೀರು ಮಣ್ಣಿನಿಂದ ಕೂಡಿದ್ದು, ವೇಗವಾಗಿ ಸಾಗುತ್ತಿದ್ದು, ಅವಳ ಸುತ್ತ ಎದ್ದುಬಿದ್ದು ನೊರೆ ಆವರಿಸಿತು. ಅವಳು ಮೇಲಕ್ಕೆ ಬಂದು ಕಾಂಡದ ಕಡೆಗೆ ಈಜತೊಡಗಿದಳು. ಪ್ರವಾಹದ ಸೆಳೆತ ಅವಳನ್ನು ಸುಲಭವಾಗಿ ಅದರ ಕಡೆಗೆ ಕೊಂಡೊಯ್ಯಿತು. ಕಪ್ಪಗಿನ, ಸದೃಢ ವ್ಯಕ್ತಿಯೊಬ್ಬ ಅದರ ಮೇಲೆ ಅಂಗಾತ ಪ್ರಜ್ಞೆತಪ್ಪಿ ಬಿದ್ದಿದ್ದ. ಅವಳು ಕೊಂಬೆಯೊಂದನ್ನು ಹಿಡಿಯಲು ಯತ್ನಿಸಿದಳು. ಆದರೆ ಅದು ಉರುಳಿ ಅವನು ಬಿದ್ದುಬಿಡುತ್ತಾನೆ ಎನ್ನುವ ಭಯವಾಯಿತು. ಸತ್ತು ಹೋಗಿರುವನೇ ಎಂದುಕೊಳ್ಳುತ್ತಾ ಅವಳು ಸರಸರನೆ ತೇಲುತ್ತಿದ್ದ ಕಾಂಡವನ್ನು ಸಮೀಪಿಸಿದಳು. ಅವನ ಬೆನ್ನಿನ ಮೇಲೆ ಕೀವುಗಟ್ಟುತ್ತಿದ್ದ ಗಾಯವಾಗಿ ಅದರ ಮೇಲೆ ನೊಣಗಳು ಹಾರಾಡುತ್ತಿದ್ದವು. ಸತ್ತುಹೋಗಿದ್ದಾನೆ – ಅವಳು ನಿರಾಶೆಯಿಂದ ಹೆಣವನ್ನು ಕಾಪಾಡಲು ಬಂದೆನೆ ಎಂದುಕೊಂಡು ಹಿಂದಿರುಗುವವಳಿದ್ದಳು. ಆದರೆ ಸತ್ತಂತಿದ್ದ ವ್ಯಕ್ತಿಯ ಬೆರಳುಗಳು ಅಲುಗಾಡಿದವು.

"ಬದುಕಿದ್ದಾನೆ!" ಎಂದು ಕೂಗಿದಳು. ಜೀಮೂತ ನೀರಿಗೆ ಹಾರಿದ. ಅವನು ಉದ್ದುದ್ದ ಬೀಸು ಹಾಕುತ್ತಾ, ದೃಢವಾಗಿ, ಸುಲಭವಾಗಿ ಈಜಿಕೊಂಡು ಬಂದ.

"ಬೇಗ, ಬೇಗ, ಮುಂದೆ ತಿರುಗಣಿ ಇದೆ!" ಕೂಗಿದಳು. ಮುಂದೆ ಕೆಲವು ಮಾರುಗಳ ದೂರದಲ್ಲಿ ನದಿ ಬಂಡೆಗಳಿಗೆ ಅಪ್ಪಳಿಸುವ ಸದ್ದು ಕೇಳಿಸುತ್ತಿತ್ತು. ಅಲೆಗಳು ಉಗ್ರವಾಗಿ, ಬಿಳಿಯ ಶಿಲೆಗಳ ಮೊನಚುಗಳು ಕಾಣಿಸುತ್ತಿದ್ದವು.

ಜೀಮೂತ ಕಾಂಡವನ್ನು ಹಿಡಿದು ಅಲುಗಾಡಿಸಿದ.

"ಏನು ಮಾಡ್ತಾ ಇದ್ದೀಯಾ?" ಅವಳು ಕಿರುಚಿದಳು. ಖಂಡಿತಾ ಅವನು ಬೀಳುತ್ತಾನೆ.

"ಬಾಯಿಮುಚ್ಚು ಲೌಡಿ!" ನದಿಯ ಘರ್ಜನೆಯನ್ನೂ ಮೀರಿ ಅವನು ಚೀರಿದ.

ಮರದ ಕಾಂಡ ಉರುಳಿತು, ಅದು ಮತ್ತೆ ಹೊರಳಿದಾಗ ಅದರ ಮೇಲಿದ್ದ ವ್ಯಕ್ತಿ ಕಾಣೆಯಾಗಿದ್ದ.

"ಬೇವರ್ಸಿ, ಸಾಯಿಸಿಬಿಟ್ಟೆ, ದೇವರೇ ದೇವರೇ ದೇವರೇ!" ಅವಳು ಕೂಗಿದಳು. ವ್ಯಕ್ತಿಯ ಸುಳಿವಿರಲಿಲ್ಲ.

"ಜೀಮೂತಾ..." ಎಂದು ಕೂಗಿ ಅವಳು ತಿರುಗಿದಳು. ಅವನೂ ಕಾಣಿಸಲಿಲ್ಲ. ಮರದ ಕಾಂಡ ತಿರುಗಣೆಯಲ್ಲಿ ಸಿಕ್ಕು ಹೊರಳಿ ಉರುಳುತ್ತಿತ್ತು. ಅವಳು ಮುಳುಗದಂತೆ ಒದ್ದಾಡಿ ಈಜಲು ಯತ್ನಿಸುತ್ತಿದ್ದಳು. ಆದರೆ ಸ್ವಲ್ಪಸ್ವಲ್ಪವೇ ಅವಳನ್ನು ನೀರು ಕೆಳಗೆಳೆಯುತ್ತಿತ್ತು.

"ಜೀಮೂತಾ...." ತಾನು ಕಾಪಾಡಲು ಬಂದ ವ್ಯಕ್ತಿಯ ಜೊತೆಗೆ ಕಡಲ್ಗಳ್ಳನನ್ನೂ ಕಳೆದುಕೊಂಡೆ ಎಂದು ಹೆದರಿ ಅವಳು ಕೂಗಿದಳು. ಆಗ ಅವನು ಕಾಣಿಸಿದ. ಆ ವ್ಯಕ್ತಿಯನ್ನು ದಡಕ್ಕೆ ಎಳೆದುಹಾಕಲು ಅವನು ಹೆಣಗುತ್ತಿದ್ದ.

ಅವಳು ಅವರ ಕಡೆಗೆ ಈಜಿದಳು. ಜೀಮೂತನ ಕೈತಪ್ಪಿ ಆ ವ್ಯಕ್ತಿ ಭೋರ್ಗರೆವ ನೀರಿಗೆ ಜಾರಿದ. ಅವಳು ದೀರ್ಘ ಉಸಿರೆಳೆದುಕೊಂಡು ನೀರಿನೊಳಗೆ ಹೋದಳು. ಆಳದಲ್ಲಿ ನೀರು ಶಾಂತವಾಗಿತ್ತು. ಕಪ್ಪಗಿನ ವ್ಯಕ್ತಿ ನಿಧಾನವಾಗಿ ನದಿಯ ತಳದಲ್ಲಿ ಬಂದು ಬಿದ್ದಿದ್ದನ್ನು ಅವಳು ನೋಡಿದಳು. ಅವಳ ಉಸಿರು ಕಟ್ಟುತ್ತಿತ್ತು. ಆದರೆ ಈಗ ಕೈಬಿಟ್ಟರೆ ಆ ವ್ಯಕ್ತಿ ಸಾಯುತ್ತಾನೆಂದು ತಿಳಿದು ಅವನ ಕಡೆಗೆ ಈಜಿ ಅವನನ್ನು ಎತ್ತಲು ಯತ್ನಿಸಿದಳು. ಅವನನ್ನು ಒಂದಂಗುಲವು ಅಲುಗಾಡಿಸಲು ಅವಳಿಗಾಗಲಿಲ್ಲ. ಗಾಳಿಗಾಗಿ ಅವಳ ಪುಪ್ಪುಸ ಬಡಿದುಕೊಳ್ಳುತ್ತಿತ್ತು. ಅವನನ್ನು ಬಿಟ್ಟು ಮೇಲಕ್ಕೆ ಹೋಗಲು ಮನಸ್ಸಾಯಿತು. ಆಗ ಕಾಣಿಸಿತು. ಅವನ ಒಂದು ಕಾಲು ಬಂಡೆಯ ಒಂದು ಸಂದಿನಲ್ಲಿ ಸಿಕ್ಕಿಹಾಕಿಕೊಂಡಿತ್ತು. ತನ್ನಲ್ಲಿದ್ದ ಅಳಿದುಳಿದ ದೃಢತೆಯ ಕೊನೆ ಹನಿಯನ್ನು ಬಳಸಿಕೊಂಡು ಅವಳು ಕೆಳಗೆ ಮುಳುಗಿ ಅವನ ಕಾಲನ್ನು ಬಿಡಿಸಿ, ಅವನ ಕಂಕುಳನ್ನು ಹಿಡಿದು ನೀರನ್ನು ಕೆಳಕ್ಕೆ ತಳ್ಳಿ ಮೇಲಕ್ಕೆ ಜಿಗಿದಳು. ಅವಳು ಮೇಲೆ ಬಂದು ಉಸಿರಿಗಾಗಿ ಬಾಯ್ಬಿಟ್ಟಾಗ ಜೀಮೂತ ದಡ ಏರುತ್ತಿದ್ದ.

ಅವಳು ಏದುಸಿರು ಬಿಡುತ್ತಿದ್ದಳು. ನೀರಿನ ಸೆಳೆತ ಅವಳನ್ನು ಮತ್ತೆ ತಿರುಗಣಿಯ ಕಡೆಗೆ ಎಳೆಯುತ್ತಿತ್ತು. ವ್ಯಕ್ತಿ ಅವಳ ಕೈಯಿಂದ ಜಾರುತ್ತಿದ್ದ.

"ನೀನು ಜಲಕನ್ಯೆಯಂತೆ ಕಂಗೊಳಿಸುತ್ತಿದ್ದೀಯಾ, ಮಾಟಗಾತಿ" ಅವಳನ್ನು ನೋಡುತ್ತಾ, ಹುಲ್ಲಿನ ಎಸಳನ್ನು ಹಲ್ಲಿನಲ್ಲಿ ಕಚ್ಚುತ್ತಾ ಜೀಮೂತನೆಂದ.

"ನಿನ್ನ ಹೊಲಸು ಬಾಯಿ ಮುಚ್ಚಿ ಬಂದು ನನಗೆ ಸಹಾಯ ಮಾಡು. ಇವನು ಆನೆಯಷ್ಟು ಭಾರವಾಗಿದ್ದಾನೆ" ಎಂದು ಕೂಗಿದಳು.

ಜೀಮೂತ ನಕ್ಕ "ಮತ್ತೆ ನದಿಯಲ್ಲಿ ಧುಮುಕುವಷ್ಟು ನಾನು ಮೂರ್ಖನಲ್ಲ. ನೋಡೋಣಾ ನಿನ್ನ ಸುಂದರ ಕಾಲುಗಳಲ್ಲಿ ಎಷ್ಟು ಶಕ್ತಿ ಇದೆ ಎಂದು"

ಅವನ ಮಾತುಗಳಿಂದ ಕೋಪಗೊಂಡು ಅವಳು ಇನ್ನೂ ಹೆಚ್ಚಿನ ಸಂಕಲ್ಪ ದಿಂದ ಪ್ರವಾಹವನ್ನೂ ಮೀರಿ ಈಜಿ ದಡ ತಲುಪಿದಳು. ಏದುಸಿರು ಬಿಡುತ್ತಾ ಒದ್ದಾಡುತ್ತಾ ಆ ವ್ಯಕ್ತಿಯನ್ನು ದಡಕ್ಕೆ ಎಳೆದುಹಾಕಲು ಕೊಸರಾಡಿದಳು.

"ನನ್ನ ಮೈ ನೋಡುವ ಬದಲು ಸ್ವಲ್ಪ ಸಹಾಯ ಮಾಡು ಬಾ, ಬೇವರ್ಸಿ!" ಉಸಿರೆಳೆದುಕೊಳ್ಳುತ್ತಾ ಅಳ್ಳಿ ಜೀಮೂತನನ್ನು ಕರೆದಳು. ಅವನು ಎದ್ದು ಬಂದು ವ್ಯಕ್ತಿಯನ್ನು ದಡಕ್ಕೆ ಎಳೆದುಹಾಕಿದ. ಅವಳು ಅವನ ಹೊಟ್ಟೆಯನ್ನು ಅದುಮತೊಡಗಿದಳು.

"ಆ ಬೇವಾರ್ಸಿ ಸತ್ತು ಹೋಗಿದ್ದಾನೆ. ಅವನನ್ನು ತಿರುಗಿ ಬಿಸಾಕು. ಕಡೇಪಕ್ಷ ಮೀನುಗಳಿಗಾದರೂ ಹಬ್ಬವಾಗುತ್ತೆ" ಎಂದ ಜೀಮೂತ.

ಅಳ್ಳಿ ಅವನನ್ನು ಅಲಕ್ಷಿಸಿ ವ್ಯಕ್ತಿಯ ಬಾಯಿಗೆ ತನ್ನ ಬಾಯಿಟ್ಟು ಉಸಿರು ಊದಿದಳು. "ಓಹೋ ... ನೀನು ಇದರಲ್ಲೂ ಪರಿಣತಳೋ? ಹಾಗಾದರೆ ಇವತ್ತು ರಾತ್ರಿ ನಾವು ಇದನ್ನು ಪ್ರಯತ್ನಿಸಬೇಕು" ಅವಳ ಪಕ್ಕದಲ್ಲಿ ಮಂಡಿಯೂರುತ್ತಾ ಜೀಮೂತನೆಂದ.

"ನೀನು ಮುಳುಗು, ಆಗ ಬಹುಶಃ ನಾನು ಇದನ್ನು ನಿನ್ನ ಮೇಲೆ ಪ್ರಯೋಗಿಸಬಹುದು ಅಥವಾ ಪ್ರಯೋಗಿಸದೆಯೂ ಇರಬಹುದು." ಅಳ್ಳಿ ವ್ಯಕ್ತಿಯ ಹೊಟ್ಟೆ ಅದುಮುತ್ತಾ ಏದುಸಿರಿನ ನಡುವೆ ನುಡಿದಳು.

ಜೀಮೂತ ನಕ್ಕು, ಕೆಳ ದನಿಯಲ್ಲಿ ಗೊಣಗಿಕೊಂಡ "ಕಳ್ಳಲೌಡಿ"

"ಉಸಿರಾಡ್ತಾ ಇದ್ದಾನೆ, ಉಸಿರಾಡ್ತಾ ಇದ್ದಾನೆ!" ಅಲ್ಲಿ ಕೂಗಿದಳು. ವ್ಯಕ್ತಿ ಕೆಮ್ಮಿ ನೀರನ್ನು ಹೊರಗೆ ಉಗುಳಿ ಮೆಲ್ಲನೆ ಕಣ್ಣು ಬಿಟ್ಟ.

"ಯಾರು ನೀನು?" ಅಳ್ಳಿ ಕೇಳಿದಳು.

"ಮಾಹಿಷ್ಮತಿಯ ಮಹಾರಾಜ. ಹೆಣ್ಣೇ, ಅವನೊಬ್ಬ ದರಿದ್ರ ಗುಲಾಮ ಅಂತ ಗೊತ್ತಾಗುವುದಿಲ್ಲವೇ?" ಜೀಮೂತ ತಲೆಯ ಉದ್ದ ಕೂದಲನ್ನು ಕೊಡವುತ್ತಾ ನುಡಿದ.

ಅವರು ಕಾಪಾಡಿದ ವ್ಯಕ್ತಿ ಏನೋ ಪಿಸುಗುಡುತ್ತಿದ್ದ. ಅಳ್ಳಿ ಕಡಲ್ಗಳ್ಳನನ್ನು ಅಲಕ್ಷಿಸಿ ವ್ಯಕ್ತಿಯ ತುಟಿಯ ಹತ್ತಿರದಲ್ಲಿ ತನ್ನ ಕಿವಿ ಇಟ್ಟಳು.

"ಅವನ ಹೆಸರು ಕಟ್ಟಪ್ಪ ಅಂತೇ" ಎಂದಳು.

"ದರಿದ್ರ ಗುಲಾಮನ ಹೆಸರು ಏನಾದರೆ ಯಾರಿಗೇನು? ಅವನು ಬದುಕುಳಿದರೆ ಒಳ್ಳೆ ಬೆಲೆ ತರ್ತಾನೆ. ಅಷ್ಟೇ ಮುಖ್ಯ." ಅಳ್ಳಿಯ ಮುಖದಲ್ಲಿ ದ್ವೇಷವನ್ನು ಕಂಡು ನಗುತ್ತಾ ಜೀಮೂತನೆಂದ.

ಅಧ್ಯಾಯ ಮೂವತ್ತು

ಸ್ಕಂದದಾಸ

ಒಂದು ವಾರವಾದರೂ ಸ್ಕಂದದಾಸನಿಗೆ ತನ್ನ ಕನಸು ನನಸಾದ ಬಗ್ಗೆ ನಂಬಿಕೆ ಬಂದಿರಲಿಲ್ಲ. ಅನೇಕ ವರ್ಷಗಳ ಹಿಂದೆ ಅವನು ತನಗೆ ತಾನೇ ಮಾಡಿಕೊಂಡ ಪ್ರತಿಜ್ಞೆ ಈಗ ಪೂರೈಸಿತ್ತು. ಹೊಸಾ ಆಸನದ ಆಕಾರದುದ್ದಕ್ಕೂ ಅವನು ಬೆರಳಾಡಿಸಿದ. ಅದು ಅವನ ಗುರುವಾದ ಪರಮೇಶ್ವರರ ಉಡುಗೊರೆಯಾಗಿತ್ತು. ಅವನಿಗೆ ಅದೊಂದು ಗೌರವ ವಾಗಿತ್ತು ಮತ್ತು ಸ್ಕಂದದಾಸ ಅದರಿಂದ ಭಾವುಕನಾಗಿದ್ದ. ಅದೊಂದು ಮರದ ಆಸನವಾಗಿತ್ತು. ಅದಕ್ಕೆ ಎತ್ತರದ ಹಿಂಬದಿಯಿದ್ದು ಕೂರುವ ಪೀಠ ಚಿಕ್ಕದಾಗಿತ್ತು. ಹಾಗಾಗಿ ಕೂರುವುದು ಸ್ವಲ್ಪ ಅನಾನುಕೂಲ ವಾಗಿತ್ತು. ಅದೇ ಅದರ ಉದ್ದೇಶ ಎಂದು ಸ್ಕಂದದಾಸನನ್ನು ಅದರಲ್ಲಿ ಮೊದಲ ಸಲ ಕೂರಿಸಿ ಪರಮೇಶ್ವರರು ಕೆಟ್ಟ ನಗೆ ನಕ್ಕು ಹೇಳಿದ್ದರು. ಅದನ್ನು ನೆನೆಸಿಕೊಂಡು ಹೊಸಾ ಮಹಾಪ್ರಧಾನರು ಮುಸಿ ನಕ್ಕ. ಅವನು ತನ್ನ ಗುರುವನ್ನು ಬಹಳ ಪ್ರೀತಿಯಿಂದ ನೆನೆಯುತ್ತಿದ್ದ. ಮಹಾಪ್ರಧಾನ ಹುದ್ದೆಯನ್ನು ತಲುಪುವಷ್ಟರಲ್ಲಿ ಜನರು ವಯಸ್ಸಾಗಿ ಕುಗ್ಗಿರುತ್ತಾರೆ, ಕರಡಿಯಂತೆ ಬೃಹದಾಕಾರವಾಗಿರುವುದಿಲ್ಲ ಎಂದು ಪರಮೇಶ್ವರರು ನುಡಿದಿದ್ದರು. ಬೇರೆ ಯಾರಾದರೂ ಆ ಟೀಕೆ

ಮಾಡಿದ್ದರೆ ಸ್ಕಂದದಾಸ ಕೋಪದಿಂದ ಕುದಿಯುತ್ತಿದ್ದ. ಆದರೆ ಪರಮೇಶ್ವರರು ಹಾಗೆ ಹೇಳಿದಾಗ ಅವರ ಜೊತೆಗೆ ಅವನೂ ನಕ್ಕಿದ್ದ. ಮಾಹಿಷ್ಮತಿಯ ಚರಿತ್ರೆಯಲ್ಲಿ ಅವನೇ ಅತ್ಯಂತ ಕಿರಿಯ ಮಹಾಪ್ರಧಾನನಾಗಿದ್ದ. ಅವನ ಶ್ರಮಕ್ಕೆ ತಕ್ಕ ಪ್ರತಿಫಲ ದೊರೆತಿತ್ತು. ಅವನು ಎಲ್ಲವನ್ನೂ ಪರಮೇಶ್ವರರ ಕೃಪೆಯಿಂದ ಪಡೆದುಕೊಂಡಿದ್ದ. ಜೊತೆಗೆ ಮಹಾರಾಜರ ಕೃಪೆಯೂ ಇತ್ತು. ಸ್ಕಂದದಾಸನನ್ನು ಮಹಾಪ್ರಧಾನ ರಾಗಿಸುವ ಘೋಷಣೆ ಮಾಡಿದ್ದೆ ತಡ ಎಲ್ಲ ಕುಲೀನರು ಆಕ್ಷೇಪಿಸಿದ್ದರು. ಅವನ ನೈತಿಕತೆಯ ಬಗ್ಗೆ ಪ್ರಶ್ನೆ ಎತ್ತಿ, ಕಾಳಿಕಾ ವಾಟಿಕೆಯ ಪ್ರಸಂಗವನ್ನು ಉದಾಹರಿಸಿ ತಮ್ಮ ಆಕ್ಷೇಪಣೆಯನ್ನು ಸಮರ್ಥಿಸಿಕೊಂಡರು. ಮಹಾರಾಜ ಸೋಮದೇವ ನಕ್ಕುಬಿಟ್ಟು, ಸ್ಕಂದದಾಸನು ಮಾಡಿದ ತಪಸ್ಸು ಅವನ ಪಾಪವನ್ನು ತೊಳೆಯಲು ಸಾಕಾಗಲಿಲ್ಲವೇ ಎಂದು ರಾಜಗುರು ರುದ್ರಭಟ್ಟನನ್ನು ಕೇಳಿದರು. ಅವನ ತೀರ್ಥಯಾತ್ರೆ ಸಾಲದೆಂದು ಹೇಳುವ ಧಾರ್ಷ್ಟ್ಯ ಮಾಡಲಿಲ್ಲ ಆತ. ಅಸಮಾಧಾನದಿಂದಲೇ ಅವರು ಇದಕ್ಕೆ ಒಪ್ಪಬೇಕಾಯಿತು.

ಕುಲೀನರೆಲ್ಲ ಒಳಗೊಳಗೇ ಕುದಿಯುತ್ತಿದ್ದಾರೆಂದು ಸ್ಕಂದದಾಸನಿಗೆ ತಿಳಿದಿತ್ತು. ಅವನಿಗೆ ಹೇಳಿಕೊಳ್ಳುವಂತಹ ವಂಶಾವಳಿ ಇರಲಿಲ್ಲ, ಶಾಸ್ತ್ರೋಕ್ತ ಶಿಕ್ಷಣವಿರಲಿಲ್ಲ, ಅವನು ಕೆಳಗಿನಲ್ಲಿ ಕೆಳಜಾತಿಯವನಾಗಿದ್ದ. ಆದರೂ ಮಹಾರಾಜರು ಬೇರೆಲ್ಲ ರಿಗಿಂತ ಅವನನ್ನೇ ಮೆಚ್ಚಿ ಆರಿಸಿದ್ದರು. ಹೊಣೆಗಾರಿಕೆ ಬಹಳ ದೊಡ್ಡದಾಗಿತ್ತು. ತನ್ನ ಕೈಕೆಳಗಿನವರಿಂದ ಅರೆಮನಸ್ಸಿನ ಸಹಕಾರ ದೊರೆಯುವುದೆಂದು ಅವನಿಗೆ ಗೊತ್ತಿತ್ತು. ಅವನ ನೇಮಕಾತಿಯಿಂದ ಅತೃಪ್ತರಾದ ಅನೇಕ ಶಕ್ತಿಶಾಲಿ ವ್ಯಕ್ತಿಗಳು ಅವನನ್ನು ಮುಕ್ತವಾಗಿ ದ್ವೇಷಿಸುವರೆಂದು ಪರಮೇಶ್ವರರು ಎಚ್ಚರಿಕೆ ನೀಡಿದ್ದರು. ಅವನು ಅವರ ಮನಗೆಲ್ಲಲು ಯತ್ನಿಸಬೇಕೆಂದು ನಿರ್ಧರಿಸಿದ್ದ. ನ್ಯಾಯವಾದ ಹಾಗೂ ಸರಿಯಾದ ಕಾರ್ಯಗಳನ್ನು ಮಾತ್ರ ಮಾಡುತ್ತೇನೆಂದು, ಇತರ ಎಲ್ಲರಿಗಿಂತ ಹೆಚ್ಚು ಕಷ್ಟಪಟ್ಟು ಕೆಲಸ ಮಾಡುತ್ತೇನೆಂದೂ ಅವನು ತೀರ್ಮಾನಿಸಿದ. ಎಲ್ಲರಿಗಿಂತ ಉತ್ತಮ ಮಹಾಪ್ರಧಾನನೆನ್ನಿಸಿಕೊಳ್ಳಬೇಕೆಂದು ಅವನು ನಿಶ್ಚಯಿಸಿದ್ದ.

ಅದಕ್ಕೂ ಮೊದಲು ಅವನು ಒಬ್ಬರಿಗೆ ಒಂದು ಸಣ್ಣ ಪ್ರತ್ಯುಪಕಾರ ಮಾಡ ಬೇಕಿತ್ತು. ಅವನು ರೂಪಕನಿಗೆ ಹೇಳಿಕಳಿಸಿದ. ಅವನು ಮುಖ ಊದಿಸಿಕೊಂಡು ಬಂದು ಅರೆಮನಸ್ಸಿನಿಂದ ಬಾಗಿ ವಂದಿಸಿದ. ರೂಪಕನಿಗೆ ತನ್ನ ಕೈಕೆಳಗೆ ಕೆಲಸ ಮಾಡಲು ಮನಸ್ಸಿಲ್ಲವೆಂದು ಸ್ಕಂದದಾಸನಿಗೆ ಗೊತ್ತಿತ್ತು. ಒಂದು ಲಿಖಿತ ಆದೇಶವನ್ನು ರೂಪಕನ ಕೈಯಲ್ಲಿತ್ತು, ಅವನ ಪ್ರತಿಕ್ರಿಯೆಗಾಗಿ ಅವನ ಮುಖವನ್ನೇ ದಿಟ್ಟಿಸಿದ.

"ಸ್ವಾಮೀ !" ರೂಪಕ ಉದ್ಗರಿಸಿದ.

ಸ್ಕಂದದಾಸ ಅದೇ ಪ್ರತಿಕ್ರಿಯೆಯನ್ನು ನಿರೀಕ್ಷಿಸಿದ್ದ. "ನಾನು ದೇವದಾಸಿ ಬೀದಿಯನ್ನು ಮುಚ್ಚಲು ಕಾರಣ ಅವರು ನನಗೆ ಅವಮಾನ ಮಾಡಿದ್ದು ಎಂದು ನೀನು ತಿಳಿದರೆ ಅದು ತಪ್ಪು. ಅಂತಹ ಪಾಪ ಕೂಪಗಳು ದೇಶದ ನೈತಿಕತೆಯನ್ನು ನಾಶ ಮಾಡಿ ನಮ್ಮ ಯುವಕರ ಮನಸ್ಸಿನಲ್ಲಿ ಅಪರಾಧಭಾವವನ್ನು ಜಾಗೃತ ಗೊಳಿಸುತ್ತವೆ. ಇದು ನಮ್ಮ ಕರ್ತವ್ಯ..."

"ಸ್ವಾಮೀ, ಕಾಳಿಕಾ ಬಹಳ ಶಕ್ತಿಶಾಲಿ ಮತ್ತು ಪ್ರಭಾವಶಾಲಿ..."

"ಇನ್ನು ಮೇಲಲ್ಲ. ಅವಳಿಗೊಂದು ಸಣ್ಣ ನಿವೃತ್ತಿ ವೇತನ ನೀಡಲಾಗುವುದು ಅವಳು ಅದರಿಂದ ಜೀವನ ನಡೆಸಲು ಕಲಿಯಬೇಕು."

"ಕುಲೀನರು ದಂಗೆ ಏಳುತ್ತಾರೆ" ರೂಪಕ ಅರಚಿದ.

"ನನ್ನ ನೈತಿಕತೆಯ ಬಗ್ಗೆ ಪ್ರಶ್ನೆ ಎತ್ತಿದ್ದ ಅದೇ ಕುಲೀನರಲ್ಲವೇ? ನನಗೇನೂ ಹಾಗನ್ನಿಸುವುದಿಲ್ಲ. ನೀನು ನುಡಿದಂತೆ ಅವರೆಲ್ಲ ಕುಲೀನರು. ಜೀವನಕ್ಕಾಗಿ ತನ್ನ ದೇಹವನ್ನು ಮಾರುವ ಹೆಣ್ಣೊಬ್ಬಳ ಬಗ್ಗೆ ಅವರೇಕೆ ಚಿಂತಿಸಬೇಕು?" ಸ್ಕಂದದಾಸ ಮುಗುಳ್ನಗುತ್ತ ಕೇಳಿದ.

"ದೇವದಾಸಿ ಬೀದಿಯಲ್ಲಿ ಗಲಭೆಯಾಗುತ್ತದೆ"

"ದಂಡನಾಯಕ ಪ್ರತಾಪನಿಗೆ ಹೇಳಿ ಯಾವುದೇ ಸಮಸ್ಯೆಯಾಗದಂತೆ ಪರಿಸ್ಥಿತಿಯನ್ನು ನಿಯಂತ್ರಿಸಲು ಸಾಕಷ್ಟು ಸಂಖ್ಯೆಯಲ್ಲಿ ದಂಡಕಾರರನ್ನು ಕಳಿಸುವ ಏರ್ಪಾಟು ಮಾಡಲು ತಿಳಿಸು"

"ಅನೇಕ ಹೆಂಗಸರು ನಿರುದ್ಯೋಗಿಗಳಾಗುತ್ತಾರೆ ಸ್ವಾಮಿ" ರೂಪಕ ಹೇಳಿದ.

"ಅವರು ಅನಕ್ಷರಸ್ಥರಾಗಿದ್ದರೆ ಸೇವಕಿಯರಂತೆಯೋ ಕಸ ಗುಡಿಸುವವ ರಂತೆಯೋ ಕೆಲಸ ಮಾಡಲಿ. ಇಲ್ಲದಿದ್ದರೆ ಅವರಿಗೆ ಸೂಕ್ತ ಕೆಲಸ ಕೊಡೋಣಾ"

"ಸ್ವಾಮೀ, ದೇವದಾಸಿ ಪದ್ಧತಿ ಸಾವಿರಾರು ವರ್ಷಗಳಿಂದ ಜಾರಿಯಲ್ಲಿದೆ. ಅದನ್ನು ನೀವು ಅಸ್ತವ್ಯಸ್ತಗೊಳಿಸಲಾಗದು."

"ನಾನು ನಿನ್ನನ್ನು ಕರೆಸಿದ್ದು ಪುರಾತನ ಸಂಪ್ರದಾಯಗಳ ಬಗ್ಗೆ ಉಪನ್ಯಾಸ ಮಾಡಲಲ್ಲ. ದಯವಿಟ್ಟು ನನ್ನ ಆಜ್ಞೆಯನ್ನು ಜಾರಿಗೆ ತಾ. ಯಾವುದೇ ಚರ್ಚೆ ಇದ್ದಲ್ಲಿ ಅದನ್ನು ಮಹಾರಾಜರ ಎದುರು ಒಡ್ಡೋಲಗದಲ್ಲಿ ಮಾಡಲಾಗುವುದು." ಮುಂದೆ ಚರ್ಚೆಗೆ ಅವಕಾಶವಿಲ್ಲದಂತೆ ಸ್ಕಂದದಾಸ ಮಾತು ಕತ್ತರಿಸಿದ.

ರೂಪಕ ಬಾಗಿ ವಂದಿಸಿ ತಿರುಗಿದ.

"ನಿನಗೆ ಹೋಗಲು ನಾನು ಅಪ್ಪಣೆ ಕೊಡಲಿಲ್ಲ ರೂಪಕ" ಸ್ಕಂದದಾಸ ನುಡಿದ.

"ಆದರೆ..."

"ಆ ಆಜ್ಞೆಯನ್ನು ಪ್ರತಾಪನಿಗೆ ಕಳಿಸು. ನೀನು ನನ್ನ ಜೊತೆಗೆ ಬಾ" ಸ್ಕಂದದಾಸ ತನ್ನ ಆಸನದಿಂದ ಎದ್ದುನಿಂತ.

"ಎಲ್ಲಿಗೆ?"

"ಗೌರಿಧೂಳಿ ಮಾಡುವ ಕಾರ್ಯಾಗಾರಕ್ಕೆ. ನನ್ನನ್ನು ಅಲ್ಲಿಗೆ ಕರೆದುಕೊಂಡು ಹೋಗು. ಮಹಾಪ್ರಧಾನನಾಗಿ ಆ ಕಾರ್ಯ ಹೇಗೆ ನಡೆಯುವುದೆಂದು ನಾನು ತಿಳಿಯಬೇಕು" ವಾದ ಮಾಡಲು ರೂಪಕನಿಗೆ ಯಾವ ಅವಕಾಶವನ್ನೂ ಕೊಡದೇ ಸ್ಕಂದದಾಸ ನಡೆಯತೊಡಗಿದ. ಅವನ ಸಹಾಯಕ ಅವನನ್ನು ಅನುಸರಿಸುವುದಲ್ಲದೆ ಬೇರೆ ವಿಧಿಯಿರಲಿಲ್ಲ.

ಭವಿಷ್ಯತ್ತಿನ ಪೀಳಿಗೆಗಾಗಿ ಪ್ರತಿಯೊಂದನ್ನೂ ದಾಖಲೆ ಮಾಡಲು ಸ್ಕಂದದಾಸ ನಿರ್ಧರಿಸಿದ್ದ. ಮೌಖಿಕ ಸಂಪ್ರದಾಯದಲ್ಲಿ ಹೇಳಿದ್ದರಿಂದ ಎಷ್ಟೊಂದು ಅಧಿಕೃತ ಮಾಹಿತಿಗಳು ನಷ್ಟವಾಗಿದ್ದವು. ಗೌರಿಧೂಳಿಯನ್ನು ತೆಗೆಯುವ ತಂತ್ರವೂ ಕೂಡಾ ಹಾಗೇ ನಶಿಸಿಹೋಗಬಾರದೆನ್ನುವುದು ಅವನ ಕಾಳಜಿಯಾಗಿತ್ತು. ಕೋಟೆಯ ನಕ್ಷೆಯನ್ನು ಸಿದ್ಧಪಡಿಸುವ ಕೆಲಸವನ್ನು ಅವನು ಮುಕ್ಕಾಲುವಾಸಿ ಪೂರ್ಣಗೊಳಿಸಿದ್ದ. ಸಾಧ್ಯವಾದರೆ ಗೌರಿಧೂಳಿಯನ್ನು ತೆಗೆಯುವ ತಂತ್ರವನ್ನು ಸ್ವತಃ ಕಲಿಯಲು ಸಿದ್ಧನಿದ್ದ. ಅವನೇನೂ ಕಮ್ಮಾರನಲ್ಲ. ಆದರೆ ಕಷ್ಟಪಟ್ಟರೆ ತಾನು ಕಲಿಯಲಾಗದೆ ಇರುವುದು ಯಾವುದೂ ಇಲ್ಲ ಎನ್ನುವುದು ಅವನ ನಂಬಿಕೆಯಾಗಿತ್ತು. ಎಷ್ಟೋ ಸಂಗತಿಗಳನ್ನು ಕಲಿತು ಅವನು ಕರಗತ ಮಾಡಿಕೊಂಡಿದ್ದ. ಗೌರಿಧೂಳಿಯ ತಂತ್ರಜ್ಞಾನವನ್ನೂ ಅವನು ಕಲಿಯಬಹುದು.

ಅವರು ನಡುಮಧ್ಯಾಹ್ನ ನೆಲಮಾಳಿಗೆಯ ಚಕ್ರವ್ಯೂಹವನ್ನು ತಲುಪಿದರು. ಅರಮನೆಯ ಕೆಳಗಿನ ನೆಲಮಾಳಿಗೆಯ ಸುರಂಗದಲ್ಲಿ ಸಂಕೀರ್ಣ ಸುತ್ತುಬಳಸಿನ ಜಾಲದೊಳಗೆ ರೂಪಕ ಸ್ಕಂದದಾಸನನ್ನು ಕರೆದುಕೊಂಡುಹೋದ. ಕಾರ್ಯಾಗಾರವನ್ನು ಅವರು ಸಮೀಪಿಸುತ್ತಿದ್ದಂತೇ ಬಿಸಿ ಗಾಳಿ ಸೋಕಿತು. ಸ್ಕಂದದಾಸನಿಗೆ ತೀಕ್ಷ್ಣ ಹೊಗೆಯ ಘಾಟು ತಟ್ಟಿತು. ಸುರಂಗದ ಛಾವಣಿಯ ಜೇಡರ ಬಲೆಗಳು ಮಸಿಯಿಂದ ಕಪ್ಪಾಗಿದ್ದವು. ಕಮ್ಮಾರ ಗುಲಾಮರು ತಮ್ಮ ಜೀವಿತದ ಹೆಚ್ಚಿನ ದಿನಗಳನ್ನು ಈ ಇಕ್ಕಟ್ಟಾದ ಸ್ಥಳದಲ್ಲಿ ಹೇಗೆ ಕಳೆಯುತ್ತಾರೆ ಎಂದು ಯೋಚಿಸಿದ ಅವನು. ತಪ್ಪಿಸಿಕೊಂಡು ಓಡಿಹೋಗಲು ಅಥವಾ ದಂಗೆ ಏಳಲು ಅವರಿಗೆ ಪ್ರಚೋದನೆಯಾಗಲಿಲ್ಲವೇ? ನೆಲಮಾಳಿಗೆಯಿಂದ ಕೆಲವು ಶಿಲೆಗಳ ಸಹಿತ ಒಬ್ಬ ಕಾರ್ಮಿಕ ಓಡಿಹೋದನೆನ್ನುವ ವರದಿಯನ್ನು ಅವನು ಓದಿದ್ದ. ಅವನು ಹೇಗೆ ತಪ್ಪಿಸಿಕೊಂಡಿರಬಹುದು, ಯಾರು ಅವನಿಗೆ ನೆರವಾಗಿರಬಹುದು, ಅವನನ್ನು ಸಂಪರ್ಕಿಸಿದವರು ಯಾರು ಎಂದು ಯೋಚಿಸಿದ. ಈ ಕಾರ್ಯಾಗಾರದ ಅಸ್ತಿತ್ವ

ಕುರಿತು ತಿಳಿದವರು ಸರ್ಕಾರದ ಮೇಲ್ವರ್ಗದ ಅಧಿಕಾರಿಗಳು ಕೆಲವೇ ಮಂದಿ ಇದ್ದರು. ಅದರ ನಿಖರ ಸ್ಥಳ ಕುರಿತು ತಿಳಿದವರು ಇನ್ನೂ ಕಡಿಮೆ ಜನ. ಈ ಕಾರ್ಯಾಗಾರಕ್ಕೆ ಪ್ರವೇಶ ಇದ್ದವರು ಮಹಾಪ್ರಧಾನ, ಸೇನಾಪತಿ ಹಿರಣ್ಯ ಮತ್ತು ಮಹಾರಾಜರು. ಹಾಗಾಗಿ ಕಾರ್ಮಿಕನಿಗೆ ಹೇಗೆ ತಪ್ಪಿಸಿಕೊಳ್ಳಬೇಕೆಂದು ತಿಳಿಯಿತು?

ದೊಡ್ಡ ಕಲ್ಲಿನ ಬಾಗಿಲು ಕಿರುಗುಡುತ್ತಾ ತೆರೆದುಕೊಂಡಿತು. ಸುತ್ತಿಗೆಗಳು ಲೋಹಕ್ಕೆ ಬಡಿಯುವ ಜೋರು ಸದ್ದು ಅವನ ಕಿವಿಗೆ ಅಪ್ಪಳಿಸಿತು. ಕಾರ್ಯಾಗಾರದೊಳಗಿನ ಧಗೆ ಸಹಿಸಲಸಾಧ್ಯವಾಗಿತ್ತು. ಕುಲುಮೆಯೊಳಗಿನ ಬೆಂಕಿ ಧಗಧಗಿಸುತ್ತಿತ್ತು. ಎಲ್ಲದಕ್ಕೂ ನೀಲಿ ಬೆಳಕಿನ ಚಾದರ ಹೊದಿಸಿದಂತಿತ್ತು. ತೀಕ್ಷ್ಣ ವಾಸನೆ, ಕಾದ ಲೋಹವನ್ನು ನೀರಿನಲ್ಲಿ ಹಾಕಿದಾಗಿನ ಹಿಸ್ಸ್ ಸದ್ದು, ಲೋಹದ ಮೇಲೆ ಲೋಹ ಬಡಿಯುವ ಸದ್ದು, ಶಾಖ, ಕತ್ತಲೆ, ಮಸಿ ತುಂಬಿದ ನೆಲಮಾಳಿಗೆ ಎಲ್ಲವು ಸ್ಕಂದದಾಸನಿಗೆ ಉಸಿರು ಕಟ್ಟಿಸಿತು. ಹೊಗೆಯಲ್ಲಿ ಉಸಿರಾಡಲು ಕಷ್ಟಪಡುತ್ತಿದ್ದ.

ಕಮ್ಮಾರರ ಮುಖ್ಯಸ್ಥ ಧಮಾಕ ಹೊಸ ಮಹಾಪ್ರಧಾನರಿಗೆ ಬಾಗಿ ವಂದಿಸಿದ. ಸ್ಕಂದದಾಸ ಅವನೊಂದಿಗೆ ಮಾತಾಡಿ, ಪ್ರತಿ ಕಮ್ಮಾರನ ಹೆಸರು ಕೇಳಿದ. ಗುಲಾಮರಿಗೆ ಇದು ಹೊಸದಾಗಿತ್ತು. ಹಿಂದೆ ಯಾವ ಮಹಾಪ್ರಧಾನರೂ ಅವರ ಹೆಸರು ಕೇಳಿರಲಿಲ್ಲ. ಸ್ಕಂದದಾಸ ಪ್ರತಿಯೊಬ್ಬ ಕಮ್ಮಾರನ ಬಳಿ ನಿಂತು ಮಾತಾಡಿ ಆತನ ನಿರ್ವಹಿಸುತ್ತಿದ್ದ ಪ್ರಕ್ರಿಯೆಯ ಬಗ್ಗೆ ಸುದೀರ್ಘವಾಗಿ ಚರ್ಚಿಸಿದ. ಅದನ್ನು ನೋಡುತ್ತಾ ರೂಪಕ ಹುಬ್ಬು ಗಂಟಿಕ್ಕಿಕೊಂಡು ತನ್ನ ಅಸಮಾಧಾನವನ್ನು ವ್ಯಕ್ತಪಡಿಸುತ್ತಿದ್ದ. ಧಮಾಕನಿಗೆ ಚಡಪಡಿಕೆ ಶುರುವಾಯಿತು. ಅವನು ಸ್ಕಂದದಾಸನ ಗಮನ ಬೇರೆ ಕಡೆ ಸೆಳೆಯಲು ಯತ್ನಿಸಿದ. ಆದರೆ ಸ್ಕಂದದಾಸ ಗುಲಾಮರ ಜೊತೆ ತನ್ನ ಸಂವಾದವನ್ನು ಮುಂದುವರಿಸಿದ. ಒಬ್ಬ ಯುವ ಗುಲಾಮ ಸ್ಕಂದದಾಸನ ಕೈ ಹಿಡಿದುಕೊಂಡ. ಎಲ್ಲರೂ ಗಾಭರಿಯಲ್ಲಿ ಹಾಂ ಎಂದು ಮೇಲುಸಿರು ಬಿಟ್ಟರು.

ಧಮಾಕ ಚೀರಿದ "ದೂರ ಸರಿ, ದುಷ್ಟ. ಮಹಾಪ್ರಧಾನರನ್ನು ಮುಟ್ಟಲು ನಿನಗೆಷ್ಟು ಧೈರ್ಯ?"

ಸ್ಕಂದದಾಸ ಧಮಾಕನಿಗೆ ಸುಮ್ಮನಿರಲು ಹೇಳಿ ಯುವಕನತ್ತ ಮುಗುಳ್ನಗೆ ಬೀರಿದ. ಅದರಿಂದ ಉತ್ತೇಜಿತನಾಗಿ ಆ ಯುವಕ ಸ್ಕಂದದಾಸನನ್ನು ಗುಹೆಯ ಒಳಭಾಗಕ್ಕೆ ಕರೆದುಕೊಂಡು ಹೋದ. ಉರಿಯುವ ಕುಲುಮೆಗಳು, ಕರಗಿದ ಲೋಹವು ತಂಪಾಗುತ್ತಿದ್ದ ಧಾರಕಗಳನ್ನೆಲ್ಲ ದಾಟಿ ಅವರು ಮುಂದೆ ಸರಿದರು. ರೂಪಕ ಮತ್ತು ಧಮಾಕ ಅಸಮಾಧಾನದಲ್ಲೇ ಅವರನ್ನು ಹಿಂಬಾಲಿಸಿದರು.

ನೆಲದ ಮೇಲೆ ನೀರಿನ ಪಸೆ ಇದ್ದ ಒಂದು ಜಾಗದಲ್ಲಿ ಯುವಕ ನಿಂತು ಮೇಲೆ ಛಾವಣಿಯನ್ನು ತೋರಿಸಿದ. ಸ್ಕಂದದಾಸ ತಲೆ ಮೇಲೆತ್ತಿ ಛಾವಣಿಯನ್ನು

ನೋಡಿದ. ಒಂದು ಹನಿ ನೀರು ಅವನ ಮೂಗಿನ ಮೇಲೆ ಬಿತ್ತು. ಛಾವಣಿಯಲ್ಲಿ ಸೋರಿಕೆಯಿತ್ತು.

"ಯಾಕೆ ಇದನ್ನು ಯಾರೂ ಗಮನಿಸಿಲ್ಲ?" ಸ್ಕಂದದಾಸ ಧಮಾಕನನ್ನು ಪ್ರಶ್ನಿಸಿದ. ಮುಖ್ಯ ಕಮ್ಮಾರ ಮತ್ತು ರೂಪಕ ಮುಖಮುಖ ನೋಡಿಕೊಂಡರು.

"ಅದನ್ನು ಮಹಾಪ್ರಧಾನ ಪರಮೇಶ್ವರರು ಗಮನಿಸಿದ್ದರು ಮತ್ತು ಅದನ್ನು ಸರಿಪಡಿಸಲು ಅಪ್ಪಣೆ ಕೊಟ್ಟಿದ್ದರು ಸ್ವಾಮಿ" ಯುವಕ ಗುಲಾಮ ಹೇಳಿದ.

"ಅದನ್ನು ಸರಿಪಡಿಸಲಾಗಿತ್ತು." ಧಮಾಕ ನುಡಿದ "ಆದರೆ ಉಬ್ಬರದ ಸಮಯದಲ್ಲಿ ನದಿ ಒಳನುಗ್ಗಲು ಪ್ರಯತ್ನಿಸುತ್ತದೆ"

"ನಾವೆಲ್ಲರೂ ಒಂದು ದಿನ ಮುಳುಗಿಹೋಗುತ್ತೇವೆ ಸ್ವಾಮಿ, ನಮಗೆ ಭಯವಾಗುತ್ತಿದೆ" ಗುಲಾಮ ಯುವಕ ಕೈ ಮುಗಿದು ಬೇಡಿಕೊಂಡ.

"ಅದನ್ನು ಭದ್ರವಾಗಿ ಮುಚ್ಚಿಬಿಡಿ. ಸೀಸವೋ ಅಥವಾ ಕಬ್ಬಿಣವೋ ಏನಾದರೊಂದು ಬಳಸಿ ಮುಚ್ಚಿ, ಒಂದು ಹನಿ ನೀರೂ ಒಳಗೆ ಸೋರಬಾರದು" ಸ್ಕಂದದಾಸ ದೃಢವಾಗಿ ಹೇಳಿದ.

"ಅದು ಸಾಧ್ಯವಿಲ್ಲ ಸ್ವಾಮೀ" ಧಮಾಕ ಸಮರ್ಥಿಸಿಕೊಳ್ಳುತ್ತಾ ಉತ್ತರಿಸಿದ.

ಸ್ಕಂದದಾಸನ ಮುಖ ಕೋಪದಲ್ಲಿ ಕಪ್ಪುಗಟ್ಟಿತು. ತನ್ನ ಆದೇಶವನ್ನು ಒಬ್ಬ ಗುಲಾಮ ತಳ್ಳಿಹಾಕುತ್ತಾನೆಂದರೆ!

ಅಷ್ಟರಲ್ಲಿ ರೂಪಕ ನಡುವೆ ಪ್ರವೇಶಿಸಿದ. "ಅದೊಂದು ರಕ್ಷಣಾ ತಂತ್ರ. ಮಾಹಿಷ್ಮತಿಯನ್ನು ಯಾರಾದರೂ ಶತ್ರು ಧಾಳಿ ಮಾಡಿ ವಶಪಡಿಸಿಕೊಂಡರೆ ಅವರಿಗೆ ಗೌರಿಧೂಳಿಯ ರಹಸ್ಯ ತಿಳಿಯಬಾರದು. ಗುಲಾಮರ ಮುಖ್ಯಸ್ಥನಿಗೆ ಸೂಚನೆ ನೀಡಲಾಗಿದೆ, ಅಂತಹ ಸಂದರ್ಭದಲ್ಲಿ ತನ್ನ ಸುತ್ತಿಗೆಯ ಒಂದು ಏಟಿಗೆ ಬಾಗಿಲನ್ನು ಒಡೆದು ತೆರೆದಾಗ ...."

"ನದಿ ಒಳಗೆ ನುಗ್ಗಿ ಬಂದು ರಹಸ್ಯವನ್ನು ಶಾಶ್ವತವಾಗಿ ಅಳಿಸಿ ಹಾಕುತ್ತದೆ" ಧಮಾಕ ಪೂರ್ಣಗೊಳಿಸಿದ.

"ನಾವೆಲ್ಲರೂ ಸತ್ತುಹೋಗುತ್ತೇವೆ ಸ್ವಾಮೀ" ಯುವಕ ಗುಲಾಮ ಅಳತೊಡಗಿದ "ಆಕಸ್ಮಿಕವಾಗಿ ನೀರು ನುಗ್ಗಿದರೆ. ಆಗಲೂ ರಹಸ್ಯ ಶಾಶ್ವತವಾಗಿ ನಾಶವಾಗುತ್ತದೆ"

ಧಮಾಕ ಗುಲಾಮನನ್ನು ಗದರಿಸಿದ "ಬಾಯಿಮುಚ್ಚು ಮೂರ್ಖ. ಆ ಬಾಗಿಲು ಮುನ್ನೂರು ವರ್ಷಗಳವರೆಗೆ ಭದ್ರವಾಗಿ ತಡೆದು ನಿಂತಿದೆ ಎಂದರೆ ಇನ್ನೂ ಮುನ್ನೂರು ವರ್ಷಗಳವರೆಗೆ ತಡೆಯುತ್ತದೆ ಎಂದರ್ಥ. ಮಹಾಪ್ರಧಾನರಿಗೆ ಭಯಹುಟ್ಟಿಸಿ ಅವರು ಅವಸರದಲ್ಲಿ ಏನಾದರೂ ಮಾಡಲು ಪ್ರೇರೇಪಿಸಬೇಡಾ"

339

ಸ್ಕಂದದಾಸ ಗುಲಾಮನೊಬ್ಬನಿಗೆ ಒಂದು ಮೇಜು ತರಲು ಹೇಳಿದ.

ಅದರ ಮೇಲೇರಿ ಛಾವಣಿಯ ಬಾಗಿಲನ್ನು ಪರೀಕ್ಷಿಸಲಾರಂಭಿಸಿದ. ಆಚೆಕಡೆ ನೀರು ಹರಿಯುವ ಸದ್ದು ಸಣ್ಣಗೆ ಕೇಳಿಸುತ್ತಿತ್ತು. ಉಬ್ಬರವಿರಬೇಕು ಎಂದುಕೊಂಡ. ಮಾಹಿಷ್ಮತಿ ನದಿ ನೆಲಮಾಳಿಗೆಯ ಕಾರ್ಯಾಗಾರದಲ್ಲಿ ನುಗ್ಗಿ ಎಲ್ಲವೂ ಜಲಾವೃತ ವಾಗುವ ಕಲ್ಪನೆಯಿಂದ ನಡುಗಿದ. ಯಾಕೆ ಯಾರಿಗೂ ಅದನ್ನು ಮೊಹರಿನಿಂದ ಭದ್ರಪಡಿಸುವ ಯೋಚನೆ ಬರಲಿಲ್ಲ ಎಂದು ಅವನಿಗೆ ಅರ್ಥವಾಗಲಿಲ್ಲ. ಕಾರ್ಯಾಗಾರವನ್ನು ನೀರಿನಿಂದ ತುಂಬಿ ಅದರ ಜೊತೆಗೆ ರಹಸ್ಯವನ್ನು ನಾಶ ಪಡಿಸುವುದೇ ಅದರ ಉದ್ದೇಶವಾಗಿದ್ದರೆ ಉಬ್ಬರವಿಳಿತದಲ್ಲಿ ಅದು ಪ್ರಯೋಜನ ಕಾರಿಯಲ್ಲ. ನದಿ ತನ್ನ ಪಾತ್ರ ಬದಲಿಸಿತ್ತು, ಅಲ್ಲೀಗ ಕೆಸರಿನ ಜೌಗುಪ್ರದೇಶವಿತ್ತು. ಶಿಲೆಯೊಂದಿಗೆ ಓಡಿಹೋದ ಗುಲಾಮ ಆ ದಾರಿಯನ್ನೇ ಹಿಡಿದಿರಬೇಕು.

"ಯಾವಾಗ ಸೋರಲಾರಂಭಿಸಿತು?" ಸ್ಕಂದದಾಸ ಪ್ರಶ್ನಿಸಿದ.

ಧಮಾಕ ಚಡಪಡಿಸಿ ಒಂದು ಕಾಲಿನಿಂದ ಮತ್ತೊಂದು ಕಾಲಿಗೆ ದೇಹದ ಭಾರ ಬದಲಿಸಿದ. ಅವನು ತನ್ನ ಕಣ್ಣೋಟವನ್ನು ತಪ್ಪಿಸುತ್ತಿದ್ದಾನೆ ಎಂದು ಸ್ಕಂದದಾಸ ಗಮನಿಸಿದ. ಕೊನೆಗೆ "ನನಗೆ ಗೊತ್ತಿಲ್ಲ" ಎಂದ.

"ನಾಗಯ್ಯ ತಪ್ಪಿಸಿಕೊಂಡ ನಂತರದಿಂದ" ಎಂದು ಯುವಕ ಗುಲಾಮ ಹೇಳಿದ.

ಸ್ಕಂದದಾಸ ಅದನ್ನೇ ಊಹಿಸಿದ್ದ. ಗುಲಾಮನಿಗೆ ಹೊರಗಿನಿಂದ ಯಾರೋ ಸಹಾಯ ಮಾಡಿದ್ದಾರೆ ಎಂದು ಅವನಿಗೆ ತಿಳಿದಿತ್ತು. ಅನುಮಾನದ ಸೂಜಿ ರೂಪಕನ ಕಡೆಗೇ ವಾಲಿತ್ತು. ಮೊದಲಿನಿಂದಲೂ ಸ್ಕಂದದಾಸನಿಗೆ ಅವನನ್ನು ಕಂಡರೆ ಇಷ್ಟವಾಗುತ್ತಿರಲಿಲ್ಲ. ಈಗ ಅನುಮಾನ ಬೆಳೆದಂತೆ ಅವನು ತನ್ನ ಅಧಿಕೃತ ಸಹಾಯಕನನ್ನು ದ್ವೇಷಿಸಲಾರಂಭಿಸಿದ.

"ಉಬ್ಬರವಿಳಿದಾಗ ಯಾರಾದರೂ ಈ ಬಾಗಿಲನ್ನು ಹೊರಗಿನಿಂದ ತೆರೆಯಬಹುದಾದರೆ ನದಿ ಪೂರ್ಣವಾಗಿ ತುಂಬಿ ಹರಿಯುವಾಗಲೂ ತೆರೆಯುವ ಸಾಧ್ಯತೆ ಇದೆ. ಅದಕ್ಕೆ ಶಕ್ತಿಶಾಲಿಯಾದ ಪುಪ್ಪುಸವಿರುವ ಒಬ್ಬ ಮುಳುಗುವವ ಇದ್ದರೆ ಸಾಕು. ಇದು ಅತ್ಯಂತ ಗಂಭೀರವಾದ ರಕ್ಷಣಾ ಸಮಸ್ಯೆ. ಇದನ್ನು ಈಗಲೇ ಮುಚ್ಚಿಸಿ" ಸ್ಕಂದದಾಸ ಹೇಳಿದ. ಆತನ ಸಹಾಯಕ ಮತ್ತೆ ಪ್ರತಿಭಟಿಸಿದ.

ಅವನನ್ನು ಅಲಕ್ಷಿಸಿ ಸ್ಕಂದದಾಸ ಗುಲಾಮನನ್ನು ಗದರಿದ. "ಬೇಗ, ನಿನ್ನ ಜೊತೆಗಾರರನ್ನು ಕರಿ, ಬಾಗಿಲನ್ನು ತೆರೆಯಲು ಸಾಧ್ಯವಾಗದಂತೆ ಭದ್ರಪಡಿಸಿ" ಮಹಾಪ್ರಧಾನರ ಅಪ್ಪಣೆಯನ್ನು ನೆರವೇರಿಸಲು ಗುಲಾಮ ಓಡಿದ.

"ನಾನು ಗೌರಿಧೂಳಿಯನ್ನು ನೋಡಬೇಕು" ಸ್ಕಂದದಾಸನೆಂದ. ಇಡೀ ಕಾರ್ಯಾಗಾರ ಸ್ತಬ್ಧವಾಯಿತು.

ಸ್ಕಂದದಾಸ ತಾನು ಹೇಳಿದ್ದನ್ನು ಪುನರುಚ್ಚರಿಸಿದ. ಕೊನೆಗೆ ಧಮಾಕ ಉತ್ತರಿಸಿದ "ಕ್ಷಮಿಸಿ, ಅಧಿಕೃತ ಅಪ್ಪಣೆ ಇಲ್ಲದೆ ಅದು ಸಾಧ್ಯವಿಲ್ಲ"

"ಹೌದೋ, ಸರಿ ಹಾಗಾದರೆ, ಇದೋ ನನ್ನ ಅಪ್ಪಣೆ" ಸ್ಕಂದದಾಸ ಒಂದು ತಾಳೆಯೋಲೆಯನ್ನು ತೆಗೆದು ತನ್ನ ಕಂಠದಿಂದ ಅದರ ಮೇಲೆ ಅಪ್ಪಣೆಯನ್ನು ಗೀಚಿ ಅಧಿಕೃತ ಮೊಹರು ಠಸ್ಸೆ ಬಡಿದು ಮೇಜಿನ ಮೇಲೆ ಕುಕ್ಕಿದ. ರೂಪಕ ಅಡ್ಡ ಬರಲು ಹೋದ. ಸ್ಕಂದದಾಸ ಅವನ್ನು ಸುಮ್ಮನಿರಲು ಹೇಳಿ ಬಾಯಿ ಮುಚ್ಚಿಸಿದ.

ಅವಮಾನಿತನಾದ ರೂಪಕ ತಾಳೆಯೋಲೆಯನ್ನು ಕೈಗೆತ್ತಿಕೊಂಡ.

ಸ್ಕಂದದಾಸ ಅದನ್ನು ಅವನ ಕೈಯಿಂದ ಸೆಳೆದುಕೊಂಡು "ನೀನು ನನ್ನ ಸಹಾಯಕ ಮಾತ್ರ. ನಿನ್ನ ಸ್ಥಾನವನ್ನು ಮರೆಯಬೇಡಾ" ಎಂದ.

ರೂಪಕನ ಮುಖ ಕೆಂಪಗಾಯಿತು. ತಣ್ಣಗಿನ ಧ್ವನಿಯಲ್ಲಿ ಅವನು ನುಡಿದ "ಸ್ವಾಮೀ, ಯಾವ ಮಹಾಪ್ರಧಾನರೂ ನನ್ನನ್ನು ಹೀಗೆ ನಡೆಸಿಕೊಂಡಿಲ್ಲ"

"ಅದಕ್ಕೆ ಒಗ್ಗಿಕೊ" ಎಂದು ನುಡಿದು ಸ್ಕಂದದಾಸ ಧಮಾಕನ ಕಡೆಗೆ ತಿರುಗಿದ. ಗುಲಾಮರ ಮುಖ್ಯಸ್ಥ ಸರಸರನೆ ಗೋಡೆಯ ಕಡೆಗೆ ನಡೆದು ಒಂದು ಗುಪ್ತದ್ವಾರವನ್ನು ತೆರೆದ. ಅದರ ಒಳಗೆ ನಡೆದು ತನ್ನ ಹಿಂದೆ ಬಾಗಿಲು ಮುಚ್ಚಿಕೊಂಡ. ಸ್ಕಂದದಾಸನಿಗೆ ಸಹನೆ ಮೀರುತ್ತಿತ್ತು.

ಧಮಾಕ ಒಂದು ಸಣ್ಣ ಕರಂಡಿಕೆಯೊಡನೆ ಹಿಂದಿರುಗಿದ. ಅವನು ಅದರ ಮುಚ್ಚಳ ತೆಗೆಯುವವರೆಗೆ ಸ್ಕಂದದಾಸ ಅಸಹನೆಯಿಂದ ಕಾದ. ಮುಚ್ಚಳ ತೆರೆದೊಡನೇ ಕೋಣೆಯ ತುಂಬಾ ಕಾಮನಬಿಲ್ಲಿನ ವರ್ಣವೈವಿಧ್ಯದ ನೀಲಿ ಬೆಳಕು ಹರಡಿತು. ಸ್ಕಂದದಾಸ ಪುಡಿಯನ್ನು ಕೈಯಲ್ಲಿ ಮುಟ್ಟಲು ತನ್ನ ಕೈಚಾಚಿದ. ಆದರೆ ಧಮಾಕ ತಕ್ಷಣ ಕರಂಡಕವನ್ನು ಹಿಂದಕ್ಕೆ ಸರಿಸಿದ. "ಇದು ಅತ್ಯಂತ ವಿಷ ಸ್ವಾಮಿ, ನಿಮ್ಮ ಕೈಯನ್ನು ಮೂಳೆಯವರೆಗೆ ಸುಟ್ಟುಬಿಡುತ್ತದೆ. ಇದಕ್ಕೆ ಸೂರ್ಯನ ಕಿರಣ ಬೀಳಬಾರದು. ಅದಕ್ಕೆ ಇದನ್ನು ನೆಲಮಾಳಿಗೆಯಲ್ಲಿ ಇರಿಸುವುದು. ನಾವು ಖಡ್ಗವನ್ನು ಕುಲುಮೆಯಲ್ಲಿ ಕಾಯಿಸುವಾಗ ಇದನ್ನು ಬೆರೆಸುತ್ತೇವೆ. ಅದರಿಂದಲೇ ಮಾಹಿಷ್ಮತಿಯ ಪ್ರಖ್ಯಾತ ಗೌರೀಖಡ್ಗ ಅಷ್ಟೊಂದು ಶಕ್ತಿಶಾಲಿಯಾಗಿದ್ದು, ಬಳುಕುವ ಗುಣ ಹೊಂದಿರುತ್ತದೆ."

"ಅದರ ಸತ್ವಾಂಶ ಏನು? ಅದರ ಬೇರೆ ಉಪಯೋಗಗಳ ಬಗ್ಗೆ ತಿಳಿದಿದೆಯೇ? ಇದರ ಬಗ್ಗೆ ಪ್ರಯೋಗಗಳಾಗಿವೆಯೇ?" ಸ್ಕಂದದಾಸ ಉತ್ಸಾಹದಿಂದ ಪ್ರಶ್ನಿಸಿದ.

"ಇಲ್ಲಾ ಸ್ವಾಮಿ, ಮಾಡಿಲ್ಲ. ಮಾಡಬಾರದು ಕೂಡಾ. ಅದರಿಂದ ಏನು ಅನಾಹುತಗಳಾಗುವುದೋ ನಮಗೆ ತಿಳಿಯದು. ಯಾವ ಅಪಶಕುನ ತರುವುದೋ..."

"ಛೆ, ಬರಿ ಮೂಢನಂಬಿಕೆಗಳು. ನನಗೆ ಹೇಳಲು ನೀನು ಸಿದ್ಧನಿಲ್ಲದಿದ್ದರೆ ನಾನು ಕಂಡುಕೊಳ್ಳುತ್ತೇನೆ. ಇದನ್ನು ಅಧ್ಯಯನ ಮಾಡಿ ಭವಿಷ್ಯತ್ತಿನ ಪೀಳಿಗೆಗೆ ದಾಖಲಿಸಬೇಕು. ಈ ಆವಿಷ್ಕಾರ ಇಲ್ಲೇ ನಾಶವಾಗಬಾರದು. ಇದನ್ನು ಇನ್ನೂ ಸುಧಾರಿಸಬೇಕು. ಇದನ್ನು ಬಳಸುವ ಇತರ ಮಾರ್ಗಗಳನ್ನು ಕಂಡುಹಿಡಿಯ ಬೇಕು. ಕರಂಡಿಕೆಯನ್ನು ನನಗೆ ಕೊಡು. ನಾನೇ ಪ್ರಯೋಗಗಳನ್ನು ಮಾಡುತ್ತೇನೆ. ಪುರಾತನ ಗ್ರಂಥಗಳಲ್ಲಿ ಗೌರಿಧೂಳಿ ಬಗ್ಗೆ ಖಂಡಿತಾ ಉಲ್ಲೇಖವಿರುತ್ತದೆ."

ರೂಪಕ ಮಧ್ಯೆ ಪ್ರವೇಶಿಸಿದ "ಸ್ವಾಮೀ, ಇದು ಸಲ್ಲದು. ನಿಮಗೆ ಅಧಿಕಾರವಿಲ್ಲ. ಇದು ರಾಜ್ಯದ ರಕ್ಷಣೆಯ ವಿಷಯ. ನೀವು ರಾಜ್ಯಾಡಳಿತ, ರಹಸ್ಯದ ಕುರಿತು ಮಾತಾಡುತ್ತಿದ್ದಿರಿ."

ಧಮಾಕನಿಂದ ಕರಂಡಿಕೆಯನ್ನು ಪಡೆದುಕೊಳ್ಳುತ್ತಾ ಸ್ಕಂದದಾಸ ಮುಗುಳ್ನಕ್ಕ. ಅದರ ಮುಚ್ಚಳವನ್ನು ಭದ್ರವಾಗಿ ಮುಚ್ಚಿ "ಈಗ ನಾನೇ ರಾಜ್ಯಾಡಳಿತ ಗೆಳೆಯ. ಇದು ನನ್ನ ರಹಸ್ಯ ಕೂಡಾ," ಎಂದ.

ಅವನು ಎಲ್ಲ ಗುಲಾಮರಿಂದ ಬೀಳ್ಕೊಂಡು, ಭಾವಣಿಯ ಬಾಗಿಲಿಗೆ ಲೋಹದ ದೊಡ್ಡ ಹಾಳೆಯನ್ನು ಬಡಿದು ಮುಚ್ಚಿದ ಯುವಕನನ್ನು ಪ್ರಶಂಸಿಸಿ, ಗೌರಿ ಧೂಳಿಯ ಕರಂಡಿಕೆಯ ಸಮೇತ ಹೊರಗೆ ಕಾಲಿಟ್ಟ. ರೂಪಕ ಅವನ ಹಿಂದೆಯೇ ಮುಖ ಗಂಟಿಕ್ಕಿಕೊಂಡು ನಡೆದ. ಗುಲಾಮರು ಚಿಂತಿತರಾಗಿ, ಕೆಲವರು ಕಣ್ಣು ಮುಚ್ಚಿ ಪ್ರಾರ್ಥಿಸಿದರು. ಹೆಚ್ಚಿನ ಗುಲಾಮರಂತೆ ಅವರೂ ಮೂಢನಂಬಿಕೆಗೆ ತುತ್ತಾಗಿದ್ದರು. ಗೌರಿಧೂಳಿಯನ್ನು ಯಾರು ಇಟ್ಟುಕೊಳ್ಳುತ್ತಾರೋ ಅವರಿಗೆ ಅಪಶಕುನವಾಗುತ್ತದೆ ಎಂದು ಅವರು ನಂಬಿದ್ದರು.

ಅಧ್ಯಾಯ ಮೂವತ್ತೊಂದು

ಬಿಜ್ಜಳ

ಬಿಜ್ಜಳ ವ್ಯಗ್ರನಾಗಿದ್ದ. ಅವನ ಇಪ್ಪತ್ತೊಂದನೇ ವರ್ಷದ ಜನ್ಮದಿನವನ್ನು ಆಚರಿಸುವ ಶಾಸ್ತ್ರಗಳು ಸೂರ್ಯೋದಯಕ್ಕೂ ಮೊದಲೇ ಪ್ರಾರಂಭವಾಗಿತ್ತು. ಈಗ ಸಂಜೆಯಾಗುತ್ತಾ ಬಂದಿತ್ತು, ಆದರೂ ರುದ್ರಭಟ್ಟ ಮಂತ್ರಗಳನ್ನು ಪಠಿಸುತ್ತಲೇ ಇದ್ದ, ಅಗ್ನಿ ಕಾರ್ಯಗಳು ಮುಗಿಯುವ ಲಕ್ಷಣಗಳೇ ಕಾಣುತ್ತಿರಲಿಲ್ಲ. ನಲವತ್ತಕ್ಕೂ ಹೆಚ್ಚು ಪುರೋಹಿತರು ಮಂತ್ರಗಳನ್ನು ಹೇಳುತ್ತಾ ಹೋಮ ಕುಂಡದೊಳಗೆ ಸವಿತ್ತನ್ನು ಹಾಕುತ್ತಾ, ತುಪ್ಪವನ್ನು ಸುರಿಯುತ್ತಾ ಇದ್ದರು. ಅವನ ತಾಯಿ, ಮಹಾರಾಣಿ, ಪುರೋಹಿತರ ಪಕ್ಕದಲ್ಲಿ ಚಕ್ಕಳಮಕ್ಕಳ ಹಾಕಿ ಕೂತು ಮೌನವಾಗಿ ಮಂತ್ರಗಳನ್ನು ಪುನರುಚ್ಚರಿಸುತ್ತಿದ್ದರು. ಅವನ ತಂದೆ ಗಂಭೀರ ಮುಖ ಹೊತ್ತು ಕೂತಿದ್ದರು. ಆದರೆ ಅವರಿಗೆ ಬೇಸರವಾಗುತ್ತಿದೆ ಎಂದು ಬಿಜ್ಜಳನಿಗೆ ಗೊತ್ತಾಗುತ್ತಿತ್ತು. ತಾನು ರಾಜನಾದಾಗ ಈ ಅವಿವೇಕಗಳನ್ನೆಲ್ಲ ನಿಲ್ಲಿಸುತ್ತೇನೆ ಎಂದು ಬಿಜ್ಜಳ ನಿರ್ಧರಿಸಿದ.

ಅನೇಕ ಪ್ರತಿಷ್ಠಿತರು ಮತ್ತು ಕುಲೀನ ಮನೆತನದವರು ಅತ್ಯುತ್ತಮ ವಸ್ತ್ರ ಒಡವೆಗಳಿಂದ ಅಲಂಕೃತರಾಗಿ ದರ್ಬಾರಿನಲ್ಲಿ ಕೂತಿದ್ದರು.

343

ಬಿಜ್ಜಳನಿಗೆ ಹಸಿವಾಗುತ್ತಿತ್ತು ಮತ್ತು ಅಸಹನೆಯಿತ್ತು. ಪುರೋಹಿತರು ಕಲಶದ ನೀರಿನಲ್ಲಿ ಮಾವಿನ ಎಲೆ ಅದ್ದಿ ಎಲ್ಲರ ಮೇಲೆ ಪ್ರೋಕ್ಷಿಸುತ್ತಿದ್ದರು. ಬಿಜ್ಜಳನಿಗೆ ಕಲಶದ ನೀರನೆಲ್ಲ ಸುರಿದು ಪೂಜಾರಿಯ ಬೋಳುತಲೆಯನ್ನು ತಂಬಿಗೆಯಿಂದ ಕುಟ್ಟಬೇಕು ಅನ್ನಿಸುತ್ತಿತ್ತು. ಮಹಾದೇವ ತಾಳ್ಮೆಯಿಂದ, ಶಾಂತ ಮುಖ ಹೊತ್ತು ತಾಯಿಯ ಪಕ್ಕ ಮುಗುಳ್ನಗುತ್ತಾ ಕೂತಿದ್ದ. ಅದರಿಂದ ಬಿಜ್ಜಳನ ಕಿರಿಕಿರಿ ಇನ್ನಷ್ಟು ಹೆಚ್ಚಾಯಿತು.

ಜನರ ಗುಂಪಿನಿಂದ ಕೇಕಿ ಅವನ ಗಮನ ಸೆಳೆಯಲು ಯತ್ನಿಸುತ್ತಿದ್ದಳು. ಅನೇಕ ವಿಫಲ ಯತ್ನಗಳ ನಂತರ ಅವಳು ತನ್ನ ಮುಡಿಯಿಂದ ಒಂದು ಹೂವನ್ನು ಎತ್ತಿಕೊಂಡು ಬಿಜ್ಜಳನತ್ತ ಎಸೆದಳು. ಯುವರಾಜ ತಿರುಗಿ ಅವಳತ್ತ ನೋಡಿದ. ಕೇಕಿ ತಾವು ಹೋಗಬೇಕು ಎನ್ನುವ ಸನ್ನೆ ಮಾಡಿದಳು. ಅದರಿಂದ ಬಿಜ್ಜಳನ ಆತಂಕ ಇನ್ನೂ ಹೆಚ್ಚಾಯಿತು. ಕಳೆದ ಕೆಲವು ತಿಂಗಳಿಂದ ಅವನು ಗೃಹ ಬಂಧನ ದಲ್ಲಿದ್ದ. ತನ್ನ ಪ್ರೌಢಾವಸ್ಥೆ ತಲುಪಿದ ಜನ್ಮದಿನಕ್ಕಾಗಿ ಅವನು ಚಾತಕ ಪಕ್ಷಿ ಮಳೆಗಾಗಿ ಕಾದಂತೆ ಕಾಯುತ್ತಿದ್ದ. ಇನ್ನು ಮೇಲೆ ಸ್ಕಂದದಾಸ ಅವನನ್ನು ನಿಯಂತ್ರಿಸುವಂತಿಲ್ಲ. ಅವನು ತನಗಿಷ್ಟ ಬಂದ ಕಡೆ ತಿರುಗಾಡಬಹುದು. ಸ್ಕಂದದಾಸನನ್ನು ಅವನು ತನ್ನ ಹೃದಯಾಂತರಾಳದಿಂದ ದ್ವೇಷಿಸುತ್ತಿದ್ದ. ನಿರ್ಲಜ್ಜ ಅಯೋಗ್ಯ, ದರಿದ್ರ ಕೀಳುಜಾತಿಯವ, ಕುಲೀನನಂತೆ ನಟಿಸುತ್ತಾನೆ. ತಾನು ಮಹಾರಾಜನಾದಾಗ ಈ ಅಹಂಕಾರಿ ಹಂದಿಯನ್ನು ಒದ್ದೋಡಿಸುತ್ತೇನೆ. ಇವನಲ್ಲಿ ತಂದೆ ಏನು ಕಾಣುತ್ತಾರೋ ಏನೋ. ಯಾರಾದರೂ ತನ್ನ ಅಭಿಪ್ರಾಯ ಕೇಳಿದ್ದರೆ ಹೇಳುತ್ತಿದ್ದೆ, ಸ್ಕಂದದಾಸ ಯಾವುದಾದರೂ ಗಡಂಗಿನ ನೆಲ ಸಾರಿಸಲು ಯೋಗ್ಯ ಎಂದು.

ದುರದೃಷ್ಟವಶಾತ್ ಮಹಾರಾಜರು ಅವನನ್ನು ಏನೂ ಕೇಳುತ್ತಿರಲಿಲ್ಲ. ಅವರು ಯಾವಾಗಲೂ ಮಹದೇವನೊಡನೆಯೇ ಸಮಾಲೋಚಿಸುತ್ತಿದ್ದರು. ಅವನ ತಮ್ಮ ಒಬ್ಬ ಹೇಡಿ, ಹೆಣ್ಣಿಗ. ತನ್ನ ಮಾತಿನಲ್ಲೇ ಎಲ್ಲರನ್ನೂ ಮರುಳು ಮಾಡುತ್ತಿದ್ದ. ಬಿಜ್ಜಳನಿಗೆ ಸಿಹಿಮಾತುಗಳನ್ನು ಬಳಸುವ ಯಾವುದೇ ಅಗತ್ಯವಿರಲಿಲ್ಲ. ಅವನ ಕತ್ತಿಯೇ ಸಾಕಿತ್ತು, ಜನರು ಅವನ ಮಾತನ್ನು ನಡೆಸುತ್ತಿದ್ದರು. ಎಲ್ಲರನ್ನೂ ತಾನು ಕಬ್ಬಿಣಮುಷ್ಟಿಯಲ್ಲಿ ಆಳುತ್ತೇನೆ ಎಂದುಕೊಂಡ. ಬಿಜ್ಜಳ ಎನ್ನುವ ಹೆಸರು ಕೇಳಿದರೆ ಸಾಕು ಜನರು ಗಡಗಡನೆ ನಡುಗಬೇಕು.

ತಂದೆಯವರಿಗೆ ಏನಾದರೂ ವಿವೇಕವಿದ್ದಿದ್ದರೆ ಆ ನಿಷ್ಪ್ರಯೋಜಕ ಸ್ಕಂದ ದಾಸನ ಬದಲಿಗೆ ಪಟ್ಟರಾಯನನ್ನು ಮಹಾಪ್ರಧಾನಿ ಮಾಡಬೇಕಿತ್ತು. ಅವನೊಬ್ಬ ಸಜ್ಜನ. ಅಂತಹವರು ಸಿಗುವುದು ದುರ್ಲಭ. ಅವತ್ತು ಕಾಳಿಕಾವಾಟಿಕೆಯಲ್ಲಿ

ತಾನು ಎಷ್ಟು ಭಾರಿ ಮೊಬಲಗು ಸೋತಿದ್ದರೂ ಸಾಮಂತ ಪಟ್ಟರಾಯ ಘನತೆಯೇ ಮೂರ್ತಿವೆತ್ತಂತಿದ್ದ. ಎಷ್ಟು ವಿನಯವಂತನಾಗಿ ತನ್ನ ಸಾಲದ ಬಗ್ಗೆ ಒಂದೇ ಒಂದು ಉಸಿರೆತ್ತಲಿಲ್ಲ. ಕಳೆದ ಬಾರಿ ಅವನನ್ನು ಭೇಟಿ ಮಾಡಿದಾಗ ಆ ಧಡಿಯ ಯಾವುದೋ ಶಿಲೆಯ ಬಗ್ಗೆ ಏನೋ ಗಳಹುತ್ತಿದ್ದ. ಬಿಜ್ಜಳ ನಕ್ಕುಬಿಟ್ಟಿದ್ದ. ಅವನಿಂದ ತಾನೇಕೆ ಶಿಲೆಯನ್ನು ಕದಿಯುತ್ತೇನೆ ಎಂದು ಕೇಳಿದ್ದ. ಅದಕ್ಕವನು ತಾನೇ ಅವನ ಗುಲಾಮನಿಗೆ ಕೊಟ್ಟಿದ್ದಾಗಿ ಹೇಳಿದ್ದ. ಗುಲಾಮರುಗಳು ಎಲ್ಲಿಗೆ ಹೋಗುತ್ತಾರೆಂದು ಕಣ್ಣಿಡುವುದೇ ರಾಜಕುಮಾರರ ಕೆಲಸವೇನು? ವೈತಾಳಿಕರಿಂದ ಗುಲಾಮನನ್ನು ರಾಜಕುಮಾರ ಕಾಪಾಡಿದ ನಂತರದಿಂದ ಕಟ್ಟಪ್ಪ ಕಾಣೆಯಾಗಿದ್ದ. ಒಳ್ಳೆಯದಾಯಿತು. ಎಲ್ಲಿಗೆ ಹೋದರೂ ತನ್ನ ಬೆನ್ನ ಹಿಂದೆಯೇ ಬರುವ ಒಬ್ಬ ಕರಿಯ ಗುಲಾಮನ ಬದಲಿಗೆ ಒಬ್ಬಳು ಹೆಣ್ಣು ಗುಲಾಮಿಯನ್ನು ಇಟ್ಟುಕೊಂಡರೆ ಉತ್ತಮ ಅಂದುಕೊಂಡ.

ಕೊನೆಗೂ ಕಾರ್ಯಗಳು ಮುಗಿದು ಅತಿಥಿಗಳೆಲ್ಲರೂ ಭಕ್ಷ್ಯಭೋಜ್ಯಗಳನ್ನು ಬಾಯ್ತುಂಬಾ ಹೊಗಳುತ್ತಾ ನಿರ್ಗಮಿಸಿದರು. ಬಿಜ್ಜಳ ಅವಸರದಲ್ಲಿ ಹೊರಗೆ ಬಂದು ಕುದುರೆ ಲಾಯದ ಕಡೆಗೆ ನಡೆದ. ಅರೇಬಿಯಾದ ಅತ್ಯುತ್ತಮ, ನಡು ರಾತ್ರಿಯಂತೆ ದಟ್ಟ ಕಪ್ಪುಬಣ್ಣದ ಕುದುರೆ ಅವನಿಗಾಗಿ ಕಾದಿತ್ತು. ಅವನ ತಂದೆಯ ಕೊಡುಗೆ. ಮಾಹಿಷ್ಮತಿಯ ಭಾವೀ ಮಹಾರಾಜನಿಗೆ ಯೋಗ್ಯವಾದ ಕಾಣಿಕೆ. ಬಿಜ್ಜಳ ಕುದುರೆಯ ರೇಶ್ಮೆ ಕೂದಲನ್ನು ನೇವರಿಸಿದ. ನಂತರ ಜೀನನ್ನು ಬಿಗಿ ಹಿಡಿದು ಎಗರಿ ಕುದುರೆಯ ಮೇಲೆ ಕೂತ. ತನ್ನ ಮೊನಚಾದ ಪಾದರಕ್ಷೆಯಿಂದ ಕುದುರೆಯ ಪಕ್ಕೆಯನ್ನು ತಿವಿದ, ಕುದುರೆ ನಾಗಾಲೋಟದಲ್ಲಿ ಓಡಿತು.

ತೋಟಗಳನ್ನು ಹಾದು, ನೀರು ಚಿಮ್ಮಿಸುತ್ತಾ ಕಾರಂಜಿಯನ್ನು ಹಾರಿ ಆಚೆ ಬದಿಗೆ ಹಿತವಾಗಿ ಕಾಲೂರಿ, ಎದುರಿಗೆ ಬಂದ ಪ್ರತಿಯೊಂದು ಪೊದೆಯನ್ನು ದಾಟುತ್ತಾ ಕೋಟೆ ಗೋಡೆಯ ಕಡೆಗೆ ಓಡಿತು. ಹಾದಿಯಲ್ಲಿ ಸಿಕ್ಕ ಕೋಳಿಗಳನ್ನು ಬೆದರಿಸಿ, ಮಾಟವಾಗಿ ಬೆಳೆಸಿದ್ದ ಹೂಗಿಡಗಳನ್ನು ತುಳಿದು, ಕೊಡ ಹಿಡಿದು ಗಿಡಗಳಿಗೆ ನೀರುಣಿಸುತ್ತಿದ್ದ ಮುದಿಯ ತೋಟಗಾರನನ್ನು ಪಕ್ಕಕ್ಕೆ ಒದ್ದು, ಅವನು ನೆಲದಲ್ಲಿ ಧೊಪ್ಪನೆ ಬಿದ್ದಾಗ ಜೋರಾಗಿ ನಗುತ್ತಾ ರಾಜಕುಮಾರ ಸಾಗಿದ. ಬಿಜ್ಜಳ ಈಗ ರಕಾಬಿನ ಮೇಲೆ ನಿಂತು ಕುದುರೆಗೆ ಇನ್ನೂ ವೇಗವಾಗಿ ಓಡಲು ಹುರಿದುಂಬಿಸುತ್ತಿದ್ದ. ಆ ಬೃಹತ್ ಯುದ್ಧ ಕುದುರೆ ಮಿಂಚಿನ ಓಟದಲ್ಲಿ ಸಾಗಿ ಬಂದಾಗ ಜನರು ಹೆದರಿ ಕೋಳಿಗಳಂತೆ ಚೆಲ್ಲಾಪಿಲ್ಲಿಯಾಗಿ ಓಡಿದರು. ಇಬ್ಬರು ಕಾವಲುಭಟರು ಓಡಿಬಂದು ಕೋಟೆ ಬಾಗಿಲಿನಲ್ಲಿ ತಮ್ಮ ಈಟಿಗಳನ್ನು ಅಡ್ಡಕ್ಕಿಟ್ಟು ಅವನನ್ನು ತಡೆಯಲು ಯತ್ನಿಸಿದರು. ಬಿಜ್ಜಳ ಲಗಾಮನ್ನು ಹಿಡಿಯಲೂ

ಯತ್ನಿಸಲಿಲ್ಲ. ಅವರ ದುರ್ಬಲ ತಡೆಯನ್ನು ಭೇದಿಸಿಕೊಂಡು ಕುದುರೆ ನಾಗಾಲೋಟದಲ್ಲಿ ಸಾಗಿದಂತೆ ಇಬ್ಬರು ಭಟರೂ ಬೆದರಿ ಪಕ್ಕಕ್ಕೆ ಸರಿದರು. ಮೂರ್ಖರು, ರಾಜಕುಮಾರ ಬಿಜ್ಜಳನನ್ನು ನಿಲ್ಲಿಸಬಲ್ಲರೆಂದುಕೊಂಡರೆ? ಒಬ್ಬ ಕಾವಲು ಭಟ ದೃಢನಿಶ್ಚಯದಿಂದ ಹಿಂದೆಯೇ ಅನುಸರಿಸಿ ಹೋಗಿ ಹೇಗೋ ಲಗಾಮನ್ನು ಹಿಡಿಯುವಲ್ಲಿ ಯಶಸ್ವಿಯಾದ.

ಕುದುರೆ ಹಠಾತ್ತನೆ ನಿಂತಿತು. ಕುದುರೆಯಿಂದ ಕೆಳಗೆ ಬೀಳದಂತೆ ತಡೆಯಲು ಬಿಜ್ಜಳ ತನ್ನೆಲ್ಲ ಕೌಶಲ ಬಳಸಬೇಕಾಯಿತು. ಕೋಟೆ ಬಾಗಿಲಿನ ಮುಖ್ಯ ಕಾವಲು ಭಟ ಓಡೋಡಿ ಬಂದು ಅವನಿಗೆ ಬಾಗಿ ವಂದಿಸಿದಾಗ ಬಿಜ್ಜಳ ಕೋಪದಲ್ಲಿ ಕುದಿಯುತ್ತಿದ್ದ.

"ಮಹಾಪ್ರಭು, ರಕ್ಷಣಾ ವಿಷಯದಲ್ಲಿ ಅಪಾಯವಿರುವುದರಿಂದ ತಾವು ಹೊರಗೆ ಹೋಗಲಾಗದು, ಕ್ಷಮಿಸಿ" ಹಿರಿಯ ಗೌರವದಿಂದ ಉಸುರಿದ. ಬಿಜ್ಜಳ ಅವನನ್ನು ಹತ್ತಿರಕ್ಕೆ ಕರೆದ. ಕುದುರೆಯನ್ನು ಸಮೀಪಿಸಿ ಅವನು ಇನ್ನೂ ಹೆಚ್ಚು ಬಾಗಿದ.

"ಹಾಗಂತ ಯಾರು ಹೇಳಿದರು, ನಾಯಿ ಸೂಳೆಮಗನೇ?" ಬಿಜ್ಜಳ ಗುಡುಗಿದ. ಆ ವ್ಯಕ್ತಿ ನಡುಗಿಹೋದ. ಮಹಾರಾಜರು ಅವನನ್ನು ಹೆಸರಿನಿಂದ ಕರೆದು ವಿಶ್ವಾಸದಿಂದ ಮಾತಾಡಿಸಿ, ಗೌರವದಿಂದ ನಡೆಸಿಕೊಳ್ಳುತ್ತಿದ್ದರು ಎಂದು ಬಿಜ್ಜಳ ಅರಿತಿದ್ದ. ಅವನೊಬ್ಬ ಹಳೆಯ ನಂಬಿಕಸ್ಥ, ನಾಲ್ಕು ದಶಕಗಳಿಗೂ ಮೀರಿ ಮಾಹಿಷ್ಮತಿಯ ಸೇವೆ ಮಾಡಿದ್ದ. ಅದಕ್ಕೆ ಈ ಬೇವಾರ್ಸಿಗಳು ರಾಜಕುಮಾರನನ್ನು ತಡೆಯುವ ಉದ್ಧಟತನ ತೋರುತ್ತಾರೆ. "ಉಂ.. ಮಹಾಪ್ರಧಾನ ಸ್ಕಂದದಾಸರ ಅಪ್ಪಣೆ ಮಹಾಪ್ರಭು" ಅವನ ಕಣ್ಣಲ್ಲಿ ನೀರು ಕಾಣಿಸಿಕೊಂಡಿತು. ಅವನ ಕೈಕೆಳಗಿನವರೆಲ್ಲ ಅವನಿಗಾಗುತ್ತಿದ್ದ ಅವಮಾನಕ್ಕೆ ಸಾಕ್ಷಿಯಾಗುತ್ತಿದ್ದರು. ನಿನ್ನ ಅಹಂಕಾರಕ್ಕೆ ಒಳ್ಳೆ ಮದ್ದು ಎಂದುಕೊಂಡ ಬಿಜ್ಜಳ.

ಅವನು ಹುಟ್ಟುವುದಕ್ಕೆ ಮೊದಲೇ ಯುದ್ಧಗಳಲ್ಲಿ ಆ ಹಿರಿಯ ತೋರಿಸಿದ ಶೌರ್ಯದ ಪರಿಕಲ್ಪನೆಯೇ ಅವನಿಗಿರಲಿಲ್ಲ. ಅದವನಿಗೆ ಬೇಕಾಗಿಯೂ ಇರಲಿಲ್ಲ. ಅವನ ಅಲಂಕಾರದ ಬಿಲ್ಲೆಗಳನ್ನು ಹಿಡಿದು ತನ್ನ ಹತ್ತಿರಕ್ಕೆ ಎಳೆದುಕೊಳ್ಳುತ್ತಾ, ಆ ಮುದಿ ಮುಖದಲ್ಲಿ ಕಂಡ ಭಯವನ್ನು ಕಂಡು ಆನಂದಿಸಿದ ಬಿಜ್ಜಳ. ಎಂಥ ಕೆಟ್ಟ ಮುಖ. ಕತ್ತಿವರಸೆಯ ಗಾಯಗಳ ಕಲೆ ತುಂಬಿದೆ. ಮುದಿಯನಿಗೆ ಅರ್ಧ ಕಿವಿ ಮಾತ್ರವಿದೆ. ತಂದೆ ಅದು ಹೇಗೆ ಇಂತಹ ಅಸಹ್ಯ ಮುಖದವರನ್ನು ಕೆಲಸದಲ್ಲಿಟ್ಟುಕೊಳ್ಳುತ್ತಾರೋ.

ಬಿಜ್ಜಳ ಅವನ ಮುಖದ ಮೇಲೆ ಬೀಸಿ ಬಾರಿಸಿದ. "ಇದು ನನ್ನನ್ನು ನಿಲ್ಲಿಸಿದ್ದಕ್ಕೆ" ಎಂದ. ಮತ್ತೊಮ್ಮೆ ತನ್ನ ಅಂಗೈಯ ಹಿಂಬದಿಯಿಂದ ಹೊಡೆದ. "ಇದು ಆ

ಕೀಳುಜಾತಿಯ ದರಿದ್ರ ಸ್ಕಂದದಾಸನ ಹೆಸರು ಹೇಳಿದ್ದಕ್ಕೆ." ಮತ್ತೊಂದು ಹೊಡೆತಕ್ಕೆ ಅವನ ಮೂಗಿನಿಂದ ರಕ್ತ ಸೋರಲಾರಂಭಿಸಿತು. "ಇದು ಮೇಲ್ವರ್ಗದವರನ್ನು ಗೌರವದಿಂದ ಕಾಣುವ ಪಾಠ ಕಲಿಸಲು" ರಾಜಕುಮಾರನ ಅಂತಿಮ ಹೊಡೆತಕ್ಕೆ ಆ ಹಿರಿಯ ಮೂರ್ಛೆ ಹೋದ.

ಬಿಜ್ಜಳ ಭಯಭೀತರಾದ ಕಾವಲುಭಟರ ಕಡೆಗೆ ನೋಡಿ ಜೋರಾಗಿ ಆರ್ಭಟಿಸಿದ. "ದರಿದ್ರ ಅವಿವೇಕಿಗಳಾ! ತಿಳಿಯಿರಿ, ಇವತ್ತು ನನಗೆ ಇಪ್ಪತ್ತೊಂದು ತುಂಬಿದೆ. ಯಾರೋ ಶೂದ್ರನ ಆಜ್ಞೆಗೆ ನಾನು ಒಳಪಡಬೇಕಿಲ್ಲ. ಇಷ್ಟರಲ್ಲೇ ನಾನು ನಿಮ್ಮೆಲ್ಲರನ್ನೂ ಆಳಲಿದ್ದೇನೆ. ನನಗಿಷ್ಟ ಬಂದ ಕಡೆಗೆ ನಾನು ಹೋಗುತ್ತೇನೆ." ಅವನ ಕೆಂಗಣ್ಣು ನೋಡಿ ಅವರೆಲ್ಲ ಒಬ್ಬೊಬ್ಬರಾಗಿ ಮಂಡಿಯೂರಿ ವಂದಿಸಿದರು.

"ನೀರು!" ಅವನು ಗುಡುಗಿದ. ಆ ಅಸಹ್ಯ ಮುದಿಯ ಕಾವಲುಭಟನನ್ನು ಮುಟ್ಟಿ, ಅದು ಹೊಡೆಯಲಾದರೂ ಸರಿ, ಅವನು ಮೈಲಿಗೆಯಾಗಿದ್ದ. ಕಾವಲುಗಾರನೊಬ್ಬ ನೀರು ಹಿಡಿದು ಓಡಿ ಬಂದ. ಆದಷ್ಟೂ ದೂರ ನಿಂತು ಆಕಸ್ಮಿಕವಾಗಿಯೂ ಸೋಕದಂತೆ ತನ್ನ ಪಾಪ ತೊಳೆಯಲು ಬಿಜ್ಜಳನ ಕೈಗೆ ನೀರು ಹಾಕಿದ. ಬಿಜ್ಜಳ ಕೈ ತೊಳೆದು ಕಾವಲುಗಾರನ ಮುಖದ ಮೇಲೇ ನೀರು ಝಾಡಿಸಿದ. ನಂತರ ಅವನು ತನ್ನ ಕುದುರೆಯನ್ನು ದೌಡಾಯಿಸಿ ಇನ್ನೂ ಮಂಡಿಯೂರಿದ್ದ ಕಾವಲುಗಾರರನ್ನು ದಾಟಿಕೊಂಡು ಕಣ್ಮರೆಯಾದ.

ನದಿಯನ್ನು ದಾಟಿಕೊಂಡು ಬಿಜ್ಜಳ ಕಾಳಿಕಾವಾಟಿಕೆಯತ್ತ ಸಾಗುವಾಗ ಗಾಳಿ ಅವನ ಕಿವಿಯಲ್ಲಿ ಉಯಿಲಿಡುತ್ತಿತ್ತು. ಇಷ್ಟು ದೀರ್ಘಕಾಲ ಅವನು ಪಂಜರದ ಗಿಳಿಯಾಗಿದ್ದ. ಇವತ್ತು ಅವನಿಗೆ ಸ್ವಾತಂತ್ರ್ಯ ಸಿಕ್ಕಿತ್ತು. ಅವನಿಗೆ ರೋಮಾಂಚನವಾಗಿತ್ತು. ಈಗ ಅವನಿಗೆ ಬೇಕಾದುದನ್ನು ಪಡೆದುಕೊಳ್ಳುವಲ್ಲಿ ಯಾರೂ ತಡೆಯುವಂತಿರಲಿಲ್ಲ. ಅವನ ಮನಸಿನಲ್ಲಿ ನಗ್ನಳಾಗಿ ಕೂತ ಕಾಳಿಕೆಯ ಚಿತ್ರ ಮತ್ತೆ ಮತ್ತೆ ಮೂಡಿಬರುತ್ತಿತ್ತು. ಜ್ವರವೇರಿದಂತೆ ಭಾಸವಾಗಿ ಅವನಲ್ಲಿ ಉನ್ಮಾದ ತುಂಬಿಕೊಂಡಿತು. ಕುದುರೆ ನಿಧಾನವೆನ್ನಿಸಿ ದಾರಿ ಬಹಳ ದೂರವಿದೆ ಎಂದು ಭಾಸವಾಗುತ್ತಿತ್ತು.

ಅವನು ದೇವದಾಸಿ ಬೀದಿ ತಲುಪಿದಾಗ ಕುದುರೆಯ ಬಾಯಲ್ಲಿ ನೊರೆ ಬರುತ್ತಿತ್ತು. ಅವನು ತನ್ನ ತಾಯಿ ಕೊಟ್ಟ ಚಿನ್ನದ ನಾಣ್ಯದ ಚೀಲವನ್ನು ಮುಟ್ಟಿ ನೋಡಿಕೊಂಡ. ನಂತರ ಮೂರೆಳೆಯ ವಜ್ರದ ಹಾರವನ್ನು. ಅಂತಃಪುರದ ಸ್ತ್ರೀಯರ ಬಳುವಳಿ ಅದು. ಮಹಾದೇವ ಅವನಿಗೊಂದು ಚಿತ್ರ ಕೊಟ್ಟಿದ್ದ. ಉಪಯೋಗಕ್ಕೆ ಬಾರದ ಉಡುಗೊರೆ. ಕನಿಷ್ಠಪಕ್ಷ ಅವನನ್ನು ಅಶ್ವಾರೂಢನನ್ನಾಗಿ ಯಾದರೂ ಚಿತ್ರಿಸಬಹುದಿತ್ತು ಮಹಾದೇವ, ಬದಲಿಗೆ ನದಿಯ ದಂಡೆಯಲ್ಲಿ

ಕೂತಿದ್ದಂತೆ, ಹಿನ್ನೆಲೆಯಲ್ಲಿ ಗೌರೀಪರ್ವತವಿರುವಂತೆ ಚಿತ್ರಿಸಿದ್ದ. ಕೈಗೊಂದು ಗಾಳ ಕೊಟ್ಟುಬಿಟ್ಟಿದ್ದರೆ ಸಾಕ್ಷಾತ್ ಮೀನುಗಾರನಂತೆ ಕಾಣುತ್ತಿದ್ದ. ತಮ್ಮನ ಬಗ್ಗೆ ಬಿಜ್ಜಳನಿಗೆ ತಿರಸ್ಕಾರವಲ್ಲದೆ ಬೇರೇನಿರಲಿಲ್ಲ. ಅವನು ತನ್ನ ಕುದುರೆಯನ್ನು ನಡೆಸಿಕೊಂಡು ಹೋಗುತ್ತಿದ್ದಾಗ ಅಲ್ಲೇನೋ ವಿಚಿತ್ರವಾಗಿದೆ ಅನ್ನಿಸಿತು. ಎಲ್ಲೂ ವೇಶ್ಯೆಯರು ಅವನನ್ನು ಕೂಗಿ ಕರೆಯುತ್ತಿರಲಿಲ್ಲ. ವಿಟರು ಅಲ್ಲಲ್ಲಿ ಸಪ್ಪೆ ಮುಖ ಹಾಕಿಕೊಂಡು ಕೂತಿದ್ದರು. ಅವನತ್ತ ದ್ವೇಷದ ನೋಟ ಬೀರಿದರು. ಅನೇಕ ಹೆಂಗಸರು ಸುಮ್ಮನೆ ಬೀದಿಯಲ್ಲಿ ಕೂತಿದ್ದರು. ಯಾರಾದರೂ ಸತ್ತಿದ್ದಾರೆಯೇ? ಎಲ್ಲರು ಯಾಕೆ ಇಷ್ಟು ಕೋಪದಿಂದಿದ್ದಾರೆ?

ಕಳೆದ ಬಾರಿ ಅವನನ್ನು ಅಡ್ಡದಾರಿಯಲ್ಲಿ ಕರೆದುಕೊಂಡು ಹೋಗಿದ್ದರಿಂದ ಬಿಜ್ಜಳ ಒಬ್ಬನನ್ನು ಕಾಳಿಕಾವಾಟಿಕೆಗೆ ದಾರಿ ಕೇಳಿದ. ಕೈಗಳಲ್ಲಿ ಕೋಲು ಹಿಡಿದ ಕೆಲವು ಗಂಡಸರು ಅವನನ್ನು ಸುತ್ತುವರಿದರು.

"ಏನಿದು ಅಸಭ್ಯತನ? ದಾರಿ ಬಿಡಿ" ಬಿಜ್ಜಳ ಗದರಿದ. ಬದಲಿಗೆ ಅವರು ಹತ್ತಿರ ಬಂದರು. ಬಿಜ್ಜಳನ ಕೈ ಕತ್ತಿಯ ಹಿಡಿ ಹಿಡಿಯಿತು. ದೇವದಾಸಿಯರ ಸೇವಕರಲ್ಲೊಬ್ಬ ಮುಂದಕ್ಕೆ ಬಂದ. ಅವನ ಕೈಯಲ್ಲಿ ಬಾಣ ಹೂಡಿದ ಬಿಲ್ಲಿತ್ತು. ಅವನು ಬಾಣವನ್ನು ನೇರವಾಗಿ ಬಿಜ್ಜಳನ ಹೃದಯಕ್ಕೇ ಗುರಿ ಮಾಡಿದ್ದ. ಅವನ ಹಿಂದೆ ಹೆಂಗಸರು "ಕೊಲ್ಲು ಅವನನ್ನು, ಕೊಲ್ಲು, ಕೊಲ್ಲು, ಕೊಲ್ಲು" ಎಂದು ಚೀರತೊಡಗಿದರು. ಬಿಜ್ಜಳನಿಗೆ ವಿಪರೀತ ಭಯವಾಯಿತು. ಅವನು ಕತ್ತಿ ಹಿರಿಯುವುದರೊಳಗೆ ಬಿಲ್ಲು ಸೆಳೆದ ಟೆಂಕಾರ ಕೇಳಿಸಿತು. ಕಣ್ಣುಮುಚ್ಚಿ ತೆರೆಯುವುದರೊಳಗೆ ಅವನ ಕುದುರೆ ಹೇಷಾರವ ಮಾಡಿ ಕಾಲು ಮೇಲೆತ್ತಿ ಕೆಳಗೆ ಬಿದ್ದು ಒದ್ದಾಡತೊಡಗಿತು. ಅವನ ತಂದೆ ಕೊಟ್ಟ ಅಮೂಲ್ಯ ಉಡುಗೊರೆ ಸತ್ತು ಬಿದ್ದಿತ್ತು. ಬಾಣ ನಿಜವಾಗಿ ಅವನ ಕಡೆಗೆ ಗುರಿಯಾಗಿತ್ತು. ಆದರೆ ಅವನ ಎಚ್ಚರಿಕೆ ಅವನನ್ನು ಕಾಪಾಡಿತ್ತು. ಯೋಚಿಸುವುದಕ್ಕೂ ಮುನ್ನ ಅವನು ಪಕ್ಕಕ್ಕೆ ಸರಿದಿದ್ದ, ಅವನನ್ನು ತಾಕಬೇಕಾದ ಬಾಣ ಕುದುರೆಯನ್ನು ಹೊಕ್ಕಿತ್ತು.

ಬಿಜ್ಜಳ ಕತ್ತಿ ಸೆಳೆಯಲಷ್ಟೇ ಸಮಯ ಇದ್ದಿದ್ದು. ಜನರು ಅವನ ಮೇಲೆ ಮುಗಿಬಿದ್ದರು. ಅವನು ಮೈಮೇಲೆ ಆವೇಶ ಬಂದವರಂತೆ ಹೋರಾಡಿದ. ಕೈಕಾಲುಗಳನ್ನು, ತಲೆಗಳನ್ನು ಕಡಿದುಹಾಕಿದ. ಅವರನ್ನು ದೂರ ಇಟ್ಟಿದ್ದರೂ ಇನ್ನಷ್ಟು, ಮಗದಷ್ಟು ಜನ ಬರುತ್ತಲೇ ಇದ್ದರು. ತನ್ನ ಅಂಗರಕ್ಷಕರು ಇರಬೇಕಿತ್ತು ಅನ್ನಿಸಿತು. ಒಂದು ಕ್ಷಣಕ್ಕೆ ಅವನಿಗೆ ತನ್ನ ಗುಲಾಮನ ನೆನಪಾಯಿತು. ಇನ್ನು ಹೆಚ್ಚು ಹೊತ್ತು ಹೋರಾಡಲಾಗುವುದಿಲ್ಲ ಅನ್ನಿಸಿತು.

"ಕೊಲ್ಲಿ, ಕೊಲ್ಲಿ, ಕೊಲ್ಲಿ" ಎಂದು ಜನರ ದನಿ ಮುಗಿಲಿಗೆದ್ದಿತು. ಅವನು

ಕೀರಲು ದನಿಯಲ್ಲಿ ಕೂಗಿದ "ನಾನು ನಿಮ್ಮ ಯುವರಾಜ ಬಿಜ್ಜಳ" ಅವನ ದನಿಯಲ್ಲಿಯ ಕಂಪನ ಗುರುತಿಸಿ ಜನ ನಕ್ಕರು.

ಅವನ ಭಯ ಅವರಿಗೆ ತಿಳಿಯಿತು. "ಯುವರಾಜನಿಗೆ ಮರಣ" ಎಂದು ಗುಂಪಿನಲ್ಲಿ ದನಿ ಎದ್ದಿತು.

ಬಿಜ್ಜಳ ತನ್ನ ಕತ್ತಿಯನ್ನು ಉಗ್ರವಾಗಿ ಬೀಸಿ ಜನರು ಹತ್ತಿರ ಬರದಂತೆ ತಡೆದ. ಆದರೆ ಗುಂಪು ಮುಂದಕ್ಕೆ ನುಗ್ಗುತ್ತಲೇ ಇತ್ತು. ಅವನತ್ತ ಹಾರಿ ಬಂದ ಒಂದು ಈಟಿಯನ್ನು ಅವನು ಎರಡಾಗಿ ತುಂಡರಿಸಿದ. ಅವನದು ಗೌರಿಖಡ್ಗ. ಆದರೆ ನೂರಾರು ಜನರು ಜೊತೆಗೆ ಹೆಚ್ಚುತ್ತಿದ್ದ ಸಂದಣಿಯ ಮುಂದೆ ಅವನು ಬಹಳ ಕಾಲ ಹೋರಾಡುವುದು ಸಾಧ್ಯವಿರಲಿಲ್ಲ. ಅವನು ಎಲ್ಲ ಆಸೆ ಬಿಡಲು ಸಿದ್ಧನಾಗುತ್ತಿದ್ದಂತೆ ಸಂದಣಿಯಲ್ಲಿ ಒಂದು ಪರಿಚಿತ ಮುಖ ಕಾಣಿಸಿತು.

"ಕೇಕಿ!" ಅವನು ಎಲ್ಲ ಸದ್ದನ್ನು ಮೀರಿ, ತನ್ನತ್ತ ಚಾಚಿದ ಕತ್ತಿಯನ್ನು ನಿವಾರಿಸಿ, ಬೀಸಿ ಬಂದ ಕಠಾರಿಯನ್ನು ತಪ್ಪಿಸಿಕೊಂಡು ಕೂಗಿದ "ಕೇಕಿ... ಸಹಾಯ ಮಾಡು!"

ಅವಳು ಜನರ ನಡುವೆ ದಾರಿ ಮಾಡಿಕೊಳ್ಳುತ್ತಾ, ಅವರನ್ನು ಗದರುತ್ತಾ, ಬೈಯುತ್ತಾ, ತಳ್ಳುತ್ತಾ, ತಿಣಕಾಡುತ್ತಾ, ಹೊಡೆಯುತ್ತಾ, ಒದೆಯುತ್ತಾ, ಎಳೆಯುತ್ತಾ ಹೇಗೋ ಹೋರಾಡಿಕೊಂಡು ಅವನ ಕಡೆಗೆ ಬರುತ್ತಿದ್ದಳು. ಅವನಿಗೆ ಎಲ್ಲವೂ ಮಸುಕಾಗತೊಡಗಿತ್ತು. ಅವನಿಗೆ ಅನೇಕ ಕಡೆ ಗಾಯಗಳಾಗಿದ್ದವು. ನನ್ನ ಜನ್ಮದಿನದಂದೇ ನಾನು ಸಾಯಲಿದ್ದೇನೆ ಎಂದುಕೊಂಡ ಬಿಜ್ಜಳ.

ಅವಳು ಹೇಗೋ ಅವನನ್ನು ತಲುಪಿ ಅವನ ಮುಂದೆ ನಿಂತು ಎರಡೂ ಕೈಗಳನ್ನು ಅಗಲಿಸಿದಳು. ಬಿಜ್ಜಳನಿಗೆ ನಾಚಿಕೆಯಾದರೂ ಜೊತೆಗೆ ಸ್ವಲ್ಪ ನಿರಾಳವೂ ಅನ್ನಿಸಿ ಅವಳ ಹಿಂದೆ ಅಡಗಿ ನಿಂತ.

"ತಡೆಯಿರಿ, ತಡೆಯಿರಿ" ಕೇಕಿ ಬಿಜ್ಜಳನನ್ನು ಸಮೀಪಿಸಿದ್ದ ಕೆಲವರನ್ನು ಹಿಂದಕ್ಕೆ ತಳ್ಳಿದಳು. "ನಿಮಗೇನು ಹುಚ್ಚು ಹಿಡಿದಿದೆಯೇ? ಇವರು ನಮ್ಮ ಮಿತ್ರರು. ಇವರು ಸ್ಕಂದದಾಸನ ಕಡೆಯಲ್ಲ. ನಮ್ಮ ಕಡೆ. ನಮ್ಮ ಯುವರಾಜ. ಇವರು ನಮಗೆ ನೆರವಾಗುತ್ತಾರೆ."

ಗುಂಪು ಪ್ರಾಣಿಯಂತೆ ಗುರುಗುಟ್ಟಿತು. ಯಾರೋ ಹಿಂದಿನಿಂದ ಕೂಗಿದರು "ನಮ್ಮ ವಾಟಿಕೆಗಳನ್ನು ಮುಚ್ಚಿದ್ದಾರೆ, ನಮಗೆ ಮನೆಗಳಿಲ್ಲದಂತೆ, ಹಣವಿಲ್ಲದಂತೆ, ಕೆಲಸವಿಲ್ಲದಂತೆ ಮಾಡಿದ್ದಾರೆ. ಯುವರಾಜ ಈಗ ಚೆನ್ನಾಗಿ ವೇಷಭೂಷಣ ತೊಟ್ಟುಕೊಂಡು ನಮ್ಮ ನಿರ್ಗತಿಕತನವನ್ನು ನೋಡಿ ಅಣಕಿಸಲು ಬಂದಿದ್ದಾರೆ. ಅವರ ರಕ್ತ ಬೇಕು ನಮಗೆ. ಅದಕ್ಕಾಗಿ ನಮಗೆ ಗಲ್ಲಿಗೇರಿಸಲಾಗುತ್ತದೆ, ಗೊತ್ತು ನಮಗೆ, ಆದರೆ ಬದುಕಲು ನಮಗೆ ಬೇರೇನೂ ಇಲ್ಲಾ"

"ಏನಾಯಿತು?" ಬಿಜ್ಜಳ ಶಿಖಂಡಿಯ ಹಿಂದಿನಿಂದ ಪ್ರಶ್ನಿಸಿದ.

"ಏನೂ ಗೊತ್ತಿಲ್ಲದವರಂತೆ ಏನಾಯಿತು ಅಂತ ಕೇಳುತ್ತಾರೆ!" ಒಂದು ಕೋಪದ ಧ್ವನಿ ಕಿರುಚಿತು. ತಕ್ಷಣ ಗುಂಪು ದನಿ ಎತ್ತಿತು "ರಾಜಕುಮಾರ ಬಿಜ್ಜಳನಿಗೆ ಮರಣ!"

ಕೇಕಿ ಕೂಗಿದಳು "ಶಾಂತಿ. ತಡೆಯಿರಿ. ಈ ಯುವರಾಜರು ಅಮಾಯಕರು. ಇವರು ಇತರರಂತಲ್ಲ. ಇವರು ನಮ್ಮವರು. ಇವರು ನಮ್ಮ ಗಿರಾಕಿಗಳು. ನಮ್ಮ ಸಮಸ್ಯೆಗಳ ಬಗ್ಗೆ ಸಹಾನುಭೂತಿ ಇರುವವರು." ಕೇಕಿ ಬಿಜ್ಜಳನ ಕೈ ಹಿಡಿದು ಮೇಲಕ್ಕೆ ಎತ್ತಿ ಕೂಗಿದಳು "ಇವರು ನಮ್ಮ ಗೆಳೆಯರು, ನನ್ನ ಗೆಳೆಯರು."

ಬಿಜ್ಜಳ ಕಣ್ಣುಕಣ್ಣು ಬಿಟ್ಟ. ಕೇಕಿ ಅವನ ಕಿವಿಯಲ್ಲಿ ಬುಸುಗುಟ್ಟಿದಳು "ನೀವು ಅವರ ಗೆಳೆಯರೆಂದು ಹೇಳಿ, ಅವರಿಗಾದ ಅನ್ಯಾಯವನ್ನು ಸರಿಪಡಿಸಲು ಬಂದಿರುವಿರೆಂದು ಹೇಳಿ"

"ನಾನೇನು ತಪ್ಪು ಮಾಡಿದೆ?" ಬಿಜ್ಜಳ ಸಂಪೂರ್ಣ ಗೊಂದಲದಲ್ಲಿ ಪ್ರಶ್ನಿಸಿದ.

ಅವನನ್ನು ಅಲಕ್ಷಿಸಿ ಕೇಕಿ ಮುಂದುವರಿಸಿದಳು "ನಮ್ಮ ಗೆಳೆತನದ ಕುರುಹಾಗಿ ಯುವರಾಜರು, ನಮಗಾದ ಅನ್ಯಾಯವನ್ನು ಪರಿಹರಿಸಲು ಅಷ್ಟು ದೂರದ ಅರಮನೆಯಿಂದ ಬಂದಿದ್ದಾರೆ. ನಿಮಗೆ ಅನ್ಯಾಯವಾಗಿದೆ ಎಂದು ಅವರಿಗೆ ತಿಳಿದಿದೆ."

ಕೇಕಿ ಯುವರಾಜನ ನಾಣ್ಯದ ಚೀಲವನ್ನು ಕಸಿದುಕೊಂಡು ಅದರ ದಾರವನ್ನು ಸಡಿಲಿಸಿ ಚಿನ್ನದ ನಾಣ್ಯಗಳನ್ನು ಗಾಳಿಯಲ್ಲಿ ತೂರಿದಳು. ಗುಂಪು ಒಂದು ಕ್ಷಣ ಸ್ಥಬ್ಧವಾಗಿ ಮೇಲಿನಿಂದ ಉದುರಿ ಬೀಳುತ್ತಿದ್ದ ನಾಣ್ಯಗಳನ್ನು ಆಶ್ಚರ್ಯದಲ್ಲಿ ನೋಡಿತು. ನಂತರ ಒಬ್ಬರ ಮೇಲೊಬ್ಬರು ಬಿದ್ದು ಚಿನ್ನದ ನಾಣ್ಯಕ್ಕಾಗಿ ಗಲಭೆಯಾಗಿ ವಿಪರೀತ ಅಸ್ಥವ್ಯಸ್ಥವಾಯಿತು. ಆ ಗೊಂದಲದಲ್ಲಿ ಕೇಕಿ ಬಿಜ್ಜಳನ ಕೈ ಹಿಡಿದು ಓಡಿಸಿಕೊಂಡು ಹೋದಳು.

ಅವರು ಬೀದಿಗಳನ್ನು ದಾಟಿ ಕಾಡು ಪ್ರವೇಶಿಸಿದ ನಂತರ ಬಿಜ್ಜಳ ಕೇಕಿಯನ್ನು ತಡೆದು ನಿಲ್ಲಿಸಿ ಕೇಳಿದ "ಅದೇನಾಯಿತು ಅಂತ ವಿವರಿಸು. ನನ್ನನ್ನು ಅವರು ಕೊಂದುಬಿಡುತ್ತಿದ್ದರು. ಅಲ್ಲದೇ ನನಗೆ ಜನ್ಮದಿನಕ್ಕೆ ಬಂದ ಉಡುಗೊರೆಯ ಚಿನ್ನದ ನಾಣ್ಯಗಳೆಲ್ಲಾ ಹೋದವು."

"ಸದ್ಯ, ನಿಮ್ಮನ್ನು ಮಾಂಸದ ತುಂಡುಗಳಾಗಿಸಲಿಲ್ಲವಲ್ಲಾ ಅದಕ್ಕೆ ಸಂತೋಷಪಡಿ"

"ಆದರೆ ಅವರು ಯಾಕಾಗಿ ಅಷ್ಟು ಕೋಪಗೊಂಡಿದ್ದರು?"

"ನಿಮ್ಮನ್ನು ನಿಮ್ಮ ಮನೆಯಿಂದ ಹೊರಹಾಕಿ ಬೀದಿಯಲ್ಲಿ ಭಿಕ್ಷೆ ಬೇಡುವಂತೆ ಮಾಡಿದ್ದಿದ್ದರೆ ನಿಮಗೂ ಕೋಪ ಬರುತ್ತಿತ್ತು."

"ಮಾತಿನ ಮೇಲೆ ಹತೋಟಿಯಿರಲಿ ಶಿಖಂಡಿ. ನೀನು ಮಾಹಿಷ್ಮತಿಯ ಯುವರಾಜನ ಎದುರು ಮಾತಾಡುತ್ತಿರುವೆ"

"ಅದನ್ನು ಆ ಗುಂಪಿನ ಎದುರು ಹೋಗಿ ಹೇಳಿ ಧೈರ್ಯವಿದ್ದರೆ. ದಂಡಕಾರರು ದೊಡ್ಡ ಸೈನ್ಯದೊಡನೆ ಬಂದು ದೇವದಾಸಿ ಬೀದಿಯನ್ನು ಮುಚ್ಚಿಹಾಕಿದರು. ನಮ್ಮ ವೃತ್ತಿ ಅಕ್ರಮವೆಂದು ಘೋಷಿಸಿದರು."

"ಓಹೋ... ಇಲ್ಲಾ!" ಬಿಜ್ಜಳ ಉದ್ಗರಿಸಿದ "ಕಾಳಿಕಾ....?"

"ಕೈಗೆ ಸಿಕ್ಕಿದ್ದನ್ನು ದೋಚಿಕೊಂಡು ಓಡಿಹೋದಳು. ಅವಳನ್ನು ದೆವ್ವ ಹಿಡಿಯಾ, ಭೂತ ಹಿಡಿಯಾ, ಬೇವರ್ಸಿ. ಈ ಬಡ ಶಿಖಂಡಿಗೆ ಏನೂ ಬಿಡಲಿಲ್ಲ ಅವಳು. ಆದರೆ ನನಗೆ ಗೊತ್ತು, ನನ್ನ ಮುದ್ದಿನ ಯುವರಾಜ ಈ ಬಡ ಸೇವಕಿಯ ಕೈಬಿಡುವುದಿಲ್ಲ ಅಂತ" ಎನ್ನುತ್ತಾ ಕೇಕಿ ಬಿಜ್ಜಳನ ಹಾರಕ್ಕೆ ಕೈಹಾಕಿದಳು.

"ಏನು ಮಾಡ್ತಿದ್ದೀಯಾ?" ಬಿಜ್ಜಳ ಕೂಗಿದ. ಕೇಕಿ ಹಾರವನ್ನು ಹಿಡಿದು ಜಗ್ಗಿದಳು. ಅದು ತುಂಡಾಯಿತು. ಮಿಂಚಿನ ಚಲನೆಯಲ್ಲಿ ಅದು ಅವಳ ಕಂಚುಕದೊಳಗೆ ಮರೆಯಾಯಿತು. "ನಿಮ್ಮ ಜೀವ ಉಳಿಸಿದ ಈ ಬಡ ಸೇವಕಿಗೆ ಒಂದು ಸಣ್ಣ ಕಾಣಿಕೆ ಯುವರಾಜಾ, ಕೃತಜ್ಞತೆಗಳು, ಧನ್ಯವಾದಗಳು. ನೀವೆಷ್ಟು ಧಾರಾಳಿ, ಜೈ ಮಾಹಿಷ್ಮತಿ, ಜೈ ಬಿಜ್ಜಳ ದೇವಾ!"

ಬಿಜ್ಜಳ ಕೋಪದಲ್ಲಿ ಕುದ್ದ. ಅವನು ತೀವ್ರ ಕಾಮುಕನಾಗಿ, ಕಾಳಿಕೆಯನ್ನು ಬಯಸಿ ಬಂದಿದ್ದ. ತಾನು ಕಳೆದುಕೊಂಡದ್ದನ್ನು ಮರಳಿ ಪಡೆಯಲು ಹಪಹಪಿಸಿದ್ದ. ಆದರೆ ಈಗ ಇನ್ನೂ ಹೆಚ್ಚಿಗೆ ಕಳೆದುಕೊಂಡಿದ್ದ. "ದಂಡಕಾರರನ್ನು ಯಾರು ಕಳಿಸಿದರು?"

"ಇನ್ಯಾರು? ಆ ದರಿದ್ರ ಸ್ಕಂದದಾಸ!" ಕೇಕಿ ನಿಟ್ಟುಸಿರಿಡುತ್ತಾ ಹೇಳಿದಳು.

ಬಿಜ್ಜಳನಿಗೆ ಸಾಕುಸಾಕಾಗಿತ್ತು. ಇನ್ನು ಆ ಕೀಳುಜಾತಿಯ ನಕಲಿಶಾಮನಿಗೆ ಬುದ್ಧಿ ಕಲಿಸಲು ಅವನು ಪ್ರತಿಜ್ಞೆ ಮಾಡಿದ.

"ಯುವರಾಜಾ, ತಾವು ಅರಮನೆಗೆ ಮರಳಿ ಹೋಗುತ್ತಿರಲ್ಲವೇ?" ಕೇಕಿ ಕೇಳಿದಳು. ಬಿಜ್ಜಳ ಹೂ ಎಂದು ಗುಟುರುಹಾಕಿದ.

ಕೇಕಿ ಮುಗುಳ್ನಕ್ಕು ನುಡಿದಳು. "ಸ್ವಲ್ಪ ತಾಳಿ, ಒಂದು ಮೇನೆ ಅಥವಾ ಸಾರೋಟು ಅಥವಾ ಗಾಡಿಯನ್ನಾದರೂ ಏರ್ಪಡಿಸುತ್ತೇನೆ. ರಾಜಕುಮಾರರು ನಡೆದುಹೋಗಬಾರದು. ಅಥವಾ ಇನ್ನೊಂದು ಯೋಚನೆ ಹೊಳೆಯುತ್ತಿದೆ, ನಾನೂ ನಿಮ್ಮ ಜೊತೆ ಬರುವುದು ಒಳ್ಳೆಯದು."

ಹಿಂದಿರುಗುವಾಗ ಕೇಕಿ ಬಿಜ್ಜಳನಿಗೆ ಸ್ಕಂದದಾಸನ ಆದೇಶದ ಮೇರೆಗೆ ದಂಡಕಾರರು ಮಾಡಿದ ದೌರ್ಜನ್ಯಗಳನ್ನೆಲ್ಲ ಚೆನ್ನಾಗಿ ಕಿವಿಯೂದಿದಳು. ಈ

ಹೊಸದರಲ್ಲಿ ಗೋಣಿ ಎತ್ತೆತ್ತಿ ಒಗೆಯುವ ಅಗಸನಂತೆ ಎಗರಾಡುತ್ತಿರುವ ಮಹಾ ಪ್ರಧಾನನನ್ನು ಮೊದಲು ಪದವಿಯಿಂದ ಕಿತ್ತುಹಾಕಿ ಎಂದು ತಂದೆಗೆ ಹೇಳಿ ಆ ಕೆಲಸವನ್ನು ಮಾಡಿಸಬೇಕು ಎಂದು ನಿರ್ಧರಿಸಿದ. ಈಗ ಅವನಿಗೆ ಇಪ್ಪತ್ತೊಂದು. ಅವನ ತಂದೆ ಈಗ ಅವನನ್ನು ಮೊದಲಿನಂತೆ ಸುಲಭವಾಗಿ ಕಡೆಗಣಿಸುವಂತಿಲ್ಲ. ಶಿಷ್ಟಾಚಾರದ ಅನುಸಾರ ಈಗ ಅವನು ಸಾಮಂತನಿಗೆ ಸಮ. ಪದವಿಯಲ್ಲಿ ಮಹಾಪ್ರಧಾನ ಹುದ್ದೆ ಅವನಿಗಿಂತ ಮೇಲೆ. ಅದು ಅವನಿಗೆ ಯುವರಾಜ ಪಟ್ಟ ಘೋಷಣೆಯಾಗುವವರೆಗೆ. ಹಾಗಲ್ಲದೆಯೂ, ಯಾವುದೇ ವೇತನಕ್ಕೆ ಕೆಲಸ ಮಾಡುವ ಅಧಿಕಾರಿ ಭಾವಿ ಮಹಾರಾಜನ ಮಾತನ್ನು ಸುಲಭವಾಗಿ ತಳ್ಳಿ ಹಾಕುವಂತಿಲ್ಲ. ಬಿಜ್ಜಳನಿಗೆ ತನ್ನ ತಂದೆ ಒಬ್ಬ ಮೂರ್ಖ ಎಂದು ನಂಬಿಕೆ ಯಾಗಿತ್ತು. ಆ ಮುದಿಯನ ತಲೆಯೊಳಗೆ ತಾನು ಸ್ವಲ್ಪ ಬುದ್ಧಿ ತುಂಬಬೇಕಿತ್ತು.

ದರ್ಬಾರಿನ ಬಾಗಿಲಲ್ಲಿ ಕೇಕಿ ಅವನಿಂದ ಕಳಚಿಕೊಂಡಳು. ಬಿಜ್ಜಳ ದೃಢವಾದ ಹೆಜ್ಜೆಗಳಲ್ಲಿ ಪ್ರವೇಶಿಸಿದ. ಅವನು ಹೊಡೆದಿದ್ದ ಕಾವಲುಭಟ ಮಹಾರಾಜರ ಎದುರಿಗೆ ನಿಂತಿದ್ದನ್ನು ನೋಡಿ ಅವನು ತುಸು ತಡೆದ. ಬಿಜ್ಜಳ ಸ್ಕಂದದಾಸನತ್ತ ನೋಡಿದಾಗ ಅವನು ಬಿಜ್ಜಳನನ್ನೇ ಕೆಟ್ಟ ದೃಷ್ಟಿಯಿಂದ ದಿಟ್ಟಿಸುತ್ತಿದ್ದ. ಏನೋ ಸರಿಯಾಗಿಲ್ಲ ಅನ್ನಿಸಿತು.

"ಆಹ್ .. ಬಿಜ್ಜಳ, ಬಾ ಇಲ್ಲಿ" ಅವನ ತಂದೆ ಸಮಾಧಾನವಾಗಿ ಕರೆದರು. ತಂದೆ ಹಾಗೆ ಮಾತಾಡಿಸಿದಾಗ ಬಿಜ್ಜಳನಿಗೆ ಕಿರಿಕಿರಿಯಾಗುತ್ತಿತ್ತು. ತೊಂದರೆ ಯಾಗುತ್ತದೆ ಅನ್ನುವುದರ ಸೂಚನೆ ಅದು. ಅವನು ಸಮರ್ಥನೆಯ ಧಾಟಿಯಲ್ಲಿ ಮಾತಾಡಲು ನಿರ್ಧರಿಸಿ "ಅಪ್ಪಾಜಿ.." ಎಂದು ಪ್ರಾರಂಭಿಸಿದ.

"ಮಹಾಪ್ರಭು... ನಮ್ಮನ್ನು ಮಹಾಪ್ರಭು ಎಂದು ಸಂಭೋಧಿಸು ಬಿಜ್ಜಳ. ನಾವು ನಮ್ಮ ಸಿಂಹಾಸನದ ಮೇಲೆ ಕೂತಿದ್ದೇವೆ, ನಮ್ಮ ಶಯ್ಯಾಗೃಹದಲ್ಲಿಲ್ಲ" ಮಹಾರಾಜರು ಅಪ್ಪಣೆ ಕೊಡಿಸಿದರು.

ಇದು ಸರಿಯಾದ ಹಾದಿಯಲ್ಲಿ ಹೋಗುವ ಲಕ್ಷಣವೇ ಕಾಣುತ್ತಿಲ್ಲ. ಬಿಜ್ಜಳ ಹಲ್ಲು ಮಸೆಯುತ್ತಾ "ಮಹಾಪ್ರಭೂ, ಯಾರೋ ದೇವದಾಸಿ ಬೀದಿಯನ್ನು ಮುಚ್ಚಿಸುವ ಆಜ್ಞೆ ಕೊಟ್ಟಿದ್ದಾರೆ......"

"ನಾವು ಕೊಟ್ಟಿದ್ದೇವೆ" ಮಹಾರಾಜರು ಸಿಂಹಾಸನದಲ್ಲಿ ಹಿಂದಕ್ಕೊರಗಿ ತಮ್ಮ ಗಡ್ಡದಲ್ಲಿ ಬೆರಳಾಡಿಸುತ್ತಾ ನುಡಿದರು.

"ಅಪ್ಪಾಜಿ... ಅಲ್ಲ ... ಮಹಾಪ್ರಭೂ ನೀವು ಅಪ್ಪಣೆ ಕೊಟ್ಟಿರೇ?" ಬಿಜ್ಜಳನಿಗೆ ಗೊಂದಲವಾಯಿತು "ನಾನು ಅಂದುಕೊಂಡೆ.. ಈ ಬೇವ... ಅಂದರೆ ಈ ಸ್ಕಂದದಾಸ..."

352

"ಸನ್ಮಾನ್ಯ ಸ್ಕಂದದಾಸ ...ಅವರನ್ನು ಹಾಗೆಂದು ಸಂಬೋಧಿಸಬೇಕು. ಅವರು ನಮ್ಮ ಮಹಾಪ್ರಧಾನರು, ನಿನ್ನ ಖಾಸಗೀ ಗುಲಾಮರಲ್ಲ. ಇದು ಮಾಹಿಷ್ಮತಿಯ ಮಹಾಸಭೆ, ರಾಜಕುಮಾರಾ, ಯಾವುದೋ ಗಡಂಗು ಅಥವಾ ವಾಟಿಕೆಯಲ್ಲ. ಇಲ್ಲಿ ಶಿಷ್ಟಾಚಾರವನ್ನು ಪಾಲಿಸಬೇಕು. ಗೌರವವನ್ನು ಕೊಟ್ಟು, ಪಡೆಯಬೇಕು. ಗೌರವದ ಮಾತಾಗುತ್ತಿರುವಾಗ, ನೀನು ಹಿರಿಯ ಮಾಯಣನವರನ್ನು ಹೊಡೆದೆಯಾ?"

"ಯಾರು ಹಿರಿಯ? ಈ ಮುದಿ ಭಿಕ್ಷುಕನಾ?"

"ಹೌದು, ರಾಜಕುಮಾರ, ಈ 'ಮುದಿ ಭಿಕ್ಷುಕ' ಮಾಹಿಷ್ಮತಿಯ ಮಹಾರಾಜರ ಜೀವವನ್ನು ಒಂದಲ್ಲ, ಎರಡಲ್ಲ, ಮೂರು ಸಲ ಕಾಪಾಡಿದ್ದಾನೆ. ಆ ಭಿಕ್ಷುಕನ ಎಡಗಿವಿ, ಅದೇ ನೀನು ಹೊಡೆದ ಕಿವಿ, ಅರ್ಧ ಕತ್ತರಿಸಿ ಹೋಗಿದ್ದು ನಮ್ಮನ್ನು ಕೊಲ್ಲ ಬಂದ ಕತ್ತಿ ಮತ್ತು ನಮ್ಮ ತಲೆಯ ನಡುವೆ ಬಂದಾಗ. ಅವನ ಎಡಗೆನ್ನೆಯ ಗಾಯದ ಗುರುತು – ಅದೇ ನೀನು ಕಪಾಳಕ್ಕೆ ಹೊಡೆದದ್ದು – ಪಡೆದುಕೊಂಡಿದ್ದು ರಣರಂಗದಲ್ಲಿ ನಮ್ಮನ್ನು ಪಾರುಮಾಡುತ್ತಾ, ಭಗ್ನಗೊಂಡ ರಥದ ಕೆಳಗೆ ನುಜ್ಜಾಗಿದ್ದರಿಂದ. ಅವನು ಮೂರನೇ ಸಲ ನಮ್ಮನ್ನು ಕಾಪಾಡಿದ್ದು ಇನ್ನೂ ಕಠಿಣ ಸನ್ನಿವೇಶಗಳಲ್ಲಿ. ಆದರೆ ಅದರ ಬಗ್ಗೆ ಹೇಳಿ ನಾವು ನಿಮಗೆ ತೊಂದರೆ ಕೊಡುವುದಿಲ್ಲ. ಈಗ ನಿನಗೆ ಹೇಳುವುದಕ್ಕೆ ಏನಾದರೂ ಇದೆಯೇ?"

"ಅವನು ನನ್ನನ್ನು ತಡೆಯಲು ಯತ್ನಿಸಿದ." ಬಿಜ್ಜಳ ಚೀರಿದ.

"ನಿನ್ನ ಜನ್ಮದಿನದಂದು ವೇಶ್ಯಾವಾಟಿಕೆಗೆ ಹೋಗುವುದನ್ನು ತಡೆಯಲು, ನಮಗೆ ತಿಳಿದಂತೆ"

"ನನಗೀಗ ಇಪ್ಪತ್ತೊಂದು, ನನಗಿಷ್ಟ ಬಂದಲ್ಲಿ ಹೋಗಬಹುದು" ಬಿಜ್ಜಳ ನುಡಿದ.

"ನೀನು ಹನ್ನೆರಡು ವರ್ಷದವನಂತೆ ಆಡುತ್ತಿರುವೆ. ಈಗ ನೀನು ಅವನ ಪಾದ ಮುಟ್ಟಿ ಕ್ಷಮಾಪಣೆ ಕೇಳು"

ಬಿಜ್ಜಳನಿಗೆ ಆಘಾತವಾಯಿತು. ಮಾಯಣ ತನ್ನ ಎರಡೂ ಕೈಗಳನ್ನು ಜೋಡಿಸಿ ಬೇಡಿಕೊಂಡ. "ಮಹಾಪ್ರಭೂ, ಬೇಡ ಬೇಡ, ಅದು ಪಾಪ ಕೃತ್ಯ. ನಾನೊಬ್ಬ ಸಾಮಾನ್ಯ ಯೋಧ. ಸನ್ಮಾನ್ಯ ಮಹಾಪ್ರಧಾನರು ಸನ್ನಿಧಾನವನ್ನು ಕಾಣಲು ಅವರೊಡನೆ ನಾನು ಬರಲೇಬೇಕೆಂದು ಹಠ ಹಿಡಿದಿದ್ದರಿಂದ ಬರಬೇಕಾಯಿತು, ಮಹಾಪ್ರಭೂ, ನನ್ನನ್ನು ಕ್ಷಮಿಸಿ, ಕ್ಷಮಿಸಿ, ಕೃಪೆಯಿಟ್ಟು, ಮಹಾಸ್ವಾಮಿಗಳು ಮಾಹಿಷ್ಮತಿಯ ಭಾವೀ ಅರಸರು... ದಯವಿಟ್ಟು... "

"ಮಾಯಣ" ಮಹಾರಾಜ ಸೋಮದೇವನ ಧ್ವನಿ ಮೃದುವಾಗಿ ಗೌರವಭರಿತ ವಾಗಿತ್ತು "ನಮಗೆ ನಿನ್ನಲ್ಲಿ ನಿರಾಸೆಯಾಗಿದೆ. ನಾವು ಎಣಿಸಿದ್ದೆವು ನಿನ್ನ

ಮಹಾರಾಜರು ನ್ಯಾಯವಂತರೆಂದು ತಿಳಿದಿರುವೆ ಎಂದು. ನಿನ್ನ ಮಹಾರಾಜರು ಕೃತಜ್ಞತೆ, ಮರ್ಯಾದೆ, ಪ್ರೀತಿ ಮುಂತಾದ ಭಾವನೆಗಳನ್ನು ಬಲ್ಲ ಮನುಷ್ಯ ಎಂದು ತಿಳಿದಿರುವೆ ಎಂದುಕೊಂಡಿದ್ದೆವು. ನೀನಾಡುವ ಮಾತುಗಳು ನಮ್ಮ ಹೆಮ್ಮೆಗೆ ಮಾರಕವಾಗಿವೆ. ಏಕೆಂದರೆ ಅದರಿಂದ ನಾವು ನಮ್ಮ ಪ್ರಜೆಗಳ ಕುರಿತು ಚಿಂತಿಸದ ಕ್ರೂರಿ ಎಂದು ನಿರೂಪಿತವಾಗುತ್ತದೆ. ಪ್ರಿಯ ಮಾಯಣ, ಹೇಳು, ನಾವು ಅಂತಹ ಅರಸರೇ? ಅಥವಾ ನಮ್ಮ ಮುಂದಿನ ಪೀಳಿಗೆಗೆ ನಾವು ಅಂತಹ ಅರಸರೆಂದು ಹೆಸರಾಗಬೇಕೆನ್ನುವುದು ನಿನ್ನ ಇಚ್ಛೆಯೇ?"

ಮಾಯಣ ತಲೆಬಾಗಿ ತನ್ನ ಕಾಲಬೆರಳನ್ನು ದಿಟ್ಟಿಸಿದ. ಬಿಜ್ಜಳ ಕೋಪದಲ್ಲಿ ಕುದಿಯುತ್ತ ನಿಂತ. ತನ್ನ ತಾಯಿಯತ್ತ ದೀನನಾಗಿ ನೋಡಿದ. ಮಹಾರಾಣಿ ಈಗ ನಡುವೆ ಪ್ರವೇಶಿಸಿದರು. "ಮಹಾಪ್ರಭೂ, ಮಾಹಿಷ್ಮತಿಯ ರಾಜಕುಮಾರನನ್ನು ಈ ಹೀನ ಯೋಧನ ಪಾದ ಮುಟ್ಟಿಸುವಂತೆ ಮಾಡುವುದು ಸಲ್ಲದು. ನಾವು ಮಹಾಕುಲದವರು, ಸೂರ್ಯವಂಶ ಸಂಭೂತರು, ನನ್ನ ಮಗ... "

"ಬೃಹನ್ನಳಾ..." ಅರಸಿಯ ಮಾತನ್ನು ಅರ್ಧದಲ್ಲೇ ತುಂಡರಿಸುತ್ತಾ ಮಹಾರಾಜರು ಕೂಗಿದರು "ಮಹಾರಾಣಿಯವರಿಗೆ ತಲೆನೋವಾಗಿದೆ, ಅವರನ್ನು ಅಂತಃಪುರಕ್ಕೆ ಕರೆದುಕೊಂಡು ಹೋಗು."

ಮಹಾರಾಣಿಯವರು ಎದ್ದುನಿಂತರು. ಅವರ ಮುಖ ಕೋಪ ಮತ್ತು ಅವಮಾನದಲ್ಲಿ ಕೆಂಪಾಗಿತ್ತು. "ನಮಗೆ ನಮ್ಮ ದಾರಿ ತಿಳಿದಿದೆ ಮಹಾಪ್ರಭೂ, ತಾವು ದಾರಿ ತಪ್ಪಿರುವಿರಿ" ಎಂದು ಹೇಳಿ, ಬಿರುಸಾಗಿ ವಂದಿಸಿ ಸಭೆಯಿಂದ ನಿರ್ಗಮಿಸಿದರು.

ಮಹಾರಾಜರು ಬಿಜ್ಜಳನತ್ತ ನೋಡಿ ಹೇಳಿದಂತೆ ಮಾಡು ಎಂದು ಸನ್ನೆ ಮಾಡಿದರು. ಇಡೀ ಸಭೆ ಅವನನ್ನು ನೋಡುತ್ತಿತ್ತು. ಬಿಜ್ಜಳ ಅವಮಾನದಲ್ಲಿ ಬೆಂದ. ಅವನು ಸ್ಕಂದದಾಸನತ್ತ ನೋಡಿದ. ಅವನ ಕಪ್ಪು ಮುಖದಲ್ಲಿ ಗೆಲುವಿನ ಸಣ್ಣ ನಗೆ ಇತ್ತು. ಸ್ಕಂದದಾಸನನ್ನು ಪದವಿಯಿಂದ ಕಿತ್ತೊಗೆಸಲು ಬಂದಿದ್ದ ಅವನು. ಆದರೆ ಈಗ ಅವನನ್ನೇ ಹೀನ ಯೋಧನ ಪಾದ ಮುಟ್ಟಲು ಬಲವಂತಪಡಿಸಲಾಗುತ್ತಿತ್ತು. ಅವನು ಹಲ್ಲುಮಸೆದ.

"ರಾಜಕುಮಾರ, ನಮಗೆ ಇಡೀ ವರ್ಷವಿಲ್ಲ ಕಾಯಲು. ನಮಗೆ ಮಾಡಲು ಬೇರೆ ಕೆಲಸಗಳಿವೆ" ಮಹಾರಾಜರು ಎಚ್ಚರಿಸಿದರು.

ಕೋಪದಲ್ಲಿ ಉಕ್ಕಿಬಂದ ಕಣ್ಣೀರು ಮತ್ತು ಅಸಹಾಯಕತೆಯನ್ನು ನಿಯಂತ್ರಿಸಲು ಹೆಣಗುತ್ತಾ ರಾಜಕುಮಾರ ಬಿಜ್ಜಳ, ಅಳುತ್ತಾ ನಿಂತ ಮಾಯಣನ ಪಾದ ಬಿರುಸಾಗಿ ಮುಟ್ಟಿ, ಸರಕ್ಕನೆ ತಿರುಗಿ ಸಭೆಯಿಂದ ಹೊರನಡೆದ.

ಮಹಾರಾಜರು ಏನೂ ವಿಶೇಷ ಘಟಿಸಲೇ ಇಲ್ಲ ಎನ್ನುವಂತೆ ತಮ್ಮ ವ್ಯವಹಾರಗಳನ್ನು ಮುಂದುವರಿಸಿದರು.

ಬಿಜ್ಜಳ ದರ್ಬಾರಿನಿಂದ ಹೊರನಡೆದಾಗ ಮಾಹಿಷ್ಮತಿಯ ಮೇಲೆ ಇರುಳು ಕವಿಯುತ್ತಿತ್ತು. ಹೊರಗೆ ಕಾಯುತ್ತಿದ್ದ ಕೇಕಿ ಅವನನ್ನು ನೋಡಿ ಎದ್ದು ನಿಂತಳು.

"ಎಂಥಾ ಅವಮಾನ!" ಕೇಕಿ ನುಡಿದಳು. ಬಿಜ್ಜಳ ಮುಷ್ಠಿ ಬಿಗಿದ.

ಕೇಕಿ ಬಿಜ್ಜಳನ ಹೆಗಲ ಮೇಲೆ ತನ್ನ ಕೈಯನ್ನಿರಿಸಿ ನುಡಿದಳು "ಆ ಹೀನಕುಲದ ಮಹಾಪ್ರಧಾನನೇ ಇದಕ್ಕೆಲ್ಲ ಕಾರಣ. ಚಿಂತಿಸಬೇಡಿ ಸ್ವಾಮಿ, ಸಾಮಂತ ಪಟ್ಟರಾಯ ನಿಮ್ಮ ಗೆಳೆಯನಾಗಿರುವಾಗ... ನಮಗೊಂದು ಯೋಜನೆಯಿದೆ."

ಅಧ್ಯಾಯ ಮೂವತ್ತೆರಡು

ಶಿವಗಾಮಿ

ಶಿವಗಾಮಿ ಅಡಿಗೆಮನೆಯ ಕಿಟಕಿಯ ಸರಳುಗಳ ಮೂಲಕ ಒಂದು ಸಣ್ಣ ಕಲ್ಲನ್ನು ಗುಂಡು ರಾಮುವಿಗೆ ಎಸೆದಳು. ಗುಂಡು ರಾಮು ನೆಲದಲ್ಲಿ ಕೂತು ಈಳಿಗೆಮಣೆಯಲ್ಲಿ ತರಕಾರಿ ಹೆಚ್ಚುತ್ತಿದ್ದ. ಕಲ್ಲು ಅವನಿಗೆ ತಾಗದೇ ಪಕ್ಕದಲ್ಲಿದ್ದ ತಾಮ್ರದ ಪಾತ್ರೆಗೆ ತಗುಲಿತು. ಅದರ ಸದ್ದು ಕೇಳಿ ಅಡಿಗೆಯವನು ಗುಂಡು ರಾಮುವಿನ ತಲೆಗೆ ಸೌಟಿನಿಂದ ಹೊಡೆದ. ಗುಂಡು ರಾಮು ಕೂಗಿದ್ದಕ್ಕೆ ಅಡಿಗೆಯವನು ಅವನನ್ನು ಬೈಯಲಾರಂಭಿಸಿದ "ಹಂದಿ ನನಮಗನೇ, ಕೆಲಸ ಮಾಡೋ ಅಂದರೆ ಆಟ ಆಡ್ತಿದ್ದಿಯಾ? ಇನ್ನೊಂದು ಸಲ ಇಂಥಾ ಕಳ್ಳಾಟ ಆಡಿದರೆ ತಲೆ ಮೇಲೆ ಕುದಿಯೋ ಸಾಂಬಾರು ಸುರೀತಿನೀ ನೋಡು!"

ಗುಂಡು ರಾಮು ತನ್ನ ಧಡೂತಿ ದೇಹವನ್ನು ಆದಷ್ಟೂ ಚಿಕ್ಕದು ಮಾಡಿಕೊಂಡು, ಹೊಡೆಸಿಕೊಂಡ ನಾಯಿಯಂತೆ ಮುದುಡಿ ಕೂತು ತನ್ನ ಕೆಲಸ ಮುಂದುವರಿಸಿದ. ಅಡಿಗೆಯವನು ಒಲೆ ಊದುವುದನ್ನು ಮುಂದುವರಿಸಿದ. ಗುಂಡು ರಾಮು ತನ್ನ ಕೈಯಿಂದ ಕಣ್ಣೀರು ಒರೆಸಿ ಕೊಳ್ಳುತ್ತಿದ್ದಾಗ ಇನ್ನೊಂದು ಕಲ್ಲು ಗುರಿ ಮುಟ್ಟಿತು. ಅವನು

ಆಶ್ಚರ್ಯದಿಂದ ಕಿಟಕಿಯತ್ತ ನೋಡಿ, ಉದ್ಗಾರವನ್ನು ತಡೆದ. ಶಿವಗಾಮಿ ಅವನನ್ನು ಹೊರಗೆ ಬರುವಂತೆ ಸನ್ನೆ ಮಾಡಿದಾಗ ಅವನು ಇಲ್ಲವೆಂದು ತಲೆಯಾಡಿಸಿದ. ಅಡಿಗೆಯವನ ಕಡೆಗೆ ಭಯದಿಂದ ನೋಡಿದ. ಶಿವಗಾಮಿ ಬಹಳ ತುರ್ತಿನ ವಿಷಯವೆಂದು ಅವಸರದಲ್ಲಿ ಸನ್ನೆ ಮಾಡಿದಳು. ಗುಂಡು ರಾಮು ಎದ್ದು ನಿಂತ. ಅಡಿಗೆಯವ ಅದಕ್ಕೂ ಬೈದ. ಗುಂಡು ರಾಮು ಕಿರುಬೆರಳನ್ನು ಎತ್ತಿತೋರಿಸಿದ, ಅವಸರದಲ್ಲಿ ಮೂತ್ರವಿಸರ್ಜನೆ ಮಾಡಬೇಕಾಗಿದೆ ಎಂದು.

"ಇಡೀ ದಿನ ಮಾಡಬೇಡಾ. ಬೇಗ ಬಾ, ಹೋಗು" ಎಂದ ಅಡಿಗೆಯವ ಹಿಂದಕ್ಕೆ ತಿರುಗಿ ನೋಡದೇ. ಗುಂಡು ರಾಮು ಹೊರಗೆ ಓಡಿ ಶಿವಗಾಮಿಯನ್ನು ಕೂಡಿಕೊಂಡ. ಶಿವಗಾಮಿ ಅವನ ಕೈ ಹಿಡಿದಳು, ಇಬ್ಬರೂ ಅಡಿಗೆಮನೆಯ ಹಿಂದುಗಡೆಗೆ ಓಡಿದರು. ಅಲ್ಲಿ ಶಿವಗಾಮಿಯ ಗಲ್ಲದೆತ್ತರಕ್ಕೆ ಬೆಳೆದ ಕೆಸುವಿನ ಗಿಡಗಳ ಬಳಿ ನಿಂತರು. ಅದು ರಾಮುವನ್ನು ಸಂಪೂರ್ಣ ಮರೆಮಾಡುತ್ತಿತ್ತು. ಅವರಿಗಾಗಿ ಅಲ್ಲಿ ಕಾಮಾಕ್ಷಿ ಕಾಯುತ್ತಿದ್ದಳು.

"ನಾನು ಚೆನ್ನಾಗಿ ಯೋಚಿಸಿದ್ದೇನೆ." ಶಿವಗಾಮಿ ನುಡಿದಳು "ನಾವು ಅರಮನೆಯ ಆವರಣವನ್ನು ಪ್ರವೇಶಿಸಲು ಸಾಧ್ಯವಿರುವ ಒಂದೇ ದಿನವೆಂದರೆ ಮಹಾಮಾಸದ ದಿನ. ಅವತ್ತು ಎಲ್ಲರನ್ನೂ ಅರಮನೆಯೊಳಗೆ ಆಹ್ವಾನಿಸುತ್ತಾರೆ. ಸ್ಕಂದದಾಸರ ಮನೆಯೊಳಗೆ ನುಸುಳಲು ಅದಕ್ಕಿಂತ ಉತ್ತಮ ಅವಕಾಶ ಬೇರೆ ಸಿಗುವುದಿಲ್ಲ."

"ಈಗವರು ಮಹಾಪ್ರಧಾನರೆಂದು ಹೇಳುತ್ತಾರೆ. ಅವರು ತಮ್ಮ ಮನೆ ಬದಲಾಯಿಸಿರಬಹುದೇ? ಅವರು ಯಾವಾಗಲೂ ತಮ್ಮ ಕಚೇರಿಯಲ್ಲೇ ಇರುತ್ತಾರಂತೆ?" ಕಾಮಾಕ್ಷಿ ನುಡಿದಳು.

"ಬದಲಾಯಿಸಿಲ್ಲವೆಂದು ಕೇಳಿದೆ. ಬದಲಾಯಿಸದಿರಲಿ. ನಾವು ಒಳಗೆ ನುಗ್ಗಿ ಪುಸ್ತಕ ಎತ್ತಿಕೊಂಡು ತಪ್ಪಿಸಿಕೊಳ್ಳೋಣಾ" ಶಿವಗಾಮಿ ಹೇಳಿದಳು. ಅವಳಿಗೊಂದು ಆತಂಕವಿತ್ತು. ಆದರೆ ಅದನ್ನು ಅವಳು ಮುಚ್ಚಿಟ್ಟಳು. ಕಾಮಾಕ್ಷಿಗೆ ಮನೆಯೊಳಗೆ ನುಗ್ಗುವುದು ಸ್ವಲ್ಪ ಕೂಡಾ ಇಷ್ಟವಿರಲಿಲ್ಲ. ಶಿವಗಾಮಿ ಸಿಕ್ಕಿಹಾಕಿಕೊಳ್ಳುತ್ತಾಳೆ ಎನ್ನುವುದು ಅವಳ ಭಯವಾಗಿತ್ತು. ಆದರೆ ಶಿವಗಾಮಿ ಯಾವುದೇ ಕಾರಣಕ್ಕೂ ನಿಲ್ಲುವವಳಲ್ಲ. ಸ್ಕಂದದಾಸನೊಡನೆ ಅವಳ ಹಿಂದಿನ ಮಾತುಕತೆಯ ನಂತರ ಪುಸ್ತಕವನ್ನು ಅವನಲ್ಲೇ ಬಿಡುವುದು ಅವಳಿಗೆ ಸಮ್ಮತವಿರಲಿಲ್ಲ. ಅದನ್ನು ಮರಳಿ ಹೇಗೆ ಪಡೆದು ಕೊಳ್ಳಬಹುದು ಎಂದು ಯೋಜನೆ ಹಾಕುವುದರಲ್ಲೇ ಸದಾ ತೊಡಗಿದ್ದಳು. ಸ್ಕಂದದಾಸರ ಭೇಟಿಯ ನಂತರ ಶಿವಗಾಮಿಯನ್ನು ಅವಳ ಗೆಳೆಯರಿಂದ ದೂರವಿರಿಸಿದ್ದಳು ರೇವಮ್ಮ. ಅಂದಿನ ಬೆಳಿಗ್ಗೆ ರೇವಮ್ಮ ಹೊರಗೆ ಹೋಗಿದ್ದಳು, ಅವಕಾಶವನ್ನು ಬಳಸಿಕೊಂಡು ಶಿವಗಾಮಿ ಗೆಳೆಯರನ್ನು ಭೇಟಿಮಾಡುತ್ತಿದ್ದಳು.

"ನೀನು ಪುಸ್ತಕವನ್ನು ಕದ್ದರೂ ಕೂಡಾ ಅದನ್ನು ಹೊರಗೆ ಹೇಗೆ ತರುತ್ತೀಯಾ?" ಕಾಮಾಕ್ಷಿ ಕೇಳಿದಳು "ಒಳಹೊರಗೆ ಹೋಗಿಬರುವ ಎಲ್ಲರನ್ನೂ ತಪಾಸಣೆ ಮಾಡುತ್ತಾರೆ."

"ಅದಕ್ಕೆ ನಮಗೆ ಗುಂಡು ರಾಮು ಇದ್ದಾನೆ" ಶಿವಗಾಮಿ ಹೇಳಿದಳು.

"ನನಗೆ ಭಯವಾಗುತ್ತಿದೆ" ಗುಂಡು ರಾಮು ನುಡಿದ.

"ಹೆದರಿಕೊಳ್ಳಲು ಏನಿಲ್ಲ ಗುಂಡು" ಶಿವಗಾಮಿ ಅವನ ತಲೆ ಕೂದಲು ಕೆದರಿದಳು. "ನೀನು ಕೋಟೆಯ ಒಳಗೆ ಕೂಡಾ ಬರಬೇಕಾಗಿಲ್ಲ"

"ಕೋಟೆಯ ಒಳಗಡೆ ಬರಬಾರದಾ? ಎಲ್ಲಾ ಮನರಂಜನೆಗಳೂ, ಸಂಗೀತ ಕಚೇರಿಗಳೂ ತಪ್ಪಿಹೋಗುತ್ತದೆ ನನಗೆ" ಗುಂಡು ರಾಮು ಬೇಸರಿಸಿದ.

"ನಿನ್ನ ಅಕ್ಕನಿಗಾಗಿ ಅಷ್ಟೂ ಮಾಡಲಾರೆಯಾ?" ಶಿವಗಾಮಿ ಕೇಳಿದಳು. ಹುಡುಗನನ್ನು ಬಳಸಿಕೊಳ್ಳುತ್ತಿರುವ ಬಗ್ಗೆ ಅವಳಿಗೆ ಬೇಸರವಿತ್ತು. ಆದರೆ ಬೇರೆ ದಾರಿ ಇರಲಿಲ್ಲ. ಅವಳು ವಿವರಿಸಿದಳು. "ಗುಲಾಮರಿಗೆ ಮತ್ತು ಅಸ್ಪೃಶ್ಯರಿಗೆ ಮೀಸಲಾದ ಹಾದಿ ನದಿಯ ಪಕ್ಕ, ಪಶ್ಚಿಮ ಕೋಟೆ ಗೋಡೆಯ ಬದಿಯಲ್ಲಿ ಹಾದುಹೋಗುತ್ತದೆ. ಸ್ಕಂದದಾಸರ ಮನೆ ಗೋಡೆಯ ಬದಿಗಿದೆ. ನಾನು ಪುಸ್ತಕವನ್ನು ಎತ್ತಿಕೊಂಡು ಒಂದು ಸೂಚನೆ ಕೊಡುತ್ತೇನೆ. ಆಮೇಲೆ ಪುಸ್ತಕವನ್ನು ಗೋಡೆ ಮೇಲಿಂದ ಆಚೆಗೆ ಎಸೆಯುತ್ತೇನೆ. ನೀನು ಪುಸ್ತಕವನ್ನು ಎತ್ತಿಕೊಂಡು ಅನಾಥಾಲಯಕ್ಕೆ ಓಡಿಹೋಗು. ಅದನ್ನು ಅಲ್ಲಿಟ್ಟು, ಮತ್ತೆ ಮರಳಿ ಕೋಟೆಯೊಳಗೆ ಬಂದು ನಿನಗೆ ತೃಪ್ತಿಯಾಗುವಷ್ಟು ನೃತ್ಯಗಳನ್ನು ನೋಡು."

ಗುಂಡು ರಾಮು ಒಲ್ಲದ ಮನಸ್ಸಿನಿಂದಲೇ ತಲೆ ಆಡಿಸಿದ. ಶಿವಗಾಮಿ ಅವನಿಗೊಂದು ಧೈರ್ಯದ ಮುಗುಳ್ನಗು ಕೊಟ್ಟಳು. ಸಂಗತಿ ಕಷ್ಟಕರವಾಗಿದೆ ಎಂದು ಅವಳಿಗೆ ಗೊತ್ತಿತ್ತು. ಆ ಹಾದಿಗೆ ದೀಪಗಳಿರುವುದಿಲ್ಲ, ಅಲ್ಲದೆ ಬಹಳ ಹೊತ್ತು ಕಾಯಬೇಕಾಗುತ್ತದೆ ಎನ್ನುವುದನ್ನು ಅವಳು ಹೇಳಲಿಲ್ಲ.

ಕಾಮಾಕ್ಷಿ ನುಡಿದಳು "ಶಿವಗಾಮಿ, ನನಗೆ ಈ ಯೋಜನೇ ಸ್ವಲ್ಪ ಕೂಡಾ ಸರಿ ಎನ್ನಿಸುತ್ತಿಲ್ಲ. ದಯವಿಟ್ಟು ನಾವಿದನ್ನು ಕೈಬಿಡೋಣಾ"

"ನೀನು ನನ್ನ ಪರವಾಗಿರು ಇಲ್ಲವೇ ನನಗೆದುರಾಗಿರು." ಶಿವಗಾಮಿ ಸಿಡುಕಿದಳು "ನಿನ್ನಿಂದ ನನಗೇನೂ ಬೇಡ ಕಾಮಾಕ್ಷಿ. ನೀನು ಯಾವುದೇ ಅಪಾಯವನ್ನೂ ಎದುರಿಸುತ್ತಿಲ್ಲ. ನಾನು ಕದ್ದು ಹೋಗುವಾಗ ರೇವಮ್ಮ ಬೇರೆ ಕಡೆಗೆ ನೋಡುತ್ತಿದ್ದಾಳೆಂದು ಖಚಿತಪಡಿಸಿಕೊಳ್ಳಬೇಕು ಅಷ್ಟೇ. ನಾನು ಬೇಗನೆ ಹಿಂದಿರುಗುತ್ತೇನೆ. ನಾನು ಕಣ್ಮರೆಯಾದಾಗ ನನ್ನ ಬಗ್ಗೆ ಯಾರಾದರೂ ವಿಚಾರಿಸಿದರೆ ನೀನು ನೋಡಿಕೊಳ್ಳಬೇಕು."

"ಇಲ್ಲ, ಶಿವಗಾಮಿ, ಮಹಾಪ್ರಧಾನರ ಮನೆ ನೀನು ಒಳಬರಲೆಂದು ಬಾಗಿಲು ತೆರೆದುಕೊಂಡಿರುತ್ತೆ ಅಂತ ತಿಳಿದಿರುವೆಯಾ? ಜೊತೆಗೆ ಕಾವಲುಭಟರಿರುತ್ತಾರೆ" ಕಾಮಾಕ್ಷಿ ನುಡಿದಳು.

"ಖಂಡಿತಾ ಕಾವಲುಭಟರಿರುತ್ತಾರೆ. ಆದರೆ ಚಿಂತಿಸಬೇಡಾ. ಅವರು ನನ್ನಿಂದ ಪುಸ್ತಕ ಕದ್ದರು. ನಾನು ಅದನ್ನು ಮರಳಿಪಡೆಯುತ್ತಿದ್ದೇನೆ. ಕಾಮಾಕ್ಷಿ, ದಯವಿಟ್ಟು ನೀನು ಕಿರಿಕಿರಿ ಮಾಡುವುದನ್ನು ನಿಲ್ಲಿಸುತ್ತೀಯಾ? ನಿನಗೆ ಸಹಾಯ ಮಾಡುವುದು ಬೇಡವೆನ್ನಿಸಿದರೆ ಸುಮ್ಮನೆ ದೂರವಿದ್ದುಬಿಡು. ಎಲ್ಲದಕ್ಕೂ ತಣ್ಣೀರೆರೆಚಿ ಈ ಹುಡುಗನನ್ನೂ ಹೆದರಿಸಬೇಡಾ."

ಕಾಮಾಕ್ಷಿಯ ಕಣ್ಣುಗಳು ನೀರಿನಿಂದ ತುಂಬಿಕೊಂಡವು. ಅವಳು ನಡೆದು ಹೋದಳು. ಶಿವಗಾಮಿಗೆ ಕೋಪ ಬಂದಾಗ ಅವಳ ಜೊತೆ ಮಾತನಾಡುವುದು ಕಷ್ಟ. ಅಲ್ಲದೆ ಅವಳಿಗೆ ಒಗೆಯಲು ಬಟ್ಟೆಯ ರಾಶಿ ಬಿದ್ದಿತ್ತು. ಅದನ್ನು ಎತ್ತಿಕೊಂಡು ಅವಳು ಹೊಳೆಯ ಕಡೆಗೆ ನಡೆದಳು. ಕಾಮಾಕ್ಷಿಗೆ ಶಿವಗಾಮಿಯ ಕುರಿತು ಮಾತ್ರ ಚಿಂತೆ ಇರಲಿಲ್ಲ. ಸ್ವಲ್ಪ ಕಾಲದಿಂದ ಅವಳಿಗೆ ಶಿವಪ್ಪನಿಂದಲೂ ಏನೂ ಸುದ್ಧಿ ಬಂದಿರಲಿಲ್ಲ. ಹಾಗಾಗಿ ಅವಳಿಗೆ ಆತಂಕವಿತ್ತು.

ಅವಳು ಬಟ್ಟೆಯನ್ನೆಲ್ಲಾ ಒಗೆದು ಮುಗಿಸುವಷ್ಟರಲ್ಲಿ ಮಧ್ಯಾಹ್ನವಾಗಿತ್ತು. ಎಲ್ಲವನ್ನೂ ಗಂಟು ಕಟ್ಟಿಕೊಂಡು ಬೆನ್ನ ಮೇಲೆ ಹೊತ್ತುಕೊಂಡಳು. ಅದರ ಭಾರದಲ್ಲಿ ಸ್ವಲ್ಪ ತೂಗಾಡಿದಳು. ನದಿಯ ದಡದ ಮೆಟ್ಟಿಲುಗಳನ್ನು ಒಂದೊಂದೇ ಹತ್ತಲಾರಂಭಿಸಿದಾಗ ದಿಢೀರನೆ ಒಬ್ಬ ವ್ಯಕ್ತಿ ಅವಳ ಮುಂದೆ ಧುತ್ತನೆ ಪ್ರತ್ಯಕ್ಷನಾದ. ಅವಳು ಚೀರಿ ಬಟ್ಟೆ ಗಂಟಿನ ಕೈಬಿಟ್ಟಳು. ಹುಚ್ಚ ಭೈರವ. ನದಿಯ ತೀರದಲ್ಲಿ ಅಲೆದಾಡುವವನು. ಹುಚ್ಚ ಅವಳ ಸುತ್ತ ಕುಣಿಯುತ್ತಿದ್ದಂತೆ ಸ್ನಾನಕ್ಕಾಗಿ ಬಂದ ಕೆಲವರು ಹುಡುಗರು ಕಾಮಾಕ್ಷಿಯ ಅವಸ್ಥೆ ನೋಡಿ ನಗಾಡಿದರು. ಕೆಲವು ಕ್ಷಣಗಳ ನಂತರ ಅವರಿಗೆ ಆಸಕ್ತಿ ಕಳೆದುಹೋಗಿ ಹೊರಟುಹೋದರು. ಹುಚ್ಚನೂ ಹಾಡುತ್ತಾ ಕುಣಿಯುತ್ತಾ ಹೊರಟುಹೋದ. ಕಾಮಾಕ್ಷಿ ಮಣ್ಣಾಗಿ ಕೊಳೆಯಾದ ಬಟ್ಟೆಗಳನ್ನು ಎತ್ತಿಕೊಳ್ಳತೊಡಗಿದಳು. ಇದ್ದಕ್ಕಿದ್ದಂತೆ ಅವಳ ಕಿವಿಯ ಬಳಿ ಒಂದು ಪಿಸುದನಿ ಕೇಳಿದಾಗ ಬೆಚ್ಚಿಬಿದ್ದಳು. ಭೈರವ ಮರಳಿ ಬಂದಿದ್ದ.

ಅವನು ತನ್ನ ತೋರುಬೆರಳನ್ನು ಅವಳ ತುಟಿಯ ಮೇಲಿಟ್ಟು "ಸದ್ದು! ಮಾತಾಡಬೇಡಾ, ಕೇಳಿಸಿಕೋ!" ಕಾಮಾಕ್ಷಿ ದೂರದಲ್ಲಿ ಈಜುತ್ತಿದ್ದ ಹುಡುಗರತ್ತ ನೋಡಿದಳು. ಭೈರವ ಅವಳ ಗಲ್ಲವನ್ನು ತನ್ನತ್ತ ತಿರುಗಿಸಿಕೊಂಡು ಹೇಳಿದ "ಮಹಾಮಾಸದ ದಿನ, ಅವನು ನಿನಗಾಗಿ ಬರುತ್ತಾನೆ. ಅವನಿಗಾಗಿ ಕಾಯುತ್ತಿರು. ಅವನು ತನ್ನ ಕೆಲಸ ಮುಗಿಸಿಕೊಂಡು ನೀನು ಬಯಸಿದಂತೆ ಕಡಲ ತೀರದ

ಗುಡಿಸಿಲಿಗೆ ನಿನ್ನನ್ನು ಕರೆದುಕೊಂಡು ಹೋಗುತ್ತಾನೆ. ಇದು ಶಿವನ ಸಂದೇಶ, ಭೈರವ ನುಡಿದಿದ್ದು."

ಅವಳ ಎದೆ ಡವಡವನೇ ಹೊಡೆದುಕೊಳ್ಳುತ್ತಿತ್ತು. ಅವಳು ತನ್ನೆಲ್ಲ ಧೈರ್ಯವನ್ನು ಒಟ್ಟುಗೂಡಿಸಿಕೊಂಡು ಕೇಳಿದಳು "ಎಲ್ಲಿ ಬರುತ್ತಾನೆ?"

"ರಾಜರು ಆಳುವಲ್ಲಿ, ರಾಜರು ಹುಟ್ಟುವಲ್ಲಿ, ರಾಜರು ಸಾಯುವಲ್ಲಿ."

"ಅರಮನೆಯ ಮೈದಾನದಲ್ಲೇ?"

ಅವಳಿಗೆ ಉತ್ತರಿಸದೆ ಹುಚ್ಚ ಹೊರಟುಹೋದ. ಅವಳು ಬಟ್ಟೆಗಳನ್ನೆಲ್ಲಾ ಅವಸರದಲ್ಲಿ ಗಂಟುಕಟ್ಟಿದಳು. ಅವನ್ನು ಮತ್ತೆ ಒಗೆಯುವ ಮನಸ್ಸಿರಲಿಲ್ಲ ಅವಳಿಗೆ. ರೇವಮ್ಮ ಬೈಯುತ್ತಾಳೆ, ಆದರೆ ಅದು ಲೆಕ್ಕಕ್ಕೇ ಇಲ್ಲ. ಶಿವಪ್ಪ ಬರುತ್ತಿದ್ದಾನೆ! ತಾಯೀ ಗೌರೀ, ನನ್ನ ಪ್ರಾರ್ಥನೆ ನಿನ್ನ ಕಿವಿಮುಟ್ಟಿತು. ಆನಂದಭಾಷ್ಪವನ್ನು ಒರೆಸಿ ಕೊಳ್ಳುತ್ತಾ ಅವಳು ಓಡಿದಳು. ಬಟ್ಟೆಯ ಗಂಟನ್ನು ಒಂದು ಮೂಲೆಯಲ್ಲಿ ಬಿಸಾಡಿ ಅವಳು ಶಿವಗಾಮಿಯತ್ತ ಧಾವಿಸಿದಳು. ಶಿವಗಾಮಿ ಅವಳನ್ನು ನೋಡಿ ಮುಖ ತಿರುಗಿಸಿಕೊಂಡು ನಡೆದಳು.

ಕಾಮಾಕ್ಷಿ ಓಡಿಹೋಗಿ ಅವಳನ್ನು ಅಪ್ಪಿಕೊಂಡಳು. "ಮಹಾಮಾಸದ ದಿನ ನಾನು ನಿನ್ನ ಜೊತೆ ಅರಮನೆಯ ಮೈದಾನಕ್ಕೆ ಬರುತ್ತೇನೆ."

ಶಿವಗಾಮಿ ಅವಳತ್ತ ಆಶ್ಚರ್ಯದಲ್ಲಿ ನೋಡಿದಳು. ಅವಳ ತುಟಿ ಕೊಂಕು ನಗುವಲ್ಲಿ ವಕ್ರವಾಯಿತು. "ಇದ್ದಕ್ಕಿದ್ದಂತೆ ನಿನ್ನ ಮನಸ್ಸು ಬದಲಾದ ಕಾರಣ? ಅವನು ಬರುತ್ತಿರುವನೇ?" ಕಾಮಾಕ್ಷಿ ಮುಖ ಪಕ್ಕ ತಿರುಗಿಸಿದಳು. ಶಿವಗಾಮಿ ತಕ್ಷಣ ನುಡಿದಳು "ಚಿಂತೆಯಿಲ್ಲ, ನಿನ್ನ ಮಾತಿನ ಬಗ್ಗೆ ಚಿಂತೆ ಪಡಬೇಡಾ. ನಾನು ನಿನ್ನ ಜೊತೆ ಇರುತ್ತೇನೆ."

ಕಾಮಾಕ್ಷಿ ಅಳತೊಡಗಿದಳು "ನನಗೆ...ನನಗೆ... ನಿನ್ನ ಬಗ್ಗೆ ಭಯವಾಗಿತ್ತು. ನನಗೇನೂ ಸ್ವಾರ್ಥವಿರಲಿಲ್ಲ."

ಶಿವಗಾಮಿ ನುಡಿದಳು "ನನಗೆ ಗೊತ್ತು, ಕಾಮಾ" ಅವಳನ್ನು ಅಪ್ಪಿಕೊಂಡು ನುಡಿದಳು "ಎಲ್ಲವೂ ಒಳ್ಳೆಯದಾಗುತ್ತದೆ. ನಮ್ಮಿಬ್ಬರ ಬದುಕು ಸುಂದರ ವಾಗುತ್ತದೆ. ನೋಡು, ಹೇಗೆ ಕೆಂಪೇರುತ್ತಿದ್ದೀಯಾ!" ಕಾಮಾಕ್ಷಿಯ ರಂಗೇರಿದ ಮುಖವನ್ನು ನೋಡುತ್ತಾ ಶಿವಗಾಮಿ ಕೀಟಲೆ ಮಾಡಿದಳು.

"ನೋಡಿದಿರಾ ನಿಮಗೆಷ್ಟು ಆಯ್ಕೆಗಳಿವೆ! ಅದೃಷ್ಟಶಾಲಿ ನೀವು ರಾಜಕುಮಾರಾ!" ಅವರ ಬೆನ್ನ ಹಿಂದೆ ಮಾತು ಕೇಳಿಸಿ ಕಾಮಾಕ್ಷಿ ಮತ್ತು ಶಿವಗಾಮಿ ದೂರ ಸರಿದು ತಿರುಗಿದರು. ಕೇಕಿಯನ್ನು ನೋಡಿ ಅವರಿಗೆ ಆಘಾತವಾಯಿತು. ಕೇಕಿಯ ಹಿಂದೆ ರಾಜಕುಮಾರ ಬಿಜ್ಜಳ.

"ಇವಳು ಕನ್ಯೆ" ಕಾಮಾಕ್ಷಿಯತ್ತ ಕೈತೋರಿಸಿ ಕೇಕಿ ನುಡಿದಳು "ಈ ಗಂಡುಬೀರಿಯ ಬಗ್ಗೆ ನನಗೆ ಖಾತರಿ ಇಲ್ಲ" ಶಿವಗಾಮಿಯತ್ತ ಕೈ ತೋರಿಸಿದಳು.

ಶಿವಗಾಮಿ ಕಾಮಾಕ್ಷಿಯನ್ನು ತನ್ನ ಬೆನ್ನ ಹಿಂದಕ್ಕೆ ತಳ್ಳುತ್ತಾ ಅವರಿಬ್ಬರನ್ನು ಕೆಕ್ಕರಿಸಿ ನೋಡುತ್ತಾ "ನಿಮ್ಮಿಬ್ಬರನ್ನು ಯಾರು ಒಳಗೆ ಬಿಟ್ಟಿದ್ದು?" ಎಂದಳು.

"ಆಹಾ, ಆಹಾ, ಇವರು ಯುವರಾಜಾ, ಹುಡುಗಿ, ರಾಜ್ಯವನ್ನು ಆಳುವವರು. ಅಲ್ಲದೆ ರೇವಮ್ಮನಿಗೆ ಆಗಲೇ ಇವರು ಹಣ ಕೊಟ್ಟಾಗಿದೆ. ಈಗ ಒಳ್ಳೆಯ ಹುಡುಗಿಯರಂತೆ ಇವರ ಜೊತೆ ಹೋಗಿ. ಖಂಡಿತಾ ನೀವು ಮರುಗಲಾರಿರಿ. ಆದರೆ ಈ ಬಡ ಶಿಖಂಡಿಯನ್ನು ಮಾತ್ರ ಮರೆಯಬೇಡಿ"

ಶಿವಗಾಮಿ ನೇರವಾಗಿ ರಾಜಕುಮಾರನನ್ನು ನೋಡಿ ನುಡಿದಳು "ನನ್ನನ್ನು ಇಲ್ಲಿ ತಂದು ಬಿಟ್ಟಿದ್ದು ತಿಮ್ಮ. ಪ್ರತಿವಾರ ಅವರು ಇಲ್ಲಿಗೆ ಬಂದು ನೋಡಿಕೊಂಡು ಹೋಗುತ್ತಾರೆ. ನಾನು ಇಲ್ಲಿ ಇಲ್ಲವೆಂದು ತಿಳಿದರೆ ಯಾರಿಗೆ ದೂರು ಕೊಡಬೇಕೆಂದು ಅವರಿಗೆ ಗೊತ್ತಿದೆ. ಕಳೆದ ಬಾರಿ ಅವರು ಬಂದಾಗ ನಾನು ಈ ಶಿಖಂಡಿ ಮತ್ತು ರೇವಮ್ಮ ಒಟ್ಟಾಗಿ ಮಾಡುತ್ತಿರುವ ವ್ಯವಹಾರದ ಬಗ್ಗೆ ಅವರಿಗೆ ವಿವರವಾಗಿ ಹೇಳಿದ್ದೇನೆ. ಅವರು ನೇರವಾಗಿ ಮಹಾರಾಜರ ಬಳಿಗೆ ಹೋಗುತ್ತಾರೆ"

"ರಾಜಕುಮಾರ, ಅವಳು ಸುಳ್ಳು ಹೇಳುತ್ತಿದ್ದಾಳೆ..." ಕೇಕಿ ಮಾತಾಡುವಷ್ಟರಲ್ಲಿ ರಾಜಕುಮಾರ ಹಿಂದಿರುಗಲು ತಿರುಗಿದ್ದ "ಅಯ್ಯೋ..ಅಯ್ಯೋ... ಎತ್ತ ಕಡೆಗೆ ಹೊರಟಿರಿ... ನಿಲ್ಲಿ ನಿಲ್ಲಿ..." ಆದರೆ ಬಿಜ್ಜಳ ಆಗಲೇ ಹೊರಗೆ ಹೊರಟುಹೋಗಿದ್ದ. ಕೇಕಿ ಅವನ ಹಿಂದೆಯೇ ಓಡಿದಳು.

ಶಿವಗಾಮಿ ಅಳುತ್ತಿದ್ದ ಕಾಮಾಕ್ಷಿಯನ್ನು ನೋಡಿ "ಎಂದಿಗೂ ನಿನ್ನ ಭಯವನ್ನು ತೋರಿಸಬೇಡಾ. ನಿನಗೆ ಏನೂ ಆಗುವುದಿಲ್ಲ. ಮಹಾಮಾಸಕ್ಕೆ ಕೆಲವೇ ದಿನಗಳಿವೆ. ಅದಕ್ಕೆ ಮೊದಲು ನನ್ನನ್ನಾಗಲಿ, ನಿನ್ನನ್ನಾಗಲಿ ಮುಟ್ಟುವ ಧೈರ್ಯ ಮಾಡುವುದಿಲ್ಲ ಅವರು. ನಾನು ನನ್ನ ರಕ್ಷಣೆ ಮಾಡಿಕೊಳ್ಳುತ್ತೇನೆ. ನೀನು ಬೇಗನೆ ಅವನನ್ನು ಸೇರುವೆ. ಆಮೇಲೆ...." ಅವಳು ಮತ್ತೆ ಕಾಮಾಕ್ಷಿಯನ್ನು ಕೀಟಲೆ ಮಾಡಲಾರಂಭಿಸಿದಳು. ಅವಳು ನಾಚಿಕೆಯಲ್ಲಿ ನಗುತ್ತಿದ್ದಳು.

ಆದರೆ ಧೈರ್ಯದ ಮಾತುಗಳಾಡಿದ್ದರೂ ಶಿವಗಾಮಿಗೆ ಏನೋ ಕೆಡುಕಾಗಲಿದೆ ಎನ್ನುವ ಭಾವನೆ ಬಂದಿತು. ಇಲ್ಲ, ಅಂತಹ ದಡ್ಡ ಆಲೋಚನೆ ಮಾಡಬಾರದು ಎಂದು ತನಗೆ ತಾನೇ ಹೇಳಿಕೊಂಡಳು. ಆದರೂ ಆ ಭಾವನೆ ಮನದಿಂದ ಹೋಗಲಿಲ್ಲ.

ಅಧ್ಯಾಯ ಮೂವತ್ತಮೂರು

ಅಳ್ಳಿ

ಅಳ್ಳಿ ಬಾಣ ಹೂಡಿ ಜೀಮೂತನಿಗೆ ಗುರಿಯಿಟ್ಟಿದ್ದಳು. ಅವನು ಅವಳಿಗೆ ಬೆನ್ನಾಗಿದ್ದ. ಬಾಣ ಬಿಡಲು ಅವಳಿಗೆ ಆಸೆಯಾಗಿತ್ತು. ಅವನು ಮುಖ ಕೆಳಗಾಗಿ ನದಿಯಲ್ಲಿ ಬೀಳುವ ದೃಶ್ಯವನ್ನು, ಅವನ ರಕ್ತ ನಿಧಾನವಾಗಿ ಕೆಂಪು ಶಾಯಿಯಂತೆ ನೀರಿನಲ್ಲಿ ಕಲಸಿ ಹೋಗುವ ದೃಶ್ಯವನ್ನು ಕಲ್ಪಿಸಿಕೊಂಡಳು. ಒಂದು ದಿನ ಖಂಡಿತಾ ಅವಳು ಅದನ್ನು ಮಾಡುವವಳಿದ್ದಳು. ಆದರೆ ಈ ದಿನ ಅದಕ್ಕಾಗಿರಲಿಲ್ಲ. ಅವನಿಂದ ಉಪಯುಕ್ತವಾದದ್ದೇನನ್ನೂ ಇನ್ನೂ ಅವಳು ಹೊರಸೆಳೆದಿರಲಿಲ್ಲ. ಅವಳು ತನ್ನನ್ನು ತಾನು ಅವನಿಗೆ ಅನೇಕ ಸಲ ಕೊಟ್ಟುಕೊಂಡಿದ್ದಳು. ಆದರೆ ಅದಕ್ಕೆ ಪ್ರತಿಫಲ ಸಿಕ್ಕಿರಲಿಲ್ಲ.

ಕಡಲ್ಗಳ್ಳ, ಗುಲಾಮನನ್ನು ನಾಯಿಯಂತೆ ನಡೆಸಿಕೊಳ್ಳುವುದನ್ನು ಅವಳು ನೋಡಿದ್ದಳು. ಅವಳಿಗೆ ಕಟ್ಟಪ್ಪನ ಬಗ್ಗೆ ಮೆಚ್ಚುಗೆ ಮೂಡಿತ್ತು. ಅವನನ್ನು ನದಿಯಿಂದ ಪಾರು ಮಾಡಿ ಕೆಲವು ದಿನಗಳಾಗಿತ್ತು. ಅವನು ಸತ್ತುಹೋಗಬಹುದೆಂದುಕೊಂಡಿದ್ದಳು. ಆದರೆ ಗುಲಾಮ ಬಹಳ ಬೇಗ ಚೇತರಿಸಿಕೊಂಡಿದ್ದ. ಅವಳು ವಿರೋಧಿಸಿದರೂ ಕೂಡಾ ಜೀಮೂತ ನಿಶ್ಶಕ್ತನಾಗಿ ಸಾವಿನ ಅಂಚಿನಲ್ಲಿದ್ದ ಅವನನ್ನು

ಸೆಣಬಿನ ಹಗ್ಗದಿಂದ ಕಟ್ಟಿಹಾಕಿದ್ದ. ಅದರ ಅಗತ್ಯವಿಲ್ಲ ಎಂದಿದ್ದ ಕಟ್ಟಪ್ಪ. ಯಾರು ತಮ್ಮ ಜೀವ ಉಳಿಸುತ್ತಾರೋ ಅವರಿಗೆ ಗುಲಾಮನಾಗುವುದು ತಮ್ಮ ಬುಡಕಟ್ಟಿನ ಪುರಾತನ ನಿಯಮ ಎಂದಿದ್ದ. ಒಡೆಯ ಗುಲಾಮಗಿರಿಯಿಂದ ಬಿಡುಗಡೆ ಮಾಡುವವರೆಗೂ ಸೇವಕ ಒಡೆಯನ ಸೇವೆ ಮಾಡಿಕೊಂಡಿರಬೇಕು. ಅದನ್ನು ಕೇಳಿ ಜೀಮೂತ ಜೋರಾಗಿ ನಕ್ಕಿದ್ದ. ಅಳ್ಳಿ ಅವನನ್ನು ನಂಬಿಸಲು ಎಷ್ಟೇ ಪ್ರಯತ್ನಪಟ್ಟರೂ ಜೀಮೂತ ಕಟ್ಟಪ್ಪನ ಮಾತನ್ನು ನಂಬಲು ನಿರಾಕರಿಸಿದ. ಎಲ್ಲರೂ ಪರರನ್ನು ತಮ್ಮ ತಮ್ಮ ನೆಲೆಯಲ್ಲೇ ತೂಗಿ ನೋಡುತ್ತಾರೆ ಎಂದು ಕೊಂಡಳು ಅಳ್ಳಿ. ಜೀಮೂತ ಎಂದಿಗೂ ಘನತೆ ಎನ್ನುವ ಪದದ ಅರ್ಥ ತಿಳಿಯಲಾರ, ಕಟ್ಟಪ್ಪ ಎಂದಿಗೂ ಕಪಟತನ ಎಂದರೇನೆಂದು ತಿಳಿಯಲಾರ.

ಅಳ್ಳಿ ಅನೇಕ ಸಲ ಗುಲಾಮನನ್ನು ಮುಕ್ತಮಾಡುವ ಆಲೋಚನೆ ಮಾಡಿದ್ದಳು. ಪುರಾತನ ನಿಯಮದಂತೆ ಅವಳು ಮೂರು ಸಲ "ಗುಲಾಮ, ನೀನಿನ್ನು ಮುಂದೆ ಗಾಳಿಯಂತೆ ಸ್ವತಂತ್ರ" ಎಂದು ಉಚ್ಚರಿಸಿದರೆ ಸಾಕು ಅವನು ಮುಕ್ತನಾಗುತ್ತಿದ್ದ. ಅವಳು ಹಾಗೆಲ್ಲಿ ಮಾಡಿಬಿಡುತ್ತಾಳೋ ಎಂದು ಜೀಮೂತ ಭಯಪಡುತ್ತಿದ್ದ. ಅದಕ್ಕೇ ಅವನು ಕಟ್ಟಪ್ಪನಿಗೆ ಹಗ್ಗ ಕಟ್ಟಿ ನಾಯಿಯಂತೆ ಕೆಲಸ ಮಾಡಿಸುತ್ತಿದ್ದ. ಅವಳು ಅವನನ್ನು ಬಿಡುಗಡೆ ಮಾಡಿದ್ದರೂ ಕೂಡಾ ಅವನು ಎಲ್ಲಿಗೂ ಹೋಗಲಾಗು ತ್ತಿರಲಿಲ್ಲ. ಅವರು ಮೂವರೂ ಆ ದ್ವೀಪದೊಳಗೆ ಸಿಕ್ಕಿಹಾಕಿಕೊಂಡಿದ್ದರು. ಅವಳು ಸರಿಯಾದ ಗಳಿಗೆಗೆ ಕಾಯುತ್ತಿದ್ದಳು. ಆದರೆ ಜೀಮೂತ ಕಟ್ಟಪ್ಪನನ್ನು ನಡೆಸಿಕೊಳ್ಳುತ್ತಿದ್ದ ರೀತಿ ನೋಡಿ ಅವಳಿಗೆ ಭಾರೀ ಬೇಸರವಾಗಿತ್ತು.

ಜೀಮೂತನ ಒತ್ತಾಯದಂತೆ ಕಟ್ಟಪ್ಪ ನೀರೊಳಗೆ ಮುಳುಗಿದ. ಅಳ್ಳಿ ಎದ್ದು ನಿಂತಳು. ಅವಳ ಹುಬ್ಬು ಗಂಟಿಕ್ಕಿತು. ಕಡಲ್ಗಳ್ಳ ಗುಲಾಮನಿಂದ ಅಪಾಯಕಾರಿ ಕೆಲಸಗಳನ್ನು ಮಾಡಿಸುತ್ತಿದ್ದ. ನದಿಯಲ್ಲಿ ಮುತ್ತುಗಳುಳ್ಳ ಕಪ್ಪೆಚಿಪ್ಪುಗಳಿರುವುದನ್ನು ಅವನು ಕಂಡುಕೊಂಡಿದ್ದ. ಗುಲಾಮನನ್ನು ನೀರೊಳಗೆ ಮುಳುಗಿ ಅವನ್ನು ತರುವಂತೆ ಮಾಡುತ್ತಿದ್ದ. ಹಗ್ಗದ ಒಂದು ಕೊನೆಯನ್ನು ಗುಲಾಮನ ಕೊರಳಿಗೆ ಕಟ್ಟಿ, ಇನ್ನೊಂದು ಕೊನೆಯನ್ನು ತಾನು ಹಿಡಿದು ಆಳವಿಲ್ಲದ ಕಡೆ ನಿಂತಿದ್ದ. ಹಗ್ಗ ಕಟ್ಟಪ್ಪನ ಭದ್ರತೆಗೆ ಎಂದು ಹೇಳಿದ್ದರೂ ಅದು ಜೀಮೂತನಿಗೆ ಅವನ ಮೇಲೆ ನಿಯಂತ್ರಣ ಕೊಡುತ್ತಿತ್ತು. ಗುಲಾಮ ತಪ್ಪಿಸಿಕೊಳ್ಳಲು ಯತ್ನಿಸಿದರೆ ಒಂದು ಸಲ ಹಗ್ಗವನ್ನು ಜಗ್ಗಿದರೆ ಕುಣಿಕೆ ಕಟ್ಟಪ್ಪನನ್ನು ಉಸಿರುಗಟ್ಟಿಸಿ ಸಾಯಿಸುತ್ತಿತ್ತು.

"ಇಷ್ಟರಲ್ಲೇ ಒಂದು ದಿನ ಅವನು ಸತ್ತುಹೋಗುತ್ತಾನೆ ಅಷ್ಟೇ" ಅಳ್ಳಿ ಅರಚಿದಳು.

"ಅವನಿಗಿಂತ ಮುತ್ತುಗಳಿಗೆ ಬೆಲೆ ಜಾಸ್ತಿ" ಎಂದ ಅವನು. ಕೋಪದಲ್ಲಿ ಅವಳು ಬಾಣ ಬಿಟ್ಟಳು. ಕೊನೆಗಳಿಗೆಯಲ್ಲಿ ಅವನು ಬಗ್ಗಿ ತಪ್ಪಿಸಿಕೊಂಡ. ಬಾಣ

ಅವನ ಪಕ್ಕ ಸುಮ್ಮನೆ ಬಿದ್ದುಕೊಂಡಿತು. ಅವನು ಜೋರಾಗಿ ನಕ್ಕ "ಮುಂದಿನ ಸಲ ಅದೃಷ್ಟ ಚೆನ್ನಾಗಿರಲಿ, ಸೂಳೆ"

ಅಳ್ಳಿಯ ಮುಖ ಕೋಪ ಮತ್ತು ಅವಮಾನದಲ್ಲಿ ಕೆಂಪಾಯಿತು. ಅವನು ಅವಳನ್ನು 'ಸೂಳೆ', 'ಕುಲಟೆ' ಅಥವಾ ಇನ್ನೂ ಹೇಳಲಾಗದಂತಹ ಪದಗಳಿಂದ ಕರೆಯುತ್ತಿದ್ದ. ಒಂದೇ ಒಂದು ಸಲವೂ ಅವನು ಅವಳ ಹೆಸರು ಹಿಡಿದು ಕರೆದಿರಲಿಲ್ಲ. ಅದರಿಂದ ಅವಳಿಗೆ ಏನೂ ಅನ್ನಿಸಿರಲಿಲ್ಲ. ಅವಳು ತನ್ನ ಕೆಲಸ ಮಾಡುತ್ತಿದ್ದಳು. ಆದರೂ ಅವನು ತನಗೆ ಬೇಕಾದಂತೆ ಅವಳನ್ನು ಬಳಸಿಕೊಳ್ಳುತ್ತಿದ್ದಾನೆ ಎನ್ನಿಸಿದಾಗ ಅವಳಿಗೆ ಕೋಪ ಮತ್ತು ಕಸಿವಿಸಿ ಒಳಗಿಂದ ಗುದ್ದುಕೊಂಡು ಬರುತ್ತಿತ್ತು. ಗುಲಾಮ ನೋಡುತ್ತಿದ್ದಾಗ ಕೂಡಾ ಅವನು ಅವಳನ್ನು ಬಳಸಿಕೊಂಡ. ಅವರು ಕ್ರೀಡಿಸುತ್ತಿದ್ದಾಗ ಗುಲಾಮನೇನೂ ಅವರತ್ತ ನೋಡುತ್ತಿರಲಿಲ್ಲ. ಅವನು ಮಲಗಿದಂತೆ ನಟಿಸುತ್ತಿದ್ದ. ಒಂದು ಸಲ ಅವಳು ವಿರೋಧಿಸಿದಾಗ, ಜೀಮೂತ ಅವರು ಕ್ರೀಡಿಸುವಾಗ ಪ್ರಾಣಿ ಪಕ್ಷಿಗಳು ನೋಡಿದರೆ ಏನಾದರೂ ಅಂದುಕೊಳ್ಳುತ್ತಿದ್ದವೇ ಎಂದು ಕೇಳಿದ್ದ. ಗುಲಾಮ ಪ್ರಾಣಿಗಿಂತ ಹೆಚ್ಚಲ್ಲ ಎಂದಿದ್ದ. ಪ್ರತಿ ಸಲ ಅವನು ಹಾಗೆ ಹೇಳಿದಾಗಲೂ ಅವಳಿಗೆ ಅವನ ಕತ್ತು ಮುರಿದು ಸಾಯಿಸಬೇಕೆನಿಸುತ್ತಿತ್ತು. ಜೀಮೂತನಿಗೆ ತನ್ನ ಮಾತುಗಳು ಅವಳ ಮೇಲೆ ಬೀರುತ್ತಿದ್ದ ಪರಿಣಾಮ ಚೆನ್ನಾಗಿ ಅರಿವಿತ್ತು. ಅವನು ಬೇಕಂತಲೇ ಅವಳನ್ನು ಕೆರಳಿಸಲು ಅಂತಹ ಮಾತುಗಳನ್ನಾಡುತ್ತಿದ್ದ.

"ಮುಂದಿನ ಸಲ ಗುರಿ ತಪ್ಪುವುದಿಲ್ಲ" ಎಂದಳು ಅವಳು, ಮತ್ತೊಂದು ಬಾಣವನ್ನು ಹೆದೆಯೇರಿಸುತ್ತಾ. ಜೀಮೂತ ಅವಳಿಗೆ ಇನ್ನೂ ಕಿರಿಕಿರಿಯಾಗುವಂತೆ ಜೋರಾಗಿ ನಕ್ಕ. ಅದೇ ಕ್ಷಣಕ್ಕೆ ಕಟ್ಟಪ್ಪ ನೀರಿನಿಂದ ಹೊರಬಂದ, ಅವನ ಬೊಗಸೆ ತುಂಬಾ ಮುತ್ತುಗಳಿದ್ದವು. ಉಸಿರಿಗಾಗಿ ಚಡಪಡಿಸುತ್ತಾ ಅವನ್ನು ಜೀಮೂತನಿಗೆ ಕೊಟ್ಟ. ಅಳ್ಳಿಯ ಕಣ್ಣಲ್ಲಿ ನೀರು ತುಂಬಿತು.

"ಬಾಯೀ ಬಾಯಿ ಬಿಡಬೇಡಾ ಗುಲಾಮಾ, ಪುನಃ ಮುಳುಗು" ಕಟ್ಟಪ್ಪನನ್ನು ನೀರೊಳಗೆ ತಳ್ಳುತ್ತಾ ಜೀಮೂತ ನುಡಿದ. ಗುಲಾಮ ಮತ್ತೆ ನೀರೊಳಗೆ ಕಾಣೆಯಾದ. ಅಳ್ಳಿಗೆ ಕೋಪ ಉಕ್ಕಿ ಬಂತು. ಅವಳು ಜೀಮೂತನೊಡನೆ ಕಾದಾಡಲು ಅವನೆಡೆಗೆ ಧಾವಿಸಿದಳು. ಜೀಮೂತ ಜೋರಾಗಿ ನಕ್ಕ. ಅವಳು ಕಿರುಚುತ್ತಾ ಅವನ ಬಳಿಗೆ ಓಡಿ ಇನ್ನೇನು ಅವನಿಗೊಂದು ಗುದ್ದು ಕೊಡಬೇಕು ಆಗ ಜೋರಾಗಿ ಕಹಳೆಯ ಧ್ವನಿ ಕೇಳಿಸಿ ಇಬ್ಬರೂ ಬೆಚ್ಚಿಬಿದ್ದರು.

ಹಡಗುಗಳು, ನೂರಾರು ಹಡಗುಗಳು ಹಾಯಿಯನ್ನು ಗಾಳಿಯಲ್ಲಿ ಹಾರಾಡಿಸುತ್ತಾ ವೇಗವಾಗಿ ಅವರ ಕಡೆಗೆ ಬರುತ್ತಿದ್ದವು.

"ಓಡು!" ಜೀಮೂತ ಹಗ್ಗವನ್ನು ಎಳೆಯುತ್ತಾ ಅವಳಿಗೆ ಕೂಗಿ ಹೇಳಿದ.

ಅಳ್ಳಿ ಕೈಗಳನ್ನು ಜೋರಾಗಿ ಬೀಸುತ್ತಾ ಹಡಗಿನ ಕಡೆಗೆ ಓಡತೊಡಗಿದಳು. ಅವಳು ನದಿಯ ಅಂಚಿನಲ್ಲಿ ನಿಂತಳು. ಹಡಗುಗಳು ನದಿಯ ಕಡು ನೀಲಿ ಭಾಗದಲ್ಲಿ ಚಲಿಸುತ್ತಿದ್ದವು. ಅವಳು ಅರಚಿಕೊಂಡು ಮೇಲೆ ಕೆಳಗೆ ಕುಣಿಯುತ್ತಾ ಕೂಗತೊಡಗಿದಳು "ಕಾಪಾಡಿ... ಕಾಪಾಡಿ..."

ಜೀಮೂತ ಅವಳ ಕಡೆಗೆ ಓಡಿ ಅವಳನ್ನು ಹಿಡಿದು ಅವಳ ಬಾಯಿ ಮುಚ್ಚಲು ಯತ್ನಿಸಿದ. "ಬೇವರ್ಸಿ ಬೇವರ್ಸಿ, ನಮ್ಮನ್ನೆಲ್ಲ ಸಾಯಿಸುತ್ತೀಯಾ." ಅವಳು ಅವನನ್ನು ಅಲಕ್ಷಿಸಿ ಕೈ ಬೀಸುತ್ತಾ ಹಡಗಿನ ಕಡೆಗೆ ಕೂಗುತ್ತಿದ್ದಳು. ಕೊನೆಗೆ ಒಂದು ಹಡಗು ಅವರ ಕಡೆಗೆ ಬರಲು ತಿರುಗಿತು. ಜೀಮೂತ ಅವಳ ಕೈ ಹಿಡಿದು ಓಡತೊಡಗಿದ.

"ಬಿಡು, ಬಿಡು, ಸಹಾಯ ಮಾಡಿ, ಕಾಪಾಡಿ" ಅವಳು ಕೂಗಿದಳು. ಕಟ್ಟಪ್ಪ ಮೇಲೆ ಬಂದು ದಡಕ್ಕೆ ತೆವಳುತ್ತಿರುವುದು ವಾರೆನೋಟದಲ್ಲಿ ಗಮನಿಸಿದಳು.

ಹಡಗು ಲಂಗರು ಇಳಿಸಿ ಹರಿಗೋಲುಗಳನ್ನು ಇಳಿಸಿತು. ಸ್ವಲ್ಪದರಲ್ಲೇ ಆರು ಹರಿಗೋಲುಗಳು ಅವರ ಕಡೆಗೆ ವೇಗವಾಗಿ ಬರುತ್ತಿದ್ದವು. ಜೀಮೂತ ಅವಳನ್ನು ಮತ್ತೆ ಎಳೆದ. ಅವಳು ಅವನನ್ನು ತಳ್ಳಿದಳು. ಅವನ ಕಾಲುಗಳ ನಡುವೆ ಕಾಲಿಟ್ಟು ಬೀಳಿಸಿದಳು. ಆಳವಿಲ್ಲದ ಕಡೆ ಅವನು ಬೆನ್ನು ಅಡಿಯಾಗಿ ಬಿದ್ದ. ಅವಳು ಹರಿಗೋಲಿನತ್ತ ಓಡಿದಳು. ಹರಿಗೋಲಿನಿಂದ ಮೈಗೆಲ್ಲಾ ಬಣ್ಣ ಬಳಿದುಕೊಂಡಿದ್ದ ಉಗ್ರವಾಗಿ ಕಾಣುತ್ತಿದ್ದ ಯೋಧರು ನೀರೊಳಗೆ ಧುಮುಕಿದರು. ಅವರು ಅವಳ ಕಡೆಗೆ ಓಡಿದರು. ಅವರು ಬರುತ್ತಿದ್ದ ರೀತಿ ನೋಡಿಯೇ ಅವಳಿಗೆ ಏನೋ ಸರಿಗಿಲ್ಲ ಅನ್ನಿಸಿತು. ಅವಳ ಬಾಯಿ ದಿಗ್ಭ್ರಮೆಯಲ್ಲಿ ತೆರೆದುಕೊಂಡಿತು. ಕ್ಷಣಾರ್ಧದಲ್ಲಿ ಅವರು ಅವಳನ್ನು ಸುತ್ತುವರಿದಿದ್ದರು. ಮೊಟ್ಟಮೊದಲು ಅವಳತ್ತ ಕೈಚಾಚಿದ ವ್ಯಕ್ತಿಯನ್ನು ಅವಳು ಒದ್ದು ಬೀಳಿಸಿದಳು. ಜೀಮೂತ ಅವರ ಕಡೆಗೆ ಶಪಿಸುತ್ತಾ, ಬೈಯುತ್ತಾ, ಕಿರುಚುತ್ತಾ ಬರುತ್ತಿದ್ದ. ಇತರ ಹರಿಗೋಲುಗಳಿಂದ ಯೋಧರು ಇಳಿದು ಬರುತ್ತಿದ್ದರು.

"ಸಂತೋಷವಾಯಿತೇ?" ಜೀಮೂತ ತನ್ನನ್ನು ಭದ್ರವಾಗಿ ಬಿಡಿದಿದ್ದ ಆರು ಯೋಧರಿಂದ ತಪ್ಪಿಸಿಕೊಳ್ಳಲು ಯತ್ನಿಸುತ್ತಾ ಅವಳತ್ತ ಬುಸುಗುಟ್ಟಿದ. ಕೆಲವು ಯೋಧರು ಕಟ್ಟಪ್ಪನನ್ನು ಅವನ ಕೊರಳಿನ ಹಗ್ಗದಿಂದ ತಮ್ಮತ್ತ ಎಳೆದು ಕೊಂಡರು. ಅಳ್ಳಿ ಕೂಗುತ್ತಾ ಒದೆಯುತ್ತಾ ಇದ್ದಂತೆ ನಾಲ್ಕು ಯೋಧರು ಅವಳನ್ನು ಹಿಡಿದುಕೊಂಡರು. ಕೆಲವರು ಅವಳ ಮೊಲೆಗಳನ್ನು ಹಿಡಿದುಕೊಳ್ಳಲು ಯತ್ನಿಸಿದರು.

ಒಬ್ಬ ಅವಳ ತುಟಿಗಳನ್ನು ಬಲವಾಗಿ ಚುಂಬಿಸಿದ. ಅವಳು ತಿರಸ್ಕಾರದಲ್ಲಿ ಉಗಿದಳು. ಅವನು ಅವಳ ಮುಖಕ್ಕೆ ಜೋರಾಗಿ ಹೊಡೆದು ಮತ್ತೆ ಚುಂಬಿಸಿದ.

"ಚೆನ್ನಾಗಿದೆ, ಚೆನ್ನಾಗಿದೆ" ಒಂದು ವಿಚಿತ್ರ ರೀತಿಯ ಧ್ವನಿ ಕೇಳಿಸಿತು. ಒಬ್ಬ ಅಸಾಧಾರಣವಾಗಿ ಎತ್ತರಕ್ಕಿದ್ದ ವ್ಯಕ್ತಿ, ದೈತ್ಯ, ಬಂದು ಸೇರಿಕೊಂಡ.

"ದೆವ್ವದ ದ್ವೀಪದಲ್ಲಿ ಜನರು ವಾಸ ಮಾಡುತ್ತಿದ್ದಾರೆಂದು ಯಾರಿಗೆ ಗೊತ್ತಿತ್ತು!" ಅವರನ್ನು ಕುತೂಹಲದಲ್ಲಿ ನೋಡುತ್ತಾ ಉದ್ಗರಿಸಿದ.

"ನಾವು ರೈತರು" ಎಂದಳು ಅಳ್ಳಿ.

"ಓ... ಕಾಣಿಸುತ್ತಿದೆ ಹೊಲ, ಗದ್ದೆ, ಎತ್ತುಗಳು, ಕಣಜ, ಕೋಳಿ, ಕುರಿ, ಹಸು ಎಲ್ಲಾ ...ಅದ್ಭುತ ... ಈ ಕುಲೀನ ಮನುಷ್ಯ ಯಾರು?"

"ನನ್ನ ಗಂಡ" ಅಳ್ಳಿ ನುಡಿದಳು. ನಂತರ ಸೇರಿಸಿದಳು "ಅವನು ನಮ್ಮ ಗುಲಾಮ"

"ಕುತೂಹಲಕಾರಿಯಾಗಿದೆ" ಎನ್ನುತ್ತಾ ಆ ದೈತ್ಯ ಜೀಮೂತನ ಕಡೆಗೆ ನಡೆದ. ಜೀಮೂತ ತಲೆ ಎತ್ತಿರಲಿಲ್ಲ. ದೈತ್ಯ ಜೀಮೂತನ ಕಾಲುಗಳ ನಡುವೆ ಒಂದು ಒದೆ ಕೊಟ್ಟ, ಜೀಮೂತ ಉರುಳಿ ಬಿದ್ದ.

"ಯಾವಾಗ ಮದುವೆ ಮಾಡಿಕೊಂಡೆ ಕಡಲ್ಗಳ್ಳ ಜೀಮೂತಾ?" ಎಂದು ಕೇಳಿದ.

"ಸಾಮಂತ ಅಕ್ಕುಂದ, ನಾ... ನಾನು... ನಿನ್ನ ಸಾಲ ತೀರಿಸ್ತೀನಿ" ಜೀಮೂತ ತನ್ನ ತೊಡೆ ಸಂದಿಯಲ್ಲಿ ಹಿಡಿದು ನರಳುತ್ತಾ ಹೇಳಿದ.

"ನಗದಾಗಿಯೋ ಇಲ್ಲಾ ಬೇರೆ ರೀತಿಯಲ್ಲೋ? ನೀನೀಗ ಬಹಳ ಶ್ರೀಮಂತ ನಂತೆ? ಎಷ್ಟು ಬೃಹದಾಕಾರವಾಗಿದೆ ನೋಡು ನಿನ್ನ ಅರಮನೆ!" ಎಂದ. ಅವನ ಕಡೆಯವರೆಲ್ಲ ನಕ್ಕರು. ಇದ್ದಕ್ಕಿದ್ದಂತೆ ಅಕ್ಕುಂದನ ವರ್ತನೆ ಬದಲಾಯಿತು. ಅವನು ಸರಕ್ಕನೆ ಜೀಮೂತನ ಗಲ್ಲ ಹಿಡಿದು ಕಿರುಚಿದ "ಬೋಳೀಮಗನೆ, ಸೂಳೆಮಗನೇ, ನನ್ನ ಕೈಗೆ ಸಿಗಲಿ ನೀನು ಅಂತ ಎಷ್ಟು ಕಾಲದಿಂದ ಕಾಯ್ತಾ ಇದ್ದೆ. ನನ್ನ ಹಳ್ಳಿಗಳಿಗೆ ಕಾಲಿಡಬಾರದು ಅಂತ ನಿನಗೆ ಎಚ್ಚರಿಕೆ ಕೊಟ್ಟಿದ್ದೆ. ಆದರೂ ನೀನು ನನ್ನ ಜನರನ್ನು ಬಿಡಲಿಲ್ಲ. ಮಾಹಿಷ್ಮತಿಯ ಸಾಮ್ರಾಜ್ಯದೊಳಗೇ ನೀನು ಬೇಟೆಯಾಡಿದೆ ಅಂತ ಮೇಲಿನವರಿಗೆ ಗೊತ್ತಾದರೆ ನಿನ್ನ ಜೊತೆಗೆ ನಾನೂ ಗಲ್ಲಿಗೇರಬೇಕಾಗುತ್ತದೆ"

"ತಪ್ಪಾಯಿತು, ನಿಜವಾಗಿ ತಪ್ಪಾಯಿತು, ಸಾಮಂತ ಅಕ್ಕುಂದ, ನಾನದಕ್ಕೆ ಪರಿಹಾರ ತುಂಬಿಕೊಡುತ್ತೇನೆ."

"ಏನು ಕೊಟ್ಟು? ನಿನ್ನ ಹೆಂಡತಿಯನ್ನು ನನ್ನ ಜೊತೆ ಮಲಗಿಕೊ ಅಂತ ಹೇಳಿಯಾ? ಅಥವಾ ಜೌಗು ಮೀನು ಕೊಟ್ಟಾ? ನಾಗಮ್ಮಜ್ಜಿ ನಿನ್ನನ್ನು ಹೇಗೆ ನಾಶ ಮಾಡಿದಳು ಅಂತ ನನಗೆ ಗೊತ್ತು."

"ದಯವಿಟ್ಟು ನನ್ನನ್ನು ಬಿಡು, ತೋರಿಸುತ್ತೇನೆ" ಜೀಮೂತ ಬೇಡಿಕೊಂಡ. ಅಕ್ಕುಂದ ಒಂದು ನಿಮಿಷ ಅವನನ್ನು ದಿಟ್ಟಿಸಿದ. ನಂತರ ಅವನ ಜನಗಳಿಗೆ ಅವನನ್ನು ಬಿಡಲು ಸನ್ನೆ ಮಾಡಿದ. ಕಡಲ್ಗಳ್ಳ ಅದುವರೆಗೂ ಸಂಗ್ರಹಿಸಿದ್ದ ಮುತ್ತುಗಳನ್ನು ತರಲು ಓಡಿದ. ಅದನ್ನು ತಂದು ಅಕ್ಕುಂದನ ಕೈಯಲ್ಲಿರಿಸಿ ತಲೆ ಬಾಗಿದ. "ಇದನ್ನು ಒಪ್ಪಿಸಿಕೊಂಡು ನಮ್ಮನ್ನು ಜನವಸತಿಯ ಕಡೆಗೆ ಕರೆದುಕೊಂಡು ಹೋಗು. ಒಪ್ಪಂದವನ್ನು ಸಿಹಿಯಾಗಿಸಲು ನಾನು ನಿನಗೆ ಇನ್ನೊಂದು ಉಡುಗೊರೆ ಕೊಡುತ್ತೇನೆ."

ಅಳ್ಳಿಗೆ ಅವನು ಏನು ಉಡುಗೊರೆ ಕೊಡುತ್ತಾನೆ ಎನ್ನುವುದು ಗೊತ್ತಾಯಿತು. ಜೀಮೂತ ಕಟ್ಟಪ್ಪನನ್ನು ಎಳೆದು ಅಕ್ಕುಂದನಿಗೆ ವಹಿಸಿಕೊಡುವುದನ್ನು ಅವಳು ಅಸಹಾಯಕಳಾಗಿ ನೋಡಿದಳು. ಅವನಿಗೆ ಸ್ವಾತಂತ್ರ್ಯ ಕೊಡುವ ಆ ಮೂರು ಮಾತುಗಳನ್ನು ಉಚ್ಚರಿಸಲು ಅವಳಿಗೆ ಆಸೆಯಾಯಿತು. ಆದರೆ ಅದರಿಂದ ಆ ಬಡಪಾಯಿ ಸಾಯುತ್ತಾನೆಂದು ಅವಳಿಗೆ ಗೊತ್ತಿತ್ತು. ಸಾಮಂತ, ಗುಲಾಮನನ್ನು ಪರಿಶೀಲಿಸಿ ಒಪ್ಪಿಗೆಯ ಗುಟುರು ಹಾಕಿದ. ಅವನ ಕಡೆಯ ಆಳುಗಳು ಅಳ್ಳಿ, ಕಟ್ಟಪ್ಪ ಮತ್ತು ಜೀಮೂತನನ್ನು ಎಳೆದುಕೊಂಡು ಹೋಗಿ ಮೊದಲು ಹರಿಗೋಲಿನಲ್ಲಿ ನಂತರ ಹಡಗಿನಲ್ಲಿ ಏರಿಸಿದರು. ಹಡಗಿನಲ್ಲಿ ಏರಿದ ಮೇಲೆ ಕಟ್ಟಪ್ಪನನ್ನು ಹುಟ್ಟು ಹಾಕಲು ಕೆಳ ಮಾಳಿಗೆಗೆ ಕರೆದುಕೊಂಡು ಹೋಗಲಾಯಿತು.

ಹಡಗಿಗೆ ಬಂದ ಮೇಲೆ ಆಶ್ಚರ್ಯವಾಗುವಂತೆ ಅಳ್ಳಿ ಮತ್ತು ಜೀಮೂತನನ್ನು ಬಹಳ ಚೆನ್ನಾಗಿ ನೋಡಿಕೊಳ್ಳಲಾಯಿತು.

ಆನಂತರ, ಕತ್ತಲಾಗಿ ಅಸಂಖ್ಯಾತ ನಕ್ಷತ್ರಗಳು ಆಕಾಶದಲ್ಲಿ ಮಿನುಗುತ್ತಿರುವಾಗ ಅಳ್ಳಿ ಜೀಮೂತನ ಬಳಿಗೆ ಬಂದಳು. ಲಾಂದ್ರಗಳು ಗಾಳಿಯಲ್ಲಿ ಹೊಯ್ದಾಡುತ್ತಾ ಅಟ್ಟಣೆಯ ಮೇಲೆ ಬೆಳಕಿನ ನರ್ತನವಾಗುತ್ತಿತ್ತು. ಜೀಮೂತ ಬೆನ್ನಡಿಯಾಗಿ ಮಲಗಿ ಆಕಾಶವನ್ನು ದಿಟ್ಟಿಸುತ್ತಿದ್ದ. ಅವಳು ಅವನ ಪಕ್ಕ ಕೂತು ಅವನ ವಿಶಾಲವಾದ ಎದೆಯ ಮೇಲೆ ಕೈಯಿಟ್ಟು ಕೇಳಿದಳು "ಇವರು ನಮ್ಮನ್ನು ಯಾಕಿಷ್ಟು ಚೆನ್ನಾಗಿ ನೋಡಿಕೊಳ್ಳುತ್ತಿದ್ದಾರೆ?"

ಅವನ ತುಟಿ ವ್ಯಂಗ್ಯವಾಗಿ ಸೊಟ್ಟಗಾಗಿದ್ದು ಅವಳಿಗೆ ಕಾಣಿಸಿತು. "ಯಾಕಂದರೆ ನಾವು ಇಲ್ಲಿಂದ ಬದುಕಿ ಹೋಗಲಾರೆವು ಎಂದು ಅವರಿಗೆ ಗೊತ್ತು, ಅದಕ್ಕೆ"

ಅಳ್ಳಿ ಕೈ ಸುಟ್ಟಂತೆ ಸರಕ್ಕನೆ ಹಿಂದಕ್ಕೆಳೆದುಕೊಂಡಳು. "ಅಂದರೆ ಏನರ್ಥ? ಅವರು ಯಾಕೆ ನಮ್ಮನ್ನು ಕೊಲ್ಲಬೇಕು? ನಾವು ಅವರಿಗೆ ಹಣ ಕೊಟ್ಟೆವಲ್ಲ?"

"ಮಾಹಿಷ್ಮತಿಯ ಅತ್ಯಂತ ರಹಸ್ಯ ಸಂಗತಿಯನ್ನು ತಿಳಿದ ಯಾರನ್ನಾದರೂ ಅವರು ಸುಮ್ಮನೆ ಹೋಗಲು ಬಿಡುತ್ತಾರೆ ಅಂದುಕೊಂಡೆಯಾ?" ಅವನು ಪ್ರಶ್ನಿಸಿದ.

367

"ಅಂದರೆ?"

"ಈ ಹಡಗುಗಳಲ್ಲಿ ಸಾಗಣೆಯಾಗುತ್ತಿರುವ ಸರಕು ಏನೆನ್ನುವ ಬಗ್ಗೆ ಏನಾದರೂ ಸುಳಿವು ಇದೆಯೇ ನಿನಗೆ?" ಜೀಮೂತ ಎದ್ದು ಕೂತು ಅವಳ ಮುಖ ನೋಡಿದ.

ಅಳ್ಳಿಗೆ ಏಕಕಾಲದಲ್ಲಿ ಅತ್ಯಂತ ಉದ್ರೇಕವೂ, ಭಯವೂ ಉಂಟಾಯಿತು. "ಗೌರೀಕಾಂತ?" ಅವಳು ಕೇಳಿದಳು.

ಜೀಮೂತ ಹೌದೆನ್ನುವಂತೆ ತಲೆಯಾಡಿಸಿದ. "ಅವನ್ನು ಮಹಾಮಾಸಕ್ಕಾಗಿ ಸಾಗಿಸಲಾಗುತ್ತಿವೆ. ಒಂದು ದಿನದ ಪ್ರಯಾಣದ ನಂತರ ನದಿಯು ಗೋಮುಖ ಕಂದರವನ್ನು ಪ್ರವೇಶಿಸುತ್ತದೆ. ಅಲ್ಲಿಂದ ಚಕ್ರಸುಳಿಗಳು ಪ್ರಾರಂಭವಾಗುತ್ತದೆ. ಅಲ್ಲಿಂದ ಗುಹಾಭೂಮಿ ಕೂಡಾ ಪ್ರಾರಂಭವಾಗುತ್ತದೆ. ಈ ಹಡಗುಗಳು ಗುಹಾ ಭೂಮಿಯಲ್ಲಿ ಲಂಗರು ಹಾಕಿ ಅಲ್ಲಿ ಶಿಲೆಗಳನ್ನು ಸಂಗ್ರಹಿಸಲಾಗುತ್ತದೆ. ಹರಿಗೋಲುಗಳಲ್ಲಿ ಚಕ್ರಸುಳಿಗಳನ್ನು ದಾಟಿಕೊಂಡು ಶಿಲೆಗಳನ್ನು ಮಾಹಿಷ್ಮತಿಗೆ ತಲುಪಿಸುವುದು ಒಬ್ಬ ಸಾಮಂತನ ಹೊಣೆ. ಅಕ್ಕುಂದ ಮೇಲುದಂಡೆಯ ಮತ್ತು ಜೌಗು ಪ್ರದೇಶದ ಒಡೆಯ. ಗೌರೀಕಾಂತ ಶಿಲೆಗಳ ರಹಸ್ಯವನ್ನು ತಿಳಿದ ಯಾರೊಬ್ಬನೂ ಸ್ವತಂತ್ರನಾಗಿ ಪಾರಾಗಿಲ್ಲ."

"ಅವರು ನಮ್ಮನ್ನು ಕೊಲ್ಲುತ್ತಾರೆಯೇ?"

"ಅದಕ್ಕಿಂತ ಕಡೆ. ಅವರು ನಮ್ಮನ್ನು ಗುಹನಿಗೆ ಗುಲಾಮರಂತೆ ಮಾರುತ್ತಾರೆ."

"ಗುಹ ಹೇಗೆ?"

"ಗುಹನಿಗೆ ಹೋಲಿಸಿದರೆ ಅಕ್ಕುಂದ ಸಂತ" ಜೀಮೂತ ಉತ್ತರಿಸಿ ಮತ್ತೆ ಮಲಗಿದ.

ಮೊದಲ ಬಾರಿಗೆ ಅಳ್ಳಿಗೆ ಒಂದು ವಿಷಯ ಗೊತ್ತಾಗಿತ್ತು. ಒಡಲಿನಲ್ಲಿ ಅಮೂಲ್ಯ ಶಿಲೆಗಳನ್ನು ಹೊತ್ತುಕೊಂಡ ಹಡಗುಗಳು ಮಹಿಷಿ ನದಿಯ ನೀರನ್ನು ಭೇದಿಸುತ್ತಾ ಸಾಗಿದವು. ಅವರ ತಲೆಯ ಮೇಲೆ ಹಾಯಿಗಳು ಪಟಗುಟ್ಟಿದವು. ಹಡಗು ಕಿರುಗುಡುತ್ತಾ ನರಳಿತು. ಒಂದು ರಾತ್ರಿ ಹಕ್ಕಿ ರೆಕ್ಕೆ ಬಡಿಯುತ್ತಾ ಅವರ ಮೇಲಿಂದ ಹಾದುಹೋಯಿತು.

ಅಳ್ಳಿ ಜೀಮೂತನ ಎದೆಯ ಮೇಲೆ ಬಾಗಿ ಅವನನ್ನು ಚುಂಬಿಸತೊಡಗಿದಳು. ಅವನು ಅದನ್ನು ಗಳಿಸಿದ್ದ. ಅವಳಿಗೂ ಅವನು ಬೇಕಾಗಿದ್ದ, ಅವಳು ಸಂಭ್ರಮಿಸುತ್ತಿದ್ದಳು. ಅವಳು ಮಾಹಿಷ್ಮತಿಯ ದುಷ್ಟ ವ್ಯವಸ್ಥೆಯ ಬೇರನ್ನು ಕಂಡುಹಿಡಿಯುವುದರಲ್ಲಿದ್ದಳು. ನಾಗಮ್ಮಜ್ಜಿಗೆ ಅವಳ ಬಗ್ಗೆ ಹೆಮ್ಮೆಯಾಗುತ್ತದೆ. ಆ ಸಂತೋಷದಲ್ಲಿ ಅವಳು ತನ್ನ ಕಂಚುಕವನ್ನು ಬಿಚ್ಚಿದಳು.

ಅಧ್ಯಾಯ ಮೂವತ್ತನಾಲ್ಕು

ಮಹಾಮಾಸ

ಪಟ್ಟರಾಯ ಮೇಜಿನ ಮೇಲೆ ಬೆರಳಿಂದ ಕುಟ್ಟುತ್ತಾ ಇದ್ದ, ರುದ್ರ ಭಟ್ಟ ತನ್ನ ಅಂಗವಸ್ತ್ರದಿಂದ ಗಾಳಿ ಬೀಸಿಕೊಳ್ಳುತ್ತಿದ್ದ ಮತ್ತು ಪ್ರತಾಪ ಕೋಣೆಯಲ್ಲಿ ಅತ್ತಿಂದಿತ್ತ ಶತಪಥ ತಿರುಗುತ್ತಿದ್ದ. ಅವರು ಪಟ್ಟರಾಯನ ಕಚೇರಿಯಲ್ಲಿ ಕೂತಿದ್ದರು. ಮಹಾಮಾಸದ ಒಂಭತ್ತು ದಿನಗಳ ಆಚರಣೆ ಇನ್ನೇನು ಪ್ರಾರಂಭವಾಗುವುದರಲ್ಲಿತ್ತು. ಕಹಳೆಗಳು ಕೂಗುತ್ತಿದ್ದವು. ಹೊರಗೆ ಜನರ ಸಂಭ್ರಮದ ಗದ್ದಲ ಕಿಟಕಿಯಿಂದ ತೂರಿಬರುತ್ತಿತ್ತು. ಕೋಣೆಯಲ್ಲಿ ಗಾಳಿಯಾಡದೆ ಧಗೆ ಬೇಯಿಸುತ್ತಿತ್ತು. ಒಂದೇ ಒಂದು ದೀಪ ಕೋಣೆಯನ್ನು ಬೆಳಗಿತ್ತು. ಹೊರಗೆ ಕತ್ತಲಾವರಿಸುತ್ತಿತ್ತು. ಒಂದು ಮೆಲ್ಲಗಿನ ಬಾಗಿಲು ಬಡಿದ ಸದ್ದು ಕೇಳಿದಾಗ ಪಟ್ಟರಾಯ ಎದ್ದು ನಿಂತ. ಪ್ರತಾಪ ಧಾವಿಸಿ ಹೋಗಿ ಬಾಗಿಲು ತೆರೆದ. ಕೇಕಿ ಒಳಗಡಿಯಿಟ್ಟಳು.

“ರಾಜಕುಮಾರ?” ಪ್ರತಾಪ ಆತಂಕದಲ್ಲಿ ಪ್ರಶ್ನಿಸಿದ. ಕೇಕಿ ಪಕ್ಕಕ್ಕೆ ಸರಿದಳು, ಅವಳ ಹಿಂದೆ ರಾಜಕುಮಾರ ಬಿಜ್ಜಳ ನಡೆದುಬಂದ. ಕೇಕಿ ಬಾಗಿಲು ಮುಚ್ಚಿ ಚಿಲಕ ಹಾಕಿದಳು.

ಕೋಣೆಯಲ್ಲಿದ್ದ ಮೂರೂ ಮಂದಿ ಬಾಗಿ ರಾಜಕುಮಾರನಿಗೆ ವಂದಿಸಿದರು. ಬಿಜ್ಜಳ ಆತಂಕದಲ್ಲಿದ್ದವನಂತೆ ಕಂಡ.

"ಮಹಾಸ್ವಾಮಿ, ಆಗಮಿಸಿದ್ದಕ್ಕೆ ವಂದನೆಗಳು" ಪಟ್ಟರಾಯ ಕೈಜೋಡಿಸಿ ಮುಗಿದು ಮತ್ತೆ ಬಾಗಿದ.

"ಈಗ ನೀನು, ನಾನು ಕೊಡಬೇಕಾದ ಸಾಲದ ಕುರಿತು ಪ್ರಸ್ತಾಪಿಸಿ ನನಗೆ ಮುಜುಗರ ಮಾಡುತ್ತೀಯೇನು?" ಬಿಜ್ಜಳ ಉರಿದುಬಿದ್ದ.

"ಇಲ್ಲ, ಮಹಾಸ್ವಾಮಿ" ಪಟ್ಟರಾಯ ಗಾಭರಿಯ ಮುಖಭಾವ ಹೊತ್ತು ದಡಬಡಿಸಿ ಕೇಳಿದ "ನಿಮ್ಮ ಬಡ ಸೇವಕನನ್ನು ಯಾಕೆ ಸಂದೇಹಿಸುತ್ತೀರಿ? ನೀವು ಯುವರಾಜನಾಗಿ ಘೋಷಣೆಯಾಗುವವರೆಗೂ ಕಾಯಲು ನಾವು ಸಿದ್ಧರಿದ್ದೇವೆ. ನಾನು ಈ ಮೊದಲು ಯಾವತ್ತಾದರೂ ಆ ಬಗ್ಗೆ ಕೇಳಿರುವೆನಾ?"

ಬಿಜ್ಜಳ ನೇರವಾಗಿ ನಡೆದು ಪಟ್ಟರಾಯ ಕೂತಿದ್ದ ಆಸನದಲ್ಲಿ ಕೂತು ಕಾಲೆತ್ತಿ ಎದುರಿನ ಮೇಜಿನ ಮೇಲೆ ಇರಿಸಿ ಆಸನದಲ್ಲಿ ಹಿಂದಕ್ಕೊರಗಿದ. ರಾಜಕುಮಾರ ತನ್ನ ಸ್ಥಾನವನ್ನು ಪ್ರತಿಪಾದಿಸುತ್ತಿದ್ದಾನೆ ಎನ್ನುವುದು ಪಟ್ಟರಾಯನಿಗೆ ಗೊತ್ತಾಯಿತು. ರಾಜಕುಮಾರನ ಇಚ್ಛೆ ಅದಾಗಿದ್ದರೆ ತಾನೂ ಆ ಆಟವನ್ನೇ ಆಡಲು ಅವನು ನಿರ್ಧರಿಸಿದ. ಪಟ್ಟರಾಯ ಮತ್ತವನ ಗೆಳೆಯರು ವಿಧೇಯತೆಯ ಗುರುತಾಗಿ ಸೊಂಟ ಬಗ್ಗಿಸಿ ಅವನ ಮುಂದೆ ನಿಂತರು.

"ಮಹಾಸ್ವಾಮಿಗಳಿಗೆ ಮಹಾಪ್ರಧಾನರು ತೊಂದರೆ ಮಾಡುತ್ತಿದ್ದಾರೆ ಎಂದು ಕೇಳಿಪಟ್ಟೆವು, ನಾವು ಅವರ ಜೊತೆ ಮಾತನಾಡಬೇಕೆ?" ಪಟ್ಟರಾಯ ಕೇಳಿದ.

ಬಿಜ್ಜಳ ಪ್ರತಿಯೊಬ್ಬನ ಮುಖವನ್ನು ಸೂಕ್ಷ್ಮವಾಗಿ ಗಮನಿಸಿದ. ಕೇಕಿ ಅವನನ್ನು ಗಮನಿಸುತ್ತಿದ್ದಳು. ಬಿಜ್ಜಳನ ಕಣ್ಣು ಅವಳ ಕಣ್ಣನ್ನು ಸಂಧಿಸಿದಾಗ ಅವಳು ಮುಗುಳ್ನಕ್ಕಳು.

"ಆ ಮನುಷ್ಯ ಕಾಲಿನ ಮುಳ್ಳು. ಆದರೆ ನನ್ನ ತಂದೆಯವರು ಅವನನ್ನು ನಂಬುತ್ತಾರೆ. ಅವನು ಕಿರಿಕಿರಿ ಆಗುವಷ್ಟು ಪ್ರಾಮಾಣಿಕ," ಎಂದ ಬಿಜ್ಜಳ.

"ಹುಂ... ನಿಮಗೆ ಹಾಗನ್ನಿಸುತ್ತದೆಯೇ ಮಹಾಸ್ವಾಮಿ? ಅವನ ಪ್ರಾಮಾಣಿಕತೆಯ ಮುಖವಾಡವನ್ನು ಕಳಚಿ ಅವನೊಬ್ಬ ದ್ರೋಹಿ ಎಂದು ಸಾಬೀತುಪಡಿಸಿದರೆ?" ಪಟ್ಟರಾಯ ತನ್ನ ಗೆಳೆಯರ ಮುಖಗಳನ್ನು ಒಮ್ಮೆ ನೋಡಿ ಕೇಳಿದ. ಅವರೆಲ್ಲರೂ ಸಮ್ಮತಿಸಿ ತಲೆ ಆಡಿಸಿದರು.

ಬಿಜ್ಜಳ ಮೇಜಿನಿಂದ ತನ್ನ ಕಾಲನ್ನು ಕೆಳಗಿಳಿಸಿ ನೆಟ್ಟಗೆ ಕೂತ "ಹೇಗೆ?"

"ಮಹಾಸ್ವಾಮಿಗಳು ಅದರ ವಿವರಗಳ ಬಗ್ಗೆ ತಲೆಕೆಡಿಸಿಕೊಳ್ಳಬೇಡಿ. ಏನಾದರೂ ಕೆಲಸ ತಪ್ಪಿ ಹಾಳಾದರೆ ನಿಮ್ಮ ಹೆಸರು ಅದರಲ್ಲಿ ಬರುವುದು ನಮಗಿಷ್ಟವಿಲ್ಲ."

ಬಿಜ್ಜಳ ಒಂದು ನಿಮಿಷ ಅವರನ್ನು ದಿಟ್ಟಿಸಿದ. ಪಟ್ಟರಾಯ ಅವನಿಗೆ ಹತ್ತಿರವಾಗಿ ಪಿಸುಗುಟ್ಟಿದ "ಅವನು ನಮ್ಮ ಶತ್ರು ಕೂಡಾ. ಮಾಹಿಷ್ಮತಿಯ ನ್ಯಾಯವಂತ ಜನರಿಗೆಲ್ಲ ಶತ್ರು ಅವನು. ಈ ಹೀನ ಕುಲದ ನಕಲಿಶಾಮಾ...."

"ನಾನೇನು ಮಾಡಬೇಕು?'

"ನಮ್ಮ ಜೊತೆಗಿರಿ. ಅವನ ಕೋಣೆಗೆ ಹೋಗುವಂತೆ ಮಾಡಿ. ಸಮಯ ಬಂದಾಗ ನಾವು ಮಾಡಲು ಹೋಗುವುದನ್ನು ನೀವೇ ಆದೇಶಿಸಿದಿರಿ ಎನ್ನಿ. ಉಳಿದದ್ದನ್ನೆಲ್ಲ ನಮಗೆ ಬಿಡಿ."

"ಆಹ್, ಅವನನ್ನು ಅವನ ಕೋಣೆಗೆ ಮಾಡುವುದಷ್ಟೇ ನನ್ನ ಕೆಲಸವಾದರೆ ಅದನ್ನು ನೀವೇ ಮಾಡಬಹುದಲ್ಲ?" ಬಿಜ್ಜಳ ಹುಬ್ಬುಗಂಟಿಕ್ಕಿದ.

"ಆಹ್, ಮಹಾಸ್ವಾಮಿ, ನಾನೊಬ್ಬ ಬರಿಯ ಸಾಮಂತ, ಮಹಾಮಾಸದ ರಾತ್ರಿ ಅವರನ್ನು ತಮ್ಮ ಕೋಣೆಯಲ್ಲಿರಿ ಎಂದು ಹೇಳಲಾಗುವುದಿಲ್ಲ. ಹಹ...ಬೇರೆ ದಿನಗಳಲ್ಲೂ ಇಲ್ಲ. ನಾನು ಅವರ ಅಧೀನ, ರಾಜಕುಮಾರಾ, ಆದರೆ ನೀವು ಅವನ ಮೇಲಧಿಕಾರಿ, ನೀವು ಆದೇಶಿಸಿದರೆ ಅವನು ಬರಲೇ ಬೇಕು"

"ತಂದೆಯವರು ನನ್ನನ್ನು ಯುವರಾಜನನ್ನಾಗಿ ಘೋಷಿಸಿದ ಮೇಲೆಯೇ ನಾನು ಅವನಿಗೆ ಮೇಲಧಿಕಾರಿ" ಬಿಜ್ಜಳ ತನ್ನ ಗಲ್ಲ ತೀಡುತ್ತಾ ನುಡಿದ.

"ಆಹ್, ಆದರೆ ಯಾವ ಮಹಾಪ್ರಧಾನ ತಾನೇ ಭಾವಿ ಮಹಾರಾಜನ ಆದೇಶವನ್ನು ಅಲಕ್ಷಿಸುತ್ತಾನೆ, ಮಹಾಸ್ವಾಮಿ?" ರಾಜಕುಮಾರ ಅದರಿಂದ ಪ್ರಸನ್ನನಾಗಿದ್ದುದು ಪಟ್ಟರಾಯನಿಗೆ ತಿಳಿಯಿತು. ಅವನು ತನ್ನ ಅದೃಷ್ಟವನ್ನು ಇನ್ನಷ್ಟು ಪರೀಕ್ಷಿಸಿಸಲು ನಿರ್ಧರಿಸಿದ.

"ಮಹಾಸ್ವಾಮಿ, ಕ್ಷಮಿಸಿ, ಹಾಗೆ ನೋಡಿದರೆ ಬಹುಶಃ ನಿಮ್ಮ ಅಭಿಪ್ರಾಯ ಸರಿ ಅನ್ನಿಸುತ್ತದೆ. ನಿಮ್ಮ ಒಳನೋಟವನ್ನು ನಾನು ಮೆಚ್ಚಿಕೊಳ್ಳುತ್ತೇನೆ. ಈ ಹೀನಕುಲದ ನಕಲಿ ಶಾಮಾ, ಕರಡಿಕುಣಿತದವನ ಮಗ, ಎಷ್ಟು ಅಹಂಕಾರಿ ಎಂದರೆ ಅವನು ನಿಮ್ಮ ಆದೇಶವನ್ನು ಅಲಕ್ಷಿಸಲೂಬಹುದು, ಹಾಗಾದರೆ ಅದೆಷ್ಟು ನಾಚಿಕೆಗೇಡಿನ ಸಂಗತಿ"

"ಅವನೇನಾದರೂ ನನಗೆ ಅವಿಧೇಯತೆ ತೋರಿದರೆ ನಾನು ಅವನ ನಾಲಿಗೆ ಕಿತ್ತುಹಾಕುತ್ತೇನೆ"

"ಅಹುದಹುದು, ಆದರೆ ಮಹಾರಾಜರಿಗೆ ಅದು ಅಪ್ರಿಯವಾಗಬಹುದು. ಅಂತಹ ಸಣ್ಣ ಸಂಗತಿಗಳನ್ನು ನಿಮ್ಮ ವಿಧೇಯ ಸೇವಕರಿಗೆ ಬಿಡಿ. ಮಹಾಸ್ವಾಮಿ, ನೀವು ಸುಮ್ಮನೆ ಅವನ ಬಳಿಗೆ ಹೋಗಿ ಅವನ ಕಿವಿಯಲ್ಲಿ ನೀವು ಗೌರಿಧೂಳಿಯ ಬಗ್ಗೆ ಮಾತಾಡಬೇಕು ಎಂದು ಹೇಳಿ ಸಾಕು."

"ಗೌರಿ...ಏನು?" ಬಿಜ್ಜಳನ ಹುಬ್ಬು ಸಂಶಯದಲ್ಲಿ ಗಂಟಿಕ್ಕಿದವು. "ಗೌರೀಕಾಂತ ಶಿಲೆ? ತಾಯಿ ಗೌರಿಯ ಆಶೀರ್ವಾದ?"

"ಹಾಗಂದುಕೊಳ್ಳಿ, ವಿವರಗಳ ಬಗ್ಗೆ ತಲೆಕೆಡಿಸಿಕೊಳ್ಳಬೇಡಿ. ಬರಿ ಆ ಪದ ಹೇಳಿ ಮತ್ತು ಅದರ ಬಗ್ಗೆ ಮಾತಾಡಬೇಕು ಎನ್ನಿ. ಅವನು ನಿಮ್ಮನ್ನು ನಾಯಿಯಂತೆ ಹಿಂಬಾಲಿಸುತ್ತಾನೆ," ಪಟ್ಟರಾಯ ನುಡಿದ.

"ಅವನು ಬಂದಮೇಲೆ ನಾನೇನು ಮಾತಾಡಬೇಕು? ಏನಿದು ಈ ಗೌರಿಧೂ..."

"ಮಾತಾಡುವುದನ್ನೆಲ್ಲ ನಮಗೆ ಬಿಡಿ ಮಹಾಸ್ವಾಮಿ, ನೀವು ಅದರಲ್ಲಿ ಸಿಕ್ಕಿಹಾಕಿಕೊಳ್ಳಬೇಡಿ. ಅವನನ್ನು ಕೋಣೆಗೆ ಕರೆಸಿದ ಮೇಲೆ ಅವನನ್ನು ಅಲ್ಲೇ ಬಿಡಿ. ಉಳಿದದ್ದನ್ನು ನಾವು ಎದುರಿಸುತ್ತೇವೆ. ನಾವು ಮಾತು ಕೊಡುತ್ತೇವೆ, ಇದರಿಂದ ನೀವು ವೀರರಾಗಿ ರಾರಾಜಿಸುತ್ತೀರಿ."

"ನಾನು ಈಗಲೇ ವೀರ. ಜನ ನನ್ನ ಕತ್ತಿ ವರಸೆಗೆ ಭಯ ಬೀಳುತ್ತಾರೆ. ನನ್ನನ್ನು ನೋಡಿದರೇ ನಡುಗುತ್ತಾರೆ. ನನಗಿಂತ ಮಿಗಿಲಾದ ವೀರನಿಲ್ಲ" ಬಿಜ್ಜಳ ಬೀಗಿದ.

"ಅಹುದಹುದು, ಮಹಾಸ್ವಾಮಿ, ಜಗತ್ತಿಗೆ ನಿಮ್ಮ ಶೌರ್ಯ ತಿಳಿದಿದೆ. ಆದರೆ ಮಹಾರಾಜರಿಗೆ ತಿಳಿದಿಲ್ಲ. ಈ ರಾತ್ರಿ ನಾವು ಅವರಿಗೆ ಅದನ್ನು ಮನದಟ್ಟು ಮಾಡಿಕೊಡೋಣಾ"

ಬಿಜ್ಜಳ ಗಲ್ಲ ಕೆರೆದುಕೊಳ್ಳುತ್ತಾ ದೀರ್ಘ ಆಲೋಚನೆಯಲ್ಲಿ ಮುಳುಗಿದ.

ಪಟ್ಟರಾಯ ಕೇಕಿಗೆ ಸನ್ನೆ ಮಾಡಿದ. ಅವಳು ಎದ್ದು ಬಂದು ಬಿಜ್ಜಳನ ಪಾದದ ಬಳಿ ನೆಲದಲ್ಲಿ ಕೂತು ಅವನ ಪಾದ ತಿಕ್ಕತೊಡಗಿದಳು.

"ನನ್ನ ರಾಜಕುಮಾರಾ" ಕೇಕಿ ಗಡಸು ದನಿಯಲ್ಲಿ ನುಡಿದಳು "ನಾನು ನಿಮಗಾಗಿ ಒಂದು ಉಡುಗೊರೆ ಸಿದ್ಧಪಡಿಸಿದ್ದೇನೆ. ಅದೇ ಸ್ವಲ್ಪ ದಿನಗಳ ಹಿಂದೆ ನಿಮಗೆ ತೋರಿಸಿದೆನಲ್ಲಾ?"

ಬಿಜ್ಜಳ ಚುರುಕಾದ "ಅದೇ ಅವಳು..."

"ಅವಳೇ... ಮಹಾಸ್ವಾಮೀ, ನೀವು ಸ್ಕಂದದಾಸನನ್ನು ಅವನ ಕೋಣೆಗೆ ಕರೆದುಕೊಂಡು ಬಂದ ನಂತರ ನಿಮ್ಮ ಕೋಣೆಯಲ್ಲಿ ನಿಮ್ಮ ಉಡುಗೊರೆ ನಿಮಗಾಗಿ ಕಾಯುತ್ತಿರುತ್ತದೆ. ಮಹಾಸ್ವಾಮಿ, ನಿಮಗಾಗಿ ಈ ಬಡ ಸೇವಕಿಯ ಕಿರುಕಾಣಿಕೆ."

ಅದುವರೆಗೂ ಮೌನವಾಗಿದ್ದ ರುದ್ರಭಟ್ಟ ಮಾತಾಡಿದ "ಮಹಾಸ್ವಾಮಿ, ಕಳೆದ ಒಂದು ವಾರದಿಂದ ನಾನು ನಿಮ್ಮ ಜಾತಕವನ್ನು ಅಧ್ಯಯನ ಮಾಡುತ್ತಿದ್ದೇನೆ, ನಿಮಗೆ ಒಂದು ಉಜ್ವಲ ಭವಿಷ್ಯ ಕಾಣಿಸುತ್ತಿದೆ. ಈ ಮಹಾಮಾಸದ ದಿನದಿಂದ ನಿಮ್ಮ ಗ್ರಹತಾರೆ ಬದಲಾಗುತ್ತಿದೆ. ನೀವು ಪ್ರಖ್ಯಾತರಾಗುತ್ತೀರಿ. ನೀವು ಸ್ವರ್ಗದ ಇಂದ್ರನಂತೆ ಪ್ರಾಜ್ವಲ್ಯಮಾನರಾಗುತ್ತೀರಿ."

"ಅಪ್ಸರೆಯರು ನಿಮ್ಮ ಸೇವೆಯಲ್ಲಿರುತ್ತಾರೆ" ಕೇಕಿ ದನಿಗೂಡಿಸಿದಳು.

ಪಟ್ಟರಾಯ ತಲೆ ಬಾಗಿದ "ನಾವು ಸದಾ ನಿಮ್ಮ ಸೇವೆಯಲ್ಲಿರುತ್ತೇವೆ ಮಹಾಸ್ವಾಮೀ, ನಿಮ್ಮ ಸೇವೆಗೆ ನಮಗೆ ಅವಕಾಶ ಮಾಡಿಕೊಡಿ"

ಬಿಜ್ಜಳ ಪ್ರಸನ್ನನಾದ. "ಈಗಲೇ ಮಾಡಬೇಕೆ?" ಎಂದು ಕೇಳಿದ.

"ಇಲ್ಲ, ಈಗಲ್ಲ, ಮಹಾಸ್ವಾಮಿ," ಕೇಕಿ ನುಡಿದಳು "ನಿಮ್ಮ ಕೋಣೆಯಲ್ಲಿ ನಿಮ್ಮ ಉಡುಗೊರೆ ತರಿಸಿಡಲು ನನಗೆ ಸಮಯ ಬೇಕಲ್ಲವೇ? ಸರಿಯಾದ ಸಮಯವನ್ನು ನಾನು ನಿಮಗೆ ಹೇಳುತ್ತೇನೆ"

ಪಟ್ಟರಾಯ ಅವನಿಗೆ ಮಂಡಿಯೂರಿ ನಮಸ್ಕರಿಸಿದ. ಅವನ ಗೆಳೆಯರೂ ಅವನಂತೆಯೇ ಮಾಡಿದರು. "ಜೈ ಬಿಜ್ಜಳ ದೇವಾ, ಜೈ ಮಾಹಿಷ್ಮತಿ, ಮಾಹಿಷ್ಮತಿಯ ಭಾವಿ ಮಹಾರಾಜರಿಗೆ ಜಯವಾಗಲಿ!" ಎಂದು ಜಯಕಾರ ಮಾಡಿ ಅವನು ಬಿಜ್ಜಳನ ಪಾದಕ್ಕೆ ಎರಗಿದ. ಉಳಿದವರೂ ಹಾಗೇ ಮಾಡಿದರು. ಬಿಜ್ಜಳ ಅವರನ್ನು ಆಶೀರ್ವದಿಸಿ, ತೃಪ್ತಿಯ ನಗೆಯಲ್ಲಿ ಹೊರಗೆ ನಡೆದ. ಕೇಕಿ ಅವನ ಹಿಂದೆಯೇ ನಡೆದಳು. ಪ್ರತಾಪ ಬಾಗಿಲು ಮುಚ್ಚಿದ.

ಒಳಕೋಣೆಯಿಂದ ಒಬ್ಬ ವ್ಯಕ್ತಿ ಹೊರಬಂದ.

"ಅಷ್ಟು ಸುಲಭ ಎಂದುಕೊಂಡಿರಲಿಲ್ಲ" ಎಂದ ಆ ವ್ಯಕ್ತಿ.

ಪಟ್ಟರಾಯ ಅವನ ಕಡೆಗೆ ತಿರುಗಿದ "ಅದು ಎಂದಿಗೂ ಸುಲಭವಲ್ಲ ರೂಪಕ, ಶ್ರೇಷ್ಠ ಆಟಗಾರರು ಸುಲಭವೆನ್ನುವಂತೆ ಆಡುತ್ತಾರೆ. ಈ ಚದುರಂಗದಲ್ಲಿ ನಾನು ಶ್ರೇಷ್ಠ ಆಟಗಾರ" ಎಂದು ನಕ್ಕ.

"ಮತ್ತು ನಾವೆಲ್ಲಾ ಕಾಯಿಗಳು" ಎಂದು ರೂಪಕ ಮುಗುಳ್ನಕ್ಕ.

"ನೀನು ಕೊಟ್ಟ ಮಾಹಿತಿಗಾಗಿ ಇದೊಂದು ಬಹುಮಾನ" ಪಟ್ಟರಾಯ ಪ್ರತಾಪನಿಗೆ ಸನ್ನೆ ಮಾಡಿದ. ದಂಡನಾಯಕ ಮೇಜಿನ ಮೇಲೆ ಒಂದು ಚೀಲವನ್ನು ಇಟ್ಟ. ರೂಪಕ ಅದನ್ನು ಎತ್ತಿಕೊಂಡು ಅಲ್ಲಾಡಿಸಿದ. ಒಳಗಿನ ನಾಣ್ಯಗಳು ಗಲಗಲಿಸಿದವು.

"ಇದು ಬಹಳ ಕಡಿಮೆಯಾಯಿತು"

"ನಿನ್ನ ಕಾರ್ಯ ಮುಗಿದ ಮೇಲೆ ಮತ್ತಷ್ಟು" ಎಂದು ಪಟ್ಟರಾಯ ಬಾಗಿಲ ಕಡೆಗೆ ಸನ್ನೆ ಮಾಡಿದ.

ರೂಪಕ ಚೀಲವನ್ನು ಸೊಂಟಕ್ಕೆ ಬಿಗಿದುಕೊಂಡ. ಅದರ ಮೇಲೆ ಸೊಂಟ ಪಟ್ಟಿಯನ್ನು ಕಟ್ಟಿ ಮರೆಮಾಡಿದ. ಬಾಗಿಲ ಬಳಿ ತುಸು ತಡೆದು "ನಾನಿದನ್ನು ಕೇವಲ ಹಣಕ್ಕಾಗಿ ಮಾಡುತ್ತಿಲ್ಲ ತಿಳಿಯಿತೇ?" ಎಂದ.

“ಹಣ ಹೆಚ್ಚುವರಿ ಫಲ ಗೆಳೆಯಾ, ಉತ್ತಮ ಕೆಲಸ ಮಾಡುತ್ತಿರು” ಪಟ್ಟರಾಯ ನುಡಿದ “ನಾಳೆ ನಿನಗೆ ಇನ್ನೂ ಹೆಚ್ಚಿನ ಕೆಲಸ, ಇನ್ನೂ ಹೆಚ್ಚಿನ ಹಣ ಕಾದಿದೆ”

ರೂಪಕ ಹೋದ ಮೇಲೆ ಪ್ರತಾಪ ಹೇಳಿದ “ಅಲ್ಲಾ, ನೀನು ಏನು ಯೋಜನೆ ಹಾಕ್ತಿದ್ದೀಯೋ ನನಗೆ ಗೊತ್ತಿಲ್ಲಾ.... ನೀನೇನು ಮಾಡ್ತಿ... ...”

“ಎಲ್ಲವನ್ನೂ ಸಮಯ ಬಂದಾಗ ವಿವರಿಸುತ್ತೇನೆ” ಪಟ್ಟರಾಯ ಕೈಯೆತ್ತಿದ “ಆ ಕುಳ್ಳ ನಾನು ಹೇಳಿದ ಕಡೆ ಕಾಯುತ್ತಿದ್ದಾನೆ ತಾನೇ?”

“ಹಾಗಂದುಕೊಂಡಿದ್ದೀನಿ.” ಪ್ರತಾಪನೆಂದ “ಅಸ್ಪೃಶ್ಯರು ಬರುವ ಹಾದಿಯನ್ನು ಮುಚ್ಚಿಸಿದ್ದೇನೆ. ಯಾರೂ ಅಪ್ಪಿತಪ್ಪಿಯೂ ಅಲ್ಲಿಗೆ ಬರುವಂತಿಲ್ಲ. ಹಿಡುಂಬನಿಗೆ ಇಡೀ ರಾತ್ರಿ ಅಲ್ಲಿ ನಿಲ್ಲಲು ಒಪ್ಪಿಸುವುದು ಕಷ್ಟವಾಯಿತು. ನಿನ್ನ ಮೂರ್ಖ ಯೋಜನೆಗಳಲ್ಲಿ ಅವನಿಗೆ ನಂಬಿಕೆ ಇಲ್ಲವಂತೆ.”

ಪಟ್ಟರಾಯ ನಕ್ಕ “ಅಯ್ಯೋ... ನನಗೆ ಬೇಸರವಾಗಿದೆ. ಅರ್ಧ ಗಾತ್ರದ ಅರೆಬುದ್ಧಿಯವನಿಂದ ಟೀಕೆಯೋ? ಈಗೇನು ನಾನು ಅಳಬೇಕೆ?”

ಅವನ ವರ್ತನೆ ತಟ್ಟನೆ ಬದಲಾಯಿತು. ಗಂಭೀರ ದನಿಯಲ್ಲಿ ಹೇಳಿದ “ಒಂದೇ ಕಲ್ಲಿನಲ್ಲಿ ಅನೇಕ ಹಕ್ಕಿಗಳನ್ನು ಹೊಡೆಯಲು ನಮಗಿರುವ ಏಕೈಕ ಅವಕಾಶ ಇದು. ಆ ಮೂರ್ಖ ಹಾಳು ಮಾಡದಿದ್ದರೆ ಸರಿ. ಇವತ್ತಿಗೆ ಎಲ್ಲರೂ ನಾನು ಹೇಳಿದಂತೆ ನಡೆದುಕೊಳ್ಳಿ, ಪ್ರಶ್ನೆಗಳಿರಬಾರದು, ಸಂದೇಹಗಳಿರಬಾರದು, ಸ್ವಪ್ರತಿಷ್ಠೆ ಇರಬಾರದು.”

“ಜ್ಯೋತಿಷ್ಯ ಶಾಸ್ತ್ರದ ಅನುಸಾರ ನಮ್ಮ ಶುಭ ಸಮಯ ಇವತ್ತಿನಿಂದ ಪ್ರಾರಂಭವಾಗುತ್ತದೆ” ಎಂದ ರುದ್ರ ಭಟ್ಟ.

“ನನಗಿರುವ ಭಯ ಅದೊಂದೇ” ಪಟ್ಟರಾಯ ಬುಸುಗುಟ್ಟಿದ “ನಿನ್ನ ಸಣ್ಣಪುಟ್ಟ ತಂತ್ರಗಳನ್ನೆಲ್ಲ ಬಿಜ್ಜಳನಂಥವರನ್ನು ಮೋಸ ಮಾಡಲು ಇಟ್ಟುಕೋ ... ನನ್ನ ಹಣೆಬರಹವನ್ನು ನಾನೇ ಬರೆಯುತ್ತೇನೆ. ಆಕಾಶದ ಯಾವುದೋ ದರಿದ್ರ ನಕ್ಷತ್ರವಲ್ಲ.”

ಅಧ್ಯಾಯ ಮೂವತ್ತೈದು

ಅಳ್ಳಿ

ಅಳ್ಳಿಯ ಕಣ್ಣು ಕಾಣುವಷ್ಟು ದೂರದವರೆಗೆ ಬೆಟ್ಟಗಳು ಮತ್ತು ಹಸಿರು ಹುಲ್ಲುಗಾವಲು ಇತ್ತು. ದೂರದಲ್ಲಿ ಗೌರೀಪರ್ವತ ಎದ್ದು ನಿಂತಿತ್ತು, ಅವಳ ಶಿಖರ ಸ್ವರ್ಗವನ್ನು ಸ್ಪರ್ಶಿಸುತ್ತಿತ್ತು. ಬೆಟ್ಟಗಳಿಂದ ಇರುಳು ಜಾರಿಕೊಂಡು ಇಳಿಯುತ್ತಿತ್ತು. ನದಿಯ ಆಚೆ ದಡದಲ್ಲಿ, ಉತ್ತರದ ಕಡೆಗೆ, ಮಾಸಲು ಚಿತ್ರಪಟದಂತೆ ಮಾಹಿಷ್ಮತಿ ನಗರ ಕಾಣಿಸುತ್ತಿತ್ತು.

ಗೌರೀಪರ್ವತ ಮತ್ತು ಚೆಂಪಡವದ ಹುಲ್ಲುಗಾವಲನ್ನು ದಟ್ಟ ಕಾಡುಗಳು ಮತ್ತು ಜೌಗು ಪ್ರದೇಶ ವಿಂಗಡಿಸಿದ್ದವು. ಸಾವಿರಾರು ಹಸುಗಳು, ಎಮ್ಮೆ ಮತ್ತು ಕುರಿಗಳು ಹುಲ್ಲುಗಾವಲಿನಲ್ಲಿ ಸ್ವಚ್ಛಂದವಾಗಿ ಮೇಯುತ್ತಿದ್ದವು. ಅದರ ಅಧಿಪತಿಯ ವಾಡೆ ಎನ್ನುವುದು ವೈಭವೀಕೃತ ಗುಡಿಸಲಾಗಿತ್ತು. ಬೃಹತ್ತಾದರೂ ಗುಡಿಸಲೇ ಆಗಿತ್ತು. ಒರಟು ಮರದ ಹಲಗೆಗಳು ಮತ್ತು ಛಾವಣಿಗೆ ಒಣಹುಲ್ಲುಗಳನ್ನು ಹಾಸಿ ನಿರ್ಮಿಸಿದ್ದು.

ವಾಡೆಯಲ್ಲಿ ಅಪರೂಪದ ವಜ್ರವೈಢೂರ್ಯಗಳು, ಒಣಗಿಸಿ ಹುಲ್ಲು ತುಂಬಿಟ್ಟ ಪ್ರಾಣಿಗಳ ದೇಹಗಳು, ಚಿನ್ನದ ದೀಪಗಳು ಇತ್ಯಾದಿ ಅಮೂಲ್ಯ ವಸ್ತುಗಳಿವೆ ಎಂದು ವದಂತಿ ಹಬ್ಬಿತ್ತು. ಮಣ್ಣಿನ ನೆಲದ

ಮೇಲೆ ಅತ್ಯಮೂಲ್ಯ ರತ್ನಗಂಬಳಿಗಳನ್ನು ಹಾಸಲಾಗಿದೆ, ತೂಗುದೀಪಗಳಲ್ಲಿ ಬೆಳಕನ್ನು ಹೆಚ್ಚಿಸಲು ವಜ್ರಗಳನ್ನು ಅಳವಡಿಸಲಾಗಿದೆ, ಅವನ ಉಪಪತ್ನಿಯರು ಅತೀ ತೆಳುವಾದ ಮಸ್ಲಿನ್ ಬಟ್ಟೆ ತೊಡುತ್ತಾರೆ, ಅವನ ಹೆಂಡತಿಯರು ಚಿನ್ನದ ಎಳೆಗಳ ಹೆಣಿಗೆಯ ಅತೀ ಮೃದುವಾದ ರೇಷ್ಮೆ ಉಡುತ್ತಾರೆ ಎಂದೆಲ್ಲಾ ಹೆಸರಾಗಿತ್ತು. ಆದರೂ ಅತ್ಯುತ್ಕೃಷ್ಟ ಅರೇಬಿಯಾದ ಸುಗಂಧಗಳು, ಹಸುವಿನ ಸಗಣಿ ಮತ್ತು ಕುರಿಗಳ ಹಿಕ್ಕೆಯ ವಾಸನೆಯೊಂದಿಗೆ ಬೆರೆಯುತ್ತವೆ ಎಂದೂ ಮಾತಾಗಿತ್ತು.

ಚೆಂಪಡವ ಭೂಮಿಯ ಅಧಿಪತಿಯಾದ ಸಾಮಂತ ಚಂದ್ರಹಾಸ ಗುಹ ತನ್ನ ಪ್ರಜೆಗಳು, ಹೆಂಡತಿಯರು, ಉಪಪತ್ನಿಯರು, ಮಕ್ಕಳು, ಹಸುಗಳು, ಕುರಿಗಳು, ಬೇಟೆ ನಾಯಿಗಳು ಅಥವಾ ಸೇವಕರ ನಡುವೆ ಯಾವುದೇ ರೀತಿಯ ಭೇದ ಭಾವ ಮಾಡುತ್ತಿರಲಿಲ್ಲ. ಅವರೆಲ್ಲರೂ ಒಂದೇ ಬೃಹತ್ ಛಾವಣಿಯ ಕೆಳಗೆ ತಿನ್ನುತ್ತಾ, ಕುಡಿಯುತ್ತಾ, ಸಂಭೋಗಿಸುತ್ತಾ ವಾಸಿಸುತ್ತಿದ್ದರು.

ಜೀಮೂತ, ಸಾಮಂತ ಚಂದ್ರಹಾಸ ಗುಹ ಮತ್ತು ಸಾಮಂತ ಅಕ್ಕುಂದನ ಜೊತೆಗೆ ಗುಹನ ಭವ್ಯ ಮಹಲಿನ ಮುಂದಿನ ಅಂಗಳದಲ್ಲಿ ಕೂತು ತಾಳೆ ಕಳ್ಳನ್ನು ಕುಡಿಯುತ್ತಿದ್ದುದನ್ನು ಅಳ್ಳಿ ನೋಡಿದಳು. ಗುಲಾಮತನವನ್ನು ಎಷ್ಟು ಚೆನ್ನಾಗಿ ಅವನು ಸೇವಕತನಕ್ಕೆ ಬದಲಿಸಿದ್ದನ್ನು ನೋಡಿ ಅವಳಿಗೆ ಆಶ್ಚರ್ಯವಾಗಿತ್ತು. ಅವನು ಅವಳನ್ನು ಚಂದ್ರಹಾಸನಿಗೂ ಅಕ್ಕುಂದನಿಗೂ ತಣಿಸಲು ಬಿಟ್ಟುಕೊಟ್ಟಿದ್ದ ಎನ್ನುವುದು ಅವಳನ್ನು ಕಾಡುತ್ತಿತ್ತು. ಆದರೆ ಅದರಿಂದ ಅವರಿಗೆ ಸಂಪೂರ್ಣ ಸ್ವಾತಂತ್ರ್ಯ ಸಿಕ್ಕಿರಲಿಲ್ಲ. ಅವರು ಮಹಲಿನ ಪರಿಧಿಯನ್ನು ಬಿಟ್ಟು ಹೊರಗೆ ಹೋಗುವಂತಿರಲಿಲ್ಲ.

ಅವರಿಗೆ ಸರಪಳಿಯಿಂದ ಕಟ್ಟಿಹಾಕಿರಲಿಲ್ಲ. ಗುಹನ ಮನೆಯ ಇತರ ಸೇವಕರಂತೆ ಅವರೂ ಇದ್ದರು. ಅದೂ ಬಹಳ ಕಾಲ ಇರುವುದಿಲ್ಲ ಎಂದು ಜೀಮೂತ ಎಚ್ಚರಿಸಿದ್ದ. ಗುಹನು ಮಹಾಮಾಸ ಮುಗಿಯಲಿ ಎಂದು ಕಾಯುತ್ತಿದ್ದ. ಅದಾದ ಮೇಲೆ ಅವನು ಅವರನ್ನು ಇಷ್ಟ ಬಂದಂತೆ ನಡೆಸಿಕೊಳ್ಳಬಹುದಿತ್ತು. ಯಾರೂ ನಿರೀಕ್ಷಿಸದಂತೆ ನಡೆದುಕೊಳ್ಳುವುದು ಗುಹನಿಗೆ ಇಷ್ಟ. ಅವಳು ಯಾವುದೇ ಹುಚ್ಚು ಕೆಲಸ ಮಾಡಬಾರದೆಂದು ಹೇಳಿದ್ದ. ಮಹಾ ಅವಳ ಬಗ್ಗೆ ಕಾಳಜಿ ಇರುವವನಂತೆ.

ಶಿಲೆಗಳು ಏನಾಗುತ್ತವೆಂದು ತಿಳಿಯಲು ಅಳ್ಳಿ ಕಾತರಲಾಗಿದ್ದಳು. ಅದರ ವಿವರಗಳನ್ನು ಸಂಗ್ರಹಿಸಿ ನಾಗಮ್ಮಜ್ಜಿಗೆ ವರ್ಗಾಯಿಸಲು ಅವಳು ಏನು ಬೇಕಾದರೂ ಮಾಡುತ್ತಿದ್ದಳು. ಶಿಲೆಗಳನ್ನು ಸಂಗ್ರಹಿಸಿಟ್ಟ ಗುಪ್ತಸ್ಥಳವನ್ನು ಅವಳು ನಾಶಪಡಿಸಿದರೆ ಕಳೆದ ಮೂರು ದಶಕಗಳಿಂದ ಯಾವ ಬಂಡಾಯಗಾರ್ತಿಗೂ

ಸಾಧ್ಯವಾಗಿರದ ಮಹಾ ಸಾಧನೆಯನ್ನು ಅವಳು ಸಾಧಿಸುವಂತಾಗುತ್ತಿತ್ತು. ಅದರಿಂದ ಭ್ರಷ್ಟ ಮಾಹಿಷ್ಮತಿ ಸಾಮ್ರಾಜ್ಯ ನೆಲಸಮವಾಗುತ್ತಿತ್ತು. ಮಕ್ಕಳನ್ನು ತನ್ನ ಪ್ರಗತಿಗೆ ಮೇವಿನಂತೆ ಬಳಸುತ್ತಿದ್ದ ಅಮಾನವೀಯ ವ್ಯವಸ್ಥೆಯನ್ನು ಸಂಪೂರ್ಣ ನಾಶಮಾಡಬಹುದಿತ್ತು. ನಾಗಮ್ಮಜ್ಜಿ ಹೇಳುತ್ತಿದ್ದ ಹಾಗೆ ಇದು ವ್ಯವಸ್ಥೆಯ ವಿರುದ್ಧ ಸಂಗ್ರಾಮವೇ ಹೊರತು ದೇಶದ ವಿರುದ್ಧ ಅಲ್ಲ.

ಜೀಮೂತನ ಜೊತೆ ಚೆಂಪಡವದಲ್ಲಿ ಸಿಕ್ಕಿಹಾಕಿಕೊಂಡ ನಂತರ ಅವಳು ಕಟ್ಟಪ್ಪನನ್ನು ನೋಡಿರಲಿಲ್ಲ. ಗುಲಾಮನಿಗೆ ಏನಾಯಿತೋ ಎಂದು ಆಗಾಗ ಚಿಂತಿಸುತ್ತಿದ್ದಳು. ಅನುಕಂಪವೋ, ಗೌರವ ಅಥವಾ ಆತ್ಮೀಯತೆಯೋ ಅಂತೂ ಕಟ್ಟಪ್ಪನ ಶಾಂತಗೊಳಿಸುವ ಸಾನ್ನಿಧ್ಯಕ್ಕಾಗಿ ಅವಳು ಹಂಬಲಿಸುತ್ತಿದ್ದಳು. ಅವನಿಗಾಗಿ ಹುಡುಕಿಕೊಂಡು ಹೋದಾಗ ಕಾವಲುಗಾರರು ಅವಳನ್ನು ತಡೆದಿದ್ದರು. ವೈತಾಳಿಕರು ಬೃಹತ್ ಧಾಳಿ ಮಾಡುವ ವದಂತಿ ಹಬ್ಬಿದ್ದರಿಂದ ಗುಹ ಶಿಲೆಗಳನ್ನು ಸಂಗ್ರಹಿಸಿಟ್ಟಿದ್ದ ಶಸ್ತ್ರಾಗಾರಕ್ಕೆ ಹೆಚ್ಚಿನ ಕಾವಲುಗಾರರನ್ನು ನೇಮಿಸಿ ಭಾರಿ ರಕ್ಷಣೆ ನೀಡಿದ್ದ.

ಪ್ರತೀ ಮಹಾಮಾಸಕ್ಕೆ ಮಾಹಿಷ್ಮತಿ ಆಡಳಿತವು ಹೇಗೋ ಮಾಡಿ ನಗರಕ್ಕೆ ಶಿಲೆಗಳನ್ನು ತರುತ್ತದೆ ಎಂದು ಪ್ರತೀತಿಯಾಗಿತ್ತು. ಮಾಹಿಷ್ಮತಿಯ ಸಮಸ್ತ ಪ್ರಜೆಗಳು ಅಂದು ನಗರಕ್ಕೆ ಬರುವಾಗ ಅಂದೇ ಹೇಗೆ ಈ ಕಾರ್ಯವನ್ನು ರಹಸ್ಯವಾಗಿ ಮಾಡುತ್ತಾರೆ ಎನ್ನುವುದು ಅಳ್ಳಿಗೆ ಬಗೆಹರಿಯದ ನಿಗೂಢವಾಗಿತ್ತು.

ಅವನ್ನು ಹಡಗಿನಲ್ಲಿ ಸಾಗಿಸಬಹುದಾದರೆ ಅಕ್ಕುಂದ ನೇರವಾಗಿ ಅಲ್ಲಿಗೆ ಸಾಗಿಸಬಹುದಿತ್ತಲ್ಲ, ಗುಹನ ಸ್ಥಳಕ್ಕೆ ಯಾಕೆ ಬರಬೇಕು? ಅಲ್ಲದೆ ಶಿಲೆಗಳನ್ನು ನಗರಕ್ಕೆ ಸಾಗಿಸುವುದಾದರೆ ಇದುವರೆಗೆ ಯಾರೂ ಅದರ ಸಾಗಣೆಯನ್ನು ನೋಡಿಲ್ಲ ಹೇಗೆ? ಶಿಲೆಗಳನ್ನು ಅವರು ಏನು ಮಾಡುತ್ತಾರೆ? ಸಾಮಾನ್ಯಪ್ರಜೆಗಳು ಯಾರೂ ಅದರ ಬಗ್ಗೆ ಮಾತಾಡುತ್ತಿರಲಿಲ್ಲ. ಮೇಲ್ವರ್ಗದವರು ಅಲ್ಲಲ್ಲಿ ಪಿಸುದನಿಯಲ್ಲಿ ಅತಿ ಘೋರ ರಹಸ್ಯದ ಬಗ್ಗೆ ಮಾತಾಡುವಂತೆ ಕದ್ದುಮುಚ್ಚಿ ಮಾತಾಡುತ್ತಿದ್ದರು. ಆದರೂ ಅದನ್ನು ಸಾಗಿಸುವುದು ಸಾಮಂತನ ಕರ್ತವ್ಯ ಎಂದು ಸುಳಿವು ಕೊಟ್ಟಿದ್ದ ಜೀಮೂತ. ಏನೋ ಲೆಕ್ಕ ಸರಿಹೋಗುತ್ತಿರಲಿಲ್ಲ.

ಮೂರೂ ಗಂಡಸರು ಚೆನ್ನಾಗಿ ಕುಡಿದಿದ್ದರು. ಜೀಮೂತ ಅಶ್ಲೀಲ ಹಾಡು ಹಾಡುತ್ತಿದ್ದ. ಇಬ್ಬರು ಸಾಮಂತರು ಆಸನಗಳ ಮೇಲೆ ಮತ್ತು ಜೀಮೂತ ನೆಲದ ಮೇಲೆ ಕೂತಿದ್ದರು. ಇದೇ ಸಮಯವೆಂದು ಹೊರನುಸುಳಿ ಏನಾದರೂ ಸುಳಿವು ಸಿಗುತ್ತದೆಯೇ ಎಂದು ನೋಡಬೇಕು. ಅವಳು ಬೇಸರದಲ್ಲಿ ಕಾಲಾಡಿಸುವಂತೆ ಆರಾಮವಾಗಿ ನಡೆದುಬಂದಳು. ಕಾಲಿಗೆ ಸಿಕ್ಕ ಕಲ್ಲನ್ನು ಅಲಕ್ಷ್ಯದಿಂದ ಪಕ್ಕಕ್ಕೆ

ಒದ್ದು, ಕಾವಲುಗಾರರ ಕಡೆಗೆ ಮುಗುಳ್ನಗುತ್ತಾ, ಸುಮ್ಮನೆ ಅಲ್ಲೇ ಸುತ್ತಾಡುವಂತೆ ನಟಿಸಿದಳು. ಸಾಮಂತರನ್ನು ರಮಿಸುವ ಹೆಣ್ಣು ಅವಳು ಎಂದು ಅವರಿಗೆ ಗೊತ್ತಾಗಿತ್ತು, ಹಾಗಾಗಿ ಅವರಿಗೆ ಅವಳ ಬಗ್ಗೆ ಸ್ವಲ್ಪ ಗೌರವವಿತ್ತು. ಅವಳು ಅಲ್ಲೇ ನದಿಯ ದಡದಲ್ಲಿ ಕೂತು ನೀರಿಗೆ ಕಲ್ಲೆಸೆಯುತ್ತಿದ್ದಳು. ಕಾವಲುಗಾರರು ಅವಳನ್ನು ಗಮನಿಸುವುದನ್ನು ನಿಲ್ಲಿಸಲಿ ಎಂದು ಕಾಯುತ್ತಿದ್ದಳು. ಕ್ಷಣಕ್ಷಣಕ್ಕೂ ಕತ್ತಲಾವರಿಸುತ್ತಿತ್ತು.

ನದಿಯ ಮೇಲಿಂದ ಬರುವ ತಂಗಾಳಿ ಹಿತವಾಗಿತ್ತು. ಆದರೆ ಅವಳ ಉದ್ವೇಗವನ್ನು ಕಡಿಮೆ ಮಾಡುತ್ತಿರಲಿಲ್ಲ. ಅವಳಿಗೆ ತೀವ್ರ ಆತಂಕವಿತ್ತು. ಸಿಕ್ಕಿಹಾಕಿ ಕೊಂಡರೆ ಸಾವು ಖಚಿತ. ಆದರೆ ಯಶಸ್ವಿಯಾದರೆ, ಇದು ಅತ್ಯಂತ ಮುಖ್ಯವಾದ ತಿರುವಾಗುತ್ತಿತ್ತು. ನಾಗಮ್ಮಜ್ಜಿಗೆ ಏನಾದರೂ ಮಾಡಬೇಕೆಂದು ಅಳ್ಳಿ ತೀವ್ರವಾಗಿ ಆಸೆಪಡುತ್ತಿದ್ದಳು. ನಾಗಮ್ಮಜ್ಜಿಯೇ ಅವಳಿಗೆ ತಂದೆ, ತಾಯಿ, ಗುರು, ದೇವರು ಎಲ್ಲಾ. ಅಳ್ಳಿ ನಾಗಮ್ಮಜ್ಜಿಯ ಬಾಯಿಂದ ಮೆಚ್ಚುಗೆಯ ನುಡಿಗಳಿಗೆ ಸದಾ ಹಾತೊರೆಯುತ್ತಿದ್ದಳು. ಆದರೆ ಆಕೆ ಸುಲಭವಾಗಿ ಮೆಚ್ಚಿಕೊಳ್ಳುತ್ತಿರಲಿಲ್ಲ.

ಅಳ್ಳಿ ನಿಧಾನವಾಗಿ ಎತ್ತರದ ಹುಲ್ಲಿನ ನಡುವೆ ನುಸುಳಿಕೊಂಡಳು. ಅವಳಿಗೆ ಹಾವಿನ ಭಯವಿತ್ತು. ಪ್ರತಿ ಹೆಜ್ಜೆ ಇಡುವಾಗಲು ತಾನೆಲ್ಲಿ ನಾಗರ ಹಾವಿನ ಹೆಡೆಯನ್ನೋ, ಕಾಳಿಂಗಸರ್ಪವನ್ನೋ ತುಳಿದು ಅದು ಕಚ್ಚಿಬಿಟ್ಟರೆ ಎನ್ನುವ ಭಯವಿತ್ತು ಅವಳಲ್ಲಿ. ಹಾಗಾದರೆ ಬದುಕಿನಲ್ಲಿ ಏನನ್ನೂ ಸಾಧಿಸದೆ ಇಲ್ಲೇ ಸತ್ತುಹೋದರೆ? ಹುಲ್ಲಿನ ಚೂಪಾದ ಎಸಳುಗಳು ಅವಳ ಮುಖವನ್ನು ತರಿದವು, ಅವಳ ಕಪ್ಪು ಚರ್ಮದ ಮೇಲೆ ಬಿಳಿ ಗೆರೆಗಳನ್ನು ಮೂಡಿಸುತ್ತಾ. ಅವಳಿಗೆ ಎಲ್ಲ ಕಡೆ ತುರಿಕೆಯಾಗುತ್ತಿತ್ತು. ಮನಸ್ಸು ಗಟ್ಟಿ ಮಾಡಿಕೊಂಡು ತೂಗಾಡುವ ಹುಲ್ಲಿನ ನಡುವೆ ಅವಳು ದಾರಿ ಮಾಡಿಕೊಂಡು ಮುಂದಕ್ಕೆ ನಡೆದಳು. ಗಾಳಿ ಜೋರಾಗಿ ಬೀಸುತ್ತಾ ಅವಳ ಕಿವಿಯ ಪಕ್ಕದಲ್ಲಿ ಸದ್ದು ಮಾಡುತ್ತಾ ಹುಲ್ಲನ್ನು ಬಾಗಿ ಬಳುಕಿಸುತ್ತಿತ್ತು. ಆಕಾಶದಲ್ಲಿ ಪೇಲವ ಚಂದ್ರ ಮೂಡುತ್ತಿದ್ದ. ಇನ್ನೂ ಹೆಚ್ಚು ಕತ್ತಲಾಗಿ, ಗಾಳಿ ಬೀಸುವುದು ಕಡಿಮೆಯಾಗಿದ್ದರೆ ಅಂದುಕೊಂಡಳು. ಹುಲ್ಲು ಬಾಗಿದಾಗಲೆಲ್ಲ ಅವಳಿಗೆ ಗುಹನ ಮಹಲಿನ ತೂಗಾಡುವ ಲಾಂದ್ರಗಳು ಕಾಣಿಸುತ್ತಿದ್ದವು. ಮೂವರು ಗಂಡಸರು ಇನ್ನೂ ಕುಡಿಯುತ್ತಿದ್ದರು. ಮನೆಯ ಹೆಂಗಸರು ಅವರಿಗೆ ತಿನಿಸುಗಳನ್ನು ಬಡಿಸುತ್ತಾ ಓಡಾಡುತ್ತಿದ್ದರು.

ಶಸ್ತ್ರಾಗಾರವು ಎಲ್ಲಿದೆ ಎನ್ನುವ ಬಗ್ಗೆ ಅಳ್ಳಿಗೆ ಊಹೆ ಮಾತ್ರವಿತ್ತು. ಮಹಲಿನ ಈಶಾನ್ಯ ದಿಕ್ಕಿಗೆ ಹೋಗಬೇಕು ಎಂದು ಗೊತ್ತಿತ್ತು. ಸಾಮಂತರಿಗೆ ಕೇಳಿಸದಿ ರುವಷ್ಟು ದೂರ ಹೋದ ಮೇಲೆ ಅಳ್ಳಿ ಓಡಲಾರಂಭಿಸಿದಳು. ಹುಲ್ಲುಗಾವಲು

ಮುಗಿದು ಕಾಡು ಬಂತು. ಸಣ್ಣದೊಂದು ಗುಡ್ಡದ ಕಡೆಗೆ ಒಂದು ಕಾಲುದಾರಿ ಹೋಗುತ್ತಿತ್ತು. ಎಲ್ಲೋ ಮುಂದಿನಿಂದ ನಾಯಿಗಳು ಬೊಗಳಲು ಆರಂಭಿಸಿದವು. ಒಂದು ಬಾವಲಿ ಅವಳ ಹತ್ತಿರದಿಂದ ಹಾರಿ ಹೋಯಿತು. ಅವಳೊಳಗೆ ಹೆಚ್ಚುತ್ತಿದ್ದ ಆತಂಕವನ್ನು ಹಾಗೇ ಅದುಮಿಡಲು ಯತ್ನಿಸಿದಳು. ಗುಡ್ಡದ ಮೇಲಕ್ಕೆ ಹೋಗುವ ಕಾಲುದಾರಿಯಲ್ಲಿ ಓಡುತ್ತಾ ಇದು ಹುಚ್ಚುತನ ಎಂದುಕೊಂಡಳು. ಇದರಿಂದ ಸಾವು ಸಂಭವಿಸಬಹುದು ಎಂದು ಅವಳೊಳಗಿನ ದನಿ ಎಚ್ಚರಿಸಿತು. ಭಯವನ್ನು ನುಂಗಿಕೊಂಡು ಗುಡ್ಡದ ಮೇಲಕ್ಕೆ ಓಡಿದಳು. ನಾಯಿಗಳು ಬೊಗಳುವುದು ಜೋರಾಗುತ್ತಿತ್ತು.

ಪಕ್ಕದಲ್ಲೇ ಗುರ್ರೆನ್ನುವ ಸದ್ದು ಕೇಳಿ ಅಲ್ಲಿ ನಿಂತಳು. ಸುತ್ತ ನೋಡಿದಳು. ಅವಳ ಎದೆ ಢವಢವ ಎಂದು ಜೋರಾಗಿ ಬಡಿದುಕೊಳ್ಳುತ್ತಿತ್ತು. ಅವಳ ಸುತ್ತಲಿದ್ದ ಪೊದೆಗಳು ಸ್ಫೋಟಗೊಂಡು ಅವಳು ಕಿರುಚಿದಳು. ಹಿಂದಿನಿಂದ ಧಾಳಿ ಆರಂಭವಾಯಿತು. ಅವಳಿಗೆ ಗೊತ್ತಾಗುವಷ್ಟರಲ್ಲಿ ಅವಳ ಕಾಲಿನ ಹರಡಿನಲ್ಲಿ ತೀವ್ರ ನೋವು ಉಂಟಾಯಿತು. ದೊಡ್ಡದೊಂದು ನಾಯಿ ಅವಳ ಕಾಲಿನಲ್ಲಿ ತನ್ನ ಭಾರಿ ಹಲ್ಲನ್ನು ಊರಿತ್ತು. ಇನ್ನೊಂದು ಕಾಲಿನಿಂದ ಅದನ್ನು ಒದ್ದು ಓಡಿಸಬೇಕೆನ್ನು ವಷ್ಟರಲ್ಲಿ ಎಡಗಡೆಯಿಂದ ಇನ್ನೊಂದು ನಾಯಿ ಹಲ್ಲು ಬಿರಿಯುತ್ತಾ ಅವಳ ಕುತ್ತಿಗೆಯನ್ನೇ ಗುರಿ ಮಾಡಿಕೊಂಡು ನೆಗೆಯಿತು. ಅವಳು ಅದರ ಕತ್ತನ್ನು ಭದ್ರವಾಗಿ ಹಿಡಿದುಕೊಂಡಳು. ಅದು ಬಿಡಿಸಿಕೊಳ್ಳಲು ಒದ್ದಾಡಿತು. ಅದರ ಉಸಿರಿನ ಕೆಟ್ಟ ನಾತ ಅವಳ ಮೂಗಿಗೆ ಬಡಿಯಿತು. ಜೋರಾಗಿ ಕೂಗುತ್ತಾ ಅವಳು ಅದನ್ನು ನೆಲಕ್ಕೆ ಬಡಿದಳು. ಅದು ತಿರುಗಿ, ಕಿರುಚುತ್ತಾ ಮತ್ತೆ ಅವಳತ್ತ ನೆಗೆಯಿತು. ಅವಳು ಸಮತೋಲನ ತಪ್ಪಿ ಕೆಳಗೆ ಬಿದ್ದಳು. ಅಷ್ಟರಲ್ಲಿ ಇನ್ನಷ್ಟು ನಾಯಿಗಳು ಅವಳ ಮೇಲೆ ಧಾಳಿ ಮಾಡಿದವು. ಎಲ್ಲ ಕಡೆಯೂ ನಾಯಿಗಳು ಅವಳನ್ನು ಕಚ್ಚುತ್ತಿದ್ದವು. ಕೊನೆಗೂ ಅವಳು ಹೊರಳಿ ನಾಯಿಗಳಿಂದ ಬಿಡಿಸಿಕೊಂಡು ಎದ್ದಳು. ಎಲ್ಲ ಕಡೆಯೂ ರಕ್ತ ಸೋರುತ್ತಿತ್ತು. ಆದರೆ ಸಧ್ಯ ಅವಳು ನಿಂತಿದ್ದಳು. ಧಾಳಿ ಮಾಡಿದ ನಾಯಿಯನ್ನು ಜೋರಾಗಿ ಒದ್ದು ಅದು ಪೊದೆಗಳಲ್ಲಿ ಹೋಗಿ ಬಿದ್ದಿತು. ಇತರ ನಾಯಿಗಳು ಈಗ ಸ್ವಲ್ಪ ಮೆತ್ತಗಾಗಿ ಗುರುಗುಡುತ್ತಾ ಅವಳನ್ನು ಸುತ್ತುತ್ತಿದ್ದವು. ಒಂದು ನಾಯಿಯ ಮೂತಿಗೆ ಗುರಿಯಿಟ್ಟು ಕಲ್ಲೊಂದನ್ನು ಒದ್ದಳು. ಅದು ಕುಯಿಗುಡುತ್ತಾ ನೆಲದ ಮೇಲೆ ಬಿತ್ತು. ಅದರ ಗಾಯದಿಂದ ರಕ್ತ ಸೋರಿತು. ಇತರ ನಾಯಿಗಳು ಅದನ್ನು ನೆಕ್ಕಲು ಓಡಿದವು. ಅವಳು ನಾಯಿಗಳಿಂದ ಬಿಡಿಸಿಕೊಂಡು ಮುಂದೆ ಇದ್ದ ದೊಡ್ಡ ಆಲದ ಮರದ ಕಡೆಗೆ ಓಡಿದಳು. ನಾಯಿಗಳೂ ಅವಳ ಬೆಂಬತ್ತಿದವು. *ಅವುಗಳು ಬೊಗಳುವುದನ್ನು ಕೇಳಿ ಗುಹನ*

ಕಡೆಯವರು ಎಚ್ಚರಗೊಂಡಿರುತ್ತಾರೆ ಎಂದುಕೊಂಡಳು. ಯಾವುದೇ ಗಳಿಗೆಯಲ್ಲಿ ಅವರಲ್ಲೊಬ್ಬ ಅವಳ ಮೇಲೆ ಹಾರಿ ಅವಳ ಕತ್ತನ್ನು ಸೀಳುತ್ತಾನೆ.

ಅವಳು ಮರದ ಹತ್ತಿರಕ್ಕೆ ಬಂದಾಗ ಸ್ಥಬ್ಧಳಾಗಿ ನಿಂತಳು. ಅವಳಿಗೂ ಮರಕ್ಕೂ ನಡುವೆ ದೊಡ್ಡದೊಂದು ಕಂದರವಿತ್ತು. ಸುಮಾರು ಹದಿನೈದು ಅಡಿ ಅಗಲವಿತ್ತು. ಅದು ಎಷ್ಟು ಆಳವಾಗಿದೆ ಎಂದು ಅವಳಿಗೆ ಗೊತ್ತಾಗಲಿಲ್ಲ. ಆದರೆ ಕೊರಕಲಿನ ಬಂಡೆಗಳ ಮೇಲೆ ನೀರು ಹರಿಯುತ್ತಿರುವ ಸದ್ದು ಕೇಳಿಸಿತು. ನಾಯಿಗಳೂ ಅಲ್ಲಿಗೆ ತಲುಪಿದ್ದವು. ಆದರೆ ಅವು ಈಗ ಹರಡಿಕೊಂಡವು. ಅವಳು ಸಿಕ್ಕಿಬಿದ್ದಿದ್ದಾಳೆ ಎಂದು ಅವುಗಳಿಗೆ ಗೊತ್ತಾಗಿತ್ತು. ಕಂದರವನ್ನು ಹಾರುವ ಬಗ್ಗೆ ಅವಳಿಗೆ ಖಾತರಿ ಇರಲಿಲ್ಲ. ನಾಯಿಗಳ ದಂಡು ಈಗ ಅವಳ ಹತ್ತಿರಕ್ಕೆ ಬರತೊಡಗಿದವು. ಅವಳು ಕಂದರದ ಅಂಚಿನಲ್ಲಿ ನಿಂತಳು. ಅವಳ ಪಾದ ತಗುಲಿ ಒಂದು ಕಲ್ಲು ಸಡಿಲಗೊಂಡು ಕಂದರಕ್ಕೆ ಬಿದ್ದಿತು. ಬಹಳ ದೀರ್ಘ ಸಮಯವಾದ ಮೇಲೆ ಅದು ಕೆಳಗೆ ನೀರಿನಲ್ಲಿ ಬಿದ್ದಿದ್ದು ಕೇಳಿಸಿತು. ನಾಯಿಗಳ ಗುಂಪಿನ ನಾಯಕ ಗುರುಗುಟ್ಟಿತು. ಅವಳಿಗೆ ಅದು ಏನೆಂದು ಅರ್ಥವಾಯಿತು. ಆರ್ತವಾಗಿ ತಾಯಿ ಗೌರಿ ಕಾಪಾಡು ಎಂದು ಮೌನವಾಗಿ ಪ್ರಾರ್ಥಿಸಿ ಅವಳು ಹಾರಿದಳು.

ಒಂದು ಕ್ಷಣ ಕೆಳಗೆ ಬಂಡೆಯ ಮೇಲೆ ಬಿದ್ದು ಅಪ್ಪಚ್ಚಿಯಾಗುತ್ತೇನೆ ಎಂದು ಎದುರುನೋಡಿದಳು. ಆದರೆ ಅವಳ ಬೆರಳುಗಳು ಆಲದ ಮರದ ತೂಗಾಡುವ ಬಿಳಲುಗಳನ್ನು ಹಿಡಿದವು. ಅವಳು ತನ್ನ ಪ್ರಾಣವನ್ನೇ ಹಿಡಿಯುವಂತೆ ಭದ್ರವಾಗಿ ಹಿಡಿದಳು. ನಾಯಿಗಳ ಗುಂಪು ತಮ್ಮ ಬಲಿ ತಪ್ಪಿಸಿಕೊಂಡಿದ್ದಕ್ಕೆ ಕೋಪಗೊಂಡು ಜೋರಾಗಿ ಬೊಗಳುತ್ತಾ ಕಂದರದ ಅಂಚಿನಲ್ಲಿ ನಿಂತವು. ಅವಳು ಗಾಳಿಗೆ ಅತ್ತಿಂದಿತ್ತ ತೂಗಾಡುತ್ತಾ ಮೆಲ್ಲಮೆಲ್ಲನೆ ಮರದ ಮೇಲಕ್ಕೆ ತನ್ನನ್ನೇ ಎಳೆದುಕೊಂಡಳು. ಒಂದು ಕೊಂಬೆಯ ಮೇಲೆ ಎರಡೂ ಕಾಲುಗಳನ್ನು ಅಕ್ಕಪಕ್ಕ ಇಳಿಬಿಟ್ಟುಕೊಂಡು ಕೂತು ಅತ್ತಳು. ರಕ್ತದಿಂದ ತೊಯ್ದ ಅವಳ ಕೈಗಳು ಅಂಟಾಗಿದ್ದವು. ಇಡೀ ದೇಹ ನೋಯುತ್ತಿತ್ತು. ಇಷ್ಟರಲ್ಲೇ ಅವರು ಅವಳಿಗಾಗಿ ಹುಡುಕಿಕೊಂಡು ಬರುತ್ತಾರೆ ಎಂದು ಗೊತ್ತಿತ್ತು. ಆದರೆ ಅವಳಲ್ಲಿ ಚಲಿಸುವಷ್ಟು ತ್ರಾಣವಿರಲಿಲ್ಲ. ಚಂದ್ರ ಮೋಡದ ಮರೆಗೆ ಹೋಗಿದ್ದ. ಅವಳಿಗೆ ಕತ್ತಲೆ ಆಪ್ಯಾಯಮಾನವಾಗಿತ್ತು.

ಒಂದು ಸಣ್ಣ ಧಡ್ಡನೆ ಬಡಿಯುವ ಸದ್ದು ಕೇಳಿಸಿ ಅವಳು ಬೆಚ್ಚಿದಳು. ಸುತ್ತ ನೋಡಿದಳು. ಮತ್ತೆ ಅದೇ ಸದ್ದು. ಮರದ ಮೇಲೆ ಉಳಿಯ ಪೆಟ್ಟು. ವಿಶಾಲವಾದ ಮರದ ಆಚೆಬದಿಯಿಂದ ಸದ್ದು ಬರುತ್ತಿತ್ತು. ಬಹಳ ಜಾಗರೂಕತೆಯಿಂದ ಅವಳು ಆಳದ ಬಿಳಲುಗಳನ್ನು ಹಿಡಿದು ಮರದ ಮೇಲೇರತೊಡಗಿದಳು. ಆಚೆ ಬದಿ

ತಲುಪಿ ಕೆಳಗೆ ನೋಡಿದರೆ ಅಲ್ಲಿ ದೀಪಗಳು ಮತ್ತು ನಾಗರ ಕಲ್ಲುಗಳಿದ್ದವು. ಇದು ಗುಹನ ಜನರ ಪವಿತ್ರ ಮರವಾಗಿರಬಹುದು ಎಂದುಕೊಂಡಳು. ಮತ್ತೆ ಸದ್ದು ಕೇಳಿಸಿತು. ಸಣ್ಣದಾಗಿ ಪಿಸುಗುಡುವ ಧ್ವನಿ. ಕತ್ತಲೆಗೆ ಅವಳ ಕಣ್ಣು ಹೊಂದಿಕೊಂಡ ನಂತರ ಆಲದ ಮರದವರೆಗೆ ಒಂದು ಮರದ ಗೋಡೆ ಕಟ್ಟಿದ್ದು ಗೋಚರವಾಯಿತು.

ಕೊಂಬೆಯ ತುದಿಯವರೆಗೆ ಹೋಗಿ ಬಗ್ಗಿ ನೋಡಿದಳು. ಗಾಳಿಗೆ ಮತ್ತು ಅವಳ ಭಾರಕ್ಕೆ ಕೊಂಬೆ ತೊನೆದಾಡಿತು. ನೆಲ ಇಪ್ಪತ್ತು ಅಡಿ ಕೆಳಗಿತ್ತು. ಅದೊಂದು ದೊಡ್ಡ ತೆರವಾದ ಪ್ರದೇಶವಾಗಿದ್ದು ಸುತ್ತಲೂ ದಿಮ್ಮಿಗಳಿಂದ ಭಾರೀ ಬೇಲಿಗೋಡೆಯನ್ನು ಕಟ್ಟಲಾಗಿತ್ತು. ದೂರದಲ್ಲಿ ಏನೋ ಕಾಣಿಸಿತು. ಎಲ್ಲಕ್ಕಿಂತ ಎತ್ತರದ ದೈತ್ಯ ಪ್ರತಿಮೆಯೊಂದು ನಿಂತಿತ್ತು. ಅದಕ್ಕೆ ಎಂಟು ಹಸ್ತಗಳು. ಅವಳು ಅದನ್ನು ನೋಡಿ ಕಣ್ಣು ಮಿಟುಕಿಸಿದಳು. ಮರದ ಹಲಗೆಯ ಮೇಲೆ ಬೀಳುವ ಸದ್ದಾಗುತ್ತಿತ್ತು.

ಮೋಡದ ಮರೆಯಿಂದ ಚಂದ್ರ ಹೊರಬಂದ. ಸುತ್ತಲೂ ದಂತ ಬಿಳಿಯ ಬೆಳಕು ಹಬ್ಬಿತು. ನಿಧಾನವಾಗಿ ದೂರದ ವಿಗ್ರಹ ಸ್ಪಷ್ಟವಾಗಿ ಕಾಣಿಸತೊಡಗಿತು. ತಾಯಿ ಗೌರಿ! ಕಾಳಿ ಮಾತೆಯ ದೈತ್ಯ ಪ್ರತಿಮೆಯೊಂದು ಅವಳನ್ನು ದಿಟ್ಟಿಸುತ್ತಿತ್ತು. ಅಳ್ಳಿ ಕೈಗಳನ್ನು ಜೋಡಿಸಿ ತಲೆಬಾಗಿ ವಂದಿಸಿದಳು. ಮಾಹಿಷ್ಮತಿಯನ್ನು ಶಿಲೆಗಳು ಹೇಗೆ ತಲುಪುತ್ತವೆ ಎನ್ನುವ ರಹಸ್ಯವನ್ನು ಅವಳು ಕಂಡುಹಿಡಿದಿದ್ದಳು.

ಆ ಗಳಿಗೆಯಲ್ಲಿ ಗಾಳಿ ಜೋರಾಗಿ ಬೀಸಿ, ಅವಳಿಗೆ ಕೂಗಲೂ ಅವಕಾಶವಿಲ್ಲದಂತೆ ಕೊಂಬೆ ಮುರಿದು ಅಳ್ಳಿ ತಲೆಮೊದಲಾಗಿ ಪಾಳೆಯದೊಳಗೆ ಧಡೀರನೇ ಬಿದ್ದಳು.

ಅಧ್ಯಾಯ ಮೂವತ್ತಾರು

ಗುಂಡು ರಾಮು

ಅನಾಥಾಲಯದಲ್ಲಿ ವಿಚಿತ್ರವಾದ ಮೌನ ಕವಿದಿತ್ತು. ಗುಂಡು ರಾಮು ಮತ್ತು ಉತ್ತಂಗ ಬಿಟ್ಟರೆ ಬೇರೆ ಯಾರಿರಲಿಲ್ಲ. ಉತ್ತಂಗನ ಕಡೆ ನೋಡಲೂ ಗುಂಡು ರಾಮುವಿಗೆ ಭಯವಾಗುತ್ತಿತ್ತು. ಅವನ ನಿರ್ಜೀವ ಕಣ್ಣುಗಳು ತಾರಸಿಯನ್ನೇ ದಿಟ್ಟಿಸುತ್ತಿದ್ದವು. ಅವನ ಎದೆಯ ಸಣ್ಣ ಚಲನೆ ಇಲ್ಲದಿದ್ದರೆ ಅವನನ್ನು ಸತ್ತ ಹೆಣವೆಂದೇ ತಪ್ಪು ತಿಳಿಯಬಹುದಾಗಿತ್ತು. ಉತ್ತಂಗನ ತಲೆಯ ಬಳಿ ಇದ್ದ ಒಂದೇ ದೀಪ ಬಿಟ್ಟರೆ ಆ ಹರುಕುಮುರುಕು ಕಟ್ಟಡದಲ್ಲಿ ಕತ್ತಲಿತ್ತು. ಹೊರಗೆ ಗಾಳಿ ಬೀಸಿತು, ದೀಪದ ಕುಡಿ ಹೊಯ್ದಾಡಿ ಉತ್ತಂಗನ ನೆರಳು ಗೋಡೆಯ ಮೇಲೆ ವಿಚಿತ್ರವಾಗಿ ನರ್ತಿಸಿತು. ರೇವಮ್ಮ ಹೋಗುವ ಮೊದಲು ಎಲ್ಲ ಕಡೆ ದೀಪ ಹಚ್ಚಿ ಹೋಗಿದ್ದರೆ ಚೆನ್ನಾಗಿರುತ್ತಿತ್ತು ಎಂದುಕೊಂಡ ಗುಂಡು ರಾಮು. ಆದರೆ ಅವಳು ಎಣ್ಣೆಯನ್ನು ಉಳಿತಾಯ ಮಾಡುತ್ತಿದ್ದಳು.

ಶಿವಗಾಮಿ ಅವನಿಗೆ, ಸೂರ್ಯ ಮುಳುಗಿದ ಮೇಲೆ ಆರು ಗಂಟೆಯ ಸದ್ದು ಕೇಳಿದ ಮೇಲೆ ಕೋಟೆಯ ಹಿಂದಿನ ಅಸ್ಪೃಶ್ಯರ ಬೀದಿಗೆ ಬರಲು ಹೇಳಿದ್ದಳು. ಇದುವರೆಗೆ ಅವನು ಮೂರು

ಎಣಿಸಿದ್ದ. ಗಂಟೆ ಆರು ಬಾರಿಸುವ ಹೊತ್ತಿಗೆ ಅವನು ತಲುಪಬೇಕಾದರೆ ಈಗ ಹೊರಡಬೇಕಿತ್ತು. ಬೀದಿಯಲ್ಲಿ ಒಬ್ಬನೇ ನಡೆಯುವುದಕ್ಕೆ ಅವನಿಗೆ ಭಯವಾಗುತ್ತಿತ್ತು. ಆದರೆ ಅಕ್ಕಳಿಗಾಗಿ ಅವನು ಅದನ್ನು ಮಾಡಲೇಬೇಕಿತ್ತು.

ಅಡಿಗೆಮನೆಯಲ್ಲಿ ಏನೋ ಸರಕ್ಕನೆ ಓಡಿಹೋಯಿತು. ಅವನ ಗುಂಡಿಗೆ ಎಲುಬುಗೂಡಿನಿಂದ ಹೊರಗೆ ಜಿಗಿಯಿತು. ಇಲಿಗಳು, ಅದು ಇಲಿಯೇ ಆಗಿರಬೇಕು ಎಂದುಕೊಂಡ. ಹೊರಗೆ ಬೆಕ್ಕೊಂದು ಮಿಯಾಂ ಎಂದಿತು. ಕಿಟಕಿಯ ಕೀಲಿಯೊಂದು ಸಡಿಲಗೊಂಡು ಬಾಗಿಲು ಗಾಳಿಗೆ ಬಡಿದುಕೊಳ್ಳುತ್ತಿತ್ತು. ಅವನು ಹೊರಡಬೇಕಿತ್ತು. ಅವನು ಕಿಟಕಿಯ ಹೊರಗೆ ನೋಡಿದ. ಮಸಿ ಕಪ್ಪಾಗಿತ್ತು ರಾತ್ರಿ. ಚಂದ್ರ ಬಂದ ಮೇಲೆ ಹೋಗುತ್ತೇನೆ ಎಂದುಕೊಂಡ.

ಕಾಡಿನಲ್ಲಿ ಗೂಬೆಯೊಂದು ಗೂಕರಿಸಿತು. ಅದಕ್ಕೆ ಉತ್ತರವೆಂಬಂತೆ ಅನಾಥಾಲಯದ ಪಕ್ಕದಲ್ಲಿ ಇನ್ನೊಂದು ಗೂಬೆ ಗೂಕರಿಸಿತು. ಅದು ಒಂದೇ ಸಮನೆ ಮುಂದುವರಿದು ಹುಡುಗನಿಗೆ ಹುಚ್ಚು ಹಿಡಿದಂತಾಗಿತ್ತು. ಪಕ್ಕದಲ್ಲಿ ದೀಪ ಬೇರೆ ಗಾಳಿಗೆ ಆರಿಹೋಗುವುದರಲ್ಲಿತ್ತು. *ಉತ್ತಂಗ ಚಲಿಸುತ್ತಿದ್ದನೇ? ತಲೆ ತಿರುಗಿಸಿ ಅವನನ್ನು ಏನಾದರೂ ಕೇಳಿದನೇ?* ಗುಂಡು ರಾಮುವಿನ ಕಲ್ಪನೆ ಗರಿಗೆದರಿತ್ತು. ಅಡಿಗೆಮನೆಯಲ್ಲಿ ಏನೋ ಧಡಾರನೆ ಕೆಳಗೆ ಬಿತ್ತು. ಗುಂಡು ರಾಮು ಚೀರಿದ.

"ಯಾರದು?" ಎಂದು ಕೇಳಿದ. ಅವನ ಧ್ವನಿ ನಡುಗುತ್ತಿತ್ತು. ಉತ್ತರವಿರಲಿಲ್ಲ. ಕ್ಷಣ ಬಿಟ್ಟು ಬೆಕ್ಕು ಬುಸ್ಸೆಂದಿತು. ದೀಪ ಆರಿಹೋಯಿತು. ಕೋಣೆಯಲ್ಲಿ ಬತ್ತಿ ಸುಟ್ಟ ಘಾಟು ವಾಸನೆ ಹರಡಿತು. ರಾಮುಗೆ ಚಕಮಕಿ ಕಲ್ಲು ಬಳಸುವುದು ಗೊತ್ತಿರಲಿಲ್ಲ. ಹಾಗಾಗಿ ಅವನಿಗೆ ದೀಪವನ್ನು ಮತ್ತೆ ಹೊತ್ತಿಸುವುದು ಆಗಲಿಲ್ಲ. ಚಂದ್ರ ಮೋಡದ ಮರೆಯಿಂದ ಹೊರ ಬಂತು. ಗುಂಡು ರಾಮು ಹೊರಗೆ ಓಡಿದ. ನದಿಯ ಪಕ್ಕದ ಬೀದಿಗೆ ಬರುವವರೆಗೂ ನಿಲ್ಲಲಿಲ್ಲ. ದೂರದಲ್ಲಿ ಅರಮನೆಯ ಮೈದಾನದಿಂದ ಸಂಗೀತ ಅಸ್ಪಷ್ಟವಾಗಿ ಕೇಳಿಬರುತ್ತಿತ್ತು. ನದಿಯಲ್ಲಿ ಹುಟ್ಟು ಹಾಕುವ ಸದ್ದು ಕೇಳಿ ಅವನು ನಿಂತ. ರಾತ್ರಿಯ ಇಷ್ಟು ಹೊತ್ತಿನಲ್ಲಿ ಯಾರದು ಪ್ರಯಾಣ ಮಾಡುತ್ತಿರುವುದು? ಅವನು ಒಂದು ಪೊದೆಯ ಹಿಂದೆ ಮರೆಯಾಗಿ ಇಣಿಕಿ ನೋಡಿದ. ದೋಣಿಗಳು ನದಿಯನ್ನು ದಾಟಿಕೊಂಡು ಈ ಬದಿಗೆ ಬರುತ್ತಿದ್ದವು. ಅವನು ಉಸಿರು ಬಿಗಿ ಹಿಡಿದು ನೋಡಿದ. ಮೊದಲ ದೋಣಿ ಅವನಿಂದ ಸ್ವಲ್ಪ ದೂರದಲ್ಲಿ ನಿಂತು ಒಬ್ಬ ವ್ಯಕ್ತಿ ಹೊರಗೆ ಧುಮುಕಿದ. ಹಾಗೆ ಮಾಡುವಾಗ ನೀರು ಸಿಡಿಯುವ ಸದ್ದಾಯಿತು. ಯಾರೋ 'ಗದ್ದಲ ಮಾಡಬೇಡಾ' ಎಂದು ಪಿಸುದನಿಯಲ್ಲಿ ಬೈದರು. ವ್ಯಕ್ತಿ ಎಚ್ಚರಿಕೆಯಿಂದ ಜೌಗು ದಡದಲ್ಲಿ ನಡೆದು ದೋಣಿಯನ್ನು ಮರಕ್ಕೆ ಕಟ್ಟಿಹಾಕಿದ. ಉಳಿದ ಗಂಡಸರು ಅದರಿಂದ ಇಳಿದರು.

ಗುಂಡು ರಾಮು ಇಪ್ಪತ್ತರವರೆಗೆ ಜನರನ್ನು ಎಣಿಸಿದ. ಅವರು ಯಾರಿಗೋ ಕಾಯುತ್ತಿರುವಂತೆ ತೋರಿತು. ಒಬ್ಬ ತನ್ನ ಸೊಂಟಪಟ್ಟಿಯಿಂದ ಏನನ್ನೋ ಹೊರತೆಗೆದ. ಉರುಮಿ. ಇಪ್ಪತ್ತು ಅಡಿ ಉದ್ದದ ಚಾಟಿ ಕತ್ತಿ. ಅದನ್ನು ಹಗ್ಗದಂತೆ ಸೊಂಟದ ಸುತ್ತ ಸುತ್ತಿಕೊಳ್ಳಬಹುದಿತ್ತು. ಗುಂಡು ರಾಮು ಅದರ ಬಗ್ಗೆ ಕತೆಗಳಲ್ಲಿ ಕೇಳಿದ್ದ ಮಾತ್ರ, ನೋಡಿರಲಿಲ್ಲ. ಆ ವ್ಯಕ್ತಿ ಅದನ್ನು ಎಚ್ಚರಿಕೆಯಿಂದ ಸಣ್ಣದಾಗಿ ಸುತ್ತತೊಡಗಿದ. ಅದು ಮುಷ್ಟಿ ಗಾತ್ರವಾಯಿತು. ಇತರರೂ ತಮ್ಮ ಉರುಮಿಗಳನ್ನು ಅವನ ಕೈಗೆ ಕೊಟ್ಟರು. ಅವನು ಅವುಗಳನ್ನು ಹಾಗೇ ಸಣ್ಣದಾಗಿ ಸುತ್ತಿ ಅವರಿಗೆ ಹಿಂದಿರುಗಿಸಿದ.

ಸಮಯ ಸರಿದು ಹೋಗುತ್ತಿತ್ತು. ಆ ಜನರು ಅಸಹನೆ ವ್ಯಕ್ತಪಡಿಸುತ್ತಿದ್ದರು. ಅರಮನೆಯಿಂದ ನಾಲ್ಕು ಗಂಟೆ ಬಾರಿಸಿತು. ಗುಂಡು ರಾಮುವಿಗೆ ಆತಂಕವಾಗುತ್ತಿತ್ತು. ಈ ವ್ಯಕ್ತಿಗಳನ್ನು ದಾಟಿಕೊಂಡು ಹೋಗುವ ಧೈರ್ಯವಿರಲಿಲ್ಲ ಅವನಿಗೆ. ಆದರೆ ತಡ ಮಾಡಲೂ ಅವನಿಗೆ ಇಷ್ಟವಿರಲಿಲ್ಲ. ಮತ್ತೆ ಹುಟ್ಟಿನ ಸದ್ದು ಕೇಳಿಸಿತು. ವಿರುದ್ಧ ದಿಕ್ಕಿನಿಂದ ಮತ್ತೊಂದು ದೋಣಿ ಬಂದಿತು. ಅದು ಹತ್ತಿರ ಬಂದಾಗ ಗುಂಪಿನ ನಾಯಕ ಅದರ ಕಡೆಗೆ ಧಾವಿಸಿದ.

"ನಳ, ತಡ ಮಾಡಿದಿರಿ" ಎಂದ.

"ನೌಕಾದಳದ ಕಾವಲುಗಾರರ ಕಣ್ಣು ತಪ್ಪಿಸಿ ಬರುವುದು ಸುಲಭವಾಗಿರಲಿಲ್ಲ. ಜೊತೆಗೆ ಇಷ್ಟೊಂದು ಡೊಳ್ಳುಗಳನ್ನು ಬೇರೆ ತರಬೇಕಿತ್ತು," ಹೊಸಬ ಹೇಳಿದ.

ನಾಯಕ ಒಬ್ಬನ ಕಡೆಗೆ ತಿರುಗಿ "ಬೇಗ, ಶಿವಪ್ಪ" ಎಂದ.

ಕೈಯಿಂದ ಕೈಗೆ ಡೊಳ್ಳು ಬದಲಾಯಿಸಿದ್ದನ್ನು ಗುಂಡು ರಾಮು ನೋಡಿದ. ಶಿವಪ್ಪ ಎಂದು ಕರೆಸಿಕೊಂಡ ವ್ಯಕ್ತಿ ಡೊಳ್ಳನ್ನು ಬಿಚ್ಚಿ, ಚರ್ಮದ ಪಟ್ಟಿಗಳನ್ನು ಮತ್ತು ಡೊಳ್ಳಿನ ಶೀರ್ಷವನ್ನು ತೆಗೆದ. ಅದರೊಳಗೆ ಉರುಮಿಯೊಂದನ್ನು ಇಟ್ಟು ಮತ್ತೆ ಡೊಳ್ಳನ್ನು ಕಟ್ಟಿದ. ಪ್ರತಿಯೊಂದು ಡೊಳ್ಳಿಗೂ ಅದನ್ನು ಪುನರಾವರ್ತಿಸಿದ. ನಳ ತಂದಿದ್ದ ಗಂಡಸರ ಪ್ರದರ್ಶನ ಕಲಾವಿದರ ವೇಷಭೂಷಣವನ್ನು ಅವರು ಬದಲಾಯಿಸಿಕೊಂಡರು.

"ಯಾರು ಚೆನ್ನಾಗಿ ಡೊಳ್ಳು ನುಡಿಸುತ್ತೀರಿ?" ನಾಯಕ ಕೇಳಿದ.

"ನಾವು ನುಡಿಸುತ್ತೇವೆ, ಭೂತರಾಯ" ಇಬ್ಬರು ಮುಂದೆ ಬಂದರು.

"ಮತ್ತೇಕೆ ಕಾಯುತ್ತಿದ್ದೀರೀ? ನಾವು ಮರುದ ಮಲೆಯಿಂದ ಬಂದ ಆದಿವಾಸಿ ಕಲಾವಿದರು. ಮಹಾರಾಜರ ಅರಮನೆಯಲ್ಲಿ ದೊಡ್ಡ ಔತಣಕ್ಕೆ ಬಂದಿದ್ದೇವೆ!" ಭೂತರಾಯ ನುಡಿದ.

ಎಲ್ಲರೂ ನಕ್ಕರು. ಡೊಳ್ಳು ನುಡಿಸುತ್ತೇವೆಂದು ಮುಂದೆ ಬಂದ ಇಬ್ಬರು ಡೊಳ್ಳಿನ ಮೇಲೆ ಕೈಯಾಡಿಸಿದರು. ದುಂ ದುಂ ನಾದ ಹೊಮ್ಮಿತು. ಉತ್ತರವಾಗಿ

ಇತರರೂ ನುಡಿಸಿದರು. ಸದ್ದು ಅಸಾಧಾರಣವಾಗಿ ಜೋರಾಗಿತ್ತು. ಮರಗಳಲ್ಲಿದ್ದ ಹಕ್ಕಿಗಳು ಬೆದರಿದವು. ನುಡಿಸಲು ಬಾರದವರು ಕುಣಿದರು. ಅವರೆಲ್ಲರೂ ಅರಮನೆಯ ಕಡೆಗೆ ನಡೆಯತೊಡಗಿದರು. ಅವರೆಲ್ಲರೂ ಮರೆಯಾದ ನಂತರ ನಳ ತನ್ನ ದೋಣಿಗೆ ಹಿಂದಿರುಗಿದ.

ಬೀದಿಯಲ್ಲಿ ತಾನೊಬ್ಬನೇ ಇರುವುದು ಖಚಿತವಾದ ಮೇಲೆ ಗುಂಡು ರಾಮು ಅಡಗಿದ ಸ್ಥಳದಿಂದ ಹೊರಬಂದು ಅವರನ್ನೇ ಹಿಂಬಾಲಿಸತೊಡಗಿದ. ಕಲಾವಿದರಂತೆ ನಟಿಸುತ್ತಿದ್ದ ಅವರು ಒಳ್ಳೆಯವರಂತೇನು ಕಾಣುತ್ತಿರಲಿಲ್ಲ. ಆದರೆ ಬೀದಿಯಲ್ಲಿ ಒಬ್ಬನೇ ಇರುವುದಕ್ಕಿಂತ ಮತ್ತೊಬ್ಬರು ಇದ್ದಾರೆ ಅನ್ನುವುದೇ ಸಮಾಧಾನಕರ ವಾಗಿತ್ತು. ಅವನು ಎಚ್ಚರಿಕೆಯಿಂದ ಅವರಿಂದ ದೂರ ನಡೆಯುತ್ತಿದ್ದ. ಅವರು ನುಡಿಸುತ್ತಿದ್ದ ಡೊಳ್ಳಿನ ಸದ್ದು ಅವರನ್ನು ಹಿಂಬಾಲಿಸಲು ನೆರವಾಗಿತ್ತು.

ಅರಮನೆಯ ಗಂಟೆ ಐದು ನುಡಿಯಿತು. ಅವನು ಅವಸರದಲ್ಲಿ ನಡೆದ. ಮಂದ ಬೆಳುದಿಂಗಳಲ್ಲಿ ಮರದ ನೆರಳುಗಳು ಭೀಕರ ಆಕೃತಿಗಳನ್ನು ತಳೆಯು ತ್ತಿದ್ದವು. ಆದರೆ ಮುಂದೆ ಜನರು ನಡೆಯುತ್ತಿದ್ದಾರೆ ಅನ್ನುವ ಸಂಗತಿಯೇ ಅವನಿಗೆ ಧೈರ್ಯ ಕೊಡುತ್ತಿತ್ತು. ಅಷ್ಟೊಂದು ಸದ್ದು ಮಾಡುತ್ತಿರುವಾಗ ಯಾವ ದೆವ್ವ, ಭೂತ. ಯಕ್ಷಿ, ಪ್ರೇತ, ಪಿಶಾಚಿಯೂ ಬರುವುದಿಲ್ಲ. ಅವು ನಿಶ್ಯಬ್ಧ ಮತ್ತು ಕತ್ತಲೆಯ ಜೀವಿಗಳು. ಈ ರಾತ್ರಿ ಬೇಗ ಮುಗಿದು ಹೋಗಲಿ ಎಂದು ಆಶಿಸಿದ. ಇದರ ಬದಲು ರಾಜಮಾರ್ಗದಲ್ಲಿ, ತುಂಬು ಬೆಳಕಿನಲ್ಲಿ, ಸಂಭ್ರಮಗಳ ನಡುವೆ ಸಾವಿರಾರು ಜನಗಳ ಜೊತೆ ಇದ್ದಿದ್ದರೆ ಅಂದುಕೊಂಡ. ನೋಡಲು ಆಟಿಕೆಗಳು, ತಿನ್ನಲು ತಿಂಡಿಗಳು. ಅವನ ಬಳಿ ಹಣವಿರಲಿಲ್ಲ. ಹಾಗಾಗಿ ಏನನ್ನೂ ಕೊಳ್ಳುವುದು ಅವನಿಗೆ ಸಾಧ್ಯವಿರಲಿಲ್ಲ. ಆದರೆ ಒಳ್ಳೆಯ ಊಟದ ಬಗ್ಗೆ ಯೋಚಿಸುವುದೇ ಪರಮ ಸುಖ. ಅವನ ತಂದೆ ಬದುಕಿದ್ದಾಗ ಪ್ರವಾಸದಿಂದ ಹಿಂದಿರುಗುವಾಗಲೆಲ್ಲಾ ಅವನಿಗೆ ರುಚಿಯಾದ ಲಾಡು ತರುತ್ತಿದ್ದರು. ಅಪ್ಪನ ನೆನಪಾಗಿ ಅವನ ಕಣ್ಣು ತುಂಬಿ ಬಂದಿತು. ಅದೇ ಯೋಚನೆಯಲ್ಲಿ ಅವನಿಗೆ ಡೊಳ್ಳು ಬಡಿತ ನಿಂತಿದೆ ಎನ್ನುವುದೂ ಗೊತ್ತಾಗಲಿಲ್ಲ. ಅವನು ಇನ್ನೇನು ಸಿಕ್ಕಿಹಾಕಿಕೊಳ್ಳಲಿದ್ದ.

ಅವನು ತಕ್ಷಣ ಮರದ ಹಿಂದೆ ಅಡಗಿ ಇಣಿಕಿ ನೋಡಿದ. ಇಬ್ಬರು ಕಾವಲು ಗಾರರು ಡೊಳ್ಳು ನುಡಿಸುವವರನ್ನು ತಡೆದಿದ್ದರು. ಕಾವಲುಗಾರರನ್ನು ಅವನು ಎದುರು ನೋಡಿರಲಿಲ್ಲ. ಸ್ವಲ್ಪ ಹಣ ಕೈಬದಲಾಯಿಸಿತು. ಕಾವಲುಗಾರರು ಕಲಾವಿದರನ್ನು ಮುಂದೆ ಹೋಗಲು ಅನುಮತಿಸಿದರು. ಅವನಿಗೆ ಅಸ್ಪೃಶ್ಯರ ಬೀದಿಯಲ್ಲಿ ಈ ಹೊತ್ತಿನಲ್ಲಿ ನಡೆಯಲು ಯಾವ ಕಾರಣವೂ ಇರಲಿಲ್ಲ. ಶಿವಗಾಮಿ ಹೇಳಿದ ಸ್ಥಳ ತಲುಪುವುದು ಹೇಗೆ?

ಹುಡುಗ ತಲೆ ಕೆರೆದುಕೊಂಡ, ಬುದ್ಧಿಯೆಲ್ಲಾ ಖರ್ಚುಮಾಡಿದ. ಕಾವಲುಗಾರರು ನೋಡದಿರುವಾಗ ಸರಕ್ಕನೆ ಓಡಿಬಿಟ್ಟರೇ? ನದಿಯೊಳಗೆ ಧುಮುಕಿ ಅಲ್ಲಿಯವರೆಗೆ ಈಜಿದರೇ? ಆದರೆ ಅವನಿಗೆ ಈಜು ಬರುವುದಿಲ್ಲ ಎಂದು ನೆನಪಾಯಿತು. ಅವನು ಹೋಗಲೇ ಬೇಕಿತ್ತು. ಅವನು ಪೊದೆಯ ನಡುವೆ ನಡೆದು ಕಾವಲುಸ್ಥಾನದವರೆಗೆ ಬಂದ. ಇನ್ನೇನು ಹೊರಗೆ ಕಾಲಿಡಬೇಕು ಆಗ ಒಂದು ಸಾರೋಟು ಬಂದಿತು.

ಗುಂಡು ರಾಮು ಮತ್ತೆ ಅವಿತುಕೊಂಡು ಇಣಿಕಿ ನೋಡಿದ. ವೇಗವಾಗಿ ಒಂದು ಸಾರೋಟು ಅರಮನೆಯ ಕಡೆಗೆ ಧಾವಿಸುತ್ತಿತ್ತು. ಹತ್ತಿರ ಬಂದಾಗ ಇಬ್ಬರು ಸಾರಥಿಯ ಸ್ಥಾನದಲ್ಲಿ ಕೂತಿದ್ದುದು ಕಾಣಿಸಿತು. ಕಾವಲುಗಾರರು ಬೀದಿಯ ನಡುವೆ ಬಂದು ನಿಂತು ಈಟಿಗಳನ್ನು ಅಡ್ಡ ಮಾಡಿ ಪ್ರವೇಶವನ್ನು ತಡೆದರು. ಸಾರೋಟಿನ ವೇಗ ಕಡಿಮೆಯಾಗಲಿಲ್ಲ. ಗುಂಡು ರಾಮುವಿಗೆ ಖಂಡಿತಾ ಸಾರೋಟು ಕಾವಲುಗಾರರ ಮೇಲೆ ಹಾಯುತ್ತದೆ ಎನ್ನಿಸಿ ಭಯದಲ್ಲಿ ಕಣ್ಣು ಮುಚ್ಚಿಕೊಂಡ. ಆದರೆ ಕಾವಲುಗಾರರಿಂದ ಬೆರಳಿನ ಅಂತರದಲ್ಲಿ ನಿಂತ ಸಾರೋಟಿನ ಚಕ್ರಗಳ ಕಿಚ್ಚು ಸದ್ದು ಮತ್ತು ಕುದುರೆಗಳ ಗೀಳಿಡುವ ಸದ್ದು ಅವನಿಗೆ ಕೇಳಿಸಿತು. ಸುತ್ತ ಧೂಳೆಬ್ಬಿತು.

"ನಿಲ್ಲಿ!" ಕಾವಲುಗಾರನೊಬ್ಬ ಅರಚಿದ.

"ಕುಲೀನನೊಬ್ಬ ಅರಮನೆಗೆ ಹೋಗಬಾರದೇ?" ಒಂದು ಧ್ವನಿ ಒಳಗಿಂದ ಕೇಳಿಸಿತು. ಕುಬ್ಜನ ತಲೆ ಹೊರಗೆ ಕಾಣಿಸಿತು.

"ಎಲ್ಲಾ ಕುಲೀನರು ರಾಜಮಾರ್ಗದಲ್ಲಿ ಚಲಿಸಬೇಕು. ಈ ಹಾದಿ ಗುಲಾಮರಿಗೆ ಮತ್ತು ಅಸ್ಪೃಶ್ಯರಿಗೆ. ಇವತ್ತು ಅದನ್ನೂ ತಡೆಯಲಾಗಿದೆ" ಎಂದ ಕಾವಲುಗಾರ.

"ಓಹೋ, ನನ್ನ ರಂಗ ಮತ್ತು ತುಂಗರನ್ನು ಸ್ಪರ್ಶಿಸಲು ಯಾರೂ ಇಷ್ಟಪಡುವುದಿಲ್ಲ." ಕುಬ್ಜ ನಕ್ಕ. "ಅವರು ಅಸ್ಪೃಶ್ಯರು ಮತ್ತು ಗುಲಾಮರು."

"ಸ್ವಾಮೀ, ನಾವು ನಮ್ಮ ಕರ್ತವ್ಯ ನಿರ್ವಹಿಸುತ್ತಿದ್ದೇವೆ" ಕಾವಲುಗಾರ ಉತ್ತರಿಸಿದ.

"ರಂಗ ಮತ್ತು ತುಂಗ, ನಿಮ್ಮನ್ನು ಮುಟ್ಟುವುದು ಎಷ್ಟು ಅಪಾಯಕಾರಿ ಎನ್ನುವುದನ್ನು ಈ ಅಧಿಕಾರಿಗಳಿಗೆ ತೋರಿಸಿ" ಕುಬ್ಜ ಹೇಳಿದ.

ಇಬ್ಬರು ದೈತ್ಯರು ಸಾರೋಟಿನಿಂದ ಧುಮುಕಿದರು. ಕಾವಲುಗಾರರು ತಮ್ಮ ಈಟಿಗಳನ್ನು ಎತ್ತುವಷ್ಟರಲ್ಲಿ ದೈತ್ಯರು ಜಿಗಿದು, ಒಟ್ಟಿಗೇ ಕತ್ತಿ ಸೆಳೆದು ಸುತ್ತಿ ಇಬ್ಬರ ತಲೆಗಳನ್ನು ಒಂದೇ ಏಟಿಗೆ ಕತ್ತರಿಸಿದರು. ಗುಂಡು ರಾಮು ಚೀತ್ಕರಿಸಿ ತಕ್ಷಣ ಕೈಯಿಂದ ಬಾಯಿ ಮುಚ್ಚಿಕೊಂಡ.

"ಏನದು?" ಕುಬ್ಜ ಕೇಳಿದ.

ದೈತ್ಯರು ಸುತ್ತ ಮುತ್ತ ನೋಡಿ "ಯಾವುದೋ ಕಾಡು ಬೆಕ್ಕಿರಬೇಕು" ಎಂದರು.

"ಒಳ್ಳೇದು, ಸಮಯ ವ್ಯರ್ಥ ಮಾಡಬೇಡಿ. ಆ ಪಟ್ಟರಾಯ ಏನು ಮೂರ್ಖ ಯೋಜನೆ ಮಾಡಿದ್ದಾನೋ ಗೊತ್ತಿಲ್ಲ ಆದರೆ ನಮ್ಮಿಂದಾಗಿ ಅದು ವಿಫಲವಾಯಿತು ಅಂತಾಗಬಾರದು. ಬೇಗ!"

ರಂಗ ಮತ್ತು ತುಂಗ ಕಾವಲುಗಾರರ ತಲೆಗಳನ್ನು ನದಿಯ ನೀರಿಗೆ ಒದ್ದು ಸಾರೋಟಿನ ಕಡೆಗೆ ನಡೆದರು.

"ಸೂಳೆಮಕ್ಕಳಾ, ಮುಂಡಗಳ ಸಂಸ್ಕಾರ ಮಾಡಕ್ಕೆ ನಿಮ್ಮಪ್ಪ ಬರ್ತಾನೇನ್ರೋ?" ಕುಬ್ಜ ಗದರುತ್ತಾ "ದಡ್ಡಮುಂಡೇವಾ" ಎಂದು ಕ್ಯಾಕರಿಸಿ ನೆಲಕ್ಕೆ ಉಗುಳಿದ. ದೈತ್ಯರು ಒಂದೊಂದಾಗಿ ಕಾವಲುಗಾರರ ದೇಹಗಳನ್ನು ಹೊತ್ತು ನದಿಯಲ್ಲಿ ಬಿಸಾಡಿದರು.

"ಏನು, ಅವರ ತಿಥಿ ಎಲ್ಲಾ ಆದಮೇಲೆ ಬರ್ತೀರೇನ್ರೋ ಬೋಳಿಮಕ್ಕಳಾ, ಬೇಗ ಬನ್ನಿ" ಕುಬ್ಜ ಕೂಗಿದ. ದೈತ್ಯರು ಸಾರೋಟಿನೊಳಗೆ ಹಾರಿ ವೇಗವಾಗಿ ಓಡಿಸಿಕೊಂಡು ಹೋದರು.

ಗುಂಡು ರಾಮು ಪ್ರಾಣಿಯಂತೆ ವಿಕಾರವಾಗಿ ಕೂಗಿದ. ಅವನು ಭಯದಲ್ಲಿ ಪಂಚೆಯಲ್ಲೇ ಉಚ್ಚೆ ಮಾಡಿಕೊಂಡಿದ್ದ. ಅವನು ಅಳಲಾರಂಭಿಸಿದ. ನಡೆದು ಬಂದ ನಿರ್ಜನ ದಾರಿಯತ್ತ ನೋಡಿದ. ದೂರದಲ್ಲಿ ಗೌರೀಪರ್ವತ ಕಾಣಿಸುತ್ತಿತ್ತು. ಕಲಾವಿದರು ಮತ್ತು ಕುಳ್ಳನ ಸಾರೋಟು ಹೋದ ದಾರಿಯನ್ನು ನೋಡಿದ. ಭಯದಲ್ಲಿ ಉಗುಳು ನುಂಗಿದ. ಎರಡು ದಿಕ್ಕುಗಳ ನಡುವೆ ಆಯ್ಕೆಯೇ ಇರಲಿಲ್ಲ. ಅಳು ನಿಲ್ಲಿಸಲು ಬೆರಳು ಕಚ್ಚಿದ. ಬೀದಿ ಮಧ್ಯದಲ್ಲಿ ಕುಕ್ಕರುಗಾಲಿನಲ್ಲಿ ಕೂತು ಬೆಳುದಿಂಗಳಲ್ಲಿ ರಕ್ತದ ಕಲೆಗಳು ಹೊಳೆಯುತ್ತಿದ್ದುದನ್ನು ನೋಡಿದ. ಜೋರಾಗಿ ಕಿರುಚಿ ಸ್ವಲ್ಪ ದೂರ ಓಡಿಹೋದ. ಮತ್ತೆ ಅಲ್ಲೇ ಕೂತು ಅತ್ತ. ಅವನನ್ನು ಅಸಹಾಯಕತೆಯ ಭಾವ ಆವರಿಸಿತು. ಹತ್ತು ವರ್ಷದವನಾದರೂ ಇನ್ನೂ ಎಷ್ಟು ಹೇಡಿಯಾಗಿದ್ದೀನಿ. ಅಯೋಗ್ಯ, ಧಡಿಯ, ಹೇತಲಾಂಡಿ... ಅವನ ಮನಸ್ಸೇ ಅವನನ್ನು ಅಣಕಿಸಿತು.

ಆಗ ಅವನಿಗೆ ಶಿವಗಾಮಿ ಅಕ್ಕನಿಗೆ ತಾನು ಕೊಟ್ಟ ವಚನದ ನೆನಪಾಯಿತು. ಅಕ್ಕನಿಗೆ ತಾನು ನಿರಾಸೆ ಮಾಡಬಾರದು. ತಾನು ಹೇಡಿಯಾಗಿರಬಹುದು. ಆದರೆ ತಾನು ವಚನ ತಪ್ಪದ ಹುಡುಗ. *ಯಾರಿಗಾದರೂ ಮಾತು ಕೊಟ್ಟರೆ ಪ್ರಾಣ ಹೋದರು ವಚನ ಭ್ರಷ್ಟನಾಗಬಾರದು*– ಅಪ್ಪ ಹೇಳುತ್ತಿದ್ದ ಮಾತು. ಅವನು ಎದ್ದು ನಿಂತು ತನ್ನ ದುಂಡು ಕೈಗಳಿಂದ ಕಣ್ಣೀರನ್ನು ಒರೆಸಿಕೊಂಡ. ಮಹಾಭಾರತದ

ವೀರ ಅರ್ಜುನನ ಹತ್ತು ಹೆಸರುಗಳನ್ನು ಪಠಿಸಲು ತೊಡಗಿದ - ಅರ್ಜುನ, ಫಲ್ಗುಣ, ಜಿಷ್ಣು, ಕಿರೀಟಿ, ಶ್ವೇತವಾಹನ, ವಿಭತ್ಸು, ವಿಜಯ, ಪಾರ್ಥ, ಸವ್ಯಸಾಚಿ, ಧನಂಜಯ .... ಭಯವನ್ನು ದೂರವಿರಿಸಲು ಅಪ್ಪ ಹೇಳಿಕೊಟ್ಟ ಮಂತ್ರವದು. ಮಂತ್ರವನ್ನು ಜಪಿಸುತ್ತಾ ನಡೆಯತೊಡಗಿದ. ಆದರೆ ಭಯ ಮಾತ್ರ ಸಾಯಲು ನಿರಾಕರಿಸಿತು. *ಎಂಥಾ ಹೇಡಿ, ಎಂಥಾ ಮೂರ್ಖ, ಆದರೂ ನಾನು ಕೊಟ್ಟ ಮಾತನ್ನು ಉಳಿಸಿಕೊಳ್ಳುತ್ತೇನೆ* ಎಂದು ತನಗೆ ತಾನೇ ಹೇಳಿಕೊಂಡು, ಮತ್ತೆ ಮಂತ್ರವನ್ನು ಜಪಿಸುತ್ತಾ ನಡುಗುವ ಕಾಲುಗಳಲ್ಲಿ ತನ್ನ ಧಡೂತಿ ದೇಹವನ್ನು ಎಳೆದುಕೊಂಡು ಆ ನಿರ್ಜನ ಹಾದಿಯಲ್ಲಿ ನಡೆಯತೊಡಗಿದ.

ಅಧ್ಯಾಯ ಮೂವತ್ತೇಳು

ಶಿವಗಾಮಿ

ಶಿವಗಾಮಿ ದೂರದಲ್ಲಿ ಗುಂಪಿನ ನಡುವೆ ಕೂತು ಕಲಾವಿದರ ಪ್ರದರ್ಶನಗಳನ್ನು ನೋಡುತ್ತಿದ್ದಳು. ಅರಮನೆಯ ವಿಶಾಲ ಮೈದಾನದಲ್ಲಿ ಹುಲ್ಲುಹಾಸಿನ ಮೇಲೆ ಸಾವಿರಾರು ಜನಗಳ ಜೊತೆಗೆ ಅವಳು ಮತ್ತು ಕಾಮಾಕ್ಷಿ ಕೂತಿದ್ದರು. ಅವಳಿಗೆ ಕಾಮಾಕ್ಷಿಯ ಆತಂಕದ ಅರಿವಾಗಿತ್ತು. ಶಾಸ್ತ್ರೀಯ ಕಲೆಗಳೆಲ್ಲ ಮುಗಿದು ಜಾನಪದ ಹಾಡು ಮತ್ತು ನೃತ್ಯಗಳು ಪ್ರಾರಂಭವಾಗುತ್ತಿದ್ದವು.

ಪುಲ್ಲವರು ಮತ್ತು ಕುರುಮರು ಬಂದರು. ಅವರು ಕಥೆಗಾರರು. ಕುರುಮರು ಪ್ರಾಚೀನ ಕಥೆಗಳನ್ನು ಹೇಳುವವರು. ಅದಾದ ಮೇಲೆ ಪಲ್ನಾಟಿ ಯುದ್ಧದ ಬಗ್ಗೆ ಹಳೆಯ ನಾಟಕವಿತ್ತು ಮತ್ತು ಕಟ್ಟಮರಾಜು ಕಥೆಯನ್ನು ಕೊಮೆಲು ಹಾಡುಗಾರರು ಹಾಡಿದರು. ಶಿವಗಾಮಿ ಕೂತಲ್ಲೇ ಮಿಸುಗಾಡಿ ರೇವಮ್ಮನತ್ತ ದೃಷ್ಟಿ ಹಾಯಿಸಿದಳು. ಅವಳು ಸಂತೋಷದಿಂದ ಪ್ರದರ್ಶನದಲ್ಲಿ ಮಗ್ನಳಾಗಿದ್ದಳು. ಜೊತೆಗೆ ಕುಡಿದ ನಶೆಯಲ್ಲಿದ್ದಳು. ಶಿವಗಾಮಿ ತಾನು ಕಾಣದಂತೆ ಜಾರಿಕೊಳ್ಳಲು ಸುಲಭವಾಗುತ್ತದೆ ಎಂದುಕೊಂಡಳು.

ನಂತರ ತೊಗಲು ಗೊಂಬೆಯಾಟ. ಚರ್ಮದ ಗೊಂಬೆಗಳು

ರಾಮಾಯಣದ ಪಾತ್ರಗಳಾಗಿ ಜೀವ ತಳೆದವು. ಹನುಮಂತ ಲಂಕೆಯನ್ನು ಸುಟ್ಟಾಗ ಗುಂಪು ನಕ್ಕಿತು. ಭವ್ಯವಾದ ಮತ್ತು ವಿಕೃತವಾದ ಹತ್ತುತಲೆಯ ರಾವಣನ ಗೊಂಬೆಯನ್ನು ನೋಡಿ ಮಕ್ಕಳು ಭಯದಲ್ಲಿ ಮುದುರಿಕೊಂಡರು.

ನಂತರ ಹಾಸ್ಯ ಗೇಯ ಕಲಾವಿದರು ಬಂದರು. ವಿನೋದದ, ಕೆಲವು ಅಶ್ಲೀಲ, ಕೆಲವು ತತ್ತ್ವದ ಹಾಡುಗಳನ್ನು ಅವರು ಹಾಡಿದರು. ಶಿವಗಾಮಿ ತನ್ನನ್ನು ನೋಡುತ್ತಿದ್ದುದನ್ನು ಗಮನಿಸಿ ಕಾಮಾಕ್ಷಿ 'ಹಾಡುಗಳು ಎಷ್ಟು ಅರ್ಥಗರ್ಭಿತವಾಗಿವೆ' ಎಂದಳು. ಕಾಮಾಕ್ಷಿ ತನ್ನ ಆತಂಕವನ್ನು ಬಚ್ಚಿಡಲು ಯತ್ನಿಸುತ್ತಿದ್ದಾಳೆ ಎಂದು ಶಿವಗಾಮಿಗೆ ಗೊತ್ತಾಯಿತು. 'ಏನಾಗಿದೆ ನಿನಗೆ?' ನೇರ ಮುಂದೆ ನೋಡುತ್ತಾ ಅವಳು ಕಾಮಾಕ್ಷಿಯನ್ನು ಕೇಳಿದಳು "ಅವನನ್ನು ಭೇಟಿಯಾಗುವ ಬಗ್ಗೆ ನಿನಗೇಕೆ ಇಷ್ಟು ಆತಂಕ?"

"ನನಗೆ ಭಯವಾಗುತ್ತಿದೆ" ಒಂದು ಗಳಿಗೆಯ ಮೌನದ ನಂತರ ಕಾಮಾಕ್ಷಿ ನುಡಿದಳು. ಹಾಡುಗಾರರ ಧಾವಣಿ ತಾರಕಕ್ಕೇರಿತ್ತು, ಮಾತು ಕೇಳಿಸುವುದು ಕಷ್ಟವಾಯಿತು.

"ಅಯ್ಯೋ, ಚಿಂತಿಸಬೇಡಾ. ಎಲ್ಲರು ಪ್ರದರ್ಶನದಲ್ಲಿ ಮುಳುಗಿಹೋಗಿದ್ದಾರೆ. ಅವನು ಕೋಟೆಯೊಳಗೆ ಬರಲು ಸಾಧ್ಯವಾಯಿತೆಂದರೆ ನಿಮ್ಮಿಬ್ಬರನ್ನು ಯಾರೂ ಗಮನಿಸುವುದಿಲ್ಲ."

"ಅದಷ್ಟೇ ಅಲ್ಲಾ...." ಕಾಮಾಕ್ಷಿ ತಡವರಿಸಿದಳು.

ಶಿವಗಾಮಿ ಅವಳತ್ತ ತಿರುಗಿದಳು. ಕಾಮಾಕ್ಷಿ ಹೇಳಿದಳು "ಅವರು... ಅವರು... ಏನೋ ಯೋಜನೆ ಹಾಕಿದ್ದಾರೆ. ನನಗೆ ಭಯವಾಗುತ್ತಿದೆ."

ಆಗ ಪ್ರದರ್ಶನ ವೇದಿಕೆಯಿಂದ ಏಕಕಾಲದಲ್ಲಿ ನಗಾರಿ ಗುಡುಗಿದವು, ಕಹಳೆ ಮೊಳಗಿದವು. ಶಿವಗಾಮಿ ಗೆಳತಿಯ ಮಾತುಗಳನ್ನು ಮೆಲುಕು ಹಾಕಿದಳು. ಹಾಗಾದರೆ ಇಂದು ರಾತ್ರಿ ಮಹಾರಾಜರ ಮೇಲೆ ಆಕ್ರಮಣವಾಗಲಿದೆ. ಅದಕ್ಕೇ ಶಿವಪ್ಪ ಬರುತ್ತಿದ್ದಾನೆ. ಅವಳು ಸುತ್ತ ಮುತ್ತ ನೋಡಿದಳು. ಮಹಾರಾಜರ ಕಾವಲಿಗಿದ್ದ ಅಸಂಖ್ಯಾತ ಯೋಧರು ಮತ್ತು ಕಾವಲುಗಾರರನ್ನು ಗಮನಿಸಿದಳು. ವೈತಾಳಿಕರು ಮಹಾರಾಜರನ್ನು ತಲುಪುವುದು ಸಾಧ್ಯವೇ ಇರಲಿಲ್ಲ. ಅಲ್ಲದೆ ಅವರು ಆಯುಧಗಳನ್ನು ಹೇಗೆ ಕದ್ದು ಒಳಗೆ ತರುತ್ತಾರೆ? ಒಳಗೆ ಬರುವ ಪ್ರತಿಯೊಬ್ಬರನ್ನೂ ಚೆನ್ನಾಗಿ ತಪಾಸಣೆ ಮಾಡುವುದನ್ನು ಸ್ವತಃ ಮಹಾಪ್ರಧಾನರೇ ಮೇಲ್ವಿಚಾರಿಸುತ್ತಿದ್ದರು. ಇಂದು ರಾತ್ರಿಯೇ ಧಾಳಿಯಾಗಲಿ ಎಂದು ಅವಳು ಎಷ್ಟೇ ಆಶಿಸಿದರೂ ಅದು ವಿಫಲವೆಂದು ಅವಳಿಗೆ ಅನ್ನಿಸಿತು. ಅಲ್ಲದೆ ಮಹಾರಾಜನನ್ನು ಸ್ವತಃ ತಾನೇ ಕೊಲ್ಲಬೇಕೆಂದಿದ್ದಳು. ಮಹಾರಾಜನನ್ನು ಬೇರೆ ಯಾರಾದರೂ ಕೊಂದರೆ ಅವಳಿಗೆ ಭಾರೀ ನಿರಾಸೆಯಾಗುತ್ತಿತ್ತು.

“ಅವರಿಗೆ ಒಳಬರುವುದು ಸಾಧ್ಯವಿಲ್ಲ. ಅವರನ್ನು ದ್ವಾರದ ಬಳಿಯೇ ತಡೆಯಲಾಗುತ್ತದೆ, ಕಾಮಾಕ್ಷಿ. ನೀನು ಇಲ್ಲೇ ಕಾಯುತ್ತಿರು. ನಾನು ಮಹಾಪ್ರಧಾನ ಸ್ಕಂದದಾಸರ ಮನೆಯಿಂದ ಪುಸ್ತಕವನ್ನು ಎತ್ತಿಕೊಂಡು ಕೋಟೆ ಗೋಡೆಯ ಮೇಲಿಂದ ಗುಂಡು ರಾಮುಗೆ ಎಸೆದು ಓಡಿ ಬಂದುಬಿಡುತ್ತೇನೆ. ನಾವಿಬ್ಬರು ಹೊರಗೆ ಹೋಗೋಣಾ. ನೀನು ಅವನನ್ನು ಹೊರಗೆ ಭೇಟಿ ಮಾಡಬಹುದು,” ಎಂದಳು ಶಿವಗಾಮಿ.

ಕಾಮಾಕ್ಷಿ ಅರೆಮನಸ್ಸಿನಿಂದ ತಲೆ ಆಡಿಸಿದಳು. “ನನಗೆ ನಿನ್ನ ಬಗ್ಗೆಯೂ ಭಯವಾಗುತ್ತಿದೆ ಶಿವಗಾಮಿ” ಎಂದಳು, ಅವಳ ಕೈಯನ್ನು ಭದ್ರವಾಗಿ ಹಿಡಿದು ಕೊಂಡು “ನಾನು ನಿನ್ನ ಜೊತೆಗೆ ಬರಲೇ?”

ಶಿವಗಾಮಿಗೆ, ಕಾಮಾಕ್ಷಿ ತನ್ನ ಜೊತೆ ಬರುವುದು ಬೇಡವಾಗಿತ್ತು. ಅವಳು ಬಂದರೆ ಅದರಿಂದ ಅಡ್ಡಿಯಾಗುತ್ತಿತ್ತು. ಅವಳು ನಕ್ಕಳು. “ನಾವು ಹೊರಟು ಹೋದರೆ ಶಿವಪ್ಪ ಒಳಬಂದರೆ? ನೀನು ಇಲ್ಲೇ ಇರು, ಕಾಮಾಕ್ಷಿ. ನಾನು ಹೀಗೆ ಹೋಗಿ ಹಾಗೆ ಬರುವೆನು.”

ಹಿರಿಯ ಹಾಸ್ಯ ಗೇಯಕಾರನೊಬ್ಬ ಮತ್ತು ಅವನ ಮಗ ಢಕ್ಕೆಯನ್ನು ಬಾರಿಸುತ್ತಾ, ಹಾಡುತ್ತಾ, ಕುಣಿಯುತ್ತಿದ್ದರು. ಮಗ ಒಂದು ಪ್ರಶ್ನೆ ಕೇಳುತ್ತಿದ್ದ, ಅಪ್ಪ ಉತ್ತರಿಸುತ್ತಿದ್ದ.

ಅಪ್ಪ, ಅಪ್ಪಾ, ಯೋಧನ್ಯಾಕೆ ಅಷ್ಟು ದಪ್ಪ, ಅಷ್ಟು ದಪ್ಪ, ಅಷ್ಟು ದಪ್ಪ? ಅವನು ದಿನಾ ಹಂದಿ ತಿನ್ನುತ್ತಾನಾ?

ಇಲ್ಲ, ಮಗನೆ ಇಲ್ಲ, ದಿನಾ ಅವನು ವಿಶೇಷ ತಿಂಡಿ ತಿನಿಸು ತೀರ್ಥ ಸೇವಿಸುತ್ತಾನೆ, ಅಷ್ಟು ತಿಳ್ಕೊ ಸಾಕು.

ಅಪ್ಪ, ಅಪ್ಪ, ನಾಯಕ ಯಾಕೆ ಅಷ್ಟು ದಪ್ಪ, ಅಷ್ಟು ದಪ್ಪ, ಅಷ್ಟು ದಪ್ಪ? ಅವನು ತುಪ್ಪದಲ್ಲಿ ಹುರಿದ ಮಾಂಸ ತಿನ್ನುತ್ತಾನಾ?

ಇಲ್ಲ, ಮಗನೆ ಇಲ್ಲ, ದಿನಾ ಅವನು ವಿಶೇಷ ತಿಂಡಿ ತಿನಿಸು ತೀರ್ಥ ಸೇವಿಸುತ್ತಾನೆ, ಅಷ್ಟು ತಿಳ್ಕೊ ಸಾಕು.

ಅಪ್ಪ, ಅಪ್ಪ, ಅಧಿಕಾರಿ ಯಾಕೆ ಅಷ್ಟು ದಪ್ಪ, ಅಷ್ಟು ದಪ್ಪ, ಅಷ್ಟು ದಪ್ಪ? ಅವನೇನು ದೇವರ ಸೋಮರಸ ಕುಡಿಯುತ್ತಾನಾ?

ಇಲ್ಲ, ಮಗನೆ ಇಲ್ಲ, ದಿನಾ ಅವನು ವಿಶೇಷ ತಿಂಡಿ ತಿನಿಸು ತೀರ್ಥ ಸೇವಿಸುತ್ತಾನೆ, ಅಷ್ಟು ತಿಳ್ಕೊ ಸಾಕು.

ಅಪ್ಪ, ಅಪ್ಪ, ಕಾರ್ಯಕರ್ತ ಯಾಕೆ ಅಷ್ಟು ದಪ್ಪ, ಅಷ್ಟು ದಪ್ಪ, ಅಷ್ಟು ದಪ್ಪ? ಅವನೇನು ಜೇನಿನಲ್ಲಿ ಅದ್ದಿದ ಸಿಹಿ ತಿನ್ನುತ್ತಾನಾ?

ಇಲ್ಲ, ಮಗನೆ ಇಲ್ಲ, ದಿನಾ ಅವನು ವಿಶೇಷ ತಿಂಡಿ ತಿನಿಸು ತೀರ್ಥ ಸೇವಿಸುತ್ತಾನೆ, ಅಷ್ಟು ತಿಳ್ಕೊ ಸಾಕು.

ಅಪ್ಪ, ಅಪ್ಪ, ಸಾಮಂತ ಯಾಕೆ ಅಷ್ಟು ಶಕ್ತಿಶಾಲಿ, ಅಷ್ಟು ಶಕ್ತಿಶಾಲಿ, ಅಷ್ಟು ಶಕ್ತಿಶಾಲಿ? ಅವನು ಚೆನ್ನ ತಿನ್ನುತ್ತಾನೆ ಅಂತಾನಾ?

ಇಲ್ಲ, ಮಗನೆ ಇಲ್ಲ, ದಿನಾ ಅವನು ವಿಶೇಷ ತಿಂಡಿ ತಿನಿಸು ತೀರ್ಥ ಸೇವಿಸುತ್ತಾನೆ, ಅಷ್ಟು ತಿಳ್ಕೊ ಸಾಕು.

ಅಪ್ಪ, ಅಪ್ಪ, ಪ್ರಧಾನರು ಯಾಕೆ ಅಷ್ಟು ಜ್ಞಾನಿ, ಅಷ್ಟು ಜ್ಞಾನಿ, ಅಷ್ಟು ಜ್ಞಾನಿ?

ಮತ್ತು ಮಹಾರಾಜರು ಯಾಕೆ ಅಷ್ಟು ಶ್ರೇಷ್ಠ, ಅಷ್ಟು ಶ್ರೇಷ್ಠ, ಅಷ್ಟು ಶ್ರೇಷ್ಠ? ಅವರೂ ವಿಶೇಷ ತಿಂಡಿ ತೀರ್ಥ ತಿನ್ನುತ್ತಾರಾ?

ಸುತ್ತಲೂ ದಿಗ್ಭ್ರಾಂತಿಯ ಮೌನ ಕವಿಯಿತು. ಎಲ್ಲರೂ ಮಾಹಿಷ್ಮತಿಯ ಮಹಾರಾಜನತ್ತ ನೋಡಿದರು. ಮಹಾರಾಣಿ ಹುಬ್ಬೇರಿಸಿ, ವ್ಯಂಗ್ಯ ನಗೆಯಲ್ಲಿ ಮಹಾರಾಜನತ್ತ ತಿರುಗಿದಳು. ಅವಳ ಕಣ್ಣುಗಳು ಮಾನಗೆಟ್ಟ ಹಾಡುಗಾರನನ್ನು ಶಿಕ್ಷಿಸುವ ಸವಾಲನ್ನು ಒಡ್ಡಿದವು. ಆದರೆ ಮಹಾರಾಜ ಹೇಗೆ ಪ್ರತಿಕ್ರಿಯಿಸುತ್ತಾರೆ ಎನ್ನುವುದು ಊಹೆಗೆ ನಿಲುಕದ್ದು. ಅವಳ ತಂದೆಯಾಗಿದ್ದರೆ ತನ್ನನ್ನು ಟೀಕಿಸುವ ಧೈರ್ಯ ಮಾಡಿದವನ ತಲೆ ಕತ್ತರಿಸುತ್ತಿದ್ದರು. ಆದರೆ ಅವಳ ಪತಿಯ ವರ್ತನೆ ನಿರೀಕ್ಷಿಸುವಂತಿರಲಿಲ್ಲ. ಅದರಿಂದ ಅವಳು ಕೆರಳುತ್ತಿದ್ದಳು. ಈಗ ಅವಳು ಪತಿಯನ್ನು ತೀವ್ರವಾಗಿ ಗಮನಿಸಿದಳು. ರಾಜಕುಮಾರ ಮಹಾದೇವ, ತಂದೆಯ ಪಕ್ಕ ಕೂತಿದ್ದವನು, ಹಾಡುಗಾರರನ್ನು ಕುತೂಹಲದಿಂದ ನೋಡಿದ. ಅರಸು ಮನೆತನದವರ ಹಿಂದೆ ನಿವೃತ್ತ ಮಹಾಪ್ರಧಾನರಾದ ಪರಮೇಶ್ವರ ಕೂತಿದ್ದರು. ಮಹಾರಾಜರು ಹಾಡುಗಾರ ತಂದೆ ಮಗನನ್ನು ದಿಟ್ಟಿಸಿದರು. ಅವರು ಭಯದಲ್ಲಿ ಮುದುರಿಕೊಂಡರು. ಮಹಾರಾಜ ಅವರಿಗೆ ಮುಂದುವರಿಸುವಂತೆ ಸನ್ನೆ ಮಾಡಿದರು.

ನೆರೆದಿದ್ದ ಅಷ್ಟೂ ಮಂದಿ ತಂದೆಯ ಉತ್ತರಕ್ಕೆ ಕಾದರು. ಹಿರಿಯನ ಧ್ವನಿ ಅಡಗಿತ್ತು. ಅವನು ಏನೋ ಒದರಿ, ಢಕ್ಕೆಯನ್ನು ಜೋರಾಗಿ ಬಡಿದು ಅದರ ಸದ್ದಿನಲ್ಲಿ ಉತ್ತರವನ್ನು ಮುಚ್ಚಿಹಾಕಿದ. ಮತ್ತೆ ಬಾಗಿ ವಂದಿಸಿ ಹೊರಡಲು ಹೆಜ್ಜೆಯಿಟ್ಟ. ಮಹಾರಾಜರು ಅವನನ್ನು ತಡೆದು ಅವನ ಢಕ್ಕೆಯನ್ನು ಕೆಳಗಿಡಲು ಆಜ್ಞೆ ಮಾಡಿದರು. ನಡುಗುವ ಕೈಗಳಿಂದ ಅವನು ಕೆಳಗಿಟ್ಟ. ಅವನ ಮಗ ಬೆವರುತ್ತಿದ್ದ.

"ಸ್ಪಷ್ಟವಾಗಿ ಹಾಡು" ಮಹಾರಾಜರು ಅಪ್ಪಣೆ ಮಾಡಿದರು.

ಮುದುಕ ಉಗುಳು ನುಂಗುತ್ತಾ ನೆಲ ನೋಡಿದ. ಇದ್ದಕ್ಕಿದ್ದಂತೆ ಗುಂಪಿನಿಂದ ಒಂದು ಧ್ವನಿ ಕೇಳಿಸಿತು. "ಯಾಕೆಂದರೆ ಮಹಾರಾಜರು ಸರ್ಕಾರದಲ್ಲಿರುವ ಎಲ್ಲರಂತೆ ವಿಶೇಷ ಊಟ ತಿನ್ನುತ್ತಾರೆ."

ಮಹಾರಾಜ ಸೋಮದೇವ ಕೋಪದಲ್ಲಿ ಎದ್ದು ನಿಂತರು.

ಮೃದುವಾದ ದನಿಯಲ್ಲಿ ಮಗ ಹಾಡಿದ "ಅಪ್ಪಾ, ಅಪ್ಪಾ, ಯಾವುದದು

ವಿಶೇಷ ಊಟ ನೀನು ಹೇಳುತ್ತಿರುವುದು? ಯಾವುದದು ಎಲ್ಲಾ ಸರ್ಕಾರ ತಿನ್ನುವುದು?"

ಸುತ್ತಲಿಂದ ಯೋಧರು ಅವರಿಬ್ಬರನ್ನೂ ಹಿಡಿಯಲು ಸುತ್ತುವರಿದರು. ತಂದೆ ಕೆಳಗೆ ನೋಡುತ್ತಾ ಮುಂದುವರಿದ *"ಮಗನೆ, ಮಗನೆ, ಅದು ರೈತರ ರಕ್ತ, ನೇಕಾರರ ಬೆವರು, ಕುಶಲಕರ್ಮಿಗಳ ಮಾಂಸ, ಕವಿಗಳ ಮಾತು, ವ್ಯಾಪಾರಿಯ ವ್ಯಾಪಾರ. ಅವರು ತಿನ್ನುವುದು ನಮ್ಮನ್ನೆಲ್ಲಾ, ತಿಂದು ಕೊಬ್ಬಿ, ಶಕ್ತಿವಂತರಾಗಿ, ಶ್ರೀಮಂತರಾಗಿ, ಜ್ಞಾನಿಗಳಾಗಿ ಶ್ರೇಷ್ಠರಾಗುತ್ತಾರೆ"*

ಕ್ಷಣ ಕಾಲ ಕಾಲುಗಳು ಸರಿಯುವ ಸದ್ದು ಬಿಟ್ಟರೆ ಬೇರೆ ಸದ್ದಿರಲಿಲ್ಲ. ಮಗುವೊಂದು ಜೋರಾಗಿ ಅತ್ತಿತು, ತಾಯಿ ಎಷ್ಟು ಸಮಾಧಾನ ಮಾಡಿದರೂ ಸುಮ್ಮನಾಗಲಿಲ್ಲ. ಶಿವಗಾಮಿ ಎದ್ದುನಿಂತಳು, ಕಾಮಾಕ್ಷಿಯ ಕೈಹಿಡಿದೆಳೆದು ನಿಲ್ಲಿಸುತ್ತಾ.

ಆಗ, ಇಡೀ ನೆರೆದ ಜನಸಂದಣಿಗೆ ಆಘಾತವಾಗುವಂತೆ ಮಹಾರಾಜ ಸೋಮದೇವ ಜೋರಾಗಿ ನಗತೊಡಗಿದರು. "ಹುಚ್ಚಾ, ಬೆಪ್ಪಾ, ಜ್ಞಾನಿಯಂತೆ ಮಾತಾಡಲು ಪ್ರಯತ್ನಪಡುತ್ತಿದ್ದಾನೆ!" ಮಹಾರಾಜ ಗಹಗಹಿಸಿದರು. ತಂದೆ ಮಗನನ್ನು ಬಂಧಿಸಲು ಮುಂದೆ ಬಂದಿದ್ದ ಯೋಧರು ಅಲ್ಲೇ ತಡೆದು ನಿಂತರು.

ಮಹಾರಾಜ ಸೋಮದೇವ ಜೋರಾಗಿ ತೊಡೆಯನ್ನು ತಟ್ಟಿಕೊಂಡು ಇನ್ನೂ ನಕ್ಕರು. ಅವರ ಸುಳಿವು ಹಿಡಿದು ಇಡೀ ಜನಸಂದಣಿ ನಗತೊಡಗಿತು. ಕೆಲವರು ಹಾಸ್ಯಗೇಯಕಾರರ ಸಾಲುಗಳನ್ನು ಪುನರುಚ್ಚರಿಸಿದರು. ಜನರು ತಂದೆ ಮಗನ ಕಡೆಗೆ ನಾಣ್ಯಗಳನ್ನು ಎಸೆಯತೊಡಗಿದರು. ಮಹಾರಾಜ ಅವರನ್ನು ವೇದಿಕೆಗೆ ಕರೆದರು. ಅವರು ಬಂದು ಮಹಾರಾಜರಿಗೆ ನೆಲದವರೆಗೆ ಬಾಗಿ ವಂದಿಸಿದರು. ಮಹಾರಾಜರು ತಮ್ಮ ವಜ್ರಖಚಿತ ಕಾಲಂದುಗೆಯನ್ನು ಬಿಡಿಸಿ ಬೊಗಸೆಯೊಡ್ಡಿದ್ದ ಹಿರಿಯ ಹಾಡುಗಾರನ ಅಂಗೈಯೊಳಗೆ ಹಾಕಿದರು.

"ಹಾಡಿ ಧೈರ್ಯವಾಗಿ, ಹಾಡಿ ಭಯವಿಲ್ಲದೆ" ಮಹಾರಾಜರು ನುಡಿದರು. ಹಾಡುಗಾರರು ಮತ್ತೆ ಮತ್ತೆ ಅವರಿಗೆ ಬಾಗಿ ವಂದಿಸಿದರು. ಗಾಳಿಯಲ್ಲಿ ಜನ ಸ್ತೋಮದ ಜಯಘೋಷ ಮುಗಿಲು ಮುಟ್ಟುವಂತೆ ಮೊಳಗಿತು. "ಮಹಾರಾಜ ಸೋಮದೇವರಿಗೆ ಜಯವಾಗಲಿ." ಶಿವಗಾಮಿ ತಂದೆ ಮಗ ಇಬ್ಬರೂ ಹಿಂದು ಹಿಂದಕ್ಕೆ ನಡೆದು ವೇದಿಕೆಯಿಂದ ಕೆಳಗಿಳಿಯುವುದನ್ನು ನೋಡಿದಳು. ಎಷ್ಟು ಚಾಣಾಕ್ಷತೆಯಿಂದ ಮಹಾರಾಜ ಟೀಕೆಯನ್ನು ಮಗುಚಿ ಹಾಕಿ ನಗೆಚಾಟಿಕೆಯ ಹಾಸ್ಯವಾಗಿಸಿಬಿಟ್ಟರು ಎನ್ನುವುದು ಅವಳ ಗಮನಕ್ಕೆ ಬಂದಿತು. ಶತ್ರು ಅಸಾಧಾರಣ ಚಾಣಾಕ್ಷ ಅನ್ನುವುದು ನಿರೂಪಿತವಾಯಿತು. ಇಂತಹ ತಕ್ಕ ಅರಸನ ವಿರುದ್ಧ

ಪ್ರತೀಕಾರ ತೀರಿಸಿಕೊಳ್ಳುವುದು ಸುಲಭವಲ್ಲ. ಇಡೀ ಜನಸಮುದಾಯವನ್ನು ಅವನು ಕೈಯಲ್ಲಿ ಕುಣಿಸುತ್ತಿದ್ದ.

ಜೋರಾದ ಮದ್ದಳೆಯ ಸದ್ದು ಕುಲಪುರಾಣ ಕಥಾನಕರ ಆಗಮನವನ್ನು ಸೂಚಿಸಿತು. ಅವರು ಮಾಹಿಷ್ಮತಿಯ ಅರಸು ಕುಲದ ಮಹಿಮೆಯನ್ನು ಹಾಡಿದರು. ಹೇಗೆ, ತಾಯಿ ಗೌರಿ ಅವರಿಗೆ ಪವಿತ್ರ ಗೌರೀಪರ್ವತನ್ನು ನೀಡಿದ್ದಾಳೆ, ಸೋಮ ದೇವನ ಶ್ರೇಷ್ಠ ಪುರಾತನರು ಮುನ್ನೂರು ವರ್ಷಗಳ ಕೆಳಗೆ ಕದರಿಮಂಡಲಮ್ಮಿನ ಸಾಮಂತಿಕೆಯ ಹೊರೆಯನ್ನು ಧಿಕ್ಕರಿಸಿದರು, ಮಹಾರಾಜ ಸೋಮದೇವನ ತಾತನಾದ ಪರಮಭಟ್ಟಾರ ಹೇಗೆ ನಿಶಾಧರನನ್ನು ಗೆದ್ದರು, ಸೋಮದೇವರು ಕುಂತಲ ದೇಶವನ್ನು ಮಾಹಿಷ್ಮತಿಯ ಸಾಮ್ರಾಜ್ಯದ ಅಧೀನಕ್ಕೆ ತಂದರು ಮತ್ತು ಕಳಚೂರ್ಯರನ್ನು ಮಣಿಸಿದರು ಎಂದು ವರ್ಣಿಸಿದರು. ಮಾಹಿಷ್ಮತಿ ರಾಜವಂಶದ ಪುರಾತನರು ಮಾಡಿ ಗೆದ್ದ ಮಹಾನ್ ಯುದ್ಧಗಳು, ಅರಸುಮಕ್ಕಳ ಸಾಹಸ ಶೌರ್ಯ ಗಳನ್ನು ವಿವರಿಸಿದರು. ಅವರನ್ನು ಅಯೋಧ್ಯೆಯ ರಾಮ ಮತ್ತು ಪಾಂಡವರ ಅರ್ಜುನರಿಗೆ ಹೋಲಿಸಲಾಯಿತು. ದಾನದಲ್ಲಿ ಕರ್ಣನಿಗೂ, ಪಾಂಡಿತ್ಯದಲ್ಲಿ ರಾವಣನಿಗೂ ಸಾಮ್ಯತೆ ಕಲ್ಪಿಸಲಾಯಿತು. ಶಿವಗಾಮಿಗೆ ಇನ್ನು ತಡೆಯಲಸಾಧ್ಯ ವಾಯಿತು. ಗಂಟೆ ಐದು ಬಾರಿಸಿತು. ನಡುರಾತ್ರಿ ಮೀರಿತ್ತು. ಇನ್ನು ಸಾಗಬೇಕು.

ಹಾಡುಗಾರರು ತೀರ್ಪಿನ ಕಥೆಗಳನ್ನು ಹಾಡತೊಡಗಿದಾಗ ಅವಳು ಕಾಮಾಕ್ಷಿಗೆ ತಾನಿನ್ನು ಹೋಗುವುದಾಗಿ ಪಿಸುಗುಟ್ಟಿದಳು. ಸ್ವಲ್ಪ ದೂರದಲ್ಲಿ ರೇವಮ್ಮ ನಿದ್ದೆ ಮಾಡಿಬಿಟ್ಟಿದ್ದಳು. ಕಾಮಾಕ್ಷಿ ಕೊನೆಯ ಬಾರಿಗೆ ಮತ್ತೊಮ್ಮೆ ಯೋಚಿಸು ಎಂದು ಕೇಳಿಕೊಂಡಳು, ಶಿವಗಾಮಿ ಹಠತೊಟ್ಟಿದ್ದಳು. ಅವಳು ಗೆಳತಿ ಭದ್ರವಾಗಿ ಹಿಡಿದಿದ್ದ ಕೈಯನ್ನು ಒಂದೊಂದೇ ಬೆರಳನ್ನು ಸಡಿಲಿಸುತ್ತಾ ಕೊನೆಗೆ ಪೂರ್ತಿ ಬಿಡಿಸಿ ಕೊಂಡು ಜನರ ಗುಂಪಿನೊಳಗೆ ಕರಗಿಹೋದಳು. ಅವಳನ್ನು ಗಮನಿಸುತ್ತಿದ್ದ ರಾಜಕುಮಾರ ಮಹಾದೇವ ವೇದಿಕೆಯಿಂದ ಇಳಿದು ಅವಳನ್ನು ಹಿಂಬಾಲಿಸಿದ್ದು ಅವಳಿಗೆ ಗೊತ್ತಾಗಲಿಲ್ಲ.

ಮೈದಾನದಿಂದ ದೂರವಾಗುತ್ತಿದ್ದ ಹಾಗೆ ಜನಸಂದಣಿ ಕಡಿಮೆಯಾಗಿತ್ತು. ಆ ಮಂದ ಬೆಳಕಿನಲ್ಲಿ ದಕ್ಷಿಣ ತುದಿಯಲ್ಲಿದ್ದ ಅರಮನೆಯ ಕಚೇರಿಯ ಕಟ್ಟಡಗಳು ಇರುವುದಕ್ಕಿಂತ ದೂರವಾಗಿದ್ದಂತೆ ಕಂಡುಬಂದವು. ಅಲ್ಲಲ್ಲಿ ಕಾವಲುಗಾರರು ನಿಂತಿದ್ದರು. ಇಷ್ಟರಲ್ಲೇ ಒಬ್ಬರಲ್ಲಾ ಒಬ್ಬರು ಅರಮನೆಯ ಈ ಭಾಗದಲ್ಲಿ ಕಂಡು ಬಂದ ಅವಳನ್ನು ಪ್ರಶ್ನಿಸುತ್ತಾರೆ ಎಂದು ಅವಳಿಗೆ ತಿಳಿದಿತ್ತು. ಅದಕ್ಕೆ ತಕ್ಕ ಉತ್ತರವನ್ನು ಅವಳು ಸಿದ್ಧ ಮಾಡಿಟ್ಟುಕೊಂಡಿದ್ದಳು. ಅವಳು ಅಂತಃಪುರಕ್ಕೆ ಹೋಗುತ್ತಿದ್ದಳು. ಯಾರೋ ಅಧಿಕಾರಿಗಳ ಮನರಂಜನೆಗೆ ಕೇಕಿ ಕಳಿಸಿದ ಹುಡುಗಿ

ಅವಳು. ಅದನ್ನು ಅವರು ನಂಬುತ್ತಾರೋ ಇಲ್ಲವೋ ಅವಳಿಗೆ ಖಚಿತವಾಗಿ ಗೊತ್ತಿರಲಿಲ್ಲ. ಆದರೆ ಅವಳಿಗೆ ಹೊಳೆದ ಸಂಭವನೀಯ ಸುಳ್ಳು ಅದೊಂದೇ.

ಅವಳು ಹೆದರಿದ್ದಂತೆಯೇ, ಅರಮನೆ ತೋಟದ ಬಾಗಿಲಲ್ಲಿ ಕೆಲವು ಕಾವಲು ಗಾರರು ನಿಂತಿದ್ದರು. ಅಸ್ಥಾನದ ಅಧಿಕಾರಿಗಳ ಮನೆಗಳಿದ್ದುದು ಅದರಾಚೆ ಬದಿಯಲ್ಲಿ. ಅವಳು ದಿನಾ ನೂರು ಬಾರಿ ಬಂದು ಹೋಗುವ ರೀತಿಯಲ್ಲಿ ನೇರವಾಗಿ ಯಾವುದೇ ಹಿಂಜರಿಕೆ ಇಲ್ಲದೆ ನಡೆದಳು. ಅವರು ಅವಳನ್ನು ನಿಲ್ಲಿಸಿದರು. ಅವಳು ಅವರಿಗೊಂದು ಸುಂದರ ಮುಗುಳ್ನಗೆ ಬೀರಿದಳು.

"ಎಲ್ಲಿಗೆ ಹೋಗುತ್ತಿರುವೆ?" ಅವರು ಪ್ರಶ್ನಿಸಿದರು.

"ಯಾರೋ ನನ್ನನ್ನು ಕರೆದಿದ್ದಾರೆ" ನಾಚುತ್ತಾ ನುಡಿದಳು. ಅವಳ ಕೈ ನಡುಗುತ್ತಿರುವುದು ಮಂದ ಬೆಳಕಿನಲ್ಲಿ ಅವರ ಗಮನಕ್ಕೆ ಬಾರದಿರಲಿ ಎಂದು ಪ್ರಾರ್ಥಿಸಿದಳು.

"ಯಾರು? ಯಾರು ಕರೆದಿದ್ದಾರೆ?" ಅವರು ಕೇಳಿದರು. ಅವಳು ಯಾರ ಹೆಸರು ಹೇಳಲಿ ಎಂದು ತಲೆ ಕೆರೆದುಕೊಂಡಳು.

"ಶಿವಗಾಮಿ?" ಆಘಾತವಾಗಿ ಅವಳು ತಿರುಗಿದರೇ, ರಾಜಕುಮಾರ ಮಹಾದೇವನಿಗೆ ಮುಖಾಮುಖಿಯಾಗಿದ್ದಳು. ಕಾವಲುಗಾರರು ಬಾಗಿ ವಂದಿಸಿ "ಕ್ಷಮಿಸಿ ಮಹಾಸ್ವಾಮಿ, ನೀವೆಂದು ತಿಳಿಯಲಿಲ್ಲ" ಎನ್ನುತ್ತಾ ತಮ್ಮ ಈಟಿಗಳನ್ನು ಹಿಂತೆಗೆದುಕೊಂಡು ದಾರಿ ಬಿಟ್ಟರು.

ಮಹಾದೇವನಿಗೆ ಸಂಕೋಚವಾಗುತ್ತಿತ್ತು. ಶಿವಗಾಮಿ ಕಾವಲುಗಾರರನ್ನು ದಾಟಿಕೊಂಡು ತೋಟದೊಳಗೆ ಕಾಲಿಟ್ಟಳು. ಅವನೂ ಅವಳನ್ನು ಹಿಂಬಾಲಿಸಿದ. ಅವಳು ತನ್ನ ಅದೃಷ್ಟವನ್ನು ಹಳಿದುಕೊಂಡಳು. ಆ ಕ್ಷಣಕ್ಕೆ ಅವಳಿಗೆ ಈ ಪ್ರೇಮದಲ್ಲಿ ಸಿಕ್ಕಿಬಿದ್ದ ಮೂರ್ಖನ ಜೊತೆ ಮಾತಾಡಬೇಕಾಗಿರಲಿಲ್ಲ.

"ಶಿವಗಾಮಿ" ರಾಜಕುಮಾರ ಮಹಾದೇವ ಕೂಗಿದ. ಅವನ ದನಿಯಲ್ಲಿದ್ದ ಕಂಪನ ಕೇಳಿ ಅವಳು ನಡುಗಿದಳು.

ಅವನು ಓಡುತ್ತಾ ಬಂದು ಅವಳನ್ನು ಕೂಡಿಕೊಂಡು ಎದುರಿಗೆ ನಿಂತ. ಅವನ ತಲೆಗೂದಲ ಮೇಲೆ ಬೆಳುದಿಂಗಳು ಹಾಲು ಚೆಲ್ಲಿತ್ತು. ಅವನು ಗಂಧರ್ವನಂತೆ ಸುಂದರನಾಗಿ ಕಂಡ. ಗಾಳಿಯಲ್ಲಿ ಪಾರಿಜಾತದ ಪರಿಮಳ ತೇಲಿ ಬರುತ್ತಿತ್ತು. ಅವಳು ಹತಾಶಳಾಗುತ್ತಿದ್ದಳು. ಈಗೇನಾಗುವುದೆಂದು ಅವಳು ಊಹಿಸಿದಳು. ಹೊರಗೆ ಗುಂಡು ರಾಮು ಬೇರೆ ಕಾಯುತ್ತಿರುತ್ತಾನೆ. ರಾಜಕುಮಾರ ಏನೇನೋ ಗಳಹುತ್ತಿದ್ದ. ಅವಳು ಸರಿಯಾಗಿ ಕೇಳಿಸಿಕೊಳ್ಳಲೇ ಇಲ್ಲ. ಅವಳ ಮನಸ್ಸು ಪುಸ್ತಕವನ್ನು ಹಿಂದಕ್ಕೆ ತೆಗೆದುಕೊಳ್ಳುವ ಕಡೆಗೇ ಇತ್ತು. ಅವನು ಅವಳ ಕೈಯನ್ನು

ಹಿಡಿದುಕೊಂಡು ತೀವ್ರವಾಗಿ ಅವಳ ಕಣ್ಣೊಳಗೆ ಹಣಿಕಿದ. ಅವಳು ಕೈ ಬಿಡಿಸಿಕೊಳ್ಳಲು ಯತ್ನಿಸಿದಳು. ಆದರೆ ಅವನು ಭದ್ರವಾಗಿ ಹಿಡಿದಿದ್ದ.

"ದಯವಿಟ್ಟು...ದಯವಿಟ್ಟು... ಶಿವಗಾಮಿ... ನಾ... ನಾನು..." ರಾಜಕುಮಾರ ಮಹಾದೇವ ಉಗುಳು ನುಂಗಿದ "ನನ್ನನ್ನು ಮದುವೆಯಾಗುವೆಯಾ?" ಧೈರ್ಯವನ್ನೆಲ್ಲ ಒಟ್ಟುಗೂಡಿಸಿಕೊಂಡು ಕೊನೆಗೆ ಕೇಳಿಯೇ ಬಿಟ್ಟ. ಒಂದು ಕ್ಷಣ ಅವಳಿಗೆ ತಾನು ಕೇಳಿದ್ದರ ಬಗ್ಗೆಯೇ ನಂಬಿಕೆ ಬರಲಿಲ್ಲ. ನಂತರ ಸನ್ನಿವೇಶ ಎಷ್ಟು ಹಾಸ್ಯಾಸ್ಪದವಾಗಿದೆ ಎಂದು ಅವಳಿಗೆ ಹೊಳೆಯಿತು. ಅವಳು ತನ್ನ ತಂದೆಯನ್ನು ಕೊಂದವರ ಮೇಲೆ ಸೇಡು ತೀರಿಸಿಕೊಳ್ಳಲು ಪಣ ತೊಟ್ಟಿದ್ದರೆ, ಕೊಲೆಗಾರನ ಮಗ ಅವಳನ್ನು ಮದುವೆಯಾಗಲು ಕೇಳುತ್ತಿದ್ದಾನೆ! ಭೂಮಿಯ ಮೇಲಿಂದ ಅವರ ವಂಶವನ್ನೇ ತೊಡೆದುಹಾಕುವ ಶಪಥ ತೊಟ್ಟವಳು ತಾನು ಅದೇ ರಾಜವಂಶಕ್ಕೆ ಸೊಸೆಯಾಗಲು ಒಪ್ಪುತ್ತೇನೆಂದುಕೊಂಡಿದ್ದಾನೆ! ಅವಳು ಜೋರಾಗಿ ನಗತೊಡಗಿದಳು, ತಾನು ಅವನಿಗೆ ನೋವುಂಟುಮಾಡುತ್ತಿದ್ದೇನೆ ಎನ್ನುವ ಅರಿವಿದ್ದೂ ಕೂಡಾ.

"ಶಿವಗಾಮಿ...ದಯವಿಟ್ಟು..." ಅವನು ಬೇಡುತ್ತಿದ್ದ.

ಆದರೆ ಅವಳು ಇನ್ನೂ ಹೆಚ್ಚು ನಗುತ್ತಿದ್ದಳು. ಅವನು ಅವಳ ಕೈ ಬಿಟ್ಟ. ಒಂದೇ ಒಂದು ಮಾತೂ ಆಡದೇ ತಿರುಗಿ, ಗದರಿದ ನಾಯಿಯಂತೆ, ನಡೆದುಹೋದ. ಅವಳು ಅವನನ್ನು ನೋಡುತ್ತಾ ನಿಂತಳು. ಅವಳ ಮನಸ್ಸಿನಲ್ಲಿ ಅವನ ಬಗ್ಗೆ ಅನುಕಂಪ ಮತ್ತು ತಿರಸ್ಕಾರ ಎರಡೂ ಇತ್ತು. ಇಂತಹ ದಡ್ಡರಿಗೆ ಅವಳ ಬಳಿ ಸಮಯ ವಿರಲಿಲ್ಲ. *ಒಂದು ದಿನ, ನಾನು ನಿನ್ನನ್ನೂ, ನಿನ್ನ ಕುಟುಂಬವನ್ನೂ ಕೊಲ್ಲುತ್ತೇನೆ* ಎಂದು ಪಿಸುಗುಟ್ಟಿದಳು. ಅವಳು ಸ್ಕಂದದಾಸನ ಮನೆಯ ಕಡೆಗೆ ಸರಸರನೆ ನಡೆಯತೊಡಗಿದಳು. ಅವನು ತನ್ನ ಹಳೆಯ ಮನೆಯಲ್ಲೇ ಇರಲು ನಿರ್ಧರಿಸಿದ್ದು ಅವಳಿಗೆ ಒಳ್ಳೆಯದಾಯಿತು. ಅವಳು ತನ್ನ ಹಿಂದಿನ ಭೇಟಿಯಲ್ಲಿ ಹಿಂದಿನ ಕಿಟಕಿಯ ಚಿಲಕ ತೆಗೆದಿದ್ದಳು. ಅದರಿಂದಲೇ ಒಳಗೆ ಹೋಗಲು ನಿರ್ಧರಿಸಿದ್ದಳು. ಆಶ್ಚರ್ಯವೆಂದರೆ ಅಲ್ಲಿ ಕಾವಲುಗಾರರಿರಲಿಲ್ಲ. ಮನೆಯನ್ನು ಬಳಸಿಕೊಂಡು ಹಿಂದುಗಡೆಗೆ ಬಂದಳು. ಮುರಿದ ಕಿಟಕಿಯನ್ನು ಇನ್ನೂ ಸರಿಪಡಿಸಿರಲಿಲ್ಲ. ಅದನ್ನು ಹಿಡಿದೆಳೆದು ಒಳಹೊಕ್ಕಳು. ಈಗ ಅವಳು ಪುಸ್ತಕವನ್ನು ಹುಡುಕಿ ಎತ್ತಿಕೊಂಡು ಓಡಬೇಕು. ಅವಳು ಅಂದುಕೊಂಡಿದ್ದಕ್ಕಿಂತ ಇದು ಸುಲಭವಾಗಿತ್ತು. ಹಿಂದೆ ಅವನು ಇಟ್ಟಿದ್ದ ಮೇಜಿನ ಸೆಳೆ ಖಾನೆಯಲ್ಲಿ ಹುಡುಕತೊಡಗಿದಳು.

ಹಠಾತ್ತಾಗಿ ಅವಳು ಸ್ಥಬ್ಧಳಾಗಿ ನಿಂತಳು. ಹೊರಗೆ ಅವಳಿಗೆ ಕೇಳಿಬರುತ್ತಿದ್ದ ಸದ್ದು ಏನದು?

ಅಧ್ಯಾಯ ಮೂವತ್ತೆಂಟು

ಅಳ್ಳಿ

ಮುಖದ ಮೇಲೆ ಒಂದು ಕೊಳಗ ನೀರು ಧಭಾರನೇ ಬಿದ್ದಾಗ ಅಳ್ಳಿಗೆ ಮೂರ್ಛೆ ತಿಳಿದೆಚ್ಚರವಾಯಿತು. ಕಾಲಿನಿಂದ ನೋವು ಚಳುಕೆದ್ದಿತು. ಅವಳು ನೋವಿನಿಂದ ಚೀರಿದಳು.

"ಲೌಡಿ ಎದ್ದಿದ್ದಾಳೆ" ಎಂದು ಯಾರೋ ಹೇಳಿದ್ದು ಕೇಳಿಸಿತು. ತಾನೆಲ್ಲಿದ್ದೇನೆಂದು ತಿಳಿಯಲು ಅವಳಿಗೆ ಕೆಲವು ಕ್ಷಣಗಳು ಹಿಡಿಸಿದವು. ಎಲ್ಲಿದ್ದೀನಿ ತಾನು? ನಾಯಿಗಳು ತನ್ನನ್ನು ಅಟ್ಟಿಸಿಕೊಂಡು ಬರುತ್ತಿದ್ದ ದೃಶ್ಯ ಅವಳ ಮನಸ್ಸಿನಲ್ಲಿ ಸುಳಿಯಿತು. ಇನ್ನೊಂದು ಕೊಳಗ ನೀರು ಅವಳ ಮುಖಕ್ಕೆ ಅಪ್ಪಳಿಸಿತು. ಅವಳ ದೇಹದಲ್ಲಾದ ಅನೇಕ ಗಾಯಗಳಲ್ಲಿ ನೋವು ಉಂಟುಮಾಡುತ್ತಾ ಇಳಿಯಿತು.

"ಸಾಮಂತ ಗುಹ ಅವರನ್ನು ಕರೆದುತರಲು ಹೋಗಿದ್ದಾರೆ" ಯಾರೋ ಹೇಳಿದರು "ಇನ್ನೇನು ಅವರು ಇಲ್ಲಿಗೆ ಬರುತ್ತಾರೆ"

ಹಠಾತ್ತನೆ ಎಲ್ಲವೂ ತಿಳಿಯಾಯಿತು ಅವಳಿಗೆ. ಅವಳು ಓಡಲು ಯತ್ನಿಸಿದಳು, ಆದರೆ ಅವಳನ್ನು ಕಟ್ಟಿದ್ದ ಹಗ್ಗಗಳು ತಡೆದವು. ಅವಳನ್ನು ಒಂದು ಕಂಭಕ್ಕೆ ಕಟ್ಟಿದ್ದರು. ಸನ್ನಿವೇಶವನ್ನು ಅರಿತು

ಕೊಳ್ಳಲು ಸುತ್ತ ನೋಡಿದಳು. ಒಂದು ಒರಟು ಕೈ ಅವಳ ಗಲ್ಲವನ್ನು ಹಿಡಿದು ಮುಖ ತಿರುಗಿಸಿತು. ಒಬ್ಬ ವ್ಯಕ್ತಿ ಅವಳನ್ನು ಹತ್ತಿರದಿಂದ ದಿಟ್ಟಿಸುತ್ತಿದ್ದ.

"ನೀನು ಆಕಾಶದಿಂದ ಬಿದ್ದೆಯಾ?" ಎಂದು ಕೇಳಿದ.

ಅವನ ಕೆಲವು ಜೊತೆಗಾರರು ಕುಹಕದಲ್ಲಿ ನಕ್ಕರು. ಅಳ್ಳಿ ಉತ್ತರಿಸಲಿಲ್ಲ. ಅವಳು ಪರಿಸ್ಥಿತಿಯನ್ನು ಅಳೆಯುತ್ತಿದ್ದಳು. ಮತ್ತೆ ದೇಹದಲ್ಲಿ ನೋವು ಒದ್ದುಕೊಂಡು ಬಂದು, ಅವಳು ಹಲ್ಲು ಕಚ್ಚಿದಳು.

ಅವನು ನೇರವಾಗಿ ಅವಳ ಮೊಲೆಗೆ ಕೈಹಾಕಿದ. ಅವಳ ಕೈಗಳನ್ನು ಹಿಂದಕ್ಕೆ ಕಟ್ಟಿಹಾಕಿದ್ದರಿಂದ ಅವಳೇನೂ ಮಾಡುವಂತಿರಲಿಲ್ಲ.

"ನಾನು ನಿನ್ನ ಸಾಮಂತನ ಹೆಣ್ಣು. ಅದು ತಿಳಿದ ಮೇಲೂ ನೀನು ನನ್ನ ಮೇಲೆ ಕೈ ಹಾಕಿದೆ ಎಂದರೆ.." ಮುಖದ ಮೇಲೆ ಬಿದ್ದ ಕೂದಲ ಸುರುಳಿಗಳ ಮರೆಯಿಂದ ಅವನನ್ನೇ ನೋಡುತ್ತಾ ಅವಳು ನುಡಿದಳು. ಅವನು ಬೆಂಕಿ ಮುಟ್ಟಿದ ಹಾಗೆ ಕೈ ಹಿಂದಕ್ಕೆ ಎಳೆದುಕೊಂಡ.

"ನನ್ನನ್ನು ಬಿಟ್ಟುಬಿಡು ಇಲ್ಲದಿದ್ದರೆ ಪಶ್ಚಾತ್ತಾಪ ಪಡುತ್ತೀಯಾ. ತನ್ನ ಪ್ರೇಯಸಿಯನ್ನು ಹೀಗೆ ನಡೆಸಿಕೊಂಡಿರುವೆ ಅಂತ ಗೊತ್ತಾದರೆ ನನ್ನವನು ಸುಮ್ಮನಿರಲ್ಲ" ಅಳ್ಳಿ ತನ್ನ ಅದೃಷ್ಟ ಪರೀಕ್ಷೆ ಮಾಡಿದಳು.

"ಹ್ಹಾ.. ಒಡೆಯನಿಗೆ ಈ ದ್ವೀಪದಲ್ಲಿನ ಕಾಗೆಗಳಿಗಿಂತ ಹೆಚ್ಚು ಪ್ರೇಯಸಿಯರಿದ್ದಾರೆ. ಬೇಕಾದರೆ ಅವರೇ ನಿನ್ನನ್ನು ಬಿಟ್ಟುಬಿಡಲಿ. ಅದಕ್ಕೂ ಕೇತಕನಿಗೂ ಸಂಬಂಧವಿಲ್ಲ. ಆದರೆ... ಅವರು ಬರುವವರೆಗೂ ನಿನ್ನನ್ನು ಕಟ್ಟಿಹಾಕಿರುತ್ತೀನಿ, ಲೌಡಿ" ಎಂದ ಕೇತಕ. ಅವಳಿಂದ ದೂರ ಸರಿಯುತ್ತಾ ತನ್ನ ಕೆಲಸದಾಳುಗಳಿಗೆ ಕೆಲಸ ಮುಂದುವರಿಸಲು ಆಜ್ಞೆ ಕೊಟ್ಟ.

ಅಳ್ಳಿ ಸ್ಥಳವನ್ನು ಪರಿಶೀಲಿಸಿದಳು. ಅವಳು ಬೀಳುವ ಮೊದಲು ನೋಡಿದ್ದ ದೈತ್ಯಾಕಾರದ, ತಾಯಿ ಗೌರಿಯ ಉಗ್ರ ರೂಪವಾದ ಕಾಳಿಯ ವಿಗ್ರಹ ಇತ್ತು. ಅವಳನ್ನು ಅದರ ಹತ್ತಿರದಲ್ಲೇ ಕಟ್ಟಿಹಾಕಿದ್ದರು. ಎದುರಿಗೆ ಗುಡಿಸಲುಗಳ ಸಾಲಿತ್ತು. ಬಹುಶಃ ಕೇತಕ ಮತ್ತಿತರ ಗುಲಾಮರ ಗುಡಿಸಲುಗಳು. ವಿಗ್ರಹವು ಎಲ್ಲಕ್ಕಿಂತ ಎತ್ತರವಾಗಿತ್ತು. ಅರವತ್ತು ಅಡಿಗಳಿಗಿಂತ ಎತ್ತರ. ಅದನ್ನು ದೊಡ್ಡ ಮರದ ಗಾಲಿಯ ರಥದ ಮೇಲೆ ಇರಿಸಲಾಗಿತ್ತು. *ರಥ, ವಿಗ್ರಹ ಎಲ್ಲ ಸೇರಿ ಒಟ್ಟು ನೂರಡಿ* ಅಂದುಕೊಂಡಳು ಅಳ್ಳಿ. ಗುಡ್ಡದ ತಪ್ಪಲಿನಿಂದ ವಿಗ್ರಹದ ಕಿರೀಟದವರೆಗೆ ಅಂಕುಡೊಂಕಾದ ಅಟ್ಟಣೆಯನ್ನು ಕಟ್ಟಲಾಗಿತ್ತು. ನೂರಾರು ಮಕ್ಕಳು ಅದರ ಮೇಲೆ ಗಾಡಿಗಳನ್ನು ಎಳೆದುಕೊಂಡು ಸಾಗುತ್ತಿದ್ದರು. ಅವರನ್ನು ಮೇಲ್ವಿಚಾರಕರು ಚಾಟಿಯಿಂದ ಹೊಡೆಯುತ್ತಾ, ಕೆಟ್ಟ ಮಾತುಗಳಿಂದ ಬೈಯುತ್ತಾ ಇದ್ದರು.

ಹುಡುಗರು ಹುತ್ತದ ಮೇಲೇರಿ ಹೋಗುವ ಇರುವೆಗಳಂತೆ ಕಾಣಿಸುತ್ತಿದ್ದರು. ಮೇಲೆ ತಲುಪಿ ಅವರು ತಮ್ಮ ಗಾಡಿಗಳಲ್ಲಿದ್ದ ವಸ್ತುವನ್ನು ವಿಗ್ರಹದ ತಲೆಯೊಳಗೆ ಸುರಿಯುತ್ತಿದ್ದರು. ಅದು ಗಳಗಳ ಸದ್ದು ಮಾಡುತ್ತಾ ಮರದ ವಿಗ್ರಹದೊಳಗೆ ಬೀಳುತ್ತಿತ್ತು. ಅಟ್ಟಣೆಯ ಎರಡೂ ಬದಿಯಲ್ಲಿ ನೂರಾರು ದೊಂದಿಗಳು ಉರಿಯುತ್ತಿದ್ದವು.

ಎಂಥಾ ಚತುರ ಉಪಾಯ ಎಂದುಕೊಂಡಳು ಅಳ್ಳಿ. ನಗರದೊಳಗೆ ಹೀಗೆಯೋ ಗೌರಿಕಾಂತವನ್ನು ಸಾಗಿಸುತ್ತಿದ್ದುದು? ಪ್ರತಿ ಮಹಾಮಾಸದಲ್ಲಿ ಅರಣ್ಯವಾಸಿಗಳು ಸಾಮಂತನ ನೇತೃತ್ವದಲ್ಲಿ, ಭಾರೀ ಸಂಭ್ರಮದೊಂದಿಗೆ, ದೊಡ್ಡದೊಂದು ಕಾಳಿಯ ವಿಗ್ರಹವನ್ನು ತೆಪ್ಪದ ಮೇಲೆ ಸಾಗಿಸಿಕೊಂಡು ಬಂದು ಮಾಹಿಷ್ಮತಿ ನಗರವನ್ನು ತಲುಪುತ್ತಿದ್ದರು. ನಗರದ ಬೀದಿಗಳಲ್ಲಿ ಮರದ ರಥದ ಮೇಲೆ ಕಾಳಿಯ ವಿಗ್ರಹವನ್ನು ಮೆರವಣಿಗೆ ಮಾಡಲಾಗುತ್ತಿತ್ತು. ಸಾವಿರಾರು ಭಕ್ತರು ಸ್ತೋತ್ರ ಮಾಡುತ್ತಾ ರಥವನ್ನು ಎಳೆಯುತ್ತಿದ್ದರು. ರಥ ದಾರಿಯಲ್ಲಿ ಸಾಗಿಬಂದಂತೆ, ಜನರು ತಮ್ಮ ಸೀಮಿತ ಕಾಣಿಕೆಗಳನ್ನು, ಕೆಲವರು ಚಿನ್ನ ಮತ್ತು ಬೆಳ್ಳಿಯ ಆಭರಣಗಳನ್ನು ಕೂಡಾ, ಕಾಳಿಯ ವಿಗ್ರಹದ ಮೇಲೆ ಎಸೆಯುತ್ತಿದ್ದರು. ಪ್ರಸಿದ್ಧ ಗೌರಿ ಜಾತ್ರೆ. ತಾಯಿ ಗೌರೀ ತಮ್ಮ ನಗರಕ್ಕೆ ಬಂದಳೆಂದು ಒಂಭತ್ತು ದಿನಗಳ ಕಾಲ ಮಾಹಿಷ್ಮತಿ ಸಂಭ್ರಮಿಸುತ್ತಿತ್ತು. ಒಂಭತ್ತನೇ ದಿನದ ಸಂಜೆ ವಿಗ್ರಹವನ್ನು ನದಿಯಲ್ಲಿ ವಿಸರ್ಜಿಸಲಾಗುತ್ತಿತ್ತು.

ವಿಗ್ರಹವನ್ನು ನದಿಯಲ್ಲಿ ವಿಸರ್ಜಿಸಿದ ನಂತರ ಶಿಲೆಗಳನ್ನು ಎತ್ತಿಕೊಳ್ಳುವ ಉಪಾಯವನ್ನು ಖಂಡಿತಾ ಅವರು ಕಂಡುಕೊಂಡಿರಬೇಕು. ನದಿಯ ತಳದಿಂದ ಒಂದು ಸುರಂಗವಿದ್ದು ಅಲ್ಲಿಂದ ಸುರಕ್ಷಿತ ಸ್ಥಳಕ್ಕೆ ಹೋಗಿ ಅಲ್ಲಿಂದ ಶಿಲೆಗಳನ್ನು ಮೇಲೆತ್ತಬಹುದು. ಇಲ್ಲವೇ ನದಿಯಲ್ಲಿ ಉಬ್ಬರವಿಳಿದಾಗ ಶಿಲೆಗಳನ್ನು ಮೇಲೆತ್ತಬಹುದು. ರಾತ್ರಿಯಲ್ಲಿ ಜೌಗು ದಡದಲ್ಲಿ ವಿಗ್ರಹವನ್ನು ಮೇಲೆತ್ತಿದರೆ ಸಾಕು. ಕಷ್ಟ ಆದರೆ ಸಾಧ್ಯ.

ನಡೆಯುತ್ತಿರುವ ಸಂಗತಿಗಳು ಮಹಾರಾಜರಿಗೆ ತಿಳಿದಿದೆ ಎನ್ನುವ ಆಲೋಚನೆ, ಎಷ್ಟೇ ಅಹಿತಕರವಾಗಿದ್ದರೂ, ಅಳ್ಳಿಗೆ ಕ್ರಮೇಣ ಬಂದಿತು. ಅವರು ನೇರವಾಗಿ ಇದರಲ್ಲಿ ಭಾಗಿಯಾಗದೆ ಇರಬಹುದು, ಆದರೆ ಅವರು ಮನಸ್ಸು ಮಾಡಿದರೆ ಈ ಅತ್ಯಾಚಾರವನ್ನು ತಡೆಯಬಹುದು. ಅವರು ಇದಕ್ಕೆ ಕಣ್ಣು ಮುಚ್ಚಿದ್ದಾರೆ. ಅಥವಾ ಭ್ರಷ್ಟ ಅಧಿಕಾರಿಗಳು ಅವರನ್ನು ಬಳಸಿಕೊಳ್ಳುವಲ್ಲಿ ಯಶಸ್ವಿಯಾಗಿದ್ದಾರೆಯೇ? ಹಾಗಾದರೆ ಅವರೊಬ್ಬ ಅಸಮರ್ಥ ರಾಜರೇ?

ಎಲ್ಲಕ್ಕಿಂತ ಹೆಚ್ಚಾಗಿ ಇಡೀ ಯೋಜನೆಯ ದಕ್ಷತೆ ನೋಡಿ ಅವಳಿಗೆ ಕೋಪ ಬಂದಿತ್ತು. ಮಹಾರಾಜರು ನೇರವಾಗಿ ಭಾಗಿಯೋ ಇಲ್ಲವೋ ಇಡೀ ಕಾರ್ಯಾಚರಣೆಗೆ ಸರ್ಕಾರದ ಹಣವೇ–ಅಂದರೆ ಜನರ ಹಣವೇ–ಬಳಕೆ ಯಾಗುತ್ತಿತ್ತು. ಮಾಹಿಷ್ಮತಿಯಲ್ಲಿ ಧರ್ಮ, ರಾಜಕಾರಣ ಮತ್ತು ವ್ಯಾಪಾರ ಎಲ್ಲವು ಒಂದಕ್ಕೊಂದು ಸಂಬಂಧವಿತ್ತು. ಜಗತ್ತಿನಲ್ಲಿ ಇಂತಹ ಇನ್ನೊಂದು ದೇಶವಿದೆಯೇ? ಅಳ್ಳಿಗೆ ಕೋಪ ಉಕ್ಕಿ ಬರುತ್ತಿತ್ತು. ಅವಳಿಗೆ ಬದುಕಲು ಕೆಲವೇ ಕ್ಷಣಗಳು ಇರಬಹುದು. ಆದರೆ ಅವಳು ಏನಾದರೂ ಸಾರ್ಥಕವೆನಿಸಿದ್ದನ್ನು, ಅವಳ ಗುರು ನಾಗಮ್ಮಜ್ಜಿ ಹೆಮ್ಮೆ ಪಡುವಂಥದ್ದನ್ನು ಮಾಡಬೇಕು. ತಾನು ಸಾಯುವುದರೊಳಗೆ ಈ ದುಷ್ಟ ವ್ಯವಸ್ಥೆಗೆ ಒಂದು ಗುದ್ದು ಕೊಡಬೇಕು. ಅವಳ ಕಾಲ ಮುಗಿಯುತ್ತಾ ಬಂದಿತ್ತು.

ಏನಾದರೂ ಯೋಚನೆ ಹೊಳೆಯುತ್ತದೆಯೇ ಎಂದು ಸುತ್ತಮುತ್ತ ನೋಡಿದಳು. ಗುಡ್ಡದ ಎಲ್ಲಕ್ಕಿಂತ ಎತ್ತರದ ಜಾಗದಲ್ಲಿ ವಿಗ್ರಹ ನಿಂತಿತ್ತು. ಬಡಗಿಗಳು ಕೊನೇ ಗಳಿಗೆಯ ಕುಸುರಿಕೆಲಸಗಳನ್ನು ಮಾಡುತ್ತಿದ್ದರು. ತಾನೇನು ಮಾಡಬಹುದು? *ತಾಯೀ , ಗೌರೀ, ದಾರಿ ತೋರಮ್ಮಾ* ಎಂದು ಪ್ರಾರ್ಥಿಸಿದಳು. ಮರದ ಗಾಲಿಗಳ ಕೆಳತುದಿಯಲ್ಲಿ ಅವಳ ಕಣ್ಣು ನೆಟ್ಟಿತು. ಬೆಣೆಗಳು! ರಥವು ಗುಡ್ಡದಿಂದ ಜಾರುವುದನ್ನು ತಪ್ಪಿಸಲು ಗಾಲಿಗಳ ಕೆಳಗೆ ಬೆಣೆಗಳನ್ನು ಕೂರಿಸ ಲಾಗಿತ್ತು. ಅಯ್ಯೋ, ತನ್ನನ್ನು ಕಟ್ಟಿಹಾಕದಿದ್ದರೇ ಎಂದುಕೊಂಡಳು. ಕೆಳಗೆ ಬಿದ್ದು ಸಿಕ್ಕಿಹಾಕಿಕೊಳ್ಳದಿದ್ದರೆ ತಾನು ಏನಾದರೂ ಮಾಡಬಹುದಿತ್ತು. ಅವಳ ಕಣ್ಣಲ್ಲಿ ನೀರು ತುಂಬಿಕೊಳ್ಳುತ್ತಿತ್ತು. ಆದರೆ ದೃಢನಿಶ್ಚಯ ಮಾಡಿ ಅವಳು ಕಣ್ಣೀರನ್ನು ನಿಲ್ಲಿಸಿದಳು. ಇದು ಕಂಗೆಡುವ ಸಮಯವಲ್ಲ, ಅಥವಾ ಅಳುವ ಸಮಯವಲ್ಲ. ಇದು ಯೋಚಿಸುವ ಸಮಯ – ನಾಗಮ್ಮಜ್ಜಿಯೇ ಮಾತಾಡುತ್ತಿರುವ ಹಾಗೆ ಪದಗಳು ಅವಳ ಬಾಯಿಗೆ ಬಂದವು.

ಅದೇ ಗಳಿಗೆಯಲ್ಲಿ ಅವಳಿಗೆ ಅವನು ಕಾಣಿಸಿದ – ಕಟ್ಟಪ್ಪ! ಅವನು ದೊಡ್ಡ ದಿಮ್ಮಿಯನ್ನು ಹೆಗಲ ಮೇಲೆ ಹೊತ್ತುಕೊಂಡು ಇತರ ಗುಲಾಮರ ಜೊತೆ ಸರತಿಯಲ್ಲಿ ಕಾಯುತ್ತಿದ್ದ. ಅವಳ ಹೃದಯ ಸಂತೋಷದಲ್ಲಿ ಹಿಗ್ಗಿತು. ಈ ಮನುಷ್ಯ ಬದುಕಿದ್ದಾನೆ ಎನ್ನುವ ಸಂಗತಿಯೇ ಒಂದು ಶುಭ ಸೂಚನೆ, ತಾಯಿ ಗೌರಿ ತೋರಿದ ಶಕುನ.

"ಕಟ್ಟಪ್ಪ" ಅವಳು ಕೂಗಿದಳು. ಒಂದು ಕ್ಷಣ ಅವನು ತಲೆ ತಿರುಗಿಸಿ ಅವಳನ್ನು ನೋಡಿದ ಎಂದು ಭ್ರಮಿಸಿದಳು. ಆದರೆ ಅವನಲ್ಲಿ ಯಾವುದೇ ಪ್ರತಿಕ್ರಿಯೆ ಇರಲಿಲ್ಲ. ಅವನು ನಡೆಯುತ್ತಿದ್ದ, ದಿಮ್ಮಿಯ ಭಾರವನ್ನು ಹೆಗಲ ಮೇಲೆ ಹೊತ್ತು.

ಅಯ್ಯೋ, ಅವನ ಜೊತೆ ಒಂದು ಸಲ ಮಾತಾಡಬಹುದಾದರೆ.. ಒಂದೇ ಒಂದು ಸಲ... ಅಳು ತಡೆಯಲು ಅವಳು ತುಟಿ ಕಚ್ಚಿದಳು. ಅವಳ ಕೊನೆ ಆಶಾದೀಪ ನಡೆದು ಮರೆಯಾಗುತ್ತಿತ್ತು. ಹಠಾತ್ತಾಗಿ ಅವಳಿಗೆ ದಣಿವಾಯಿತು. ಸೋತ ಭಾವನೆ ಬಂದ ಕೂಡಲೇ ಅವಳ ಗಾಯಗಳೆಲ್ಲವೂ ಜಾಗೃತಗೊಂಡು ನೋಯಲಾರಂಭಿಸಿದವು. ನಾಯಿ ಕಚ್ಚಿದ ಮೇಲೆ ತನಗೆ ನಾಯಿ ಹುಚ್ಚು ಬರಬಹುದೇ? ಒಂದು ಕ್ಷಣ ಅದು ಇಂತಹ ಭೀಕರ ಸಾವು ತರಬಹುದೆಂದು ಕಲ್ಪಿಸಿಕೊಂಡಳು. ಇಲ್ಲ, ಅಳ್ಳಿ ನಾಯಿಯಂತೆ ಸಾಯುವುದಿಲ್ಲ. ಅವಳು ತಲೆ ಅಲ್ಲಾಡಿಸಿ ಮುಖವನ್ನು ಎತ್ತಿ ತಾಯಿ ಗೌರಿಯನ್ನು ನಿಂದಿಸಿದಳು. *ನೀನೊಬ್ಬಳು ಮರದ ಕೊರಡು, ಕಲ್ಲಿನ ಹೃದಯ ನಿನಗೆ* ಎಂದು ಬೈದಳು.

"ತಾಯೀ"

ಧ್ವನಿ ಕೇಳಿ ತತ್ತರಿಸಿ ತಿರುಗಿದಳು. ಅವಳೆದುರು ಕಟ್ಟಪ್ಪ ಮಂಡಿಯೂರಿದ್ದ. ಒಬ್ಬ ಕಾವಲುಗಾರ ಸ್ವಲ್ಪ ದೂರದಲ್ಲಿ ಅವರನ್ನು ನೋಡುತ್ತಾ ನಿಂತಿದ್ದ. ಅವನು ಕಟ್ಟಪ್ಪನಿಗೆ ಬೇಗ ಮುಗಿಸು ಎಂದು ಅವಸರಪಡಿಸಿದ. ಕಟ್ಟಪ್ಪನ ಕೈಯಲ್ಲಿ ಒಂದು ಬಟ್ಟಲು ನೀರಿತ್ತು. ಅವನು ಎದ್ದು ಬಟ್ಟಲನ್ನು ಅವಳ ತುಟಿಗೆ ಇಟ್ಟ. ಅವಳು ಧನ್ಯತೆಯಲ್ಲಿ ನೀರು ಕುಡಿದಳು.

ನೀರು ಮುಗಿದು ಬಟ್ಟಲು ಬರಿದಾದರೂ ಅವಳು ಕುಡಿಯುತ್ತಿರುವಂತೆ ನಟಿಸುತ್ತಾ ಪಿಸುಗುಟ್ಟಿದಳು "ಕಟ್ಟಪ್ಪ, ನನಗಾಗಿ ನೀನೊಂದು ಕೆಲಸ ಮಾಡುತ್ತೀಯಾ?"

ಗುಲಾಮ ಭಯದಲ್ಲಿ ಕಾವಲುಗಾರನ ಕಡೆಗೆ ನೋಡಿದ. ಅವನು ತನಗೆ ಸಮಯವಿಲ್ಲ ಮುಗಿಸುತ್ತೀಯೋ ಇಲ್ಲವೋ ಎಂದು ಅರಚಿದ.

"ಕೇಳು, ನೋಡಬೇಡಾ, ಸುಮ್ಮನೆ ಕೇಳಿಸಿಕೋ, ಆ ರಥದ ಮುಂದಿನ ಗಾಲಿಗಳಿಗೆ ಎರಡು ಬೆಣೆಗಳನ್ನು ಕೂರಿಸಿದ್ದಾರೆ. ನೀನು ಅದನ್ನು ತೆಗೆಯುತ್ತೀಯಾ?"

ಒಂದು ಕ್ಷಣ ಉತ್ತರ ಬರಲಿಲ್ಲ. "ಪರವಾಗಿಲ್ಲ, ನಿನಗೆ ಮಾಡಲು ಇಷ್ಟವಿಲ್ಲದಿದ್ದರೆ ಬಿಡು. ಅದು ಚಲಿಸದೆ ಇರಬಹುದು, ಸುಮ್ಮನೆ ನೀನು ನಿನ್ನ ಜೀವ ಕಳೆದುಕೊಳ್ಳುತ್ತೀಯಾ" ಮತ್ತೆ ಪಿಸುಗುಟ್ಟಿದಳು, ಅವಳನ್ನು ಆವರಿಸುತ್ತಿದ್ದ ಅಸಹಾಯಕತೆಯನ್ನು ಅದುಮಿದಳು ಯತ್ನಿಸುತ್ತಾ.

"ತಾಯೀ" ಗುಲಾಮ ಪಿಸುದನಿಯಲ್ಲಿ ಉತ್ತರಿಸಿದ "ನೀನು ನನ್ನ ಜೀವ ಉಳಿಸಿದೆ. ನೀನು ಸಾಯುವವರೆಗೆ ಅಥವಾ ನನ್ನನ್ನು ಮುಕ್ತನನ್ನಾಗಿಸುವವರೆಗೆ ನಾನು ನಿನಗೆ ಗುಲಾಮನಾಗಿರುತ್ತೇನೆ. ನೀನು ಆದೇಶ ಕೊಟ್ಟರೆ ನಾನು ಅದನ್ನು ಮಾಡುತ್ತೇನೆ."

ಅಳ್ಳಿ ದೀರ್ಘ ಉಸಿರೆಳೆದುಕೊಂಡಳು. ಪಾಪ ಈ ಬಡ ಗುಲಾಮನನ್ನು ಸಾವಿನ ದವಡೆಗೆ ನೂಕುತ್ತಿರುವೆನೇ? ತಾಯಿ ಗೌರಿಯೇ ನನ್ನ ಇತ್ಯರ್ಥ ಮಾಡಲಿ. ಅವಳು ಪಿಸುಗುಟ್ಟಿದಳು "ಮಾಡು." ಮಾತು ಅವಳ ಬಾಯಿಂದ ಹೊರಗೆ ಬಂದುಬಿಟ್ಟಿತ್ತು, ಅದನ್ನು ಮರಳಿ ಪಡೆಯುವಂತಿಲ್ಲ. ಗುಲಾಮನ ಬೆನ್ನಿಗೆ ಚಾಟಿಯೊಂದು ಬೀಸಿ ಬಡಿದದ್ದು ಅವಳಿಗೆ ಕೇಳಿಸಿತು. ಕಟ್ಟಪ್ಪ ಬಹಳ ಸಮಯ ತೆಗೆದುಕೊಳ್ಳುತ್ತಿದ್ದುದಕ್ಕೆ ಕಾವಲುಗಾರನಿಗೆ ಅಸಹನೆಯಾಗಿತ್ತು. ಗುಲಾಮ ಸ್ವಲ್ಪ ಕೂಡಾ ಅಲುಗಾಡಲಿಲ್ಲ. ಅವನು ಅಳ್ಳಿಯತ್ತ ನೋಡುತ್ತಿದ್ದ. ನಂತರ ತಲೆ ಆಡಿಸಿ ಮುಗುಳ್ನಕ್ಕ. ಮತ್ತೊಂದು ಏಟು ಅವನ ಬೆನ್ನಿಗೆ ಬಡಿಯಿತು. ಮೂರನೇ ಬಾರಿಗೆ ಅವನನ್ನು ಹೊಡೆಯಲು ಗಾಳಿಯಲ್ಲಿ ಬೀಸಿ ಬಂದ ಚಾಟಿಯನ್ನು ಅವನು ಮಿಂಚಿನ ಚಲನೆಯಲ್ಲಿ ಹಿಡಿದು ಎಳೆದು ಕಾವಲುಗಾರನನ್ನು ನೆಲಕ್ಕೆ ಬೀಳಿಸಿದ.

ಕಟ್ಟಪ್ಪ ವಿಗ್ರಹದ ಕಡೆಗೆ ಓಡುತ್ತಾ ಸಾಗಿದ್ದನ್ನು ಅಳ್ಳಿ ಉಸಿರು ಬಿಗಿಹಿಡಿದು ನೋಡಿದಳು. ಮೈದಾನದ ಮತ್ತೊಂದು ಪಕ್ಕ ಅವನ ನೋಟ ತಿರುಗಿದಾಗ ಅವಳು ಭಯದಲ್ಲಿ ಉಸಿರೆಳೆದಳು. ಜೀಮೂತ, ಅಕ್ಕುಂದ ಮತ್ತು ಗುಹಾ ದ್ವಾರದ ಮೂಲಕ ಒಳಗೆ ಬರುತ್ತಿದ್ದರು. ಕೇತಕ ಮುಂದೆ ಅವರಿಗೆ ದಾರಿ ತೋರುತ್ತಾ ಅವಳ ಕಡೆಗೆ ಅವರನ್ನು ಕರೆತರುತ್ತಿದ್ದ.

"ಕಟ್ಟಪ್ಪ, ಬೇಗ!" ಅವಳು ತನ್ನ ಧ್ವನಿಯ ತಾರಕದಲ್ಲಿ ಕಿರುಚಿದಳು.

ಕಟ್ಟಪ್ಪ ಅಲ್ಲಿದ್ದ ಬಡಗಿಯ ದೊಡ್ಡ ಸುತ್ತಿಗೆಯನ್ನು ಎತ್ತಿಕೊಂಡು ಗುಡ್ಡದ ಮೇಲಕ್ಕೆ ಓಡತೊಡಗಿದ. ಕಾವಲುಗಾರರು ಕೂಗುತ್ತಿದ್ದರು, ಬೈಯುತ್ತಿದ್ದರು, ಆದರೆ ಅವನು ಒಂದು ಹೆಜ್ಜೆಗೆ ಎರಡು ಮೆಟ್ಟಿಲಿನಂತೆ ದೌಡಾಯಿಸುತ್ತಿದ್ದನ್ನು ಅಳ್ಳಿ ನೋಡಿದಳು. ಅವನಿನ್ನೂ ಕುಂಟುತ್ತಿದ್ದ, ಆದರೆ ಅದರಿಂದ ಅವನ ವೇಗವೇನೂ ಕಡಿಮೆಯಾಗಿರಲಿಲ್ಲ.

ಅವನು ರಥದ ತಳಭಾಗವನ್ನು ತಲುಪಿ, ಒಂದು ಗಾಲಿಯನ್ನು ಹಿಡಿದಿಟ್ಟಿದ್ದ ಬೆಣೆಯನ್ನು ಸುತ್ತಿಗೆಯಿಂದ ಪುಡಿಪುಡಿ ಮಾಡಿದ. ಕಾವಲುಗಾರರು ಅವನ ಕಡೆಗೆ ಬಾಣಗಳನ್ನು ಬಿಡುತ್ತಿದ್ದರು, ಈಟಿಗಳನ್ನು ಎಸೆಯುತ್ತಿದ್ದರು. ಆದರೆ ಅವನು ಅವನ್ನು ತಪ್ಪಿಸಿಕೊಂಡು ಕೆಳಗೆ ಉರುಳುತ್ತಿದ್ದ. ಮತ್ತೆ ಕಣ್ಣವೆ ಮುಚ್ಚಿ ತೆರೆಯುವುದ ರೊಳಗೆ ಎದ್ದು ಓಡಿ, ಎರಡನೆಯ ಗಾಲಿಯ ಬೆಣೆಯನ್ನೂ ಛಿದ್ರಗೊಳಿಸಿದ. ಅಳ್ಳಿ ರಥ ಉರುಳಲು ಕಾದಳು. ಏನೂ ಸಂಭವಿಸಲಿಲ್ಲ. ಅವಳ ಹೆಗಲು ಬಾಗಿತು. ಜೀಮೂತ ಅವಳ ಕಡೆಗೆ ಓಡಿಬರುತ್ತಿದ್ದ. ಅವನ ಮುಖದಲ್ಲಿ ಉಗ್ರಕೋಪ ಕಾಣುತ್ತಿತ್ತು.

'ಅಯ್ಯೋ ದೇವರೇ, ಅಯ್ಯೋ ದೇವರೇ' ಅವಳು ಆರ್ತವಾಗಿ ಬೇಡಿಕೊಂಡಳು. ರಥ ಕಿರುಗುಟ್ಟಿ ಮುಲುಗಿತು. ಆದರೆ ಇಳಿಜಾರಿನ ತುದಿಯಲ್ಲಿ

ಹೊಯ್ದಾಡಿತು. ಕಾವಲುಗಾರರು ಈಗ ಕಟ್ಟಪ್ಪನ ಕಡೆಗೆ ಓಡುತ್ತಿದ್ದರು. ಅವನು ಅಸಹಾಯಕನಾಗಿ ನಿಂತ. ಹೋಯಿತು, ಎಲ್ಲವೂ ಹೋಯಿತು, ಅಳ್ಳಿ ತುಟಿ ಕಚ್ಚಿದಳು. ಅವಳ ತಂತ್ರ ವಿಫಲವಾಗಿತ್ತು.

ಕಟ್ಟಪ್ಪ ತನ್ನ ಹೆಗಲನ್ನು ಕೊಟ್ಟು ಗಾಲಿಯನ್ನು ತಳ್ಳುತ್ತಿದ್ದ. ಒಂದು ಬಾಣ ಅವನ ತೋಳು ಹೊಕ್ಕಿತು. ಆದರೆ ಅವನು ತನ್ನೆಲ್ಲ ಶಕ್ತಿ ಬಿಟ್ಟು ಗಾಲಿಯನ್ನು ತಳ್ಳುತ್ತಿದ್ದ. ಮರದ ಅಟ್ಟಣೆ ಕಿರುಗುಡತೊಡಗಿತು. ಅದರ ಮೇಲಿದ್ದ ಗಂಡಸರು ಮತ್ತು ಮಕ್ಕಳು ಹೆದರಿ ಕೂಗತೊಡಗಿದರು. ಅಟ್ಟಣೆ ಬಾಗಿ ಮುರುಟಿಕೊಳ್ಳತೊಡಗಿದಾಗ ಅವರು ಅವಸರದಲ್ಲಿ ಕೆಳಗೆ ಇಳಿಯಲು ಧಾವಿಸಿದರು. ರಥ ಅಲ್ಲಾಡುತ್ತಿತ್ತು ಆದರೆ ಒಂದು ಅಂಗುಲವೂ ಚಲಿಸಿರಲಿಲ್ಲ. ಅಷ್ಟು ದೂರದಲ್ಲೂ ಅಳ್ಳಿಗೆ ಕಟ್ಟಪ್ಪನ ಉಬ್ಬಿದ ಸ್ನಾಯುಗಳಲ್ಲಿ ನರಗಳು ಎದ್ದು ಕಾಣುತ್ತಿದ್ದವು. ಕಾವಲುಗಾರರು ಈಗ ಅವನ ಬಳಿಗೆ ತಲುಪಿದ್ದರು.

ಅವಳಿಗೆ ಕೇಳಿಸಿದ್ದು ಯಾವ ಸದ್ದು? ಅಳ್ಳಿ ಕಣ್ಣು ಬಡಿದು ಮತ್ತೆ ನೋಡಿದಳು. ರಥ ತುದಿಯಲ್ಲಿ ತೂಗಾಡಿತು. ನಂತರ ಭಯಂಕರ ಸದ್ದಿನೊಂದಿಗೆ, ಕಿರುಗುಡುತ್ತಾ ಅಟ್ಟಣೆ ಕುಸಿಯಿತು. ಮೇಲಕ್ಕೆ ಹೋಗಲು ಓಡುತ್ತಿದ್ದ ಕಾವಲುಗಾರರು ಅಲ್ಲಲ್ಲೇ ನಿಂತರು. ಅವರ ಕೈಯಲ್ಲಿದ್ದ ಶಸ್ತ್ರಗಳು ಸದ್ದುಮಾಡುತ್ತಾ ಕೆಳಗೆ ಬಿದ್ದವು. ಅಟ್ಟಣೆಯ ಮೇಲಿದ್ದ ದೊಂದಿಗಳು ಬಿದ್ದು ನಂದಿಹೋದವು. ಮೊದಲ ಧಡ್ ಸದ್ದು ಚಿಕ್ಕದಾಗಿತ್ತು. ಅಟ್ಟಣೆ ಸೀಳು ಬಿಟ್ಟುಕೊಂಡು ಸ್ಫೋಟಗೊಂಡು ಗಾಳಿಯಲ್ಲೆಲ್ಲಾ ಮರದ ಸಿಬಿರು ಚಕ್ಕೆಗಳು ಹಾರಿದವು. ನಂತರ ಆ ದೈತ್ಯ ರಚನೆ ಗುಡ್ಡದಿಂದ ಉರುಳತೊಡಗಿತು. ಪ್ರತಿ ಹೊರಳಿನಲ್ಲಿ ವೇಗ ಪಡೆದುಕೊಳ್ಳುತ್ತಾ ಉರುಳತೊಡಗಿತು. ಅದು ಹೊರಳಿಬಂದಂತೆ ಕಾವಲುಗಾರರು ಅಕ್ಕಪಕ್ಕ ಧುಮುಕಿದರು. ಕೆಲವು ದುರದೃಷ್ಟಶಾಲಿಗಳ ಮೇಲೆ ಗಾಲಿಗಳು ಉರುಳಿ ಅವರು ಜಜ್ಜಿಹೋದರು. ಅದರ ರಕ್ತಸಿಕ್ತ ದಾರಿಯಲ್ಲಿ ಸಿಕ್ಕಿಕೊಳ್ಳದೆ ತಪ್ಪಿಸಿಕೊಳ್ಳಲು ಜನರು ಚೆಲ್ಲಾಪಿಲ್ಲಿಯಾದರು. ವಿನಾಶದ ಅಧಿದೇವತೆ ಕಾಳಿ ವಿಪರೀತ ವೇಗದಲ್ಲಿ ಗುಡ್ಡದಿಂದ ಇಳಿಯುತ್ತಿದ್ದಳು. ಕಾವಲುಗಾರರು ಹತಾಶರಾಗಿ ಕೈಗೆ ಸಿಕ್ಕಿದ್ದನ್ನೆಲ್ಲಾ ಅದರ ಕೆಳಗೆ ಹಾಕಿ ನಿಲ್ಲಿಸಲು ಯತ್ನಿಸಿದರು. ಆದರೆ ರಥದ ವೇಗ ಕೂಡಾ ಕಡಿಮೆಯಾಗಲಿಲ್ಲ. ಅದು ತನ್ನ ದಾರಿಯಲ್ಲಿ ಬಂದ ಎಲ್ಲವನ್ನು ನಜ್ಜುಗುಜ್ಜು ಮಾಡಿ ಗುಡ್ಡದ ಇಳಿಜಾರಿನಲ್ಲಿ ಉರುಳುತ್ತಿತ್ತು.

ಜೀಮೂತ ಆ ದೈತ್ಯ ರಥದ ಹಾದಿಯಿಂದ ಪಕ್ಕಕ್ಕೆ ಜಿಗಿದು ನಿಂತು ದಿಗ್ಭ್ರಾಂತನಾಗಿದ್ದನ್ನು ಅಳ್ಳಿ ನೋಡಿದಳು. ಅವನ ಮುಖಭಾವ ಅತ್ಯಮೂಲ್ಯವಾಗಿತ್ತು. ಅವನು ನಿಂತಲ್ಲೇ ಸ್ತಬ್ದನಾಗಿ ಕಟ್ಟಪ್ಪನನ್ನೇ ದಿಟ್ಟಿಸಿದ. ಅವನ ಬೆನ್ನ ಹಿಂದೆ ರಥ

403

ಎಲ್ಲವನ್ನು ನಾಶಗೊಳಿಸಿ ಉರುಳುತ್ತಿತ್ತು. ಕಟ್ಟಪ್ಪನ ನಿಜವಾದ ಸಾಮರ್ಥ್ಯ ತನಗೆ ಗೊತ್ತಾಗಲಿಲ್ಲವಲ್ಲಾ ಎಂದು ಅವನು ಪಶ್ಚಾತ್ತಾಪಪಡುತ್ತಿದ್ದ ಎಂದು ಅವಳಿಗೆ ಗೊತ್ತಾಯಿತು. ಅವನನ್ನು ಅಷ್ಟು ಅಗ್ಗವಾಗಿ ಅವನು ಮಾರಬಾರದಿತ್ತು. ಅಳ್ಳಿಗೆ ಮಾತ್ರ, ಇದಕ್ಕಿಂತ ತೃಪ್ತಿಕರವಾದ ಸೇಡು ಬೇರೆ ಇರಲಿಲ್ಲ. ಕಟ್ಟಪ್ಪ ಅವಳ ಕಡೆಗೆ ಓಡಿ ಬಂದಾಗ ಅಳ್ಳಿ ಸಂಭ್ರಮದ ಕೇಕೆ ಹಾಕಿದಳು. "ಕಟ್ಟಪ್ಪ, ನೀನಿನ್ನು ಗಾಳಿಯಂತೆ ಸ್ವತಂತ್ರ. ಗಾಳಿಯಂತೆ ಸ್ವತಂತ್ರ, ಗಾಳಿಯಂತೆ ಸ್ವತಂತ್ರ.. ನಾನು ನಿನ್ನನ್ನು ಬಿಡುಗಡೆ ಮಾಡಿದ್ದೀನಿ, ನೀನಿನ್ನು ಇಷ್ಟ ಬಂದಲ್ಲಿಗೆ ಹೋಗಬಹುದು" ಅವಳು ಏರುದನಿಯಲ್ಲಿ ಜೋರಾಗಿ ಕೂಗಿದಳು.

ಗುಲಾಮ ಅವಳಿಗೆ ಬಾಗಿ ವಂದಿಸಿ, ಸುತ್ತಿಗೆಯ ಒಂದೇ ಹೊಡೆತಕ್ಕೆ ಅವಳನ್ನು ಕಟ್ಟಿಹಾಕಿದ್ದ ಹಗ್ಗವನ್ನು ಕತ್ತರಿಸಿದ. ಅವಳು ಮುಕ್ತಳಾದಳು. ಒಂದು ಕ್ಷಣ ಅವಳ ಕಾಲು ಮುಟ್ಟಿ, ಅವಳು ಧನ್ಯವಾದ ಹೇಳುವುದರೊಳಗೆ ಅವನು ಮಾಯವಾದ. ಅವಳು ನೋಡುತ್ತಿದ್ದಂತೇ ಕಾಳಿಯನ್ನು ಹೊತ್ತ ರಥವು ಇನ್ನೊಂದು ತುದಿಯಲ್ಲಿ ಗೋಡೆಯನ್ನು ಅಪ್ಪಳಿಸಿತು. ರಥ ಇನ್ನೂ ಮುಂದುವರಿಯಿತು, ಗೋಡೆಯಾಚೆ ಏನಿದೆಯೆಂದು ಅವಳು ಊಹಿಸಿದಳು. ಕಿರಿದಾದ ಕಂದರದಲ್ಲಿ ಬೀಳಲು ರಥವು ಬಹಳ ದೊಡ್ಡದಾಗಿತ್ತು. ಬದಲಿಗೆ ಅದು ಉರುಳಿ ಬಿದ್ದು ವಿಗ್ರಹ ಮತ್ತು ರಥ ಚುಕ್ಕಾ ಚೂರಾಯಿತು. ಶಿಲೆಗಳು ಚೆಲ್ಲಾಪಿಲ್ಲಿಯಾಗಿ ಹರಡಿ ಎಲ್ಲ ಕಡೆಯೂ ಬಿದ್ದಿದ್ದನ್ನು ಅವಳು ನೋಡಿದಳು. ಗೋಡೆಯಲ್ಲಿ ಉಂಟಾದ ತೆರವಿನಿಂದ ಅನೇಕ ಹುಡುಗರು ತಪ್ಪಿಸಿಕೊಂಡು ಕಾಡಿಗೆ ಓಡಿಹೋದರು. ಗೋಡೆಯ ಒಳಗೆ ಬಿದ್ದಿದ್ದ ಶಿಲೆಗಳು ದೊಂದಿಯ ಬೆಳಕಿನಲ್ಲಿ ಜೀವತಳೆದು ನೀಲಿ ಬೆಳಕಿನಲ್ಲಿ ಸ್ಫುರಿಸತೊಡಗಿದವು. ಕಟ್ಟಪ್ಪ ಗೋಡೆಯ ತೆರೆದ ಭಾಗದಿಂದ ಹೊರಗೆ ಹೋದುದು ಅಳ್ಳಿಗೆ ಕಾಣಿಸಿತು.

ಮಾಹಿಷ್ಮತಿಯ ಅನೇಕ ತಿಂಗಳುಗಳ ಸಿದ್ಧತೆಯನ್ನು ಅಳ್ಳಿ ನಾಶಮಾಡಿದ್ದಳು. ಎಲ್ಲಾ ಶಿಲೆಗಳನ್ನು ಮತ್ತೆ ಸಂಗ್ರಹಿಸುವುದು ಸುಲಭವಾಗಿರಲಿಲ್ಲ ಮತ್ತು ವಿಗ್ರಹವನ್ನು ಮತ್ತೆ ಕಟ್ಟುವುದಕ್ಕೆ ಅನೇಕ ದಿನಗಳ ಕಾಲ ಹಿಡಿಸುತ್ತಿತ್ತು. ಅವಳಿಗೆ ಅತೀವ ಹೆಮ್ಮೆಯಾಯಿತು: ಅವಳು ಸಾಧಿಸಿದ ವಿನಾಶಕ್ಕೆ, ಅದಕ್ಕಿಂತ ಹೆಚ್ಚಾಗಿ ಕಟ್ಟಪ್ಪನನ್ನು ಮುಕ್ತನನ್ನಾಗಿಸಿದ್ದಕ್ಕೆ. ಅವನನ್ನು ಬಿಡುಗಡೆ ಮಾಡಿದ್ದರಿಂದ ಅಳ್ಳಿಗೆ ತಾನೇನೋ ಉತ್ತಮವಾದ, ದೈವಿಕವಾದ ಕಾರ್ಯ ಮಾಡಿದಂತೆ ಸಂತೋಷವಾಗಿತ್ತು. ಕಣ್ಣೀರಿನ ನಡುವೆಯೇ ಅವಳು ಮುಗುಳ್ನಕ್ಕಳು. ಕಣ್ಣೊರೆಸಿಕೊಂಡು, ಮತ್ತೆ ಬದುಕಿ ಬಂದಂತೆ ಸಂತೋಷಪಟ್ಟಳು. ಜೀಮೂತನೆಲ್ಲಿರುವನೋ ಎಂದು ಅವಳ ಕಣ್ಣು ಹುಡುಕಿತು. ಅವನೆಲ್ಲೂ ಕಾಣಲಿಲ್ಲ. ಇದೇ ಸಮಯ ತಪ್ಪಿಸಿಕೊಳ್ಳಲು ಎಂದುಕೊಂಡಳು.

ತಿರುಗಿದಾಗ ಅವಳು ಜೀಮೂತನಿಗೆ ಮುಖಾಮುಖಿಯಾದಳು. ಒಂದು ಕ್ಷಣ ಗಾಭರಿಯಾಗಿ ಚೀತ್ಕಾರವನ್ನು ತಡೆಯಲು ಅವಳ ಕೈ ಬಾಯನ್ನು ಮುಚ್ಚಿತು. ಮರುಕ್ಷಣ ಅವಳು ಕೈತಟ್ಟಿಕೊಂಡು ಜೋರಾಗಿ ನಗತೊಡಗಿದಳು.

"ನೀನು ತರಕಾರಿ ಕತ್ತರಿಸಲು ವಜ್ರಾಯುಧವನ್ನು ಬಳಸುತ್ತಿದ್ದೆಯಲ್ಲವೇ ...ಮೂರ್ಖಾ... ನೀನು ಅವನನ್ನು ಮುತ್ತು ಆರಿಸಿಕೊಂಡು ಬರಲು ಬಳಸಿದೆಯಲ್ಲವೇ ..ನೋಡು ಅವನಿಗೆ ಇಂತಹ ಸಾಮರ್ಥ್ಯವಿತ್ತು! ನಾನು ನಕ್ಕುನಕ್ಕೇ ಸತ್ತುಹೋಗುತ್ತೇನೆ" ವ್ಯಂಗ್ಯದಲ್ಲಿ ನುಡಿದಳು.

"ಇಲ್ಲ, ಲೌಡಿ, ನೀನು ನಗುತ್ತಾ ಸಾಯುವುದಿಲ್ಲ" ಎನ್ನುತ್ತಾ ಜೀಮೂತ ಒರೆಯಿಂದ ಕಠಾರಿಯನ್ನು ಹೊರತೆಗೆದ.

ಅಧ್ಯಾಯ ಮೂವತ್ತೊಂಭತ್ತು

ಬೃಹನ್ನಳ

ಅರಮನೆಯ ಗಂಟೆ ಐದು ಬಾರಿಸಿದ ಮೇಲೂ ಜನರು ರಾಜಮಾರ್ಗದಿಂದ ಕೋಟೆಯೊಳಗೆ ಬರುತ್ತಲೇ ಇದ್ದರು. ಒಳಗೆ ಮಹಾರಾಜರು ಮತ್ತು ಇತರ ಪ್ರತಿಷ್ಠಿತರ ಮುಂದೆ ಪ್ರದರ್ಶನಗಳು ನಡೆದೇ ಇದ್ದವು. ಕೆಳಜಾತಿಯವರು ಮತ್ತು ಅಸ್ಪೃಶ್ಯರನ್ನು ಒಳ ಬಿಡುತ್ತಿದ್ದ ದ್ವಾರದ ಕಡೆಗೆ ಬೃಹನ್ನಳ ನಡೆದಳು. ಅಲ್ಲಿಗೆ ಬರುತ್ತಿದ್ದಂತೆಯೇ ಅವಳ ಹೃದಯ ಕುಗ್ಗಿತು. ಸ್ಕಂದದಾಸ ಏನು ಮಾಡುತ್ತಿದ್ದಾನೆ ಅಲ್ಲಿ? ಕೋಟೆ ದ್ವಾರದ ಬಳಿ ಆತಂಕದಲ್ಲಿ ಉಗುರು ಕಡಿಯುತ್ತಾ ಕಾದಳು.

ಅರಮನೆಯ ಅಂಗಳದಲ್ಲಿ ತಮಟೆ ಸದ್ದು ಕೇಳಿಸಿತು. ಹೊರಗೆ ಅಸ್ಪೃಶ್ಯರು ಒಳಬರುವ ದ್ವಾರದಲ್ಲಿ, ಆದಿವಾಸಿ ಕಲಾವಿದರು, ಶಾಸ್ತ್ರೀಯ ಕಲಾವಿದರ ಪ್ರದರ್ಶನ ಮುಗಿದ ಮೇಲೆ ತಮ್ಮ ಸರದಿಗಾಗಿ ಉತ್ಸುಕದಿಂದ ಕಾಯುತ್ತಿದ್ದರು. ಹಿಂದಿನ ರಾತ್ರಿಯೇ ಅನೇಕರು ದ್ವಾರದ ಬಳಿ ಕಾಯುತ್ತಿದ್ದರು. ಕೆಲವರು ಒಂದೆರಡು ದಿನಗಳ ಮೊದಲೇ ಬಂದು ದ್ವಾರದ ಹೊರಗಿನಿಂದ ನದಿಯ ದಡದವರೆಗೆ ಹರಡಿದ ಇಳಿಜಾರು ಮೈದಾನದಲ್ಲಿ ಬಿಡಾರ

ಬಿಟ್ಟಿದ್ದರು. ಸಂಜೆಯೊಳಗೆ ಅಸ್ಪೃಶ್ಯರು ಮತ್ತು ಗುಲಾಮರ ದ್ವಾರ ಮುಚ್ಚಿಟ್ಟು, ಅದಕ್ಕೆ ಮೊದಲು ಒಳಬಂದವರನ್ನು ಮಾತ್ರ ಪ್ರದರ್ಶನ ಸ್ಥಳಕ್ಕೆ ಬಿಡಲಾಗುತ್ತಿತ್ತು. ದೊಂಬರಾಟದ ಕೋತಿಯೊಂದು ಬೃಹನ್ನಳಳ ಬಳಿಗೆ ಬಂದು ಕಾಸು ಅಥವಾ ತಿನ್ನಲು ಬೇಡಿ ಬೊಗಸೆ ಒಡ್ಡಿತು. ಅವಳು ಅದನ್ನು ತನ್ನ ಕಾಲಿನಿಂದ ಪಕ್ಕಕ್ಕೆ ತಳ್ಳಿದಳು. ಕೋತಿಯ ಕೊರಳಿಗೆ ಹಗ್ಗ ಕಟ್ಟಿ ಹಿಡಿದುಕೊಂಡಿದ್ದ ಕುರುವ ಅವಳನ್ನು ಶಪಿಸಿ ಮುಂದಕ್ಕೆ ನಡೆದುಹೋದ.

ಬೃಹನ್ನಳ ಒಳಬರಲು ಕಾಯುತ್ತಿದ್ದ ಗುಂಪನ್ನು ಪರೀಕ್ಷಿಸಿದಳು. ಅವರ ಸುಳಿವೇ ಇರಲಿಲ್ಲ. ಸ್ಕಂದದಾಸ ರಕ್ಷಣಾ ವ್ಯವಸ್ಥೆಯ ಮೇಲ್ವಿಚಾರಣೆ ಮಾಡುತ್ತಾ ಅಲ್ಲೆಯೇ ನಿಂತಿದ್ದ. ಯೋಧರು ಒಳಬರುವ ಪ್ರತಿಯೊಬ್ಬರನ್ನೂ ಚೆನ್ನಾಗಿ ಪರೀಕ್ಷಿಸುತ್ತಿದ್ದರು. ಯಾರ ಬಳಿಯಾದರೂ ಯಾವುದೇ ಆಯುಧಗಳಿದ್ದರೂ ಅದನ್ನು ಕಿತ್ತುಕೊಳ್ಳುತ್ತಿದ್ದರು. ಯಾವುದೇ ಚಾಕು, ಬಡಗಿಗಳ ಸಲಕರಣೆ, ಅಡಿಕೆ ಕತ್ತರಿಸುವ ಕತ್ತರಿ ಎಲ್ಲವನ್ನೂ, ಜನ ಅದು ತಮ್ಮ ಕೆಲಸದ ಸಲಕರಣೆ ಎಂದು ಗೋಗರೆದರೂ ಕೇಳದೆ ಕಿತ್ತಿಟ್ಟುಕೊಳ್ಳುತ್ತಿದ್ದರು. ಸ್ಕಂದದಾಸ ಯಾವುದೇ ರಿಯಾಯಿತಿಯನ್ನು ಕೊಡುತ್ತಿರಲಿಲ್ಲ. ಬೃಹನ್ನಳ ಹಣೆಯಿಂದ ಬೆವರು ಒರೆಸಿಕೊಂಡು ಹಿಂದೆ ತಿರುಗಿ ನೋಡಿದಳು. ಮಹಾಪ್ರಧಾನರು ಮಹಾರಾಜನ ಪಕ್ಕದಲ್ಲಿದ್ದು ಶಾಸ್ತ್ರೀಯ ಸಂಗೀತವನ್ನು ಆನಂದಿಸಬೇಕಿತ್ತು. ಅದು ಬಿಟ್ಟು ಈ ಧೂಳಿನಲ್ಲಿ, ಈ ಕೊಳಕು ಜನಗಳ ಪರೀಕ್ಷಣೆಯಲ್ಲಿ ಯಾಕೆ ತೊಡಗಿ ಕೊಂಡಿದ್ದಾರೇ? ಈ ಮನುಷ್ಯ ನಿಜವಾಗಿ ಗಂಟಲಿನ ಮುಳ್ಳಾಗುತ್ತಿದ್ದಾನೆ. ವಿಶಾಲ ಅರಮನೆಯ ಮೈದಾನದ ಇನ್ನೊಂದು ತುದಿಯಲ್ಲಿ ಎತ್ತರದ ವೇದಿಕೆಯಲ್ಲಿ ಮಹಾರಾಜ ಮತ್ತು ಮಹಾರಾಣಿ ಕೂತಿರುವುದು ಕಾಣಿಸುತ್ತಿತ್ತು. ಇವರು ಯಾಕೆ ತಡ ಮಾಡುತ್ತಿದ್ದಾರೆ? ಅವರಿಗೇನಾದರೂ ಆಗಿದೆಯೇ? ಬೃಹನ್ನಳ ತನ್ನ ಸೆರಗಿನ ತುದಿಯನ್ನು ಒಮ್ಮೆ ಕಟ್ಟಿ ಒಮ್ಮೆ ಬಿಚ್ಚಿ ತಿಣುಕಾಡುತ್ತಿದ್ದಳು.

ಒಬ್ಬ ವ್ಯಕ್ತಿ ಕುಣಿಯುವ ಕರಡಿಯನ್ನು ಕರೆತಂದ. ಅವನನ್ನು ದ್ವಾರದಲ್ಲಿ ತಡೆದು ನಿಲ್ಲಿಸಲಾಯಿತು. ದೊಡ್ಡ ಜಗಳ ಪ್ರಾರಂಭವಾಯಿತು. ಕಳೆದ ಎರಡು ಮಹಾಮಾಸದ ಸಂದರ್ಭದಲ್ಲೂ ತಾನು ಕರಡಿಯನ್ನು ಕರೆತಂದಿದ್ದೆ. ಅದಕ್ಕೆ ಮೊದಲು ತನ್ನ ತಂದೆ ಕರಡಿಯ ತಂದೆಯನ್ನು ಮಹಾಮಾಸ ಪೂಜೆಗೆ ಕರೆದು ತಂದಿದ್ದ, ಆಗೆಲ್ಲ ಯಾರೂ ಅವರನ್ನು ತಡೆದಿರಲಿಲ್ಲ, ಈಗ ಯಾಕೆ ಎಂದು ಆ ವ್ಯಕ್ತಿ ತಗಾದೆ ಎಬ್ಬಿಸಿದ. ಕರಡಿ ತನ್ನ ಅಂಡಿನ ಮೇಲೆ ಕೂತು ಕಿವಿ ಕೆರೆದುಕೊಳ್ಳುತ್ತಿತ್ತು.

ಸ್ಕಂದದಾಸ ಕೊನೆಗೆ ಅವನು ತನ್ನ ಕರಡಿಯನ್ನು ಪಕ್ಕದ ಮರಕ್ಕೆ ಕಟ್ಟಿ ಹಾಕಿ ಅವನೊಬ್ಬನೇ ಒಳಗೆ ಹೋಗಬಹುದು ಎಂದ. ಕರಡಿ ಒಳಗೆ ಹೋಗುವಂತಿಲ್ಲ.

ಆ ವ್ಯಕ್ತಿ ತಾನು ಮಹಾಪ್ರಧಾನರಿಗೆ ದೂರು ಸಲ್ಲಿಸುವುದಾಗಿಯೂ, ಅವರು ತಮ್ಮದೇ ಜಾತಿಯವರೆಂದು ಹುಯಿಲಿಟ್ಟ. ನುಗ್ಗಾಡುತ್ತಿದ್ದ ಸಂದಣಿಯಲ್ಲಿ ಕೆಲವರು ವ್ಯಂಗ್ಯ ನಗೆ ನಕ್ಕರು. ಯೋಧರು ಕಷ್ಟಪಟ್ಟು ನಗು ತಡೆದುಕೊಂಡರು. ಮಹಾಪ್ರಧಾನರು ಕೆಂಪೇರಿದ್ದನ್ನು ಉರಿಯುತ್ತಿದ್ದ ದೊಂದಿಯ ಬೆಳಕಿನಲ್ಲಿ ಬೃಹನ್ನಳ ನೋಡಿದಳು. ಕರಡಿ ಕುಣಿತದವನಿಗೆ ಸ್ಕಂದದಾಸನ ಪರಿಚಯವಿರಲಿಲ್ಲ. ಮಹಾಪ್ರಧಾನರು ಅವನನ್ನು ಸರತಿಯ ಸಾಲಿನಿಂದ ಹೊರಗೆ ಬಾ ಅಥವಾ ಕರಡಿಯನ್ನು ಮರಕ್ಕೆ ಕಟ್ಟಿಹಾಕಿ ಒಳಗೆ ಹೋಗು ಎಂದು ಕಟ್ಟುನಿಟ್ಟಾಗಿ ಆದೇಶ ನೀಡಿದರು. ಗೊಣಗುಟ್ಟುತ್ತಲೇ ಅವನು ಹೇಳಿದಂತೆ ಮಾಡಲು ಕರಡಿಯ ಹತ್ತಿರಕ್ಕೆ ಹೋದ. ಸ್ವಲ್ಪ ದೂರ ಹೋಗಿ ಮತ್ತೆ ಹಿಂದಿರುಗಿ ಕರಡಿಯ ಪಕ್ಕ ಕೂತ. ಅವನಿಗೆ ಕರಡಿಯನ್ನು ಒಂಟಿಯಾಗಿ ಬಿಟ್ಟು ಹೋಗಲು ಇಷ್ಟವಿರಲಿಲ್ಲ. ಅವನು ಅದರ ಕೂದಲನ್ನು ಸವರುತ್ತಾ ಅದನ್ನು ಮುದ್ದು ಮಾತುಗಳಿಂದ ಓಲೈಸುತ್ತಾ ಕೂತ. ಅದು ಅವನ ಕೈ ನೆಕ್ಕುತ್ತಿತ್ತು. ನಂತರ ಅದು ನಿದ್ದೆ ಹೋಯಿತು.

ಆಗೋ ಅಲ್ಲಿ! ಅವರು ಕಾಣಿಸಿದರು. ಗುಂಪಿನ ಹಿಂದುಗಡೆ ಅವರನ್ನು ಕಂಡಳು ಬೃಹನ್ನಳ. ಅವರು ಡೊಳ್ಳು ಬಡಿಯುತ್ತಿದ್ದರು, ಕೆಲವರು ಕುಣಿಯುತ್ತಿದ್ದರು. ಅವಳು ದ್ವಾರದ ಸಮೀಪಕ್ಕೆ ಸರಿದಳು. ಸ್ಕಂದದಾಸ ಒಳಬರುವ ಪ್ರತಿಯೊಬ್ಬರನ್ನೂ ಪರಿಶೀಲಿಸುತ್ತಿದ್ದ. ಡೊಳ್ಳಿನವರು ದ್ವಾರದ ಹತ್ತಿರ ಬರುತ್ತಿದ್ದರು. ಆತಂಕವನ್ನು ಅಡಗಿಸಲು ಬೃಹನ್ನಳ ತನ್ನ ಕೈಗಳನ್ನು ಕಟ್ಟಿ ಹಿಡಿದಳು. ಅವರಲ್ಲಿ ಕೆಲವರು ಇರಿಸುಮುರಿಸಲ್ಲಿ ಇರುವಂತೆ ಕಾಣುತ್ತಿದ್ದರು, ಅವರ ಮುಖದಲ್ಲಿ ಆತಂಕ ಎದ್ದು ಕಾಣುತ್ತಿತ್ತು. ಅವಳು ನುಗ್ಗಾಡುತ್ತಾ ಹೊರಗೆ ಹೋಗಿ ಡೊಳ್ಳಿನವರ ಬಳಿಗೆ ತಲುಪಿದಳು. ತಾಳಕ್ಕೆ ತಕ್ಕಂತೆ ಕುಣಿಯಲು ಆರಂಭಿಸಿದಳು.

"ತಡಮಾಡಿದಿರಿ" ಭೂತರಾಯನ ಸುತ್ತ ಸುತ್ತುತ್ತ ಪಿಸುಗುಟ್ಟಿದಳು.

"ನೀನೇನು ಹಾದಿ ಸುಗಮ ಮಾಡಿಲ್ಲವಲ್ಲಾ, ಅವನೇನು ಮಾಡುತ್ತಿದ್ದಾನೆ ಇಲ್ಲಿ?" ಭೂತರಾಯ ಬುಸುಗುಟ್ಟಿದ.

ಅವಳು ಆವೇಶ ಬಂದವಳಂತೆ ಸುತ್ತುತ್ತಿದ್ದಳು. ಅವಳ ಲಂಗ ಉಬ್ಬೆದ್ದು, ಅದರಲ್ಲಿದ್ದ ವಜ್ರಾಕೃತಿಯ ಕನ್ನಡಿಗಳು ದೊಂದಿಯ ಬೆಳಕನ್ನು ಪ್ರತಿಫಲಿಸುತ್ತಿದ್ದವು. ಡೊಳ್ಳಿನವರು ಅವಳ ಹತ್ತಿರಕ್ಕೆ ಬಂದು ಜೋರಾಗಿ ನುಡಿಸತೊಡಗಿದರು. ಪ್ರಖ್ಯಾತ ಅರಮನೆಯ ನರ್ತಕಿ ಬೀದಿಯಲ್ಲಿ ನರ್ತಿಸುವುದನ್ನು ನೋಡಿ ಜನ ಪಕ್ಕಕ್ಕೆ ಸರಿದು ಜಾಗಮಾಡಿಕೊಟ್ಟರು. ಉಳಿದ ವಾದಕರೂ ಅವರ ಜೊತೆಗೂಡಿ ತಾಳಬದ್ಧವಾಗಿ ನುಡಿಸತೊಡಗಿದರು.

ಅವಳು ಮಹಾಪ್ರಧಾನರ ಹತ್ತಿರದಲ್ಲೇ ನರ್ತಿಸುತ್ತಿದ್ದಳು. ಆದರೆ ಸ್ಕಂದದಾಸ ಶಾಂತನಾಗಿ ನಿಂತಿದ್ದ. ಡೊಳ್ಳಿನವರು ಇನ್ನೇನು ದ್ವಾರ ದಾಟಿ ಹೋಗಬೇಕು ಆಗ ಮಹಾಪ್ರಧಾನರು ಕೈಯೆತ್ತಿ ತಡೆದರು.

"ಅವರ ಡೊಳ್ಳು ತಪಾಸಣೆ ಮಾಡಿ" ಕಾವಲುಗಾರರಿಗೆ ಮಹಾಪ್ರಧಾನರು ಆದೇಶ ನೀಡಿದರು.

"ಸ್ವಾಮಿ" ಭೂತರಾಯ ಕೆಳಗೆ ಬಾಗಿ, ಮುಖವನ್ನು ಕಾಣಿಸದಂತೆ ಎಚ್ಚರ ವಾಗಿದ್ದು, ಮಹಾಪ್ರಧಾನರ ಪಾದ ಮುಟ್ಟಿ ನಮಸ್ಕರಿಸಿದ. "ಇದು ನಮ್ಮ ಕಸುಬು ಸ್ವಾಮಿ, ಮಹಾರಾಜರಿಂದ ಬಹುಮಾನ ಪಡೆಯುವ ಆಸೆಯಿಂದ ಬಂದೆವು. ನಮ್ಮನ್ನು ಒಳಗೆ ಬಿಡಿ ಸ್ವಾಮಿ, ಬೇಡುತ್ತೇನೆ. ನಮ್ಮಂಥ ಬಡ ಜನರಿಗೆ ಡೊಳ್ಳಿನ ಒಳಗೆ ಅಂದರೆ ನಮ್ಮ ತಲೆಯೊಳಗೆ ಎನ್ನುವ ಹಾಗೆ. ಅದು ಬರಿ ಬರಿದು, ಟೊಳ್ಳು."

"ಡೊಳ್ಳು ತೆರೆದು ತೋರಿಸಿ, ಒಳಗೆ ಬರಿದಾಗಿದ್ದರೆ ಸರಿ. ಇದು ರಕ್ಷಣಾ ತಪಾಸಣೆ. ನೀವು ಹೇಳಿದಂತೆ ಟೊಳ್ಳಾಗಿದ್ದರೆ ಒಳಗೆ ಹೋಗಿ" ಸ್ಕಂದದಾಸ ನುಡಿದ.

"ನಮಗೆ ಡೊಳ್ಳು ಪವಿತ್ರ ಸ್ವಾಮಿ, ವಿಜಯದಶಮಿಯ ದಿನ ಬಿಟ್ಟರೆ ಬೇರೆ ದಿನಗಳಲ್ಲಿ ಡೊಳ್ಳನ್ನು ತೆರೆದು ನೋಡಬಾರದು" ಭೂತರಾಯ ಭಯಭಕ್ತಿಯಿಂದ ನುಡಿದ.

ಸ್ಕಂದದಾಸ ಲೊಚಗುಟ್ಟಿ ಭೂತರಾಯನ ಡೊಳ್ಳು ಕಸಿದುಕೊಂಡ.

"ಸ್ವಾಮಿ, ಸ್ವಾಮಿ, ನಾನು ಅಸ್ಪೃಶ್ಯ ಸ್ವಾಮಿ, ನನ್ನ ಕೈಯನ್ನಾಗಲಿ, ಡೊಳ್ಳನ್ನಾಗಲಿ ಮುಟ್ಟಿ ನೀವು ಮೈಲಿಗೆಯಾಗಬೇಡಿ" ಭೂತರಾಯ ಚೀರಿದ.

"ನಾನೂ ಅಸ್ಪೃಷ್ಯನೇ. ಕರಡಿ ಕುಣಿತದವನ ಮಗ. ಅದೃಷ್ಟದಿಂದ ಮಹಾ ಪ್ರಧಾನನಾದೆ. ನನಗೆ ಮೈಲಿಗೆ ಇಲ್ಲ. ಈಗ, ಡೊಳ್ಳು ತೆರೆದು ತೋರಿಸು" ಎನ್ನುತ್ತಾ ಭೂತರಾಯನಿಂದ ಡೊಳ್ಳು ಕಸಿದುಕೊಂಡ.

ಬೃಹನ್ನಳ ಶಿವಪ್ಪನ ಕೈ ಡೊಳ್ಳು ನುಡಿಸುವ ಕೋಲನ್ನು ಭದ್ರವಾಗಿ ಹಿಡಿದಿದ್ದನ್ನು ನೋಡಿದಳು. ಅವಳು ತಡಮಾಡಿದರೆ ಅವನು ಕೋಲಿನಿಂದ ಡೊಳ್ಳಿನ ಚರ್ಮ ಹರಿದು ಒಳಗಿನಿಂದ ಅವನ ಉರುಮಿ ತೆಗೆಯುತ್ತಾನೆ. ಅವಳು ತಕ್ಷಣ ಕರಡಿ ಕುಣಿತದವನ ಹತ್ತಿರಕ್ಕೆ ಹೋಗಿ ಅವನನ್ನು ಒದ್ದಳು. "ಈಗ" ಎಂದಳು. ಅವನು ಅವಳತ್ತ ನೋಡಿ ಕಣ್ಕಣ್ಣು ಬಿಟ್ಟು ಮರುಕ್ಷಣ ತಲೆಯಾಡಿಸಿದ.

ಅವನು ಕರಡಿಯ ಕಟ್ಟು ಬಿಚ್ಚಿ ಅದನ್ನು ಒದ್ದ. ಕರಡಿ ಜೋರಾಗಿ ಕೂಗಿತು. ಎಲ್ಲರು ಸ್ತಬ್ಧರಾದರು. ಕರಡಿ ಕುಣಿತದವನು ಅದರ ಹಿಂಬದಿಯ ಪಂಜಿನ ನಡುವೆ ಸಣ್ಣದೊಂದು ಚಾಕುವಿನಲ್ಲಿ ಚುಚ್ಚಿದ. ಅದು ನೋವಿನಲ್ಲಿ ದ್ವಾರದ ಕಡೆಗೆ

409

ಧಾವಿಸಿತು. ಅವನ ಚಾಚಿದ ಕೈಗಳಲ್ಲಿ ಬೃಹನ್ನಳ ನಾಣ್ಯಗಳಿದ್ದ ಸಣ್ಣ ಚೀಲವನ್ನು ಹಾಕಿದಳು. ಅವನು ಅದನ್ನು ತಕ್ಷಣ ತನ್ನ ಸೊಂಟಪಟ್ಟಿಯಲ್ಲಿ ಅಡಗಿಸಿಕೊಂಡ.

ಕರಡಿಯು ಹಿಂಗಾಲಿನಲ್ಲಿ ತನ್ನೆತ್ತರಕ್ಕೆ ನಿಂತು ಉಗ್ರವಾಗಿ ಕಿರುಚಿತು. ಜನ ಹೆದರಿ ನಡುಗಿದರು. ನಂತರ ಕರಡಿ ಸ್ಕಂದದಾಸನನ್ನು ತಳ್ಳಿಕೊಂಡು, ಅವನನ್ನು ಬೀಳಿಸಿ ಒಳಗೆ ಹೋಯಿತು. ಅವನ ಕೈಯಲ್ಲಿದ್ದ ಡೊಳ್ಳು ಕೆಳಗೆ ಬಿತ್ತು. ಕರಡಿ ಕೋಟೆ ಪ್ರವೇಶಿಸಿ ಜನರ ನಡುವೆ ಅಡ್ಡಾದಿಡ್ಡಿಯಾಗಿ ಓಡಲಾರಂಭಿಸಿತು. ಜನರು ಗಾಭರಿಯಲ್ಲಿ ಸಿಕ್ಕಿದಂತೆ ಓಡತೊಡಗಿದರು. ಚಿಕ್ಕವರು ಕೆಲವರು ಕೆಳಗೆ ಬಿದ್ದರು, ಗುಂಪು ಅವರನ್ನು ತುಳಿದುಕೊಂಡೇ ಓಡಿತು. ಕರಡಿ ಕೆಲವರನ್ನು ಅಟ್ಟಿಸಿಕೊಂಡು ಹೋಗಿ ಕಚ್ಚಿತು. ಅದು ಅಡ್ಡಾದಿಡ್ಡಿ ಓಡಿ ಜನರಲ್ಲಿ ನೂಕುನುಗ್ಗಲು ಉಂಟಾಯಿತು. ಸ್ಕಂದದಾಸ ಸಂದಣಿಯನ್ನು ನಿಯಂತ್ರಿಸಲು ಯತ್ನಿಸಿದ. ಜನರಿಗೆ ಶಾಂತವಾಗಿರಲು ಕೂಗುತ್ತಾ, ತನ್ನ ಯೋಧರಿಗೆ ತಕ್ಷಣ ಕರಡಿಯನ್ನು ಹಿಡಿಯಲು ಆಜ್ಞೆ ಕೊಟ್ಟ.

ಈ ಗೊಂದಲದಲ್ಲಿ ಡೊಳ್ಳು ಕುಣಿತದವರು ಕೋಟೆಯ ಒಳಸೇರಿದರು. ಕರಡಿಯು ಹೆದರಿದ ಜನಸಂದಣಿಯ ನಡುವೆ ಓಡುತ್ತಿದ್ದಂತೆ ಬೃಹನ್ನಳ ಕಣ್ಣಲ್ಲಿ ಸಂಭ್ರಮದ ಬೆಳಕು ತುಂಬಿಕೊಂಡು ಒಳನಡೆದಳು. ಮಹಾರಾಜರು ಕೂತಿದ್ದ ವೇದಿಕೆಯತ್ತ ನೋಡಿದಳು. ಅದು ಬಹಳ ದೂರವಿತ್ತು ಮತ್ತು ಅವಳಿಗೂ ಮಹಾರಾಜರಿಗೂ ನಡುವೆ ದೊಡ್ಡ ಜನಸಂದಣಿ ಅಡ್ಡವಿತ್ತು. ಡೊಳ್ಳಿನವರು ಈಗ ಸಾಮಾನ್ಯ ಜನರ ಜೊತೆ ಬೆರೆತುಹೋಗಿದ್ದರು. ಈಗ ಅವರನ್ನು ಗುರುತಿಸುವುದು ಅಸಾಧ್ಯ. ಬೃಹನ್ನಳ ಸಂತೋಷದಲ್ಲಿ ತನಗೆ ತಾನೇ ಹೇಳಿಕೊಂಡಳು – "ತಾಯೀ, ನೀನು ಕೂಡಾ ಕನಸು ಕಾಣಲಾರದಂತಹ ಸಾಧನೆಯನ್ನು ನಾನು ಇವತ್ತು ಸಾಧಿಸಿ ತೋರಿದ್ದೇನೆ."

ಅಧ್ಯಾಯ ನಲವತ್ತು

ಕಾಮಾಕ್ಷಿ

ಶಿವಗಾಮಿ ಹೋದ ನಂತರ ಕಾಮಾಕ್ಷಿಗೆ ಬಹಳ ಆತಂಕ ವಾಯಿತು. ಆದರೆ ಶಿವಪ್ಪನನ್ನು ಭೇಟಿಯಾಗುವ ನಿರೀಕ್ಷೆಯೂ ಅವಳನ್ನು ಪುಳಕಿತಗೊಳಿಸುತ್ತಿತ್ತು. ಅವನು ತನ್ನನ್ನು ಹೇಗೆ ಕಂಡು ಹಿಡಿಯುತ್ತಾನೆ ಅನ್ನುವ ಬಗ್ಗೆ ಅವಳಿಗೆ ಸುಳಿವಿರಲಿಲ್ಲ. ಗುಂಪಿನಲ್ಲಿ ಅವನೆಲ್ಲಾದರೂ ಕಾಣಿಸುತ್ತಾನೆಯೇ ಎಂದು ಅವಳ ಕಣ್ಣುಗಳು ಹುಡುಕುತ್ತಿದ್ದವು.

ಗಂಡಸರ ಒಂದು ಗುಂಪು ಇಂದ್ರಜಾಲವನ್ನು ಪ್ರದರ್ಶಿಸುತ್ತಿತ್ತು. ಹಾವಾಡಿಗನೊಬ್ಬ ಒಂದು ಬುಟ್ಟಿ ಮತ್ತು ಪುಂಗಿಯೊಡನೆ ಬಂದ. ವೇದಿಕೆಯ ಬಳಿ ಬುಟ್ಟಿಯನ್ನು ತೆರೆದು ಪುಂಗಿ ಊದತೊಡಗಿದ. ಬುಟ್ಟಿಯಿಂದ ಒಂದು ಹಗ್ಗ ಹಾವಿನಂತೆ ಏಳತೊಡಗಿತು. ಕುಣಿಯುತ್ತಾ, ತಿರುಗುತ್ತಾ ಹಾವಿನಂತೆ ಸುತ್ತಿಕೊಳ್ಳುತ್ತಾ, ಸಂಗೀತ ತಾರಕಕ್ಕೆ ಏರಿದಂತೆ ಅದು ಎತ್ತರ ಎತ್ತರಕ್ಕೆ ಹೋಯಿತು. ಹಾವಾಡಿಗ ಪುಂಗಿಯನ್ನು ಊದುತ್ತಾ ಅದರ ಸುತ್ತ ನರ್ತಿಸತೊಡಗಿದ. ಪುಂಗಿ ನಾದ ಮನ ಸೆಳೆಯುವಂತಿದ್ದು ಅದು ಕಾಮಾಕ್ಷಿಯಲ್ಲಿ ಹುದುಗಿಟ್ಟಿದ್ದ ಭಯವನ್ನು ಹೊರತಂದಿತು. ನಿಲ್ಲದ ಆ ಸಂಗಿತ ಅವಳನ್ನು ಕಂಗೆಡಿಸಿತು. ಹಗ್ಗ

ಮೂವತ್ತು ಅಡಿಗಳಿಗಿಂತ ಮೇಲಕ್ಕೆ ಏರಿದ್ದರೂ ಪುಂಗಿ ನಾದಕ್ಕೆ ಅದು ಕುಣಿಯುತ್ತಿತ್ತು. ಪ್ರೇಕ್ಷಕರು ಆಟವನ್ನು ಮೆಚ್ಚಿಕೊಂಡು ಉದ್ಗಾರ ಮಾಡುತ್ತಿದ್ದರು.

ಹಾವಾಡಿಗ ತನ್ನ ಹತ್ತು ವರ್ಷದ ಮಗನನ್ನು ಕರೆದ. ಅವನ ಪ್ರಕಾರ ಸ್ವರ್ಗದ ವರೆಗೆ ಎದ್ದಿದ್ದ ಹಗ್ಗವನ್ನು ಹತ್ತಲು ಹೇಳಿದ. ಹುಡುಗ ಹಗ್ಗ ಹತ್ತಲು ಪ್ರಾರಂಭಿಸಿದ. ತಂದೆ ಮತ್ತೆ ಪುಂಗಿ ಊದತೊಡಗಿದ. ಹುಡುಗನನ್ನು ಬೀಳಿಸಿಬಿಡುವಂತೆ ಹಗ್ಗ ಅಲುಗಾಡಿತು. ಜನ ಹುಚ್ಚೆದ್ದು ಕೂಗಿದರು. ಹುಡುಗ ಬಿಡದೆ ಗಟ್ಟಿಯಾಗಿ ಹಗ್ಗವನ್ನು ಹಿಡಿದುಕೊಂಡು ಮತ್ತೆ ಹತ್ತತೊಡಗಿದ. ಅಷ್ಟರಲ್ಲೇ ಅವನು ಮಾಯವಾದ. ಹಾವಾಡಿಗ ಮಗನನ್ನು ಕರೆದ. ಯಾಕಿಷ್ಟು ತಡ ಮಾಡುತ್ತಿದ್ದೀಯಾ, ಬೇಗ ಬಾ ಎಂದು ಕೂಗಿದ. ಮೇಲಿನಿಂದ ತಾನು ಹಿಂದಿರುಗುವುದಿಲ್ಲ, ಇಲ್ಲೇ ರಂಭೆಯನ್ನು ಮಾಡುವೆ ಮಾಡಿಕೊಂಡು ಇದ್ದುಬಿಡುತ್ತೇನೆ ಎಂದು ಮಗನ ಧ್ವನಿ ಮಾತ್ರ ಕೇಳಿಸಿತು. ಜನರು ಅದಕ್ಕೆ ನಕ್ಕರು. ಕಾಮಾಕ್ಷಿ ಅವಳಿಗರಿವಿಲ್ಲದೆಯೇ ಆಟದಲ್ಲಿ ತಲ್ಲೀನಳಾದಳು. ದ್ವಾರದ ಬಳಿ ದೊಡ್ಡದೊಂದು ದೊಂಬಿ ಅವಳ ಏಕಾಗ್ರತೆಯನ್ನು ಭಂಗ ಮಾಡಿತು. ಕೆಲವರು 'ಕರಡಿ, ಕರಡಿ' ಎಂದು ಕೂಗುತ್ತಿದ್ದರು. ಅದೇನೆಂದು ಅವಳಿಗೆ ಅರ್ಥವಾಗಲಿಲ್ಲ. ಗದ್ದಲ ಸ್ಥಿಮಿತಕ್ಕೆ ಬಂದಿತು. ಕಾಮಾಕ್ಷಿ ಆಟದ ಕಡೆಗೆ ಗಮನ ಕೊಡಲು ಯತ್ನಿಸಿದಳು. ಆದರೆ ಅವಳ ಮನಸ್ಸು ಮತ್ತೆ ಶಿವಪ್ಪನ ಕಡೆಗೆ ಹೊರಳಿತು. ಆಗಲೇ ನಡುರಾತ್ರಿ ಕಳೆದಿತ್ತು. ತಾನು ಬರುತ್ತೇನೆಂದು ವಚನ ಕೊಟ್ಟಿದ್ದ. ಅವಳು ಸ್ವತಃ ಹೋಗಿ ಅವನಿಗಾಗಿ ಹುಡುಕಬೇಕೆ? ಅವಳು ಎದ್ದಳು. ತಕ್ಷಣ ಹಿಂದಿನಿಂದ ಒಬ್ಬಳು ಹುಡುಗಿ ಅವಳನ್ನು ಹಿಡಿದು ಎಳೆದು ಕೂಡಿಸಿದಳು. ಮನಸ್ಸಿಲ್ಲದೆಯೇ ಅವಳು ಆಟವನ್ನು ನೋಡಲು ಕೂತಳು.

ಹಾವಾಡಿಗ ಇಂದ್ರನಿಗೆ ತನ್ನ ಮಗನನ್ನು ಹಿಂದಿರುಗಿ ಕಳಿಸಿಕೊಡು ಎಂದು ಎಚ್ಚರಿಕೆ ಕೊಟ್ಟ. ಆದರೆ ಇಂದ್ರನ ನಗೆ ನೆಲದಲ್ಲಿ ಪ್ರತಿಧ್ವನಿಸಿತು. ಅವನ ಮಗನನ್ನು ತಾನು ದತ್ತು ತೆಗೆದುಕೊಳ್ಳುತ್ತೇನೆ ಎಂದು ಇಂದ್ರ ನುಡಿದ. ಅದು ಗಾರುಡಿ ವಾಣಿ ಯಾಗಿತ್ತು. ಧ್ವನಿ ಸ್ವರ್ಗದಿಂದ ಬರುವಂತೆ ಅವನು ಆಟವಾಡುತ್ತಿದ್ದ. ಹಾವಾಡಿಗ ಕೋಪಬಂದಂತೆ ನಟಿಸಿ ವಯಸ್ಸಾದ ಮೇಲೆ ತಾನೇನು ಮಾಡಲಿ ಎಂದು ಕೇಳಿದ. ತಟ್ಟನೆ ಉತ್ತರ ಬಂದಿತು–ಚಿಕ್ಕವಯಸ್ಸಿನಲ್ಲೇ ಸತ್ತು ಹೋಗು. ಜನ ಬಿದ್ದೂ ಬಿದ್ದೂ ನಕ್ಕರು. ಹಾವಾಡಿಗ ಇಂದ್ರನನ್ನು, ತನ್ನ ಮಗನನ್ನು ಬೈಯುತ್ತಾ ಸುತ್ತ ನರ್ತಿಸಿದ. ನಂತರ ಪ್ರೇಕ್ಷಕರಿಗೆ ಹೇಳಿದ: ತಾನು ಅವರಿಬ್ಬರಿಗೂ ಒಂದು ಪಾಠ ಕಲಿಸುತ್ತೇನೆ. ಅವನು ಬಾಯನ್ನು ಅಗಲಿಸಿ ಗಂಟಲಿನೊಳಗಿಂದ ನಾಲ್ಕು ಅಡಿ ಕತ್ತಿಯನ್ನು ಹೊರತೆಗೆದ. ಜನ ಆಶ್ಚರ್ಯದಲ್ಲಿ ಕೈ ತಟ್ಟಿದರು. ಅವನು ಹಗ್ಗವನ್ನು ಏರಲು ಪ್ರಾರಂಭಿಸಿ ಅವನೂ ಮಾಯವಾದ. ಆಕಾಶದಿಂದ ಕಾಳಗದ ಭೀಕರ

ಸದ್ದು ಕೇಳಿಸಿತು. ಕತ್ತಿಗಳು ಎಡತಾಕಿದವು. ಕೂಗು, ಚೀರುವಿಕೆ, ಬೊಬ್ಬೆ ಎಲ್ಲಾ ಕೇಳಿಸಿದವು. ಇದ್ದಕ್ಕಿದ್ದಂತೆ ಎಲ್ಲಾ ಕಡೆ ಕೈ ಮತ್ತು ಕಾಲುಗಳು ಬೀಳಲಾರಂಭಿಸಿದವು. ಕತ್ತರಿಸಿದ ತಲೆ, ಕೈ, ಕಾಲು ಕಿವಿ ಮೂಗು ಎಲ್ಲವೂ ತಮ್ಮ ಮೇಲೆ ಬಿದ್ದಿದ್ದು ನೋಡಿ ಜನರು ಹೆದರಿ ಎದ್ದು ಓಡಿದರು.

ಕಾಮಾಕ್ಷಿಯೂ ತಾನು ಕೂತ ಸ್ಥಳದಿಂದ ಎದ್ದು ಸರಿದಳು. ಸುತ್ತ ನೋಡಿದಳು. ಅವಳಲ್ಲಿ ಮಿಂಚಿನ ಸಂಚಾರವಾಯಿತು. ಶಿವಪ್ಪ! ಅವಳು ಅವನನ್ನು ನೋಡಿದಳು. ಅವನು ಒಂದು ಡೊಳ್ಳು ಹಿಡಿದಿದ್ದ. ಅವಳು ಅವನ ಹೆಸರು ಕರೆದಳು. ಆದರೆ ಅದು ಪ್ರೇಕ್ಷಕರ ಗದ್ದಲದಲ್ಲಿ ಮುಳುಗಿಹೋಯಿತು. ಗುಂಪು ಮತ್ತೆ ಕುಳಿತಿತು. ಅವನು ಕಾಣೆಯಾದ. ಹಾವಾಡಿಗ ರಕ್ತ ಸೋರುತ್ತಿದ್ದ ಕತ್ತಿ ಹಿಡಿದು ಹಗ್ಗದಿಂದ ಇಳಿದು ಬಂದ. ಅವನು ಕೈ ಕಾಲುಗಳನ್ನು ಒಂದೊಂದನ್ನೇ ಎತ್ತಿಕೊಂಡು ಅದು ತನ್ನ ಮಗನದೇ ಎಂದು ಪರೀಕ್ಷಿಸುತ್ತಿದ್ದ. ಕೆಲವು ಕೈಕಾಲುಗಳನ್ನು ಆರಿಸಿಕೊಂಡು ಏನೋ ಮಂತ್ರ ಪಠಿಸಿದ. ನಂತರ ಅವನ್ನು ಒಂದು ಕಡೆ ಗುಡ್ಡೆ ಹಾಕಿ, ತನ್ನ ರುಮಾಲನ್ನು ಬಿಡಿಸಿ ಅದರ ಮೇಲಿಟ್ಟ, ನಂತರ ಯಮ, ಬ್ರಹ್ಮ, ವಿಷ್ಣು ಮತ್ತು ಶಿವನನ್ನು ಆವಾಹನೆ ಮಾಡಿದ. ಅವನು ರುಮಾಲನ್ನು ಎತ್ತಿದಾಗ ಹುಡುಗ ನಗುತ್ತಾ ಎದ್ದು ಬಂದ. ಜನ ಹುಚ್ಚೆದ್ದು ಜೋರಾಗಿ ಕೈ ತಟ್ಟಿದರು.

ಕಾಮಾಕ್ಷಿ ಈಗ ತಾನು ಕೂತಿದ್ದ ಸ್ಥಳದಿಂದ ದೂರ ಬಂದಿದ್ದಳು. ಅವಳು ಮತ್ತೆ ಶಿವಪ್ಪನನ್ನು ಕಂಡಿದ್ದಳು. ಅವನು ವೇದಿಕೆಯ ಬಳಿ ನಿಂತಿದ್ದ ಗುಲಾಮರು ಮತ್ತು ಅಸ್ಪೃಶ್ಯರನ್ನು ದಾಟಿಕೊಂಡು ಅರಮನೆಯ ಕಡೆಗೆ ಹೋಗುತ್ತಿದ್ದ. ಅವನು ನೆರಳಿನಲ್ಲಿ ಗೋಡೆಯ ಪಕ್ಕದಲ್ಲೇ ನಡೆಯುತ್ತಿದ್ದ. ಅವಳಿಗೆ ಕೆಲವೊಮ್ಮೆ ಕಾಣಿಸುತ್ತಿದ್ದ, ಕೆಲವೊಮ್ಮೆ ಅವನು ಮಾಯವಾದನೆಂದು ಅವಳು ಪರಿತಪಿಸುತ್ತಿದ್ದಳು.

ಕಾಮಾಕ್ಷಿ ಗುಲಾಮರ ನಡುವೆಯೇ ನುಗ್ಗಿಕೊಂಡು, ಅವರ ಆಶ್ಚರ್ಯದ ನೋಟಗಳನ್ನು ಅಲಕ್ಷಿಸಿ ಮುಂದೆ ಸರಿದಳು. ಕೊನೆಗೆ ಅವನು ಕಾಣಿಸಿದ. ಗೋಡೆಗೆ ಒರಗಿಕೊಂಡು ಅವನು ನೆಟ್ಟನೋಟದಿಂದ ಮಹಾರಾಜನನ್ನೇ ನೋಡುತ್ತಿದ್ದ. ಅವಳು ಅವನನ್ನು ಸಮೀಪಿಸಿ ಅವನ ಹೆಗಲು ಮುಟ್ಟಿದಳು. ಅವನು ತನ್ನನ್ನು ಅಪ್ಪಿಕೊಂಡು ಮುತ್ತಿಡುತ್ತಾನೆ ಎಂದು ಭಾವಿಸಿ ಅವನ ತುಟಿಗಳು ತನ್ನ ತುಟಿಯನ್ನು ಸ್ಪರ್ಶಿಸುವ ಕಲ್ಪನೆಯಲ್ಲಿ ಕೆಂಪೇರಿದಳು.

ಅವನು ತಿರುಗಿ ನೋಡಿದ, ಅವನ ಕಣ್ಣುಗಳಲ್ಲಿ ಪ್ರೀತಿ ಇರಲಿಲ್ಲ. ತನ್ನನ್ನು ಮುಟ್ಟಿದ್ದು ಯಾರೆಂದು ತಿಳಿದಾಗ ಅವನ ಕಣ್ಣುಗಳು ಕೋಪದಿಂದ ಉರಿದವು. ಅವನು ಬುಸುಗುಟ್ಟಿದ "ನೀನೇನು ಮಾಡುತ್ತಿದ್ದೀಯಾ ಇಲ್ಲಿ?"

"ನೀನು... ನೀ.. ನೀನು ಹೇಳಿದೆ..." ಕಾಮಾಕ್ಷಿಯ ಕಣ್ಣುಗಳು ತುಂಬಿಬಂದವು. ಅವನು ನನ್ನನ್ನು ದ್ವೇಷಿಸುತ್ತಾನೆ ಎಂದುಕೊಂಡು, ತುಟಿ ಕಚ್ಚಿ ಹಿಡಿದು ಅಳು ತಡೆದು ಕೊಂಡಳು. ನಡುಗುವ ಕೈಗಳಿಂದ ಅವನನ್ನು ಮುಟ್ಟಲು ಯತ್ನಿಸಿದಳು "ಶಿವಾ..."

"ತೊಲಗಾಚೆಗೆ, ನನ್ನ ಹತ್ತಿರ ಬರಬೇಡಾ" ಎಂದ ಅವನು. ಅವನು ಅವಳತ್ತ ನೋಡುತ್ತಲೂ ಇರಲಿಲ್ಲ. ಅವನು ಮಹಾರಾಜನನ್ನು ನೋಡುತ್ತಿದ್ದ. ಅವನಿಗಾಗಿ ಪ್ರತಿಕ್ಷಣದಲ್ಲೂ ತಾನು ಪರಿತಪಿಸಿದ್ದು ಇದಕ್ಕಾಗಿಯೇ? ಅವಳು ಸರಕ್ಕನೆ ಹಿಂದಕ್ಕೆ ತಿರುಗಿ ನಡೆಯತೊಡಗಿದಳು, ಅವಳ ಲಂಗ ತೊಡರಿಕೊಳ್ಳುತ್ತಿತ್ತು.

ಅವನು ತನ್ನನ್ನು ಹಿಂದಕ್ಕೆ ಕರೆಯಬಹುದು, ಇದೆಲ್ಲ ವಿನೋದಕ್ಕೆ ಎನ್ನಬಹುದು ಎಂದು ಅವಳ ಅರೆಮನಸ್ಸು ಹೇಳುತ್ತಿತ್ತು. ಅವನು ಎಷ್ಟು ನಿಷ್ಕರುಣಿ, ಎಷ್ಟು ಕ್ರೂರಿಯಾಗಬಲ್ಲ ಎನ್ನುವದರ ಬಗ್ಗೆ ಅವಳಿಗೆ ಅರಿವಿರಲಿಲ್ಲ.

ಕೊನೆಯ ಒಂದು ಸಲಕ್ಕೆ ಅವಳು ಹಿಂದೆ ತಿರುಗಿ ನೋಡಿದಳು. ಅವರ ಕಣ್ಣುಗಳು ಕೂಡಿದವು. ಅವನ ಕಣ್ಣುಗಳು ನೀರವವಾಗಿದ್ದವು. ಆದರೆ ಅವು ತನಗೇನನ್ನೋ ಹೇಳುತ್ತಿವೆ ಎಂದು ಅವಳಿಗೆ ಅನ್ನಿಸಿತು. ಅವನ ವಿಚಿತ್ರ ನಡವಳಿಕೆಗೆ ಏನೋ ಕಾರಣವಿರಬಹುದು. ಆದರೆ ಅವನು ತಕ್ಷಣ ಪಕ್ಕಕ್ಕೆ ತಿರುಗಿದ.

ಅವಳು ಕೆನ್ನೆಯ ಮೇಲೆ ಜಾರುತ್ತಿದ್ದ ಕಣ್ಣೀರಿನ ಪರಿವೆಯಿಲ್ಲದೆ ಜನರ ನಡುವಲ್ಲಿ ಓಡಿದಳು. ಅವಳಿಗೆ ತನ್ನ ಬದುಕಿನ ಬಗ್ಗೆ, ಶಿವಪ್ಪನ ಬಗ್ಗೆ ದ್ವೇಷ ಉಕ್ಕಿತು. ಜನಜಂಗುಳಿಯಿಂದ ದೂರವಾಗಿ ಸರಿದಳು. ಅವಳಿಗೆ ಏಕಾಂತ ಬೇಕಿತ್ತು. ಹೃದಯ ಕರಗುವಂತೆ ಜೋರಾಗಿ ಅಳಬೇಕೆನ್ನಿಸಿತು. ಶಿವಗಾಮಿಯ ಜೊತೆ ಮಾತನಾಡಿ, ಅವಳ ಹೆಗಲಲ್ಲಿ ತಲೆ ಇಟ್ಟು ಅಳಬೇಕೆನ್ನಿಸಿತು. ಶಿವಗಾಮಿ! ಅವಳ ಬಗ್ಗೆ ಸಂಪೂರ್ಣ ಮರೆತುಬಿಟ್ಟಿದ್ದಳು. ಅವಳಿನ್ನೂ ಯಾಕೆ ಹಿಂದಿರುಗಿಲ್ಲ? ಗೆಳತಿಯನ್ನು ಒಬ್ಬಳನ್ನೇ ಕಳಿಸಿ ತಾನು ತನ್ನನ್ನು ಪ್ರೇಮಿಸುತ್ತಿದ್ದಾನೆ ಎಂದು ಭ್ರಮಿಸಿದ ಪುರುಷನಿಗಾಗಿ ಕಾಯುತ್ತಿದ್ದೆನೆಂದು ತಾಯಿ ಗೌರಿ ತನಗೆ ಕೊಟ್ಟ ಶಿಕ್ಷೆ ಇದು. ಈಗ ಶಿವಗಾಮಿಯನ್ನು ಹುಡುಕಬೇಕು.

ಕಾಮಾಕ್ಷಿ ಅರಮನೆಯ ಕಚೇರಿಯ ಕಟ್ಟಡಗಳ ಕಡೆಗೆ ನಡೆದಳು. ಅವಳು ಜನಸಂದಣಿಯಿಂದ ದೂರಕ್ಕೆ ನಡೆಯುತ್ತಿದ್ದಳು. ನರ್ತನಪ್ರದರ್ಶನಗಳು, ಸಂಗೀತದ ಸದ್ದು ಕ್ಷೀಣವಾಗುತ್ತಾ ಬಂತು. ಪ್ರಧಾನ ಮೈದಾನದಿಂದ ದೂರವಾದಂತೆ ಕತ್ತಲೆ ದಟ್ಟವಾಗುತ್ತಿತ್ತು. ದೊಂದಿಗಳು ಯಾವಾಗಲೋ ನಂದಿ ಹೋಗಿದ್ದವು. ಅವಳು ತೋಟದ ಕಡೆಗೆ ತಿರುಗಿದಳು. ಕಾವಲುಗಾರನೊಬ್ಬ ತನ್ನ ಭಲ್ಲೆಗೇ ಒರಗಿಕೊಂಡು ತೂಕಡಿಸುತ್ತಿದ್ದ. ಅವಳು ತನ್ನ ಭಯ ಅನುಮಾನಗಳನ್ನು ಹತ್ತಿಕ್ಕಿಕೊಳ್ಳುತ್ತಾ ಮೆಲ್ಲನೆ ಹೆಜ್ಜೆಯಿಡುತ್ತಾ ಅವನನ್ನು ದಾಟಿ ಮುಂದೆ ಹೋದಳು.

ತನಗೆ ಏನಾದರೆ ಯಾರಿಗೇನು ಎನ್ನುವ ಉದಾಸೀನ ಅವಳನ್ನು ಆವರಿಸಿತ್ತು. ಅವಳು ನಡೆಯುತ್ತಲೇ ಇದ್ದಳು. ಇದ್ದಕ್ಕಿದ್ದಂತೆ ಅವಳ ಹಿಂದೆ ಸಣ್ಣದಾಗಿ ಸರಸರ ಸದ್ದು ಕೇಳಿ ತಡೆದಳು. ಕತ್ತಲಿತ್ತು ಜೊತೆಗೆ ಮಂಜು ಕವಿದಿತ್ತು. ನದಿಯ ಕಡೆಯಿಂದ ಮುಂಜಾನೆಯ ಮಂಜು ನಿಧಾನವಾಗಿ ಹರಡುತ್ತಿತ್ತು. ಗೋಚರತೆ ಕಡಿಮೆಯಾಗುತ್ತಿತ್ತು. ಮತ್ತೆ ನಡೆಯತೊಡಗಿದಳು, ಮತ್ತೆ ಸರಸರ ಸದ್ದು ಕೇಳಿಸಿತು. ದೀರ್ಘ ಉಸಿರೆಳೆದುಕೊಳ್ಳುತ್ತಾ ಅವಳು ಹಿಂದಕ್ಕೆ ತಿರುಗಿದಳು. ಯಾರೂ ಇಲ್ಲ. ಕೋಟೆಯ ಎತ್ತರದ ಗೋಡೆಯ ನೆರಳು ಓರೆಯಾಗಿ ಹುಲ್ಲುಹಾಸಿನ ಮೇಲೆ ಬಿದ್ದಿತ್ತು. ಎಲ್ಲೋ ದೂರದಲ್ಲಿ ಹಾಡುಗಾರನೊಬ್ಬ ವಿಫಲ ಪ್ರೇಮದ ಹಾಡನ್ನು ಹಾಡುತ್ತಿದ್ದ. ನಿಟ್ಟುಸಿರಿಟ್ಟು ಅವಳು ತಿರುಗಿದಳು. ಕತ್ತಲಿನಿಂದ ಒಂದು ಕೈ ಹಠಾತ್ತನೆ ಬಂದು ಅವಳ ಕೊರಳನ್ನು ಹಿಡಿಯಿತು. ಅವಳು ಕೂಗಲು ಯತ್ನಿಸಿದಳು. ಆದರೆ ಕೈ ಅವಳ ಕೊರಳನ್ನು ಬಿಗಿ ಹಿಡಿದಿತ್ತು. ಅವಳು ಬಿಡಿಸಿಕೊಳ್ಳಲು ಯತ್ನಿಸುತ್ತಾ ತನ್ನನ್ನು ಹಿಡಿದವರು ಯಾರೆಂದು ನೋಡಲು ಪ್ರಯತ್ನಪಟ್ಟಳು. ಯಾರೆಂದು ತಿಳಿದಾಗ ಅವಳ ಧ್ವನಿ ಗಂಟಲಲ್ಲೇ ಉಡುಗಿತು.

ಕೇಕಿಯ ಹಲ್ಲು ಕಿರಿಯುತ್ತಿದ್ದ ಮುಖ ಪ್ರೇತದಂತೆ ಭಾಸವಾಯಿತು. ಶಿಖಂಡಿ ತುಟಿ ಮುಂಚಾಚಿ ತನ್ನ ಮತ್ತೊಂದು ಕೈಯಿಂದ ಅವಳಿಗೊಂದು ಗಾಳಿಯಲ್ಲಿ ಮುತ್ತು ತೂರಿದಳು. ನಿಧಾನವಾಗಿ ಅವಳು ಕಾಮಾಕ್ಷಿಯ ಕೊರಳನ್ನು ಅಮುಕತೊಡಗಿದಳು.

ಅಧ್ಯಾಯ ನಲವತ್ತೊಂದು

ಮಹಾದೇವ

ಮಹಾದೇವ ನದಿಯ ದಡದಲ್ಲಿ ತನ್ನ ಎಂದಿನ ಪ್ರಿಯವಾದ ಸ್ಥಳದಲ್ಲಿ ಒಂಟಿಯಾಗಿ ಕೂತಿದ್ದ. ಆ ಹುಚ್ಚ ಭೈರವ ಸುತ್ತಮುತ್ತ ಕಾಣಿಸಲಿಲ್ಲ. ಅವನಿಗೆ ಏಕಾಂತ ಬೇಕಿತ್ತು. ತಲೆಯ ಮೇಲೆ ಆಕಾಶದಲ್ಲಿ ಅಸಂಖ್ಯಾತ ತಾರೆಗಳು ಏಕಕಾಲಕ್ಕೆ ಅವನನ್ನು ಅಣಕಿಸುವಂತೆ ಮಿನುಗುತ್ತಿದ್ದವು. ಹರಿಯುತ್ತಿದ್ದ ಮಾಹಿಷ್ಮತಿ ನದಿಯ ಅಲೆಗಳು ಮೆಟ್ಟಿಲುಗಳಿಗೆ ಸಪ್ಪಳ ಮಾಡುತ್ತಾ ಬಡಿಯುತ್ತಿದ್ದುದು ಕೂಡಾ, ನದಿ ತನ್ನ ಸ್ಥಿತಿಯನ್ನು ನೋಡಿ ನಗುತ್ತಿದೆ ಎನ್ನಿಸಿತು. ಶಿವಗಾಮಿಗೆ ಅಂದು ರಾತ್ರಿ ಹೇಳಿದ ಮಾತುಗಳನ್ನು ಅವನು ಮನಸ್ಸಿನಲ್ಲೇ ನೂರಾರು ಸಲ ಹೇಳಿ ಹೇಳಿ ಅಭ್ಯಾಸ ಮಾಡಿಕೊಂಡಿದ್ದ. ಅವಳನ್ನು ಮೊದಲ ಸಲ ನೋಡಿದಾಗಿನಿಂದ ಅವನು ಬೇರೆ ಯಾವುದರ ಕುರಿತೂ ಯೋಚಿಸಿರಲಿಲ್ಲ. ಮನಸ್ಸಿನಲ್ಲೇ ಶಿವಗಾಮಿಯ ಜೊತೆ ದೀರ್ಘ ಸಂಭಾಷಣೆ ನಡೆಸುತ್ತಿದ್ದ. ಅವಳು ತನ್ನ ಪಕ್ಕದಲ್ಲಿ ನಡೆಯುತ್ತಾ, ತಾವಿಬ್ಬರೂ ಕೈಕೈಹಿಡಿದು, ಮಧುರ ಪ್ರಣಯ ಸಲ್ಲಾಪವನ್ನು ಮಾಡುತ್ತಿದ್ದಂತೆ ಅವನು ಕಲ್ಪಿಸಿಕೊಂಡಿದ್ದ.

ಪ್ರತಿ ಸಲ ಅವನು ಅನಾಥಾಲಯಕ್ಕೆ ಭೇಟಿ ಕೊಟ್ಟಾಗಲೂ

ಅವನು ಅವಳನ್ನು ಮಾತನಾಡಿಸಲು ನೆಪ ಹುಡುಕಿದ್ದ. ಪ್ರತಿ ಸಲವೂ ಅವಳು ಅವನ ಬಗ್ಗೆ ಉಪೇಕ್ಷೆಯಿಂದಿದ್ದಳು ಅನ್ನುವ ಸತ್ಯ ಅರಿವಾಗಿ ಅವನ ಮನಸ್ಸಿಗೆ ಆಘಾತವಾಯಿತು. ತಾನು ಎಂತಹ ಕುರುಡನಾಗಿದ್ದೆ. ಅಂತಹ ಅಪ್ರತಿಮ ಸುಂದರಿ ಶಿವಗಾಮಿ ತನ್ನನ್ನು ವರಿಸುತ್ತಾಳೆ ಎಂದು ಯೋಚಿಸಲೂ ಎಷ್ಟು ಮೂರ್ಖ ತಾನು. ಅಂತಹ ಸಂಗತಿಗಳು ಕೇವಲ ವ್ಯರ್ಥ ಹಾಡುಗಳಲ್ಲಿ, ಹಳೆಯ ಅಜ್ಜಿ ಕಥೆಗಳಲ್ಲಿ ಮಾತ್ರ ಸಂಭವಿಸುತ್ತವೆ.

ಅವಳು ತನ್ನನ್ನು ದ್ವೇಷಿಸುತ್ತಾಳೆ. ಅವಳ ನಗು ಅವನ ಕಿವಿಯಲ್ಲಿ ಇನ್ನೂ ರಿಂಗಣಿಸುತ್ತಿತ್ತು. ಕನಿಷ್ಠಪಕ್ಷ ಅವಳು ಸ್ವಲ್ಪ ಕರುಣೆ ತೋರಿಸಬಹುದಿತ್ತು. ತನಗೆ ಬೇರೊಬ್ಬ ಪ್ರಿಯಕರನಿದ್ದಾನೆ ಎಂದು ಸುಳ್ಳು ಹೇಳಬಹುದಿತ್ತು. ಅದರಿಂದ ಅವನು ಅವಳನ್ನು ಪ್ರೀತಿಸುವುದನ್ನು ಬಿಡುತ್ತಿರಲಿಲ್ಲ. ಆದರೆ ಅವಳಿಗೆ ತೊಂದರೆ ಕೊಡುತ್ತಿರಲಿಲ್ಲ. ಅವಳು ಅವನ ಬಗ್ಗೆ ಕ್ರೂರವಾಗಿ ನಡೆದುಕೊಂಡಿದ್ದಾಳೆ. ಅಲ್ಲ, ಅವನು ತನ್ನನ್ನು ತಿದ್ದಿಕೊಂಡ, ತಾನು ಯೋಗ್ಯನಲ್ಲದ್ದನ್ನು ಬಯಸಿದ್ದ. ತನ್ನ ಸ್ಥಾನ ತಿಳಿಯದ ಮೂರ್ಖನ ಜೊತೆ ದೃಢಮನಸ್ಸಿನ ಹೆಣ್ಣೊಬ್ಬಳು ಹೀಗೆಯೇ ನಡೆದುಕೊಳ್ಳಬೇಕು.

ಅವಳು ತನ್ನನ್ನು ಇಷ್ಟಪಡುವುದಿಲ್ಲ ಅನ್ನುವ ಸೂಚನೆಗಳು ಮೊದಲಿನಿಂದಲೂ ಸ್ಪಷ್ಟವಾಗಿತ್ತು. ಅವಳ ನಡವಳಿಕೆಗೆ ಅನುಕೂಲಕರ ಸಮರ್ಥನೆಗಳನ್ನು ಕೊಟ್ಟುಕೊಳ್ಳುತ್ತಾ ತನಗೆ ತಾನೇ ವಂಚನೆ ಮಾಡಿಕೊಂಡಿದ್ದೆ. ತನ್ನೊಡನೆ ಮಾತನಾಡಲು ಅವಳು ಹಿಂಜರಿಯುತ್ತಿದ್ದುದನ್ನು ತಾನು ನಾಚಿಕೆ ಎಂದುಕೊಂಡು, ಅದಕ್ಕಾಗಿ ಅವಳನ್ನು ಇನ್ನೂ ಹೆಚ್ಚು ಪ್ರೀತಿಸಿದ್ದೆ. ಅವನಿಗೆ ಅಳು ಉಕ್ಕರಿಸಿ ಬಂತು. ತಾನು ದೊಡ್ಡ ವೀರನಲ್ಲ. ತಾಯಿ ಯಾವಾಗಲೂ ಹೇಳುವಂತೆ ತಾನು ಯಾವುದಕ್ಕೂ ಬಾರದ ನಿಷ್ಪ್ರಯೋಜಕ. ಬಹುಶ ತನ್ನ ಹೇಡಿತನ ಕುರಿತ ಕಥೆಗಳು ಅವಳ ಕಿವಿಗೆ ಬಿದ್ದಿರಬಹುದು, ತಾನು ಶಸ್ತ್ರಾಸ್ತ್ರಗಳನ್ನು ಬಳಸುವಲ್ಲಿ ನಿಪುಣನಲ್ಲ, ಏಕಾಂಗಿಯಾಗಿ ತೋಟದಲ್ಲಿ ಕೂತು ಕನಸು ಕಾಣಲು ಬಯಸುತ್ತೇನೆ ಎನ್ನುವುದು ಅವಳಿಗೆ ತಿಳಿದಿರಬಹುದು. ಅವನು ಬಿಜ್ಜಳನಂತೆ ಯುದ್ಧವೀರನಲ್ಲ. ಅಣ್ಣ ಮುಂಗೋಪಿ, ಅದು ವೀರನ ಲಕ್ಷಣವೇ? ಅವನ ಮುಂದೆ ಪುರುಷರು ನಡುಗುತ್ತಿದ್ದರು. ಮಹಾದೇವನ ಮುಂದೆ ಅವರು ಗೌರವವನ್ನು ನಟಿಸುತ್ತಿದ್ದರು, ಆದರೆ ಅವರು ಅವನ ಬೆನ್ನ ಹಿಂದೆ ನಗುತ್ತಿದ್ದರೆಂದು ಅವನಿಗೆ ಗೊತ್ತಿತ್ತು. ಶಿವಗಾಮಿ ಅವನ ಮುಖಕ್ಕೇ ಅಪಹಾಸ್ಯ ಮಾಡಿ ನಕ್ಕಿದ್ದಳು. ಕನಿಷ್ಠಪಕ್ಷ ಅವಳು ಅವನ ಬೆನ್ನ ಹಿಂದೆ ನಗುವ ಕೆಟ್ಟತನ ತೋರಲಿಲ್ಲ. ಅವಳ ನೇರ ನಡೆ ಅವನಿಗೆ ಇಷ್ಟವಾಯಿತು. ಅವಳ ಎಲ್ಲವೂ ಅವನಿಗೆ ಪ್ರಿಯವಾಗಿತ್ತು. ಪ್ರತಿ ಗಳಿಗೆ, ಪ್ರತಿ ಉಸಿರು. ಅದನ್ನು ಯೋಚಿಸಿ ಅವನಿಗೆ ನಗು ಬಂತು. ನಗುವೇ ಕ್ರಮೇಣ

417

ಅಳುವಾಯಿತು. ಹುಡುಗಿಯಂತೆ ಅಳುತ್ತಿರುವುದಕ್ಕೆ ಅವನಿಗೆ ತನ್ನ ಬಗ್ಗೆಯೇ ಜಿಗುಪ್ಸೆ ಆಯಿತು. ಆದರೆ ಅದನ್ನು ನೋಡಲು ಯಾರಿರಲಿಲ್ಲ. ಅವನ ಸ್ಥಿತಿಯ ಬಗ್ಗೆ ಕನಿಕರಿಸಲು ಯಾರಿರಲಿಲ್ಲ. ಯಾರಿಗೂ ಅದರ ಪರಿವೆ ಇರಲಿಲ್ಲ. ಅವನು ಧಾರಾಳವಾಗಿ ಕಣ್ಣೀರು ಸುರಿಸಿದ. ತಾನು ಕರೆಯುತ್ತಿರುವ ಮಾಹಿಷ್ಮತಿಯ ಮಡಿಲಲ್ಲಿ ಕರಗಿಹೋದರೆ ಯಾರಾದರೂ ಕೇಳುತ್ತಾರೇನು? ಶಿವಗಾಮಿ ಪರಿತಪಿಸುತ್ತಾಳೋ ಅಥವಾ ಅವಳು ದಡದಲ್ಲಿ ನಿಂತು ನಗುತ್ತಾಳೋ?

ತಂಗಾಳಿ ಬೀಸಿ ಅವನನ್ನು ಸಂತೈಸುವಂತೆ ಆವರಿಸಿತು. ನದಿ ಅವನನ್ನು ಸಾವಿರ ಕೈಗಳಿಂದ ಕರೆಯಿತು: ಬಾ, ಬಂದು ನನ್ನನ್ನು ಅಪ್ಪಿಕೋ. ಅವನೊಂದು ಅನಿಶ್ಚಿತ ಹೆಜ್ಜೆ ಇಟ್ಟ. ತೆರೆಗಳು ಓಡೋಡಿ ಬಂದು ಅವನ ಪಾದ ಸವರಿದವು. ಇನ್ನೊಂದು ಹೆಜ್ಜೆಗೆ ನೀರು ಅವನ ಮಂಡಿಯವರೆಗೆ ಹತ್ತಿ, ಅವನ ದೇಹವನ್ನು ಕಬಳಿಸಲು ಆತುರದಿಂದ ಕುಣಿಯಿತು. ಇನ್ನೊಂದು ಹೆಜ್ಜೆ....

"ಸ್ವಾಮೀ ....." ಕತ್ತಲಲ್ಲಿ ಒಂದು ಧ್ವನಿ ಕರೆಯಿತು.

"ಯಾರದು?" ಅವನು ಕಣ್ಣು ಕಿರಿದುಗೊಳಿಸಿ ಕತ್ತಲನ್ನು ದಿಟ್ಟಿಸಿದ. ಒಂದು ಆಕೃತಿ ನದಿಯ ದಡದ ಪೊದೆಗಳಿಂದ ಹೊರಬಂದಿತು.

"ನಾನು, ನಿಮ್ಮ ಅಣ್ಣನ ಗುಲಾಮ, ಮಹಾಸ್ವಾಮಿ, ಕಟ್ಟಪ್ಪ"

ಕಟ್ಟಪ್ಪ! ಅವನು ಸಾಯಲಿಲ್ಲವೇ? ಭೂತವೇ? ಮಹಾದೇವ ಚೀರಿದ. ಸಮತೋಲನ ತಪ್ಪಿ ನೀರೊಳಗೆ ಬಿದ್ದ. ಕಟ್ಟಪ್ಪ ತಕ್ಷಣ ಅವನನ್ನು ನೀರಿನಿಂದ ಎತ್ತಿ, ಮುಜುಗರಪಡುತ್ತಿದ್ದ ಮಹಾದೇವನ ಕ್ಷಮೆ ಕೇಳುತ್ತಾ ಕಾಲಿಗೆ ಬಿದ್ದ.

ಮಹಾದೇವನಿಗೆ ಈ ಅಡಚಣೆಯಿಂದ ಅಸಹಾಯಕತೆಯೂ ಕೋಪವೂ ಒಟ್ಟಿಗೇ ಉಕ್ಕಿ ಬಂತು. ಅವನಿಗೆ ಗುಲಾಮನ ಜೊತೆ ಮಾತಾಡುವುದು ಬೇಕಿರಲಿಲ್ಲ. ಅವನಿಗೆ ಸಾಯಬೇಕಿತ್ತು. ಆದರೆ ಗುಲಾಮ ಹೇಳಿದ ಮಾತು ಅವನನ್ನು ಎಚ್ಚರಿಸಿತು.

"ಮಹಾಸ್ವಾಮಿ, ಮಹಾರಾಜರಿಗೂ ಮಾಹಿಷ್ಮತಿಗೂ ಘೋರ ಅಪಾಯವಿದೆ. ಮಹಾಮಾಸದ ದಿನ ಯಾವುದೇ ಗಳಿಗೆಯಲ್ಲೂ ವೈತಾಳಿಕರು ಧಾಳಿ ಮಾಡ ಬಹುದು. ಮಹಾರಾಜರನ್ನು ಎಚ್ಚರಿಸಬೇಕು. ಆದರೆ ನಾನು ಕಾವಲುಗಾರರನ್ನು ದಾಟಿ ಹೋಗಲಾಗುವುದಿಲ್ಲ. ನಾನು ಓಡಿಹೋದವನೆಂದು ಅವರು ತಿಳಿದಿರುವು ದರಿಂದ ನನ್ನನ್ನು ನೋಡಿದ ಕೂಡಲೇ ಅವರು ಕೊಲ್ಲುತ್ತಾರೆ."

"ಧಾಳಿಯ ಬಗ್ಗೆ ನಿನಗೆ ಹೇಗೆ ಗೊತ್ತು?"

ಕಟ್ಟಪ್ಪ ಸಂಕ್ಷಿಪ್ತವಾಗಿ ತಾನು ತಮ್ಮನನ್ನು ಹುಡುಕಿಕೊಂಡು ಹೋಗಿದ್ದು, ವೈತಾಳಿಕರ ಯೋಚನೆ ತಿಳಿದು ಬಂದಿದ್ದು ಎಲ್ಲವನ್ನೂ ರಾಜಕುಮಾರನಿಗೆ ವರದಿ ಮಾಡಿದ.

"ನನ್ನ ತಮ್ಮನೇ ದೊಡ್ಡ ದ್ರೋಹಿ ಎಂದು ಹೇಳಲು ನನಗೆ ನಾಚಿಕೆ ಯಾಗುತ್ತದೆ. ಮುಂದಿನ ಸಲ ನೋಡಿದಾಗ ನಾನೇ ಅವನನ್ನು ಕೊಲ್ಲುತ್ತೇನೆ" ಕಟ್ಟಪ್ಪ ನುಡಿದ.

ಮಹಾದೇವನಿಗೆ ಮಾತೇ ಹೊರಡಲಿಲ್ಲ. ಗುಲಾಮನ ನಿಷ್ಠೆ ಅವನ ಹೃದಯವನ್ನು ತೀವ್ರವಾಗಿ ತಟ್ಟಿತು. ಮಾಹಿಷ್ಮತಿಯನ್ನು ರಕ್ಷಿಸಲು ಅವನು ತನ್ನ ಜೀವದಾಸೆ ಬಿಟ್ಟು ಹಿಂದಿರುಗಿದ್ದ. ಅವನು ಹೇಳಿದ್ದು ನಿಜವೇ ಆದರೆ ತಕ್ಷಣ ತಂದೆಯನ್ನು ಎಚ್ಚರಿಸಬೇಕು. ಕೋಟೆಯನ್ನು ಭದ್ರಪಡಿಸಬೇಕು.

"ಬಾ, ನನ್ನ ಜೊತೆ" ಎಂದು ರಾಜಕುಮಾರ ಗುಲಾಮನ ಕೈಯನ್ನು ಭದ್ರವಾಗಿ ಹಿಡಿದು ತನ್ನ ಗುಪ್ತ ಮಾರ್ಗದ ಕಡೆಗೆ ಓಡತೊಡಗಿದ. ಅವನು ಕಟ್ಟಪ್ಪನನ್ನು ಅದರೊಳಗೆ ಕರೆದುಕೊಂಡು ಹೋದ. ಅವರು ಅದರಿಂದ ಹೊರಬಂದಾಗ ಕೋಟೆಯೊಳಗೆ ಇದ್ದರು. ಕಟ್ಟಪ್ಪ ಬಿಜ್ಜಳನ ವಸತಿಯ ಕಡೆಗೆ ನಡೆಯತೊಡಗಿದ.

"ಎಲ್ಲಿಗೆ ಹೋಗುತ್ತಿರುವೆ?" ಮಹಾದೇವ ಕೇಳಿದ.

"ನನ್ನ ಒಡೆಯನ ಬಳಿ ಹೋಗಲು, ಅಯ್ಯಾ" ಗುಲಾಮ ಬೇಡಿಕೊಂಡ.

"ನಿನ್ನ ಒಡೆಯ?"

"ಹೌದು, ಮಹಾಸ್ವಾಮಿ ರಾಜಕುಮಾರ ಬಿಜ್ಜಳರು."

"ಇನ್ನೂ ಅವರು ನಿನ್ನ ಒಡೆಯರೆಂದುಕೊಂಡಿದ್ದೀಯಾ?"

"ಹೌದು, ಅವರು ನನ್ನನ್ನು ಬಿಡುಗಡೆ ಮಾಡುವವರೆಗೆ ಅಥವಾ ನಾನು ಸಾಯುವವರೆಗೆ ಅವರ ಗುಲಾಮನಾಗಿಯೇ ಇರುತ್ತೇನೆ."

ಅವನನ್ನು ನಾಯಿಗಿಂತ ಕಡೆಯದಾಗಿ ನಡೆಸಿಕೊಂಡವನು ಅವನ ಒಡೆಯ. ಮಹಾದೇವ ಕೈ ಚೆಲ್ಲಿ, ತನ್ನ ತಂದೆ ಅಥವಾ ಸಂಬಂಧಪಟ್ಟ ಅಧಿಕಾರಿಗಳನ್ನು ವೈತಾಳಿಕರ ಧಾಳಿಯನ್ನು ನಿಲ್ಲಿಸಬಲ್ಲವರನ್ನು ಹುಡುಕಿಕೊಂಡು ಹೋದ.

ಅಧ್ಯಾಯ ನಲವತ್ತೆರಡು

ಕೇಕಿ

ಕೇಕಿ ಬಿಜ್ಜಳನ ಉಡುಗೊರೆಯನ್ನು ಅವನ ವಸತಿಗೆ ತೆಗೆದು
ಕೊಂಡು ಹೋದಳು. ರಾಜಕುಮಾರ ಸ್ಕಂದದಾಸನಿಗೆ ತನ್ನ ಕೋಣೆಗೆ
ಹಿಂದಿರುಗಲು ಹೇಳಲು ಹೋಗಿದ್ದ, ಅವನ ಉಡುಗೊರೆಯನ್ನು
ಅವನಿಗಾಗಿ ಸಿದ್ಧಮಾಡಿಡಬೇಕಿತ್ತು ಅವಳು.

ಬಿಜ್ಜಳನ ಕೋಣೆಯಿದ್ದ ಅರಮನೆಯ ಭಾಗದ ತೂಕಡಿಸುತ್ತಿದ್ದ
ಕಾವಲುಗಾರ ಅವಳನ್ನು ಒಳಹೋಗಲು ಕೈಬೀಸಿದ. ಅವಳು
ಕಾಳಿಕಾವಾಟಿಕೆಯ ಶಿಖಂಡಿ ಮತ್ತು ಕಾವಲುಗಾರರಿಗೆ ಅವಳ
ಮುಖ ಮತ್ತು ನಡತೆಯ ಪರಿಚಯವಿತ್ತು. ಎಂದಿನಂತೆ ಅವನ ಕೈ
ಬೆಚ್ಚಗಾದ ನಂತರ ಅವನು ಅವಳನ್ನು ಹೋಗಲು ಬಿಟ್ಟ, ಅವಳು
ಮಂದಬೆಳಕಿನ ಆ ಪಡಸಾಲೆಯಲ್ಲಿ ಭಯವನ್ನು ಅದುಮಿಡುತ್ತಾ
ನಡೆದಳು. ಅವಳಿಗೆ ಪುರುಷರ ಭಯವಿರಲಿಲ್ಲ. ಯಾವುದೇ ಕಷ್ಟದ
ಸಂದರ್ಭವನ್ನೂ ಮಾತಿನಲ್ಲೇ ನಿಭಾಯಿಸುವ ಚಾಕಚಕ್ಯತೆ ಇತ್ತು
ಅವಳಲ್ಲಿ. ಆದರೆ ಮಾಹಿಷ್ಮತಿಯಂತಹ ಪುರಾತನ ಅರಮನೆ,
ವಿಶೇಷವಾಗಿ ಒಬ್ಬಳೇ ಕತ್ತಲಲ್ಲಿ ನಡೆಯುವಾಗ ಅವಳಿಗೆ
ಭಯವಾಗುತ್ತಿತ್ತು. ಅವಳಿಗೆ ಬೆಳಕು, ಉತ್ಕೃಷ್ಟ ಸುಗಂಧಗಳು ಮತ್ತು

ಜಗತ್ತಿನ ಎಲ್ಲಾ ಒಳ್ಳೆಯ ವಸ್ತುಗಳ ಬಗ್ಗೆ ಪ್ರೀತಿಯಿತ್ತು. ಕತ್ತಲಾದ, ಪಸೆ ಹಿಡಿದ, ಇಲಿಗಳು ಓಡಾಡುವ ಅರಮನೆಗಳಲ್ಲಿ ರಾತ್ರಿ ಹೊತ್ತು ಓಡಾಡುವುದು ಅವಳಿಗೆ ಇಷ್ಟವಿರಲಿಲ್ಲ. ಆದರೆ ಇದು ರಾಜಕುಮಾರನಿಗೆ ಅವಳು ಕೊಟ್ಟ ವಚನ. ಅವಳ ವೃತ್ತಿಯಲ್ಲಿ ಕೊಟ್ಟ ಮಾತನ್ನು ಉಳಿಸಿಕೊಳ್ಳುವುದೆಂದರೆ ಭವಿಷ್ಯಕ್ಕಾಗಿ ಬಂಡವಾಳ ಹೂಡಿಕೆಯಂತೆ. ಅವಳು ಅವನಿಗೆ ಯಾರೂ ತೊಡದ, ಶುದ್ಧವಾದ, ಕನ್ಯೆಯನ್ನು ಉಡುಗೊರೆ ಕೊಡುವುದಾಗಿ ಮಾತು ಕೊಟ್ಟಿದ್ದಳು. ಕಾಮಾಕ್ಷಿ ಉತ್ಸವಕ್ಕೆ ಬಂದೇ ಬರುತ್ತಾಳೆ ಎಂದು ಅವಳಿಗೆ ಗೊತ್ತಿತ್ತು. ಅವಳನ್ನು ಬಿಜ್ಜಳನ ಕೋಣೆಗೆ ಹೇಗೆ ಬರುವಂತೆ ಮಾಡುವುದು ಎನ್ನುವ ಬಗ್ಗೆ ಯೋಚಿಸಿ ಸಾಕಾಗಿದ್ದಳು. ಅವಳ ಅದೃಷ್ಟಕ್ಕೆ ಜಿಂಕೆ ತಾನಾಗಿ ಸಿಂಹದ ಗುಹೆಯೊಳಗೆ ನಡೆದುಬಂದಿತ್ತು. ಅವಳನ್ನು ಅಷ್ಟು ಸುಲಭವಾಗಿ ಹಿಡಿದಿದ್ದು ಅವಳು ಕನಸಲ್ಲೂ ನೆನೆಯದ ಅದೃಷ್ಟವಾಗಿತ್ತು.

ಅವಳ ಸಲಹೆಯಂತೆ ಬಿಜ್ಜಳ ತನ್ನ ಕೋಣೆಯ ಹೊರಗೆ ನಿಲ್ಲುತ್ತಿದ್ದ ಎಂದಿನ ಕಾವಲುಗಾರರನ್ನು ಬದಲಿಸಿದ್ದ. ತನ್ನ ಕಂಚುಕದೊಳಗೆ ಇಟ್ಟುಕೊಂಡಿದ್ದ, ಬಿಜ್ಜಳ ಕೊಟ್ಟಿದ್ದ ಬೀಗದ ಕೈಯನ್ನು ಹೊರತೆಗೆದು ಅವಳು ಬಾಗಿಲ ಬೀಗ ತಿರುಗಿಸಿ ಒಳಬಂದಳು. ದೊಡ್ಡ ಪಲ್ಲಂಗದ ಪಕ್ಕದಲ್ಲಿ ನಿಲ್ಲಿಸಿದ್ದ ನಂದಾದೀಪದ ಮಂದ ಬೆಳಕಿತ್ತು. ಕೇಕಿ ಬಿಜ್ಜಳನ ಉಡುಗೊರೆಯನ್ನು ಮೃದುವಾದ ಸುಪ್ಪತ್ತಿಗೆಯ ಮೇಲೆ ಮೆಲ್ಲನೆ ಇರಿಸಿದಳು. ಒಂದು ಕ್ಷಣ ನಿಂತು ಅವಳನ್ನು ದಿಟ್ಟಿಸಿದಳು. ಎಂಥಾ ಚೆಲುವೆ. ರಾಜಕುಮಾರ ಖಂಡಿತಾ ಇವಳನ್ನು ಮೆಚ್ಚುತ್ತಾನೆ.

ನಿಟ್ಟುಸಿರಿಟ್ಟು ಕೇಕಿ ಕಾಮಾಕ್ಷಿಯ ತಲೆ ಕೆಳಗೆ ದಿಂಬನ್ನು ಹೊಂದಿಸಿಟ್ಟು, ಅವಳನ್ನು ಮಾದಕ ಭಂಗಿಯಲ್ಲಿ ಮಲಗಿಸಿದಳು. ಅವಳ ಸೊಂಟಪಟ್ಟಿಯಿಂದ ಸಣ್ಣದೊಂದು ಪರಿಮಳದ ಸಂಪುಟವನ್ನು ತೆಗೆದು ಮೂಸಿ ನೋಡಿ ಕಾಮಾಕ್ಷಿಯ ದೇಹದ ಮೇಲೆ ಸಿಂಪಡಿಸಿದಳು. ಅದರ ಉತ್ಕೃಷ್ಟ ಸುಗಂಧಕ್ಕಾಗಿ ಬಿಜ್ಜಳನಿಂದ ವಿಶೇಷ ಬಹುಮಾನ ಗಿಟ್ಟುವುದೆಂದು ಅವಳಿಗೆ ಗೊತ್ತಿತ್ತು. ಕಾಮಾಕ್ಷಿ ಅಲುಗಾಡಿದಳು. ಸ್ವಲ್ಪದರಲ್ಲೇ ಅವಳಿಗೆ ಮೂರ್ಛೆ ತಿಳಿದೆದ್ದು ಪಕ್ಕದಲ್ಲಿ ರಾಜಕುಮಾರನನ್ನು ನೋಡುತ್ತಾಳೆ. ಎಂಥಾ ಅದೃಷ್ಟ! ಕೇಕಿ ಕಾಮಾಕ್ಷಿಯ ಕಂಚುಕವನ್ನು ಜಾರಿಸಿದಳು. ಆದರೆ ಅವಳ ಸ್ತನಗಳನ್ನು ಪೂರ್ತಿ ಕಾಣಿಸುವಂತೆ ತೆರೆಯಲಿಲ್ಲ. ತನ್ನ ಕಲೆಯನ್ನು ಬೇರೆ ಬೇರೆ ಕೋನಗಳಿಂದ ನೋಡಿ ಸಂಪೂರ್ಣ ತೃಪ್ತಿಯಾದ ಮೇಲೆ, ಗೋಡೆಯ ಮೇಲಿದ್ದ ಚಾಟಿಯನ್ನು ತೆಗೆದುಕೊಂಡು ಬಂದು ಅದಕ್ಕೂ ಪರಿಮಳವನ್ನು ಸಿಂಪಡಿಸಿದಳು. ಬಿಜ್ಜಳನಿಗೆ ಏನು ಪ್ರಿಯ ಎಂದು ಅವಳಿಗೆ ತಿಳಿದಿತ್ತು ಮತ್ತು ತಾನು ತನ್ನ ಗಿರಾಕಿಗಳಿಗೆ ಅತ್ಯುತ್ತಮ ಸೇವೆ

ಸಲ್ಲಿಸುವ ಬಗ್ಗೆ ಅವಳಿಗೆ ಗರ್ವವಿತ್ತು. ಕಾಮಾಕ್ಷಿಯ ಬಳಿ ಹಾಸಿಗೆಯ ಮೇಲೆ ಅವಳು ಚಾವಟಿಯನ್ನು ಇರಿಸಿದಳು.

ಬಾಗಿಲ ಬಳಿ ಒಮ್ಮೆ ನಿಂತು ಹಿಂದಿರುಗಿ ಕೊನೆಯ ಬಾರಿಗೆ ನೋಡಿ, ರಾಜಕುಮಾರನಿಗಾಗಿ ತಾನು ಏರ್ಪಡಿಸಿದ ತನ್ನ ಕೌಶಲ್ಯವನ್ನು ತಾನೇ ಮೆಚ್ಚಿಕೊಂಡು ಹೊರನಡೆದು ಮೆಲ್ಲಗೆ ಬಾಗಿಲನ್ನು ಎಳೆದುಕೊಂಡಳು. ಬಾಗಿಲಿಗೆ ಬೀಗ ಹಾಕುವಾಗ ಅವಳಿಗೆ ಹೆಜ್ಜೆ ಸದ್ದು ಕೇಳಿಸಿತು. ಬೆನ್ನ ಹುರಿಯಲ್ಲಿ ನಡುಕ ಉಂಟಾಯಿತು. ಯಾರೋ ಬರುತ್ತಿದ್ದರು. ಅವಳು ಕತ್ತಲೆಯನ್ನು ದಿಟ್ಟಿಸಿ ನೋಡಿದಳು. ಹೆಜ್ಜೆ ಸದ್ದು ಕ್ಷಣ ನಿಂತು ಮತ್ತೆ ಪ್ರಾರಂಭವಾಯಿತು. ಕತ್ತಲಿನಿಂದ ಒಂದು ಆಕೃತಿ ತೇಲಿ ಬಂತು. ಕೇಕಿಯ ಬಾಯಿ ಭಯದಲ್ಲಿ ದೊಡ್ಡದಾಗಿ ತೆರೆದುಕೊಂಡಿತು.

ಸತ್ತುಹೋಗಿದ್ದ ಗುಲಾಮ – ಕಟ್ಟಪ್ಪ!

ಕೇಕಿಗೆ ವಿಪರೀತ ಭಯವಾಯಿತು. ಅವಳ ಭಯಗಳೆಲ್ಲಾ ನಿಜವಾಗುತ್ತಿತ್ತು. ಹಳೆಯ ಅರಮನೆಗಳು ದೆವ್ವ ಭೂತಗಳ ಬೇಟೆಯ ಸ್ಥಾನಗಳು, ಅವಳಿಗೆ ಗೊತ್ತಿತ್ತು. ಅವಳು ಓಡತೊಡಗಿದಳು. ಹಿಂದಿನಿಂದ ಆ ಗುಲಾಮ ಭೂತ ಅವಳ ಹೆಸರು ಹಿಡಿದು ಕೂಗುತ್ತಿತ್ತು.

ಅವಳು ಜೀವಭಯದಲ್ಲಿ ಓಡಿದಳು.

ಅಧ್ಯಾಯ ನಲವತ್ಮೂರು

ಕಟ್ಟಪ್ಪ

ಕಟ್ಟಪ್ಪ ಎರಡು ಒಳಾವರಣ ಗೋಡೆಗಳನ್ನು ಎಗರಿ ದಾಟಿಕೊಂಡು ಬಿಜ್ಜಳನ ಕೋಣೆಯಿದ್ದ ಅರಮನೆಯ ಭಾಗಕ್ಕೆ ಬಂದ. ಸ್ವಲ್ಪ ಕಾಲ ಅವನು ತಳ ಮನೆಯ ಹಜಾರದಲ್ಲಿ, ರಾಜಕುಮಾರನ ಖಾಸಗಿ ಕೋಣೆ, ಪೂಜೆಯ ಮನೆ ಮತ್ತು ಕ್ರೀಡಾ ಕೋಣೆಯ ಕಡೆಗೆ ಹೋಗುವ ಮೆಟ್ಟಿಲಿನ ಪಕ್ಕ ಕಾದು ನಿಂತ. ರಾಜಕುಮಾರನನ್ನು ಮುಖಾಮುಖಿಯಾಗಲು ತುಸು ಧೈರ್ಯ ತಂದುಕೊಳ್ಳುತ್ತಿದ್ದ. ನಿರ್ಜನ ಹಜಾರದಲ್ಲಿ ಶತಪಥ ತಿರುಗಿದ. ಯಾಕೆ ಯಾರೂ ಕಾವಲುಗಾರರಿಲ್ಲ ಎಂದು ಆಲೋಚಿಸಿದ. ರಾಜಕುಮಾರ ತನ್ನ ಶಯ್ಯಾಗೃಹವನ್ನು ಬದಲಿಸಿದ್ದಾರೆಯೇ? ಹಠಾತ್ತನೆ ಅವನಿಗೆ ಮೇಲಿನ ಮಾಳಿಗೆಯಿಂದ ಸದ್ದು ಕೇಳಿಸಿದಂತಾಯಿತು. ರಾಜಕುಮಾರರು ತಮ್ಮ ಕೋಣೆಯಲ್ಲೇ ಇರಬಹುದು. ಅವನು ಮೇಲಕ್ಕೆ ಓಡಿದ. ಒಡೆಯನ ಕೋಣೆಯ ಬಾಗಿಲಿನತ್ತ ಬರುತ್ತಿದ್ದಂತೆಯೇ ಅವನಿಗೆ ಹಜಾರದ ತುದಿಯಲ್ಲಿ ಯಾರೋ ಸರಿದುಹೋದಂತೆ ಭಾಸವಾಯಿತು. ಅವನು ಕೂಗುತ್ತಾ ಆ ವ್ಯಕ್ತಿಯ ಹಿಂದೆ ಓಡಿದ. ಆದರೆ ಅವನು ತುದಿ ತಲುಪುವಷ್ಟರಲ್ಲಿ ಆ ವ್ಯಕ್ತಿ ಕಾಣೆಯಾಗಿತ್ತು. ಅವನು ಮತ್ತೆ ಕೋಣೆಯ ಬಳಿಗೆ ಮರಳಿದ. ಬಾಗಿಲಿಗೆ ಬೀಗ ಹಾಕಿತ್ತು. ಬಹುಶಃ ಅವನ ಒಡೆಯ

ಉತ್ಸವದಲ್ಲಿರಬಹುದು. ರಾಜಕುಮಾರನನ್ನು ಹುಡುಕಿಕೊಂಡು ಹೋದರೆ ಹೇಗೆ ಎಂದು ಚಿಂತಿಸಿದ. ಆದರೆ ಅದು ಬಹಳ ಅಪಾಯಕಾರಿಯಾಗಿತ್ತು. ಅವನು ಸಿಕ್ಕಿಹಾಕಿಕೊಂಡರೆ ಅವನ ಒಡೆಯನ ಅತ್ಯವಶ್ಯಕ ಸಮಯದಲ್ಲಿ ತಾನು ಸೇವೆ ಮಾಡಲಾಗುವುದಿಲ್ಲ. ಆಗಾಗಲೇ ಬಹಳ ತಡವಾಗಿತ್ತು, ಬಿಜ್ಜಳ ಇನ್ನೇನು ಮಲಗಲು ಬರಬಹುದು. ಅವರ ಪಾದಕ್ಕೆ ಬಿದ್ದು ಕ್ಷಮೆಯಾಚನೆ ಮಾಡುವೆನು. ಒಡೆಯ ನೀಡುವ ಯಾವುದೇ ಶಿಕ್ಷೆಯನ್ನು ಸ್ವೀಕರಿಸುತ್ತೇನೆ. ಮತ್ತೆಂದೂ ಅವರ ಸಾನಿಧ್ಯ ಬಿಟ್ಟು ದೂರವಾಗುವುದಿಲ್ಲ. ಒಡೆಯ ಮಲಗಿರುವಾಗ ತಾನು ಬಾಗಿಲಲ್ಲಿ ಕಾವಲಿದ್ದು ಅವರ ಅಮೂಲ್ಯ ಜೀವ ರಕ್ಷಿಸುತ್ತೇನೆ. ಯಾವ ವೈತಾಳಿಕನೂ ತನ್ನ ಒಡೆಯನ ಜೀವಕ್ಕೆ ಹಾನಿ ಮಾಡಲು ಬಿಡುವುದಿಲ್ಲ.

ಕಟ್ಟಪ್ಪ ದ್ವಾರಹಾಸಿನ ಮೇಲೆ ಕೂತು ಒಡೆಯ ಮರಳಿ ಬರಲು ಕಾದ. ಒಂದು ಕಹಿ ನೆನಪು ಗುದ್ದಿಕೊಂಡು ಬಂದಿತು. *ನಾಯಿಗೆ ಒಳ್ಳೆಯ ಸ್ಥಾನ* ಎಂದಿದ್ದ ಶಿವಪ್ಪ. ಅಂತಹ ನೆನಪುಗಳಿಂದ ಉಪಯೋಗವಿಲ್ಲ. ಅದನ್ನು ತಳ್ಳಿಹಾಕಲು ಯತ್ನಿಸಿದ. ಆದರೆ ಅಜೀರ್ಣದ ತೇಗಿನಂತೆ ಅದು ಮೇಲೆ ಬಂದಿತು. ಕೋಪ ಏರುತ್ತಿದ್ದಂತೆ ಕಟ್ಟಪ್ಪನಿಗೆ ಅರಿವಾದ ಸಂಗತಿ ಎಂದರೆ ಶಿವಪ್ಪ ಮಾಡಿದ ಅತಿ ಘೋರ ಅಪರಾಧ ವಿಶ್ವಾಸದ್ರೋಹವಲ್ಲ, ಬದಲಿಗೆ ಕಟ್ಟಪ್ಪನ ಮುಗ್ಧತೆಯನ್ನು ನಾಶಮಾಡಿದ್ದು. ತನ್ನ ಹಾದಿತಪ್ಪಿದ ತಮ್ಮನಂತೆ ತಾನು ಆಲೋಚಿಸುವುದಿಲ್ಲ ಎಂದು ಕಟ್ಟಪ್ಪ ಪ್ರತಿಜ್ಞೆ ಮಾಡಿಕೊಂಡ. ತಾನು ತನ್ನ ಅಪ್ಪನ ಮಗ, ಮಾಹಿಷ್ಮತಿಯ ಅರಸರ ಹೆಮ್ಮೆಯ ಗುಲಾಮ. ಅವನು ಅವರಿಗಾಗಿ ಬದುಕುತ್ತಾನೆ ಮತ್ತು ಸಾಯುತ್ತಾನೆ. ಅವನ ತಂದೆ ಹೇಳುತ್ತಿದ್ದ: ತಂದೆ ಮತ್ತು ಮಹಾರಾಜನ ನಡುವೆ ಆಯ್ಕೆಯ ಪ್ರಶ್ನೆ ಬಂದರೆ ಉತ್ತಮ ಗುಲಾಮ ತಂದೆಯನ್ನು ಕೊಂದು ಮಹಾರಾಜನನ್ನು ಉಳಿಸಿಕೊಳ್ಳುತ್ತಾನೆ. ಅದು ಅವನ ಧರ್ಮ.

ಕಟ್ಟಪ್ಪ ಕಾದ.

ಅಧ್ಯಾಯ ನಲವತ್ತ ನಾಲ್ಕು

ಸ್ಕಂದದಾಸ

ಕಿರುಚಿ ಕಿರುಚಿ ಸ್ಕಂದದಾಸನ ಗಂಟಲು ಪೂರ್ತಿ ಗೊಗ್ಗರಾಗಿತ್ತು. ಕರಡಿಯನ್ನು ಶಾಂತಗೊಳಿಸಿ ಗುಂಪನ್ನು ನಿಯಂತ್ರಣಕ್ಕೆ ತರಲು ಸಮಯ ಹಿಡಿಸಿತ್ತು. ಸಧ್ಯ ಗೊಂದಲ ಜನಸಂದಣಿಯ ಮುಂಭಾಗಕ್ಕೆ ತಲುಪಿರಲಿಲ್ಲ. ಪ್ರದರ್ಶನಕ್ಕೆ ಭಂಗ ಬಂದಿದ್ದರೆ ಮಹಾರಾಜರಿಗೆ ಉತ್ತರಿಸಬೇಕಾದ ಮುಜುಗರ ಉಂಟಾಗುತ್ತಿತ್ತು.

ಹಗ್ಗದಲ್ಲಿ ಕಟ್ಟಿಹಾಕಿದ ಕರಡಿಯನ್ನು ಯೋಧರು ಮಹಾ ಪ್ರಧಾನರತ್ತ ಎಳೆದು ತಂದರು. ಅದರ ಹಿಂದೆ ಕರಡಿ ಕುಣಿತದವನನ್ನು ಇಬ್ಬರು ಯೋಧರು ಎಳೆದುಕೊಂಡು ಬಂದರು. ಅವನು ತಪ್ಪಿಸಿಕೊಳ್ಳಲು ಒದ್ದಾಡುತ್ತಿದ್ದ.

"ಅಪ್ಪಣೆಯೇ ಸ್ವಾಮಿ?" ಯೋಧನೊಬ್ಬ ಕತ್ತಿಯನ್ನು ಕರಡಿಯ ಕೊರಳ ಮೇಲಿರಿಸಿ ಸ್ಕಂದದಾಸನನ್ನು ಕೇಳಿದ. ಅವನ ಬೆರಳಿನ ಸಣ್ಣ ಚಲನೆಯಿಂದ ಕರಡಿ ಮತ್ತು ಕರಡಿ ಕುಣಿತದವನ ಸಾವಾಗುತ್ತಿತ್ತು. ಸ್ಕಂದದಾಸ ಕರಡಿಯನ್ನು ನೋಡಿದ. ಅದರ ಕಣ್ಣು ಕ್ರೂರವಾಗಿರಲಿಲ್ಲ. ಅವನು ಅದರ ಹತ್ತಿರ ಹೋದ. ಕರಡಿ ಅವನನ್ನು ಕರುಣಾಜನಕ ನೋಡಿತು. ಅವನ ಯೋಧರು ಅವನನ್ನೇ ಗಮನಿಸು ತ್ತಿದ್ದರು. ಅವರು ಪರಸ್ಪರ ಪಿಸುಗುಡುತ್ತಿದ್ದುದು ಅವನಿಗೆ ಕೇಳಿಸಿತು.

ಅವನು ಅದನ್ನು ಕೊಲ್ಲುತ್ತಾನೆಂದು ಅವರು ನಿರೀಕ್ಷಿಸುತ್ತಿದ್ದರು. ಅವನು ಅದನ್ನು ಬಿಟ್ಟುಬಿಟ್ಟರೆ ಅವನ ಜಾತಿಯ ಕಾರಣ ಕೊಡುತ್ತಿದ್ದರು. ಊರಿನಲ್ಲಿ ಅದು ಮತ್ತೊಂದು ಲೇವಡಿಗೆ ಕಾರಣವಾಗುತ್ತಿತ್ತು. ಅವನು ಆ ದೈತ್ಯ ಕರಡಿಯ ಬಳಿ ಕೂತು ಕೈ ಚಾಚಿದ. ಕರಡಿ ಒಂದು ಕ್ಷಣ ಮೂಸಿ ನೋಡಿ ನಂತರ ಕೈಯನ್ನು ನೆಕ್ಕಿತು. ಕ್ಷಣ ಕಾಲ ನೆಕ್ಕಲು ಬಿಟ್ಟು ಅವನು ಮತ್ತೊಂದು ಕೈಯಿಂದ ಅದರ ಬೆನ್ನು ತಟ್ಟಿದ. ಅದು ಎಂತಹ ಮೃದು ಪ್ರಾಣಿಯಾಗಿತ್ತು. ಅದನ್ನು ಕೆರಳಿಸಿದ್ದು ಏನಿರಬಹುದು? ಕರಡಿಯ ದಟ್ಟ ಕೂದಲಲ್ಲಿ ಬೆರಳಾಡಿಸುತ್ತಿದ್ದಾಗ ಅವನ ಕೈಗೆ ಅಂಟಾಗಿ ಏನೋ ತಗುಲಿತು. ಅವನು ಬೆರಳು ಉಜ್ಜಿ ಮೂಸಿ ನೋಡಿದ. ಮೂಗಿಗೆ ರಕ್ತದ ವಾಸನೆ ಬಡಿಯಿತು. ಕರಡಿಯನ್ನು ಗಾಯಗೊಳಿಸಲಾಗಿತ್ತು. ಯಾರೋ ಅದನ್ನು ಉದ್ದೇಶಪೂರ್ವಕವಾಗಿ ಇರಿದಿದ್ದರು. ಇದ್ದಕ್ಕಿದ್ದಂತೆ ಅವನಿಗೆ ಸಿಡಿಲು ಬಡಿದಂತೆ ಜ್ಞಾನೋದಯವಾಯಿತು. ಡೊಳ್ಳು ಕುಣಿತದವರೆಲ್ಲಿ? ಕರಡಿ ಗಮನ ಸೆಳೆಯುವ ಉಪಾಯವಾಗಿತ್ತು. ಅವನನ್ನು ಮೋಸ ಮಾಡಲಾಗಿತ್ತು.

"ಬೇಗ, ಗುಂಪಿನಲ್ಲಿ ಹುಡುಕಿ, ಯಾರೇ ಡೊಳ್ಳು ಕುಣಿತದವನಿದ್ದರೂ ತಕ್ಷಣ ನನ್ನ ಹತ್ತಿರ ಕರೆತನ್ನಿ"

ಕರಡಿಯ ಕುತ್ತಿಗೆಯ ಮೇಲೆ ಕತ್ತಿ ಇಟ್ಟಿದ್ದ ಯೋಧ ಹೊಡೆಯಲು ಕತ್ತಿಯನ್ನು ಎತ್ತಿದ. "ಬೇಡಾ, ಅದನ್ನು ಕೊಲ್ಲಬೇಡಾ, ರಾಜವೈದ್ಯರನ್ನು ಕರೆಸಿ ಅದರ ಗಾಯಕ್ಕೆ ಮುಲಾಮು ಹಚ್ಚಿಸು. ಅದಕ್ಕೆ ಗಾಯವಾಗಿದೆ" ಎಂದ. ಯಾರಾದರೂ ತನ್ನನ್ನು ನೋಡಿ ನಕ್ಕರೆ ನಗಲಿ. ಕರಡಿಯ ಬೆನ್ನು ತಟ್ಟುತ್ತಾ ಅವನು ಚಿಂತಿಸಿದ. ತನ್ನ ಅಭದ್ರತೆಯಿಂದಾಗಿ ಮುಗ್ಧಪ್ರಾಣಿಯೊಂದು ಯಾಕೆ ಬಲಿಯಾಗಬೇಕು? ಅವನ ಜೀವನವಿಡೀ ಜನರು ಅವನನ್ನು ಗೇಲಿ ಮಾಡಿ ಅಪಹಾಸ್ಯ ಮಾಡಿ ನಕ್ಕಿದ್ದರು. ಇನ್ನೊಂದು ಪ್ರಸಂಗವಾದರೆ ಏನೂ ಪ್ರಮಾದವಿಲ್ಲ. ಯೋಧರು ಕರಡಿಯನ್ನು ಕರೆದುಕೊಂಡು ಹೋಗುತ್ತಿದ್ದುದನ್ನು ನೋಡಿದ. ಅದು ತನ್ನನ್ನು ಕೃತಜ್ಞತಾ ಪೂರ್ವಕವಾಗಿ ಒಮ್ಮೆ ಹಿಂದೆ ತಿರುಗಿ ಎಂದು ಬಯಸಿದ. ಆದರೆ ಅದು ಯೋಧನ ಹಿಂದೆ ಸುಮ್ಮನೆ ಹೋಯಿತು. ಅವನು ಕರಡಿ ಕುಣಿತದವನತ್ತ ತಿರುಗಿ "ಮತ್ತೆ ನೀನು, ನೀನು ಅನೇಕ ಪ್ರಶ್ನೆಗಳಿಗೆ ಉತ್ತರಿಸಬೇಕಾಗಿದೆ" ಎಂದ.

ಯಾರೋ ಸ್ಕಂದದಾಸನ ಭುಜ ತಟ್ಟಿದರು. ಅವನು ಕಿರಿಕಿರಿಯಲ್ಲಿ ಹಿಂದೆ ತಿರುಗಿದ "ರಾಜಕುಮಾರ ಬಿಜ್ಜಳ!" ಎಂದು ಉದ್ಗಾರ ತೆಗೆದ. ನಂತರ ಬಾಗಿ ವಂದಿಸಿದ.

"ನಾನು ಮುಖ್ಯವಾದ ಒಂದು ವಿಷಯವನ್ನು ಮಾತಾಡಬೇಕು ಮಹಾಪ್ರಧಾನರೆ" ರಾಜಕುಮಾರನೆಂದ.

ಸ್ಕಂದದಾಸ ಮುಖ ಕಿವಿಚಿ "ರಾಜಕುಮಾರಾ, ಅದು ನಾಳೆಯವರೆಗೆ ಕಾಯ ಬಹುದೇ? ಈಗ ಒಂದು ಮುಖ್ಯವಾದ ಸಂಗತಿಯನ್ನು ನಾನು ಪರಿಹರಿಸಬೇಕಿದೆ."

ಬಿಜ್ಜಳ ತನ್ನ ಕೈಗಳನ್ನು ಎದೆಯ ಮೇಲೆ ಕಟ್ಟಿಕೊಂಡು ಮಹಾಪ್ರಧಾನರನ್ನೇ ದಿಟ್ಟಿಸಿ ನುಡಿದ "ಅದು... ಗೌರಿಧೂಳಿಯ ಬಗ್ಗೆ."

ಸ್ಕಂದದಾಸ ಗಾಭರಿಗೊಂಡು ಬಿಜ್ಜಳನನ್ನೇ ದಿಟ್ಟಿಸಿದ. ಗೌರೀಧೂಳಿ ಎನ್ನುವ ಪದವನ್ನು ಯಾರಾದರೂ ಕೇಳಿಸಿಕೊಂಡರೇ ಎಂದು ಸುತ್ತ ನೋಡಿದ. ರಾಜಕುಮಾರನಿಗೆ ಅದರ ಬಗ್ಗೆ ಹೇಗೆ ಗೊತ್ತಾಯಿತು? ಯುವರಾಜನ ಪಟ್ಟಕಟ್ಟಿದ ನಂತರವೇ ಅವನಿಗೆ ಅದರ ಬಗ್ಗೆ ತಿಳಿಯಬೇಕಿತ್ತು.

"ಇಲ್ಲಿಯೇ ಅದನ್ನು ಚರ್ಚೆ ಮಾಡಬೇಕೆ ಅಥವಾ ನಿಮ್ಮ ಕಚೇರಿಗೆ ತೆರಳಿ ಮಾತಾಡೋಣವೇ?" ಬಿಜ್ಜಳ ಮಹಾಪ್ರಧಾನರತ್ತ ಕೆಂಗಣ್ಣು ಬೀರುತ್ತಾ ಕೇಳಿದ.

ಸ್ಕಂದದಾಸನಿಗೆ ರಾಜಕುಮಾರನ ಧೋರಣೆ ಇಷ್ಟವಾಗಲಿಲ್ಲ. ತಾನು ಕಾರ್ಯಾಗಾರದಿಂದ ಎತ್ತಿಕೊಂಡು ಬಂದ ಗೌರಿಧೂಳಿಯ ಬಗ್ಗೆ ರಾಜಕುಮಾರನಿಗೆ ತಿಳಿದಿದೆಯೇ? ರಾಜಕುಮಾರನಿಗೆ ಕಾರ್ಯಾಗಾರವಿರುವುದರ ಬಗ್ಗೆಯೇ ತಿಳಿದಿದೆಯೇ? ಸ್ಕಂದದಾಸನಿಗೆ ಒಮ್ಮೆಗೇ ಕೋಪ ಮತ್ತು ಹತಾಶೆ ಎರಡೂ ಉಂಟಾಯಿತು. ಅವನಿಗೆ ಮಾತೇ ಹೊರಡಲಿಲ್ಲ.

"ರಾಜಕುಮಾರ ಬಿಜ್ಜಳ, ಇಲ್ಲೊಂದು ರಕ್ಷಣಾ ಭಂಗದ ಅವಘಡ ನಡೆದಿದೆ. ಕೆಲವು ಡೊಳ್ಳು ಕುಣಿತದವರು ದ್ವಾರದಲ್ಲಿ ನಿಗದಿತ ಪರೀಕ್ಷೆಗೊಳಪಡದೆಯೇ ಒಳಗೆ ಬಂದಿದ್ದಾರೆ" ಸ್ಕಂದದಾಸ ನುಡಿದ.

"ಅದು ನಿಮ್ಮ ಅದಕ್ಷತೆಯನ್ನು ನಿರೂಪಿಸುತ್ತದೆ. ಆದರೆ ಅದು ನಿಮ್ಮ ಸಣ್ಣ ಸಮಸ್ಯೆ. ಅದಕ್ಕಿಂತ ಗಂಭೀರವಾದ ವಿಷಯಗಳ ಬಗ್ಗೆ ನೀವು ಉತ್ತರಿಸ ಬೇಕಾದೀತು" ಎಂದ ಬಿಜ್ಜಳ.

ಸ್ಕಂದದಾಸ ಬಿಜ್ಜಳನತ್ತ ಕೆಂಗಣ್ಣು ಬೀರುತ್ತಾ ಮುಷ್ಟಿ ಬಿಗಿದ. ರಾಜಕುಮಾರ ಅವನನ್ನು ಅವಮಾನಿಸಿದ್ದ. ಅವನ ಪ್ರಾಮಾಣಿಕತೆಯನ್ನು ಪ್ರಶ್ನಿಸಿದ್ದ. ಆದರೂ, ರಾಜಕುಮಾರನಿಗೆ ಕಾರ್ಯಾಗಾರದ ಬಗ್ಗೆ ಎಷ್ಟು ಗೊತ್ತು ಎಂದು ಅವನು ತಿಳಿಯಬೇಕಾಗಿತ್ತು. "ಆಯಿತು ರಾಜಕುಮಾರ," ಎಂದ. ಕೊನೆಗೆ "ನಿಮ್ಮ ಕೋಣೆಗೆ ಹೋಗಿ ಚರ್ಚಿಸೋಣಾ. ಎಲ್ಲವನ್ನೂ ನಿಮಗೆ ವಿವರಿಸುತ್ತೇನೆ"

ಬಿಜ್ಜಳ ತಬ್ಬಿಬ್ಬಾದ. ಅವನು ಅದನ್ನು ನಿರೀಕ್ಷಿಸಿರಲಿಲ್ಲ. ಯೋಜನೆಯಲ್ಲಿ ಇದಿರಲಿಲ್ಲ. ಅವನು ಸ್ಕಂದದಾಸನನ್ನು ಅವನ ಕಚೇರಿಗೆ ಕರೆದುಕೊಂಡು ಹೋಗಬೇಕಾಗಿತ್ತು.

"ಇಲ್ಲ, ನಿಮ್ಮ ಕಚೇರಿಗೇ ಹೋಗೋಣಾ" ಎಂದ ಬಿಜ್ಜಳ.

ಅವನ ಮಾತಿನ ಧೋರಣೆಯಿಂದ ಸ್ಕಂದದಾಸನಿಗೆ ಅನುಮಾನ ಉಂಟಾಯಿತು. "ಯಾಕೆ? ನಿಮ್ಮ ಕೋಣೆ ಇಲ್ಲೇ ಸಮೀಪದಲ್ಲಿದೆ. ಮಾತುಕತೆಯನ್ನು ಅಲ್ಲೇ ಮಾಡೋಣಾ" ಸ್ಕಂದದಾಸ ಸಂದೇಹದಲ್ಲಿ ಹುಬ್ಬು ಗಂಟಿಕ್ಕುತ್ತಾ ನುಡಿದ.

"ಇಲ್ಲ, ನನ್ನ ಕೋಣೆಗೆ ಹೋಗುವಂತಿಲ್ಲ" ಎಂದ ಬಿಜ್ಜಳ.

"ಯಾಕಿಲ್ಲ, ರಾಜಕುಮಾರ?" ಮಹಾಪ್ರಧಾನ ಮತ್ತೆ ಕೇಳಿದ.

ಸೂಕ್ತ ಉತ್ತರಕ್ಕಾಗಿ ಬಿಜ್ಜಳ ತಡಕಾಡಿದ. ಇಂತಹ ಕಷ್ಟಕರ ಸನ್ನಿವೇಶವನ್ನು ಹೇಗೆ ನಿಭಾಯಿಸಬೇಕೆಂದು ಹೇಳಿಕೊಡಲಿಲ್ಲವೆಂದು ಪಟ್ಟರಾಯನ ಬಗ್ಗೆ ಅವನಿಗೆ ಕೋಪ ಬಂತು. ಪಟ್ಟರಾಯ ಹಾಳಾಗಿ ಹೋಗಲಿ, ತನ್ನದೇ ರೀತಿಯಲ್ಲಿ ಇದನ್ನು ಸಮಾಳಿಸುತ್ತೇನೆ.

ಬಿಜ್ಜಳನ ಕಣ್ಣು ಕೆಂಡ ಕಾರಿತು "ಅದು ನಿಮಗೆ ಸಂಬಂಧಪಟ್ಟಿದ್ದಲ್ಲ. ನಾನು ಆದೇಶ ಕೊಟ್ಟ ಕಡೆಗೆ ನೀವು ಬರಬೇಕು, ಗೊತ್ತಾಯಿತಾ? ನನಗೆ ಈಗ ಇಪ್ಪತ್ತೊಂದು, ನನ್ನ ಆದೇಶವನ್ನು ನೀವು ಪ್ರಶ್ನಿಸುವಂತಿಲ್ಲ. ಸಂಪ್ರದಾಯ ಏನು ಹೇಳುತ್ತೋ ನನಗೆ ಬೇಕಿಲ್ಲ. ಯುವರಾಜನ ಪಟ್ಟಾಭಿಷೇಕ ಆಗುವವರೆಗೂ ಮಹಾಪ್ರಧಾನರು ರಾಜಕುಮಾರನಿಗಿಂತ ಮೇಲ್ಮಟ್ಟದವರು ಅಂತ ಹಳೆಯ ಶಾಸ್ತ್ರಗಳು ಹೇಳುತ್ತವೆ ಅಂದರೆ ನಾನದಕ್ಕೆ ಸೊಪ್ಪು ಹಾಕುವವನಲ್ಲ. ನಿಮ್ಮ ಶಿಷ್ಟಾಚಾರ ಎಲ್ಲ ಸಾಯಲಿ. ಹೇಗಿದ್ದರೂ ಇನ್ನು ಕೆಲದಿನಗಳಲ್ಲಿ ನನಗೆ ಯುವರಾಜ ಪಟ್ಟಾಭಿಷೇಕ ಆಗೇ ಆಗುತ್ತದೆ. ಆಗ ನಾನು ಅಪ್ಪಣೆ ಕೊಟ್ಟರೆ ನೀವು ನನಗೆ ತಲೆಹಿಡಿಯಬೇಕಾಗುತ್ತದೆ, ಅಹಂಕಾರಿ ಕರಡಿಕುಣಿತದವನೇ ...."

ಸ್ಕಂದದಾಸ ಉಕ್ಕೇರುತ್ತಿದ್ದ ತನ್ನ ಕೋಪವನ್ನು ಹತೋಟಿಯಲ್ಲಿಟ್ಟುಕೊಂಡ. ರಾಜಕುಮಾರ ಮತ್ತು ಮಹಾಪ್ರಧಾನರ ನಡುವೆ ಬಿರುಸಿನ ಮಾತುಕತೆ ಯಾಗುತ್ತಿದೆ ಎಂದು ಅವರ ಸುತ್ತ ಗುಂಪು ಸೇರಿಕೊಳ್ಳತೊಡಗಿತ್ತು.

ಮೂರ್ಖನಂತೆ ರಾಜಕುಮಾರ ಗೌರೀಧೂಳಿಯ ಬಗ್ಗೆಯೂ ಹೇಳಿಬಿಡುತ್ತಾನೆಂದು ಸ್ಕಂದದಾಸನಿಗೆ ಆತಂಕವಾಯಿತು.

ಅವನು ನಿಟ್ಟಿಸಿರಿಟ್ಟು "ಆಯಿತು, ನೀವು ಹೇಳಿದಂತೆಯೇ ಆಗಲಿ. ನನ್ನ ಕಚೇರಿಗೆ ಹೋಗೋಣಾ" ಎಂದ.

ಬಿಜ್ಜಳನ ತುಟಿಯ ಮೇಲೆ ಸಣ್ಣದೊಂದು ನಗೆ ಮೂಡಿ ಮಾಯವಾಗಿದ್ದನ್ನು ಅವನು ಗಮನಿಸಿದ. ಅದು ಸ್ಕಂದದಾಸನಲ್ಲಿ ಎಚ್ಚರಿಕೆ ಗಂಟೆಯನ್ನು ಬಾರಿಸಿತು. ರಾಜಕುಮಾರನ ಹಿಂದೆ ನಡೆಯುತ್ತಿದ್ದಂತೆ ಅವನು ಒಗಟನ್ನು ಬಿಡಿಸಲು ಯತ್ನಿಸಿದ.

ತಾನು ಮಾಡಿದ್ದು ರಾಜಕುಮಾರನಿಗೆ ಗೊತ್ತಾಗಿದ್ದುದು ಹೇಗೆ? *ಆದರೂ ಆ ಬಗ್ಗೆ ತನಗೆ ಅಪರಾಧೀ ಪ್ರಜ್ಞೆ ಏಕೆ ಬರಬೇಕು, ಸದುದ್ದೇಶದಿಂದ ತಾನೇ ತಾನು ಮಾಡಿದ್ದು?* ಅದಿರಲಿ ರಹಸ್ಯವನ್ನು ರಟ್ಟು ಮಾಡಿದವರು ಯಾರು? ಇದ್ದಕ್ಕಿದ್ದಂತೆ ಅವನ ತಲೆಯಲ್ಲಿ ಮಿಂಚಿನಂತೆ ಉತ್ತರ ಹೊಳೆಯಿತು: ರೂಪಕ! ಎಲ್ಲವೂ ತಕ್ಷಣ ತಿಳಿಯಾಯಿತು.

ಕಳ್ಳ ನಾಗಯ್ಯನಿಗೆ ಶಿಲೆಗಳೊಂದಿಗೆ ಕಾರ್ಯಾಗಾರದಿಂದ ತಪ್ಪಿಸಿಕೊಂಡು ಓಡಿಹೋಗಲು ನೆರವಾಗಿದ್ದು ರೂಪಕನೇ ಆಗಿರಬೇಕು. ಮಹಾಪ್ರಧಾನರು ಮತ್ತು ಮಹಾರಾಜರನ್ನು ಹೊರತುಪಡಿಸಿದರೆ ಕಾರ್ಯಾಗಾರದ ಗುಲಾಮರಿಗೂ ಹೊರಜಗತ್ತಿಗೂ ಸಂಪರ್ಕ ಇರುವ ಏಕೈಕ ವ್ಯಕ್ತಿ ರೂಪಕ. ಅವನು ಬಹಳ ಸುಲಭವಾಗಿ ಮೂರ್ಖ ಗುಲಾಮನನ್ನು ಸಂಪರ್ಕಿಸಿ ಆಮಿಷ ಒಡ್ಡಿ ಅವನನ್ನು ಒಪ್ಪಿಸಿರಬೇಕು. ಹಿಂದಿನ ಮಹಾಪ್ರಧಾನ ಪರಮೇಶ್ವರರಿಂದ ಕೀಲಿಯನ್ನು ಕದ್ದು, ಉಬ್ಬರವಿಳಿದಾಗ ಭಾವಣಿಯ ಮೇಲಿನ ಬಾಗಿಲನ್ನು ತೆರೆದು ನಾಗಯ್ಯನನ್ನು ಹೊರಗೆ ಬಿಟ್ಟಿರಬೇಕು. ಮೇಲ್ಛಾವಣಿಯ ತೆರವು ಪ್ರವಾಹ ಬಂದಾಗ ಕವಾಟದ ರೀತಿಯಾಗಿಯೂ ಕೆಲಸ ಮಾಡುತ್ತಿತ್ತು. ಆದರೆ ಅದರ ಮೂಲ ಉದ್ದೇಶ ಕೆಲವರಿಗೆ ಮಾತ್ರ ಗೊತ್ತಿತ್ತು. ಗೌರೀಕಾಂತ ಶಿಲೆಗಳನ್ನು ಒಳಗೆ ತೆಗೆದುಕೊಂಡು ಬರುವ ಗುಪ್ತ ಬಾಗಿಲಾಗಿತ್ತು. ಮಹಾಮಾಸ ಉತ್ಸವ ಆದ ಕೆಲವು ದಿನಗಳ ನಂತರ ಕಾಳಿಯ ವಿಗ್ರಹವನ್ನು ವಿಸರ್ಜನೆ ಮಾಡಿದ ಮೇಲೆ ಮುಳುಗುಕಾರರು ವಿಗ್ರಹದ ಒಳಗಿರುವ ಶಿಲೆಗಳನ್ನು ನೀರೊಳಗಿಂದಲೇ ಕಾರ್ಯಾಗಾರಕ್ಕೆ ತರುತ್ತಿದ್ದರು. ತಾನು ಮಹಾಪ್ರಧಾನನಾಗುವವರೆಗೂ ತನಗೂ ಕೂಡಾ ಕಾರ್ಯಾಗಾರವಾಗಲಿ, ಅದರ ಉದ್ದೇಶವಾಗಲಿ ತಿಳಿದಿರಲಿಲ್ಲ.

ಸ್ಕಂದದಾಸನಿಗೆ ಭದ್ರತಾ ವ್ಯವಸ್ಥೆಯಲ್ಲಿಯ ಲೋಪಗಳ ಬಗ್ಗೆ ಅತ್ಯಂತ ಹತಾಶೆಯಾಯಿತು. ಕಾರ್ಯಾಗಾರವನ್ನು ನಿರ್ಮಿಸಿದಾಗ ಉಬ್ಬರ ಏರಿದಾಗ ಮತ್ತು ಇಳಿದಾಗ ಎರಡೂ ಸ್ಥಿತಿಯಲ್ಲಿ ನದಿ ಕಾರ್ಯಾಗಾರದ ಮೇಲೆಯೇ ಹರಿಯುತ್ತಿತ್ತು. ಈಗ ನದಿ ತನ್ನ ಪಾತ್ರವನ್ನು ಬದಲಿಸಿತ್ತು. ಗುಪ್ತ ದ್ವಾರ ಮೊದಲಿನಂತೆ ನದಿಯ ಮಧ್ಯಭಾಗದಲ್ಲಿರಲಿಲ್ಲ. ಅದು ಮೊದಲ ಭದ್ರತಾ ಲೋಪ. ಎರಡನೆಯ ಲೋಪ ಅದನ್ನು ತೆರೆಯಲು ಒಳಗಿನಿಂದ ಇದ್ದಂತೆ ನದಿಯ ತಳದಿಂದ ಹೊರಗಿನಿಂದಲೂ ಒಂದು ಕೀಲಿ ಇದ್ದಿದ್ದು. ಅವನ ಹಿಂದಿನ ಭೇಟಿಯಲ್ಲಿ ಅವನು ಅದನ್ನು ಸರಿಪಡಿಸಿದ್ದ. ಗುಲಾಮರಿಂದ ಒಳಗಿನಿಂದ ಶಾಶ್ವತವಾಗಿ ಮುಚ್ಚಿಸಿದ್ದ. ಪ್ರತಿ ಮಹಾಮಾಸದಂದು ಬೆಸುಗೆಯನ್ನು ಒಡೆದು ತೆಗೆದು ಮತ್ತೆ ಮುಚ್ಚಬಹುದು. ಈಗ, ಅದನ್ನು ತೆರೆಯಲು ಹೊರಗಿನಿಂದ ಕೀಲಿ

ಬೇಕು ಮತ್ತು ಅದೇ ಸಮಯಕ್ಕೆ ಒಳಗಿನಿಂದ ಕಬ್ಬಿಣದ ಬಾಗಿಲು ಒಡೆಯಬೇಕು. ಒಂದೇ ಕೊರತೆ ಎಂದರೆ ಶತ್ರು ಧಾಳಿಯ ಸಂದರ್ಭದಲ್ಲಿ ಕಾರ್ಯಾಗಾರವನ್ನು ನಾಶಮಾಡುವುದು ಸಾಧ್ಯವಿಲ್ಲ. ಆದರೆ ಮಾಹಿಷ್ಮತಿಯನ್ನು ಧಾಳಿ ಮಾಡಿ ಆಕ್ರಮಿಸಿಕೊಳ್ಳುವವರು ಯಾರು? ಮಾಹಿಷ್ಮತಿಯು ಹೊರಗಿನ ಶತ್ರುಗಳಿಗಿಂತ ಒಳಗಿನ ಭ್ರಷ್ಟ ಅಧಿಕಾರಿಗಳಿಗೆ ಹೆಚ್ಚು ಹೆದರಬೇಕಾಗಿದೆ. ಸ್ಕಂದದಾಸ ಆ ಅಪಾಯವನ್ನು ಎದುರಿಸಲು ಸಿದ್ಧನಿದ್ದ.

ಅವನ ಕಚೇರಿಯ ಬಳಿಗೆ ಬರುತ್ತಿದ್ದಂತೆ ಸ್ಕಂದದಾಸನಿಗೆ ಆತಂಕ ಪ್ರಾರಂಭ ವಾಯಿತು. ಅವನು ಆಡಳಿತ ಕಚೇರಿಗಳ ಕಟ್ಟಡಗಳನ್ನು ಕಾವಲು ಕಾಯಲು ಅನೇಕ ಕಾವಲುಗಾರರನ್ನು ನೇಮಿಸಿದ್ದ. ಇಲ್ಲಿ ನೋಡಿದರೆ ಯಾರೂ ಇರಲಿಲ್ಲ. ಬಹುಶಃ ಅವರು ಪ್ರದರ್ಶನಗಳನ್ನು ನೋಡಲು ಮೆಲ್ಲಗೆ ಕದ್ದು ಹೋಗಿರ ಬಹುದು. ಮಾರನೆಯ ಮುಂಜಾನೆ ಅವರನ್ನು ತರಾಟೆಗೆ ತೆಗೆದುಕೊಳ್ಳಲು ಅವನು ನಿರ್ಧರಿಸಿದ. ಆದರೆ ದೊಂದಿಗಳನ್ನು ಯಾಕೆ ಹಚ್ಚಿರಲಿಲ್ಲ? ಅವನು ತನ್ನ ಮನೆ ಸಮೀಪಿಸುತ್ತಿದ್ದಂತೆ ಸ್ಥಂಭೀಭೂತನಾಗಿ ನಿಂತ. ಬಾಗಿಲೊಂದನ್ನು ಮುಚ್ಚುವ ಸದ್ದು ಕೇಳಿಸಿತೇ?

ಮಿಂಚಿನಂತೆ ಅವನಿಗೆ ಅರಿವಾಯಿತು – ತಾನೊಂದು ಬಲೆಯೊಳಗೆ ನಡೆಯುತ್ತಿದ್ದೇನೆ. ಅದಕ್ಕಾಗಿಯೇ ಬಿಜ್ಜಳ ತನ್ನ ಕಚೇರಿಯಲ್ಲಿಯೇ ಮಾತಾಡ ಬೇಕೆಂದು ಒತ್ತಾಯಿಸಿದ್ದು? ಯಾರೋ ಅವನ ಮನೆಯೊಳಗಿದ್ದಾರೆ. ಯಾರೋ ತನಗಾಗಿ ಕಾಯುತ್ತಿದ್ದಾರೆ. ಯಾರೋ ಅವನ ಒಂದು ತಪ್ಪನ್ನು ತಿಳಿದಿದ್ದಾರೆ – ತಾನು ಶಿಷ್ಟಾಚಾರವನ್ನು ಉಲ್ಲಂಘಿಸಿ ಗೌರೀಧೂಳಿಯನ್ನು ಕಾರ್ಯಾಗಾರದಿಂದ ಹೊರಗೆ ತಂದಿದ್ದೇನೆ. ಬಹುಶಃ ಅವರು ತನ್ನನ್ನು ಬೆದರಿಸಿ ಹಣ ಕೀಳುವ ಉದ್ದೇಶ ಹೊಂದಿರಬಹುದು. ಅವನ ಗುಪ್ತಚಾರರಿಂದ ಅವನಿಗೆ ತಿಳಿದುಬಂದಿದ್ದ ಮಾಹಿತಿ ಎಂದರೆ ಬಿಜ್ಜಳ ಕಾಳಿಕಾವಾಟಿಕೆಗೆ ದೊಡ್ಡ ಮೊತ್ತದ ಹಣವನ್ನು ನೀಡಬೇಕಾಗಿದೆ ಎಂದು. ಆದರೆ ತಾನು ಕಾಳಿಕಾವಾಟಿಕೆಯನ್ನೇ ಮುಚ್ಚಿಸಿ ಬಿಟ್ಟೆನಲ್ಲಾ. ಬಹುಶಃ ಕೆಲವು ತಲೆಹಿಡುಕರು ರಾಜಕುಮಾರನನ್ನು ಕಾಡುತ್ತಿರ ಬಹುದು, ಅದಕ್ಕೆ ಅವನು ಸುಲಭದ ದಾರಿ ಕಂಡುಕೊಂಡಿರಬಹುದು. ಬಹುಶಃ ರಾಜಕುಮಾರ ಮತ್ತು ರೂಪಕ ಒಗ್ಗಟ್ಟಾಗಿ ಸಂಚು ಮಾಡಿರಬಹುದು.

ಅವರು ತನ್ನನ್ನು ಬೆದರಿಸಿ ಹಣ ಕೀಳಲು ಯತ್ನಿಸಿದರೆ ತಾನು ಅವರನ್ನು ಸಿಕ್ಕಿಹಾಕಿಸುತ್ತೇನೆ. ತನಗೆ ಭಯವಾಗಿದೆ ಎನ್ನುವಂತೆ ನಟಿಸಿ ಅವರ ಶರತ್ತಿಗಳಿಗೆ ಒಪ್ಪಿದಂತೆ ಮಾಡುತ್ತೇನೆ. ಆಮೇಲೆ, ಮಹಾರಾಜರಿಗೆ ತಿಳಿಸಿ ಅವರಿಬ್ಬರನ್ನು ಶಿಕ್ಷೆಗೊಳಪಡಿಸಲಾಗುವುದು. ಅದು ರಾಜಕುಮಾರ ಬಿಜ್ಜಳನ ಯುವರಾಜ

ನಾಗುವ ಕನಸಿಗೆ ಶಾಶ್ವತವಾಗಿ ತಣ್ಣೀರೆರೆಚುತ್ತದೆ. ಹಿಂದೆ ಎಷ್ಟೋ ಸಂದರ್ಭಗಳಲ್ಲಿ ಹಿರಿಯ ರಾಜಕುಮಾರನನ್ನು ಬಿಟ್ಟು ಕಿರಿಯ ರಾಜಕುಮಾರನಿಗೆ ಪಟ್ಟಕಟ್ಟಿರುವ ಉದಾಹರಣೆಗಳಿವೆ. ಮಹಾದೇವ ಮುಗ್ಧ ಮತ್ತು ಸುಲಭವಾಗಿ ನಂಬುತ್ತಾನೆ. ಆದರೆ ಒಳ್ಳೆಯ ಮನಸ್ಸಿರುವ, ನಿಷ್ಕಪಟ ರಾಜನು, ಕ್ರೂರ ಮನಸ್ಸಿನ ದಡ್ಡ ರಾಜನಿಗಿಂತ ಮೇಲು. ಮಹಾದೇವನನ್ನು ತಿದ್ದಿ ರೂಪಿಸಬಹುದು. ಯುವ ರಾಜಕುಮಾರ ಮಹಾದೇವನಿಗೆ ಮಾರ್ಗದರ್ಶಕನಾಗುವುದನ್ನು ಕಲ್ಪಿಸಿಕೊಂಡು ಸ್ಕಂದದಾಸ ಮುಗುಳ್ನಕ್ಕ. ಇಲ್ಲ, ಅವನು ತನ್ನ ಹಿಂದಿನವರಿಗಿಂತ ಉತ್ತಮನಾಗುತ್ತೇನೆ. ಪರಮೇಶ್ವರನಂತಲ್ಲದೆ ತಾನು ಕೆಳವರ್ಗದಿಂದ ಬಂದವನು. ರಾಜಕುಮಾರ ಮಹಾದೇವನಿಗೆ ತಾನು ಸಾಮಾನ್ಯ ಜನರ ಬಗ್ಗೆ ಅನುಕಂಪ ಮತ್ತು ಕರುಣೆಯಿಂದ ನೋಡುವಂತೆ ಹೇಳಿಕೊಡಬಹುದು. ಅವನ ಸಹಜ ಒಳ್ಳೆಯ ನಡವಳಿಕೆಯ ಜೊತೆಗೆ ಮಹಾದೇವ ಆದರ್ಶ ರಾಜನಾಗಬಹುದು, ಚರಿತ್ರೆಯಲ್ಲಿ ಸ್ಕಂದದಾಸನ ಹೆಸರು ಮೆಚ್ಚಿ ದಾಖಲಾಗಬಹುದು –ಸಾಮಾನ್ಯ ಕರಡಿ ಕುಣಿಸುವವನ ಮಗ ಮಹಾಪ್ರಧಾನನಾದ– ಮಹಾನ್ ಚಕ್ರವರ್ತಿಗೆ ಮಾರ್ಗದರ್ಶಕ. ಹೊಸ ಚಂದ್ರಗುಪ್ತನಿಗೆ ತಾನು ಚಾಣಕ್ಯನಾಗುತ್ತೇನೆ. ಆ ಯೋಚನೆಗೆ ಅವನು ಮುಗುಳ್ನಕ್ಕ. ಈ ಮೂರ್ಖರಿಗೆ ಈ ರಾತ್ರಿ ನಾನು ಸರಿಯಾದ ಪಾಠ ಕಲಿಸುತ್ತೇನೆ.

ಅವನು ತನ್ನ ಮನೆಯಿಂದ ಹನ್ನೆರಡು ಹೆಜ್ಜೆ ದೂರದಲ್ಲಿರುವಾಗ ಮತ್ತೊಂದು ಸಂಗತಿ ಹೊಳೆಯಿತು. ಈಗ ತಾನೇ ತಾನು ಕೇಳಿದ ಸದ್ದು – ಏನೋ ಮುಚ್ಚಿದ ಸದ್ದು– ಅದು ಅವನ ಮೇಜಿನ ಖಾನೆ. ಓ ದೇವರೇ! ಸ್ಕಂದದಾಸನ ರಕ್ತ ಮಂಜುಗಟ್ಟಿತು. ಯಾರೋ ಅವನ ಕೋಣೆಯಲ್ಲಿ ಏನನ್ನೋ ಹುಡುಕುತ್ತಿದ್ದಾರೆ. ಅದು ಗೌರಿಧೂಳಿಗಾಗಿಯೇ ಇರಬೇಕು. ತನ್ನ ಕೋಣೆಯಿಂದ ಗೌರಿಧೂಳಿಯನ್ನು ಕಳ್ಳತನ ಮಾಡದೆಯೇ ರೂಪಕ ತನ್ನನ್ನು ಬೆದರಿಸಬಹುದು. ಅವನು ಕಾರ್ಯಾಗಾರದ ಗುಲಾಮರನ್ನು ಸಾಕ್ಷಿಗೆ ಕರೆಸಿದರೆ ಆಯಿತು. ಕೋಣೆಯಲ್ಲಿರುವವರು ಬೇರೆ ಯಾರೋ. ಗೌರಿಧೂಳಿಯ ಬಗ್ಗೆ ತಿಳಿದವರು ಮತ್ತು ಅದನ್ನು ಪಡೆಯಲಿಚ್ಛಿಸಿರುವವರು. ಇದು ಒಬ್ಬ ಭಗ್ನಗೊಂಡ ರಾಜಕುಮಾರ ಮತ್ತು ಭ್ರಷ್ಟ ಅಧಿಕಾರಿಯ ಮೂರ್ಖ ಒತ್ತಾಯವಲ್ಲ. ಅದಕ್ಕಿಂತ ಅಪಾಯಕಾರಿಯಾದುದು. ತಾನೆಷ್ಟು ದಡ್ಡನಾಗಿದ್ದೆ. ಯಾರೋ ಎಳೆ ಲಿಂಬೆಕಾಯನ್ನು ಮನವೊಲಿಸುವಂತೆ ತನ್ನನ್ನು ವಂಚಿಸುತ್ತಿದ್ದರೇ ತಾನು ವೈಭವದ ಕನಸು ಕಾಣುತ್ತಿದ್ದೆ.

ಒಂದೂ ಮಾತಾಡದೆ ಅವನು ಹಿಂದಕ್ಕೆ ಹೆಜ್ಜೆ ಹಾಕಿದ. ಕೆಲವು ಕ್ಷಣಗಳ ನಂತರವೇ ಬಿಜ್ಜಳನಿಗೆ ಸ್ಕಂದದಾಸನು ತನ್ನ ಜೊತೆಯಲ್ಲಿಲ್ಲ ಎನ್ನುವುದು

ತಿಳಿಯಿತು. ಅವನು ತಿರುಗಿ ನೋಡಿದಾಗ ಸ್ಕಂದದಾಸ ತಾವು ಬಂದ ದಾರಿಯಲ್ಲೇ ಹಿಂದಿರುಗುತ್ತಿದ್ದ. ಬಿಜ್ಜಳ ಅವನ ಹಿಂದೆ ಓಡಿದ.

"ಏ ...ಏ ... ಎಲ್ಲಿಗೆ ಹೋಗುತ್ತಿದ್ದೀರಿ?"

"ಮಹಾರಾಜರ ಬಳಿಗೆ. ನೀವು ಚರ್ಚೆ ಮಾಡಬೇಕಾದ ವಿಷಯವನ್ನು ಅವರ ಮುಂದೆ ಚರ್ಚಿಸೋಣಾ"

ಬಿಜ್ಜಳ ಸ್ಕಂದದಾಸನ ಕೈ ಹಿಡಿದುಕೊಂಡ. "ನೀವು ಎಲ್ಲಿಗೂ ಹೋಗುವುದಿಲ್ಲ." ಸ್ಕಂದದಾಸ ಶಾಂತವಾಗಿ ರಾಜಕುಮಾರನ ಬೆರಳುಗಳನ್ನು ಬಿಡಿಸಿಕೊಂಡು ನುಡಿದ "ನಾವು ಬೆಳಗ್ಗೆ ಮಾತಾಡೋಣಾ ರಾಜಕುಮಾರ, ಈಗ ನನಗೆ ಮಾಡಲು ಒಂದು ಕೆಲಸವಿದೆ"

ಇದ್ದಕ್ಕಿದ್ದಂತೆ ಕತ್ತಲೆಯಿಂದ ಮೂವರು ವ್ಯಕ್ತಿಗಳು ಅವನ ಮುಂದೆ ಪ್ರತ್ಯಕ್ಷ ರಾದರು. "ಮುಖ್ಯವಾದ ಸಂಗತಿಗಳನ್ನು ಮುಂದೂಡುವುದನ್ನು ನಾವು ದ್ವೇಷಿಸುತ್ತೇವೆ, ಸ್ಕಂದದಾಸ" ಧಡೂತಿ ವ್ಯಕ್ತಿಯೊಬ್ಬ ಮೆಲ್ಲಗಿನ ದನಿಯಲ್ಲಿ ನುಡಿದ.

"ಪಟ್ಟರಾಯ!" ಸ್ಕಂದದಾಸ ಉದ್ಗರಿಸಿದ.

"ತಮ್ಮ ಸೇವೆಯಲ್ಲಿ, ಮಹಾಪ್ರಧಾನ" ಪಟ್ಟರಾಯ ಮುಂದೆ ಬಂದು ಅಣಕು ನಮ್ರತೆಯಲ್ಲಿ ತಲೆಬಾಗಿದ. ಅವನ ಹಿಂದೆ ಪ್ರತಾಪ ಮತ್ತು ರುದ್ರಭಟ್ಟ ನಿಂತಿದ್ದರು. ಸ್ಕಂದದಾಸ ತಿರುಗಿದ. ಬಿಜ್ಜಳ ತನ್ನ ಕತ್ತಿ ಸೆಳೆದು ಅದರ ಚೂಪಾದ ಮೊನೆಯುದ್ಧಕ್ಕೂ ತೋರುಬೆರಳನ್ನು ಸವರಿದ.

ಪಟ್ಟರಾಯ ಸ್ಕಂದದಾಸನ ಹೆಗಲ ಮೇಲೆ ತನ್ನ ದಪ್ಪ ಕೈಯನ್ನು ಇಟ್ಟು ನುಡಿದ "ಇದನ್ನು ನಮ್ಮ ನಡುವೆಯೇ ಇಡುವುದು ಒಳ್ಳೆಯದು. ಏನಂತೀರಿ ಪ್ರತಾಪ, ರುದ್ರ ಭಟ್ಟ? ನಮ್ಮ ಮಹಾಪ್ರಧಾನರು ನಮ್ಮನ್ನು ತಮ್ಮ ಮನೆಯೊಳಗೇ ಆಹ್ವಾನಿಸುವಷ್ಟು ಕರುಣಿಗಳಾಗಿದ್ದಾರೆ. ಸ್ವಾಮಿ, ದಯವಿಟ್ಟು ಬಾಗಿಲು ತೆರೆಯಿರಿ"

ಪಟ್ಟರಾಯ ಮತ್ತು ಪ್ರತಾಪ ಸ್ಕಂದಾದಾಸನನ್ನು ಅವನ ಮನೆಯ ಬಾಗಿಲ ವರೆಗೆ ಕರೆದುಕೊಂಡು ಹೋದರು. ಮಹಾಪ್ರಧಾನರು ನಡುಗುವ ಕೈಗಳಿಂದ ಬಾಗಿಲು ತೆರೆದರು. ಜೊತೆಗೆ, ಇವರೆಲ್ಲರೂ ಬಾಗಿಲ ಹೊರಗೆ ಕಾಯುತ್ತಿದ್ದರೆಂದರೆ ಒಳಗೆ ತನ್ನ ಮೇಜಿನ ಖಾನೆಯನ್ನು ತೆರೆದು ಮುಚ್ಚಿದವರು ಯಾರು ಎಂದು ಯೋಚಿಸಿದ.

ಅಧ್ಯಾಯ ನಲವತ್ತೈದು

ಶಿವಪ್ಪ

ಕಾಮಾಕ್ಷಿ ನಡೆದುಹೋಗಿದ್ದನ್ನು ನೋಡುತ್ತಾ ಶಿವಪ್ಪನ ಹೃದಯ ಒಡೆದುಹೋಯಿತು. ಮೊದಮೊದಲು ಅವಳ ನಡವಳಿಕೆಯಿಂದ ಅವನಿಗೆ ಕೋಪಬಂದಿತ್ತು. ಅವನ ಕಾರ್ಯಾಚರಣೆಯ ಮಹತ್ವವನ್ನು ಅವಳು ಯಾಕೆ ಅರ್ಥಮಾಡಿಕೊಳ್ಳುತ್ತಿಲ್ಲ? ಅವನ ಜೀವವೇ ಅಪಾಯ ದಲ್ಲಿತ್ತು. ಅವಳು ನೋಡಿದರೆ ಸಿಹಿಮಿಲನಕ್ಕೆ ಕಾತರಳಾಗಿದ್ದಾಳೆ. ಆದರೆ ಅವಳು ಹೋದ ಮೇಲೆ ಪಾಪಪ್ರಜ್ಞೆ ಅವನನ್ನು ಕಾಡತೊಡಗಿತು.

ಅವನು ಅವಳಿಗೆ ಯಾವುದನ್ನೂ ನಿಖರವಾಗಿ ಹೇಳಿರಲಿಲ್ಲ. ಆ ದಿನಕ್ಕೆ ಕಾದಿರು ಎಂದು ಮಾತ್ರ ಹೇಳಿದ್ದ. ಅದಕ್ಕಾಗಿ ಅವಳು ದೊಡ್ಡ ಕನಸನ್ನು ಹೊತ್ತು ಬಂದಿರಬಹುದು. ಒಟ್ಟಿಗೆ ಬಾಳುವ ಕನಸು, ಕುಟುಂಬವನ್ನು ಕಟ್ಟಿಕೊಳ್ಳುವ ಕನಸು, ಗುಲಾಮರಲ್ಲದೇ ಸ್ವತಂತ್ರ ಬದುಕನ್ನು ಬದುಕುವ ಕನಸು, ಯಾವುದೋ ದೂರ ಪ್ರದೇಶದಲ್ಲಿ , ಗಂಡ ಹೆಂಡಿರಂತೆ, ತಮ್ಮ ಸುತ್ತಾ ಆಟವಾಡುವ ಅನೇಕ ಮಕ್ಕಳನ್ನು ಹೊಂದುವ ಕನಸು. ಅವರ ಜಂಟಿ ಕನಸು, ಬಯಕೆಗಳು, ಪರಸ್ಪರರ ಕುರಿತ ಪ್ರೀತಿ. ಅವರ ಪ್ರೀತಿಯ ಮುಂದೆ ಕ್ರಾಂತಿಯ ಆಲೋಚನೆ, ವೈತಾಳಿಕರ ಸ್ವಾತಂತ್ರ್ಯ, ಗೌರೀಪರ್ವತ–ಎಲ್ಲವು ತೃಣಮಾತ್ರವಾಗಿ

ಕಾಣತೊಡಗಿತು, ಎಲ್ಲವು ವರ್ಣರಂಜಿತ ಸುಳ್ಳೆನಿಸತೊಡಗಿತು. ಶಿವಪ್ಪನಿಗೆ ಕಾಮಾಕ್ಷಿಗಿಂತ ಮಹತ್ವವಾದುದು ಬೇರಿಲ್ಲ ಅನ್ನಿಸತೊಡಗಿತು. ಅವನು ಅವಳನ್ನು ಜನರ ಗುಂಪಿನಲ್ಲಿ ಹಿಂಬಾಲಿಸತೊಡಗಿದ. ಅದು ಕಷ್ಟವಾಗಿತ್ತು, ಕೆಲವು ಸಲ ಅವಳು ಕಾಣೆಯಾಗುತ್ತಿದ್ದಳು. ಕೊನೆಗೆ ಅರಮನೆಯ ಕಚೇರಿಗಳ ಕಟ್ಟಡದ ತುದಿಯಲ್ಲಿದ್ದ ತೋಟದ ದಾರಿಯಲ್ಲಿ ಅವಳು ಸಾಗಿ ತೂಕಡಿಸುತ್ತಿದ್ದ ಕಾವಲುಗಾರನನ್ನು ದಾಟಿದ್ದನ್ನು ನೋಡಿದ. ತೋಟದ ಆ ತುದಿಯಲ್ಲಿ ಉನ್ನತ ಅಧಿಕಾರಿಗಳ ವಸತಿ ಸಮುಚ್ಚಯವಿತ್ತು. ಆದರೆ ಇಷ್ಟು ಹೊತ್ತಿನಲ್ಲಿ ಅವೆಲ್ಲ ಮುಚ್ಚಿರುತ್ತವೆ. ಅವನು ತಟಸ್ಥನಾಗಿ ನಿಂತ. ಭೂತರಾಯನ ಆದೇಶದ ಪ್ರಕಾರ ಅವನು ಎಲ್ಲಿರಬೇಕಿತ್ತೋ ಅಲ್ಲಿಂದ ಬಹಳ ದೂರ ಸರಿದು ಬಂದಿದ್ದ. ಯಾವುದೇ ಗಳಿಗೆಯಲ್ಲಿ ಅರಮನೆಯ ಆರು ಗಂಟೆ ಬಾರಿಸಲಾಗುವುದೆಂದು ಶಿವಪ್ಪನಿಗೆ ತಿಳಿದಿತ್ತು. ದಂಗೆ ಏಳಲು ಅದೇ ಸಮಯವನ್ನು ನಿಗದಿಪಡಿಸಲಾಗಿತ್ತು. ಮುಂದಿನ ಗಂಟೆಗೆ ಸರಿಯಾಗಿ ಅವರೆಲ್ಲರೂ ಗೋಪ್ಯವಾಗಿ ಮಹಾರಾಜನ ಕಡೆಗೆ ಚಲಿಸಬೇಕಿತ್ತು. ಆದರೆ ಶಿವಪ್ಪ ವಿರುದ್ಧ ದಿಕ್ಕಿನಲ್ಲಿ ಚಲಿಸುತ್ತಿದ್ದ. ತಾನು ಹೊತ್ತಿದ್ದ ಡೊಳ್ಳು ಬಹಳ ಭಾರವೆನಿಸಿತು. ಒಳಗೆ ಉರುಟಾಗಿ ಸುತ್ತಿಕೊಂಡ ಹಾವಿನಂತೆ ತನ್ನ ಉರುಮಿ ಇತ್ತು. ಅವನು ಅದನ್ನು ಹೊರಸೆಳೆದು ಝಳಪಿಸಿದ ತಕ್ಷಣ ವೇದಿಕೆಯ ಸುತ್ತಲಿಂದ ಅವನ ಸಂಗಡಿಗರು ಧಾವಿಸಿ ಮಹಾರಾಜ ಸೋಮದೇವನ ತಲೆ ಕತ್ತರಿಸುವವರಿದ್ದರು. ಅದರ ಬದಲಿಗೆ ತಾನು ಪ್ರೇಯಸಿಯನ್ನು ಹುಡುಕಿಕೊಂಡು ಹೋಗುತ್ತಿದ್ದೇನೆ. ಅವನಲ್ಲಿ ತನ್ನ ಗುರಿತಪ್ಪಿದ್ದಕ್ಕೆ ತೀವ್ರವಾದ ಅಪರಾಧೀ ಪ್ರಜ್ಞೆ ಉಂಟಾಯಿತು. ಮರುಕ್ಷಣ, ತನಗೆ ತಾನೇ, ಕ್ರಾಂತಿಯ ಮಹಾ ಚಕ್ರದಲ್ಲಿ ತಾನೊಂದು ಗಾಲಿ ಹಲ್ಲು ಮಾತ್ರ, ಅಲ್ಪ ಧೂಳು ಎಂದು ಹೇಳಿಕೊಂಡ. ತಾನಿಲ್ಲದೆಯೂ ಅವರು ನಿಭಾಯಿಸುತ್ತಾರೆ, ಆದರೆ ತನ್ನ ಕಾಮಾಕ್ಷಿಗೆ ತಾನೊಬ್ಬನೇ ಎಲ್ಲ.

ಅವನು ತೋಟದ ದ್ವಾರದ ಬಳಿಗೆ ನಡೆದ. ಅಷ್ಟರಲ್ಲಿ ತೂಕಡಿಸುತ್ತಿದ್ದ ಕಾವಲುಗಾರ ಎಚ್ಚರವಾಗಿದ್ದ. ಮತ್ತೊಬ್ಬನೂ ಅವನನ್ನು ಸೇರಿಕೊಂಡ. ಅಲ್ಲಿ ಕಾಣಿಸಿಕೊಳ್ಳಲು ಶಿವಪ್ಪನಿಗೆ ಯಾವ ನಂಬಲರ್ಹ ನೆಪಗಳೂ ಇರಲಿಲ್ಲ. ಅವನು ಆದಿವಾಸಿಗಳು, ಗುಲಾಮರು ಮತ್ತು ಅಸ್ಪೃಶ್ಯರ ಜೊತೆ ಮತ್ತೊಂದು ತುದಿಯಲ್ಲಿ ಇರಬೇಕಿತ್ತು. ಅವರು ಅವನನ್ನು ಕಂಡು ಬಂದ ದಾರಿಯಲ್ಲೇ ಹಿಂದಿರುಗಿ ಹೋಗೆಂದು ಜೋರಾಗಿ ಅರಚಿದರು. ಶಿವಪ್ಪನಿಗೆ ಹತಾಶೆಯಾಗುತ್ತಿತ್ತು. ಅವನು ಹೇಗಾದರೂ ಮಾಡಿ ಕಾಮಾಕ್ಷಿಯನ್ನು ಕಂಡುಹಿಡಿಯಲೇ ಬೇಕಿತ್ತು. ಕಾವಲುಗಾರನೊಬ್ಬ ಹೋಗುಹೋಗೆಂದು ಗದರಿಸಿ ಅವನನ್ನು ಹಿಂದಕ್ಕೆ ತಳ್ಳಿದ.

ಅವನ ಕೈ ಡೊಳ್ಳಿಗೆ ಹೋಯಿತು. ಅದೇ ಕ್ಷಣದಲ್ಲಿ ರಾಜಕುಮಾರ ಮಹಾದೇವ ಅವರ ಕಡೆಗೆ ಓಡೋಡಿ ಬರುತ್ತಿದ್ದುದನ್ನು ನೋಡಿದ.

"ಶಿವಪ್ಪ!"

ಶಿವಪ್ಪನಷ್ಟೇ ರಾಜಕುಮಾರ ಮಹಾದೇವ ಕೂಡಾ ಚಕಿತನಾಗಿದ್ದ. ಒಂದು ಕ್ಷಣ ಇಬ್ಬರು ಪರಸ್ಪರ ದಿಟ್ಟಿಸಿದರು, ಇಬ್ಬರೂ ಸ್ಥಂಭೀಭೂತರಾಗಿದ್ದರು. ಮೊದಲು ಎಚ್ಚೆತ್ತುಕೊಂಡವನು ಶಿವಪ್ಪ. ಒಂದೇ ಗುದ್ದಿನಲ್ಲಿ ಡೊಳ್ಳಿನ ಚರ್ಮ ಒಡೆದು ಅವನು ಉರುಮಿಯನ್ನು ಹೊರಗೆ ತೆಗೆದ.

ಮಹಾದೇವ ಚೀರಿದ "ಅವನನ್ನು ಬಂಧಿಸಿ!"

ಕಾವಲುಗಾರರು ಪ್ರತಿಕ್ರಿಯಿಸುವುದಕ್ಕೆ ಮುನ್ನ ಶಿವಪ್ಪನ ಉರುಮಿ ಹಾರಿ ಒಬ್ಬ ಕಾವಲುಗಾರನ ಕೊರಳನ್ನು ಬಳಸಿತು. ಶಿವಪ್ಪ ಜಗ್ಗಿದ, ಉರುಮಿ ಸರಕ್ಕನೆ ಸುರುಳಿಯಾಗಿ ಅವನ ಕೈಗೆ ಮರಳಿತು. ಕಾವಲುಗಾರನ ತಲೆ ನೆಲಕ್ಕುರುಳಿತು. ರಾಜಕುಮಾರ ಮಹಾದೇವ ಗಾಭರಿಯಲ್ಲಿ ಚೀರಿ ಹಿಮ್ಮೆಟ್ಟಿದ. ಮತ್ತೊಬ್ಬ ಕಾವಲುಗಾರನಿಗೆ ಕೂಗಿ ಹೇಳಿದ "ಹೋಗು! ಓಡು, ವೈತಾಳಿಕರು ಒಳನುಸುಳಿದ್ದಾರೆ, ಮಹಾರಾಜರ ಪ್ರಾಣಕ್ಕೆ ಅಪಾಯವಿದೆ ಎಂದು ..."

ಯೋಧ ಕೂಗುತ್ತಾ ಓಡಿದ. ಶಿವಪ್ಪ ತನ್ನ ಉರುಮಿಯನ್ನು ಅವನತ್ತ ಬೀಸಿದ. ಅದರ ಬಳುಕುವ ತುದಿ ಯೋಧನ ಕೊರಳನ್ನು ಸುತ್ತಿ ಕ್ಷಣಾರ್ಧದಲ್ಲಿ ಅವನ ತಲೆ ಕಡಿದು ನೆಲಕ್ಕುರುಳಿತು. ಮಹಾದೇವ ಭಯದಲ್ಲಿ ನಡುಗುತ್ತಾ ನಿಂತ. ತಾನು ಶಿವಪ್ಪನಿಗೆ ತಕ್ಕ ಎದುರಾಳಿಯಲ್ಲ ಎಂದು ಅವನಿಗೆ ಗೊತ್ತಿತ್ತು. ಅಭ್ಯಾಸದ ಸಮಯದಲ್ಲೇ ಶಿವಪ್ಪ ಅವನನ್ನು ಅನೇಕ ಸಲ ಸೋಲಿಸಿದ್ದ. ಶಿವಪ್ಪ ಉರುಮಿಯನ್ನು ಭದ್ರವಾಗಿ ಸುರುಳಿ ಸುತ್ತುವುದನ್ನು ಅವನು ನೋಡಿದ. ಕಟ್ಟಪ್ಪನ ಮಾತುಗಳು ಅವನ ಮನದಲ್ಲಿ ರಿಂಗಣಿಸಿತು. ಅವನ ಕುಟುಂಬದವರ ಪ್ರಾಣ ಅಪಾಯದಲ್ಲಿತ್ತು, ಅವನ ದೇಶ ಅಪಾಯದಲ್ಲಿತ್ತು. ಮಹಾದೇವ ಮುಂದಕ್ಕೆ ರಭಸದಲ್ಲಿ ನುಗ್ಗಿ ಅವನ ಸೊಂಟವನ್ನು ಭದ್ರವಾಗಿ ಹಿಡಿದುಕೊಂಡ. ರಾಜಕುಮಾರ ಓಡಿಹೋಗುತ್ತಾನೆಂದು ಶಿವಪ್ಪ ನಿರೀಕ್ಷಿಸಿದ್ದ. ಅವನ ಹಠಾತ್ ಧಾಳಿ ಅವನನ್ನು ಆಶ್ಚರ್ಯಗೊಳಿಸಿತು, ಇಬ್ಬರೂ ನೆಲಕ್ಕೆ ಬಿದ್ದರು. ಕಿರಿದಾದ ಸ್ಥಳದಿಂದಾಗಿ ಉದ್ದದ ಸುರುಳಿಯಾಕಾರದ ಉರುಮಿಯನ್ನು ಬಳಸಲು ಶಿವಪ್ಪನಿಗೆ ಅವಕಾಶವಾಗಲಿಲ್ಲ. ಮಹಾದೇವ ಶಿವಪ್ಪನನ್ನು ಭದ್ರವಾಗಿ ಹಿಡಿದ. ಇಬ್ಬರೂ ಹುಲ್ಲಿನ ಮೇಲೆ ಉರುಳಿದರು. ಉರುಮಿ ಇಬ್ಬರನ್ನೂ ಬಳಸಿಕೊಂಡು ಗೀರಿತು. ಶಿವಪ್ಪ ಮಹಾದೇವನನ್ನು ತಳ್ಳಿದ. ಆದರೆ ರಾಜಕುಮಾರನ ಪಟ್ಟು ಗಟ್ಟಿಯಾಗಿದ್ದು ಶಿವಪ್ಪನಿಗೆ ಅಲ್ಲಾಡಲು ಅವಕಾಶ ಕೊಡಲಿಲ್ಲ. ಹೇಗೋ ಮಾಡಿ

ಅವನು ತನ್ನ ಎಡಗೈಯನ್ನು ಬಿಡಿಸಿಕೊಂಡು ಮಹಾದೇವನ ಮುಖಕ್ಕೆ ಬಲವಾಗಿ ಗುದ್ದಿ, ರಾಜಕುಮಾರನ ತುಟಿ ಸೀಳಿದ. ಆದರೂ ಅವನ ಪಟ್ಟು ಸಡಿಲವಾಗಲಿಲ್ಲ. ಶಿವಪ್ಪ ಮಹಾದೇವನ ಮುಖವನ್ನು ಪದೇ ಪದೇ ಚಚ್ಚಿ ಹಾಕಿದ. ರಾಜಕುಮಾರ ನೋವಿನಲ್ಲಿ ಜೋರಾಗಿ ಕಿರುಚಿದ. ಆದರೆ ಕೈಯ ಪಟ್ಟು ಬಿಟ್ಟುಕೊಡಲಿಲ್ಲ. ಶಿವಪ್ಪನಿಗೆ ಕಾಮಾಕ್ಷಿಯ ಬಗ್ಗೆ ಆತಂಕ ಹೆಚ್ಚಾಯಿತು.

ಮಹಾದೇವನಿಗೆ ತಾನು ಸೋಲುತ್ತೇನೆ ಎನ್ನುವುದು ಖಚಿತವಾಯಿತು. ಅವನು ಎಂದಿದ್ದರೂ ಉತ್ತಮ ವೀರನಲ್ಲ. ತನಗಿಂತ ದೊಡ್ಡ ಗಾತ್ರದ, ತನಗಿಂತ ಹೆಚ್ಚು ಕುಶಲಿಯಾದ ವೀರನೊಡನೆ ಅವನು ಸೆಣೆಸುತ್ತಿದ್ದ. ತನ್ನ ಬದಲು ಬಿಜ್ಜಳ ಹೋರಾಡಿದ್ದರೆ ಎಂದುಕೊಂಡ. ಅಣ್ಣ ಬಂಡುಕೋರನನ್ನು ಬಗ್ಗುಬಡಿಯುತ್ತಿದ್ದ. ತನ್ನಂತಹ ಹೇಡಿಯ ಮೇಲೆ ದೇಶವನ್ನು ಕಾಪಾಡುವ ಹೊಣೆಯನ್ನು ದೇವರು ಹೊರಿಸಿದ್ದ. ಉರುಮಿ ಅವನ ಬೆನ್ನಿಗೆ ಚುಚ್ಚುತ್ತಿತ್ತು. ಗುದ್ದುಗಳಿಂದಾಗಿ ಅವನ ಮುಖ ಜಡವಾಗಿಬಿಟ್ಟಿತ್ತು. ತಾನು ಸಾಯುತ್ತೇನೆ ಎನ್ನುವುದು ಅವನಿಗೆ ಖಚಿತ ವಾಗಿತ್ತು. ಗುಲಾಮನೊಬ್ಬನಿಂದ ಸಾವು–ಸಾವಿನಲ್ಲೂ ಅವನು ಮಾಹಿಷ್ಮತಿಯ ರಾಜವಂಶಕ್ಕೆ ಕಳಂಕ ತರುವವನಿದ್ದ. ಒಬ್ಬ ಗುಲಾಮನನ್ನು ಸೋಲಿಸಲಾರದ ರಾಜಕುಮಾರ. ಅವನ ಹೊಟ್ಟೆಯಲ್ಲಿ ನೋವಿನ ಚಳುಕು ಎದ್ದಿತು. ಅವನು ಗಾಳಿಯಲ್ಲಿ ಹಾರುತ್ತಿದ್ದ. ಶಿವಪ್ಪ ತನ್ನ ಒಂದು ಕಾಲನ್ನು ಬಿಡಿಸಿಕೊಂಡು ಅವನನ್ನು ಒದ್ದಿದ್ದ. ಮಹಾದೇವ ಬೆನ್ನು ಅಡಿಯಾಗಿ ಬಿದ್ದ, ಅವನ ತಲೆ ನೆಲಕ್ಕೆ ಜೋರಾಗಿ ಬಡಿಯಿತು. ಒಂದು ಕ್ಷಣ ಕಣ್ಣು ಕತ್ತಲಿಟ್ಟಿತು.

ಮಹಾದೇವ ಹುಲ್ಲಿನ ಮೇಲೆ ಉಸಿರೆಳೆಯುತ್ತಾ ಬಿದ್ದಿದ್ದ. ಸೋಲಿನ ಕಣ್ಣೀರು ನೋಟವನ್ನು ಮಸುಕಾಗಿಸಿತು. ಗುಲಾಮ ಅವನ ತಲೆಯನ್ನು ಕತ್ತರಿಸಲು ಕಾದ. ಶಿವಪ್ಪನನ್ನು ತಡೆಯಲು ತನ್ನೆಲ್ಲ ಶಕ್ತಿಮೀರಿ ಪ್ರಯತ್ನಿಸಿದ್ದ. ಆದರೆ ಅದು ಸಾಲದಾಗಿತ್ತು. ಶಿವಪ್ಪನ ಮುಖ ತನ್ನ ಮುಖದ ಮೇಲೆ ಬಾಗಿರುವುದು ಕಾಣಿಸಿತು. ತನ್ನ ಕೊರಳ ಸುತ್ತ ತಣ್ಣಗಿನ ಉರುಮಿ ಸುತ್ತಿಕೊಳ್ಳುವುದಕ್ಕೆ ಕಾದ. ಆದರೆ ಅವನಿಗೆ ಓಡಿಹೋಗುತ್ತಿದ್ದ ಹೆಜ್ಜೆ ಸಪ್ಪಳ ಕೇಳಿಸಿತು. ಬಹಳ ಕಷ್ಟಪಟ್ಟು ಅವನು ಕತ್ತು ತಿರುಗಿಸಿ ನೋಡಿದ. ಶಿವಪ್ಪ ತೋಟದ ದಾರಿಯಲ್ಲಿ 'ಕಾಮಾಕ್ಷಿ' ಎಂದು ಕೂಗುತ್ತಾ ಓಡಿಹೋಗುತ್ತಿದ್ದುದು ಕಾಣಿಸಿತು. ಶಿವಪ್ಪ ತನ್ನನ್ನು ಯಾಕೆ ಕೊಲ್ಲಲಿಲ್ಲ ಎಂದು ಮಹಾದೇವ ಅಚ್ಚರಿಪಟ್ಟ. ಬಹುಶಃ ಬಂಡುಕೋರ ತನ್ನ ಮೇಲೆ ಕರುಣೆ ತೋರಿರಬೇಕು. ಅಥವಾ ದೇವರು ತನಗೆ ಮತ್ತೊಂದು ಅವಕಾಶ ಕೊಟ್ಟಿರಬಹುದು. ನೆಲಕ್ಕೆ ಅಂಗೈ ಒತ್ತಿ ಆಧಾರ ಪಡೆದು ಏಳಲು ಯತ್ನಿಸಿದ. ಸಾಧ್ಯವಾಗದೆ ಕುಸಿದು ವಾಂತಿ ಮಾಡಿಕೊಂಡ. *ತಾಯೀ ಗೌರಿ, ಎದ್ದು ತನ್ನ*

ತಂದೆಯ ಹತ್ತಿರ ಹೋಗಿ ಅವರನ್ನು ಎಚ್ಚರಿಸಲು ಶಕ್ತಿ ಕೊಡು ತಾಯಿ. ಕಣ್ಣ ಮುಂದೆ ಜಗತ್ತು ಓಲಾಡಿತು. ಕೆಮ್ಮಿ ರಕ್ತ ಉಗುಳಿದ. ಭಯವಾಯಿತು. ಹೇಡಿ, ಹೇಡಿ, ಒಳಮನಸ್ಸು ಹಂಗಿಸಿತು. *ತಾಯೀ ಗೌರೀ, ದಯವಿಟ್ಟು ಕರುಣಿಸು, ಕೆಲವೇ ಕ್ಷಣಗಳ ಕಾಲ ಪ್ರಾಣ ಉಳಿಸು* ಎಂದು ಪ್ರಾರ್ಥಿಸುತ್ತಾ ತನ್ನೆಲ್ಲ ಶಕ್ತಿಯನ್ನು ಕ್ರೋಢೀಕರಿಸಿಕೊಂಡು ಎದ್ದು ಕಾಲಮೇಲೆ ನಿಂತ. ವೇದಿಕೆಯ ಕಡೆಗೆ, ತಂದೆಯ ಕಡೆಗೆ ಓಡತೊಡಗಿದ. ಅರಮನೆಯ ಗಂಟೆ ಆರು ಬಾರಿಸಿತು.

ಅಧ್ಯಾಯ ನಲವತ್ತಾರು

ಬಿಜ್ಜಳ

ಕೇಕಿ ಸ್ಕಂದದಾಸನ ಮನೆಯನ್ನು ತಲುಪಿದಾಗ ಮಹಾ ಪ್ರಧಾನನನ್ನು ಅವನ ಕೋಣೆಯೊಳಗೆ ಕರೆದುಕೊಂಡು ಹೋಗುತ್ತಿದ್ದರು. ಕೇಕಿ ಬಿಜ್ಜಳನ ಭುಜದ ಮೇಲೆ ಹಗುರಾಗಿ ತಟ್ಟಿ ಹಲ್ಲು ಕಿರಿದಳು. “ಮಹಾಸ್ವಾಮಿ, ನಿಮ್ಮ ಉಡುಗೊರೆ ನಿಮಗಾಗಿ ಕಾಯುತ್ತಿದೆ. ಕೇಕಿ ತನ್ನ ಮಾತು ಉಳಿಸಿಕೊಂಡಿದ್ದಾಳೆ.”

ಬಿಜ್ಜಳ ಪಟ್ಟರಾಯನತ್ತ ನೋಡಿದ. ಅವನು ಇನ್ನು ನಿನ್ನ ಅವಶ್ಯಕತೆ ಇಲ್ಲವೆನ್ನುವಂತೆ ಕೈಸನ್ನೆ ಮಾಡಿದ. ಬಿಜ್ಜಳ ಕೇಕಿಯ ಕೈ ಹಿಡಿದು, ಸಂಭ್ರಮದ ಉತ್ಸುಕತೆಯಲ್ಲಿ ಕೇಳಿದ “ಎಲ್ಲಿದ್ದಾಳೆ? ಅಲ್ಲಿಗೆ ನನ್ನನ್ನು ಕರೆದುಕೊಂಡು ಹೋಗು.” ಅವಳು ಎಲ್ಲಿದ್ದಾಳೆಂದು ಅವನಿಗೆ ತಿಳಿದಿದ್ದರೂ ಕೇಕಿಯ ಬಾಯಿಂದ ಕೇಳಿದರೆ ಸೊಗಸು.

ಕೇಕಿಗೆ ದೆವ್ವ ಭೂತಗಳು ಸುಳಿಯುತ್ತಿರುವ ಅರಮನೆಗೆ ಹಿಂದಿರುಗುವುದು ಬೇಕಿರಲಿಲ್ಲ. ಅವಳು ಬಿಜ್ಜಳನ ಹಿಡಿಯೊಳಗೆ ಕೋಣೆಯ ಕೀಲಿಯನ್ನು ಒತ್ತಿ, ಅವನ ಕೈ ಅಮುಕಿ ಹೇಳಿದಳು “ನಿಮ್ಮ ಕೋಣೆಯಲ್ಲಿ ನಿಮಗಾಗಿ ಕಾಯುತ್ತಿದ್ದಾಳೆ ಮಹಾಸ್ವಾಮಿ. ನಿಮ್ಮ ಸ್ವರ್ಗಕ್ಕೆ ಹೋಗಿ ಅಮೃತವನ್ನು ಕುಡಿಯಿರಿ. ಈ ಸೇವಕಿಯ ಜಾಗ ಇಲ್ಲೇ”

ಬಿಜ್ಜಳ ಅವಳ ಕೈ ಬಿಟ್ಟು ಅವಸರದಲ್ಲಿ ತನ್ನ ಕೋಣೆಯತ್ತ ಹೆಜ್ಜೆ ಹಾಕಿದ. ಅವನು ಹೋಗುವುದನ್ನೇ ನೋಡಿದ ಕೇಕಿ ತನ್ನ ಚತುರತೆಗೆ ತಾನೇ ಮೆಚ್ಚಿಕೊಂಡಳು. ಒಂದು ಕ್ಷಣ ದೆವ್ವದ ಬಗ್ಗೆ ಅವನಿಗೆ ಎಚ್ಚರಿಕೆ ಕೊಡುವ ಬಗ್ಗೆ ಚಿಂತಿಸಿದಳು. ನಂತರ ಬೇಡಾ ಎಂದು ತೀರ್ಮಾನಿಸಿದಳು. ರಾಜಕುಮಾರನಿಗೆ ದೆವ್ವವನ್ನು ಹೇಗೆ ನಿಭಾಯಿಸಬೇಕು ಎಂದು ಗೊತ್ತಿರುತ್ತದೆ. ಅವನು ದೊಡ್ಡ ವೀರ. ಸ್ಕಂದದಾಸನ ಕೋಣೆಯ ಮುಚ್ಚಿದ ಬಾಗಿಲನ್ನು ನೋಡಿ ನಿಟ್ಟುಸಿರು ಬಿಟ್ಟು ಅವರು ಏನು ಚರ್ಚಿಸುತ್ತಿರಬಹುದು ಎಂದು ಯೋಚಿಸಿದಳು. ಅಲ್ಲಿ ಕತ್ತಲಲ್ಲಿ ಒಬ್ಬಳೇ ನಿಲ್ಲಲು ಭಯವಾಗಿ ತೋಟದ ಕಡೆಗೆ ಕಾಲು ಹಾಕಿದಳು.

ಬಿಜ್ಜಳ ತನ್ನ ಕೋಣೆಯತ್ತ ಧಾವಿಸಿದ. ಅವನು ಕಾಮಾಕ್ಷಿಯನ್ನು ಅನೇಕ ಸಲ ನೋಡಿದ್ದ ಮತ್ತು ಅವಳ ಬಗ್ಗೆ ಕನಸು ಕಂಡಿದ್ದ. ತನ್ನ ಕನಸು ಇಷ್ಟು ಬೇಗ ನನಸಾಗುವುದೆಂದು ಅವನು ನಿರೀಕ್ಷಿಸಿರಲಿಲ್ಲ. ಕೇಕಿಯ ಪ್ರಯತ್ನಗಳಿಗೆ ಅವಳಿಗೆ ಬಹುಮಾನ ಕೊಡಬೇಕು ಎಂದು ನಿರ್ಧರಿಸಿದ. ಮತ್ತೆ ಪಟ್ಟರಾಯನಿಗೂ ಕೂಡಾ ಅವನ ದೇಶಸೇವೆಗಾಗಿ ಕೊಡಬೇಕು. ಅವರು ಆ ಅಹಂಕಾರಿ ಸ್ಕಂದದಾಸನನ್ನು ಖಂಡಿಸಿ ಅವನ ಸ್ಥಾನದಲ್ಲಿಡುತ್ತಾರೆ ಎಂದು ಬಯಸಿದ.

ತನ್ನ ಕೋಣೆಯನ್ನು ತಲುಪಲು ಮೆಟ್ಟಿಲುಗಳನ್ನೇರುತ್ತಿದ್ದಾಗ ಅವನ ಕಾವಲುಗಾರರು ಯಾರೂ ಇಲ್ಲದಿದ್ದುದು ನೋಡಿ ಅವನಿಗೆ ಸಂತೋಷವಾಯಿತು.

ಅಂದಿನ ರಾತ್ರಿಯ ಬಗ್ಗೆ ಮೊದಲೇ ಯೋಚಿಸಿ ಅವನು ಕಟ್ಟುನಿಟ್ಟಾದ ಆದೇಶ ಕೊಟ್ಟಿದ್ದ. ತಂದೆಗೆ ಯಾರೂ ಮಾಹಿತಿ ಕೊಡಬಾರದು ಅನ್ನುವುದು ಅವನ ಉದ್ದೇಶವಾಗಿತ್ತು. ಆದರೆ ತನ್ನ ಕೋಣೆಯತ್ತ ನಡೆದುಹೋಗುವಾಗ ಅವನಿಗೆ ಏನೋ ಸಂಶಯವಾಯಿತು. ತನ್ನ ಕತ್ತಿಯ ಹಿಡಿಕೆಯನ್ನು ಹಿಡಿದು ನಡಿಗೆಯ ವೇಗವನ್ನು ಹೆಚ್ಚಿಸಿದ.

ಅವನ ಹೃದಯ ಒಂದು ಬಡಿತ ತಪ್ಪಿತು. ಅವನ ಬಾಗಿಲ ಬಳಿ ಕಪ್ಪಗೆ ಮುದುರಿ ಕೂತದ್ದು ಏನದು? ನಡಿಗೆಯ ವೇಗವನ್ನು ಕಡಿಮೆ ಮಾಡುತ್ತಾ ಕತ್ತಿಯನ್ನು ಒರೆಯಿಂದ ಹೊರಸೆಳೆದ. ವ್ಯಕ್ತಿ ಎದ್ದು ನಿಂತಿತು. ಪರಿಚಿತವಾಗಿತ್ತು. ಆಕೃತಿ ಅವನ ಕಡೆಗೆ ಧಾವಿಸಿತು. ಮಂದ ಬೆಳುದಿಂಗಳಲ್ಲಿ ಅದರ ಮುಖ ನೋಡಿ ಅವನು ದಂಗಾದ. ಸತ್ತ ಗುಲಾಮ – ಕಟ್ಟಪ್ಪ.

"ಸ್ವಾಮಿ" ಎಂದಿತು ದೆವ್ವ.

"ಹತ್ತಿರ ಬರಬೇಡಾ, ಪಿಶಾಚಿ" ಬಿಜ್ಜಳ ಚೀರಿ, ಕತ್ತಿಯನ್ನು ಚಾಚಿ ಎದುರಿಗೆ ಸಮೀಪಿಸುತ್ತಿದ್ದ ವ್ಯಕ್ತಿಯತ್ತ ತೋರಿದ.

"ನಾನು ಮಹಾಸ್ವಾಮಿ, ನಿಮ್ಮ ವಿಧೇಯ ಸೇವಕ ಕಟ್ಟಪ್ಪ"

ಕಟ್ಟಪ್ಪ ಮಂಡಿಯ ಮೇಲೆ ಕುಸಿದು ತಲೆ ಬಾಗಿ, ಹಣೆಯನ್ನು ನೆಲಕ್ಕೆ ಮುಟ್ಟಿಸಿದ. "ನೀನು.... ನೀನು ಸತ್ತಿಲ್ಲವೇನು?" ಬಿಜ್ಜಳ ಕೇಳಿದ.

ಕಟ್ಟಪ್ಪ ತನ್ನ ಎರಡೂ ಕೈಗಳಿಂದ ಅವನ ಪಾದವನ್ನು ಮುಟ್ಟಿದ. ಸಧ್ಯ ದೆವ್ವವಲ್ಲವೆಂದು ಒಂದು ಕ್ಷಣ ಬಿಜ್ಜಳನಿಗೆ ಸಮಾಧಾನವಾಯಿತು. ಆಮೇಲೆ ಕೋಪ ಉಕ್ಕೇರಿತು. ಗುಲಾಮ ಅವನ ಭಯವನ್ನು ಕಂಡಿದ್ದ. ಹೀಗೆ ಇಲ್ಲಿಗೆ ಬಂದು ತನ್ನನ್ನು ಹೆದರಿಸಲು ಎಷ್ಟು ಧೈರ್ಯ ಈ ಗುಲಾಮನಿಗೆ. ಬಿಜ್ಜಳ ಕಾಲೆತ್ತಿ ಕಟ್ಟಪ್ಪನ ಮುಖಕ್ಕೆ ಝಾಡಿಸಿ ಒದ್ದ. ಗುಲಾಮ ಆಘಾತಪಟ್ಟು, ನೋವಿನಲ್ಲಿ ಕೆಳಗೆ ಬಿದ್ದ. ಅವನು ತನ್ನ ಕೈ ಮುಗಿದು ಬೇಡಿಕೊಂಡ "ಸ್ವಾಮಿ, ನಿಮ್ಮನ್ನು ತೊರೆದುಹೋಗಿದ್ದು ಭಾರಿ ತಪ್ಪಾಯಿತು, ನನ್ನನ್ನು ಕ್ಷಮಿಸಿ."

"ಸೂಳೆ ಮಗನೇ, ಬೇವಾರ್ಸಿ..." ಬಿಜ್ಜಳ ಕಟ್ಟಪ್ಪನನ್ನು ಚೆನ್ನಾಗಿ ಒದ್ದ. ಅವನು ತನ್ನನ್ನು ರಕ್ಷಿಸಿಕೊಳ್ಳಲು ಕೈಯನ್ನು ಎತ್ತಲಿಲ್ಲ ಕೂಡಾ.

"ಸ್ವಾಮೀ, ಸ್ವಾಮೀ, ಸ್ವಾಮೀ... ನನಗೆ ಶಿಕ್ಷೆ ವಿಧಿಸಲು ನಂತರ ಬೇಕಾದಷ್ಟು ಸಮಯ ಇರುತ್ತದೆ. ಈಗ ತಕ್ಷಣ ಮಹಾರಾಜರಿಗೆ ಭಾರೀ ಅಪಾಯವಿದೆ. ಮಹಾಸ್ವಾಮಿ ರಾಜಕುಮಾರ ಮಹಾದೇವರಿಗೆ ನಾನು ಇದನ್ನು ಹೇಳಿದ್ದೇನೆ, ಈಗ ದೇಶಕ್ಕೆ ನಿಮ್ಮ ಅಗತ್ಯವಿದೆ. ದಯವಿಟ್ಟು ನಿಮ್ಮ ತಂದೆಯನ್ನು ಕಾಪಾಡಿಕೊಳ್ಳಿ. ಮಹಾರಾಜರನ್ನು ಕಾಪಾಡಿ" ಕಟ್ಟಪ್ಪ ಒದೆತ ತಿನ್ನುವ ನಡುವೆಯೇ ಗೋಗರೆದ.

"ಬಾಯಿ ಮುಚ್ಚು, ದರಿದ್ರ ಗುಲಾಮ, ನನಗೇ ಉಪದೇಶ ಕೊಡುತ್ತೀಯಾ? ಥೂ..." ಬಿಜ್ಜಳ ಕಟ್ಟಪ್ಪನ ಮೇಲೆ ಉಗಿದ. "ನಾನು ಹೊರಗೆ ಬರುವವರೆಗೂ ಇಲ್ಲೇ ಬಿದ್ದಿರು. ಆಮೇಲೆ ನಿನಗೆ ಹೇಗೆ ಶಿಕ್ಷಿಸಬೇಕೆಂದು ತೀರ್ಮಾನಿಸುವೆ" ಕಟ್ಟಪ್ಪನ ಮುಖಕ್ಕೆ ಬೆರಳು ತೋರಿಸುತ್ತಾ ನುಡಿದ ಬಿಜ್ಜಳ.

ತುಸು ತಡೆದ. ಇಲ್ಲ, ತಾನು ಕೇಕಿಯ ಉಡುಗೊರೆಯನ್ನು ಸವಿಯುತ್ತಿರುವಾಗ ಹೊರಗೆ ಈ ಶನಿ ಇರಬಾರದು. ಅವನು ಕಟ್ಟಪ್ಪನ ಕಡೆ ತಿರುಗಿ ನುಡಿದ "ಇಲ್ಲೇ ಯಾಕೆ ನಿಂತಿದ್ದೀಯಾ ಅಷ್ಟಾವಕ್ರ? ಹೋಗು, ಹೋಗು, ಕೆಳಗೆ ಹೋಗಿ ಅಂಗಳದಲ್ಲಿ ಕಾಯಿ. ನಾನು ಎದ್ದಾಗ ನಿನ್ನ ದರಿದ್ರ ಮುಖ ನೋಡಲು ನನಗಿಷ್ಟವಿಲ್ಲ"

ಕಟ್ಟಪ್ಪ ಹೋಗುವವರೆಗೂ ಕಾದ. ಅವನು ಕೆಳಗೆ ಹೋಗಿದ್ದಾನೆಂದು ಖಚಿತ ಪಡಿಸಿಕೊಂಡು ನಂತರ ತನ್ನ ಕೋಣೆಯ ಬಾಗಿಲು ತೆರೆದು ಪ್ರವೇಶಿಸಿ ಧಬಾರನೆ ಮುಚ್ಚಿದ.

ಕಟ್ಟಪ್ಪ ಮೆಟ್ಟಿಲ ಮೇಲೆ ಕೂತು, ಕತ್ತಲ ಅಂಗಳದತ್ತ ಶೂನ್ಯ ದೃಷ್ಟಿ ಹಾಯಿಸಿದ. ಅವನ ಮನಸ್ಸಿನಲ್ಲಿ ಹತಾಶೆ ಮತ್ತು ಕೋಪದ ಅಲೆಗಳು ತಾಂಡವವಾಡುತ್ತಿದ್ದವು.

ಅವನು ತನ್ನ ಸ್ವಾತಂತ್ರವನ್ನು ಕಡೆಗಣಿಸಿ ಅರಮನೆಗೆ ಹಿಂದಿರುಗಿದ್ದ. ಆದರೆ ತನ್ನ ಒಡೆಯ ಹೀಗೆ ನಡೆದುಕೊಳ್ಳುತ್ತಿದ್ದಾನೆ. ತನಗೆ ಇದು ಸೂಕ್ತವಲ್ಲ. ಶಿವಪ್ಪನೇ ಸರಿ. ಇಲ್ಲ, ಇಲ್ಲ, ತಾನು ಹಾಗೆ ಯೋಚಿಸಬಾರದು. ಅವನು ತನ್ನನ್ನು ತಿದ್ದಿಕೊಂಡ. ತನ್ನ ಕೈಯಿಂದ ಕಪಾಳಕ್ಕೆ ಹೊಡೆದುಕೊಂಡ. ಹಾಗೆ ಯೋಚಿಸುವುದು ಮಹಾಪಾಪ. ಅವನ ತಂದೆಯ ಮಾತುಗಳು ಅವನ ಮನಸಿನಲ್ಲಿ ಮಾರ್ನುಡಿಯಿತು "ನಿನ್ನ ಒಡೆಯ ನಿನ್ನ ಜೊತೆ ಕ್ರೂರವಾಗಿ ನಡೆದುಕೊಳ್ಳಬಹುದು. ಕೆಲವೊಮ್ಮೆ ಅವರು ನಿನ್ನನ್ನು ನಡೆಸಿಕೊಳ್ಳುವ ರೀತಿಗೆ ನಿನಗೆ ಕೋಪಬರಬಹುದು. ಅದು ಮಾನವ ಸಹಜ. ಆದರೆ ಅಂತಹ ಸಂಶಯ ಬಂದಾಗ ನೀನು ನೆನಪಿಡಬೇಕಾದ ಸಂಗತಿ ಎಂದರೆ ನೀನು ನಿನ್ನ ಒಡೆಯನ ಸೇವೆ ಮಾಡುತ್ತಿಲ್ಲ ನಿನ್ನ ಕರ್ತವ್ಯ ಮಾಡುತ್ತಿರುವೆ. ನಿನ್ನ ಕರ್ತವ್ಯಕ್ಕೆ ಬದ್ಧನಾಗಿರುವುದೇ ನಿನ್ನ ಧರ್ಮ. ಅದೇ ನಿನ್ನ ಆರಾಧನೆ. ನಿನ್ನ ಒಡೆಯ ನಿನ್ನನ್ನು ಚೆನ್ನಾಗಿ ನಡೆಸಿಕೊಂಡಾಗ ಮಾತ್ರ, ನಿನಗೆ ಒಳ್ಳೆಯದಾದಾಗ ಮಾತ್ರ ನೀನು ನಿನ್ನ ಕರ್ತವ್ಯವನ್ನು ಪ್ರೀತಿಸುತ್ತೀಯಾ ಎಂದರೆ ನೀನು ಸಂತೋಷವನ್ನು ಬಯಸುವ, ನೋವನ್ನು ತಿರಸ್ಕರಿಸುವ ಪ್ರಾಣಿಗಿಂತ ಉತ್ತಮನೇನಲ್ಲ. ನೀನು ಅದನ್ನೆಲ್ಲ ಮೀರಿದವನು. ಕಟ್ಟಪ್ಪ ನನಗೊಂದು ವಚನ ಕೊಡು, ನಿನ್ನ ಒಡೆಯನಾಗಲಿ, ಬದುಕಾಗಲೀ ನಿನ್ನನ್ನು ಎಷ್ಟೇ ಕೆಟ್ಟದಾಗಿ ನಡೆಸಿಕೊಂಡರೂ ಸರಿ, ನೀನು ನಿನ್ನ ಧರ್ಮಕ್ಕೆ, ನಿನ್ನ ಕರ್ತವ್ಯಕ್ಕೆ ಬದ್ಧನಾಗಿರುವೆ ಎಂದು."

ಕಟ್ಟಪ್ಪ ಎದ್ದು ನಿಂತ. ಅವನ ಕಪ್ಪು ಚರ್ಮದ ಮೇಲೆ ಬಿಜ್ಜಳನ ಪಾದರಕ್ಷೆ ಮಾಡಿದ ಬಿಳಿಯ ಗುರುತನ್ನು ಅಳಿಸಿಕೊಂಡ. ತಲೆ ಎತ್ತಿ ಭುಜ ನಿಮಿರಿಸಿ ಅಂಗಳದಲ್ಲಿ ನಿಂತ. ಅವನ ವಿಶಾಲ ಎದೆಯ ಮೇಲೆ ಕೈಗಳನ್ನು ಕಟ್ಟಿ, ದೂರದ ಯಾವುದೋ ಅದೃಶ್ಯ ಬಿಂದುವಿನತ್ತ ದೃಷ್ಟಿ ನೆಟ್ಟು ನಿಂತ.

ಕೋಣೆಯೊಳಗೆ ಬಿಜ್ಜಳ ದೀಪದ ಕುಡಿಯನ್ನು ಎತ್ತರಿಸಿದ. ಹೊಂಬಣ್ಣದ ಬೆಳಕು ದಟ್ಟವಾಗಿ ಹರಡಿತು. ಕಾಮಾಕ್ಷಿ ತನ್ನ ಪಲ್ಲಂಗದಲ್ಲಿ ಮಲಗಿದ್ದುದನ್ನು ನೋಡಿ ಅವನ ಉಸಿರು ಒಂದು ಕ್ಷಣ ನಿಂತಿತು. ಅವನು ಅವಳನ್ನೇ ದಿಟ್ಟಿಸುತ್ತಾ ನಿಂತ. ಅವಳ ಏರಿಳಿಯುವ ಎದೆ, ಹೊಕ್ಕಳು, ದುಂಡಾದ ಪೃಷ್ಠಗಳನ್ನು ಆಸ್ವಾದಿಸಿದ. ಅವಳ ಪಕ್ಕ ಮಲಗಿ ಅವಳ ಕಂಚುಕವನ್ನು ಸರಿಸಿದ. ಅವಳ ಸ್ತನಗಳನ್ನು ನೋಡುತ್ತಾ ತೋರುಬೆರಳಿನಿಂದ ವೃತ್ತಾಕಾರವನ್ನು ಅದರ ಮೇಲೆ ಬರೆದ. ಪಕ್ಕದಲ್ಲೇ ಚಾಟಿ ಕಾಣಿಸಿತು. ಮುಗುಳ್ನಕ್ಕ. ಕೇಕಿಗೆ ಅವನಿಗೇನು ಬೇಕು ಎನ್ನುವುದು ಚೆನ್ನಾಗಿ ತಿಳಿದಿದೆ. ಚಾಟಿಯನ್ನು ಕೈಯಲ್ಲಿ ಎತ್ತಿಕೊಂಡ. ಅದರ ಮೇಲೆ ಪೂಸಿದ್ದ ಕಸ್ತೂರಿ ಪರಿಮಳ ಅವನನ್ನು ಮತ್ತೇರಿಸಿತು. ಕಾಮಾಕ್ಷಿಯನ್ನು,

ಅವಳ ಬಿಳಿ ಮೈಯನ್ನು ನೋಡಿದ. ಕಣ್ಣು ಮುಚ್ಚಿದ. ಚಾಟಿಯನ್ನು ಮೂಸುತ್ತಾ ಅದು ಅವಳ ದೇಹದ ಮೇಲೆ ರಭಸದಿಂದ ಬಿದ್ದಾಗ ಹೇಗೆ ಅವಳ ಚರ್ಮ ಕಿತ್ತು ಬರುತ್ತದೆ ಎನ್ನುವುದನ್ನು ಕಲ್ಪಿಸಿಕೊಂಡು ಅವನು ಬೆವರತೊಡಗಿದ, ಅವನ ತುಟಿ ಸಂಭ್ರಮದಲ್ಲಿ ಕಂಪಿಸಲಾರಂಭಿಸಿತು. ಅವನ ದೇಹ ಬಿಸಿಯೇರತೊಡಗಿತು, ಗಂಟಲು ಒಣಗಿತು. ಚಾಟಿಯನ್ನೆತ್ತಿ ಬೀಸಿ ಕಾಮಾಕ್ಷಿಯ ಎದೆಯ ಮೇಲೆ ಹೊಡೆದ. ಕಾಮಾಕ್ಷಿ ನೋವಿನಿಂದ ಚೀರುತ್ತಾ ಎದ್ದಳು. ಬಿಜ್ಜಳ ಹುಚ್ಚನಂತೆ ಹಲ್ಲು ಕಿರಿಯುತ್ತಾ ಚಾಟಿಯನ್ನು ತನ್ನ ಮುಷ್ಠಿ ಸುತ್ತ ಸುತ್ತುತ್ತಿದ್ದ. ಬೆರಳನ್ನು ಆಡಿಸಿ ಕರೆದ. ಅವಳಿಗೆ ತಾನು ಬೆತ್ತಲಾಗಿರುವುದು ಅರಿವಿಗೆ ಬಂತು, ತಕ್ಷಣ ಕೈಗಳಿಂದ ಎದೆಯನ್ನು ಮುಚ್ಚಿಕೊಂಡಳು. ಬಿಜ್ಜಳ ನಕ್ಕ. ಮತ್ತೆ ಅವಳತ್ತ ಚಾಟಿ ಬೀಸಿ ಹೊಡೆದು ಅವಳ ನೋವನ್ನು ಮನಸಾರ ಆನಂದಿಸಿದ. ಅವಳು ಬಾಗಿಲ ಕಡೆಗೆ ಓಡಿದಳು. ಆದರೆ ಅವಳಿಗಿಂತ ಮೊದಲೇ ಅವನು ತಲುಪಿದ್ದ. ಅವಳನ್ನು ಸೆಳೆದು ಹಿಡಿದು ಹಾಸಿಗೆಯ ಮೇಲೆ ಎಸೆದ. ಅವಳ ಕಂಚುಕವನ್ನು ಎರಡಾಗಿ ಸೀಳಿ ಹಾಕಿದ. ಹಲ್ಲುಕಿರಿಯುತ್ತಾ ಅವನು ಮಂಚವೇರಿದ. ಅವಳು ಅವನಿಂದ ದೂರ ಸರಿಯಲು ಯತ್ನಿಸಿದಳು. ಹುಚ್ಚನಂತೆ ಜೋರಾಗಿ ನಗುತ್ತಾ ಅವಳನ್ನು ಕಿಚಾಯಿಸುತ್ತಾ, ಅವಳ ಸ್ತನಗಳನ್ನು ಕೈಗಳಲ್ಲಿ ಹಿಡಿಯಲು ಚಾಚುತ್ತಾ ಮತ್ತೆ ಹಿಂದೆಗೆದುಕೊಳ್ಳುತ್ತಾ ಆಟವಾಡಿದ. ಅವಳು ಎದೆಯ ಮೇಲೆ ಕೈಗಳನ್ನು ಅಡ್ಡ ಹಿಡಿದು ಮಾನ ಕಾಪಾಡಿಕೊಳ್ಳಲು ಯತ್ನಿಸಿದಳು. ಕಿರುಚಲು ಯತ್ನಿಸಿದಳು ಆದರೆ ಬಾಯಿಂದ ಧ್ವನಿಯೇ ಹೊರಡಲಿಲ್ಲ. ಅವಳು ಅತ್ತಳು. ಹೃದಯವಿದ್ರಾವಕ ಬಿಕ್ಕುಗಳಿಂದ ಅವಳ ದೇಹವೆಲ್ಲಾ ಕಂಪಿಸುತ್ತಿತ್ತು.

ಬಿಜ್ಜಳ ಅವಳ ಮುಂಗೈಗಳನ್ನು ಹಿಡಿದು ಬಿಡಿಸಲು ಯತ್ನಿಸಿದ. ಅವಳು ಮುಖವನ್ನು ಪಕ್ಕಕ್ಕೆ ತಿರುಗಿಸಿ ಕಣ್ಣು ಮುಚ್ಚಿದಳು. ಅವಳನ್ನು ತನ್ನ ಕಡೆಗೆ ಸೆಳೆದುಕೊಂಡು ಚುಂಬಿಸಲು ಪ್ರಯತ್ನಪಟ್ಟ, ಅವಳು ತನ್ನ ಮಂಡಿಯಿಂದ ಅವನ ತೊಡೆ ಸಂದಿಯಲ್ಲಿ ಬಲವಾಗಿ ಒದ್ದಳು. ಅವನು ನೋವಿನಿಂದ ಕಿರುಚಿದ.

ಕಟ್ಟಪ್ಪನಿಗೆ ಅವನು ಕಿರುಚಿದ್ದು ಕೇಳಿಸಿತು. ಅವನು ಎರಡೆರಡು ಮೆಟ್ಟಿಲುಗಳನ್ನು ಹಾರಿ ಹತ್ತುತ್ತಾ ಧಾವಿಸಿ ಬಾಗಿಲ ಮೇಲೆ ಬಡಿದ. "ಸ್ವಾಮೀ " ಎಂದು ಕರೆದ. ಬಿಜ್ಜಳ ಅವನನ್ನು ಬೈದು ಹಾಳಾಗಿಹೋಗು ಎಂದು ಕೂಗಿದ. ಗೊಂದಲದಲ್ಲಿ ಕಟ್ಟಪ್ಪ ಮೆಟ್ಟಿಲು ಇಳಿಯತೊಡಗಿದ. ಬಿಜ್ಜಳ ತಿರುಗಿ ನೋಡಿದಾಗ ಕಾಮಾಕ್ಷಿ ಕಿಟಕಿಯ ಬಳಿಗೆ ಹೋಗಿ ಹೊರಗೆ ಧುಮುಕಲು ಯತ್ನಿಸುತ್ತಿದ್ದಳು. ಅವನು ಮುಂದಕ್ಕೆ ಹಾರಿ ಅವಳ ಸೊಂಟ ಹಿಡಿದುಕೊಂಡ. ಅವಳು ಕಿಟಕಿಯ ಚೌಕಟ್ಟು ಹಿಡಿದು ಹೋರಾಡಿದಳು.

ಶಿವಪ್ಪ ತೀವ್ರ ಹತಾಶೆಯಲ್ಲಿ ಕಾಮಾಕ್ಷಿಗಾಗಿ ಹುಡುಕುತ್ತಿದ್ದ. ಅಂಗಳ ತಲುಪಿದಾಗ ಹೋರಾಟದ ಸದ್ದು ಅವನ ಕಿವಿಗೆ ಬಿತ್ತು. ಅವನು ಅವಳ ಹೆಸರು ಕರೆಯುತ್ತಾ ಓಡಿದ. ಬಿಜ್ಜಳನ ಕಿಟಕಿಯಲ್ಲಿ ಒಂದು ಮಿಂಚಿನ ಕ್ಷಣದಲ್ಲಿ ಅವಳ ಮುಖ ಕಾಣಿಸಿ, ಕಿಟಕಿಯ ಚೌಕಟ್ಟು ಮುರಿದು ಅವಳನ್ನು ಬಿಜ್ಜಳ ಒಳಗೆಳೆದುಕೊಂಡ.

ಬಿಜ್ಜಳ ಅವಳನ್ನು ಮಂಚದ ಮೇಲೆ ಎಸೆದ. ಬಿದ್ದ ಜಾಗದಿಂದ ಚಾಟಿಯನ್ನು ಎತ್ತಿಕೊಂಡ. ಅವಳು ಏಳಲು ಯತ್ನಿಸಿದಾಗ ಅವಳ ಮುಖದ ಮೇಲೆ ಜೋರಾಗಿ ಬೀಸಿ ಚಾಟಿಯಲ್ಲಿ ಹೊಡೆದ. ಅವಳು ಕಿರುಚಲು ಹೋದಾಗ ತನ್ನ ಅಂಗೈ ಹಿಂದಿನಿಂದ ಅವಳ ಮುಖಕ್ಕೆ ಹೊಡೆದ. ಹುಡುಗಿ ತುಂಬಾ ಹೋರಾಡುತ್ತಿದ್ದಳು. ಹರಿದ ಕಂಚುಕದ ಒಂದು ತುಂಡನ್ನು ಅವಳ ಬಾಯಿಗೆ ತುರುಕಿದ. ಅವಳು ಅದನ್ನು ತೆಗೆಯಲು ಯತ್ನಿಸಿದಾಗ ಇನ್ನೊಂದು ತುಂಡಿನಿಂದ ಅವಳ ಕೈಗಳನ್ನು ಕಟ್ಟಿದ. ಅವಳ ಲಂಗವನ್ನೂ ಒಳಉಡುಪುಗಳನ್ನೂ ಹರಿದು ಹಾಕಿದ. ಚಾಟಿಯನ್ನು ಮುಷ್ಟಿಗೆ ಸುತ್ತಿಕೊಳ್ಳುತ್ತಾ ಅವಳನ್ನು ಸಮೀಪಿಸಿದ. ಅವಳು ಮಂಚದಿಂದ ಜಿಗಿದು ಓಡಿದಳು. ಅವನು ಅವಳನ್ನು ಬಾಗಿಲ ಬಳಿಗೆ ಹೋಗದಂತೆ ತಡೆದ. ಅವಳು ಮೂಲೆಯಲ್ಲಿ ನಡುಬಾಗಿಸಿ ಕೂತಳು. ಅವನು ಚಾಟಿ ಹಿಡಿದು ಅವಳತ್ತ ಬಂದ.

ಶಿವಪ್ಪ ಓಡುತ್ತಾ ಮೆಟ್ಟಿಲು ಏರುವಾಗ ಇಳಿಯುತ್ತಿದ್ದ ಕಟ್ಟಪ್ಪನಿಗೆ ಮುಖಾಮುಖಿಯಾದ.

"ಅಣ್ಣ" ಶಿವಪ್ಪ ಬೆರಗಾದ. ತನ್ನ ಅಣ್ಣ ಸತ್ತುಹೋದನೆಂದು ಅವನು ಭಾವಿಸಿದ್ದ.

ಕಟ್ಟಪ್ಪ ಶಿವಪ್ಪನ ಎದೆಗೆ ಒಂದು ಒದ್ದ. ಅವನು ಉರುಳಿ ಮೊದಲ ಮಹಡಿಯ ಹಜಾರದಲ್ಲಿ ಬಿದ್ದ. ಕಟ್ಟಪ್ಪ ಅವನ ಮೇಲೆ ಬಿದ್ದ. ಆದರೆ ಶಿವಪ್ಪ ಪಕ್ಕಕ್ಕೆ ಹೊರಳಿ ಉರುಳಿ ಅಂಗಳದಲ್ಲಿ ಬಿದ್ದ. ಒಂದು ಕ್ಷಣದಲ್ಲಿ ಶಿವಪ್ಪ ಎದ್ದು ತನ್ನ ಉರುಮಿಯನ್ನು ಬಿಡಿಸಿದ. ಅದನ್ನು ಝಳಪಿಸುತ್ತಾ ಕೂಗಿದ "ದಾರಿ ಬಿಡು, ಅಣ್ಣ"

ಕಟ್ಟಪ್ಪ ತನ್ನ ತಮ್ಮನನ್ನು ಎದುರಿಸಿ ನಿಂತು ಸೊಂಟದ ಮೇಲೆ ಕೈಯಿಟ್ಟು ಶಾಂತವಾಗಿ ನುಡಿದ " ದ್ರೋಹಿ, ಈ ಸಲ ನೀನು ಸಾಯುವೆ"

ಅಧ್ಯಾಯ ನಲವತ್ತೇಳು

ಶಿವಗಾಮಿ

ಶಿವಗಾಮಿ ತನ್ನ ಪುಸ್ತಕಕ್ಕಾಗಿ ಸ್ವಲ್ಪ ಹೊತ್ತಿನಿಂದ ಹುಡುಕುತ್ತಿದ್ದಳು. ಕೋಣೆಯ ಹೊರಗೆ ಸದ್ದು ಕೇಳಿಸಿತ್ತು, ಯಾರಾದರೂ ಒಳಬರ ಬಹುದೆಂದು ಅವಳು ನಿರೀಕ್ಷಿಸಿದ್ದಳು. ಏನೂ ನಡೆಯದಿದ್ದಾಗ ಸ್ವಲ್ಪ ಸಮಾಧಾನಗೊಂಡಳು. ದೀಪ ಹಚ್ಚಿದ್ದರೆ ಚೆನ್ನಾಗಿರುತ್ತಿತ್ತು ಎಂದು ಕೊಂಡಳು. ಅದಿಲ್ಲದೇ ಅವಳು ಪ್ರತಿಯೊಂದು ಹಸ್ತಪ್ರತಿಯನ್ನು ಕಿಟಕಿಯ ಬಳಿಗೆ ತೆಗೆದುಕೊಂಡು ಹೋಗಿ ಬೆಳುದಿಂಗಳ ಬೆಳಕಿನಲ್ಲಿ ಅದು ತನ್ನ ಪುಸ್ತಕವೇ ಅಲ್ಲವೇ ಎಂದು ನೋಡಬೇಕಾಗಿತ್ತು.

ಮೇಜಿನ ಖಾನೆಯಲ್ಲಿ ಏನೂ ಇರಲಿಲ್ಲ. ಹಾಗಾಗಿ ಅವಳು ಕೋಣೆಯಲ್ಲಿದ್ದ ಎಲ್ಲಾ ಹಸ್ತಪ್ರತಿಗಳನ್ನು ಹುಡುಕಿ ನೋಡುತ್ತಿದ್ದಳು. ಎರಡು ವಸ್ತ್ರಗಳು, ಚಿನ್ನದ ತುದಿಯುಳ್ಳ ಲೆಕ್ಕಣಿಕೆ ಮತ್ತು ದೇಶ ಸೇವೆಗಾಗಿ ನೀಡಲಾದ ತಾಮ್ರದ ಕಡಗಗಳನ್ನು ಬಿಟ್ಟರೆ ಮಹಾ ಪ್ರಧಾನರ ಬಳಿ ಬೇರೇನಿರಲಿಲ್ಲ. ಅವರ ಕೋಣೆಯೊಳಗೆ ಬಂದು ಕದಿಯುವ ಬಗ್ಗೆ ಅವಳಿಗೆ ಪಾಪಪ್ರಜ್ಞೆ ಕಾಡಿತು. ಗುಂಡು ರಾಮುವಿನ ಹಸಿವಿನ ಬಗ್ಗೆ ಅವರು ತೋರಿದ ಕರುಣಾಭಾವ ಅವಳ ಮನಸ್ಸಿನಲ್ಲಿ

ಇನ್ನೂ ಹಸಿರಾಗಿತ್ತು. ತಮ್ಮ ಕೈಕೆಳಗಿನವರ ಬಗ್ಗೆ ನಡೆದುಕೊಳ್ಳುವಾಗ ಹೆಚ್ಚಿನ ಅಧಿಕಾರಿಗಳು ಅಷ್ಟು ದಯೆ ತೋರುತ್ತಿರಲಿಲ್ಲ.

ನೋಡಲು ಇನ್ನು ಕೆಲವೇ ಹಸ್ತಪ್ರತಿಗಳು ಬಾಕಿ ಇದ್ದವು. ಆಗ ಹೊರಗೆ ಧ್ವನಿಗಳು ಕೇಳಿಸಿದವು. ಗಾಭರಿಯಲ್ಲಿ ಅವಳು ಕೈಲಿ ಹಿಡಿದಿದ್ದ ಹಸ್ತಪ್ರತಿಗಳನ್ನು ಕೆಳಗೆ ಬೀಳಿಸಿಬಿಟ್ಟಳು. ಉಸಿರು ಬಿಗಿ ಹಿಡಿದು ಕಾದಳು. ಅವಳ ಕಾಲ ಬಳಿ ಹಸ್ತ ಪ್ರತಿಗಳು ಚೆಲ್ಲಿದ್ದವು. ಹೊರಗೆ ವಾದ ಮುಂದುವರಿಯಿತು. ಕೆಳಗೆ ಬಿದ್ದಿದ್ದ ಒಂದು ಹಸ್ತಪ್ರತಿಯನ್ನು ಎತ್ತಿಕೊಂಡು ಕಿಟಕಿಯ ಬಳಿಗೆ ಓಡಿದಳು. ಓಡುವಾಗ ಅವಳ ತೊಡೆ ಮೇಜಿನ ತುದಿಗೆ ಬಡಿಯಿತು. ಆದರೆ ಅವಳು ಕೂಗುವಂತಿರಲಿಲ್ಲ. ಇಲ್ಲ, ಅದು ತನ್ನದಲ್ಲ. ನೆಲದ ಮೇಲೆ ಬಿದ್ದಿದ್ದ ಅಷ್ಟೂ ಹಸ್ತಪ್ರತಿಗಳನ್ನು ಎತ್ತಿಕೊಂಡು ಬೇಗ ಬೇಗ ಬೇಗ ಎಂದು ತನಗೆ ತಾನೇ ಹೇಳಿಕೊಳ್ಳುತ್ತಾ ಎಡಗೈಯಲ್ಲಿ ಹಸ್ತಪ್ರತಿ ಗಳನ್ನು ಬಾಚಿ ಎದೆಗೊತ್ತಿಕೊಂಡು ಬಲಗೈಯಲ್ಲಿ ನೆಲಕ್ಕೆ ಬಿದ್ದವನ್ನು ಎತ್ತಿಕೊಂಡಳು. ಸಾಧ್ಯವಾದಷ್ಟು ಹಸ್ತಪ್ರತಿಗಳನ್ನು ಎತ್ತಿಕೊಂಡು ಹೋಗಿ ಬಿಡುವಿನಲ್ಲಿ ತನ್ನದು ಇದೆಯೇ ಎಂದು ನೋಡುತ್ತೇನೆ ಎಂದು ನಿರ್ಧರಿಸಿದಳು. ತನ್ನದಲ್ಲದ್ದನ್ನು ಹಿಂದಿರುಗಿಸುತ್ತೇನೆ ಎಂದು ವಚನ ಕೊಟ್ಟುಕೊಂಡಳು.

ಆರು ಗಂಟೆ ಬಾರಿಸಿತು.

ಬಾಗಿಲು ತೆರೆದು ಚೌಕಾಕಾರದ ಬೆಳಕು ನೆಲದ ಮೇಲೆ ಬಿದ್ದಿತು. ಬಹಳ ಕಷ್ಟ ಪಟ್ಟು ಅವಳು ಚೀರುವುದನ್ನು ತಡೆದುಕೊಂಡಳು. ಕಿಟಕಿಯನ್ನು ತಲುಪಬೇಕಾದರೆ ಅವಳು ಬೆಳಕನ್ನು ದಾಟಿಕೊಂಡು ಹೋಗಬೇಕಾಗಿತ್ತು. ಆಗ ಒಳಬಂದವರು ಅವಳನ್ನು ಖಂಡಿತಾ ನೋಡುತ್ತಿದ್ದರು. ಅವಳು ತಕ್ಷಣ ಮೇಜಿನ ಹಿಂದೆ ಬಗ್ಗಿ ಅವಿತುಕೊಂಡಳು. ಅನೇಕ ಕಾಲುಗಳು ಒಳಬಂದಿದ್ದು ತಾನಿದ್ದ ಸ್ಥಳದಿಂದ ಕಾಣಿಸಿತು. ಅವಳಿಗೆ ಕಾಣಿಸಿದ್ದು ಕೆಲವು ಹಸ್ತಪ್ರತಿಗಳು ಅವಳ ಕೈಯಿಂದ ಬಿದ್ದಿದ್ದವು. ಬಾಗಿಲು ಮುಚ್ಚಿದ ಸದ್ದು ಕೇಳಿಸಿತು. ಯಾರೋ ನೇರವಾಗಿ ಮೇಜಿನ ಕಡೆಗೇ, ಅವಳು ಅಡಗಿದ ಕಡೆಗೇ ನಡೆದು ಬಂದರು. ಅವಳ ಗುಂಡಿಗೆ ಜೋರಾಗಿ ಬಡಿದುಕೊಳ್ಳುತ್ತಿತ್ತು. ಅವಳು ಸರಕ್ಕನೆ ಮಹಾಪ್ರಧಾನರ ಆಸನದ ಹಿಂದೆ ಅವಿತು ಕೊಂಡಳು. ಮೇಜಿನ ಮೇಲೆ ದೀಪ ಇರಿಸಲಾಯಿತು. ಅವಳ ಅದೃಷ್ಟಕ್ಕೆ ಆಸನದ ದೊಡ್ಡ ನೆರಳು ನೆಲದ ಮೇಲೆ ಮತ್ತು ಅದರ ಹಿಂದಿನ ಗೋಡೆಯ ಮೇಲೆ ಬಿದ್ದು, ಅವಳು ಗೋಡೆ ಮತ್ತು ಆಸನದ ನಡುವೆ ಚೆನ್ನಾಗಿ ಮರೆಯಾಗಿದ್ದಳು. ಸಧ್ಯಕ್ಕೆ.

ಅವಳು ಬಗ್ಗಿ ನೋಡಿದಳು. ಸ್ಕಂದದಾಸ ತನ್ನ ಆಸನದ ಮೇಲೆ ಕೂತಿದ್ದ. ಒಬ್ಬ ಧಡೂತಿ ವ್ಯಕ್ತಿ, ಒಬ್ಬ ರಾಜಗುರು ಮತ್ತು ದಂಡಕಾರನ ಸಮವಸ್ತ್ರದಲ್ಲಿದ್ದ ಒಬ್ಬ ಉನ್ನತ ಅಧಿಕಾರಿ ಮೇಜಿನ ಆಚೆಬದಿಯಲ್ಲಿ ಕೂತಿದ್ದರು. ಆಗ ಅವಳಿಗೆ ಕಾಣಿಸಿತು

ಅವಳ ತಂದೆಯ ಹಸ್ತಪ್ರತಿ, ಧಡೂತಿ ಮನುಷ್ಯನ ಆಸನದ ಬಳಿ ಬಿದ್ದಿತ್ತು. ಅವನು ಒಂದು ಗೇಣು ಸರಿದರೆ ಅದರ ಮೇಲೆ ಕಾಲಿಡುತ್ತಿದ್ದ. ಅದನ್ನು ಹೇಗೆ ಎತ್ತಿಕೊಳ್ಳು ವುದೆಂದು ತಿಳಿಯದೆ ಅವಳು ಉಗುರು ಕಡಿದಳು. ತಟ್ಟನೆ ಅದನ್ನು ಎತ್ತಿಕೊಂಡು ಕಿಟಕಿಯಿಂದ ಹಾರಿಹೋಗುವ ಬಗ್ಗೆ ಯೋಚಿಸಿದಳು. ಕೋಟೆ ಗೋಡೆಯಾಚೆ ಅದನ್ನು ತಾನು ಎಸೆದರೆ ಗುಂಡು ರಾಮು ಅದನ್ನು ಹಿಡಿದುಕೊಂಡು ಅನಾಥಾಲಯಕ್ಕೆ ಓಡಿ ಹೋಗುತ್ತಾನೆ.

"ನಿಮಗೇನು ಬೇಕು, ಸಾಮಂತ ಪಟ್ಟರಾಯ?" ಸ್ಕಂದದಾಸ ಇದ್ದಕ್ಕಿದ್ದಂತೆ ಕೇಳಿದ.

"ನೀವು ಅವಿತಿಟ್ಟುಕೊಂಡ ವಸ್ತು, ಸ್ವಾಮಿ" ನಸುನಗುತ್ತ ಹೇಳಿದ ಪಟ್ಟರಾಯ.

"ಅವಿತಿಟ್ಟುಕೊಳ್ಳಲು ನನ್ನ ಬಳಿ ಏನೂ ಇಲ್ಲ. ನನ್ನ ಬದುಕು ತೆರೆದಿಟ್ಟ ಪುಸ್ತಕದಂತೆ" ಎಂದ ಸ್ಕಂದದಾಸ.

"ಸುಮ್ಮನೆ ಸಮಯ ಹಾಳು ಮಾಡುವುದು ಬೇಡಾ. ನೀವು ಅದನ್ನು ತೆಗೆದು ಕೊಂಡಿದ್ದೀರಿ ಎಂದು ನಮಗೆ ಗೊತ್ತು. ನಿಮ್ಮ ಆಸೆ ನಮಗೆ ಅರ್ಥವಾಗುತ್ತದೆ. ಎಂಥಾ ಕುಲೀನರಿಗೇ ಉದಾಹರಣೆಗೆ... ಹಮ್... ಈ ದಂಡನಾಯಕ ಪ್ರತಾಪ, ಹಣ ಗಳಿಸುವ ಸುವರ್ಣ ಅವಕಾಶ ಸಿಕ್ಕರೆ ಆಸೆಯಾಗದಿರುವುದೇ? ಕರಡಿ ಕುಣಿಸುವವನ ಮಗನಿಗೆ ಇದ್ದಕ್ಕಿದ್ದಂತೆ ಇಂಥಾ ಒಂದು ಉನ್ನತ ಹುದ್ದೆ ಸಿಕ್ಕಿರುವಾಗ ಆಸೆಯಾಗುವುದು ಸಹಜವೇ" ಪಟ್ಟರಾಯ ಆಸನದಲ್ಲಿ ಹಿಂದಕ್ಕೆ ಒರಗುತ್ತಾ ನುಡಿದ.

ಸ್ಕಂದದಾಸ ತನ್ನ ಮುಷ್ಠಿಯನ್ನು ಮೇಜಿನ ಮೇಲೆ ಕುಟ್ಟಿ "ತೊಲಗಿ!" ಬೆರಳನ್ನು ಬಾಗಿಲತ್ತ ತೋರಿಸುತ್ತಾ ಎಂದು ಕೂಗಿದ. "ಈ ಕೋಣೆಯಿಂದ ಈ ಕ್ಷಣ ಹೊರಗೆ ಹೋಗಿ, ಈಗಲೇ! ಇಲ್ಲದಿದ್ದರೆ ನಾನು ಕಾವಲುಗಾರರನ್ನು ಕರೆಯುತ್ತೇನೆ!"

"ಓ...ನಮಗೆ ಎಷ್ಟು ಭಯವಾಗಿದೆ!" ಪಟ್ಟರಾಯ ಜೋರಾಗಿ ನಕ್ಕ. ಮುಂದಕ್ಕೆ ಬಗ್ಗಿ "ಬೋಳಿಮಗನೇ, ಸಾಕು ನಿನ್ನ ನಾಟಕ, ಬೇರೆ ಎಲ್ಲರಿಗಿಂತ ನೀನೇ ಭ್ರಷ್ಟ. ಈಗೊಂದು ಒಪ್ಪಂದ ಮಾಡಿಕೊಳ್ಳೋಣಾ. ನಾವು ಲಾಭ ಹಂಚಿಕೊಳ್ಳೋಣಾ. ನಾವು ನಾಲ್ಕು ಜನ. ಅದನ್ನು ಹೇಗೆ ಮಾರುತ್ತೇವೆಂದು ನೀನು ತಲೆ ಕೆಡಿಸಿಕೊಳ್ಳಬೇಡಾ. ನೀನು ಗೌರೀಧೂಳಿಯನ್ನು ನಮಗೆ ಕೊಡು, ಆಗಾಗ ಸರಬರಾಜು ಮಾಡು, ನೀನು ಎಂದೂ ಊಹಿಸದೇ ಇರುವಷ್ಟು ನಿನ್ನನ್ನು ಶ್ರೀಮಂತರನ್ನಾಗಿಸುತ್ತೇವೆ."

ಪ್ರತಾಪ ಸೇರಿಸಿದ "ರೂಪಕನ ಬಗ್ಗೆ ಚಿಂತಿಸಬೇಡಾ. ಅವನ ಲಾಭವನ್ನೂ ಲೆಕ್ಕ ಹಾಕಿಕೊಡೋಣಾ"

ಸ್ಕಂದದಾಸನ ಕೈ ಮೇಜಿನ ಖಾನೆಯೊಳಗೆ ಏನನ್ನೋ ತಡಕಾಡುತ್ತಿದ್ದುದು ಶಿವಗಾಮಿಗೆ ಕಾಣಿಸಿತು. ಬೇಕಾದುದು ಸಿಕ್ಕಾಗ ಅವನ ಕೈ ನಿಂತಿತು.

ರುದ್ರಭಟ್ಟ ನುಡಿದ "ನನ್ನ ಬಳಿ ಇನ್ನೊಂದು ಅದಕ್ಕಿಂತ ಉತ್ತಮ ಪ್ರಸ್ತಾಪವಿದೆ. ನಾನು ನಿನ್ನ ಜಾತಿಯನ್ನೇ ಬದಲಿಸಿಬಿಡುತ್ತೇನೆ. ನೀನು ಮತ್ತು ನಿನ್ನ ಕುಟುಂಬ ದವರು ಕ್ಷತ್ರಿಯರೆಂದು ಘೋಷಿಸುತ್ತೇನೆ. ಅದಕ್ಕಾಗಿ ನೀನು ದೇವಸ್ಥಾನಕ್ಕೆ ಭಾರೀ ದಾನ ಕೊಡಬೇಕು, ಬ್ರಾಹ್ಮಣರಿಗೆ ಅನ್ನದಾನ ಮಾಡಬೇಕು, ಬೇರೆ ಬೇರೆ ದಾನ ಹಾಗೂ ಗೋದಾನ ಕೊಡಬೇಕು – ಅದಕ್ಕೆಲ್ಲ ನಾನು ಮಾರ್ಗದರ್ಶನ ಮಾಡುತ್ತೇನೆ. ಪಟ್ಟರಾಯ ನಿನಗೆ ಕೊಡುತ್ತೇನೆಂದು ಹೇಳಿರುವ ಹಣ ಅದಕ್ಕೆಲ್ಲ ಸಾಕಾಗಿ ಇನ್ನೂ ಮಿಗುತ್ತದೆ"

ಸ್ಕಂದದಾಸ ಕೈಯಲ್ಲಿ ಕಠಾರಿಯನ್ನು ಹಿಡಿದು ಪಟ್ಟರಾಯನ ಕೊರಳಿಗೆ ಇಟ್ಟು ನುಡಿದ "ಈ ಕ್ಷಣ ಹೊರಗೆ ತೊಲಗಿ"

ಪಟ್ಟರಾಯ ನಿರಾಶೆಯಲ್ಲಿ ತಲೆ ಅಲ್ಲಾಡಿಸಿದ. "ನೀನೊಬ್ಬ ಬುದ್ಧಿವಂತ ಎಂದು ಕೊಂಡಿದ್ದೆ. ಹಾಗೆ ನೋಡಿದರೆ ನಿನ್ನ ದಡ್ಡತನಕ್ಕೆ ನನಗೇಕೆ ಆಶ್ಚರ್ಯ ವಾಗಬೇಕು? ನಿನ್ನ ಜಾತಿಗೆ ತಕ್ಕ ಅಜ್ಞಾನವನ್ನೇ ನೀನು ತೋರಿಸಿದ್ದೀಯಾ" ಬೇಕೆಂದೇ ಧಿಕ್ಕರಿಸುತ್ತಾ, ಅವನನ್ನು ಕೆಣಕುವ ಉದ್ದೇಶದಿಂದಲೇ ಹೇಳಿದ್ದಾಗಿತ್ತು ಆ ಮಾತು.

ಕೋಪದಲ್ಲಿ ಘರ್ಜಿಸುತ್ತಾ ಸ್ಕಂದದಾಸ ಕಠಾರಿಯನ್ನು ಝಳಪಿಸುತ್ತಾ ನೆಗೆದ. ಅವನು ಕೂತಿದ್ದ ಆಸನ ಹಿಂದಕ್ಕೆ ಜರಿದು ಶಿವಗಾಮಿಯನ್ನು ಬಡಿಯಿತು. ಅವಳು ನೋವಿನಿಂದ ಕೂಗುವುದನ್ನು ತಡೆಯಲು ಬಾಯಿ ಮೇಲೆ ಕೈ ಬಿಗಿಯಾಗಿ ಹಿಡಿದುಕೊಂಡಳು.

ಪಟ್ಟರಾಯ ಮತ್ತು ಅವನ ಗೆಳೆಯರು ಎದ್ದುನಿಂತರು "ಸಮಾಧಾನ, ಸಮಾಧಾನ ಗೆಳೆಯಾ, ನೀನೆಷ್ಟು ಸೂಕ್ಷ್ಮ" ಎಂದ ಪಟ್ಟರಾಯ ಬಾಗಿಲಿನ ಕಡೆಗೆ ನಡೆದ. ಶಿವಗಾಮಿ ತೆವಳುತ್ತಾ ಪುಸ್ತಕವನ್ನು ಬಾಚಿಕೊಂಡಳು.

ಅದೇ ಕ್ಷಣಕ್ಕೆ ಪಟ್ಟರಾಯ ತಿರುಗಿ ಕೂಗಿದ "ಏನಿದು? ಇಲ್ಲೊಬ್ಬಳು ಹುಡುಗಿ ಯನ್ನು ಇಟ್ಟುಕೊಂಡಿದ್ದೀಯಾ? ಅದಕ್ಕೆ ಮತ್ತೆ ಅಷ್ಟು ವೀರಾವೇಶ ತೋರುತ್ತಿದ್ದೆ!"

ಶಿವಗಾಮಿ ಎದ್ದು ನಿಂತಳು, ಪುಸ್ತಕವನ್ನು ಬೆನ್ನ ಹಿಂದೆ ಬಚ್ಚಿಟ್ಟುಕೊಳ್ಳುತ್ತಾ, ಒಂದೆರಡು ಹೆಜ್ಜೆ ಹಿಂದಕ್ಕೆ ಸರಿದಳು.

ಸ್ಕಂದದಾಸ ಅವಳನ್ನೇ ದಿಟ್ಟಿಸಿದ "ನೀನು?!" ಅವನು ಬೆಕ್ಕಸ ಬೆರಗಾಗಿ ಕೇಳಿದ.

ಶಿವಗಾಮಿ ಚೀರಿದಳು. ಆದರೆ ಅವಳು ಎಚ್ಚರಿಸುವ ಮುನ್ನವೇ ಪಟ್ಟರಾಯ ಮತ್ತು ಪ್ರತಾಪ ಸ್ಕಂದದಾಸನನ್ನು ಹಿಡಿದುಕೊಂಡರು. ಪಟ್ಟರಾಯ ಅವನನ್ನು

ಭದ್ರವಾಗಿ ಹಿಡಿದರೆ ಪ್ರತಾಪ ಅವನಿಂದ ಕಠಾರಿಯನ್ನು ಕಸಿದುಕೊಂಡ. ಪ್ರತಾಪ ನುಡಿದ "ಭಟ್ಟ, ಎಲ್ಲ ಕಡೆಯು ಹುಡುಕು. ಗೌರಿಧೂಳಿಯನ್ನು ಎಲ್ಲಿಟ್ಟಿದ್ದಾನೆ ನೋಡು."

ಯಾರೋ ಬಾಗಿಲಿನ ಮೇಲೆ ಜೋರಾಗಿ ಬಡಿದರು. "ಬೇಗ" ಪ್ರತಾಪ ಕೂಗಿದ.

ಶಿವಗಾಮಿ ಒಂದೊಂದೇ ಹೆಜ್ಜೆ ಇಟ್ಟು ಕಿಟಕಿಯ ಕಡೆಗೆ ಸರಿದಳು. ಪೂಜಾರಿ ಕಪಾಟುಗಳಲ್ಲಿದ್ದ ಎಲ್ಲವನ್ನೂ ಕೆಳಗೆ ಎಸೆದ. ಪರದೆಗಳನ್ನು ಎಳೆದು ಹಾಕಿದ, ಮೇಜನ್ನು ಚೆಲ್ಲಾಪಿಲ್ಲಿ ಮಾಡಿದ. "ಇಲ್ಲಿಲ್ಲ, ಇಲ್ಲೆಲ್ಲೂ ಕಾಣಿಸ್ತಿಲ್ಲ, ರಾಮ, ರಾಮ , ಕೃಷ್ಣಾ" ಕೀರಲು ದನಿಯಲ್ಲಿ ಕಿರುಚಿದ.

ಬಾಗಿಲ ಮೇಲಿನ ಬಡಿತ ಈಗ ಜೋರಾಯಿತು. "ತೆಗೆಯಿರಿ, ತೆಗೆಯಿರಿ" ಗಾಭರಿಯ ಧ್ವನಿ ಕೂಗಿತು.

"ಅದು ಕೇಕಿ" ಎಂದ ಪ್ರತಾಪ. ಪಟ್ಟರಾಯ ಬಾಗಿಲು ತೆರೆಯಲು ರಾಜ ಗುರುವಿಗೆ ಕಣ್ಣಲ್ಲೇ ಸೂಚಿಸಿದ. ಸ್ಕಂದದಾಸನಿಗೆ ಗದರಿದ "ಸುಮ್ಮನಿರು, ಪೀಡೆ"

ರುದ್ರ ಭಟ್ಟ ಬಾಗಿಲು ತೆರೆದ, ಕೇಕಿ ಒಳಗೆ ನುಗ್ಗಿದಳು. "ದಂಗೆ ಎದ್ದಿದೆ. ವೈತಾಳಿಕರು ಮಹಾರಾಜನ ಮೇಲೆ ಹಲ್ಲೆ ಮಾಡಿದ್ದಾರೆ. ದೊಡ್ಡ ಯುದ್ಧ ನಡೆಯಲಿದೆ. ಅರಮನೆಗೆ ಬೆಂಕಿ ಬಿದ್ದಿದೆ"

ಸ್ಕಂದದಾಸ ಬಿಡಿಸಿಕೊಳ್ಳಲು ಹೆಣಗಾಡಿದ. ಆದರೆ ಪಟ್ಟರಾಯ ಅವನನ್ನು ಭದ್ರವಾಗಿ ಹಿಡಿದಿಟ್ಟಿದ್ದ. ಅವನು ನಗತೊಡಗಿದ "ಎಂಥಾ ಅದ್ಭುತ ಸುದ್ಧಿ! ದೇವರೇ ಮಾಡಿ ಕೊಟ್ಟ ಅವಕಾಶ!"

"ಆದರೆ ನಮಗೆ ಬೇಕಾದ್ದು ಇಲ್ಲಿ ಸಿಗಲಿಲ್ಲ!" ಎಂದ ರಾಜಗುರು.

"ನೀನೆಂಥಾ ದಡ್ಡ, ಬ್ರಾಹ್ಮಣ. ನಾನೂ ಅಷ್ಟೇ, ಈ ಪ್ರತಾಪನು ಅಷ್ಟೇ." ಎಂದ ಪಟ್ಟರಾಯ. ತೆರೆದ ಬಾಗಿಲಿನಿಂದ ದೂರದಲ್ಲಿ ಕೆಂಪಗೆ ಉರಿಯುತ್ತಿದ್ದ ಬೆಂಕಿ ಕೋಣೆಯಲ್ಲಿ ಪ್ರತಿಫಲಿಸಿ ಗೋಡೆಯ ಮೇಲೆ ವಿನ್ಯಾಸಗಳನ್ನು ಕುಣಿಸುತ್ತಿತ್ತು.

ಪಟ್ಟರಾಯ ಸ್ಕಂದದಾಸನ ಕತ್ತನ್ನು ಅಮುಕುತ್ತಾ ನುಡಿದ "ಈ ಪೀಡೆ, ಈ ಕೀಳುಜಾತಿಯ ಬೋಳಿಮಗ, ಮಹಾನ್ ಪಟ್ಟರಾಯನನ್ನೂ ಹೆಚ್ಚುಕಡಿಮೆ ಸೋಲಿಸಿಬಿಟ್ಟ"

"ಏನು ಹೇಳುತ್ತಿದ್ದೀಯಾ?" ಪ್ರತಾಪ ಕೇಳಿದ.

"ಈ ಕೋಣೆಯಲ್ಲಿ ಗೌರಿಧೂಳಿಯನ್ನು ಇಟ್ಟಿದ್ದಿದ್ದರೆ ಅವನು ಕಾವಲುಗಾರ ರಿಲ್ಲದೆ ಹಾಗೇ ಬಿಟ್ಟುಬಿಡುತ್ತಿದ್ದನೇ? ಬ್ರಾಹ್ಮಣಾ, ಸ್ಕಂದದಾಸನನ್ನು ಚೆನ್ನಾಗಿ ತಪಾಸಣೆ ಮಾಡು. ನಾನು ಪಟ್ಟರಾಯನಾದರೆ ಅವನು ಅದನ್ನು ತನ್ನ ಮೈಮೇಲೆ ಇಟ್ಟುಕೊಂಡಿದ್ದಾನೆ ಎಂದು ಪ್ರಮಾಣ ಮಾಡುತ್ತೀನಿ."

ಸ್ಕಂದದಾಸನ ಮುಖ ಬಿಳುಚಿಕೊಂಡಿದ್ದನ್ನು ಶಿವಗಾಮಿ ನೋಡಿದಳು. ಇನ್ನು ಕೆಲವೇ ಹೆಜ್ಜೆಗಳು, ಇನ್ನು ಕೆಲವೇ ಹೆಜ್ಜೆಗಳು ಎಂದು ಮನಸ್ಸಿನಲ್ಲೇ ಹೇಳಿಕೊಳ್ಳುತ್ತಾ ಅವಳು ಕಿಟಕಿಯ ಕಡೆಗೆ ಸರಿಯುತ್ತಿದ್ದಳು. ರುದ್ರಭಟ್ಟ ಅಸ್ಪೃಶ್ಯನನ್ನು ಮುಟ್ಟಲು ಹಿಂಜರಿದ. ಕೇಕಿ ಮುಂದೆ ಬಂದು ಸ್ಕಂದದಾಸನ ತಪಾಸಣೆ ಮಾಡತೊಡಗಿದಳು. ಮಹಾಪ್ರಧಾನ ಹೇಗೋ ಬಲಗೈಯನ್ನು ಬಿಡಿಸಿಕೊಂಡು ಪಟ್ಟರಾಯನ ಎದೆಗೆ ತನ್ನ ಮೊಣಕೈಯಿಂದ ಗುದ್ದಿದ. ಸಾಮಂತನ ಪಟ್ಟು ಸಡಿಲವಾಯಿತು. ಸ್ಕಂದದಾಸ ತನ್ನ ಇನ್ನೊಂದು ಕೈಯನ್ನು ಕೂಡಾ ಬಿಡಿಸಿಕೊಂಡ. ಪ್ರತಾಪನನ್ನು ಜೋರಾಗಿ ಹೊಡೆದ. ಆ ಘಾತಕ್ಕೆ ಅವನು ಹಿಂದಕ್ಕೆ ಬಿದ್ದ. ಅವನ ಕೈಯಿಂದ ಕಠಾರಿ ಕೆಳಗೆ ಬಿತ್ತು. ಸ್ಕಂದದಾಸ ಓಡಲು ಯತ್ನಿಸಿದ. ಆದರೆ ಕೇಕಿ ಅವನ ಕಾಲು ಹಿಡಿದು ಎಳೆದಳು. ಅವನು ಮುಖ ಕೆಳಗಾಗಿ ಬಿದ್ದ.

"ಓಹೋ, ಓಹೋ .. ಕರಡಿ ಕುಣಿತದವನೇ, ಎಲ್ಲಿಗೆ ಓಡುತ್ತಿದ್ದೀಯಾ?" ಕೇಕಿ ಅವನ ಕಾಲುಗಳನ್ನು ಭದ್ರವಾಗಿ ಹಿಡಿದಳು. ಪ್ರತಾಪ ನೆಲದಿಂದೆದ್ದು ಮಹಾಪ್ರಧಾನನನ್ನು ಒದೆಯತೊಡಗಿದ.

"ಶಿವಗಾಮಿ..." ಸ್ಕಂದದಾಸ ಕೂಗಿದ. ಅವಳು ಇನ್ನೇನು ಕಿಟಕಿಯಿಂದ ಹಾರುವವಳಿದ್ದಳು. ತುಸು ತಡೆದಳು. ಮಹಾಪ್ರಧಾನನನ್ನು ಪ್ರತಾಪ ನೆಲಕ್ಕೆ ಒತ್ತಿ ಹಿಡಿದಿದ್ದ. ಕೇಕಿ ಅವನನ್ನು ತಪಾಸಣೆ ಮಾಡುತ್ತಿದ್ದಳು. ಸ್ಕಂದದಾಸ ಹೇಗೋ ಕೈ ಬಿಡಿಸಿಕೊಂಡು ತನ್ನ ಸೊಂಟಪಟ್ಟಿಯಿಂದ ಸಣ್ಣ ತಾಮ್ರದ ಕುಡಿಕೆಯನ್ನು ತೆಗೆದು ಶಿವಗಾಮಿಯತ್ತ ಎಸೆದ. ನಿಂಬೆ ಗಾತ್ರದ ಕುಡಿಕೆ ಅವಳ ಕಾಲ ಹತ್ತಿರ ಸ್ವಲ್ಪ ದೂರದಲ್ಲಿ ಬಿದ್ದು ಗೋಡೆಯ ಕಡೆಗೆ ಉರುಳಿತು.

"ಅದನ್ನೆತ್ತಿಕೊಂಡು ಓಡು" ಎಂದು ಪ್ರಯಾಸಪಟ್ಟು ಹೇಳಿದ.

ಶಿವಗಾಮಿ ಕುಡಿಕೆಯನ್ನು ಎತ್ತಿಕೊಂಡಳು. ಆದರೆ ಏನು ಮಾಡಬೇಕೆನ್ನುವ ಬಗ್ಗೆ ಅವಳಿಗೆ ತೋಚಲಿಲ್ಲ. ಕೋಣೆಯಲ್ಲಿ ನಿಶ್ಯಬ್ಧ ಆವರಿಸಿತು. ಅವಳು ಆ ಪುರುಷರನ್ನು ಮತ್ತು ತನ್ನ ಕೈಯಲ್ಲಿದ್ದ, ಭದ್ರವಾಗಿ ಮುಚ್ಚಿದ್ದ ವಿಚಿತ್ರ ಕುಡಿಕೆಯನ್ನು ನೋಡಿದಳು.

"ಹುಡುಗಿ, ಅದನ್ನು ನಮಗೆ ಕೊಡು" ಪಟ್ಟರಾಯ ಕೈ ಚಾಚಿ ಮುಂದೆ ಬಂದ.

"ಇಲ್ಲ, ಇಲ್ಲ, ಓಡು, ಶಿವಗಾಮಿ, ಓಡು. ಈ ಖಳರ ಕೈಗೆ ಅದು ಬೀಳಬಾರದವು. ದಯವಿಟ್ಟು..." ಸ್ಕಂದದಾಸ ಚೀರಿದ.

ಪ್ರತಾಪ ಮಹಾಪ್ರಧಾನರ ತಲೆಯ ಮೇಲೆ ಮುಷ್ಟಿಯಿಂದ ಗುದ್ದಿದ. "ಸುಮ್ಮನಿರು, ಕೀಳುಜಾತಿಯ ನಾಯಿ" ಎನ್ನುತ್ತಾ ಮತ್ತೊಮ್ಮೆ ಗುದ್ದಿದ.

ಶಿವಗಾಮಿ ಹಿಂಜರಿದಳು. ಅವಳಿಗೆ ದೇಶದ ಬಗ್ಗೆ ಯಾವ ಪ್ರೀತಿಯೂ ಇರಲಿಲ್ಲ. ಅವಳು ಯಾಕೆ ಇದರಲ್ಲಿ ಸಿಕ್ಕಿಹಾಕಿಕೊಳ್ಳಬೇಕು?

"ಈ ಮನುಷ್ಯ ದೇಶದ ಗೋಪ್ಯವನ್ನು ಕದ್ದಿದ್ದಾನೆ ಹುಡುಗಿ, ನಾವು ಈ ಕಳ್ಳನಿಂದ ಅದನ್ನು ಪಡೆದುಕೊಳ್ಳಲು ಬಂದ ಅಧಿಕಾರಿಗಳು. ಅದನ್ನು ನಮಗೆ ಕೊಡು, ನಿನ್ನನ್ನು ಹೋಗಲು ಬಿಡುತ್ತೇವೆ. ಅಧಿಕಾರದ ವಿಷಯದಲ್ಲಿ ತಲೆ ಇಡಬೇಡಾ, ಇಲ್ಲದಿದ್ದರೆ ಇದರೊಳಗೆ ಸಿಕ್ಕಿಹಾಕಿಕೊಳ್ಳುತ್ತೀಯಾ" ಪಟ್ಟರಾಯ ನುಡಿದ.

"ಮಹಾರಾಜರ ಬಳಿಗೆ ಅಥವಾ ಪರಮೇಶ್ವರರ ಬಳಿಗೆ ಓಡು, ನಿನ್ನ ದೇಶದ ಭವಿಷ್ಯ ಅದರಲ್ಲಿ ಅಡಗಿದೆ, ದಯವಿಟ್ಟು... "

ಸ್ಕಂದದಾಸ ಅಷ್ಟು ಹೇಳುವಷ್ಟರಲ್ಲಿ ಪ್ರತಾಪ ಮತ್ತೆ ಅವನ ತಲೆಯನ್ನು ನೆಲಕ್ಕೆ ಗುದ್ದಿದ. ಸ್ಕಂದದಾಸನ ಮೂಗು ಮುರಿದು ರಕ್ತ ಚಿಮ್ಮಿತು. ಶಿವಗಾಮಿ ಚೀತ್ಕರಿಸಿದಳು. ಈ ವ್ಯಕ್ತಿ ಅವಳ ಬಗ್ಗೆ ಕರುಣೆಯಿಂದ ನಡೆದುಕೊಂಡಿದ್ದ. ಅವನಿಗೆ ಚಿತ್ರಹಿಂಸೆ ಕೊಡಲಾಗುತ್ತಿತ್ತು, ಆದರೆ ಅವಳು ಏನೂ ಮಾಡದೇ ನೋಡುತ್ತಿದ್ದಳು. ಅವಳಿಗೆ ತನ್ನ ಬಗ್ಗೆ ಅಸಹ್ಯವೆನಿಸಿತು.

ಸ್ಕಂದದಾಸನ ಮೇಲೆ ತಾವು ಮಾಡುತ್ತಿದ್ದ ಹಿಂಸೆಯ ಪ್ರಭಾವ ಶಿವಗಾಮಿಯ ಮೇಲೆ ಆಗುತ್ತಿದ್ದುದನ್ನು ಪಟ್ಟರಾಯ ಗಮನಿಸುತ್ತಿದ್ದ. ಅವಳು ಕಿಟಕಿಯ ಸಮೀಪದಲ್ಲಿದ್ದಳು. ಅವಳು ಜಿಗಿದು ಓಡಿಹೋದರೆ ಅವಳನ್ನು ಹಿಡಿಯುವುದು ಕಷ್ಟವಾಗುತ್ತಿತ್ತು. ಹುಡುಗಿ ಚಿಕ್ಕವಳು ಮತ್ತು ಚುರುಕಾಗಿದ್ದಳು. ಅವನು ಸ್ಕಂದದಾಸನ ಮುಂದೆ ಮಂಡಿಯೂರಿದ.

"ಅವಳಿಗೆ ಅದನ್ನು ನಮಗೆ ಕೊಡಲು ಹೇಳು. ಇಲ್ಲದಿದ್ದರೆ ನೀನು ಸಾಯುವುದನ್ನು ಅವಳ ಕಣ್ಣಾರೆ ನೋಡುತ್ತಾಳೆ" ಪಟ್ಟರಾಯ ನಿರ್ಭಾವುಕತೆ ಯಿಂದ ಹೇಳಿದ ರೀತಿಗೆ ಶಿವಗಾಮಿಯ ಬೆನ್ನಹುರಿಯಲ್ಲಿ ಚಳುಕೆದ್ದಿತು.

ಸ್ಕಂದದಾಸ ಪಿಸುಗುಟ್ಟಿದ "ಓಡು, ಶಿವಗಾಮಿ, ದಯವಿಟ್ಟು..."

ಪಟ್ಟರಾಯ ನೆಲದ ಮೇಲೆ ಬಿದ್ದಿದ್ದ ಕಠಾರಿಯನ್ನು ಎತ್ತಿಕೊಂಡು, ಸ್ಕಂದ ದಾಸನ ಜುಟ್ಟು ಹಿಡಿದು ಅವನ ತಲೆಯನ್ನು ಹಿಂದಕ್ಕೆ ಬಗ್ಗಿಸಿ, ಅವನ ಕೊರಳಿಗೆ ಕಠಾರಿಯ ಮೊನೆಯನ್ನು ಒತ್ತಿದ. ಶಿವಗಾಮಿಯನ್ನು ದಿಟ್ಟಿಸುತ್ತಾ ಸ್ಕಂದದಾಸನಿಗೆ ಹೇಳಿದ "ಪೀಡೆ, ಗೌರಿಧೂಳಿಯನ್ನು ನಮ್ಮ ಕೈಗೆ ಒಪ್ಪಿಸಲು ಹೇಳು, ಇಲ್ಲವೇ ನೀನು ಸಾಯುತ್ತೀಯಾ."

"ಶಿವಗಾಮಿ, ಓಡು" ಸ್ಕಂದದಾಸನಿಗೆ ಅಷ್ಟು ಹೇಳಲು ಸಾಧ್ಯವಾಯಿತು.

ಪಟ್ಟರಾಯ ಶಿವಗಾಮಿಯತ್ತ ಹಲ್ಲು ಕಿರಿದು ಸ್ಕಂದದಾಸನ ಕೊರಳಲ್ಲಿ ಕಠಾರಿ ಚುಚ್ಚಿದ. ರಕ್ತ ಚಿಲ್ಲನೆ ಪುಟಿದು ಅವಳ ಕಾಲ ಬಳಿ ಅದರ ಹನಿಗಳು ಬಿದ್ದವು.

ಸ್ಕಂದದಾಸನ ಕಣ್ಣುಗಳು ಬಿಳುಚಿಕೊಂಡವು, ಮಂಡಿಗಳು ಕುಸಿದವು. ಕೊರಳಿನ ಗಾಯದಿಂದ, ಬಾಯಿ ಮತ್ತು ಮೂಗಿನಿಂದ ರಕ್ತ ಬಳಬಳನೆ ಹರಿಯಿತು. ಪಟ್ಟರಾಯ ಸ್ಕಂದದಾಸನನ್ನು ಬಿಟ್ಟ. ಹಸಿವು, ಉಪವಾಸಗಳನ್ನು ಬಲ್ಲ, ಭೇದ ಭಾವದ ವಿರುದ್ಧ ಹೋರಾಡಿದ, ಕಠಿಣ ಪರಿಶ್ರಮ ಮತ್ತು ನಿಷ್ಠೆಯಿಂದಲೇ ಅತ್ಯಂತ ಉನ್ನತ ಸ್ಥಾನಕ್ಕೆ ಏರಿದ್ದ, ಮೂರು ದಶಕಗಳ ಕಾಲ ದೇಶದ ಒಳಿತಿಗಾಗಿ ಹಗಲಿರುಳು ಶ್ರಮಿಸಿದ್ದ ಮಾಹಿಷ್ಮತಿಯ ಏಕೈಕ ಮಹಾಪ್ರಧಾನ ತನ್ನ ಮೇಜಿನ ಕಾಲಿನ ಬದಿಯಲ್ಲಿ ಸತ್ತು ಬಿದ್ದ.

ಶಿವಗಾಮಿ ತನ್ನ ಸ್ವಂತ ರಕ್ಷಣೆಯನ್ನು ಮರೆತು ಅವನ ಬಳಿಗೆ ಧಾವಿಸಿದಳು. ಅವನ ತಲೆಯ ಸುತ್ತ ರಕ್ತ ನೆಲದ ಮೇಲೆ ಹರಡುತ್ತಿತ್ತು. ಅವನನ್ನು ನೋಡುತ್ತಾ ನಿಂತಳು. ಅವಳು ಅತ್ಯಂತ ನೀಚ ಕೃತ್ಯಕ್ಕೆ ಸಾಕ್ಷಿಯಾಗಿದ್ದಳು. ಅತ್ಯಂತ ಗೌರವಾನ್ವಿತ ವ್ಯಕ್ತಿಯನ್ನು, ದುಷ್ಟ ವ್ಯಕ್ತಿಗಳು ಕೊಂದು ಹಾಕಿದ್ದರು ಮತ್ತು ಅವಳು ಏನೂ ಮಾಡಲು ಶಕ್ತಳಾಗಿರಲಿಲ್ಲ. ಆ ಕ್ಷಣದಲ್ಲಿ ಅವಳಲ್ಲಿ ಏನೋ ಒಂದು ಚೇತನ ಸತ್ತಿತು. ಅವಳು ನೋಡಿದ ಆ ಪ್ರಸಂಗದಿಂದ, ಸದಾ, ಕೆಟ್ಟದರ ಮೇಲೆ ಒಳ್ಳೆಯದರ ಜಯವಾಗುತ್ತದೆ ಎನ್ನುವ ಅವಳ ನಂಬಿಕೆ ಚೂರುಚೂರಾಗಿತ್ತು. ಅವಳು ಕೈಗಳಲ್ಲಿ ತಲೆಯನ್ನು ಹುದುಗಿಸಿ ಅತ್ತಳು. ಪಟ್ಟರಾಯ ನಕ್ಕ. ನಿರೀಕ್ಷಿಸಿದಂತೆ ಹುಡುಗಿ ಕಿಟಕಿಯಿಂದ ದೂರ ಸರಿದು ಕೋಣೆಯ ಮಧ್ಯಕ್ಕೆ ಬಂದಿದ್ದಳು. ಈಗ ಅವಳು ಸಿಕ್ಕಿಹಾಕಿಕೊಂಡಿದ್ದಳು. ಈಗ ಅವಳನ್ನೂ ಸಾಯಿಸಿ ಗೌರೀಧೂಳಿಯನ್ನು ಎತ್ತಿಕೊಳ್ಳುವುದಷ್ಟೇ ಬಾಕಿ ಇತ್ತು.

"ಏನು ಮಾಡಿಬಿಟ್ಟೆ?!" ಪ್ರತಾಪ ಕಿರುಚಿದ.

"ನಾನಾ?" ಪಟ್ಟರಾಯ ಆಶ್ಚರ್ಯವನ್ನು ನಟಿಸಿದ. "ನಾನೇನು ಮಾಡಿದೆ? ವೈತಾಳಿಕರು ಸ್ಕಂದದಾಸನನ್ನು ಕೊಂದರು. ಭ್ರಷ್ಟ ಮಹಾಪ್ರಧಾನರು ಗೌರೀಧೂಳಿಯನ್ನು ಕದ್ದು, ಮಹಾರಾಜನನ್ನು ಕೊಲ್ಲಲು ವೈತಾಳಿಕರನ್ನು ಆಹ್ವಾನಿಸಿದರು. ಅದಕ್ಕೇ ಅವರು ದ್ವಾರದಲ್ಲಿ ನಿಂತಿದ್ದರು. ಮಹಾರಾಜರ ಹತ್ಯೆ ಮಾಡಲು ದೇಶದ್ರೋಹಿ ಸ್ವತಃ ಬಂಡುಕೋರರನ್ನು ಒಳಗೆ ಬಿಟ್ಟ. ಅವರ ನಡುವೆ ಲಾಭದ ಹಂಚಿಕೆಯ ಬಗ್ಗೆ ಜಗಳ ಏರ್ಪಟ್ಟಿತು. ವೈತಾಳಿಕರು ತಮ್ಮ ಅಪರಾಧದಲ್ಲಿ ಪಾಲುದಾರನನ್ನು ಕೊಂದುಹಾಕಿದರು. ಪಾಪ, ಸಾಮಂತ ಪಟ್ಟರಾಯನಿಗೂ ಇಂತಹ ದುಷ್ಟ ವ್ಯಕ್ತಿಗಳಿಗೂ ಏನು ಸಂಬಂಧ, ಗೆಳೆಯಾ?"

"ಹಾಗಾದರೆ ನೀನು ಗೌರೀಧೂಳಿಯನ್ನು ಒಪ್ಪಿಸಿಬಿಡುತ್ತೀಯಾ?" ರುದ್ರ ಭಟ್ಟ ಆತಂಕದಲ್ಲಿ ಕೇಳಿದ.

"ಹಾಹಾ" ಪಟ್ಟರಾಯ ನಕ್ಕ "ಪಿತೂರಿಯಲ್ಲಿ ಯಾವುದೂ ಬದಲಾಗು

451

ವುದಿಲ್ಲ. ಕೋಟೆ ಗೋಡೆಯ ಮೇಲಿಂದ ನಾನು ಇದನ್ನು ಎಸೆಯುತ್ತೇನೆ. ಹಿಡುಂಬ ಇದನ್ನು ಹಿಡಿದು ನಾವು ನಿರ್ಧರಿಸಿದ ಕಡೆಗೆ ತೆಗೆದುಕೊಂಡು ಹೋಗುತ್ತಾನೆ. ಅಷ್ಟರಲ್ಲಿ ನಾವು ವೀರರಾಗುತ್ತೇವೆ, ವೈತಾಳಿಕರಿಂದ ಮಹಾ ರಾಜರನ್ನು ಕಾಪಾಡಲು ಹೋರಾಡುತ್ತೇವೆ. ಇದೊಂದೇ ಸುಧಾರಣೆ. ನಾವು ದೇಶಪ್ರೇಮಿಗಳಲ್ಲವೇ?" ಎಂದು ನಕ್ಕ.

"ನೀನೊಬ್ಬ ಮೇಧಾವಿ" ರುದ್ರ ಭಟ್ಟ ಮೆಚ್ಚಿಕೊಂಡ.

"ನನಗೆ ಗೊತ್ತು" ಪಟ್ಟರಾಯ ಮುಗುಳ್ನಕ್ಕ.

"ಆದರೆ ಹುಡುಗಿಯನ್ನೇನು ಮಾಡೋದು?" ಕೇಕಿ ಕೇಳಿದಳು.

"ಈ ದೇಶದ್ರೋಹಿಯ ಮಗಳಾ?" ಪಟ್ಟರಾಯ ತನ್ನ ದಪ್ಪತುಟಿಗಳನ್ನು ಉಜ್ಜಿಕೊಳ್ಳುತ್ತಾ ತಲೆ ವಾಲಿಸಿದ. ಸ್ಕಂದದಾಸನ ದೇಹದ ಮುಂದೆ ಅಳುತ್ತಿದ್ದ ಶಿವಗಾಮಿಯತ್ತ ವಕ್ರನಗೆ ಚೆಲ್ಲಿ, "ಅದನ್ನು ನಾನು ಬಾಯಿಬಿಟ್ಟು ಹೇಳಬೇಕೇ, ಪ್ರತಾಪ?" ಎಂದ.

ಪ್ರತಾಪ ಮುಗುಳ್ನಕ್ಕು ಪಟ್ಟರಾಯನ ಕೈಯಿಂದ ಕಠಾರಿಯನ್ನು ತೆಗೆದು ಕೊಂಡು ಶಿವಗಾಮಿಯ ಕಡೆಗೆ ಮೆಲ್ಲನೆ ಹೆಜ್ಜೆ ಹಾಕಿದ. ಅವನ ನೆರಳು ಬೃಹದಾಕಾರವಾಗಿ ಕೋಣೆಯನ್ನೆಲ್ಲ ಆವರಿಸಿತು. ಅವನು ಬರುತ್ತಿರುವುದನ್ನು ಅವಳು ತುದಿಗಣ್ಣಲ್ಲಿ ಗ್ರಹಿಸಿದಳು. ಕಾದಳು. ಅವನು ನಿರೀಕ್ಷಿಸುವ ಕ್ಷಣದ ಮುನ್ನ ದೀಪವನ್ನು ಬಾಚಿ ಪ್ರತಾಪನ ಮುಖಕ್ಕೆ ಅಪ್ಪಳಿಸಿದಳು. ದೀಪ ಆರಿಹೋಗಿ ಕೋಣೆಯಲ್ಲೆಲ್ಲ ಕತ್ತಲಾವರಿಸಿತು. ಶಿವಗಾಮಿ ಒಂದು ಕೈಯಲ್ಲಿ ಹಸ್ತಪ್ರತಿಯನ್ನು ಇನ್ನೊಂದು ಕೈಯಲ್ಲಿ ಗೌರೀಧೂಳಿಯ ಕುಡಿಕೆಯನ್ನು ಹಿಡಿದುಕೊಂಡು ಕಿಟಕಿಯಿಂದ ಹೊರಗೆ ಧುಮುಕಿದಳು.

"ಹಿಡಿಯಿರಿ ಅವಳನ್ನು" ಪಟ್ಟರಾಯ ಕೂಗಿದ್ದು ಅವಳಿಗೆ ಕೇಳಿಸಿತು "ಅವಳನ್ನು ಮುಗಿಸಿ, ಆ ಗೌರೀಧೂಳಿಯನ್ನು ಎತ್ತಿಕೊಂಡು ಬನ್ನಿ"

ಅವಳು ಓಡಿಹೋಗೋಣವೆಂದುಕೊಂಡಳು, ಆದರೆ ಗುಂಡು ರಾಮು ಹೊರಗೆ ಒಬ್ಬನೇ ಕಾಯುತ್ತಿರುತ್ತಾನೆ. ಪುಸ್ತಕವನ್ನು ಎಸೆದಳು. ಆದರೆ ಅದು ಕೋಟೆ ಗೋಡೆಯನ್ನು ದಾಟದೆ, ಗೋಡೆಗೆ ಬಡಿದು ಒಳಗೇ ಬಿತ್ತು. ಅದನ್ನು ಎತ್ತಿಕೊಳ್ಳಲು ಓಡಿದಳು, ಪ್ರತಾಪ ಕಠಾರಿ ಹಿಡಿದು ಕಿಟಕಿಯಿಂದ ಧುಮುಕಿದ್ದು ಕಾಣಿಸಿತು.

ಶಿವಗಾಮಿ ಪುಸ್ತಕವನ್ನು ಎತ್ತಿಕೊಂಡು ಮತ್ತೆ ಎಸೆದಳು. ಈ ಬಾರಿ ಅದು ಗೋಡೆ ದಾಟಿ ಹೋಯಿತು. ಅವಳು ಓಡಿದಳು. ಪ್ರತಾಪ ಅವಳತ್ತ ಕಿರುಚುತ್ತಾ, ಕಠಾರಿ ಝುಳಪಿಸುತ್ತಾ ಹಿಂಬಾಲಿಸಿದ. ಅವಳಿಗೆ ಆ ಕುಡಿಕೆಯಲ್ಲಿ ಏನಿದೆ ಎಂದು ಗೊತ್ತಿರಲಿಲ್ಲ, ಆದರೆ ದೊಡ್ಡ ಅಧಿಕಾರಿಗಳು ದೇಶದ ಮಹಾಪ್ರಧಾನರನ್ನು

ಅದಕ್ಕಾಗಿ ಕೊಂದಿದ್ದಾರೆ ಎಂದರೆ ಅದರಲ್ಲಿ ಇರುವುದು ಏನೋ ಬಹಳ ಮಹತ್ವದ್ದೇ ಇರಬೇಕು. ಸ್ಕಂದದಾಸನಂತಹ ವ್ಯಕ್ತಿ ಇದಕ್ಕಾಗಿ ಸಾಯಲು ಸಿದ್ಧನಿದ್ದ. ಈ ಮಹತ್ವದ ರಹಸ್ಯವನ್ನು ತಾನು ಬಳಸಿಕೊಳ್ಳಬಹುದು ಎನ್ನಿಸಿತು. ತಕ್ಷಣ ತನ್ನ ಆಲೋಚನೆಯ ಬಗ್ಗೆಯೇ ನಾಚಿಕೆಯಾಯಿತು. ಸಾಯುವ ಮೊದಲು ಸ್ಕಂದದಾಸನ ಮುಖ ಕಣ್ಣ ಮುಂದೆ ತೇಲಿಬಂತು. ಅವನ ಸಾವು ವ್ಯರ್ಥವಾಗಬಾರದು. ಅವಳು ಕುಡಿಕೆಯನ್ನು ಭದ್ರವಾಗಿ ಹಿಡಿದು ಓಡಿದಳು.

ಅಧ್ಯಾಯ ನಲವತ್ತೆಂಟು

ಗುಂಡು ರಾಮು

ಗುಂಡು ರಾಮು ಕೋಟೆ ಗೋಡೆಯ ಬಳಿ ಬಹಳ ಹೊತ್ತಿನಿಂದ ಕಾಯುತ್ತಿದ್ದ. ಕೋಟೆ ಗೋಡೆಯಿಂದ ಸಡಿಲಗೊಂಡು ಬಿದ್ದಿದ್ದ ಕಲ್ಲಿನ ಮೇಲೆ ಅವನು ಕೂತಿದ್ದ. ದಾರಿಯ ಆಚೆಬದಿಯಲ್ಲಿ ಎತ್ತರಕ್ಕೆ ಬೆಳೆದಿದ್ದ ಜೊಂಡು ಹುಲ್ಲಿನಿಂದಾಗಿ ಅವನಿಗೆ ನದಿ ಕಾಣಿಸುತ್ತಿರಲಿಲ್ಲ. ಅದು ಒಳ್ಳೆಯದೇ ಆಯಿತು. ನದಿಯನ್ನು ನೋಡಿದರೆ ಅವನಿಗೆ ಭಯವಾಗುತ್ತಿತ್ತು. ಕತ್ತಲೆಯ ಭಯವೂ ಇತ್ತು. ಒಂಟಿಯಾಗಿರುವುದೆಂದರೆ ಇನ್ನೂ ಭಯ. ಆದರೂ ಅವನು ನಿರ್ಜನ ದಾರಿಯಲ್ಲಿ, ನಡುರಾತ್ರಿಯಲ್ಲಿ ನದಿಯ ಪಕ್ಕದಲ್ಲಿ ಕೂತಿದ್ದ. ಪ್ರತೀ ಸಲ ಭಯ ಅವನೊಳಗೆ ತಲೆ ಎತ್ತಿದಾಗಲೂ ಅವನು ತಾನು ಇದನ್ನು ಶಿವಗಾಮಿ ಅಕ್ಕನಿಗಾಗಿ ಮಾಡುತ್ತಿದ್ದೇನೆ ಎಂದು ಜ್ಞಾಪಿಸಿಕೊಳ್ಳುತ್ತಿದ್ದ. ಸಧ್ಯ, ದೇವರ ದಯೆ, ಅವನು ಮೊದಲು ಕಂಡಿದ್ದ ದುಷ್ಟ ಜನರು ಈಗ ಕಾಣಿಸುತ್ತಿರಲಿಲ್ಲ. ಸಣ್ಣದೊಂದು ಸದ್ದಿಗೂ ಕೂಡಾ ಅವನು ನಡುಗಿ ಅರ್ಜುನನ ಹೆಸರನ್ನು ಮತ್ತೆ ಮತ್ತೆ ಹೇಳಿಕೊಳ್ಳುತ್ತಿದ್ದ. ಸ್ವಲ್ಪ ಹೊತ್ತಿಗೆ ಅವನು ಹಾಗೇ ತೂಕಡಿಸಿಬಿಟ್ಟ. ಅರಮನೆಯ ಗಂಟೆ ಆರು ಬಾರಿಸಿದಾಗ ಥಟ್ಟನೆ ದಿಗಿಲುಬಿದ್ದು ಎಚ್ಚರವಾದ. ಸುತ್ತ ಕತ್ತಲಾಗಿತ್ತು.

ಜೊತೆಗೆ ನಿಗೂಢವಾಗಿತ್ತು. ಜೀರ್ದುಂಬಿಗಳ ಸದ್ದು, ಜೊತೆಗೆ ಆಗೊಮ್ಮೆ ಈಗೊಮ್ಮೆ ಕಪ್ಪೆಯ ವಟಗುಟ್ಟುವಿಕೆ ಬಿಟ್ಟರೆ ಬೇರೆ ಸದ್ದಿರಲಿಲ್ಲ. ಅವನ ಮುಂದಿದ್ದ ಮರ ಇದ್ದಕ್ಕಿದ್ದಂತೆ ಅಲುಗಾಡತೊಡಗಿತು. ಅವನು ಹೆದರಿ ಕಣ್ಣು ಮುಚ್ಚಿಕೊಂಡ, ಜೊತೆಗೆ ಪ್ರಾರ್ಥನೆ ಹೆಚ್ಚು ಮಾಡುತ್ತಾ ತೊಡೆಯಲ್ಲಿ ಭದ್ರವಾಗಿ ಉಗುರೂರಿದ. ಕೆಲವು ಕ್ಷಣಗಳ ನಂತರ ಕಣ್ಣು ತೆರೆದಾಗ ಒಂದು ಬಾವಲಿ ಮರದ ರೆಂಬೆಯಿಂದ ತಲೆಕೆಳಕಾಗಿ ನೇತಾಡುತ್ತಿತ್ತು. ಅದು ತನ್ನ ರೆಕ್ಕೆಯನ್ನು ಬಡಿಯುತ್ತಾ ನದಿಯ ಮೇಲೆ ಹಾರಿಹೋಯಿತು. ಅಯ್ಯೋ ಬರಿ ಬಾವಲಿ – ಅವನು ಮುಗುಳ್ನಕ್ಕು ನಿಟ್ಟುಸಿರು ಬಿಟ್ಟ. ಬಾವಲಿ ಮೇಲೆ ಹಾರಿದಂತೆ, ಚಂದಿರನ ಹಿನ್ನೆಲೆಯಲ್ಲಿ ಅದೊಂದು ಹೆದರಿಸುವ ಚಿತ್ರದಂತೆ ಕಂಡಿತು ಗುಂಡು ರಾಮುಗೆ. ಅವನ ತಂದೆ ಹೇಳುತ್ತಿದ್ದ ದೆವ್ವದ ಕಥೆಗಳೆಲ್ಲಾ ನೆನಪಾದವು.

ಇದ್ದಕ್ಕಿದ್ದಂತೆ ಪೊದೆಗಳಿಂದ ಒಂದು ಜೊತೆ ಕಣ್ಣುಗಳು ತನ್ನನ್ನು ದಿಟ್ಟಿಸುತ್ತಿರುವಂತೆ ಅವನಿಗೆ ಭಾಸವಾಯಿತು. ಅವನ ಧಡೂತಿ ದೇಹವನ್ನು ಆ ಕಣ್ಣುಗಳು ಇರಿಯುತ್ತಿದ್ದವು. ಕುಳಿರ್ಗಾಳಿ ಬೀಸಿತು. ಗಾಳಿ ಬೀಸಿ ಅವನ ಕಾಲ ಬಳಿ ಇದ್ದ ಒಣ ಎಲೆಗಳನ್ನು ಎಬ್ಬಿಸಿ, ಕುಣಿಸಿ, ಗಿರಕಿ ಹೊಡೆಸಿತು. ಅವನು ಮತ್ತೆ ಮಂತ್ರ ಜಪಿಸುತ್ತ ಸ್ವಲ್ಪ ಸಮಾಧಾನ ತಂದುಕೊಂಡ. ದೇವರು ರಕ್ಷಿಸುತ್ತಾನೆ. ಅವನು ಯಾವತ್ತೂ, ಯಾರಿಗೂ ಹಾನಿ ಮಾಡಿರಲಿಲ್ಲ. ದುಷ್ಟ ಜನರಿಂದ ಶಿಷ್ಟ ಜನರನ್ನು ರಕ್ಷಿಸಲು ದೇವರಿದ್ದಾನೆ ಎಂದು ಅವನ ತಂದೆ ಸದಾ ಹೇಳುತ್ತಿದ್ದರು. ಆದರೆ ದೇವರು ತಂದೆಯನ್ನು ಯಾಕೆ ರಕ್ಷಿಸಲಿಲ್ಲ? ಇಲ್ಲ, ತಾನು ದೇವರನ್ನು ಸಂದೇಹಿಸಿ ಅವನ ಕೋಪಕ್ಕೆ ಈಡಾಗಬಾರದು. ಅವನು ಮತ್ತೆ ಮಂತ್ರ ಜಪಿಸಲು ತೊಡಗಿದ.

ನದಿಯ ತಂಗಾಳಿ ನಿಂತಾಗ ಗಾಳಿಯಲ್ಲಿ ಸುಡುತ್ತಿರುವ ವಾಸನೆ ಹಬ್ಬಿತು. ಅವನು ಗಾಳಿಯಲ್ಲಿ ಮೂಸಿ ನೋಡಿದ, ದೂರದಲ್ಲಿ ಜೋರಾಗಿ ಕಿರುಚುವಿಕೆ ಮತ್ತು ಕೂಗಾಟ ಕೇಳಿಸಿತು. ನೆರಳುಗಳ ಮೇಲೆ ಕಿತ್ತಳೆ ಬಣ್ಣದ ಛಾಯೆ ಹರಡಿ ಎಲ್ಲ ಕಡೆ ಬೆಳಕಾಯಿತು. ಎಲ್ಲೋ ದೊಡ್ಡದಾಗಿ ಬೆಂಕಿ ಹೊತ್ತಿಕೊಂಡಿದೆ. ಗಾಳಿಯಲ್ಲಿ ಕಿಡಿಗಳು ತೂರಿ ಬಂದವು. ಅವನ ತಲೆಯ ಮೇಲೆಲ್ಲಾ ಹಾರಾಡಿದವು. ಶಿವಗಾಮಿ ಅಕ್ಕ ಯಾಕಿಷ್ಟು ತಡ ಮಾಡುತ್ತಿದ್ದಾಳೆ?

ಇದ್ದಕ್ಕಿದ್ದಂತೆ ಒಂದು ಸದ್ದು ಕೇಳಿಸಿತು. ಅವನು ಬೀದಿಯ ಮಧ್ಯಕ್ಕೆ ಬಂದು ನಿಂತು ಗೋಡೆಯಾಚೆಯಿಂದ ಏನಾದರೂ ಹಾರಿ ಬರುವುದೇ ಎಂದು ನೋಡಿದ. ಏನೋ ಒಂದು ಗೋಡೆಯ ಮೇಲೆ ಹಾರಿದ್ದು ಕಾಣಿಸಿತು. ಅದು ಗಾಳಿಯಲ್ಲಿ ಹಾರಿದಂತೆ ಆಚೆಬದಿಯಲ್ಲಿಯ ಬೆಂಕಿಯ ಹೊಂಬಣ್ಣವನ್ನು ಪ್ರತಿಫಲಿಸಿತು. ನಂತರ ಅದು ಅವನ ನಿರೀಕ್ಷೆಗೂ ಮೀರಿದ ವೇಗದಲ್ಲಿ ಕೆಳಗೆ ಬಂತು. ಅವನು

ಅದನ್ನು ಹಿಡಿಯಲು ಕೈ ಚಾಚಿದ. ಆದರೆ ಅದು ಅವನ ಕೈತಪ್ಪಿ ಕೆಳಗೆ ಬಿತ್ತು. ಅವನು ಅದನ್ನು ಎತ್ತಿಕೊಳ್ಳಲು ಬಾಗಿದ. ಅಷ್ಟರಲ್ಲಿ ಅವನನ್ನು ದಿಗ್ಭ್ರಮೆಗೊಳಿಸುವಂತೆ ಒಬ್ಬ ಕುಳ್ಳ ಪೊದೆಯಿಂದ ಹಾರಿ ಬಂದ. ಗುಂಡು ರಾಮು ಭಯದಲ್ಲಿ ಜೋರಾಗಿ ಚೀರಿ ಪುಸ್ತಕವನ್ನು ಎತ್ತಿಕೊಂಡು ಓಡಿದ. ಅವನಿಗೆ ನಿಜವಾಗಿ ಅದು ಕಾಣಿಸಿತೇ ಅಥವಾ ಭಯದಿಂದಾಗಿ ಅವನ ಕಲ್ಪನೆ ಅವನೊಂದಿಗೆ ಆಟವಾಡಿತೇ? ಆಗ ಒಂದು ಸಿಳ್ಳೆ ಕೇಳಿಸಿತು. ತಿರುಗಿ ನೋಡಿದರೆ ಒಬ್ಬ ಕುಳ್ಳ ಮತ್ತು ಇಬ್ಬರು ದೈತ್ಯರು ಅವನ ಮುಂದೆ ನಿಂತಿದ್ದರು. ಅವರನ್ನು ಕಾವಲುಗಾರರನ್ನು ಕೊಂದ ದುಷ್ಟರು ಎಂದು ಗುರುತಿಸಿದ. ಕುಳ್ಳ ಮತ್ತೆ ಸಿಳ್ಳೆ ಹಾಕಿ ಅವನು ಹಿಡಿದುಕೊಂಡ ವಸ್ತುವಿನ ಕಡೆಗೆ ಬೆರಳು ತೋರಿಸಿ ಸನ್ನೆ ಮಾಡಿದ.

ಗುಂಡು ರಾಮು ಅಳುವನ್ನು ನುಂಗಿಕೊಳ್ಳುತ್ತಾ ಹಿಂದಕ್ಕೆ ಹೆಜ್ಜೆ ಇಟ್ಟ. ಅವನು ಓಡಬೇಕೆಂದುಕೊಂಡ. ಆದರೆ ಅವನ ಕಾಲುಗಳು ಮರಗಟ್ಟಿದ್ದವು. ಅವನಿಗರಿವಿಲ್ಲದೆಯೇ ನಿಯಂತ್ರಣ ತಪ್ಪಿ, ಬೆಚ್ಚಗಿನ ಉಚ್ಚೆ ಅವನ ಕಾಲ ಮೇಲೆ ಹರಿದು ಕೆಳಗೆ ಮಡುಗಟ್ಟಿತು. ಉಚ್ಚೆಯ ಘಾಟು ವಾಸನೆ ಅವನ ಮೂಗಿಗೆ ಅಡರಿತು. ತನ್ನ ಕೃತ್ಯಕ್ಕೆ ಅವನಿಗೆ ನಾಚಿಕೆಯಾಯಿತು.

"ಆಹಾ, ಏನು ಆಶ್ಚರ್ಯ" ಎನ್ನುತ್ತಾ ಕುಳ್ಳ, ಗುಂಡು ರಾಮುವಿನ ಕಡೆಗೆ ನಡೆದ. "ನಾನೂ ಸ್ವಲ್ಪ ಹೊತ್ತಿನಿಂದ ನಿನ್ನ ಮಂಗನಾಟ ನೋಡುತ್ತಲೇ ಇದ್ದೇನೆ, ಮಗನೆ. ನೀನೆಷ್ಟು ಮುದ್ದಾಗಿದ್ದಿಯಾ. ನನ್ನ ಜೊತೆ ಬರ್ತಿಯಾ? ನೀನು ಖಂಡಿತಾ ಬದುಕಲ್ಲಿ ಬಹಳ ಎತ್ತರಕ್ಕೆ ಹೋಗುವಂತೆ ಮಾಡುತ್ತೇನೆ" ಇಬ್ಬರು ದೈತ್ಯರು ನಕ್ಕರು. "ನಿಜ ಹೇಳಬೇಕೆಂದರೆ, ನೀನು ಪರ್ವತದ ಶಿಖರದಲ್ಲಿ ವಾಸ ಮಾಡಬಹುದು. ಅಲ್ಲಿ ಗಾಳಿ ಸ್ವಚ್ಛವಾಗಿ, ಹಸನಾಗಿ, ತಂಪಾಗಿರುತ್ತದೆ. ಅಲ್ಲಿ ಗಂಡಸರಿದ್ದಾರೆ – ಈ ಇವರಿಬ್ಬರಂತಹ ದೈತ್ಯರಲ್ಲ, ನನ್ನಂತಹವರು – ಹೆಣ್ಣುಗಳನ್ನು ಇಷ್ಟಪಡದ ಆದರೆ ನಿನ್ನಂತಹ ಮುದ್ದು ಮುದ್ದು ಗುಂಡು ಹುಡುಗನನ್ನು ಮುದ್ದಾಡಲು ಬಯಸುವವರು" ಹಿಡುಂಬ ಕಣ್ಣು ಮಿಟುಕಿಸಿದ, ಇಬ್ಬರು ದೈತ್ಯರು ಮತ್ತೆ ಗಹಗಹಿಸಿ ನಕ್ಕರು. ಹಿಡುಂಬ ಗುಂಡು ರಾಮುವಿನ ಕೆನ್ನೆ ಚಿವುಟಿದ. "ಆ ಗಂಡಸರು ನಿನ್ನನ್ನು ತುಂಬಾ ಪ್ರೀತಿಸುತ್ತಾರೆ. ನಿನಗೆ ಅದೃಷ್ಟವಿದ್ದರೆ, ಒಂದು ಹಂತದಲ್ಲಿ ಮಹಾನ್ ಹಿಡುಂಬನೂ ನಿನ್ನನ್ನು ಪ್ರೀತಿಸಬಹುದು. ನಿನಗೆ ಹಿಡುಂಬ ಗೊತ್ತೇ? ಅವನೊಬ್ಬ ಮಹಾನ್? ಅವನನ್ನು ನೋಡಿದ್ದೀಯಾ, ಮುದ್ದುಚಿನ್ನ? ನೋಡು, ನಿನ್ನ ಎದುರೇ ನಿಂತಿದ್ದಾನೆ. ಚ್ಚು ...ಚ್ಚು... ಯಾಕೆ ಅಳುತ್ತಿದ್ದೀಯಾ? ನಿನಗೆ ಪ್ರೀತಿ ಬೇಡವೇ ಹುಡುಗಾ? ನಿನಗೆ ಹಿಂದಿನಿಂದ ತಳ್ಳುವುದು ಬೇಡವೇ ....ಹಮ್... ಬದುಕಲ್ಲಿ ಮೇಲೇರಲು? ಹೇಳು? ಹೇಳು?"

ಗುಂಡು ರಾಮು ಹಿಡುಂಬನ ಸ್ಪರ್ಶದಿಂದ ಹಿಂಜರಿದ. ಅದೊಂಥರಾ ವಿಲಕ್ಷಣ ವಾಗಿತ್ತು. ಅವನು ಓಡಲು ನೋಡಿದ. ಆದರೆ ಒಬ್ಬ ದೈತ್ಯ ಅವನಿಗೆ ಅಡ್ಡವಾಗಿ ನಿಂತ. ಅವನು ಗುಂಡು ರಾಮುವಿನ ಭುಜ ಹಿಡಿದು ಹಿಡುಂಬನ ಕಡೆಗೆ ತಿರುಗಿಸಿದ. ಈ ಸಲ ಕುಬ್ಜನ ತುಟಿಗಳಿಂದ ಮುಗುಳ್ನಗೆ ಮಾಯವಾಗಿತ್ತು, ಅವನ ಹಂದಿ ಕಣ್ಣುಗಳು ಕೋಪದಲ್ಲಿ ಉರಿಯುತ್ತಿದ್ದವು. ಅವನು ಹಾರಿ ಹುಡುಗನ ಕಪಾಳಕ್ಕೆ ಬಲವಾಗಿ ಬಿಗಿದ. ಗುಂಡು ರಾಮು ತನ್ನ ಕೈಯಲ್ಲಿ ಮುಖವನ್ನು ಹುದುಗಿಸಿ ಅಳತೊಡಗಿದ. ಅವನು ಬಿಕ್ಕಳಿಸುವಾಗ ಅವನ ಇಡೀ ದೇಹ ಅಲ್ಲಾಡುತ್ತಿತ್ತು.

"ನನ್ನ ಪ್ರೀತಿಯನ್ನು ನಿರಾಕರಿಸುತ್ತೀಯಾ? ತಾಳು, ನನ್ನ ಮನೆ ತಲುಪುವ ವರೆಗೆ ಇರು, ದೊಡ್ಡ ವ್ಯಕ್ತಿಗಳನ್ನು ಹೇಗೆ ಗೌರವದಿಂದ ಕಾಣಬೇಕು ಅನ್ನುವುದನ್ನು ನಾನು ಹೇಳಿಕೊಡ್ತೀನಿ. ರಂಗ, ಇವನನ್ನು ಕರಕೋ. ಅವನು ನಮ್ಮ ಜೊತೆ ಗೌರಿ ಪರ್ವತಕ್ಕೆ ಬರುತ್ತಿದ್ದಾನೆ. ಅವನಿಗೊಂದು ಹೊಸಾ ಕೆಲಸ ಕೊಡೋಣಾ"

ಗುಂಡು ರಾಮು ಓಡಿದ. ಆದರೆ ದೈತ್ಯ ಅವನಿಗೆ ಟಾಂಗು ಕೊಟ್ಟು, ಅವನು ಮುಖ ಕೆಳಗಾಗಿ ಬಿದ್ದ. ದೈತ್ಯ ಅವನ ಬೆನ್ನ ಮೇಲೆ ತನ್ನ ಮಂಡಿಯನ್ನು ಊರಿ, ಅವನ ತಲೆಯನ್ನು ತನ್ನ ಕಡೆಗೆ ತಿರುಗಿಸಿಕೊಂಡು, ಗುಂಡು ರಾಮು ಬಿಡಿಸಿಕೊಳ್ಳು ವುದನ್ನು ಪೂರ್ತಿ ನಿಲ್ಲಿಸುವವರೆಗೆ ಗುದ್ದಿ, ಕಪಾಳಕ್ಕೆ ಬಾರಿಸಿದ. ಅಷ್ಟರಲ್ಲಿ ಗುಂಡು ರಾಮುವಿನ ನೋವಿನ ಅಳು ಮುಲುಗುಡುವುದಕ್ಕೆ ತಿರುಗಿತ್ತು. ದೈತ್ಯ, ಗುಂಡು ರಾಮುವಿನ ಪಂಚೆಯನ್ನು ಕಿತ್ತು ಅದರಲ್ಲೇ ಅವನನ್ನು ಗಂಟು ಕಟ್ಟಿದ. ಆದರೂ ಗುಂಡು ರಾಮು ಪುಸ್ತಕವನ್ನು ತನ್ನ ಎದೆಯಲ್ಲಿ ಇಟ್ಟುಕೊಂಡಿದ್ದ. ದೈತ್ಯ ಆಮೇಲೆ ಗುಂಡು ರಾಮುವನ್ನು ಎತ್ತಿ ಹೆಗಲ ಮೇಲಿಟ್ಟುಕೊಂಡು ಸಾರೋಟಿನ ಕಡೆಗೆ ನಡೆದ. ಚಕ್ರದ ಬಳಿ ಅವನನ್ನು ಎಸೆದ. ಗುಂಡು ರಾಮು ನೋವಿನಲ್ಲಿ ಕಿರುಚಿದ. ಆದರೆ ಶಿವಗಾಮಿಯ ವಸ್ತುವನ್ನು ಬಿಟ್ಟುಕೊಡಲಿಲ್ಲ. ಅವನು ಎಷ್ಟೇ ಪ್ರಯತ್ನ ಪಟ್ಟರೂ ದೈತ್ಯನ ಶಕ್ತಿಯ ಮುಂದೆ ಅವನ ಆಟ ನಡೆಯಲಿಲ್ಲ. ರಂಗ ಗುಂಡು ರಾಮುವಿನ ದಪ್ಪ ಬೆರಳುಗಳನ್ನು ಬಲವಂತವಾಗಿ ಬಿಡಿಸಿದ. ಅವನು ಎದೆಯಲ್ಲಿ ಇಟ್ಟುಕೊಂಡಿದ್ದ ಪುಸ್ತಕ ಕೆಳಗೆ ಬಿತ್ತು.

"ಏನಿದು? ಹುಡುಗನ ಪುಸ್ತಕನಾ..." ಹಿಡುಂಬ ಹಸ್ತಪ್ರತಿಯನ್ನು ಎತ್ತಿಕೊಂಡು ತಿರುಗಿಸಿ ಮುರುಗಿಸಿ ನೋಡಿದ. ಅದರೊಳಗಿಂದ ಏನಾದರೂ ಬೀಳಬಹುದೆಂದು ಅಲ್ಲಾಡಿಸಿ ನೋಡಿದ. ಗುಂಡು ರಾಮು ಚಕ್ರದ ಬಳಿ ಮುಲುಗುತ್ತಾ ಬಿದ್ದಿದ್ದ.

"ದರಿದ್ರ ಧಡಿಯ, ಶಾಲೆಯ ಹುಡುಗನ ಪುಸ್ತಕಕ್ಕೋಸ್ಕರ, ಈ ಕುಂಡೆ ಒದ್ದೆಯಾಗುವ ಥಂಡಿಯಲ್ಲಿ ಕಾಯಿಸಿದ" ಹಿಡುಂಬ ಶಪಿಸಿದ.

"ಅದು ಶಿವಗಾಮಿ ಅಕ್ಕನದು, ದಯವಿಟ್ಟು ನನಗೆ ಹಿಂದಿರುಗಿಸಿ" ಗುಂಡು ರಾಮು ಗೋಗರೆದ.

"ಬಾಯಿ ಮುಚ್ಚು, ಪಿಶಾಚಿ, ನಿನ್ನಕ್ಕನ್, ಬೋಳಿಮಗನೇ, ದೇವರ ಬಸವನ ಬೀಜದಾಣೆ, ಆ ಧಡಿಯ ನನ್ನನ್ನ ಶಿಳ್ಳೆಕ್ಯಾತ ಮಾಡಿಬಿಟ್ಟ."

"ಪುಸ್ತಕ ನಂಗೆ ಕೊಡೋ, ಕುಳ್ಳ" ಗುಂಡು ರಾಮು ಏಳಲು ಯತ್ನಿಸುತ್ತಾ ಕೂಗಿದ.

ಹಿಡುಂಬ ತನ್ನ ಹತಾಶೆಯನ್ನು ಹುಡುಗನ ಮೇಲೆ ಹೊರಹಾಕುತ್ತಾ ಗುಂಡು ರಾಮುವಿನ ಮುಖಕ್ಕೆ ಮತ್ತೆ ಮತ್ತೆ ಒದ್ದ.

"ಯಾರೋ ಈ ಕಡೇನೇ ಬರುತ್ತಾ ಇದ್ದಾರೆ" ಎಂದ ರಂಗ. ಹಿಡುಂಬ ತಿರುಗಿ ನೋಡಿದರೆ ಒಂದಷ್ಟು ಜನರ ಗುಂಪು ಇತ್ತ ಕಡೆಯೇ ಓಡಿಬರುತ್ತಿತ್ತು. ಅರಮನೆಯ ಒಳಗೆ ಹತ್ತಿಕೊಂಡ ಬೆಂಕಿ ದೊಡ್ಡದಾಗಿ ಹಬ್ಬಿಬಿಟ್ಟಿತ್ತು. ಜನರು ಸಿಕ್ಕ ಸಿಕ್ಕ ಕಡೆಗಳಿಂದ ಹೊರಗೆ ಓಡಿ ತಪ್ಪಿಸಿಕೊಳ್ಳುತ್ತಿದ್ದರು.

"ಇನ್ನು ಇಲ್ಲಿ ಇರುವುದರಲ್ಲಿ ಪ್ರಯೋಜನವಿಲ್ಲ. ಆ ಧಡೂತಿ ಮುಂದಿನ ಸಲ ಅವನ ಸಗಣಿಯನ್ನು ಎಸೆಯುತ್ತಾನೆ, ನಾವು ಬಾಯಿ ಆ ಅಂತ ಬಿಟ್ಟುಕೊಂಡು ಕಾಯುತ್ತಾ ನಿಂತಿರುತ್ತೇವೆ. ದರಿದ್ರ ಶನಿ ಪಟ್ಟರಾಯ. ಇರು ನಾನು ಮಾಡ್ತೀನಿ ಅವನಿಗೆ ಶಾಸ್ತಿ. ಹುಡುಗರಾ, ನನ್ನನ್ನು ಎತ್ತಿ ಸಾರೋಟಿನಲ್ಲಿ ಕೂರಿಸಿ. ಮನೆಗೆ ಹೋಗೋಣಾ" ಎಂದ ಹಿಡುಂಬ.

"ಈ ಮೂಟೆನಾ ಏನು ಮಾಡೋದು?" ಹಿಡುಂಬನನ್ನು ಎತ್ತಿ ಸಾರೋಟಿನಲ್ಲಿ ಕೂರಿಸುತ್ತಾ ರಂಗ ಕೇಳಿದ.

"ಅವನನ್ನೂ ಕರಕೊಂಡು ಬಾ. ಗೌರೀಪರ್ವತದ ಚಳಿಯಲ್ಲಿ ಸ್ವಲ್ಪ ಮಜಾ ಕೊಡ್ತಾನೆ. ಒಳ್ಳೆ ಬೆಣ್ಣೆ ಹಾಗೆ ಮೆತ್ತಗಿದ್ದಾನೆ" ಎಂದ ಹಿಡುಂಬ ಕಣ್ಣು ಮಿಟುಕಿಸಿ. ಗಾಯಗೊಂಡು ರಕ್ತ ಸುರಿಸುತ್ತಿದ್ದ ಗುಂಡು ರಾಮುವನ್ನು ಎತ್ತಿ ಹಿಡುಂಬನ ಪಕ್ಕದಲ್ಲಿ ಹಾಕಲಾಯಿತು.

"ಈ ಪುಸ್ತಕ?" ರಂಗ ಕೇಳಿದ.

"ಅದನ್ನ... ದಲ್ಲಿ ತೂರಿಸು.... ಅಥವಾ ಬೇಡಾ... ನನಗೆ ಕೊಡು. ಈ ಹುಡುಗನಿಗೆ ಅದು ಬಹಳ ಮುಖ್ಯ ಅನ್ನಿಸುತ್ತೆ. ನಮಗೆ ಬೇಕಾದ ಹಾಗೆ ಅವನನ್ನ ಕುಣಿಸಕ್ಕೆ ಇದನ್ನ ಬಳಸಿಕೊಳ್ಳಬಹುದು" ಎಂದ ಹಿಡುಂಬ. ಅವನು ಗುಂಡು ರಾಮುವಿನ ಪಕ್ಕ ಕೂತು, ಭಯದಲ್ಲಿ ಹಿಂದಕ್ಕೆ ಸರಿದ ಅವನನ್ನು ಹಿಡಿದು ಅವನ ಮೈ ಮೇಲೆ ತನ್ನ ದುಂಡು ಬೆರಳುಗಳನ್ನು ಆಡಿಸತೊಡಗಿದ.

ಗುಂಡು ರಾಮುವನ್ನು ಕಟ್ಟಿ ಹಾಕಿದ ಆ ಸಾರೋಟು ನಿಗೂಢ ಗೌರೀಪರ್ವತ, ಮಹಾನ್ ಖಣಿಪತಿ ಹಿಡುಂಬನ ನಾಡಿನ ಕಡೆಗೆ ನಾಗಾಲೋಟದಲ್ಲಿ ಓಡಿತು.

ಅಧ್ಯಾಯ ನಲವತ್ತೊಂಭತ್ತು

ಕಟ್ಟಪ್ಪ

ಶಿವಪ್ಪ ನೆಲಕ್ಕೆ ಕುಸಿದ. ಅವನು ತನ್ನ ಸೋದರನನ್ನು ಸೋಲಿಸಲು ಶಕ್ತಿಮೀರಿ ಪ್ರಯತ್ನಿಸಿದ್ದ. ಆದರೆ ಕಟ್ಟಪ್ಪ ಹುಲಿಯಂತೆ ಕಾದಾಡಿದ್ದ. ತನ್ನ ಮರಣಾಂತಕ ಶಸ್ತ್ರಗಳಿಗೆ ಪ್ರತಿಯಾಗಿ ಬರಿಗೈಯಲ್ಲಿ ಹೋರಾಡಿದ್ದ. ಪ್ರತಿ ಸಲ ಉರುಮಿ ಬೀಸಿ ಬಂದಾಗಲೂ ಅವನು ಬಾಗಿದ, ಹೊರಳಿದ, ತಿರುಗಿದ, ಉರುಳಿದ ಮತ್ತು ಉರುಮಿ ಮರಳಿ ಸುರುಳಿ ಸುತ್ತಿಕೊಳ್ಳುವಾಗ ಕಟ್ಟಪ್ಪ ನುಗ್ಗಿ, ಪುರಾತನ ಯುದ್ಧ ಕೌಶಲವಾದ ಮರ್ಮ ವಿದ್ಯೆ ಬಳಸಿ ಹಲ್ಲೆ ಮಾಡಿದ್ದ. ಪ್ರತೀ ಸಲ ಅವನು ಸಮೀಪಿಸಿದಾಗ ಶಿವಪ್ಪನ ಮಾಂಸ ಖಂಡಗಳಿಗೆ ಬಡಿದು, ಅವು ಜಡವಾಗಿ, ಉಪಯೋಗಿಸಲಾಗದಂತೆ ನಿಶ್ಚೇತನಗೊಳಿಸುತ್ತಿದ್ದ. ಕೊನೆಗೆ ಶಿವಪ್ಪನ ಕೈಯಿಂದ ಉರುಮಿಯನ್ನು ಬೀಳಿಸಿ ಅವನನ್ನು ನೆಲಕ್ಕೆ ಅಪ್ಪಳಿಸಿದ್ದ. ಶಿವಪ್ಪನಿಗೆ ಅಲುಗಾಡಲಾಗಲಿಲ್ಲ. ಅವನು ಮಾತಾಡಲು ಯತ್ನಿಸಿದಾಗ ಕಟ್ಟಪ್ಪ ತನ್ನ ತೋರುಬೆರಳಿನಿಂದ ಅವನ ಕೊರಳಿಗೆ ಚುಚ್ಚಿದ. ಅದರ ನಂತರ ಶಿವಪ್ಪನ ಬಾಯಿಂದ ಗೊರಗೊರ ಸದ್ದು ಮಾತ್ರ ಹೊರಡುತ್ತಿತ್ತು. ಶಿವಪ್ಪನ ಪಂಚೆಯನ್ನು ಹರಿದು ಅದರಿಂದ ಅವನನ್ನು ಕಟ್ಟಿಹಾಕಿದ.

ಅದರ ಅಗತ್ಯವೇನೂ ಇರಲಿಲ್ಲ. ಶಿವಪ್ಪ ಒಂದು ಬೆರಳನ್ನೂ ಆಡಿಸುವ ಸ್ಥಿತಿಯಲ್ಲಿರಲಿಲ್ಲ.

"ನೀನು ಕರುಣೆಗೆ ಪಾತ್ರನಲ್ಲ" ಕಟ್ಟಪ್ಪ ಗದ್ಗದ ಧ್ವನಿಯಲ್ಲಿ ನುಡಿದ "ಇದು ನನ್ನ ಬೆನ್ನಿಗೆ ಚೂರಿ ಹಾಕಿದ್ದಕ್ಕೆ ತೀರಿಸಿಕೊಂಡ ಪ್ರತೀಕಾರವಲ್ಲ, ಸೋದರ. ನಾನು ನನ್ನ ಕರ್ತವ್ಯವನ್ನಷ್ಟೇ ನಿರ್ವಹಿಸುತ್ತಿದ್ದೇನೆ. ಯಾರೇ ದೇಶದ್ರೋಹಿಯನ್ನು ನಾನು ಜೀವಂತ ಬಿಡುವುದಿಲ್ಲ. ನೀನು ವಿಚಾರಣೆಯನ್ನು ಎದುರಿಸಬೇಕು ...." ಕಟ್ಟಪ್ಪ ಮುಖ ಪಕ್ಕಕ್ಕೆ ತಿರುಗಿಸಿದ; ಅವನ ಧ್ವನಿ ಗಂಟಲು ಕಟ್ಟಿತು, "ನಿನಗೆ ಗಲ್ಲು ಶಿಕ್ಷೆ ವಿಧಿಸಿದರೆ, ನಾ...ನಾನು.... ಸಂತೋಷವಾಗಿ ಅದನ್ನು ನೆರವೇರಿಸುತ್ತೇನೆ."

ಶಿವಪ್ಪನಿಗೆ ತಾನು ಹೋರಾಡಲು ಬರಲಿಲ್ಲ, ದಂಗೆ ಏಳಲು ಬರಲಿಲ್ಲ, ತಾನು ಪ್ರೀತಿಸಿ ಮದುವೆಯಾಗುವ ಹುಡುಗಿ, ತನ್ನೊಡನೆ ಅಸಂಖ್ಯಾತ ಕನಸುಗಳನ್ನು ಕಟ್ಟಿದ ಹುಡುಗಿಯ ಮೇಲೆ, ಒಳಗೆ ನಿನ್ನ ಒಡೆಯ ಅತ್ಯಾಚಾರ ಮಾಡುತ್ತಿದ್ದಾನೆ ಎಂದು ಹೇಳಲು ಒದ್ದಾಡುತ್ತಿದ್ದ. ಈ ಅನಿಷ್ಟ ದೇಶ ಬಿಟ್ಟು, ಇದರ ಅಮಾನವೀಯ ಆಚರಣೆಗಳನ್ನು ಅದರಷ್ಟಕ್ಕೆ ನರಕದಲ್ಲಿ ಹಾಳಾಗಲು ಬಿಟ್ಟು, ತಾನು ಅವಳೊಂದಿಗೆ ದೂರ ಹೊರಟುಹೋಗುತ್ತಿದ್ದೆ. *ಯಾಕೆ ನನ್ನನ್ನು ತಡೆದೆ ಅಣ್ಣಾ? ಯಾಕೆ? ಯಾಕೆ?* ಶಿವಪ್ಪನ ಕಣ್ಣುಗಳಲ್ಲಿ ನೀರು ಧಾರಾಕಾರ ಹರಿಯಿತು. ಆದರೆ ಅವನಿಗೆ ಮಾತನಾಡಲಾಗಲಿಲ್ಲ.

ಕಟ್ಟಪ್ಪ ಎದ್ದು ನಿಂತ. ಅವನ ಮೈಯೆಲ್ಲಾ ಬೆವರು ಮತ್ತು ರಕ್ತದಿಂದ ತೊಯ್ದು ಹೋಗಿತ್ತು. ಅವನ ಹೃದಯ ಒಡೆದು ನುಚ್ಚುನೂರಾಗಿದ್ದರೂ, ಅವನು ತನ್ನ ಕರ್ತವ್ಯವನ್ನು ನಿರ್ವಹಿಸಿದ್ದ. ಪರಿಣಾಮಗಳ ಬಗ್ಗೆ ಚಿಂತಿಸದೇ ತನ್ನ ಧರ್ಮಕ್ಕೆ ಮಾತ್ರ ಕಟ್ಟುಬಿದ್ದು ನಡೆದುಕೊಂಡಿದ್ದ. ಒಬ್ಬ ಆದರ್ಶ ಗುಲಾಮನೊಬ್ಬ ಕರ್ಮಯೋಗಿ – ಅವನ ತಂದೆಯ ಮಾತು. ಅವನು ಅದಕ್ಕೆ ಬದ್ಧನಾಗಿದ್ದ. ಹಠಾತ್ತನೆ ಮೇಲಿನಿಂದ ಚೀತ್ಕಾರ ಕೇಳಿಸಿತು.

'ಸ್ವಾಮಿ!' ಎಂದು ಕೂಗಿದ. ತನ್ನ ಒಡೆಯ ಅಪಾಯದಲ್ಲಿದ್ದಾನೆಯೇ? ಹಜಾರಕ್ಕೆ ಜಿಗಿದು, ಮೆಟ್ಟಿಲುಗಳಲ್ಲಿ ಓಡಿ ಬಾಗಿಲು ತಲುಪಿದ. ಒಳಗಿನಿಂದ ಹೋರಾಡುವ ಗದ್ದಲ ಕೇಳಿಸುತ್ತಿತ್ತು. ಒಂದು ಕ್ಷಣ ತಡೆದ. ಒಳಗೆ ಏನೋ ಬಿದ್ದಿತು. ಅವನ ಒಡೆಯ ಅವನಿಗೆ ಬಾಗಿಲ ಹತ್ತಿರಕ್ಕೂ ಬರಬೇಡಾ ಎಂದು ಅಪ್ಪಣೆ ಮಾಡಿದ್ದ. ಆದರೆ ತನ್ನ ಒಡೆಯನ ಜೀವ ಆಪತ್ತಿನಲ್ಲಿದ್ದರೆ, ಒಡೆಯನ ರಕ್ಷಕನಾಗಿ, ಒಡೆಯನ ಅಪ್ಪಣೆಯನ್ನು ಮೀರುವುದು ತನ್ನ ಕರ್ತವ್ಯ. ಆನಂತರ ಒಡೆಯ ಅವನಿಗೆ ಶಿಕ್ಷೆಯನ್ನೋ, ಸನ್ಮಾನವನ್ನೋ ನೀಡುತ್ತಾನೆ. ಈಗ ಸಧ್ಯಕ್ಕೆ ಅವನು ಒಡೆಯನ ಅಪ್ಪಣೆಯನ್ನು ಮೀರಿ ಅವರನ್ನು ಕಾಪಾಡಬೇಕು. ಅವನು

ಬಾಗಿಲನ್ನು ಒದ್ದು ತೆರೆದು, ಮರಗಟ್ಟಿ ನಿಂತ. ಕೋಣೆಯ ಮೂಲೆಯಲ್ಲಿ ಒಬ್ಬಳು ಹುಡುಗಿ ಮುದುರಿಕೊಂಡು, ಕಟ್ಟಿದ ಕೈಗಳಿಂದಲೇ ತನ್ನ ಬತ್ತಲು ದೇಹವನ್ನು ಮುಚ್ಚಿಕೊಳ್ಳಲು ಯತ್ನಿಸುತ್ತಾ ಕಂಪಿಸುತ್ತಿದ್ದಳು. ಅವಳ ಮುಂದೆ ಬಿಜ್ಜಳ ಚಾಟಿಯನ್ನು ಹಿಡಿದು ನಿಂತಿದ್ದ. ಬಿಜ್ಜಳನಿಗೆ ಕಟ್ಟಪ್ಪನನ್ನು ನೋಡಿ ಆಘಾತ ವಾಯಿತು. ಅವನ ಮುಖ ಕೋಪದಲ್ಲಿ ವಿಕಾರವಾಯಿತು.

"ತೊಲಗು, ನಾಯಿ, ತೊಲಗಾಚೆ" ಬಿಜ್ಜಳ ಚಾಟಿಯನ್ನು ಬೀಸುತ್ತಾ ಕೂಗಿದ.

ಕಟ್ಟಪ್ಪ ಬಾಗಿಲಲ್ಲಿ ಕಾಲು ನೆಟ್ಟವನಂತೆ ನಿಂತ. ಅವನ ಮೊದಲ ಪ್ರತಿಕ್ರಿಯೆ ಒಡೆಯನ ಅಪ್ಪಣೆ ಪಾಲಿಸುವುದು ಎನ್ನಿಸಿತು. ಆದರೆ ನಡುಗುತ್ತಿದ್ದ ಹುಡುಗಿ ಮತ್ತವಳ ದೇಹದ ಮೇಲೆ ಬಿದ್ದ ಚಾಟಿಯ ಬರೆಗಳನ್ನು ನೋಡಿ ಅವನು ನಿಂತ. ಅವನು ತನ್ನ ಪಂಚೆಯನ್ನು ತೆಗೆದು ಅವಳ ಕಡೆಗೆ ಎಸೆದ. ಅವಳು ಅದನ್ನು ಬಾಚಿ ಕೊಂಡು ತನ್ನ ಮೈ ಮರೆಮಾಡಿಕೊಂಡಳು. ಬಿಜ್ಜಳ ಕೋಪದಲ್ಲಿ ಘರ್ಜಿಸುತ್ತಾ, ಲಂಗೋಟಿಯಲ್ಲಿ ನಿಂತ ಕಟ್ಟಪ್ಪನ ಕಡೆಗೆ ಧಾವಿಸಿದ.

ಬಿಜ್ಜಳ ಕಟ್ಟಪ್ಪನ ಮೈಮೇಲೆ ಚಾಟಿಯನ್ನು ಬೀಸಿ ಹೊಡೆದ "ಸಾಯಿ ಹೋಗು, ನಾಯಿ"

ಕಟ್ಟಪ್ಪ ನಡೆದು ಬಂದು ಕೈಗಳನ್ನು ಎದೆ ಮೇಲೆ ಕಟ್ಟಿಕೊಂಡು ನೇರವಾಗಿ ಹುಡುಗಿ ಮತ್ತು ಬಿಜ್ಜಳನ ನಡುವೆ ನಿಂತ. ಅವನ ಮನಸ್ಸಿನಲ್ಲಿ ಕೋಲಾಹಲ ವೆದ್ದಿತ್ತು. ಹುಡುಗಿಯ ಕಣ್ಣುಗಳು ತನ್ನನ್ನು ಕಾಪಾಡೆಂದು ಬೇಡುತ್ತಿದ್ದವು. ಅವಳ ಮುಖವನ್ನು ನೋಡಿದೊಡನೆಯೇ ಕಟ್ಟಪ್ಪನ ಮೈ ನಡುಗಿತು. ಕಾಮಾಕ್ಷಿ–ತಮ್ಮನ ಪ್ರೇಯಸಿ. ಅವನ ಮನಸ್ಸು ಒಡೆದುಹೋಯಿತು. ಬಹುಶಃ ಶಿವಪ್ಪ ಅವಳನ್ನು ಕಾಪಾಡಲೆಂದು ಬಂದಿದ್ದನೇನೋ, ತಾನು ಅವನನ್ನು ನಿಶ್ಚಲಗೊಳಿಸಿದ್ದೆ. ದೇವರು ತನಗೆ ಇನ್ನೂ ಎಷ್ಟು ಪರೀಕ್ಷೆಗಳನ್ನು ಒಡ್ಡುತ್ತಾನೋ.

"ಅವಳನ್ನು ಅಲ್ಲೇ ಬಿಡು, ಸೂಳೆಮಗನೇ, ನಿನ್ನನ್ನು ಕೊಲ್ಲುವ ಮೊದಲು ತೊಲಗು" ಬಿಜ್ಜಳ ಕಿರುಚಿದ. ಕಟ್ಟಪ್ಪನ ಭುಜದ ಮೇಲೆ ಅವನ ಚಾಟಿ ಅಪ್ಪಳಿಸಿತು. ಅವನ ಚರ್ಮ ಎಬ್ಬಿತು. ಅವನು ಚೀತ್ಕಾರವನ್ನು ಅದುಮಿಟ್ಟು ಕಣ್ಣು ಮುಚ್ಚಿದ. ಗುಲಾಮನ ಮನಸ್ಸು ಡೋಲಾಯಮಾನವಾಗಿತ್ತು. ಅವನು ತನ್ನ ಒಡೆಯನಿಗೆ ಎದುರು ಮಾತಾಡದೆ ವಿಧೇಯನಾಗಿರಬೇಕಿತ್ತು. ಅವನ ಒಡೆಯನ ಜೀವಕ್ಕೆ ಯಾವುದೇ ಅಪಾಯವಿರಲಿಲ್ಲ. ಆದರೆ ಅವನ ಮನಸ್ಸಾಕ್ಷಿ ಬಂಡಾಯವೆದ್ದಿತ್ತು. ಹುಡುಗಿಯನ್ನು ಚಿತ್ರಹಿಂಸೆಗೆ ಬಿಟ್ಟು ಸುಮ್ಮನಿರುವಂತಿರಲಿಲ್ಲ. ಅವನು ಹುಡುಗಿ ಮತ್ತು ಒಡೆಯನ ನಡುವೆ ನಿಲ್ಲುವುದೆಂದು ತೀರ್ಮಾನಿಸಿದ. ಒಡೆಯನನ್ನು ಧಿಕ್ಕರಿಸುವುದಿಲ್ಲ. ಆದರೆ ಅವನು ಹುಡುಗಿಯನ್ನು ಹಿಂಸಿಸಲು ಬಿಡುವುದಿಲ್ಲ

461

ಎಂದು ನಿರ್ಧರಿಸಿದ. ಬಿಜ್ಜಳ ಮತ್ತೆ ಮತ್ತೆ ಗುಲಾಮನ ಮೈಮೇಲೆ ಚಾಟಿಯನ್ನು ಬೀಸಿದ. ಗುಲಾಮ ಅಲ್ಲಾಡದೆ, ಕಣ್ಣು ಮುಚ್ಚಿ ನಿಂತ. ಚಾಟಿ ಅವನ ಚರ್ಮವನ್ನು ಸಿಪ್ಪೆ ಎಬ್ಬಿದಂತೆ ಸೀಳಿತು. ಕಟ್ಟಪ್ಪ, ತಾನು ಸಾಯುವ ಮೊದಲು ಯಾರಾದರೂ ಬಂದು ಬಿಜ್ಜಳನನ್ನು ತಡೆದು ಹುಡುಗಿಯನ್ನು ರಕ್ಷಿಸಲಿ ಎಂದು ಬೇಡಿಕೊಂಡ. ಗುಲಾಮ ಅಲ್ಲಾಡುತ್ತಿಲ್ಲ ಎಂದು ಹತಾಶನಾದ ಬಿಜ್ಜಳ ಚಾಟಿಯನ್ನು ಬಿಸಾಡಿ, ಕಟ್ಟಪ್ಪನನ್ನು ತಳ್ಳಲು ಯತ್ನಿಸಿದ. ಆದರೆ ಗುಲಾಮ ಬಂಡೆಯಂತೆ ನಿಂತಿದ್ದ. ಗೂಳಿಯ ಶಕ್ತಿಯಿದ್ದ ಕಟ್ಟಪ್ಪನಿಗೆ ಬಿಜ್ಜಳ ಸಮನಾಗಿರಲಿಲ್ಲ.

ಬಿಜ್ಜಳ ಮೂಲೆಯಲ್ಲಿದ್ದ ಹೂದಾನಿಯನ್ನು ಎತ್ತಿಕೊಂಡು ಕಟ್ಟಪ್ಪನ ತಲೆಯ ಮೇಲೆ ಕುಟ್ಟಿದ. ಅದು ಚೂರುಚೂರಾಯಿತು. ಆದರೆ ಕಟ್ಟಪ್ಪ ಅಲ್ಲಾಡದೇ, ಸ್ವಲ್ಪವೂ ಚಲಿಸದೇ, ಕೊನೆಪಕ್ಷ ನೋವಿನಿಂದ ಕಿರುಚದೆ ನಿಂತ.

ಕಾಮಾಕ್ಷಿ ಗುಲಾಮನಿಗೆ ಆಗುತ್ತಿದ್ದ ಹಿಂಸೆಯನ್ನು ನೋಡುತ್ತಿದ್ದಳು. ತನಗಾಗಿ ಕಟ್ಟಪ್ಪ ಸಾಯುತ್ತಿದ್ದಾನೆ ಎಂದು ಅವಳಿಗೆ ತಿಳಿಯಿತು. ಅವಳ ಬಾಯಿಗೆ ಬಟ್ಟೆ ತುರುಕಿರದಿದ್ದಲ್ಲಿ ಅವಳು ಬಿಜ್ಜಳನಲ್ಲಿ ಗೋಗರೆದು ತನ್ನನ್ನು ಏನು ಬೇಕಾದರೂ ಮಾಡು ಕಟ್ಟಪ್ಪನನ್ನು ಬಿಟ್ಟುಬಿಡು ಎಂದು ಬೇಡಿಕೊಳ್ಳುತ್ತಿದ್ದಳು. ಅವಳು ಕಿಟಕಿಯ ಕಡೆಗೆ ತೆವಳಿಕೊಂಡು ಹೋಗಿ, ಕಷ್ಟಪಟ್ಟು ಹತ್ತಿದಳು. ಬಿಜ್ಜಳ ಅದನ್ನು ನೋಡಿ ಅವಳ ಕಡೆಗೆ ಧಾವಿಸಿದ. ಆದರೆ ಕಟ್ಟಪ್ಪ ಅವನನ್ನು ಅಡ್ಡಗಟ್ಟಿದ. ಗುಲಾಮನ ದೇಹದ ಎಲ್ಲ ಕಡೆಯಿಂದ ರಕ್ತ ಸುರಿಯುತ್ತಿತ್ತು. ಆದರೆ ಅವನು ಒಡೆಯನನ್ನು ಹುಡುಗಿಯ ಹತ್ತಿರಕ್ಕೆ ಬರಲು ಬಿಡಲಿಲ್ಲ.

ಕಾಮಾಕ್ಷಿ ಕೆಳಗೆ ಬಗ್ಗಿ ನೋಡಿದಳು. ಶಿವಪ್ಪನ ದೇಹ ನಿಶ್ಚಲವಾಗಿ ಬಿದ್ದಿತ್ತು. ಅವನಲ್ಲಿ ಏನೂ ಚಲನೆ ಇರಲಿಲ್ಲ. ಮಂದ ಬೆಳುದಿಂಗಳಲ್ಲಿ ಅವನು ಸತ್ತಿದ್ದಾನೆಂದು ಭಾಸವಾಯಿತು. ಅವಳು ಹಿಂತಿರುಗಿ ನೋಡಿದಳು. ಕಟ್ಟಪ್ಪ ತನ್ನ ಕಾಲ ಮೇಲೆ ನಿಲ್ಲಲಾಗದೆ ತೂರಾಡುತ್ತಿದ್ದ. ಬಿಜ್ಜಳ ಅವನನ್ನು ಕೆಳಗೆ ಬೀಳಿಸಲು ಒಂದೇ ಸಮನೆ ಗುದ್ದುತ್ತಿದ್ದ.

ಶಿವಪ್ಪನಿಗೆ ಎಲ್ಲಾ ಗದ್ದಲ ಕೇಳಿಸುತ್ತಿತ್ತು. ಆದರೆ ಅವನು ಅಸಹಾಯಕನಾಗಿದ್ದ. ಕಿಟಕಿಯಲ್ಲಿ ಕಾಮಾಕ್ಷಿಯ ಮುಖ ಕಾಣಿಸಿತು. ಅವನು ಬೇಡಾ ಎಂದು ಚೀರಬೇಕೆಂದುಕೊಂಡ. ಅವನ ಪ್ರೇಯಸಿ ಕಿಟಕಿಯಿಂದ ಧುಮುಕಿದ್ದನ್ನು ಅಸಹಾಯಕನಾಗಿ ನೋಡಿದ. ಕಟ್ಟಪ್ಪನ ಪಂಚೆ ಹಾರಿಹೋಗಿ ಗೋಡೆಯ ಸಮೀಪ ಬಿತ್ತು. ಕಾಮಾಕ್ಷಿ ತಲೆಕೆಳಗಾಗಿ ಬಂದು ನೆಲಕ್ಕೆ ಬಿದ್ದಳು. ಶಿವಪ್ಪನ ಮುಖದಿಂದ ಕೆಲವೇ ಅಂಗುಲಗಳ ಅಂತರದಲ್ಲಿ ಅವಳ ಮುಖವಿತ್ತು. ಅವಳು ಸಣ್ಣ ನಗೆ ಬೀರಿ ಅವನನ್ನು ಮುಟ್ಟಲು ಬೆರಳುಗಳನ್ನು ಚಾಚಿದಳು. ಮರುಕ್ಷಣ

ಅವಳ ಕಣ್ಣಿನ ಬೆಳಕು ಇಂಗಿತು. ಅವಳ ಕಿವಿಗಳಿಂದ ರಕ್ತ ಸೋರಿ ಅವಳ ಪ್ರಿಯಕರನ ಕಡೆಗೆ ಹರಿಯಿತು.

ಶಿವಪ್ಪನಿಗೆ ಹೃದಯ ಕಿತ್ತು ಬರುವಂತೆ ಅಳಬೇಕೆನ್ನಿಸಿತು. ಆದರೆ ಅವನ ಅಣ್ಣ ಆ ಸಾಧ್ಯತೆಯನ್ನೂ ಕಿತ್ತುಕೊಂಡಿದ್ದ. ಅವನ ಕಾಮಾಕ್ಷಿ ಸತ್ತಿದ್ದಳು. ಅವಳು ಅವನಿಗೆ ಅಷ್ಟು ಸಮೀಪ ಆದರೂ ದೂರದಲ್ಲಿದ್ದಳು. ನಗ್ನಳಾಗಿ, ಗಾಯಗೊಂಡು, ಅವನು ಸದಾ ದ್ವೇಷಿಸುತ್ತಿದ್ದ ವ್ಯಕ್ತಿಯಿಂದ ಕೊಲ್ಲಲ್ಪಟ್ಟು ಬಿದ್ದಿದ್ದಳು. ತಾನೂ ಅವಳೊಡನೆ ಸತ್ತಿದ್ದರೇ ಅನ್ನಿಸಿತು. ಆದರೆ ಅಳುವ ಸ್ವಾತಂತ್ರ್ಯವೂ ಅವನಿಗಿರಲಿಲ್ಲ. ಸಾಯುವ ಸ್ವಾತಂತ್ರ್ಯವೂ ಇರಲಿಲ್ಲ. ಕಿಟಕಿಯಲ್ಲಿ ಕೆಳಗೆ ಬಗ್ಗಿ ನೋಡುತ್ತಿದ್ದ ಬಿಜ್ಜಳನ ಮುಖ ಕಾಣಿಸಿತು. ನಂತರ ಅಣ್ಣನ ಮುಖ.

ಕೋಣೆಯ ಒಳಗೆ ಕಟ್ಟಪ್ಪ ಮಂಡಿಯ ಮೇಲೆ ಕುಸಿದ. ಏನು ಮಾಡಿದೆ, ತಾನೇನು ಮಾಡಿದೆ ಎಂದು ರೋಧಿಸಿದ. ಬೊಗಸೆಯಲ್ಲಿ ಮುಖ ಮುಚ್ಚಿಕೊಂಡ. ತನ್ನ ಧರ್ಮವನ್ನು ಪಾಲಿಸಿದ್ದ, ತನ್ನ ಮನಸಾಕ್ಷಿಯ ಪ್ರಕಾರ ನಡೆದುಕೊಂಡಿದ್ದ. ಆದರೂ ಅದರಲ್ಲಿ ಅವನಿಗೆ ಸಮಾಧಾನವಿರಲಿಲ್ಲ. ಬಿಜ್ಜಳ ಅವನಿಗೊಂದು ಕೊನೆಯ ಬಾರಿಗೆ ಒದ್ದು ಕೋಣೆಯಿಂದ ಹೊರನಡೆದ. ಒಡೆಯನ ಭಾರ ಹೆಜ್ಜೆಯ ಸದ್ದು ಕಟ್ಟಪ್ಪನಿಗೆ ಕೇಳಿಸಿತು. ಶಿವಪ್ಪನನ್ನು ನೋಡಿದಾಗ ಅವನ ದೊಡ್ಡ ನಗೆ ಕೇಳಿಸಿತು.

"ಓಹೋ ... ಯಾರು ಬಿದ್ದಿದ್ದಾರೆ ಇಲ್ಲಿ?!"

ಒಡೆಯ ತಮ್ಮನನ್ನು ಒದ್ದ ಸದ್ದು ಕೇಳಿಸಿತು ಕಟ್ಟಪ್ಪನಿಗೆ. "ಯಾಕೋ ಅಳುತ್ತಾ ಇದ್ದೀಯ ಬೋಳಿಮಗನೇ, ನಿನ್ನ ಹುಡುಗೀನಾ ಅವಳು? ಹಹಹಹ.. ನಿನ್ನ ಹೆಣ್ಣನ್ನು ನಾನು ರುಚಿ ನೋಡಿದೆ. ಬಹಳಾ ಸವಿಯಾಗಿದ್ದಳು. ಈಗ ನೀನು ಗಲ್ಲಿಗೇರುವುದನ್ನು ನೋಡುತ್ತೇನೆ. ತಗೋ ಇದನ್ನ ತಗೋ, ತಗೋ, ತಗೋ.... " ಬಿಜ್ಜಳ ತಮ್ಮನನ್ನು ಮತ್ತೆ ಮತ್ತೆ ಒದೆಯುತ್ತಾ ನುಡಿಯುತ್ತಿದ್ದುದು ಕೇಳಿಸಿತು.

ಕಟ್ಟಪ್ಪನಿಗೆ ಕೆಲವು ಯೋಧರ ಜಯಕಾರ ಕೇಳಿಸಿತು. ಕೇಕಿ ಜೋರಾಗಿ, ದಂಗೆಯನ್ನು ಹತ್ತಿಕ್ಕಲಾಯಿತು ಎಂದು ಘೋಷಿಸಿದ್ದು ಕೇಳಿಸಿತು. ಶಿವಪ್ಪನನ್ನು ನೋಡಿ ಕೇಕಿ ಕಿರುಚಿದ್ದು ಕೇಳಿಸಿತು. ಬಿಜ್ಜಳ ಅವನ ತಮ್ಮನ ಕುರಿತು "ಈ ಬೋಳಿ ಮಗ ಗುಲಾಮ, ಪಾಪ ಈ ಹುಡುಗಿಯನ್ನು ಕೊಂದುಬಿಟ್ಟ, ನಾನು ಅವನನ್ನು ಬಂಧಿಸಿದೆ" ಎಂದು ಹೇಳಿದ್ದು ಕೇಳಿದಾಗ ಕಟ್ಟಪ್ಪ ಅಳತೊಡಗಿದ. ಆದರೆ ಯೋಧರು ಬಿಜ್ಜಳ ಮಾಡಿದೆನೆಂದು ಕೊಚ್ಚಿಕೊಂಡ ಮಹಾನ್ ಕಾರ್ಯಕ್ಕಾಗಿ ಜಯಕಾರ ಮಾಡುವುದರಲ್ಲಿ ಅವನ ಅಳುವಿನ ಸದ್ದು ಅಡಗಿಹೋಯಿತು.

ಅಧ್ಯಾಯ ಐವತ್ತು

ಶಿವಗಾಮಿ

ಶಿವಗಾಮಿ ತೋಟದ ಕಡೆಗೆ ಓಡಿದಳು. ತೆರೆದ ಬಯಲಲ್ಲಿ ಹೋರಾಟ ಮಾಡುವ ಸಾಧ್ಯತೆ ಇದೆ. ಸಹಾಯಕ್ಕಾಗಿ ಕೂಗಬಹುದು, ಅವನು ತನ್ನನ್ನು ಕಾಮಾತುರನಾಗಿ ಪೀಡಿಸುತ್ತಿದ್ದಾನೆ ಎಂದು ದೂಷಿಸಬಹುದು, ಉನ್ನತ ಅಧಿಕಾರಿಗಳನ್ನು ಭೇಟಿ ಮಾಡಿ ಅವರಿಗೆ ನಡೆದ ಸಂಗತಿಯನ್ನು ವಿವರಿಸಬಹುದು. ಆದರೆ ಅವನು ಹತ್ತಿರ ಬರುತ್ತಿದ್ದ. ಅವಳು ಕುಡಿಕೆಯನ್ನು ಎದೆಗೆ ಹತ್ತಿರವಾಗಿ ಭದ್ರವಾಗಿಟ್ಟು ಕೊಂಡು ಓಡಿದಳು. ಸೂಕ್ತ ಸ್ಥಳ ಸಿಕ್ಕರೆ ತಿರುಗಿ ನಿಂತು ಹೋರಾಡ ಬಹುದು ಎಂದು ಅವಳ ಕಣ್ಣುಗಳು ಅಲ್ಲಿ ಇಲ್ಲಿ ಗಮನಿಸುತ್ತಿದ್ದವು. ಅವಳು ತೋಟವನ್ನು ದಾಟುತ್ತಿದ್ದಂತೇ ಏನನ್ನೋ ತೊಡರಿ ಕೆಳಗೆ ಬಿದ್ದಳು. ಕುಡಿಕೆ ಹಾರಿ ದೂರದಲ್ಲಿ ಬಿತ್ತು. ಅವಳೂ ಹಾರಿ ಅದನ್ನು ಎತ್ತಿಕೊಳ್ಳುವಾಗ ಅವಳನ್ನು ಅಟ್ಟಿಸಿಕೊಂಡು ಬಂದವನು ಸಮೀಪಿಸುತ್ತಿದ್ದ. ಅವಳು ಬಗ್ಗಿ ಕುಡಿಕೆಯನ್ನು ಎತ್ತಿಕೊಂಡು ಸ್ಥಭ್ಧಳಾದಳು. ಅವಳು ದ್ವಾರದ ಬಳಿ ತಲೆ ಇಲ್ಲದ ದೇಹವನ್ನು ತೊಡರಿ ಬಿದ್ದಿದ್ದಳು. ಪ್ರತಾಪ ಒಂದು ಬೇಲಿಯನ್ನು ದಾಟಿ ಅವಳ ಕಡೆಗೆ ಕಠಾರಿಯನ್ನು ಝಳಪಿಸುತ್ತಾ ನುಗ್ಗಿದ.

ಶಿವಗಾಮಿ ಮತ್ತೆ ಓಡತೊಡಗಿ, ಅರಮನೆಯ ಮೈದಾನ ತಲುಪಿದಳು. ಅಲ್ಲಿ ನೂರಾರು ಜನರು ಜೋರಾಗಿ ಉರಿಯುತ್ತಿದ್ದ ಬೆಂಕಿಯನ್ನು ನಂದಿಸಲು ಹೋರಾಡುತ್ತಿದ್ದರು. ಕೋಟೆ ಗೋಡೆಯ ಒಂದು ಭಾಗ ಕುಸಿದಿತ್ತು. ನದಿಯಿಂದ ನೀರನ್ನು ತರಲು ಆನೆಗಳನ್ನು ಬಳಸಿ ಗೋಡೆಯ ಉಳಿದ ಕಲ್ಲನ್ನು ಬೀಳಿಸ ಲಾಗುತ್ತಿತ್ತು. ಕೊನೆಗೆ ದೊಡ್ಡ ಸದ್ದಿನೊಂದಿಗೆ ಗೋಡೆಯ ದೊಡ್ಡದೊಂದು ಭಾಗ ಕುಸಿಯಿತು. ಜನರು ತಮ್ಮನ್ನು ಉಳಿಸಿಕೊಳ್ಳಲು ಹೊರಗೆ ಓಡಲು ನುಗ್ಗಿದರು. ಆದರೆ ಯೋಧರು ಅವರನ್ನು ಹಿಂದಕ್ಕೆ ದಬ್ಬಿದರು. ಜನರು ಆನೆಗಳು ನೀರನ್ನು ತರುವ ದಾರಿಯನ್ನು ಅಡ್ಡಗಟ್ಟದಂತೆ ತಡೆಯುತ್ತಿದ್ದರು. ಜನರು ಹೇಗೆ ತಪ್ಪಿಸಿಕೊಳ್ಳಬೇಕೆಂದು ತಿಳಿಯದೇ ಬೇರೆ ಕಡೆಗೆ ಓಡಿದರು. ಅರಮನೆಯ ಇತರ ಭಾಗಗಳಿಗೂ ಬೆಂಕಿ ಹಬ್ಬುತ್ತಿತ್ತು. ಬೆಂಕಿ ನಂದಿಸಲು ಆನೆಗಳನ್ನು ಬಳಸಿ ನೀರನ್ನು ಸುರಿಯಲಾಗುತ್ತಿತ್ತು. ದಟ್ಟವಾದ ಹೊಗೆ ಆಕಾಶದ ಎತ್ತರಕ್ಕೆ ಏರಿತು. ಸುಟ್ಟ ದೇಹದ ವಾಸನೆ ಗಾಳಿಯಲ್ಲಿ ಹರಡಿತು.

ಶಿವಗಾಮಿ ಜನರ ಗುಂಪಿನಲ್ಲಿ ಸೇರಿಹೋಗಲು ಯತ್ನಿಸಿದಳು. ಆದರೆ ಜನರ ಗುಂಪು ಅವಳನ್ನು ಮತ್ತೆ ಪ್ರತಾಪನತ್ತಲೇ ತಳ್ಳುತ್ತಿತ್ತು. ಅವನು ಗುಂಪಿನಿಂದ ಸ್ವಲ್ಪ ದೂರದಲ್ಲಿ ನಿಂತು ದಂಡಕಾರರ ಒಂದು ಗುಂಪಿನ ಜೊತೆ ಮಾತಾಡುತ್ತಿರು ವುದನ್ನು ಅವಳು ನೋಡಿದಳು. ಅವರು ಚೆದುರಿಕೊಂಡರು. ಅವರು ತನ್ನನ್ನು ಹುಡುಕುತ್ತಿದ್ದಾರೆಂದು ಅವಳಿಗೆ ಗೊತ್ತಾಯಿತು. ಅವಳು ಹಿಂದೆ ಮುಂದೆ ಯೋಚಿಸದೆ ಸುಮ್ಮನೆ ಅರಮನೆಯ ಮತ್ತೊಂದು ತುದಿಗೆ ಓಡಿದಳು. ಅನೇಕ ವಸತಿಗಳಿಂದ ಹೆಂಗಸರು ಕಿರುಚುತ್ತಾ ಗಾಭರಿಯಲ್ಲಿ ಓಡುತ್ತಿದ್ದರು. ಎಲ್ಲ ಕಡೆ ಚೀತ್ಕಾರ ಕೂಗಾಟ ಕೇಳಿಸುತ್ತಿತ್ತು. ಕಾರಂಜಿಯಿಂದ ನೀರೆತ್ತಿ ಪಕ್ಕದ ಕಟ್ಟಡಕ್ಕೆ ಎರಚುತ್ತಿದ್ದ ಪುರುಷರ ಗುಂಪನ್ನು ದಾಟಿ ಓಡಿದಳು. ಅರಮನೆಯಿಂದ ತಪ್ಪಿಸಿ ಕೊಳ್ಳುವ ಉಪಾಯ ಕಂಡುಹಿಡಿಯುವವರೆಗೂ ಅವಳು ಎಲ್ಲಾದರೂ ಬಚ್ಚಿಟ್ಟುಕೊಳ್ಳಬೇಕಿತ್ತು.

ಅವಳು ಕಟ್ಟಡಗಳ ಬದಿಯಲ್ಲಿ ನೆರಳಿನಲ್ಲೇ ಓಡುವ ಎಚ್ಚರಿಕೆ ವಹಿಸಿದಳು. ಸ್ವಲ್ಪ ಸಮಯದ ನಂತರ ಸುಧಾರಿಸಿಕೊಳ್ಳಲು ನಿಧಾನಿಸಿದಳು. ಹೊಗೆ ಮತ್ತು ಬೂದಿ ಗಾಳಿಯಲ್ಲಿ ತುಂಬಿತ್ತು. ಅವಳ ಪಕ್ಕದಲ್ಲಿ ಒಂದು ಬಾಗಿಲು ಧಡಾರನೆ ತೆರೆದುಕೊಂಡು ಒಬ್ಬ ದಂಡಕಾರ ರಕ್ತದಿಂದ ತೊಟ್ಟಿಕ್ಕುತ್ತಿದ್ದ ದೊಡ್ಡ ಕತ್ತಿಯನ್ನೆತ್ತಿಕೊಂಡು ಹೊರಗೆ ಬಂದ. ಗೋಡೆಯ ಮೇಲಿನ ದೊಂದಿಯ ಕುಣಿಯುವ ಬೆಳಕಲ್ಲಿ ಅವನ ರಕ್ತಸಿಕ್ತ ಮುಖ ವಿಕೃತವಾಗಿತ್ತು. ಅವನು ಅವಳ ಕಡೆಗೆ ನುಗ್ಗಿದ. ಆದರೆ ಅವಳು ಬಾಗಿ ತಪ್ಪಿಸಿಕೊಂಡು ಓಡಿದಳು.

ಶಿವಗಾಮಿ ಸಿಕ್ಕಸಿಕ್ಕಲ್ಲೆಲ್ಲ ಓಡಿ, ಒಂದು ಕಡೆ ತಿರುಗಿ ಅರೆತೆರೆದ ಬಾಗಿಲೊಳಗೆ ಹೊಕ್ಕಳು. ಅಲ್ಲಿ ನಿಗೂಢ ಮೌನವಿತ್ತು. ಜೊತೆಗೆ ಕತ್ತಲು. ಅದು ಹಿಂದೆ ತಿಮ್ಮ ಚಿಕ್ಕಪ್ಪನ ಜೊತೆ ತಾನು ಬಂದ ಸ್ಥಳ ಎಂದು ಅವಳು ಗುರುತಿಸಿದಳು. ಅದು ಅಂತಃಪುರ, ರಾಣೀವಾಸ. ಒಳಗೆಲ್ಲೋ ಕತ್ತಿ ವರಸೆಯ ಸದ್ದು ಕೇಳಿಸಿತು. ಅವಳು ಹಿಂತಿರುಗಿ ಹೋಗಲು ತಿರುಗಿದರೆ ಬಾಗಿಲಲ್ಲಿ ದಂಡಕಾರರು ಅವಸರದಲ್ಲಿ ಮಾತಾಡಿಕೊಳ್ಳುತ್ತಿದ್ದುದು ಕಾಣಿಸಿತು.

ಶಿವಗಾಮಿ ಅಂತಃಪುರದ ಒಳಾಂಗಣಕ್ಕೆ ಓಡಿದಳು. ಹಜಾರದ ಆ ತುದಿಯಲ್ಲಿದ್ದ ದೊಂದಿಯ ಬೆಳಕಲ್ಲಿ ಅವಳಿಗೆ ಕಾಣಿಸಿದ ದೃಶ್ಯ ನರಕಸದೃಶವಾಗಿತ್ತು. ಎಲ್ಲ ಕಡೆ ಹೆಣಗಳು ಬಿದ್ದಿದ್ದವು. ತಲೆ ಕತ್ತರಿಸಿದ ಮುಂಡಗಳು, ಕೈ ಕಾಲು ಛಿದ್ರಗೊಳಿಸಿದ ದೇಹ, ರಕ್ತದ ಮಡುವಿನಲ್ಲಿ ಬಿದ್ದ ರುಂಡಗಳು. ಹೆಚ್ಚಿನವು ಅಂತಃಪುರದ ಹೆಂಗಸರದು. ಕೆಲವು ಪುರುಷರದು. ರಕ್ತದ ವಾಸನೆ ಜೊತೆಗೆ ಬೆರೆತ ಹೊರಗಿನ ಹೊಗೆಯ ವಾಸನೆ. ಮಲಮೂತ್ರಗಳ ವಾಸನೆಯೂ ಜೊತೆಗೆ.

ಅವಳಿಗೆ ವಾಕರಿಕೆ ಬಂದು ತಲೆ ಸುತ್ತಿತು. ಹೊರಗೆ ಬೆಂಕಿಯನ್ನು ನಂದಿಸುವ ಜನರ ಸದ್ದು ಕಡಿಮೆಯಾಗುತ್ತಿತ್ತು. ಬಹುಶಃ ಬೆಂಕಿಯನ್ನು ಆರಿಸಿರಬೇಕು. ಈಗ ಹೊರಗೆ ಹೋಗುವುದು ಅಸಾಧ್ಯ. ಸಿಕ್ಕಿಬೀಳುವ ಸಾಧ್ಯತೆಗಳು ಬಹಳ ಹೆಚ್ಚು. ಪ್ರತಾಪ ಎಲ್ಲಿ ಎಂದು ಯೋಚಿಸಿದಳು. ತಾನು ಅರಮನೆಯೊಳಗೆ ನುಸುಳಿದೆ ಎಂದು ದಂಡಕಾರರು ಅವನಿಗೆ ಹೇಳಿದ್ದರೇ? ಅದಕ್ಕೆ ಉತ್ತರವೆಂಬಂತೆ ಅವಳು ಪ್ರವೇಶಿಸಿದ್ದ ಬಾಗಿಲಲ್ಲಿ ಒಂದು ನೀಳ ನೆರಳು ಕಾಣಿಸಿಕೊಂಡಿತು.

ಅವಳು ಕಂಭದ ಮರೆಯಲ್ಲಿ ಅಡಗಿಕೊಂಡು, ಬಂದ ವ್ಯಕ್ತಿ ಹೊರಟು ಹೋಗಲಿ ಎಂದು ಪ್ರಾರ್ಥಿಸಿದಳು. ಬದಲಿಗೆ ಅವನು ಎಚ್ಚರಿಕೆಯಲ್ಲಿ ಒಳಗೆ ಕಾಲಿಟ್ಟ. ಎಲ್ಲೋ ಮೇಲಿನಿಂದ ಕತ್ತಿಗಳು ಪರಸ್ಪರ ಘರ್ಷಿಸುವ ಸದ್ದು, ಮರದ ಮೆಟ್ಟಿಲುಗಳನ್ನು ದರದರನೆ ತುಳಿಯುವ ಸದ್ದು ಕೇಳಿಸಿತು. ಶಿವಗಾಮಿ ಕಂಭದ ಮರೆಯಲ್ಲಿ ಅವಿತಿಟ್ಟುಕೊಂಡು ನಡುಗುತ್ತಿದ್ದಂತೆ ಕೈಯಲ್ಲಿ ದೊಡ್ಡದೊಂದು ಖಡ್ಗ ಹಿಡಿದುಕೊಂಡು ಪ್ರತಾಪ ಒಳಪ್ರವೇಶಿಸಿದ. ಅವನು ಸುತ್ತ ನೋಡಿ ತನ್ನೆದುರಿನ ದೃಶ್ಯ ನೋಡಿ ನಿಂತ. ಒಂದು ಕ್ಷಣ ತಡೆದು ಆಲೋಚನೆಯಲ್ಲಿ ಮಗ್ನನಾದ. ನಂತರ ನೆಲವನ್ನು ದಿಟ್ಟಿಸಿದ. ಶಿವಗಾಮಿ ತನ್ನನ್ನೇ ಒದ್ದುಕೊಳ್ಳುವಂತೆ ಪರಿತಪಿಸಿದಳು. ನೆಲದಲ್ಲಿ ಅವಳ ಹೆಜ್ಜೆ ಗುರುತನ್ನು ಅವನು ನೋಡಿದ್ದ. ಅವಳು ಅಡಗಿಕೊಂಡಿದ್ದ ಕಂಭದ ಕಡೆಗೆ ಅವನು ಹೆಜ್ಜೆ ಹಾಕಿದ. ಮೇಲಿನಿಂದ ದೊಡ್ಡದೊಂದು ಚೀತ್ಕಾರ ಕೇಳಿಸಿತು. ಪ್ರತಾಪ ಒಂದು ಕ್ಷಣ ತಡೆದು ಮತ್ತೆ ಮುಂದುವರಿದ. ಅವನ ಖಡ್ಗದ ಮೊನೆಯ ಮೇಲೆ ದೀಪದ ಬೆಳಕು ಬಿದ್ದು

ಚಿನ್ನದಂತೆ ಅದು ಹೊಳೆಯಿತು. ಶಿವಗಾಮಿಗೆ ಮೆಟ್ಟಿಲ ಮೇಲಕ್ಕೆ ಓಡುವುದು ಬಿಟ್ಟು ಬೇರೆ ದಾರಿ ಇರಲಿಲ್ಲ. ಅವಳು ಸುರುಳಿಯಾಕಾರದ ಮೆಟ್ಟಿಲುಗಳನ್ನು ಓಡಾಡುತ್ತಾ ಹತ್ತತೊಡಗಿದಳು. ಅವನು ತನ್ನ ಹಿಂದೆಯೇ ಅಟ್ಟಿಸಿಕೊಂಡು ಬರುತ್ತಿರುವ ಸದ್ದು ಕೇಳಿಸಿತು ಅವಳಿಗೆ. ಸುತ್ತಿ ಸುತ್ತಿ ಸುತ್ತಿ ಛಾವಣಿಯವರೆಗೆ ಏರಿ ಕತ್ತಲಲ್ಲಿ ಕಾಣೆಯಾಯಿತು ಮೆಟ್ಟಿಲು. ಆಯಾ ಅಂತಸ್ತುಗಳಿಗೆ ಹೋಗುವ ಮೂರು ನಿಲುದಾಣಗಳನ್ನು ಕಂಡಳು ಅವಳು. ಎಲ್ಲವೂ ಕತ್ತಲಲ್ಲಿ ಮುಳುಗಿದ್ದವು ಮತ್ತು ನಿರ್ಜನವಾಗಿದ್ದವು. ಪ್ರತಾಪ ಅವಳನ್ನು ಸುಲಭವಾಗಿ ಮುಗಿಸಿಬಿಡುವ ಸ್ಥಳದಲ್ಲಿ ಸಿಕ್ಕಿ ಹಾಕಿಕೊಳ್ಳಲು ಅವಳು ಬಯಸಲಿಲ್ಲ. ತೀರಾ ಮೇಲೆ ಏರಿದ ಮೇಲೆ ಏನು ಮಾಡುವುದೆಂದು ಅವಳಿಗೆ ತೋಚಲಿಲ್ಲ. ಆದರೆ ಮೇಲಂತಸ್ತಿನಲ್ಲಿ ಯಾರೋ ಇರುವುದು ಖಚಿತ. ಬಹಿರಂಗವಾಗಿ ಅವಳನ್ನು ಕೊಲ್ಲಲು ಪ್ರತಾಪ ಹಿಂಜರಿಯುತ್ತಾನೆ ಎನ್ನಿಸಿತು. ಹಿಂದೆ ತಿರುಗಿ ನೋಡಿದಳು. ಅವನು ಹತ್ತಿರ ಬಂದೇ ಬಿಡುತ್ತಿದ್ದ. ಅವಳು ಎರಡನೇ ಅಂತಸ್ತು ತಲುಪಿದಾಗ ಖಡ್ಗ ಕಾಳಗದ ಸದ್ದು ಸ್ಪಷ್ಟವಾಗಿ ಕೇಳಿಸಿತು. ಪ್ರತಾಪನೂ ತುಸು ತಡೆದ. ಶಿವಗಾಮಿ ನಿಲುದಾಣದೊಳಗೆ ಇಣಿಕಿ ನೋಡಿದಳು.

ಮಹಾರಾಜ ಸೋಮದೇವ ಮುಖವನ್ನು ಮರೆಮಾಡಿಕೊಂಡಿದ್ದ ವ್ಯಕ್ತಿಯೊಡನೆ ಹೋರಾಡುತ್ತಿದ್ದ.

ಮತ್ತೊಬ್ಬ ಬೋಳುತಲೆಯ ಗುಲಾಮನ ಜೊತೆ ಕತ್ತಿವರಸೆಯಲ್ಲಿದ್ದ. ನೆಲದ ಮೇಲೆ ಸತ್ತ ಅಥವಾ ಸಾಯುತ್ತಿದ್ದ ದೇಹಗಳು ಬಿದ್ದಿದ್ದವು. ಅವಳು ಕೆಳಗೆ ನೋಡಿದರೆ ಪ್ರತಾಪ ಮೆಟ್ಟಿಲುಗಳನ್ನೇರಿ ಕೆಲವೇ ಅಡಿಗಳಷ್ಟು ದೂರವಿದ್ದ. ಅವಳು ಸುರಕ್ಷಿತವಾಗಬೇಕಾದರೆ ಸ್ಕಂದದಾಸ ಹೇಳಿದಂತೆ ಮಹಾರಾಜರಿಗೆ ಎಲ್ಲವನ್ನೂ ಹೇಳಿ ಕುಡಿಕೆಯನ್ನು ಕೊಡಬೇಕಾಗಿತ್ತು.

ಅವಳು "ಮಹಾಸ್ವಾಮೀ!" ಎಂದು ಜೋರಾಗಿ ಕೂಗಿದಳು. ಮಹಾರಾಜ ರೊಡನೆ ಕಾದಾಡುತ್ತಿದ್ದ ವ್ಯಕ್ತಿ ಒಂದು ಕ್ಷಣ ತಿರುಗಿ ನೋಡಿ ಅವಳತ್ತ ಖಡ್ಗ ಬೀಸಿದ. ಅದು ಅವಳ ತಲೆಯ ಮೇಲೆ ಬಂತು. ಅವಳು ಕಣ್ಣು ಮುಚ್ಚಿದಳು.

"ಶಿವಗಾಮಿ!" ಒಂದು ಧ್ವನಿ ಕೇಳಿಸಿತು.

ಅವಳು ಕಣ್ಣು ತೆರೆದಳು. ಖಡ್ಗ ಅವಳ ಕೊರಳಿನಿಂದ ಕೆಲವು ಬೆರಳುಗಳ ಅಂತರದಲ್ಲಿತ್ತು. ಮುಖ ಮರೆಸಿಕೊಂಡಿದ್ದ ವ್ಯಕ್ತಿಯ ಕಣ್ಣುಗಳು ಅವಳ ಕಣ್ಣು ಗಳನ್ನು ದಿಟ್ಟಿಸಿದವು. ಅವಳು ಯೋಚಿಸಲಿಲ್ಲ. ಜೋರಾಗಿ ಚೀರುತ್ತಾ ಅವಳು ಖಡ್ಗವನ್ನು ಹಿಡಿದು, ಅದರ ಮೊನಚು ಅವಳ ಬೆರಳುಗಳನ್ನು ಕತ್ತರಿಸಿದರೂ ಲೆಕ್ಕಿಸದೇ, ಸರಕ್ಕನೆ ಎಳೆದು ಅವನನ್ನು ಕೆಳಕ್ಕೆ ತಳ್ಳಿದಳು. ಅವನು ಅದನ್ನು

ನಿರೀಕ್ಷಿಸಿರಲಿಲ್ಲ. ಸಮತೋಲನ ತಪ್ಪಿ ಅವನು ಮೆಟ್ಟಿಲುಗಳ ಮೇಲೆ ಬಿದ್ದು, ಪ್ರತಾಪನನ್ನೂ ದಾಟಿಕೊಂಡು, ದಡದಡನೆ ಕೆಳಗೆ ಉರುಳಿದ. ಶಿವಗಾಮಿ ಖಡ್ಗವನ್ನು ನೆಲಕ್ಕೆ ಎಸೆದು ನೋಯುತ್ತಿದ್ದ ಅಂಗೈಯನ್ನು ಝಾಡಿಸಿದಳು.

ಮುಖ ಮರೆಸಿಕೊಂಡಿದ್ದ ವ್ಯಕ್ತಿ ಕೊನೆಯ ನಿಲುದಾಣದಲ್ಲಿ ಕುಸಿದ. ನೆಲ ಮನೆಯಲ್ಲಿ ಅನೇಕ ಕಾಲುಗಳು ಓಡುತ್ತಿರುವ ಸದ್ದು ಕೇಳಿಸಿತು. ಮಹಾರಾಜರನ್ನು ನೋಡಿ ಪ್ರತಾಪ ಮೆಲ್ಲನೆ ಸುರುಳಿ ಮೆಟ್ಟಿಲ ಕಂಬಿಯನ್ನು ಹಿಡಿದು ಜಾರುತ್ತಾ ಕತ್ತಲಲ್ಲಿ ಮಾಯವಾದ. ಪ್ರತಾಪ ಕಾಣೆಯಾಗಿದ್ದು ನೋಡಿ ಶಿವಗಾಮಿ ತನ್ನ ಮಾತನ್ನು ಅಡಗಿಸಿದಳು. ಮಹಾರಾಜ ಮತ್ತು ಗುಲಾಮ ಮಲಯಪ್ಪನನ್ನು ದೈತ್ಯನೊಬ್ಬ ಸೆಣೆಸುತ್ತಿದ್ದ. ಶಿವಗಾಮಿ ಓಡಿಹೋಗಬೇಕೆಂದುಕೊಂಡಳು. ಆದರೆ ಕಾದುತ್ತಿದ್ದವರು ಮಾರ್ಗದಲ್ಲಿ ಅಡ್ಡವಿದ್ದರು. ಅವಳು ಮಿಂಚಿನಂತೆ ಯೋಚಿಸಿದಳು. ಸ್ಕಂದದಾಸನ ಕೋಣೆಯಲ್ಲಿ ತಾನೇನು ಮಾಡುತ್ತಿದ್ದೆ ಎಂದು ಕೇಳಿದರೆ ಏನು ಹೇಳಬೇಕು? ಅವಳ ತಂದೆಯ ಹಸ್ತಪ್ರತಿ ಕುರಿತು ಮಹಾರಾಜರಿಗೆ ಗೊತ್ತಾಗುವುದು ಅವಳಿಗೆ ಬೇಕಿರಲಿಲ್ಲ. ಸ್ಕಂದಾದಾಸರನ್ನು ಹತ್ಯೆ ಮಾಡಿದವರಿಗೆ ಶಿಕ್ಷೆಯಾಗುವುದು ಮುಖ್ಯವಾಗಿದ್ದರೂ ಕೂಡಾ, ತನ್ನ ಸೇಡು ಈಡೇರಿಸಿ ಕೊಳ್ಳುವುದಕ್ಕೆ ತಡೆಯಾಗುವ ಯಾವುದೇ ಸಮಸ್ಯೆಯಲ್ಲಿ ಸಿಕ್ಕಿ ಹಾಕಿಕೊಳ್ಳಲು ಅವಳು ಸಿದ್ಧಳಿರಲಿಲ್ಲ. ಅವಳು ಕುಡಿಕೆಯನ್ನು ತನ್ನ ಕಂಚುಕದೊಳಗೆ ಭದ್ರವಾಗಿ ಅವಿತಿಟ್ಟುಕೊಂಡಳು. ಇದೇ ಸುವರ್ಣಾವಕಾಶ – ಮಹಾರಾಜರು ಕಾದಾಟದಲ್ಲಿ ಮಗ್ನರಾಗಿದ್ದರು. ಅವಳು ಕೆಳಗೆ ಬಿದ್ದಿದ್ದ ಖಡ್ಗವನ್ನು ಎತ್ತಿಕೊಳ್ಳಲು ಯತ್ನಿಸಿದಳು.

ಅವಳು ಬಗ್ಗಿದ್ದನ್ನು ನೋಡಿದ ದೈತ್ಯ, ಖಡ್ಗದ ಹಿಡಿಕೆಯ ಮೇಲೆ ಬಲವಾಗಿ ತನ್ನ ಕಾಲನ್ನು ಅಪ್ಪಳಿಸಿದ. ಅದು ಛಿಲ್ಲನೆ ಮೇಲಕ್ಕೆ ಚಿಮ್ಮಿತು. ಅವನು ಮಹಾರಾಜನ ತಿವಿತವನ್ನು ಎದುರಿಸುತ್ತಲೇ, ತಟ್ಟನೆ ಅದನ್ನು ತನ್ನ ಎಡಗೈಯಲ್ಲಿ ಹಿಡಿದು, ಗುಲಾಮನತ್ತ ಅದನ್ನು ಬೀಸಿ ಎಸೆದ. ಮಲಯಪ್ಪ ಹೊರಳಿದ. ಆದರೆ ಖಡ್ಗ ಅವನ ಭುಜವನ್ನು ಕತ್ತರಿಸಿತು. ಅವನು ತತ್ತರಿಸಿ ನೆಲಕ್ಕೆ ಬಿದ್ದ.

ಮಹಾರಾಜರು "ಮಲಯಪ್ಪ!" ಎಂದು ಆತಂಕದಲ್ಲಿ ಕೂಗಿ ಅವನತ್ತ ಧಾವಿಸಿದರು. ಮುಖ ಮರೆಮಾಡಿಕೊಂಡಿದ್ದ ದೈತ್ಯ ಮಹಾರಾಜರ ಬೆನ್ನಿಗೆ ಇರಿಯಲು ನುಗ್ಗಿದ. ಆದರೆ ಮಹಾರಾಜರು ಅದನ್ನು ನಿರೀಕ್ಷಿಸಿದವರಂತೆ ತಟಕ್ಕನೆ ಪಕ್ಕಕ್ಕೆ ಹೊರಳಿದರು. ದೈತ್ಯ ಸಮತೋಲನ ತಪ್ಪಿ ಮುಂದಕ್ಕೆ ಮುಗ್ಗರಿಸಿದ. ಮಹಾರಾಜರು ತಮ್ಮ ಖಡ್ಗವನ್ನು ಮಾಟವಾಗಿ ಬೀಸಿ ಎದುರಾಳಿಯ ಕೊರಳನ್ನು ಕತ್ತರಿಸಿದರು.

ಅದು ನೆಲಕ್ಕೆ ಬಿದ್ದು ಉರುಳುತ್ತಾ ಸುತ್ತಲೂ ರಕ್ತ ಚಿಮ್ಮಿತು.

ಮಹಾರಾಜರು ಏಳಲು ಒದ್ದಾಡುತ್ತಿದ್ದ ಮಲಯಪ್ಪನ ಪಕ್ಕದಲ್ಲಿ ಮಂಡಿಯೂರಿ "ಕ್ಷೇಮವೇ ನೀನು ಮಲಯಪ್ಪ?" ಎಂದು ಕಾತರದಿಂದ ಕೇಳಿದರು. ಶಿವಗಾಮಿಗೆ ಮಹಾರಾಜರ ದನಿಯಲ್ಲಿದ್ದ ಕಾಳಜಿ ನೋಡಿ ಆಶ್ಚರ್ಯವಾಯಿತು. ಅವರು ತಮ್ಮ ಗುಲಾಮನ ಬಗ್ಗೆ ನಿಜವಾಗಿ ಅಷ್ಟು ಕಾಳಜಿ ಹೊಂದಿರುವರೇ? ಅಥವಾ ಎಲ್ಲವು ಬರಿ ನಟನೆಯೇ? ಮಲಯಪ್ಪ ಬಿದ್ದ ತಕ್ಷಣ ಅವರು ತನ್ನಿಂತಾನೇ ಸ್ಪಂದಿಸಿ ಅವನ ಕಡೆಗೆ ಓಡಿದ್ದು ಕಪಟವೇ? ಶಿವಗಾಮಿ ಅದನ್ನು ಗಮನಿಸದೆ ಬಿಟ್ಟಿರಲಿಲ್ಲ.

ಮಹಾರಾಜ ಸೋಮದೇವ ಮಲಯಪ್ಪನ ಭುಜದಿಂದ ಖಡ್ಗವನ್ನು ಹೊರತೆಗೆದು, ಕೆಳಕ್ಕಿಟ್ಟು, ಅವನಿಗೆ ಎದ್ದು ಕೂರಲು ನೆರವಾದರು. ಭುಜದ ಗಾಯವನ್ನು ಕೈಯಲ್ಲಿ ಒತ್ತಿ ಹಿಡಿದು ಮಲಯಪ್ಪ ನೋವಿನಲ್ಲಿ ಮುಖ ಕಿವಿಚಿದ. ಖಡ್ಗ ಶಿವಗಾಮಿಯಿಂದ ಕೆಲವು ಅಡಿಗಳಷ್ಟು ದೂರದಲ್ಲಿ ಬಿದ್ದಿತ್ತು. ಅವಳು ತಕ್ಷಣ ಅದನ್ನು ಎತ್ತಿಕೊಂಡು ಮಹಾರಾಜನನ್ನು ಕೊಲ್ಲಲು ಮೇಲಕ್ಕೆತ್ತಿದಳು.

ಮಹಾರಾಜ ಸೋಮದೇವ ಅದೇ ಕ್ಷಣದಲ್ಲಿ ತಿರುಗಿ ಖಡ್ಗವನ್ನೆತ್ತಿಕೊಂಡ ಅವಳನ್ನು ದಿಟ್ಟಿಸಿ ನೋಡಿದರು. ಅದೇ ವೇಳೆಗೆ ಮಹಾರಾಜರ ಹಿಂದಿನ ಬಾಗಿಲು ತೆರೆದು ಬೃಹನ್ನಳ ಒಳಗೆ ಬಂದಳು. ಶಿವಗಾಮಿಯನ್ನು ನೋಡಿ ಅವಳು ಮರಗಟ್ಟಿ ನಿಂತಳು. ಶಿವಗಾಮಿ ಅವಳ ಕೈಯಲ್ಲಿದ್ದ ಕಠಾರಿಯನ್ನು ನೋಡಿದಳು. ಅದು ಮಿಂಚಿನಂತೆ ಅವಳ ಸೀರೆಯ ಪದರದೊಳಗೆ ಮರೆಯಾಯಿತು.

"ನೀನು ಮಹಾರಾಜರ ಪ್ರಾಣವನ್ನು ಉಳಿಸಿದೆ" ಬೃಹನ್ನಳ ಉದ್ಗಾರವೆತ್ತಿದಳು. ಮಹಾರಾಜರನ್ನು ದಾಟಿಕೊಂಡು ಹೋಗಿ ಶಿವಗಾಮಿಯನ್ನು ಅಪ್ಪಿಕೊಂಡಳು. ಮಹಾರಾಜ ಇಬ್ಬರನ್ನೂ ದೃಷ್ಟಿಸಿದರು. ತನ್ನ ತಪ್ಪನ್ನು ತಿಳಿದುಕೊಂಡವಳಂತೆ ಬೃಹನ್ನಳ ಬಾಗಿ ಮಹಾರಾಜರಿಗೆ ವಂದಿಸಿದಳು. "ಬಂಡಾಯವನ್ನು ಹತ್ತಿಕ್ಕಲಾಗಿದೆ, ಬೆಂಕಿಯನ್ನು ಆರಿಸಲಾಗಿದೆ, ಮಹಾಪ್ರಭೂ."

ಮಹಾರಾಜರ ಜೊತೆ ಸೆಣೆಸಾಡಿದ್ದವನ ಮುಖದ ಮರೆಯನ್ನು ತೆಗೆದುಹಾಕಿ ನುಡಿದಳು "ಇಲ್ಲಿ ನೋಡಿ, ವೈತಾಳಿಕರ ನಾಯಕ ಭೂತರಾಯ, ಮಾಹಿಷ್ಮತಿಯ ಮಹಾರಾಜರಿಂದ ಹತ್ಯೆಗೊಂಡು ಬಿದ್ದಿದ್ದಾನೆ."

"ಮತ್ತೊಬ್ಬ ಬಂಡುಕೋರನನ್ನು ಈ ಸಾಹಸೀ ಯುವತಿ ಕೊಂದಿದ್ದಾಳೆ. ನಾನು ಕೋಣೆಯಲ್ಲಿ ಅವಿತುಕೊಂಡು ಎಲ್ಲವನ್ನೂ ನೋಡುತ್ತಿದ್ದೆ. ನನಗೆ ಶಸ್ತ್ರಾಸ್ತ್ರಗಳು, ಕದನ ಎಂದರೆ ವಿಪರೀತ ಭಯ ಮಹಾಪ್ರಭು. ಅವಳು ಮತ್ತೊಬ್ಬ ಬಂಡು ಕೋರನ ಜೊತೆ ಸೆಣೆಸಾಡಿ ಅವನನ್ನು ಮೆಟ್ಟಿಲಿನಿಂದ ಕೆಳಗೆ ಬೀಳಿಸಿದಳು. ಒಂದೇ ಸಾಹಸದಲ್ಲಿ ಅವಳು ತನ್ನ ಮನೆತನಕ್ಕೆ ಅಂಟಿದ ಕಳಂಕವನ್ನು ತೊಡೆದು ಹಾಕಿದ್ದಾಳೆ. ಅವಳು ತನ್ನ ನಿಷ್ಠೆಯನ್ನು ನಿರೂಪಿಸಿದ್ದಾಳೆ ಮಹಾಪ್ರಭು. ದ್ರೋಹಿ

ದೇವರಾಯನ ಮಗಳು ನಿಮಗಾಗಿ ಶೌರ್ಯದಿಂದ ಹೋರಾಡಿ, ತಮ್ಮ ಸೇವೆಯಲ್ಲಿರುವ ಇತರೆ ಯಾವುದೇ ಯೋಧರಿಗಿಂತ ತಾನು ಕಡಿಮೆಯಲ್ಲ ಎಂದು ಸಾಕ್ಷಾತ್ಕರಿಸಿದ್ದಾಳೆ. ಅವಳನ್ನು ಸನ್ಮಾನಿಸಿ ಮಹಾಪ್ರಭು, ಏಕೆಂದರೆ ಇಷ್ಟು ನಿಷ್ಠೆಯುಳ್ಳ ಪುರುಷರನ್ನು ಕಾಣುವುದು ಕಷ್ಟವಾಗಿರುವಾಗ ಮಹಿಳೆಯರು ಎಲ್ಲಿ ಸಿಗಬೇಕು?"

ಮಹಾರಾಜರು ಶಿವಗಾಮಿಯನ್ನು ದಿಟ್ಟಿಸಿ ನೋಡಿದರು. ಅವಳ ಕೈ ಮತ್ತು ಬಟ್ಟೆಯ ಮೇಲಿನ ರಕ್ತದ ಕಲೆಗಳನ್ನು ನೋಡಿ ಅವರ ಮುಖದ ಮೇಲೊಂದು ಅಪರೂಪದ ಸಣ್ಣ ಮುಗುಳ್ನಗೆ ಕಾಣಿಸಿತು. "ದ್ರೋಹಿ ದೇವರಾಯ ಇಂತಹ ವೀರ ಮಗಳಿಗೆ ಜನ್ಮ ಕೊಟ್ಟಿದ್ದಾನೆಂದು ಯಾರು ತಾನೇ ಊಹಿಸಿದ್ದರು? ನಿನಗೆ ಬಹುಮಾನ ನೀಡಲಾಗುತ್ತದೆ. ಬೃಹನ್ನಳ, ಹೋಗಿ ರಾಜವೈದ್ಯರನ್ನು ಕರೆದು ತಾ, ನನ್ನ ಪ್ರೀತಿಯ ಗುಲಾಮ ಗಾಯಗೊಂಡಿದ್ದಾನೆ. ಮತ್ತು ಈ ವೀರ ಯುವತಿಯನ್ನು ನಿನ್ನ ಜೊತೆ ಕರೆದುಕೊಂಡು ಹೋಗಿ ಅವಳನ್ನು ಉಪಚರಿಸು. ಸಭೆಯಲ್ಲಿ ಅವಳಿಗೆ ಸೂಕ್ತ ಬಹುಮಾನ ನೀಡಲಾಗುವುದು."

ಶಿವಗಾಮಿ ಸಂಗತಿಗಳು ಪಡೆದುಕೊಂಡ ತಿರುವು ನೋಡಿ ಸ್ಥಂಭಿತಳಾಗಿ ನಿಂತಳು. ಇತರ ಯೋಧರು ಬಂದು ಒಳ್ಳೆಯ ಸುದ್ಧಿಯನ್ನು ಕೊಟ್ಟು ಮಹಾರಾಜರನ್ನು ಮತ್ತು ಗಾಯಗೊಂಡ ಗುಲಾಮನನ್ನು ಕರೆದುಕೊಂಡು ಹೋದರು. ಮತ್ತೊಬ್ಬ ಬಂಡುಕೋರ, ಅವಳು ಕೆಳಗೆ ತಳ್ಳಿದವನು, ಸತ್ತಿಲ್ಲ, ಆದರೆ ತೀವ್ರವಾಗಿ ಗಾಯಗೊಂಡಿದ್ದಾನೆ ಎಂದು ತಿಳಿಯಿತು. ಮಹಾರಾಜರು ಅದರಿಂದ ಸಂತೋಷ ವ್ಯಕ್ತಪಡಿಸಿದರು. ಮೆಟ್ಟಿಲು ಇಳಿಯುತ್ತಾ ಅವರು, ಈ ಭಗ್ನ ದಂಗೆಯ ಹಿಂದೆ ಯಾರ ಕೈವಾಡವಿದೆ ಎಂದು ತಿಳಿಯಲು ಅದು ಬಹಳ ಮುಖ್ಯ ಎಂದು ಹೇಳಿದ್ದು ಅವಳಿಗೆ ಕೇಳಿಸಿತು.

ಬೃಹನ್ನಳ ಶಿವಗಾಮಿಯ ಕೈ ಹಿಡಿದು ನುಡಿದಳು "ನೀನು ಏನು ಮಾಡಲು ಹೊರಟಿದ್ದೆ ಎನ್ನುವುದನ್ನು ನಾನು ನೋಡಿದೆ."

ಶಿವಗಾಮಿ ಪಟ್ಟನೆ ತಿರುಗುಬಾಣ ಎಸೆದಳು "ಮತ್ತು ನಿನ್ನ ಕೈಯಲ್ಲಿದ್ದ ಕಠಾರಿಯನ್ನು ನಾನು ನೋಡಿದೆ."

ಬೃಹನ್ನಳ ನಕ್ಕು ಕಣ್ಣು ಮಿಟುಕಿಸಿದಳು "ಒಳ್ಳೇದು. ನಾವಿಬ್ಬರೂ ಯಾವ ಕಡೆಗಿದ್ದೇವೆ ಎನ್ನುವುದು ಸ್ಪಷ್ಟವಾಯಿತು. ನಾನು ನಿನಗೆ ಗೆಳತಿ ಎನ್ನುವುದನ್ನು ಮರೆಯಬೇಡಾ." ಶಿವಗಾಮಿ ಏನೋ ಹೇಳಲು ಪ್ರಯತ್ನಪಟ್ಟಳು. ಆದರೆ ಬೃಹನ್ನಳ ಅವಳನ್ನು ಸುಮ್ಮನಾಗಿಸಿದಳು. "ಹುಡುಗಿ, ನೀನು ಅಂತಃಪುರಕ್ಕೆ ಏಕೆ ಬಂದೆ ಎನ್ನುವುದಕ್ಕೆ ಸೂಕ್ತ ಕಾರಣವಿದೆ ತಾನೇ? ಅವರು ಖಂಡಿತಾ ನಿನ್ನನ್ನು ಕೇಳುತ್ತಾರೆ."

ಈ ಶಿಖಂಡಿಗೆ ಸತ್ಯ ಹೇಳಬೇಕೆ ಬೇಡವೇ ಎಂದು ಶಿವಗಾಮಿ ಆಲೋಚಿಸಿದಳು. ಸ್ಕಂದದಾಸನ ಕೊಲೆಗಡುಕರಿಗೆ ಶಿಕ್ಷೆಯಾಗದೆ ಹೋಗಬಾರದು ಎನ್ನುವುದು ಅವಳ ಇಚ್ಛೆಯಾದರೂ, ಮಹಾಪ್ರಧಾನರ ಹತ್ಯೆಯಾದಾಗ ತಾನು ಅಲ್ಲಿ ಇದ್ದೆ ಎನ್ನುವುದನ್ನು ಬಹಿರಂಗಪಡಿಸಿದರೆ ಇನ್ನಷ್ಟು ಪ್ರಶ್ನೆಗಳು ಹುಟ್ಟಿಕೊಳ್ಳುತ್ತವೆ. ಅವಳು ಕಂಚುಕದೊಳಗೆ ಇದ್ದ ಕುಡಿಕೆಯನ್ನು ಮುಟ್ಟಿಕೊಂಡಳು. ಪಟ್ಟರಾಯ ಅದಕ್ಕಾಗಿ ಸ್ಕಂದದಾಸನನ್ನು ಹತ್ಯೆಮಾಡಲು ಸಿದ್ಧನಿದ್ದ. ಮಾಹಿಷ್ಮತಿಗೆ ಅದು ಬಹಳ ಮುಖ್ಯ ಎಂದು ಸ್ಕಂದದಾಸ ಹೇಳಿದ. ಪ್ರಾಯಶಃ ತನ್ನ ಕನಸು ಸಾಕಾರಗೊಳಿಸಿಕೊಳ್ಳಲು ಅದು ನೆರವಾಗಬಹುದು. ಮಾಹಿಷ್ಮತಿಯನ್ನು ನಾಶಗೊಳಿಸಲು ಇದು ಕೀಲಿಯಾಗಿರಬಹುದು. ಅವಳು ಇನ್ನೂ ಹೆಚ್ಚಿನ ವಿವರಗಳನ್ನು ಪಡೆಯಬೇಕು. ಯಾರಿಗೂ ಕುಡಿಕೆಯ ಬಗ್ಗೆ ಹೇಳಬಾರದೆಂದು ಅವಳು ನಿರ್ಧರಿಸಿದಳು. ಪಟ್ಟರಾಯ ಖಂಡಿತವಾಗಿ ಅದಕ್ಕಾಗಿ ಅವಳ ಹಿಂದೆ ಬೀಳುತ್ತಾನೆ ಎಂದು ಅವಳಿಗೆ ಗೊತ್ತಿತ್ತು. ಆದರೆ ಅವನು ಸ್ಕಂದದಾಸನನ್ನು ಹತ್ಯೆ ಮಾಡಿದ ಸಂಗತಿಯನ್ನು ಅವಳು ಬಹಿರಂಗಪಡಿಸುತ್ತಾಳೆ ಎಂದು ಅವನಿಗೆ ತಿಳಿದಿತ್ತು. ತನಗೆ ಅವನ ಬಗ್ಗೆ ಎಷ್ಟು ಭಯವಿದೆಯೋ ಅಷ್ಟೇ ಭಯ ಅವನಿಗೆ ತನ್ನ ಬಗ್ಗೆ ಇರುತ್ತದೆ. ಅವನೊಬ್ಬ ಅಪಾಯಕಾರಿ ವ್ಯಕ್ತಿ. ಹಾಗಾಗಿ ತನಗೆ ಗೆಳೆಯರ ಅಗತ್ಯವಿದೆ. ಅವಳು ಆಕ್ರಮಣಕ್ಕೆ ತಕ್ಕ ಸಮಯಕ್ಕಾಗಿ ಕಾಯಲು ನಿರ್ಧರಿಸಿದಳು. "ನೀನು ಬದಲಿಸಬೇಕಾದ ವ್ಯವಸ್ಥೆಯ ಒಂದು ಭಾಗವಾಗಿರಬೇಕು" ಎಂದಿದ್ದ ಸ್ಕಂದದಾಸನ ಮಾತು ನೆನಪಾಯಿತು. ಅವಳಿಗೆ ವ್ಯವಸ್ಥೆಯನ್ನು ಬದಲಿಸುವುದಲ್ಲ, ನಾಶಪಡಿಸಬೇಕಿತ್ತು. ಅದನ್ನು ಒಳಗಿದ್ದುಕೊಂಡೇ ಮಾಡುವುದು ಸುಲಭ. ಸ್ಕಂದದಾಸನ ಬಗ್ಗೆ ನೆನೆಸಿಕೊಂಡು ಅವಳಿಗೆ ತೀವ್ರ ದುಃಖವಾಯಿತು. ಅವನ ಸಾವು ಪ್ರತಿಕಾರವಿಲ್ಲದೆಯೇ ಹೋಗಬಾರದೆಂದು ಅವಳು ಪ್ರತಿಜ್ಞೆ ಮಾಡಿದಳು. ವಿಧಿ ಅವಳಿಗೆ ಒಂದು ಅವಕಾಶವನ್ನು ಕೊಡುತ್ತಿತ್ತು. ಈ ಮಳ್ಳಿ ಶಿಖಂಡಿಯ ಜೊತೆಗೂಡುವುದೇ ಸನ್ನಿವೇಶಕ್ಕೆ ಅಗತ್ಯವಾಗಿದ್ದರೆ ಯಾಕಾಗಬಾರದು ಎನ್ನಿಸಿತು. ಅಸ್ತಿತ್ವದಲ್ಲಿರಲು ಅವಳಿಗೆ ಮಹಾರಾಜರು ಕೊಡಮಾಡಬಹುದಾದ ಎಲ್ಲಾ ಬಹುಮಾನಗಳು, ಸ್ಥಾನಗಳು ಬೇಕಾಗಿತ್ತು. ಬೃಹನ್ನಳ ಅವಳನ್ನೇ ದಿಟ್ಟಿಸುತ್ತಿದ್ದಾಳೆಂದು ಅರಿವಾಯಿತು.

"ನಾನು..ನನ್ನನ್ನ... ವೈತಾಳಿಕನೊಬ್ಬ ಅಟ್ಟಿಸಿಕೊಂಡು ಬಂದ" ಎಂದು ಸುಳ್ಳು ಹೇಳಿದಳು.

"ಒಳ್ಳೇದು, ನೀನು ಗಾಭರಿಯಲ್ಲಿ ಓಡಿದೆ, ಇದು ಅಂತಃಪುರವೆಂದು ನಿನಗೆ ತಿಳಿಯಲಿಲ್ಲ. ವೈತಾಳಿಕ ಯೋಧನೊಬ್ಬ ಅಟ್ಟಿಸಿಕೊಂಡು ಬಂದಿದ್ದಕ್ಕೆ ನೀನು

ಮೆಟ್ಟಿಲುಗಳನ್ನೇರಿದೆ. ಮಹಾರಾಜರ ಪ್ರಾಣ ಅಪಾಯದಲ್ಲಿರುವುದನ್ನು ನೋಡಿ, ನಿನ್ನ ರಕ್ಷಣೆಯ ಬಗ್ಗೆ ಚಿಂತಿಸದೆಯೇ ನೀನು ಶತ್ರುವಿನ ಮೇಲೆ ಎಗರಿಬಿದ್ದೆ. ನಿನ್ನ ಕುಟುಂಬದ ಮೇಲಿನ ಕಳಂಕವನ್ನು ತೊಡೆದುಹಾಕಬೇಕಿತ್ತು ನಿನಗೆ. ಒಳ್ಳೇದು, ಇದೇ ಕಥೆಯನ್ನು ಗಟ್ಟಿಮಾಡಿಕೊ. ನಾವು ನಂತರ ಈ ಬಗ್ಗೆ ವಿವರವಾಗಿ ಮಾತಾಡೋಣ" ಬೃಹನ್ನಳ ಶಿವಗಾಮಿಯ ಭುಜದ ಮೇಲೆ ಕೈಯಿರಿಸಿ ಮುಗುಳ್ನಕ್ಕಳು.

ಶಿವಗಾಮಿ ಅವಳನ್ನು ದಿಟ್ಟಿಸಿದಳು. "ಅದೇ ಸತ್ಯ" ಎಂದಳು.

ಬೃಹನ್ನಳ ನಕ್ಕು "ಸಧ್ಯಕ್ಕೆ ಅದೊಂದೇ ನಿನ್ನ ಸತ್ಯ. ಆದರೆ ಒಂದು ನೆನಪಿಡು. ಮಹಾರಾಜರು ಅಷ್ಟೊಂದು ನಿಷ್ಕಪಟರಲ್ಲ. ನಿನ್ನನ್ನು ನಂಬುತ್ತಿರುವಂತೆ ತೋರಿಸಿಕೊಳ್ಳಲು ಅವರು ನಿನಗೆ ಬಹುಮಾನ ಕೊಡುತ್ತಿರಬಹುದು. ಅವರ ಬಗ್ಗೆ ಎಚ್ಚರಿಕೆಯಲ್ಲಿರು. ನಾವಿಬ್ಬರು ಸೇರಿದರೆ ಒಂದು ದಿನ ಗೆಲ್ಲಬಹುದು."

ಬೃಹನ್ನಳ ಒಪ್ಪಂದ ನಿಗದಿಯಾದಂತೆ ಕೈ ಚಾಚಿದಳು. ಅವಳ ಪ್ರತಿಕ್ರಿಯೆಗಾಗಿ ಕಾಯುತ್ತಾ ಶಿಖಂಡಿ ಶಿವಗಾಮಿಯನ್ನೇ ದಿಟ್ಟಿಸಿದಳು. ಶಿವಗಾಮಿ ಮುಗುಳ್ನಕ್ಕು ಬೃಹನ್ನಳಳ ಚಾಚಿದ ಕೈಯನ್ನು ಹಿಡಿದಳು. ಶಿಖಂಡಿ ಅವಳ ಕೆನ್ನೆ ತಟ್ಟಿ "ನನ್ನ ಪ್ರೀತಿಯ ಹುಡುಗಿ, ನಾನು ಹೇಳಿದಂತೆಯೇ ನೀನು ನಡೆದುಕೋ. ಬಹಳ ಬೇಗ ನಮಗೆ ವಿಜಯವಾಗುತ್ತದೆ, ನನ್ನನ್ನು ನಂಬು."

ಹಾಗೆ ಮಾಡಿದರೆ ಕೇಳು ಎಂದುಕೊಂಡಳು ಶಿವಗಾಮಿ. ಆದರೆ ಮೇಲೆ ತನ್ನೆಲ್ಲ ಮೋಹಕತೆಯಲ್ಲಿ ಬೃಹನ್ನಳಳಷ್ಟೇ ಉಜ್ವಲ ನಗೆಯನ್ನು ಬೀರಿದಳು.

ಬೃಹನ್ನಳ ಅವಳನ್ನು ತನ್ನ ವಸತಿಗೆ ಕರೆದುಕೊಂಡು ಹೋಗುವಾಗ ಶಿವಗಾಮಿ ತನ್ನ ಕೈಯಲ್ಲಿದ್ದ ಖಡ್ಗವನ್ನು ನೋಡಿದಳು. ಅದರ ಯಾವುದೋ ಒಂದು ಅಂಶ ಅವಳನ್ನು ವಿಚಲಿತಗೊಳಿಸಿತು. ತಾನು ಕೆಳಗೆ ತಳ್ಳಿ ಬೀಳಿಸಿದ್ದ ವ್ಯಕ್ತಿಯ ಖಡ್ಗ. ಅದರ ಬಗ್ಗೆ ಯೋಚಿಸುವುದು ಅವಳಿಗೆ ಬೇಡವಾಗಿತ್ತು.

ಅಧ್ಯಾಯ ಐವತ್ತೊಂದು

ಶಿವಗಾಮಿ

ಅರಮನೆಯನ್ನು ಮತ್ತೆ ನಿರ್ಮಿಸಲಾಗುತ್ತಿತ್ತು. ಮಹಾಮಾಸ ಉತ್ಸವವನ್ನು ಒಂದು ತಿಂಗಳ ಕಾಲ ಮುಂದೂಡಲಾಗಿದ್ದು ಪುರೋಹಿತರು ಮುಂದಿನ ಮುಹೂರ್ತವನ್ನು ನಿರ್ಧರಿಸುತ್ತಿದ್ದರು.

ದಂಗೆಯ ಮಾರನೆಯ ದಿನ ಶಿವಗಾಮಿ ಮಾಹಿಷ್ಮತಿಯ ಒಡ್ಡೋಲಗದಲ್ಲಿ ನಿಂತಿದ್ದಳು. ಮುಖಾಮುಖಿಯ ನಂತರ ಅವಳನ್ನು ಅರಮನೆಯಿಂದ ಹೊರಗೆ ಕದಲಲು ಬಿಟ್ಟಿರಲಿಲ್ಲ. ಅವಳಿಗಾದ ಗಾಯಗಳಿಗೆ ಚಿಕಿತ್ಸೆ ನೀಡಲು ರಾಜವೈದ್ಯರನ್ನು ಕರೆಸಿದ್ದಳು ಬೃಹನ್ನಳ. ಕಾಮಾಕ್ಷಿ ಮತ್ತು ಗುಂಡು ರಾಮು ಏನಾದರೋ ಎಂದು ಚಿಂತಿಸಿದಳು ಶಿವಗಾಮಿ. ಅವರು ಕ್ಷೇಮವಾಗಿ ಅನಾಥಾಲಯವನ್ನು ತಲುಪಿರಲಿ ಎಂದು ಆಶಿಸಿದಳು. ಸಧ್ಯದಲ್ಲೇ ಅವಳು ಅರಮನೆ ಯಿಂದ ಹೊರಗೆ ಹೋಗುವ ಉಪಾಯ ಕಂಡುಕೊಳ್ಳಬೇಕಿತ್ತು. ತನ್ನ ತಪಾಸಣೆ ಮಾಡಿ ಕುಡಿಕೆಯನ್ನು ಕಂಡುಹಿಡಿಯದಿರಲಿ ಎಂದು ಪ್ರಾರ್ಥಿಸಿದಳು.

ಒಡ್ಡೋಲಗಕ್ಕೆ ಹೆಚ್ಚಿನ ಹಾನಿ ಆಗಿರಲಿಲ್ಲ. ಆದರೆ ಅರಮನೆಯ ಇತರ ಭಾಗಗಳಲ್ಲಾದ ಹಾನಿಯನ್ನು ಸರಿಪಡಿಸಲು ಮರಗೆಲಸ

ದವರು, ಗಾರೆಕೆಲಸದವರು ಕೆಲಸ ಮಾಡುತ್ತಿರುವ ಸದ್ದು ಕೇಳಿಸುತ್ತಿತ್ತು. ಸಭೆ ಸ್ವಲ್ಪ ಕಳೆಗುಂದಿತ್ತು, ಆದರೆ ಸಂಭ್ರಮದ ವಾತಾವರಣವಿತ್ತು. ಅವಳಿಗೆ ಮಹಾರಾಜನನ್ನು ಕೊಲ್ಲುವ ಅವಕಾಶ ಸಿಕ್ಕಿತ್ತು. ಆದರೆ ಅವಳು ಅದನ್ನು ಕೈಯಿಂದ ಜಾರಿ ಹೋಗಲು ಬಿಟ್ಟಿದ್ದಳು. ತಾನು ಯಾಕೆ ಹಿಂಜರಿದೆ? ಸುಮ್ಮನೆ ಖಡ್ಗವನ್ನು ಮಹಾರಾಜರ ಕೊರಳಲ್ಲಿ ನುಗ್ಗಿಸಿದ್ದರೆ ಆಗಿತ್ತು. ಅದಕ್ಕೆ ಉತ್ತರವನ್ನು ಕಂಡುಕೊಳ್ಳಲು ಅವಳಿನ್ನೂ ಪ್ರಯತ್ನಿಸುತ್ತಿದ್ದಳು. ಪ್ರಾಯಶಃ ಮಹಾರಾಜ ತಮ್ಮ ಗುಲಾಮನ ಬಗ್ಗೆ ತೋರಿದ ಪ್ರೀತಿ, ಅವರ ಬಗ್ಗೆ ತನಗಿದ್ದ ಧೋರಣೆಯನ್ನು ಸ್ವಲ್ಪ ಮೃದುಗೊಳಿಸಿತ್ತೇ ಎಂದು ಅವಳಿಗೆ ಆತಂಕವಾಯಿತು. ಆದರೆ ಅಂತಹ ಯಾವುದೇ ಚಿಂತನೆಯನ್ನು ಅಳಿಸಿ ಹಾಕಲು ತಂದೆಯ ನೆನಪು ಸಾಕಿತ್ತು. ಆ ರಾತ್ರಿಯಿಡೀ ಬೃಹನ್ನಳ ಅವಳಿಂದ ಮಾಹಿತಿ ತೆಗೆಸಲು ಯತ್ನಿಸಿದ್ದಳು. ವೈತಾಳಿಕನೊಬ್ಬ ಅಟ್ಟಿಸಿಕೊಂಡು ಬಂದಿದ್ದರಿಂದ ಅವಳು ಅಂತಃಪುರದೊಳಗೆ ನುಸುಳಿದ್ದಳು ಎನ್ನುವ ಕಥೆಯನ್ನು ಶಿಖಂಡಿ ನಂಬಿರಲಿಲ್ಲ. ಅವಳ ಬಗ್ಗೆ ಶಿವಗಾಮಿ ಎಚ್ಚರಿಕೆಯಿಂದಿದ್ದಳು. ಪ್ರಾಯಶಃ ಅವಳು ಶಿವಗಾಮಿಗೆ ಜಾಲ ಬೀಸುತ್ತಿರಬಹುದು. ಅವಳಿಗೆ ಉತ್ತರಿಸುವಾಗ ಶಿವಗಾಮಿ ಬಿಗುಮಾನದಲ್ಲೇ ಇದ್ದಳು. ಅಲ್ಲದೇ ತನ್ನ ಕೈಯಲ್ಲಿದ್ದ ಖಡ್ಗದ ಬಗ್ಗೆಯ ಚಿಂತೆ ಅವಳನ್ನು ಬಿಟ್ಟಿರಲಿಲ್ಲ. ಹಾಗಾಗಿ ಶಿಖಂಡಿಯ ಮಾತಿನಲ್ಲಿ ಅರ್ಧದಷ್ಟು ಅವಳು ಕೇಳಿಸಿಕೊಂಡಿರಲಿಲ್ಲ.

ಮಹಾರಾಜರು ಮತ್ತು ಮಹಾರಾಣಿಯವರು ಬಹಳ ವೈಭವೋಪೇತವಾಗಿ ಆಗಮಿಸಿದರು. ಅದೊಂದು ಸಂದೇಶವಾಗಿತ್ತು. ಸಭೆಯಲ್ಲಿ ಜನರ "ಮಹಾರಾಜ ಸೋಮದೇವ ಪ್ರಭುಗಳಿಗೆ ಜಯವಾಗಲಿ" ಮತ್ತು "ಮಾಹಿಷ್ಮತಿಗೆ ಜಯವಾಗಲಿ" ಎನ್ನುವ ಜಯಕಾರಕ್ಕೆ ಅರಮನೆ ಕಂಪಿಸಿತು. ದಂಗೆಯ ದುಷ್ಕೃತ್ಯವನ್ನು ಅಡಗಿಸಿದ್ದಕ್ಕೆ ಮಹಾರಾಜ ಸೋಮದೇವ ತನ್ನ ನಿಷ್ಠಾವಂತ ಯೋಧರಿಗೆ ವಂದನೆ ಸಲ್ಲಿಸಿದರು ಮತ್ತು ಅಪರಾಧಿಗಳಿಗೆ ತಕ್ಕ ಶಾಸ್ತಿಯಾಗುವುದೆಂದು ಘೋಷಿಸಿದರು. ಕೆಲವರು ಬಂಡುಕೋರರನ್ನು ಈಗಾಗಲೇ ಬಂಧಿಸಲಾಗಿದೆ ಎಂದು ಹೇಳಿ, ಸ್ಕಂದದಾಸರ ಸ್ಥಾನದಲ್ಲಿ ಮತ್ತೆ ಪರಮೇಶ್ವರರು ಮಹಾಪ್ರಧಾನರಾಗಿ ಅಧಿಕಾರ ವಹಿಸಿಕೊಳ್ಳುತ್ತಾರೆಂದು ಘೋಷಿಸಿದರು. "ಪರಮೇಶ್ವರರು ಸಕಾಲದಲ್ಲಿ ಕ್ರಮ ಕೈಗೊಂಡಿಲ್ಲದಿದ್ದಲ್ಲಿ ನಮ್ಮ ಪರಿಸ್ಥಿತಿ ಹೀನಾಯವಾಗಿರುತ್ತಿತ್ತೆಂದು" ಹೇಳಿದ್ದಕ್ಕೆ ಸಭೆಯಲ್ಲಿ ಪ್ರಚಂಡ ಕರತಾಡನವಾಯಿತು.

ಪರಮೇಶ್ವರರು ಎದ್ದು ನಿಂತು ಬಾಗಿ ವಂದಿಸಿದರು. "ಎಲ್ಲವೂ ಕೊನೆಗೆ ಮಂಗಲಕರವಾಗಿ ಸಮಾಪ್ತಿಯಾದದ್ದು ಸಂತೋಷ. ಮಾಹಿಷ್ಮತಿಯು ಶಾಶ್ವತ. ಅದು ಪುನಃಚೇತನಗೊಳ್ಳಲು ಕಾರಣ ಅದರ ಪ್ರಜೆಗಳು ಸದಾ ನವನವೀನ. ನಾವು

ಮತ್ತೆ ನಮ್ಮ ಹಿಂದಿನ ಘನತೆಗೆ ಮರಳುತ್ತೇವೆ," ಎಂದರು. ಮತ್ತೆ ಕಿವಿಗಡಚಿಕ್ಕುವ ಕರತಾಡನವಾಯಿತು. ಪರಮೇಶ್ವರರ ಮತ್ತು ಪ್ರಭುಗಳ ಜಯಕಾರವಾಯಿತು.

"ನಾನು ಮಹಾಪ್ರಭುಗಳೊಂದಿಗೆ ಕೂತಿರುವಾಗ ನಮ್ಮ ವೀರ ರಾಜಕುಮಾರರು ನನ್ನೆಡೆಗೆ ಬರುತ್ತಿದ್ದುದನ್ನು ನೋಡಿದೆ. ಅವರ ದೇಹವಿಡೀ ರಕ್ತ ಸೋರುತ್ತಿತ್ತು. ಅವರಿಗೆ ತೀವ್ರವಾಗಿ ಗಾಯಗಳಾಗಿತ್ತು. ಆದರೂ ಅವರು ದಂಗೆ ಕೋರರು ಅರಮನೆಯ ಒಳಗೆ ಪ್ರವೇಶಿಸಿದ್ದಾರೆ ಎಂದು ಮಾಹಿತಿ ನೀಡಿದರು. ನನಗೆ ಸಿಕ್ಕ ಕೆಲವು ಅಮೂಲ್ಯ ಗಳಿಗೆಗಳಿಂದಾಗಿ ನಾನು ಮಹಾರಾಜರನ್ನು ಇದ್ದುದರಲ್ಲಿ ಸುರಕ್ಷಿತ ಸ್ಥಳಕ್ಕೆ ಕಳಿಸಲು ಸಾಧ್ಯವಾಯಿತು. ರಾಜಕುಮಾರ ಮಹಾದೇವ" ಪರಮೇಶ್ವರರು ಅತ್ಯಂತ ಪ್ರೀತಿಯಿಂದ ಕರೆದರು. ಮಹಾದೇವ ಎದ್ದು ಕುಂಟುತ್ತಾ ಬಂದು ಮಹಾಪ್ರಧಾನರು ಮತ್ತು ತನ್ನ ತಂದೆತಾಯಿಯರ ಪಾದ ಮುಟ್ಟಿ ನಮಸ್ಕರಿಸಿದ. ಅವನು ಸಭೆಯ ಕಡೆಗೆ ತಿರುಗಿದಾಗ ಜನರು ಆಶ್ಚರ್ಯದಲ್ಲಿ ಉಸಿರೆಳೆದುಕೊಂಡರು. ಅವನ ಮುಖ ಊದಿಕೊಂಡಿತ್ತು, ಕಣ್ಣು ಕಪ್ಪಾಗಿತ್ತು ಮತ್ತು ತುಟಿ ಊದಿಕೊಂಡಿತ್ತು.

"ಮಹಾರಾಜರು ರಾಜಕುಮಾರನ ಧೈರ್ಯ ಸಾಹಸಗಳಿಗೆ ಸೂಕ್ತವಾಗಿ ಸನ್ಮಾನ ಮಾಡಬೇಕೆಂದು ಕೋರುತ್ತೇನೆ" ಎಂದು ಮಹಾಪ್ರಧಾನರು ಕೋರಿಕೊಂಡರು.

"ಚೆನ್ನಾಗಿ ಚಚ್ಚಿಸಿಕೊಳ್ಳುವುದು ಶೌರ್ಯ ಸಾಹಸವಲ್ಲ" ಬಿಜ್ಜಳ ಎದ್ದು ನಿಂತು ನುಡಿದ. ಜನರಲ್ಲಿ ಕೊಂಕು ನಗೆ ಎದ್ದಿತು.

ಮಹಾದೇವ ಅಣ್ಣನ ಕಡೆಗೆ ನೋಡಿ ನಕ್ಕು ನುಡಿದ "ಅಣ್ಣ, ನೀನು ಹೇಳಿದ್ದು ಸರಿ. ನಿನ್ನಂತೆ ನಾನು ಮಹಾ ಶೂರನಲ್ಲ. ಹುಟ್ಟಿನಿಂದ ನಾನು ಧೈರ್ಯ ಶಾಲಿಯಲ್ಲ. ನನ್ನ ತಂದೆತಾಯಿ ಮತ್ತು ನನ್ನ ದೇಶದ ಬಗ್ಗೆ ನನಗಿರುವ ಅಭಿಮಾನವೇ ನನ್ನನ್ನು ಧೈರ್ಯಶಾಲಿಯಾಗಿಸಿತು."

ಬಿಜ್ಜಳ ನಕ್ಕ. "ಹೌದು, ನಿನ್ನಂಥಾ ಹೆಣ್ಣಿಗನಿಗೆ ಹೊಡೆಸಿಕೊಳ್ಳುವುದೂ ಮಹಾ ಸಾಧನೆಯೇ. ಎಷ್ಟು ಹೆಂಗಸರು ಅಷ್ಟು ಹೊತ್ತು ಅಳದೇ ಇರುತ್ತಾರೆ?" ಅನೇಕರು ನಕ್ಕರು.

"ಧೈರ್ಯ ಎಂದರೆ ಏನು, ಅಣ್ಣಾ?" ಮಹಾದೇವ ಗಲಿಬಿಲಿಗೊಳ್ಳದೆ ಕೇಳಿದ.

"ನಿನ್ನಲ್ಲಿ ಇಲ್ಲದಿರುವುದು, ಮಹಾದೇವ. ಧೈರ್ಯವೆಂದರೆ ಶತ್ರುವನ್ನು ಭಯವಿಲ್ಲದೇ ಎದುರಿಸುವುದು. ನಿನ್ನ ಖಡ್ಗ ಶತ್ರುವಿನ ತಲೆಯನ್ನು ಕಡಿಯುವಾಗ ರೆಪ್ಪೆ ಕೂಡಾ ಬಡಿಯದಿರುವುದು. ಸೈನ್ಯದ ಚಕ್ರವ್ಯೂಹವನ್ನು ಒಂಟಿಯಾಗಿ ಪ್ರವೇಶಿಸುವುದು. ಹುಲಿಯನ್ನು ಬರಿಗೈಯಲ್ಲಿ ಕೊಲ್ಲುವುದು. ಕಣ್ಣಲ್ಲಿ ಬೆಂಕಿ ಇರಬೇಕು, ನಿನ್ನ ಕಣ್ಣುಗಳಲ್ಲಿರುವಂತೆ ಭಯವಲ್ಲ." ಬಿಜ್ಜಳ ಧಿಕ್ಕರಿಸಿ ನುಡಿದ.

ಬಿಜ್ಜಳನ ಕಣ್ಣುಗಳನ್ನೇ ನೋಡುತ್ತಾ ಮಹಾದೇವ ತನ್ನ ಧೀರ ಗಂಭೀರ ಕಂಠದಲ್ಲಿ ನುಡಿದ:

"ಧೈರ್ಯವೆಂದರೆ ಶಕ್ತಿ ಪ್ರದರ್ಶನವೂ ಅಲ್ಲ
ಭಯವಿಲ್ಲದ ಸ್ಥಿತಿಯೂ ಅಲ್ಲ.
ಇತರರ ಮೇಲಿನ ಯುದ್ಧದಲ್ಲಿ ಧೈರ್ಯವನ್ನು ಕಾಣಿಸಬಹುದು
ತನ್ನೊಳಗಿನ ಯುದ್ಧದಲ್ಲಿ ಅದು ಮುರುಟಿದರೆ ಪ್ರಯೋಜನವೇನು?
ಶತ್ರುವೆಂದರೆ ತಾನು ದ್ವೇಷಿಸುವವನಲ್ಲ
ಶತ್ರುತ್ವ ಮತ್ತು ಅದರ ಕಾರಣಗಳೇ ಶತ್ರು.
ಧೈರ್ಯವೆನ್ನುವುದು ಮನುಜನನ್ನು ಅಥವಾ ಮೃಗವನ್ನು ಕೊಲ್ಲುವುದರಲ್ಲಿಲ್ಲ
ಯುದ್ಧವೆನ್ನುವುದು ರಣಹದ್ದುಗಳಿಗೆ ಔತಣವಲ್ಲದೆ ಬೇರಲ್ಲ
ಕಣ್ಣುಗಳಲ್ಲಿ ಬೆಂಕಿಯೂ ಇರಬಾರದು ಭಯವೂ ಇರಬಾರದು
ದೇವರಿಗೆ ಪ್ರಿಯವಾದುದೆಲ್ಲವನ್ನು ನೋಡುವ ದೃಷ್ಟಿಗಳಿರಬೇಕು."

ಇಡೀ ಸಭೆ ಎದ್ದು ನಿಂತು ಅಮೋಘ ಕರತಾಡನ ಮಾಡಿ ರಾಜಕುಮಾರ ಮಹಾದೇವನ ಆಶುಕವಿತೆಯನ್ನು ಮೆಚ್ಚಿಕೊಂಡಿತು. ಬಿಜ್ಜಳ ಕೋಪದಲ್ಲಿ ಕೆಂಪಾದ.

"ನಾನು ಮಹಾರಾಜನಾದಾಗ ನಿನ್ನನ್ನು ಆಸ್ಥಾನ ಕವಿಯನ್ನಾಗಿಸುತ್ತೇನೆ" ಎಂದ ಬಿಜ್ಜಳ. ಅವನ ಕೆಲವರು ಹಿಂಬಾಲಕರು ಘೊಳ್ಳನೆ ನಕ್ಕರು.

"ಅಥವಾ ಆಸ್ಥಾನ ವಿದೂಷಕ." ಬಿಜ್ಜಳ ಮುಂದುವರಿಸಿದ, ಕೆಲವು ಸೇವಕರಿಗೆ ಅದು ಹಾಸ್ಯವಾಗಿ ಕಂಡಿದ್ದನ್ನು ನೋಡಿ ಕಣ್ಣು ಮಿಟುಕಿಸಿದ.

"ಸಾಕು" ಮಹಾರಾಜರು ಕೈ ಎತ್ತಿ ಸನ್ನೆ ಮಾಡಿದರು. ಸಭೆ ಮೌನವಾಯಿತು. "ಮಹಾದೇವ, ಬಾ ಇಲ್ಲಿ." ಮಹಾರಾಜರು ಕರೆದರು. ರಾಜಕುಮಾರ ಕುಂಟಿಕೊಂಡು ತಂದೆಯ ಬಳಿಗೆ ಹೋದ. ಮಹಾರಾಜರು ತಮ್ಮ ಕೊರಳಿಂದ ವಜ್ರದ ಹಾರವನ್ನು ತೆಗೆದು ಮಹಾದೇವನ ಕೊರಳಿಗೆ ಹಾಕಿದರು.

ಮಹಾದೇವನ ಹೆಗಲ ಮೇಲೆ ತಮ್ಮ ತೋಳಿಟ್ಟು ಮಹಾರಾಜ ಸೋಮದೇವ ಪ್ರಭುಗಳು ಘೋಷಿಸಿದರು "ಇಂದಿನಿಂದ ರಾಜಕುಮಾರ ಮಹಾದೇವ, ವಿಕ್ರಮದೇವ ಎನ್ನುವ ಬಿರುದಿನಿಂದ ಹೆಸರಾಗುತ್ತಾನೆ."

ಸಭೆಯಲ್ಲಿ ಸ್ತಬ್ಧ ಮೌನ ಆವರಿಸಿತು. ಮಾಹಿಷ್ಮತಿಯ ಚರಿತ್ರೆಯಲ್ಲಿ ವಿಕ್ರಮದೇವ ಎನ್ನುವ ಬಿರುದನ್ನು ಪಡೆದ ರಾಜಕುಮಾರರುಗಳು ಹೆಚ್ಚಿರಲಿಲ್ಲ. ಅತ್ಯಂತ ಶೌರ್ಯವಂತ ರಾಜರು ಮತ್ತು ರಾಜಕುಮಾರರು, ಪ್ರಮುಖ ರಣವಿಕ್ರಮದ ನಂತರ ಪಡೆಯಲಾಗುವ, ಪುರಾತನ ಕಥೆಗಳು ಐತಿಹ್ಯಗಳ

ಮೂಲಕ ಜನಪ್ರಿಯವಾದ ಬಿರುದನ್ನು ನಾಚಿಕೆಯ ಸ್ವಭಾವದ ರಾಜಕುಮಾರ ಮಹಾದೇವನಿಗೆ ನೀಡಲಾಗಿತ್ತು. ಮೊಟ್ಟಮೊದಲು ಪ್ರತಿಕ್ರಿಯಿಸಿದವಳು ಬೃಹನ್ನಳ. ಅವಳು ಮುಷ್ಠಿಯನ್ನು ಗಾಳಿಯಲ್ಲಿ ಗುದ್ದಿ "ರಾಜಕುಮಾರ ವಿಕ್ರಮದೇವ" ಎಂದು ಕೂಗಿದಳು. ಸಭೆ ಒಕ್ಕೊರಲಿನಲ್ಲಿ "ಜಯವಾಗಲಿ" ಎಂದು ಉತ್ತರಿಸಿತು. ಬೃಹನ್ನಳ ಮೂರು ಸಲ ಅದನ್ನು ಪುನರುಚ್ಚರಿಸಿದಳು.

ಬಿಜ್ಜಳ ಹತಾಶೆಯಲ್ಲಿ ತೊಡೆ ತಟ್ಟಿದ. ಅವನಿಗೆ ಅವಮಾನ ಮತ್ತು ಮುಖ ಮುರಿದಂತಾಗಿತ್ತು. ಆ ಬಿರುದು ತನಗೆ ಸಲ್ಲಬೇಕಾದುದು, ಹೇಡಿ ತಮ್ಮನಿಗಲ್ಲ. ಸಭೆ ಸಂತೋಷದಲ್ಲಿ ಜಯಘೋಷ ಮಾಡುವಾಗ ಅವನ ಕಣ್ಣು ದ್ವೇಷದಲ್ಲಿ ಕಿಡಿಕಾರಿದವು. ಅವನ ತಮ್ಮ ಬೀಗುತ್ತಾ ನಿಂತು ಕೈ ಮುಗಿದು ವಂದಿಸುತ್ತಿದ್ದ. ಮಹಾದೇವ ಅದಕ್ಕೆ ಅರ್ಹನಲ್ಲ. ಅವನು ಬಂಡುಕೋರನನ್ನು ಬಂಧಿಸಿರಲಿಲ್ಲ. ಶಿವಪ್ಪನನ್ನು ಬಂಧಿಸಿದ್ದು ತಾನು. ಪ್ರಾಯಶಃ ತನ್ನ ಗುಲಾಮನಿಂದ ಸ್ವಲ್ಪ ಸಹಾಯ ಪಡೆದಿದ್ದ. ಅವನು ತನ್ನ ಗುಲಾಮ. ಅದರ ಹೊಣೆ ನ್ಯಾಯವಾಗಿ ತನ್ನದು. ಅದೇ ಬಂಡುಕೋರ ತಮ್ಮನನ್ನು ಹೊಡೆದು ಚಚ್ಚಿಹಾಕಿದ್ದ. ಈಗ ತಮ್ಮನಿಗೆ ಪ್ರತಿಷ್ಠಿತ ಬಿರುದು ನೀಡಲಾಗಿತ್ತು. ಇದು ಅನ್ಯಾಯ. ಬಿಜ್ಜಳ ಗುಂಪಿನ ಮೇಲೆ ಕಣ್ಣಾಡಿಸಿದ. ಅಲ್ಲಿದ್ದ ಪಟ್ಟರಾಯನ ದೃಷ್ಟಿಗೆ ಅವನ ದೃಷ್ಟಿ ಬೆರೆಯಿತು. ಸಾಮಂತ ತನ್ನ ಮುಷ್ಟಿಯನ್ನು ಎದೆಗೆ ಬಡಿದು ತಲೆ ಆಡಿಸಿ, ತಾನು ಎಲ್ಲವನ್ನು ಸರಿಪಡಿಸುತ್ತೇನೆ ಎನ್ನುವ ಸೂಚನೆ ಕೊಟ್ಟ. ಅದರಿಂದ ಬಿಜ್ಜಳನಿಗೆ ಸ್ವಲ್ಪ ಸಮಾಧಾನವಾಯಿತು. ಆದರೂ ತನ್ನ ನಿಷ್ಪ್ರಯೋಜಕ ತಮ್ಮನಿಗೆ ಸಭೆ ಕೊಟ್ಟ ಮರ್ಯಾದೆಯನ್ನು ಅರಗಿಸಿಕೊಳ್ಳುವುದು ಅವನಿಗೆ ಕಷ್ಟವಾಯಿತು.

"ಇನ್ನಷ್ಟು ಪ್ರಯತ್ನಪಡು, ನೀನು ಜಯಿಸುತ್ತೀಯಾ" ಎಂದು ಪಿಸುಗುಟ್ಟಿ, ಮಹಾರಾಜರು ಮಗನ ತಲೆಕೂದಲಲ್ಲಿ ಬೆರಳಾಡಿಸಿದರು. ಮಹಾದೇವನಿಗೆ ಈ ಗೌರವದಿಂದ ಹೃದಯ ತುಂಬಿಬಂತು. ಅವನು ತನ್ನ ಕರ್ತವ್ಯವನ್ನಷ್ಟೇ ನಿರ್ವಹಿಸಿದ್ದ. ಆದರೂ ತನ್ನ ತಂದೆ, ಮಾಹಿಷ್ಮತಿಯ ಜನರು, ಸಭೆ ಎಲ್ಲರು ಅವನಿಗಾಗಿ ಜಯಘೋಷ ಮಾಡುತ್ತಿದ್ದರು. ಅವನು ಕೈಜೋಡಿಸಿ ನಮಸ್ಕರಿಸಿ ಅವರ ಕರುಣೆಗೆ ಕೃತಜ್ಞತೆಯನ್ನು ಸಲ್ಲಿಸಿದ. ಅವನು ವೇದಿಕೆಯಿಂದ ಇಳಿಯುತ್ತಿದ್ದಾಗ ಶಿವಗಾಮಿಯನ್ನು ನೋಡಿದ. ತನ್ನ ಸಾಧನೆಯ ಬಗ್ಗೆ ಹೆಮ್ಮೆಯಿಂದ ಅವನು ಸುಮ್ಮನೆ ನಿಂತ. ಅವಳಿಂದ ಒಂದು ಕಿರುನಗೆ ಮಾತ್ರ ಬಯಸಿದ ಅವನು.

ಶಿವಗಾಮಿ ಮಹಾದೇವನ ತೀವ್ರವಾಗಿ ಗಾಯಗೊಂಡ ಮುಖವನ್ನು ನೋಡಿದಳು. ರಾಜಕುಮಾರ ಬೇರೆ ಮನುಷ್ಯನಾಗಿ ಬದಲಾದಂತೆ ಭಾಸವಾಯಿತು ಅವಳಿಗೆ. ಅವನ ಬಗ್ಗೆ ಸ್ವಲ್ಪ ಆದರವೂ ಮೂಡಿತು ಅವಳಲ್ಲಿ. ಆದರೆ,

ಸಭೆಯ ಜಯಕಾರ ನೋಡಿದರೆ ಅವನು ಜನಪ್ರಿಯನಾಗುವ ಲಕ್ಷಣಗಳಿತ್ತು. ಅದರಿಂದ ಮುಂದೆ ಒಂದು ದಿನ ಅವನು ಬಲಿಷ್ಠ ಶತ್ರುವಾಗುತ್ತಾನೆ. ಆ ಯೋಚನೆ ಅವಳಿಗೆ ಪ್ರಿಯವಾಗಲಿಲ್ಲ. ಅವಳು ಎಷ್ಟೇ ಪ್ರಯತ್ನಿಸಿದರೂ ಅವನನ್ನು ಶತ್ರುವಾಗಿ ಕಾಣುವುದು ಅವಳಿಗೆ ಕಷ್ಟವಾಯಿತು. ಶತ್ರುಗಳೆಂದರೆ ದುಷ್ಟರಾಗಿರ ಬೇಕು. ಹೀಗೆ ಮೃದುಮಾತುಗಳ, ಒಳ್ಳೆಯ ಮನಸ್ಸಿನ, ಸುಂದರನಾದ, ಮೆಚ್ಚಿಕೊಳ್ಳುವಂತಹ ಆಂತರಿಕ ಧೈರ್ಯ ತೋರುವವನಾಗಿರಬಾರದು. ಅವನು ಯಾವಾಗಲೂ ಅವಳ ಜೊತೆ ವ್ಯವಹರಿಸುವಾಗ ಮುಜುಗರಪಡುತ್ತಿದ್ದ. ಅದರಿಂದ ಅವಳಿಗೆ ಅವನನ್ನು ಕಡೆಗಣಿಸುವುದು ಸುಲಭವಾಗಿತ್ತು. ಅವನ ಸೌಂದರ್ಯವನ್ನು ಅಲಕ್ಷಿಸಬಹುದಿತ್ತು. ಅವಳು ತನ್ನನ್ನು ಪ್ರೇಮಿಸುವಂತೆ ಮಾಡುವ ಅವನು ಒಡ್ಡೊಡ್ಡು ಪ್ರಯತ್ನಗಳನ್ನು ನೋಡಿ ನಗಬಹುದಿತ್ತು. ಈಗ ಅವನು ಅವಳನ್ನು ಆತ್ಮವಿಶ್ವಾಸದಲ್ಲಿ ನೋಡುತ್ತಿದ್ದ. ತನ್ನ ಪ್ರೀತಿಯ ನಿಷ್ಠೆಯನ್ನು ಅವಳು ಗುರುತಿಸುತ್ತಾಳೆ ಎನ್ನುವ ನಂಬಿಕೆಯಿರುವವನಂತೆ. ಅದು ಅವಳನ್ನು ಅಸ್ವಸ್ಥಗೊಳಿಸಿತು. ಅವಳಿಗೆ ಮಾಹಿಷ್ಮತಿಯ ರಾಜಕುಮಾರನನ್ನು ಪ್ರೇಮಿಸುವುದು ಬೇಕಿರಲಿಲ್ಲ. ಅವಳಿಗೆ ಅವರೆಲ್ಲರೂ ಸಾಯಬೇಕಿತ್ತು. ಹೊಸ ಬಿರುದಿನ ಸಂಭ್ರಮ ಮಸುಕಾದ ಮೇಲೆ ಅವನು ಮತ್ತೆ ತನ್ನ ಹಳೆಯ ರೀತಿಗೆ ಮರಳಲಿ ಎಂದು ಆಶಿಸಿದಳು. ಅವಳು ಮುಖ ತಿರುಗಿಸಿದಳು.

ಬಿಜ್ಜಳನನ್ನು ವೇದಿಕೆಗೆ ಆಹ್ವಾನಿಸಿ ಚಿನ್ನದ ನಾಣ್ಯಗಳ ಥೈಲಿಯನ್ನು ನೀಡಲಾಯಿತು. ಮಹಾರಾಜರು ಸಾಂಪ್ರದಾಯಿಕವಾಗಿ ಮಗನನ್ನು ಆಲಂಗಿಸಿ ಅವನ ಕಿವಿಯಲ್ಲಿ ಪಿಸುನುಡಿದರು "ಬದುಕು ಜೂಜಾಟವಿರಬಹುದು, ಆದರೆ ಜೂಜಾಟವೇ ಬದುಕಾಗಬಾರದು."

ಬಿಜ್ಜಳ ತಂದೆಯನ್ನು ನಂಬಲಾಗದೇ ದಿಟ್ಟಿಸಿದ. ಮಹಾರಾಜರಿಗೆ ತಾನು ಜೂಜಾಡಿದ ಮತ್ತು ತನ್ನ ಸಾಲದ ಬಗ್ಗೆ ಗೊತ್ತಿದೆಯೇ? ತಂದೆಗೆ ಎಷ್ಟು ಗೊತ್ತು? ಅವನಿಗೆ ವಿಪರೀತ ಗಾಭರಿಯಾಯಿತು. ಮಹಾರಾಜರು ಅವನ ಬೆನ್ನು ತಟ್ಟಿ ಅವನ ಆಸನಕ್ಕೆ ಮರಳಲು ಸೂಚಿಸಿದರು. ಬಿಜ್ಜಳ ಸಭೆಯ ಜಯಕಾರಕ್ಕೆ ಪ್ರತಿಕ್ರಿಯಿಸಲಿಲ್ಲ. ಅವನು ಮಹಾದೇವನನ್ನು ಹಾದುಹೋಗುವಾಗ, ಕಿರಿಯ ರಾಜಕುಮಾರ ಎದ್ದು ನಿಂತು ಅಣ್ಣನನ್ನು ಆಲಂಗಿಸಿದ. ಬಿಜ್ಜಳ ಅದಕ್ಕೆ ಸ್ಪಂದಿಸಲು ನಿರಾಕರಿಸಿದ. ಅವನು ಮಹಾದೇವನ ಕಿವಿಯಲ್ಲಿ ಬುಸುಗುಟ್ಟಿದ "ನೀನೊಬ್ಬ ಮಹಾವೀರನೆಂದುಕೊಂಡಿರುವೆಯೋ? ಹ? ನೀನೊಬ್ಬ ಅಯೋಗ್ಯ ಹೇಡಿ. ಇಷ್ಟರಲ್ಲೇ ಜಗತ್ತಿಗೆ ಅದು ತಿಳಿಯುತ್ತದೆ."

ಮಹಾದೇವ ಬಗ್ಗಿ ನೋವಿನಿಂದ ನಕ್ಕು ನುಡಿದ "ಅಣ್ಣಾ, ನಾನು ಹಾಗಲ್ಲದೆ ಬೇರೆ ಎಂದು ಎಂದಾದರೂ ನಟಿಸಿದ್ದೇನೆಯೇ?"

ಬಿಜ್ಜಳ ಕಾಲು ಅಪ್ಪಳಿಸಿ ನಿರ್ಗಮಿಸಿದ.

ಮುಂದಿನ ಸರದಿ ಪಟ್ಟರಾಯನದು.

ಪ್ರತಿಧಾಳಿಯ ನೇತೃತ್ವ ವಹಿಸಿದ ಸಾಮಂತ. ಅವನು ಯೋಧರನ್ನೆಲ್ಲ ಒಟ್ಟುಗೂಡಿಸಿ ಕಚೇರಿ ಸಮೂಹದ ಕಡೆಯಿಂದ ಧಾಳಿ ಮಾಡಿ, ಬಂಡುಕೋರರು ಮುಂದುವರಿಯದಂತೆ ಸಮರ್ಥವಾಗಿ ತಡೆದಿದ್ದ. ಮಹಾರಾಜರು ಅವನಿಗೆ ನೆಲ, ತೋಟ, ಮಹಲುಗಳು ಮತ್ತು ಸಾರೋಟುಗಳನ್ನು ನೀಡಿದರು. ಪಟ್ಟರಾಯ ಕಣ್ಣೀರು ತುಂಬಿ, ಮಾಹಿಶ್ಮತಿ ರಾಜ್ಯಕ್ಕೂ, ಮಹಾರಾಜನಿಗೂ ಶಾಶ್ವತ ನಿಷ್ಠೆಯನ್ನು ಘೋಷಿಸಿದ. ಪ್ರಮುಖ ಪುರೋಹಿತರು ಮತ್ತು ಇತರ ಬ್ರಾಹ್ಮಣರಿಗೆ ಗೋವು ಗಳನ್ನೂ, ಮನೆಗಳನ್ನೂ, ಚಿನ್ನವನ್ನೂ ನೀಡಲಾಯಿತು. ಅವರ ಆಶೀರ್ವಾದವಿಲ್ಲ ದಿದ್ದಲ್ಲಿ ಮಾಹಿಷ್ಮತಿ ಬಂಡುಕೋರರ ಕೈಗೆ ಸಿಕ್ಕಿಬೀಳುತ್ತಿತ್ತು. ಪ್ರತಾಪ ತನ್ನ ದಂಡಕಾರರನ್ನು ಸುವ್ಯವಸ್ಥಿತವಾಗಿ ನಿರ್ವಹಿಸಿದ್ದಕ್ಕೆ ಬಹುಮಾನ ಪಡೆದ. ಹತ್ಯೆಯಾದ ಯೋಧರ ಕುಟುಂಬಗಳಿಗೆ ಮಹಾರಾಜರು ಪರಿಹಾರ ಘೋಷಿಸಿದರು. ಯಾರೊಬ್ಬರೂ ಸ್ಕಂದದಾಸನ ಬಗ್ಗೆ ಪ್ರಸ್ತಾಪವನ್ನೇ ಮಾಡಲಿಲ್ಲ. ಯಾರಾದರೂ ಹತ್ಯೆಯಾದ ಮಹಾಪ್ರಧಾನರನ್ನು ಪ್ರಸ್ತಾಪಿಸುತ್ತಾರೇನೋ ಎಂದು ಶಿವಗಾಮಿ ಕಾದಳು. ಆದರೆ ಆ ವ್ಯಕ್ತಿ ಇರಲೇ ಇಲ್ಲವೇನೋ ಎನ್ನುವಂತೆ ಎಲ್ಲರೂ ಮರೆತುಬಿಟ್ಟರು.

ಕೊನೆಗೆ ಶಿವಗಾಮಿಯ ಸರದಿ. ಮಹಾರಾಜರು ಅವಳನ್ನು ವೇದಿಕೆಗೆ ಕರೆದರು. ಅವಳು ತನ್ನೊಳಗಿನ ದ್ವೇಷವನ್ನು ಅಡಗಿಸಿಟ್ಟುಕೊಂಡು ನಡೆದಳು. ಬೃಹನ್ನಳ ಉಪದೇಶ ಮಾಡಿದಂತೆ ಇದು ಮೊದಲ ಹೆಜ್ಜೆ. ಪ್ರತೀಕಾರ ಸಾಧಿಸಲು ಅವಳು ಸಾಕಷ್ಟು ಶಕ್ತಿಶಾಲಿಯಾಗಬೇಕು. ಪಟ್ಟರಾಯ, ಮತ್ತವನ ದುಷ್ಟ ಕೂಟ ಎಷ್ಟು ವಿಷಯುಕ್ತ ಎಂದು ಅವಳಿಗೆ ತಿಳಿದಿತ್ತು. ಅವಳು ತಲೆ ಎತ್ತಿ ದೃಢ ನಡಿಗೆಯಲ್ಲಿ ಸಾಗುವಾಗ ಅವರೆಲ್ಲರೂ ಅವಳನ್ನು ತಿಂದುಹಾಕುವಂತೆ ದಿಟ್ಟಿಸು ತ್ತಿದ್ದುದು ಅವಳಿಗೆ ಗೊತ್ತಾಗುತ್ತಿತ್ತು. ಮಹಾರಾಜರು ಅವಳಿಗೆ ಕೊಡಮಾಡು ವುದನ್ನು ಅವಳು ಸ್ವೀಕರಿಸಿ ಅದನ್ನೊಂದು ವೇದಿಕೆಯಾಗಿ ಬಳಸುವವಳಿದ್ದಳು. ಅವಳೂ ಆಟ ಆಡುವವಳಿದ್ದಳು. ಈಗ ಅವಳಿಗೆ ಪ್ರಬಲ ಗೆಳೆಯರಿದ್ದರು. ಬೃಹನ್ನಳೆಯಂತೆ. ಈಗ ಅವಳು ಸಿದ್ಧಳಿದ್ದಳು.

ಅವಳು ಮಹಾರಾಜನ ಎದುರು ಗರ್ವದಿಂದ ನೆಟ್ಟಗೆ ನಿಂತಳು. ಮಹಾರಾಜರು ಅವಳನ್ನು ವಿನೋದದ ನಸುನಗೆಯಲ್ಲಿ ನೋಡಿದರು. ಅವಳು

479

ತಡವರಿಸಿದಳು. ಈ ಗೌರವ, ಮನ್ನಣೆಗೆ ಅವಳು ಅರ್ಹಳೂ ಆಗಿರಲಿಲ್ಲ, ಬಯಸಿರಲೂ ಇಲ್ಲ. ಆದರೆ ವಿಧಿ ಅವಳಿಗೆ ಒಂದು ಅವಕಾಶವನ್ನು, ಮೆಟ್ಟಿಲನ್ನು ನೀಡುತ್ತಿತ್ತು. ಅವಳು ಅದನ್ನು ಬಾಚಿಕೊಳ್ಳಬೇಕಾಗಿತ್ತು. ಅವಳು ಆತ್ಮವಿಶ್ವಾಸದಲ್ಲಿ ಅವರ ನೋಟ ಮರಳಿಸಿದಳು. ಮಹಾರಾಜ ಸೋಮದೇವ ಅವಳನ್ನು ನೋಡಿ ಸಂತೋಷದ ನಗೆ ನಕ್ಕರು.

"ಈ ಯುವತಿ ಅದ್ಭುತ. ಇವಳು ನಮ್ಮ ಪ್ರಾಣ ಉಳಿಸಿದಳು" ಎಂದು ಮಹಾರಾಜರು. ಸಭೆ ಜಯಕಾರ ಮಾಡಿತು.

"ನಾವು, ದೇಶದ್ರೋಹದ ಕಾರಣ ಅವಳ ತಂದೆಯನ್ನು ಹನ್ನೆರಡು ವರ್ಷಗಳ ಹಿಂದೆ ನೇಣಿಗೇರಿಸಬೇಕಾಯಿತು. ಆದರೂ ಈಕೆ ನಮ್ಮ ಪ್ರಾಣ ಉಳಿಸಲು ಸೆಣೆಸಿದಳು. ನಿಷ್ಠೆ ಎಂದರೆ ಅದು. ನಾವು ಅದಕ್ಕೆ ಧಾರಾಳವಾಗಿ ಬಹುಮಾನ ನೀಡಬೇಕು. ಇಲ್ಲದಿದ್ದರೆ ಮುಂದಿನ ಪೀಳಿಗೆಯವರು ನಮ್ಮನ್ನು ಜಿಪುಣರೆಂದೂ, ಲೋಭಿಯೆಂದೂ ಕರೆಯುತ್ತಾರೆ. ನಾವು ಅವಳಿಗೆ ಅವಳ ತಂದೆ ಮತ್ತು ಅವರ ಹಿಂದಿನ ಅನೇಕ ಖ್ಯಾತಿವೆತ್ತ ಪೀಳಿಗೆಯವರು ಪಡೆದಿದ್ದ ಸಾಮಂತನ ಪಟ್ಟವನ್ನೂ, ಅವಳ ತಂದೆಯ ನೆಲ, ಆಸ್ತಿಯನ್ನೂ ಮರಳಿ ನೀಡುತ್ತೇವೆ."

ಶಿವಗಾಮಿ ತನ್ನ ಕಿವಿಯನ್ನೇ ನಂಬಲಿಲ್ಲ. ಅನಾಥಾಲಯದಿಂದ ಅಧಿಕಾರದ ಸ್ಥಾನಕ್ಕೆ! ಅವಳು ತನ್ನ ತಂದೆಯ ಪಟ್ಟವನ್ನೂ, ನೆಲವನ್ನೂ ಮರಳಿ ಪಡೆದು ಕೊಂಡಿದ್ದಳು. ಅವಳಿಗೆ ಸಂತೋಷದಲ್ಲಿ ಅಳುವಂತಾಯಿತು. ತುಟಿಗಳನ್ನು ಬಿಗಿ ಹಿಡಿದು, ಭುಜವನ್ನು ಹಿಗ್ಗಿಸಿದಳು.

"ದೇವಿ, ನಮ್ಮ ನೀಡಿಕೆಯನ್ನು ಸ್ವೀಕರಿಸುವೆಯಾ?"

ಶಿವಗಾಮಿ ಭಾವುಕತೆಯಲ್ಲಿ ಮುಳುಗಿಹೋಗಿ ಕ್ಷಣ ತಡೆದು ಉತ್ತರಿಸಿದಳು. ಅವಳು ಬಿರುಸಾಗಿ ಬಾಗಿ ವಂದಿಸಿ ನುಡಿದಳು "ಹೌದು, ಸ್ವೀಕರಿಸುತ್ತೇನೆ."

"ನಮ್ಮ ಆದೇಶವನ್ನು ಮರು ಪ್ರಶ್ನಿಸದೆ ಪಾಲಿಸುವ, ಇದೇ ರೀತಿಯಲ್ಲಿ ನಿಷ್ಠೆ ಮತ್ತು ದೇಶಪ್ರೇಮವನ್ನು ತೋರುವ ಮತ್ತು ನಮ್ಮ ಪರವಾಗಿ ನಿನ್ನ ಅಧೀನದಲ್ಲಿರುವವರಿಗೆ ನ್ಯಾಯವನ್ನು ಒದಗಿಸುವ ವಾಗ್ದಾನ ನೀಡುವೆಯಾ?"

"ಹೌದು, ನೀಡುತ್ತೇನೆ" ಎಂದು ಹೇಳಿ, ಮನಸ್ಸಿನಲ್ಲಿ, ನೀನು ಮತ್ತು ನಿನ್ನ ಶಾಪಗ್ರಸ್ತ ಮನೆತನವನ್ನು ನಾಶ ಮಾಡುವ ಅವಕಾಶ ಸಿಗುವವರೆಗೆ ಎಂದು ಹೇಳಿಕೊಂಡಳು.

ಮಹಾರಾಜರು ಕೈಯೆತ್ತಿ ಅವಳನ್ನು ಆಶೀರ್ವದಿಸಿದರು. ಸಭೆ ಶಿವಗಾಮಿಗಾಗಿ ಜಯಕಾರ ಕೂಗಿತು. ಅವಳು ಪಟ್ಟರಾಯನತ್ತ ನೋಡಿ, ಸೊಟ್ಟ ನಗೆ ನಕ್ಕಳು. ಅವನು ಸ್ಕಂದದಾಸನಿಗೆ ಮಾಡಿದ ಶಾಸ್ತಿಗೆ ಅವನನ್ನು ಸುಮ್ಮನೆ ಬಿಡುವುದಿಲ್ಲ.

480

ಅವನು ಯಾವುದೇ ಭಾವ ತೋರಿಸದೆ ಅವಳತ್ತ ತಣ್ಣಗಿನ ನೋಟ ಬೀರಿದ. ಅವನು ತನ್ನ ಕೊರಳಲ್ಲಿ ಧರಿಸಿದ್ದ ಚಿನ್ನದ ಕಟ್ಟಿನ ರುದ್ರಾಕ್ಷಿಯನ್ನು ತಡಕಾಡುತ್ತಿದ್ದು ಮಾತ್ರ ಅವನ ಉದ್ವೇಗವನ್ನು ಬಿಟ್ಟುಕೊಡುತ್ತಿತ್ತು.

"ನಾವು ನಿನಗೆ ಒಂದು ಅದ್ಭುತ ಕಾರ್ಯ ನೀಡುತ್ತೇವೆ" ಮಹಾರಾಜ ಸೋಮದೇವ ಅವಳತ್ತ ನೋಡಿ ನಸುನಕ್ಕರು. ಅವಳು ಉದ್ವಿಗ್ನಳಾದಳು. ಮಹಾರಾಜರ ನಗೆಯಲ್ಲಿ ಏನೋ ಎಡವಟ್ಟಿತ್ತು.

"ವಾಸ್ತವವಾಗಿ, ನಿನ್ನೆಯೇ ನೀನು ಆ ಕಾರ್ಯವನ್ನು ಪೂರ್ಣಗೊಳಿಸಿದೆ. ಆದರೆ ವಿಧಿ ಬೇರೆ ನೆನೆಸಿತ್ತು. ನೀನು ಮೆಟ್ಟಿಲ ಮೇಲಿಂದ ಕೆಳಗೆ ತಳ್ಳಿದ ವ್ಯಕ್ತಿ ಇನ್ನೂ ಜೀವಂತ ಇದ್ದಾನೆ. ನಿನ್ನ ಮೊಟ್ಟಮೊದಲ ಕಾರ್ಯವೆಂದರೆ...."

ಶಿವಗಾಮಿ ದೀರ್ಘ ಉಸಿರೆಳೆದುಕೊಂಡಳು. ಅವಳ ತಂದೆಯ ಹತ್ಯೆಯ ನೆನಪು ನುಗ್ಗಿ ಬಂತು. ಈ ದುಷ್ಟ ರಾಜನನ್ನು ಕೊಲ್ಲಲು ಸಂಚು ಮಾಡಿದ್ದ ಯಾರನ್ನಾದರೂ ಸಾಯಿಸಬೇಕಾದ ಯೋಚನೆಯೇ ಅವಳಿಗೆ ಹಿತವಾಗಿರಲಿಲ್ಲ. ಆದರೆ ಅವಳಿಗೆ ಸಾಮಂತ ಪಟ್ಟ ಅತ್ಯಗತ್ಯವಾಗಿ ಬೇಕಾಗಿತ್ತು.

".....ಅವನನ್ನು ನೇಣಿಗೇರಿಸುವುದು" ಎಂದು ಪಿಸುನುಡಿದಳು.

"ಹೌದು" ಎಂದರು ಮಹಾಪ್ರಭುಗಳು. ತಮ್ಮ ಯೋಧರ ಕಡೆಗೆ ತಿರುಗಿ "ಅವನನ್ನು ಕರೆತನ್ನಿ" ಎಂದರು.

ಯೋಧರು ಮುಖ ಮರೆಮಾಡಿಕೊಂಡ ವ್ಯಕ್ತಿಯನ್ನು ಸರಪಳಿಗಳಲ್ಲಿ ಕಟ್ಟಿ ಸಭೆಗೆ ಎಳೆದುಕೊಂಡು ಬಂದರು. ಶಿವಗಾಮಿ ಆತಂಕಪಟ್ಟಳು.

ಮಹಾರಾಜ ಸೋಮದೇವ ಅವನ ಮರೆಯನ್ನು ತೆಗೆಯುವಂತೆ ಯೋಧರಿಗೆ ಸನ್ನೆ ಮಾಡಿದರು.

"ತಿಮ್ಮ ಚಿಕ್ಕಪ್ಪಾ..." ಎಂದು ಚೀರಿ ಶಿವಗಾಮಿ ಅವನತ್ತ ಓಡಿದಳು.

ಅವನ ಮುಂದೆ ಮಂಡಿಯೂರಿ ಬಿದ್ದು ಬೊಗಸೆಯಲ್ಲಿ ಮುಖ ಮುಚ್ಚಿ ಕೊಂಡು ಅಳತೊಡಗಿದಳು. ತಿಮ್ಮನ ನಡುಗುವ ಕೈಗಳು ಅವಳ ತಲೆಯನ್ನು ನೇವರಿಸಿದವು. ಅವಳು ಚಿಕ್ಕ ಹುಡುಗಿಯಾಗಿದ್ದಾಗ ಮಾಡುವಂತೆಯೇ.

"ನನ್ನ ಮಗಳು ಸಾಮಂತಳಾಗುವಷ್ಟು ಎತ್ತರಕ್ಕೆ ಬೆಳೆದುಬಿಟ್ಟಳು. ನಿನ್ನ ಬಗ್ಗೆ ನನಗೆಷ್ಟು ಹೆಮ್ಮೆ ಇದೆ, ಮಗೂ."

ಒಂದನೇ ಸಂಪುಟದ ಮುಕ್ತಾಯ
ಎರಡನೇ ಸಂಪುಟದಲ್ಲಿ ಮುಂದುವರಿಯುವುದು.